'द चेम्बर' ही ग्रिशॅमची कलाकृती सर्वोत्तम असल्याचे टीकाकारही मान्य करतात.

ग्रिशॅमचे लेखन दिवसेंदिवस उत्कृष्ट व मनोवेधक होत चालले आहे, हे ही कादंबरी सिद्ध करते. नोबेल सन्मान मिळवलेल्या फॉकनर यांना त्यांच्या गावातला एक मुलगा त्यांच्या पावलावर पाऊल टाकून, त्यांच्याच क्षेत्रात नाव मिळवत आहे याचा नक्कीच अभिमान वाटत असणार.

– फिलाडेल्फिया इन्क्वायर

जॉन ग्रिशॅम यांच्या आत्तापर्यंतच्या कलाकृतींपैकी सर्वोत्कृष्ट, रक्त गोठवून टाकणारी निर्मिती.

– द डेट्रॉइट न्यूज

वॉव! ग्रिशॅम कधीच गंडवत नाहीत. 'द चेम्बर' या कादंबरीतली उत्कंठा त्यांनी शेवटपर्यंत ताणून ठेवली आहे.... पुस्तक हातात घेतल्यानंतर, मी ते पूर्ण वाचून होईपर्यंत बाजूला ठेवू शकलो नव्हतो.

– द फ्लिन्ट जर्नल (मिशिगन)

'द चेम्बर' ही कादंबरी तुम्हाला घट्ट पकडून ठेवते, तुम्हाला ती दुसरीकडे कुठे जाऊच देत नाही. त्या कादंबरीतल्या घटनांसंबंधातल्या अनिश्चिततेबाबत काही अंदाजच बांधता येत नाहीत, यातच त्या कादंबरीची शक्ती सामावलेली आहे. मिसिसिपी राज्यातल्या तुरुंगातल्या प्रत्यक्ष स्थितींचा सखोल अभ्यास करूनच ग्रिशॅम यांनी कादंबरीत तपशील घातलेले आहेत.

– द बोस्टन ग्लोब

या कादंबरीचा विषय गंभीर आहे. या विषयाबाबत बरीच चर्चा व्हायला हवी असे ग्रिशॅम यांना वाटते. अत्यंत यातना देणाऱ्या, गोंधळात टाकणाऱ्या विषयासंबंधातली अत्यंत गुंतागुंतीची ही कादंबरी आहे.

– द ह्यूस्टन क्रॉनिकल

असामान्य आणि विलक्षण.... पकड घेणारी.... अंदाज न लावतायेण्याजोग्या घटनांनी भरलेली ही गोष्ट आहे.... थोडक्यात पण मुद्देसूद उपरोधिक लेखनशैली, चुरचुरीत भाषेत हकिगत वर्णन करण्याचे कौशल्य ग्रिशॅम यांच्या यापूर्वीच्या कादंबऱ्यातून आढळले नव्हते. या कादंबरीत घटना फार कल्पकतेने योजलेल्या आहेत. अक्षरश: दोन दिवस मी पुस्तक बाजूला ठेवू शकलो नव्हतो.

– द मेम्फिस बिझिनेस जर्नल

कोर्टकचेऱ्यातले युक्तिवाद याबाबत ग्रिशॅम यांचा हात धरणारा कोणी असेल असे वाटत नाही. गोष्टी सांगण्यातले त्यांचे कौशल्य वादातीत आहे. मृत्युदंडाची शिक्षा झालेल्या कैद्यांच्या तुरुंगात नेमके काय असते, याचे यथार्थ दर्शन ग्रिशॅम घडवतात.

– साउथ बेन्ड ट्रिब्युन

मार्मिक, भेदक, दु:खदायक; पण मनोरंजक.... 'द चेम्बर' या कादंबरीत लेखकास महत्त्वाचे असे काहीतरी सांगायचे आहे. मृत्युशिक्षा झालेला एक वृद्ध पुरुष कैदी ही या कादंबरीतली प्रमुख व्यक्तिरेखा आहे. मृत्युशिक्षा अमलात येण्यापूर्वीच्या काळातल्या त्याच्या मनाच्या स्थितीचे वर्णन ग्रिशॅमने करुणरसात मोठ्या ताकदीने रंगविले आहे.

– द लेक्सिंग्टन ट्रिब्युन

ग्रिशॅमची खूप अस्वस्थ करणारी ही कादंबरी योग्यवेळी प्रकाशित होत आहे. ग्रिशॅमने घटनांबाबतची अनिश्चितता, घटनांचे अंदाज बांधता न येणे, चिंता, गांभीर्य, कोर्टकचेऱ्यांमधले कारभार, छोट्या-मोठ्या शहरांतले तपशील या साऱ्या गोष्टी सावधपणे वाचकांपुढे ठेवल्या आहेत.

– न्यूयॉर्क डेली न्यूज

आश्चर्यकारक आणि परिणामकारक.... खिळवून ठेवणारे, तुरुंगातल्या निराशाजनक जीवनाचे, तुमच्या अंतराला भिडणारे, तुम्हाला विचार करायला प्रवृत्त करणारे लेखन.... ही कादंबरी ग्रिशॅमला उच्च स्तरावर नेऊन बसवते, त्याच्या बुद्धीच्या विविध पैलूंचे दर्शन घडवते. व्यक्तिरेखांच्या चित्रणावर त्याने बारकाईने लक्ष दिले आहे. विश्वसनीय भावनाविष्कार, मानवी संबंधातल्या छोट्या-छोट्या जागांच्या समर्पक दर्शनाने ग्रिशॅमच्याच 'ए टाइम टू किल' या कादंबरीशी तुलना करावीशी वाटते.

– पब्लिशर्स विकली

कुतूहल निर्माण करणारी अशी ही कादंबरी आहे. तुम्ही ती शेवटपर्यंत वाचत नाही, तोपर्यंत तुमच्यातले कुतूहल जागे राहते.

– शिकागो ट्रिब्युन

खिळवून ठेवणारी.... समाज जीवन दर्शविणाऱ्या ट्रूमन कपोते यांच्या 'इन कोल्ड ब्लड' या माहिती चित्रपटाप्रमाणे ही गोष्ट कथन केलेली आहे. रक्त गोठवून टाकणारे वास्तव वाचकाला गुलाम बनवून टाकते.

– द बॅटन रोग ॲडव्होकेट

गोष्टी सांगण्यात ग्रिशॅम तरबेज झाले आहेत, हे 'द चेम्बर' या कादंबरीमुळे सिद्ध झाले आहे. पूर्वायुष्यात वकील असणारा हा लेखक, वाचकांना भविष्यात कोणत्या मार्गाने घेऊन जाणार आहे याची त्याचे चाहते उत्सुकतेने वाट पाहत असतील.

– द बॅन्गॉर डेली न्यूज

कादंबरी लेखनावर ग्रिशॅम यांची हुकमत आहे. ही कादंबरी तुमच्या अंतरंगात खळबळ उडवून टाकेल, तुम्हाला अस्वस्थ करेल. ही मनुष्यवधाच्या शिक्षेच्या विरोधात आवाज उठवणारी आहे, हृदय पिळवटून टाकणारी, तणाव वाढवणारी आहे. ग्रिशॅम यांची चपखल शब्दरचना असलेली, व्यक्तिरेखांचे यथार्थ चित्रण केलेली, पूर्ण ताकदीनिशी समर्पक स्थळ, काळ व समाज यासंबंधातली अर्थपूर्ण वर्णन केलेली आणि भावना चेतावणारी अशी ही नाट्यपूर्ण, उत्कृष्ट कादंबरी ग्रिशॅमने वाचकांपुढे ठेवलेली आहे.

– द बफेलो न्यूज

'द चेम्बर' या कादंबरीतल्या मुख्य विषयासंबंधातला भावनिक भाग फार ताणला आहे, तसा तो ताणण्याची जरूर होती का? हो नक्कीच होती, अनिश्चितता वाचकाला वाचनात अडकवून ठेवते. त्यातली विश्वसनीय पात्रे, चुरचुरीत संवाद, धैर्यपूर्ण आवेग या सर्व गोष्टी त्या ताणाचे समर्थन करतात.

– रीचमंड टाइम्स – डिस्पॅच

सर्वोत्तम लेखन, विश्वसनीय व्यक्तिरेखा, सामाजिक व्यवस्थांचे भान, न्यायालयातले नाट्य, सर्वसामान्य वाचकांना भावतील असे कायदाक्षेत्रातले युक्तिवाद यांसारखे मसाले वापरून चटकदार पकड घेणारी ग्रिशॅमची कादंबरी.

– द ख्रिस्तियन सायन्स मॉनिटर

द चेम्बर

कृष्णवर्णीयांच्या द्वेषापोटी क्षणाक्षणानं मृत्यू जवळ करणाऱ्या एका गौरवर्णीयाची कथा...

मूळ लेखक

जॉन ग्रिशॅम

अनुवाद

विश्वनाथ केळकर

मेहता पब्लिशिंग हाऊस

✆ +91 020-24476924 / 24460313

Email : info@mehtapublishinghouse.com
production@mehtapublishinghouse.com
sales@mehtapublishinghouse.com

Website : www.mehtapublishinghouse.com

THE CHAMBER by JOHN GRISHAM

Copyright © 1994 by John Grisham

Translated into Marathi Language by Vishwanath Kelkar

द चेम्बर / अनुवादित कादंबरी

अनुवाद : विश्वनाथ केळकर, ११९४/३०, केळकर अपार्टमेंट, शिवाजीनगर, पुणे - ४११००५.
✆ : ०२०-२५५३५३४६

मराठी अनुवादाचे व प्रकाशनाचे हक्क, मेहता पब्लिशिंग हाऊस, पुणे.

प्रकाशक : सुनील अनिल मेहता, मेहता पब्लिशिंग हाऊस, १९४१, सदाशिव पेठ, माडीवाले कॉलनी, पुणे - ४११०३०.

मुखपृष्ठ : फाल्गुन ग्राफिक्स

प्रथमावृत्ती : नोव्हेंबर, २०१२ / पुनर्मुद्रण : सप्टेंबर, २०१५

ISBN 9788184984255

१

पुरोगामी विचारांच्या ज्यू वकिलांच्या ऑफिसमध्ये बॉम्बस्फोट घडवून आणण्याचा निर्णय सहजपणे घेतला गेला होता. त्यात फक्त तीन व्यक्तींचा सहभाग होता. पहिला होता तो पैसेवाला होता. दुसरा होता तो स्थानिक कार्यकर्ता होता, त्याला त्या भागांची पूर्ण माहिती होती आणि तिसरा होता तो देशभक्त, धर्मवेडा होता. स्फोटक रासायनिक द्रव्यांबद्दल त्याला ज्ञान होतं. त्याचबरोबर गुन्ह्यानंतर कमीत कमी पुरावे ठेवून भूमिगत होण्याचं आणि पोलिसांचा ससेमिरा टाळण्याचं अजब कौशल्य त्याच्याकडे होतं. स्फोटानंतर तो पळाला. त्याने देश सोडला आणि उत्तर आयर्लंडमध्ये सहा वर्षं दडून बसला.

ज्यांच्यावर हल्ला झाला, त्या ज्यू वकिलांचं नाव मार्विन क्रॅमर होतं. चार पिढ्यांपासून मिसिसिपी भागात राहत असलेल्या ज्यू जमातीपैकी एका जमातीतले हे वकील होते. या जमातीतल्या सदस्यांनी मिसिसिपी नदीच्या त्रिभुज प्रदेशात व्यापार-उदिमाचा व्यवसाय करून आपली भरभराट करून घेतली होती. मार्विन त्यांच्या कुटुंबीयांबरोबर दुसऱ्या महायुद्धपूर्व काळातल्या एका घरात ग्रीनव्हील इथे राहत होते. ग्रीनव्हील हे एक लहान गाव होतं. त्या गावात प्रामुख्याने ज्यू कुटुंबं राहत होती. त्या गावातलं राहणं आनंददायी होतं आणि वांशिक झगड्यांचा त्रास त्या गावात जवळजवळ नव्हताच. मार्विन यांना स्वत:ला व्यापार कंटाळवाणा वाटायचा. त्यामुळे त्यांनी वकिली हे क्षेत्र निवडलं होतं. त्यांच्या मूळ देशातून स्थलांतरित होऊन आलेल्या इतर ज्यूंप्रमाणे त्यांच्या कुटुंबीयांनी स्थायिक होण्यासाठी अतिदक्षिण भाग निवडला होता आणि ते चांगल्या प्रकारे तिथल्या संस्कृतीमध्ये मिसळून गेले होते. त्यांचा धर्म जरी वेगळा असला, तरी विशिष्ट दाक्षिणात्य म्हणूनच ते प्रामुख्याने ओळखले जाऊ लागले होते. ज्यूंच्या विरोधातले झगडे क्वचितच उद्भवायचे. ते स्थानिक बहुसंख्यांकांसमवेत बऱ्याच अंशी मिसळून गेले होते. त्यांचे-त्यांचे व्यवसाय करत होते.

मार्विन वेगळे होते. एकोणीशे-पन्नासनंतरच्या दशकाच्या उत्तरार्धात त्यांच्या

वडलांनी त्यांना उत्तरेकडील ब्रॅन्डेस या गावी पाठवलं होतं. तिथे त्यांनी चार वर्षं काढली. नंतर कोलंबिया येथील विधी महाविद्यालयात तीन वर्षं अभ्यास केला. १९६४मध्ये जेव्हा ते ग्रीनव्हील इथे परत आले, तेव्हा मिसिसिपी राज्यात नागरी हक्कांसंबंधीचं आंदोलन भर जोशात होतं. मार्विन यांनी त्यात भाग घेतला होता. त्यांनी त्यांचं छोटं ऑफिस उघडल्यानंतर एक महिन्यातच त्यांना ब्रॅन्डेस इथे मैत्री झालेल्या इतर दोन मित्रांसमवेत अटक झाली. काही कृष्णवर्णीयांचा मतदारांच्या यादीत समावेश करण्याच्या प्रयत्न करण्याचा आरोप त्यांच्यावर लावला होता. त्यावरून त्यांचे वडील अतिशय रागावले होते. त्यांचे कुटुंबीय अडचणीत आले, पण मार्विननाही परिस्थितीचं भान ठेवणं भाग होतं. त्यांना त्यांच्या पंचविसाव्या वर्षी पहिली खुनाची धमकी मिळाली आणि त्या वेळेपासून ते स्वत: पिस्तूल बाळगायला लागले. त्यांनी त्यांच्या पत्नीसाठीही एक पिस्तूल विकत घेतलं. मेम्फिस गावातल्या एका मुलीशी त्यांनी लग्न केलेलं होतं. त्यांच्याकडे एक कृष्णवर्णीय मोलकरीण होती. तिच्या पर्समध्ये तिनं एखादं पिस्तूल ठेवावं, अशी सूचना त्यांनी तिला दिली होती. या क्रॅमर पतिपत्नींना दोन वर्षांची जुळी मुलं होती.

स्थानिक अधिकाऱ्यांनी नागरिकांच्यात भेदभाव करून निरनिराळ्या नागरिकांसाठी निरनिराळे नियम केले; वापरले. त्याच्या विरोधात 'मार्विन क्रॅमर आणि सहकारी' (तोपर्यंत मार्विनना कोणीही सहकारी नव्हता.) या कायदेसंबंधात सल्ले देणाऱ्या आणि खटले चालवणाऱ्या कंपनीने या अधिकाऱ्यांविरुद्ध १९६५मध्ये पहिला खटला भरला. संपूर्ण राज्यातल्या सर्व वृत्तपत्रांमध्ये मार्विन यांच्या छायाचित्रासह ठळक बातमी छापली गेली. कट्टर ख्रिस्ती बांधवांची कु क्लक्स क्लॅन नावाची एक अतिरेकी संघटना होती. त्या संस्थेने ज्या ज्या ज्यू व्यक्तींना त्रास द्यायचा, त्यांची एक यादी बनवली होती. त्या यादीत मार्विनचं नाव नव्याने घातलं. मार्विन हे अत्यंत पुरोगामी विचारांचे ज्यू वकील होते. त्यांनी ती दाढी ठेवली होती. ज्यांच्यावर अन्याय व्हायचा, त्यांच्यासाठी त्यांचं आतडं तीळ तीळ तुटायचं. उत्तरेच्या ज्यू शिक्षण संस्थांमध्ये त्यांनी शिक्षण घेतलं होतं आणि आता मिसिसिपी नदीच्या त्रिभुज प्रदेशात कृष्णवर्णीयांसाठी त्यांच्या बाजूने लढायला ते सज्ज झाले होते. हे खपवून घेतलं जाणार नव्हतं.

नागरी हक्कांसाठी आणि स्वातंत्र्यासाठी झगडणाऱ्यांना जामीन मिळवून देण्यासाठी क्रॅमर वकीलसाहेब स्वत:चा पैसासुद्धा खर्च करायचे, असा बोलबाला होता. केवळ श्वेतवर्णीयांसाठीच असलेल्या सोयीसुविधांविरुद्ध त्यांनी न्यायालयात खटले दाखल केलेले होते. कु क्लक्स क्लॅनच्या दहशतवाद्यांनी कृष्णवर्णीयांचं एक प्रार्थनागृह बॉम्बच्या स्फोटाने उडवून दिलं होतं. ते परत उभारण्यासाठी त्यांनी पैसेही दिलेले होते. मार्विन कृष्णवर्णीयांना त्यांच्या घरी प्रवेश द्यायचे. कृष्णवर्णीयांचं स्वागत

करताना लोकांनी त्यांना पाहिलं होतं. उत्तरेकडील राज्यांतून ज्यू समुदायातून जाऊन त्या सर्वांनी या प्रकारच्या आंदोलनातून सहभागी व्हावं, अशा प्रकारची आवाहनं त्यांनी केलेली होती. वर्तमानपत्रांना या चळवळीबद्दल माहिती देणारी पत्रं त्यांनी लिहिली होती. त्यातली काही प्रसिद्ध केली गेली होती. हे वकीलसाहेब त्यांच्या मृत्यूच्या दिशेने बिनदिक्कत वाटचाल करत होते.

क्रॅमरसाहेबांच्या घरासमोरच्याच भागात रात्रीची गस्त घालणाऱ्या एका पहारेकऱ्यानं त्यांच्या घरावर होणारा हल्ला परतवला होता. गेली दोन वर्षं मार्विनसाहेब या रखवालदाराला संरक्षणासाठी पैसे देत होते. पोलीस खात्यातून निवृत्त झालेला हा रखवालदार होता. त्याच्याकडे आधुनिक शस्त्रं होती आणि ग्रीनव्हीलच्या सर्व रहिवाशांच्या संरक्षणासाठी शस्त्रसज्ज रखवालदार नेमलेला होता, असं मार्विननं सांगितलं होतं. क्लॅनच्या सदस्यांनासुद्धा या रखवालदाराची माहिती होती. क्लॅनने त्याला त्याचं काम करू दिलं आणि मार्विन क्रॅमर यांचं घर उडवून देण्याऐवजी त्यांची कचेरीच बॉम्बने उडवून द्यायची, असं ठरवलं होतं.

हे कृत्य पार पाडण्याच्या कामगिरीमध्ये प्रत्यक्ष सहभाग फारच कमी व्यक्तींचा होता, म्हणून त्याच्या नियोजनाला फारच कमी वेळ लागला.

मिसिसिपी राज्यातला उसळत्या रक्तचया, आकर्षक, उमद्या व्यक्तिमत्त्वाच्या, कामगारासारखा दिसणाऱ्या, स्वत:ला प्रेषित समजणाऱ्या जेरेमी डोगान या तरुणानं त्या स्फोटासाठी पैसा पुरवला होता. यापूर्वी हे काम करणारा तुरुंगात खितपत पडला होता. जेरेमी डोगान या स्फोटांचं नियोजन मोठ्या आनंदाने करत होता. डोगान मूर्ख नव्हता. नंतर एफबीआय खात्यानेसुद्धा मान्य केलं होतं की, दहशतवाद्यांच्या अंगात आवश्यक असणारे गुण डोगानच्या अंगात होते. एखादा स्फोट घडवून आणण्यासाठी जी जी कामं करावी लागायची, ती विभागून तो छोट्या छोट्या गटांवर सोपवायचा. प्रत्येक गट त्याच्या त्याच्या जबाबदारीवर त्या गटावर सोपवलेलं काम स्वतंत्ररित्या पार पाडायचा. एकमेकांचं काम एकमेकांवर अवलंबून नसायचं. स्वत:ची माणसं क्लॅनच्या समूहात पेरून माहिती काढण्यात एफबीआयचं खातं तरबेज होतं. कुटुंबातल्या सदस्यांखेरीज कोणावरही डोगान विश्वास ठेवायचा नाही. मिसिसिपी राज्यातल्या मेरीरियन गावात वापरलेल्या मोटारी विकण्यासाठीचं सर्वात मोठं उघड्यावरचं दुकान या डोगानचं होतं. त्या जुन्या मोटारी विकण्याच्या धंद्याच्या आड राहून त्यानं अनेक अवैध धंदे केलेले होते आणि अमाप पैसा मिळवला होता. काही काही वेळा तो ग्रामीण भागातल्या चर्चमध्ये प्रवचन करायचा.

मिसिसिपी राज्यातल्या फोर्ड परगण्यातल्या क्लॅन्टन या गावातला सॅम केहॉल हा क्लॅन समूहातला दुसरा सदस्य होता. क्लॅन्टन हे गाव मेरिडियनच्या उत्तरेला तीन तासाच्या आणि मेम्फिसच्या दक्षिणेला एक तासाच्या अंतरावर आहे. एफबीआय

खात्याला केहॉलची माहिती होती, पण त्याच्या डोगानबरोबरच्या संबंधाबाबत काहीच माहिती नव्हती. केहॉल राज्याच्या ज्या भागात राहत होता, त्या भागात क्लॅनच्या कारवाया जवळजवळ नव्हत्याच. त्यामुळे एफबीआयला केहॉलपासून काहीही धोका नव्हता, असं वाटत होतं. फोर्ड परगण्यामध्ये काही ठिकाणी पेटलेले क्रॉस टाकण्याच्या तुरळक घटना नुकत्याच घडलेल्या होत्या; पण कुठे बॉम्बस्फोट झाले नव्हते की, कोणाच्या हत्या झाल्या नव्हत्या. केहॉलचे वडील पूर्वी कधी काळी क्लॅनचे सदस्य होते, याची एफबीआयला माहिती होती. तरीपण एकूणच त्यांचं कुटुंब कोणत्याही भानगडीत निष्क्रिय वाटत होतं. सॅम केहॉलला आपल्या समूहात खेचून घेणं ही डोगानची चलाखी दाखवणारी चाल होती.

१९६७ सालातल्या सतरा एप्रिल या दिवशी एक फोन करण्यानं क्रॅमरच्या कचेरीवर बॉम्ब टाकण्याच्या कारवाईला सुरुवात झाली. क्रॅमरच्या कचेरीत येणारे सर्व फोन ऐकले जात असतील, अशी शंका डोगानच्या मनात होती. डोगान मध्यरात्रीपर्यंत थांबला. त्यानंतर तो मेरेरियनकडून दक्षिणेकडे जाणाऱ्या रस्त्यावरच्या एका पेट्रोलपंपावर गेला. एफबीआय खातं त्याच्या मागावर होतं, असा संशय त्याला आला आणि तो बरोबर होता. त्यांनी त्याच्यावर लक्ष ठेवलं होतं, पण तो फोन कोणाला करत होता, याची त्यांना कल्पना नव्हती.

दुसऱ्या बाजूला सॅम केहॉलने निरोप काळजीपूर्वक ऐकला. त्यानं एक-दोन प्रश्न विचारले आणि मग फोन बंद केला. तो त्याच्या बिछान्यावर येऊन आडवा झाला. त्यानं त्याच्या पत्नीला काहीही सांगितलं नाही. विचारून जी माहिती मिळाली असती, ती तिला आधीच मिळाली होती. दुसऱ्या दिवशी सकाळी लवकर उठून तो त्याच्या मोटारीने क्लॅन्टनला गेला. 'द कॉफी शॉप' या दुकानात त्यानं सकाळची न्याहारी केली. नंतर फोर्ड परगण्याच्या न्यायालयाच्या कक्षेतल्या रस्त्यावरच्या नाणी टाकून फोन करण्याच्या एका फोनवरून त्यानं फोन केला.

दोन दिवसांनंतर, २० एप्रिलला संध्याकाळी अंधार पडायच्या वेळेला तो क्लॅन्टनमधून बाहेर पडला. दोन तास गाडी चालवून तो मिसिसिपी राज्यातल्याच क्लिव्हलॅंड या गावी गेला. त्रिभुज प्रदेशातलं, महाविद्यालयांसाठी प्रसिद्ध असलेलं ते गाव आहे. खूप वर्दळ असलेल्या एका दुकानाच्या संकुलासाठी असलेल्या मोटारी पार्क करण्याच्या जागी तो चाळीस मिनिटं वाट पाहत थांबला. हिरव्या रंगाची पॉन्टियाक मोटार त्याला कुठे दिसली नाही.

स्वस्त किमतीत खाद्यपदार्थ मिळणाऱ्या एका उपाहारगृहात त्यानं फ्राइड चिकन खाल्लं. त्यानंतर तो ग्रीनव्हीलला परतला आणि त्यानं 'मार्विन क्रॅमर आणि सहकारी' या कंपनीच्या कचेरीच्या भागातून एक फेरफटका मारला. दोन आठवड्यांपूर्वी त्यानं त्या भागात एक पूर्ण दिवस घालवला होता. त्यामुळे त्याला तो भाग नीटपणे

माहीत होता. त्याला क्रॅमरचं ऑफिस सापडलं. त्यानंतर तो त्याच्या राजेशाही घराकडे गेला. त्यानंतर तो ज्यू लोकांच्या प्रार्थनामंदिराकडे गेला. ज्यू लोकांचं प्रार्थनामंदिर उडवण्यापूर्वी ज्यू वकिलाला दणका द्यायचा, असं डोगानने सांगितलं होतं. अकराच्या सुमाराला केहॉल क्लिव्हलँडला परत आला. हिरवी पॉन्टियाक मोटार तिथे उभी केलेली नव्हती. ती हमरस्ता क्र.६१वर ट्रक उभे करण्याच्या जागेवर उभी केलेली होती. गाडी उभी करण्याबाबतचा तो दुसरा विकल्प होता. ड्रायव्हरचे पाय ठेवण्याच्या जागेवरच्या मॅटखाली त्याला गाडी चालू करायची चावी मिळाली. त्रिभुज प्रदेशातल्या हिरव्यागार मळ्यातल्या रस्त्यावरून त्यानं एक रपेट मारली. डिकी उघडली. एका खोक्यात वर्तमानपत्रात गुंडाळलेल्या डायनामाइट स्फोट घडवून आणणाऱ्या पंधरा कांड्या, पाच-पाच कांड्या एकत्र राखणाऱ्या तीन टोप्या आणि पेटवण्यासाठीची वात या गोष्टी मिळाल्या. त्यानंतर तो गावात परतला आणि रात्रभर उघडं राहणाऱ्या एका उपाहारगृहात तो थांबून राहिला.

मध्यरात्री बरोबर दोन वाजता तिसरा सदस्य त्या उपाहारगृहात आला. त्या वेळी तिथे ट्रकचालकांची खूप गर्दी झालेली होती. सॅम केहॉलसमोर तो येऊन बसला. रॉली वेज हे त्याचं नाव होतं. वय बावीसच्या आसपास, जबरदस्त आत्मविश्वासू आणि यादवी युद्धातला त्याला अनुभव होता आणि आता तो नागरी हक्कांबाबतच्या लढाईत लढत होता. त्याच्या सांगण्यानुसार तो लुझियाना राज्यातला होता, पण त्याला कोणीही शोधून काढू शकणार नाही, अशा ठिकाणी डोंगराळ भागात तो सध्या वास्तव्य करून होता. त्याच्या बोलण्यात अहंपणा नव्हता. तो बढाया मारत नव्हता. श्वेतवर्णीयांच्या वर्चस्वासाठीच्या लढाईत त्याला मरण यावं, अशी त्याची मनोमन इच्छा होती, असं त्यानं बऱ्याच वेळा सॅम केहॉलजवळ बोलून दाखवलं. त्याचे वडील क्लॅन समूहातले सदस्य होते. त्यांचा जुन्या इमारती तोडण्याचा व्यवसाय होता. स्फोटकं कशी तयार करायची, वापरायची हे त्यांच्याकडून रॉली शिकला होता.

रॉली वेजबद्दल सॅमला फार माहिती नव्हती आणि त्यानं काय सांगितलं होतं, त्यावर सॅमचा विश्वास बसला नव्हता. हा मुलगा त्याला कुठे सापडला, हे सॅमनं डोगानला कधीच विचारलं नव्हतं.

अगदी फालतू विषयांवर अर्धा तास ते कॉफी पीत गप्पा मारत होते. सॅम मनातून घाबरला होता. त्यामुळे कॉफी पिताना त्याचा हात मध्ये मध्ये थरथरत होता, पण रॉली शांत होता. त्याच्या मनावर कोणत्याही प्रकारचा ताण दिसत नव्हता. एकदासुद्धा त्याने डोळे मिटले नव्हते. त्यांनी एकत्रितरीत्या अशी कामं बऱ्याच वेळा केलेली होती. एवढ्या तरुण वयात हा माणूस इतका शांत कसा राहू शकतो याचं सॅमला कौतुक वाटत होतं. इतकी धोक्याची, भयानक आणि क्रूरतेची कृत्यं

करताना, स्फोटकं हाताळताना हा मुलगा एकदाही कचरला नव्हता, हे त्यानं जेरेमी डोगानलाही सांगितलं होतं.

मेम्फिस विमानतळावरच्या मोटारी भाड्याने देणाऱ्या एका कंपनीकडून वेजने मोटार भाड्याने आणली होती. गाडीचा मागचा दरवाजा उघडून त्यानं एक छोटी पिशवी बाहेर काढली, गाडीला कुलूप लावलं, तिथेच ट्रक पार्क करण्याच्या जागेवर गाडी ठेवली. हिरवी पॉन्टियॉक मोटार घेऊन सॅमनं रॉलीसह क्लिव्हलँड सोडलं आणि हमरस्ता ६१ने ते दक्षिणेच्या दिशेने निघाले. त्या वेळी रात्रीचे तीन वाजले होते. रस्त्याने वाहतूक जवळजवळ नव्हतीच. शॉ या खेडेगावाच्या दक्षिणेकडे काही मैलांवर अलीकडे सॅमने उजव्या हाताला वळण घेऊन तो एका कच्च्या रस्त्याला लागला आणि थोडं अंतर जाऊन थांबला. रोलीनं सॅमला गाडीतच बसून राहायला सांगितलं आणि त्या वेळात गाडीची डिकी उघडून त्यानं स्फोटकं तपासली. त्यानं डायनामाइट स्फोटकाच्या कांड्या, त्यांना एकत्रित जोडून ठेवणाऱ्या टोप्या, वात वगैरे सर्व ठीक होतं ना, याची खात्री केली. त्यानं त्याच्याजवळची ती पिशवी त्याच भागात ठेवली अन् झाकण लावलं आणि त्यानं सॅमला ग्रीनव्हीलच्या दिशेनं गाडी घ्यायला सांगितलं.

पहाटे चारच्या सुमाराला ते सर्वप्रथम क्रॅमरच्या कचेरीशी आले. रस्ता निर्मनुष्य होता, सगळीकडे अंधार होता. अशा अंधाऱ्या परिस्थितीत त्यांना त्यांचं काम करणं सोपं जाणार होतं, असं तो सॅमजवळ बोलला.

"त्याच्या घरावर आपण बॉम्ब टाकू शकत नाही, त्याचं मला वाईट वाटतंय." रॉली आणि सॅम क्रॅमरच्या घरासमोरून जाताना रॉली हे वाक्य सॅमजवळ बोलला होता.

"हो, मलाही त्याचं वाईट वाटतंय. त्याच्या घराचं रक्षण करण्यासाठी त्याने सशस्त्र भाडोत्री रखवालदार नेमला आहे, हे तुलाही माहीत असेलच." सॅम निराश होऊन म्हणाला.

"हो मला माहीत आहे, पण त्या रखवालदारावर मात करणं सोपं आहे."

"हो, तेही करता येईल, पण त्याच्या घरी त्याची दोन लहान मुलं आहेत. त्यांना काही होऊ नये, असं वाटतं."

"अरे, ती लहान असतानाच त्यांना मारून टाकलं पाहिजे." रोली म्हणाला, "हे लहान ज्यू अक्करमाशे पुढे मोठे होऊन मोठे ज्यू अक्करमाशे बनतात."

क्रॅमरच्या कचेरीच्या मागच्या बाजूच्या एक गल्लीत सॅमनं त्याची गाडी उभी केली. त्यानं गाडीचं इंजीन बंद केलं, दोघं जण उतरून मोटारीच्या मागच्या, सामान ठेवण्याच्या डिकीपाशी गेले. त्यांनी झाकण उघडलं, पेटी आणि पिशवी काढून हातात घेतली आणि ते कचेरीच्या मागच्या कुंपणाच्या कडेकडेनं चालत निघाले.

समोरच मागच्या भागात उघडणारा दरवाजा होता. दोघं दरवाजाजवळ पोहचले. सॅमनं कटावणीनं दरवाजा उघडला आणि दोघं ऑफिसमध्ये दाखल झाले. दोन आठवड्यांपूर्वी एक पत्ता विचारण्याच्या निमित्ताने तो या कचेरीत आला होता. त्या वेळी त्यानं ''बाथरूमला जायचंय. तर जाऊ का?'' अशी परवानगी मागितली होती. कचेरी एका मोठ्या खोलीत होती. ती खोली आणि बाथरूम यांदरम्यान एक अरुंद कपाट होतं. कागदपत्रं, फाइली वगैरे सामानानं ते भरलेलं होतं.

''तू दरवाजाशी उभा राहून गल्लीवर, अरुंद रस्त्यावर लक्ष ठेव.'' हे वेजने सॅमच्या कानात अगदी हळू आवाजात सांगितलं आणि त्याप्रमाणे सॅम दरवाजात उभा राहून त्या गल्लीत कोणी येत होतं का, यावर लक्ष ठेवून होता. स्फोटकं हाताळण्यापेक्षा लक्ष ठेवण्याचं काम त्याला बरं वाटत होतं.

रोलीने झटपट ती पेटी त्या कपाटाच्या तळावर ठेवली आणि डायनामाइटच्या कांड्या तारेने जोडल्या. तो तसा नाजूक मामला होता. इकडे जसजसा वेळ वाढायला लागला, तसतसा सॅमच्या हृदयाच्या धडधडण्याचा वेग वाढू लागला. तो उभा असताना त्याची पाठ स्फोटकांकडे होती. यदाकदाचित जर काही चूक झाली असती तर?

मार्विन यांच्या कचेरीत ते पाच मिनिटांपेक्षासुद्धा कमी वेळ होते. काहीही विशेष घडलेलं नव्हतं, अशा आवेशात बेफिकिरीनं चालत ते हिरव्या पॉन्टियॉक मोटारीशी आले. त्यांना अजेय असल्यासारखं वाटत होतं. हे सर्व इतकं सोपं होतं. जॅक्सन गावातल्या एका इस्टेट एजंटनं केवळ एका कृष्णवर्णीयाला घर विकलं, म्हणून त्यांनी त्याची कचेरी बॉम्बनं उडवली होती. तो व्यावसायिक ज्यू होता. एका छोट्या वर्तमानपत्राच्या कचेरीवर त्यांनी बॉम्ब टाकला होता, कारण श्वेतवर्णीयांच्या हक्कांसाठी चालू असलेल्या लढ्याबाबत त्या वर्तमानपत्राच्या संपादकानं तटस्थ भूमिका घेतली होती; याचा उच्चार केला होता. जॅक्सन गावातलं ज्यूधर्मीयांचं एक प्रार्थनास्थळही त्यांनी उद्ध्वस्त केलं होतं. ज्यूंचं त्या राज्यातलं ते सर्वात मोठं मंदिर होतं.

अंधाऱ्या गल्लीसारख्या अंधाऱ्या रस्त्यांवरून ते गेले. बाजूच्या रस्त्यावर जेव्हा हिरवी पॉन्टियॉक आली, तेव्हा त्यांनी गाडीचे प्रखर दिवे चालू केले.

पूर्वीच्या प्रत्येक स्फोटाच्या वेळी वेजनं पंधरा मिनिटं चालणारी वात त्यांनी बॉम्ब उडवायला वापरली होती. साध्या फटाक्याची वात पेटवल्यासारखीच बॉम्बची वात पेटवायची असे. एकदा का वात पेटवली की, खिडकीतून उड्या मारून ते बाहेर पडायचे आणि लांब गावाबाहेर जाऊन बसून राहायचे. दरम्यान बॉम्बचा स्फोट होऊन लक्ष्याचा विध्वंस झालेला असायचा. आरामात दूर पळून जाताना त्यांना स्फोटामुळे बसणारे हादरे जाणवायचे.

पण आजच्या रात्रीचा अनुभव वेगळा असणार होता. सॅमनं कुठेतरी चुकीचं वळण घेतलं आणि त्यांच्या वाटेत रेल्वेचे रुळ आले आणि त्यावरून खूप लांबलचक मालगाडी जात होती. सॅमनं त्याचं घड्याळ पुन:पुन्हा पाहिलं. रोली गप्प होता. मालगाडी गेली, ते पुढे निघाले. पुन्हा सॅम रस्ता चुकला. पुढे आडवी नदी आली होती, तिथे वळण घेऊन पुढे थोड्या अंतरावर पूल होता. रस्त्याच्या दोन्ही बाजूनं जुनी घरं होती. सॅमनं परत त्याचं घड्याळ पाहिलं. पाच मिनिटांच्या आत स्फोट होऊन आता जमीन थरथरणार होती. जेव्हा स्फोट होणार होता, तेव्हा एकाएकी रस्त्यावरच्या अंधार असलेल्या जागी तो थांबून राहणार होता. सॅमच्या गाडी चालवण्याच्या प्रकारामुळे रोली अस्वस्थ झाला होता, पण ते त्यानं उघडपणे दाखवलं नाही, व्यक्त केलं नाही.

पुढे आणखी एक वेगळं वळण, आणखी एक नवा रस्ता! ग्रीनव्हील हे काही तितकं मोठं शहर नव्हतं आणि सॅम जर तशीच वळणं घेत राहिला असता, तर तो एखाद्या ओळखीच्या रस्त्यावर येणार, हे त्यालाही वाटत होतं. पुढचं चुकीचं वळण शेवटचं ठरलं. एकेरी वाहतूक असलेल्या रस्त्यावर तो आला, तेव्हा त्याला कळलं होतं की, तो आणखी एका चुकीच्या रस्त्याकडे वळला होता. त्यानं करकचून ब्रेक लावले आणि त्याने जेव्हा ब्रेक लावले, तेव्हाच इंजीन बंद पडलं. गियर लिव्हर न्युट्रलमध्ये घेतलं आणि त्यानं परत किल्ली फिरवून इंजीन चालू करण्याचा प्रयत्न केला. गाडी चालू होईना. मग पेट्रोलचा वास यायला लागला.

सॅमच्या तोंडात अर्वाच्च शिव्या आल्या. रोली सीटवर बसून होता. खिडकीतून बाहेर पाहत होता.

"कार्बुरेटरमध्ये पेट्रोल जास्त आलंय." त्यानं किल्ली परत फिरवली. परत तस्संच.

"तसं करू नकोस, त्यामुळे बॅटरी उतरेल." रोलीने शांतपणे सांगितलं.

सॅम धास्तावला होता. रस्ता चुकला असला, तरी पण त्याला खात्री होती की, ते गावाच्या जुन्या भागातून फार दूर नव्हते. त्यानं एकदा खोल श्वास घेतला, रस्त्याकडे पुन्हा एकदा नीटपणे पाहिलं, आपण कुठे असू, याचा अंदाज घेतला. त्यानं त्याच्या घड्याळाकडे पाहिलं. दृष्टिपथात कुठे दुसरी कोणतीही मोटार दिसत नव्हती. सगळीकडे शांत शांत होतं. बॉम्बस्फोटासाठी ही सर्वात चांगली पार्श्वभूमी होती. त्याला लाकडाच्या फळ्यांच्या जमिनीवरून पेटत पेटत पुढे जाणारी ज्योत दिसत होती. जमिनीमध्ये पडत असलेली भेग त्याला जाणवत होती. लाकडांच्या तुळयांचे, खांबांचे टरटर फाटत जाणारे आवाज, विटा, काचांचे तुकडे होऊन, चौफेर उडत जात होते. त्यांचे आवाज त्याला ऐकू येत असल्यासारखं वाटत होतं. सॅमनं स्वत:च्या विचारांना आवर घालण्याचा प्रयत्न केला. त्याला वाटत होतं की,

ते बहुतेक आता एका उद्ध्वस्त झालेल्या वास्तूवर येऊन अडणार होते बहुतेक!

"डोगाननं जरा चांगली मोटार पाठवायला हवी होती, असं नाही तुला वाटत?" स्वत:शीच बोलल्यासारखं सॅम बोलत होता. त्यावर रोली काहीही बोलला नव्हता. तो खिडकीबाहेर कुठेतरी पाहत होता.

क्रॅमरच्या कचेरीतून बाहेर पडल्याला आता पंधरा मिनिटं होऊन गेली होती. आता धमाका व्हायला हवा होता. सॅमनं भुवयांवर जमा झालेले घामाचे थेंब हाताच्या मागच्या भागानं पुसले आणि पुन्हा गाडी सुरू करण्याचा प्रयत्न केला. सुदैवानं इंजीन चालू झालं. रोलीकडे पाहून सॅम हसला, पण रोली पूर्णपणे निर्विकार होता. सॅमने गाडी थोडी मागे घेतली आणि मग ते वेगात निघून गेले. पहिला रस्ता ओळखीचा लागला. पुढे दोन आडवे रस्ते टाकल्यावर ते मुख्य रस्त्यावर आले.

"तू कोणत्या प्रकारची वात लावली होतीस?" शेवटी सॅमने विचारलं. त्या वेळी ते हमरस्ता क्र. ८२ला वळले होते. क्रॅमर यांच्या कचेरीपासून दहा आडवे रस्ते ते मागे होते.

तो भाग त्याच्यावर सोपवलेल्या कामातला होता, असं सुचवण्यासारखं रोलीनं त्याचे खांदे उडवले. सॅमनं त्याबाबत काही चौकशी करण्याचं कारण नव्हतं, असा त्याचा आशय होता. शेजारून पोलिसांची एक गाडी गेली. तेव्हा त्यांनी वेग कमी केला. ग्रीनव्हीलच्या वेशीशी गाडी आली असता त्यांनी पुन्हा वेग वाढवला आणि काही मिनिटातच ग्रीनव्हील खूप मागे पडलं होतं.

"तू वात कोणत्या प्रकारची वापरलीस?"

सॅमनं पुन्हा विचारलं, तेव्हा त्याच्या आवाजात आता धार होती.

"मी एक नवीन प्रकार वापरलाय." रोलीनं उत्तर दिलं.

सॅमला आता थोडा राग आला होता. काही मैल पुढे गेल्यावर सॅमनं विचारलं, "टायमरसारखंच काहीतरी?"

"हो, तसंच काहीतरी."

ते क्लिव्हलँडपर्यंत गाडीतून गेले. कोणीही काहीही बोलत नव्हतं. ग्रीनव्हील सोडल्यानंतर काही मैलांनी सपाटीच्या रस्त्यावर ग्रीनव्हीलचे दिवे दिसेनासे होतात; त्या वेळेच्या आसपास अस्पष्ट असा बॉम्बस्फोटाचा आवाज कानावर येईल, आगीचा डोंब दूरवर आकाशात उसळलेला दिसेल, असं सॅमला वाटत होतं; पण तसं काहीच घडलं नव्हतं. तशा परिस्थितीत वेजला डुलकीसुद्धा लागू शकत होती.

ट्रकच्या थांब्यावरच्या उपाहारगृहात ते पोहचले, तेव्हा ते गजबजलेलं होतं. नेहमीप्रमाणे रोली आरामात त्याच्या जागेवरून उठून बाहेर पडला. त्यानं मोटारीचं दार लावलं. सॅमच्या दरवाजाच्या खिडकीशी येऊन "आता परत भेटेपर्यंत." असं म्हणून हाताचा पंजा दाखवला आणि भाड्यानं आणलेल्या त्याच्या मोटारीशी तो

रुबाबात चालत गेला. त्याच्या रुबाबदार चालण्याचं निरीक्षण करत असताना त्याच्या बिनधास्त मनोव्यवहाराचं मनातल्या मनात सॅम कौतुक करत होता.

साडेपाच वाजून वर काही मिनिटं झाली असताना पूर्वेकडे क्षितिजावर भगव्या रंगाचा एक छोटासा लोळ अंधारातून वर येताना दिसला. सॅमनं हिरव्या रंगाची पॉन्टियाक गाडी हमरस्ता क्र.६१ वर घेतली आणि तो दक्षिणेच्या दिशेने निघाला.

क्लिव्हलँडमध्ये ट्रकच्या थांब्यावर सॅम आणि रॉली एकमेकांचे निरोप घेत असताना क्रॅमर यांच्या कचेरीतल्या बॉम्बस्फोटाच्या भीषणतेला सुरुवात होत होती. रूथ क्रॅमरच्या उशीपासून थोड्याच अंतरावरच्या टेबलावर गजराचं घड्याळ ठेवलेलं होतं, त्या घड्याळाचा गजर सुरू झाला. नेहमीप्रमाणे साडेपाच वाजता घड्याळाचा गजर झाला होता. रूथ त्यामुळे जागी झाली, पण त्याच वेळी तिची प्रकृती ठीक नसल्याचं तिच्या लक्षात आलं. थोडासा ताप होता आणि कानाजवळच्या भागात ठणका होता, पोटात मळमळ सुरू झाली होती. मार्विननं तिला हाताला धरून जवळच्याच बाथरूममध्ये नेलं. तिथे ती अर्धा तास थांबून होती. गेला महिनाभर फ्लूची लागण करणारे विषाणू ग्रीनव्हीलमध्ये वाढले होते. त्यातल्या काहींनी क्रॅमरच्या घरात प्रवेश केला होता.

क्रॅमरच्या घरातल्या नोकराणीनं त्यांच्या पाच वर्षांच्या जॉश आणि जॉन या दोन जुळ्या मुलांना साडेसहा वाजता उठवलं. त्यांना झटपट अंघोळ घातली. त्यांचे कपडे त्यांच्या अंगावर चढवून त्यांना न्याहारी खायला लावली. ठरल्याप्रमाणे त्यांना मार्विन त्यांच्या शाळेत सोडणार होते आणि तापाच्या विषाणूंपासून दूर ठेवण्यासाठी त्यांना त्या दोघांना लवकर घराच्या बाहेर काढायचं होतं. त्यांनी त्यांच्या डॉक्टर मित्राला त्याच्या पत्नीला काय औषधं द्यायची, ते विचारलं. त्यांनी नोकराणीला वीस डॉलर दिले आणि एका तासाच्या आत त्यांच्या नेहमीच्या दुकानातून औषधं आणायला सांगितली. त्यांनी त्यांच्या पत्नीचा निरोप घेतला, त्या वेळी ती बाथरूमच्या जमिनीवर डोक्याखाली एक उशी घेऊन, कपाळावर बर्फाची पिशवी घेऊन आडवी झाली होती. मुलांना घेऊन ते घराबाहेर पडले.

केवळ नागरी हक्कांसाठी लढणाऱ्यांची वकीलपत्रं घेण्यासाठीच मार्विन त्यांचा सर्व वेळ वकिलीचं ज्ञान, क्षमता वापरत नव्हते. मिसिसिपी राज्यात १९६७ सालात तसे खटले चालवून गुजराण होणं शक्य नव्हतं. त्यांनी काही फौजदारी खटले लढवले होते. आर्थिक कमाईसाठी त्यांनी काही जातीय संबंधातले दिवाणी खटले म्हणजे घटस्फोट, जमिनींचे हस्तांतराचे व्यवहार, दिवाळखोरी, मिळकतीबाबतचे खटलेही चालवले होते. मार्विन आणि त्यांचे वडील एकमेकांशी फार कमी बोलायचे. त्याचप्रमाणे क्रॅमर कुटुंबीयांतल्या इतरांचाही मार्विनशी जवळजवळ अबोलाच होता. मार्विनचं नावही ते घ्यायचे नाहीत. तरीही मार्विन त्यांचा एक

तृतीयांश वेळ त्यांच्या कुटुंबाच्या व्यवसायासाठी द्यायचे आणि ज्या दिवशी बॉम्बस्फोट झाला, त्या दिवशी काकांच्या स्थावर मिळकतीसंबंधातल्या खटल्यात त्यांची बाजू मांडण्यासाठी सकाळी नऊ वाजता त्यांना कोर्टात हजर व्हायचं होतं.

त्यांच्या जुळ्या मुलांना त्यांच्या वडलांची कचेरी आवडायची. त्यांची शाळा आठ वाजता सुरू होणार होती. त्यामुळे त्या वेळेपर्यंत मार्विनला थोडं काम करता येणार होतं. या दोन्ही मुलांना शाळेत जाण्यापूर्वी त्यांच्या वडलांच्या ऑफिसमध्ये दररोजच जावं लागायचं. त्याच्या जुळ्या मुलांपैकी एखाद्यानं शाळेत पोचवण्यापूर्वी 'आम्हाला तुमच्या ऑफिसात घेऊन जा.' असा हट्ट धरला नाही, असा एखादाच दिवस जात असेल.

साडेसातच्या आसपास ते ऑफिसमध्ये आले आणि एकदा आल्यानंतर ते थेट त्यांच्या सेक्रेटरीच्या टेबलाशी गेले. तिथे टाईप करण्यासाठी लागणाऱ्या कागदांचा गठ्ठा होता. जरूर त्या मापाचे कागद कापून त्यावर मजकूर टाईप करायचा, त्यानंतर एकत्र जुळवून पिना मारायच्या, घड्या घालून पाकिटात भरायच्या ही कामं बाकी होती. ऑफिस तसं बरंच मोठं होतं. जशीजशी जास्त जागेची गरज वाटायला लागली, तसतशा खोल्या वाढत गेल्या. दर्शनी दरवाजातून आत आलं की, स्वागतिकेच्या लहान खोलीत व्यक्ती यायची. त्या खोलीत स्वागतिकेची खुर्ची, टेबल आणि पुढे अभ्यागत व्यक्तींकरता तीन खुर्च्या होत्या. या खोलींच्या छतालगत, वर जाणाऱ्या जिन्याचा खालच्या बाजूचा भाग दिसायचा. कामासाठी भेटायला येणाऱ्या पक्षकारांसाठी, अशिलांसाठी टेबलावर काही मासिकं होती. या खोलीच्या डाव्या आणि उजव्या बाजूला मार्विनच्या कंपनीतल्या इतर वकिलांसाठीच्या खोल्या होत्या. त्या वेळी मार्विनबरोबर त्यांचे तीन सहकारी वकील काम करत होते. जिन्यासमोर एक हॉलसारखी मोठी खोली होती. अभ्यागतांच्या खोलीच्या दारापासून मिळकतीच्या मागच्या कुंपणाची भिंत ऐंशी फुटांवर होती. तळमजल्यावरच्या खोल्यांमध्ये डाव्या बाजूला मार्विनच्या ऑफिसची सर्वांत मोठी खोली होती. त्याच्या शेजारीच मार्विनची चलाख सेक्रेटरी हेलनची खोली होती. या खोलीशेजारी ऑफिसमध्ये लागणाऱ्या विविध वस्तू ठेवण्याची खोली होती. त्यानंतर इमारतीच्या मध्यभागात प्रवेशद्वार होतं. त्यातून अभ्यागतांच्या हॉलमध्ये येता यायचं. इमारतीच्या डाव्या भागात कामासंबंधातली जुनी-नवी कागदपत्रं ठेवण्याची खोली होती.

वरच्या मजल्यावर सहकारी वकिलांच्या आणि इतर सेक्रेटरींच्या खोल्या होत्या. त्यावरच्या मजल्यासाठी वातानुकूलनाची किंवा उबदार राखण्यासाठीची व्यवस्था नव्हती. त्यामुळे त्या मजल्याचा उपयोग फक्त गोदामासारखाच होत होता.

मार्विन साधारणपणे सकाळी साडेसात वाजता ऑफिसमध्ये यायचे. ऑफिसमधले इतर कर्मचारी, वकील मंडळी येण्यापूर्वीचा आणि टेलिफोनच्या घंटा वाजायला

सुरुवात होण्यापूर्वीचा एक तास त्यांना शांततेत, काही महत्त्वांच्या विषयांवर विचार करण्यात घालवायला आवडायचा.

नेहमीप्रमाणेच २० एप्रिलच्या शुक्रवारी सकाळी ते सर्वांच्या आधी ऑफिसमध्ये आले होते. त्यांनी दर्शनी दरवाजाचं कुलूप उघडलं, दिवे लावले आणि स्वागतकक्षातल्या भागात ते थांबले. हेलनच्या टेबलावरच्या सामानाची काहीही हलवाहलव करायची नाही, अशी ताकीद त्यांनी त्यांच्या जुळ्या मुलांना त्यांनी दिली. ती त्यांनी ऐकल्या न ऐकल्यासारखी करून ते दोघं हॉलमध्ये गेले. जॉशच्या हाताला कात्री लागली होती आणि जॉनला पिना मारायचा स्टेपलर मिळाला होता. मार्विन हेलनच्या खोलीत गेले आणि मुलांना समजावलं. ते स्वत:शीच हसले आणि त्यांच्या खोलीत गेले आणि कामात झोकून दिलं.

आठला पंधरा मिनिटं कमी असताना त्यांनी हे सर्व हॉस्पिटलमध्ये आठवून आठवून सांगितलं होतं. त्यांच्या हातात ज्या खटल्याचं काम होतं, त्या संबंधातली एक फाइल तिसऱ्या मजल्यावरच्या गोदामात होती, ती आणण्याकरता ते वर गेले होते. जिना चढून वर जात असताना ते स्वत:शी काहीतरी पुटपुटत होते. नंतर घटनांचा उलगडा होत गेला, तेव्हा लक्षात आलं होतं की, ते वरच्या मजल्यावर ती फाइल घेण्यासाठी आले होते. त्यामुळेच त्यांचा जीव वाचला होता. मुलं खाली हॉलमध्ये हसत-खिदळत होती.

स्फोटाचा दणका वरच्या दिशेनं आणि जमिनीला समांतर सर्व दिशेनं दर सेकंदाला हजारो फुटानं पसरला. पंधरा डायनामाइटच्या कांड्यांचा स्फोट लाकडी इमारतीच्या मध्य भागात घडवून आणल्यानं सर्व इमारतीच्या चिरफाळ्या उडाल्या. काही सेकंदात ढिगाऱ्याखेरीज तिथे काही शिल्लक राहिलं नव्हतं. स्फोटामुळे आकाशात उडालेले लाकडाच्या फळकुटांचे तुकडे जमिनीवर पोचायला एक मिनिट लागलं होतं. कमी शक्तीच्या भूकंपाप्रमाणे जमीन हादरली होती. प्रत्यक्ष स्फोट पाहणारे नंतर सांगायचे की, आकाशात उडालेले काचांचे तुकडे इतक्या दूरवर जाऊन पडले की, तिथपर्यंत नजर पोहचत नव्हती.

जॉश आणि जॉन यांच्यापासून स्फोट उडाल्याची जागा केवळ पंधरा फुटांवर होती. सुदैवाने त्यांना कशाचा फटका, तडाखा बसला; हे त्यांना कधीच कळलं नव्हतं. त्यांना काहीही त्रास जाणवला नव्हता. आग विझवणाऱ्या दलाच्या लोकांना त्यांचे छिन्नविच्छिन्न झालेले देह मलब्याच्या खाली पंधरा फुटांवर सापडले. मार्विन क्रॅमर प्रथम तिसऱ्या मजल्याच्या छताकडे फेकले गेले आणि बेशुद्ध झाले आणि नंतर इतर कोसळणाऱ्या छपराबरोबर इमारतीच्या मध्य भागातल्या धुमसणाऱ्या विवरात पडले. ते वीस मिनिटांनंतर सापडले आणि नंतर त्यांना तातडीनं रुग्णालयात दाखल केलं गेलं. तीन तासांच्या आत त्यांचे दोन्ही पाय गुडघ्यापासून खाली कापून

काढावे लागले.

स्फोट बरोब्बर सात वाजून सेहेचाळीस मिनिटांनी झाला. त्याच वेळी मार्विनची सेक्रेटरी हेलन जवळच्याच चार इमारतींपलीकडे असलेल्या पोस्टात गेली होती, म्हणून ती वाचली. आणखी दहा मिनिटांनंतर ती कॉफी करण्यासाठी इमारतीत येणार होती. तीन आडवे रस्ते पार करून पलीकडे गेल्यावर डेव्हिड लूकलँड नावाचा मार्विनच्याच कंपनीत काम करणारा त्यांचा एक सहकारी राहत होता. तो त्याच्या फ्लॅटच्या बाहेर पडून दरवाजाला कुलूप लावत असताना त्याच्या कानावर स्फोटाचा आवाज आला. दहा मिनिटानंतर तो त्याच्या दुसऱ्या मजल्यावरच्या ऑफिसमध्ये टपाल पाहताना दिसला असता.

लगतच्या इमारतीलासुद्धा या स्फोटामुळे थोडीशी आग लागली, पण ती ताबडतोब आटोक्यात आली. तरीपण हलकल्लोळात भर पडली होतीच. काही मिनिटांत धुरांचे लोट बाहेर पडायला लागले आणि माणसांची पळापळ झाली.

रस्त्याने चालत जाणारे दोघे जण जखमी झाले. तीन फूट लांबीची लाकडी पट्टी शंभर यार्डाच्या अंतरावर अडून जाऊन पदपथावर एकदा आपटून परत उडाली. त्या वेळी सौ. मिल्ड्रेड टाल्टन ही महिला तिच्या मोटारीपासून दूर, स्फोट होणाऱ्या जागेकडे पाहत असताना तिच्या चेहऱ्यावर ती आडवी आदळली. त्यामुळे तिच्या नाकाचं हाड मोडलं. गालावर मोठी जखम झाली; पण वेळीच उपचार झाल्यामुळे त्यातून ती बरी झाली.

दुसरी इजा किरकोळ होती, पण अर्थपूर्ण होती. हा तिऱ्हाईत माणूस म्हणजे सॅम केहॉल! त्यालाही इजा झालेली होती. तो सावकाश चालत क्रॅमर यांच्या कचेरीकडे येत होता. तेव्हाच जमीन इतक्या जोराने हादरली की, त्यामुळे त्याचा तोल गेला. पदपथावरून चालताना एक पाय सटकून तो खाली गेला. पुढे हात टेकून त्याला सावरायला लागलं. तो उभा राहत असताना उडत येत असलेला एक काचेचा तुकडा आधी त्याच्या मानेला लागला आणि नंतर गालाला लागून जखमा झाल्या. उडून येणाऱ्या खापऱ्या, कपचे-तुकडे चुकवण्यासाठी तो एका झाडाच्या आड झाला होता. होणाऱ्या विध्वंसाकडे त्यानं पाहिलं आणि अवाक झाला आणि नंतर पळून गेला.

गालावरच्या जखमेतून बरंच रक्त वाहून त्याच्या शर्टवर मोठा डाग पडला होता. त्याला झटका बसला होता. त्यामुळे हे सर्व नंतर त्याला आठवत नव्हतं. त्याच हिरव्या पॉन्टियॉकमध्ये बसून तो गावातल्या जुन्या भागापासून दूर पळून गेला आणि खरोखरच त्या वेळी लक्ष केंद्रित करून विचार करण्याच्या परिस्थितीत तो असता, तर दुसऱ्यांदा तो ग्रीनव्हीलपासून दूर, सुरक्षित अशा ठिकाणी पोचू शकला असता. बॉम्बस्फोटाच्या ठिकाणी जाण्यासाठी दोन पोलीस त्यांच्या गस्त घालण्याच्या

मोटारीतून गावाच्या व्यापार-व्यवसायाच्या भागाकडे वेगाने निघाले होते. त्यांच्यासमोर ही हिरवी पॉन्टियाक गाडी आली आणि काही का कारण असेना, ती रस्त्यावरून बाजूला होईना. गस्त घालण्याच्या मोटारीचा भोंगा वाजत होता, दिवे उघडझाप करत होते, पोलीस ओरडत होते; पण हिरवी पॉन्टियाक गाडी त्यांच्या रस्त्यातून बाजूला होईना. ती तशीच उभी होती. पोलिसांची गाडी थांबली, त्या गाडीशी पोलीस धावत गेले. गाडीचा दरवाजा उघडला आणि रक्ताने माखलेला एक माणूस त्यांना आत दिसला. त्यांनी त्याच्या मनगटाभोवती हातकड्या अडकवल्या. त्याला पोलिसांच्या गाडीच्या मागच्या सीटवर बसवलं आणि तुरुंगात नेलं. पोलिसांनी पॉन्टियाक मोटारही जप्त केली.

* * *

क्रॅमरची जुळी मुलं मारली गेली. तो बॉम्ब अद्ययावत तंत्रज्ञान वापरून केलेला नव्हता. पंधरा डायनामाइटच्या कांड्या चिकटपट्टीने एकत्र बांधल्या होत्या. त्याला वात नव्हती; पण स्वस्तातलं एक घड्याळ वापरून ठरावीक काळानंतर ठिणगी पडून स्फोट घडवून आणण्याची यंत्रणा त्यात वापरली होती. घड्याळाचा मिनिट काटा त्याने काढून टाकला होता. सात आणि आठ आकड्यांच्यामध्ये एक भोक पाडलं होतं. त्यामध्ये त्याने एक खिळा अडकवून ठेवला होता, म्हणजे तासकाटा सात आणि आठ यांमधून जात असताना त्या खिळ्याला अडेल आणि त्यामुळे वीजप्रवाहाचा मार्ग पूर्ण होऊन, ठिणगी पडून स्फोट घडून येईल. रोलीला पंधरा मिनिटांपेक्षा जास्त वेळ देणारी वात हवी होती आणि तो स्वत:ला या बाबतीतला तज्ज्ञ समजत होता. त्याला त्याच्या नवीन उपकरणाचा प्रयोग करून पाहायचा होता.

तसं पाहिलं तर तासकाटा थोडा तिरका होता, घड्याळाची तबकडीसुद्धा पूर्णपणे सपाट नव्हती. कदाचित रोलीने उत्साहाच्या भरात घड्याळाला किल्ली देताना एक-दोन चाव्या जास्त दिल्या असतील किंवा कमी दिल्या असतील. कदाचित भोकात अडकवलेला खिळा तबकडीबरोबर चपखल बसला असेल किंवा कदाचित तासकाटा त्या खिळ्याच्या डोक्याला अडकला असेल आणि स्फोट झाला असेल. तसं पाहिलं असता वेळ दर्शवणारी यंत्रणा वापरून स्फोट घडवून आणण्याचा रोलीचा हा पहिलाच प्रयत्न होता. तरीपण हा प्रयोग ठरवल्याप्रमाणे एकदम तंतोतंत यशस्वी झाला होता.

पण काही का कारण असो किंवा काही का सबब असो, जेरेमी डोगान आणि कु क्लक्स क्लॅन यांनी चालू केलेल्या स्फोटांच्या मोहिमेमुळे मिसिसिपीमध्ये ज्यूंचं रक्त सांडलं होतं आणि व्यावहारिक कारणांसाठी मोहीम थांबवण्यात आली.

२

इमारतीतून जखमी मार्विन आणि त्यांच्या दोन मुलांचे मृतदेह बाहेर काढल्यानंतर पोलिसांनी इमारतीभोवती सुरक्षाकर्मींचं एक कडं तयार केलं आणि बाहेरच्या कोणालाही इमारत असलेल्या प्लॉटवर ते येऊ देत नव्हते. जॅक्सन शहरातून आलेल्या एफबीआय खात्याच्या लोकांच्या ताब्यात स्फोट झालेली जागा देण्यात आली. संध्याकाळी अंधार पडेपर्यंत एफबीआयचे कर्मचारी ढिगारा उकरून काढून, त्यातल्या छोट्या–मोठ्या वस्तू बाहेर काढून, साफ करून बाजूला ठेवत होते. या बाहेर काढलेल्या वस्तू किंवा इमारतीपासून सोडवून काढलेले इमारतीचे भाग ठेवण्याकरता गावाच्या सीमेलगत असेलेलं कापसाच्या गाठी ठेवण्याचं एक रिकामं गोदाम ताब्यात घेतलेलं होतं.

स्फोट घडवून आणणाऱ्यांनी स्फोटासाठी डायनामाइट, घड्याळाची यंत्रणा आणि काही तारा वापरल्या होत्या आणि विशेष ज्ञान नसणाऱ्या एका अकुशल कारागिराने त्याची जोडणी केलेली होती आणि केवळ त्याचं नशीब बलवत्तर, म्हणूनच तो त्या स्फोटातून वाचला होता; या निष्कर्षाची पडताळणी नंतरच्या काही दिवसांत एफबीआय खातं करणार होतं.

पोलिसांनी मेम्फिसमधल्या अत्याधुनिक रुग्णालयात मार्विनना लगेचच हलवलं. त्यांची प्रकृती चिंताजनक होती, अशी रुग्णालयाने सुरुवातीला नोंद केली होती. नंतर ती स्थिर होत होती, असं जाहीर केलं आणि तीन दिवसांनंतर त्यांची प्रकृती स्थिर होती, अशी बातमी प्रसृत झाली होती.

बॉम्बचा स्फोट होणं, त्यात दोन्ही मुलं जाणं, पतीचे पाय कापावं लागणं या सर्वांचा रूथ क्रॅमर यांना जबरदस्त मानसिक धक्का बसला. त्यांनाही प्रथम ग्रीनव्हीलमधल्या एका इस्पितळात दाखल केलं, पण नंतर रुग्णवाहिकेमधून हलवून मेम्फिसमधल्या रुग्णालयात दाखल केलं. श्री. आणि सौ. क्रॅमर यांना एकाच खोलीत ठेवलं होतं. दोघांनाही मनावरचा ताण कमी करण्यासाठीची औषधं दिली होती. असंख्य डॉक्टर आणि नातेवाईक त्यांच्या सोबतीला आणि त्यांच्यावर लक्ष ठेवण्यासाठी रुग्णालयात

उपस्थित होते. मेम्फिसमध्येच रूथ लहानाची मोठी झाली होती, म्हणून तिथे तिचे बरेच मित्र आणि मैत्रिणी होते. ते सर्व तिच्या प्रकृतीची चौकशी करण्यासाठी रुग्णालयात आले होते.

मार्विनच्या ऑफिसमध्ये झालेल्या स्फोटामुळे अवशेषांचा ढिगारा तयार झाला होता. जवळपासचे शेजारी, दुकानदार, कचेऱ्यांमध्ये काम करणारे कर्मचारी लगतच्या पदपथावर जमा झाले. आपापसात खालच्या आवाजात त्यांच्यात चर्चा सुरू झाल्या. नगरपालिकेचे कर्मचारी आले. त्यांनी पदपथावर, रस्त्यांवर पडलेले अवशेष गोळा करून साफसफाई सुरू केली. संशयित व्यक्तीला अटक करून त्याला तुरुंगात टाकलेलं आहे, अशी अफवा ग्रीनव्हीलमध्ये पसरलेली होती. ज्या दिवशी बॉम्बस्फोट झाला, त्या दिवशी दुपारी काही लोक स्फोटग्रस्त इमारतीसमोर जमले होते. मिसिसिपी राज्यातल्या क्लॅन्टन गावातला क्लॅन समूहाचा सदस्य सॅम केहॉल या स्फोटात जखमी झालेला आहे आणि तोच हा स्फोट घडवून आणायला कारणीभूत आहे, असं ते आपापसात बोलत होते. एकाने अशी माहिती दिली की, याच केहॉलने इतर काही बॉम्बस्फोट घडवून आणण्यात भाग घेतला होता. त्या स्फोटांमध्ये अनेक जण मृत्यूमुखी पडले, कित्येक जखमी झाले आणि हे सर्व कृष्णवर्णीय निग्रो होते. ग्रीनव्हीलच्या पोलिसांनी बॉम्बस्फोट घडवून आणणाऱ्या माथेफिरूला स्फोट झाल्यापासून काही मिनिटांत पकडलं, याबद्दल एक जण त्यांचं कौतुक करत होता. दुपारच्या टी.व्ही.वरच्या बातम्यांमुळे सर्वांना माहीत झालं होतं की, स्फोटामध्ये दोन लहान मुलांचा बळी गेला होता, त्यांच्या पित्याला गंभीर इजा झालेली होती आणि सॅम केहॉलला तुरुंगात टाकलं होतं.

दंडापोटी तीस डॉलर अनामत रकमेच्या बदल्यात सॅम केहॉल तुरुंगातून बाहेर येण्याच्या बेतात आला होता. त्याच्या मनावर काहीतरी परिणाम झाल्यासारखं त्याचं वागणं होतं. पोलीस स्टेशनवर नेईपर्यंत तो सावरल्यासारखा झाला होता. त्याचं डोकं ठिकाणावर आलं होतं. पोलिसांनी त्याला प्रश्न विचारायला सुरुवात केली, त्या वेळी त्याचं वागणं उद्धटपणाचं होतं. नंतर त्याबद्दल त्यानं माफी मागितली, तरीपण त्याच्यावर किरकोळ आरोप ठेवून पोलिसांनी त्याला पोलीस कस्टडीत टाकलं.

पोलीस कस्टडीच्या तुरुंगइमारतीची देखभाल करणाऱ्याला प्रथमोपचाराची माहिती होती. त्यानं सॅमच्या चेहऱ्यांवरच्या जखमांचं वाळलेलं रक्त धुऊन काढलं. जखमा कोरड्या करून त्यावर औषध लावलं. रक्तस्राव थांबला होता. दारूच्या गुत्त्यात त्याचं एकाशी भांडण होऊन मारामारी झाल्यामुळे त्या जखमा झाल्या, असं सॅमनं प्रथमोपचार करणाऱ्याला सांगितलं. ती रात्र त्याला फारच त्रासदायक गेली.

प्रथमोपचार करणारा गेल्यानंतर एका तासाने साहाय्यक तुरुंगाधिकारी सॅमला ठेवलेल्या कोठडीच्या खिडकीजवळ आला. त्याच्याजवळ काही कागदपत्रं होती. तातडीच्या कामासाठी जाणाऱ्या वाहनांना रस्ता करून दिला नाही, असा आरोप सॅमवर ठेवला होता आणि त्या गुन्ह्यासाठी तीस डॉलर्स दंड होता. सॅमने ती रक्कम रोख द्यावी, म्हणजे जरूर त्या कागदपत्रांची पूर्तता करून त्याची सुटका झाली असती, त्याची मोटारही त्याला परत मिळाली असती; असं त्यांनी सांगितलं. खोलीमध्ये सॅम बैचेन होऊन येरझारा घालत होता. मध्येमध्ये घड्याळाकडे पाहत होता. गालावरची जखम हलक्या हाताने चोळत होता.

आता त्याला परागंदा व्हावं लागणार होतं आणि आता त्याला झालेल्या अटकेमुळे त्याचं नाव कागदपत्रांत आलं होतं. या साध्याभोळ्या माणसांनी त्याचं नाव या बॉम्बस्फोटांच्या घटनेशी जोडण्यापूर्वीच त्याला पळून जावं लागणार होतं. मिसिसिपी राज्याच्या बाहेर जाऊन, रॉली वेजला गाठून त्याच्याबरोबर ब्राझील किंवा दुसऱ्या अन्य देशात तो पळून जाणार होता. लागणारे पैसे डोगान देणार होता. ग्रीनव्हीलमधून बाहेर पडल्यापडल्या डोगानशी संपर्क साधायचा, असं त्यानं ठरवलं. क्लिव्हलँडमधल्या एका ट्रकथांब्यावर त्याची मोटार होती. ती मोटार घेण्याऐवजी दुसरीच कुठलीतरी घेऊन मेम्फिसकडे प्रयाण करायचं आणि पुढे ग्रेहाउंड बस पकडायची, असं त्याने ठरवलं.

असं त्यानं खरं यापूर्वीच करायला हवं होतं. स्फोटाच्या ठिकाणी येऊन त्यानं फार मोठी चूक केली होती; पण त्यानं मनाशी असा विचार केला की, आता शांत राहणं, हा एकच उपाय होता. मनाचं संतुलन राखलं, तर हे विदूषक त्याला सोडून देणार होते.

अर्ध्या तासानंतर आणखी काही कागद घेऊन साहाय्यक तुरुंगाधिकारी आला. सॅमनं त्याला तीस डॉलर रोख दिले. त्याची पावती मिळाली. त्याच्यामागोमाग चालत जाऊन दर्शनी भागात असलेल्या खोलीत तो आला, टेबलासमोर उभा राहिला. तिथे त्यांनी त्याला दोन आठवड्यानंतर पालिका न्यायालयात हजर राहा, अशी सूचना असलेलं पत्र दिलं. ते पत्र घडी घालून खिशात घालताना त्यानं विचारलं, "माझी मोटार कुठे आहे?"

"मोटार ते इथे आणतायंत. इथेच थोडं थांबून राहा." सॅमने घड्याळाकडे पाहिलं आणि पंधरा मिनिटं थांबला. लोखंडी दरवाजाला असलेल्या चौकोनी लहान खिडकीतून मोटारी आत येताना-बाहेर जाताना त्याला दिसत होत्या. तुरुंगाच्या समोरच मोटारी उभ्या करण्यासाठीची जागा होती. दारू पिऊन झिंगलेल्या दोघांना एका आडदांड पोलिसानं टेबलाजवळ आणलं. सॅम थोडा अस्वस्थ झाला आणि मागे सरला. त्याच्या मागच्या बाजूने कुठूनतरी "मि. केहॉल!" असा नवीनच

आवाज आला. त्याने मागे वळून विटलेला सूट अंगावर असलेल्या एका बुटक्या माणसाला पाहिलं. सॅमच्या नाकाखाली त्यानं त्याचा बिल्ला धरला होता.

“माझं नाव आयव्ही. मी ग्रीनव्हीलचा सरकारी गुप्त पोलीस आहे.” हॉललगत अनेक खोल्या होत्या. त्यांपैकी एका खोलीच्या दरवाजाकडे आयव्हीनं अंगुलीनिर्देश केला आणि सॅम आज्ञाधारकाप्रमाणे त्याच्या मागे गेला.

* * *

गुप्त पोलीस आयव्हीच्या जुनाट कचेरीतल्या टेबलासमोर सॅम बसला. त्याला सांगण्यासारखं सॅमकडे काहीही नव्हतं. आयव्हीचं वय पंचेचाळीसच्या आसपास होतं, पण वयाच्या मानानं त्याचे केस लवकर पांढरे झाले होते आणि चेहऱ्यावर, डोळ्याखाली सुरकुत्या आल्या होत्या. त्यानं एक फिल्टर नसलेली कॅमल कंपनीची सिगारेट पेटवली, एक सॅमला देऊ केली आणि त्यानंतर त्याच्या चेहऱ्यावरची जखम कशी झाली, हे विचारलं. सॅम सिगारेट न पेटवताच बोटात फिरवत राहिला. त्यानं धूम्रपान काही वर्षांपूर्वीच सोडून दिलं होतं; पण या आणीबाणीच्या क्षणी सिगारेट ओढण्याची तीव्र इच्छा त्याला होत होती. त्यानं ती सिगारेट टेबलावर हलकेच ठेवून दिली. सिगारेट ओढण्याच्या इच्छेवर त्यानं मात केली. आयव्हीकडे न पाहता तो म्हणाला, “ती जखम मारामारीत झाली.”

आयव्हीने ‘ह् ह्’ असा आवाज काढून चेहऱ्यावर किंचितसं हास्य आणलं. सॅमचं हे उत्तर त्याला अपेक्षितच होतं. हा भाव त्या हास्यात आणि आवाजात होता. सॅमच्या लक्षात येत होतं की, तो एका अनुभवी व्यावसायिक व्यक्तीच्या प्रश्नांना उत्तरं देत होता. तो आता घाबरला होता. त्याच्या हातांना कंप सुटला होता. साहजिकच आयव्हीच्या नजरेनं हे सारं टिपलं होतं. ‘मारामारी कुठे झाली? कोणाबरोबर झाली? केव्हा? राहायला जर तू शंभर मैल दूरच्या गावी आहेस, तर ग्रीनव्हीलमध्ये येऊन मारामारीचं कारण काय? तुम्ही ही मोटार कुठे पैदा केली?’ अशा प्रकारचे वेगवेगळे प्रश्न त्यानं विचारले.

सॅमनं काही उत्तर दिलं नाही. आयव्हीनं प्रश्नांची सरबत्ती केली होती. त्या कोणत्याही प्रश्नांना सॅमकडे उत्तरं नव्हती, कारण एकदा खोटं बोललं की, ते पचवण्याकरता आणखी खोटं बोलावं लागलं असतं आणि आयव्ही त्याचं पितळ उघडं पाडायला सक्षम होता.

“मला एखाद्या वकिलाशी बोलावं लागेल.” सॅम शेवटी म्हणाला.

“अगदी बरोबर आहे. तू हेच करावंस, असं माझं तुला सांगणं आहे.” आयव्हीने आणखी एक कॅमल सिगारेट काढून शिगवली आणि निळा धूर हवेत सोडला.

“आमच्या इथे सकाळी एक बॉम्बचा स्फोट झाला आहे सॅम. तुला ते माहीत

आहे का?'' आयव्हीने विचारले. त्याचा आवाज वाढला होता आणि त्यात किंचितशी चिडवण्याची झाक होती.

''नाही.''

''अत्यंत दुःखद घटना होती ती सॅम! त्या बॉम्बस्फोटानं क्रॅमर नावाच्या एका वकिलाच्या कचेरीची इमारत उद्ध्वस्त केलीये. दोन तासांपूर्वीच ही घटना घडलीये. क्लक्सच्या लोकांनीच तो स्फोट घडवून आणला असल्याची शक्यता आहे. क्लक्स म्हणजे कोण, हे तुला माहीत असेलच. आमच्या या भागात क्लक्सपैकी कोणीही नाही, पण क्रॅमर ज्यू आहेत. माझा असा अंदाज आहे की, तुला यातलं काही माहीत नाही. बरोबर?''

''हो बरोबर.''

''खरोखर, खरोखर खूप वाईट वाटतंय सॅम! हे बघ, क्रॅमर यांना दोन लहान मुलं होती. जॉश आणि जॉन. फार देखणी मुलं होती ती! जेव्हा बॉम्बचा स्फोट झाला, त्या वेळी त्यांच्या वडलांसह ती मुलं त्या इमारतीत होती.''

सॅमनं दीर्घ श्वास घेतला आणि आयव्हीकडे पाहिलं. त्याच्या डोळ्यातून 'मला सर्वकाही सांग' असं जणू सॅम त्याला सांगत होता.

''आणि ती दोन छोटी मुलं, जुळी, पाच वर्षांची होती. अतिशय मोहक, हुशार होती ती! अगदी छिन्नविच्छिन्न झाली होती सॅम! नरकातल्यापेक्षा भयानक!''

सॅमनं त्याची मान खाली घातली. ती इतकी की, त्याची हनुवटी जवळजवळ छातीला टेकली. त्याचा पराभव झालेला होता. दोघांच्या खुनाचं पाप त्याच्या माथी बसलं होतं. वकील, खटले, न्यायाधीश, न्यायनिवाडा करणारी समिती, तुरुंग हे सर्व एकत्रितरीत्या त्याच्यावर आघात करत होते, करणार होते आणि त्याने त्याचे डोळे मिटून घेतले.

''त्या मुलांचे वडील कदाचित सुदैवी ठरू शकतील. या क्षणाला ते रुग्णालयात आहेत आणि त्यांच्यावर शस्त्रक्रिया चालू आहे. छोटी लहान मुलं अंत्यक्रियेसाठी स्मशानात आहेत. अतिशय दुःखद घटना आहे सॅम ही! बॉम्बबद्दल तुला काही माहिती असेल, असं मला वाटत नाही. तुला आहे काही माहिती?''

''नाही, मला लवकरात लवकर एखाद्या वकिलाला गाठायचंय.''

''हो, जा नक्कीच.'' आयव्ही अगदी सावकाश खुर्चीतून उठला आणि खोली बाहेर गेला.

सॅमला एफ.बी.आय.च्या सूचनेनुसार सोडता येत नव्हतं.

सॅमच्या गालात अडकलेला काचेचा एक तुकडा डॉक्टरांनी काढला आणि एफबीआय खात्यानं तो तपासणीसाठी त्यांच्या प्रयोगशाळेत पाठवला. अहवालात

आश्चर्यकारक असं काहीच नव्हतं. तो तुकडा मार्विन यांच्या कचेरीच्या इमारतीच्या दर्शनी भागातल्या एका खिडकीच्या काचेचा होता. हिरवी पॉन्टियाक मोटार मेरिडियनच्या जेरेमी डोगान यांची होती, हा तपास लागला. स्फोटासाठी वापरतात तशी पंधरा फूट लांबीची वात त्या मोटारीच्या सामान ठेवण्याच्या जागेत मिळाली. सकाळी सकाळी दूध, वर्तमानपत्र, अंडी वगैरेंचा पुरवठा करणाऱ्या एका माणसानं ती मोटार पहाटे ४ वाजता क्रॅमर यांच्या कचेरीजवळ पाहिल्याचं पोलिसांना सांगितलं.

सॅम केहॉल हा क्लॅन समूहाचा दीर्घ काळपासूनचा सदस्य होता आणि बऱ्याच बॉम्बस्फोटांच्या संबंधात तोच मुख्य संशयित होता, हे वर्तमानपत्रांना कळवण्याची व्यवस्था एफ.बी.आय खात्यानं केली होती. गेल्या काही दिवसांत घडवून आणलेल्या बॉम्बस्फोटांची कारवाई कोणाची होती याचं उत्तर मिळाल्यात जमा होतं, असं त्या खात्याचं मत होतं. ग्रीनव्हीलच्या पोलिसांचं कौतुक करणारं पत्र एफबीआय खात्याचे प्रमुख श्री.जे.एडगर व्हूवर यांनी त्यांच्या मुख्याधिकाऱ्यांना पाठवलं होतं.

बॉम्बस्फोट झाल्यानंतर दोन दिवसांनी क्रॅमरने जुळ्या मुलांना एका छोट्या दफनक्षेत्रात मूठमाती दिली. त्या वेळी ग्रीनव्हीलमध्ये एकशे सेहेचाळीस ज्यू व्यक्ती राहत होत्या. क्रॅमर आणि इतर सहा जण वगळता सर्व जण त्या अंत्यसंस्कारासाठी उपस्थित होते. त्याखेरीज या लोकांच्या दुपटीने वार्ताहर आणि छायाचित्रकार देशाच्या कानाकोपऱ्यातून तिथे आलेले होते.

सॅमनं दुसऱ्या दिवशी सकाळी तुरुंगाच्या छोट्या कोठडीत वर्तमानपत्रांतून आलेली छायाचित्रं आणि बातम्या बसून वाचल्या. लॅरी जॅक पोक हा उपतुरुंगाधिकारी होता. तो भोळसट होता. त्यानं सॅमशी मैत्री साधली होती. त्याचे दोन चुलतभाऊ क्लॅनचे सभासद होते, असं त्याने सॅमला सांगितलं होतं. त्यालाही त्या समूहात सामील व्हायचं होतं, पण त्याच्या पत्नीने त्याला विरोध केला होता म्हणून तो झाला नव्हता. तो दररोज सकाळी सॅमसाठी ताजी कॉफी आणि वर्तमानपत्रं घेऊन यायचा. बॉम्ब बनवण्यासाठी लागणाऱ्या सॅमच्या अंगच्या नैपुण्याचं त्यानं कौतुक केलं होतं. लॅरी जॅकचं आपल्याबद्दलचं मत चांगलं राहावं, यापुरताच जेवढा त्याच्याशी संवाद साधणं जरूर होतं, तेवढ्यापुरतंच सॅम तोंड उघडायचा. तसं पाहिलं असता, सॅम त्याच्याशी फार असं काहीच बोलला नव्हता. बॉम्बस्फोटाच्या दुसऱ्या दिवशी दोघांच्या मृत्यूला कारणीभूत झाल्यामुळे त्याच्यावर दोन खून करण्याचा आरोप ठेवला. त्यामुळे विषारी वायूमुळे मृत्यू घडवून आणणाऱ्या शिक्षेचे विचार त्याच्या डोक्यात घर करून राहिले होते. त्यामुळे आयव्ही, पोलीस आणि एफ.बी.आयच्या लोकांशी तो बोलायला तयार नव्हता. वार्ताहरांना त्याची भेट

घ्यायची होती, पण त्यांना लॅरी जॅकच्या पलीकडे जाता येत नव्हतं. सॅमनं त्याच्या पत्नीला फोन करून, घर आतून बंद करून, तिला घरीच थांबायला सांगितलं. तो एकटा त्याच्या कोठडीत बसून होता आणि त्यानं आता रोजनिशी लिहायला घेतली.

'रॉली वेजचा जर या बॉम्बस्फोटाशी संबंध लावायचा असेल, तर त्याला पोलिसांनी शोधून तर काढायला हवं! क्लॅन समूहाचा सदस्य म्हणून त्याबद्दल एक शब्दसुद्धा उच्चारायचा नाही.' अशी सॅमनं शपथ घेतली होती. ही शपथ त्याने फार गांभीर्यानं घेतली होती आणि त्याच्यामुळे दुसरा क्लॅन बंधू धोक्यात येईल, असं कुठलंही वर्तन सॅम करणार नव्हता. शपथेच्या बाबतीत जेरेमी डोगानचं मतही सॅमसारखंच असेल, असं त्याला मनापासून वाटत होतं; नव्हे खात्री होती.

बॉम्बस्फोटानंतर दोन दिवसांनी क्लोव्हिस ब्राझिल्टन नावाचा एक लुच्चा वकील ग्रीनव्हील गावात पहिल्यांदाच हजर झाला. तो डोक्यावरच्या केसांचा वर्तुळाकृती भांग पाडायचा. तो क्लॅन समूहाचा गुप्त सदस्य होता. जॅक्सन परिसरातल्या सर्व प्रकारच्या गुंड आणि लबाड लोकांची वकीलपत्रं घेणारा म्हणून तो कुविख्यात होता. त्याला राज्यपाल पदासाठी निवडणूक लढवायची होती. त्या पदाचा उपयोग करून तो श्वेतवर्णीयांच्या वंशाचं रक्षण करणार होता. 'एफबीआयचं खातं म्हणजे सैतानांचं खातं आहे. कृष्णवर्णीयांचं संरक्षण करायला हरकत नाही, पण त्यांना श्वेतवर्णीयांबरोबर मिसळून घ्यायला त्यांची मनाई होती.' अशी त्याची कित्येक विचित्र मतं होती. सॅम केहॉलचं सरंक्षण करायला, न्यायालयात त्याची बाजू मांडायला जेरेमी डोगाननंच त्याला ग्रीनव्हीलला पाठवलं होतं आणि सॅम केहॉलनं त्याचं तोंड उघडू नये, याचीही खबरदारी क्लोव्हिसनं घ्यायची होती. हिरव्या पॉन्टियाक मोटारीमुळे एफबीआय खातं डोगानच्या मागे हात धुवून लागलं होतं आणि कटातला सहभागी साथीदार म्हणून एफ.बी.आय. त्याच्यावर दावा लावतील की काय, याची डोगानला भीती वाटत होती.

त्याच्या नवीन पक्षकाराला क्लोव्हिसनं सांगितलं की, जो प्रत्यक्ष गुन्हा करतो, तो जितका गुन्ह्याला जबाबदार असतो, तितकाच गुन्हा करण्यासाठी मदत करणारा जबाबदार असतो. सॅम हे सर्व ऐकत होता, पण बोलत काहीच नव्हता. त्याने ब्राझिल्टनचं सर्व बोलणं ऐकून घेतलं. त्याच्या बोलण्यावर सॅमचा विश्वास बसत नव्हता.

शाळेतल्या पहिल्या वर्गात असलेल्या विद्यार्थ्याला शिक्षक जसं समजावून सांगतात, तसं तो सॅमला सांगत होता, ''हे बघ सॅम, बॉम्ब कोणी ठेवला, हे मला माहीत आहे. डोगाननं मला सर्व सांगितलं आहे. त्यामुळे या कटाची माहिती असलेले आपण चार जण होतो – मी, तू, डोगान आणि वेज. आता या क्षणाला डोगानची अशी खात्री आहे की, वेज सापडणं शक्य नाही. माझ्या माहितीप्रमाणे वेज

हुशार आहे. बहुतेक तो या क्षणाला दुसऱ्या देशात आहे. त्यामुळे तू आणि डोगान एवढे दोघेच शिल्लक राहता. प्रामाणिकपणे सांगायचं, तर डोगानवर केव्हाही आरोप ठेवला जाईल, पण पोलिसांना त्याच्यावर आरोप ठेवण्यासाठी भरभक्कम पुरावा मिळत नाहीये; पण ज्यू वकिलाचं ऑफिस तुम्ही सर्वांनी मिळून स्फोट घडवून उडवलं, हे त्यांना सिद्ध करता आलं पाहिजे आणि तू जर तोंड उघडलंस, तरच ते सिद्ध होईल.''

''म्हणजे मी पडती बाजू घ्यायची?'' सॅमनं विचारलं.

''नाही, डोगानबद्दल तू फक्त गप्प राहायचं. डोगानचा या कटात सहभाग नव्हता, असंच सांगायचं. आम्ही मोटारीबद्दल एखादी गोष्ट रचू. मी त्याची जबाबदारी घेतो. मी हा खटला दुसऱ्या कुठल्यातरी जिल्ह्यात हलवीन. तिथे कोणीही ज्यू असणार नाहीत. डोंगराळ भागातल्या एखाद्या अशा जिल्ह्यात की, तिथे आपल्याला न्यायनिवाडा समितीसाठी फक्त श्वेतवर्णीय सदस्य मिळवता येतील आणि मी हे सर्व झटपट जमवून आणतो. ती माझी जबाबदारी! तू पाहत राहा, आपल्या दोघांचा ते गौरवच करतील.''

''माझ्यावरचा गुन्हा सिद्ध होईल, असं तुला वाटत नाही ना?''

''हं! सोडून दे. सॅम, मी तुला खात्री देतो. न्याय करणाऱ्या समितीचे सर्व सदस्य आपण देशप्रेमी निवडू. ते सर्व तुझ्याच विचाराचे, सर्व गोरे, श्वेतवर्णी शिक्षणासाठी काळ्या निग्रो लोकांच्या मुलांबरोबर शाळेत पाठवायला तयार नसणाऱ्यांपैकीच असतील. सर्व चांगले असतील सॅम! आपण बारा जणांची निवड करू. त्यांना न्यायनिवाडा करणाऱ्या कमिटीवर आणायला लावू. हा समान नागरी हक्क संबंधातला लढा या घाण ज्यू लोकांनीच काही कारण नसताना चालू करून गोंधळ निर्माण केलाय, असं आपण त्यांना सांगू. सॅम, तू माझ्यावर विश्वास ठेव. सगळंकाही ठीक होणार आहे.'' असं म्हणत क्लोव्हिस समोरच्या टेबलावर ओणवा होऊन सॅमच्या हातावर थापट्या मारत म्हणाला. ''सॅम, तू बिनधास्त राहा. माझ्यावर विश्वास ठेव. मी अशी केस पूर्वी हाताळली आहे.''

त्यानंतर काही वेळानं ग्रीनव्हीलच्या पोलिसांनी सॅमला बेड्या अडकवून त्याच्याभोवती कडं करून त्याला बाहेर उभ्या असलेल्या मोटारीशी नेलं. तुरुंगाबाहेर जमलेल्या वार्ताहरांबरोबरच्या छायाचित्रकारांनी तुरुंगाची इमारत आणि मोटार यांमध्ये सॅमला उभं राहायला लावून त्याची अनेक छायाचित्रं घेतली. नंतर न्यायालयाशी पोहचल्यावर तिथे सॅमला नगरपालिका न्यायाधीशासमोर उभं करून त्यावर ठेवलेले आरोप सांगण्यात आले. क्लोव्हिस ब्राझिल्टन यांनी त्याचा युक्तिवाद शांतपणे मांडून ते खोडून काढण्याचा प्रयत्न केला. तुरुंगातून बाहेर पडल्यापासून वीस मिनिटांत सॅमची सुटका झाली होती. क्लोव्हिसनं काही दिवसांतच परत भेटण्याचं

आश्वासन सॅमला दिलं आणि त्या वेळी 'आपण पुढची आपली व्यूहरचना, डावपेच कसे असतील याचा विचार करू.' असं सांगितलं. क्लोव्हिस बाहेर आल्यानंतर त्यानं वार्ताहर मंडळींबरोबर वार्तालाप करून सॅमची बाजू कशी योग्य होती, हे पटवण्याचा प्रयत्न केला.

प्रसारमाध्यमांनी ग्रीनव्हीलमध्ये जो गोंधळ उडवला होता, तो शांत होण्यासाठी एक महिना लागला. ५ मे १९६७ रोजी सॅम केहॉल आणि जेरेमी डोगान या दोघांना खुनाच्या आरोपाखाली अटक करण्यात आली. या दोघांना मृत्युदंडाचीच शिक्षा दिली जावी, अशी मागणी सरकारी वकील करणार होते, असं त्यांनी जाहीर केलं. रॉली वेजचा उल्लेख कुठेच झाला नव्हता. तो अस्तित्वात होता, याची माहिती एफ.बी.आय किंवा पोलीस या दोघांनाही नव्हती.

क्लोव्हिसने सांगितल्याप्रमाणे खटला चालवण्याचं ठिकाण बदलण्यात तो यशस्वी झाला होता. ४ सप्टेंबर १९६७ रोजी ग्रीनव्हीलपासून दोनशे मैलांवरच्या नेटल्स काउंटीमध्ये खटला सुरू झाला. तो खटला म्हणजे एक सर्कसच झाली होती. जवळपासच्या इतर राज्यांतून अनेक क्लॅन समूहाचे सदस्य तिथे आणले. त्यांच्याकडे त्या वेळी भाषणं देणाऱ्या वक्त्यांची यादी तयार होती. श्वेतवर्णीयांच्या श्रेष्ठत्वाचं आदर्श मानचिन्ह म्हणून सॅम केहॉल आणि जेरेमी डोगान गणले जायला लागले. त्यांचे हजारोंच्या संख्येने चाहते बनले. त्यांच्या नावाचा जयजयकार व्हायला लागला.

वर्तमानपत्रं परिस्थितीचा अंदाज घेत होती, त्यांची निरीक्षणं चालू होती. न्यायालयाची खोली पत्रकार आणि वार्ताहर यांनी भरली होती आणि सर्वसामान्यांना बाहेर हिरवळीवर थांबून वृत्तान्त मिळवून ऐकावा लागत होता. क्लॅनच्या सदस्यांची कृत्यं ते पाहत होते. त्यांच्या नेत्यांनी दिलेली भाषणं ते ऐकत होते. जितकं जास्त ही मंडळी ऐकत होती, पाहत होती, तेवढ्या जास्त उत्साहानं क्लॅनची माणसं लंबीलंबी भाषणं देत होती.

सॅम केहॉल आणि डोगान यांच्या दृष्टीनं न्यायालयाचं कामकाज चांगल्या प्रकारे चाललं होतं. ब्राझिल्टनने खटपटी-लटपटी करून न्यायनिवाडा समितीचे बारा राष्ट्रप्रेमी सदस्य मिळवले होते. या सदस्यांचा राष्ट्रप्रेमी, देशभक्त असाच उल्लेख ब्राझिल्टन करत होता. त्यानंतर त्यानं सरकारी वकिलानं उभ्या केलेल्या खटल्यामध्ये काही मुद्दे उपस्थित करायला सुरुवात केली. त्यातला महत्त्वाचा भाग म्हणजे हा खटला परिस्थितीवर आधारित नव्हता किंवा अप्रत्यक्ष पुराव्यांवर आधारित होता, असं विधान त्याने केलं होतं. बॉम्ब ठेवताना कोणीही सॅमला पाहिलेलं नव्हतं, हे वाक्य क्लेव्हिसने त्याच्या भाषणाची सुरुवात करतानाच ठासून

सांगितलं होतं. तिथेच त्याला खटला त्याच्या बाजूने पलटत होता, असं वाटलं होतं.

केहॉलला डोगाननं कामावर ठेवलं होतं. तो त्याची बारीकसारीक कामं करायचा. त्यानं काही कामासाठी सॅमला ग्रीनव्हीलला पाठवलं होतं आणि दुर्दैवाने स्फोटाच्या वेळी क्रॅमर यांच्या कचेरीच्या इमारतीनजीक सॅम होता. ते दोन बहुमोल छोटे मुलगे आगीच्या भक्ष्यस्थानी पडले, ही अत्यंत दु:खद घटना होती, हे नमूद करताना क्लोव्हिसच्या डोळ्यांतून अश्रू बाहेर पडत होते.

त्या हिरव्या पॉन्टियाक मोटारीचे पूर्वीचे मालक मेरीडियन गावातल्या इमारती पाडण्याचा व्यवसाय करणारे श्री. कार्सन जेकिन्स होते. त्यांच्याकडून ती स्फोटासाठी वापरली जाणारी वात ठेवलेली असणार, असं त्या वातीबद्दल ब्राझिल्टन याने सांगितलं. श्री. कार्सन जेकिन्स यांनी त्यांच्या साक्षीत असं सांगितलं की, त्यांच्या व्यवसायात ते डायनामाइटचा उपयोग नेहमी करायचे आणि त्यांच्या त्या जुन्या मोटारीत डिकीमध्ये एखादी डायनामाइटची, स्फोटासाठी वापरली जाणारी वात त्यांच्या हातून चुकून राहिली असेल. तीच मोटार त्यांनी डोगान यांना विकली होती. श्री. कार्सन जेकिन्स हे रविवारी प्रार्थनामंदिरामध्ये प्रवचन देण्याचंही काम करायचे. शांत स्वभावाचे, कामसू, सज्जन म्हणून ते ओळखले जात होते. त्यामुळे त्यांच्या सांगण्यावर अविश्वास दाखवण्याचा प्रश्नच नव्हता. तेसुद्धा कु क्लक्स क्लॅन या समूहाचे सदस्य होते; पण हे एफबीआयला माहीत नव्हतं. क्लोव्हिसने ही साक्ष अगदी अगदी चांगल्या प्रकारे घडवून आणली होती.

प्रत्यक्ष बाब अशी होती की, केहॉलने क्लिव्हलँडच्या ट्रकथांब्यावर ठेवलेली मोटार ग्रीनव्हीलच्या पोलिसांना किंवा एफ.बी.आयच्या पोलिसांना सापडलीही नव्हती. सॅमनं तुरुंगातून पहिला फोन त्याच्या पत्नीला केला आणि त्याच्या मुलाला ताबडतोब क्लिव्हलँडला जायला लावून ती मोटार आणून घ्यायला लावली होती. ही गोष्ट सॅमच्या दृष्टीनंही चांगली ठरली होती.

बचावपक्षाचा सर्वांत समर्थ मुद्दा असा होता की, क्लोव्हिस यांचे अशील बॉम्बस्फोट घडवून आणण्यात कुठल्याही प्रकारे सामील होते, असं कोणीही सिद्ध करू शकणार नव्हतं आणि त्यामुळे नेटल्स परगण्याची न्यायनिवाडा करणारी समिती सभासद मंडळी काही अपराध नसताना या दोघांना मृत्युदंडाची शिक्षा कशी देऊ शकणार?

चार दिवस खटला चालल्यानंतर समिती सभासद मंडळी विचारविनिमयासाठी एका खोलीत जमली. ते सुटणार, अशी खात्री क्लोव्हिसनं त्यांच्या अशिलांना दिलेली होती.

सरकारी पक्षाला एकाबद्दल खात्री होती. क्लक्स समूहाला विजयाचा वास

लागला होता. त्यामुळे न्यायालयाबाहेरच्या हिरवळीवरचा जल्लोष वाढला होता.

कोणाचीही सुटका झाली नव्हती की कोणालाही दोषी ठरवलं नव्हतं. दोन सभासदांनी भक्कमपणा दाखवून त्यांना दोषी जाहीर करण्याचं ठरवलं होतं. दीड दिवसाच्या विचारमंथनानंतर निवड समितीच्या सभासदांनी 'आम्ही कोणत्याही निर्णयाप्रत येण्यास असमर्थ आहोत.' असं न्यायाधीशांना कळवलं. खटला बाद ठरवला गेला आणि पाच महिन्यानंतर सॅम पहिल्यांदा घरी गेला.

पुढचा खटला ग्रीनव्हीलपासून चार तासांच्या अंतरावरच्या विल्सन परगण्याच्या ग्रामीण भागात सहा महिन्यांनंतर सुरू झाला. पहिल्या खटल्याच्या जागेपासून हे ठिकाण शंभर मैलांवर होतं. पहिल्या खटल्यामध्ये न्यायनिवाडा समितीच्या सभासदांच्या नेमणुकीसंबंधात क्लॅन समूहाकडून खूप तक्रारी केल्या गेल्या होत्या. तशाच प्रकारची तक्रार न्यायाधीशसाहेबांनीसुद्धा केलेली होती. क्लॅन समूहाच्या तक्रारींची कारणं काय होती, याची चौकशी कोणी केलेली नव्हती. त्यामुळे क्लक्स समूहाच्या सभासदांचं बहुमत आणि त्यांच्याबद्दल सहानुभूती असलेल्या ठिकाणी पुढच्या खटल्याचं आयोजन करण्यात आलं. समितीचे सभासद अर्थातच सर्व गोरे, श्वेतवर्णीय आणि ज्यू नसलेल्यांपैकीच होते. क्लोव्हिसनं पूर्वीचंच भाषण, त्याच महत्त्वाच्या वाक्यांवर जोर देऊन समितीला ऐकवलं होतं. श्री. कार्सन जेकिन्स यांनी तशीच खोटी साक्ष दिली होती.

सरकारी पक्षाने खटल्याच्या संबंधातली व्यूहरचना बदलली, पण त्याचा काही उपयोग झाला नाही. ज्या गुन्ह्यांसाठी फक्त मृत्युदंडाचीच शिक्षा होऊ शकते, असे आरोप सरकारी वकिलांनी काढून टाकले. त्या ठिकाणी मृत्यूला कारणीभूत झाल्याचा सॅम व जेरेमीवर आरोप ठेवला. या गुन्ह्यासाठी मृत्युदंडाची शिक्षा असतेच, असं नाही; त्यामुळे सॅम आणि जेरेमी हे त्या दोन मुलांच्या मृत्यूला कारणीभूत ठरतात, असं जर न्यायनिवाडा करणाऱ्या समितीला वाटलं असतं, तर माफक स्वरूपाची सक्तमजुरीची शिक्षा होऊ शकली असती. अर्थात गुन्हेगार म्हणून शिक्का त्यांच्या माथी लागलाच असता!

या दुसऱ्या खटल्यामध्ये आणखी काहीतरी नवीन होतं. चाकांच्या खुर्चीत बसून मार्विन तीनही दिवस न्यायनिवाडा समितीच्या प्रत्येक सभासदाकडे टक लावून पाहत होते. रूथही पहिल्या खटल्याच्या वेळी, पहिल्या दिवशी उपस्थित राहिली होती; पण भावनाविवश झाल्यामुळे तिला तिथे बसणं अशक्य झालं आणि त्यामुळे तिला रुग्णालयात परत दाखल केलं. बॉम्बस्फोटाच्या दिवसापासून मार्विनला शस्त्रक्रियांसाठी मधूनमधून रुग्णालयात भरती व्हावं लागत होतं. नेटल्स परगण्यातल्या खटल्याच्या वेळी मार्विनच्या डॉक्टरांनी खटल्याच्या वेळी उपस्थित राहायला मनाई

केलेली होती.

न्यायनिवाडा समितीतल्या लोकांना मार्विनकडे पाहणं अशक्यप्राय होत होतं. ते प्रेक्षकांकडेसुद्धा पाहत नव्हते. ते मुख्यत्वे साक्षीदारांकडे पाहत होते. त्या समितीत एक स्त्रीही होती. तिचं नाव शेरॉन कल्पेपर होतं. तिलापण दोन जुळे मुलगे होते. तिचा तिच्यावर ताबा राहिला नाही. ती वारंवार मार्विनकडे पाहत होती आणि बऱ्याच वेळा त्यांची नजरानजर झाली. त्यानं तिच्याकडे न्याय देण्याची विनंती केली.

शेरॉन कल्पेपर बारा जणांतली एकमेव सभासद होती की, जिनं गुन्हा घडला होता, असं मत मांडलं. नंतर दोन दिवस इतर सभासदांनी तिच्यावर अपशब्दांचा प्रचंड मारा केला, तिला शिव्या दिल्या. तिला रडू आलं, तरी तिनं चिकाटीनं तिचा मुद्दा धरून ठेवला होता.

दुसरा खटलाही न्यायनिवाडा सभासद मंडळीत अकरा विरुद्ध एक अशा मतांनी अधांतरीच राहिला. न्यायाधीशांनी खटला परत रद्द ठरवला आणि सर्व सभासद मंडळींना घरी पाठवलं. मार्विन क्रॅमर ग्रीनव्हीलला परतला आणि नंतर आणखी काही शस्त्रक्रियांसाठी मेम्फिसला गेला. वर्तमानपत्रांच्या माध्यमाद्वारे क्लोव्हिस ब्राझिल्टन या वकिलानं स्वत:ची खूप प्रसिद्धी करून घेतली. जिल्हा स्तरावरच्या सरकारी वकिलांनी पुढच्या खटल्याबद्दल त्या वेळी कुठलंही आश्वासन किंवा माहिती दिली नाही. जेरेमी डोगानबरोबर यापुढे कधीही संबंध ठेवायचे नाहीत, असं मनाशी ठरवून सॅम केहॉल कोणाशीही काही न बोलता क्लॅन्टनला गेला. अशक्यप्राय गोष्टी करू शकणारा जादूगार मोठ्या इतमामात मेरिडियनला परतला. मानवी समाजात गोऱ्या लोकांचं – श्वेतवर्णीयांचं स्थान अगदी उच्च स्तरावर असण्याच्या हक्कांसाठी युद्ध सुरू झालं आहे, असं तिथे त्याने जाहीर केले आणि चांगल्यांनी वाइटांचा नायनाट करण्यासाठी कटिबद्ध राहा, असं त्यानं गोऱ्या लोकांना आवाहन केलं.

रॉली वेजच्या नावाचा फक्त एकदाच उल्लेख झाला. दुसऱ्या खटल्याच्या दरम्यान दुपारच्या जेवणासाठी खटल्याचं कामकाज थांबलं होतं, तेव्हा रॉली वेजकडून एक निरोप आला होता, असं डोगानने सॅमच्या कानात सांगितलं. डोगानच्या पत्नीला एक अनोळखी माणूस न्यायालयाच्या खोलीबाहेर भेटला होता. 'वेज जवळच एका रानात थांबून आहे आणि खटल्याच्या कामकाजावर तो लक्ष ठेवून आहे. केहॉल आणि डोगान या दोघांपैकी कोणीही त्याच्या नावाचा जर उल्लेख केला, तर त्यांची घरं, त्यांची कुटुंबं बॉम्ब टाकून उद्ध्वस्त केली जातील,' असा साधा आणि सरळ निरोप होता.

३

१९७०मध्ये मार्विन आणि रूथ वेगळे झाले. त्या वर्षाच्या शेवटाला मार्विनला वेड्यांच्या रुग्णालयात दाखल करण्यात आलं. १९७१मध्ये त्यानं आत्महत्या केली. रूथ मेम्फिसला परतली आणि तिच्या आई-वडलांकडे राहू लागली. त्यांनाही खूप अडचणी होत्या, तरीही त्यांनी तिसऱ्यांदा खटला चालवावा अशी मागणी केली आणि तसा आग्रह धरला. ग्रीनव्हीलमधली ज्यू जनता प्रक्षुब्ध झालेली होती. सरकारी वकिलांच्या खटला चालवण्याबाबतच्या उदासीनतेमुळे मोठ्या आवाजात त्यांची मतं मांडायला लागली होती. सरकारी वकिलांची उदासीनता पुन:पुन्हा खटला निर्णायकपणे चालवून, केहॉल आणि डोगान यांना गुन्हेगार ठरवून, त्यांना शिक्षा देता न येण्याच्या अपयशापोटी आलेली होती.

मार्विनचं दफन त्याच्या मुलांच्या शेजारीच करण्यात आलं. एक नवीन बाग जॉश आणि जॉन यांच्या नावाने तयार करण्यात आली. त्यांच्या नावांनी शिष्यवृत्या देण्याची व्यवस्था करण्यात आली. जसजसा काळ सरकत होता, तसंतसं घटनेचं गांभीर्य कमी होत गेलं. काही वर्षं गेली आणि ग्रीनव्हीलमध्ये बॉम्बस्फोटाबद्दलच्या चर्चा कमी कमी होत गेल्या.

तिसऱ्यांदा खटला उभा राहावा, याबद्दल एफ.बी.आय खात्याचा आग्रह असूनसुद्धा तो उभा राहिला नव्हता. कोणताही नवीन पुरावा पुढे आला नव्हता. खटल्याची जागा बदलायला न्यायाधीशांची तयारी नव्हती. सरकारी वकील तिसऱ्यांदा खटला चालवण्याबाबत उदासीन होते. तरीपण एफ.बी.आय खात्याने प्रयत्न सोडले नव्हते.

वेजबद्दल केहॉल काहीही सांगत नव्हता, पण एफ.बी.आय.ला आणखी तिसरा कोणी साथीदार असला पाहिजे, असं वाटत होतं; पण पुरावा मिळत नव्हता. वेजचा ठावठिकाणा डोगानलाही माहीत नव्हता म्हणून डोगानची बॉम्बस्फोटांची मोहीम थांबली. त्यानं पायघोळ अंगरखा घालून प्रवचन देण्याची प्रथा पुढे चालू केली आणि स्वत:ची ओळख तो 'राजकीय क्षेत्रातली प्रबळ असामी' अशी करून

देऊ लागला. वांशिक द्वेषाबद्दलच्या भावना चिथावण्यासारखी भाषणं तो द्यायचा, त्यामुळे उत्तरेकडच्या वार्ताहरांच्या मनात कुतूहल निर्माण झालं. डोक्यावर शंकूच्या आकाराची, डोळे आणि नाकांच्या ठिकाणी भोकं असलेल्या बुरख्यासारखी टोपी चढवून लोकांच्या भावना भडकावणारी भाषणं, मुलाखती तो घ्यायचा. काही थोड्या काळाकरता त्याला प्रसिद्धी मिळाली आणि त्याला त्याचा खूप आनंद वाटला होता.

१९७०च्या सुमाराला क्लॅन समूहाचं महत्त्व झपाट्यानं कमी होत गेलं आणि डोक्यावर शंकूच्या आकाराची टोपी आणि पायघोळ अंगरखा घालून वावरणारा एक गुंड एवढीच जेरेमी डोगानची ओळख राहिली होती. कृष्णवर्णीय निग्रो लोक आता बिनधास्तपणे मतदान करत होते. सर्वांसाठी असणाऱ्या शाळांमध्ये भेदभाव राहिला नव्हता. मध्यवर्ती न्यायालयाच्या आदेशानुसार वांशिक अडथळे नष्ट करण्यात आले होते. मिसिसिपी राज्यात सर्व नागरिकांना समान अधिकार वापरता येत होते. कृष्णवर्णीयांना म्हणजे निग्रोंना त्यांची जी जागा होती, तिथे नेऊन बसवण्यास क्लॅन समूह कीव वाटण्याइतका असमर्थ ठरला होता. डोगानला त्याच्या विरोधात असलेल्यांच्या घरांवर जळत्या क्रॉसचे पेटते पलिते फेकण्याच्या मोहिमांसाठी काळी कुत्रीसुद्धा मिळेनाशी झाली.

१९७९मध्ये दोन महत्त्वाच्या घटना क्रॅमर खटल्याच्या संदर्भात घडल्या. पहिली घटना म्हणजे ग्रीनव्हीलच्या जिल्हा स्तरावर सरकारची बाजू मांडणाऱ्या वकिलाच्या अटॅर्नी जनरल पदावर डेव्हिड मॅकलिस्टर निवडले गेले होते. मिसिसिपी राज्याच्या इतिहासात सत्तावीस वर्षं इतक्या कमी वयाची व्यक्ती अशी पहिल्यांदाच निवडून गेलेली होती. डेव्हिड बारा-तेरा वर्षांचा असताना क्रॅमर यांच्या कचेरीत झालेल्या बॉम्बस्फोटामुळे त्या इमारतीचं रूपांतर एका ढिगाऱ्याच्या ढिगात झालेलं त्याने पाहिलं होतं. तो ढिगारा उकरून त्यातून सामान काढत असलेली एफ.बी.आय. खात्याची माणसं त्यानं रस्त्याच्या कडेला उभ्या असलेल्या माणसांच्या गर्दीत उभं राहून पहिली होती. जिल्हा स्तरावरच्या सरकारी वकिलाच्या पदावर निवड झाल्याझाल्याच त्यानं त्या स्फोटासंबंधीच्या गुन्हेगारांना शिक्षा देण्याची शपथ घेतली.

दुसरी घटना म्हणजे आयकर चुकवण्याच्या गुन्ह्याबद्दल जेरेमी डोगानला दोषी ठरवलं गेलं. बरीच वर्षं त्याने एफ.बी.आय.ला हुलकावण्या दिल्या होत्या, पण त्याच्याकडून कुठेतरी गफलत झाली आणि करवसुली अधिकाऱ्यांच्या जाळ्यात तो सापडला. खात्यातर्फे आठ महिने शोध घेण्याचं काम चाललं होतं. त्याच्यावर गुन्हा नोंदवण्यात आला. गुन्ह्यांसंबंधातलं आरोपपत्र तीस पानांचं होतं. त्यानुसार त्यानं १९७४ ते १९७८ या काळात एक लाख डॉलर्सचं उत्पन्न लपवलं होतं. याखेरीज इतर अठ्ठ्याऐंशी गुन्ह्यांची नोंद त्यात होती. या सर्वामुळे त्याला अठ्ठावीस वर्षं तुरुंगात डांबण्याची शिक्षा होऊ शकत होती.

डोगान पूर्णपणे दोषी होताच. त्याच्या वकिलानं (या वेळी क्लोव्हिस ब्राझिल्टन नव्हता.) काही सूट, सवलती मिळविण्याच्या काही शक्यता होत्या का, याची चौकशी सुरू केली. इथे एफ.बी.आयने प्रवेश केला.

डोगान आणि त्याचे आयकर संबंधातले काम करणारे वकील यांच्यात बऱ्याच चर्चा झाल्या. त्यातल्या काही चर्चांमध्ये शाब्दिक वादावादी झाली. आयकर खात्याने असा प्रस्ताव मांडला होता की, डोगानने क्रॅमर खटल्यात सॅमविरुद्ध साक्ष द्यावी आणि बदल्यात कर चुकवण्याच्या गुन्ह्याबद्दल त्याला तुरुंगवास होणार नाही. दंड जबरदस्त द्यावा लागला असता, पण तुरुंगवास झाला नसता. गेल्या दहा वर्षांत डोगान सॅमबरोबर एक शब्दसुद्धा बोललेला नव्हता. क्लॅन समूहामध्ये किंवा त्यांच्या कार्यामध्ये डोगान काम करत नव्हता. हा प्रस्ताव मान्य करण्यामागे एक स्वतंत्र माणूस म्हणून वावरायचं की एक दशक किंवा त्याहीपेक्षा अधिक काळ तुरुंगात खितपत पडायचं, या गोष्टींचाच फक्त विचार नव्हता, तर इतरही अनेक कारणं होती.

आयकर खात्याने त्याच्या मालकीच्या सर्व वस्तूंवर टाच आणून डोगानला डिवचायला सुरुवात केली. झपाट्याने त्यांचा लिलाव करण्याबाबतच्या योजना आखण्यात आल्या. सरकारी वकील म्हणून निवडून आलेल्या डेव्हिड मॅकलिस्टर यानं त्याच्या शपथपूर्तीच्या कार्यक्रमांतर्गतचं पहिलं पाऊल म्हणून क्रॅमर खटल्याबाबतचं कामकाज सुरू केलं. त्यानं सॅम केहॉल आणि जेरेमी डोगान यांच्यावर असलेल्या आरोपांची प्राथमिक छाननी केली. मग त्यांच्यावर खटला दाखल करण्याचा अहवाल मागण्यासाठी न्यायनिवाडा समितीची नेमणूक केली आणि खटला भरणं किती महत्त्वाचं होतं, हे त्यांना पटवून दिलं. त्या समितीची खात्री करून देऊन ग्रीनव्हीलमध्ये त्या दोघांवर पुन्हा खटला भरला. डोगान डगमगला; शरण आला. त्याने डेव्हिडचा प्रस्ताव मान्य केला.

बारा वर्षं फोर्ड परगण्यात शांतपणे जीवन जगल्यानंतर सॅम केहॉलवर पुन्हा एकदा आरोप ठेवले गेले. त्याला अटक झाली. खटला नक्की निकाली ठरणार होता आणि कदाचित विषारी वायूपेटीत घालून मृत्युदंडाच्या शिक्षेला सामोरं जावं लागण्याची शक्यता होती. वकिलाला नियुक्त करण्यासाठी त्याला त्याचं राहतं घर, शेत गहाण ठेवावं लागलं. क्लोव्हिस ब्राझिल्टन आता पैसेवाल्यांचे खटले लढत होता आणि डोगान आता त्याचा मित्र राहिला नव्हता.

पहिल्या दोन खटल्यांच्या काळानंतर मिसिसिपीमध्ये बऱ्याच गोष्टी बदलल्या होत्या. कृष्णवर्णीयांनी मोठ्या विक्रमी संख्येनं मतदारांच्या यादीत त्यांची नावं नोंदवली होती आणि या नव्या मतदारांनी कृष्णवर्णीयांना अधिकारांच्या जागांवर

निवडून दिलं होतं. न्याय करणाऱ्या समितीमध्ये सर्व सभासद गोरेच असण्याची शक्यता मावळली होती. राज्यात दोन कृष्णवर्णीय न्यायाधीश होते, दोन कृष्णवर्णीय पोलीस उच्चाधिकारी होते. न्यायालयाच्या आवारात श्वेतवर्णीय गोऱ्या वकिलांबरोबर फिरताना काही कृष्णवर्णीय वकीलही दिसत होते. वर्णभेद अधिकृत रितीनं नाहीसे करण्यात आले होते आणि पूर्वीच्या काळी मिसिसिपी राज्यात श्वेतवर्णीय इतर वंशांच्या लोकांविरुद्ध एवढा का आकस बाळगून होते, याचं सध्याच्या काळातल्या अनेक गोऱ्या लोकांना आश्चर्य वाटत होतं. सर्व नागरिकांना समान अधिकार का नसावेत? त्याला श्वेतवर्णीय विरोध का करत होते? अर्थात हा बदल घडवून यायला फार काळ जावा लागला. १९६७मध्ये असलेलं मिसिसिपी आणि १९८०मधलं मिसिसिपी यांमध्ये खूप बदल झाला होता आणि सॅम केहॉल हे सर्व समजून चुकला होता.

मेम्फिसमधला फौजदारी खटले हाताळण्यात तरबेज असलेला बेंजामिन कीज नावाचा वकील सॅमने नेमला होता. इतक्या उशिरानंतर एखाद्यावर आरोप ठेवून खटला चालवणं, हेच मुळी कायद्यात बसत नाही, असा त्यांचा पहिला युक्तिवाद होता. त्या मुद्द्याखाली हा खटला बेदखल करावा, ही त्यांची मागणी होती. हा मुद्दा त्यांनी धसास लावला. मिसिसिपी राज्याच्या उच्च न्यायालयाला याबाबतचा निर्णय द्यावा लागत होता. या न्यायालयातल्या न्यायनिवाडा समितीत सहा विरुद्ध तीन अशा मतानं निर्णय होऊन खटला चालवण्यास परवानगी दिली.

खटला सुरू झाला. सॅम केहॉलवर भरलेला हा तिसरा आणि शेवटचाच खटला १९८१च्या फेब्रुवारीत मिसिसिपी राज्याच्या ईशान्य भागातल्या डोंगराळ भागातल्या लेकहीड परगण्यातल्या थंडीमुळे थंडगार झालेल्या एका छोट्या न्यायालयात सुरू झाला. या खटल्याबद्दल बरंचकाही सांगण्यासारखं होतं. जिल्हा सरकारी वकिलाच्या जागेवर निवडून आलेल्या तरुण डेव्हिड मॅकलिस्टरची कामगिरी वाखाणण्यासारखी होती. त्याच्याजवळ असलेला जादा वेळ त्याला वर्तमानपत्रांच्या वार्ताहरांबरोबर घालवण्याची वाईट सवय होती. तो दिसायला देखणा होता. त्याचं बोलणं स्वच्छ, स्पष्ट होतं. तो दयाळू आणि कनवाळू होता. त्याचा खटल्यामागचा हेतू चांगला होता. मॅकलिस्टरला राजकारणात विशेष रस होता. मोठ्या राजकारणातलं उच्च पदावरचं स्थान मिळवण्याची त्याची महत्त्वाकांक्षा होती.

या खटल्यासाठी न्यायनिवाडा करणाऱ्या समितीत आठ गोरे आणि चार काळे सभासद नेमले होते. स्फोटग्रस्त इमारतीच्या खिडकीचा काचेचा तुकडा, वात, एफ.बी.आय. खात्याचा अहवाल आणि काही छायाचित्रं ह्या वस्तू पहिल्या दोन खटल्यांमध्ये पुराव्यासाठी वापरल्या होत्या. त्यांचाही या खटल्यासाठी उपयोग केला जाणार होता.

आणि या गोष्टींखेरीज जेरेमी डोगानने दिलेली साक्ष! साक्ष देताना कामावर जाताना वापरतात, तसे जाड्याभरड्या कापडाचे कपडे त्यानं अंगावर चढवलेले होते. तो आणि सॅम केहॉल यांनी एकत्र बसून श्री. क्रॅमर यांचं ऑफिस बॉम्बस्फोटानं उडवून देण्याची योजना आखली होती, अशी साक्ष त्यानं चेहऱ्यावर अति नम्रपणाचा आणि गंभीरतेचा भाव आणून दिली होती. भावनाविवश होऊन सॅमने त्याचा शब्दन्‌शब्द अगदी तीव्रतेने ऐकला होता आणि त्या वेळी सॅमनं डोगानकडे पाहणं टाळलं होतं. सरकारी खात्याशी काहीतरी करार करून डोगान सॅमविरुद्ध खोटं गरळ ओकत होता, असा आरोप करून सॅमच्या वकिलानं त्याला चांगलंच झापलं होतं; पण नुकसान होऊन गेलं होतं.

सॅमचा बचाव करण्याच्या दृष्टीने रॉली वेजच्या नावाचा उल्लेख करून काहीच फायदा होण्यासारखा नव्हता. तसं केल्यामुळे सॅम बॉम्बसह ग्रीनव्हीलमध्ये होता आणि सॅम त्या कटात सामील होता, असं कबूल करण्यासारखं होतं. ज्या व्यक्तीने इमारतीमध्ये बॉम्ब ठेवला, त्याच्या बरोबरीने त्या कटात सामील असणाराही कायद्यानुसार तितकाच गुन्हेगार ठरतो आणि हे सर्व न्याय करणाऱ्या समितीसमोर मांडताना सॅमला स्वत:ला हे सर्व शपथेवर कबूल करावं लागलं असतं. असं करणं त्याला आणि त्याच्या वकिलाला सोयीचं वाटत नव्हतं. सरकारी पक्षाने केलेल्या कठोर उलटतपासणीच्या वेळी सॅमचा टिकाव लागला नसता, कारण एक खोटं लपवण्यासाठी त्याला आणखी खोटं बोलावं लागलं असतं.

आणि आता इतक्या उशिरा रॉली वेजचा उल्लेख गूढच ठरला असता. कारण त्याच्या नावाचा उल्लेखसुद्धा आजवर कोणी कुठे केला नव्हता. तो आला आणि गेला. त्या वेळी त्याला कोणी पाहिलेलंही नव्हतं. त्यामुळे अशा माणसाचं नाव पुढे केलं, तर त्यावर विश्वासही ठेवायला कोणी तयार झालं नसतं. रॉली वेजचा मुद्दा काहीही कामाचा नव्हता, हे सॅमला पक्कं माहीत होतं आणि त्याच्या नावाचा उल्लेखसुद्धा सॅमनं त्याच्या वकिलाजवळ केला नव्हता. खटल्याचा निर्णय लागेपर्यंत आपल्याला मृत्यूची शिक्षा होईल, असं सॅमला सुतराम वाटत नव्हतं किंवा डोगानसारखा कोणाचा विश्वासघात करून याच्यातून आपल्याला सुटायचं नव्हतं, असं त्यानं पक्कं ठरवलं होतं.

खटल्याच्या शेवटच्या सत्रात सरकारी वकील डेव्हिड मॅकलिस्टर यांनी प्रेक्षकांनी पूर्ण भरलेल्या न्यायालयात न्याय करणाऱ्या समितीच्या पुढे समारोपाच्या युक्तिवादाचं भाषण सादर केलं. त्यांचं बालपण ग्रीनव्हीलमध्ये गेलं आणि त्यांना बरेच ज्यूधर्मीय मित्र होते, असं त्यानं सांगितलं. ज्यू मित्र काही वेगळे असतात, हे त्यांना माहीत नव्हतं. तो म्हणाला, ''क्रॅमर कुटुंबातले काही माझ्या ओळखीचे

आहेत. ही सर्व मंडळी अतिशय चांगली आहेत. अत्यंत कामसू आहेत आणि समाजालासुद्धा ती काही ना काही देत असतात.'' तो कृष्णवर्णीयांच्या मुलांबरोबरही खेळलेला होता आणि त्यांच्यातले काही जण त्याचे अतिशय चांगले मित्र होते. ते एका शाळेत आणि तो दुसऱ्या वेगळ्या शाळेत का गेले, हेही त्याला कळलं नव्हतं, असंही त्यांनी सांगितलं. २१ एप्रिल १९६७ रोजी हृदयाचा ठाव घेणाऱ्या भूकंपासारख्या बॉम्बस्फोटाच्या गोष्टीचा उल्लेख त्यांनी केला. सर्व जण सर्व दिशेने सैरावैरा पळत सुटले होते. धुराचे लोट आकाशाकडे झेपावत होते. तीन तास तो पोलिसांनी उभ्या केलेल्या अडथळ्यांमागे थांबून वाट पाहत होता. आग विझवणारे पंधरा जण इकडेतिकडे शोध घेत होते. त्यांना मार्विन क्रॅमर सापडले, त्यांना बाहेर आणलं आणि नंतर जेव्हा त्यांना त्या दोन मुलांचे देह सापडले, तेव्हा ही माणसं त्यांच्या सभोवतालच्या ढिगाऱ्यांमध्ये दुःखातिरेकाने मटकन बसलेली त्यानं पाहिली होती. ते त्या मुलांच्या कलेवरांवर पांढऱ्या चादरी घालत होते, त्या वेळी त्यांच्या डोळ्यातले अश्रू गालावरून खाली वाहत होते. त्यांनी त्या दोघांना स्ट्रेचरवरून रुग्णवाहिकेमध्ये अगदी सावकाश नेलं होतं.

मॅकलिस्टरचं भाषण अप्रतिम झालं होतं. जेव्हा भाषण संपवलं, तेव्हा न्यायालयाच्या खोलीमध्ये पूर्णपणे शांतता होती. न्यायनिवाडा करणाऱ्या समितीच्या बऱ्याच सभासदांचे डोळे पाण्याने डबडबले होते.

१२ फेब्रुवारी १९८१ रोजी सॅम केहॉलला दोन आरोपांखाली न्यायालयाने दोषी ठरवलं. एक म्हणजे खुनाच्या आरोपाखाली आणि दुसरा खुनाचा प्रयत्न करण्याच्या आरोपाखाली! दोन दिवसांनंतर न्याय करणारी तीच सभासद मंडळी त्याच न्यायालयातल्या खोलीत जमली आणि त्यांनी मृत्युदंडाच्या शिक्षेचा निर्णय दिला.

सुरुवातीला त्याची रवानगी राज्याच्या पार्चमन इथल्या तुरुंगात झाली आणि तिथे विषारी वायूने मृत्यू घडवून आणण्याच्या पेटीत केव्हा पाठवायचं, त्या तारखेची वाट पाहत थांबायचं होतं. १९ फेब्रुवारी १९८१ रोजी त्याने मृत्युदंडाची शिक्षा दिलेल्यांसाठीच्या खास तुरुंगात प्रथम पाऊल ठेवलं.

४

शिकागोमध्ये 'क्रॅव्हिट्ज आणि बेन' या वकिलांच्या कंपनीमध्ये एका छपराखाली जवळजवळ तीनशे वकील मोठ्या गुण्यागोविंदाने, एकत्रितरीत्या त्यांच्या कंपनीकरता काम करत होते. बरोबर आकडा सांगायचा म्हणजे दोनशे शहाऐंशी. कधीकधी नेमका आकडा सांगणं कठीण असायचं, कारण त्या क्षणी डझनावरींनी विविध कारणांकरता काही लोक कंपनी सोडून जायचे आणि नवीन, ताजेतवाने, प्रशिक्षण घेतलेले उमेदवार वकिलीच्या व्यवसायातल्या लढती लढायला या कंपनीत सामील व्हायचे. ही कंपनी प्रचंड मोठी होती. तरी याच व्यवसायातल्या इतर कंपन्या तिच्यापेक्षा वेगाने मोठ्या झाल्या होत्या आणि इतर शहरांतून त्यांच्या शाखा झपाट्याने वाढल्या होत्या. शिवाय इतर कंपन्यांचे मोठमोठे पक्षकार पळवण्यासारखं काम या कंपनीला जमलं नव्हतं, त्यामुळे या कंपनीला शिकागो शहरातल्या तिसऱ्या क्रमांकाची कंपनी एवढ्यावरच समाधान मानावं लागत होतं. या कंपनीच्या सहा शहरात शाखा होत्या, पण लंडनमध्ये शाखा नसल्याची सल कंपनीच्या तरुण रक्ताच्या वकिलांना डाचत होता.

खुनशी आवेशाने खटले चालवण्यात 'क्रॅव्हिट्ज आणि बेन' या कंपनीचा हात धरणारी दुसरी कंपनी नव्हती. कायदाक्षेत्रातल्या वर्चस्वामुळे आणि कंपनीच्या लेटरहेडवर लंडनच्या ऑफिसचा पत्ता नसल्यामुळे डाचणारा सल कमी त्रासदायक व्हायला मदत होत होती. स्थावर मिळकतीबाबतचे वाद, करारांसंबंधीचे खटले किंवा उद्योगधंद्यातल्या न्याय्य प्रथांच्या उल्लंघनासंबंधातले खटले चालवण्यासाठी कंपनीचं एक मवाळ खातं होतं; पण कंपनीला खुनशी आवेशाने चालवलेल्या कज्ज्यांमध्येच, उकरून काढलेल्या भांडणांमध्येच जास्त पैसे मिळत होते. कंपनी जेव्हा नवीन उमेदवार भरती करायची तेव्हा प्रामुख्याने विधी महाविद्यालयातल्या तिसऱ्या वर्षात शिकणाऱ्या, प्रयोगादाखल उभ्या केलेल्या खोट्या लुटुपुटीच्या शिकाऊ खटल्यांमध्ये वक्तृत्वपूर्ण शैलीत युक्तिवाद मांडण्यात ज्यांना जास्त गुण मिळालेले असायचे, अशाच उमेदवारांची निवड करायची. कंपनीला तरुण, शिकाऊ

उमेदवार हवे असायचे. (त्यांपैकी एखाद-दुसरीच स्त्री असायची. जास्तकरून पुरुषच असायचे!) या सर्वांना प्रतिपक्षावर घणाघाती हल्ले करून नामोहरम करण्याची कला शिकवली जायची. या प्रकारात 'क्रॅव्हिट्झ आणि बेन' फार पूर्वीपासून कुप्रसिद्ध कंपनी होती.

नुकसानभरपाईचे जे खटले दाखल केले जायचे, त्या खटल्यांमध्ये जे काही पैसे इजा झालेल्या व्यक्तीला मिळायचे, त्यातले निम्मे पैसे कंपनी घ्यायची. निम्मे पक्षकार स्वत:जवळ ठेवू शकायचा. असे खटले चालवण्यासाठी कंपनीचा वेगळा असा एक कार्यक्षम विभाग होता. पांढरपेशा पक्षकारांसाठी प्रतिवादीच्या वतीने काम करण्यासाठी कंपनीकडे आणखी एक विभाग होता. अशा प्रकारची कामं करण्यासाठी कंपनीचे दर जास्त असायचे. याखेरीज कंपनीकडे आणखी दोन मोठे विभाग होते, एक उद्योग-व्यापारक्षेत्रांतले खटले हाताळणारा आणि दुसरा विमाक्षेत्रातले खटले हाताळणारा. पक्षकारांतर्फे चालवलेले खटले आणि नुकसानभरपाईतले टक्के सोडले, तर कंपनीचं एकूण उत्पन्न अत्यल्प होतं. कंपनीचं खरं उत्पन्न त्यांच्या पक्षकारासाठी, अशिलासाठी त्यांच्या कंपनीतले वकील किती तास काम करतात, त्या तासांवर अवलंबून असायचं. दर तासाला अमुक डॉलर या दराने त्या पक्षकाराला वकिलानं केलेल्या कामाचे पैसे मोजावे लागायचे. विमादाव्यासाठी दर तासाला दोनशे डॉलर्स असा होता. नुकसानभरपाईची रक्कम किती मोठी असेल, त्यानुसार हा दर वाढायचा. फौजदारी गुन्ह्याकरता तासाला तीनशे डॉलर्स मोजले जायचे. पक्षकार जर एखादी मोठी बँक असेल, तर तासाला चारशे डॉलर्स मोजले जायचे. कंपनी-क्षेत्रातल्या एखाद्या बड्या, श्रीमंत असामींचे स्वत:चे बिनकामाचे वकील असायचे, त्यांना पाचशे डॉलर्स हा दर असायचा.

क्रॅव्हिट्झ आणि बेन या कंपनीने असे तासांच्या हिशोबाने पैसे लावून नोटा छापून काढल्यासारखे अव्वाच्या सव्वा पैसे मिळवले होते. त्या कंपनीच्या कचेऱ्या आधुनिक असायच्या, पण महागड्या वस्तूंनी सजवलेल्या नसायच्या. शहरातल्या जुन्या भागात तिसऱ्या क्रमांकाच्या, पण उपयोगी इमारतींच्या शेवटच्या मजल्यांवर या कंपनीच्या कचेऱ्या होत्या.

ही कंपनी खूप पैसे मिळवत होती. साहजिकच इतर पैसे मिळवणाऱ्या कंपन्यांप्रमाणे ही कंपनीसुद्धा फायद्यातला काही हिस्सा समाजासाठी खर्च केला पाहिजे, याची जाण ठेवून होती. त्यासाठी कंपनीने इ.गार्नर गुडमन नावाचा एक खास अधिकारी नेमला होता. तो जरा तऱ्हेवाईक होता. त्याच्या ऑफिससाठी एकसष्टाव्या मजल्यावर एक वेगळी प्रशस्त खोली होती. हाताखाली दोन महिला सचिव होत्या. प्रत्यक्ष न्यायालयात खटले लढणारा वकील आणि स्वत: गार्नर यांच्या दोघांत एक कायदेकानून जाणणारा सामाईक मदतनीस असायचा. उठावदार

सोनेरी अक्षरांनी नटवलेल्या त्यांच्या कंपनीच्या माहितीपत्रकात ही कंपनी काही समाजोपयोगी कार्यक्रम राबवत असल्याची माहिती तपशिलांसह दिलेली असायची. या पत्रकातल्या माहितीनुसार या कंपनीनं काही गरीब अशिलांसाठी १९८९ सालात साठ हजार तासांचं मौल्यवान काम केलं होतं. अनाथ मुलांसाठी अनाथालयाची व्यवस्था, मृत्युदंडाची शिक्षा झालेल्यांच्या कुटुंबीयांचं पुनर्वसन, स्थलांतरितांना परदेशातून यु.एस.मध्ये स्थायिक करण्यासाठी प्रयत्न करणं, अमली पदार्थांची सवय लागलेल्यांना सवयीपासून दूर करण्यासाठीचे प्रयत्न आणि त्यांना सुधारगृहामध्ये ठेवणं अशी असंख्य समाजोपयोगी कामं कंपनी करत होती. याखेरीज घरं नसलेल्यांच्या दु:खांबद्दल कंपनीला फार कणव होती. कंपनीच्या माहितीपुस्तिकेमध्ये अल्पसंख्यांकांच्या मुलांच्या समूहामध्ये कष्टाची कामं करणाऱ्या दोन उच्चशिक्षित वकिलांची छायाचित्रं छापलेली होती. घामेजलेले, अस्ताव्यस्त कपडे घातलेले आणि डोळ्यांत करुणा असलेले हे वकील काम करत होते आणि ही कामं करत असलेली ती जागा शहराच्या मध्य भागातली, दाट लोकवस्तीची आणि झोपड्यांसारखी घरं असलेल्या गरिबांच्या वस्तीतली होती. हे वकील समाजाला मदत करत होते.

एकसष्टाव्या मजल्यावरच्या इ. गार्नर गुडमन यांच्या ऑफिसच्या दिशेने ॲडम हॉल सावकाश चालत चालला होता. त्या वेळी त्याच्याकडे असलेल्या पातळशा फाइलमध्ये ही पुस्तिका होती. ज्याची पूर्वी कधीही गाठ पडलेली नव्हती, अशा एका तरुण वकिलाकडे पाहून त्यानं अभिवादनार्थ किंचितशी मान झुकवली आणि त्याच्याशी तो थोडसं बोललासुद्धा. ख्रिसमस सणाच्या वेळी कंपनी एका पार्टीचं आयोजन करायची. त्या वेळी दरवाजाशी प्रत्येक व्यक्तीसाठी गळ्यात घालण्यासाठी ओळखपत्रं द्यायची. काही भागीदार इतर भागीदारांना किंचितसे ओळखायचे. काही सहकारी एकमेकांना वर्षातून एखाद-दुसऱ्या वेळेलाच भेटलेले असायचे. दरवाजा उघडून त्यानं एका छोट्या खोलीत प्रवेश केला. तिथे बसलेल्या महिला सेक्रेटरीने तिचं टाइपिंगचं काम थांबवलं आणि त्याच्याकडे पाहून ती किंचितशी हसली. त्यानं गुडमन यांच्यासाठी विचारणा केली. तिनं समोर ओळीत ठेवलेल्या खुर्च्यांकडे पाहून मान हलवली. त्याला थांबावं लागणार होतं, असं सूचित केलं. पूर्वनियोजित वेळ सकाळी १०ची होती. तो पाच मिनिटं आधी आला होता. जणूकाही लवकर येऊन त्याने चूक केली होती. हे काम विनामूल्य समाजकार्य प्रकारातलं होतं. इथे घड्याळाकडे लक्ष देण्यात अर्थ नव्हता. इथे चांगलं काम केलं असतं, तरी त्यामुळे जादा पैसे मिळण्याची शक्यता नव्हती. कंपनीच्या वेळ पाळण्याच्या प्रथेला गुडमनने त्याच्या ऑफिसमधल्या भिंतीवर कुठलंही घड्याळ न लावून हरताळ फासला होता.

बसल्या बसल्या ॲडम त्याच्याजवळच्या फाइलमधले काही कागद पाहण्याचा प्रयत्न करत होता. माहितीपुस्तिकेकडे नजर टाकून तो किंचितसा हसला. स्वत:च्या

बायोडेटातली सगळी माहिती त्याने परत एकदा चाळली – पेपरडाईनमध्ये घेतलेलं महाविद्यालयीन शिक्षण आणि मिशिगन राज्यात घेतलेलं कायविषयक शिक्षण, एका कायदेविषयक पत्रिकेचं संपादन, क्रूर किंवा विचित्र शिक्षांविषयी त्याने तयार केलेलं टिपण, नजीकच्या काळातल्या मृत्युदंडाच्या शिक्षांविषयी त्यानं तयार केलेलं टिपण या सगळ्याचा त्यात उल्लेख होता. त्याच्या स्वत:बद्दलच्या माहितीचा तपशील तसा फार मोठा नव्हता. अर्थात, तसं त्याचं वयही फार मोठं नव्हतं. तो फक्त सव्वीस वर्षांचा होता. क्रॅव्हिट्झ आणि बेन कंपनीत नोकरीला लागून त्याला नऊ महिने झाले होते.

यु.एस. सर्वोच्च न्यायालयाच्या कॅलिफोर्निया राज्यात अमलात आणल्या गेलेल्या मृत्युदंडाच्या शिक्षेबाबत युनायटेड स्टेट्सच्या सर्वोच्च न्यायालयाने लांबलचक मजकूर लिहून जे काही निर्णय दिलेले होते, ते वाचून तो त्यावरची टिपणं काढत होता. त्याने त्याच्या हातावरच्या घड्याळाकडे नजर टाकली आणि आणखी थोडा मजकूर वाचला. दरम्यान सेक्रेटरीने त्याला कॉफी हवी होती का, असं विचारलं. त्याने नम्रपणे नकार दिला.

कामामधला विस्कळितपणा किंवा अव्यवस्थितपणा किती वाईट असावा, याचं ढळढळीत उदाहरण म्हणजे इ. गार्नर गुडमन याचं ऑफिस! ऑफिस खूप मोठं होतं, पण सर्व भिंतीलगतच्या मांडण्यांवर इतकी पुस्तकं दाटीनं रचली होती की, त्यांच्या फळ्या खालच्या बाजूने गोलाकार झाल्या होत्या आणि जमिनीवर सगळीकडे धुळीने माखलेल्या फायली पडल्या होत्या. खोलीच्या मध्य भागात गुडमन साहेबांचं टेबल होतं. त्यावर विविध प्रकारच्या, विविध आकारांच्या, कागदांच्या चवडी पडल्या होत्या. टाकून देण्याजोगा कचरा, बिनकिमतीच्या वस्तू टेबलाच्या खाली लोटून दिल्यासारख्या दिसत होत्या. तिरक्या लाकडी फळ्या लावलेल्या झडपांनी खोलीची खिडकी बंद केलेली होती. अन्यथा मिशिगन सरोवराचा नेत्रदीपक देखावा त्या खिडकीतून दिसू शकला असता आणि कारण अगदी उघड होतं. गुडमन हे त्या खिडकीशी उभं राहून बाहेरचा नयनरम्य देखावा पाहण्यात वेळ घालवायचे नाहीत.

तो एक वृद्ध माणूस होता. त्यानं मोहक आकार असलेली, करड्या रंगाची दाढी राखलेली होती आणि डोक्यावरचे केस एखाद्या झुलपासारखे करड्या रंगाचे दाट होते. त्यांचा पांढरा शर्ट कष्ट घेऊन, स्टार्च वापरून कडक इस्त्री केलेला होता. गळ्याशी बांधायचा आडवा टाय रंगीत नक्षी असलेला होता. त्यांची ती निशाणी होती. बरोब्बर हनुवटीखाली गाठ येईल, अशा प्रकारे तो बांधला होता. ॲडमने खोलीत प्रवेश केला आणि काळजी घेत जमिनीवर पडलेल्या कागदांच्या

गड्ड्यांमधून वाट काढत तो गुडमन यांच्या टेबलाजवळ गेला. गुडमन त्याच्या स्वागतार्थ उभे राहिले नाहीत, पण त्यांनी बसल्या जागेवरून कोरड्या अभिवादनासाठी हात पुढे केला.

ॲडमने हातातली फाइल गुडमन यांना दिली आणि खोलीत असलेल्या एकमेव रिकाम्या खुर्चीत तो बसला. जेव्हा गुडमन फाइलमधले कागद पाहत होते, तेव्हा ॲडम बेचैन अवस्थेत बसून होता. गुडमन मध्येमध्ये आपली दाढी कुरवाळत होते, टाय सारखा करत होते.

"तू हे जे काम करायचं म्हणतोयंस, ते लष्कराच्या भाकऱ्या भाजण्यासारखं आहे. विनामूल्य म्हणजे समाजाचं ऋण फेडायचं वगैरे या प्रकारातलं हे काम आहे आणि तुला हे काम का करावंसं वाटतंय?"

बराच वेळ शांततेत गेल्यानंतर गुडमननी हे पुटपुटल्यासारखं विचारलं होते. छताच्या तक्तपोशीमध्ये बसवलेल्या ध्वनिप्रक्षेपकांमधून गिटारांचं सुरेल संगीत हलक्या आवाजात प्रसृत होत होतं.

ॲडम जरा अस्वस्थ झाला आणि त्यानं खुर्चीतल्या खुर्चीत हालचाल केली आणि म्हणाला,"हं! त्याला निराळी कारणं आहेत."

"ठीक आहे. मला अंदाज करू दे. तुला समाजाला मदत करायची तीव्र आणि प्रामाणिक इच्छा आहे. समाजाचं आपण काही देणं लागतो, या भावनेपायी तुला असं करावंसं वाटतंय किंवा असंही असेल कदाचित की, तासाच्या हिशोबाने कामाचे पैसे आकारून तू या कंपनीत खूप काम केलंस, खूप पैसे कमावलेस आणि त्यामुळे एक अपराधीपणाची भावना तुझ्या मनात उत्पन्न झाली आहे. त्याचं तुला परिमार्जन करायचं आहे; लोकांना मदत करायचीये." काळ्या काड्यांच्या चष्म्याच्या वरच्या भागातून मण्यांसारख्या निळ्या रंगाच्या डोळ्यांतून पाहत गुडमन बोलत होते. "यांपैकीच एखादं कारण असणार ना?"

"नाही, खरंच तसं काही नाही."

गुडमन अजूनही फाइल तपासतच होते. "म्हणजे तुम्ही एमिट वायकॉफतर्फे काम करणार आहात?" ॲडमचे मार्गदर्शक भागीदार वायकॉफचं पत्र वाचताना गुडमन हे वाक्य बोलला.

"होय सर."

"ते एक हुशार वकील आहेत. मला त्यांच्याबद्दल आत्मीयता आहे, असं वाटत नाही, पण फौजदारी खटल्यांबाबत त्यांचं डोकं छान चालतं. आपल्या कंपनीतली तशा प्रकारची कामं करणाऱ्या, सर्वात चांगल्या पहिल्या तीन क्रमांकांत त्यांचा क्रमांक लागतो. ते जरा उद्धट आणि फटकळ आहेत, असं नाही वाटत तुम्हाला?"

"ते चांगले आहेत."

"किती वर्षं तुम्ही त्यांच्या हाताखाली काम करताय?"

"इथे लागल्यापासून म्हणजे नऊ महिन्यांपूर्वीपासून."

"म्हणजे तुम्हाला या कंपनीत लागल्याला नऊ महिने झाले आहेत."

"होय सर."

"या केसबद्दल तुम्हाला काय वाटतंय?" गुडमन यांनी फाइल बंद केली आणि ॲडमकडे पाहत हा प्रश्न केला. त्यांनी सावकाशपणे त्यांच्या डोळ्यांवरचा चष्मा काढला, एक काडी तोंडात पकडली.

"मला हे काम आव्हानात्मक वाटतंय. मला या केसवर काम करायला आवडेल."

"ते ठीक आहे, पण मुळात क्रॅव्हिटझ् आणि बेन या कंपनीची तुम्ही निवड का केलीत? म्हणजे तुमची क्षमता, योग्यता, प्रशस्तिपत्रकं पाहता तुम्हाला यापेक्षाही अधिक चांगल्या कंपनीत काम करण्याची संधी मिळू शकली असती. मग याच कंपनीत का?"

"मला फौजदारी खटल्यातला अनुभव हवाय आणि ही कंपनी त्या बाबतीत अग्रेसर आहे."

"तुम्हाला दुसऱ्या कुठल्या कंपनीनं काम देऊ केलं होतं का? नाही, मी हे केवळ उत्सुकतेपोटी विचारतोय."

"हो, बऱ्याच."

"कुठल्या कुठल्या कंपन्या?"

"मुख्यत: वॉशिंग्टन डी.सी. मधल्याच. डेन्वहरमधल्या एका कंपनीनं माझी निवड केली होती. न्यूयॉर्कमधल्या कंपन्यांमध्ये मी अर्ज केले नव्हते, त्यामुळे त्या कंपन्यांतून मुलाखती देण्याचा प्रश्न नव्हता."

"आमची कंपनी तुला किती पैसे देते?"

ॲडमनं पुन्हा खुर्चीतल्या खुर्चीत चुळबुळ केली. काही झालं तरी गुडमन त्या कंपनीचा एक भागीदार होते. नवीन उमेदवारांना कंपनी काय देत होती, हे त्यांना माहीत होतंच. "साठच्या आसपास देत असणार. आमची कंपनी तुला किती देते?"

असं विचारताना त्या प्रौढ माणसाला बहुतेक गंमत वाटत असावी आणि त्या वेळी तो प्रथम हसला होता.

"मला काम कुठल्या प्रकारचं करावं लागतं माहीत आहे? तुमच्यासारख्या हुशार वकिलांना सूचना द्यायच्या, सामाजिक काम करण्यासाठी उद्युक्त करायचं आणि ते तयार होऊन, सामाजिक बांधिलकीची जाण मनात ठेवून काम करायला

लागले की, त्यांची पाठ थोपटायची. या कामासाठी ही कंपनी मला दर वर्षाला चार लाख डॉलर्स देते, चार लक्ष! तुझा यावर विश्वास बसेल?''

ॲडमच्या कानावर काही अफवा आल्या होत्या. ''तुम्ही हे तक्रार म्हणून सांगताय?''

''नाही मि. हॉल, मी या शहरातला सर्वात सुदैवी वकील आहे. मला हे काम करताना आनंद वाटतो. या कामासाठी मला भरपूर पैसे मिळतात. मी काम करायला बसलो की, घड्याळ लावत नाही आणि बिल किती लावायचं, याची काळजी करत नाही. मी अजूनही आठवड्यातले साठ तास काम करतोय. मी जवळजवळ सत्तरीला पोचलो आहे.''

मनावरच्या ताणामुळे तरुणपणी गुडमननी दारूचं व्यसन आणि झोपेच्या गोळ्या घेतल्या होत्या आणि स्वत:चा अगदी अंत ओढवून घेतला होता, अशी गोष्ट पूर्वीचे लोक सांगायचे. त्यांची मुलं घेऊन त्यांची बायको त्यांना सोडून गेली होती, तेव्हापासून त्यांनी एक वर्षभर दारू घेतली नव्हती आणि त्यांची कंपनीला जरुरी आहे, असं त्यांच्या सर्व भागीदारांना पटवून दिलं होतं. त्यांना ऑफिससाठी फक्त एका खोलीची जरुरी होती आणि तिथे त्यांचं आयुष्य घड्याळावर अवलंबून नसेल, याची ग्वाही दिली होती.

''एमिट वायकॉफसाठी तू कोणत्या प्रकारचं काम करतोस?'' गुडमन यांनी विचारलं.

''संशोधनाचं काम जास्त आहे. सध्या ते संरक्षण खात्यासाठी कामं करणाऱ्या ठेकेदारांच्या वतीनं त्यांच्यावर त्या खात्याने ठेवलेले आरोप खोडून काढायचं काम करतायत आणि त्यातच माझा बराच वेळ जातो. गेल्या आठवड्यात त्यांच्या वतीने कोर्टात, न्यायालयात सरकारने केलेले आरोप खोडून काढण्यासाठी मी युक्तिवाद केले होते.'' ॲडमनं हे थोड्या प्रौढीनंच सांगितलं होतं, कारण नव्या वकिलांना पहिले बारा महिने ऑफिसमधल्याच कामांमध्ये गुंतवून ठेवलं जायचं.

''खऱ्या खटल्यामध्ये?'' गुडमन यांच्या प्रश्नामागे थोडासा भीतियुक्त आदर होता.

''होय साहेब.''

''खऱ्या न्यायालयात?''

''होय साहेब.''

''खऱ्या न्यायाधीशासमोर!''

''बरोबर.''

''कोण जिंकलं?''

''संरक्षणखातं. न्यायाधीशांनी त्यांच्या बाजूने निर्णय दिला, पण सामना अटीतटीचा झाला. मी त्यांना अगदी जवळजवळ खिंडीत गाठलं होतं.''

गुडमन हसले, पण तो विषय तिथे संपला आणि त्यांनी फाइल पुन्हा उघडली.

''वायकॉफनी तर इथे तुझी खूपच तरफदारी केली आहे आणि खरंतर असं त्याच्या स्वभावात बसत नाही.''

''हुशारीची त्यांना कदर आहे.'' ॲडमने हे वाक्य चेहऱ्यावर हास्य आणून म्हटलं.

''मि. हॉल, मला वाटतं तुझी विनंती अर्थपूर्ण आहे, पण तुझ्या मनात नेमकं काय आहे?''

ॲडम हसायचा थांबला. त्याने घसा खाकरून साफ केला. तो एकदम अस्वस्थ, बेचैन झाला. पायांची उलटापालट केली आणि बोलायला लागला, ''हं! मृत्युदंडाची शिक्षा झालेला एक दावा आहे.''

''मृत्युदंडाची शिक्षा झालेला दावा?'' गुडमन यांनी पुनरुच्चारण केलं.

''होय साहेब.''

''का?''

''माझा मृत्युदंडाच्या शिक्षेला विरोध आहे.''

''मि. हॉल, आपण सर्वच जण मृत्युदंडाच्या विरोधात आहोत. मी या भयानक प्रकाराबाबत पुस्तकं लिहिली आहेत. तू स्वत:ला त्यात का अडकवून घेत आहेस?''

''तुमची पुस्तकं मी वाचली आहेत. मला फक्त मदत करायची आहे.''

गुडमन यांनी ती फाइल बंद केली आणि ते टेबलावर पुढे ओणवे झाले. त्यामुळे दोन कागद घसरून खाली फरशीवर पडले. ''तू खूप तरुण आहेस आणि तुझा अनुभव कमी आहे.''

''तुम्हाला कदाचित आश्चर्य वाटेल.''

''हे बघ मि. हॉल, एखाद्या सार्वजनिक ठिकाणी काही जण निरर्थक चर्चा करतात किंवा कोणी कोणालाही सल्ला देत असतो, त्या प्रकारातला हा विषय नाही. हा जीवन-मृत्यूचा प्रश्न आहे. या बाबतीतल्या निर्णयाबद्दल प्रचंड दबाव आहे. अरे बाबा, हा गमतीचा मामला नाही.''

ॲडमनं मान हलवून त्यांच्या बोलण्याला सहमती दर्शवली, पण काहीच बोलला नाही. त्यानं त्याची नजर गुडमन यांच्या डोळ्यांवर, पापणी न मिटता रोखून धरली होती. कुठेतरी दूर टेलिफोनची रिंग वाजल्याचा आवाज आला होता, पण त्या दोघांनी त्याकडे दुर्लक्ष केलं.

''क्रॅव्हिट्झ आणि बेन यांच्यासाठी तू कोणता नवीन दावा किंवा कोण नवीन पक्षकार निवडला आहेस?'' गुडमन यांनी विचारलं.

''तो केहॉल दावा.'' ॲडमने सावकाश उत्तर दिलं.

गुडमननी त्यांचं डोकं हलवलं, गळ्याशी असलेला आडवा टाय दोन बोटांत

धरून थोडा बाहेर ओढला.

''सॅम केहॉल यांनी आपल्याला काढून टाकलं आहे आणि तसं आपल्याला काढून टाकायचा सॅम यांचा अधिकार पाचव्या मंडल न्यायालयाने मान्य केलेला आहे.''

''हो, मी ते वाचलंय. पाचव्या मंडल न्यायालयाचं म्हणणं मला माहिती आहे. तरीपण त्या माणसाला वकिलाची गरज आहे.''

''नाही, त्याला गरज नाही. त्याचा कोणी वकील असो किंवा नसो, तीन महिन्यांत तो माणूस संपणार आहे. माझ्या आयुष्यातून तो बाहेर झालाय, मला समाधान वाटतंय.''

''त्याला वकिलाची गरज आहे.'' ॲडमनं पुन्हा सांगितलं.

''तो स्वत:ची बाजू स्वत:च मांडतोय आणि तो हुशार आहे. पूर्णपणे प्रामाणिक आहे. स्वत:चे अर्ज, न्यायालयात स्वत:ची बाजू मांडण्यासाठी जे जे मुद्दे काढावे लागतात त्या सर्वांचं टंकलेखन, संशोधन तो स्वत: करतो. त्या तुरुंगात त्याच्याबरोबर मृत्यूची शिक्षा झालेल्या इतर कैद्यांना तो सल्ला देतो, त्यांचे अर्ज लिहून देतो, असं मी ऐकलं आहे. मी त्याच्या सर्व फाईल्सचा अभ्यास केला आहे.'' इ. गार्नर गुडमनंनी त्यांचा चष्मा काडीभोवती फिरविला. त्या वेळी ॲडम हे करायला का उद्युक्त होत होता, याचा विचार ते करत होते. पुढे ते म्हणाले, ''अरे, ती फाइल म्हणजे त्यात पाचशे किलोचा तपशील आहे आणि हे सारं तू का करतोस?''

''त्या केसमुळे माझ्या मनात एक कुतूहल निर्माण झालंय. मी खूप वर्षं त्यावर लक्ष ठेवून होतो. त्या माणसाबद्दल जे जे काही वर्तमानपत्रातून छापून आलंय, ते मी वाचलं आहे. तुम्ही काही वेळापूर्वी विचारलं होतं की, क्रॅव्हिट्झ आणि बेनच का? त्यातली खरी गोष्ट अशी आहे की, मला केहॉल केसवर काम करायचं आहे आणि या कंपनीने ती केस गेली आठ वर्षं फुकट चालवली आहे, हे बरोबर आहे ना?''

''झालीयंत फक्त सात वर्षं, पण असं वाटतंय की, ती केस गेली वीस वर्षं चाललीये आणि या केसच्या संदर्भात आपण जेव्हा केहॉलशी बोलायला जातो, त्या वेळी तो चांगला वागत नाही.''

''ते समजण्यासारखं आहे. नाही, म्हणजे माझं म्हणणं असं आहे की, गेली दहा वर्षं तो एकान्त कोठडीतला तुरुंगवास भोगतोय.''

''तुरुंगातल्या आयुष्याबद्दल मला काही सांगू नकोस. तू कधी तुरुंगात, आत जाऊन पाहिलं आहेस?''

''नाही.''

''मग ठीक आहे. मी सहा राज्यातल्या, मृत्यूची शिक्षा झालेल्या कैद्यांना

ठेवतात, ते तुरुंग आत जाऊन पाहिले आहेत. मी जेव्हा सॅमला पहिल्यांदा भेटलो होतो, त्या वेळी त्याला खुर्चीला साखळीनं बांधून ठेवलं होतं. त्या वेळी सॅमने मला खूप शिव्या दिल्या होत्या. तो चांगला माणूस नाही. तो सर्वांचाच द्वेष करणारा, सुधारण्याच्या पलीकडला वंशविद्वेषी आहे. तू जेव्हा त्याला भेटशील, त्या वेळी तो तुझासुद्धा असाच द्वेष करेल.''

''मला नाही तसं वाटत.''

''हॉल, तू एक वकील आहेस. वकिलांचा, काळ्या निग्रोंचा आणि ज्यू लोकांचा तो द्वेष करतो. दहा वर्षं तो मृत्युदंड झालेल्या कैद्यांच्या कोठडीत आहे आणि वकिलांच्या कटामुळेच त्याचा बळी पडतोय, अशी त्याची भावना आहे. दोन वर्षं तो आपल्याला हाकलून द्यायच्या प्रयत्नात होता. आपण जर इतर खटल्यांसारखी त्याच्या खटल्याची जर बिलं केली असली, तर बिलांचा आकडा वीस लाख डॉलर्सच्या घरात झाला असता. आपण झटून त्याला वाचवण्यासाठी काम करत होतो आणि तो आपल्याला हाकलून द्यायच्या प्रयत्नात होता. इथून दूरवरच्या त्या पार्चमन इथे जाण्याचा, अडचणींचा प्रवास करत मी त्याला अगणित वेळा भेटण्यासाठी तिथे गेलो, पण प्रत्येक वेळी त्याने मला भेटायला नकार दिला. मि. हॉल, तो वेडा माणूस आहे. तू तुझ्यासाठी दुसरं कुठलंतरी काम बघ. मुलांना मिळणारी अन्याय्य वागणूक, त्यांची पिळवणूक वगैरे.''

''नाही, धन्यवाद. मृत्युदंडाची शिक्षा मिळालेल्यांसाठी मला काम करायचंय. सॅम केहॉलच्या गोष्टीने मला भारून टाकलंय गुडमनसाहेब.''

गुडमननी काळजीपूर्वक त्यांचा चष्मा नाकाच्या टोकाच्या अलीकडे ठेवला आणि नंतर सावकाशपणे त्यांनी त्यांचे पाय झोका घेतल्यासारखे कोपऱ्यातल्या टेबलापाशी नेले. त्यांनी त्याच्या कडक इस्त्रीच्या शर्टच्या पृष्ठभागावर हाताची घडी घातली. ''सॅम केहॉलच्या केसने तुला का पछाडून टाकलंय, असं तुला विचारलं, तर तुला राग तर येणार नाही ना?''

''नाही, मनाला भुरळ घालणारी ती केस आहे, असं नाही तुम्हाला वाटत?''

''क्लॅन समूह, नागरी हक्कांबाबतची चळवळ, बॉम्बस्फोट, स्थानिक लोकांना झालेल्या यातना.... अमेरिकेच्या इतिहासातल्या एका महत्त्वाच्या कालखंडातल्या घटनांची पार्श्वभूमी या केसच्या मागे आहे. केस फार जुन्या काळातली वाटते, पण तशी ती पंचवीस वर्षांपूर्वीचीच आहे आणि खिळवून टाकणारी आहे.''

त्यांच्या डोक्यावर छताला लटकावलेला पंखा अगदी सावकाशपणे फिरत होता. एक मिनिट गेलं. गुडमननी त्यांचे पाय जमिनीवर टेकवले आणि कोपरं टेबलावर टेकवून ॲडमकडे पाहत बोलू लागले, ''मि. हॉल, समाजासाठी विना मोबदला काम करण्याच्या इच्छेमागची भावना मी समजू शकतो, पण त्यासाठी

इतर ठिकाणी काम करायला बऱ्याच जागा आहेत आणि त्यासाठी तुला इतर कुठलातरी दावा शोधावा लागेल. ही काही लुटुपुटुचे दावे चालविण्याची कॉलेजातली स्पर्धा नाही.''

''मीही आता विद्यार्थी राहिलेलो नाही.''

''मि. हॉल, सॅम केहॉलने त्याची बाजू मांडण्याचे आपल्याला दिलेले अधिकार, वकीलपत्रं रद्द केलंय, याची तुला कल्पना आहे, असं दिसत नाही.''

''मला त्यांना भेटण्याची एक संधी हवी आहे.''

''कशासाठी?''

''त्यांची बाजू मांडण्यासाठी मी त्यांचं मन वळवू शकेन, असं मला वाटतं.''

''खरंच?''

ॲडमने एक खोल श्वास घेतला. नंतर तो उठून उभा राहिला. फायलींच्या गठ्ठ्याच्या बाजूने कुशलतेने वाट काढत तो खिडकीजवळ जाऊन उभा राहिला. तिथे त्याने परत एकदा खोल श्वास घेतला. गुडमन हे सर्व पाहत होते.

''गुडमन साहेब, मला एक तुम्हाला गुप्त गोष्ट सांगायची आहे. एमिट वायकॉफखेरीज दुसऱ्या कोणालाही ती माहीत नाही. माझा काही इलाज चालला नाही, म्हणून त्यांना ती सांगावी लागली. तुम्हीसुद्धा ती तुमच्या खाजगीतच ठेवा. दुसऱ्या कोणालाही सांगू नका. चालेल? ठेवाल ना गुप्त?''

''हो, मी ऐकतोय.''

''तुम्ही मला तसं वचन देताय?''

''हो, मी तुला तसं वचन देतो.'' गुडमननी चष्म्याची काडी दातात चावत हे वाक्य सावकाश उच्चारलं. खिडकीतून आत ऊन येऊ नये, म्हणून तिरक्या पातळ पट्ट्या लावल्या होत्या. त्यांच्यातल्या एका फटीतून ॲडमने बाहेर नजर टाकली. त्याला मिशिगन सरोवरात विहार करत असलेली शिडाची एक बोट दिसली आणि जलद गतीने तो म्हणाला, ''मी सॅम केहॉलचा नातेवाईक आहे.''

गुडमनना आश्चर्य वाटून ते थरारले वगैरे काही नव्हते. ''बरं, नातेवाईक? नातं कोणत्या प्रकारचं आहे?''

''त्यांचा एडी केहॉल नावाचा एक मुलगा होता. क्रॅमर स्फोटासंबंधातल्या खटल्यात त्याच्या वडलांना अटक झाल्यानंतर, त्यांना मृत्युदंडाची शिक्षा झाल्यानंतर, त्याला मिसिसिपी राज्यात राहणं अपमानास्पद वाटायला लागलं. त्यामुळे तो मिसिसिपी राज्य सोडून गेला आणि नंतर कॅलिफोर्नियात आपलं नाव बदलून राहायला लागला. त्यानं भूतकाळ विसरण्याचा प्रयत्न केला. त्याच्या वडलांच्या बाबतीतल्या घटनांमुळे त्याला प्रचंड मनस्ताप होत होता. त्याच्या वडलांवर लावलेले आरोप सिद्ध होऊन त्यांना मृत्युदंडाची शिक्षा झाल्यावर थोड्याच दिवसांत

म्हणजे १९८१ मध्ये त्यानं आत्महत्या केली.''

आता गुडमन खुर्चीच्या टोकावर आणखीनच सावरून बसले.

''एडी केहॉल हे माझे वडील होते.''

''सॅम केहॉल हे तुझे आजोबा आहेत?'' हे वाक्य गुडमन जरा चाचरतच बोलले.

''हो, मी सतरा वर्षांचा होईपर्यंत मला माहीत नव्हतं. माझ्या वडलांचं दफन करण्याच्या वेळी माझ्या आत्यानं ते सांगितलं.''

''वॉव!'' खांदे उडवत गुडमन म्हणाले.

''तुम्ही हे कोणाला सांगणार नाही, असं तुम्ही मला वचन दिलंय.''

''हो नक्कीच!'' गुडमन खुर्चीतून उठले. त्यांनी समोरच्या टेबलाच्या कडेवर स्वत:चं बूड टेकवलं, पाय खुर्चीत टाकले, समोर खिडकीच्या ऊन अडवणाऱ्या आडव्या पट्ट्यांकडे पाहत विचारलं, ''सॅमला हे माहीत आहे?''

''नाही. मिसिसिपी राज्यातल्या, फोर्ड परगण्यातल्या क्लॅन्टन गावी माझा जन्म झाला; मेम्फिसमध्ये नाही; तरीपण माझा जन्म मेम्फिसचाच असं मला ते सांगत होते. त्या वेळी माझं नाव ॲलन केहॉल होतं. मला हे सर्व खूप नंतर कळलं. मी तीन वर्षांचा असताना आम्ही मिसिसिपी सोडलं. आमच्या जुन्या जागेबद्दल माझ्या आईवडलांनी कधी वाच्यतासुद्धा केली नव्हती. माझ्या आईच्या सांगण्यानुसारच त्यांनी मिसिसिपी सोडलं होतं आणि त्या दिवसापासून माझ्या आई-वडलांचा आणि आजोबांचा काहीही संपर्क नव्हता. माझ्या वडलांच्या मृत्यूच्या बातमीच्या पत्राला त्यांनी काहीही उत्तर दिलं नव्हतं. माझ्या आईनं माझ्या आजोबांना पत्र पाठवून माझ्या वडलांच्या मृत्यूची बातमी दिली.''

''फारच वाईट!'' गुडमन तोंडातल्या तोंडात पुटपुटले.

''आणखी बरंचकाही आहे गुडमनसाहेब! हे कुटुंबच महाविचित्र आहे.''

''त्यात तुझा काही दोष नाही.''

''माझ्या आईच्या माहितीनुसार माझे पणजोबा म्हणजेच सॅम केहॉलचे वडील क्लॅन समूहातले कृतिशील सभासद होते. क्लॅन समूहाविरुद्ध असलेल्या गटातल्या लोकांच्या घरावर रात्री अपरात्री झुंडीझुंडीने जाऊन, पेटते क्रॉस टाकण्याच्या मोहिमांमधून ते भाग घ्यायचे. त्यामुळे मी या कुटुंबातून आलोय, हे सांगण्याची मला लाज वाटते.''

''तुझे वडील वेगळे होते.''

''माझ्या वडलांनी आत्महत्या केली. मी तुम्हाला तपशील सांगत बसत नाही. मी घरी आलो, तेव्हा ते मृत अवस्थेत खाली फरशीवर पडलेले होते. माझी आई आणि बहीण घरी येण्यापूर्वी मी रक्त वगैरे साफ करून ठेवलं होतं. त्यांनी त्यांच्या

अक्षरात एक चिठ्ठी लिहून मला ते सर्व स्वच्छ करून ठेवण्याच्या सूचना लिहिलेल्या होत्या.''

''त्या वेळी तुझं वय सतरा होतं?''

''हो, जवळ जवळ सतरा. ते साल १९८१ होतं; नऊ वर्षांपूर्वीची गोष्ट. तेव्हाच माझ्या आत्याने मला सर्व सत्य सांगितलं, सर्व इतिहास सांगितला आणि तेव्हापासून सॅम केहॉल यांच्या त्या भयानक भूतकाळातल्या गोष्टींनी माझ्यावर मोहिनी घातली. मी ग्रंथालयात जाऊन तासन्‌तास जुन्या वर्तमानपत्रांचे, मासिकांचे ढिगारे उकरून त्यात मिळालेल्या गोष्टींचं, बातम्यांचं संकलन केलं आहे. मी तीनही खटल्यांचे तपशील वाचलेले आहेत. विधी महाविद्यालयात असतानाच मी तुमच्या कंपनीचे, सॅम केहॉल यांच्याबद्दलच्या कामांचे अहवाल, माहिती वाचत होतो. तुम्ही आणि वॅलेस टायनर यांनी अगदी कौतुकास्पद करण्यासारखं काम केलं आहे.''

''तू असं म्हणतोयंस, याचा मला आनंद होतोय.''

''घटनेतली आठवी दुरुस्ती आणि मृत्युदंडासंबंधातल्या उलटसुलट बाजूंच्या तपशिलांबद्दलची शेकडो पुस्तकं आणि त्या संबंधात हजारोंनी आलेले लेख मी वाचून काढले आहेत. त्यावर तुम्हीसुद्धा चार पुस्तकं लिहिली आहेत. आणखी तुम्ही त्या संबंधात आणखीही लेखन केलेलं आहे. मला कल्पना आहे की, मी या क्षेत्रात नव्याने आलेलो आहे. मला अनुभव कमी असेल; पण मी केलेला अभ्यास, त्याबद्दलचं संशोधन मात्र निर्दोष आहे.''

''सॅम तुझा वकील म्हणून स्वीकार करेल असं तुला वाटतं?''

''मला माहीत नाही; पण ते माझे आजोबा आहेत. त्यांना मी आवडो किंवा नावडो, मला त्यांना जाऊन भेटलं पाहिजेच.''

''तुझ्यात आणि त्यांच्यात पत्रव्यवहार किंवा समक्ष असा संबंध नव्हताच.''

''नाही आणि आम्ही मिसिसिपी सोडलं, तेव्हा मी तीन वर्षांचा होतो आणि मी त्यांना नक्कीच ओळखत नाही. मी त्यांना लिहिण्याचा हजार वेळा प्रयत्न केला, पण लिहिणं घडलं नाही. का ते कारण सांगता येत नाही.''

''ते समजण्यासारखं आहे.''

''नाही गुडमनसाहेब, तसं समजण्यासारखं ते नाहीये. आजसुद्धा मी तुमच्या ऑफिसमध्ये या क्षणाला कसा आणि का उभा राहिलो आहे, हे माझं मलाच कळत नाहीये. मला खरं म्हणजे वैमानिक व्हायचं होतं, पण का कोण जाणे, मी लॉ कॉलेजमध्ये प्रवेश घेतला; कारण समाजाला मदत करायला हवी, अशी कुठेतरी अंत:करणातून हाक येत होती. माझी कोणालातरी जरूर आहे, असं मला वाटतंय. मला बोलवणारे माझे व्याकूळ झालेले माझे आजोबाच होते. मला चार ठिकाणी

निवडलं होतं, पण मी ही कंपनी निवडली, कारण ही कंपनी धाडसी विचारांची आहे. या कंपनीतर्फे मी माझ्या आजोबांसाठी त्यांना काहीही खर्चात न पाडता त्यांच्या वतीने हा खटला, केस लढवेन; त्यांची बाजू मांडेन.''

''या कंपनीत नोकरी लागण्यापूर्वी तू तुझी पार्श्वभूमी कोणालातरी सांगायला हवी होतीस.''

''हो, मला त्याची कल्पना आहे; पण माझे आजोबा या कंपनीचे पक्षकार आहेत का, असं या कंपनीतल्या कोणी अधिकाऱ्यांनी मला विचारलं नव्हतं.''

''हो, पण तरी तू काहीतरी कल्पना द्यायला हवी होतीस.''

''म्हणजे या कारणावरून मला काढून टाकण्यात येईल?''

''मला तसं वाटत नाही. गेले नऊ महिने तू होतास कुठे?''

''इथंच. आठवड्यातले नव्वद नव्वद तास काम करत होतो. माझ्या टेबलावरच झोपत होतो, ग्रंथालयात जेवत होतो, सनद मिळवण्यासाठीच्या परीक्षेचा अभ्यास करत होतो, नव्याने लागलेल्यांसाठी जी शिबिरं भरविली जात होती, त्या सर्वांमध्ये भाग घेत होतो.''

''हे सर्व म्हणजे वेडेपणाचा प्रकार आहे नाही?''

''मी त्या सर्वांना पुरून उरलो.'' सरोवराचा परिसर चांगला दिसावा, म्हणून खिडकीला लावलेल्या आडव्या तिरक्या पट्ट्यांपैकी दोन पट्ट्यांमधलं अंतर बोटाने वाढवून ॲडम बाहेर पाहत होता. गुडमन ते पाहत होते.

''तुम्ही या सर्व पट्ट्या वर का नाही करत?'' ॲडमने विचारलं, ''बाहेरचं दृश्य छान आहे.''

''मी ते पूर्वी पाहिलेलं आहे.''

''अशा दृश्यांसाठी मी माझा जीव ओवाळून टाकीन. माझ्या वाट्याला आलेली खोली कसली, खुराडंच आहे ते! अशा देखाव्यांपासून मैलोनमैल दूर आहे.''

''भरपूर काम कर, कामाचे पैसे दणकून लाव आणि एके दिवशी ही खोली तुझी होईल.''

''नाही, मला ते शक्य दिसत नाही.''

''तू ही कंपनी सोडणार आहेस?''

''नंतरच्या काळात तशी शक्यता आहे, पण ते वेगळं गुपित आहे. काही वर्षं मी नेटाने भरपूर काम करणार आहे, मग जीवन घड्याळ्याच्या काट्यांना बांधलेलं नसणार. मला लोकांच्या हिताची कामं करायची आहेत. तुम्ही करताय तशी.''

''म्हणजे नऊ महिन्यातल्या काळातच तुला क्रॅव्हिट्झ आणि बेन कंपनीत काम करण्याचा उबग आला?''

''नाही, पण तसा येईल असं मला वाटतंय. लुच्च्या, कपटी श्रीमंतांच्या किंवा

हट्टी, दुराग्रही कंपन्यांच्या बाजू मांडण्यात मला माझी कारकीर्द बरबाद करायची नाही.''

''म्हणजे तू नक्कीच चुकीच्या जागी आलेला आहेस.''

ॲडम खिडकीजवळून बाजूला झाला, टेबलाच्या कडेशी येऊन उभा राहिला, गुडमनसाहेबांकडे रोखून पाहत म्हणाला, ''मी चुकीच्या जागी आलोय आणि माझ्या कामाच्या प्रकारात मला बदल हवाय. मेम्फिसमध्ये असलेल्या आपल्या कंपनीच्या छोट्या ऑफिसमध्ये वायकॉफ काही महिन्यांकरता मला पाठवायला तयार होतील. तिथे मी केहॉल केसवर काही काम करू शकेन, म्हणजे मी रजेवर गेल्यासारखा जाईन, पण रजा पूर्ण पगारी असेल.''

''आणखी दुसरं काही?''

''नाही. एवढंच. तेवढ्याने भागेल. मी आता एक अननुभवी नवखा वकील आहे. इथून मी बाहेर पडलो, तर कोणाचंच काही अडणार नाही. माझी अनुपस्थिती इथे कोणाला जाणवणारही नाही. इथे जीव तोडून काम करणारे उत्साही तरुण उमेदवार बक्कळ आहेत आणि अठरा तास काम करून वीस तासांचं बिल करणारेही आहेत.''

गुडमनच्या चेहऱ्यावरचा तणाव निवळल्यासारखा दिसला. त्यांच्या चेहऱ्यावर प्रेमळ हास्य उमटलं. ॲडम जे काही बोलला होता ते पटून त्याला अनुमोदन दिल्यासारखं त्यांनी डोकं हलवलं. ''तू हे सर्व आधीच ठरवलं होतंस, बरोबर? या कंपनीनं पूर्वी सॅमची बाजू मांडली होती, म्हणूनच तू या कंपनीत नोकरी स्वीकारलीस आणि याखेरीज या कंपनीचं मेम्फिसमध्ये एक ऑफिस आहे, हेही एक कारण होतं.''

ॲडमने न हसता होकारार्थी मान हलविली. ''गोष्टी अशा घडून आल्या आहेत खऱ्या, पण योग्य वेळ केव्हा येईल, ते मला माहीत नव्हतं; पण माझी योजना तशीच होती. पण पुढे काय होणार आहे, याबद्दल मला काही विचारू नका.''

''काही नाहीतरी फारफार तर तीन महिन्यांत त्यांचा मृत्यू अटळच आहे.''

''पण गुडमनसाहेब, मला काहीतरी करायचंय. जर आपल्या कंपनीने मला ही केस हाताळायची परवानगी दिली नाही, तर मी राजीनामा देईन आणि माझ्या स्वत:च्या बळावर मी ती केस चालवीन.''

गुडमननी त्यांचं डोकं हलवलं आणि उडी मारून ते एकदम उभे राहिले. ''हॉल, तू तसं करू नकोस. आपण काहीतरी मार्ग काढू. व्यवस्थापक भागीदार डॅनियल रोझेनच्याकडे मी याबद्दल बोलेन. तो त्याला मान्यता देईल, असं मला वाटतं.''

''त्यांची ख्याती एवढी चांगली नाही.''

“ते तसेच आहेत, पण मी त्यांच्याशी बोलू शकेन.”

“तुम्ही आणि वायकॉफ यांनी जर माझी तरफदारी केली, तर ते मान्य करतील.”

“हो नक्कीच. तुला भूक लागलीये?” गुडमनने खिशात हात घालून काहीतरी काढलं.

“हो, थोडीशी.”

“चल, आपण बाहेर जाऊन एखादं सँडविच खाऊ.”

कोपऱ्यावरच्या उपाहारगृहात अद्याप दुपारच्या जेवणासाठी येणाऱ्यांची गर्दी वाढली नव्हती. उपाहारगृहाच्या दर्शनी भागात समोरच्या काचेच्या भिंतीतून पलीकडच्या पदपथावरचे जा-ये करणारे लोक दिसू शकत होते. तिथेच एका छोट्या टेबलाशी कंपनीचे भागीदार आणि नव्याने लागलेला उमेदवार बसले. समोरच्या रस्त्यांवरची वाहतूक कमी होती आणि काही फुटांवर असलेल्या पदपथावर लोक शेकड्यांनी आणि घाईघाईने जात असल्याचं दिसत होतं. वेटरने गुडमनकरता भरपूर लोणी लावलेला बीफ सँडविच आणि ॲडमकरता चिकन सूप टेबलावर आणून ठेवलं.

“सध्या मृत्युदंडाची शिक्षा झालेले किती कैदी मिसिसिपीमध्ये आहेत?” गुडमनने विचारलं.

“गेल्या महिन्यातल्या आकडेवाडीनुसार अठ्ठेचाळीस. त्यातले पंचवीस कृष्णवर्णीय निग्रो आणि तेवीस श्वेतवर्णीय लोक आहेत. दोन वर्षांपूर्वी विली पॅरीस या कैद्याची मृत्युदंडाची शिक्षा अमलात आली आणि एखादा चमत्कार झाला नाही, तर सॅम केहॉल हे त्यानंतर असतील.”

गुडमन यांनी सँडविचचा एक मोठा तुकडा दातांनी तोडला आणि कागदी रुमालानं तोंड पुसलं.

“पण त्यासाठी खरोखर एक भला मोठा चमत्कारच व्हायला हवा, कारण कायद्याच्या कक्षेतले सर्व उपाय करून झाले आहेत.”

“शेवटच्या क्षणी वापरायच्या काही सूचना किंवा अर्ज असतात.”

“डावपेचांच्या क्लृप्त्या आणि युक्तिवादाबद्दल आपण नंतर बोलू. मला नाही वाटत, यापूर्वी तू कधी पार्चमनला गेला असशील.”

“नाही, मला हे सर्व जेव्हा कळलं, तेव्हापासून मी मिसिसिपीला जायला तळमळतोय, पण जाणं झालं नाही.”

“मिसिसिपी नदीच्या त्रिभुज प्रदेशातल्या मध्यभागात ग्रीनव्हील गावापासून तो भाग जवळ आहे. त्याचा विस्तार सतरा हजार एकरांचा आहे. जगातली ती बहुतेक सर्वांत जास्त तापमानाची जागा आहे. त्या जागेजवळून एकोणपन्नास क्रमांकाचा

हमरस्ता जातो. त्या रस्त्याच्या पश्चिमेला एखाद्या छोट्या खेड्यासारखा तो तुरुंग वसलेला आहे. खूप इमारती आणि घरं आहेत. दर्शनी भागात कारभारविषयक विभाग आहेत आणि त्यांना कुंपणं नाहीत. शेताच्या संपूर्ण क्षेत्रावर तीस वेगवेगळ्या छावण्यांच्या स्वरूपात छोट्या छोट्या वस्त्या आहेत. त्या सर्वांभोवती भरभक्कम कुंपणं आहेत आणि ती पूर्ण सुरक्षित आहेत. प्रत्येक वस्ती किंवा छावणी वेगवेगळी आहे. कुठल्याही छावण्या एकमेकांशी जोडलेल्या नाहीत. काहीकाहींच्यात तर काही मैलांचं अंतर आहे. आपण या छावण्यांच्या बाजूने मोटारीने जाऊ शकतो, पण या छावण्यांच्या सभोवताली काटेरी तारांचं भरभक्कम कुंपण आहे. बाजूने जाताना छावण्यांच्या आवारातले, काहीही उद्योग करत नसलेले, इकडेतिकडे शेकड्यांच्या संख्येने फिरत असलेले रिकामटेकडे कैदी दिसतात. त्यांच्यात्यांच्यातल्या विभागणीनुसार निरनिराळ्या विभागांसाठी त्यांच्या अंगावर वेगवेगळ्या रंगांचे कपडे दिसतात. असं दिसतं की, ते सर्व कृष्णवर्णीय तरुण आहेत. ते नुसते इकडेतिकडे फिरत असतात. काही बास्केटबॉल खेळत असतात, तर इमारतींच्या दर्शनी भागातल्या पोर्चसारख्या भागात काही जण निवांत बसलेले असतात. एखादाच गोऱ्या कातडीचा माणूस दिसतो. आपण मोटारीतून एकटेच सावकाश जात राहतो. खडबडीत रस्त्यांवरून, बाजूनं इमारती, काटेरी तारांचं कुंपणं असलेल्या छावण्यांच्या इमारती मागेमागे जात असतात आणि मग एक धाब्याचं छप्पर असलेली अगदी साधी, एक छोटी इमारत दृष्टीला पडते. त्या इमारतीच्या चहूबाजूने उंच उंच काटेरी तारांची कुंपणं आहेत. त्या कुंपणात कैद्यांवर लक्ष ठेवण्यासाठी उंच उंच मनोरे उभारलेले आहेत. त्या मनोऱ्यांतून रखवालदार सुरक्षाकर्मी हातात बंदुका घेऊन सर्व दिशांकडे लक्ष ठेवून असतात. ही अत्याधुनिक व्यवस्था आहे. त्या तुरुंगाला अधिकृत असं एक नाव आहे, पण सर्व जण त्याला 'रो' असंच संबोधतात.''

''जरा विचित्रच जागा दिसतेय.''

''मला वाटलं ही एक भयानकच, अंधारी जागा असेल. म्हणजे जिथे सूर्यप्रकाश येत नाही, छपरातून पाणी गळतंय वगैरे अशी असेल. पण ती एका कापसाच्या शेताच्या मध्यभागी, वर सपाट छप्पर असलेली छोटी इमारत आहे. खरं पाहता इतर राज्यातल्या मृत्युदंडाच्या शिक्षा झालेल्यांसाठीच्या तुरुंगाच्या इमारतींच्या तुलनेत ही इतकी वाईट नाही.''

''मला ही 'रो' इमारत पाहायची आहे.''

''तू ती इमारत पाहावीस, इतकी तुझी तयारी झालेली नाही. मरणाची वाट पाहत असलेल्या विषण्ण, दुःखी लोकांनी भरलेली ती एक भयानक जागा आहे. मी पहिल्यांदा ती जेव्हा पाहिली, तेव्हा माझं वय साठ वर्षांचं होतं आणि त्यानंतर मी एक आठवडा झोपू शकलो नव्हतो.'' त्यांनी कॉफीचा एक घोट घेतला. ''तू

तिथे गेल्यानंतर तुला काय वाटेल, याचा मी अंदाज बांधू शकतो. एकदम अनोळखी माणसासाठी तुम्ही काम करत असताना 'रो' ही जागा तर फारच वाईट ठरते.''

''सॅम तर मला पूर्णपणे अनोळखी असे आहेत.''

''इतर वेळी मी त्यांचा उल्लेख एकेरी केला असता, पण सॅम तुझे आजोबा आहेत, हे कळल्यानंतर त्यांचा उल्लेख जरा आदरार्थीच करावा हे बरं! त्यांना कसं सांगणार, याचा विचार केलायंस का?''

''मला काही सुचत नाही. मी जरा वेगळा विचार करतोय; पण मला खात्री आहे की, ते आपोआप जमेल.'' यावर गुडमननी त्यांचं डोकं हलवलं.

''हे सगळं विचित्रच आहे.''

''सर्व कुटुंबच विचित्र आहे.''

''मला आत्ता असं आठवतंय की, सॅमना दोन मुलं होती. म्हणजे त्यातली एक मुलगी होती. खूप काळ गेलाय. तुला सांगतो की, टायनरने यावर बरंचसं काम केलं होतं.''

''त्यांची मुलगी माझी आत्या आहे. ती केहॉल बूथ, पण ती तिच्या लग्नापूर्वीचं नावं विसरू पाहतेय. मेम्फिसमधल्या एका श्रीमंत घरातल्या मुलाशी तिनं लग्न केलं. तिच्या नवऱ्याच्या मालकीच्या एक का दोन बँका आहेत. तिच्या सासरची माणसं तिच्या वडलांबद्दल कुठेही वाच्यता करत नाहीत.''

''सध्या तुझी आई कुठे आहे?''

''पोर्टलँडमध्ये आहे. तिनं काही वर्षांपूर्वी पुन्हा लग्न केलं. आम्ही वर्षातून दोनदा एकमेकांशी बोलतो. आमचे संबंध तितकेसे चांगले नाहीत, असं म्हणायला हरकत नाही.''

''पेपरडाईन विश्वविद्यालयात शिक्षण घेणं तुला कसं परवडलं?''

''विमा! त्यामुळे शक्य झालं. माझ्या वडलांच्या नोकऱ्या टिकायच्या नाहीत, पण विमा उतरवण्याचा शहाणपणा त्यांनी केला होता. त्यांनी त्यांच्या आयुष्याचा शेवट करण्यापूर्वी त्याची मुदत पूर्ण झालेली होती.''

''सॅमनी त्यांच्या कुटुंबीयांचा उल्लेख कधी केला नव्हता आणि त्यांच्या कुटुंबीयांनी त्यांचं नाव कधी घेतलं नव्हतं. त्यांची पत्नी म्हणजे माझी आजी माझ्या आजोबांवरचा गुन्हा सिद्ध होऊन त्यांना शिक्षा होण्यापूर्वीच वारली. अर्थात मला हे माहीत नव्हतं. माझ्या पूर्वजांबद्दलची माहिती मला माझ्या आईकडून काढून घ्यावी लागली. तिनं तिचा भूतकाळ विसरण्याचा खूप प्रयत्न केलेला होता आणि बराचसा ती विसरलीही होती. इतर सर्वसाधारण परिवारांबाबत काय घडत असेल कोण जाणे; पण गुडमनसाहेब, आमच्या परिवारातले दोघे किंवा तिघे जर कधी एकत्र

आले, तर भूतकाळाबद्दल सर्वात शेवटी चर्चा होते. त्यामुळे भूतकाळाच्या अंधकारात आमच्या कुटुंबाबद्दलची बरीच गुपितं दडलेली आहेत.''

ॲडम सांगत असलेली कहाणी गुडमन लक्ष देऊन ऐकत होते. त्यांनी सँडविचचा एक तुकडा तोंडात टाकण्यासाठी बोटामध्ये धरला होता, तेव्हा ते म्हणाले, ''तुला एक बहीण होती, असं तू म्हणाला होतास.''

''हो, मला एक बहीण आहे. तिचं नाव कारमेन आहे. तिचं वय तेवीस आहे. ती दिसायला सुंदर आहे, हुशार आहे. वकिलीच्या महाविद्यालयात ती पदवीचं शिक्षण घेत आहे. तिचा जन्म लॉस एन्जल्स इथे झाला. त्यामुळे आमच्यासारखं तिला नाव बदलण्याच्या प्रकारातून जावं लागलं नाही. आम्ही एकमेकांशी संपर्क ठेवून असतो.''

''तिला हे सर्व माहीत आहे?''

''हो, तिला माहीत आहे. माझी आत्या ली. माझ्या वडलांच्या मृत्यूनंतरच्या उत्तरक्रियेनंतर तिनं मला हे पहिल्यांदा सर्व सांगितलं. मग माझ्या आईनं हे सर्व तिला सांगायला मला सांगितलं. त्या वेळी ती केवळ चौदा वर्षांची होती. तिने सॅम केहॉलच्या बाबतीत कधीच रस किंवा औत्सुक्य दाखवलं नाही. परिवारातल्या सर्वांना असंच वाटतं की, त्यांनी शांतपणे या जगातून निघून जावं.''

''त्यांची इच्छा पूर्ण होण्याची वेळ जवळ आलेली आहे.''

''पण नाही, ते तसं होणार नाही आणि आवाज न होता शांतपणे तर नाहीच नाही. आपण त्याविरुद्ध आवाज उठवणार आहोत ना गुडमनसाहेब?''

''हो, आपण तसं करणार, यात शंकाच नाही. काही थोड्या काळाकरता का होईना, सॅम केहॉल यांच्याबद्दल खूप काही बोललं जाईल. बॉम्बस्फोटासंबंधित काही जुन्या चित्रफिती प्रसारित होतील. खटल्याचा तपशील प्रसिद्ध होईल. क्लॅन समूहांनी न्यायालयाच्या आवारात सॅमच्या सन्मानार्थ केलेली नारेबाजी, निदर्शनांचे फोटो प्रसिद्ध होतील. मृत्युदंड असावा का नाही, याबद्दलच्या उलटसुलट मतासंबंधी झालेली चर्चा पुन्हा उद्भवेल. पार्चमन तुरुंगाच्या परिसरात प्रसिद्धीमाध्यमं येऊन तळ ठोकतील आणि मग ते त्याला मारतील आणि त्यानंतर दोन दिवसांनी सर्वकाही विसरलं जाईल. हे असं नेहमीच होत आलंय.''

ॲडमनं आपलं सूप ढवळलं, चिकनचा एक पातळ तुकडा काळजीपूर्वक उचलला, क्षणभर त्याकडे निरखून पाहिलं, नंतर तो परत सूपच्या रश्श्यात टाकला. त्याला भूक नव्हती. गुडमनसाहेबांनी आणखी एक सँडविच संपवलं. कागदाच्या रुमालानं जिवणीच्या कडा साफ केल्या.

''ॲडम, तू हे सर्व टाळू शकशील, असं मला वाटत नाही.''

''मी त्याबद्दल थोडा विचार केलेला आहे.''

"विसरून जा.''

"हे काम तू हातात घेऊ नकोस, असं माझ्या आईनं आवर्जून मला सांगितलं होतं. माझी बहीण त्याबद्दल काही चर्चा करायलासुद्धा तयार नाही आणि माझ्या आत्याला तर असं वाटतं की, ते पुन्हा आपल्याला केहॉल म्हणून ओळखायला लागतील आणि त्यामुळे आपण कायमचे नामशेष होऊ.''

"ती शक्यता नाकारता येत नाही. वर्तमानपत्रं तुझ्याशी याबद्दल चर्चा करतील. कृष्णवर्णीय आणि गौरवर्णीय यांच्यातला झगडा पुन्हा उकरून काढतील आणि आजोबांच्या गादीवर तुला बसवतील आणि त्यांचे सर्व अवगुण तुला चिकटवतील. त्यांच्या दृष्टीने त्यांना सनसनाटी बातम्या मिळतील. त्यांचं उखळ पांढरं होईल. ॲडम, तू या सर्व गोष्टींचा एकदा विचार कर. अगदी शेवटच्या क्षणी, ज्याची काही माहिती नव्हती, असा एक माणूस वकील म्हणून उभा राहतो आणि शेवटच्या काही दिवसांत त्यांच्या लबाड आजोबाला मृत्युदंडाच्या तावडीतून सोडवण्यासाठी शर्थीचे प्रयत्न करतो, असं काहीतरी चित्र दिसेल.''

"हो, तसं काहीतरी करायला मला आवडेल.''

"काही वाईट नाही. कायद्यासंबंधी, न्यायालयासंबंधी काम करणाऱ्या आपल्या कंपनीला बऱ्यापैकी प्रसिद्धीही मिळेल.''

"पण त्यामुळे दुसरी एक दुःखदायक बाब पुढे येईल.''

"मला नाही तसं वाटत. ॲडम, आपल्या क्रॅव्हिट्झ आणि बेन कंपनीतले लोक कशाला घाबरत नाहीत. कुठल्याही प्रकारची बंधनं न पाळणाऱ्या, शिकागो शहराच्या कायद्याच्या धकाधकीच्या जगामध्ये आपली कंपनी टिकाव धरून आहे. या शहरातली सर्वात वाईट कंपनी म्हणून आपल्या कंपनीची गणना होते. आपण गेंड्याचं कातडं पांघरलेले लोक आहोत. तू आपल्या कंपनीची काळजी करू नकोस.''

"म्हणजे तुम्ही सहमती दर्शवाल, असं मी धरून चालतो.''

गुडमननी त्यांच्या हातातला कागदाचा रुमाल टेबलावर ठेवला आणि कॉफीचा आणखी एक घोट घेतला. "तुझे आजोबा त्यासाठी तयार होतील, असं धरून चाललं, तर तू म्हणतोस त्या प्रकारे मोहीम हातात घेणं, ही एक चांगली गोष्ट होईल. त्यांच्याकडून संमतीची सही तू मिळवू शकतोस किंवा आपल्या कंपनीची पुन्हा नेमणूक करण्याची सही तू त्यांच्याकडून घे. मग आपला व्यवहार सुरू होईल. तुला पुढे करून तुला काय लागेल, त्याची मदत तुला आम्ही मागे राहून पुरवू. मी तुझ्यामागे तुझ्या छायेत कायम राहीन. या पद्धतीने काम होईल. पण बघ, मग त्यांना ते मारतील आणि तुला तो धक्का सहन होणार नाही. मी माझे तीन पक्षकार असे मृत्युमुखी गेलेले पाहिलेले आहेत. त्यातला एक मिसिसिपी राज्यातला होता.

नंतर मात्र तू आत्ता आहेस, तसा राहणार नाहीस.''

ॲडमने मान हलविली, तो हसला आणि त्याने पदपथावरून जाणाऱ्या पादचाऱ्यांकडे नजर टाकली.

गुडमननी त्यांचं बोलणं पुढे चालू ठेवलं होतं.

''ते जेव्हा सॅमना मारतील, त्या वेळी आम्ही तुझ्याजवळ येऊन तुझं सांत्वन करू, तुझ्या दुःखात आम्ही सहभागी आहोत, असं म्हणू.''

''या केसमध्ये आशेला जागा नाही, असं वाटतं?''

''हो, जवळजवळ नाहीच. आपण व्यूहरचना कशी करायची, याबद्दल नंतर बोलू. प्रथम मी डॅनियल रोझेनना भेटतो. त्याला कदाचित तुझ्याबरोबर दीर्घ चर्चा करण्याची जरूर भासेल. दुसरी गोष्ट म्हणजे तुला सॅम यांची भेट घेऊन समेट घडवून आणावा लागेल. हा भाग जरा अवघड आहे. तिसरी गोष्ट म्हणजे सॅम जर तयार झाले, तर आपण प्रत्यक्ष काम सुरू करू.''

''आभारी आहे.''

''माझे आभार मानू नकोस. ॲडम, हे सर्व पार पाडल्यानंतर आपले संबंध चांगले राहतील की नाही, याबद्दल मला शंका वाटते.''

''तरीपण मी आत्ता तुमचे आभार मानतो.''

५

याबाबत चर्चा करण्यासाठी बैठकीचं आयोजन लगेचच करण्यात आलं. इ. गार्नर गुडमन यांनी पहिला फोन केला आणि एका तासाच्या आत चर्चेसाठी आवश्यक असणाऱ्या मान्यवरांना चर्चेसाठी बैठकीला उपस्थित राहण्यासाठीची निमंत्रणं दिली आणि चार तासांच्या आत डॅनियल रोझेन यांच्या ऑफिसच्या शेजारच्या, चर्चेसाठी क्वचितच वापरल्या जाणाऱ्या एका छोट्या खोलीत सर्व जण जमा झाले. ही खेळी आता रोझेनसाहेबांच्या बाजूने होणार होती. त्यामुळे ॲडम किंचितसा अस्वस्थ होता.

वस्तुत: डॅनियल रोझेन हा एक अत्यंत धोकेबाज, भयानक माणूस म्हणून प्रसिद्ध होता. तो शरीराने आडदांड होता, पण त्याला हृदयविकाराचे दोन झटके येऊन गेले असल्याने थोडा मवाळ झाला होता आणि उग्रपणाची धार थोडी बोथट झाली होती. तीस वर्षं तो कज्जेदलाली करणारा, अतिशय क्रूर, भांडखोर, दावे करणारा, क्षुद्र वृत्तीचा, हलकट, नीच म्हणून प्रसिद्ध होता; पण त्याचबरोबर शिकागोमधल्या न्यायालयात कज्जा, दाव्या, खटल्यात बाजी मारणारा म्हणून प्रसिद्ध होता. हृदयविकाराचे झटके येण्यापूर्वी तो आठवड्याचे नव्वद तास गुरासारखा काम करायचा. मध्यरात्री तो कायदाक्षेत्रातल्या तज्ज्ञ मंडळीसमवेत हातातल्या खटल्यासंबंधातले युक्तिवाद करण्यासाठी लागणारा तपशील कागदांच्या गठ्ठ्यांतून उकरून काढायचं काम करत असायचा. कित्येक बायका त्याला सोडून गेल्या. चार-चार सेक्रेटरींना बरोबर घेऊन तो कामाचे गाडे ओढायचा. क्रॅव्हिट्झ आणि बेन या कंपनीचा डॅनियल रोझेन हा हृदय आणि आत्मा होता. त्याच्या डॉक्टरांनी त्याला ऑफिसमध्ये दर आठवड्याला पन्नास तासांपेक्षा जास्त काम करण्यास मनाई केलेली होती आणि कोर्टात तर काम करण्यास सपशेल बंदी!

रोझेनचं सध्याचं वय पासष्ट होतं; वजन वाढलं होतं आणि कंपनीतल्या सर्वांनी एकमताने त्याला कमीत कमी कटकट, त्रास असलेल्या विभागातली कामं पाहण्यासाठी नेमलं होतं. क्रॅव्हिट्झ आणि बेन या कंपनीचा गाडा चालू ठेवणाऱ्या

त्रासदायक नोकरशाहीच्या यंत्रणेवर लक्ष ठेवण्याचं काम त्याच्याकडे दिलं होतं. जेव्हा हा कार्यभार त्याच्यावर सोपवला गेला, तेव्हा कंपनीच्या इतर भागीदारांनी त्याबद्दल कुठल्याही प्रकारचे आक्षेप घेतले नव्हते. तो त्याला दिलेला मान होता. त्याला ती जागा सन्मानपूर्वक दिली होती; पण तो मान देणं अरिष्ट ठरलं होतं. त्याला त्याच्या आवडीच्या कामातून हद्दपार केल्यानंतर खूप पैसे मिळवून देणाऱ्या खटल्याच्या कामामध्ये तो जितकं जीव ओतून काम करायचा, त्याच प्रकारे तो कंपनीच्या व्यवस्थापनाचं काम करू लागला. किरकोळ किरकोळ बाबींमध्ये तो सेक्रेटरी, क्लार्क मंडळींची कोर्टातल्यासारखी उलटतपासणी करू लागला. कंपनीच्या इतर भागीदारांना कंपनीच्या धोरणांबाबतच्या मुद्द्यांवर तासन्तास धारेवर धरू लागला. तो त्यांच्या ऑफिसच्या खोलीत बसून कंपनीच्या तरुण सहकाऱ्यांना त्यांच्या खोलीत येऊन भेटायला सांगायचा, त्यांच्याशी भांडण उकरून काढायचा आणि प्रचंड तणावाखाली त्यांची ताकद, निग्रह, चिकाटी कितपत टिकून राहते, हे तपासायचा.

चर्चासत्रांसाठी वापरण्यात येणाऱ्या छोट्या टेबलाच्या अरुंद बाजूच्या खुर्चीत रोझेन बसला होता. विरुद्ध बाजूच्या खुर्चीत ॲडम बसला होता. जणूकाही भयानक गुपितं असलेली एक कमी जाडीची फाइल रोझेनच्या हातात होती. ॲडमच्या नजीकच्याच खुर्चीत इ. गार्नर गुडमन बसले होते. ते हाताच्या बोटांनी आपला बो चाचपत होते; व्यवस्थित ठेवण्याचा प्रयत्न करत होते, मधूनमधून आपल्या दाढीतून बोटं फिरवत होते. गुडमननी रोझेनला फोन करून ॲडमची विनंती काय होती हे सांगून ॲडमच्या वंशावळीबद्दल जेव्हा माहिती सांगितली, तेव्हा अपेक्षेप्रमाणे त्यानं वेडगळ प्रतिक्रिया व्यक्त केलेली होती.

खोलीतल्या एका कोपऱ्याशी कानाशी एक काडेपेटीच्या आकाराचा फोन लावून ऍमिट वायफॉक उभा होता. त्याचं वय पन्नासच्या आसपास होतं, पण दिसायला तो जास्त वयाचा दिसत होता. प्रत्येक दिवस तो धास्तावलेल्या परिस्थितीत टेलिफोनबरोबर जगत होता.

रोझेनने त्याच्याजवळची फाइल काळजीपूर्वक ॲडमच्या समोर उघडून, त्याची न्यायालयीन नोंदींसाठी वापरण्याची नोंदवही बाहेर काढली. "गेल्या वर्षी आम्ही जेव्हा तुझी मुलाखत घेतली, त्या वेळी तू तुझ्या आजोबांबद्दल का नाही काही सांगितलंस?" हे वाक्य तो जलद गतीने बोलला होता आणि डोळ्यात संतापाचा भाव होता.

"कारण तुम्ही मला त्याबद्दल काही विचारलं नव्हतं." ॲडमनं उत्तर दिलं. चर्चासत्रात वातावरण तापून आरडाओरडा होईल, अशी कल्पना गुडमननं यांनी दिली होती. तरीपण ते आणि वायफॉक त्याची बाजू घेतील, असं सांगितलं होतं.

"दीडशहाणपणा दाखवू नकोस." रोझेन खवळून बोलला.

"डॅनियल, जरा सबुरीने घे." गुडमन म्हणाले आणि त्यांनी डोळे वायफॉकच्या दिशेने वळवले. त्याच क्षणी वायफॉकनी त्यांचं डोकं हलवलं आणि नजर वर छताकडे नेली.

"आमच्या एका पक्षकाराशी तुमचं काही नातं आहे, त्याच्याबद्दल काही सांगणं तुम्हाला जरुरीचं वाटलं नाही ॲडम? मि. हॉल, आम्हाला ते माहीत असणं हा आमचा अधिकार आहे. याबद्दल तुमचं मत निराळं असण्याचं कारण नाही. बरोबर?" एखादा खोटं बोलणारा साक्षीदार जेव्हा उघडा पडतो, तेव्हा तो नेहमी अशाच चिडक्या स्वरात बोलायचा.

"तुम्ही मंडळींनी मला इतर प्रत्येक बाबींबद्दल विचारलं." स्वतःवर पूर्ण विश्वास आहे, असं दर्शवत ॲडम बोलत होता. "सुरक्षेबद्दलची तपासणी आठवते का? कशी केली होती? हाताच्या बोटांचे ठसे? त्या वेळी मी जे काही सांगत होतो, ते खरं आहे का नाही, हे पॉलीग्राफ यंत्राद्वारे तपासण्याबद्दलही तुमच्यात बोलणं झालं होतं."

"पण मि. हॉल, आम्हाला माहीत नसलेल्या गोष्टी तुम्हाला माहीत होत्या आणि नोकरीसाठी आमच्या कंपनीत तुम्ही जेव्हा अर्ज केले, तेव्हा तुमचे आजोबा आमच्या कंपनीचे पक्षकार होते आणि तुम्ही नक्कीच याबद्दल आम्हाला सांगायला हवं होतं." रोझेनचा आवाज भरदार होता, त्याच्या बोलण्यात एखाद्या कसलेल्या नटानं काढल्यासारखे उच्च आवाजातले, तसेच खर्जातल्या आवाजाचे नाट्यमय हेलकावे होते. ॲडमवरची त्यांची नजर हलली नव्हती.

"पण ते इतर आजोबांसारखे सामान्य आजोबा नव्हते." ॲडम शांतपणे म्हणाला.

"कसेही असले, तरी नात्याने ते तुझे आजोबाच होते. तू जेव्हा आमच्या कंपनीत नोकरीसाठी अर्ज केलास, त्या वेळी तुझे आजोबा या कंपनीचे एक पक्षकार होते, हे तुला माहीत होतं."

"मग मी माफी मागतो." ॲडम म्हणाला. "तसे एका बाजूला या कंपनीचे हजारोंनी पक्षकार आहेत आणि ते सर्व कंपनीच्या कामाचे पैसे खूप अडचणी सोसून देत आहेत आणि दुसऱ्या बाजूला एका यःकश्चित व्यक्तीचं काम ही कंपनी समाजाचं आपण काहीतरी देणं लागतो, या भावनेने फुकट करत आहे आणि ती व्यक्ती माझी कोणी नातेवाईक आहे, हे न सांगण्यामुळे या कंपनीला काही दुःख होईल, असं माझ्या स्वप्नातसुद्धा आलं नाही."

"मि. हॉल, तुम्ही खोटेपणाने वागलात. तुम्ही मुद्दाम या कंपनीची निवड केलीत, कारण त्या वेळी तुमच्या आजोबांसाठी ती काम करत होती आणि नंतर

एकाएकी इथे येऊन त्यांच्या दाव्याची फाइल तुम्ही मागताय. या सर्व गोष्टींमुळे आम्ही अडचणीत आलो.''

''कसली अडचण?'' एमिट वायकॉफ यांनी विचारलं. त्यांनी त्यांच्या फोनची घडी केली आणि तो खिशात ठेवला. ''हे बघ डॅनियल, इथे आपण मृत्युदंडाची शिक्षा झालेल्या एका व्यक्तीबद्दल बोलतोय. त्याला एका वकिलाची जरुरी आहे. बस्स! एवढाच प्रश्न आहे.''

''त्यांचा स्वत:चा नातू वकील म्हणून त्यांना हवा आहे?'' रोझेननी उलट प्रश्न केला.

''तो त्यांचा नातू आहे, त्याच्याशी आपल्याला किंवा कोणालाही काय देणं घेणं आहे? त्यांचा एक पाय स्मशानात आहे आणि त्यांना वकिलाची गरज आहे, एवढंच मला समजतं बस्स.''

''त्यानं आपल्याला काढून टाकलं आहे, हे लक्षात आहे तुझ्या?'' रोझेननं परत उलटा प्रश्न केला.

''हो, पण तो परत आपली नेमणूकही करू शकतो. थोडा दिलदारपणा दाखव, प्रयत्न करायला हरकत नाही.''

''हे बघ एमिट, या कंपनीचा नावलौकिक, प्रतिष्ठा जपण्याची जबाबदारी माझी आहे. मिसिसिपीमधून आलेला एखादा नवीन वकील आपण तिथे पाठवायचा आणि त्याला या पक्षकारानं अपमानकारक प्रकारे वागवायचं, हे बरोबर नाही. त्यामुळे त्याच्या त्या पक्षकाराचा मृत्युदंड तर काही चुकवता येणार नाही आणि त्यामुळे आपल्या कंपनीची नाचक्की तर होणारच आहे. त्यामुळे ही कल्पना मला योग्य वाटत नाही. मला प्रामाणिकपणे असं वाटतं की, अॅडमला क्रॅव्हिट्झ आणि बेन या कंपनीनं राजीनामा द्यायला लावावा.''

''वा! डॅनियल वा!'' वायफॉक बोलायला लागला. ''एका नाजूक मुद्द्याबाबतचं एका व्यवहारदक्ष, निष्ठुर माणसाचं हे नमुनेदार उत्तर आहे. मग केहॉलची वकिली कोण करणार? एक क्षणभर त्याच्याबद्दल विचार कर. त्या व्यक्तीला वकिलाची गरज आहे. अॅडमच ते काम करू शकेल, एवढीच एक शक्यता आहे.''

''देवाने त्याला मदत करावी.'' रोझेन पुटपुटला.

इ. गार्नर गुडमननं आता मध्ये बोलायचं ठरवलं. त्यांनी त्यांच्या हाताचे पंजे एकमेकांत अडकवून टेबलावर उभे धरले आणि रोझेनकडे दृष्टी टाकली. ''या कंपनीच्या प्रतिमेबद्दल तू बोलतोयंस रोझेन? तुला प्रामाणिकपणे असं वाटतंय का की, आपण जनतेच्या भल्यासाठी कमी पैसे घेऊन काम करत आहोत?''

''का धर्मप्रसार, लोकसेवा यांचं व्रत घेतलेल्या स्त्रियांबरोबर आपण आपली तुलना करतोय?'' वायकॉफने हे वाक्य उपरोधात्मक स्वरात उच्चारलं होतं.

''ॲडमने त्याच्या आजोबांसाठी आपल्या कंपनीतर्फे काम करण्यानं आपल्या कंपनीची प्रतिमा मलिन कशी होऊ शकते?'' गुडमननी प्रश्न विचारला.

माघार घेण्याची कल्पनासुद्धा रोझेनच्या मनाला शिवली नव्हती. ''साधी गोष्ट आहे गार्नर, आपण आपल्या कोणत्याही नवशिक्या उमेदवाराला मृत्युदंडाची शिक्षा झालेल्या कैद्याची बाजू मांडायला पाठवत नाही. आपल्या इतर पक्षकारांच्या कामांसाठी भले आपण त्यांना खूप त्रास देत असू. दर दिवसाला वीसवीस तास त्यांना काम करायला लावून त्यांचा आपण पिट्टा पाडत असू, पण त्यांचं योग्य तेवढं शिक्षण झाल्याशिवाय, त्यांना चांगला अनुभव मिळाल्याशिवाय मृत्युदंडाची शिक्षा झालेल्या कैद्याला वाचवण्यासाठीचा युक्तिवाद करण्यासाठी आपण त्यांना पाठवत नाही. तू त्यावर पुस्तकं लिहिली आहेत. तुला हे सांगायला लागू नये. तुला असं वाटतं का की ॲडम या कामात पुरा पडेल?''

''तो जे काही करेल, त्यावर मी लक्ष देईन.'' गुडमननी उत्तर दिलं.

''तो खरोखरच चांगला आहे.'' वायकॉफनी पुस्ती जोडली.

''त्यानं सर्व फाइल पाठ केलीये डॅनियल आणि तेवढ्यानं भागेल.'' गुडमन म्हणाले, ''डॅनियल, माझ्यावर विश्वास ठेव. मी अशा प्रकारातून खूप वेळा गेलोय. मी त्याच्यावर लक्ष ठेवेन.''

''मीसुद्धा त्याला मदत करण्यासाठी काही तास काढेन.'' वायकॉफ सांगत होता. ''त्याच्याबरोबर जिथे जिथे जायला लागेल, तिथे मी जाईन.''

गुडमन यांनी शरीराला झटका दिला आणि वायकॉफवर नजर रोखून म्हणाले, ''तू आणि फुकट काम करणार?''

''हो नक्कीच! मलासुद्धा सदसद्विवेकबुद्धी आहे.''

ॲडमनं थट्टेकडे दुर्लक्ष केलं आणि डॅनियलकडे रोखून पाहिलं. जसंकाही त्याला म्हणायचं होतं की, मि. रोझेन तुम्ही मला कंपनीतून काढून टाका म्हणजे मी माझ्या आजोबांच्या मृत शरीराला मूठमाती देईन आणि उरलेलं आयुष्य शांतपणे घालवीन.

''आणि जर त्याच्या मृत्युदंडाची शिक्षा अमलात आली तर?'' गुडमनकडे पाहून रोझेननी विचारलं.

''समाजऋण फेडण्यासाठी मी लढवलेले तीन खटले कंपनीने गमावले आहेत डॅनियल.''

''तो त्याची बाजू मांडताना यशस्वी होईल, याची शक्यता किती आहे?''

''फारच कमी. पाचव्या मंडल न्यायालयाने दिलेल्या स्थगितीच्या हुकमामुळे सॅम यांची शिक्षा थांबली आहे. कुठल्याही दिवशी हा हुकूम मागे घेतला जाईल आणि मृत्युदंडाची तारीख निर्धारित होईल.''

"म्हणजे फार लांब नाही."

"बरोबर. वरच्या न्यायालयातून केलेल्या विनंत्या आपण गेली सात वर्षं हाताळतोय आणि त्यासाठी जरूर तेवढा वेळ जातोय."

"मृत्युदंडाची शिक्षा झालेले अनेक कैदी आहेत. मग फक्त याच विचित्र माणसांकरता आपण का काम करतोय?" रोझेनने विचारणा केली.

"या केसची पार्श्वभूमी निराळी आहे आणि आत्ता या क्षणाला ते विचारणं पूर्णपणे मुद्याला सोडून आहे."

रोझेनने त्याच्या नोंदवहीमध्ये महत्त्वाच्या नोंदी करत असल्यासारखं काहीतरी लिहिलं, "ही केस हाताळताना तू तुझा कुठेही प्रभाव पाडणार नाहीस, असं होईल?"

"हो, मी कशाला माझा प्रभाव पाडेन?"

"नाही कसा? त्यांची शिक्षा अमलात येत आहे असं ठरल्यानंतर त्यांच्या शिक्षेपूर्वी प्रसारमाध्यमं त्यांना अति महत्त्वाचा, प्रसिद्ध व्यक्तीचा दर्जा देतील. हॉल, ते तुझा शोध घेतील."

"बरं मग?"

"अरे, ते मोठमोठ्या ठळक अक्षरांत लिहितील. बरेच दिवस पत्ता नसलेला नातू आपल्या आजोबांना वाचवायला प्रकट झाला."

"त्याचा तू विचार करू नकोस डॅनियल." गुडमन म्हणाले. तरीपण त्यांनी त्याचं बोलणं चालूच ठेवलं.

"वर्तमानपत्रं आपल्यावर तुटून पडतील हॉल! ते तुला उघडं पाडतील. तुझं कुटुंब कसं माथेफिरू होतं, याबद्दल लिहितील."

"रोझेनसाहेब, आपल्याला प्रसिद्धी हवी असते ना?" ॲडमने शांतपणे विचारलं, "आपण कोर्टात खटले लढवणारे वकील आहोत. बरोबर आहे ना? आणि कॅमेरासमोर आपली कला आपण दाखवली पाहिजे की नाही? तुम्ही नाही...."

"हा मुद्दाही महत्त्वाचा आहे." गुडमननी मध्येच बोलून हस्तक्षेप केला. "डॅनियल, तू स्वत: या तरुण मुलाला प्रसिद्धी मिळवण्याला आडकाठी करू नकोस. तू प्रसिद्धी मिळवण्यासाठी आणि वर्तमानपत्रातून तुझं नाव छापून येण्यासाठी काय युक्त्याप्रयुक्त्या केल्या होत्यास, या गोष्टी आम्हाला माहीत आहे."

"डॅनियल, तू त्याला प्रसिद्धीमाध्यमाच्या घाणीखेरीज इतर कुठल्याही बाबतीतल्या गोष्टी ऐकव." वायकॉफने चेहऱ्यावर विचित्र छद्मी हास्य आणून म्हटलं. "तू त्यावर एक पुस्तक लिहिलं आहेस?"

काही क्षणांकरता रोझेन अडचणीत आल्यासारखं वाटलं होतं. ॲडम त्यांना निरखून पाहत होता.

“मला त्या वेळी घडणारं नाट्य, त्या वेळचा प्रसंग पाहायला आवडेल.” गुडमन त्यांचा टाय बोटांनी फिरवत होते आणि रोझेन त्यांच्यामागच्या मांडणीतली पुस्तकं पाहत होता.

“याबद्दल बरंचकाही सांगता येईल. काही कामं आपण गरिबांसाठी विनामूल्य करतो, हे लोकांच्या समोर येईल. मृत्युदंडाच्या शिक्षेपासून त्या खुनी माणसाला एक तरुण वकील वाचवण्यासाठी जिवाचा आटापिटा करतोय, याचा तू विचार कर आणि तो तरुण वकील आपल्या क्रॅव्हिट्झ आणि बेन या कंपनीचा आहे. हो, नक्कीच अनेक वर्तमानपत्रांमधून रकानेच्या रकाने या बातमीबद्दल छापले जातील. त्यानं काय नुकसान होणार आहे?”

“जर माझं मत तुम्ही विचारलंत, तर मी म्हणेन ही कल्पना चांगली आहे.” वायकॉफ असं बोलत असताना त्याच्या पँटच्या कुठल्यातरी खोल खिशातला मोबाइल फोन वाजू लागला. फोनवर बोलण्यासाठी तो चर्चेपासून लांब गेला.

“आपण कष्ट घेऊनसुद्धा त्यांची मृत्युदंडाची शिक्षा जर अमलात आणली गेली, तर आपल्या कंपनीच्या दृष्टीने ती वाईट गोष्ट ठरणार नाही का?” रोझेननं गुडमनना विचारलं.

“त्यांची मृत्युदंडाची शिक्षा अमलात आणली जाणार आहे. बरोबर? म्हणूनच त्यांना मृत्युदंडाची शिक्षा झालेल्या कैद्यांच्या कोठडीत ठेवलं आहे.” गुडमननी खुलासा केला.

वायकॉफ यांनी त्यांचं टेलिफोनवरचं संभाषण थांबवलं आणि टेलिफोन खिशात घालत म्हणाले, “मला आता जायला हवं.” आणि ते दरवाजाकडे चालू लागले. त्यांच्या चेहऱ्यावर अस्वस्थतेचा भाव आला होता आणि घाईघाईत ते म्हणाले, “आपली चर्चा कुठपर्यंत आली आहे?”

“माझा अजूनही विरोध आहे.” रोझेन म्हणाला.

“डॅनियल नेहमीच आडमुठ्यासारखा वागतो.” वायकॉफनी त्याचे दोन्ही हात डॅनियलसमोरच्या टेबलाच्या पृष्ठभागावर टेकवले आणि तो वाकून म्हणाला, “ही कल्पना खरोखरच चांगली आहे, हे तुलासुद्धा आत कुठेतरी वाटत असणार, पण त्यानं त्याच्या आजोबांबरोबरचं त्याचं नातं मुलाखतीच्या वेळी सांगितलं नाही, ते तुला खुपतंय.”

“खरंच आहे ते! त्यानं आपल्याला फसवलं आहे आणि आता तो आपल्या कंपनीचा वापर करू पाहतोय.”

ॲडमने एक दीर्घ श्वास घेतला आणि आपलं डोकं हलवलं.

“डॅनियल, तू प्रसंगाचं गांभीर्य जाणून घे. त्याची मुलाखत आपण एक वर्षापूर्वी घेतली आहे. आता झालं ते झालं. पूर्वीचं तू विसरून जा. जास्त लक्ष

देण्यासारखे इतर बरेच मुद्दे आपल्याकडे आहेत. तो हुशार आहे, चलाख आहे, जीव तोडून काम करतो. त्याच्या पायावर तो भक्कम उभा आहे. कुठलीही गोष्ट हातात घेण्यापूर्वी त्याचा तो सखोल अभ्यास करतो. त्याच्यासारखा माणूस आपल्याकडे आहे, याचा आपल्याला अभिमान वाटायला हवा. त्याच्या कुटुंबाची वाताहत झाली आहे आणि प्रत्येकाच्या कुटुंबातून अशा प्रकारचे काही ना काही प्रश्न असतातच, म्हणून आपण आपल्या प्रत्येक वकिलाला त्याच्या कुटुंबातल्या पार्श्वभूमीच्या आधारावर काढून टाकणार आहोत का?'' ॲडमकडे पाहून वायकॉफ जरा हसला. ''त्याखेरीज सर्व सेक्रेटरींच्या मतानुसार तो आकर्षक आहे, बुद्धिमान आहे. मला वाटतं, आपण त्याची बदली काही महिन्यांसाठी आपल्या दक्षिणेकडल्या ऑफिसमध्ये करावी आणि नंतर लवकरात लवकर त्याला आपण इकडे परत बोलवून घेऊ. मला तो हवाय आणि आत्ता मला मात्र पळायला हवं.'' असं बोलून तो दरवाजातून बाहेर पळाला आणि त्याने जाताना दरवाजा लावून घेतला.

आता खोलीमध्ये शांतता होती. रोझेन त्यांच्या नोंदवहीमध्ये काही नोंद करत होता. नोंदी करण्याचं काम संपल्यावर त्यानं फाइल बंद केली. ॲडमला रोझेनबद्दल कीव वाटायला लागली. एके काळी कोर्टांमधून पूर्ण ताकदीनिशी लढती दिलेला हा बॅरिस्टर, गेली तीस वर्षं निवाडा करणाऱ्या ज्युरी समितीपुढे बचावातर्फे त्यांच्या बाजू मांडणारा, त्यांची मनं हेलावून टाकणारी भाषणं ठोकणारा, न्यायाधीशांना विविध निर्णयांचे दाखले देऊन त्यांच्याकडून हव्या त्या प्रकारच्या निर्णयांची अपेक्षा करणारा एक धुरंधर ॲडमसमोर शक्तिहीन झाल्यासारखा खिन्न मनाने बसला होता. त्याचं त्याला वाईट वाटलं. समाजोपयोगी काम करण्याच्या उद्देशाने विना मोबदला काम करण्याच्या एका खटल्याच्या बाबतीत एका नव्याने भरती झालेल्या, नवशिक्या असलेल्या वकिलाने मांडलेल्या प्रस्तावावर सर्व शक्तीनिशी त्याने विरोध केला होता आणि त्या प्रयत्नात तो अयशस्वी होत होता.''

''ठीक आहे! हॉल, तुझ्या इच्छेप्रमाणे कार्यवाही करण्यास माझी हरकत नाही.'' त्याने हे वाक्य नाटकी आविर्भावात, खालच्या आवाजात पुटपुटल्यासारखं उच्चारलं होतं. त्याच्या मनाविरुद्धचा तो निर्णय होता, हे त्याच्या चेहऱ्यावर दिसत होतं, ''पण हे तू लक्षात ठेव की, केहॉल प्रकरण संपल्यानंतर तू शिकागोला परतशील, तेव्हा मी तुला क्रॅव्हिट्झ आणि बेन या कंपनीतून काढून टाकायचा प्रयत्न करणार आहे.''

''त्याची जरूर पडणार नाही.'' ॲडमनं तत्परतेने उत्तर दिलं.

''खोट्या सबबी सांगून तू आमच्या कंपनीत प्रवेश मिळवला आहेस.'' रोझेन सांगतच होता.

''मी म्हणालो ना की, ती माझी चूक झाली. पुन्हा तशी होणार नाही.''

"त्याखेरीज तू तुझी चलाखी वापरलीस."

"तुम्हीपण चलाख आहात रोझेनसाहेब. आणि चलाख नसलेला असा एकतरी वकील दाखवा पाहू! कुठला वकील चलाख नसतो?"

"पण तू सर्वांपेक्षा जास्त चलाख आहेस. केहॉल खटला चालवण्याचा तू पुरेपूर आनंद घे. कारण हॉल, या कंपनीतलं हे तुझं शेवटचंच काम असणार आहे, हे तू लक्षात ठेव."

"मृत्युदंडाची शिक्षा अमलात आणल्या जाणाऱ्या गोष्टींच्या बाबतीत मी आनंद मानू?"

"डॅनियल, तू जरा सबुरीनं घे." गुडमनननी अगदी गोड स्वरात बोलायला सुरुवात केली, "तू जरा शांत हो. इथे कोणीही कुणाला काढणार नाहीये."

रोझेन रागाने उठून उभा राहिला. गुडमनकडे अंगुलिनिर्देश करून तावातावाने बोलायला लागला. "देवाशप्पथ, मी याला काढून टाकण्याचा प्रस्ताव मांडणार आहे."

"ठीक आहे. डॅनियल, तू त्याला काढून टाकण्याची सूचना, प्रस्ताव मांडू शकतोस, मी तो समितीपुढे ठेवेन आणि तिथे खूप वादावादी होणार आहे. बरोबर?"

"मी इथे थांबू शकत नाही." रोझेनने झटक्यात उभं राहत मोठ्या आवाजात बोलायला सुरुवात केली, "मी आत्तापासूनच माझ्या बाजूने लोक जमवायला सुरुवात करतो. या आठवड्याच्या शेवटपर्यंत मी माझा प्रस्ताव मान्य होण्यासाठी लागणारी मतं गोळा करू शकेन. बाय." असं सांगून तो खोलीच्या बाहेर पडला आणि त्यानं धाडकन दरवाजा ओढून घेतला.

गुडमन आणि ॲडम एकमेकांच्या शेजारी दोघं शांतपणे काही काळ बसून होते. ते दोघंही टेबलापलीकडच्या रिकाम्या खुर्च्यांच्या पलीकडच्या कपाटात असलेल्या कोर्टाच्या अहवालांच्या जाड जाड पुस्तकांकडे नजर रोखून पाहत होते.

"धन्यवाद." ॲडम शेवटी म्हणाला.

"खरंतर तो इतका वाईट माणूस नाहीये." गुडमन म्हणाले.

"भारी माणूस आहे. वकिलांच्यामधला तो राजा आहे."

"मी त्याला खूप दिवसांपासून ओळखतो आहे. सध्या त्याची मन:स्थिती चांगली नाही. सध्या तो निराशेच्या, वैफल्याच्या काळातून जात आहे. आमचं आम्हाला कळत नाहीये त्याच्याबरोबर कसं वागावं ते."

"त्यांना सेवानिवृत्त करणार होते, असं मी ऐकलं होतं. त्याचं काय?"

"त्याचा विचार झाला होता, पण आतापर्यंत कुठल्याही भागीदाराला बळजबरीने सेवानिवृत्त व्हायला लावलं नव्हतं; पण आता अशा या स्पष्ट कारणांमुळे ही प्रथा

बदलायला लागणार आहे.''

"खरंच मला ते काढून टाकतील?''

"ॲडम, तू काळजी करू नकोस. तसं काही होणार नाही. मी तुला तसं आश्वासन देतो. तू तुझ्या नात्याबद्दल खुलासा केला नव्हतास, ही तुझी चूक होती, यात शंका नाही; पण ती चूक म्हणजे पाप नाही आणि ती गोष्ट समजण्यासारखीपण आहे. तू वयाने तरुण आहेस, तुझा अनुभव कमी आहे, तू भाबडा आहेस आणि तुझ्या कुटुंबात घडलेल्या घटनांमुळे तुझ्या मनात एक गंड निर्माण झालेला आहे. तुला मदतीची जरूर आहे. तू रोझेनबद्दल काळजी करू नकोस. आजपासून तीन महिन्यांनंतर तो सध्याच्या अवस्थेत असणार नाही.''

"त्यांना आत कुठेतरी माझ्याबद्दल आपलेपणा वाटतो.''

"ते उघड आहे.''

ॲडमने एक खोल श्वास घेतला आणि तो टेबलाभोवती चालत राहिला. गुडमननी त्यांच्या पेनचं टोपण काढलं आणि ते काही नोंदी करायला लागले. "ॲडम, आपल्याकडे आता फार वेळ राहिलेला नाही.'' ते म्हणाले.

"हो, मला कल्पना आहे.''

"तू कधी निघणार आहेस?''

"उद्याच. आज रात्री बांधाबांध करीन. दहा तासांचा मोटारप्रवास आहे.''

"त्या फाइलींचं वजन पन्नास किलो आहे. त्या खाली आहेत. त्यातल्या सर्व कागदपत्रांची एक-एक झेरॉक्स काढण्याचं काम आत्ता चालू आहे. मी उद्या सकाळी त्या सर्व फायलीतल्या कागदांची एक-एक प्रत तुझ्याकडे पाठवून देतो.''

"मला आता आपल्या मेम्फिसमधल्या ऑफिसबद्दलची माहिती सांगा.''

"मी आत्ताच एका तासापूर्वी त्यांच्याशी बोललोय. तिथला व्यवस्थापक बॅकर कुली आहे. तू तिथे येणार आहेस हे त्याला मी सांगितलं आहे. ते तुझी वाट पाहत आहेत. त्यांनी तुझ्या ऑफिससाठी एका लहान खोलीची आणि एका सेक्रेटरीची व्यवस्था केली आहे. तुला ते सर्व प्रकारची मदत करतील. फौजदारी खटल्यांच्या कामांचा त्यांना फार अनुभव नाही.''

"त्या ऑफिसमध्ये किती वकील आहेत?''

"दहा-बारा वर्षांपूर्वी कायदा, न्यायालयीन कज्जे, खटले चालवणारी, वैधानिक करारांचे मसुदे तयार करणारी एक छोटी कंपनी आपल्या कंपनीनं विकत घेतली होती. काय कारण होतं, ते आता आठवत नाही. त्या वेळी काम करणारे वकील तरुण होते, उत्साही होते. त्या भागातल्या दक्षिणेतल्या कापूस, धान्य पिकवणाऱ्या शेतकऱ्यांच्या खरेदीविक्रीचे व्यवहार करणाऱ्या व्यापाऱ्यांसाठी करारमदार करणाऱ्या, त्यांच्या वतीनं छोटे-मोठे खटले चालवणाऱ्या एका जुन्या, प्रसिद्ध कंपनीचा तो

एक शिल्लक भाग आहे. त्या जुन्या कंपनीचे संबंध शिकागो गावातल्या काही मालदार व्यक्तींशी होते. त्यामुळेच आपल्या कंपनीचा त्यांच्याशी संबंध आला असावा. त्या शाखेचं सर्वसाधारण स्वरूप, कामकाज समाधानकारक आहे. तू मेम्फिसला कधी गेला होतास का?''

''माझा जन्म मेम्फिसचा आहे, हे मी तुम्हाला मागं सांगितलंच आहे.''

''हो हो, बरोबर.''

''मी काही वर्षांपूर्वी तिथे गेलो होतो. माझ्या आत्याला भेटलो होतो.''

''ते एक छोटंसं नदीकाठचं गाव आहे. थोडसं मागासलेलं आहे, पण तुला तिथे आनंद वाटेल.''

ॲडम गुडमनच्या टेबलासमोर बसला होता. ''माझे पुढचे काही महिने आनंदात कसे जातील?''

''हो, तेही तसं खरंच आहे. मृत्युदंडाची शिक्षा झालेल्या कैद्यांना ज्या तुरुंगात ठेवलं आहे, तिथे तू लवकरात लवकर जा.''

''परवा मी तिथे जाणार आहे.''

''छान आहे. मी तिथल्या तुरुंगाधिकाऱ्याला फोन करून तू तिथे येणार आहेस, ते सांगेन. फिलिप नैपेह असं त्याचं नाव आहे. तो लेबाननचा आहे. जरा विचित्र वाटतो दिसायला, वागायला. त्यांच्यातले काही जण मिसिसिपी नदीच्या त्रिभुज प्रदेशात वस्ती करून आहेत आणि तो माझा जुना, चांगला मित्र आहे.''

''तुरुंगाधिकारी आणि तुमचा मित्र?''

''हो, आमची मैत्री जुनी आहे. मेयनार्ड टोलच्या वेळेपासून. तो एक छोटा, पण महाभयंकर मुलगा होता. मृत्युदंडाच्या शिक्षेविरुद्धच्या माझ्या लढ्यातला तो पहिला बळी ठरला होता. ती शिक्षा १९८६ मध्ये अमलात आणली गेली. त्या वेळी तिथे जाण्यामुळे फिलिपची आणि माझी मैत्री झाली. तोसुद्धा मृत्युदंडाच्या शिक्षेच्या विरोधात आहे. तुला त्यावर विश्वास ठेवायचा असेल तर ठेव.''

''माझा त्यावर विश्वास नाही.''

''तो मृत्युदंडाच्या शिक्षेविरुद्ध आहे. तुला काही गोष्टी अद्याप शिकायच्या आहेत. ॲडम, आपल्या देशात मृत्युदंडाच्या शिक्षेच्या बाजूने बरेच लोक आहेत, पण ज्यांना मृत्युशिक्षेची कारवाई मनाविरुद्ध करावी लागते, अशा व्यक्तींमध्ये हे फिलिप आणि तुरुंगातला इतर सेवकवर्गही आहे. तू या व्यक्तींना भेटणार आहेस. तिथले रखवालदार, पहारेकरी हे सर्व लोक या मृत्युदंडाची शिक्षा झालेल्यांच्या फार जवळ येतात. तुरुंगाधिकारी व्यवस्थापकांना मृत्युदंडाची शिक्षा जास्तीत जास्त कार्यक्षमतेने पार पाडण्यासाठी योग्य प्रकारे नियोजन करावं लागतं. एक महिना आधीपासून त्याची रंगीत तालीम होत असते. तो जगातला एक असा विचित्र कोपरा

आहे की, तिथलं वातावरण फारच खिन्न आणि विषण्ण असतं.''

''आता मी इथे फार काळ थांबू शकत नाही.''

''मी त्या तुरुंगाधिकाऱ्याशी बोलतो आणि तुझी तुझ्या आजोबांशी भेट घडवून आणण्याची व्यवस्था करतो. त्यासाठी परवानगी काढावी लागते, ती मिळवून ठेवतो. ते तुला काही तास भेटण्याची परवानगी देतील. अर्थात तुझ्या आजोबांनाच वकिलाची भेट घेण्याची इच्छा नसेल, तर ती भेट काही मिनिटांतच संपू शकते.''

''ते माझ्याशी बोलतील. तुम्हाला नाही तसं वाटत?''

''हो, ते बोलतील. मला तसं वाटतं; पण अशा बाबतीत त्या व्यक्तीची प्रतिक्रिया कशी असेल, याचा अंदाज मी बांधू शकत नाही. तू त्यांचा वकील म्हणून काम करावंस, हे त्यांनी मान्य करायला तुला त्यांच्या दोन-तीन भेटी घ्याव्या लागतील, असं मला वाटतं. मग ते तुझ्या वकीलपत्रावर सही करतील; पण तुला ते जमेल.''

''तुमची आणि त्यांची शेवटची भेट केव्हा झाली होती?''

''काही वर्षं झाली त्याला. वॅलेस टायनर आणि मी तिकडे गेलो होतो. या खटल्याच्या, दाव्याच्या संदर्भातली पूर्वपीठिका समजावून घेण्यासाठी तुला टायनरला भेटावं लागेल. गेली सहा वर्षं हा माणूस या केसशी संबंधित आहे.''

ॲडमनं मान हलवली आणि तो पुढच्या विचारात गेला. गेले नऊ महिने तो टायनरचं डोकं खात होता.

''पहिल्याप्रथम आपण कशा प्रकारचा अर्ज द्यायचा?''

''ते आपण नंतर बोलू. मी आणि टायनर सकाळी भेटून या खटल्यासंबंधातली सर्व माहिती पाहणार आहोत. आत्तातरी सर्व गोष्टी आहे तशाच आहेत आणि तुझ्याकडून काही माहिती आल्याखेरीज काहीही हालचाल होणार नाही. त्यानं परवानगी दिल्याखेरीज आपल्याला पुढचं पाऊल टाकता येत नाही.''

१९६७ साली सॅमला अटक झाल्यापासून पुढच्या काळात वर्तमानपत्रं आणि मासिकांतून आलेली श्वेतधवल आणि १९८१ सालच्या तिसऱ्या खटल्याची रंगीत छायाचित्रं या सर्वांचा उपयोग करून ॲडमनं सॅम केहॉलबाबतची एक चित्रफीत तयार केलेली होती. या सर्वांबाबत त्याच्या डोक्यात काही विचार चालू होते. ''सॅम यांच्या शरीरयष्टीचं काही वर्णन तुम्ही करू शकाल?'' त्यानं अचानक गुडमनना विचारलं.

गुडमननी त्यांचं पेन टेबलावर ठेवलं आणि गळ्याशी बांधलेल्या बो टायच्या गाठीशी बोटाने चाळवाचाळव चालू होती. ''साधारणपणे मध्यम उंची, बांधा सडपातळ! अर्थात मृत्यूची शिक्षा झालेल्यांपैकी क्वचितच एखादा जाड असतो. ही मंडळी कायम तणावाखाली असतात आणि त्यांना दिलं जाणारं अन्नदेखील सकस

नसतं. सॅम एकामागून एक सिगारेट ओढतात आणि त्यात गैर काही नाही. त्यांना करायलाही काही दुसरं नसतं आणि एव्हीतेव्ही त्यांना मृत्यूला सामोरं जायचंच आहे. सिगारेट ओढतात, तीसुद्धा जरा विचित्र प्रकारची आहे.मॉन्टकेअर नावाची ती सिगारेट आहे. त्या सिगारेटच्या प्रसिद्धीभोवती एक गूढ वलय आहे. निळ्या रंगाच्या पाकिटातून ती मिळते. त्यांचे केस माझ्या आठवणीप्रमाणे करड्या रंगाचे आणि तेलकट आहेत. या मंडळींना दररोज अंघोळ करायला मिळतेच असं नाही. अर्थात ही गोष्ट दोन वर्षांपूर्वीची आहे; पण त्यात फारकाही बदल झाला असेल, असं मला वाटत नाही. दाढीसुद्धा करड्या रंगाची आहे. चेहऱ्यावर, अंगावर बऱ्याच सुरकुत्या पडलेल्या आहेत. अर्थात त्यांचं वयसुद्धा सत्तरीच्या आसपास आहे आणि त्यात भर अतिरेकी धूम्रपानाची! मृत्यूची शिक्षा झालेल्यांच्या तुरुंगात काळ्या लोकांपेक्षा गोऱ्या लोकांची शारीरिक अवस्था फारच वाईट आहे. दिवसाचे तेवीस तास ते एका ठिकाणी अडकवून ठेवलेले असतात, त्यामुळे त्यांच्या शरीराचा रंग काळवंडून जातो. शरीरावरचं तेज निघून गेलेलं असतं. ते कृश, अगदी आजारी असल्यासारखे दिसत असतात. सॅम यांचे डोळे निळे आहेत. चेहरा, नाक, डोळे एकंदर शरीरयष्टी आकर्षक आहे. एके काळी सॅम माझ्या मते नक्कीच देखणे दिसत असणार.''

''माझे वडील वारल्यानंतर आणि सॅम यांच्याबद्दलची माहिती मला कळल्यानंतर माझ्या आईला मला खूप प्रश्न विचारायचे होते, पण तिच्याजवळ त्या प्रश्नांची उत्तरं नव्हती; पण एकदा तिनं मला असं सांगितलं होतं की, माझ्या वडलांच्यात आणि आजोबांच्यात फारच कमी साम्य होतं.''

''म्हणजे तुझ्यात आणि सॅम यांच्यात साम्य नाही, असं तुला म्हणायचंय बहुतेक.''

''हो, मला तसंच वाटतंय.''

''ॲडम, त्यांनी तुला तू रांगत असताना पाहिलं असेल. ते तुला ओळखणार नाहीत. ते तसं सुखासुखी घडणार नाही. तुला त्यांना सगळं सांगावं लागेल.''

भावविरहित नजरेनं ॲडम टेबलाकडे पाहत होता.

''तुम्ही म्हणता ते बरोबर आहे. ते काय म्हणतील?''

''ते मलासुद्धा सांगता येणार नाही. मला वाटतं, त्यांना तर धक्काच बसेल आणि त्यामुळे सुरुवातीला ते काही बोलू शकणार नाहीत; पण ते बुद्धिमान आहेत, हुशार आहेत. जरी ते फार शिकलेले नसले, तरी त्यांचं वाचन खूप आहे. बहुश्रुत आहेत. परिणाम व्यक्त करण्याकरता ते विचार करून बोलायला सुरुवात करतील, पण त्याला काही मिनिटं लागतील.''

''तुमच्या या बोलण्यावरून तर असं वाटतं की, तुम्हाला ते आवडतात.''

"नाही, मुळीच नाही. तो एक नंबरचा वंशविद्वेषी माणूस आहे. तो कडवा धर्माभिमानी आहे आणि त्याच्या हातून घडलेल्या गोष्टींबद्दल त्याला किंचितही खंत वाटत नाही."

"तो गुन्हेगार आहे, अशी तुमची पक्की खात्री झालेली दिसते."

गुडमन जरा खाकरले आणि स्वत:शीच हसले. नंतर उत्तर काय द्यावं, याबद्दल त्यांनी थोडा विचार केला. "सॅम केहॉल अपराधी आहे की निरपराधी, हे ठरवण्यासाठी तीन खटले झाले. त्यात नऊ वर्षं गेली. नंतर वरच्या कोर्टात दाद मागण्यासाठी खूप न्यायाधीशांच्या समोर विनंत्या करण्यात आल्या. त्यावर निर्णय झाले. अनेक वृत्तपत्रांच्या आणि मासिकांच्या शोध घेणाऱ्या वार्ताहरांनी, पत्रकारांनी या बॉम्बस्फोटाच्या घटनेचा, त्यामागे असणाऱ्या व्यक्तींच्या कृत्यांचा शोध घेतला, त्यावर अनेक बातम्या, लेख प्रसिद्ध झाले. निवाडा करणाऱ्या समितीनं त्यांना दोषी ठरवलं आहे आणि मला वाटतं, त्यामुळे ते दोषीच आहेत."

"पण तुमचं काय? तुमचा विचार तुम्हाला काय सांगतो?"

"ॲडम, तू संपूर्ण फाइल वाचली आहेस. खूप दिवस तू या खटल्याबाबत, या केससंबंधात संशोधन केलेलं आहेस. सॅम यांचा या बॉम्बस्फोटाच्या कृत्यात नि:संशय सहभाग होता."

"पण...."

"शंकाही खूप उठवल्या जातात आणि त्या असणारच."

"स्फोटासाठी लागणारं सामान आणायला त्यांच्याकडे पैसे नव्हते."

"खरं आहे ते, पण ते क्लॅन समूहाचे एक दहशतवादी होते आणि तो समूह वेड्यासारखा बॉम्बस्फोटांच्या घटना घडवून आणत होता. सॅम यांना अटक झाली आणि स्फोट थांबले."

"क्रॅमर बॉम्बस्फोटापूर्वी एका साक्षीदाराने दोन व्यक्तींना एका हिरव्या पॉन्टियाक गाडीमध्ये पाहिलं होतं."

"ते बरोबर आहे, पण त्या साक्षीदाराला त्या खटल्याच्या वेळी साक्ष देऊ दिली नव्हती. तो साक्षीदार रात्री तीन वाजेपर्यंत एका दारूच्या दुकानात दारू पीत बसला होता."

"पण दुसरा साक्षीदार, तो ट्रक चालवणारा, तो म्हणतो की, बॉम्बस्फोट होण्याच्या काही तासांपूर्वी त्याने सॅम यांना एका व्यक्तीबरोबर क्लिव्हलँडमधल्या एका कॉफीपानगृहात पाहिलं होतं."

"बरोबर आहे, पण ट्रकड्रायव्हर तीन वर्षं काही बोलला का नाही? शेवटच्या खटल्याच्या वेळी त्याला साक्ष देऊ दिली नव्हती. कारण साक्ष देण्यासाठी तो फार उशिरानं पुढे आला होता."

"म्हणजे सॅम यांच्याबरोबर स्फोट घडवून आणण्यात आणखी कोणी सहभागी होतं?''

"ते आपल्याला कधी कळू शकेल, याबद्दल मला शंका वाटते. ॲडम, तू हे लक्षात घे की, सॅम तीन खटल्यांना सामोरे गेले. त्यांनी कुठेही त्यांच्याबरोबर इतर कोणी असल्याची वाच्यता केली नव्हती. पोलिसांना तसं त्यांनी काहीच सांगितलेलं नाही. त्यांचा बचाव करणाऱ्या वकिलांजवळही ते फारकाही बोलले नाहीत किंवा निवाडा करणाऱ्या समितीलासुद्धा त्यांनी काही सांगितलेलं नाही आणि त्यांनी आपल्यालाही गेल्या सात वर्षांत नवीन असं काहीच सांगितलेलं नाही.''

"त्यांनी हे काम एकट्याने केलं असेल, असं तुम्हाला वाटतं?''

"नाही, त्यांना कोणाचीतरी मदत होती. सॅम काही काळीकुट्टं गुपितं उराशी बाळगून आहेत. ॲडम, ते सत्य कधीही सांगणार नाहीत. क्लॅन्सचा एक सभासद या नात्याने त्यांनी तशी शपथ घेतलेली आहे. त्यांनी गुप्तता राखण्याची जी शपथ घेतली होती, त्याचं पावित्र्य राखणं ही त्यांची नैतिक जबाबदारी ठरते. कल्पनाविश्वातच अशा प्रकारची शक्य असणारी एक वेडगळ कल्पना त्यांच्या डोक्यात घर करून आहे आणि ती शपथ ते प्राण गेला तरी मोडणार नाहीत. एफबीआय अधिकाऱ्यांजवळ ते कदाचित काही बोलले असतील. त्यांनी कदाचित जिल्ह्याच्या सहकारी वकिलांबरोबर काही करारमदार केले असतील; पण मला हे कळत नाही की, तुम्हाला दोन मृत्यूंबद्दल जबाबदार धरून तुमच्यावरचा आरोप सिद्ध केला जातोय, तेव्हा तुम्ही खरं म्हणजे धडाधड बोलायला लागता. ॲडम, तू त्यांना बोलतं कर.''

"आणि जर त्यांना कोणी मदतच केली नसेल तर?''

"नाही, होता एक मदतनीस होता.'' गुडमनने त्यांचं पेन काढून एका कागदाच्या तुकड्यावरही एक नाव लिहिलं. ते त्यांनी टेबलावरून ॲडमच्या दिशेने सरकवलं, त्यानं ते पाहिलं आणि म्हणाला, "विन लेटनर, हे नाव ओळखीचं वाटतंय.''

"लेटनर हा एफबीआयचा एक अधिकारी. तो क्रॅमर केस हाताळत होता. तो आता सेवानिवृत्त झालेला आहे. ओझार्कमधल्या ट्राऊट माशांसाठी प्रसिद्ध असलेल्या नदीत, एका नौकागृहात तो सध्या राहतो. क्लॅनबरोबर नागरी हक्कांबाबत मिसिसिपीमध्ये झालेल्या चळवळी, लढाया, चकमकींच्या दिवसातल्या गोष्टी सांगायला त्याला खूप आवडतात.''

"आणि मला तो हे सर्व सांगेल?''

"हो, नक्कीच. तो खूप बियर पिणारा आहे. त्याच्या नेहमीच्या हिश्श्याच्या अर्धी बियर पोटात गेल्यानंतर तो बोलायला लागतो. मग विश्वास ठेवता येणार नाही, अशा गोष्टी सांगायला त्याला उधाण येतं. त्याच्या खात्यासंबंधातल्या गुप्त

गोष्टी तो उघड करणार नाही; पण क्रॅमर बॉम्बस्फोटासंबंधात सगळ्यात जास्त माहिती कोणाला असेल, तर ती फक्त त्यालाच! मला नेहमी असं वाटतं की, तो जे काही सांगतो, त्यापेक्षा त्याला जास्त माहिती आहे.''

ॲडमने त्या कागदाची घडी घातली आणि खिशात ठेवली. त्याने त्याच्या घड्याळाकडे नजर टाकली. संध्याकाळचे सहा वाजत आले होते, ''मला आता पळायला पाहिजे. मला माझ्या सामानाची बांधाबांध करायची आहे.''

''मी उद्या ही फाइल तुझ्या मेम्फिसच्या ऑफिसमध्ये रवाना करतो. सॅम यांच्याबरोबर तुझं बोलणं झाल्यावर तू लगेचच मला फोन कर.''

''हो मी करीन. आणखी एकच गोष्ट सांगू?''

''हो. सांग की.''

''माझ्या सर्व कुटुंबाच्या वतीने, म्हणजे त्यातली एक म्हणजे माझी आई, तिनं तर सॅम यांच्याबद्दल काहीच बोलायचं नाही, असं ठरवलं होतं. दुसरी माझी बहीण, ती माझ्या आजोबांचं नाव उच्चारते, पण तेसुद्धा अगदी खालच्या आवाजात. माझी आत्या, तिनं तर केहॉल या नावापासून सोडचिठ्ठी घेतली आहे आणि माझे स्वर्गवासी वडील या सर्वांतर्फे मी तुमचे आणि आपल्या कंपनीचे, तुम्ही आमच्याकरता जे काही करत आहात, त्याबद्दल आभार मानतो. तुम्हा सर्वांच्या मौलिक सहकार्याबद्दल तुम्हाला धन्यवाद देतो.''

''आम्हीपण त्याचा स्वीकार करतो. तू जे काम हातात घेतलं आहेस, तेसुद्धा खूप कौतुकास्पद आहे आणि आता लवकरात लवकर तू मेम्फिस इथे जाऊन पोच.''

६

एका शंभर वर्षं होत आलेल्या, तळमजल्यावर गोदाम असलेल्या इमारतीच्या तिसऱ्या मजल्यावर एक बेडरूम फ्लॅटसारखी ती जागा होती. ही इमारत गावाच्या जुन्या भागातल्या गुन्हेगारीसाठी, कुविख्यात असलेल्या भागात असली, तरी दिवसाच्या वेळात सुरक्षित होती. विकसन क्षेत्रातल्या एका व्यावसायिकाने ही गोदाम असलेली इमारत ऐंशीतल्या दशकाच्या मध्याला विकत घेऊन त्यावर असलेल्या इमारतीमध्ये जरूर ते बदल करून राहण्यासाठीचे खास गाळे बांधले आणि भाड्याने द्यायला सुरुवात केली. काही महिन्यांतच सर्व गाळे बँकेतल्या, कंपनीतल्या अधिकाऱ्यांनी भाड्याने घेतले आणि विकसनकर्त्याने बक्कळ पैसा मिळविला.

खरं म्हणजे ॲडमला ही जागा आवडली नव्हती, पण सहा महिन्यांच्यासाठी केलेल्या करारापैकी तीन आठवडेच शिल्लक राहिलेले होते, पण त्याला दुसरी जागा न मिळाल्याने त्याला आणखी सहा महिन्यांसाठी करार वाढवून घ्यावा लागला, कारण क्रॅव्हिट्झ आणि बेन कंपनीमध्ये त्याला दररोज अठरा–अठरा तास काम करावं लागत असल्याने दुसरी जागा शोधण्यासाठी त्याच्याकडे पुरेसा वेळच नव्हता.

जागेमध्ये जरुरी असणारं फर्निचर विकत घेण्यासाठीसुद्धा त्याच्याकडे वेळ नव्हता. कमावलेल्या कातड्याचा मऊमऊ गुळगुळीत पृष्ठभाग असलेला बिन हाताचा सोफा खोलीच्या भिंतीला टेकून लावलेला होता. एक पिवळी आणि एक निळी अशा बीनबॅगसारख्या पिशव्या बसण्यासाठी होत्या. डाव्या बाजूला स्वयंपाकासाठी एक छोटा भाग होता. त्यापुढे खाण्यासाठी एक आडवा टेबलासारखा अरुंद फळी असलेला भाग. तीन छोटी स्टुलं होती. सोफ्याच्या उजव्या बाजूला झोपण्याची खोली होती. त्यामध्ये एक पलंग होता. त्यावरची चादर विस्कटलेलीच असायची. खोलीमध्ये कपडे अस्ताव्यस्त पडलेले असायचे. सातशे चौ. फुटांची जागा आणि महिना तेराशे डॉलर्स भाडं होतं. भविष्यात चांगले पैसे मिळणार, या अपेक्षेने त्यानं या कंपनीत सुरुवातीला दरसाली साठ हजार डॉलर्स पगारावर नोकरीला सुरुवात

केली होती आणि आता पगार बासष्ट हजार डॉलर्स झाला होता, पण त्याच्या हातात दरमहा पाच हजारावर थोडेसे जास्त पैसे पडायचे. रकमेतून पंधराशे आयकरासाठी कापले जायचे. त्याखेरीज सेवानिवृत्ती फंडासाठी दरमहा सहाशे डॉलर्स क्रॅव्हिट्झ आणि बेन ही कंपनी जमा करून घ्यायची. ते पैसे त्याला जर कंपनीच्या अति कामामुळे वयाच्या पंचावन्न वर्षांपूर्वी मृत्यू आला, तर त्या वेळी, नाहीतर पंचावन्न वयाच्या वेळी सेवानिवृत्त होताना मिळणार होते. पाणी, वीज आणि इतर सेवांसाठी त्याचे दरमहा चारशे खर्च व्हायचे. हे सर्व खर्च जाऊन त्याच्या उदरनिर्वाहासाठी, कपडे यांसाठी ॲडमकडे केवळ सातशे डॉलर्स दरमहा असायचे. काही डॉलर्स त्याच्या मैत्रिणींसाठी तो खर्च करायचा. तरी बरं, त्याच्या मैत्रिणींपैकी बऱ्याचशा कॉलेजमधून नुकत्याच बाहेर पडून नोकऱ्या करून पैसे मिळवत होत्या, त्यामुळे बऱ्याच जणी त्यांचा खर्च स्वत:च करायच्या. एकंदरीत ॲडमचं तसं चांगलं चाललं होतं. त्यासाठी तो त्याच्या वडलांनी उतरवलेल्या विमापॉलिसींचे आभार मानायचा. शिक्षणासाठी त्याला कर्ज काढावं लागलं नव्हतं. तशा त्याला वस्तू खूप विकत घ्यायच्या होत्या, पण त्यावर त्यानं नियंत्रण ठेवलं होतं. काटकसरीने राहत असतानाही तो दरमहा निग्रहाने पाचशे डॉलर्स बचत फंडात घालत होता. नजिकच्या भविष्यात लग्न करायची त्याची इच्छा नव्हती. त्यामुळे कौटुंबिक खर्च वाढण्याची शक्यता नव्हती. आत्ता तरी त्याचं सर्व लक्ष्य काम, काम आणि काम एवढंच होतं आणि त्यायोगे पैसे साठवून वयाच्या चाळीसाव्या वर्षी सेवानिवृत्त होणं हे त्याचं ध्येय होतं.

एका भिंतीलगत एक ॲल्युमिनियमचं टेबल होतं. त्यावर टेलिव्हिजन होता. ॲडम अंगावर फक्त अर्धी चड्डी ठेवून उघडबंब अवस्थेत सोफ्यावर बसला होता. त्याच्या हातात टिव्हीचा रिमोट होता. टि.व्हीच्या पडद्यापासून बाहेर पडणाऱ्या बिनरंगी किरणांखेरीज खोलीमध्ये अंधार होता. मध्यरात्र उलटून केली होती. 'स्फोट करणाऱ्या क्लॅन समूहाची धाडसी कृत्यं' या नावाची चित्रफीत त्यानं त्यासंबंधीच्या वर्तमानपत्रं आणि मासिकांतून आलेल्या माहितीच्या आधारे बनवली होती. बॉम्बच्या स्फोटामुळे ज्यूधर्मीयांचं एक मंदिर, प्रार्थनागृह उद्ध्वस्त केलं होतं. त्याबद्दलची बातमी ३ मार्च १९६७ रोजी मिसिसिपी राज्यातल्या जॅक्सन या गावातल्या वार्ताहरांनी प्रसिद्ध केली होती. त्या घटनेनं त्या चित्रफितीची सुरुवात होत होती. वार्ताहर सांगत होती की, गेल्या दोन महिन्यांत ज्यूधर्मीयांना लक्ष्य करून घडवून आणलेला हा चौथा स्फोट होता. हे सांगत असताना तिच्या मागच्या बाजूला स्वयंचलित फावडं स्फोटाच्या जागचा ढिगारा साफ करत होतं. त्याचा आवाज पार्श्वसंगीतातून ऐकू येत होता. एफबीआय खात्याला स्फोट घडवून आणण्यापर्यंत पोचवणारे काही सुगावे हाती लागलेले होते, असं तिनं सांगितलं. त्याखेरीज

वर्तमानपत्राच्या कचेऱ्यांमध्येही अशा प्रकारचे स्फोट होणार होते, अशा प्रकारच्या कुजबुजवजा बातम्या आल्या होत्या. क्लॅन समूहाची दहशत पसरवण्याची मोहीम चालूच होती, असं तिनं गंभीर चेहऱ्याने सांगितलं आणि तिनं रजा घेतली होती.

त्यानंतरचा स्फोट क्रॅमर ऑफिसमधला होता. घटनास्थळी भोंगा वाजवत येणाऱ्या पोलिसांच्या मोटारीनं त्या गोष्टीची सुरुवात होत होती. घटनास्थळी उपस्थित असलेले पोलीस जमा झालेल्या नागरिकांना बाजूला सारून मोटारीला रस्ता करून देत होते. त्या वेळचा गोंधळ आणि गडबड स्थानिक वार्ताहर तिच्याबरोबरच्या शूटिंग करणाऱ्या कॅमेरामनसह त्याच्या कॅमेऱ्यात नोंदवून घेत होता. काही लोकं मार्विनच्या ऑफिसमधल्या चांगल्या स्थितीतल्या वस्तू जमा करण्याच्या मागे दिसत होते. ऑफिसच्या दर्शनी हिरवळीच्या भागात काही कमी उंचीचे ओकवृक्ष होते. त्यावरच्या भागात धुरकट, करड्या रंगाच्या धुळीचे ढग अधांतरि असल्यासारखे वाटत होते. वृक्षांची सगळी पानं झडून जाऊन निर्जीव झाली होती. तरीपण ते वृक्ष उभे होते. धुळीचे ढग निवळून जाण्याची चिन्हं दिसत नव्हती. चित्रात न आलेल्या आजूबाजूच्या गोंधळातून आग, स्फोट वगैरेसंबंधी आवाज ऐकू येत होते. कॅमेरा चित्रीकरण करताना सारखा हलत असल्यासारखा वाटत होतं, चित्रं थरथरत होतं. कॅमेऱ्यासमोर असलेल्या एका भग्न भिंतीतून एक धुराचा लोट बाहेर आला आणि एकाएकी चित्रीकरण थांबलं. धाप लागलेल्या अवस्थेत उत्तेजित झालेला वार्ताहर आसमंतातल्या धक्कादायक परिस्थितीचं वर्णन मायक्रोफोनमध्ये करत होता; पण ती सारी विसंगत बडबड, वटवट वाटत होती. तो एकदा एका दिशेकडे बोट दाखवायचा, दुसऱ्या क्षणी दुसऱ्या दिशेकडे आणि कॅमेरा मात्र उशिरानं त्याच्या लक्ष्याकडे वळत होता. पोलीस कॅमेरामनला दूर करण्याचा प्रयत्न करत होते, पण तोसुद्धा आता उद्दीपित झाला होता आणि त्यांना दाद देत नव्हता. एरवी शांत असलेल्या ग्रीनव्हील गावाला कमालीचं महत्त्व प्राप्त झालं होतं आणि कमालीचा गोंधळ माजला होता.

स्फोट झाल्यानंतर तीस मिनिटांनी तो आणि वार्ताहर घडत असलेल्या हृदयद्रावक घटनेचं हृदय हलवून टाकणाऱ्या शब्दांत वर्णन करायला लागला होता. अग्निशामक दलाचे लोक स्फोटग्रस्त इमारतीच्या जास्तीत जास्त हानी झालेल्या भागातून क्रॅमरना अतिशय जखमी अवस्थेत बाहेर काढत होते. क्रॅमरना बाहेर काढताना त्यांनी जिवाची बाजी लावली होती. पोलिसांनी त्यांच्या कड्याची व्याप्ती वाढवली. त्यांनी गर्दीला आणखी मागे हटवलं. रुग्णवाहिका आली. चालकाने रुग्णवाहिका क्रॅमर यांच्या जास्तीत जास्त जवळ नेली. या सर्वांचं चित्रीकरण कॅमेरा करत होता. सुरक्षा-कर्मचाऱ्यांनी क्रॅमरला स्ट्रेचरवरून रुग्णवाहिकेमध्ये ठेवलं आणि रुग्णवाहिका भरधाव वेगाने हॉस्पिटलकडे गेली. एक तासानंतर वार्ताहर एकदम शांत झाला.

धीरगंभीर आवाजात बोलायला लागला. त्या वेळी स्ट्रेचरवरून दोन पांढऱ्या चादरींनी झाकलेली लहान, मृत शरीरं अग्निशामक दलाच्या जवानांनी अति हलक्या हातांनी ढिगाऱ्यातून बाहेर काढून आणली होती. इथे चित्रीकरण थांबलं आणि पुढे ते तुरुंगाच्या दर्शनी भागाच्या चित्रापासून सुरू झालं आणि इथे पहिल्याप्रथम सॅम केहॉलचं पुसटसं दर्शन झालं होतं. त्याला पोलिसांनी बेड्या घातल्या होत्या आणि त्यांनी त्याला तिथे उभ्या असलेल्या पोलिसांच्या मोटारीत घाईघाईने नेलं होतं.

नेहमीप्रमाणे या ठिकाणी ॲडमने व्हिडिओ मागे नेला. परत चालू करून क्षणिक दृष्टीला पडणारा सॅमचा भाग त्याने पुन्हा पाहिला. तो वीस वर्षांपूर्वीचा, १९६७मधला काळ होता. त्या वेळी सॅमचं वय सेहेचाळीस होतं. त्याचे केस काळे आणि बारीक कापलेले होते. त्या वेळी तशी फॅशन होती. त्याच्या डाव्या डोळ्यांच्या वर एक छोटी पट्टी लावलेली होती. कॅमेरात ती अस्पष्ट दिसत होती. नेणाऱ्या पोलिसांच्या बरोबरीने, त्यांच्या पावलाबरोबर पाऊल टाकत, जलद गतीने सॅम चाललेला दिसत होता. खूप लोक त्याला पाहत होते. त्या लोकांच्या नजरेसमोर जास्त वेळ राहणं त्याला बरोबर वाटत नव्हतं. लोक त्याचे फोटो घेत होते, प्रश्न विचारत होते. त्या आवाजाकडे सॅमनं एकदाच मान वळवून पाहिलं आणि या ठिकाणी नेहमीप्रमाणे ॲडमने व्हिडिओ थांबवला आणि पुन्हा एकदा त्यानं त्याच्या आजोबांकडे पाहिलं. म्हणजे कदाचित हे त्याच्या आजोबांचा चेहरा पाहणं एक लाखाचंसुद्धा असेल. चित्र कृष्णधवल होतं, धूसर होतं; पण त्यांची नजरानजर होत होती.

एकोणीसशे सदुसष्टमध्ये जर सॅम सेहेचाळीसचा होता, तर एडी चोवीसचा असणार आणि ॲडम तीन वर्षांचा होता. त्या वेळी त्याचं नाव ॲलन होतं. ॲलन केहॉल. आणि लवकरच, फार दूरवरच्या राज्यातला तो निवासी होणार होता आणि त्याचं नाव बदलण्याच्या अर्जावर तिथले न्यायाधीश जरूर तो होकारार्थी हुकूम देऊन सही करणार होते आणि त्याला नवीन नाव मिळणार होतं. त्यानं ही चित्रफीत पुन:पुन्हा पाहिली होती आणि २१ एप्रिल १९६७ रोजी सात वाजून सेहेचाळीस मिनिटांनी, त्या नेमक्या क्षणी तो कुठे होता, याबद्दल ॲडम विचार करायचा. कॅन्टन या गावी एका छोट्या घरात त्याचं कुटुंब राहत होतं. तो त्या वेळी कदाचित झोपला असेल आणि आईचं त्याच्याकडे सावधपणे लक्ष असेल. तो जवळजवळ तीन वर्षांचा होता आणि क्रॅमर यांची जुळी मुलं फक्त पाचची होती.

चित्रफीत चालू होती आणि सॅमला निरनिराळ्या मोटारींकडे नेताना आणि मोटारीतून उतरताना, तुरुंगामधल्या कोर्टामधून आणताना, परत नेतानाची छोट्या छोट्या वेळांची ती चित्रदृश्यं होती.

सॅमच्या हातात कायमच बेड्या लावलेल्या असायच्या आणि त्यानं समोरच्या जमिनीकडे काही फुटांवर पाहत चालण्याची पद्धत अंगिकारली होती. त्याच्या

चेहऱ्यावर कुठलेही भाव नसायचे. त्यानं वार्ताहरांकडे कधी पाहिलं नव्हतं, त्यांच्या चौकश्यांकडे कधी लक्ष दिलं नव्हतं. त्यानं एक शब्दही उच्चारला नव्हता. तो झपाट्याने चालत येऊन त्याच्यासाठी थांबलेल्या मोटारींमध्ये बसायचा.

टेलिव्हिजन कंपन्यांच्या बातम्या देणाऱ्या वाहिन्यांनी त्यांच्या पहिल्या दोन खटल्यांचं खूप चित्रीकरण केलं होतं. नंतरच्या वर्षात त्या कंपन्यांकडून ॲडमने त्या चित्रफिती मिळवल्या होत्या आणि त्या सर्वांचं योग्य प्रकारे संकलन करून एक संपूर्ण सलग माहितीपट बनविला होता. जेव्हा जेव्हा संधी मिळेल, त्या त्या वेळी वर्तमानपत्रांच्या वार्ताहरांसमोर किंवा टी.व्ही.च्या बातमीदारांसमोर मोठमोठ्याने, तावातावाने ओरडत काहीतरी सांगणारा सॅमचा वकील क्लोव्हिस ब्राझिल्टन दिसायचा. ॲडमला ब्राझिल्टन आवडायचा नाही. त्यानं त्याचा भाग असलेल्या चित्रफितीमध्ये काटछाट केलेली होती. कोर्टाच्या आवारातली हिरवळ, घडत असलेल्या घटना शांतपणे पाहत असलेले प्रेक्षक, अंगावर पांढरे अंगरखे घातलेले, डोक्यावर शंकाकृती टोप्या घातलेले, भयानक मुखवटे चढवलेले क्लॅनसमूहाचे सदस्य, विविध शस्त्रास्त्रांनी सुसज्ज असलेले पोलीस यांचे या चित्रफितीतले भाग बऱ्यांपैकी मोठे होते. क्वचितच काही ठिकाणी, काही क्षणांकरता सॅमचं दर्शन व्हायचं; पण तेसुद्धा घाईघाईने जात असल्याचंच! तो नेहमीच कॅमेऱ्याला टाळत असायचा. अशा वेळी तो बरोबरच्या पोलिसांच्या आड व्हायचा. दुसऱ्या खटल्याच्या वेळीसुद्धा न्यायनिवाडा समितीचा निर्णय एकमताने आला नव्हता. त्या वेळी विल्सन परगण्याच्या न्यायालयाच्या बाहेरच्या पदपथावर चाकांच्या खुर्चीत बसलेल्या क्रॅमरचं दर्शन झालं होतं. त्या वेळी डोळ्यात पाणी आणून त्यांनी सॅम केहॉल, कु क्लक्स क्लॅन या समूहाची आणि अद्यापही जुन्या बुरसटलेल्या विचारांच्या न्यायसंस्थेची निंदा केली होती. जसजशी कॅमेऱ्यातली चित्रं पुढेपुढे सरकत होती, तसतसं एकापुढे एक दुःखद घटनांचं दर्शन होत होतं. एकाएकी मार्विन यांच्या दृष्टीला जवळच असलेले पांढऱ्या अंगरख्यातले दोन क्लॅन सदस्य पडले आणि त्यांनी त्यांच्या दिशेने बोट दाखवून ओरडायला सुरुवात केली. दोघांपैकी एकाने मोठ्याने ओरडत उलट उत्तर दिलं, पण तो काय ओरडला, हे त्या वेळच्या उन्मादपूर्ण हलकल्लोळात हरवून गेलं. क्लॅन सदस्य नेमकं काय बोलला, हे जाणून घेण्यासाठी ॲडमने पराकोटीचे प्रयत्न केले, पण जमलं नाही. ते उत्तर कायमच न समजण्यासारखं राहणार होतं. पदपथावर चाकांच्या खुर्चीत बसून बातमीदारांना मार्विन काही सांगत होते, त्या वेळी त्यांच्या तोंडाजवळ मायक्रोफोन धरून उभ्या असलेल्या दोन बातमीदारांचा पत्ता ॲडम जेव्हा मिशिगनच्या विधी महाविद्यालयात शिकत होता, तेव्हा त्याला मिळाला होता. त्या बातमीदारांच्या सांगण्यानुसार समोरच्या हिरवळीवर उभ्या असलेल्या त्या दोन क्लॅन सभासदांपैकी एक जणाने, 'आम्हाला जर संधी मिळाली,

तर मार्विनच्या बरगड्या आम्ही तोडून काढू.' अशी इच्छा व्यक्त केली होती. अशा प्रकारची दुष्ट, क्रूर प्रतिक्रिया उमटली, ती केवळ मार्विन त्यांचं स्वत:चं संतुलन गमावून बसले आणि आक्रस्ताळी, असभ्य भाषा बोलू लागले म्हणून, असंही काही लोक सांगत. मार्विनने घटनास्थळातून मागे मागे जात असलेल्या क्लॅन सदस्यांकडे पाहून त्यांच्यावर शिव्यांची लाखोली वाहायला सुरुवात केली. आपल्या चाकाच्या खुर्चीची लोखंडी चाकं हातानं फिरवत, ओरडत, शिव्याशाप देत, रडत ते त्यांच्या दिशेने जायला लागले. त्यांची पत्नी आणि त्यांच्या मित्रांनी त्यांना थांबवायचा प्रयत्न केला. त्यांचे हात त्यांनी दूर ढकलले. खुर्चीची चाकं जास्त ताकद लावून फिरवायला सुरुवात केली. खुर्ची वीस फूट पुढे गेली. त्यांची पत्नी त्यांच्यामागे धावत होती. हे सर्व कॅमेरा टिपत होता. पुढे पदपथाशी हिरवळीवर खुर्ची थांबली आणि उलटली आणि हिरवळीवर मार्विन अस्ताव्यस्त पडले, स्वत:भोवती आडव्या कोलांट्या घेत ते एका झाडाच्या खोडाशी जाऊन अडले. त्यांच्या कापलेल्या पायांवरचं बांधलेलं कापड वेगळं झालं. त्यांच्या मित्रांनी आणि पत्नीनं पटकन वाकून त्यांना झाकल्यासारखं केलं. एक-दोन क्षणांनंतर जमिनीवर ठेवलेल्या एका मुटकुळ्यासारखी त्यांची स्थिती झाली होती, तरीपण त्यांचं क्लक्सच्या माणसांना शिव्या देणं चालूच होतं. आता कॅमेरा दोन क्लॅन सदस्यांवर रोखला होता. त्यातला एक मोठमोठ्याने हसत होता. दुसरा थिजल्यासारखा जागीच खिळून होता. जमिनीवर पडलेल्या मार्विनच्या तोंडातून आता कण्हण्याचा आवाज येत होता. मधूनमधून एखादा जखमी वेडा मोठमोठ्याने कर्कश आवाजात जसा रडेल, तशा हृदयाला घरं पाडणाऱ्या आवाजात मार्विन रडत होते. हृदय पिळवटून टाकणाऱ्या अशाच काही आवाजानंतर चित्रफीत पुढच्या प्रकरणाकडे सरकली.

मार्विन कळवळून ओरडत आक्रोश करत जमिनीवर पडतात, हा चित्रफितीतला भाग ॲडमने पहिल्यांदा जेव्हा पहिला, तेव्हा त्याच्या डोळ्यात अश्रू जमा झाले होते. त्या वेळची दृश्यं, तो आवाज या सर्वांमुळे त्यांचा कंठ दाटून आला होता; पण ती गोष्ट आता जुनी झाली होती. हा चित्रपट त्याने तयार केलेला होता. त्याच्याखेरीज इतर कोणीही तो पाहिला नव्हता आणि त्याने तो इतक्या वेळा पाहिला होता की, आता डोळ्यात अश्रू येणं शक्य नव्हतं.

१९६८च्या तुलनेत १९८१मध्ये तंत्रज्ञानाने खूप आघाडी मारली होती आणि त्यामुळे सॅमवरच्या तिसऱ्या खटल्याच्या वेळची छायाचित्रं, चित्रफीत चांगलीच स्पष्ट आणि रेखीव होती. १९८१ सालातल्या, फेब्रुवारी महिन्यातल्या, त्या सुंदर छोट्याशा गावातल्या, विशेष वर्दळीच्या भागातल्या, विचित्र पण आकर्षक असलेल्या न्यायालयाच्या आसपासच्या भागातलं ते चित्रीकरण होतं. हवा बोचरी, थंडगार होती. त्यामुळेच कदाचित प्रेक्षकवर्ग आणि निदर्शनं करणाऱ्यांची गर्दी कमी होती.

त्या दिवसाची बातमी देणाऱ्या चित्रफितीत डोक्यावर शंकूच्या आकाराच्या टोप्या घालून, अंगभर अंगरखे चढवून कुठेही नेण्या-आणण्यासारख्या शेगडीवर हातावर हात चोळत क्लक्सवादी शेकत बसलेले दिसले होते. ते दहशतवादी गुंडासारखे त्या वेळी दिसत नव्हते. उलट मार्डीग्रास या संस्थेच्या कार्यकर्त्यांसारखे, सज्जन, सभ्य लोकांसारखे दिसत होते. निळ्या गणवेशातले पोलीस त्यांच्यावर नजर ठेवून होते.

नागरी हक्कासंबंधातल्या घटनांकडे लोक त्या काळातली एक ऐतिहासिक घटना म्हणून पाहत होते. सॅमवरच्या तिसऱ्या खटल्याच्या वेळी प्रसारमाध्यमांनी पहिल्या दोन खटल्यांच्या तुलनेत जरा जास्तच रस घेतलेला होता. सॅम क्लॅन समूहातला होता, हे ती माध्यमं धरून चालली होती. एक दहशतवादी, अतिरेकी या स्वरूपात तो आज आपल्यात जिवंत वावरत आहे; अशा प्रकारची हवा त्यांनी उडवली होती. तर काही जणांना सॅमकडे पाहून फार प्राचीन काळात चर्चवर झालेल्या बॉम्बहल्ल्यांच्या विरोधात झगडणाऱ्या स्वातंत्र्यसैनिकांची, धर्मयाद्ध्यांची आठवण येत होती. जुन्या गोष्टी उकरून काढून न्याय करण्यासाठी या धर्मयोद्ध्याला हातात हातकड्या अडकवून नेत आहेत, असं त्यांना वाटलं. दुसऱ्या महायुद्धानंतर नाझी युद्धगुन्हेगारांवर चालवलेल्या खटल्यांची तुलना बऱ्याच जणांनी केली होती.

शेवटच्या खटल्याच्या वेळी आणि त्याआधी काही काळ पोलीस किंवा न्यायालयाच्या कोठडीत सॅम नव्हता. एक स्वतंत्र व्यक्ती म्हणून वावरत होता. त्यामुळेच त्याला कॅमेऱ्यात पकडणं कठीण जात असल्यासारखं दिसत होतं. फक्त न्यायालयातल्या खोल्यातून जा-ये करतानाच त्याला कॅमेऱ्यात टिपलं जात होतं. दुसऱ्या खटल्यानंतरच्या तेरा वर्षात सॅमचं आयुष्य आनंदात गेलं होतं. त्या काळात वाढत्या वयात शरीरावर जमा होणाऱ्या वार्धक्याच्या खुणा त्याच्या शरीरावर जमा झालेल्या होत्या. त्याने केस कमी लांबीचे ठेवले होते, पण त्यातले अर्धेअधिक पांढरे होत चालले होते. वजन थोडंसं वाढल्यासारखं वाटत होतं, पण तो तंदुरुस्त होता. पदपथावरून चालताना, मोटारीतून बाहेर पडताना, आत बसताना त्याच्या हालचाली रुबाबदार होत्या. न्यायालयाच्या एका बाजूच्या दरवाजातून बाहेर पडताना एका कॅमेऱ्याने त्याचं चित्र टिपलं होतं. त्या वेळी ॲडमने व्हिडिओ स्तब्ध केला. त्या चित्रात सॅम चक्क कॅमेराकडे थेट पाहत होता.

त्या वेळी सरकारची बाजू मांडणाऱ्या गर्विष्ठ, अहंमन्य पण दिसायला देखण्या असलेल्या डेव्हिड मॅकलिस्टर या वकिलाची गडद रंगाच्या सुटातली, आपले ओळीत असलेले चांगले दात दाखवणारी हास्यवदनाची छबी दाखवण्यासाठी तिसऱ्या आणि शेवटच्या खटल्याच्या संबंधातल्या चित्रीकरणात बराचसा भाग वापरला होता. डेव्हिड मॅकलिस्टर याला राजकारणात पुढे येण्याची जबर अभिलाषा, महत्त्वाकांक्षा होती, हे उघड दिसत होतं. कॅमेऱ्याने आपल्याला आपलं छायाचित्र

घेण्यासाठी शोधत यावं, अशा प्रकारचा सुंदर चेहरा, त्यावरच्या आकर्षक भावना, त्याच्या केसांची ठेवण, केस, हनुवटी, प्रभावी आवाज आणि गोड बोलणं हे सर्व गुण त्याच्यात होते.

तिसऱ्या खटल्यानंतर आठच वर्षांत १९८९ साली मॅकलिस्टर मिसिसिपी राज्याच्या राज्यपालपदी म्हणजे गव्हर्नरपदी निवडून गेले. तुरुंगात जास्तीत जास्त जणांची पाठवणी, त्यांना शिक्षासुद्धा जास्तीत जास्त मुदतीच्या द्यायच्या आणि मृत्युदंडाची शिक्षा कदापिही रद्द करायची नाही, असा ठाम निग्रह या तीन मुद्यांच्या आधारावरच ते राज्यपालपदी निवडून गेले होते. ॲडम त्यांचा द्वेष करायचा, तरीपण त्याला ठाऊक होतं की, मिसिसिपीतल्या जॅक्सन गावातल्या त्यांच्या कचेरीत त्यांच्या टेबलासमोरच्या खुर्चीत बसून त्याला सॅमच्या मृत्युदंडाच्या शिक्षेसाठी माफीची भीक मागावी लागणार होती.

न्यायनिवाडा करणाऱ्या समितीनं सॅमला दोषी ठरवून त्याला मृत्युदंडाची शिक्षा फर्मावल्यानंतर पुन्हा त्यांच्या हातात बेड्या चढवून न्यायालयातून घेऊन जात असलेल्या चित्रानंतर व्हिडीओ थांबला. त्याच्या चेहऱ्यावर कोणतेही भाव नव्हते. त्याच्या वकिलाला धक्का बसला होता. तो वकील काहीतरी बोलला, पण ते दखल घेण्याजोगं नव्हतं. काही दिवसांतच सॅमची मृत्युदंडाची शिक्षा झालेल्या कैद्यांसाठीच्या वेगळ्या तुरुंगात रवानगी होणार होती, असं सांगून वार्ताहराने निरोप घेतला.

चित्रफीत मागे घेण्याचं बटन ॲडमनं दाबलं आणि तो कोऱ्या पडद्याकडे पाहत होता. सोफ्यामागे छोटी खोकी होती. त्यात बाकीच्या गोष्टीही होत्या. त्यात तीनही खटल्यांबाबतच्या तपशिलांनी भरलेली वजनदार बाडं होती. ती ॲडमने पेपरडाईन विश्वविद्यालयातून विकत घेतली होती. दोन्ही बाजूंच्या वकिलांनी केलेले युक्तिवाद, त्या संबंधातली टिपणं, संदर्भ, सॅमला मृत्युदंडाची शिक्षा झाल्यानंतर पुनर्विचारार्थ उच्च न्यायालयातून केलेले अर्ज, त्याबाबत येणाऱ्या शेकडो बातम्यांची कात्रणं, मासिकांमधली कात्रणं, सॅम यांनी क्लन्स समूहातल्या सभासदाच्या भूमिकेतून केलेली साहसी कृत्यं, मृत्युदंडाबाबतच्या उलटसुलट मतांबाबतचे लेख, विधिविद्यालयात केलेल्या टिपणांची संकलनं, हे सर्व ॲडमने व्यवस्थित प्रकारे एका पुस्तकासारखं बांधून घेतलं होतं. कुटुंबीयांपैकी जिवंत असलेल्यांच्यात त्याच्या आजोबांबाबत इतर कोणाहीपेक्षा त्याला एकट्याला जास्त माहिती होती. तरीही ॲडमला आत कुठेतरी वाटत होतं की, आपल्याला असलेली माहिती ही फक्त वरवरची असू शकते. त्यानं दुसरं बटन दाबलं आणि पुन्हा व्हिडिओ पाहिला.

७

सॅम केहॉलला मृत्युदंडाची शिक्षा झाल्यानंतर एक महिन्यानंतर एडी केहॉलवर अंत्यसंस्कार झाले. सांता मोनिका चर्चच्या आवारातल्या एका छोट्या सभागृहात अंत्यसंस्कार झाले होते. उपस्थितांत थोडे मित्र आणि कुटुंबीयांपैकी काही जण होते. सभागृहात सर्वांत पुढच्या बाकावर त्याची आई आणि बहीण बसल्या होत्या आणि या दोघांच्यामध्ये तो बसला होता. त्यांनी एकमेकांचे हात धरले होते आणि ते समोर काही इंचांच्याच अंतरावर असलेल्या शवपेटीकडे पाहत होते. नेहमीप्रमाणे त्याची आई ताठ होती. तिच्या चेहऱ्यावर संयम होता. मधूनमधून तिच्या डोळ्यांमधून अश्रूंचे थेंब बाहेर पडायचे. ती ते हातातल्या रुमालानं टिपायची. त्यापूर्वी ती आणि एडी बऱ्याच वेळा भांडून वेगळे राहायला लागायचे आणि नंतर समेट करून एकत्र राहायचे. मुलांचे काही काही कपडे दोन्ही ठिकाणी असायचे, त्यामुळे त्यांचे कोणते कपडे कोणत्या ठिकाणी असायचे, याबद्दल गोंधळ व्हायचा. त्यांचं आपापसात पटत नव्हतंच. कायमच घटस्फोटाच्या सीमेपर्यंत संबंध पोचलेले असायचे. घटस्फोटाच्या धमक्या दिल्या जायच्या, घटस्फोट प्रत्यक्षात कसा आणायचा, याबद्दल योजना आखल्या जायच्या, मुलांबरोबर गांभीर्याने त्याबद्दलची चर्चा व्हायच्या, त्यांना कल्पना यावी म्हणून त्यांना माहिती दिली जायची, कोर्टामध्ये अर्ज सादर करण्यापर्यंत मजल जायची; पण काहीतरी घडायचं आणि घटस्फोट रद्द व्हायचा, समेट व्हायचा, एकमेकांबरोबर आनंदाने, एकमेकांना न दुखवता राहण्याच्या शपथा घेतल्या जायच्या. सॅमवरचा तिसरा खटला चालू असताना ॲडमची आई तिच्या सर्व सामानासह त्यांच्या जुन्या लहान घरात राहायला आली होती आणि ती एडीबरोबर जास्तीत जास्त काळ थांबायची. एडीने कामावर जाण्याचं थांबवलं होतं आणि त्याने त्याच्या त्या छोट्या, अंधाऱ्या जगाच्या कोशात स्वत:ला पुन्हा अडकवून घेतलं होतं. ॲडम त्याच्या आईला प्रश्न विचारायचा. त्याचे वडील आयुष्यातल्या एका वाईट पर्वामधून जात होते, असं ती त्याला सांगायची. खिडक्यांवरचे पडदे ओढून त्या झाकलेल्या असायच्या, घरात अंधार केलेला

असायचा, दबलेल्या आवाजात संभाषणं चालायची, टेलिव्हिजन बंद असायचा. एडीच्या आयुष्यातल्या या वाईट पर्वामुळे सारं कुटुंब हालअपेष्टा सोसत होतं.

खटल्याचा निकाल लागल्यानंतर तीन आठवड्याने एडीचा मृत्यू झाला. ॲडमच्या झोपण्याच्या खोलीत डोक्यावर पिस्तुलाची गोळी झाडून त्याने स्वत:चा अंत करून घेतला. एडीला माहीत होतं की, घरी सर्वप्रथम ॲडमच येणार होता. त्याने ॲडमसाठी एक चिठ्ठी लिहून ठेवून त्यात, 'आई आणि कारमेन घरी येण्याच्या आत घाई करून खोली स्वच्छ करून ठेव.' असं लिहिलेलं होतं. दुसरी चिठ्ठी स्वयंपाकघरात मिळाली.

ॲडमची बहीण कारमेन त्या वेळी चौदा वर्षांची होती; त्याच्यापेक्षा तीन वर्षांनी लहान. मिसिसिपीमध्ये असतानाच ॲडमची आई कारमेनच्या वेळी गर्भवती झाली होती. ॲडम आणि त्याचे आईवडील पश्चिमेकडे स्थलांतरित झाल्यानंतर कारमेनचा कॅलिफोर्नियात जन्म झाला होता. तिच्या जन्माच्या वेळी एडीने त्याच्या कुटुंबाचं केहॉल हे आडनाव कायदेशीररीत्या बदलून हॉल केलं होतं. ॲलनचा ॲडम झाला होता. लॉसएन्जल्स या शहरातल्या पूर्व भागात तीन खोल्यांच्या एका फ्लॅटमध्ये हे कुटुंब राहत होतं. खिडक्यांवर मळलेले पडदे चढवलेले होते. त्या पडद्यांवर भोकं होती. त्यामुळे ते मळके पडदे ॲडमच्या चांगले लक्षात राहिलेले होते. त्यांच्या नंतरच्या अनेक तात्पुरत्या निवासस्थानांपैकी ते पहिलं होतं.

कारमेनच्या शेजारी विचित्रच वाटणारी अशी एक स्त्री बसली होती. तिचं नाव ली होतं. ॲडम आणि कारमेन यांना, ती त्यांची आत्या होती, अशी ओळख करून दिलेली होती. एडीची ती एकुलती एक बहीण होती. मुलांना कुटुंबाच्या संदर्भात प्रश्न विचारायचे नाहीत, असं शिकवलं होतं; पण मधूनमधून कधीतरी लीचं नाव संभाषणातून यायचं. ती मेम्फिसमध्ये राहायची. मेम्फिसमधल्याच एका श्रीमंत कुटुंबात तिचं लग्न झालेलं होतं. तिला एक मुलगा होता. पूर्वी कधीतरी एडीशी भांडण झालं होतं म्हणून त्याच्याशी तिनं संबंध तोडले होते. मुलांना – मुख्यत: ॲडमला – त्याच्या नातेवाइकांना भेटण्याची खूप इच्छा होती आणि ली आत्या– या एकमेव नातेवाइकाचा उल्लेख त्यांच्याशी पूर्वी कधी बोलताना झालेला होता आणि तिला भेटायला तो अतीव उत्सुक होता; पण एडीने 'ती चांगली नाही' या सबबीखाली नेहमीच त्या भेटीला विरोध केला होता. पण त्यांची आई त्यांच्या कानात 'ती चांगली होती' असं कुजबुजल्या आवाजात सांगायची. तिला भेटायला ती त्यांना मेम्फिसला घेऊन जाईल, असं आश्वासन द्यायची.

त्याऐवजी लीच कॅलिफोर्नियात आली आणि सर्वांनी मिळून एडीला मूठमाती दिली. दफनविधी झाल्यानंतर दोन आठवडे ती तिथे राहिली आणि तिनं तिच्या भाची आणि भाच्याबरोबर चांगली ओळख करून घेतली.

ती दिसायला आकर्षक होती, शांत स्वभावाची होती म्हणून मुलांना ती आवडली होती. ती जीन आणि टी शर्ट वापरायची आणि समुद्रकिनाऱ्यावरच्या वाळूत अनवाणी चालायची. त्यांना घेऊन ती दुकानात खरेदीसाठी गेली. त्यांना चित्रपट दाखवले. ती त्यांना समुद्रकिनाऱ्यावरून लांबवर फिरायलाही घेऊन गेली. यापूर्वीच ती त्यांना का भेटली नव्हती, हे त्यांनी विचारल्यावर तिने तिची त्यांना भेटण्याची खूप इच्छा होती, पण एडीला ते आवडत नव्हतं असं सांगितलं. पूर्वी ते एकदा खूप भांडले होते म्हणून एडीला तिला भेटायचं नव्हतं.

पॅसिफिक महासागरात अस्ताला जाणारा सूर्य पाहत असताना, बोटी लागण्यासाठीचा एक धक्का आत समुद्रात खोलवर गेला होता, त्या धक्क्याच्या दूरवरच्या टोकावर ॲडम आणि ली आत्या बसलेले असताना तिच्या वडलांचा – सॅम केहॉल यांचा विषय बोलण्यात निघाला. खाली धक्क्याच्या तळाशी लाटा अलगदपणे आपटत होत्या. लीने ॲडमच्या छोट्या गुडघ्यावर हळुवारपणे थोपटत त्यांच्या कुटुंबाच्या त्या उपेक्षित काळातल्या इतिहासाची नीट उकल करून सांगितली. मिसिसिपी राज्यातल्या एका छोट्या गावात ॲडमचा तो खूप लहान असतानाचा काळ होता. तिने सॅम केहॉलच्या क्लॅन समूहासमवेतच्या सर्व कृत्यांबद्दल संपूर्ण माहिती त्याला दिली. क्रॅमर बॉम्बस्फोट आणि त्यानंतर त्यांच्यावर भरलेले तीन खटले आणि नंतर त्यांना मृत्युदंडाची शिक्षा देऊन त्यांची रवानगी तुरुंगात केली, त्याबाबतचं सर्व वृत्तकथन केलं. तोंडी सांगितलेल्या तपशिलामध्ये बऱ्याच त्रुटी होत्या, त्या भरून काढायला बराच मजकूर लागणार होता. तरीपण तिने सर्व महत्त्वाचे मुद्दे सविस्तरपणे सांगितलेले होते.

ज्याचे वडील नुकतेच स्वर्गवासी झाले होते अशा निश्चित भविष्य नसलेल्या सोळा वर्षाच्या ॲडमने या गोष्टी मोठ्या धीराने घेतल्या. मधूनच एखादी थंडगार वाऱ्याची झुळूक अंगावरून जायची. त्या वेळी ते दोघं एकमेकांच्या अधिक जवळ यायचे. त्यातला बराचसा भाग त्याने शांतपणे लक्ष देऊन ऐकला. तो रागावला नव्हता की त्याला कोणत्याही प्रकारचा धक्का बसलेला नव्हता. आत्या जे काही सांगत होती, त्याने तो भारून जात होता. ही भयानक गोष्ट त्याला एक विचित्र समाधान देऊन गेली होती. तो त्या कुटुंबातलाच एक होता. त्याला कौटुंबिक पार्श्वभूमी नाही, असं त्या दिवसापर्यंत त्याला वाटायचं, पण आता तसं नव्हतं. तो कोणी वेगळा नव्हता. त्यालाही कोणी काका, काकू, चुलत भाऊ-बहिणी होते, ते एकमेकांची सुखंदुःखं, अनुभव एकमेकांबरोबर वाटून जीवन जगत असणारच होते. त्याच्या कुठल्यातरी पूर्वजांनी बांधलेली घरं होती; जमिनी होत्या. त्याच्या आधाराने ते जीवन जगत होते. एकूण काय, त्यालाही सांगण्यासारखा इतिहास होताच.

ली हुशार होती, चाणाक्ष होती. ॲडमच्या मनातलं कुतूहल तिच्या लक्षात

आलं होतं. केहॉल मंडळी विचित्र स्वभावाची होती, त्यांनी काही गुपितं त्यांच्या मनाच्या आतल्या कप्प्यात दडवून ठेवली होती आणि ती गुपितं ते बाहेरच्यांना कदापिही सांगायचे नाहीत. ही मंडळी मोकळ्या, दिलदार, प्रेमळ स्वभावाची नव्हती; सहजपणे कोणाशी मैत्री करणाऱ्यातली नव्हती. ख्रिसमसला एकत्र भेटणारी आणि ४ जुलैला परत एकदा एकत्र येणारी ती मनमिळाऊ माणसं नव्हती. हे सगळं तिनं त्याला सांगितलं. ती क्लॅन्टनपासून तासाभराच्या अंतरावरच राहत होती. तरी ती त्यांच्यापैकी कोणालाही भेटली नव्हती.

पुढचा आठवडाभर संध्याकाळी समुद्रकिनाऱ्यावरच्या धक्क्यावर जाऊन गप्पा मारण्याची त्यांना सवयच झाली होती. जाताना ते बाजारात थांबून लाल द्राक्षांचा एक पुडा विकत घ्यायचे. गप्पा मारत असताना मधूनमधून द्राक्षांचा फराळ चालायचा. बिया समुद्रातच थुंकून टाकायचे. अंधार होईपर्यंत ते धक्क्यावर थांबलेले असायचे. मिसिसिपीतल्या एडीबरोबरच्या बालपणातल्या बऱ्याच गोष्टी लीने सांगितल्या. त्या वेळी क्लॅन्टनपासून पंधरा मिनिटांच्या अंतरावरच्या एका शेतावर ते राहायचे. शेतात एक तळं होतं. त्यात मासे होते. गळ टाकून त्यांनी मासे पकडले होते. त्यांच्याकडे त्या वेळी तट्टू होतं. तिने त्याला त्यावर केलेल्या दौडीची हकिगत सांगितली. सॅम तसा मर्यादाशील, सभ्य स्वभावाचा होता. जबरदस्तीने स्वत:ची इच्छा दुसऱ्यावर लादणाऱ्यातला तो नव्हता; पण प्रेमळ किंवा मायाळू प्रकारातला नक्कीच नव्हता. त्यांची आई अशक्त होती. तिला सॅम आवडायचा नाही, पण मुलांवर तिची माया होती. ली सहा वर्षांची आणि एडी चार वर्षांचा असताना तिचं नुकतेच जन्मलेलं मूल दगावलं होतं. त्या वेळी एक वर्षभर ती तिच्या झोपण्याच्या खोलीच्या बाहेर आलेली नव्हती. त्या वेळी मुलांकडे लक्ष देण्यासाठी सॅमने एका निग्रो बाईला नोकरीवर ठेवलं होतं. ली आणि एडी यांची आई कर्करोगाने वारली, त्या वेळी केहॉल मंडळी एकत्र आली होती. ते एकत्र येणं शेवटचंच. त्यानंतर अद्याप तरी ते एकत्र आलेले नव्हते. अंत्यसंस्काराच्या निमित्ताने एडी गावातल्या बाजारात गेला आणि प्रत्येकालाच तो टाळत होता. तीन वर्षांनंतर सॅम यांना शेवटची अटक झाली आणि त्यांना दोषी ठरवलं गेलं.

लीकडे तिच्या आयुष्याबद्दल सांगण्यासाठी फारकाही नव्हतं. तिच्या अठराव्या वर्षापर्यंत, पदवीपर्यंत शिक्षण घेतल्यानंतर एका आठवड्याने ती तडक नॅशव्हीलला गेली. सर्व न्यायालयातून दिल्या गेलेल्या निकालांचं संकलन करून त्यांची यादी तपशिलांसह तयार करणारी रेकॉर्डिंग आर्टिस्ट म्हणून तिथे तिला नाव कमवायचं होतं. कशी काय कोण जाणे, पण तिची व्हॅन्डरबिल्ट विश्वविद्यालयाच्या पदवी अभ्यासक्रमातल्या फेल्प्स् बूथ या विद्यार्थ्याची गाठ पडली. त्याच्या कुटुंबाच्या मालकीच्या बँका होत्या. काही दिवसांनंतर त्या दोघांनी लग्न केलं आणि मेम्फिसच्या

अस्वच्छ समजल्या जाणाऱ्या भागात ते जागा घेऊन राहू लागले. त्यांना एक मुलगा होता. त्याचं नाव वाल्ट होतं आणि तो बंडखोर स्वभावाचा होता. सध्या तो ॲम्स्टरडॅम इथे राहत होता. एवढाच काय तो तपशील ती सांगू शकत होती.

लीने तिचं केहॉल हे आडनाव बदलून दुसरं कुठलं घेतलं होतं की नाही, याबद्दल ॲडमला काही कळू शकलं नव्हतं; पण तिने ते बदललं होतं, अशी दाट शंका त्याच्या मनात होती. त्यात तिचा काय दोष होता?

ली जशी शांतपणे आली होती, तशीच ती कोणत्याही प्रकारचा गवगवा न करता गेली. तिनं कोणालाही निरोपाचं आलिंगन दिलं नव्हतं. पहाट होण्यापूर्वीच तिनं घर सोडलं होतं आणि ती गेली होती. दोन दिवसांनंतर फोन करून ॲडम आणि कारमेन यांच्याशी ती बोलली होती. तिने त्यांना 'पत्र पाठवा' म्हणून सांगितलं होतं आणि उत्साहाने त्यांनीसुद्धा पत्रं पाठवली होती. पण पुढे फोन करण्यात, पत्रं पाठवण्यात खंड पडत गेला. हे नातं आपण भविष्यात चांगल्या प्रकारे जपू, अशा आणाभाका पुढे हवेत विरल्या. ली खरोखर एक चांगली व्यक्ती होती, असं त्यांची आई म्हणायची, तरीपण शेवटी ती केहॉलच होती ना! एकमेकांतले संबंध, बोलाचाली टिकू शकली नव्हती; हे केहॉल मंडळींच्या स्वभावात असलेल्या विचित्रपणामुळेच, असं कारण त्यांच्या आईने त्या दोघांना सांगितलं होतं; पण त्यामुळे ॲडम जरा निराश झाला होता.

पेपरडाईन विश्वविद्यालयातून पदवी प्राप्त केल्यानंतरच्या उन्हाळ्यात ॲडम आणि त्याचा एक मित्र मोटारीतून बरंच अंतर कापून फ्लोरिडाच्या दक्षिण टोकाला असलेल्या की वेस्ट या शहराकडे जायला निघाले होते. ते मेम्फिसला थांबले. तिथे ली आत्याबरोबर त्याने दोन रात्री घालवल्या. नदीलगतच्या एका अत्याधुनिक गृहसंकुलात तिचा एक भला मोठा फ्लॅट होता. त्यात ती एकटीच राहत होती. फ्लॅटच्या प्रशस्त बाल्कनीतून समोर नदीचं प्रसन्न दर्शन होत होतं. त्या बाल्कनीत ली, ॲडम आणि ॲडमचा मित्र या तिघांनी बसून घरी बनवलेला पिझ्झा खात, बियर पीत, समोरच्या नदीच्या विशाल पात्रातल्या नौका, जहाजं पाहत सर्व विषयांवर गप्पा मारल्या. छान प्रकारे वेळ घालवला होता. या गप्पांत कुठेही कुटुंबाचा उल्लेखही झाला नव्हता.

विधी महाविद्यालयातलं शिक्षण पुरं झाल्यामुळे ॲडम सुखावला होता. त्याचा त्याला अभिमान वाटत होता. लीनेही त्याला बरेच प्रश्न विचारले होते. त्यातले काही त्याच्या भविष्यातल्या योजनेबद्दलचे होते. त्या वेळी ती खूप बोलकी वाटत होती; उत्साही होती. ॲडमने पार पाडलेल्या शिक्षणातल्या एका महत्त्वाच्या टप्प्याबद्दल तिला आनंद वाटला होता. तिने त्या दोघांचं चांगलं आदरातिथ्य आणि स्वागत केलं होतं. त्यातून आत्याची माया व्यक्त झाली होती. निरोप घ्यायच्या वेळी त्यांनी

एकमेकांना आलिंगन दिलं आणि दोघे भारावून गेले होते. लीच्या डोळ्यात पाणी तरारलं होतं. तिने त्याला परत यायची विनंती केली होती.

अॅडम आणि त्याच्या मित्राने मिसिसिपीला जायचं टाळलं होतं. त्याऐवजी ते पूर्वेच्या दिशेने निघाले. टेन्नेसी राज्य, धुरासारखे दिसणारे डोंगरांचे भाग त्यांनी पार केले. अॅडमच्या गणितानुसार जिथे मृत्युदंडाची शिक्षा दिलेले गुन्हेगार ठेवले जातात, त्या पार्चमनच्या तुरुंगापासून म्हणजे सॅम केहॉल यांना जिथं ठेवलं होतं त्यापासून ते शंभर मैलांच्या अंतरावर होते. ती चार वर्षांपूर्वीची म्हणजे १९८६ सालातली गोष्ट होती आणि आता त्याच्या आजोबांबद्दलची सर्व माहिती असलेली एक मोठी पेटी त्याच्याजवळ होती. त्यांचा व्हिडिओ, चित्रफीत जवळजवळ पूर्ण झालेली होती.

आदल्या रात्री लीबरोबर टेलिफोनवर झालेलं संभाषण फारच थोडक्यात आवरलं होतं. अॅडमने तो मेम्फिसमध्ये काही महिने राहणार होता, असं सांगितलं आणि तो तिथे आल्यानंतर तिला भेटणार होता, असंही सांगितलं. लीने त्याला तिच्या प्रशस्त, भव्य फ्लॅटवर यायचं निमंत्रण दिलं. तिच्या फ्लॅटमध्ये चार झोपण्याच्या खोल्या होत्या आणि वरकामासाठी बाईपण होती, त्यामुळे तो तिच्या घरी आला, तर तिला ते नक्कीच आवडलं असतं, असं तिनं मनापासून सांगितलं होतं. त्यानंतर तो मेम्फिसच्या ऑफिसमध्ये राहून काम करणार होता आणि महत्त्वाची गोष्ट म्हणजे तो सॅम केहॉलच्या खटल्यासाठीचं काम करणार होता, याची त्यानं कल्पना दिली. दुसऱ्या बाजूने शांतता होती. त्याला ली घाबरलेली वाटली. तिने त्याला क्षीण आवाजात पुन्हा तिच्याकडे येण्याची विनंती केली.

नऊनंतर काही मिनिटांनी अॅडमनं तिच्या दाराच्या घंटेचं बटन दाबलं आणि त्याच्या काळ्या रंगाच्या, छप्पर काढता घालता येणाऱ्या, साब कंपनीच्या मोटारीकडे पाहिलं. संकुल म्हणजे वीस घरं एकमेकांना लागून बांधलेली होती, छपरं कौलारू होती. दर्शनी भागात एक दणकट विटांची भिंत होती. वर कणखर लोखंडी जाळी होती. जुन्या मेम्फिसच्या गुंडलोकांपासून संरक्षणासाठी ती व्यवस्था होती. एक सशस्त्र रखवालदार दर्शनी दरवाजावर रक्षणासाठी, नियंत्रणासाठी होता आणि नदीचं सुंदर दृश्य वगळता त्या संकुलात विशेष लक्ष द्यावं, असं काही नव्हतं.

लीने दरवाजा उघडला आणि दोघांनी एकमेकांच्या गालावर आपले ओठ टेकवले, ''तुझं स्वागत असो अॅडम!'' असं ती मोटारी उभ्या करायच्या जागेकडे पाहत म्हणाली. दोघं आत गेल्यानंतर तिने दरवाजा लावून घेतला, ''दमलास का?''

''नाही, तसं काही नाही. तसा तो दहा तासांचा मोटारप्रवास आहे, पण मला

बारा तास लागले. मी आरामात आलोय.''

''भूक लागलीये?''

''नाही, मी काही तासांपूर्वी वाटेत थांबलो होतो.'' तो तिच्यापाठोपाठ घराच्या मध्यभागात गेला. तिथे ते एकमेकांसमोर उभे राहिले आणि आता काय बोलावं, असा विचार करत राहिले. ती जवळजवळ पन्नाशीची होती, पण गेल्या चार वर्षांत फारच वयस्कर दिसायला लागली होती. तिचे अर्धेअधिक केस पांढरे दिसायला लागले होते आणि ते लांबही झाले होते. तिनं सर्व केस मागे घेऊन पोनीटेलसारखे घट्ट बांधले होते. तिचे फिकट निळे डोळे लाल दिसत होते. त्यात काळजी दिसत होती. डोळ्यांभोवती सुरकुत्या जमा झाल्या होत्या. ढगळ आणि पुढच्या बाजूला अगदी खालपर्यंत बटनं असलेला सुती कापडाचा झगा तिनं चढवला होता आणि पायांवर रंग फिका पडत चाललेली जीन पँट होती. ली शांत होती, स्वस्थ होती.

''तू माझ्याकडे आलास, याचं मला बरं वाटलं.'' चेहऱ्यावर गोड हास्य आणत ती म्हणाली. त्याचा हात हातात धरून ती त्याला घराच्या मागच्या भागातल्या लाकडी गच्चीसारख्या उघड्या भागात घेऊन गेली. तिथे वेताच्या आरामखुर्च्या होत्या. त्यांपैकी एकात त्याला बसवलं आणि त्याच्यासमोर एक खुर्ची ओढून त्यात ती बसली. गच्चीच्या कडेच्या एका भागात लाकडी फळ्या, कड्या वापरून चौकटींचा एक मांडव तयार केलेला होता. त्यावर बोगनवेलीच्या वेली चढवल्या होत्या. त्या वेलांवर विविध रंगांची फुलं बहरली होती. समोर नदीचं पात्र होतं. त्यातून संथपणे पाणी वाहत होतं. एकमेकांसमोर बसता बसता तिनं विचारलं, ''कारमेन कशी आहे?'' चिनी मातीच्या किटलीतून दोन कपांमध्ये तिने थंडगार बर्फयुक्त चहा ओतला. चहाचे घुटके घेता घेता ॲडम म्हणाला, ''छान आहे. तिचं वकिलाच्या पदवी विद्यालयात शिक्षण चालू आहे. दर आठवड्याला आमचा फोन होतो. तिला गंभीर प्रवृत्तीचा एक मित्र मिळाला आहे.''

''ती कुठल्या विषयाचा अभ्यास करतेय? मी विसरले, तिनं सांगितलं होतं.''

''मानसशास्त्र विषयाची तिला आवड आहे. त्यात तिला पीएचडी करायचं आहे. त्यानंतर ती कदाचित अध्यापनाच्या क्षेत्रात येईल.'' चहामध्ये लिंबू जास्त होतं आणि साखर कमी होती. ॲडम हळूहळू घुटके घेत चहा पीत होता. हवेमध्ये अद्यापही उष्मा होता आणि आर्द्रताही जास्त होती. ''दहा वाजत आले, तरी हवेतला उष्मा का कमी होत नाहीये?'' त्याने विचारलं.

''माझ्या लाडक्या भाच्याचं मेम्फिसमध्ये स्वागत असो. सप्टेंबर महिन्यात आपण तर भाजून निघणार आहोत!''

''मला हे सहन होईल, असं वाटत नाही.''

''तुला त्याची सवय होईल. आम्ही खूप चहा पितो आणि घरात थांबून राहतो.

तुझी आई कशी आहे?''

''अद्याप पोर्टलँडमध्ये आहे. आता तिनं लाकडाच्या धंद्यात नशीब मिळवलेल्याशी लग्न केलंय. त्याला मी एकदा भेटलो आहे. त्याचं वय पासष्ट आहे, पण दिसतात सत्तरीचे आणि आईचं वय आहे सत्तेचाळीस आणि दिसते चाळीसची, पण ठीक आहे; जोडी छान आहे. सेन्ट बार्टस् म्हणजे सेन्ट बार्थेलेमी. ही वेस्टइंडिज बेटातली फ्रेंचाची एक वसाहत आहे. तिथे गोरी मंडळी सूर्यस्नानासाठी जातात. तिथे दक्षिण फ्रान्स, मिलान आणि अशा बऱ्याच जागा आहेत की, जिथे श्रीमंत व्यक्ती असतातच. अशा ठिकाणी ते विमानानी फिरत असतात. ती खूप आनंदात आहे. तिची मुलं म्हणजे आम्ही दोघं आता मोठे झालो आहोत. एडी या जगात नाही. त्याचा भूतकाळ तिनं चांगल्या प्रकारे झाकून ठेवलाय. तिच्याकडे आता खूप पैसा आहे. तिचं जीवन आता सुखात चाललं आहे.''

''तुझ्या बोलण्यात तिच्याबद्दल थोडा कडवटपणा जाणवतोय.''

''मी फार सरळ माणूस आहे. मी तिच्या जवळपास असलेला तिला आवडत नाही. तिच्यात आणि वडलांच्यातला किंवा आमचं दुर्दैवी कुटुंब आणि ती यांच्यातला मी एक दुवा आहे.''

''तुझ्या आईचं तुझ्यावर प्रेम आहे ॲडम.''

''हे ऐकायला कानाला बरं वाटतं. तुला हे सारं कसं माहीत आहे?''

''असंच माहीत झालं.''

''तुझ्या मनात आईबद्दल इतकं प्रेम आहे, हे मला जाणवलं नव्हतं.''

''नाही, तसं फारकाही प्रेम वगैरे नव्हतं.''

''तू इथे बस ॲडम. या विषयाकडे जरा धीराने, शांततेने बघ.''

''मला वाईट वाटतं, मी विचित्रच वागतोय. बस्स! बाकी काही नाही. मला एक कडक पेय हवंय.''

''शांत हो ॲडम! जरा आरामात बस. तू इथे आहेस, तोवर आपण मजा करू.''

''ली बाईसाहेब, मी इथे मजा करायला आलेलो नाही.''

''मला तू फक्त ली म्हण. चालेल मला तसं.''

''ठीक आहे. मी उद्या सॅम आजोबांना भेटायला जाणार आहे.''

तिनं अति काळजीनं काचेचा ग्लास टेबलावर ठेवला. ती उभी राहिली आणि बाल्कनीतून निघून गेली. ती जॅक डॅनियल व्हिस्कीची बाटली घेऊन परत आली. दोन्ही ग्लासमध्ये सढळ हाताने ती ओतली. तिनं त्या पेयाचा एक मोठा घुटका घेतला आणि दूरवर नदीकडे कटाक्ष टाकला, ''का?'' तिनं शेवटी विचारलं.

''ते मृत्यूच्या वाटेवर आहेत. मी एक वकील आहे आणि त्यांना मदतीची

जरूर आहे.''

''त्यांना तू माहीतसुद्धा नाहीस.''

''उद्या मी त्यांना माहीत होईन.''

''म्हणजे तू त्यांना तुझी ओळख करून देणार?''

''अर्थातच! मी त्यांना तसं सांगणार आहे आणि मी त्यांना केहॉल कुटुंबाच्या काळ्या कर्तृत्वाच्या, कटू कहाण्यांच्या गोष्टी सांगणार आहे. त्यावर तुझं काय म्हणणं आहे.''

लीने तिच्या हातातला पेयाचा ग्लास दोन्ही पंजांमध्ये घट्ट धरला आणि तिचं डोकं हलकेच हलवलं.

''त्यांचा मृत्यू जवळ आला आहे.'' ती हे त्याच्याकडे न पाहता म्हणाली.

''नाही, इतक्यात नाही; पण तुझी यात गुंतवणूक आहे, हे बघून बरं वाटलं.''

''हो, अर्थातच माझी यात गुंतवणूक असणारच.''

''खरंच? अगदी शेवटचं असं तू त्यांना कधी भेटली होतीस?''

''ॲडम, तू आता ते सारं पुन्हा चालू करू नकोस. तुला ते कळायचं नाही.''

''ठीक आहे, तुझ्या बोलण्यात प्रामाणिकपणा असेलही; पण जे काही घडलं, ते तू सर्व मला सांग ना! मी ऐकायला बसलोय, मला सर्व समजून घ्यायचंय.''

''आपण दुसऱ्या कोणत्यातरी विषयाबद्दल बोलू शकत नाही का? याबद्दल आत्ता बोलण्याची माझ्या मनाची तयारी नाहीये ॲडम.''

''नाही.''

''आपण याबद्दल नंतर बोलू. मी तुला शब्द देते, वचन देते; पण आत्ता या क्षणाला माझी तयारी नाही. मला वाटलं होतं, आपण जरा इकडच्या-तिकडच्या गप्पा मारू, जरा हास्यविनोद करू.''

''माझा नाईलाज आहे ली आत्या, मी हा विषय उकरून काढतोय. मला वाईट वाटतंय. माझ्या वडलांनी माझा भूतकाळ सोयीस्कररीत्या पुसून टाकला आहे. त्यामुळे त्या भूतकाळाची माहिती मला हवीये. ली, मला तो किती वाईट होता, ते जाणून घ्यायचंय.''

''अरे तो भयानक आहे.'' जवळजवळ तिच्याशीच बोलल्यासारखे ती हळू आवाजात पुटपुटली.

''ठीक आहे, तो जसा असेल तसा मला ऐकायचाय. मी आता मोठा झालेलो आहे. मला आता परिस्थिती हाताळता येणार आहे. माझ्या वडलांनी त्याला तोंड देण्यापूर्वीच या जगातून काढता पाय घेतला. त्यामुळे माझ्याकडे तुझ्याशिवाय कोणीच उरलेलं नाही.''

''मला थोडा वेळ दे.''

''नाही, आता वेळ राहिलेला नाही. उद्या मी त्यांच्यासमोर जाऊन उभा राहणार आहे.'' ॲडमनं पेयाचा एक मोठा घुटका घेतला. बाहीने ओठ पुसले, ''न्यूजविक या साप्ताहिकानुसार सॅम यांचे वडीलसुद्धा क्लॅन्स समूहाचे क्रियाशील सभासद होते. हे खरं आहे?''

''हो, माझे आजोबाही क्लॅन्स समूहाचे सभासद होते.''

''आणि इतर अनेक काका, चुलत भाऊसुद्धा होते?''

''हो, केहॉल कुटुंबातले जवळजवळ सर्वच कर्ते पुरुष त्या समूहाचे सभासद होते.''

''न्यूज वीकच्या म्हणण्यानुसार सॅम केहॉल यांनी १९५२-५३ सालच्या दरम्यान फोर्ड परगण्यातल्या एका कृष्णवर्णीय माणसाला गोळी झाडून मारलं होतं आणि त्याबद्दल सॅम यांना अटकसुद्धा झाली नव्हती; एक दिवसही त्यांना तुरुंगवास झाला नव्हता. हे खरं आहे का?''

''आता त्याचा काय संबंध ॲडम? ती तुझा जन्म होण्यापूर्वीची गोष्ट आहे.''

''म्हणजे तो प्रसंग घडलेला आहे, बरोबर?''

''हो, घडला आहे.''

''आणि तुला तो माहीत आहे. बरोबर?''

''मी तो पाहिलाही आहे.''

''तू तो पाहिला आहेस?'' ॲडमने अविश्वासाने डोळे मिटून घेतले. त्याचा श्वासोच्छ्वास जलद व्हायला लागला होता. तो त्याच्या आरामखुर्चीच्या जागेवरून आणखी खाली घसरला. नदीतून जाणाऱ्या एका मालवाहू बोटीने वाजवलेल्या भोंग्याच्या आवाजाने तो परत भानावर आला. ती बोट नदीतून पुढे पुलाखालून जाईपर्यंत तो पाहत राहिला. मद्याचा अंमल सुखकारक वाटू लागला होता.

''आपण जरा आता दुसऱ्या विषयावर बोललं तर चालणार नाही का?'' लीनं हलक्या आवाजात विचारलं.

''मी जेव्हा लहान मुलगा होतो,'' तो नदीकडे पाहतच बोलत होता, ''तेव्हापासून मला इतिहासाची आवड आहे. फार फार पूर्वी माणसं ज्या प्रकारे राहत होती, तो तपशील मला भुरळ घालायचा. सुरुवातीला या देशात आलेले लोक, घोड्यांच्या गाड्यांसाठीचे खास साधे रस्ते, त्यासाठीचे रुळांचे रस्ते, सोन्याच्या शोधासाठी चाललेली सर्वांची धावपळ, एका प्रांतातून दुसऱ्या प्रांतात जनावरं मोठ्या कळपांनी नेणं, स्थानिक आदिवासी टोळ्यांबरोबर झालेली युद्धं, चकमकी, पश्चिम भागात स्थापन होणाऱ्या वसाहती यांबद्दलच्या सर्वच गोष्टी मला चित्तथरारक वाटल्या आहेत. मी चौथ्या इयत्तेत असताना माझ्या वर्गात एक मुलगा होता. तो सांगायचा की, पूर्वी त्याच्या पणजोबांनी रेल्वे लुटल्या होत्या आणि त्यात मिळालेले पैसे,

सोनं त्यांनी मेक्सिकोमध्ये कुठेतरी पुरून ठेवलं होतं. एक टोळी तयार करून त्याला ते पैसे शोधून काढायचे होते. हे तो जे सांगायचा, ते सर्व खोटं होतं, हे आम्हाला कळत होतं; पण ऐकण्यात खूप गंमत वाटायची. मला माझे पूर्वज कसे होते, याबद्दल खूप उत्कंठा असायची; पण मी गोंधळून जायचो, कारण मला माझे पूर्वज कसे होते, हे माहीतच नव्हतं किंवा जणूकाही मला कोणी पूर्वजच नव्हते.''

''एडी तुला काय सांगायचा?''

''ते म्हणायचे की, आता ते सारे स्वर्गवासी झालेले आहेत. कुटुंबाच्या ऐतिहासिक माहितीसाठी त्यांनी इतर कुठल्याही गोष्टींपेक्षा जास्त वेळ घालवलेला होता, असं मला त्यांनी सांगितलं होतं. मी प्रत्येक वेळी त्यांना जेव्हा कुटुंबाच्या इतिहासासंबंधी विचारायला लागायचो, तेव्हा माझी आई मला बाजूला घेऊन जायची आणि 'असं काही विचारू नकोस' असं मला सांगायची. कारण त्यामुळे वडलांचं मानसिक स्वास्थ्य बिघडेल आणि ते पुन्हा अस्वस्थ होऊन पुढचे काही आठवडे किंवा एखादा-दुसरा महिनासुद्धा त्याच मानसिक अवस्थेत राहतील, असं तिला वाटायचं. माझं सगळं बालपण माझ्या वडलांचं मानसिक स्वास्थ्य न बिघडता त्यांच्याकडून आपल्या कुटुंबाची, मागल्या दोनतीन पिढ्यांची माहिती मिळवण्याच्या प्रयत्नात मी घालवलं होतं. मी जरा मोठा झाल्यावर माझे वडील हे अत्यंत दुःखी गृहस्थ होते, हे माझ्या लक्षात आलं होतं आणि त्यांचा स्वभाव विचित्र होता, हेही माझ्या लक्षात आलं होतं. पण ते स्वतःचा अंत आत्महत्येने करून घेतील, असं मात्र स्वप्नातही वाटलं नव्हतं.''

लीने हातातला ग्लास हलवला. त्यातल्या बर्फाच्या खड्यांनी खळखळ आवाज केला. पेयाचा शेवटचा घुटका घेतला आणि म्हणाली, ''ॲडम, त्याला कारणंही तशी खूप आहेत.''

''मग मला ते सर्व तू कधी सांगणार?''

लीनं सावकाश पाण्याचा जग उचलला. दोघांचे ग्लास पाऊण भरले. ॲडमने त्यात बोर्बोन मद्य ओतून भरलं. दोघं त्यांच्या मद्याचे घुटके घेत, समोरच्या नदीच्या प्रवाहातली वाहतूक न्याहाळत होते. त्यात बरीच मिनिटं गेली.

''मृत्युदंडाची शिक्षा झालेल्या कैद्यांच्या तुरुंगाला तू कधी भेट दिली होतीस?'' त्यानं शेवटी विचारलं. नजर समोरच्या नदीच्या पात्रातल्या वाहतुकीकडेच होती.

''नाही.'' त्याला कसंबसं ऐकू जाईल, इतक्या लहान आवाजात तिनं उत्तर दिलं.

''तुझे वडील जवळजवळ गेली दहा वर्षं तिथे आहेत आणि तू एकदासुद्धा त्यांना भेटायला गेली नाहीस?''

''त्यांच्या शेवटच्या खटल्यानंतर मी त्यांना एकदा पत्र पाठवलं होतं. सहा

महिन्यानंतर त्यांनी मला पत्र पाठवून 'मला भेटायला येऊ नकोस' असं सांगितलं होतं. मृत्युदंडाची शिक्षा झालेल्या कैद्यांच्या तुरुंगात मी त्यांना पाहावं, असं त्यांना वाटत नव्हतं. त्यानंतर मी त्यांना दोन आणखी पत्रं पाठवली. त्यांपैकी कोणत्याही पत्राला त्यांनी उत्तर दिलं नव्हतं.''

''मला याचं फार वाईट वाटतंय.''

''तू दु:ख वाटून घेऊ नकोस. मी अपराधी आहे, असं मला वाटतंय. त्याबद्दल बोलणंसुद्धा किती त्रासदायक आहे, याची तुला कल्पना नाही. ॲडम, मला थोडा वेळ हवाय.''

''मी मेम्फिसमध्ये काही दिवस थांबतो हवं तर.''

''तू इथे माझ्या घरी राहिलास, तर मला बरं वाटेल. आपल्या दोघांना एकमेकांची गरज आहे.'' क्षणभर ती बोलायची थांबली. तिनं उजव्या हाताच्या पहिल्या बोटाकडे पाहिलं. तिची मन:स्थिती द्विधा झाली होती, पण नंतर तिनं त्या बोटानं ग्लासातलं पेय ढवळलं आणि पुढे बोलणं चालू केलं, ''माझ्या मतानुसार ते आता फार दिवसांचे सोबती राहिलेले नाहीत. त्यांचा मृत्यू अटळ आहे. बरोबर आहे ना?''

''हं! तशी शक्यता आहे.''

''केव्हा?''

''दोन किंवा तीन महिने. उच्च न्यायालयासमोर त्यांची बाजू मांडण्याचे सर्व मार्ग खुंटले आहेत. आता काही फार राहिलेलं नाही.''

''मग तू त्यात स्वत:ला का गोवून घेतोयंस?''

''मला माहीत नाही. कारण लढा द्यायला एखादी शक्यता असेल कदाचित. पुढचे काही महिने मी माझं सर्व ज्ञान, ताकद साधनं वापरून प्रयत्न करणार आहे आणि एखादा चमत्कार घडावा, अशी देवाजवळ प्रार्थना करणार आहे.''

''मीसुद्धा तशी प्रार्थना करेन.'' ती म्हणाली आणि तिनं पेयाचा आणखी एक घुटका घेतला.

''आपण दुसऱ्या कोणत्या विषयाबद्दल बोलायचं का?'' एकदम तिच्याकडे पाहत त्यानं विचारलं.

''हो, बोलू.''

''तू एकटीच इथे राहतेस? अर्थात, मी इथे राहणार असेन, तरच असा प्रश्न विचारणं गैर ठरणार नाही.''

''हो, मी इथे एकटी राहते. आमची गावाकडे शेती आहे. तिथल्या घरी माझा नवरा राहतो.''

''तो तिथे एकटा का राहतो? फक्त कुतूहल म्हणून विचारतोय.''

''कधीकधी त्याला विशीतल्या तरुण मुली आवडतात. बहुतेक त्याच्या बँकेतच त्या नोकरीला असलेल्या असतात. मी त्या घरी जायचं म्हटलं, तर मला आधी फोन करून कल्पना द्यावी लागते आणि तो जर इथे येणार असेल, तर त्यालाही आधी मला फोन करावा लागतो.''

''व्यवस्था चांगली आहे. दोघांच्या दृष्टीने सोयीस्कर आहे. ह्या करारासाठी कोणी मध्यस्थी केली?''

''आम्ही आपापसातच बोलून हे ठरवलं, पण त्यासाठी बराच काळ द्यावा लागला. आम्ही गेली पंधरा वर्षं एकमेकांबरोबर राहिलेलो नाही.''

''हे लग्न वेगळंच आहे.''

''हो, पण आमचं बरं चाललंय. मला लागणारे पैसे मी त्याच्याकडून घेते. त्याच्या खाजगी आयुष्याबद्दल मी त्याला प्रश्न विचारत नाही. समाजात ज्या काही समारंभांना एकत्र जावं लागतं, तिथे आम्ही एकत्र जातो आणि तो सुखी आहे.''

''तू सुखी आहेस का?''

''बराचसा काळ असते.''

''तो जर तुला फसवतोय, तर तू घटस्फोट घेऊन त्याच्यापासून मोकळीक का करून घेत नाहीस? मी तुझं वकीलपत्र घेतो.''

''घटस्फोटाने काम होणार नाही. तो कडक निर्बंधाच्या जोखडाखाली वावरणाऱ्या एका जुन्या, प्रसिद्ध वंशावळीतल्या कुटुंबांपैकी आहे. या कुटुंबाकडे अमाप संपत्ती आहे. या कुटुंबातली मंडळी याच वंशावळीतल्या कुटुंबांमध्ये सोयरीक करतात. गेली कित्येक दशकं असं चालत आलंय. चुलत चुलत अशा पाचव्या चुलत कुटुंबातल्या एका मुलीबरोबर फेल्प्सनं लग्न करावं, अशी त्या लोकांची अपेक्षा होती; पण तो माझ्या रूपाला भाळला. कुटुंबातली सर्व मंडळी आमच्या विवाहाच्या विरोधात होती आणि आता जर घटस्फोट घेतला, तर त्या कुटुंबातल्याच लोकांचं त्या वेळचं म्हणणं खरं होतं हे सिद्ध होईल. त्याखेरीज ही मंडळी थेट इंग्लंडमधून आलेल्यांपैकीच आहेत. तिथल्या राजघराण्यातलं रक्त त्यांच्या धमन्यांतून वाहतं आहे. आमच्या घटस्फोटामुळे त्या कुटुंबाच्या वंशावर फार मानहानीचा प्रसंग ओढवेल. मला त्याचे पैसे वापरून मला हवं तसं स्वतंत्रपणे राहता येतं, त्यात मला आनंद आहे.''

''तू त्याच्यावर कधी खरोखरंच प्रेम केलं होतंस?''

''हो, त्यात शंकाच नाही. आम्ही प्रथम वेड्यासारखे एकमेकांच्या प्रेमात पडलो. नंतर आम्ही लग्न केलं. तसं म्हणजे आम्ही पळून जाऊनच लग्न केलंय. १९६३ साल होतं. त्याच्यासारख्या राजघराण्यातल्या आणि आमच्यासारख्या नोकरदार, पैसे मिळवणाऱ्या कुटुंबातलं लग्न फार थाटामाटात होईल, अशी

शक्यताही नव्हती. त्याची आई माझ्याशी बोलायची नाही आणि माझे वडील क्लॅन समूहात कार्यरत राहून पेटते क्रॉस फेकणाऱ्या गटात सामील व्हायचे. माझे वडील कु क्लक्स क्लॅन समूहातले एक आहेत, हे त्या वेळी फेल्प्सला माहीत नव्हतं आणि मलासुद्धा त्याला ते सांगण्याचं धैर्य झालं नव्हतं. मी गप्प राहिले होते.''

''त्याला नंतर कळलं?''

''डॅडींना बॉम्बस्फोटाबद्दल अटक केल्याकेल्या मी त्याला ते सांगितलं. नंतर त्यानं त्याच्या वडलांना सांगितलं. हळूहळू बुथ वंशातल्या सर्वांना ते कळलं. ही सर्व मंडळी गुप्तता राखण्यात अगदी वाकबगार आहेत आणि त्या गुणाबाबत त्यांच्यात आणि केहॉल कुटुंबीयांत साम्य आहे.

''म्हणजे तू सॅम केहॉल यांची मुलगी आहेस, हे फारच कमी लोकांना माहीत आहे?''

''हो, अगदीच कमी लोकांना आणि मलाही ते तसंच असलेलं आवडतं.''

''तुला त्यांची मुलगी असल्याची लाज....''

''हो वाटते लाज! माझ्या वडलांची कोणाला लाज वाटणार नाही?'' तिचे शब्द एकाएकी धारदार झाले होते. त्यात कडवटपणा आला होता.

''ज्याला त्याच्या कुकर्माबद्दल मृत्यूची शिक्षा झालीये, त्या फाशीच्या कोठडीतल्या वृद्ध माणसांबद्दल तुझ्या मनात काही अद्‌भुतरम्य कल्पना तर तरंगत नसावी, अशी मी आशा करते!''

''मला नाही वाटत, त्यांना मृत्युदंडाची शिक्षा द्यावी.''

''मलाही वाटत नाही; पण त्यांनी अनेकांचे बळी घेतलेले आहेत, हे त्यांनाही माहिती आहे. क्रॅमर यांची दोन जुळी मुलं, त्यांचे वडील, तुझे वडील आणि देवाला माहीत, आणखी कोणाकोणाचे ते! त्यांचं उरलेलं आयुष्य त्यांनी तुरुंगातच घालवलं पाहिजे.''

''तुला त्यांच्याबद्दल थोडीसुद्धा सहानुभूती वाटत नाही?''

''कधीकधी वाटते; कारणपरत्वे कधीकधी वाटते. कधी एखाद्या प्रसन्न दिवशी बाहेर हवा आनंददायी असेल, तेव्हा मला त्यांची आठवण येते. बालपणातले त्यांच्याबरोबरचे काही सुखद क्षण, प्रसंग आठवतात. पण तसे प्रसंग फारच क्वचितच वाट्याला आले होते. ॲडम, माझ्या किंवा माझ्याबरोबरच्यांच्या आयुष्यातल्या बऱ्याचशा दु:खद प्रसंगांना तेच कारणीभूत झालेले होते. त्यांनी आम्हाला प्रत्येकाचा तिरस्कार करायला शिकवलं होतं. ते माझ्या आईशी फार वाईट रीतीने वागले होते. त्यांचं सारं कुटुंबच्या कुटुंब हलक्या मनोवृत्तीचं होतं.''

''म्हणून त्यांना मृत्युदंडाची झालेली शिक्षा योग्यच आहे, असं तुझं म्हणणं आहे?''

“नाही, माझं तसं म्हणणं नाही. ॲडम, तुझा काहीतरी गैरसमज होतोय. त्यांच्याबद्दलचे विचार माझ्या मनात सतत असतात, त्यांच्या भल्यासाठी मी देवाकडे दररोज प्रार्थना करते. माझे वडील इतके निष्ठुर, निर्दयी, भयानक का झाले, असं या भिंतींना मी हजारो वेळा विचारलंय. घराच्या व्हरांड्यात एखाद्या वेताच्या खुर्चीत बसून धूम्रपान करत किंवा पोटासाठी म्हणून बोर्बोन मद्याचा आस्वाद घेणारे सर्वांना आवडतील असे आजोबा, पपा ते का बनू शकले नाहीत? माझ्या वडलांना क्लॅन समूहात का सामील व्हावंसं वाटलं? आणि निष्पाप, लहान मुलांना, त्यांच्या कुटुंबीयांना ठार करून आपल्या स्वत:च्या कुटुंबाची वाताहत का करावीशी वाटली?”

“आजोबांना कोणालाही ठार करण्याची इच्छा नसेलही कदाचित.”

“पण काही जण तर त्यांच्यामुळेच मारले गेले आहेत ना? न्यायनिवाडा समितीच्या म्हणण्याप्रमाणे सॅमनीच त्यांना मारलं आहे. स्फोटामुळे या दुर्दैवी लोकांचे तुकडे तुकडे झाले. ते तुकडे एकत्र करून, एकाच ठिकाणी, शेजारी शेजारी ते पुरले आणि त्यावर एक लहान, छानशी समाधी बांधली आहे. त्यांना या निष्पाप लोकांना ठार मारण्याची इच्छा होती का नव्हती, याचा विचार कोण करतो? त्या अपघाताच्या वेळी माझे वडील तिथेच होते ॲडम.”

“त्यांना कोणालाही ठार मारायचं नव्हतं, ही गोष्ट महत्त्वाची असू शकते.”

ली उडी मारून एकदम उभी राहिली. ॲडमचा हात तिने पकडला, “इकडे ये.” तिने त्याला जबरदस्तीनं बाल्कनीच्या कडेशी नेलं. तेथून थोड्या अंतरावर मेम्फिस शहरातल्या काही इमारती दिसत होत्या. त्यापैकी एका इमारतीकडे बोट दाखवून ती म्हणाली, “ती सपाट छपराची, नदीकडे तोंड करून बसलेली आहे, ती इमारत तुला दिसतेय ना?”

“हो.” ॲडमने सावकाश उत्तर दिलं.

“अगदी शेवटचा मजला आहे. तो पंधरावा आहे. त्याच्या उजव्या बाजूनं सहा मजले खाली मोज. मी काय सांगतेय ते समजतंय?”

“हो.” ॲडमने मान हालविली, आज्ञाधारक मुलाप्रमाणे खाली सहा मजले मोजले. इमारत उंच होती; देखणी होती.

“आता डाव्या बाजूला चार खिडक्या मोज. तिथे उजेड आहे. तो तुला दिसतोय?”

“हो.”

“तिथे कोण राहत असेल, याचा अंदाज बांध.”

“मला कसं माहीत असणार?”

“रूथ क्रॅमर.”

“रूथ क्रॅमर? त्या जुळ्या मुलांची आई?”

''हो, तीच ती.''

''तू त्यांना ओळखतेस?''

''आम्ही एकदाच भेटलो होतो. अपघातानंच. माझं नाव ली बूथ आहे, हे तिला माहीत होतं; कुविख्यात फेल्प्स बूथची बायको म्हणून! बस! तितकाच आमचा परिचय. कुठल्यातरी सामाजिक उपक्रमासाठी मदत मिळवण्यासाठीच्या एका कार्यक्रमात आमची भेट झाली होती. मी तिला नेहमीच टाळायचा प्रयत्न करते.''

''तसं हे गाव लहान आहे.''

''हो, लहानच आहे आणि तू तिला माझ्या वडलांबद्दल तिचं मत काय आहे, हे विचारू शकतोस. ती काय म्हणेल माहीत आहे?''

दूरवरच्या दिव्यांकडे ॲडम पाहत राहिला. ''मला सांगता येणार नाही. तिच्या मनात खूप कडवटपणा आहे असं मी वाचलं आहे.''

''कडवटपणा? अरे, तिनं तर तिचं सर्वच्या सर्व कुटुंब माझ्या वडलांमुळे गमावलं आहे. तिनं नंतर परत लग्न केलं नाही. माझ्या वडलांचा तिच्या मुलांना मारण्याचा हेतू होता का नव्हता, याबद्दल ती काही पर्वा करत असेल, असं वाटतं तुला? नक्कीच नाही. तिची मुलं मृत्युमुखी पडलेली आहेत, एवढंच तिला कळतं ॲडम. आता त्याला तेवीस वर्षं झालेली आहेत. माझ्या वडलांनी ठेवलेल्या बॉम्बमुळे तिची मुलं मेली, एवढंच तिला माहीत आहे. बॉम्बस्फोटाच्या रात्री माझे वडील त्यांच्या माथेफिरू मित्रांबरोबर असण्याऐवजी आपल्या स्वत:च्या घरी त्यांच्या कुटुंबाबरोबर असते, तर जॉश आणि जॉन यांचा मृत्यू झाला नसता. ती मुलं आत्ता अठ्ठावीस वर्षांची असती. कदाचित चांगलं शिकून-सवरून, त्यांचं लग्न होऊन त्यांना एक-दोन मुलंसुद्धा झाली असती. रूथ आणि मार्विन यांच्याबरोबर ती मुलं खेळली असती. बॉम्ब तिथे कशासाठी ठेवला होता, हे तिला माहीत होण्याची काहीही जरुरी नव्हती. ॲडम, आपल्या दृष्टीने सर्वात वाईट हे आहे की, तो ठेवला होता आणि त्याचा स्फोट झाला, त्यात तिची मुलं मृत्युमुखी पडली. तेवढंच तिला माहीत आहे.''

ली मागे होऊन परत तिच्या खुर्चीत येऊन बसली. तिनं ग्लासमधलं पेय हलवलं आणि घुटका घेतला आणि म्हणाली, ''ॲडम, माझ्याबद्दल कृपया चुकीची कल्पना करून घेऊ नकोस. मी मृत्युदंडाच्या शिक्षेविरुद्ध आहे. मी कदाचित एकच गोऱ्या कातडीची, पंचावन्न वर्षांची स्त्री असेन की, जिच्या वडलांना मृत्युदंडाची शिक्षा झालेली आहे. शिक्षेचा हा प्रकार खरोखरच रानटी आहे. नीतीला सोडून आहे; भेदाभेद, क्रूर, असभ्य प्रकारातला आहे, हे सर्व मला मान्य आहे; पण जे बळी पडले आहेत, त्यांचं काय? अपराध्यांना शिक्षा व्हावी, असं त्यांना वाटणारच ना? आणि ते समाधान त्यांनी मिळवलं आहे.''

“शिक्षा व्हायला हवी, असं रूथ क्रॅमर यांना वाटतं का?”

“व्हायला हवी, असं नक्कीच वाटतंय. वर्तमानपत्रांकडे तिनं तशी कधी मागणी केलेली नाही; पण ज्या गटांना असं वाटतं की, या खुनाचा बदला आपण मृत्युदंडाच्या शिक्षेनेच घ्यायचा, अशा गटांमध्ये ती कार्यरत असते. सॅम केहॉल यांच्या मृत्युदंडाच्या शिक्षेची जेव्हा प्रत्यक्ष कार्यवाही होईल, त्या वेळी साक्षीदार म्हणून तिला तिथे उपस्थित राहायला आवडेल, असं तिनं म्हटल्याचं एका वर्तमानपत्रात लिहून आलेलं होतं.”

“म्हणजे त्यांच्यात क्षमेची भावना नाहीच.”

“माझ्या वडलांनी कधी क्षमायाचना केल्याचं मला आठवत नाही.”

ॲडमनं चेहरा फिरवला. तो कठड्यावर, नदीकडे पाठ करून बसला. त्यानं जुन्या गावाच्या विभागातल्या इमारतीकडे नजर टाकली. मग त्यानं त्याच्या पावलांचं निरीक्षण केल्यासारखं केलं. दरम्यान लीनं तिच्या पेयाच्या ग्लासातला एक मोठा घुटका घेतला.

“ठीक आहे, मग ली आत्या, आपण काय करणार आहोत?”

“प्लीज, आत्या म्हणू नकोस. नुसतं ली म्हण.”

“बरं, नाही म्हणणार. मी इथे राहणार आहे. इथून जात नाही. सॅम आजोबांना मी उद्या भेटणार आहे आणि तिथून परताना मी त्यांचा वकील असावा, अशी माझी इच्छा आहे.”

“तू तुझ्या नात्याबाबत मौन बाळगणार आहेस का?”

“तसं पाहिलं, तर माझं आडनाव केहॉल आहे का? आणि माझं पूर्वीचं आडनाव केहॉल होतं, हे मी स्वत: होऊन कधीही कोणाला सांगणार नाही; पण ते गुपित फार काळ झाकलेलं राहील, याची मला शंका वाटते. मृत्युदंडाची शिक्षा झालेल्या कैद्यांच्या बाबतीत काही बोलण्याची वेळ आली, तर सर्वप्रथम केहॉल यांचं नाव येतं. पुढे जर वार्ताहरांना माझ्या पूर्वीच्या नावाची चाहूल लागली, तर ते मागोवा घेण्याचा प्रयत्न करणारच.”

ली गुडघे दुमडून खाली बसली. तिची नजर नदीच्या दिशेनंच होती. “त्यामुळे तुला त्याचा त्रास होईल?” तिनं हलक्या आवाजात विचारलं.

“मुळीच नाही. मी एक वकील आहे आणि लहान मुलांवर अत्याचार करणारे, खुनी, बलात्कार करणारे, मादक पदार्थांची विक्री करणारे, आतंकवादी या सर्वांचं वकीलपत्र घेऊन वकील त्यांची बाजू मांडतात, त्यांचा बचाव करण्याचा प्रयत्न करतात. आम्ही तसे चांगल्या लोकांच्यात गणले जात नाही. आणि सॅम केहॉल हे माझे आजोबा आहेत, या वस्तुस्थितीमुळे मला कसा काय धोका पोहचू शकतो?”

“तुझ्या कंपनीला तुझ्या नात्याबद्दल कल्पना आहे?”

''हो, मी त्यांना सांगितलं आहे. त्यांना फारकाही आनंद झाला नाही. त्यांनी मला नोकरीवर घेतलं, त्या वेळी मी ते त्यांच्यापासून लपवून ठेवलं होतं. ती माझी चूकच होती, पण आता सर्वकाही ठीक आहे.''

''पण जर सॅमच नाही म्हणाला तर?''

''आपल्या दृष्टीनं तर ते चांगलंच होईल. बरोबर आहे की नाही? कोणालाच काही कळणार नाही आणि आपण सुरक्षित! मी परत शिकागोला जाईन आणि टी.व्ही.वर त्यांच्या मृत्युदंडाची बातमी येईपर्यंत वाट पाहीन. तरीपण ऑक्टोबर महिन्यातल्या, छान हवा असलेल्या एखाद्या दिवशी मी त्यांच्या दफनस्थानी जाईन, त्यावर आदरानं फुलं वाहीन आणि तिथे गुडघे टेकून म्हणेन की, देवा त्यांनी हे असं कृत्य का केलं आणि त्यामुळे स्वत:च्या आयुष्याचं वाटोळं का करून घेतलं? तसंच हेसुद्धा विचारेन की, अशा नतद्रष्ट कुटुंबात मला तू का जन्माला घातलंस? आणि तुला माहीत आहे की, मी हा प्रश्न देवाला गेली कित्येक वर्षं विचारत आलो आहे. त्या वेळी मी तुलासुद्धा माझ्याबरोबर चलण्याची विनंती करेन. सर्व केहॉल कुटुंब डोळ्यांवर जाडजाड काचांचे गॉगल चढवून एकामागून एक असं रांगेत दफनस्थानावर फुलं वाहून श्रद्धांजली अर्पण करतील. त्यानिमित्त केहॉल कुटुंबाचं एकत्र येणं होईल. आपल्याला डोळ्यावरच्या चष्म्यामुळे कोणीही ओळखणार नाही.''

''थांबव ते तुझं बोलणं!'' ती म्हणाली. ॲडमला तिचे अश्रू दिसले. ते डोळ्यापासून वाहत हनुवटीवर येऊन थांबले होते. तिनं ते हाताच्या बोटांनी पुसले.

''मला माफ कर.'' तो म्हणाला आणि नदीच्या पाण्यावर उत्तरेच्या भागावर एक सावली पडली होती. त्या भागातून चाललेल्या एका होडीकडे ॲडम पाहत होता. ''ली, मला माफ कर. मी चुकलो.''

८

ज्या राज्यात त्याचा जन्म झाला, त्या राज्यात तो तेवीस वर्षांनंतर आला होता. तिथे येण्याचा त्याला फार आनंद होत होता, असंही नव्हतं आणि त्याला कोणापासून काही धोका होता, असंही नव्हतं. दक्षतेने कोणालाही मागे न टाकता मोटार चालवत तो आला होता. मिसिसिपी नदीच्या त्रिभुज प्रदेशात आल्यावर रस्ता सपाट प्रदेशातून जात होता आणि अरुंद झाला होता. उजव्या बाजूला नदीच्या पुराचं पाणी निवासी भागात पसरू नये, म्हणून एक मैल लांबीचा एक नागमोडा बांध त्याच्या दृष्टीला पडला. रस्ता क्र. ६१वरचं लक्षात घेण्यासारखं, वस्ती असलेलं वॉल्स हे गाव त्यानं पार केलं होतं आणि दक्षिण दिशेने जाणाऱ्या वाहतुकीमागोमाग तो जात होता.

गेली कित्येक दशकं त्रिभुज प्रदेशातले, लाखोंच्या संख्येने येणारे गरीब कृष्णवर्णीय उत्तरेकडच्या मेम्फिस, सेंट लुईस, शिकागो, डेट्रॉईट या गावी नोकरी धंद्यासाठी आणि चांगलं जीवन जगण्यासाठी, जाण्यासाठी हा हमरस्ता वापरत होते. या ६१ क्रमांकाच्या रस्त्यावरच्या गावातून, शेतातून आणि मोडकळीला आलेल्या घरांतून खूप मोठ्या संख्येने लहान-मोठी उपाहारगृहं उभी राहिलेली होती. धुळीने भरलेल्या दुकानांतून बंदुकी आणि इतर कोणत्याही प्रकारच्या वस्तू मिळायच्या. उदास सुरावटींच्या गाण्यांचा 'ब्लूज' हा प्रकार याच भागात निर्माण झाला आणि तो उत्तरेकडे फोफावला. या संगीताच्या प्रकारात मेम्फिसमधल्या कलाकारांनी ख्रिस्ती धर्मात सांगितलेली तत्त्वं मांडली. त्यामुळे तो प्रकार अतिशय लोकप्रिय झाला. नंतर याच प्रकाराने 'रॉक ॲन्ड रोल'चा अवतार धारण केला. जुन्या काळातली 'मर्डा वॉटर्स' या गाण्याची कॅसेट मोटारीत बसून तो ऐकत होता. त्यानं त्या कुप्रसिद्ध ट्यूनिका परगण्यात प्रवेश केला. हा युनायटेड स्टेस्टस्‌मधला गरिबात गरीब परगणा आहे.

संगीताने आपल्या मनाला शांतता वाटेल, असं त्याला वाटलं होतं; पण तसं काही घडलं नाही. भूक नाही, या सबबीवर त्याने आत्याकडे सकाळची न्याहारी घेणं

टाळलं होतं, पण प्रत्यक्षात त्याच्या पोटात कावळे ओरडत होते. मैलागणिक भूक वाढत होती. ट्यूनिका गाव पार करून तो उत्तरेकडे जसा निघाला, तसतशा आजूबाजूंच्या शेतांच्या मर्यादा सर्व दिशांना पार क्षितिजापर्यंत लांबत गेल्या. सोयाबीन आणि कापसाच्या शेतातली रोपं गुडघ्यापर्यंत आली होती. या रोपांच्या ओळीतलीं तण काढणारी, हिरव्या आणि तांबड्या रंगाची स्वयंचलित अवजारं त्यांची कामं काळजीपूर्वक करत होती. अद्याप सकाळचे नऊसुद्धा वाजलेले नव्हते. तरीपण हवेतली गरमी आणि आर्द्रता वाढली होती. जमिनीतला ओलेपणा कमी झाला होता. काही भागांतून यंत्राद्वारे नांगरणी चालू होती. तिथे यंत्राच्या मागे धुळीचे ढग हवेत उडत होते. पिकांवर कीटकनाशक औषधांचा फवारा मारणारं एखादं विमान जमिनीच्या बऱ्याच जवळ येऊन, योग्य ठिकाणी फवारा मारून, एखाद्या पक्ष्याप्रमाणे हवेत उंच भरारी मारून निघून जात होतं. रस्त्यावरची वाहतूक वाढलेली होती, त्यामुळे पुढे जाण्याची गती कमी झालेली होती. अवाढव्य आकाराचं जॉन डियर कंपनीचं स्वयंचलित यंत्र जर इंच इंच पुढे जात असतं, तर वाहतूक ठप्पच पडली असती!

ॲडम तसा धीराचा होता. पार्चमनला दहापर्यंत पोचेन, असं त्याने कळवलं होतं; पण उशीर झाला, तरी काही बिघडत नव्हतं.

कार्क्सडेल या गावाशी त्याने हमरस्ता क्र. ६१ सोडला आणि आग्नेय दिशेने जाणारा रस्ता क्र. ४९ घेतला. वाटेत मॅटसन, डब्लीन आणि टट्वायलर ही छोटी छोटी गावं लागली. पुढे तो सोयाबीनच्या शेतांच्या भागातून गेला. वाटेत कापसांच्या बोंडांतून बिया वेगळ्या करणाऱ्या जिनींगचे कारखाने लागले. सध्या जिनींग बंद होतं. जिनींगचे कारखाने नव्याने येणाऱ्या कापसाच्या उत्पन्नाच्या काढणीची वाट पाहत होते. हा भाग मागे टाकून तो पुढे गेला. काही भागात एकाला एक लागून असलेल्या गरीब लोकांच्या घरांच्या वस्त्या होत्या. बससारख्या जुनाट मोटारीच्या सांगाड्यातून वस्ती करून राहत असलेले लोक हमरस्त्याच्या लगत वस्ती करून होते. मध्येच एखादं चांगलं घर त्याच्या दृष्टीला पडायचं, पण नेहमीच ते दूर अंतरावर असायचं. डेरेदार सावली देणाऱ्या ओक किंवा एल्म वृक्षांच्या सावलीत असायचं. बहुतेक वेळा त्या घरांच्या परिसरात एखादा पोहण्याचा तलाव असायचा आणि सर्व मिळकतीला काटेरी तारांचं, फळ्यांचं सुरक्षित कंपाउंड असायचं. ही सर्व शेतं कोणाच्या मालकीची होती हे सहजपणे कळत होतं.

'पुढे पाच मैलावर तुरुंगाची हद्द सुरू होते.' असं दर्शवणारा एक फलक रस्त्याच्या कडेला उभा लावलेला होता. आपोआप ॲडमच्या गाडीचा वेग कमी झाला. त्याच्या पुढे रस्त्यावरून एक मोठा ट्रॅक्टर अत्यंत धीम्या गतीने जात होता. बाजूने त्याच्यापुढे जाण्याऐवजी ॲडमने त्या ट्रॅक्टरच्या मागेच राहणं पसंत केलं.

डोक्यावर मळकट टोपी घातलेला एक गोरा गृहस्थ ट्रॅक्टर चालवत होता. त्यानं अॅडमला खूण करून बाजूने पुढे जाण्याची सूचना केली. अॅडमने हात हलवून 'मागेच राहतो.' असं खुणावलं आणि तो ताशी वीस मैलांच्या वेगाने त्याच्या मागे जात होता. दृष्टिपथात दुसरं कोणतंच वाहन दिसत नव्हतं. मध्येच एखाद्या वेळी ट्रॅक्टरच्या चाकामुळे धुळीचा लोट हवेत उधळला जात होता आणि अॅडमच्या साब या मोटारीच्या पुढे काही इंचावर जमिनीवर बसत होता. अॅडमने वेग अजून कमी केला. ट्रॅक्टरचा चालक त्याच्या बसल्या जागेवरून, कंबरेतून फिरून मागे असलेल्या अॅडमला हाताने पुन्हा खूण करून बाजूने पुढे जायला सांगत होता. त्याच्या ओठांच्या हालचाली, त्याच्या चेहऱ्यावर आलेला राग अॅडमच्या दृष्टीला पडला. हा हमरस्ता जर त्याच्याच मालकीचा असता, तर त्यानं असल्या वेड्याला त्याच्या ट्रॅक्टरच्या मागे येऊ दिलं नसतं, हेच जणूकाही त्याला सांगायचं होतं. अॅडम हसला, त्याने हाताने पुन्हा खूण करून तो मागेच राहत असल्याचं सांगितलं.

काही मिनिटांनंतर त्याला तुरुंग दिसला. रस्त्यालगतच्या तुरुंगाच्या सीमेवर उंच उंच जाळीची कुंपणं उभारलेली नव्हती की तुरुंगातले कैदी पळून जाऊ नयेत, म्हणून धारदार धातूच्या आडव्या पट्ट्या कुंपणाला लावलेल्या नव्हत्या. देखरेख करण्यासाठी सशस्त्र सुरक्षा रखवालदारांचे उंच मनोरे कुंपणाच्या लगत उभे केलेले नव्हते. तुरुंगातल्या आवारातून बाहेरच्या बाजूच्या लोकांकडे पाहून आरडाओरडा करणारे कैद्यांचे जथे दिसत नव्हते. अॅडमच्या नजरेला तुरुंगाचं प्रवेशद्वार पडलं. प्रवेशद्वाराच्या वरच्या बाजूला अर्धगोल आकारातल्या पाटीवर 'मिसिसिपी राज्याचे सुधारगृह' असं ठळक अक्षरात लिहिलेलं होतं. प्रवेशद्वाराच्या बाजूने हमरस्त्यालगत बऱ्याच इमारती होत्या. इमारतीत काम करणाऱ्यांच्या सुरक्षेसाठी कुठेही सुरक्षासैनिक दिसत नव्हते.

ट्रॅक्टर चालवणाऱ्याला हात हलवून अॅडमने निरोप दिला आणि तो महामार्गापासून बाजूला झाला. त्याने एक खोल श्वास घेतला आणि प्रवेशद्वाराकडे काही क्षण पाहत राहिला. प्रवेशद्वाराच्या चौकीतून एक गणवेशधारी महिला सुरक्षाकर्मी बाहेर पडून तिने अॅडमकडे पाहिलं. अॅडमने गाडी अगदी धीम्या गतीने तिच्याजवळ नेली आणि त्याची काच खाली केली.

"सुप्रभात!" ती म्हणाली. तिच्या कंबरेलगत पिस्तूल होतं आणि हातात लिहायचं पॅड होतं. आतल्या बाजूला बसलेला एक सुरक्षाकर्मी त्या दोघांकडे लक्ष देऊन होता. "तुम्हाला काय हवंय?"

"मी एक वकील आहे. मी मृत्युदंडाची शिक्षा झालेल्या माझ्या एका पक्षकाराला भेटायला आलो आहे." अॅडमनं उसनं बळ गोळा करून हे वाक्य उच्चारलं होतं. त्याचा आवाज त्याला थोडा कर्कश वाटला आणि आवाजात घाबरटपणा जाणवला

होता. 'तू जरा बिनधास्त हो. शांत हो.' तो स्वत:लाच बजावत होता.

"आमच्या इथे मृत्युदंडाची शिक्षा झालेलं कोणीही नाही."

"मग मला माफ करा."

"मृत्युदंडाची शिक्षा झालेल्यांसाठी इथे वेगळा कोणता तुरुंग नाही, पण अतिदक्षता विभागात मृत्युदंडाची शिक्षा झालेले बरेच कैदी आहेत, तर तो विभाग कुठे आहे, असं विचारा. मृत्युदंडाच्यासाठीचा तुरुंग कोणता, असं विचारलं, तर तुम्हाला योग्य माहिती मिळणार नाही."

"ठीक आहे."

"तुमचं नाव काय?" तिच्या हातातल्या पॅडवरच्या तपशिलांकडे पाहत तिनं विचारलं.

"ॲडम हॉल."

"आणि तुमच्या पक्षकाराचं?"

"सॅम केहॉल." यावर त्या महिला सुरक्षाकर्मीकडून त्याला थोडीफार प्रतिक्रिया अपेक्षित होती, पण तिनं तसं दाखवलं नाही. तिनं एक कागद उलटला आणि म्हणाली, "तुम्ही इथेच थांबून राहा."

प्रवेशद्वारातून आत गेल्यावर पुढे मोटारीने जाण्यासारखा एक छान रस्ता होता. रस्त्याच्या दोन्ही बाजूनं सावली देणारी झाडं होती. छोट्या इमारती होत्या. एका छोट्या गावातल्या एखाद्या छानशा रस्त्याचं ते स्वरूप होतं. असं वाटत होतं की, पटकन लहान मुलांचा एक घोळका समोर येईल. त्यातले कोणी सायकलींवर, तर कोणी रोलरस्केटसवर, समोरून, डाव्या बाजूनं येताना दिसतील. उजव्या बाजूला विचित्र, पण आकर्षक वाटणारी एक इमारत होती. दर्शनी भागात पोर्च होतं आणि फुलझाडांचे ताटवे होते. त्यावर जी खूण होती, त्यावरून ते अभ्यागतांना माहिती देणारं ठिकाण होतं. एखाद्याला असं वाटावं की, उत्सुक पर्यटकांसाठी थंडगार पेय मिळण्याचं ते ठिकाण आहे आणि तिथेच स्मरणिका विकत मिळण्याचं दुकान असेल. बाजूने एक पांढरी व्हॅन, थोडासाही वेग कमी न करता गेली. त्यात चार काळे तरुण होते. व्हॅनवर 'मिसिसिपी सुधारखातं' असं लिहिलेलं होतं.

ॲडमने त्याच्या गाडीच्या मागे उभ्या असलेल्या महिला सुरक्षाकर्मीकडे पाहिलं. ती तिच्या पॅडवरच्या कागदावर काहीतरी लिहीत होती. ती त्याच्या खिडकीशी आली आणि तिनं विचारलं, "तुम्ही इलिनॉय राज्यात कोणत्या गावी राहता?"

"शिकागो."

"तुमच्याजवळ कॅमेरा, पिस्तूल किंवा टेपरेकॉर्डर आहे?"

"नाही."

पॅड बाहेर गाडीच्या टपावर ठेवून ती गाडीत आली आणि पुढच्या काचेवर

आतल्या बाजूनं एक कागद चिकटवून आणि ती गाडीच्या बाहेर पडली. हातात तिचं पॅड घेतलं आणि म्हणाली, "तुम्ही इथे लुकस मान यांना भेटणार आहात, हे इथे इतर कोणाला माहीत आहे का?"

"ते कोण आहेत?"

"ते तुरुंगाचे वकील आहेत."

"नाही, मला माहीत नाही. मी त्यांना भेटणं आवश्यक आहे का?"

तिनं एक कागद त्याच्या चेहऱ्यासमोर तीन फुटांवर धरला आणि म्हणाली, "हो, इथे त्यांना भेटणं गृहीतच धरलं जातं. तुम्ही इथून तिसरं डावं वळण घ्या, थोडं पुढे जा. तिथे एक लाल रंगाची इमारत आहे, त्याच्या मागच्या बाजूला जा." बोटानं निर्देश करून ती लाल इमारतीची जागा दाखवत होती.

"त्यांना माझ्याकडून काय हवंय?"

तिनं नाकाचा आवाज काढणं आणि खांदे उडवणं या दोन्ही क्रिया एकाच वेळी केल्या आणि तिचं डोकं हलवत ती सुरक्षाकर्मीच्या, रखवालदारांच्या खोलीकडे गेली. ती "हे लोक स्वत:ला वकील म्हणवतात!" असं काहीसं पुटपुटत गेली.

ॲडमनं हलकेच मोटारीचा वेग वाढवला आणि अभ्यागतांच्यासाठी असलेलं माहितीकेंद्र मागे टाकून, बाजूने दुतर्फा झाडीने आच्छादलेल्या रस्त्याने तो पुढे जायला लागला. झाडीच्या आतल्या भागात असलेल्या पांढऱ्या रंगाच्या इमारतींमधून तुरुंगासाठी काम करणारे सेवाकर्मी आणि त्यांच्या कुटुंबीयांच्या निवासाची सोय होती. ही माहिती त्याला नंतर कळाली. महिला सुरक्षाकर्मीने दिलेल्या सूचनांनुसार जाऊन त्यानं विटांनी बांधलेल्या इमारतीसमोर गाडी उभी केली. निळ्या रंगांच्या पॅन्ट्स, डगला, त्यावर उभे पांढरे पट्टे अशा गणवेशातले तुरुंगातलेच दोघे विश्वासू कैदी दरवाजाबाहेर उभे होते. त्यांच्याशी नजरानजर न करताच ॲडम आत गेला.

लुकस मानच्या ऑफिसबाहेर त्याच्या नावाची पाटी नसूनसुद्धा ॲडमला त्यांचं ऑफिस फार सहजपणे सापडलं. एका सेक्रेटरीनं त्याचं हास्यमुद्रेनं स्वागत केलं आणि ॲडमला मान यांच्या भल्यामोठ्या ऑफिसचा दरवाजा उघडून आत जायला सांगितलं. मान त्यांच्या टेबलामागे उभ्याने फोनवर बोलत होता.

मानच्या टेबलासमोरच्या खुर्चीत सेक्रेटरीनं हलक्या आवाजात ॲडमला बसायला सांगितलं. टेलिफोनवर बोलता बोलता हास्यमुद्रेनं ॲडमचं स्वागत केल्यासारखा आविर्भाव माननं केला आणि टेलिफोनवर बोलणं चालू ठेवलं.

ॲडमने त्याची ब्रीफकेस एका खुर्चीत ठेवली आणि तो त्या खुर्चीमागे उभा राहिला. ऑफिस आकाराने मोठं होतं; स्वच्छ होतं. हायवेच्या बाजूच्या भिंतीत दोन मोठ्या खिडक्या होत्या. त्यातून भरपूर प्रकाश खोलीत येत होता. खोलीच्या डाव्या

बाजूच्या भिंतीवर एका मोठ्या फ्रेममध्ये ओळखीच्या चेहऱ्याच्या एका देखण्या तरुणाचा फोटो लावला होता. भक्कम हनुवटीच्या त्या फोटोतल्या चेहऱ्यावर आपुलकीचं हास्य झळकलेलं होतं. मिसिसिपी राज्याचे राज्यपाल मि. डेव्हिड मॅकलिस्टर यांचा तो फोटो होता. ॲडमला असं वाटत होतं की, या माणसाचे फोटो मिसिसिपी राज्यातल्या सर्व सरकारी कचेऱ्यांमधून, त्यांच्या पॅसेजमधून, प्रसाधनगृहातून भिंतीवर लावलेले असावेत.

लुकस मानने टेलिफोन रिसिव्हरची वायर खिडकीपर्यंत ओढली होती आणि तो खिडकीपाशी जाऊन बोलत होता. त्याची ॲडमकडे पाठ होती. तो नक्कीच वकिलासारखा दिसत नव्हता. वयाने तो पंचावन्नच्या आसपासचा वाटत होता. करड्या रंगाचे वाऱ्यावर उडणारे पातळ केस डोक्यावर होते. कंगव्याने ते नीटपणे मागे वळवून ठेवले होते. कपड्यावरून तो आधुनिक कपडे वापरणाऱ्यातला दिसत होता. कामावर असताना घालतात तसा खाकी रंगाचा, स्टार्च केलेला, छातीवर खिसे असलेला शर्ट अंगावर होता. फुलाफळांची चित्रं असलेला टाय गळ्याशी बांधला होता. टाय जरा सैलच होता. शर्टाचं सर्वात वरचं बटन लावलेलं नसल्यानं आतला राखाडी रंगाचा सुती टी-शर्टही दिसत होता. पायांवर तपकिरी रंगाची स्टार्च केलेली पँट होती. तळातून ती एकएक इंच वर दुमडलेली होती. पावलांवर चढवलेले पांढरे मोजे किंचितसे दिसत होते. चकाकणारे बूट होते. व्यवस्थित पेहराव कसा असावा हे लुकसला चांगलं कळत होतं. त्यामुळे तो निराळ्याच प्रकारच्या वकिली व्यवसायात होता हे उघडपणे दिसत होतं. लुकसच्या डाव्या कानाच्या पाळीत जर एक छोटंसं कर्णभूषण अडकवलेलं असतं, तर तो वाढत्या वयातला हिप्पींच्या पंथातला गृहस्थ म्हणून नक्कीच गणला गेला असता आणि नंतरच्या आयुष्यात हिप्पींच्या कळपात सामील होऊन त्याने ते सिद्ध केलं असतं.

त्याचं ऑफिस पारंपरिक फर्निचरने सजवलेलं होतं. टेबल खूप जुनं होतं. त्यावर सर्व वस्तू व्यवस्थितरीत्या लावून ठेवलेल्या होत्या. तीन लोखंडी खुर्च्या होत्या. त्यावर बसण्यासाठी नायलॉन किंवा तत्सम रासायनिक प्रक्रियेपासून केलेल्या उशा वापरल्या होत्या. फाइलींसाठी वेगवेगळ्या आकारांची, एकमेकांबरोबर न शोभणाऱ्या कपाटांची एक ओळ एका भिंतीलगत होती. ॲडम एका खुर्चीमागे उभा राहून स्वत:ला शांत ठेवण्याचा प्रयत्न करत होता.

'पक्षकाराला भेटण्यासाठी येणाऱ्या प्रत्येक वकिलाला या अधिकाऱ्याला भेटावं का लागतं?'

नक्कीच तसं नसणार, कारण गार्नर गुडमननं लुकस मान याला भेटावं लागेल, असं सांगितलं नव्हतं.

नाव थोडंसं ओळखीचं वाटत होतं. खटल्याच्या संबंधातल्या फाइलींमध्ये

किंवा वृत्तपत्रांच्या कात्रणांत हे नाव त्यानं कुठेतरी वाचलेलं त्याला आठवत होतं. त्यामुळे हा माणूस चांगला आहे का वाईट, हे आठवण्याचा तो कसोशीनं प्रयत्न करत होता. मृत्युदंडाची शिक्षा झाली त्या खटल्यात, या माणसाचा नेमका कशा प्रकारे सहभाग होता? राज्याचे सरकारी वकील हा तर त्याच्या शत्रुपक्षातला समजला जातो, पण त्याच्या ठिकाणी लुकसला बसवणं ॲडमला जमत नव्हतं.

माननी एकाएकी टेलिफोन जागेवर ठेवून दिला आणि हस्तांदोलन करण्यासाठी ॲडमकडे हात पुढे करत म्हणाला, ''मि. हॉल, तुम्हाला भेटून आनंद झाला. बसा.'' त्याने खुर्चीकडे हात दाखवत मृदू शब्दांत, लाघवी आवाजात हे वाक्य उच्चारलं होतं. ''तुम्ही आमच्या संस्थेत आलात, त्याबद्दल मी तुमचे आभार मानतो.''

ॲडम खुर्चीत बसला, ''हो, हो, धन्यवाद. तुम्हाला भेटल्यामुळे मलाही आनंद झालाय.'' ॲडमने जड आवाजात प्रत्युत्तर दिलं. ''मला तुम्हाला भेटायला सांगितलं आहे. ते कशासाठी?''

''बऱ्याच गोष्टी आहेत. पहिल्याप्रथम तुमच्याशी ओळख करून घ्यायला मला आवडेल. मी गेली बारा वर्षं इथे सरकारी वकील म्हणून काम करतोय. इथल्या व्यवस्थापनसंबंधातल्या मुलकी वादासंबंधातल्या खटल्यांची कामं मी पाहतो. इथल्या कैद्यांनी त्यांच्या हक्कांबाबत, त्यांच्यावर होणाऱ्या अन्यायाबाबत, अधिकारांबाबत, त्यांच्या गैरसोयींबाबतच्या खटल्यांची कामं सरकारतर्फे मी पाहतो. दररोज आमच्यावर कोणीतरी खटले भरत असतं, दावे लावत असतं. कायद्याच्या तरतुदीनुसार मृत्युदंडाची शिक्षा झालेल्यांच्या संबंधातले खटलेसुद्धा त्यात येतात आणि माझ्या माहितीनुसार तुम्ही सॅमला भेटायला आला आहात, बरोबर ना?''

''हो, बरोबर.''

''तुम्हाला त्यांनी वकील म्हणून नेमलंय?''

''तसंच नेमकं नाही.''

''मी हे यासाठी विचारतोय की, त्यामुळे प्रश्न असा उद्भवतोय की, तुमच्याकडे तुरुंगातल्या कैद्याचं रीतसर वकीलपत्र असल्याशिवाय तुम्हाला तुरुंगातल्या कैद्याला भेटता येत नाही. माझ्या माहितीनुसार क्रॅव्हिट्झ आणि बेन यांचं वकीलपत्र सॅमने रद्द केलंय.''

''म्हणून मी त्यांना भेटू शकत नाही?'' सुटका झाल्यासारखा आव आणत तो म्हणाला.

''नाही ना, तुम्हाला त्यांना भेटता येणार नाही. काल बराच वेळ माझं गार्नर गुडमन यांच्याबरोबर बोलणं झालं. मेआनार्ड टोल यांच्या मृत्युदंडाच्या शिक्षेच्या संदर्भातसुद्धा आम्ही बोललो. मेआनार्ड टोल यांची शिक्षा काही वर्षांपूर्वी अमलात

आली. तुम्हाला ती केस माहीत आहे?''

"अस्पष्ट अशी.''

"१९९६ सालातली, माझ्या कारकिर्दीतली ती दुसरी शिक्षा.'' तो हे वाक्य असं बोलला होता की, शिक्षा देण्यासाठी विद्युतप्रवाह चालू करण्याचं बटन जणूकाही त्यानंच दाबलं होतं. त्याच्या टेबलाच्या कडेवर तो बसला आणि ॲडमकडे पाहायला लागला. त्याच्या पँटवरची स्टार्च दुमडून जाऊन बारीकसा आवाज झाला होता. त्याचा उजवा पाय टेबलावरून खाली लोंबकळत होता. "माझ्या हातून तशा चार शिक्षा पार पडल्या आहेत आणि सॅमची शिक्षा पाचवी असेल. मेआनार्ड टोलतर्फे गार्नर यांनी युक्तिवाद केला होता, त्यामुळे आमच्या दोघांची ओळख झाली होती. ते छान सद्‌गृहस्थ आहेत आणि कडाक्याने भांडणारे वकील आहेत.''

"धन्यवाद.'' ॲडम म्हणाला. त्याला जरा दुसरा विचार करायचा होता.

"व्यक्तिगत पातळीवर मृत्युदंडाची शिक्षा देणाऱ्यांचा मी तिरस्कार करतो.''

"तुम्ही मृत्युदंडाची शिक्षा देण्याच्या विरोधात आहात?''

"हो, बऱ्याच वेळा असतो. कारण जेव्हा ही शिक्षा देण्याची वेळ येते, तेव्हा आम्हाला ती देण्याच्या कार्यप्रणालीच्या विविध टप्प्यांमधून जावं लागतं आणि घटना पार पडल्यानंतर काही काळ, हे सर्व जग वेडं तर झालेलं नाही ना, अशा प्रश्नांनी आमची डोकी भंडावून जातात. नंतर मनाचा तोल सांभाळत, या माणसाने केलेला गुन्हा किती क्रूर प्रकारचा होता, भयानक होता, हे आठवून आम्ही पार पाडलेल्या शिक्षेचं समर्थन करण्याचा प्रयत्न करतो. मी दिलेली पहिली शिक्षा टेडी डॉयले मीक्स या एका माथेफिरूला दिली होती. त्यानं एका छोट्या मुलीवर बलात्कार केला, नंतर तिचे हातपाय तोडले. त्याला जेव्हा विषारी वायूनं मारण्यात आलं, तेव्हासुद्धा इथे खूप दु:खाची छाया पसरली होती. बरं असो. माझ्या गप्पा न संपणाऱ्या आहेत. आपण नंतर कधीतरी भेटू. चालेल?''

"हो, चालेल.'' कुठल्याही प्रकारचं आश्वासन देत नाही, अशा आविर्भावात ॲडम बोलला होता. हिंसक खुन्यांचे अघोरी प्रकारे खून करून त्यांना शिक्षा देण्याच्या गोष्टी तो ऐकत होता. त्या प्रकारच्या घटनांचं चित्रसुद्धा मन:पटलावर उभं करण्याची त्याच्या मनाची तयारी नव्हती.

"तुम्हाला सॅमला भेटण्याची परवानगी देऊ नये, असं मी गार्नर यांना सांगितलं आहे. मी जे काही सांगितलं, ते त्यांनी ऐकून घेतलं. मग त्यांनी त्यांची बाजू सांगितली, पण उडत उडतच! त्यातला मथितार्थ एवढाच होता की, तुमच्या बाबतीत परिस्थिती जरा वेगळी असल्यामुळे तुम्हाला एकदातरी सॅम यांना भेटण्याची संधी द्यावी, अर्थात परिस्थिती विशेष वेगळी कशी आहे, हे त्यांनी सांगितलं नाही.

मी काय म्हणतोय, ते तुमच्या लक्षात येतंय ना?'' लुकसने त्याला हे जेव्हा सांगितलं, त्या वेळी तो त्याची हनुवटी चोळत होता. जणूकाही त्याला एक मार्ग सापडला होता. ''आमचं याबाबतचं धोरण कडक आहे. मुख्यत: अतिसुरक्षा विभागाबद्दल तर आहेच आहे; पण या तुरुंगाचे मुख्य अधिकारी माझा शब्द मानतात.'' हे त्यांनी अतिशय हळू आवाजात आणि सावकाश सांगितलं. जणूकाही ते शब्द अवकाशात तरंगत होते.

''अहो, पण मला त्यांना भेटणं अगदी आवश्यक आहे.'' ॲडम म्हणाला. त्याचा आवाज कापरा झाला होता.

''ॲडम, मला ते समजतंय. त्यानं एखाद्या एका वकिलाची मदत घ्यावी, असं माझं प्रांजळ मत आहे. तुम्ही त्यांच्यासाठी इथे आलात, याचा मला आनंद वाटतोय. एकाही कैद्याची मृत्युदंडाची शिक्षा त्याचा कोणी वकील उपस्थित नसताना अमलात आणलेली नाही. कित्येक वैधानिक बाबी मृत्युशिक्षेची कार्यवाही होईपर्यंत पार पाडाव्या लागतात; अगदी शेवटच्या मिनिटांपर्यंत! आणि सॅमला कोणी वकील मिळाला, तर त्या गोष्टी सुकर होणार आहेत.'' लुकस टेबलाच्या बाजूने चालत जाऊन त्याच्या खुर्चीत बसला. टेबलावरची फाइल उघडून, त्यातला एक कागद बाहेर काढून ते पाहायला लागला. ॲडम थांबला होता. तो आपला भरभर चालणारा श्वास नियंत्रणात आणण्यासाठी प्रयत्न करत होता.

''आमच्या तुरुंगात मृत्युदंडाची शिक्षा झालेल्या कैद्यांची मृत्युशिक्षा टाळण्याच्या प्रयत्नांसाठी लागणारं सर्व साहाय्य आमच्याकडून देण्याचे प्रयत्न आम्ही करत असतो.'' फाइलमधल्या कागदाकडे पाहत लुकस बोलत होता. हे वाक्य बोलताना तो गंभीर झाला होता. त्याच्या बोलण्यात कळकळ होती. ''त्यातल्या त्यात जेव्हा वरच्या कोर्टात दाद मागण्यासाठी विनंतिअर्ज पाठवलेले असतात आणि निर्णय येत नसतो, पण मृत्युदंड अमलात आणण्याची तारीख तर जवळ येऊन ठेपलेली असते, तेव्हाचा काळ फार तणावपूर्ण असतो. सॅमच्या कुटुंबाबद्दल तुम्हाला काही माहिती आहे?''

ॲडमच्या पोटातले कावळे फार मोठमोठ्याने ओरडायला लागले होते. त्यानं एकाच वेळी खांदे उडवले आणि डोकं हलवलं. काही माहीत नाही, असं त्याला दाखवायचं होतं.

''सॅमच्या कुटुंबीयांबरोबर बोलण्याचा तुमचा विचार आहे का?''

यावरही ॲडमची प्रतिक्रिया नव्हती. पुन्हा तसंच वेडगळपणासारखं खांदे उडवणं, पण या वेळी खांदे जरा जास्तच उंच झाले होते.

''म्हणजे मला असं म्हणायचं आहे की, अशा बाबतीत शिक्षा कार्यवाहीत आणण्याची तारीख जसजशी जवळ येत जाते, तसतशी मृत्युदंडाची शिक्षा झालेल्या

कुटुंबीयांबरोबरचा संपर्क जास्त जास्त ठेवण्याचा प्रयत्न केला जातो. त्यांच्या कुटुंबीयांना बहुतकरून भेटायचं असेलच. सॅम यांची एक मुलगी मिसेस ली बूथ मेम्फिसमध्ये राहते. तुम्हाला हवा असेल, तर माझ्याकडे त्यांचा पत्ता आहे.'' लुकसने ॲडमकडे साशंक नजरेने पाहिलं. ॲडमने कोणतीही हालचाल केली नव्हती.

''त्यांची तुमची ओळख आहे असावी, असं मला वाटत नाही. आहे ओळख तुमची?'' ॲडमने काहीही न बोलता डोकं हालवलं.

''सॅमला एक मुलगा होता. एडी केहॉल त्याचं नाव होतं, पण त्या बिचाऱ्याने १९८१ मध्ये आत्महत्या केली. तो कॅलिफोर्निया राज्यामध्ये राहत होता. एडीला दोन मुलं होती. एक मुलगा, त्याचा जन्म १२ मे १९६४ मध्ये मिसिसिपी राज्यातल्या क्लॅन्टनमध्ये झाला. काय विचित्र योगायोग आहे की, तुमचा जन्मदिवसही तोच आहे! माझ्याजवळच्या मार्टीन डेल-हब्बेल या पुस्तकात सर्व वकील मंडळींची माहिती आहे. त्यातल्या माहितीनुसार तुमचाही जन्म त्याच दिवशी मेम्फिसमध्ये झालेला आहे. ही दोघं सॅम यांची नातवंडं आहेत. तुम्हाला हवं असल्यास मी त्यांच्याशी संपर्क साधतो.''

''एडी केहॉल हे माझे वडील होते.'' ॲडमच्या तोंडातून हे वाक्य पटकन बाहेर पडलं आणि त्यानंतर त्याने खोल श्वास घेतला. तो खुर्चीतल्या खुर्चीत आणखी खालच्या पातळीवर दबला गेला आणि नजर टेबलावरच्या वस्तूंकडे होती. त्याचं हृदय जास्त गतीनं धडधडायला लागलं. त्याचं नशीब चांगलं होतं की, तो श्वासोच्छ्वास तरी करू शकत होता. त्याच्या खांद्यावरचं ओझं एकदम कमी झाल्यासारखं त्याला वाटलं. अशा परिस्थितीतही तो चेहऱ्यावर उसनं का होईना, थोडसं हास्य आणू शकला होता.

लुकसच्या चेहऱ्यावरचे भाव एकदम अदृश्य झाले होते. बरेचसे क्षण त्याने विचार करण्यात घालवले आणि मग समाधानाचा भाव चेहऱ्यावर आणून तो म्हणाला, ''तरी मला वाटलं होतंच!'' नंतर त्यांनी एकदम जलद गतीने त्या फाइलमधले कागद एकामागे एक उलटायला सुरुवात केली. जणूकाही त्या फाइलमध्ये बरीच आश्चर्यं दडलेली होती. ''मृत्युदंडाची शिक्षा झालेल्यांच्यात सॅम हे अगदी एकाकी पडलेले आहेत. मला त्यांच्या कुटुंबीयांबद्दल कायमच कुतूहल वाटत होतं. मधूनमधून त्यांना काही पत्रं येतात, पण त्यात कुटुंबीयांकडून आलेलं एकही नसतं. त्यांच्या नातेवाइकांपैकी त्यांना भेटायला कोणी यावं, असं त्यांना वाटत नाही असं नाही; पण प्रत्यक्षात कोणीही येत नाही. पण विशिष्ट व्यक्तिमत्त्व असलेल्या तुरुंगातल्या या कैद्याला भेटायला त्याच्या कुटुंबातलं कोणीही येत नाही, हे जरा विचित्रच आहे! म्हणजे हा कैदी एक तर श्वेतवर्णीय आहे. अशा माणसाला

कोणी भेटायला येत नाही, हे बरं वाटत नाही. म्हणजे मी फार फाजील चौकश्या करतोय, अशातला भाग नाही. मला वाटतं, तुम्हाला माझ्या बोलण्याचा बरोबर अर्थ कळला आहे.''

''नाही, नाही, तुम्ही मुळीच फाजील चौकशी करत नाहीयात.''

लुकसने त्याकडे लक्ष दिलं नाही. ''आम्हाला शिक्षेच्या कार्यवाहीसाठी व्यवस्था करायची आहे मि. हॉल. म्हणजे उदाहरणार्थ, मृत शरीराचं काय करायचं? दफन का दहन? विधी कसे करायचे? वगैरे वगैरे या बाबतीत कुटुंबीयांचा संबंध येतो. काल गार्नर यांच्याबरोबर बोलणं झाल्यावर मी जॅकसन इथल्या आमच्या काही माणसांना सॅम यांच्या कुटुंबातल्या लोकांचा ठावठिकाणा काढण्याच्या सूचना दिल्या आहेत. तसं ते सोपं काम होतं. टेनेसी राज्यात ॲडम हॉल यांच्या १२ मे १९६४ या जन्म दिवसाची नोंद आम्हाला कुठे मिळाली नाही. एकामधून दुसरी अशा गोष्टी मिळत जातात. ते काम तसं अवघड नव्हतं.''

''मी काहीही लपवून ठेवत नाही.''

''सॅम यांच्याबद्दलची माहिती तुम्हाला कधी मिळाली?''

''नऊ वर्षांपूर्वी माझ्या वडलांच्या अंत्यसंस्काराच्या निमित्ताने माझी आत्या ली बूथ आली होती, त्या वेळी तिनं सांगितलं.''

''सॅम यांच्याबरोबर तुमचा पूर्वी कधी संबंध आला होता?''

''नाही.''

लुकस यांनी फाइल बंद केली आणि ची ची आवाज करणाऱ्या खुर्चीमध्ये ते रेलून बसले. ''म्हणजे तुम्ही इथे आहात किंवा इथे कशासाठी आला आहात, याची सॅम यांना काहीही कल्पना नाही.''

''नाही.''

''वॉव!'' आश्चर्य वाटून छताकडे पाहत लुकसनं शिट्टी वाजवली.

ॲडमसुद्धा त्याच्या खुर्चीत जरा आरामशीरपणे बसला. आता गुप्त असं काही राहिलं नव्हतं. तो उघडा पडेल आणि त्यामुळे त्याची मानहानी होईल, अशी ॲडम आणि त्याच्या आत्याला खूप भीती वाटत होती; पण आता तो प्रश्न नव्हता. ॲडम पूर्णपणे निर्धास्त झाला होता, ''मी सॅम यांच्याबरोबर आज किती वेळ थांबू शकतो?'' त्याने विचारलं.

''हे बघा मि. हॉल....''

''तुम्ही मला ॲडम असंच म्हणा. मला चालेल.''

''ठीक आहे, मलाही आवडेल तसं म्हणायला. ॲडम, मृत्युदंडाची शिक्षा झालेल्यांसाठींच्या 'रो' या तुरुंगात आमच्याकडे दोन प्रकारच्या नियमावल्या आहेत.''

''मला माफ करा, पण प्रवेशदरवाजावरच्या सुरक्षाकर्मीनं मला सांगितलं की,

इथे मृत्युदंडाची शिक्षा झालेल्यांसाठी तुरुंगच नाहीये.''

''नाही. कागदोपत्री, अधिकृतरीत्या आम्ही त्या व्यवस्थेला तुरुंग म्हणत नाही, पण इथले सुरक्षाव्यवस्था राखणारे त्याचा 'अतिसुरक्षा विभाग' असा किंवा 'विभाग क्र.१७' असा उल्लेख करताना तुम्हाला आढळतील. या विभागातले कैदी हे सर्व मृत्युदंडाची शिक्षा झालेले असतात. जेव्हा एखाद्या कैद्याच्या शिक्षेची अंमलबजावणीची तारीख जवळ यायला लागते, तेव्हा त्याच्या बाबतीत नियम जरा शिथिल केले जातात. एरवी वकिलांचा कैद्याबरोबरच्या भेटीचा वेळ दर दिवशी एक तास असा असतो, पण सॅम यांच्या बाबतीत तुम्हाला हवा तेवढा वेळ तुम्ही घेऊ शकता आणि मला कल्पना आहे की, तुम्हाला खूप काही बोलायचं असेल.''

''म्हणजे वेळमर्यादा नाही?''

''नाही, तुम्हाला हवं तर तुम्ही त्यांच्याबरोबर दिवसभरसुद्धा थांबू शकता. शेवटच्या दिवसांत गोष्टी जितक्या सुकर होऊ शकतात, तेवढ्या आम्ही करतो. जोपर्यंत सुरक्षितता धोक्यात येत नाही, तोपर्यंत तुम्हाला हवं तेव्हा या, हवं तेव्हा जा. मृत्युदंडाची शिक्षा झालेल्यांसाठीच्या पाच राज्यांतल्या तुरुंगांत मी काम केलेलं आहे आणि माझ्यावर विश्वास ठेवा अगर ठेवू नका, त्या सर्व ठिकाणीपण मी कैद्यांना चांगल्या प्रकारचीच वागणूक दिली आहे. लुझियाना राज्यातली गोष्ट सांगतो. तिथे अत्यंत भयानक प्रकार आहे. तिथे मृत्युदंडाची शिक्षा देण्यापूर्वी तीन दिवस कैद्याला त्याच्या नेहमीच्या कोठडीतून बाहेर काढतात आणि त्या बिचाऱ्याला मृत्युगृह समजल्या जाणाऱ्या एका खोलीत ठेवतात. क्रूरतेची ही परिसीमा आहे. आम्ही इकडे तसं काही करत नाही. त्या शेवटच्या महत्त्वाच्या दिवसापर्यंत आम्ही सॅम यांना चांगलीच वागणूक देऊ.''

''म्हणजे त्या महत्त्वाच्या दिवसांपर्यंत?''

''हो, आजपासून तो चार आठवड्यावर आला आहे. ते तुम्हाला ठाऊक आहे का? ८ ऑगस्ट!'' लुकसच्या टेबलावरच्या एका कोपऱ्यातले काही कागद उचलून तो ॲडमच्या हातात देत तो म्हणाला, ''हे कागद आज मला मिळाले. काल दुपारी उच्च न्यायालयाच्या पाचव्या मंडल मंचाने मृत्युदंडाची स्थगिती उठवली आहे. मिसिसिपी राज्याच्या उच्चतम न्यायालयाने मृत्युदंडाच्या कारवाईची ८ ऑगस्ट ही नवीन तारीख कायम केली आहे.''

ॲडमने ते कागद हातात घेतले आणि त्याकडे न पाहताच तो म्हणाला, ''चार आठवडे?'' त्याची स्थिती जबरदस्त मानसिक धक्का बसल्यासारखी झाली होती.

''त्याची प्रत मी सॅम यांना एका तासापूर्वीच दाखवून आलोय. त्यामुळे त्यांची मन:स्थिती आता चांगली नसेल, अशी मला भीती वाटतेय.''

''चार आठवडे!'' ॲडमने स्वत:शीच पुनरुच्चार केला. त्यानं कोर्टाच्या

आदेशावर नजर टाकली. 'मिसिसिपी राज्य विरुद्ध सॅम केहॉल' असं त्या खटल्याचं शीर्षक होतं.

"मला वाटतं की, मला त्यांना लगेचच भेटलं पाहिजे. तुम्हाला नाही तसं वाटत?" काहीही विचार न करता ॲडम म्हणाला.

"हे बघ ॲडम, मी दुष्टवृत्तीचा माणूस नाही, बरोबर?" लुकस सावकाशपणे उठून उभा राहिला. तो चालत टेबलाच्या कोपऱ्याशी आला, त्यावर बसला, टेकला. त्यानं हाताची घडी घालून ॲडमकडे पाहिलं, "मी फक्त माझं काम करतोय. मी यामध्ये गोवला जाणार आहे. मला या ठिकाणच्या व्यवस्था पाहायच्या असतात. जे काही केलं जातं, ते कायदेशीररीत्याच केलं जावं, याबद्दल मी जागरूक असतो. पुस्तकात सांगितलेल्या अटीनुसार, नियमांनुसार हे काम करताना मला आनंद वाटतो अशी गोष्ट नाही; मनावर खूप ताण येतो. काहीकाही वेळा वेड लागण्याची पाळी येते. प्रत्येक जण मला फोन करतो; रखवालदार, सुरक्षाकर्मी, सुरक्षाअधिकारी, सरकारी वकिलांच्या कचेरीतले कर्मचारी, राज्यपाल, तुम्ही आणि इतर अनेक जण. त्यामुळे माझी जरी इच्छा नसली, तरी इथे ज्या काही घटना घडतात, त्यांच्या केंद्रस्थानी मी असतो. या नोकरीतला सर्वात त्रासदायक भाग हाच आहे. तरीपण मी तुला आश्वासन देतो की, जेव्हा माझी गरज वाटेल, तेव्हा मी इथे आहे; हे तू लक्षात ठेव. बरोबर? मी कायमच प्रामाणिक असेन आणि माझं तुझ्याबरोबरचं वागणं स्वच्छ असेल, याची तू खात्री बाळग."

"सॅम यांच्या वतीनं मला त्यांची बाजू मांडायला परवानगी देतील, असं तुम्ही धरून चालला आहात."

"हो, मला तसं वाटतंय."

"चार आठवड्यात मृत्युदंडाच्या शिक्षेची कार्यवाही होईल. त्याबाबत मागे-पुढे होण्याच्या काही शक्यता?"

"पन्नास-पन्नास टक्के. शेवटच्या क्षणी कोर्ट काय निर्णय देईल, हे कोणीच सांगू शकत नाही. एका आठवड्यानंतर आम्ही तयारीला लागू. आम्हाला बऱ्याच गोष्टी तपासून पाहायच्या असतात. त्याची एक मोठी यादी आहे आणि कारवाई पार पाडण्यासाठी खूप आधीपासून तयारीला लागायला लागतं."

"मृत्युदंडाच्या शिक्षेच्या प्रत्यक्ष कारवाईच्या वेळी पाळायाच्या गोष्टींची छापील यादी असते?"

"हो, तसंच म्हणता येईल. ती कारवाई पार पाडताना आम्हाला खूप आनंद होतो, असं नाही."

"मला वाटतं की, इथे प्रत्येक जणच फक्त त्याला नेमून दिलेलं काम करतोय. कोणालाही ते करण्यात आनंद वाटत नाही, बरोबर?"

“या राज्यातले कायदेच तसे आहेत. जर समाजाच्या मनात एखाद्या गुन्हेगाराला मारायचं असेल, तर कोणालातरी ते काम करावं लागणारंच की नाही?”

ॲडमनं कोर्टाने पाठवलेले आदेशाचे कागद त्याच्या ब्रीफकेसमध्ये ठेवले आणि उठून लुकससमोर उभा राहिला, “लुकस, तुम्ही दाखवलेल्या आपलेपणाबद्दल मी तुमचा आभारी आहे.”

“आभार मानायची गरज नाही. सॅम यांना भेटल्यानंतर ती भेट कशी पार पडली, हे मला जाणून घ्यायचंय.”

“त्यांनी मान्यता दिली, तर मी वकीलपत्राच्या करारनाम्याची एक प्रत तुम्हाला देईन.”

“हो, ती मला लागेलच.”

दोघांनी हस्तांदोलन केलं आणि ॲडम दरवाजाच्या दिशेने जायला निघाला.

“आणखी एक गोष्ट,” लुकस म्हणाला, “सॅम यांना भेटीच्या खोलीत आणतील, त्या वेळी त्याच्या हातकड्या काढून त्यांना आणा, अशा सूचना तुम्ही सुरक्षाकर्मींना द्या. तुमचं त्यांनी ऐकावं, अशी मी व्यवस्था करतो. सॅम यांच्या दृष्टीनं ते महत्त्वाचं आहे.”

“धन्यवाद!”

“सगळ्या गोष्टी तुमच्या मनाप्रमाणे पार पडोत, अशी इच्छा व्यक्त करतो.”

१

ॲडम इमारतीतून बाहेर पडला, तोपर्यंत बाहेरचं तापमान दहा अंशांनी वाढलं होतं. रस्त्यावर साफसफाई करणारे कर्मचारी आळसटल्यासारखे झाडू मारत होते. तुरुंगातले कैदी हायवेच्या भागातला कचरा उचलून रस्त्याच्या जवळपासचा परिसर स्वच्छ करत होते, ते तो पाहत राहिला. हायवेपासून ही माणसं तीनशे फुटांच्या अंतरावर होती. एक सशस्त्र सुरक्षाकर्मी घोड्यावर बसून त्यांच्यावर लक्ष ठेवून होता. रस्त्यावरची वाहतूक नेहमीप्रमाणे जलद गतीने चालू होती. हे कैदी तुरुंगाच्या कुंपणाच्या बाहेर राहून काम करत होते. यांच्यापैकी कोणी पळून जाईल, याची काळजी ॲडमशिवाय कोणीही करत नव्हतं.

त्यानं मोटार जवळच उभी केलेली होती. तिथपर्यंत तो चालत गेला. उष्मा आणि आर्द्रता यांमुळे गाडीचं दार उघडून, त्यात बसून, चालू करेपर्यंत त्याला घाम यायला लागला होता.

मान याच्या ऑफिसच्या मागच्या बाजूच्या मोटारी उभ्या करण्याच्या जागेमधून तो पुढे गेला आणि नंतर डाव्या हाताला वळून तो तुरुंगाच्या आवारातल्या मुख्य रस्त्यावर आला. तुरुंग परिसराच्या दर्शनी भागात रस्त्याने जात असताना त्याला पुन्हा सुबक पांढऱ्या रंगाची छोटीछोटी घरं लागली. तिथे फुलझाडं होती, उंचउंच झाडं होती. सभ्य नागरी संस्कृतीचं ते द्योतक होतं. 'विभाग १७ कडे जाण्यासाठी डाव्या बाजूला वळा' असं दर्शवणारी, बाणाचं चिन्ह असलेली एक पाटी त्याला दिसली. तो वळला. अगदी सावकाश चालला होता. काही क्षणातच तो मातीच्या कच्च्या रस्त्यावर आला. तिथे त्याला विशेष काळजी घेऊन बांधलेलं काटेरी तारांचं, धारदार पात्यांच्या पट्ट्यांचं कुंपण लागलं.

पार्चमन या ठिकाणी हा तुरुंग १९५४ साली बांधला होता आणि 'विशेष सुरक्षा विभाग' असं त्याचं अधिकृत नामकरण केलं होतं. संक्षेपात त्याला एमएसयु (मिसिसिपी सिक्युरीटी युनिट) असं संबोधलं जायचं. नियमानुसार भिंतीवर लावलेल्या पाटीवर तारखेची नोंद होती. त्या वेळच्या राज्यपालांच्या नावाचा त्यात उल्लेख

होता. त्याखेरीज त्या विभागाच्या स्थापनेच्या संदर्भात तुरुंगाच्या बांधकामासंबंधातल्या महत्त्वाच्या आणि खूप पूर्वीच विसरून गेलेल्या अधिकारी व्यक्तींचा नामोल्लेख होता. अर्थातच इमारतीच्या शिल्पकार आणि ठेकेदारांच्या नावांचाही उल्लेख त्यात होता. त्या काळातल्या बांधकामाचा आणि शिल्पकलेचा तो उत्कृष्ट नमुना होता. इमारत एक मजली आणि वर सपाट छप्पर असलेली विटांच्या बांधकामाची होती. मधला भाग चौरस होता आणि दोन्ही बाजूला दोन लांब आयताकृती अशी ती इमारत होती.

ॲडमने त्याची गाडी आधीच दोन मोटारी उभ्या केलेल्या होत्या त्यांच्यामध्ये जाऊन उभी केली आणि तो इमारतीकडे पाहत राहिला.

त्या इमारतीच्या सभोवतालच्या कुंपणाला जादा सुरक्षिततेच्या दृष्टीने जादा लोखंडी सळया लावलेल्या दिसत नव्हत्या की त्या इमारतींवर लक्ष ठेवण्यासाठीचे पहारेकरी, सुरक्षाकर्मी त्याला कुठे दिसत नव्हते. ते तारांचं कुंपण वगळलं, तर ती एका उपनगरातली प्राथमिक शाळेची इमारत म्हणून शोभली असती. इमारतीच्या एका आडव्या भागाच्या शेवटी आतल्या बाजूला पिंजऱ्यासारख्या आवारात एकाकी राहण्याची शिक्षा झालेला एक कैदी जमिनीवर बास्केटबॉलचे टप्पे घेत खेळत होता.

ॲडमच्या समोरचं कुंपण बारा फूट उंच होतं आणि वरच्या बाजूला अर्धगोलाकारात आतल्या बाजूला वळवलेलं होतं. वर काटेरी तारांजवळ एक जाळी तयार केली होती आणि काटेरी तारांबरोबर आडव्या धारदार पट्ट्या लावल्या होत्या. कुंपण सरळ कोपऱ्यावरच्या निरीक्षणासाठी उभारलेल्या मनोऱ्याला भिडलं होतं. मनोऱ्यात सुरक्षाकर्मी होते. त्यांचं खालच्या भागाकडे लक्ष होतं. तुरुंगाच्या चारही बाजूंनी आखीवरेखीव कुंपणं होती आणि प्रत्येक कोपऱ्यावर लक्ष ठेवण्यासाठी मनोरा होता. वरच्या भागात काचेच्या खिडक्या असलेल्या खोल्या होत्या. कुंपणाच्या पलीकडे शेतं होती. शेतातून पिकं डोलताना दिसत होती ती थेट क्षितिजापर्यंत! हा तुरुंग खरोखरच कापसाच्या एका भल्या मोठ्या शेताच्या मध्यभागी उभारल्यासारखा वाटत होता.

ॲडम त्याच्या गाडीच्या बाहेर पडला आणि त्याला अनामिक भीती जाणवायला लागली. त्यानं त्याच्या ब्रीफकेसचं हँडल हातात घट्ट पकडून ठेवलं. तो उभ्या असलेल्या जाळीच्या पलीकडे एक सपाट छपराची इमारत होती. त्या इमारतीकडे त्याने नजर टाकली. त्याच इमारतीत माणसांचा अंत व्हायचा. त्यानं अगदी सावकाश अंगावरचा कोट काढला. घामामुळे काहीकाही ठिकाणी अंगावरचा शर्ट शरीराला चिकटला होता. पोटात भुकेच्या गोळ्याबरोबरच भीतीच्या गोळ्याचीही भर पडली होती. सुरक्षाकर्मींच्या खोलीकडे जाताना सुरुवातीची काही पावलं त्याने

अत्यंत धीम्या गतीने टाकली होती; पण पाय लटपटत असल्यामुळे त्याची पावलं वेडीवाकडी पडत होती. पावलं सरळ टाकणं कष्टप्रद होत होतं. गुडघ्यातलं बळ कमी होत असलेलं जाणवत होतं; हुडहुडी भरली होती. भपकेदार नक्षी असलेले त्याचे बूट रखवालदाराच्या खोलीपर्यंत जाईपर्यंत धुळीने माखले होते. त्याने मनोऱ्याच्या वरच्या भागाकडे पाहिलं. तिथे एक गणवेशधारी सुरक्षारक्षक स्त्री होती. तिच्या चेहऱ्यावर उत्सुकतेचे भाव होते. तिने मोटारी धुवायला वापरतात, तशा प्रकारची लाल बादली दोराने खाली सोडली, "तुमच्या किल्ल्या बादलीत टाका." काटेरी कुंपणाची सर्वात वरची तार तिच्यापासून पाच फूट अंतरावर खाली होती. तरी ती सराईतपणे खाली वाकत होती.

ॲडमनं वेळ न दवडता तिनं सांगितलं तसं केलं. त्यानं अत्यंत आस्थेवाईकपणे त्या बादलीत त्याच्या किल्ल्या ठेवल्या. त्या बादलीत त्यापूर्वीच दहाबारा किल्ल्यांचे जुडगे जमा झालेले होते. तिनं झटका मारून ती बादली वर ओढायला सुरुवात केली. तो काही क्षण वर जात असलेली बादली पाहत राहिला. मग ती थांबली. तिने तो दोर आत कशालातरी बांधला आणि ती लाल रंगाची छोटी बादली निष्कारणपणे हवेत लटकत ठेवली. वाऱ्याच्या अलगद झुळकीने बादलीने झोके घेतले असते, पण त्या क्षणी तो सर्व भाग गुदमरून टाकेल, इतका निर्वात झालेला होता. श्वास घ्यायलासुद्धा पुरेशी हवा मिळत नव्हती. कित्येक वर्षांपासून वारा वाहायचा थांबला होता.

मनोऱ्यातल्या रखवालदाराचं काम झालं होतं. कोणीतरी, कुठेतरी, एखादं बटन दाबलं किंवा एखादी तरफ ओढली असेल. हे काम कोणी केलं, याची कल्पना ॲडमला नव्हती, पण गुं गुं करणारा आवाज यायला लागला आणि साखळ्या आणि कड्यांनी बांधलेला, त्याच्यापासून काही फूट अंतरावरच असलेला जाड दरवाजा सरकून त्याला आत जाण्यासाठी मोकळी जागा तयार झाली. धुळीच्या रस्त्याने तो पंधरा फूट चालत गेला. त्याच्या मागे राहिलेला पहिला दरवाजा बंद झाला. त्या वेळी तो थांबला. त्याला त्या वेळी तुरुंग व्यवस्थापनातला पहिला नियम कळला. तो असा की, प्रत्येक सुरक्षित व्यवस्थेच्या प्रवेशासाठी दोन कुलपं लावता येतील, असे दरवाजे किंवा फाटकं असणं आवश्यक असतं.

जेव्हा त्याच्या मागचा दरवाजा बंद होऊन त्याला कुलपं लावली गेली, तेव्हा कर्तव्यनिष्ठ भावनेने दुसरा दरवाजा सरकायला सुरुवात झाली. हे सर्व घडत असताना एक धट्टाकट्टा पहारेकरी हातात बंदूक घेऊन या नव्याने उघडलेल्या दरवाजाच्या मोकळ्या जागेत येऊन उभा राहिला होता. त्याच्या हातांची जाडी ॲडमच्या पायांच्या जाडीइतकी होती. हा रखवालदार तुरुंगाच्या प्रवेशद्वाराकडे जाणाऱ्या, विटांनी बांधलेल्या रस्त्याने चालायला लागला. ॲडम पहिल्या दरवाजाशी

आल्यापासून तो त्याच्यासाठी थांबून होता.

हाताचा भला मोठा पंजा हास्तांदोलनासाठी पुढे करत त्यानं त्याची स्वत:ची ''सार्जंट पॅकर'' अशी ओळख करून दिली. ॲडमने हस्तांदोलन केलं आणि त्याची नजर सार्जंटच्या पायावरच्या चकाकणाऱ्या काळ्या कातडी बुटांवर गेली.

''ॲडम हॉल.'' हाताची काळजी घेत ॲडम म्हणाला.

''तुम्ही सॅम याला भेटायला आलेले आहात ना?'' पॅकरने त्याच्यावर सोपवलेलं काम करायला सुरुवात केलेली होती.

''हो.'' या व्यवस्थेतले सर्वच लोक त्याच्या आजोबांचा उल्लेख एकेरी नावाने करत होते की काय, असा विचार करत ॲडमने उत्तर दिलं होतं.

''तुमची आणि त्याची ही पहिलीच भेट आहे ना?'' त्यानं इमारतीच्या दर्शनी भागाकडे चालायला सुरुवात केली होती.

''हो.'' सर्वांत जवळच्या, ओळीने असलेल्या खोल्यांच्या उघड्या खिडक्यांकडे पाहत ॲडमने बोलायला सुरुवात केलेली होती, ''इथल्या तुरुंगात सर्वच कैदी मृत्यूची शिक्षा झालेले आहेत का?'' त्याने विचारले.

''हो. आजच्या घडीला तसे सत्तेचाळीस कैदी आहेत. गेल्या आठवड्यात एक कमी झाला.''

ते आता मुख्य प्रवेशद्वाराजवळ पोचले होते, ''कमी झाला म्हणजे?''

''अहो, न्यायालयानं निर्णय फिरवायला लावला. त्याला आता सर्वसाधारण कैद्यांच्या तुरुंगात पाठवलं आहे. मला आता तुमच्याकडे काही शस्त्र वगैरे काही नाही ना, हे पाहण्यासाठी चाचपणी करायची आहे.'' ते दरवाजाजवळ उभे होते. ॲडमनं ओशाळल्यासारखी इकडेतिकडे नजर टाकली. पॅकर त्याची कुठली कुठली तपासणी करणार, याचा तो अंदाज बांधू लागला.

''तुम्ही तुमचे पाय जरा फाकून उभे राहा.'' पॅकर म्हणाला. त्यानं ॲडमची ब्रीफकेस यापूर्वीच हातात घेऊन बाजूच्या काँक्रिटवर ठेवली होती. त्याच्या बुटाचे चमत्कारिक प्रकारचे गोंडे त्यांच्या जागी चिकटून राहिले होते. ॲडम गोंधळलेल्या स्थितीत उभा होता. पूर्वी असं कधी कोणी त्याला पाय फाकून उभं राहायला सांगितलेलं आठवत नव्हतं.

परंतु पॅकर चांगला माणूस होता. त्यानं एखाद्या सराईत, कसलेल्या, कुशल माहितगाराप्रमाणे मांड्यांभोवताली हलकेच चापट्या मारत, त्याचा हात वरच्या दिशेने गुडघ्यापर्यंत सरकत आणला. ॲडमच्या गुडघ्यातलं बळ कमी होऊन ते डुगडुगायला लागले होते. मग पॅकरचे हात कंबरेशी आले. कदाचित एखादं पिस्तूल पट्ट्याला अडकवून काखेमध्ये अडकवलं असेल, असं वाटून आधी पोट मग छातीच्या कडेने काखेपर्यंत पॅकरने चाचपणी केली. मग ही तपासणी काही

सेकंदातच संपली. पॅकरनं ॲडमची ब्रीफकेस आत हात घालून तपासली. त्याला परत देताना तो म्हणाला, "सध्या सॅम फारच वाईट मन:स्थितीत आहे."

"हो. लुकससाहेब म्हणत होते." अंगावर कोट चढवत ॲडम म्हणाला. तो लोखंडी दरवाजाकडे तोंड करून उभा राहिला.

"या बाजूनं." हिरवळीच्या भागावर उतरताना पॅकर म्हणाला आणि ते कोपऱ्याच्या दिशेनं जायला लागले. ॲडम आज्ञाधारकपणे त्याच्या मागून चालायला लागला. ते आता विटांच्या दुसऱ्या एका पदपथावरून चालत निघाले होते. कदाचित दुसऱ्या इमारतीकडे. मग ते एका साध्या दरवाजासमोर आले. दरवाजाच्या तळाच्या भागात गवत, तण उगवलेलं होतं. दरवाजावर काहीही लिहिलेलं नव्हतं की कोणती खूण नव्हती.

"हे काय आहे?" ॲडमनं विचारलं. इथल्या परिसराची गुडमन यांनी दिलेली माहिती तो आठवत होता, पण या क्षणी तरी सर्व तपशील अस्पष्ट होता.

"भेटण्याची खोली." पॅकर यानं एक किल्ली काढून दरवाजाचं कुलूप उघडलं. आता शिरण्यापूर्वी आजूबाजूला नजर टाकून त्यानं परिस्थितीचा अंदाज घेतला.

मध्यवर्ती विभागाला लागून असलेल्या इमारतीत जाण्यासाठी एक वेगळा दरवाजा होता. वकिलांनी मध्यवर्ती भागात येऊ नये असं रखवालदार आणि इथल्या व्यवस्थापकांना वाटत होतं. त्यामुळे कैद्यांना भेटण्यासाठीची खोली, हॉल वेगळा होता. त्याच्यासाठी दरवाजा वेगळा होता.

ॲडमनं एक खोल श्वास घेतला आणि आत पाऊल टाकलं. तिथे इतर कोणतेही वकील त्यांच्या पक्षकारांना भेटण्यासाठी आलेले दिसत नव्हते, हे ॲडमच्या पथ्यावर पडलं होतं. ही भेट कदाचित गोंधळाची, आरडाओरडा होण्याची शक्यता असलेली आणि भावनिक उद्रेकाची ठरण्याची शक्यता होती. त्यामुळे ती खाजगी व्हावी, अशी ॲडमची इच्छा होती. त्या क्षणी तरी त्या खोलीत इतर कोणीही नव्हतं. ती खोली एका वेळी अनेक वकील त्यांच्या पक्षकारांच्यासमवेत चर्चा करू शकतील, एवढी मोठी होती. ती तीस फूट लांब आणि बारा फूट रुंद या मापाची असावी. तिथे काँक्रिटची फरशी होती आणि अनेक फ्लुरोसेंट ट्युबांच्या प्रकाशामुळे लख्ख, भरपूर उजेड होता. कडेची भिंत विटांची होती आणि अगदी वरच्या बाजूला तीन खिडक्या होत्या. ही भेटण्याची खोली नंतर वाढवलेली होती, हे सहज लक्षात येत होतं.

खोली थंड राखण्यासाठी खिडकीला बसवलेला एक छोटा एअर कंडिशनर होता. त्याचा मोठमोठ्याने आवाज येत होता आणि खोली जेवढी गार राहायला हवी होती, तेवढी गार होत नव्हती. या खोलीत विटा आणि धातूच्या जाळ्या वापरून

दोन विभाग केलेले होते. एका बाजूला वकील बसू शकत होते आणि दुसऱ्या बाजूला त्यांचे पक्षकार. विभागणीसाठीचा अडसर म्हणून खाली तीन फूट विटांची भक्कम भिंत करून त्यावर ओट्यासारखा सपाट भाग तयार केला होता. त्यावर वकील त्यांच्या ब्रीफकेस, लिहायचे कागद इत्यादी आवश्यक वस्तू ठेवून लिखाण करू शकत होते. चमकणाऱ्या हिरव्या रंगाची धातूची भक्कम जाळी छतापर्यंत बसवली होती.

ॲडम खोलीच्या शेवटाशी चालत गेला. बाजूने खास सरकारी खात्यात वापरतात, तशा निरनिराळ्या प्रकारच्या खुर्च्यांच्या बाजूने तो पुढे गेला. ''मी हा दरवाजा आता बंद करणार आहे.'' पॅकर दरवाजातून बाहेर पडत असताना म्हणाला, ''आम्ही सॅमला घेऊन येतो.'' असं सांगून त्यानं दरवाजा बंद केला. ॲडम त्या खोलीत आता एकटा राहिला होता. दुसरा कोणी वकील घेऊन त्यानं खोलीच्या शेवटच्या भागातली जागा पटकावण्यापूर्वीच ॲडम शेवटच्या भिंतीलगतच्या खुर्चीशी जाऊन उभा राहिला. तीच जागा जास्त सोयीची होती. तिथे बसून पक्षकाराबरोबर हळू आवाजात बोलून पुढच्या डावपेचांची, हालचालींची धोरणं ठरवण्यासाठी ती जागा योग्य होती. त्यानं एक खुर्ची ओढून जाळीजवळच्या लाकडी टेबलाशी ठेवली. आणखी एक खुर्ची जवळ घेऊन त्यावर कोट ठेवला. नोंदवही बाहेर काढून टेबलावर ठेवली. पेनचं टोपण काढून ते नोंदवहीशेजारी ठेवलं आणि खुर्चीच्या सीटवर एक पाय ठेवून बोटाचं नख चावत उभा राहिला. त्याच्या पोटात कसंतरी होत होतं आणि त्याच्या हातापायांवर सूक्ष्म थरथर जाणवत होती. त्यानं जाळीच्या, पलीकडच्या कैद्यांसाठीच्या भागाचं निरीक्षण केलं. त्यांच्या समोरच्या जाळीच्या मध्ये, टेबलालगतच्या भागात दहा इंच लांब आणि चार इंच रुंद अशी एक खिडकी होती. या खिडकीतून तो आणि सॅम केहॉल एकमेकांच्या समोरासमोर येणार होते.

बैचेन होऊन तो वाट पाहत होता. स्वत:ला 'शांत राहा. जरा धीराने घे, सर्वकाही ठीक होणार आहे.' असं बजावत होता. त्यानं त्याच्या नोंदवहीच्या एका पानावर काहीतरी खरडलं, पण खरं म्हणजे त्यातलं त्यालाही काही वाचता येत नव्हतं. त्यानं त्याच्या बाह्या वर गुंडाळल्या. संशयाने खोलीमध्ये सर्व बाजूने नजर टाकली. एखादा छुपा कॅमेरा किंवा संभाषण रेकॉर्ड करण्यासाठी मायक्रोफोन वगैरे काही बसवला होता का, याचा अंदाज त्याला घ्यायचा होता; पण सर्वच व्यवस्था इतकी प्राथमिक स्वरूपाची होती की, तिथे अशा काही सोयी नव्हत्या. सार्जंट पॅकरच्या चालण्या-बोलण्यावरून जर काही अंदाज बांधायचा झाला, तर सर्वच कर्मचारीवर्ग कशाचीही विशेष खंत न करणाऱ्यापैकी होता; अगदी बेफिकीर!

त्याने दोन्ही बाजूच्या रिकाम्या खुर्च्यांकडे नजर टाकली. त्याच्या मनात विचार

आला, 'निराशेमुळे हवालदिल झालेले काही जण त्यांच्या आयुष्यातल्या शेवटच्या काही तासांत त्यांच्या वकिलांना इथे भेटले असतील का? त्यांचे काही शब्द या खोलीच्या भिंतींनी ऐकले असतील का? किती जणांनी भेटीचा वेळ क्षणाक्षणानी कमी होत असताना अगदी आयत्या वेळी तातडीने पाठवण्याचे विनंतिअर्ज सह्यांसाठी पलीकडच्या बाजूला सरकवले असतील? किती वकिलांनी त्यांच्या मृत्युदंडाच्या शिक्षा थांबण्यासाठी करण्याचे सर्व प्रयत्न करून झालेले आहेत आणि आता मृत्युदंड प्रत्यक्ष अमलात आणण्याच्या व्यवस्थांना सुरुवात होईल, असं जाहीर केलं असेल?' हा एक उदास आणि उद्विग्न करणारा विचार होता; पण त्यामुळे ॲडमचं मन थोडं शांत झालं. इथे येणाऱ्यापैकी तो काही पहिला किंवा शेवटचासुद्धा असणार नव्हता. तो एक सुशिक्षित वकील होता. त्याच्याकडे झटपट निर्णय घेण्याची दैवी देणगी होती. अफाट साधनसामग्रीचा मजबूत पाया असलेल्या क्रॅव्हिट्झ आणि बेन या कंपनीच्या साहाय्याने तो या ठिकाणी आला होता. त्याला त्याचं काम नक्कीच चांगल्या प्रकारे करता येणार होतं. या विचाराने त्याच्या पायात हळूहळू ताकद जमा व्हायला लागली आणि त्यानं त्याच्या बोटांची नखं चावणं थांबवलं.

दरवाजाचा बोल्ट सरकवल्याचा आवाज झाला. ॲडमचं काळीज उसळी मारून उभं राहिलं. दरवाजा सावकाश उघडला. एक तरुण, गोऱ्या कातडीचा सुरक्षाकर्मी त्या दरवाजातून आला. लाल रंगाचा कैद्यांचा गणवेश परिधान केलेला, हात मागे घेऊन त्यात बेड्या अडकवलेले ॲडमचे आजोबा सॅम केहॉल आणि आणखी एक सुरक्षाकर्मी यांनी त्याच्यामागून प्रवेश केला. त्यांनी खोलीच्या सर्व भागात नजर फिरवली. डोळे बारीक करून वकिलांसाठीच्या भागाकडे छोट्या आडव्या खिडकीतून पलीकडे नजर टाकली. काही क्षणांनंतर ॲडमचा चेहरा त्यांना नीट दिसला. सुरक्षाकर्मीने त्यांना त्यांच्या कोपराला धरून त्यांच्या वकिलासमोरच्या खुर्चीत नेऊन बसवलं. सॅम सडपातळ होते, चेहरा फिका पडला होता. दोन्ही सुरक्षाकर्मीपेक्षा सहा इंचांनी त्यांची उंची कमी होती, पण ते दोघं त्यांची योग्य प्रकारे काळजी घेताना दिसत होते.

"कोण आहेस तू?" त्यांनी ॲडमकडे रोखून पाहिलं. त्या वेळी ॲडम पहिल्या बोटाचं नख दातात धरून होता.

एका सुरक्षाकर्मीनं सॅमसाठी एक खुर्ची त्यांच्यामागे बसण्यासाठी सरकवली आणि त्यानं सॅम यांना त्यात बसवलं. दोघं रखवालदार मागे होऊन त्या खोलीतून बाहेर पडण्याच्या बेतात होते, त्याच वेळी ॲडम त्यांना उद्देशून म्हणाला, "तुम्ही कृपा करून त्यांच्या हातातल्या बेड्या काढाल का?"

"नाही साहेब, आम्हाला बेड्या काढता येणार नाहीत." ॲडमला त्यांचा

उद्दामपणा आवडला नाही. त्यानं आवंढा गिळला.

"तुम्हाला त्या बेड्या काढाव्या लागतील. मी सांगतोय तुम्हाला. त्या बेड्या तुम्ही काढा, समजलं? आम्ही काही वेळ इथे बोलत बसणार आहोत." सगळं अवसान गोळा करून तो अधिकाराच्या भाषेत बोलत होता. दोघा रखवालदारांनी एकमेकांकडे पाहिलं. कारण यापूर्वी अशा प्रकारे हुकूम करण्याच्या भाषेत कधी त्यांच्याशी कोणी बोललेलं नव्हतं. ज्याच्याजवळ किल्ली होती, त्यानं किल्ली बाहेर काढली, बेड्या काढल्या. सॅमवर ॲडमची छाप वगैरे काही पडली नव्हती. पायातल्या बुटांचा आवाज करत सुरक्षाकर्मी खोलीतून बाहेर पडत होते, त्या क्षणाला ॲडम दोन भागातल्या अडसरांमध्ये असलेल्या त्या छोट्या आडव्या खिडकीतून सॅमकडे पाहत होता. सुरक्षाकर्मींनी धाडकन दरवाजा लावून घेतला. सुरक्षिततेसाठीचा बोल्ट लावण्याचाही आवाज आला.

आत ते दोघेच होते. केहॉल कुटुंबातले दोघे जण एकत्र येत होते. त्या खोलीतल्या वातानुकूलित यंत्रणेतल्या यंत्राचा काही वेळ खडखड असा आवाज आला. नंतर काही ताकदीने हवा आत आल्याचा आवाज, असे आवाज ते यंत्र काही वेळा करत होतं. ॲडम अंगातलं सर्व बळ एकवटून केहॉल यांच्याकडे पाहण्याचा प्रयत्न करत होता. तरीपण दोन-तीन सेकंदांपेक्षा जास्त काळ त्यांच्या नजरेला नजर देणं त्याला जमत नव्हतं. तो त्याच्या नोंदवहीतल्या काही नोंदी पाहण्याचं नाटक करत, आकडे मोजत होता आणि त्या क्षणी सॅम यांच्या नजरेची धग ॲडमला जाणवत होती.

शेवटी ॲडमनं त्याची ओळख देणारं व्हिजिटिंग कार्ड पार्टिशनच्या खिडकीतून आत सरकवलं आणि म्हणाला, "माझं नाव ॲडम हॉल आहे. मी शिकागो आणि मेम्फिसमधल्या क्रॅव्हिट्झ आणि बेन या कंपनीतला एक वकील आहे."

सॅम यांनी ते कार्ड गांभीर्याने घेतलं, मागूनपुढून तपासलं. ॲडम त्यांच्या प्रत्येक हालचालीचं निरीक्षण करत होता. त्यांच्या हातांच्या बोटांवर सुरकुत्या होत्या आणि नखांजवळच्या भागावर सिगारेटच्या धुरानं तपकिरी, बदामी रंगाचे डाग तयार झालेले होते. त्यांचा चेहरा फिकट पडलेला होता आणि पाच दिवस दाढी न केल्यानं, मीठ आणि मिरपुडीच्या रंगाच्या केसांचे खुंट चेहऱ्यावर दिसत होते. त्यांचे डोक्यावरचे केस जरा लांब होते, पिकलेले होते आणि तेलकट होते आणि प्रयत्न करून उलटे फिरवून नीट बसवलेले होते. ते प्रत्यक्षात व्हिडिओमध्ये पाहिलेल्या त्यांच्या स्थिर चित्रांसारखे दिसत नव्हते किंवा अगदी अलीकडच्या म्हणजे त्यांच्यावरच्या तिसऱ्या, १९८१ तल्या खटल्यासंबंधी त्यांचे जे फोटो प्रसिद्ध झालेले होते, त्या फोटोतल्यासारखेसुद्धा दिसत नव्हते. ते आता बरेचसे थकलेले, वृद्ध गृहस्थांसारखे दिसत होते. कातडी फिकट, मलूल वाटत होती

आणि डोळ्याभोवती सुरकुत्या होत्या. उतारवय आणि अतिशय कष्टप्रद अवस्थांतून संपूर्ण आयुष्य गेल्यामुळे कपाळावर आडव्या, कायमस्वरूपी आठ्या तयार झालेल्या होत्या; पण चेहऱ्यावर एक अतिशय आकर्षक असा भाग होता. तो म्हणजे गर्द निळ्या रंगांचे डोळे आणि भेदून जाणारी नजर! व्हिजिटिंग कार्ड वर उचलून ॲडमकडे पाहत ते बोलायला लागले, "तुम्ही ज्यू मुलं माझा पिच्छा काही सोडायला तयार नाही. तुम्ही मला मोकळं का सोडत नाही?" त्यांच्या बोलण्यात रागाचा अंशसुद्धा नव्हता.

"मी ज्यू नाही." त्यांच्या भेदक नजरेला नजर देत ॲडम यशस्वीपणे म्हणाला.

"मग क्रॅव्हिट्झ आणि बेन या कंपनीच्या वतीने कसा काय काम करतोस?" त्याचं कार्ड बाजूला टेबलाच्या फळीवर ठेवत त्यांनी विचारलं. त्यांचे शब्द मृदू होते. बोलताना अगदी सावकाश रीतीने आणि साडेनऊ वर्षं सहा फूट रुंद आणि नऊ फूट लांब आकाराच्या कोठडीत घालवल्यानंतर त्यांच्यात निर्माण झालेल्या सहनशीलतेने ते बोलत होते.

"आमच्या कंपनीमध्ये लायक व्यक्तीच्या बाबतीत कोणताही भेदभाव नसतो."

"चांगली गोष्ट आहे. अगदी योग्य आणि कायदेशीरसुद्धा! मला वाटतं, मध्यवर्ती सरकारच्या सर्व धर्माच्या, सर्व वंशाच्या लोकांच्या समान नागरी हक्कांबाबतच्या कायद्याला अनुसरून तुमची ही कंपनी वागतीये, असं दिसतंय."

"अर्थातच!"

"क्रॅव्हिट्झ आणि बेन कंपनीत आता किती भागीदार आहेत?"

ॲडमने खांदे उडवले, "दर वर्षी भागीदारांची संख्या बदलत असते. असतील एकशे पन्नासच्या आसपास."

"एकशे पन्नास भागीदार आणि त्यात स्त्रिया किती आहेत?"

क्षणभर काय उत्तर द्यावं, हे ॲडमला सुचेना. मनातल्या मनात त्यानं आकडे मोजायला सुरुवात केली, "मला नेमका आकडा सांगता येणार नाही, पण बारा-पंधरा असण्याची शक्यता आहे."

"बारा-पंधरा?" सॅम यांनी कपाळावरच्या आठ्यांची किंचितशी हालचाल करत प्रश्नार्थक पुनरुच्चार केला. त्यांनी हाताची घडी घातलेली होती. ते शांत होते. डोळ्यांच्या पापण्या जराशासुद्धा मिटत नव्हत्या, "म्हणजे एकूण भागीदारांच्या दहा किंवा त्यापेक्षाही कमी टक्के स्त्रिया आहेत. तुमच्यात निग्गरडे भागीदार किती आहेत?"

"आपण त्यांचा उल्लेख कृष्णवर्णीय म्हणून केला तर चालेल का?"

"हो. हो. नक्कीच! पण ती संज्ञासुद्धा आता जुनी झालेली आहे. आता त्यांना आफ्रिकन अमेरिकी असं म्हणावं, अशी त्यांची इच्छा आहे. अर्थात राजकीयदृष्ट्या

तुझं म्हणणं अगदी बरोबर आहे.''

ॲडमने मान डोलावली, पण काही बोलला नाही.

''आफ्रिकन वंशाचे अमेरिकी किती भागीदार तुमच्या कंपनीत आहेत?''

''माझ्या माहितीप्रमाणे चार.''

''म्हणजे तीन टक्क्यांपेक्षा कमी. नागरी हक्क आणि न्याय मिळवून देणारी, उदारमतवादी, खुल्या राजकारणाचा पुरस्कार करणारी इतकी प्रसिद्ध तुमची क्रॅव्हिट्झ आणि बेन कंपनी, आफ्रिकन अमेरिकी आणि स्त्रियांच्याबाबत इतकी विषमतेची, भेदभावाची वागणूक ठेवते? काय बोलावं हे मला सुचत नाहीये.''

ॲडमनं त्याच्या नोंदवहीतल्या पानावर त्यालाच काही कळणार नाही, अशा प्रकारची अक्षरं लिहिली, खुणा केल्या. यावर तो उत्तर देऊ शकला असता. अर्थात त्याच्या सहकाऱ्यांपैकी एक तृतीयांश स्त्रिया होत्या आणि अश्वेत, कृष्णवर्णीयांना यांच्यात सामावून घेण्यासाठी त्यांची कंपनी आटोकाट प्रयत्न करत होती. उलट कंपनीनं कृष्णवर्णीयांना झुकतं माप दिल्यामुळे कंपनीतल्या दोन गोऱ्या भागीदारांना एका खटल्याला अगदी शेवटच्या क्षणी सामोरं जावं लागलं होतं आणि कंपनीतून बाहेर पडावं लागलं होतं, हेसुद्धा तो सॅम यांना सांगू शकला असता.

''ज्यू वंशाचे किती अमेरिकी भागीदार तुमच्या कंपनीत आहेत? ऐंशी टक्के?''

''मला माहीत नाही आणि मला त्यामुळे काही फरक पडत नाही.''

''ठीक आहे. तुला पडत नसेल, पण मला पडतो ना? हे धर्मांध लोक माझी बाजू मांडत असताना मला ते फार डोईजड वाटतात. बऱ्याच जणांना त्याचा त्रास वाटत नाही.''

तुरुंगातल्या कैद्यांना अंगावर चढविण्यासाठी दिला जाणारा – पँट आणि वरचा शर्ट एकमेकांना जोडलेला असा एकसंध कपडा सॅम यांच्याही अंगावर होता आणि त्यावर एक खिसा दिसत होता. त्यातून त्यांनी मॉन्टकेअर्स कंपनीचं सिगारेटचं पाकीट आणि वापरल्यानंतर टाकून देण्यासारखा लायटर बाहेर काढला. अंगावरच्या कपड्यांची छातीवरच्या अर्ध्या भागापर्यंतची बटनं लावलेली नव्हती. कपड्याच्या उघड्या भागातून छातीवरचे पिकलेले दाट केस दिसत होते. अंगावरचा कपडा हलक्या दर्जाच्या सुती कापडाचा होता. वातानुकूलित व्यवस्थेखेरीज इथं जगणं किती त्रासाचं होत असेल, याची ॲडम कल्पनासुद्धा करू शकत नव्हता.

त्यांनी सिगारेट पेटवली आणि धूर छताच्या दिशेने फुंकला, ''मी असं धरून चाललो होतो की, तुमच्या कंपनीचा आणि माझा संबंध आता संपलेला आहे.''

''कंपनीनं मला इथे पाठवलेलं नाही. मी स्वतःहून आलेलो आहे.''

''का?''

''ते मला माहीत नाही. तुम्हाला एका वकिलाची गरज आहे आणि....''

"तू इतका अस्वस्थ आणि बैचेन का आहेस?"

हाताला एक झटका देऊन दातात बोटाची नखं धरलेला हात त्याने सोडवला आणि पावलाने खाली टपटप आवाज करणं एकदम थांबवलं आणि म्हणाला, "मी? मी ठीक आहे. बैचेन वगैरे काही नाही."

"तू बैचेन आहेस. मला ते दिसतंय. मी इथे बऱ्याच वकिलांबरोबर बोललोय, पण तुझ्याइतका अस्वस्थ झालेला वकील मी आजवर पाहिलेला नाही. पोरा, मी या पार्टिशनच्या बाहेर येऊन तुला मारेन, अशी तुला भीती का वाटतीये?"

ॲडमनं चेहऱ्यावर हास्य आणून 'हं हं' असा आवाज केला, "तसं काही म्हणू नाही. मी बैचेन, अस्वस्थ असा काही नाहीये."

"तुझं वय काय आहे?"

"सव्वीस."

"तू तर बावीसचा दिसतोयस. तू तुझं कायद्याचं शिक्षणं कधी पुरं केलंस?"

"गेल्या वर्षी."

"छान! आणि त्या ज्यू हरामखोरांनी एका अननुभवी पोराला मला वाचवायला पाठवलं आहे? बरोबर आहे. तरी मला खूप पूर्वीपासून आत कुठेतरी असं वाटत होतं की, या कंपनीला गुप्तपणे माझा मृत्यू व्हावा असं वाटतंय आणि आतातर ते सिद्धच होतंय. मी काही ज्यू लोकांना मारलंय आणि आता त्यांना मला मारायचंय. फार पूर्वीपासून मला तसं वाटत होतंच."

"तुम्ही क्रॅमर मुलांना मारलंत, हे तुम्ही कबूल करताय?"

"अरे! हा काय गाढवासारखा प्रश्न आहे. मी त्या मुलांना मारलंय असा ज्यूरींनी, न्यायनिवाडा समितीनं निकाल दिला आहे. वरच्या न्यायालयात मी गेली नऊ वर्षं दाद मागण्याचे विनंतिअर्ज करतोय. ही सर्व वरची न्यायालयं, न्यायनिवाडा करणाऱ्या समितीनं दिलेला निकाल, निवाडा बरोबर आहे असं म्हणतात. तेच बरोबर धरून चालायला हवं ना? आणि तू कोण कुठला? मला का प्रश्न विचारणार?"

"मि. केहॉल, तुम्हाला एका वकिलाची गरज आहे. मी तुम्हाला इथे मदत करायला आलो आहे."

"मुला, मला तशी खूप गोष्टींची गरज आहे; पण हेही तितकंच खरं आहे की, मला तुझ्यासारख्या नवशिका, कोवळा तरुण सल्ला द्यायला नकोय. पोरा, तू उत्साही असशील, पण तुझ्या सल्ल्यामुळे माझं भवितव्य धोक्यात येण्याची शक्यता आहे. तुझा अनुभव कमी आहे आणि त्यामुळे कशा प्रकारचं नुकसान होईल, याबद्दल तू अद्याप अज्ञानी आहेस; अनभिज्ञ आहेस." हे शब्द सॅम यांनी हेतुपूर्वक, कुठल्याही प्रकारे भावनाविवश न होता उच्चारले होते. त्यांनी सिगारेट

उजव्या हाताच्या पहिल्या आणि मधल्या बोटांत धरली होती आणि मधूनमधून सहजगत्या जवळ असलेल्या एका प्लॅस्टिकच्या वाटीत बोटांना बारीकसा झटका देऊन राख झटकत होते. मधूनमधून त्यांचे डोळे मिचकावले जात होते. त्यांच्या चेहऱ्यावर कोणतेही सहानुभूतीचे किंवा संवेदनक्षम भावनांचे भाव नव्हते.

ॲडम त्याच्या नोंदवहीत अर्थहीन नोंदी करत होता. त्यानंतर समोरच्या फटीतून सॅम यांच्या नजरेला नजर भिडवण्याचा प्रयत्न करत तो बोलायला लागला, "हे पाहा मि. केहॉल, मी एक वकील आहे. नैतिक मूल्यांच्या भरभक्कम आधारावर मृत्युदंडाच्या शिक्षेविरुद्ध मी माझं ठाम मत बनवलेलं आहे. मी उच्चशिक्षित आहे, मला चांगली तालीम देऊन मला कायद्यातल्या कामासाठी परिपूर्ण बनवण्यात आलं आहे. आठव्या घटनादुरुस्तीचा माझा चांगला अभ्यास आहे आणि मी तुमच्या चांगल्या उपयोगी पडू शकेन, अशी मला खात्री वाटते, म्हणून मी इथे आलेलो आहे आणि यासाठी तुम्हाला मला काहीही पैसे द्यावे लागणार नाहीत."

"पैसे द्यावे लागणार नाहीत." सॅम यांनी हे वाक्य पुन्हा उच्चारलं, "वा! किती मोठेपणा! मुला, तुला कल्पना आहे का की, किती वकिलांकडून माझ्यासाठी फुकट काम करण्याच्या विनंत्या येतात ते? मोठमोठे नामांकित, श्रीमंत वकील – खरोखर त्यातले काही विश्वासघातकी, लोचटसुद्धा आहेत. तू आत्ता जिथे बसला आहेस ना, तिथे बसून शेवटच्या क्षणाला करण्याच्या कारवाईंचे विनंतिअर्ज लिहायला, मुलाखत घ्यायला, टी.व्ही वाहिन्यांच्या कॅमेऱ्यांपुढे मिरवायला शेवटच्या क्षणी माझा हात हातात धरायला, विषारी वायूच्या पेटीत मला बसवून मी मृत्यूला सामोरा जाताना वार्ताहरांबरोबर चर्चा करायला, त्यानंतर पक्का क्लॅन खुनी सदस्य सॅम केहॉलच्या जीवनावर एखादं पुस्तक लिहायला, एखाद्या सिनेमा करारावर किंवा एखादी टी.व्ही. मालिका करण्याच्या करारावर सही करायला अनेक उत्सुक आहेत. बाळ, हे बघ, मी सध्या प्रसिद्धीच्या झोतात आहे आणि मी जे काही केलं आहे, ते एखाद्या दंतकथेत शोभण्यासारखं आहे. माझी पैशातली किंमत खूप वाढली आहे. आपला देश विकृत मनोवृत्तीचा झाला आहे. बरोबर आहे?"

ॲडम त्याचं डोकं हलवत होता, "लेखी लिहून देतो हवं तर. तुमच्याबरोबर, तुमच्यासाठी मी जे काही काम करीन, ते सर्व गुप्त ठेवण्याचा करार मी तुमच्याबरोबर करायला तयार आहे म्हणून."

सॅम यांच्या चेहऱ्यावर समाधान दर्शवणारं हास्य उमटलं, "ठीक आहे, पण माझ्या मृत्यूनंतर त्या कराराचं पालन होतंय की नाही, हे कोण पाहणार?"

"तुमचे कुटुंबीय." ॲडम म्हणाला.

"माझ्या कुटुंबीयांबद्दल तू विसर." सॅम ठामपणे म्हणाले.

"माझी स्मरणशक्ती शुद्ध आणि स्पष्ट आहे मि. केहॉल! आमच्या कंपनीनं

तुमच्यासाठी सात वर्षं काम केलं आहे. तुमच्या फाइलमधला सर्व तपशील मला पूर्ण ठाऊक आहे, पाठ आहे. तुमची पार्श्वभूमी, पूर्वपीठिका या सर्वांचा मी सखोल अभ्यास केलेला आहे.''

"मग त्या शेकडो अर्धवट वार्ताहरांच्या कळपात तू जाऊन बस. असंख्य लोकांना माझ्याबद्दल सर्व माहिती आहे. अगदी मी अंडरवेअर कुठली घालतो, या माहितीसकट! त्या सर्वांचं ज्ञान, माहिती एकत्र केली, तरी माझा मृत्यू चार आठवड्यांवर येऊन ठेपलेला असताना मला त्याचा काहीही उपयोग होणार नाही, हे तुला कळतंय ना?''

"हो, माझ्याजवळ न्यायालयाच्या आदेशाची प्रत आहे.''

"फक्त चार आठवडे आणि मग आहेच विषारी वायूशी सामना!''

"म्हणून आपण लगेचच कामाला लागू या. तुम्ही मला परवानगी दिल्याखेरीज मी वर्तमानपत्रांना काहीही सांगणार नाही आणि मी पुन्हा हे ठामपणे प्रतिज्ञेवर सांगतो की, कुठल्याही पुस्तक किंवा सिनेमाच्या करारावर मी सही करणार नाही. वचन देतो.''

सॅम यांनी आणखी एक सिगारेट पेटवली आणि काउंटरवरच्या एका वस्तूकडे नजर टाकली. त्यांनी अलगदपणे उजव्या अंगठ्याने उजव्या कानालगतचा भाग चोळला. सिगारेट त्यांच्या केसांपासून काही इंचाच्याच अंतरावर होती. बराच काळ खिडकीला लावलेल्या वातानुकूलित यंत्राचा गुळण्या केल्यासारखा आवाज येत राहिला. सॅम यांचं धूम्रपान चालू होतं; डोक्यात विचार चालू होते. ॲडम त्याच्या नोंदवहीमध्ये काहीतरी खरडत होता. त्याचे पाय आता स्थिर होते आणि पोटातलं दुखणं थांबलं होतं, याचं त्याला समाधान वाटत होतं. ती शांतता त्याला विचित्र वाटत होती. सॅम यांनी शांतपणे धूम्रपान करत विचार करत बसावं, ही गोष्ट ठीक होती.

"बरोनीबद्दल तुला काय माहिती आहे?'' शांतपणे सॅम यांनी विचारणा केली.

"बरोनी?''

"कॅलिफोर्नियातल्या एका खटल्यासंबंधात नवव्या मंडल न्यायालयातून बरोनीबाबत दिलेल्या निर्णयाबद्दल तुला काय माहिती आहे?''

'बरोनी' या शब्दाचा कुठे कधी उल्लेख झालेला होता का, हे आठवण्याचा प्रयत्न ॲडमने केला.

"मी त्याबाबतची बातमी वाचली असेल कदाचित.''

"वाचली असेल कदाचित? तू जर सुशिक्षित आहेस, सुश्रुत आहेस असं म्हणतोस आणि तू बरोनीबद्दल काही माहीत नाही म्हणतोस, असला कसला अर्धवट वकील तू?''

“मी अर्धवट वकील नाहीये.”

“ठीक ठीक. बरं, मग मला सांग, टेक्सास विरुद्ध ईकेज या केसबद्दल तुला काय माहिती आहे? तू त्या केसबद्दलची माहिती वाचलेली असणारच ना?”

“याबद्दलची माहिती कधी आली होती?”

“गेल्या सहा आठवड्यांत आली असेल.”

“ती केस कुठल्या न्यायालयात होती?”

“पाचव्या मंडल न्यायालयात.”

“आठव्या घटना दुरुस्तीसंबंधात?”

“तू मला वेडा समजतोस का? बास झाला आता मूर्खपणा!” ॲडमच्या अज्ञानाचा सॅम यांना खरोखरच तिटकारा आला होता. त्यांनी एक खोल श्वास घेतला आणि एक उसासा सोडला आणि बोलायला सुरुवात केली, “विचार व्यक्त करण्याच्या स्वातंत्र्याच्या अधिकाराबाबत मी भाषणं वाचत बसतो, असं तुला वाटतं का? हे माझं शरीर, माझे हात, पाय इथे विषारी पेटीत पट्ट्याने बांधणार आहेत, ते माझ्या नाकातून विषारी वायूच्या नळ्या घालणार आहेत.”

“नाही, ईकेजबद्दल मला काहीही आठवत नाही.”

“मग तू काय वाचतोस?”

“सर्व महत्त्वाचे खटले.”

“तू बेअर फूटबद्दल वाचलंय?”

“हो, वाचलंय.”

“मग मला सांग, बेअर फूट म्हणजे काय आहे?”

“ही सामान्यज्ञानाची स्पर्धा आहे का?”

“तूला हवं ते समज. हा बेअर फूट कुठला?” सॅमनी विचारलं.

“मला नाही आठवत, पण त्याचं संपूर्ण नाव होतं बेअरफूट व्ही इस्टेले. हो, ती १९८३तली महत्त्वाची केस होती. त्या केसमध्ये सर्वोच्च न्यायालयानं असा निकाल दिला होता की, मृत्युदंडाची शिक्षा झालेल्या कैद्याचे एक किंवा अनेक विनंतिअर्ज विशेष न्यायालयातून सबळ पुराव्याच्या आधारे जर पडून असतील, तर त्यांच्या मृत्युदंडाच्या शिक्षेच्या निकालात बदल होऊ शकतो, असं काहीतरी.”

“छान छान! म्हणजे तू वाचलेलं आहेस तर! तुला हे सर्व विचित्र वाटत नाही का? कारण तीच न्यायालयं त्यांच्या मनाला येईल त्याप्रमाणे निर्णय फिरवू शकतात का? तू विचार कर. दोनशे वर्षं युएसची सर्वोच्च न्यायालयं मृत्युदंडाची शिक्षा द्यायला कायद्याने मान्यता देत होती. त्याला घटनेची मान्यता आहे असं म्हणायचे. आठव्या घटनादुरुस्तीमुळे तसे अधिकार प्राप्त झालेले आहेत. १९७२मध्ये युनायटेड स्टेट्सच्या सर्वोच्च न्यायालयाने ती घटनादुरुस्ती वाचली आणि त्याचा

निराळा अर्थ लावला आणि मृत्युदंडाची शिक्षा द्यायला मनाई केली. नंतर १९७६मध्ये परत सर्वोच्च न्यायालयाने एक फतवा काढला आणि त्यामुळे मृत्युदंडाच्या अमलात आणलेल्या सर्व शिक्षा न्याय्य ठरवल्या. वॉशिंग्टनमधल्या त्याच इमारतीत बसलेल्या काळ्या कोटातल्या कावळ्यांचा तोच कंपू होता! आता पुन्हा सर्वोच्च न्यायालय त्याच घटनेत तो नियम बदलू पाहातंय. राष्ट्राध्यक्ष रीगन आणि त्यांचे सहकारी उच्चतम न्यायालयातल्या विविध विनंतिअर्जांना उत्तर देता देता थकून गेलेले आहेत. त्यामुळे विनंतिअर्ज ज्याद्वारे करता येतो, ती कलमंच ही मंडळी काढून टाकण्याचा निर्णय घेत आहेत. हे मला फार विचित्र वाटतंय.''

''असं दिसतंय की, त्यामुळे बऱ्याच लोकांना त्याचा त्रास होणार आहे.''

''आणि त्या डुलानीचं काय?'' सिगारेटचा एक मोठा झुरका घेऊन सॅम म्हणाले. त्या खोलीत वायूविजन चांगलं नव्हतंच, त्यामुळे त्यांच्या डोक्यावर धुराचा एक ढग तरंगायला लागला.

''ही कुठल्या राज्यातली केस आहे?''

''लुझियाना. तू नक्कीच वाचली असणार.''

''हो, मला आठवलं, मी वाचली आहे. तसं पाहिलं, तर मी तुमच्यापेक्षा जास्त खटल्यांचा अभ्यास केलेला आहे, तपशील वाचला आहे; पण त्याचा जर कुठे उपयोग करता येणार नसेल, तर मी त्या लक्षात ठेवण्याचा भानगडीत पडत नाही.''

''उपयोग करायचा? म्हणजे कुठे?''

''आपल्या एखाद्या अर्जाची कार्यवाही करण्यासाठी कोणाला भाग पाडायचं असेल तेव्हा किंवा वरच्या न्यायालयात दाद मागण्यासाठी एखादा विनंतिअर्ज करायचा असेल तेव्हा.''

''म्हणजे मृत्युदंडासंबंधातल्या खटल्यांबाबत तू पूर्वी काम केलं आहेस, असे किती खटले आहेत?''

''हा पहिलाच आहे.''

''तुला अनुभव मिळावा म्हणून त्या ज्यू अमेरिकी वकिलांच्या क्रॅव्हिट्झ आणि बेन कंपनीनं माझा खटला प्रयोगादाखल तुझ्या हातात दिला आहे. बरोबर ना? आणि तू काम केल्याच्या यादीमध्ये माझ्या खटल्याचं नाव घालणार आहेस, हे काही बरोबर नाही.''

''मला त्या कंपनीनं पाठवलेलं नाही, हे मी तुम्हाला यापूर्वीच सांगितलेलं आहे.''

''गार्नर गुडमनच्याबद्दल काय? ते अजून जिवंत आहेत?''

''हो, ते तुमच्या वयाचे आहेत.''

''म्हणजे आता ते फार काळ तुमच्या कंपनीत राहणार नाहीत. आणि टायनर?''

''टायनरसुद्धा अजून काम करतायंत. तुम्ही विचारलंय असं मी त्यांना सांगेन.''

''हो, तू आठवणीने सांग, मला त्यांची खूप आठवण येते. त्या दोघांचा मला इतका त्रास झाला होता की, विचारू नकोस. त्या दोघांचा ससेमिरा थाबंवण्यात माझी दोन वर्षं गेली.''

''त्यांनी त्यांचं सर्वस्व पणाला लावून, मेहनत घेऊन तुमचं काम केलं होतं.''

''त्यांनी केलेल्या कामाचं जे काही बिल झालं असेल ते त्यांना पाठवून द्यायला सांग.'' सॅम यांनी हे वाक्य स्वत:शीच गालातल्या गालात हसत म्हटलं. या चचदरम्यान ते या वेळी पहिल्यांदा हसले होते. त्यांनी शास्त्रशुद्ध पद्धतीने रक्षापत्राच्या वाटीमध्ये सिगारेट विझवली आणि दुसरी पेटवली.

''वस्तुस्थिती अशी आहे मि. हॉल की, मी वकिलांचा तिरस्कार करतो.''

''तो तर सर्वच अमेरिकी माणसं करतात.''

''आत्तापर्यंत वकील माझ्यामागे हात धुवून लागले, त्यांनी माझ्यावर आरोप ठेवले, माझ्यावर खटला चालवला, माझी अवहेलना, विटंबना केली आणि सरतेशेवटी या तुरुंगात आणून टाकलंय. मी इथे आल्यानंतरही मला त्यांनी भंडावून सोडलंय. त्यांनी मला जेरीस आणायचा प्रयत्न केलाय, खोट्यानाट्या गोष्टी सांगितल्या आहेत, माझी दिशाभूल केलीये. मध्ये मी त्यांना थांबवण्यात यशस्वी झालो होतो. आता तुझ्या रूपात त्या सर्व कटकटी पुन्हा माझ्यापुढे येऊन उभ्या ठाकल्या आहेत. अतिउत्साही, नवशिक्या, न्यायालयं कुठे आहेत हेही माहीत नाही, अशा माणसाला माझा वकील म्हणून ही मंडळी पाठवतायंत.''

''तुम्हाला आश्चर्य वाटणं साहजिक आहे.''

''माझ्यासाठीही महाआश्चर्याची बाब आहे, कारण तुला गाढव आणि घोडा या दोघांतला फरक कळत असेल ना, तरी मला महद्आश्चर्य वाटेल. छान आहे! क्रॅव्हिट्झ आणि बेन या कंपनीने पाठवलेला तू पहिला ज्ञानी विदूषक असणार आहेस!''

''या कंपनीच्या प्रयत्नामुळेच तुमची मृत्युदंडाची शिक्षा अजूनपर्यंत अमलात आली गेली नाहीये.''

''आणि त्यासाठी मी त्यांचे आभार मानावेत, अशी त्यांची अपेक्षा आहे? ज्यांची शिक्षा माझ्यापेक्षा जास्त लांबवलेली आहे, असे पंधरा जण इथे आहेत. त्या सर्वांच्या आधी माझा नंबर? मी इथे गेली साडेनऊ वर्षं आहे. ट्रीमॉट इथे पंधरा वर्षं तसा होता. अर्थात तो काळा आफ्रिकन अमेरिकी होता, त्याचा त्याला फायदा होताच. तुला कल्पना आहेच की, त्यांना जास्त अधिकार आहेत. त्यांच्या शिक्षा अमलात आणणं फार अवघड असतं, कारण त्यांनी जे काही केलेलं असतं, त्याला

कारणीभूत इतरच कोणीतरी असतं, असं म्हणतात.''

''ते खरं नाही.''

''तुला काय माहीत, काय खरं आहे ते? एका वर्षापूर्वी तू महाविद्यालयात शिकणारा, निळ्या रंगाच्या विटक्या जीन पँटी घालणारा, आदर्श विचारांचा, विद्यार्थी दशेतल्या कंपूबरोबर बियर पिणारा मुलगा होतास. तुला अजून आयुष्य पाहायचयं बाळ! खरं काय आणि खोटं काय, हे मला तू सांगू नकोस.''

''म्हणजे तुम्ही आफ्रिकी अमेरिकींच्या मृत्युदंडाच्या शिक्षांची अंमलबजावणी ताबडतोब व्हावी, या मताचे आहात तर?''

''कल्पना चांगली आहे, पण खरोखरच या सर्व निरुपयोगी माणसांना ताबडतोब विषारी हवेच्या पेट्यांत बसवून मारून टाकलं पाहिजे.''

''मृत्युदंडाची शिक्षा झालेल्यांसाठीच्या या तुरुंगातले फारच कमी लोक या मताशी सहमत असतील.''

''तू तसं म्हणू शकतोस.''

''आणि माझ्या मतानुसार तुम्ही वेगळे आहात. तुम्ही या तुरुंगात असायला नको आहात.''

''तेही खरंच आहे. मी इथे असायला नको आहे. मी एक राजकीय कैदी आहे. काही स्वार्थी आणि अहंकारी वेड्यांनी त्यांच्या स्वत:च्या राजकीय फायद्यासाठी माझा वापर केलाय.''

''तुमचा अपराध किंवा निरपराध याबद्दल आपण चर्चा करायची का?''

''नाही, न्यायनिवाडा करण्यासाठी नेमलेल्या समितीनं जे काही मत प्रदर्शित केलंय, तसं मी काही केलेलं नाही, एवढं मात्र नक्की आहे.''

''म्हणजे तुम्हाला कोणीतरी साथीदार होता. बरोबर? दुसऱ्या कोणीतरी तो बॉम्ब ठेवला होता.''

सॅम यांनी त्यांच्या कपाळावरच्या आठ्यांतल्या खाचणीतून, उजव्या हाताच्या पहिल्या बोटानं जरा खाजवल्यासारखं केलं. जणूकाही एखाद्या पक्षाच्या पंखांवर टिचक्या मारल्यासारखं केलं; पण ते तसं नव्हतं. एकाएकी ते खोल विचारात पडल्यासारखे झाले होते. त्यांच्या कोठडीच्या खोलीपेक्षाही या चर्चा करण्यासाठीच्या खोलीतलं तापमान सुसह्य होतं. संभाषण दिशाहीन होत होतं, तरीपण रखवालदार, पहारेकरी यांच्याबरोबर किंवा शेजारच्या खोलीतल्या न दिसणाऱ्या कैद्यांबरोबरच्या शिळोप्याच्या गप्पांपेक्षा वेगळं होतं. त्यांना जेवढा वेळ विचार करायला हवा, तो द्यायला हरकत नव्हती. जितका जास्त वेळ दोघांमधली चर्चा चालण्यासारखी होती, तेवढी चालू ठेवायची होती.

ॲडमनं त्याच्या नोंदींवर नजर टाकली आणि पुढे काय बोलायचं, याचा त्यानं

काही क्षण विचार केला. ते वीस मिनिटं बोलत होते, पण त्या बोलण्याला चर्चेचं स्वरूप नव्हतं. त्यामुळे त्या बोलण्याला दिशाही नव्हती. तिथून बाहेर पडण्यापूर्वी त्यानं त्याच्या कुटुंबाच्या पार्श्वभूमीचा अभ्यास करण्याचं ठरविलं होतं, पण सुरुवात कशी करायची, हे त्याला सुचत नव्हतं.

काही मिनिटं गेली. दोघंही एकमेकांकडे पाहत नव्हते. सॅम यांनी आणखी एक मॉन्टकेअर सिगरेट पेटवली.

''तुम्ही इतक्या जास्त सिगारेट का ओढता?'' अॅडमने शेवटी विचारलं.

''मी फुप्फुसाचा कॅन्सर होऊन मरणं पत्करेन. इथल्या मृत्युदंडाची शिक्षा झालेल्यांना प्रत्येकालाच अशी इच्छा असते.''

''तुम्ही दररोज किती पाकिटं संपवता?''

''तीन किंवा चार.''

आणखी एक मिनिट गेलं. सॅमनी सावकाश त्यांची सिगरेट संपवली आणि आस्थेवाईकपणे विचारलं, ''तुझं शिक्षण कुठे झालं?''

''मिशिगन इथून कायद्याची पदवी घेतली आणि पेपरडाईन इथून कायद्याचं पदव्युत्तर शिक्षण घेतलं.''

''ते कुठे आहे?''

''कॅलिफोर्नियामध्ये.''

''त्याच राज्यात तू मोठा झालास?''

''हो.''

''किती राज्यातून मृत्युदंडाच्या शिक्षा द्यायला परवानगी आहे?''

''अडतीस; पण बहुतेक राज्यात शक्यतो मृत्युदंडाची शिक्षा टाळली जाते, पण दक्षिणेकडच्या म्हणजे टेक्सास, फ्लोरिडा आणि कॅलिफोर्नियामध्ये ते मृत्युदंडाची शिक्षा देत असतात.''

''आपल्या माननीय कायदेमंडळानं इथला कायदा बदलला आहे, याची तुला कल्पना असेलच. आता आमचा मृत्यू प्राणनाशक द्रव्यं सुईद्वारे शरीरात टोचून होणार आहे. मानवतावादी दृष्टिकोनाच्या दृष्टीने ते चांगलं आहे, बरोबर की नाही? अर्थात त्या प्रकारचं मरण मला लागू होणार नाही. कारण माझी शिक्षा फार पूर्वी कायम झालेल्यातली आहे. मला विषारी वायूच नाकात घ्यावा लागणार आहे.''

''कदाचित लागणारही नाही.''

''तू सव्वीस वर्षांचा आहेस ना?''

''हो.''

''जन्म १९६४ चा.''

''अगदी बरोबर.''

सॅम यांनी पाकिटातून आणखी एक सिगारेट काढली. ती फिल्टरच्या बाजूने टेबलावर टपटप आपटली. "कुठे?"

"मेम्फिसमध्ये." त्यांच्याकडे न पाहता ॲडमनं उत्तर दिलं.

"बाळ, तुझ्या ते लक्षात येणार नाही, त्या राज्याला एक बळी घ्यायचा आहे आणि लवकरात लवकर त्यांना माझा बळी घेता येणार आहे. लुझियाना, टेक्सास आणि फ्लोरिडा मध्ये तर या कैद्यांना ते किड्यामुंग्यांसारखं मारतात आणि कायद्याचं पालन करणाऱ्या जनतेला वाटतं की, कैद्यांना पेटीमध्ये बंद करून त्यात विषारी वायू सोडून त्यांना मारता येणाऱ्या पेट्यांचा वापर आपलं राज्य का करत नाही? जास्त भीषण, हिंसक गुन्ह्यांना मृत्युदंडाच्या शिक्षेचीच मागणी असते. त्यामुळे जनतेचं समाधान होत असतं. जी व्यवस्था अशा शिक्षा लवकरात लवकर अमलात आणून खुन्यांना या जगातून नाहीसं करण्यात जास्त क्षमता दाखवते, ती व्यवस्था जनतेला आवडते. राजकारणी तर उघड उघड असं बोलत असतात की, जास्तीत जास्त तुरुंगांची व्यवस्था करू, गुन्हेगारांना जास्तीत जास्त कडक शासन करू, ज्या गुन्ह्यांना मृत्युदंडाच्या शिक्षा देणं योग्य असेल, तशा त्या त्यांना द्यायला लावू, त्यामुळेच जॅक्सनमधल्या मतदारांनी विषारी द्रव्यं शरीरात टोचून, मृत्युदंडाची शिक्षा अमलात आणण्याला मान्यता देण्यासाठी कौल दिलाय. अशी शिक्षा अमलात आणणं मानवतेच्या दृष्टिकोनातून जास्त योग्य असतं, असं समजलं जातं आणि त्यामुळे शिक्षा अमलात आणणंसुद्धा सुकर होतं, सोपं होतं. तुला समजतंय ना मी काय सांगतोय ते?"

ॲडमनं त्याचं डोकं थोडसं हलवलं.

"माझी मृत्युदंडाची शिक्षा अमलात आणण्याची वेळ आता आलेली आहे. अशी शिक्षा झालेल्यांच्यात माझा नंबर सर्वांत वर आहे, त्यामुळे त्यांची घाई चालली आहे. तू ती थांबवू शकत नाहीस."

"पण मी प्रयत्न तर करू शकतो ना? मला फक्त संधी हवीये." सॅम यांनी एक सिगारेट शिलगावली आणि खूप धूर आत ओढला. ओठांचा चंबू करून त्यातून शिट्टीसारखा आवाज काढत धूर बाहेर सोडला. समोरच्या टेबलासारख्या फळीवर त्यांनी त्यांचे कोपरे टेकवून ते थोडे पुढे झुकले आणि मधल्या पार्टिशनला असलेल्या चौकोनी भोकातून त्यांनी बाहेर पाहत विचारलं, "कॅलिफोर्नियाच्या कोणत्या भागातून तू आला आहेस?"

"दक्षिण लॉसएन्जल्स." ॲडमने त्या भेदून टाकणाऱ्या डोळ्यांकडे एकदा पाहिलं आणि नजर दुसरीकडे वळवली.

"तुझ्या कुटुंबातले इतर लोक अजून तिथेच राहतात का?"

ॲडमच्या छातीतून एक धोकादायक कळ चमकून गेली. एक क्षणभर त्याचं

हृदय थांबलं होतं. सॅम यांनी डोळे न मिचकावता सिगारेटचा एक झुरका घेतला होता.

"माझे वडील हयात नाहीत." तो कापऱ्या आवाजात म्हणाला आणि खुर्चीत जवळजवळ घसरला.

सॅम पलीकडे त्यांच्या खुर्चीच्या कडेवर येऊन बसले होते. काही क्षण तसेच मौनात गेले. त्यानंतर शेवटी सॅम यांनी विचारलं, "आणि तुझी आई?"

"ती पोर्टलँडमध्ये राहते. तिनं पुनर्विवाह केला आहे."

"तुझी बहीण कुठे आहे?" त्यांनी विचारलं.

ॲडमनं डोळे मिटून घेतले. त्यानं त्याचे डोळे खाली झुकवले आणि पुटपुटला, "ती कॉलेजमध्ये शिकतीये."

"मला वाटतं, तिचं नाव कारमेन आहे. बरोबर?" सॅम यांनी हळुवारपणे विचारलं.

ॲडमने मान हलवली, "तुम्हाला कसं माहीत?"

सॅम जरा मागे झाले. त्यांच्या घडीच्या लोखंडी खुर्चीत जरा विसावले. त्यांच्या हातातल्या सिगारेटची राख त्यांनी खाली फरशीकडे न पाहता फरशीवर झटकली, "तू इथे का आलास?" त्यांनी विचारलं. त्यांचा आवाज पूर्वीच्यापेक्षा अधिकच जास्त निश्चयी आणि कणखर झाला होता.

"मला तुम्ही कसं ओळखलंत?"

"आवाज! तुझा आवाज अगदी तुझ्या वडलांसारखा आहे. पण तू का आला आहेस?"

"मला एडीनं पाठवलं."

त्या दोघांची क्षणभर नजरानजर झाली. मग सॅम यांनी दुसरीकडे पाहिलं. ते थोडं पुढे झुकले. त्यांनी हातांची दोन्ही कोपरं गुडघ्यांवर टेकवली, त्यांची नजर जमिनीवर कुठेतरी स्थिरावली होती. ते एकदम स्थिर झाले होते.

मग त्यांनी त्यांचा उजवा हात डोळ्यावर धरला.

१०

फिलिप नैपेह त्रेसष्ट वर्षांचे होते आणि एकोणीस महिन्यांनंतर सेवानिवृत्त होणार होते. एकोणीस महिने आणि चार दिवस! राज्याच्या सुधारगृह खात्यात त्यांनी सत्तावीस वर्षं नोकरी केलेली होती. त्यांच्या कारकिर्दीच्या काळात राज्यात सहा राज्यपाल आणि शेकडोंनी आमदार होऊन गेलेले होते, हजारोंनी खटले पार पाडले होते, त्यांनी असंख्य वेळा मध्यवर्ती सरकारच्या न्यायखात्यांकडून आणलेले अडथळे अनुभवले होते आणि लक्षात ठेवणं कठीण जाईल, एवढ्या मृत्युदंडांच्या शिक्षा अमलात आणलेल्या होत्या.

अमेरिकेत तुरुंगाधिकाऱ्याला वॉर्डन म्हणतात आणि फिलिप नैपेह यांना वॉर्डन होणं आवडायचं. अर्थात वॉर्डन हे पद अधिकृतरीत्या मिसिसिपी राज्यातल्या शब्दकोशातून केव्हाच वगळण्यात आलेलं होतं. फिलिप नैपेह हे मुळातले लेबानन राष्ट्रातले, पण त्यांचे आईवडील १९२०च्या दशकात अमेरिकेत येऊन मिसिसिपी नदीच्या त्रिभुज प्रदेशात स्थायिक झाले. त्यांच्या आईवडलांचं किराणामालाचं दुकान होतं. दुकानामळे त्यांची सांपत्तिक स्थिती सुधारली होती. त्यांच्या आईनं बनवलेल्या लेबानानी पक्वान्नांना, लोणच्यांना विशेष मागणी असायची. त्यांचं शालेय शिक्षण मिसिसिपी राज्यातल्या सरकारी शाळांमधून झालेलं होतं. महाविद्यालयीन शिक्षणासाठी त्यांना राज्याबाहेर जावं लागलं होतं, पण ते संपताच ते परत राज्यात आले. का कुणास ठाऊक, पण फौजदारी न्यायक्षेत्रात त्यांनी स्वत:ला गुंतवून घेतलं.

त्यांना मृत्युदंडाच्या शिक्षेबद्दल घृणा होती, पण समाजातल्या बऱ्याच घटकांना ती शिक्षा हवी होती. मानवतेच्या दृष्टिकोनातून मृत्युशिक्षा थांबवावी, असं त्यांचं मत होतं. समाजाला ती का हवी होती, ती कारणं त्यांना मान्य होण्यासारखी नव्हती. शिक्षांच्या बाबतीतला तो सर्वांत शेवटचा प्रकार होता. गुन्हे करण्याच्या वृत्तीला शिक्षेचा प्रतिबंध म्हणून उपयोग होतो. शिक्षेचा हा प्रकार अगदी पुरातन आहे. ज्याचा बळी गेलेला असतो, त्याच्या आप्तांच्या मनात निर्माण झालेल्या सुडाचा अग्नी त्यामुळे थोडफार शमतो. गुन्हेगारानं केलेल्या अपराधाबद्दल त्याला

दिलेल्या शिक्षेमुळे समाजाचं, जनतेचं समाधान होत असतं. याबद्दल तुमचं मत काय आहे, असं विचारलं; तर सरकारी वकील ज्याप्रमाणे एकामागून एक मुद्दे, युक्तिवाद शिक्षेच्या बाजूने मांडेल, तसेच शिक्षेच्या विरुद्धचे मुद्दे ते तितक्याच हिरिरीने मांडायला लागायचे आणि मजेची गोष्ट अशी असायची की, त्यातल्या एखाद–दुसऱ्या मुद्यावरच त्यांचा खरा विश्वास असायचा.

पण प्रत्यक्ष शिक्षा अमलात आणण्यामुळे निर्माण होणारं दडपण त्यांना असह्य होत होतं. त्यांच्या या कामातला त्या भयानक भागाचा ते अतिशय तिरस्कार करायचे. मृत्युदंड प्रत्यक्ष अमलात आणण्यापूर्वीचा एक तास त्या कैद्याला एका वेगळ्या खोलीत एकटं ठेवलं जायचं. त्या खोलीत त्या कैद्याला नेताना त्याच्याबरोबर फिलिप नैपेह चालत त्या खोलीपर्यंत जायचे. एक तासानंतर फिलिप त्या कैद्याला मृत्युदंड प्रत्यक्ष ज्या खोलीत अमलात आणला जायचा, त्या खोलीत घेऊन जायचे. तिथे त्या कैद्याला खुर्चीत बसवायचे. त्याचे हातपाय खुर्चीला पट्ट्याने बांधले जायचे. डोकं खुर्चीच्या मागच्या डोकं टेकण्याच्या भागाला बांधलं जायचं. या सर्व कामावर फिलिप नैपेह देखरेख करायचे आणि त्यानंतर "तुला शेवटचं असं काही सांगायचंय का?" असं विचारायचे. हे असं वाक्य त्यांनी गेल्या सत्तावीस वर्षांत बावीस वेळा विचारलं होतं. "त्या हवाबंद खोलीचा दरवाजा बंद करून त्याला कडी लाव." असं पहारेकऱ्याला सांगायचं आणि नंतर खोलीमध्ये विषारी वायू सोडण्यासाठीच्या तरफा हलवायला लागायच्या. विषारी वायूचं मिश्रण करण्याचं ज्ञान असणाऱ्या कामावरच्या व्यक्तीला त्या हलवायला सांगायचं काम फिलिप नैपेह यांचंच असायचं. पहिल्या दोन मृत्युदंडाच्या शिक्षांच्या वेळी कैदी मरत असताना त्यांनी त्या कैद्यांचे चेहरे पाहिले होते; पण त्यानंतर पेटीच्या खोलीत थांबूनच, पण तोंड फिरवून लगतच्या खोलीत उपस्थित असलेल्या साक्षीदारांचे चेहरे खिडकीतून पाहणं ते पसंत करायचे. साक्षीदारांची निवड त्यांनाच करावी लागायची. प्रत्यक्ष मृत्युदंड अमलात आणण्यापूर्वी त्यांना नियमावलीतल्या यादीनुसार एकामागून एक अशा काही गोष्टींची पूर्तता करावी लागायची. त्यानंतर शिक्षा अमलात आणल्यानंतर 'शिक्षा अमलात आणली आहे.' याची घोषणा करणं, ते मृत शरीर त्या विषारी वायूच्या हवाबंद पेटीतून बाहेर काढून त्या शवावर फवारे मारणं, त्या शवावरचे कपडे फाडून काढणं ही सर्व कामं त्यांनाच कर्मचाऱ्यांकडून करून घ्यावी लागायची.

जॅक्सनमध्ये कायदेमंडळाच्या एका समितीसमोर त्यांनी शपथेवर त्यांची मृत्युदंडाबद्दलची स्वत:ची मतं मांडली होती. त्यांच्या सूचना चांगल्या होत्या, पण त्या बहिऱ्या व्यक्तींसमोर मांडल्या गेल्यासारखं झालं होतं. एक अतिशय कडक सुरक्षाव्यवस्था असलेल्या तुरुंगात या सर्व कैद्यांना ठेवायचं की, जिथे ते कोणालाही

जीवे मारू शकणार नाहीत आणि पळून जाऊ शकणार नाहीत. कोणत्याही प्रकारच्या अभिवचनाच्या आधारे त्यांना कधीही मोकळं सोडायचं नाही आणि नंतर कधीतरी त्या तुरुंगातच त्यांना नैसर्गिक मृत्यू येईल. त्यांना राज्यानं मारू नये, असं त्यांचं मत होतं.

अशा प्रकारच्या, शपथेवर दिलेल्या सूचना मोठमोठ्या अक्षरांच्या मथळ्यांमधून, दुसऱ्या दिवशीच्या वर्तमानपत्रांतून झळकल्या आणि त्यामुळे त्यांची नोकरी जायची वेळ आलेली होती.

अगदी अलीकडेच आलेला, पाचव्या मंडल न्यायालयाने पाठवलेला आदेश ते सावकाश वाचत होते. टेबलापलीकडे लुकस मान खुर्चीत बसून ते काय मत देत होते, याची वाट पाहत होता. फिलिप त्यांच्या हातांची बोटं त्यांच्या जाड केसांतून हळुवारपणे फिरवत होते आणि मनात त्यांचे एकोणीस महिने आणि चार दिवस उरलेले होते, याचा विचार करत होते.

''चार आठवडे.'' नैपेह म्हणाले. हातातला आदेश टेबलावर बाजूला ठेवला. ''आणखी किती विनंतिअर्जांवर विचार होणं बाकी आहे?'' त्यांनी सौम्य आवाजात विचारलं.

''अगदी शेवटच्या क्षणाचा उपाय म्हणून करतात, तसे काही आहेत.'' मान यांनी उत्तर दिलं.

''हा आदेश आपल्याला कधी मिळाला?''

''आज सकाळी सॅम त्याविरुद्ध सर्वोच्च न्यायालयात अर्ज करणार आहेत. तिथे बहुतेक त्यावर विचार होणार नाही, दुर्लक्ष केलं जाईल. त्यात एक आठवडा जाईल.''

''वकील म्हणून तुमचं त्यावर काय मत आहे?''

''त्या अर्जांमध्ये काही दखल घेण्याजोगे असे मुद्दे आहेत आणि त्यामुळे चार आठवड्यांतच ही मृत्युदंडाची शिक्षा अमलात आणली जाईल, याची शक्यता मी पन्नास टक्केच मानतो.''

''हेही काही कमी नाही.''

''तरीपण ही शिक्षा रद्द होणार नाही, असं माझा आतला आवाज सांगतो.''

मृत्युदंडाची शिक्षा रद्द व्हावी, यासाठी कधी न संपणाऱ्या चर्चा चालू होत्या, त्यासंबंधात सूचना येत होत्या; पण हे पन्नास टक्के, ही शिक्षा रद्द न होण्याच्याच जवळचे होते. शिक्षा अमलात आणण्यासाठी, नियमावलीतल्या एक-एक गोष्टी पार पाडण्यासाठी आता सुरुवात करण्याची वेळ आलेली होती. अधिकारी व्यक्तींकडून मान्यता घेणं आवश्यक होतं. कधीही न संपणाऱ्या विनंतिअर्जांच्या मालिका, त्यामुळे होणारा उशीर हे सर्व कधीतरी संपले असते आणि शेवटचे चार आठवडे

तर निमिषार्धात, थोड्या काळात संपले असते.

"तुम्ही सॅमला हे सांगितलं आहे?" वॉर्डनसाहेबांनी विचारलं.

"थोडक्यात सांगितलं आहे. आदेशाची एक प्रत घेऊनच मी त्यांना सकाळी भेटलो आहे."

"गार्नर गुडमननी मला सकाळी फोन केला होता आणि ते त्यांच्या कंपनीतला एक तरुण वकील सहकारी सॅम यांना भेटायला इथे पाठवणार आहेत, असं म्हणाले. तुम्ही त्याची दखल घेतली आहे का?"

"मी गार्नर यांच्याशी बोललो आणि त्यांच्या सहकाऱ्याशीसुद्धा माझं बोलणं झालं आहे. ॲडम हॉल हे त्याचं नाव आहे. आत्ता आपण बोलत असतानाच ते सॅमची भेट घेत आहेत. भेटीत काय घडतंय, याची मला उत्सुकता आहे. सॅम हे त्या वकिलाचे आजोबा आहेत."

"कोण कोणाचे आजोबा आहेत?"

"मी काय म्हणालो, ते तुम्ही ऐकलंय. सॅम केहॉल हे ॲडमच्या वडलांचे वडील – म्हणजेच आजोबा आहेत. आम्ही नेहमीच्या शिरस्त्याप्रमाणे ॲडम यांची पार्श्वभूमी तपासली. काही गोष्टी खटकल्या. मी जॅक्सनच्या एफ.बी.आय.च्या खात्याला फोन लावला आणि दोन तासात सत्य परिस्थिती काय आहे, ते कळलं. आज सकाळी ॲडमची आणि माझी भेट झाली. त्यानंही ते कबूल केलं. तो ते लपवतोय, असं मला वाटत नाही."

"पण त्याचं आडनाव वेगळं आहे."

"ती एक लांबलचक गोष्ट आहे. ॲडम नुकताच चालायला लागला होता. त्या वेळी सॅमनी त्याला पाहिलं असेल. त्यानंतर त्यांनी एकमेकांना पाहिलंही नाही. बॉम्बखटल्यात सॅमला अटक केल्याकेल्या ॲडमचे वडील या राज्यातून दुसरीकडे म्हणजेच पश्चिमेला गेले, नावं बदलली, नोकऱ्या बदलत ते खूप ठिकाणी फिरले. मला वाटतं त्यांचं सर्वात जास्त नुकसान झालं आहे. १९८१मध्ये ॲडमच्या वडलांनी आत्महत्या करून स्वत:ला संपवलं. तरीपण ॲडम योग्य वेळी शाळा–कॉलेजात गेला, शिकला, चांगल्या श्रेणीमध्ये उत्तीर्ण झाला. पुढे तो मिशिगनला कायदा महाविद्यालयात गेला. हे महाविद्यालय कायदाक्षेत्रातलं शिक्षण देणाऱ्या दहा उत्तम महाविद्यालयातलं आहे. नव्याने होणाऱ्या कायद्यांची सूची तयार करणं, त्यातले बारकावे इतर वकिलांना माहीत करून देणं हे काम करणारी वकिलांची एक संस्था आहे. त्या संस्थेचा तो एक पदाधिकारी आहे. आपले मित्र असलेली कंपनी – क्रॅव्हिट्झ आणि बेन या कंपनीत तो एक भागीदार सहकारी म्हणून काम करतो. आजोबा-नातवांची पुनर्भेट होण्यासाठी तो आज सकाळी इथे आलाय."

नैपेहने दोन्ही हाताची बोटं केसांतून फिरवून जरा खाजवल्यासारखं केलं आणि

डोकं हलवलं, ''किती आश्चर्यकारक आहे नाही! जणूकाही आपण प्रसिद्धीला हपापलेलो आहोत, शेकड्यांनी वार्ताहर आपल्याला वेड्यासारखे प्रश्न विचारत आहेत आणि त्यात ही भर!''

''आत्ता ते भेटणार आहेत. त्या पोराला त्यांचं वकीलपत्रं द्यायला सॅम तयार होतील, असं मला वाटतंय. ज्याला कोणी वकील नाही, अशा कोणत्याही कैद्याची मृत्युदंडाची शिक्षा आपण अद्याप अमलात आणलेली नाही.''

''ज्याचे कोणीही कैदी पक्षकार नाहीत, अशा वकिलांच्या बाबतीत आपण मृत्युदंड अमलात आणू.'' उसनं हसू चेहऱ्यावर आणून नैपेह म्हणाले.

वकिलांप्रती असलेला त्यांचा द्वेष सर्वश्रुत होता. त्यामुळे लुकसनं त्याकडे विशेष लक्ष दिलं नाही. ते तो समजून होता. राज्यातल्या एकूण खटल्यांमध्ये फिलिप नैपेह गुन्हेगारांच्या बाजूनं त्यांची बाजू मांडण्यात पुढे असायचे. मृत्युदंडाची शिक्षा झालेल्यांची बाजू कैद्यांच्या वकिलांना नीट मांडताच येत नाही, असं त्यांचं ठाम मत होतं. वकिलाचा तिरस्कार करण्याचा हक्क त्यांनी या प्रकारे मिळवला होता.

''मी एकोणीस महिन्यांनी सेवानिवृत्त होणार आहे.'' जणूकाही लुकसनं हे कधी ऐकलं नव्हतं, अशा थाटात ते सांगत होते. ''सॅमनंतर कोणाच्या शिक्षेचा क्रम येतो?''

लुकस यांनी एक मिनिट विचार केला. मृत्युदंडाची शिक्षा झालेल्या सत्तेचाळीस कैद्यांनी सर्वोच्च न्यायालयांच्या विविध पीठांकडे पुनर्विचारांसाठी, पुनरावलोकनासाठी पाठवलेल्या अर्जांची संख्या प्रचंड होती. त्याचा तपशील ते आठवायला लागले आणि म्हणाले, ''आत्ता तरी कोणीही नाही. पिझ्झामनची शिक्षा चार महिन्यांपूर्वी जवळ आलेली होती. पण त्याला स्थगिती मिळाली. ती एक वर्षापर्यंत राहील आणि त्या खटल्यासंदर्भात इतरही काही अडचणी, प्रश्न आहेत. त्यामुळे यापुढची मृत्युदंडाची कारवाई पुढे काही वर्षं तरी होणार नाही.''

''पिझ्झामन? म्हणजे कोण?''

''माल्कम फ्रियार. पिझ्झा नेऊन पोचवणाऱ्या तीन मुलांचा त्याने एका आठवड्यात खून केला. त्या मुलांच्या जवळचे पैसे लुबाडण्याचा त्याचा उद्देश नव्हता. तो केवळ भुकेमुळे वेडापिसा झालेला होता, असं त्यानं खटल्याच्या वेळी सांगितलं होतं.''

''ठीक आहे, ठीक आहे.'' नैपेह त्यांचे दोन्ही हात वर करून सांगायला लागले. ''माझ्या लक्षात आलं. सॅमनंतर थोड्या काळातच त्याच्या मृत्युदंडाच्या शिक्षेची कार्यवाही होणार आहे.''

''शक्यता आहे, पण होईलच असं नाही.''

''हो, मला माहीत आहे.'' नैपेह त्यांच्या टेबलापासून दूर होऊन ते चालत खिडकीशी गेले. त्यांचे बूट टेबलाखालीच होते. त्यांनी खिशात हात घातले होते आणि पायाच्या टाचा गालिच्यावर दाबून धरल्या. काही क्षण ते काहीतरी विचार करत होते. मागच्या मृत्युदंडाच्या कार्यवाहीनंतर त्यांना लगेचच त्यांच्या हृदयात काहीतरी फडफड झाल्यासारखं वाटलं होतं, म्हणून त्यांच्या डॉक्टरांनी त्यांना एक आठवडा हॉस्पिटलमध्ये राहण्यास भाग पाडलं होतं. त्यांच्या हृदयातल्या फडफडीचं डॉक्टरांनी मॉनिटरवर बराच काळ निरीक्षण केलं होतं आणि त्यांनी पुढच्या मृत्युदंडाच्या कार्यवाहीच्या वेळी असा त्रास होणार नाही, असं नैपेह यांच्या पत्नीला आश्वासन दिलं होतं.

सॅमची शिक्षा पार पडल्यानंतरही ते जिवंत राहिले असते, तर त्यांना सेवानिवृत्तीचं पूर्ण वेतन मिळणार होतं. अशा वेळी निवृत्त होण्याचा निर्णय त्यांनी घेतला होता.

नैपेह यांनी त्यांचा मित्र लुकस मान याच्या दिशेने मोहरा वळवला. त्यांच्याकडे रोखून पाहिलं, ''मी या वेळी हे काम करणार नाही. ज्याच्यावर विश्वास ठेवावा आणि ज्यानं पूर्वी कधी मृत्युदंडाचं दृश्य पाहिलेलं नाही आणि ते दृश्य पाहण्यासाठी जो अगदी उतावळा झालेला आहे, अशा एका हाताखालच्या तरुण सहकाऱ्यावर मी ती जबाबदारी टाकणार आहे.''

''तो सहकारी न्यूजंट नसला, म्हणजे मिळवली.''

''तोच तर आहे! सेवानिवृत्त कर्नल जॉर्ज न्यूजंट हा माझा विश्वासू सहकारी आहे.''

''अहो, तो तर अगदीच विक्षिप्त आणि वेडा माणूस आहे.''

''लुकस, तो विक्षिप्त असो किंवा वेडा असो, तो आपल्या खात्याचा माणूस आहे. तपशील, शिस्त, कामांचा क्रम लावणं याबाबत तो कमालीचा आग्रही असतो. त्यामुळे तोच अशा कामासाठी अगदी योग्य माणूस आहे. त्याच्या कामांच्या पद्धतीमध्ये भावनांना थारा नाही. मृत्युशिक्षा अमलात आणतेवेळी क्रमाक्रमाने, एकामागून एक अशी कोणती कामं करायची, याची एक यादीच मी त्याला देणार आहे आणि मला परिणाम काय हवाय, हे स्पष्टपणे सांगेन. बस्स! सॅम केहॉलच्या मृत्युदंडाची शिक्षा तो अतिशय चांगल्या प्रकारे पार पाडेल, याची मला खात्री आहे.''

पार्चमन तुरुंगांचे जॉर्ज न्यूजंट हे एक उपअधीक्षक होते. नियम मोडणाऱ्या कैद्यांना सरळ करण्यात त्यांचा हात धरणारा कोणी नव्हता. अशा कैद्यांना ते सहा आठवडे वेठीला धरायचे. खाडखाड बूट वाजवत, पहाटे त्यांच्या कोठडीसमोर येऊन, त्यांना उठवून त्यांना व्यायाम करायला घेऊन जायचे. व्यायामशिक्षकासारखे त्यांच्याकडून अंग मोडेपर्यंत व्यायाम करून घ्यायचे; काम करून घ्यायचे. जराशी

चूक झाली किंवा दुर्लक्ष केलं, तर सामूहिक बलात्कार भोगावा लागेल, अशी धमकी द्यायचे. एकदा चूक करून त्याच्या हाताखाली शिक्षा भोगलेला पुढे क्वचितच नाठाळपणे वागायचा.

"फिलिप, न्यूजंट वेडा आहे. तो कोणालाही कधीही नुकसान पोचवू शकतो."

"बरोबर. आत्ता तुला नीट समजलं. आपण त्याला सॅमला इजा पोचवण्यासाठी त्याच्यावर सोडणार आहोत आणि तस्संच व्हायला हवंय. नियमावलींच्या पुस्तकानुसार सर्व होणं आवश्यक आहे आणि देव जाणे, या पुस्तकाला न्यूजंट किती महत्त्व देतो ते! पण तोच या कामासाठी योग्य माणूस आहे. त्याच्यामुळे मृत्युदंडाची कार्यवाही चांगली होईल."

लुकस मानला ते काही बरोबर वाटत नव्हतं. त्याने फक्त खांदे उडवले आणि म्हणाला, "सरतेशेवटी तुम्ही इथले मुख्य आहात."

"धन्यवाद! न्यूजंटवर तू फक्त लक्ष ठेव, त्याच्या बाजूने राहा आणि कायद्याची बाजू तू सांभाळ. आपण हे चांगल्या प्रकारे पार पाडू."

"ही घटना अतिमहत्त्वाची ठरणार आहे." लुकस म्हणाला.

"हो, मला कल्पना आहे आणि मलापण आता घाई करायला हवी. मी उतार वयाकडे झुकत चाललोय."

लुकसने टेबलावरच्या फायली गोळा केल्या आणि तो दरवाजाच्या दिशेने निघाला, "तो पोरगा गेला की, मी तुम्हाला फोन करेन. जाण्यापूर्वी तो मला भेटून जाणार आहे."

"मलापण त्याला भेटायची इच्छा आहे." नैपेह म्हणाले.

"तो एक छान मुलगा आहे."

"त्यांच्याच कुटुंबातला ना?"

तो छान मुलगा आणि त्याचे शिक्षा झालेले आजोबा यांनी पंधरा मिनिटं शांततेत घालवली होती. फक्त आवाज होता, तो त्या जुनाट, वापरून वापरून बेकार झालेल्या वातानुकूलित यंत्राच्या बैचेन करणाऱ्या खडखडाटाचा. एकदा ॲडम उठला आणि खोलीमध्ये गार हवा सोडणाऱ्या पाईपाच्या तोंडासमोर हात धरून त्यातून काही गार हवेचा झोत येत होता का, हे त्यानं तपासलं. त्या वेळी त्याला क्षीण असा गार हवेचा झोत बाहेर पडत असलेला जाणवला होता आणि पाईपच्या आजूबाजूला अमाप धूळ जमा झाली होती, ती हाताला लागली होती. तो समोरच्या टेबलावर झुकला, हातांची घडी होती आणि नजर दरवाजाकडे होती. त्याच वेळी दरवाजा उघडला आणि सार्जंट पॅकर याचं डोकं त्याच्या नजरेला पडलं. "सगळंकाही ठीक चाललं आहे ना, एवढंच पाहण्यासाठी डोकावलं." असं तो

म्हणाला. प्रथम त्याने ॲडमकडे पाहिलं. संपूर्ण खोलीत नजर फिरवली आणि नंतर जाळीतून पलीकडे, खुर्चीत बसून, पुढे झुकून, चेहऱ्यावर हात ठेवलेल्या सॅम यांच्याकडे त्यानं पाहिलं.

''छान चाललंय!'' बोलण्यात ठामपणा नसलेल्या आवाजात ॲडम म्हणाला.

''ठीक आहे. ठीक आहे.'' पॅकर म्हणाला आणि घाईघाईने गेला. त्यानं मागाहून दरवाजा लावून घेतला. कुलूप लावल्याचाही आवाज आला. ॲडम हळूहळू चालत त्याच्या खुर्चीशी आला. त्यानं ती जाळीच्या जवळ ओढली. कोपरे फळीवर टेकवले. सॅमनी एक-दोन मिनिटं त्याच्याकडे दुर्लक्ष केलं. बाहीने डोळे पुसले आणि बसले. दोघं एकमेकांकडे पाहत होते.

''आपण बोललं पाहिजे.'' ॲडम हलक्या आवाजात म्हणाला.

सॅम यांनी डोकं हलवलं, पण ते काही बोलले नाहीत. त्यांनी त्यांचे डोळे पुन्हा एकदा पुसले. या वेळी दुसऱ्या बाहीने! त्यांनी एक सिगारेट काढली. ओठांमध्ये ठेवली. लायटरने ती पेटवताना त्यांचा हात थरथरत होता. त्यांनी एक झुरका घेतला.

''म्हणजे तू ॲलन आहेस.'' ते हलक्या, पण खरखरीत आवाजात म्हणाले.

''हो. एके काळी होतो; माझे वडील जाईपर्यंत. मला ते माहीत नव्हतं.''

''तुझा जन्म १९६४चा आहे.''

''बरोबर.''

''तू माझा पहिला नातू.''

ॲडमने मान हलवली आणि दुसरीकडे पाहिलं.

''१९६७मध्ये कोणालाही न कळविता तुम्ही मिसिसिपी राज्यातून दुसऱ्या कोणत्यातरी राज्यात गेलात.''

''हो, तसंच काहीतरी. मला सगळंकाही आठवत नाही. माझ्या लहानपणीच्या आठवणी कॅलिफोर्नियापासून चालू होतात.''

''एडी कॅलिफोर्नियाला गेल्याचं मला कळलं होतं. तिकडे त्याला एक मुलगी झाली आणि तिचं नाव कारमेन होतं, असं मला नंतर कोणीतरी सांगितलं. नंतरच्या काही वर्षांत तुकड्यातुकड्यांनी मला काहीकाही कळायचं. तुम्ही दक्षिण कॅलिफोर्नियाच्या कुठल्यातरी भागात राहत होतात, हे मला कळलं होतं; पण तो परागंदा झाला, हे त्यानं चांगलं केलं.''

''मी लहान असताना आम्ही खूप ठिकाणी फिरलो. मला वाटतं की, बहुतेक त्यांना काम मिळणं अवघड जातं असावं.''

''माझ्याबद्दल तुला काहीच माहिती नव्हती.''

''नाही, आमच्या कुटुंबात तुमचा उल्लेख कधीच व्हायचा नाही. माझ्या वडलांच्या दफनक्रियेच्या वेळी मला हे समजलं.''

"तुला कोणी सांगितलं?''

"ली ने.''

काही क्षण सॅम यांनी डोळे घट्ट मिटून घेतले. त्यानंतर आणखी एक झुरका घेतला, "ती कशी आहे?''

"मला वाटतं त्याप्रमाणे ठीक आहे.''

"तू क्रॅव्हिट्झ आणि बेन या कंपनीतच काम का पत्करलंस?''

"ती एक चांगली कंपनी आहे म्हणून.''

"माझी केस त्यांनी लढवली होती, हे तुला माहीत होतं?''

"हो.''

"म्हणजे हे अशा प्रकारे करायचं, हे तू सर्व ठरवलं होतंसच.''

"हो. जवळजवळ गेली पाच वर्षं.''

"पण का?''

"का ते मला सांगता येणार नाही.''

"त्याला काहीतरी कारण असेलच ना!''

"कारण उघड आहे की, तुम्ही माझे आजोबा आहात. बस्स! आवडो किंवा न आवडो, तुम्ही जे काही आहात, ते आहात आणि मी जो काही आहे, तो असा आहे. आणि आत्ता मी इथे ज्या कारणासाठी आलेलो आहे, त्याबद्दल आपण चर्चा करू. तर आपण यापुढे काय करणार आहोत?''

"मला वाटतं तू इथून जावंस.''

"नाही. मी जाणार नाही. आजोबा, मी याबद्दलची तयारी फार पूर्वीपासून केलीय.''

"तयारी? कशासाठी?''

"कायद्याची माहिती असलेल्या कोणीतरी तुमची बाजू मांडायला हवी आहे. तुम्हाला मदतीची गरज आहे. त्यासाठी मी इथे आलो आहे.''

"मी मदतीच्या पलीकडे गेलो आहे. मला विषारी वायूच्या पेटीत घालून मारण्याचं त्यांनी नक्की केलं आहे. ठीक आहे. त्याला कारणं बरीच आहेत. तू त्या सर्वांमध्ये गुंतवून घ्यायची गरज नाही बाळा.''

"का नाही?''

"ठीक आहे. पहिलं कारण म्हणजे प्रकरण मृत्युशिक्षेपासून सुटका मिळण्याची आशा करण्यापलीकडे गेलंय. तुला जर यश मिळालं नाही, तर तू कोलमडून जाशील. दुसरं म्हणजे तुझं आणि माझं नातं जगाला माहीत होईल आणि त्याचे परिणाम तुला फार त्रासदायक ठरतील. तू ॲडम हॉल म्हणूनच राहिलास, तर तुझं आयुष्य सुखकर राहील.''

"मी ॲडम हॉल आहे. ते नाव बदलण्याचा माझा विचार नाही आणि मी तुमचा नातूसुद्धा आहे आणि ते आपण बदलू शकत नाही. शकतो का? मग त्याचा एवढा बाऊ करण्याचं कारण काय?"

"तुझ्या कुटुंबाला ते फार अडचण निर्माण करणारं ठरेल. तुला वाचवण्याचं मोठं काम एडीनं केलं आहे, ते तू वाया घालवू नकोस ॲडम."

"तो पडदा यापूर्वीच बाजूला झालेला आहे. माझ्या कंपनीला ते ठाऊक आहे. मी लुकस मान आणि...."

"तो वेडा आता सगळ्यांना सांगणार. त्याच्यावर एक मिनिटाकरतासुद्धा विश्वास ठेवू नकोस."

"सॅम, तुमच्या हे लक्षात येत नाहीये की, मी या कशाचीच फिकीर करत नाही. मी तुमचा नातू आहे, हे साऱ्या जगाला कळलं, तरी मला त्याची पर्वा नाही. मला कुटुंबातल्या या असल्या घाणेरड्या, किरकोळ, गुप्त गोष्टींचा कंटाळा आलेला आहे. मी आता वयाने मोठा झालेलो आहे. माझा मी विचार करू शकतो, त्याखेरीज मी एक वकील आहे आणि माझी कातडी चांगली गेंड्यासारखी टणक झालेली आहे. मी निगरगट्ट झालेलो आहे. मी हे प्रकरण आता हाताळू शकतो."

सॅम त्यांच्या खुर्चीतल्या खुर्चीत जरा आरामशीर झाल्यासारखे वाटलं, त्यांच्या डोक्यावरचं ओझं उतरल्यासारखं वाटत होतं. चेहऱ्यावर किंचितसं हास्य उमटत होतं आणि ते जमिनीकडे पाहत होते. दयाळू, प्रेमळ, वृद्ध आजोबांच्यासमोर त्यांची नातवंडं मोठी होऊन मोठ्या आत्मविश्वासाने जगात वावरू लागतात त्या वेळी त्यांच्या चेहऱ्यावर जसे कौतुकाचे भाव जमा होतात, तसे कौतुकाचे भाव सॅम यांच्या चेहऱ्यावर जमा झाले होते. त्यांनी जाळीतून दुसरीकडे कुठेतरी पाहून घशातून एक विचित्र आवाज काढला आणि त्यांनी अगदी सावकाश त्यांचं डोकं हलवलं आणि म्हणाले, "बाळा, तुला कळत कसं नाही?" आवाजात मृदुता होती, आवाज धीरगंभीर होता.

"मग मला समजावून सांगा ना!" ॲडम म्हणाला.

"अरे, ते समजावयाला खूप वेळ लागेल."

"आपल्याकडे चार आठवडे आहेत. चार आठवड्यात तुम्ही खूप बोलू शकाल."

"तुला नेमकं काय ऐकायचं आहे?"

ॲडम त्याच्या ढोपरांवर टेकलेल्या स्थितीत आणखी वाकून पुढे झाला. पेन आणि वही तयार होती. जाळीतल्या आडव्या फटीपासून त्याचे डोळे काही इंचावर होते. "मला पहिल्याप्रथम या खटल्याबद्दल, त्यानंतर पुनर्विचारार्थ केलेले अर्ज, युक्तिवादाचे मुद्दे, पूर्वीचे खटले, बॉम्बस्फोट, बॉम्बस्फोटाच्या रात्री तुमच्याबरोबर

आणखी कोण होतं? वगैरे वगैरे.''

''त्या रात्री माझ्याबरोबर कोणीही नव्हतं.''

''आपण त्याबद्दल नंतर बोलू.''

''आपण त्याबद्दल आत्ताच बोलतोय. मी एकटा होतो एकटा! माझं बोलणं तू ऐकतो आहेस ना?''

''ठीक आहे, दुसरा भाग म्हणजे माझ्या कुटुंबाबद्दल माहिती मला हवी आहे.''

''का हवीये?''

''का नको? कायमच ती जमिनीखाली गाडलेल्या अवस्थेतच का असावी? माझे वडील, माझ्या वडलांचे वडील, तुमचे भाऊ, चुलतभाऊ या सर्वांची माहिती मला हवी आहे. सर्व माहिती मिळाल्यावर कदाचित ही सर्व मंडळी मला आवडेनाशी होतीलही, पण या सर्वांची माहिती मला असणं, हा माझा हक्क आहे. मला या माहितीपासून वंचित ठेवलं गेलं आहे आणि ही माहिती मला हवी आहे.''

''त्यात विशेष काहीही नाही.''

''ते खरं आहे का? ठीक आहे. या मृत्युदंड दिलेल्यांच्या तुरुंगात तुमची रवानगी झाली, हे जरा विचित्र वाटतंय. इथे तर बरेचसे लोक जरा निराळ्या प्रकारातले आहेत. त्यात तुम्ही गोऱ्यांच्या वंशातले, श्वेतवर्णीयांपैकी, मध्यमवर्गातल्यांपैकी जवळजवळ सत्तरीचे आहात. त्यामुळे हे सर्व लक्षणीय आणि असामान्यच वाटतं आहे. तुम्ही या ठिकाणी का आणि कशामुळे आलात, हे मला जाणून घ्यायचंय. तुम्ही ज्या गोष्टी केल्यात, त्यामागे काय कारणं होती? तुमच्या कुटुंबातले क्लॅन्स समूहात किती जण होते? या समूहात जाण्यामागे कारणं काय होती? या सर्व प्रवासात किती जण मृत्युमुखी पडले?''

''आणि तुला वाटतं की, मी ही माहिती भडाभडा तुला सांगेन?''

''हो, मला तसं वाटतं. मी तुमचं मन वळवण्यात यशस्वी होईन. मी तुमचा नातू आहे सॅम! तुमचा जिताजागता एकमेव की, जो तुमच्यासाठी काहीही करायला तयार आहे. तुम्ही बोलाल सॅम, तुम्ही सर्व सांगणार. सर्व मला सांगणार आहात.''

''मी जर एवढा बोलघेवडा होणार असेन, तर आणखी दुसऱ्या कोणत्यातरी विषयावर आपण बोलू शकतो?''

''एडी.''

सॅम यांनी एक दीर्घ श्वास घेतला, डोळे मिटून घेतले. ''तुला त्याबद्दल फारकाही माहिती हवी असेल, असं मला वाटत नाही. बरोबर आहे?'' ते मृदू आवाजात म्हणाले. ॲडम त्याच्या नोंदवहीमध्ये काहीतरी न समजण्यासारखं खरडत होता.

आता आणखी एक सिगारेट पेटवून ओढण्याच्या क्रियेच्या प्रयोगाला सुरुवात

होण्याची वेळ आलेली होती. सॅम यांनी बराच वेळ घेऊन ते सर्व केलं. आणखी एक निळ्या धुराचा लोट छताकडे सोडला. त्यांचे हात आता स्थिर झालेले होते. ''एडीबद्दलची माहिती दिल्यानंतर आणखी कोणाची माहिती तुला हवी आहे?''

''नाही, ते आत्ता मला सांगता येणार नाही. तशी माहिती घेत बसलं, तर चार आठवडे आपण त्यातच अडकून राहू.''

''तुझ्याबद्दल आपण कधी बोलायचं?''

''कधीही.'' ॲडमने ब्रीफकेसमधून एक पातळशी फाइल काढली. त्यानं एक कागद आणि पेन पार्टिशनच्या फटीसारख्या खिडकीतून सॅम यांच्याकडे सरकवलं.

''हा वकीलपत्राचा करार आहे. त्यावर तळात तुम्ही तुमची सही करा.''

कागदाला स्पर्श न करता त्यांनी लांबूनच तो वाचला.

''म्हणजे मी क्रॅव्हिट्झ आणि बेन यांच्याबरोबर पुन्हा करार करायचा?''

''हो, तसंच म्हणा हवं तर.''

''तसंच म्हणा याचा अर्थ काय? यात असं लिहिलंय की, मी या ज्यूंना माझी बाजू मांडण्यासाठी परत नेमत आहे. त्यांना घालवून देण्यासाठी माझा किती वेळ गेला, याची कल्पना आहे तुला? आणि मी त्यांना काही पैसे देत नसतानासुद्धा त्यांचं वकीलपत्र रद्द करायला मला खूप त्रास पडला.''

''सॅम, हा करार माझ्याबरोबर आहे. तुमची त्या कंपनीतल्या कोणाशी भेटण्याची इच्छा असल्याखेरीज त्या कंपनीतले कोणीही तुम्हाला भेटणार नाहीत.''

''नाही, मला त्यांच्यातल्या कोणालाही भेटायचं नाही.''

''चांगली गोष्ट आहे, पण मी त्या कंपनीत काम करतो, त्यामुळे करार कंपनी बरोबरच करावा लागतो. साधी गोष्ट आहे.''

''तारुण्यातला आशावाद! तरुणपणी सर्वच सोपं वाटत असतं. इथे मी विषारी वायू पेटीत बसवून मारण्याच्या खोलीपासून शंभर फुटांच्या आत बसलेलो आहे, तिथे घड्याळ्याचे काटे टिक टिक आवाज करत पुढे सरकतायेत, तो आवाज दिवसागणिक मोठा मोठा होतोय आणि इकडे सर्वकाही सोपं आहे, असं तू म्हणतोयंस.''

''सॅम, तुम्ही फक्त त्या कागदावर सही करा.''

''आणि नंतर काय?''

''आणि मग आपण काम सुरू करू. कायदेशीररीत्या जोपर्यंत करार होत नाही, तोपर्यंत मी काहीही करू शकत नाही. तुम्ही सही करा, मग आपण कामाला लागू.''

''आणि सर्वात पहिलं काम तू काय करणार?''

''क्रॅमर बॉम्बकेस खटल्याच्या तपशिलात हळूहळू पायरीपायरीने शिरणार.''

''ते तर हजार वेळा झालंय.''

''ठीक आहे, पुन्हा एकदा करू. माझ्याकडे प्रश्नांची एक गलेलठ्ठ वही आहे.''

"ते सर्व प्रश्न विचारून झालेत."

"हो, मी प्रश्न विचारले आहेत, पण त्यांना उत्तरं मिळाली नाहीत; दिली आहेत?"

सॅम यांनी सिगारेटचा चाळणीचा फिल्टरचा भाग ओठांमध्ये धरला.

"ते प्रश्न मी विचारले नाहीत, विचारलेत?"

"तुझं म्हणणं मी खोटं बोलतोय?"

"तुम्ही खोटं बोलताय का?"

"नाही."

"पण तुम्ही मला पूर्ण गोष्ट, तपशील सांगितला नाहीत. सांगितलाय?"

"त्यानं काय फरक पडतो वकीलसाहेब? तू बेटमॅन वाचलाय?"

"हो, मी बेटमॅन केस पाठ केलीये आणि त्यामध्ये खूप कच्चे मुद्दे आहेत."

"तू एका पक्क्या वकिलाचा नमुना आहेस!"

"जर काही नवीन पुरावा हाती लागला असेल, तर तो सादर करण्याचेहीसुद्धा काही विशिष्ट प्रकार आहेत आणि आपण कुठल्या प्रकारचे प्रयत्न करणार आहोत? का काही नवीन मुद्दे उपस्थित करून न्यायाधीशांनी दिलेल्या निर्णयाबाबत गोंधळाची स्थिती निर्माण करणार आहोत? ज्यामुळे न्यायाधीशांना त्यावर पुनश्च विचार करावासा वाटेल? आणि पुन्हा एकदा विचार करायला लावणं म्हणजे त्यासाठी आणखी माहिती गोळा करावी लागेल. मग ते स्थगिती देणार."

"हा खेळ कसा खेळतात, हे मला माहीत आहे बाळा!"

"ॲडम म्हणा ॲडम."

"ठीक आहे. तू मला ग्रँडपा म्हण. राज्यपालांकडे पुनरावलोकनासाठी अर्ज करावा, असं तुझ्या मनात दिसतंय."

"हो."

सॅम त्यांच्या खुर्चीतच एक इंच पुढे होऊन बसले. पार्टिशनच्या जवळ आले. उजव्या हाताच्या अंगठ्याजवळच्या पहिल्या बोटाने ते ॲडमच्या नाकाच्या शेंड्यावरच्या एका खुणेकडे निर्देश करायला लागले. त्यांचा चेहरा एकदम करारी झाला, डोळे अरुंद झाले. "ॲडम, तू माझं नीट ऐक." गुरगुरल्यासारख्या आवाजात ते बोलायला लागले. बोट पुढेमागे होत होतं, "मी जर या करारावर सही केली, तर तू त्या हरामी माणसांबरोबर संभाषणसुद्धा करता कामा नये, समजलं?"

ॲडम ते बोट निरखत होता, पण काहीच बोलला नाही.

सॅम पुढे बोलायचं ठरवून बोलायला लागले, "तो मॅकलिस्टर म्हणजे एका कुत्र्याची अवलाद आहे. तो खुनशी आहे. त्याला कोणाची कदर नसते. एकदम भ्रष्ट! तो सगळे अवगुण केवळ त्याच्या गोड हसण्याखाली आणि टापटिपीने

राहण्याखाली झाकून टाकतो. मृत्युदंडाची शिक्षा मिळण्यासाठी, मी तुरुंगात असण्यासाठी कारण तोच आहे. तू जर त्याच्याशी संबंध ठेवलास, तर तुला दिलेलं वकीलपत्र मी लगेचच काढून घेईन.''

''म्हणजे मी तुमचा वकील आहे तर!''

रोखलेलं बोट मागे आलं. सॅम थोडे शिथिल झाले.

''ओह! माझ्यासाठी काम करण्याची मी तुला एक संधी देतोय. ॲडम, 'कायदा व्यवसाय' हा एक बदनाम झालेला व्यवसाय आहे. समज, मी एक स्वतंत्र माणूस आहे. माझ्या जगण्यासाठी मी काहीतरी व्यवसाय करतोय. वेळेवर कर वगैरे भरतोय. कायद्यांचं व्यवस्थित प्रकारे पालन करतोय आणि कायद्यातली अडचण निर्माण झाली, तर माझ्याजवळ पुरेसे पैसे असल्याखेरीज कोणीही वकील त्याच्या दारातही मला उभं करणार नाही; पण आज मी इथे दोषी ठरवलेला खुनी आहे. मला मृत्युदंडाची शिक्षा झालीये. खिशात स्वत:ची एक दमडीसुद्धा नसलेल्या अशा माणसाचं वकीलपत्र घेण्यासाठी स्वत:ची जेट विमानं असलेले, टेलिव्हिजनवर कार्यक्रम करणारे श्रीमंत वकील, उच्चतम शिक्षित असे प्रसिद्ध वकील रांग करून उभे आहेत; याचं स्पष्टीकरण ॲडम, तू देऊ शकशील?''

''नाही, नक्कीच देऊ शकणार नाही आणि मला त्याची पर्वा नाही.''

''वकिली हा एक किळसवाणा व्यवसाय झाला आहे आणि तू त्यात पडला आहेस.''

''बहुतेक वकील प्रामाणिक आणि कामसू असतात.''

''हो, असतात आणि या तुरुंगातले बहुतेक मित्रकैदी असे आहेत की, त्यांच्यावर चुकीची आरोपपत्रं दाखल करून, त्यांना गुन्हेगार ठरवून शिक्षा दिल्या आहेत. त्यांच्या हातून चुका झाल्या नसत्या, तर ते सर्व मंत्री किंवा धर्मप्रसारक झाले असते.''

''राज्यपाल हा आपण आपला शेवटचा पर्याय ठेवू.''

''तो तर आत्ताच माझी शिक्षा अमलात आणायला टपलाय. तोऱ्याने वागणाऱ्या त्या गाढवाला ते पाहायला आवडेल. शिक्षा अमलात आणल्यानंतर तो एक पत्रकार परिषद भरवेल. सर्व जगाला जुन्या गोष्टी पुन:पुन्हा वर्णन करून सांगेल. केवळ माझ्यामुळे त्याला हे पद मिळालंय. अन्यथा घाबरट आणि वागण्यात अनिश्चितता असणाऱ्या त्या किड्याला ते मिळणंच शक्य नव्हतं. माझ्यामुळे त्याचा राजकीय फायदा होणार असेल, तर तसा प्रयत्न तो नक्कीच करेल. म्हणून त्याच्यापासून जितकं लांब राहता येईल, तेवढं राहा.''

''आपण ती चर्चा नंतर करू.''

''नाही, ही माझ्या दृष्टीने महत्त्वाची बाब आहे. तू तसं वचन दे, नंतरच मी सही करणार आहे.''

“आणखी काही अटी?”

“हो, करारात आणखी एक कलम हवंय की, मला जेव्हा वाटेल की, तुझं किंवा तुझ्या कंपनीचं वकीलपत्र मला रद्द करता आलं पाहिजे; त्यावर तुम्ही कोणताही आक्षेप घेणार नाही, झगडा करणार नाही.”

“मी पाहतो काय करता येईल ते.”

कराराचे कागद सॅम यांनी पार्टिशनमधल्या चौकटीमधून ॲडमच्या बाजूला सरकवले. ॲडमनं एका पानाच्या तळाशी एक परिच्छेद चांगल्या हस्ताक्षरात लिहिला आणि ते कागद परत सॅम यांच्याकडे दिले. सॅमनी हाताने लिहिलेला मजकूर शांतपणे वाचला आणि कागद समोरच्या फळीवर ठेवले.

“त्यावर तुम्ही सही केली नाही.” ॲडम म्हणाला.

“त्यावर मी अजून विचार करतोय.”

“तुमचा विचार करणं चालू आहे, त्या काळात मी तुम्हाला काही प्रश्न विचारू?”

“हो, विचार.”

“स्फोटक वस्तूंची हाताळणी तुम्ही कुठे शिकलात?“

“असंच इकडेतिकडे.”

“क्रॅमर बॉम्बस्फोटापूर्वी पाच बॉम्बस्फोट झालेले होते आणि त्या बॉम्बस्फोटातली बॉम्ब उडवायची पद्धत अगदी प्राथमिक स्वरूपाची होती. डायनामाइट, त्यावरची झाकणं, वाती वगैरे. क्रॅमर बॉम्बस्फोटात वापरलेली पद्धत वेगळी होती. त्यात घड्याळ वापरून ठरावीक वेळानंतर पेटणारी वात वापरली होती. बॉम्ब कसे बनवायचे, हे तुम्हाला कोणी शिकवलं?”

“तू कधी फटाका पेटवलायंस?”

“हो.”

“तेच तत्त्व. वातीला काडी लावा आणि तिथून धूम लांब पळा आणि मग धडाधड धूम!”

“घड्याळ वापरून वात पेटवायचं तंत्र क्लिष्ट आहे. घड्याळ आणि वात यांची जुळणी करणं कोणी शिकवलं?“

“माझ्या आईनं! तू पुन्हा इथे कधी येणार आहेस?”

“उद्या.”

“छान! हे बघ, आपण असं करू, मला जरा विचार करावा लागणार आहे आणि मला असं नक्की वाटतंय की, काही प्रश्नांची उत्तरं मला देता येणार नाहीत. मला हा करार नीटपणे वाचू दे. मला त्यात काही बदल करायचेत आणि उद्या आपण परत भेटणार आहोतच ना?”

"हे म्हणजे उगाच वेळ घालवण्यासारखं आहे."

"इथे मी दहा वर्षं वाया घालवली आहेत. एका दिवसाने काय फरक पडणार आहे?"

"मी जर अधिकृतरीत्या तुमचा वकील नसलो, तर उद्या मला ते इथे परत येऊ देणार नाहीत. आज आपण भेटलो, ते केवळ त्यांनी मेहरबानी केली म्हणून."

"चांगले लोक आहेत नाही ते? पुढच्या चोवीस तासांकरता तू माझा वकील आहेस, असं तू त्यांना सांग. ते तुला आत येऊ देतील."

"आजोबा, आपल्याला खूप गोष्टी पार पाडायच्या आहेत, त्यामुळे आज मला कुठूनतरी सुरुवात करायची आहे."

"मला विचार करायला हवा. हे बघ ॲडम, तुम्ही जेव्हा एकटे एका खोलीमध्ये नऊ वर्षं घालवता तेव्हा तुम्ही चांगल्या प्रकारे विचार, गोष्टींचं पृथक्करण, सूक्ष्म अभ्यास करायला शिकता आणि माझ्या बाबतीत झट की पट असं काही तुम्हाला करता येणार नाही. बरोबर? तू इथे येऊन मला एक प्रकारचा दणकाच दिला आहेस."

"ठीक आहे."

"मी उद्या जरा बरा असेन. मी तुला वचन देतो, उद्या आपण बोलू."

"चालेल." ॲडमनं पेनला टोपण लावता लावता उत्तर दिलं. पेन खिशात ठेवलं आणि फाइल ब्रीफकेसमध्ये घातली आणि खुर्चीत जरा स्वस्थपणे बसला. "पुढचे काही महिने मी मेम्फिसमध्ये राहणार आहे."

"मेम्फिसमध्ये? मला वाटलं तू शिकागोमध्ये राहतोस."

"पुढच्या काही महिन्यांकरता आम्ही एक छोटं ऑफिस मेम्फिसमध्ये ठेवणार आहोत. मी तिथे काम करणार आहे. तुम्हाला दिलेल्या त्या कार्डवर मेम्फिस ऑफिसचा पत्ता, टेलिफोन नंबर आहे. कुठलाही संकोच न बाळगता, जेव्हा वाटेल तेव्हा फोन करा."

"माझ्या संबंधातली केस संपल्यानंतर त्या ऑफिसचं काय होणार आहे?"

"मला माहीत नाही. कदाचित मी शिकागोला परत जाईन."

"तुझं लग्न झालंय?"

"नाही."

"कारमेनचं?"

"नाही."

"ती कोणासारखी दिसते?"

ॲडमनं त्याच्या हाताची घडी डोक्यामागे केली आणि छताजवळचा धुराचा भाग न्याहाळला. "ती चलाख आहे, हुशार आहे, दिसायला मोहक आहे. बरीचशी आईसारखी दिसते."

"एव्हलीन दिसायला फारच सुंदर होती.''

"ती अजूनही सुंदर दिसते.''

"एडीला मी नेहमी नशीबवान समजतो की, त्याला एव्हलीनसारखी सुंदर, गुणी मुलगी बायको म्हणून मिळाली; पण तिचे कुटुंबीय मला कधी आवडले नव्हते.''

"आणि तिलासुद्धा एडीचे कुटुंबीय आवडले नव्हते.'' ॲडम स्वत:शीच विचार करत होता. सॅम यांनी त्यांची मान इतकी खाली झुकवली होती की, त्यांची हनुवटी छातीला टेकली होती. त्यांनी त्यांचे डोळे चोळले, नाकाचा शेंडा दोन बोटांत धरून दाबला.

"कुटुंबाबद्दल बोलतानासुद्धा त्यामध्ये कामासंबंधी थोडं बोललं जाईलच की नाही?'' ॲडमकडे न पाहता ते हे वाक्य बोलले होते.

"हो.''

"मला काही गोष्टींबद्दल फार बोलता येणार नाही.''

"आजोबा, तसं करून चालणार नाही. मला सर्व सांगणं ही तुमच्यावर असलेली जबाबदारी आहे.''

"तू कशाबद्दल बोलतोयंस, हे तुला ठाऊक नाही आणि तुला सर्व कळण्याचीही जरुरी नाहीये.''

"मला तुम्ही सगळं सांगून तरी पाहा! मला गुप्ततेचा खूप कंटाळा आला आहे.''

"तुला सगळं कशाला जाणून घ्यायचंय?''

"त्या आधारे आपल्याला काही आपल्या फायद्याचं सापडतंय का, ते मी पाहणार आहे.''

"हा सर्व वेळ घालवण्याचा प्रकार आहे.''

"ते मी ठरवायचं आहे. बरोबर आहे का नाही?''

सॅम यांनी त्यांचे हात गुडघ्यांवर ठेवले आणि सावकाश उभे राहिले. त्यांनी एक खोल श्वास घेतला आणि पार्टिशनच्या पलीकडल्या ॲडमकडे नजर टाकून पाहिलं. "मला आता जायचंय.''

पार्टिशनच्या जाळीच्या शंकरपाळ्याच्या आकाराच्या चौकोनातून त्यांच्या नजरा एकमेकांना भिडल्या.

"हो, हो,'' ॲडम म्हणत होता, "मी तुमच्यासाठी उद्या येताना काही आणू का?''

"नको, फक्त तू ये.''

"मी वचन देतो.''

११

पॅकरने दरवाजा बंद करून कुलूप लावलं आणि ते दोघं भेटण्याच्या खोलीतून बाहेर पडले. ते दोघं इमारतीबाहेर तळपत्या उन्हात आले. ॲडम मिनिटभर डोळे मिटून उभा राहिला. पॅकर चेहऱ्यावर तक्रारीचा कोणताही भाव न आणता थांबला होता. त्याच्या डोळ्यांवरही एक नकली रेबॅनचा गॉगल होता आणि डोक्यावर बाजूने रुंद झापासारखी पट्टी असलेली, पार्चमन तुरुंगाची अधिकृत टोपी होती. हवामान गुदमरवून टाकणारं होते. गॉगल सापडून डोळ्यावर चढवेपर्यंत त्याच्या हातावर आणि चेहऱ्यावर घाम जमा झाला होता. त्याचे डोळे बारीक झाले आणि मनाला ताप होणाऱ्या भावना चेहऱ्यावर जमा झाल्या होत्या. जेव्हा त्याला सर्वकाही नीट दिसायला लागलं, तेव्हा तो पॅकरबरोबर समोरच्या करपलेल्या गवताच्या बाजूनं चालायला लागला.

"सॅम कसा आहे? ठीक आहे?" पॅकरने विचारलं. पँटच्या खिशात हात घालून, तो आरामात चालला होता.

"हो, ठीक आहेत, असं वाटतं."

"तुम्हाला भूक लागलीये का?"

"नाही." ॲडमने हातावरच्या घड्याळ्याकडे पाहत उत्तर दिलं. दुपारचा एक वाजला होता. तुरुंगातल्या खान-पान व्यवस्थेतून पॅकर त्याला काही खाणं देणार होता की तो दुसरी काही व्यवस्था करणार होता, त्याबद्दल त्याला काही कल्पना नव्हती आणि त्याला काही माहीतही करून घ्यायचं नव्हतं.

"तुम्ही नाही म्हणू नका. आज बुधवार आहे. म्हणजे सलगमच्या कोवळ्या कंदाची भाजी आणि मक्याची रोटी असा अतिशय चांगला मेनू आहे."

"धन्यवाद!" ॲडमला आत शरीरात कुठेतरी टर्नीपची भाजी आणि मक्याची रोटी खाण्याची तीव्र इच्छा उत्पन्न होणार, याची खात्री होती. आजच्या पदार्थामुळे जिभेला पाणी सुटणार आणि पोटाला ते हवंहवंसं वाटणार, असं व्हायला हवं होतं; पण तो स्वत:ला पक्का कॅलिफोर्नियाचा समजत होता आणि त्याच्या माहितीनुसार

त्यानं यापूर्वी टर्नीप कधीही पाहिलेलं नव्हतं. ''नको, कदाचित पुढच्या आठवड्यात.'' तो म्हणाला. पार्चमनसारख्या तुरुंगातला एक कर्मचारी त्याला दुपारच्या जेवणासाठी विनंती करत होता, यावर त्याचा विश्वास बसत नव्हता.

ते दोन फाटकांपैकी पहिल्या फाटकाशी पोचले.

खिशातले हात बाहेर न काढता पॅकरनं ॲडमला विचारलं, ''तुम्ही परत कधी येणार आहात?''

''उद्या.''

''उद्या लगेचच?''

''हो, मी यापुढचे काही दिवस मेम्फिसमध्ये राहणार आहे.''

''चांगली गोष्ट आहे. तुम्हाला भेटून बरं वाटलं.'' जिवणी रुंद करून तो हसला आणि तो निघून गेला.

दुसऱ्या फाटकातून ॲडम चालत गेला. लाल रंगाची बादली खाली खाली यायला लागली होती. ती जमिनीपासून तीन फुटांवर थांबली. ॲडमनं बादलीत हात घातला. बादलीत बरेच जुडगे होते. त्यापैकी त्याची नेमकी रिंग त्यानं घेतली. त्यानं वर बसलेल्या सुरक्षाकर्मीकडे पाहिलंच नाही.

पांढऱ्या रंगाची एक छोटी व्हॅनसारखी मोटार, त्यावर सरकारी खात्याच्या खुणा होत्या, ती ॲडमच्या मोटारीशेजारी उभी होती. त्या मोटारीच्या ड्रायव्हरच्या बाजूच्या खिडकीशी काच खाली झाली आणि त्यातून लुकस माननं डोकं बाहेर काढलं आणि विचारलं, ''तुम्ही घाईत आहात का?''

ॲडमने त्याच्या घड्याळाकडे पुन्हा नजर टाकली आणि म्हणाला, ''नाही, तसंच काही नाही.''

''छान आहे, आपण या सगळ्या परिसरातून एक झटपट फेरफटका मारू आणि त्याच वेळी मला तुमच्याशी काही बोलायचं आहे ते बोलू.''

ॲडमला परिसरातला फेरफटका झट का पट करायचा नव्हता, तरीपण मान याच्या ऑफिसशी त्याला थांबायचं होतंच. त्यानं ड्रायव्हरच्या शेजारच्या सीटवर बसण्यासाठीचा दरवाजा उघडला. मागच्या सीटवर त्याचा कोट आणि ब्रीफकेस टाकली. मोटारीतली वातानुकूलनाची व्यवस्था चांगली कार्यक्षम होती. हवा गार करणाऱ्या यंत्राचा झोत जोरदार होता. लुकसही उत्साही दिसत होता. अंगावरच्या कपड्यांची इस्त्री बिघडलेली नव्हती. इतक्या व्यवस्थित कपड्यातला लुकस त्या छोट्या मिनीव्हॅनच्या ड्रायव्हरच्या सीटवर बसला होता, हे जरा विचित्रच वाटत होतं. ते अतिसुरक्षा विभागापासून दूर होऊन परिसरातल्या मुख्य रस्त्यावर आले.

''भेट कशी काय पार पडली?'' त्याने विचारलं. सॅमने लुकसचं जे वर्णन केलं होतं, ते ॲडम आठवायला लागला. त्यांचं म्हणणं होतं की, लुकस विश्वास

ठेवण्यालायक नव्हता.

"माझ्या मते, चांगली झाली." त्याने सावधानतेनेच, पण गुळमुळीत उत्तर दिलं.

"तू त्यांचं वकीलपत्र घेणार आहेस का? माफ कर हं, मी तुला अरे-तुरे केलं तर चालेल ना?"

"अहो, काही हरकत नाही. तुम्ही माझ्यापेक्षा वयाने आणि अनुभवाने मोठे आहात. वकीलपत्र घ्यावं, अशी माझी इच्छा आहे. मी त्यांच्यासमोर प्रस्ताव मांडलाय, त्यावर आज रात्रभर ते विचार करणार आहेत आणि उद्या मला त्यांना भेटायचं आहेच."

"काही हरकत नाही; पण उद्या का होईना, तुला त्यांची सही मिळवावी लागेल. त्यांनी तुला वकीलपत्राचे अधिकार दिलेले आहेत, याचा आम्हाला लेखी पुरावा हवा आहे."

"असा पुरावा मला उद्या मिळेल. आपण कुठे चाललोय?" ते डाव्या हाताला वळले आणि तुरुंगाच्या दर्शनी भागापासून दूर जायला लागले. सुबक, पांढऱ्या रंगाच्या, पुढे रंगीबेरंगी फुलांचे ताटवे असलेल्या घरांसमोरून ते गेले. आता दोन्ही बाजूला मैलोन्मैल कापसाची आणि द्विदल धान्यांची शेतं असलेल्या रस्त्यावरून ते जात होते.

"नेमकं असं कुठे नाही. मला असं वाटलं की, तुम्हाला आमची शेतं पाहायची इच्छा असेल, त्याचबरोबर मला तुमच्याकडून काही गोष्टींचा खुलासा करून घ्यायचाय."

"मी ऐकतोय, तुम्ही बोला."

"आज सकाळी दहाच्या सुमाराला सर्वोच्च न्यायालयाच्या कक्षेतल्या पाचव्या मंडल न्यायालयाच्या निर्णयाची प्रत माझ्या हाती आली आहे. त्यानंतर आम्हाला वार्ताहरांकडून तीन वेळा फोनवरून विचारणा झाली. त्यांना रक्ताचा वास येतोच. त्यामुळे ज्यावर निर्णय झाला, तो सॅम यांच्या बाबतीतल्या दाद मागण्यासंदर्भातला शेवटचाच अर्ज होता का आणि सॅम यांना याबाबतीत आणखी काही करता येणार नाही का, असं ते विचारत आहेत. मला यांच्यातले काही लोक माहीत आहेत. यापूर्वी मृत्युदंडाच्या शिक्षेच्या कार्यवाहीसंबंधात त्यांच्याशी माझा संबंध आला होता. त्यांच्यातले काही सभ्य आहेत, पण बरेचसे चीड आणणारे मूर्ख आहेत. तरीपण सर्वच जण असं विचारत आहेत की, सॅम यांची बाजू मांडणारा कोणी वकील त्यांच्या बाजूने उभा राहणार आहे की नाही? का अगदी शेवटपर्यंत ते स्वतःची बाजू स्वतःच मांडणार आहेत?"

उजव्या हाताच्या एका शेतामध्ये अंगावर फक्त पांढरी चड्डी असलेल्या बऱ्याच

कैद्यांचा समूह होता. ते ओळीमध्ये राहून काम करत होते. सर्वांची शरीरं घामानी निथळत होती. त्यांच्या पाठी, छात्या भाजून टाकणाऱ्या उन्हामध्ये चकाकत होत्या. घोड्यावर स्वार होऊन, हातात एक बंदूक धरून, एक सुरक्षाकर्मी त्यांच्यावर लक्ष ठेवून होता, ''ही माणसं काय करतायंत?'' ॲडमने विचारलं.

''ते कापसाची झाडं कापतायंत.''

''कायद्याने त्यांना ते करावं लागतंय?''

''नाही, ते आपण होऊन, स्वखुशीने हे सर्व काम करतायंत. हे काम करा किंवा बसा अख्खा दिवस कोठडीत बंद!''

''त्यांनी पांढरे कपडे घातलेले आहेत. सॅम यांच्या अंगावर लाल रंगाचा कपडा आहे. हायवे रस्त्यावर मी एक टोळी पाहिली, तर त्यांचे कपडे निळ्या रंगाचे होते.''

''त्यांच्या वर्गवारीमुळे ते तसं आहे. पांढरे कपडेवाले म्हणजे कमी धोक्याचे.''

''त्यांचे गुन्हे काय होते?''

''सर्व प्रकारचे गुन्हे – अमली पदार्थांची वाहतूक, ने-आण, खून, पुन:पुन्हा तशाच प्रकारचे गुन्हे करणारे, तुमच्या डोक्यात येतील ते सर्व प्रकारचे गुन्हे; पण काही जण इथे आल्यावर त्यांची वागणूक चांगली आहे, असं लक्षात आलं, तेव्हा त्यांना पांढरे कपडे वापरायला आणि काम करायला परवानगी दिली गेली.''

एका उभ्या आणि आडव्या रस्त्यांच्या छेदबिंदूशी त्यांची व्हॅन आली आणि काटेरी तार आणि धारदार पात्यांची कुंपणं परत दिसायला लागली. डाव्या बाजूला दोन मजली चाळीसारख्या इमारती दिसत होत्या. त्या मध्य इमारतीपासून सर्व दिशेने पसरलेल्या होत्या. या इमारतींच्या बाजूने काटेरी तारा आणि धारदार पात्यांची कुंपणं नसती, तर त्या इमारती एखाद्या गचाळ आराखड्यानुसार बनवलेल्या एखाद्या महाविद्यालयाच्या, विद्यार्थ्यांसाठीच्या वसतिगृहांच्या इमारतींसारख्या वाटल्या असत्या. ''त्या इमारती कसल्या आहेत?'' त्याकडे बोट दाखवून ॲडमनं विचारलं.

''तो आहे विभाग क्रमांक ३००.''

''म्हणजे असे किती विभाग इथे आहेत?''

''मला नेमका आकडा माहीत नाही. आम्ही इथे काही जुन्या इमारती पाडत असतो आणि नव्या बांधत असतो, पण तीसच्या आसपास असाव्यात.''

''त्या इमारती तर नव्या दिसतायंत.''

''हो, आहेत. मध्यवर्ती न्यायालयाचा आम्हाला गेली वीस वर्षं फार त्रास होतोय. त्यामुळे आम्ही खूप इमारती बांधतोय. या तुरुंगाचा सर्वाधिकारी हा मध्यवर्ती न्यायालयाचा एक न्यायाधीश आहे, हे सगळ्यांना माहितीच आहे.''

''उद्यापर्यंत वार्ताहर थांबू शकतील का? कारण सॅम यांच्या मनात नेमकं काय

आहे, हे मला पाहणं जरूर आहे. आत्ता या क्षणाला मला त्यांच्याबरोबर काहीही चर्चा करता येणार नाही. मी जर आज त्यांच्याशी काही बोललो, तर उद्या विपरीत असं काहीही घडू शकतं.''

''मी त्यांना एक दिवस थांबवू शकतो, पण ते फार काळ थांबणार नाहीत.''

निरीक्षण करण्याच्या शेवटच्या मनोऱ्याजवळून ते गेले आणि ३० क्रमांकाचा विभाग दिसेनासा झाला. पुढे ते आणखी दोन मैल गेले आणि चकाकणाऱ्या काटेरी तारा आणि धारदार पात्यांची कुंपणं असलेला आणखी एक विभाग त्यांच्या दृष्टिक्षेपात आला.

''मी मुख्य तुरुंगाधिकाऱ्यांशी म्हणजे वॉर्डनसाहेबांशी आज सकाळी माझ्या ऑफिसमधून गेल्यावर बोललो.'' लुकस म्हणाला, ''त्यांनाही तुला भेटायची इच्छा आहे. तुलाही ते आवडतील. मृत्युदंडाच्या शिक्षा अमलात आणलेलं त्यांनाही आवडत नाही. ते थोड्याच दिवसांत सेवानिवृत्त होणार आहेत. उरलेल्या दिवसांत मृत्युदंडाची शिक्षा अमलात आणण्याचे सोपस्कार पार पाडण्याची वेळ त्यांच्यावर येऊ नये, असं त्यांना वाटतंय; पण आतातर ते अवघड दिसतंय.''

''मला वाटतं, ते फक्त त्यांची नोकरी करतायंत.''

''आम्ही सर्वच जण आमच्यावर नेमून दिलेली कामं करतोय.''

''तोच माझा मुद्दा आहे. इथे आल्यावर माझी अशी समजूत झालीये की, प्रत्येक जण माझ्या पाठीवर हात ठेवून, बिचाऱ्या सॅमचं काय होणार आहे, ते दुःखी आवाजात सांगतायंत. कोणालाच त्यांना मारायचं नाही. सगळे जण फक्त नेमून दिलेली कामं करतायंत.''

''इथे खूप लोक असे आहेत की, ज्यांना सॅमचा मृत्यू हवाय.''

''कोण?''

''स्वतः राज्यपाल आणि सरकारी वकील! राज्यपालांची आणि तुझी ओळख झालेली असेलच; पण सरकारी वकिलांचंही निरीक्षण कर. भविष्यात त्यांनासुद्धा राज्यपाल व्हायचंय. काही इतर कारणांकरता आम्ही या राज्यात भीती उत्पन्न करणाऱ्या, महत्त्वाकांक्षी तरुण राजकारण्यांना निवडून दिलं आहे. ही मंडळी एका जागेवर क्षणभरसुद्धा स्थिर राहू शकत नाहीत.''

''त्याचं नाव रॉक्सबर्ग आहे. बरोबर?''

''हो. तोच तो. त्याला कॅमेऱ्याचं फार प्रेम आहे. आज दुपारनंतर तो पत्रकार परिषद घेणार आहे, असा माझा अंदाज आहे. त्यांनी त्याचं खरं रूप जर आज दाखवलं, तर पाचव्या मंडल न्यायालयाने दिलेल्या निर्णयाचं श्रेय त्यांच्या एकट्याकडे घेईल आणि सॅमच्या मृत्युदंडाची शिक्षा चार आठवड्यांच्या आत अमलात आणण्यासाठी सर्वतोपरी प्रयत्न होतील. अशा प्रकारची कार्यवाहीची कामं पार पाडण्याची जबाबदारी

त्यांच्या ऑफिसची असते, त्यामुळे संध्याकाळच्या बातम्यांमध्ये एक-दोन मिनिटांकरता का होईना, राज्यपालमहाशय त्यांच्या एक-दोन टिप्पण्यांसह या संबंधात टीव्हीवर दिसले नाहीत, तर मला आश्चर्य वाटणार नाही. माझा मुद्दा असा आहे ॲडम की, ही मुदत वाढू नये म्हणून, म्हणजे स्थगिती आणली जाऊ नये म्हणून उच्चस्तरावरून प्रचंड दडपण येत असणार. त्यांच्या स्वत:च्या राजकीय मतलबासाठी त्यांना सॅमचा मृत्यू हवाय. ते त्याचा पुरेपूर फायदा करून घेणार आहेत.''

ते जात असताना ॲडमनं आणखी एका तुरुंगाची वसाहत पाहिली. सपाट काँक्रिटच्या मैदानावर बाराबारा खेळाडूंचे दोन संघ बास्केटबॉल पूर्ण जोशात, पूर्ण ताकदीनिशी खेळत होते. सर्व खेळाडू कृष्णवर्णीय होते. मैदानालगतच्या सपाट जागेवर डबल बार, सिंगल बारवर काही कैदी व्यायाम करत होते. त्यातले काही जण गोरे होते.

लुकसनं त्यांची गाडी दुसऱ्या एका रस्त्याला वळवली. ''दुसरं एक कारण आहे.'' लुकस सांगत होता, ''लुझियाना राज्यात ते कोणाचीही पर्वा न करता एकामागून एक असे कैदी मारतायंत. या वर्षात आत्तापर्यंत टेक्सास राज्यात गेल्या दोन वर्षांत एकसुद्धा मृत्युदंडाची शिक्षा अमलात आणलेली नाही. आम्ही कचरतोय, अशी चेष्टा काही लोक करतात. राज्ययंत्रणेचा गाडा चालवण्यात आम्ही त्यांच्याइतकेच कार्यक्षम आहोत, हे इतर राज्यांना दाखवून द्यायची आता वेळ आलेली आहे. गेल्या आठवड्यांतच जॅक्सन इथे विधिमंडळाच्या समितीपुढे या विषयासंबंधी काही मतं मांडण्यात आली. आपल्या पुढाऱ्यांनी त्या वेळी रागारागाने विविध प्रकारचे मुद्दे मांडले आणि याबाबतीत काहीही कारण नसताना निर्णय घ्यायला उशीर होतोय, याबद्दल वितंडवाद घातला होता. अर्थात याबाबतीत मध्यवर्ती न्यायालयं या साऱ्याला जबाबदार आहेत, असा ठपका ठेवायला ते विसरले नाहीत. कोणालाही मारायचं असेल, तर खूप दबाव येतो आणि यापुढची पाळी सॅम यांची आहे.''

''सॅम यांच्यानंतर कोण?''

''तसं पाहिलं, तर कोणीही नाही. पुढे कदाचित दोन वर्षांपर्यंत तरी तशी वेळ येणार नाही. गिधाडं घिरट्या घालतायंत.''

''मला हे तुम्ही का सांगत आहात?''

''मी काही तुमचा किंवा कोणाचाच शत्रू नाही. ठीक आहे, मी तुरुंगाचा वकील आहे ते मान्य! मी मिसिसिपी राज्याचा वकील नाही. यापूर्वी तुम्ही इथे कधी आलेला नव्हतात. मला वाटलं, तुम्हाला हे सर्व माहीत करून द्यावं, म्हणून मी हे सांगतोय.''

''धन्यवाद!'' ॲडम म्हणाला.

त्यानं ही माहिती विचारली नव्हती, तरीपण त्याला ही उपयोगी पडणारी होती, हे नक्की!

''मला जेवढी मदत करता येईल, तेवढी मदत मी नक्की करेन.''

तुरुंगाच्या इमारतींची छपरं क्षितिजांवर दिसत होती. ''तो तुरुंगाचा दर्शनी भाग आहे का?'' ॲडमने विचारलं.

''हो.''

''मला आता जायला हवं.''

मेम्फिस शहरातल्या, जुन्या वस्तीच्या भागातल्या मेन आणि मोन्रो या रस्त्यांच्या कोपऱ्याच्या, १९२० साली बांधलेल्या 'ब्रिन्कली प्लाझा' नावाच्या एक भव्य इमारतीतल्या दोन मजल्यांवर क्रॅव्हिट्झ आणि बेन या कंपनीचं ऑफिस होतं. हा रस्ता मध्य अमेरिका मॉल म्हणूनही ओळखला जात होता. या भागाचं परिवर्तन म्हणजे इथल्या डांबरी सडका जाऊन त्या ठिकाणी टाइल्स बसवल्या होत्या; कारंजी बांधली होती. सजवलेली झाडं लावली होती. त्यानंतर या भागात ट्रक आणि मोटारींना मनाई करण्यात आली आणि फक्त पायी चालणाऱ्यांनाच या रस्त्यावर म्हणजे या मॉल रस्त्यावर यायला परवानगी होती.

या इमारतीचंही अभिजात रुचीच्या अनुषंगानं नूतनीकरण केलं होतं. महत्त्वाचा अभ्यागतांसाठीचा दिवाणखाना संगमरवर फरसबंदीने आणि चकाकणाऱ्या पिवळ्या रंगाच्या धातूनं सजवला होता. क्रॅव्हिट्झ आणि बेन या ऑफिसच्या खोल्या मोठ्या होत्या आणि ओक लाकडाच्या तावदानांनी, इराणी गालिचे आणि उत्तमोत्तम प्राचीन किमती वस्तूंनी नटवल्या होत्या. या सजावटीतून उच्च अभिरुची जाणवत होती.

एका आकर्षक, तरुण सेक्रेटरीनं कोपऱ्यातल्या बेकर कुली यांच्या ऑफिसमध्ये ॲडमला नेलं. बेकर कुली हे व्यवस्थापकीय भागीदारांपैकी एक होते. दोघांनी एकमेकांशी हस्तांदोलन करून एकमेकांची ओळख करून घेतली. सेक्रेटरीने खोलीतून काढता पाय घेतला. जाताना ती दार लावून गेली. सेक्रेटरी दिसायला सुंदर होती. दोघांनी आपापसात तिच्या सौंदर्याचं कौतुक केलं. ती दार लावून बाहेर जाईपर्यंत कुली मात्र तिच्याकडे श्वास रोखून जरा वेगळ्याच नजरेने पाहत होते.

''दक्षिणेत तुमचं स्वागत असो.'' रोखलेला श्वास सोडत कुली म्हणाले आणि त्यांच्या उंची, गुळगुळीत आणि मऊशार चामड्याच्या आसन असलेल्या खुर्चीत स्थानापन्न झाले.

''आभारी आहे. मला वाटतं तुमचं आणि गार्नर गुडमन यांचं बोलणं झालेलं असेल.''

''मला त्यांनी काल दोनदा सगळी कल्पना दिली आहे. या दिवाणखान्याच्या शेवटी एक छोटी कॉन्फरन्स रूम आहे. तिथे फोन, कम्प्युटर आहे. पुरेशी मोकळी जागा आहे. तुमचं इथलं काम चालू असेपर्यंत ती तुमचीच आहे, असं समजा.''

ॲडमने मान हलवली. ऑफिसमध्ये चौफेर नजर फिरवली. बेकर कुलींचं वय कदाचित पन्नासच्या थोडंसं पुढे होतं. ते व्यवस्थित दिसत होते. त्यांच्या टेबलावरच्या वस्तू नीटपणे जागच्या जागी ठेवलेल्या होत्या. खोली स्वच्छ होती. त्यांच्या बोलण्याची गती जरा जलद होती आणि बोलताना त्यांच्या हातांच्या हालचाली व्हायच्या. त्यांच्या डोक्यावरचे केस पिकले होते आणि डोळ्याभोवती काळसर वर्तुळं तयार झालेली होती. सतत मानसिक दडपणाखाली असलेल्या हिशोबनीसाची ही सारी लक्षणं होती.

''इथे कोणत्या प्रकारचं काम करतात?'' ॲडमने विचारलं.

''न्यायालयीन झगडे, तंटे अशा प्रकारची कामं इथे कमीच आणि गुन्हेगारी क्षेत्रातले खटले तर नाहीच नाही.'' जणूकाही तिथे गुन्हेगारांना त्यांचे कलंकित पाय ठेवायलाही बंदी होती. गुडमननी मेम्फिसच्या ऑफिसचं 'बारा सद्‌गुणी वकिलांनी चालवलेलं एक छानसं, दागिने, कपडे विकण्याचं छोटसं दुकान' असं वर्णन केलं होतं. ॲडमला त्याची आठवण झाली. अर्थात हे ऑफिस क्रॅव्हिट्झ आणि बेन यांनी कशासाठी उघडलं होतं आणि चालू ठेवलं होतं, हे एक गूढच होतं; पण ॲडमला त्याच्या लेटरहेडवर त्याच्या आणखी एका ऑफिसचा पत्ता चांगला वाटत होता.

''जास्त करून आमच्याकडे सार्वजनिक क्षेत्रातल्या कंपन्यांचीच कामं असतात.'' कुलींनी सांगणं चालू ठेवलं, ''इथल्या काही जुन्या, प्रसिद्ध बँकांसाठी आपण काम करतो आणि इथल्या राज्य सरकारच्या रोखे-संदर्भातली कामं आपण करतो.''

'आनंद देणारी कामं' ॲडमच्या डोक्यात विचार आला.

''तशी ही कंपनी मेम्फिसमध्ये गेली एकशेचाळीस वर्षं काम करत आहे. तशी ती सर्वात जुनी असेल. ती यादवी युद्धापासून आहे. कंपनीची बऱ्याच वेळा विभागणी झाली. काही विभाग वेगळे झाले आणि मग ती शिकागोच्या एका मोठ्या समूहात सामील झाली.''

कुली यांनी कंपनीचा मेम्फिसमधला प्रवास मोठ्या अभिमानाने सांगितला. जणूकाही या इतिहासाचा १९९०मध्ये काम करत असलेल्या या वकिलीच्या व्यवसायाशी खूपच संबंध होता.

''किती वकील आहेत या शाखेमध्ये?'' संभाषणातल्या मोकळ्या जागा भरण्यासाठी आणि भरकटणाऱ्या बोलण्याला दिशा देण्यासाठी ॲडमने विचारलं.

''बारा वकील आणि अकरा मदतनीस. नऊ लेखनिक, सतरा सेक्रेटरी. देशाच्या या भागात इतकी कामं असणं अभिमानाचं आहे की नाही? अर्थात शिकागोची तोड कोणालाच येणार नाही.''

ते सांगत होते त्यात अर्थ होता, हे ॲडमलासुद्धा पटत होतं. ''मला यापुढे इथे वारंवार यावं लागणार आहे. मी असं धरून चालतो की, इथे माझी कोणाला

अडचण होणार नाही.''

''नाही, नक्कीच नाही; पण मला एक वाईट वाटतंय की, आमची तुम्हाला काही मदत होणार नाही. आमची सर्व कामं कंपनीक्षेत्रातली असतात आणि त्यातही आम्ही पूर्ण गुंतलेलो असतो. कामं खूप असतात. बरेचसे कागदी घोडेच नाचवायचे असतात. मी गेल्या वीस वर्षांत न्यायालयात गेलेलो नाही. यावरून तुम्ही कल्पना करा की, आमची कामं कोणत्या प्रकारची असतात ते.''

''ठीक आहे. मला त्याचा काही त्रास होणार नाही. तिथे वर गुडमन आणि इतर मान्यवर मंडळी बसलेली आहेत, त्यांची मला मदत मिळेल.''

कुली उडी मारून आपल्या पायावर उभे राहिले आणि त्यांनी हात एकमेकांवर चोळले. जणूकाही या हातांचं आता काय करायचं, हे त्यांना सुचत नव्हतं. ''डार्लिन तुमची सेक्रेटरी म्हणून काम पाहील. खरंतर ती सगळ्यांसाठीच काम करते, पण ती पूर्ण वेळ तुमच्यासाठी काम करेल, अशी मी व्यवस्था करतो. ती तुम्हाला तुमच्या ऑफिसची एक किल्ली देईल. तुमची कार कुठे ठेवायची, हे ती सांगेल. आपल्या कंपनीच्या सुरक्षेसंबंधीची सर्व माहिती ती तुम्हाला देईल. तुमचे फोन घेईल. तुमच्या ऑफिसमध्ये जे जे काही काम असेल, ते सर्व ती करेल. ऑफिसच्या कामात ती तरबेज आणि कार्यक्षम आहे. तुम्हाला कायद्याची माहिती असलेला, पण पूर्ण वकील नसलेला असा जर कोणी मदतनीस लागला, तर मला कळवा. मी त्याचीही व्यवस्था करेन.''

''नाही, त्याची गरज पडणार नाही. तुमच्या मदतीबद्दल धन्यवाद.''

''ठीक आहे. तर मग आपण तुमच्या ऑफिसच्या खोलीत जाऊ.''

अॅडम शांत आणि वर्दळ नसलेल्या दिवाणखान्यातल्या रस्त्याने कुलींच्या मागोमाग जाऊ लागला. शिकागो शहरातल्या त्यांच्या ऑफिसचा विचार मनात येऊन तो स्वत:शीच हसला. तिथे सर्व मोठमोठ्या खोल्या, वैतागलेले वकील आणि घाईघाईत जा-ये करणाऱ्या सेक्रेटरींनी सर्व परिसर गजबजलेला असायचा. फोन, फॅक्स, झेरॉक्स काढणारी यंत्रं, इंटरकॉम या सर्वांचे अव्याहतपणे आवाज असायचे. त्यामुळे एखाद्या गजबजलेल्या रस्त्यांचं रूप त्याला असायचं. सतत दहा तास एखाद्या वेड्यांच्या इस्पितळासारखं वातावरण! कोपऱ्यातल्या खोल्यांत जिथे भागीदार काम करायचे, तिथेच फक्त एकान्त आणि शांतता मिळू शकायची.

या मेम्फिसच्या ऑफिसमध्ये अंत्यसंस्काराच्या खोलीत असते, तशी शांतता होती. कुलींनी एका खोलीचं दार उघडलं आणि बाजूच्या भिंतीवरचं दिव्याचं बटन दाबलं. ''कशी आहे खोली?'' खोलीच्या चारही दिशांनी गोलाकार हात फिरवून त्यांनी विचारलं. खोली जरुरीपेक्षा जास्त मोठी, लांबट चौकोनी आकाराची होती. मध्यभागी एक सुंदर पॉलिश केलेलं टेबल आणि दोन्ही बाजूला पाच-पाच खुर्च्या

होत्या. एका टोकाला कार्यालयीन प्रमुखाचं टेबल होतं; फोन, कम्प्युटर आणि खुर्ची होती. ॲडम टेबलाच्या कडेने चालत गेला. भिंतीलगत पुस्तकांची कपाटं होती. त्याकडे त्याने नजर टाकली. कपाटात न वापरलेली कायद्याची पुस्तकं नीटपणे लावून ठेवलेली होती. खिडकीचा पडदा बाजूला करून त्यातून त्यानं बाहेर डोकावून पाहिलं. ''बाहेरचं दृश्य फारच छान आहे.'' तीस फुटांवर, खाली असलेल्या कबुतरांचा थवा आणि संकुलातल्या छोट्या-छोट्या दुकानांकडे पाहत तो म्हणाला.

''मला वाटतं, ही खोली तुम्हाला पुरेशी होईल.'' कुली म्हणाले.

''अगदी छान आहे खोली. माझं इथे छान काम होईल. माझं मी काम करत राहीन. तुम्हाला कुठल्याही प्रकारचा त्रास देणार नाही.''

''हा कसला वेडेपणा! तुम्हाला जर कशाची जरुरी वाटली, तर निःसंकोचपणे मला फोन करा.'' कुली सावकाश ॲडमच्या दिशेने चालत येत बोलत होते.

''आणखी एक गोष्ट सांगायची आहे.'' त्यांच्या भुवयांत काहीतरी हालचाल होऊन, ते एकदम गंभीर होऊन बोलायला लागले.

ॲडमने त्यांच्या नजरेला नजर भिडवत विचारलं, ''कोणती गोष्ट सांगायची आहे?''

''काही तासांपूर्वी मेम्फिसमधल्या एका वार्ताहराचा फोन आला होता आणि तो सांगत होता की, सॅम केहॉल यांच्या केसबाबत तो काम करतोय आणि तुमच्या कंपनीकडे अजूनही त्यांचं वकीलपत्र आहे का? मी त्याला त्याबद्दल शिकागोच्या ऑफिसमध्ये चौकशी करायला सांगितलं. मला वाटतं, आपल्या कंपनीचा आणि सॅम यांच्या केसचा आता काहीही संबंध राहिलेला नाही.'' त्यांनी त्यांच्या खिशातून एक कागदाचा तुकडा काढला आणि तो तुकडा ॲडमच्या हातात देत ते म्हणाले, ''यावर त्याचं नाव आणि फोन नंबर आहे.''

''मी पाहतो त्याचं काय करायचं ते.'' ॲडम म्हणाला.

कुली एक पाऊल ॲडमच्या दिशेने पुढे झाले. त्यांनी छातीवर हाताची घडी घातली.

''हे बघा ॲडम, आम्ही गुन्हेगारी खटले चालवणारे वकील नाही. आमची कामं मुख्य करून कंपन्यांची. त्यात पैसे खूप मिळतात. कुठल्याही प्रसिद्धीच्या झोतात न येता आम्ही आमची कामं करतो; प्रसिद्धी आम्ही टाळतो.''

ॲडमने काहीही न बोलता मान हलवली.

''आम्ही एकाही फौजदारी खटल्याला हात लावलेला नाही आणि एवढ्या मोठ्या तर नाहीच नाही.''

''कुठल्याही प्रकारची कुप्रसिद्धी कंपनीच्या वाट्याला येईल, ज्यामुळे मान खाली घालावी लागेल, असं काही व्हायला नकोय, असं तुम्हाला म्हणायचंय ना?''

"नाही, अगदी तसंच नाही; पण इकडे सर्व गोष्टी निराळ्याच आहेत; शिकागोसारख्या नाहीत. कंपनीक्षेत्रातल्या मोठमोठ्या कंपन्या आमचे प्रमुख पक्षकार आहेत. त्यांच्या त्यांच्या क्षेत्रात त्या नावाजलेल्या आहेत. त्यांचे व्यवहार सरळमार्गी असतात. त्यांचे आणि आपल्या कंपनीचे संबंध फार जुन्या काळापासून आहेत आणि आपल्या कंपनीच्या प्रतिमेबद्दल आम्ही फार जागरूक असतो. मला काय म्हणायचंय, हे लक्षात आलं असेलच.''

"नाही.''

"नाही कसं? आलंय. आम्ही गुन्हेगारांकरता काम करत नाही आणि सध्या मेम्फिसमध्ये आपल्या कंपनीबद्दलचं जे चांगलं मत आहे, ते चांगलंच ठेवण्याचा आमचा सदैव प्रयत्न असतो.''

"तुम्ही गुन्हेगारांच्या वतीने कधी भांडला नाहीत?''

"कधीच नाही.''

"पण तुम्ही मोठमोठ्या बँकांच्या वतीने भांडता ना?''

"हे बघा ॲडम, मला काय म्हणायचंय, हे तुमच्या चांगलं लक्षात आलंय. मी कोणत्या भागातून इथे आलोय, हेही तुम्हाला माहीत आहे. आमच्या कामाच्या क्षेत्रातसुद्धा फार झपाट्याने बदल घडून येत आहेत. जाचक नियमांपासून मुक्तता, विलीनीकरण, अयशस्वी झालेल्या कंपन्यांचं पुनर्वसन – सध्या असल्या कामांत या भागात खूप मागणी आहे. मोठमोठ्या कायदेविषयक कंपन्यांमध्ये अशा प्रकारची कामं मिळविण्यात खूप चढाओढ असते आणि आमच्या पदरी असलेले पक्षकार आम्हाला गमवायचे नाहीत. इथे सर्वांनाच बँकांसारखे पक्षकार हवे आहेत.''

"आणि माझ्या पक्षकारामुळे तुमच्या पक्षकारांच्या मनात आपल्या कंपनीबद्दलचं जे चांगलं मत आहे, ते बिघडू नये, असं तुम्हाला वाटतंय ना?''

"हे बघा ॲडम, तुम्ही शिकागोहून आलेले आहात. आमच्या ऑफिसची मेम्फिसमध्ये असलेली प्रतिमा जशी आहे, तशीच राहावी, असं माझं म्हणणं आहे. बरोबर? तुम्ही हाताळणार आहात ती शिकागो ऑफिसची केस आहे. मेम्फिस ऑफिसचा त्याच्याशी काहीही संबंध लावायचा नाही. चालेल?''

"पण हे ऑफिस क्रॅव्हिट्झ आणि बेनचाच भाग आहे ना?''

"हो आहे; पण सॅम केहॉलसारख्या घाणेरड्या केसशी संबंध लावून या ऑफिसचा काहीही फायदा होणार नाही.''

"सॅम केहॉल हे माझे आजोबा आहेत.''

"अरे बापरे!''

त्यांच्या गुडघ्यातला जोर गेला. दोन्ही हात शरीराच्या बाजूला निर्जीव झाल्यासारखे

खाली मांडीलगत आले.

"तुम्ही खोटं बोलत आहात ॲडम!"

ॲडम एक पाऊल पुढे झाला, "मी खोटं बोलत नाही आणि तुम्हाला जर माझ्या इथे येण्यावर आक्षेप असेल, तर तुम्ही आत्ताच फोन करून शिकागो ऑफिसला तसं सांगू शकता."

"हे भयानक आहे!" कुली दरवाजाकडे जात जात म्हणाले.

"शिकागो ऑफिसला फोन करा."

"मी कदाचित करेनही." असं स्वत:शीच पुटपुटत दरवाजा उघडून ते खोलीच्या बाहेर गेले.

"मेम्फिसमध्ये तुझं स्वागत असो!" असं स्वत:लाच सांगत ॲडम त्याच्या नव्या खुर्चीत स्थानापन्न झाला. कम्प्युटरच्या कोऱ्या पडद्याकडे पाहत राहिला. त्याच्या टेबलावर त्यानं कागदाचा एक तुकडा ठेवला. त्यावरचं नाव आणि टेलिफोन नंबरकडे त्याने नजर टाकली. एकाएकी त्याला भुकेची जाणीव झाली. गेल्या काही तासांत त्यानं काहीही खाल्लं नव्हतं. दुपारचे चार वाजायला आले होते. त्याला एकदम थकवा आल्यासारखं वाटू लागलं.

त्याने अलगदपणे त्याचे दोन्ही पाय समोरच्या टेबलावर, टेलिफोनशेजारी ठेवले आणि डोळे मिटून घेतले. पार्चमन तुरुंगाच्या ठिकाणी तो गाडीने सकाळी गेला होता. तिथल्या अनिश्चित वातावरणामुळे त्याला काळजी वाटायला लागली होती. तुरुंगाचा दरवाजा त्याच्या डोळ्यासमोर येत होता. लुकस मान याच्याबरोबरच्या अनपेक्षित चर्चेमुळे, मृत्युदंड दिलेल्या कैद्यांच्या तुरुंगातल्या त्या भयानक दु:खी परिस्थितीमुळे आणि सॅम यांना सामोरं जाताना त्याच्या मनावर एक भयानक ताण आला होता. या सर्वांमुळे सगळा दिवस त्याला अंधूक, धूसर असा वाटू लागला होता आणि आता त्याला तुरुंगाधिकाऱ्यांना – वॉर्डन यांना भेटायचं होतं. वर्तमानपत्रांच्या प्रतिनिधींना काही चौकश्या करायच्या होत्या; त्यांच्या कंपनीच्या मेम्फिस शाखेचा हे प्रकरण कंपनीनं हाती घ्यायला विरोध होता. हे सर्व फक्त आठ तासांत घडलं होतं.

उद्या काय घडणार असेल?

ते एकमेकांशेजारी एका लुसलुशीत सोफ्यावर, मधोमध पॉपकॉर्नचा बोल ठेवून बसले होते. समोरच्या कॉफी-टेबलावर त्यांनी त्यांचे अनवाणी उघडे पाय ठेवले होते आणि आजूबाजूला चायनीज पदार्थांची रिकामी सहा-सात खोकी, दोन रिकाम्या वाइनच्या बाटल्या पडल्या होत्या.

ते समोरच्या पावलांवरून पलीकडचा टी.व्ही. पाहत होते. ॲडमच्या हातात टी.व्हीचा रिमोट होता. खोलीमध्ये दिवे लावलेले नव्हते. तसा अंधारच होता. तो

एक-एक करत पॉपकॉर्न खात होता.

लीने बऱ्याच वेळात काहीही हालचाल केलेली नव्हती. तिचे डोळे पाण्याने भरलेले होते आणि ती काहीही बोलत नव्हती. दुसऱ्यांदा व्हिडिओ चालू झाला होता.

तुरुंगातून न्यायालयातल्या प्रश्नोत्तरांच्या नोंदीसाठी पोलिसांच्या मोटारीमध्ये हातात बेड्या घालून सॅम यांना नेत असलेलं ते दृश्य पडद्यावर आलं, त्या वेळी ॲडमनं त्याच्या हातातल्या रिमोटवरचं पॉझ म्हणजे थांबण्यासाठीचं बटन दाबलं. ''त्यांना अटक झाली, त्या वेळी तू कुठे होतीस?'' लीकडे न पाहता ॲडमने विचारलं.

''या इथे, मेम्फिसमध्ये.'' हे तिने सावकाश सांगितलं, पण आवाजात कणखरपणा होता. ''आमचं लग्न होऊन काही वर्षंच झाली होती. मी घरातच होते. फेल्प्सने मला फोन करून ग्रीनव्हील इथे बॉम्बस्फोट होऊन त्यात दोन माणसं मारली गेल्याचं सांगितलं. ते कृत्य कदाचित क्लॅनवाल्यांचं असण्याची शक्यता होती. त्यानं मला दुपारच्या बातम्या पाहायला सांगितलं होतं, पण मला धीर होत नव्हता. काही तासांनंतर माझ्या आईने फोन करून बॉम्बस्फोटाच्या संदर्भात माझ्या वडलांना अटक झाल्याचं सांगितलं. ग्रीनव्हीलच्या तुरुंगात त्यांना ठेवलं होतं, असंही तिनं सांगितलं.''

''तुझी त्यावरची प्रतिक्रिया काय होती?''

''मला काहीच माहीत नव्हतं. मलातर जबरदस्त मानसिक धक्का बसला होता. मी घाबरून गेले होते. नंतर एडीने मला फोन करून सांगितलं की, सॅमनी तो आणि त्याची पत्नी या दोघांना कोणालाही न कळेल अशा प्रकारे, गुपचूपपणे क्लिव्हलँडला जाऊन तिथे ठेवलेली त्यांची मोटरकार घेऊन यायला सांगितलं. ''त्यांना जे काही करायचं होतं, ते शेवटी त्यांनी केलंच!'' असंही त्या वेळी एडीने मला सांगितल्याचं मला आठवतंय. दुसऱ्याच कोणालातरी त्यांनी मारलं होतं. एडी रडत होता आणि मलाही रडू आलं होतं. ते सर्व अतिभयानक, भीषण होतं. माझ्या सर्व लक्षात आहे.''

''त्यांना मोटार मिळाली?''

''हो, कोणालाही त्याबद्दल काहीही माहीत नव्हतं. नंतर खटल्याच्या ओघातसुद्धा त्याचा काही उल्लेख झाला नाही. आम्हालासुद्धा भीती वाटत होती की, पोलिसांना त्याबद्दल काही माहिती मिळेल आणि एडी आणि माझ्या आईला कोर्टात त्याबद्दल शपथेवर सांगायला भाग पाडतील; पण तसं काही झालं नाही.''

''त्या वेळी मी कुठे होतो?''

''थांब, मी आठवते. तुम्ही त्या वेळी क्लॅन्टनमधल्या एका छोट्या, पांढऱ्या रंगाच्या घरात राहत होता. तू तुझी आई एव्हलीनबरोबर तिथे होतास. माझ्या माहितीप्रमाणे त्या वेळी ती नोकरी करत नव्हती, पण मला नक्की सांगता येणार नाही.

"माझे वडील कोणत्या प्रकारची नोकरी करत होते?"

"मला आठवत नाही. काही काळ क्लॅन्टनमधल्या मोटारींचे सुटे भाग विकणाऱ्या कंपनीत व्यवस्थापक म्हणून त्यांनी काम केल्याचं आठवतंय; पण तो सारख्या नोकऱ्या बदलायचा."

सॅम यांना तुरुंगातून न्यायालयाकडे आणि नंतर न्यायालयातून तुरुंगात आणलेलं व्हिडिओमध्ये दिसत होतं. नंतर सॅम यांच्यावर औपचारिकरीत्या, दोघांच्या मृत्यूला कारणीभूत ठरल्याचा आरोप ठेवलेला होता, अशी बातमी एक वार्ताहर देत होती, असं चित्र व्हिडिओमध्ये दिसलं होतं. या ठिकाणी ॲडमने व्हिडिओ रोखून धरला आणि म्हणाला, "तुमच्यापैकी कोणी सॅम यांना भेटायला तुरुंगात गेलं होतं का?"

"नाही. ते ग्रीनव्हीलच्या तुरुंगात असताना नाही. माझ्या माहितीनुसार त्यांना जामिनावर सोडवायला पाच लाख डॉलर्सचा जामीन आवश्यक होता."

"हो. पाच लाख डॉलर्स."

"त्यांना बाहेर काढण्यासाठी ती रक्कम उभी करण्याचा प्रयत्न कुटुंबीयांनी केला. मी फेल्प्सला त्या रकमेचा चेक लिहायला भाग पाडावं, अशी आईची इच्छा होती. फेल्प्सने अर्थातच त्याला नकार दिला. त्याला कुठल्याही प्रकारे त्यात भाग घ्यायचा नव्हता. आमच्या दोघांत कडाक्याचं भांडण झालं; पण मलासुद्धा त्याला दोष देता येत नव्हता. डॅडी तुरुंगातच राहिले होते. त्यांच्या भावांपैकी एकाने काही जमीन गहाण ठेवून रक्कम उभी करण्याचा प्रयत्न केला, पण त्यातही त्यांना यश आलं नाही. एडीला सॅम यांना भेटायचंच नव्हतं आणि आईला ते शक्य नव्हतं. तुरुंगात आम्ही त्यांना भेटणं, हे त्यांना तरी आवडणार होतं की नाही, कुणास ठाऊक!"

"आम्ही क्लॅन्टन केव्हा सोडलं?"

लीने पुढे वाकून टेबलावरचा वाइनचा ग्लास घेतला. त्यातला एक घोट घेतला आणि क्षणभर कसलातरी विचार केला. "मला वाटतं एक महिना ते तुरुंगात होते. आईला भेटायला म्हणून मी एकदा तिथे गेले होते. तेव्हा एडी त्याच्या कुटुंबासह दुसरीकडे जाण्याचा विचार करत होता, असं आईने मला सांगितलं. माझा त्यावर विश्वासच बसत नव्हता. या शहरातल्या लोकांपुढे मान वर करून चालणं त्याला अशक्यप्राय झालं होतं. गावातल्या लोकांसमोर वावरताना त्याला अपमानास्पद, अपराधी वाटत होतं, असं आईने मला सांगितलं होतं. त्यात त्याची नोकरी गेली. घराबाहेर पडणं अशक्य झालं. मी त्याला फोन केला. मी एव्हलीनशी बोलले. एडी फोनवर आलाच नाही. ती म्हणाली, त्याला कमालीचं औदासीन्य आलं होतं. बदनाम झाल्यासारखं वाटतं होतं वगैरे. आम्हालासुद्धा त्याच्यासारखंच वाटत होतं, असं मीसुद्धा तिला सांगितल्याचं मला आठवतंय. ते गाव सोडून जात होते का, असं मी तिला विचारलं, त्यावर तिने स्पष्टपणे 'नाही'

असं उत्तर दिलं होतं. एका आठवड्यानंतर आईने मला फोन करून, एका मध्यरात्री तुम्ही सगळे जण गाव सोडून गेल्याचं मला सांगितलं. घरभाडं मागण्यासाठी घरमालक घराच्या दारावर टकटक करत होता. आजूबाजूला चौकशी केली, त्या वेळी एडीला कोणीही पाहिलं असल्याचं सांगितलं नाही. घर रिकामं होतं.''

''मला यातलं काहीतरी आठवायला हवं होतं.''

''तू तर त्या वेळी फक्त तीन वर्षांचा होतास ॲडम! मी तुला मागे जेव्हा पाहिलेलं आठवतयं, ते त्या वेळी, त्या पांढऱ्या रंगाच्या घराच्या गॅरेजजवळ तू खेळत असलेला होतास. तू इतका छान आणि आकर्षक दिसायचास की विचारू नकोस!''

''वा! छान! धन्यवाद.''

''त्यानंतर काही आठवडे गेले आणि एके दिवशी एडीचा फोन आला आणि तुम्ही सर्व टेक्सासमध्ये राहत होतात आणि चांगलं चाललं होतं, असा आईला निरोप दे, असं सांगितलं होतं.''

''टेक्सास!''

''नंतर काही दिवसांनी एव्हलीनने फोन करून तुम्ही आणखी पश्चिमेच्या दिशेने गेलेले होतात आणि ती त्या वेळी गरोदर होती, असं सांगितलं होतं. तिला कुठेतरी स्थिरस्थावर व्हायची इच्छा होती, हेही तिनं व्यक्त केलं होतं. त्यानंतर एकदा एडीने फोन करून तुम्ही सर्व कॅलिफोर्नियामध्ये राहत असल्याचं सांगितलं आणि तोच त्याचा शेवटचा फोन होता. त्यानंतर खूप वर्षं गेली.''

''खूप वर्षं?''

''हो, मी त्याला परत घरी, आपल्या राज्यात येण्यासाठी खूप विनंत्या केल्या, पण त्याचा निग्रह पक्का होता. त्याने काही ऐकलं नाही. परत न येण्याची शपथ घेतल्याचं त्यानं सांगितलं आणि त्यानं ती पाळली.''

''माझ्या आईचे आईवडील कुठे होते?''

''मला माहीत नाही. ते फोर्ड परगण्यातले नव्हते. जॉर्जिया किंवा फ्लोरिडा राज्यातले होते बहुतेक.''

''मी त्यांना कधीच भेटलेलो नाही.''

त्यानं बटन दाबून परत व्हिडिओ चालू केला. नेटल्स परगण्यात चालवण्यात आलेला पहिला खटला सुरू झाला होता. न्यायालयाच्या परिसरातल्या हिरवळीवर जमा झालेल्यांत क्लॅन परिवारातले लोक होते. त्यावर कॅमेऱ्याने लक्ष केंद्रित केलं होतं. क्लॅन समूहाबरोबर बाजूला पोलीस आणि बघे लोकही दिसत होते.

''तू त्यांना पाहिलेलंच नाहीस, असं कसं असू शकतं?'' त्याने व्हिडिओ थांबवला आणि म्हणाला, ''तू त्या खटल्याच्या न्यायालयात गेली होतीस?''

''एकदा लपतछपत मी न्यायालयात गेले होते आणि शेवटच्या सत्रातली

विधानं ऐकली होती. तिन्ही खटल्यांच्या वेळी डॅडींनी आम्हाला न्यायालयात यायची मनाई केलेली होती. आईची प्रकृती चांगली नव्हती. तिचा रक्तदाब वाढायचा. तिच्यावर खूप औषधांचा मारा चालू असायचा. तसं पाहिलं, तर ती अंथरुणाला खिळलेली होती.''

''तू न्यायालयात आलेली सॅम यांनी पाहिलं होतं?''

''नाही, न्यायालयात मी अगदी शेवटच्या रांगेत बसले होते आणि डोक्याला मी स्कार्फ गुंडाळला होता. त्यांनी मला कधीच पाहिलं नव्हतं.''

''फेल्प्स त्या वेळी कुठे होते?''

''तो त्याच्या ऑफिसमध्ये दडून बसला होता आणि सॅम हे त्याचे सासरे आहेत, हे कोणालाही कळू नये, अशी देवाजवळ प्रार्थना करत होता. त्या खटल्यानंतर थोड्या दिवसांतच आम्ही पहिल्यांदा वेगळे झालो होतो.''

''त्या पहिल्या खटल्यासंबंधातलं न्यायालयात घडलेल्या घटनेपैकी तुला काय काय आठवतंय?''

''न्यायनिवाडा करणाऱ्या समितीत डॅडींना त्यांच्या विचारांशी सहमत असलेलेच सभासद मिळाले होते. त्यांच्या वकिलाने हे कसं काय जमवून आणलं, याचं मला आश्चर्य वाटत होतं. त्यानं मजुरी करणाऱ्यांपैकी गोऱ्या कातडीचे, कडवे धर्माभिमानी बारा जण ज्यूरी, न्याय करणारे सभासद म्हणून निवाडा करण्यासाठी निवडले होते. सरकारी वकिलांच्या विधानानंतर त्यांच्या चेहऱ्यावर हरकतीचे भाव यायचे आणि सॅम यांच्या वकिलाच्या युक्तिवादानंतर त्यांच्या चेहऱ्यावर समर्थनात्मक आश्चर्य असायचं.''

''क्लोव्हिस ब्राझिल्टन.''

''तो बोलण्यात पक्का होता. वक्तृत्व चांगलं होतं. त्याच्या प्रत्येक मुद्यावर ते सहमत असायचे आणि सरतेशेवटी समितीतल्या लोकांमध्ये एकमत होत नाही आणि त्यामुळे खटला बाद होतोय, असं जेव्हा त्यांच्या लक्षात आलं, तेव्हा मला आश्चर्यच वाटलं होतं आणि डॅडींनाही त्याबद्दल आश्चर्य वाटलं होतं, असं मला वाटतं. ते सुटणार, याची मला खात्री वाटत होती.''

व्हिडिओ पुन्हा सुरू झाला आणि त्या वेळी खटला बाद झाल्याबाबतच्या प्रतिक्रिया क्लोव्हिस ब्राझिल्टन सांगत होता आणि न्यायालयातून सॅम बाहेर पडत असतानाचं चित्रही पडद्यावर आलं होतं. त्यानंतर पहिल्या खटल्यासारख्याच प्रकाराने दुसरा खटला चालू झाल्याचा व्हिडिओ दिसायला लागला होता.

''या व्हिडिओफिती एकत्र करण्याच्या कामात तू किती दिवस घालवलेस?'' लीने विचारलं.

''सात वर्षं. पेप्पर डाईन विश्वविद्यालयात पहिल्या वर्षाला शिकत असताना ही कल्पना माझ्या मनात आली. त्या वेळी ते एक मोठं आव्हानच होतं.'' दुसऱ्या खटल्याच्या

वेळी मार्विन क्रॅमर त्यांच्या चाकाच्या खुर्चीतून पडण्याचा, तो कणव आणणारा, हृदयाला पीळ पाडणारा प्रसंग! त्याने तो व्हिडिओ फास्ट-फॉरवर्ड करून टाळला आणि तिसऱ्या खटल्याच्या सुरुवातीच्या वेळी टेलिव्हिजन चॅनेलच्या बातम्या देणाऱ्या कार्यक्रमाचं सूत्रसंचलन करणारी महिला निवेदिका प्रसिद्ध सॅम यांच्या खटल्याची माहिती देत असतानाचं चित्र पडद्यावर आलं. ते साल १९८१ होतं.

"म्हणजे सॅम १३ वर्षं स्वतंत्र होते." ॲडम म्हणाला.

"ते एकलकोंड्यासारखे राहत होते. त्यांनी थोडीफार शेती केली. ते उत्पन्न आणि खर्च यांची कशीबशी सांगड घालत होते. बॉम्बस्फोटाबद्दल किंवा त्यांच्या क्लॅन्स समूहाशी असलेल्या संबंधाबद्दल ते माझ्याशी कधीही बोलले नाहीत; पण क्लॅन्टन गावात त्यांची एक चांगली प्रतिमा होती. ते आनंदात होते. स्थानिक मंडळींमध्ये ते प्रसिद्ध होते. लोक त्यांना मान द्यायचे. त्यात ते संतुष्ट होते. आईची प्रकृती आणखीनच खालावली आणि ते बराच वेळ घरीच थांबून असायचे; आईची सेवा करायचे."

"त्यांनी क्लॅन्टन सोडून जायचा कधी विचार केला नाही?"

"त्यांनी त्या गोष्टीचा कधी गंभीरपणे विचार केला नव्हता. कारण त्यांच्या मताप्रमाणे न्यायालय आणि बॉम्बस्फोट संबंधातले प्रश्न त्या वेळी संपले होते, असं त्यांना वाटत होतं. त्यांच्यावर दोन वेळा खटले चालले आणि त्या दोन्हींमधून ते सुखरूप बाहेर पडले होते. साठच्या दशकात निवाडासमितीतला कोणीही सदस्य क्लॅन परिवारातल्या सभासदाला गुन्हेगार ठरवायला तयार नव्हतं. क्लॅन समूहातले सदस्य त्या काळात स्वत:ला अजिंक्य आणि अजेय समजत होते. क्लॅन्टनजवळच त्यांचा निवास होता, पण क्लॅनसमूहाची साथ त्यांनी सोडली होती. शांतपणे जीवन जगण्याचा त्यांना आनंद वाटत होता. त्यांनी त्यांच्या आयुष्याचा सुवर्णकाळ टोमॅटोची शेती करण्यात आणि गोड्या पाण्यातले मासे पकडण्यात घालवावा, असं मला वाटायचं."

"त्यांनी माझ्या वडलांची कधी चौकशी केली होती?"

तिने तिचं मद्य संपवलं आणि रिकामा ग्लास टेबलावर ठेवला. तिला तो जुना दु:खमय इतिहास आठवून, त्याचा तपशील कोणाला कधी सांगावा लागेल, अशी कल्पनासुद्धा नव्हती. तिनं तो विसरण्याचा आटोकाट प्रयत्न केला होता.

"ते जेव्हा घरी परतले होते, त्यानंतरच्या पहिल्या वर्षात ते कधीकधी एडीची काही खबर आहे का, असं विचारायचे आणि माझ्याकडे काही खबर नसायची. तुम्ही सर्व कॅलिफोर्नियामध्ये कुठेतरी राहत होतात, एवढंच आम्हाला माहीत होतं आणि आम्ही अशी आशा करत होतो की, तुम्ही सर्व ठीक, सुरक्षित असाल. हट्टी, दुराग्रही व्यक्तींबद्दल सॅमना नेहमीच प्रेम वाटायचं. त्यांनी एडीच्या मागे जाऊन 'तू

इकडे ये रे' अशी आर्जवं केली नसती. तसा त्यांचा पिंडच नाही ॲडम. एडीला जर त्याच्या कुटुंबाबद्दल शरम वाटत असेल, तर तिकडे कॅलिफोर्नियातच त्याने राहावं, असं त्यांच मत होतं.'' ती बोलायचं थोडं थांबली आणि कोचामध्ये आणखी जरा आरामशीर बसली.

''१९७३मध्ये आईला कर्करोग झाल्याचं निदान झालं आणि एडीला शोधून काढण्याचं काम मी एका खाजगी शोध घेणाऱ्या व्यक्तीला सांगितलं. त्यानं सहा महिने शोध घेण्याचं काम केलं. माझ्याकडून त्यासाठी त्याने बरेच पैसेही घेतले होते, पण त्याला एडी सापडला नव्हता.''

''मी नऊ वर्षांचा होतो आणि चौथीत होतो. त्या वेळी आम्ही ओरेगॉन राज्यातल्या सलेम इथे राहत होतो.''

''हो, तुम्ही ओरेगॉन राज्यात राहत होतात, ते नंतर एव्हलीननं मला सांगितलं होतं.''

''आम्ही सारखी जागा बदलायचो. दर वर्षी वेगळी शाळा. हे मी आठवीत जाईपर्यंत चाललं होतं. मग आम्ही सान्ता मोनिकामध्ये स्थिरावलो.''

''तुम्ही सर्वांना टाळत होतात. एडीला खरोखरच एक चांगला वकील मिळाला होता. त्याने केहॉल या आडनावाचं नावनिशाण पुसून टाकलं होतं. आम्ही खाजगी शोध करणाऱ्या एकाला नेमलं होतं. तुम्ही जिथे जिथे जाण्याची शक्यता होती, तिथे तिथे जाऊन त्याने शोध घेतला होता; पण त्याच्या हाती काहीही लागलं नाही.''

''तुमची आई कधी वारली?''

''१९७७मध्ये! आम्ही सगळे चर्चच्या समोर अंत्यसंस्कारासाठी बसलेलो होतो. अंत्यसंस्काराचे विधी चालू होणारच होते, इतक्यात बाजूच्या एका दरवाजातून एडी आला आणि माझ्यामागे येऊन बसला. आईच्या मृत्यूची बातमी त्याला कशी मिळाली, याबद्दल मला तू काही विचारू नकोस. तो क्लॅन्टनमध्ये येऊन दाखल झाला होता आणि नंतर कोणालाही न कळवता परत गेलासुद्धा! तो सॅम यांच्याबरोबर एकही शब्द बोलला नाही. त्याने भाड्याची मोटार आणली होती, त्यामुळे त्या मोटारीच्या प्लेटवरच्या नंबरानेसुद्धा त्याचा तपास घेता आला नाही. दुसऱ्या दिवशी मी मेम्फिसमधल्या माझ्या घरी गेले, तेव्हा तो माझ्या घराच्या प्रवेशद्वाराबाहेर माझी वाट पाहत थांबला होता. आम्ही एकत्र कॉफी प्यायली आणि दोन तास गप्पा मारल्या. तू आणि कारमेन दोघांचे शाळेत जाण्याच्या वयातले फोटो त्याने बरोबर आणले होते, ते मला त्याने दाखवले आणि दक्षिण कॅलिफोर्नियामध्ये सगळंकाही छान होतं, असं त्यानं सांगितलं. त्याला तिथे चांगली नोकरी होती, उपनगरात एक घर होतं. एव्हलीन स्थावर मालमत्ता विक्रीच्या संदर्भात मध्यस्थाचं, सौदे जमवून देण्याचं काम करायची. त्याला हवं होतं, ते सर्व त्यांना मिळालं होतं. सर्व जण

आनंदात होते. मिसिसिपी राज्यात तो कधीही परत येणार नव्हता, अगदी त्याचे वडील सॅम यांच्या अंत्यसंस्कारालासुद्धा नाही, असं त्याने सांगितलं होतं. माझ्याकडून गुप्तता राखण्याचं वचन घेऊन त्यानं त्याचं आडनाव बदलल्याचं सांगितलं होतं आणि फोन नंबर दिला होता; पत्ता दिला नव्हता. फक्त फोन नंबर आणि वचन जर मोडलं, तर तो आणखी तिसऱ्याच कोणत्यातरी जागी जाऊन राहायला लागणार होता, अशी धमकी त्याने दिली होती. अगदी आणीबाणीसारखी परिस्थिती उद्भवल्याखेरीज त्याला फोन करायचा नाही, असं त्याने मला बजावलं होतं. तुला आणि कारमेनला मला पाहायचं होतं, असं मी त्याला म्हणाले. त्यावर एखाद्या दिवशी तुझी आणि त्यांची भेट होईलही, असं तो म्हणाला होता. काही काही वेळा तो अगदी पूर्वीचाच एडी असायचा आणि काही काही वेळा तो अगदी वेगळाच माणूस व्हायचा. आम्ही एकमेकांना आलिंगन दिलं आणि 'गुडबाय' म्हणून निरोप घेतला. त्यानंतर मी त्याला पाहिलंच नाहीये.''

ॲडमनं हातातल्या रिमोटवरचं बटन दाबलं आणि व्हिडिओ सुरू झाला. अद्ययावत तंत्रज्ञानामुळे तिसऱ्या म्हणजे शेवटच्या खटल्याच्या वेळची चित्रं स्वच्छ, रेखीव दिसत होती. चित्रं झटपट सरकत होती आणि एकदम सॅम यांचं चित्रं पडद्यावर आलं. झटक्यात त्यांचं वय तेरा वर्षांनी वाढलं होते. त्याच्याबरोबर त्यांचा नवा वकील होता. लेकहीड परगण्याच्या न्यायालयाच्या इमारतीच्या बाजूच्या एका दरवाजातून ते दोघं बाहेर पडत असतानाचं ते चित्र होतं. ''तिसऱ्या खटल्याच्या वेळी तू तिथे गेली होतीस का?''

''नाही, त्यांनी मला तिथे यायला मनाई केलेली होती.''

ॲडमने व्हिडिओ थांबवला, ''ते त्यांच्यामागे पुन्हा लागणार होते, हे सॅम यांच्या लक्षात केव्हा आलं?''

''तसं सांगणं अवघड आहे. नव्याने नियुक्ती झालेले जिल्हा स्तरावरचे ग्रीनव्हीलचे सरकारी वकील, त्यांना क्रॅमर बॉम्बस्फोट खटला पुन्हा चालू करायचा होता, अशी बातमी होती. वर्तमानपत्राच्या मधल्या पानांवर ती बातमी आली होती. बातमी तशी त्रोटकच होती. ती बातमी वाचल्याचं आणि त्या बातमीमुळे मला खूप भीती वाटल्याचंही आठवतंय. ती बातमी मी दहा वेळा वाचली होती. एक तासभर मी ती पुन:पुन्हा वाचत होते. बऱ्याच वर्षांनंतर सॅम केहॉल यांचं नाव वर्तमानपत्रात झळकलं होतं; माझा विश्वास बसत नव्हता. मी त्यांना फोन केला. त्यांनीसुद्धा ती बातमी वाचली होतीच. त्यांनी मला 'काळजी करू नकोस.' असं सांगितलं. दोन आठवड्यानंतर डेव्हिड मॅकलिस्टर यांचा मध्यभागी फोटो छापून त्याबद्दल पुन्हा एकदा त्याबद्दलची बातमी छापून आली. त्या वेळी बातमी मोठी होती, मजकूर वाढला होता. मी डॅडींना फोन केला त्या वेळीसुद्धा सगळंकाही ठीक होणार होतं, असं ते

म्हणाले होते. असं ते सर्व सुरू झालं होतं. सुरुवात आस्ते आस्ते, शांततेत सुरू झाली. मग मात्र त्याचा दबाव वाढला. क्रॅमर कुटुंबानी खटला चालवायला अनुमोदन दिलं, मग एन.ए.ए.सी.पी. संस्था भांडणात उतरली. नवीन खटल्यासाठी मॅकलिस्टर आग्रही होते, हे एके दिवशी प्रसिद्ध झालं आणि तो खटला चालू होण्यावाचून गत्यंतरच नव्हतं. सॅम यांना त्यामुळे खूप दु:ख झालं होतं. ते मनातून घाबरले होते, तरीपण वरवर ते बिनधास्त होते, असं दाखवत होते. ते म्हणायचे की, त्यांनी या पूर्वीचे दोन खटले जिंकलेले होते, तसाच हाही खटला ते जिंकणार होते.''

''तू एडीला फोन केला होतास?''

''हो, जेव्हा त्यांच्यावर आरोपपत्र दाखल करून पुन्हा एकदा खटला चालवला जाणार आहे, हे पक्कं झालं, त्यानंतर मी त्याला फोन करून बातमी दिली. त्यावर तो त्या वेळी फारकाही बोलला नव्हता. एकंदरीत त्या वेळच्या फोनवर संभाषणच फार झालं नव्हतं. वेळोवेळी फोन करून त्याला माहिती सांगत जाईन, असं मी त्याला सांगितलं होतं. त्यानं ती बाब अतिशय गंभीरपणे घेतली होती, असं मला वाटलं होतं. नंतर राष्ट्रीय स्तरावर त्या खटल्याच्या बातम्या येत होत्या. अर्थात एडीनं त्या सर्वांचा मागोवा घेतला असणार, यात शंका नव्हतीच.''

तिसऱ्या खटल्यावेळचा व्हिडिओ त्या दोघांनी शांतपणे पाहिला. मॅकलिस्टरचा चिकणा चेहरा बऱ्याच वेळा पडद्यावर झळकत होता. एक-दोनदा अॅडमला वाटलं होतं की, आपण योग्य प्रकारे काटछाट करायला हवी होती.

शेवटी सॅम यांना बेड्या चढवून, कोर्टातून बाहेर आणून, मोटारीत बसवून नेलं, तो त्या व्हिडिओतला शेवटचा प्रसंग होता.

''दुसऱ्या कोणी हा व्हिडिओ पाहिला आहे का?''

''नाही, तूच फक्त पाहिला आहेस.''

''हे सर्व तू कसंकाय जमा केलंस?''

''त्याला बराच वेळ लागला, खूप पैसे खर्च झाले आणि अथक प्रयत्न.''

''तू केलेलं हे काम खरोखर कौतुकास्पद आहे.''

''मी जेव्हा कनिष्ठ महाविद्यालयात पहिल्या वर्षाला शिकत होतो, त्या वेळी आम्हाला राज्यशास्त्र शिकवणारे एक अवलिया शिक्षक होते. वर्तमानपत्रं, मासिकांमध्ये प्रसिद्ध होणाऱ्या लेखांबाबत किंवा त्या काळात घडत असलेल्या राजकारणातल्या, समाजातल्या विविध प्रकारच्या घडामोडींबाबत एकत्रितरीत्या चर्चा करायला ते भाग पाडायचे. आमच्यापैकी एकाने एल.ए. टाइम्समधला सॅम केहॉल यांच्या संबंधातला तिसरा खटला मिसिसिपीमध्ये परत उभा राहत होता, ही पहिल्या पानावर छापून आलेली बातमी आणली होती. आम्ही त्याबद्दल चर्चा करायला सुरुवात केली. नंतर जेव्हा प्रत्यक्षात खटला उभा राहिला, त्या वेळी आम्ही सर्वच उत्सुकतेने त्यावर

लक्ष ठेवून होतो. जेव्हा सॅम केहॉल यांना दोषी ठरवण्यात येऊन त्यांना शिक्षा झाली, त्या वेळी आमच्या कंपूपैकी सर्वांनाच आनंद झाला होता, त्यात मीपण होतो. पण मृत्युदंडाच्या शिक्षेबद्दल खूप वादविवाद झाले. त्यानंतर काही आठवड्यानंतर माझे वडील वारले आणि सरतेशेवटी, तू मला सत्य काय ते सांगितलंस. माझ्या मित्रांना जर हे सारं समजलं, तर माझ्याबद्दल त्यांचं काय मत होईल, या कल्पनेने मी हबकून गेलो.''

''त्यांना कळलं?''

''नाही, त्यांना काहीही कळलं नाही, कारण शेवटी मीपण एक केहॉलच आहे. गोष्टी गुप्त ठेवण्याची कला या कुटुंबातल्या लोकांच्यात उपजतच आहे.''

''हे फार काळ गुपित राहणार नाही.''

''नाही, राहणार नाही.''

व्हिडिओच्या कोऱ्या पडद्याकडे ते काही क्षण पाहत राहिले. शेवटी एकदाचं रिमोटवरचं पॉवर बटन ॲडमने दाबलं आणि व्हिडिओच्या पडद्यावरचा उजेड गेला. हातातला रिमोट त्यानं टेबलावर टाकला आणि लीला म्हणाला, ''ली आत्या, मी तुला खूप त्रास दिला, दुखावलं, याचं मला फार वाईट वाटतंय. ते टाळता आलं असतं, तर मला ते आवडलं असतं. खरोखरच.''

''तुला त्यातला महत्त्वाचा भाग कळणार नाही ॲडम.''

''हो, मला त्याची कल्पना आहे आणि तो तू मला समजावून सांगणार नाहीस हेही मला माहीत आहे. तुला फेल्प्स आणि त्याच्या कुटुंबीयांची भीती वाटते का?''

''मी फेल्प्स आणि त्याच्या कुटुंबातल्या सर्वांचाच तिरस्कार करते.''

''तू त्यांच्या पैशाने चैन मात्र करतेस, मग तिरस्कार का?''

''त्यांच्याकडून जे पैसे मी घेते, तो मी माझा हक्क म्हणून घेते. त्यांच्यात मी सत्तावीस वर्षं राहिले आहे.''

''तू ज्या मित्रमंडळींमध्ये जातेस, मिसळतेस, ते तुला सोडून जाऊन तुला वाळीत टाकतील, एकटं पाडतील असं वाटतं? तुमच्या गावातल्या मंडळातून तुला काढून टाकतील, असं वाटतं?''

''थांब ॲडम, तू यापुढे काहीही बोलू नकोस.''

''मला माफ कर, मी दिलगीर आहे ली. हा दिवस खरोखरच माझ्यासाठी फार वाईट ठरला आहे. मी सुख, शांती, समाधान कोंदणातून बाहेर येऊन माझ्या भूतकाळाला सामोरं जातोय. मला वाटतं की, आपल्यापैकी प्रत्येक जणाने कणखर होऊन परिस्थितीशी सामना करायला हवाय. मला फार वाईट वाटतंय ली.''

''तू माझ्या वडलांना, तुझ्या आजोबांना आज पाहिलं आहेस. ते कसे दिसतात?''

''एक खूप वृद्ध गृहस्थ. त्यांच्या फिक्या, पांढुरक्या, निस्तेज कातडीवर

असंख्य सुरकुत्या पडलेल्या आहेत. तुरुंगात त्यांना कुलुपबंद खोलीत बंद करून ठेवू नये. ते फारच म्हातारे आहेत गं!''

''त्यांच्या शेवटच्या खटल्यापूर्वी काही दिवस आधी मी त्यांच्याशी बोलले होते. तुम्ही पळून जा, परागंदा होऊन दक्षिण अमेरिकेत जाऊन दुसरीकडे कुठेतरी राहा, असा सल्ला मी त्यांना दिला होता. तुला कल्पना आहे, त्यांनी काय उत्तर दिलं ते?''

''काय?''

''ते म्हणाले, त्यांनी तसा विचार केला होता. आईचा मृत्यू होऊन बरीच वर्षं झाली होती. एडी गेलेलाच होता. दक्षिण अमेरिकेत जाऊन परागंदा झालेले मेन्गेल, आईशमन आणि इतर नाझी युद्ध-गुन्हेगार यांच्याबद्दलच्या गोष्टी त्यांनी वाचल्या होत्या. दोन कोटी लोकसंख्या असलेल्या साओ पावलो या गावाचा उल्लेख त्यांनी त्या वेळी केला होता की, जिथे असे पळून आलेले, परागंदा झालेले लक्षावधी लोक राहत होते. त्यांचा क्लॅन्स समूहातला एक मित्र होता, तो त्यांच्या कागदपत्रांची सर्वकाही व्यवस्था करून त्यांना लपवण्याची जबाबदारी घ्यायला तयार होता. त्यांनी त्यावर खूप विचार केला.''

''मला वाटतं, त्यांनी तो विचार आचरणात आणायला हवा होता. त्यामुळे कदाचित माझे वडील आज आमच्यात असते.''

''पार्चमनच्या तुरुंगात पाठवणी होण्यापूर्वी दोन दिवस मी ग्रीनव्हीलच्या तुरुंगात त्यांना भेटले होते. तीच आमची शेवटची भेट होती. तुम्ही पळून का गेला नाहीत, असं मी त्यांना तिथे विचारलं. त्यावर त्यांना मृत्युदंडाची शिक्षा होईल, हे स्वप्नातसुद्धा वाटलं नव्हतं. कित्येक दिवस ते मोकळे होते. त्यांना पळून जाणं, परागंदा होणं सहज शक्य होतं. ते पळून गेले नाहीत, ही त्यांच्याकडून झालेली फार मोठी चूक होती, असंही त्यांनी बोलून दाखवलं होतं. ही चूक त्यांना फार महाग पडणार होती; जीवनाची किंमत त्यासाठी मोजावी लागणार होती.''

मक्याच्या लाह्यांची वाटी ॲडमने टेबलावर ठेवली आणि अगदी अलगद हळूहळू तो लीच्या दिशेने झुकला. त्याने त्याचं डोकं तिच्या खांद्यावर ठेवलं, तिने त्याचा हात हातात धरला आणि पुटपुटल्यासारखं म्हणाली, ''मला फार वाईट वाटतंय, की तू फार विचित्र परिस्थितीत सापडला आहेस.''

''अगं, ते मृत्युदंडाची शिक्षा झालेल्यांसाठीच्या, लाल रंगाच्या कपड्यामध्ये इतके केविलवाणे दिसतात की, पाहवत नाही.''

१२

क्लीड पॅकरने त्याचं स्वत:चं नाव लिहिलेल्या एका मोठ्या कपामध्ये उकळून उकळून कडक केलेलं कॉफीचं पेय भरून घेतलं आणि उरका पाडायच्या कागदपत्रांचं काम पुढे घेऊन तो बसला. मृत्युदंडाची शिक्षा झालेल्यांच्या तुरुंगात त्यानं एकवीस वर्षं काम केलं होतं. तुरुंगातल्या सर्व कर्मचाऱ्यांना तीन पाळ्यांत काम करायला लागायचं. त्यासंबंधीचे अंतिम निर्णय घेण्याचं काम तो त्यातली शेवटची सात वर्षं करत होता. दररोज सकाळच्या आठ तासांच्या पाळीत एकूण चार सुरक्षाकर्मी असायचे. त्यांपैकी एक क्लीड पॅकर असायचा. प्रत्येक सुरक्षाकर्मीला मृत्युदंड झालेल्या चौदा कैद्यांवर लक्ष ठेवावं लागायचं. त्याखेरीज दोन सुरक्षाकर्मी आणि दोन कैद्यांच्यातूनच निवडलेल्या दोन विश्वासू मदतनिसांवर त्याला नजर ठेवावी लागायची. त्यानं त्याच्या समोरचे फॉर्म्स भरले, तपासले आणि भिंतीवर अडकावयाच्या तक्त्यावर लावले. तुरुंगाधिकारी वॉर्डनसाहेबांना फोन करावा, अशी सूचना क्लीडसाठी तक्त्यावर लावली होती. दुसरी आणखी एक सूचना होती, ती अशी की, एम.एम.डेम्से यांच्या हृदयरोगासाठीच्या गोळ्या संपत आलेल्या होत्या आणि त्याला डॉक्टरांना भेटायची इच्छा होती. त्याच्या सकाळच्या निरीक्षणाबाबतची कामं करण्यासाठी ऑफिसमधून बाहेर पडण्यापूर्वी त्यानं त्याची वाफाळलेली कडक कॉफी संपवली. दर्शनी दरवाजालगत असलेल्या दोन सुरक्षासैनिकांचा गणवेश नीट होता, याची खात्री करून घेतली आणि त्यांच्यातल्या गोऱ्या सैनिकाला पुढच्या दिवशी येण्यापूर्वी केस नीट कापून यायला सांगितलं.

उच्च दर्जाची सुरक्षाव्यवस्था असलेल्या या तुरुंगात काम करणं इतकं काही वाईट नव्हतं. मृत्युदंडाची शिक्षा झालेल्यासाठींच्या तुरुंगातले कैदी सर्वसाधारणपणे शांत आणि चांगले वागायचे. दिवसातले तेवीस तास ते त्यांच्या छोट्या कोठडीत एकटे, एकमेकांपासून दूर, विभक्त असायचे; त्यामुळे कुठल्याही प्रकारचा त्रास, उपद्रव देऊ शकायचे नाहीत. दिवसाचे सोळा तास ते झोपून काढायचे. त्यांच्या कोठडीतच त्यांना जेवण पुरवलं जायचं. दिवसातला एकच तास त्यांना मनोरंजनासाठी

मोकळ्या हवेवर फिरायला परवानगी असायची. हा ताससुद्धा या गुन्हेगारांना त्यांच्या मर्जीनुसार एकलकोंड्यासारखा घालवायचा असेल, तर त्याला व्यवस्थापनाची हरकत नव्हती. प्रत्येकाकडे एखादा रेडिओ किंवा एखादा टेलिव्हिजन सेट किंवा दोन्ही असायचं. सकाळच्या न्याहारीनंतर हे कैदी संगीताचे, बातम्यांचे, करमणूक करणाऱ्या मालिकांचे कार्यक्रम सुरू करायचे. सुरक्षेसाठी लावलेल्या जाळ्यांपलीकडून त्यांचं हलक्या आवाजात एकमेकांबरोबर संभाषण सुरू व्हायचं आणि त्या कोठड्यांना जिवंतपणा यायचा. तुरुंगातले कैदी त्यांच्यालगतच्या खोल्यांतल्या कैद्यांचे चेहरे पाहू शकत नव्हते, पण किंचितसा त्रास घेऊन ते त्यांच्याशी संवाद साधू शकत होते. एखाद्याच्या खोलीतल्या उपकरणाचा आवाज वाजवीपेक्षा जास्त झाल्याकारणाने मोठमोठ्या आवाजातले वाद उद्भवायचे, पण हे वादविवाद सुरक्षाकर्मी मध्ये पडून थांबवायचे. तुरुंगातल्या कैद्यांना काही अधिकार आणि काही विशेष हक्कसुद्धा असायचे. त्यांच्या खोलीतून रेडिओ किंवा टेलिव्हिजनचा संच उचलून नेणं, हे त्यांच्या अधिकारावरचं अतिक्रमण समजलं जायचं.

मृत्युदंड झालेल्या कैद्यांना या तुरुंगात आणल्यानंतर त्या तुरुंगातल्या सर्व कैद्यांच्यात एक मित्रत्वाचं नातं निर्माण व्हायचं. कैद्यांच्यातले निम्मे काळे होते आणि निम्मे गोरे होते आणि हे सर्व कैदी अत्यंत क्रूरपणे केलेल्या खुनांच्या आरोपाखाली दोषी ठरलेले होते. त्यांच्या भूतकाळात त्यांनी केलेल्या गुन्ह्यांबाबत तिथे कधीही काहीही चर्चा व्हायची नाही आणि कातडीचा रंग कोणता होता, याबाबत कोणालाही पर्वा नसायची. इतर सर्व तुरुंगांतून कातडीच्या रंगावर आधारित निरनिराळे समूहगट तिथे तयार व्हायचे, पण या मृत्युदंड झालेल्यांच्या तुरुंगात तो कैदी त्याचं तुरुंगातलं आयुष्य कशा प्रकारे जगायचा, त्यावर त्याची पारख व्हायची. एकमेकांना ते आवडोत वा न आवडोत; त्या सर्वांना जगाच्या एका कोपऱ्यात, मरणाची वाट पाहत, वेगवेगळ्या कोठड्यांतून कुलूपबंद करून ठेवलेलं असायचं. बेभरवशाचे, दिशाहीन, निर्दयी, हृदयशून्य खूनी आणि निखालस हिंस्त्र गुंड गुन्हेगार या प्रकारातल्या या लोकांचं एकमेंकांप्रती बंधुत्व होतं आणि एक गट म्हणून ते वावरत असायचे.

त्यातल्या एकाची जरी मृत्युदंडाची शिक्षा अमलात आला की, सर्वांनाच त्याचं अतिदु:ख व्हायचं. सॅम यांचा मृत्युदंड अमलात आणण्याची तारीख नक्की झाली, ही बातमी सर्व कैद्यांच्यात पसरली. त्यामुळे सर्व तुरुंगात स्मशानशांतता पसरली. एकाएकी प्रत्येक कैद्याला त्याच्या वकिलाबरोबर चर्चा करण्याची गरज भासली. कायदासंबंधातल्या गोष्टींमधला त्यांचा रस वाढला. ते त्यांच्या स्वत:जवळच्या, त्यांच्या गुन्ह्यासंदर्भातल्या कागदपत्रांच्या फाइली उकरून काढत होते. त्यांच्या कोठीतला टेलिव्हिजन, रेडिओ बंद होता; हे पॅकरच्या लक्षात आलं होतं.

तुरुंगाचा मुख्य, भक्कम, दणदणीत दरवाजा थोडासाच उघडून पॅकरनं आतल्या

भागात प्रवेश केला. त्याच्या हातात कॉफीचा एक मोठा ग्लास होता आणि 'अ' ओळीतल्या कोठड्यांच्या समोरून तो जायला लागला. त्या ओळीत ६ फूट रुंद आणि ९ फूट आत खोल अशा मापाच्या चौदा एकसारख्या कोठड्या होत्या आणि त्या जाण्या-येण्याच्या पॅसेजलगत होत्या. प्रत्येक कोठडीचा दर्शनी हॉललगतचा भाग आडव्या-उभ्या लोखंडी सळयांच्या मजबूत जाळीचा होता. त्यामुळे कोठडीत असलेल्याला कोणत्याही प्रकारची वैयक्तिक गुप्तता राखता येत नव्हती. तो झोपलेला असताना, शौचाला बसला असताना किंवा इतर काहीही करत असताना सुरक्षाकर्मींना ते सर्व दिसायचं.

पॅकर त्या कोठडींसमोरून जात असताना सर्व कैदी त्यांच्या बिछान्यातून डोक्यावर चादर घेऊन झोपलेले होते. पॅकर प्रत्येक कोठडीसमोर थांबायचा, चादर बाजूला करून प्रत्येकाचं डोकं न्याहाळायचा. सर्व कोठड्यांतले दिवे बंद होते. सर्व ओळच्या ओळ अंधारात होती. हॉलमध्ये त्यांच्याचपैकी विशेष अधिकार असलेला एक कैदी बसलेला असायचा. तो त्या सर्वांना सकाळी पाच वाजता उठवायचा. सकाळची न्याहारी सहा वाजता द्यायचे. अंडी, जॅम-टोस्ट किंवा कधी कधी खारवलेलं डुकराचं मांस शिजवून द्यायचे. त्याबरोबर त्यांची कॉफी किंवा फळांचा रसही ते द्यायचे. पॅकर त्यांच्या कोठड्यांसमोरून गेल्यानंतर काही मिनिटांनी ते सत्तेचाळीस कैदी डोळ्यावरची झोप झटकून मृत्यूच्या दिशेने सरकणाऱ्या, न संपणाऱ्या प्रवासात सामील व्हायचा. हा प्रवास त्यांना अति सावकाश चालल्यासारखा वाटायचा. एकएक जण एखाद्या एखाद्या दिवशी बळी पडत असायचा. त्यानंतर काही दिवस जायचे, तुरुंगातलं वातावरण थोडंफार आनंदी होऊ लागतंय, तोच आणखी एखाद्याच्या मृत्यूची तारीख जाहीर व्हायची. प्रत्यक्षात मृत्युदंड अमलात येईपर्यंत वातावरण गंभीर राहायचं.

कॉफीचे घुटके घेत घेत पॅकरनं सर्वांची हजेरी घेतली आणि त्याच्या दर सकाळच्या कामाची पूर्तता केली. जसे दैनंदिन व्यवहार आखून दिलेले होते, त्यात कोणी अडथळा आणला, तर फक्त तुरुंगातल्या नेहमीच्या शांत वातावरणात बदल व्हायचा, अन्यथा सर्वकाही सुरळीत, नियमांनुसार चालू असायचं. नियमावलीच्या पुस्तकात बऱ्याच नियम, जबाबदाऱ्यांची यादी होती. ते पाळणंही सोपं होतं. ते फार अवाजवीही नव्हते. सर्वांना ते नियम माहीत असायचे; जबाबदाऱ्यांची जाणीव असायची; पण एखादी मृत्युदंडाची शिक्षा जर अमलात आणायची असेल, तर त्यासाठी एक वेगळी प्रथा-पद्धत असायची. त्यामध्येसुद्धा वेळोवेळी बदल केले जायचे. त्यामुळे तुरुंगातल्या कैद्यांच्यात कधीकधी असंतोषाचं वातावरण निर्माण व्हायचं. पॅकरला फिलिप नैपेहबद्दल खूप आदर होता, पण प्रत्येक मृत्युदंड अमलात आणण्यापूर्वी आणि नंतर पूर्वीचा अनुभव लक्षात घेऊन जर नियमावलीच्या

पुस्तकात त्यानं बदल केले नाहीत, तर त्यांच्यावर तो खूप चिडायचा. प्रत्येक मृत्युदंडाची कारवाई योग्य प्रकारे, घटनेत सांगितल्याप्रमाणे कनवाळू, दयाळू वृत्ती मनात धरून करण्याबद्दल त्यांच्यावर खूप दडपण आणलं जायचं. अगदी एकाच प्रकारे दोन मृत्युदंडाच्या शिक्षा अमलात आणलेल्या नसायच्या.

मृत्युदंडाची शिक्षा अमलात आणण्याच्या कामाचा पॅकरला प्रचंड तिटकारा होता. तो खूप धार्मिक होता. आणि देवानेच डोळ्याच्या बदल्यात डोळा असं सांगून ठेवलं असल्यने, म्हणजे देवाचीच तशी इच्छा असल्याने तो मृत्युदंडाची शिक्षा अमलात आणणं, हा एक कर्तव्याचा भाग मानायचा. तरीपण या शिक्षा दुसरीकडे कुठे, दुसऱ्या कोणीतरी अमलात आणाव्यात असं त्याला वाटायचं. सुदैवाने मिसिसिपी राज्यात मृत्युदंडाच्या शिक्षा क्वचितच दिल्या जायच्या. त्यामुळे त्याचं काम विनातक्रार, विनाअडथळा चालू असायचं. एकवीस वर्षांच्या त्याच्या नोकरीच्या काळात त्यानं पंधरा शिक्षा अमलात आणल्या होत्या आणि त्यातल्या फक्त चार १९८२ नंतरच्या काळातल्या होत्या.

कोठड्यांच्या ओळीच्या शेवटाशी पॅकर आला आणि तिथल्या सुरक्षाकर्मचाऱ्यांना अगदी हळू आवाजात त्यानं काहीतरी सांगितलं. कोठड्यांच्या ओळींच्या दरम्यानच्या चालत जाण्याच्या रस्त्यावरच्या छतालगतच्या खिडक्यांतून सूर्यकिरण आत डोकावायला लागले होते. तो दिवस खूप उकाड्याचा आणि गुदमरून टाकणारा असणार होता, असं वाटत होतं आणि दिवस शांततेत जाणार होता, असंही त्याला वाटत होतं. त्या दिवशी जेवण्यातल्या पदार्थांबाबत तक्रारी कमी असतील, डॉक्टरांना भेटण्याच्या मागण्याही कमी असण्याची शक्यता होती आणि इकडच्या-तिकडच्या तक्रारी उद्भवतील, असं वाटत नव्हतं. आजचा दिवस सर्व जण आज्ञाधारकपणे वागतील, त्यांच्या त्यांच्या नेहमीच्या व्यवहारात कैदी गुंतलेले असतील, असं त्याला वाटत होतं. पुढच्या काही दिवसांत मृत्युदंडाची जी शिक्षा अमलात आणण्यात येणार होती, ती शिक्षा अमलात आणण्याच्या कारवाईवर तहकुबी येऊन एक वर्षापेक्षा जास्त काळ लोटलेला होता. एका चादरीखालचा चेहरा पाहत असताना पॅकर स्वत:शीच हसला. हा दिवस खरोखरच शांततेत जाणार होता, अशी त्याला खात्री होती.

सॅम यांना जेव्हा या तुरुंगात दाखल केलं होतं, त्यानंतरचे काही महिने पॅकरने त्यांच्याकडे दुर्लक्ष केलं होतं. या कैद्याशी जरूर तेवढंच बोलायचं, असं अधिकृत नियमावलीत स्पष्टपणे सांगून ठेवलेलं होतं. ही व्यक्तीच अशी होती की, त्याच्याशी बोलण्याची पॅकरला कधी वेळच आली नव्हती की गरज वाटली नव्हती. सॅम क्लॅन्ससमूहापैकी एक होते आणि काळ्या, आफ्रिकी वंशाच्या लोकांचा ते द्वेष करायचे. ते अबोल होते; रागीट होते; चिडखोर होते. त्यांच्या चेहऱ्यावर असंतोष,

कडवटपणा दिसायचा. निदान त्यांच्या तुरुंगातल्या सुरुवाती-सुरुवातीच्या काळात तरी त्यांचं वागणं असंच असायचं. पण दररोजचे आठ तास काहीही न करण्याच्या परिपाठामुळे त्यांच्या वागण्यातली धार बोथट व्हायला लागली. काही दिवस गेले, तसं त्यांचं आपापसातलं बोलणं सुरू झालं. अर्थात हुं हुं हं हं असे हुंकार आणि एक-दोन अक्षरांच्या शब्दांनी संभाषणाला सुरुवात झाली. साडेनऊ वर्षं दररोज एकमेकांना पाहत असल्याने एके दिवशी सॅम यांनी पॅकरकडे पाहून चक्क स्मित केलं.

खूप वर्षांच्या अनुभवानंतर, अभ्यासानंतर, पॅकरच्या असं लक्षात आलं होतं की, खुन्यांचे दोन प्रकार असतात. हृदयशून्यतेने, निर्दयपणे खून करणारे काही असतात आणि त्यांना संधी मिळाली, तर ते पुन:पुन्हा तोच निर्घृणपणा करण्यात कचरत नाहीत, असा एक प्रकार असतो आणि काही जणांच्या केवळ चुकीमुळे त्यांच्या हातून खून घडलेला असतो आणि पुन्हा खून करण्याची कल्पना त्यांच्या स्वप्नातही येणार नसते, असा दुसरा प्रकार असतो. पहिल्या प्रकारातल्या खुन्यांची मृत्युदंडाची शिक्षा लवकरात लवकर अमलात आणली जावी, असं त्याला वाटत असे आणि दुसऱ्या प्रकारच्या खुन्यांच्या शिक्षा अमलात आणल्यामुळे पॅकरचं मन:स्वास्थ्य बिघडून जायचं, कारण ती शिक्षा अमलात आणल्यामुळे काहीही साध्य व्हायचं नाही. अशा खुन्यांना समाजात मोकळं सोडलं, तरी समाजाच्या ते लक्षातसुद्धा येणार नसतं आणि समाजाला त्यांच्यापासून धोका पोचण्याची शक्यता जवळजवळ शून्य असते. पॅकरच्या मतानुसार सॅम हे दुसऱ्या प्रकारात मोडणारे होते. दुसऱ्या प्रकारच्या कैद्यांना त्यांच्या घरी जाण्याची परवानगी द्यावी आणि ते नैसर्गिकरीत्या मृत्यूला सामोरे जावेत, असं पॅकरला वाटायचं. सॅम यांची मृत्युदंडाची शिक्षा अमलात आणण्याला पॅकरचा सक्त विरोध होता.

कॉफीचे घुटके घेत घेत तो परत कैद्यांच्या कोठड्यांच्या 'अ' या ओळीसमोरून गेला. सर्व खोल्यांतून अंधार होता. पॅकरची स्वत:ची खोली सर्वांपासून वेगळं, एकटं ठेवण्यासाठीच्या खोलीलगत होती आणि त्याला लागूनच मृत्युदंडासाठीची खोली होती. मृत्युदंडासाठी हवाबंद काचेची खोली होती. आकार साधारणत: सहा फूट लांब सहा फूट रुंद होता; बाजूने जाड जाड काचा होत्या. वरची आणि खालची बाजू लोखंडी पत्र्यांनी बंद केलेली होती. पेटीत शिरण्यासाठी काचेच्या भिंतीतच लोखंडी दरवाजा होता. ही पेटी मृत्युदंड देण्याच्या खोलीतच बसवलेली होती.

'अ' ओळीतल्या सहा क्रमांकाच्या कोठडीत सॅम होते. ही कोठडी मृत्युदंड अमलात आणण्याच्या खोलीपासून अंदाजे नव्वद फुटांवर होती. काही वर्षांपूर्वी सॅम यांनी, त्यांच्यालगतच्या कोठडीतला सेसिल डफर नावाचा वेडपट कैदी, सारखी भांडणं उकरून काढतो, या कारणास्तव ती कोठडी बदलून मिळण्यासाठी अर्ज केला होता.

त्यांना त्यांची जुनी कोठडी बदलून सहा क्रमांकाची कोठडी मिळाली होती.

अंधारात त्यांच्या बिछान्याच्या कडेला सॅम बसले होते. पॅकर थांबले. त्यांच्या कोठडीच्या गजांपाशी जाऊन त्यांनी हळू आवाजात सॅमना 'शुभप्रभात' म्हटलं.

डोळ्यांच्या कडेच्या भागातून पॅकरकडे नजर टाकून सॅम यांनी त्याला प्रतिशुभेच्छा दिल्या. मग सॅम कोठडीच्या मध्यभागात उभे राहिले, त्यांनी दरवाजाकडे चेहरा केला. त्यांच्या अंगात पांढऱ्या रंगाचा मळकट टी–शर्ट होता आणि खाली मुष्टियोद्धे वापरतात, तशी अर्धी चड्डी होती. सर्व कैद्यांचा उन्हाळ्यात तसाच पोषाख असायचा. कोठडीच्या बाहेर मात्र नियमानुसार लाल रंगाचा एकसंध कपडा घालावा लागायचा, पण कोठडीत तसे कमीत कमी कपडे घाललेले चालत होते.

"आज भरपूर गरम होणार आहे." पॅकर याचा सकाळच्या शुभेच्छा देण्याचा तो नित्याचाच प्रकार होता.

"ऑगस्टपर्यंत थांबा." सॅम यांचीसुद्धा उत्तरादाखल प्रतिशुभेच्छा देण्याची हीच पद्धत होती.

"तुम्ही ठीक आहात ना?" पॅकरने विचारलं.

"हो, मी इतका चांगला कधीच नव्हतो."

"तुमचे वकील आज परत येणार आहेत, असं त्यांनी सांगितलं."

"हो, तसं तो म्हणाला आहे. पॅकर मला असं वाटतं की, मला बऱ्याच वकिलांची गरज भासणार आहे. बरोबर?"

"हो, मलाही तसंच वाटतं." पॅकर यांनी कॉफीचा एक घोट घेतला आणि ओळीतल्या इतर खोल्यांकडे नजर टाकली. पॅकरच्या मागच्या बाजूला एक खिडकी होती, त्यातून सूर्याची किरणं आत आली होती.

"मी तुम्हाला नंतर भेटेन सॅम." असं म्हणून पॅकर तिथून गेला. त्यानं इतर कोठड्या तपासल्या आणि सगळ्या कोठड्यांमधले ते ते कैदी ठीक होते. कैद्यांच्या कोठड्यांच्या 'अ' रांगेच्या इमारतीतून पॅकर बाहेर पडला आणि तुरुंगाच्या दर्शनी भागात आला.

कोठडीमध्ये हात धुण्याच्या बेसिनवर दिवा होता. बेसिन स्टेनलेस स्टीलची होती, कारण ती फोडून त्याचा उपयोग आत्महत्या करण्यासाठी होण्याची शक्यता असायची. बेसिनच्या खाली स्टेनलेस स्टीलचंच शौचासाठी बसायचं भांडं होतं. सॅम यांनी त्यांच्या कोठडीतला दिवा लावला आणि दात घासले. साडेपाच वाजत आले होते आणि झोप येणं तर अशक्यच होतं.

सॅम पलंगाच्या कडेवर बसले. त्यांनी एक सिगारेट पेटवली. त्यांनी त्यांच्या पायाकडे पाहिलं. काँक्रिटच्या फरशीकडे नजर टाकली. ती फरशी उन्हाळ्यात गरम

असायची आणि हिवाळ्यात गार पडायची. त्यांच्या पलंगाखाली त्यांना दिलेली एकमेव पादत्राणांची जोडी होती. त्या चपलांना शॉवरखाली अंघोळ करताना वापरायच्या चपलांना असतात, तसे रबराचे तळ होते. ती पादत्राणं त्यांना अजिबात आवडायची नसत. त्यांच्याजवळ लोकरीच्या पायमोजांची एक जोडी होती, ती ते थंडीत झोपताना पायावर चढवायचे. त्यांच्या मालकीच्या इतर काही वस्तू होत्या, त्यात ब्लॅक अ‍ॅण्ड व्हाईट टी.व्ही, रेडिओ, एक टाईपरायटर आणि भोकं असलेले सहा टी-शर्ट, पांढऱ्या रंगाच्या पाच अर्ध्या चड्ड्या, एक दात घासायचा ब्रश, एक कंगवा, नखं कापायची एक कात्री, एक फिरता पंखा आणि एक बारा महिन्यांचं कॅलेंडर यांचा समावेश होता. म्हणजे कायद्यांच्या पुस्तकांचा संग्रह हा त्यांचा सर्वात मौल्यवान ठेवा होता. ही पुस्तकं त्यांनी गेल्या कित्येक वर्षांत जमा केलेली होती आणि पुन:पुन्हा वाचून काढून पाठ केलेली होती. ती त्यांनी त्यांच्या पलंगासमोर भिंतीलगतच्या एक लाकडी शेल्फात नीट लावून ठेवली होती. दरवाजा आणि शेल्फ यांच्यामध्ये एका पुठ्ठ्याच्या खोक्यात एकावर एक अशा अनेक फाइली ठेवलेल्या होत्या. त्यामध्ये मिसिसिपी राज्य विरुद्ध सॅम केहॉल यांच्या दरम्यानच्या खटल्यासंबंधातली सर्व कागदपत्रं नीट तारीखवार लावून ठेवलेली होती आणि ही सर्व कागदपत्रंही सॅम यांनी पाठ केलेली होती.

त्यांची मालमत्ता आणि देणी यांचा ताळेबंद फारच छोटा होता. देण्याच्या बाजूला मृत्युदंडाच्या शिक्षेखेरीज त्यांना कुठलंही देणं नव्हतं. आयुष्याच्या सुरुवातीच्या काळात गरिबीनं त्यांना खूप त्रास दिला होता; पण त्या संबंधातले धागेदोरे, संबंध त्यांनी काही वर्षांपूर्वीच तोडून टाकले होते. त्यांचे पणजोबा, खापरपणजोबा खूप श्रीमंत होते. त्यांच्या श्रीमंतीच्या काही आख्यायिका सांगितल्या जायच्या. त्यांची हजारोंच्या एकरांनी जमीन होती आणि त्यांच्या पदरी शेकड्यांनी गुलाम होते, पण आधुनिक जगातल्या या केहॉल मंडळींजवळ त्यातलं काहीच उरलं नव्हतं. मृत्युदंडाची शिक्षा झालेले असे काही कैदी त्यांनी माहीत होते की, त्यांनी केलेल्या मृत्युपत्रामुळे त्यांचे वारसदार, त्यांचे जुने टेलिव्हिजन सेट, रेडिओ, जुनी मासिकं यांच्या मालकीवरून एकमेकांत भांडतील, झगडा करतील; यामुळे ते दु:खी व्हायचे. सॅम त्यांचं मृत्युपत्र त्यांच्या स्वत:च्या हस्ताक्षरात करणार होते. त्यात त्यांचे लोकरीचे मोजे, त्यांची लंगोटीवजा वापरती चड्डी मिसिसिपी राज्याला किंवा एन.एल.सी.पी.ला भेट द्यायच्या विचारात ते होते.

त्यांच्या उजव्या बाजूच्या कोठडीत जे.बी.गलीट होता. तो गोरा निरक्षर मुलगा होता. त्यानं घरी परतणाऱ्या एका महिलेवर हल्ला करून तिच्यावर बलात्कार केला होता आणि त्यानंतर तिचा खून केला होता. तीन वर्षांपूर्वी त्याची मृत्युदंडाची शिक्षा अमलात आणण्याचा दिवस ठरला होता. त्या दिवसाच्या आधी काही दिवसच सॅम

यांनी त्यांचं कायदाक्षेत्रातलं ज्ञान वापरून त्याच्या मृत्युदंडाच्या शिक्षेला तहकुबी मिळवून दिली होती. उलगडा न झालेले अनेक मुद्दे सॅम यांनी तहकुबीच्या अर्जात मांडले होते आणि गलीटची बाजू मांडणारा कोणीही वकील नव्हता, म्हणून त्याच्या शिक्षेला तहकुबी द्यावी, अशी विनंती केली होती. तहकुबी ताबडतोब मान्य झाली आणि सॅम यांना गलीटच्या रूपानं आयुष्यभराचा मित्र मिळाला.

त्यांच्या डाव्या बाजूला हँक हेनशॉ होता. मोलमजुरीची कामं करणाऱ्या गोऱ्या कातडीच्या मजुरांची एक टोळी हँकनं बनवली होती. त्या टोळीनं फार पूर्वी खूप गुंडगिरी करून हैदोस घातला होता. हँक त्या टोळीचा नायक होता; म्होरक्या होता. या गुंडांच्या टोळीनं अठरा चाकांच्या एका मालवाहू ट्रकचं अपहरण केवळ त्यातला माल हडप करण्याच्या उद्देशानं केलेलं होतं. ट्रक अडवल्यानंतर ट्रकचालकानं त्याच्याजवळचं पिस्तूल काढलं आणि चकमकीत ट्रकड्रायव्हर मारला गेला. हँकच्या कुटुंबीयांनी त्यांना एक चांगला वकील मिळावा, म्हणून देवाची करुणा भाकली होती आणि खूपखूप वर्षं त्याची मृत्युदंडाची शिक्षा अमलात आणली जाणार नाही, अशी अपेक्षा केली होती.

एकमेकांशेजारच्या कोठड्यांत असणाऱ्या, मृत्युदंडाची शिक्षा झालेल्या या तिघांनी त्या तीन कोठड्यांच्या भागाला 'ऱ्होडेशिया' असं नाव ठेवलं होतं.

सॅम यांनी बोटांनी टिचकी मारून त्यांची सिगरेट शौचकुपात फेकली आणि ते त्यांच्या बिछान्यावर आडवे झाले. क्रॅमर यांच्या ऑफिसमधल्या बॉम्बस्फोटाच्या आदल्या दिवशी ते क्लॅन्टन इथे एडीच्या घरी गेले होते. तिथे ते कशासाठी गेले होते, हे त्यांना आठवत नव्हतं; पण त्यांच्या परसातल्या बागेतली पालकाची भाजी त्यांनी एडीच्या घरी दिली होती आणि घराच्या पुढच्या भागातल्या अंगणात, ॲलनबरोबर म्हणजे आताच्या ॲडमबरोबर ते काही मिनिटं खेळले होते. एप्रिल महिन्यातले ते उबदार तापमानाचे दिवस होते आणि त्यांना चांगलं आठवत होतं की, त्यांच्या नातवाच्या पायात काहीही नव्हतं. तो अनवाणी होता. त्याच्या छोट्या छोट्या पावलांचा गोलावा त्यांना आठवत होता आणि त्याच्या एका पावलाच्या चवड्याभोवती बँडएडच्या पट्ट्या गुंडाळलेल्या होत्या, तेही त्यांना आज आठवत होतं. जमिनीतून वर आलेल्या दगडाला अडखळून पडल्यामुळे त्याला ठेच लागली होती, पण ॲलननं ते मोठ्या अभिमानानं सांगितलं होतं. ॲलनला बँडएड लावलेलं फार आवडायचं. त्याच्या एखाद्या बोटाला किंवा गुडघ्यावर नेहमी एखादं बँडएड लावलेलं असायचंच.

विविध आकारांचे बँडएडचे तुकडे ॲलननं एका छोट्या खोक्यात ठेवलेले होते. ते तो आजोबांना अभिमानाने दाखवत होता. त्याच वेळी आजोबांकडून एव्हलीन पालकाची जुडी घेत होती. त्या वेळी ॲलनकडे पाहून तिनं वैतागल्यासारखा

चेहरा करून डोकं हलवलं होतं.

त्या वेळी त्यांनी ॲलनला पाहिलं होतं, तेच शेवटचं! दुसऱ्या दिवशी बॉम्बस्फोट झाला. त्यापुढचे दहा महिने सॅम यांना तुरुंगात घालवायला लागले होते. दुसरा खटला संपला, तेव्हा त्यांची सुटका झाली होती. तोपर्यंत एडी आणि त्याचं कुटुंब दुसरीकडे राहायला गेलं होतं. त्यांना शोधून काढणं सॅम यांना अपमानास्पद वाटलं होतं. ते कुठे राहायला गेले होते, त्याबद्दलची अर्धवट माहिती त्यांना मिळाली होती. लीने ते सर्व कॅलिफोर्नियात गेले होते आणि तिने त्यांना शोधण्याचा प्रयत्न केला, पण नेमका पत्ता मिळाला नव्हता, हेही सांगितलं होतं. नंतर काही वर्षांनी ती एडीशी टेलिफोनवर बोलली होती. त्या वेळी त्यांच्या दुसऱ्या अपत्याची माहिती तिला मिळाली होती आणि त्या मुलीचं नाव कारमेन होतं.

कैद्यांच्या कोठड्यांच्या ओळीतल्या शेवटच्या भागातून आवाज येत होते. प्रथम शौचकुपात पाणी सोडल्याचा आवाज, नंतर रेडिओचा. मृत्युदंडाच्या कैद्यांच्या छावणीला आता जाग यायला लागली होती. सॅम यांनी त्यांचे तेलकट केस विंचरले, भांग पाडला. आणखी एक मॉन्टक्लेअर सिगारेट पेटवली. भिंतीवरच्या कॅलेंडरकडे दृष्टी टाकली आणि मनातल्या मनात काहीतरी विचार केला. आज जुलैची बारा तारीख होती. अद्याप सत्तावीस दिवस त्यांच्याकडे होते.

सॅम परत त्यांच्या पलंगावर येऊन बसले. पायाकडे पाहून त्यांचं निरीक्षण करत राहिले. जे.बी.गलीटनं त्याचा रेडिओ लावून त्यावर बातम्या चालू केल्या होत्या. सॅम यांनी एक झुरका घेतला आणि जॅक्सन रेडिओ स्टेशनवरून प्रसारित होणाऱ्या एन.बी.सी. बातम्यांकडे लक्ष द्यायला सुरुवात केली. स्थानिक चोऱ्यामाऱ्या, खून, मारामाऱ्या वगैरेसंबंधीच्या बातम्या देऊन झाल्यावर मृत्युदंडाचे कैदी असलेल्या पार्चमन तुरुंगामध्ये यापुढे ज्या कैद्याची मृत्युदंडाची शिक्षा अमलात आणली जाणार होती, त्यासंबंधात आलेल्या आदेशाच्या बातमीचा उल्लेख केला गेला. 'या तुरुंगात असलेले प्रसिद्ध कैदी सॅम केहॉल यांचा मृत्युदंड अमलात आणण्याच्या कारवाईवर जी तहकुबी होती, ती पाचव्या मंडल न्यायालयाने उठवली असून मृत्युदंड अमलात आणण्याची तारीख ५ ऑगस्ट ठरवली आहे. केहॉल यांना त्यांची मृत्युदंडाची शिक्षा रद्द करवून किंवा पुढे ढकलून घेण्यासाठी आता यापुढे कुठल्याही कलमाचा आधार घेता येणार नाही, कारण तशी कलमंच त्यांच्या बाबतीत शिल्लक राहिलेली नाहीत. शक्य त्या सर्व कलमांचा आधार घेऊन शिक्षा रद्द करण्यासाठी किंवा तहकूब करण्याचे सर्व प्रकारचे प्रयत्न त्यांनी केलेले आहेत, पण त्याचा उपयोग झाला नाही, असं अधिकारीसूत्रांनी सांगितलं.' असा बातमीदाराने खुलासा केला आणि शिक्षा प्रत्यक्षात आणण्याच्या शक्यता खूपच वाढल्या होत्या, असंही त्याने सांगितलं.

सॅम यांनी टेलिव्हिजन चालू केला. नेहमीप्रमाणे आधी चित्रं दिसणं आणि नंतर

आवाज येणं, यात दहा सेकंदाचा फरक होता. 'ही शिक्षा अमलात येणारच, आलीच पाहिजे' – गेली कित्येक वर्षं सरकारी वकील, असं वारंवार सांगत होते. टेलिव्हिजनवर आजही ते तेच सांगत होते. नंतर ठिपक्याठिपक्यांनी बनलेला एक चेहरा पडद्यावर आला. त्याच्या तोंडून शब्द बाहेर पडत होते. त्यानंतर सॅम केहॉल यांना मृत्युदंडाची शिक्षा अमलात आणण्याच्या काचेच्या पेटीकडे घेऊन जात असलेले, चेहऱ्यावर गंभीर भाव, कपाळावर आठ्या चढवून, क्वचितच चेहऱ्यावर हसू आणत रॉक्सबर्ग पडद्यावर दिसत होते. त्यानंतर कॅमेरा बातमीदाराच्या चेहऱ्यावर आला. वार्तानिवेदिकेच्या मागच्या बाजूला एका क्लॅक्स सदस्याचं बुरखा-अंगरखा घातलेलं मोठं व्यंगचित्र लावलेलं होतं. त्याच्याही मागे असलेल्या चित्रात क्लॅनसदस्याच्या एका हातात पिस्तूल आणि दुसऱ्या हातात जळत्या पलित्यासारखा क्रॉस होता. डोक्यावर शंकूसारखी टोक असलेली टोपी आणि चेहरा बुरख्याने झाकलेला होता. चित्राखाली 'केकेके' अशी अक्षरं काढली होती त्यामुळे जरूर तो खुलासा होत होता. वृत्तनिवेदक नुकतंच मिसरूड फुटलेला एक स्थानिक तरुण होता. बातमीदार तरुणानं पुन:पुन्हा आठ ऑगस्ट या तारखेचा उच्चार केला होता. बहुतेक टी.व्ही. पाहणाऱ्यांकडून त्यांच्या घरातल्या दिनदर्शिकांवर त्या तारखेला गोल करून ठेवावा आणि त्या तारखेला लोकांनी सुट्टी घ्यावी, अशी त्याची अपेक्षा असावी आणि त्यानंतर टी.व्ही.वरचा तो कार्यक्रम संपला.

सॅम यांनी टी.व्ही. बंद केला. चालत चालत ते उभ्या सळयांशी जाऊन उभे राहिले, "सॅम, तुम्ही ऐकलंत ना?" शेजारच्या खोलीतल्या गलीटनं विचारलं.

"हो, ऐकलंय."

"तुमच्या मनाला यातना होत असतील."

"हो."

"सॅम, तुम्ही त्यातला चांगला भाग पाहा."

"त्यात कुठे आहे चांगला भाग?"

"तुमच्याकडे आता फक्त चार आठवडे राहिले आहेत." जणूकाही एखाद्या महत्त्वाच्या मुद्याला हात घातल्यासारखं तो हलक्या आवाजात हसला होता. क्षणातच ते हास्य लोपलं होतं.

सॅम यांनी त्यांच्याजवळच्या फाइलीतले काही कागद काढले आणि ते त्यांच्या पलंगाच्या कडेवर बसले. कोठडीमध्ये एकही खुर्ची नव्हती. त्यांनी त्यांच्या वतीने ॲडमनं वकीलपत्र घेण्याच्या करारातली कलमं वाचायला सुरुवात केली. मसुदा दोन पानांचा होता, पण त्यातली दीड पानं बोजड शब्दांनीच भरली होती. महत्त्वाचा मजकूर अर्ध्या पानात मावण्यासारखा होता. मसुद्याच्या डाव्या बाजूच्या मोकळ्या जागेत सॅम यांनी त्यांना जे-जे सुचलं होतं, ते लिहिलं होतं; दुरुस्त्या सुचवल्या

होत्या. पानांच्या मागच्या बाजूला त्यांना जो एक परिच्छेद त्यात सामील करावा वाटत होता, तो त्यांनी लिहिला. त्यांना आणखीही एक कल्पना सुचली होती. तीही त्यांनी तिथे लिहिली होती. उजव्या हातातल्या बोटात सिगारेट पकडून आणि डाव्या हातात मसुदा धरून त्यांनी तो पुन:पुन्हा वाचला.

शेवटी त्यांनी उठून मांडणीच्या कप्प्यात असलेला खूप जुना, सहजपणे हाताळता येण्याजोगा जुन्या मॉडेलचा रॉयल टाईपरायटर काढला. त्यांनी तो त्यांच्या गुडघ्यांवर योग्य प्रकारे तोलून ठेवला, त्यात कागदाचं पान सरकवलं आणि टायपिंग चालू केलं.

सहा वाजून दहा मिनिटांनी कैद्यांच्या कोठड्यांच्या 'अ' ओळीच्या उत्तरेकडच्या टोकाच्या भागातला दरवाजा उघडला. त्या दरवाजातून एक जण एक ढकलगाडी ढकलत आत आणू लागला. त्या ढकलगाडीतल्या कप्प्यांत खाण्याचे पदार्थ ठेवलेले चौदा ट्रे होते. ढकलगाडी एक क्रमांकाच्या कोठडीसमोर थांबली. दरवाजाला एक आडवी अरुंद फट होती, त्यातून एक ताट आत सरकवलं गेलं. एक क्रमांकाच्या कोठडीत क्युबातला कैदी होता. तो जाळीशी उभा राहून वाट पाहत होता. त्याच्या अंगात शर्ट नव्हता. तो उघडाच होता. शर्टच्या खाली लांडी हाफ पँट होती. भुकेने वखवखलेल्या एखाद्या निर्वासितासारखी त्यानं त्या ताटावर झडप घातली आणि एकही शब्द न बोलता तो ते घेऊन पलंगाच्या कडेवर जाऊन बसला.

सकाळच्या न्याहारीसाठी दोन परतलेली अंडी, चार भाजलेल्या पावाच्या चकत्या, वाटून बारीक केलेल्या मांसाची एक चांगली जाडसर परतलेली चकती आणि दोन लहानशा प्लॅस्टिकच्या द्रोणांतून द्राक्षाची जेली होती. मोसंबीच्या रसाची एक छोटी बाटली आणि स्टायरोफोनच्या मोठ्या ग्लासभर कॉफी एवढे पदार्थ होते. पदार्थ गरम होते आणि पोटभरीचे होते आणि या पदार्थांना मध्यवर्ती न्यायालयाकडून मान्यता होती.

खाण्याच्या पदार्थांचं वाटप सुरक्षाकर्मीच करायचे. ते पुढच्या कोठडीशी गेले. तिथे त्या कोठडीतला कैदी थांबूनच होता. तसे सगळेच एखाद्या भुकेल्या कुत्र्यासारखे सकाळची न्याहारी कधी येतेय, याची वाट पाहत थांबून असायचे.

"तुम्ही अकरा मिनिटं उशिरा आलेले आहात." तो त्याच्यासाठीच्या न्याहारीच्या पदार्थांचा ट्रे हातात घेत म्हणाला. सुरक्षाकर्मीने त्याच्याकडे पाहिलंसुद्धा नव्हतं.

"त्याबद्दल तू आम्हाला कोर्टात खेच." वाटप करण्यांपैकी एक जण म्हणाला.

"आमचे काही अधिकार आहेत."

"तुमचे अधिकार गेले उडत."

"आमच्याशी तुम्ही असं बोलू नका. त्याबद्दलसुद्धा मी तुमच्यावर खटला

भरीन. तुम्ही आम्हाला सारख्या शिव्या देता आणि तुमचं आमच्याशी वागणं अगदी क्रूरपणाचं असतं.''

त्यावर काहीही भाष्य न करता सुरक्षाकर्मींचा वाटप करणारा गट पुढच्या कोठडीशी गेला. अशी बोलाचाली त्यांना नेहमीचीच होती.

सॅम त्यांच्या दरवाजाशी थांबून उभे नव्हते. त्यांची न्याहारी आली, तेव्हा ते त्यांच्या छोट्या कचेरीच्या कामात मग्न होते.

''मला वाटलंच होतं की, तुम्ही टायपिंगचं काम करत असणार.'' कोठडी क्रमांक सहाच्या समोर वाटप करणारी मंडळी जेव्हा येऊन थांबली, तेव्हा त्यांच्यातला एक जण म्हणाला. सॅम यांनी त्यांचा टाईपरायटर अलगद पलंगावर ठेवला. उठून उभे राहिले आणि म्हणाले, ''प्रेमपत्रं टाईप करणं चाललंय.''

''तुम्ही जे काही टाईप करताय, ते तुम्ही लवकर टाईप करा. कारण आमच्या स्वयंपाकघरातले आचारी तुमच्या शेवटच्या जेवणाबद्दल बोलायला लागले आहेत.''

''मला मायक्रोवेव्हमध्ये तयार केलेला पिझ्झा हवाय, असं त्याला सांग म्हणजे तो त्या व्यवस्थेला लागेल किंवा कदाचित अगदी साधा हॉटडॉग किंवा बीन्ससुद्धा चालतील.'' असं सांगत सॅमनी त्यांचा ट्रे दरवाजाच्या फटींतून आत घेतला.

''तुमचं ते शेवटचं जेवण असतं सॅम, तुम्ही काहीही मागू शकता. मागच्या वेळच्या माणसाने मोठ्या चपट्या माशाच्या मांसाच्या परतलेल्या चकती आणि कोळंबीचं कालवण याची मागणी केली होती आणि तुम्हाला कल्पना आहे का की, तो मासा आणि कोळंबी या भागात जवळपासही कुठे मिळत नाही.''

''त्याला हवं होतं ते अन्न मिळालं?''

''नाही, त्याची भूकच मेली होती. त्यामुळे काही खाण्याऐवजी पोटाची रिकामी खळगी घेऊनच तो गेला.''

''तसं वागणंसुद्धा काही वाईट नसतं.''

''बस्स, बंद करा तसं बोलणं.'' पुढच्या खोलीतल्या जे.बी गलीटने आवाज दिला होता. सुरक्षाकर्मींनी खाण्याच्या ढकलगाड्या ढकलत पुढच्या खोलीशी नेल्या आणि जे. बी. गलीटच्या खोलीसमोर थांबवल्या. जे.बी. त्याच्या खोलीच्या उभ्या गजांना धरून उभा होता. सुरक्षाकर्मी त्याच्यापासून जरा लांबच थांबले होते.

''अरे, आम्ही गंमत म्हणून ते बोलत होतो.'' त्यांच्यापैकी एक जण म्हणाला.

''तुम्ही तुमचं न्याहारी देण्याचं काम कुठल्याही प्रकारची बडबड न करता शांतपणे का करत नाही? दररोज सकाळी तुमची बाष्कळ बडबड ऐकून आम्ही आमचा दिवस का सुरू करायचा? मला माझा ट्रे दे.''

''माफ कर जे.बी., आमच्याकडून चूक झाली. तुम्ही कंटाळलेले असता म्हणून तुमच्या मनोरंजनासाठी आम्ही ही बडबड करतो.''

"तुमची समजूत चुकीची आहे." जे.बी.नं त्याचा ट्रे घेतला आणि तोंड फिरवून गेला.

"भडक डोक्याचा आहे!" खाण्याची ढकलगाडी पुढच्या कोठडीतल्या कैद्याची फिरकी घेण्यासाठी थोडीशी पुढे नेली, तेव्हा त्यांच्यातला एक जण म्हणाला. सॅम यांनी त्यांच्या खाण्याचा ट्रे पलंगावर ठेवला, कॉफीमध्ये साखरेची पुडी सोडली. ते सकाळच्या न्याहारीमध्ये मांसाची चकती आणि तव्यावर परतलेली अंडी घ्यायचे नाहीत. टोस्ट आणि जेली ते दुपारच्या जेवणापूर्वीच्या वेळामध्ये थोडे थोडे खायचे. कॉफी ते थोडी थोडी पुरवून पुरवून सकाळी दहापर्यंतच्या वेळापर्यंत पीत राहायचे. दहा वाजता ते थोडा व्यायाम करायचे आणि थोडे उघड्यावर सूर्यप्रकाशात फिरायला जायचे.

ते बिछान्याच्या कडेवर बसले. त्यांनी टाईपरायटर मांड्यांवर तोलून धरला आणि त्यांनी टाईप करणं सुरू केलं.

१३

सॅम यांच्या म्हणण्यानुसार १९३०मध्येच 'कायद्याचं राज्य' या प्रकाराला सुरुंग लागलेला होता. गेल्या काही महिन्यांच्या त्यांच्या कायदासंदर्भातल्या अभ्यासामुळे ते या निष्कर्षाप्रत येऊन पोचले होते. आदल्या वेळी त्यांनी एक पत्र तयार केलं होतं, त्यात त्यांनी कायद्याला कसा काहीही अर्थ राहिलेला नव्हता, हे सिद्ध करून दाखवलं होतं. हे पत्र त्यांनी अतिशय आकर्षक दिसेल अशा प्रकारे त्यांच्या अतिशय जुन्या, प्राचीन अशा टाईपरायटर मशिनवर टाईप केलं होतं. त्या पत्रातला मजकूर मनातून उत्स्फूर्तपणे भडाभडा बाहेर पडल्यासारखा होता.

तपशिलात पुनरावृत्ती येत होती, भाषा आलंकारिक होती आणि शब्द तर असे वापरलेले होते की, ते सर्वसामान्य व्यक्तीने आयुष्यातही कधी उच्चारलेले नसतील. कायदासंबंधातल्या वक्तृत्वामध्ये सॅम इतके तरबेज झाले होते की, ते समोरच्या वकिली ज्ञानातली पदवी घेतलेल्यांनासुद्धा त्यांच्या अस्खलित आणि ओघवत्या भाषेत केलेल्या वादविवाद करण्याच्या कौशल्यानं हरवून टाकायचे.

कोठड्यांच्या दोन रांगांमधल्या हॉलसारख्या भागात येण्यासाठीचा दरवाजा उघडला आणि बंद झाला. वजनदार पावलांचे तालबद्ध आवाज यायला लागले. पॅकर यानं प्रवेश केला होता. सॅम यांच्या खोलीसमोर येऊन तो उभा राहिला आणि म्हणाला, ''सॅम, तुमचे वकील आलेले आहेत.'' आणि त्यांच्या पट्ट्याला अडकवलेल्या बेड्या त्यांनी हातात घेतल्या.

सॅम उठून उभे राहिले. त्यांनी अर्धी चड्डी वर ओढली आणि विचारलं, ''किती वाजले?''

''साडेनऊ वाजून काही मिनिटं झाली आहेत. पण त्यानं काय फरक पडतो?''

''मला सकाळी दहा वाजता बाहेर उघड्यावर फिरायचंय.''

''तुम्हाला उघड्यावर फिरायचंय की तुमच्या वकिलाला भेटायचंय?''

तांबड्या रंगाची चड्डी आणि वरचा तांबड्या रंगाचाच शर्ट हे एकमेकांशी जोडलेला असा एकसंध कपडा अंगावर चढवत असताना सॅम विचार करत होते.

त्यांनी चपला पायात घातल्या. मृत्युदंडाची शिक्षा झालेल्या कैद्यांच्या या तुरुंगात सर्व कैदी कपडे अंगावर पटापटा चढवायचे.

"मला नंतर उघड्यावर फिरता येईल?"

"आपण ते नंतर पाहू."

"मला माझा बाहेर फिरण्याचा एक तास हवा असतो, हे तुम्हाला माहीत आहे ना?"

"हो हो, माहीत आहे. सॅम, आता आपण इथून बाहेर बघू."

"माझ्या दृष्टीनं उघड्यावर फिरणं फार महत्त्वाचं आहे."

"हो, मला त्याची कल्पना आहे. तुमच्याच काय, सर्वांच्याच दृष्टीनं ते फार महत्त्वाचं आहे, आपण प्रयत्न करू आणि तुम्हाला तो तास नंतर मिळेल, हे मी पाहतो."

"ठीक आहे."

सॅम विचारमग्न होऊन केसांचा भांग पाडत होते. नंतर गार पाण्याने त्यांनी त्यांचे हात धुतले. पॅकर चिकाटीनं त्यांचं हे सर्व होईपर्यंत उभा होता. गलीटच्या सकाळच्या वक्तव्याबद्दल जे.बी. गलीटला पॅकर काहीतरी सांगणार होता, पण गलीट झोपून गेला होता. मृत्युदंडाच्या शिक्षा झालेल्यांच्या तुरुंगातले कैदी सर्वसाधारणपणे सकाळचा नाष्टा झाल्यानंतर एक तासभर टी.व्ही. पाहायचे. नंतर ताणून द्यायचे. पॅकर याचा कैद्यांबद्दलचा अभ्यास तसा शास्त्रपूर्ण जरी नसला, तरी त्याच्या अंदाजानुसार प्रत्येक कैदी दिवसातले साधारणपणे पंधरा तास झोपेत घालवायचा आणि भर उन्हाळ्यात उकडत असताना किंवा थंडीतसुद्धा रेडिओ, टेलिव्हिजनच्या मोठ्या आवाजामुळे, गोंगाटामुळे त्यात काहीही फरक पडत नसे.

त्या सकाळी त्या मानाने आवाजाची पातळी कमी होती. पंख्यांचे गुं गुं आवाज येत होते आणि कुठूनही ओरडण्याचे, कण्हण्याचे आवाज येत नव्हते.

सॅम सळयांच्या पार्टिशनशी आले. त्याकडे पाठ केली. दरवाजाच्या अरुंद आडव्या फटीतून त्यांनी आपले दोन्ही हात बाहेर काढले. पॅकर यांनी त्यावर बेड्या चढवल्यानंतर सॅम पुढे होऊन त्यांच्या पलंगाशी गेले आणि त्यांनी कराराचा मसुदा उचलला. पॅकरने हॉलच्या शेवटाला असलेल्या पहारेकऱ्याला खुणावलं आणि सॅम यांच्या कोठडीचा दरवाजा इलेक्ट्रॉनिक व्यवस्थेमार्फत उघडला; नंतर बंद झाला.

अशा काही प्रसंगी पायामध्ये बेड्या अडकवणं वैकल्पिक असायचं; अडकवल्याच पाहिजेत असा नियम नव्हता. त्या जरुरीबाबत तुरुंगाधिकारी त्या वेळच्या परिस्थितीनुसार निर्णय घ्यायचे. एखादा तरुण कैदी ताकदवान असे. अशांच्या बाबतीत पॅकर पायातल्या बेड्या अडकवण्याची शक्यता होती, पण सॅम यांच्याबाबतीत तसं नव्हतं. ते वृद्ध होते. पळून पळून ते किती पळणार होते? त्यांच्या पायांचा उपयोग

करून ते असं किती नुकसान करू शकणार होते?

पॅकरने त्यांचे हात अलगदपणे सॅम यांच्या कमरेच्या मागच्या भागावर ठेवून त्यांना हॉलकडे नेलं. ओळींच्या शेवटाशी असलेल्या आडव्या–उभ्या गजांच्या जाळीतल्या दरवाजाशी ते दरवाजा उघडेपर्यंत थांबले. दरवाजा उघडल्यावर दोघं बाहेर पडले. दरवाजा बंद झाला. पुढे कैदी आणि त्यांचे वकील यांच्या भेटण्याच्या खोलीच्या लोखंडी दरवाजाशी ते चालत आले. त्यांच्या मागून एक सुरक्षाकर्मी तिथे आला. त्यानं त्याच्याजवळच्या किल्लीने तो दरवाजा उघडला. दोघे आत गेले. हिरव्या जाळीच्या पलीकडे ॲडम एकटाच बसलेला होता.

पॅकरनं सॅम यांच्या हाताच्या बेड्या काढल्या आणि तो खोलीबाहेर गेला.

सॅम यांनी दिलेला मसुदा ॲडमने पहिल्यांदा सावकाश वाचला. दुसऱ्या वेळेच्या वाचनाच्या वेळी त्यानं काही नोंदी केल्या. काही वाक्यांमध्ये वापरलेल्या भाषेच्या प्रकारामुळे त्याची थोडी करमणूक झाली. हुशार गणल्या गेलेल्या वकिलांनी केलेल्या मसुद्यात त्यानं अगदी वाईट भाषा, वाक्यरचना पाहिली होती. त्याचप्रमाणे अति उत्तमात उत्तम भाषेचा नमुनाही त्याने पाहिला होता. पहिल्या वर्षातल्या विधी महाविद्यालयात शिक्षण घेणाऱ्या विद्यार्थ्यांना ज्या यातनांतून, अडचणींतून जायला लागतं, तशा प्रकारच्या त्रासाला किंवा अडचणींना सॅम यांना सामोरं जात असल्यासारखं वाटत होतं. एका शब्दाने जिथे काम भागत होतं, तिथे त्यांनी सहा शब्दांचा वापर केलेला होता. त्यांचं लॅटिन तर भयानकच होतं. काही काही परिच्छेद बिनकामाचे होते, पण वकील नसलेल्या व्यक्तीने तो मसुदा केलेला होता, ही गोष्ट लक्षात घेता, काम चांगलं होतं.

करारनामा दोन पानात बसला असता, त्याला चार पानं लागली होती. टंकलेखन सुबक, व्यवस्थित केलं होतं. बाजूला व्यवस्थित समास सोडलेला होता. फक्त दोन टंकलेखन चुका आणि एक शाब्दिक चूक होती.

''तुमचं हे काम तुम्ही छानच केलं आहे!'' हातातला मसुदा टेबलावर ठेवताठेवता ॲडम सांगू लागला. सॅम यांनी सिगारेटचा एक झुरका घेतला आणि त्यांच्या समोरच्या जाळीतल्या चौकटीसारख्या मोकळ्या भागातून ॲडमकडे त्यांनी रोखून पाहिलं, ''मी तुम्हाला काल दिलेला मसुदा मूलत: असाच आहे.''

''दोन्ही मसुद्यांमध्ये मूलत: प्रचंड वेगळेपणा आहे.'' ॲडमचं वाक्य दुरुस्त करण्याच्या आविभार्वात सॅम म्हणाले.

ॲडमनं त्यांच्या नोंदींवर एक नजर टाकली आणि म्हणाला, ''राज्यपाल, पुस्तक, सिनेमा, वकिलाला दिलेलं वकीलपत्र रद्द करण्याचा अधिकार, मृत्युदंड अमलात आणण्याच्या वेळी कोण साक्षीदार म्हणून उपस्थित असणार; या पाच

गोष्टींबद्दल तुम्ही मुख्यत: आग्रही आहात.''

''नाही, मी बऱ्याच गोष्टींबद्दल आग्रही आहे आणि त्याबद्दल कोणतीही तडजोड मला नकोय.''

''मला पुस्तकं किंवा सिनेमांबद्दल काहीही देणं-घेणं नाही, हे मी कालच स्पष्ट केलंय.''

''ठीक आहे. सिनेमा आणि पुस्तकांची गोष्ट झाली.''

''तुमची बाजू मांडण्याचा अधिकार काढून घेण्याबद्दल तुम्ही जे काही लिहिलं आहे, ते मला मान्य आहे. त्याचप्रमाणे काहीही वादविवाद न होता क्रॅव्हिट्झ आणि बेन या कंपनीलासुद्धा तुम्ही केव्हाही डच्चू देऊ शकता.''

''मागच्या वेळी त्या हरामी ज्यू वकिलांना बडतर्फ करायला मला खूप वेळ लागला. मला परत त्यातून जायचं नाहीये.''

''तुमचं म्हणणं अगदी बरोबर आहे.''

''तुला ते वाजवी वाटतं की नाही, याची मला पर्वा नाही. त्याबद्दलचं कलम मी त्या मसुद्यात घातलंय आणि त्याबद्दलही काही तडजोड नाही.''

''ते अगदी बरोबर आहे. क्रॅव्हिट्झ आणि बेन कंपनीतलं कोणीही माझ्या फाइलींना हातसुद्धा लावत नाही. ते ऑफिस ज्यू लोकांनी भरलेलं आहे हे मान्य! त्यांपैकी कोणीही यामध्ये हस्तक्षेप करणार नाही. तीच गोष्ट कृष्णवर्णीयांबद्दल आणि स्त्रियांबाबत आहे.''

''ओह, मी माझी दिलगिरी व्यक्त करतो. आपण त्यांचा उल्लेख आफ्रिकी अमेरिकन, अमेरिकन ज्यू आणि अमेरिकन स्त्रिया असा करणं बरोबर होईल. नाही? आणि मी आयरीश अमेरिकन आणि तसंच गोरा अमेरिकन पुरुष आहे. तुला जर तुझ्या कंपनीकडून काही मदत घ्यावीशी वाटली, तर त्यातले जे कोणी जर्मन, अमेरिकन किंवा इटालियन अमेरिकन असतील, त्यांच्याचकडून तू मदत घे. तुमच्या कंपनीचं मुख्य ऑफिस शिकागोमध्ये असल्याने तिथे काही पोलीश अमेरिकन असण्याची शक्यता आहे, त्यांचीही मदत घ्यायला हरकत नाही. हे सर्व अशा प्रकारे चांगलं होईल नाही? तसं वागण्याने आपल्या समाजाची जी विविध वंशाची बांधणी आहे, त्याला बाधा न येता आणि राजकारण्यांच्या दृष्टीनंसुद्धा ते योग्य ठरेल.''

''ठीक आहे. तसं असेलही कदाचित.''

''मला आज सकाळपासूनच चांगलं वाटतंय.''

ॲडमनं त्याच्या एका टिपणावर खूण केली आणि म्हणाला, ''मला हा मसुदा मान्य आहे.''

''तुला जर माझं वकीलपत्र घ्यायचं असेल, तर तुला तो मान्य करावाच लागेल

आणि मला ज्यांच्याबद्दल घृणा वाटते, त्या अल्पसंख्याकांना माझ्यापासून दूर ठेवायचं.''

''जसंकाही तुमच्या बाबतीत नाक खुपसायला ही मंडळी उत्सुक आहेत, असं तुम्ही धरून चालला आहात.''

''नाही, तसं मी काहीही धरून चाललेलो नाही. माझ्या जीवनातले फक्त चारच आठवडे बाकी आहेत. त्यामुळे ज्यांच्यावर माझा विश्वास आहे, त्यांच्याबरोबर माझा उर्वरित काळ मी घालवू इच्छितो.''

सॅम यांच्या मसुद्यातल्या तिसऱ्या पानावरचा एक परिच्छेद ॲडमने पुन्हा वाचला. त्यानुसार मृत्युदंडाच्या वेळी दोन साक्षीदार कोण असावेत, हे ठरवण्याचा अधिकार त्यांचा होता.

''दोन साक्षीदारांच्या संबंधातल्या या कलमाचा मला अर्थ लागत नाही.'' ॲडम म्हणाला.

''अर्थ साधा आहे. त्या वेळी पंधरा साक्षीदार असणार आहेत. मृत्युशिक्षा अमलात आणते वेळी माझ्यातर्फे मी दोन साक्षीदार निवडायचे असतात. कायद्यानुसार इतरही काही साक्षीदार असावे लागतात. त्या लेबानन-अमेरिकी तुरुंगाधिकारी जेलरला उरलेले निवडायचा अधिकार असतो. कोणत्या गिधाडांना वखवखलेल्या नजरेनं बळी जाणाऱ्याकडे पाहण्याची संधी द्यायची, त्यांची नावं तो लॉटरीसारख्या चिठ्ठ्या टाकून निवडत असतो.''

''असं असूनसुद्धा तुम्हाला हे कलम का हवं आहे?''

''कारण बळी जाणाऱ्याचा वकील तिथे नेहमी उपस्थित असतो, त्याबद्दलसुद्धा एक कलम मला हवं आहे.''

''म्हणजे मी त्या वेळी उपस्थित असलेलं तुम्हाला नकोय?''

''बरोबर.''

''तुम्ही असं धरून चाललाय की, मला त्या वेळी उपस्थित राहायची खूप इच्छा आहे.''

''मी काहीही धरून चाललो नाही. कोणत्याही वकिलाला, त्याचा अशील मृत्युमुखी पडत असलेला पाहणं आवडत नाही. तरीपण कॅमेऱ्यासमोर येऊन त्याच्या अशिलाबद्दल शोक करत, डोळ्यातून पाणी काढत, त्यांच्या अशिलावर कसा अन्याय होतोय, याबद्दलची वक्तव्यं करण्याची संधी ते सोडत नाहीत.''

''आणि मी ते सर्व करीन, असं तुम्हाला वाटतं?''

''नाही, तू तसं वागशील, असं माझं म्हणणं नाही.''

''मग हे कलम कशासाठी?''

सॅम यांनी त्यांची कोपरं समोरच्या फळीवर टेकवली; ते पुढे झुकले. दोघांच्यातल्या पडद्यासारख्या जाळीच्या अडसरालगत त्यांचं नाक पोचलं होतं. ''कारण मृत्युदंड

अमलात येत असलेला तू पाहणार नाहीस. बरोबर?''

''नाही, मी पाहणार नाही, हे माझं तुम्हाला वचन आहे.'' हे तो सहजतेने म्हणाला आणि त्यानं आणखी एक पान उलटलं. ''आजोबा, मी तितका वाईट माणूस नाही.''

''आत्ता कसं! मला तुझ्याकडून तेच ऐकायचं होतं.''

''अर्थात आपल्याला राज्यपाल महाशयांबद्दल आक्षेप घेता येणार नाही.''

सॅमनी वैफल्यग्रस्त होऊन घशातून एक निराळाच आवाज काढला आणि ते मागे होऊन खुर्चीत बसले. मागे टेकले. डाव्या गुडघ्यावरून उजवा पाय टाकला आणि ते सॅमकडे निरखून पाहत म्हणाले, ''करारात सर्वकाही स्वच्छ आहे.''

आणि त्याप्रमाणे खरोखरच मसुद्यात सर्व स्पष्ट होतं. जवळजवळ एक संपूर्ण पान डेव्हिड मॅकलिस्टर यांच्यावरच्या विषारी शाब्दिक हल्ल्यानं भरलेलं होतं. या ठिकाणी सॅम यांचं कायदेशीर भाषेचं भान सुटलं होतं. त्यात या ना त्या प्रकारे प्रसिद्धी मिळवण्याची डेव्हिड मॅकलिस्टर यांची वृत्ती अत्यंत गर्हणीय आहे, ते अत्यंत अहंकारी आहेत, स्वत:ची तशी पात्रता नसतानासुद्धा प्रौढी मिळवण्याची त्यांची सवय चुकीची आहे, वगैरे वगैरे लिहिलेलं होतं.

''म्हणजे तुमचं आणि गव्हर्नरसाहेबांचं जमत नाही.'' ॲडम म्हणाला. सॅम यांनी नाकातून 'फुरफुर' असा निषेधात्मक आवाज काढला.

''सॅम, माझ्या मते आपण असा पवित्रा घेणं बरोबर नाही.''

''तुझं मत काय आहे, याची पर्वा मी करत नाही.''

''राज्यपाल तुमचे प्राण वाचवू शकतात.''

''तुला तसं वाटतं? अरे, त्याच्यामुळेच तर मी इथे आहे. मला मृत्युदंडाची शिक्षा व्हायला तोच कारण आहे. मला विषारी वायूच्या पेटीत घालण्याचीच तो वाट पाहतोय आणि मला तो वाचवू शकतो, असं आहे तुझं म्हणणं?''

''ते तुमची शिक्षा माफ करतील, असं मी म्हणत नाही; पण ते माफ करवून घेऊ शकतात. आपण तो पर्याय सध्या बाजूला ठेवू.''

स्वत:वर खूश असल्यासारखं मंद हास्य सॅम यांच्या चेहऱ्यावर उमटलं. त्याच वेळी ते एक सिगारेट पेटवत होते. त्यांनी डोळ्यांची एकदा उघडमीट केली. मोठ्या बदामाच्या आकाराच्या डोळ्यात बुबुळं गोलगोल फिरवली. जणूकाही ते कित्येक दशकांत अशा वेडगळ मुलाला भेटले नव्हते. नंतर ते त्यांच्या डाव्या कोपरावर टेकून थोडेसे पुढे झुकले. उजव्या हाताच्या पंजाचं पहिलं बोट ॲडमच्या दिशेने रोखून म्हणाले, ''शेवटच्या क्षणी डेव्हिड मॅकलिस्टर मला माफ करेल, असं तुला वाटत असेल, तर तो तुझा भ्रम आहे आणि तू मूर्ख आहेस, असं मी म्हणेन. तो काय करेल, हे मी तुला सांगतो. तो तुझा आणि माझा वापर करून त्याला स्वप्नात

कधी मिळाली नसेल, एवढी प्रसिद्धी मिळवेल. तो तुला त्याच्या ऑफिसमध्ये बोलवेल आणि त्याआधीच त्याचा बभ्रा टी.व्हीच्या माध्यमातून करेल. तुझी बाजू तो खरेपणाने, प्रामाणिकपणे ऐकतोय, असं भासवेल. माझी मृत्युदंडाची शिक्षा अमलात आणली जावी का नाही, याबाबत त्याची स्वत:ची काही विशिष्ट मतं आहेत, असं तो सांगेल. मृत्युदंडाची शिक्षा अमलात आणण्याच्या सुमारास तो काहीतरी चर्चासत्रांचं आयोजन करेल. तू गेल्यानंतर तो प्रसिद्धीमाध्यमांच्या काही लोकांना बोलावून तुझ्याबरोबर त्याचं काय बोलणं झालं, हे सविस्तरपणे सांगेल.

''क्रॅमर बॉम्बस्फोटांबद्दल तो कळवळा आल्यासारखं बोलेल. नागरी हक्कांबद्दलची किंवा वांशिक द्वेषाची प्रकरणं उकरून काढेल. काळ्या लोकांवर किती अघोरी जुलूम केले जात आहेत, हे सांगताना डोळ्यात पाणी आणेल. जसजसा मी विषारी वायूच्या पेटीच्या जवळ जायला लागेन, तसतशी प्रसिद्धीमाध्यमं श्वेतवर्णीय आणि श्वेतवर्णीयेतर यांच्यातल्या संघर्षाला जास्तच भडक स्वरूप देतील आणि त्यामुळे निर्माण झालेल्या वातावरणाच्या मध्यबिंदूपर्यंत पोहोचण्यासाठी तो या जगातला हाताशी असलेला प्रत्येक उपाय वापरेल. तो दररोज तुझी भेट घेण्याचा प्रयत्न करेल आणि आपण परवानगी दिली, तर आपल्याला तो टीव्हीवरसुद्धा झळकवेल.''

''आपल्याशिवायसुद्धा तो हे सर्व करू शकतो.''

'' हो, तो ते करेलसुद्धा. माझी खात्री आहे ॲडम, माझ्या मृत्यूच्या आधी एक तास तो वार्ताहर परिषद भरवेल. कदाचित इथे किंवा राज्यपालाच्या कचेरीमध्ये तो शेकडो कॅमेऱ्यांच्या झगझगाटात उभं राहून मला दया दाखवायचं नाकारेल आणि तो नालायक माणूस हेसुद्धा डोळ्यात पाणी आणून नाकारेल.''

''त्याच्याबरोबर बोलणं केल्यानं काही नुकसान तर होणार नाहीये ना?''

''ठीक आहे, तू बोल त्याच्याशी आणि मग मी या करारातल्या दुसऱ्या परिच्छेदातल्या कलमाचा उपयोग करून तुझ्या कुल्ल्यावर लाथ मारून तुला शिकागोला हाकलून देईल.''

''मी त्यांना कदाचित आवडेनसुद्धा! आम्ही मित्र होऊ शकू.''

''ओह! हो, तू त्याला आवडशील. तू सॅमचा नातू आहेस, ही त्याला हवी असलेली एक चांगली गोष्ट मिळेल. मग काय विचारता! खूप पत्रकार, वार्ताहर, खूप कॅमेरे, खूप बातमीदार, बऱ्याच मुलाखती! तुझ्याशी दोस्ती करायला त्याला आवडेल! कारण तुला बरोबर घेऊन तो राजकारण करेल. तुझ्यामुळे तो परत निवडूनसुद्धा येऊ शकेल.''

ॲडमनं आणखी एक पान उलटलं. काही नोंदी खरडल्या. राज्यपाल या मुद्द्यापासून बाजूला जाण्यासाठी त्यानं काही क्षण स्तब्धतेत घालवले आणि म्हणाला, ''अशा प्रकारचं लिखाण करायला तुम्ही कुठे शिकलात?''

''तू जिथे शिकलास, तिथेच. ज्या विद्याविभूषित सज्जनांनी तुझा शिक्षणक्रम तयार केला, त्यांच्याकडूनच. मान्यवर न्यायमूर्तींपुढे शब्दांचा फापटपसारा वापरून युक्तिवाद लढवणारे वकील किंवा नीरस, रटाळपणे शिकवणारे तुमच्या विधी महाविद्यालयातले प्राचार्य, या सर्वांकडून मी हे शिकलो. कायदासंदर्भातल्या वेळोवेळी प्रसिद्ध होणाऱ्या पत्रकांचा मी अभ्यास करत असतो.''

''अरे वा!'' पुढच्या परिच्छेदाचा आढावा घेत असताना ॲडम म्हणाला.

''तुला असं वाटतंय, याचा मला आनंद होतोय.''

''मला असं वाटतंय की, तुम्ही इथं थोडीफार वकिलीसुद्धा करत असणार.''

''वकिली? कसली वकिली? तुम्ही वकील वकिली करत असता, तेव्हा तुमचा नेहमी एक वेगळा अंतःस्थ हेतू असतो. इतर व्यावसायिकांसारखं तुम्ही का काम करत नाही? प्लंबर किंवा मोटारी चालवणारे ड्रायव्हर यांच्या काम करण्यात कोणताही अंतःस्थ हेतू नसतो. ते केवळ काम करतात; पण तुम्ही वकील लोक तसं करत नाही. तुम्ही स्वतःला इतरांपासून वेगळे समजता. एकदा का तुमच्यावर काम सोपवलं की, आम्ही असं समजून चालायचं की, जे काही तुम्ही कराल ते पक्षकाराच्या हिताचंच असेल; पण तसं असतंच असं नाही. आणखी तुम्ही असंच सांगत राहणार की, अंतिम निर्णय आम्हाला हवा तसाच लागणार आहे.''

''तुमच्याबरोबर मैत्रीचं नातं निर्माण झालेलं इथे कोणी आहे का?''

''काय हा वेड्यासारखा प्रश्न?''

''त्यात वेडेपणा तो काय?''

''कारण या मधल्या अडसरांच्या पलीकडे तू बसलेला आहेस. त्या दरवाजातून चालत तू बाहेर जाऊन मोटारीतून निघून जाऊ शकतोस. एखाद्या छान उपाहारगृहात बसून जेवण करू शकतोस. रात्री गुबगुबीत बिछान्यात पडून झोप घेऊ शकणार आहेस. या अलीकडल्या बाजूचं जीवन वेगळं आहे. मला इथे जनावरासारखं वागवतात. मला पिंजऱ्यात कोंडून ठेवलेलं आहे. माझ्यावर मृत्युदंडाची शिक्षा ठोठावली आहे आणि मिसिसिपी राज्य ती चार आठवड्यांत अमलात आणण्याच्या प्रयत्नात आहे. बाळा, त्यामुळे इथे दयाळू, कनवाळू कोणीही असूच शकत नाही. हल्ली कोणाशी मैत्री करणं फार अवघड झालंय, म्हणून तुझा तो प्रश्न मूर्खासारखा आहे, असं मी म्हणालो.''

''तुम्ही इथे येण्यापूर्वी दयाळू, कनवाळू होतात, असं तुमचं म्हणणं आहे?''

सॅम यांनी मधल्या अडसरामध्ये असलेल्या चौकटीसारख्या उघड्या जागेतून ॲडमकडे रोखून पाहिलं. सिगारेटचा एक झुरका घेतला आणि म्हणाले, ''आणखी एक मूर्खासारखा प्रश्न!''

''का?''

''वकीलसाहेब, याचा इथे काहीही संबंध नाही. तू वकील म्हणून माझ्याशी बोलतोयंस. कोणी अलबत्या गलबत्या म्हणून नाही.''

''मी तुमचा नातू आहे. त्यामुळे तुमच्या भूतकाळाबाबतचे प्रश्न विचारायचा मला अधिकार आहे.''

''तुला काय प्रश्न विचारायचे आहेत ते विचार, पण त्याला उत्तरं मिळतीलच असं नाही.''

''का नाही?''

''तो भूतकाळ आता मागे गेला बाळा! तो आता इतिहासात जमा झालाय. पूर्वी काय घडलंय, ते उलगडून पाहता येणार नाही किंवा त्यावर चर्चा करता येणार नाही.''

''पण मला काही भूतकाळ नाही.''

''मग तू तर स्वत:ला सुदैवी समजायला हवंस.''

''नाही, मला तसं वाटत नाही.''

''तुला काही मोकळ्या जागा माझ्याकडून भरून हव्या असतील, तर तू चुकीच्या माणसाकडे आला आहेस, असं मला तुला सांगायचं आहे.''

''ठीक आहे, मग मी दुसऱ्या कोणाजवळ बोलावं?''

''ते मला माहीत नाही आणि ते महत्त्वाचंपण नाही.''

''तुम्हाला तसं वाटत नसेल, पण मला ते महत्त्वाचं वाटतं.''

''बरं, प्रामाणिकपणे आत्ता या क्षणाला सांगायचं म्हटलं, तर तुला काय वाटतंय, याची चिंता मी करायचं काहीही कारण नाही. तू ते मान अगर मानू नकोस. मी माझ्या काळजीमध्ये खूप गुंतलेलो आहे. मी आणि माझं भविष्य! कुठेतरी तिकडे ते भलंमोठं घड्याळ टिकटिक करतंय. तसं पाहिलं, तर त्याचा आवाजही मोठ्याने येतोय, असं मला वाटतंय आणि मृत्यू जवळ जवळ येत चालल्याची जाणीव ते मला करून देतंय, पण तो आवाज माझ्या कानात ओतला जातोय आणि मी आणखीन कावराबावरा होतोय. त्यामुळे इतरांच्या प्रश्नांची काळजी करणं फारच अवघड जातंय.''

''तुम्ही क्लॅन परिवाराचे सदस्य का झालात?''

''कारण माझे वडील क्लॅन परिवारातलेच होते.''

''ते क्लॅन परिवारात का गेले?''

''कारण त्यांचे वडीलसुद्धा क्लॅन परिवारातलेच होते.''

''आश्चर्य आहे! तीन पिढ्या!''

''चार. माझ्या माहितीप्रमाणे कर्नल जेकब केहॉल नॅथन बेडफोर्ड फॉरेस्ट यांच्याबरोबर लढाईत सामील झालेले होते आणि आमच्या कुटुंबाच्या इतिहासाची

माहिती असं सांगते की, क्लॅन परिवाराच्या अगदी सुरुवातीच्या सदस्यांपैकी ते एक होते. ते माझे पणजोबा होते.''

''तुम्हाला त्याचा अभिमान वाटतोय?''

''हा काय प्रश्न झाला?''

''हो.''

''तो अभिमानाचा प्रश्न नाही.'' सॅम यांनी टेबलावरच्या कागदांकडे पाहून मान हलवली आणि म्हणाले ''तू या करारावर सही करतोस का नाही?''

''हो.''

''मग कर.''

मसुद्याच्या शेवटच्या कागदाच्या मागच्या बाजूला तळात ॲडमने सही केली आणि ते सर्व कागद सॅम यांच्याकडे सुपूर्द केले.

''तू जे प्रश्न विचारत आहेस, त्याचा तपशील हा आपल्यापुरताच ठेवायचा आणि माझा वकील म्हणून यातला एकही शब्द बाहेर कोणाबरोबर उच्चारायचा नाही.''

''मला वकील आणि पक्षकार यांच्या संबंधातल्या नियमांची माहिती आहे.''

सॅम यांनी त्यांची सही ॲडमच्या सहीशेजारी केली आणि दोन्ही हस्ताक्षरांचं, सह्यांचं निरीक्षण केलं, ''तू हॉल केव्हा झालास?''

''माझ्या चौथ्या वाढदिवसाच्यापूर्वी एक महिना. तो आमचा कौटुंबिक मामला होता. आम्ही सर्वांनीच त्या वेळी आडनावं बदलली होती. नेमकी तारीख मला आठवत नाही.''

''तुमच्या आडनावात तो 'हॉल' शब्द तरी तुम्ही का ठेवलात? मूळ नावाशी पूर्णपणे फारकत घेऊन मिलर किंवा ग्रीन किंवा आणखी कोणतं नाव का घेतलं नाही?''

''हा काय प्रश्न विचारताय आजोबा?''

''का त्यात अडचण काय आहे?''

''माझे वडील जुन्या नात्यांपासून, घटनांपासून दूर दूर पळत होते आणि मागचे सर्व दोर कापून टाकत होते. माझ्या मते त्यांना मागच्या चार पिढ्यांबरोबरचे संबंध तोडायचे होते.''

सॅम यांनी कराराची प्रत त्यांच्याजवळ असलेल्या खुर्चीत ठेवली आणि अगदी शास्त्रशुद्ध पद्धतीने त्यांनी आणखी एक सिगारेट पेटवली. धूर छताकडे सोडला आणि ॲडमकडे रोखून पाहत ते म्हणाले, ''हे बघ ॲडम,'' ते अगदी सावकाश बोलत होते, आवाजात अचानक हळवेपणा आला होता. ''कुटुंबासंबंधीचं बोलणं आपण इथेच थांबवू या. चालेल? आपण नंतर कधीतरी यावर सविस्तरपणे बोलू,

आत्ता, या क्षणाला माझ्या बाबतीत काय घडणार आहे, हे मला जाणून घ्यायचंय. शक्यता कोणत्या प्रकारच्या आहेत? हे घड्याळ तू थांबवू शकणार आहेस का? किंवा यानंतर तू कोणत्या प्रकारचा अर्ज पाठवणार आहेस?''

''सॅम, हे बऱ्याच वेगवेगळ्या गोष्टींवर अवलंबून आहे. बॉम्बस्फोटाबद्दल तुम्ही किती जास्त माहिती देता त्यावर.''

''तू काय म्हणतोयंस, हे मला कळत नाहीये.''

''नवीन काही गोष्टी माहीत झाल्या, तर आपण त्या सादर करू. त्यासाठी अनेक वाटा आहेत. आजोबा, आपण एखादा असा न्यायाधीश शोधून काढू की, जो हे सर्व ऐकून घ्यायची तयारी दाखवेल.''

''नवीन म्हणजे आणखी कोणत्या गोष्टी?''

ॲडमनं त्याच्या नोंदवहीतलं एक कोरं पान उघडलं. नोंदी करण्याच्या तयारीनं पेन सरसावलं, समासाच्या भागात तारीख खरडली आणि बोलायला सुरुवात केली. ''बॉम्बस्फोट होण्याच्या आदल्या रात्री क्लिव्हलँडला हिरवी पॉन्टियाक मोटारकार कोणी आणून दिली?''

''मला माहीत नाही. तो डोगानचा माणूस होता.''

''तुम्हाला त्याचं नाव माहीत नाही?''

''नाही.''

''असं करू नका करू आजोबा! सांगा, त्याचं नाव सांगा.''

''मी शपथेवर सांगतो की, ज्या कोणी ते काम केलं, ते मला माहीत नाही. त्या माणसाला मी पाहिलेलंच नाही आणि नव्हतं. एका वाहनतळावर ती उभी केलेली होती. जिथे ती मला मिळाली होती. तिथेच मी ती सोडून द्यायचं ठरलं होतं. ती तिथे ज्यानं ठेवली, त्या माणसाला मी पाहिलं नव्हतं.''

''खटल्यांच्या दरम्यान या माणसाला कोणी शोधून का काढलं नाही?''

''ते मला कसं माहीत असणार? अगदी किरकोळ कामं करून घेण्यासाठी तो साथीदार होता, असं मला वाटतं. मलाच त्यांनी मुख्य लक्ष्य बनवलं होतं, तर बिळात लपून राहणाऱ्या त्या किरकोळ उंदराकडे त्यांचं कशाला लक्ष जातंय?''

''क्रॅमर बॉम्बस्फोट म्हणजे सहावा स्फोट होता ना?''

''हो, मला वाटतं तसं.'' सॅमनी त्यांचा चेहरा खालच्या पातळीवर आणून अगदी जाळीला टेकवला. त्यांचा आवाज अगदी बारीक झाला होता. शब्द तोलून-मापून वापरल्यासारखे तोंडातून बाहेर पडत होते. जणूकाही कोणीतरी ऐकण्याचा ते प्रयत्न करत होते.

''तुम्हाला तसं वाटतं?''

''आता त्याला खूप दिवस झालेत.'' त्यांनी क्षणभर डोळे मिटून कसलंतरी

मनन केलं आणि म्हणाले, "हो, बरोबर, सहावाच!"

"एफ.बी.आय.चं म्हणणं तो सहावाच स्फोट होता."

"मग काय ते तस्संच असणार. ते नेहमीच बरोबर असतात."

"त्यापूर्वीच्या सर्व बॉम्बस्फोटासाठी तीच हिरवी पॉन्टियाक मोटार कार वापरली होती का?"

"हो, काहींसाठी वापरली होती. आम्ही एकापेक्षा जास्त मोटार गाड्या वापरायचो."

"सगळ्या डोगाननं दिलेल्या असायच्या, बरोबर?"

"हो, त्याचा मोटार विकण्याचा धंदा होता."

"मला माहीत आहे. पूर्वीच्या बॉम्बस्फोटासाठीसुद्धा तोच माणूस मोटारकार आणून द्यायचा का?"

"बॉम्बस्फोटासाठी कोण मोटार आणून द्यायचं, हे मी कधीही पाहिलेलं नव्हतं किंवा देणाऱ्याला मी कधी भेटलेलो नव्हतो. डोगान खूप काळजी घेऊन काम करायचा. त्याचे आराखडे ठरलेले असायचे. तपशिलांचा व्यवस्थित विचार त्यानं केलेला असायचा. नक्की सांगू शकत नाही, पण जो कोणी मोटार आणून द्यायचा, त्याला ही मोटार कोण वापरणार असायचं, याची माहिती नसायची, असं मला वाटतं."

"मोटार डायनामाइट स्फोटकांसह यायची का?"

"हो, नेहमीच. डोगान नेहमीच छोट्या मोटारींत मावतील इतपत स्फोटकं, बंदुका, पिस्तुलं त्या मोटारीत ठेवायचा. एफ.बी.आय.ला त्याच्याकडच्या स्फोटकांचा कधीही पत्ता लागला नव्हता."

"तुम्ही स्फोटकांसंबंधीचं ज्ञान कुठे मिळवलंत?"

"कु क्लॅक्स क्लॅनच्या शिबिरांमध्ये आणि स्फोटकं बनविणाऱ्या कंपन्यांच्या छापील माहितीपत्रकांमधून हे ज्ञान मला मिळवता आलं."

"आणि कदाचित तुमच्या वडील, आजोबांनीसुद्धा तुम्हाला त्याचे धडे दिले असतील की नाही?"

"नाही, तसं काही नव्हतं."

"मी हे आता गंभीरपणे विचारत आहे की, स्फोटकांचा स्फोट घडवून आणण्यासाठी जी जोडाजोड करावी लागते, ती तुम्ही कुठे शिकलात?"

"अरे, तो तर अगदीच प्राथमिक स्वरूपातला प्रकार असतो. तीस मिनिटांत एखादा रेम्या डोक्यासुद्धा ते शिकू शकतो."

"नंतर वारंवारच्या प्रयोगामुळे तुम्ही त्यात तरबेज झालात."

"सरावाने ते साध्य होतंच! एखादा फटाका पेटवण्यापेक्षा ते फार अवघड नाहीये. एक लांबलचक वात असलेला तो मोठ्या ताकदीचा फटाकाच असतो.

काडेपेटीची काडी ओढायची, वातीचं टोक पेटवायचं आणि वाघ मागं लागल्यासारखं दूर पळून जायचं. स्फोट व्हायला पंधरा मिनिटं लागतात.''

''आणि अशा प्रकारचं ज्ञान क्लॅन समूहाच्या सर्व सदस्यांना आत्मसात असतं, बरोबर आहे ना?''

''मला जे जे माहीत होतं, ते त्या सर्वांना ज्ञात होतं.''

''अजूनही तुम्हाला काही क्लॅन सदस्य माहीत आहेत का?''

''नाही, त्या सगळ्यांनी मला आता सोडून दिलंय.''

ॲडमनं त्यांच्या चेहऱ्याचं पुन्हा नीटपणे निरीक्षण केलं. त्यांचे भेदक, उग्र निळेशार डोळे स्थिर होते. कपाळावरच्या आठ्या मात्र कमी झालेल्या नव्हत्या. डोळ्यांमध्ये संताप, दु:ख, क्लेश, भावना, संवेदना यांचा लवलेशही नव्हता. सॅम यांनी डोळ्यांची पापणी न लवता ॲडमच्या नजरेला नजर भिडवली.

ॲडम आपली नजर मागे घेऊन आपल्या नोंदवहीकडे तो पाहून म्हणाला, ''२ मार्च १९६७ रोजी जॅक्सन गावातल्या 'हिर्श' या ज्यू लोकांच्या मंदिरात एक बॉम्बस्फोट झाला, तो तुम्ही केला होता का?''

''तू सरळसरळ मुद्द्यावर का येत नाहीस?''

''प्रश्न साधा, सोपा आणि सरळ आहे.''

सॅम यांनी सिगारेटचा फिल्टर हाताच्या दोन बोटांमध्ये धरून फिरवला. एक क्षणभर विचार केला आणि म्हणाले, ''त्यात एवढं महत्त्वाचं काय आहे?''

''तुम्ही प्रश्नाचं फक्त उत्तर द्या.'' ॲडम एकदम वसकन म्हणाला, ''आता खेळ खेळणं पुरे झालं.''

''तो प्रश्न मला पूर्वी कधी कोणीही विचारला नव्हता.''

''ठीक आहे. आज मी तुमच्या कलाकलाने घेतो. तुम्ही फक्त 'हो' किंवा 'नाही' अशी उत्तरं दिलीत, तरी चालेल.''

''बरं, ठीक आहे.''

''तुम्ही ती हिरवी पॉन्टियाक मोटारगाडी वापरली होती का?''

''मला वाटतं, हो.''

''तुमच्याबरोबर कोण होतं?''

''माझ्याबरोबर आणखी कोणी होतं, असं तुला का वाटतंय?''

''कारण या खटल्यात साक्ष दिलेल्या साक्षीदारानं असं सांगितलं आहे की, त्यानं बॉम्बस्फोट व्हायच्या आधी तिथून वेगाने जाणाऱ्या एका हिरव्या रंगाच्या पॉन्टियाक गाडीला पाहिलं होतं आणि त्यात दोन माणसं होती. गाडी चालवणाऱ्या माणसांचं वर्णन थोडंफार तुमच्याशी जुळतं.''

''हो, तो बस्कर! त्याबद्दल मी वर्तमानपत्रात वाचलं आहे.''

''फॉर्टीफिकेशन आणि स्टेट हे दोन रस्ते जिथे एकमेकांना छेदतात, त्या चौकाच्या एका कोपऱ्याशी तो उभा होता. त्याच वेळी तुम्ही आणि तुमचा मित्र असे दोघं जण त्या गाडीतून त्याच्यासमोरून गेला होतात.''

''अगदी बरोबर! तो तिथे होताच आणि तो जवळच्याच एका दारूच्या गुत्त्यातून पहाटे तीन वाजता बाहेर येऊन तिथे उभा राहिलेला होता. त्यानं यथेच्छ दारू ढोसली होती. झिंगत झिंगत तो त्या चौकात आला होता. मला ग्रीनव्हीलमध्ये पकडल्यावर हिरव्या पॉन्टियाक मोटारगाडीची आणि माझी चित्रं अर्ध्या जगावर झळकली. माझे फोटो जेव्हा सगळीकडे संशयित म्हणून भिंतींवर चिकटवले होते, त्यानंतर त्याला ती मोटार पाहिल्याचं आणि त्यात मला आणखी एकाला पाहिल्याचं आठवलं. तोपर्यंत तो शांत होता. पण त्यापूर्वीसुद्धा स्फोट झाल्याझाल्या अशी हिरव्या रंगाची पॉन्टियाक मोटारगाडी त्या रात्री ३ वाजता फॉर्टीफिकेशन आणि स्टेट रस्त्याच्या चौकात त्याच्या समोरून गेली आणि गाडी चालवणाऱ्या माणसाचं वर्णन आहे असं पोलिसांना त्याला सांगता आलं असतं. पण ॲडम, तुला माहीत आहे, बस्कर न्यायालयातसुद्धा येऊ शकला नव्हता की बायबलवर हात ठेवून 'मी जे काही सांगेन ते सत्य असेल' अशी शपथ त्याने घेतली नव्हती किंवा त्याला वकिलांच्या उलटतपासणीलाही सामोरं जावं लागलं नव्हतं.''

''म्हणजे तो खोटं बोलतोय!''

''नाही, पण त्याचा काहीतरी गैरसमज झालाय.

''ॲडम, हे तू पक्कं लक्षात ठेव की, मी बॉम्बस्फोट घडवून आणलेला आहे, असा माझ्यावर त्यांनी कधीच आरोप केलेला नाही. बस्करवरसुद्धा कोणी कुठल्याही प्रकारचं दडपण आणलेलं नव्हतं. त्यानं शपथेवर साक्ष दिलेली नाही की जबाब दिलेला नाही. वेश्यांच्या वस्तीत काही टोळभैरवांच्या बोलण्यात या बॉम्बस्फोटासंबंधातल्या गप्पा चाललेल्या असताना बस्कर असं कोणाजवळतरी बोलत होता. मेम्फिसमधल्या एका वृत्तपत्राच्या वार्ताहराला ते कळलं, त्याने पुढे त्याचा शोध घेतला, त्यानंतर आता ही उपलब्ध असलेली माहिती पुढे आली.''

''बरं, मी तुम्हाला असं विचारतो की, ज्यू लोकांचं हिर्श देऊळ २ मार्च १९६७ रोजी बॉम्बस्फोटाने उडवलं तेव्हा तुमच्याबरोबर दुसरा कोणी होता का?''

सॅम यांची नजर समोरच्या आडव्या, चौकोनी उघड्या भागाच्या जरा खाली गेली. मग ती समोरच्या फळीवर पडली. त्यानंतर त्यांनी जमिनीकडे पाहिलं. दोघांच्यातल्या पार्टिशन विभाजकापासून ते जरा दूर झाले आणि त्यांच्या खुर्चीत ते आरामशीरपणे बसले. आता त्यांच्या खिशातून मॉन्टेकेअर सिगारेटचं पाकीट काढून त्यातून ते एक सिगारेट बाहेर काढणार, नेहमीच्या सवयीनुसार उलटी उभी, समोरच्या टेबलावर आपटणार, मग ती ओठात धरून पेटवणार आणि सरतेशेवटी

खुर्चीच्या पाठीला मागे टेकून, झुरका घेऊन, छताच्या दिशेने एका धुराचा लोट सोडणार; याची ॲडमला कल्पना होती.

ॲडमला कल्पना होती की, आता काही क्षण, त्यांच्याकडून काहीच उत्तर येणार नव्हतंच. त्यांचे हे वेळ काढण्याचे प्रकार म्हणजेच ॲडमचं म्हणणं त्यांनी मान्य केल्याचं लक्षण होतं. बैचेन होऊन ॲडमनं त्याचं पेन त्याच्या वहीवर एक-दोनदा आपटलं. त्याच्या हृदयाचे ठोके जलद गतीने पडत होते, असं वाटून त्यानं एक-दोनदा दीर्घ श्वास घेतला. सकाळपासून त्यानं काहीही खाल्लेलं नव्हतं त्यामुळे पोटात कसंसंच व्हायला लागलं होतं. 'या ठिकाणी आपण थोडं थांबू शकतो का? त्यांच्याबरोबर जर दुसरा कोणी आणखी एक मदतनीस असेल आणि दोघांनी मिळून ते काम केलं असेल तर, किंवा काही जणांचा बळी घेणाऱ्या क्रॅमर बॉम्बस्फोटातला बॉम्ब जर सॅमनी तिथे ठेवला नव्हता ही बाब सहानुभूती असणाऱ्या एखाद्या न्यायाधीशाच्या नजरेला आणून दिली तर तो ही शिक्षा अमलात आणण्याला तहकुबी देऊ शकतो, होईल का असं? 'ॲडम विचार करत होता.

"नाही, माझ्याबरोबर कोणीही नव्हतं." मृदू पण पक्केपणा असलेल्या आवाजात उघड्या चौकटीतून ॲडमकडे दृष्टी टाकून सॅम म्हणाले.

"माझा तुमच्या बोलण्यावर विश्वास नाही."

सॅम यांनी 'त्यावर माझा काही इलाज नाही' या अर्थाने सहजतेनं खांदे उडवले आणि गुडघ्यांभोवती बोटं आपटत राहिले.

ॲडमने एक दीर्घ श्वास घेतला आणि ते असंच काही उत्तर देणार, असं त्याला वाटलं होतं. त्यानं त्याच्या नोंदवहीत काहीतरी लिहून घेतलं आणि पुढचं पान उलटलं, "२० एप्रिल १९६७च्या रात्री तुम्ही क्लिव्हलँड या गावात कधी आलात?"

"कुठल्या वेळी?"

"पहिल्यांदा जेव्हा आलात तेव्हा."

"मी क्लॅन्टन गावातून सहाच्या आसपास बाहेर पडलो. क्लिव्हलँडला पोचायला दोन तास लागले म्हणजे मी आठच्या सुमाराला तिथे पोचलो."

"तिथे तुम्ही कोणाकडे म्हणजे कुठे गेलात?"

"तिथल्या शॉपिंग सेंटरमध्ये."

"तिथे तुम्ही कशासाठी गेलात?"

"मोटारगाडी घेण्यासाठी."

"म्हणजे ती हिरवी पॉन्टियाक गाडी?"

"हो, पण ती तिथे नव्हती, त्यामुळे मी माझ्या मोटारीनं ग्रीनव्हील गावात आणि आजूबाजूला पाहण्यासाठी गेलो."

''तिथे तुम्ही पूर्वी कधी गेला होतात का?''

''हो, काही आठवड्यांपूर्वी मी तिथे जाऊन त्या भागाची पाहणी केलेली होती. एवढंच काय, तर मी त्या ज्यू क्रेमरच्या ऑफिसची पाहणी करण्यासाठी त्याच्या ऑफिसातसुद्धा गेलो होतो.''

''तसं करणं धोकादायक ठरेल, असं नाही तुम्हाला वाटलं? म्हणजे खटल्याच्या कामकाजाच्या दरम्यान त्याच्या सेक्रेटरीनं तुम्ही 'स्वच्छतागृह कुठे आहे?' हे विचारण्याच्या निमित्तानं तिच्याशी बोलला होतात, असं सांगून तुम्हाला ओळखलं होतं.''

''हो. तो तर मूर्खपणाच झाला होता; पण त्या वेळी मी पकडला जाईन, असं मला सुतराम वाटलं नव्हतं. भविष्यात माझा चेहरा तिच्या दृष्टीलासुद्धा पडणार नव्हता, याची मला खात्री होती.'' त्यांनी सिगारेटचा फिल्टर दातांत पकडला आणि जोराने हवा आत ओढली. ''तिला विचारणं ही सर्वात वाईट ठरलेली गोष्ट होती. अर्थात गोष्टी घडून गेल्यानंतर काय चुकलं, काय करायला हवं होतं, याचा ऊहापोह करणं ही सर्वात सोपी गोष्ट असते.''

''ग्रीनव्हीलमध्ये तुम्ही किती काळ होतात?''

''एखाद्या वेळी साधारणपणे तासभर. नंतर मोटारगाडी घेण्यासाठी मी क्लिव्हलँडला परत आलो. ठरलेल्या आराखड्यानुसार गोष्टी घडल्या नाहीत, तर डोगाननं पर्यायी व्यवस्था केलेल्या असायच्या. संकेतस्थळावर त्याच्याजवळच ट्रक उभे केलेले असायचे. ती मोटारकार उभी केलेली होती.''

''गाडीच्या किल्ल्या कुठे होत्या?''

''त्या चालकाच्या पायाजवळच्या जाजमाखाली होत्या. ''

''तुम्ही काय केलंत?''

''गाडीचा अंदाज येण्यासाठी ती गावातून थोडी चालवली. थोडी बाहेर कापसांच्या शेतालगतच्या रस्त्यांवरून चालवली. कमी वर्दळीची एक जागा मला सापडली, तिथे मी ती गाडी उभी करून ठेवली. स्फोटकं, डायनामाइट आहेत का नाहीत, हे पाहण्यासाठी मागचं डिकीचं झाकण उघडून पाहिलं.''

''किती कांड्या होत्या?''

''मला वाटतं पंधरा होत्या. इमारतीचा आकार केवढा आहे, त्यानुसार मी १२ ते २० डायनामाईच्या कांड्या वापरायचो. ज्यू प्रार्थनास्थळ उडवायला मी वीस कांड्या वापरल्या होत्या, कारण ते नव्याने बांधलेलं होतं. बांधकाम काँक्रिट आणि दगड वापरून भक्कम केलेलं होतं; पण क्रेमरचं ऑफिस ही जुनी इमारत होती, लाकडांची होती, त्यामुळे पंधरा कांड्यामुळे ते जमीनदोस्त होईल, याची मला खात्री होती.''

“मोटारीच्या डिकीत आणखी काय होतं?

“नेहमीचंच सामान. डायनामाइट कांड्यांचं पुठ्ठ्यांचं एक खोकं, कांड्यांच्या डोक्यावर लावण्याच्या टोप्या, पेटवल्यानंतर कांड्यांपर्यंत जाळ पोचण्याइतपत लांब वात इतकं सामान होतं.”

“बस्स एवढंच?”

“हो.”

“तुमची खात्री आहे.”

“हो, माझी खात्री आहे?”

“वेळेचं नियंत्रण करणारी यंत्रणा?”

“हो, बरोबर. त्याबद्दल मी विसरलोच होतो.”

“ती दुसऱ्या एका लहान पेटीत होती.”

“त्याचं तुम्ही वर्णन करू शकाल?”

“कशासाठी? खटल्याच्या दरम्यान उघड झालेला तपशील तू पाहिलेला आहेसच. एफ.बी.आय. खात्यानं मी बॉम्ब कसा बनवला, त्याचा स्फोट कसा घडवून आणला, याचं प्रात्यक्षिक न्यायालयात दाखवलं आहे. तू ते सर्व वाचलं असशीलच की!”

“हो, बऱ्याच वेळा.”

“खटल्याच्या वेळी त्यांनी जे फोटो दाखवलं होते, ते तूही पाहिले असणारच. तू म्हणतोस, तसा ठरावीक वेळानंतर स्फोट घडवून आणणाऱ्या घड्याळासारख्या यंत्रणेचे तुकडे त्यांनी दाखवले होते.”

“हो, मी ते पाहिले आहेत. डोगाननं ते घड्याळ कुठून पैदा केलं होतं?“

“मी ते कधीच विचारलं नव्हतं. पण ते काय, कोणत्याही दुकानात विकत मिळतं. किल्ली देऊन चालणाऱ्या घड्याळासारखं ते एक अगदी फालतू घड्याळ होतं.”

“घड्याळ वापरून स्फोट घडवून आणणं, हा तुमचा पहिला प्रयोग होता का?”

“हो, तो पहिलाच होता, हे तुला माहीत आहे. इतर स्फोट मी वात पेटवून केले होते. हे तू प्रश्न मला का विचारतोयंस?”

“कारण मला तुमची उत्तरं ऐकायची आहेत. मी सर्व वाचलंय, पण मला हे सर्व तुमच्या तोंडून ऐकायचंय. क्रॅमर यांच्या ऑफिसात घडवून आणलेला स्फोट तुम्हाला उशिरानं का घडवून आणायचा होता?”

“कारण मला वात पेटवून तिथून धूम पळत जाण्याचा कंटाळा आलेला होता. मला बॉम्ब जागेवर ठेवणं आणि प्रत्यक्षात त्याचा स्फोट होणं, यात बराच वेळ

जायला हवा होता.''

''तुम्ही तो बॉम्ब किती वाजता ठेवलात?''

''पहाटे ४ वाजण्याच्या आसपास.''

''किती वाजता स्फोट व्हायला हवा होता?''

''पाचच्या आसपास.''

''चूक कुठे झाली?''

''पाच वाजता स्फोट झाला नाही. तो सकाळी आठला काही मिनिटं असताना झाला आणि त्या वेळी त्या इमारतीत काही माणसं होती आणि त्यातली काही त्या स्फोटात मृत्युमुखी पडली. त्यामुळेच मी हा तुरुंगातला लाल रंगाचा गणवेश घालून त्या विषारी वायूचा वास कितपत त्रासदायक असेल, याचा अंदाज बांधत इथे बसलो आहे.''

''मार्विन क्रॅमरचं ऑफिस बॉम्बस्फोटाने उडवायचं, असं तुम्ही आणि डोगान या दोघांनी मिळून ठरवलं होतं, असं डोगाननं साक्ष देताना सांगितलं होतं आणि तसे या दोन वर्षांत कोणाकोणाला बॉम्बस्फोटाचे तडाखे द्यायचे, याची एक यादी क्लॅन समूहानं बनवली होती, त्यात क्रॅमर यांचं नाव होतं. एकच एक पद्धत वापरली, तर बॉम्बस्फोट घडवून आणणारा सापडण्याची शक्यता वाढते म्हणून क्रॅमर यांच्या बॉम्बस्फोटात घड्याळ वापरावं, अशी तुमची सूचना होती आणि तो स्फोट तुम्ही एकट्यानं घडवून आणला.''

सॅम हे सर्व सहनशीलतेनं, चिकाटीनं ऐकत होते; सिगारेटचे झुरके घेत होते. त्यांनी त्यांचे डोळे अगदी बारीक फटीसारखे केले आणि जमिनीकडे पाहत मान हलवली आणि चेहरा हसल्यासारखा केला आणि म्हणाले, ''माझ्या मतानुसार हा डोगान त्यांना फार लवकर शरण गेला. एफ.बी.आय.नं डोगानला खूप वर्षं सतावलं होतं; पण शेवटी तो नरमला. तो तसा खंबीर मनाचा, सोशिक नव्हताच.'' त्यांनी एक खोल श्वास घेतला आणि ॲडमकडे नजर टाकली, ''पण त्यातलं थोडं खरं आहे. फार नाही; पण काही आहे.''

''क्रॅमर यांना मारण्याचा तुमचा इरादा होता?''

''नाही, आम्ही माणसं मारत नव्हतोच. फक्त इमारती उडवत होतो.''

''विक्सबर्गमधलं पिंडर यांचं घर तुम्हीच उडवलंत?''

सॅम यांनी त्यांची मान हळूहळू हलवली.

''पहाटे चार वाजता बॉम्बस्फोट झाला. सर्व पिंडर कुटुंब गाढ झोपेत होतं. सहा माणसं चमत्कार झाल्यासारखी वाचली होती. फक्त एकाला किरकोळ दुखापत झालेली होती.''

''तो काही चमत्कार नव्हता. बॉम्ब गॅरेजमध्ये ठेवलेला होता. मला जर माणसं

मारायची असती, तर मी तो एखाद्या झोपण्याच्या खोलीत ठेवला असता.''

''अर्धं घर कोसळलं होतं.''

''हो आणि मी जर त्या वेळी घड्याळ वापरलं असतं, तर हे सर्व ज्यू मला सकाळी न्याहारी करत असताना मारता आले असते.''

''मग तुम्ही तसं का नाही केलंत?''

''अरे, मी तर तुला हेच सांगण्याचा प्रयत्न करतोय की, आम्हाला माणसं मारायची नव्हती.''

''मग काय साध्य करायचा तुमचा प्रयत्न होता?''

''त्यांना घाबरवून टाकायचं, दहशत निर्माण करायची, त्यांचा सूड आणि बदला घ्यायचा होता. नागरी हक्कांसंबंधातल्या चळवळीला ते अर्थसाहाय्य करत होते, ते थांबवायचं होतं. आम्हाला आफ्रिकेतल्या लोकांना त्यांची मूळ जागा जिथे होती, त्या ठिकाणी त्यांना ठेवायचं होतं. त्यांच्यासाठींच्या शाळा वेगळ्या होत्या, वेगळी प्रार्थनामंदिरं होती, त्यांच्यासाठी वेगळ्या वस्त्या होत्या, वेगळी स्वच्छतागृहं होती. त्याचाच वापर त्यांनी करावा, असं आमचं मत होतं. आमची मुलंबाळं, स्त्रिया यांपासून त्यांनी दूर राहावं, असा आमचा प्रयत्न होता आणि मार्विनसारखी ज्यू मंडळी या दोन्ही समाजांचे एकमेकांबरोबरचे संबंध वाढवावे, याबाबत प्रयत्न करत होती. मूळ आफ्रिकी वंशाच्या लोकांना फूस देत होती. या हराम्यांना आम्हाला आवरायचं होतं.''

''तुम्ही त्यांना आवरण्यात यशस्वी झालात, बरोबर ना?''

''मार्विन त्याच लायकीचा होता. पण ती दोन मुलं मेली, ते वाईट झालं.''

''त्यांच्याबद्दल वाटणारी अनुकंपा, दया ओसंडून वाहत आहे.''

''हे बघ ॲडम आणि नीट ऐक. कोणालाही इजा व्हावी, अशी माझी इच्छा कधीच नव्हती. लोक कामावर येतात, त्यापूर्वी तीन तास म्हणजे पाच वाजता बॉम्बस्फोट व्हावा, अशी योजना मी केली होती आणि ती मुलं बॉम्बस्फोटाच्या वेळी तिथे असायला कारण म्हणजे मार्विनच्या बायकोला झालेला फ्लू.''

''पण मार्विनचे दोन्ही पाय गेले, याबद्दल तुम्हाला काही दुःख, पश्चाताप वाटत नाही?''

''तसं नाहीये.''

''त्यानं स्वतःला संपवलं, याचाही तुम्हाला दुःख किंवा खेद नाही. बरोबर?''

''त्यानं स्वतःवर गोळी झाडून घेतली. मी नाही घातली.''

''सॅम, तुम्ही विकृत मनोवृत्तीचे आहात.''

''हो, आहे मी विकृत आणि मी जेव्हा विषारी वायू शरीरात घ्यायला लागेन, त्या वेळी ती विकृती आणखीनच वाढणार आहे.''

अतीव तिटकारा येऊन ॲडमनं आपलं डोकं हलवलं, पण जिभेवर संयम ठेवला. वांशिक तेढ, द्वेष या मुद्द्यांवर नंतर वाद घालून ते चर्चा करू शकणार होते. त्या घटकेला या मुद्द्यांवर काही प्रगती होऊ शकणार नव्हती, असं ॲडमचं मत बनलं होतं, तरीपण प्रयत्न करण्यावर तो ठाम होता. वास्तवात घडलेल्या घटनांबद्दलच चर्चा करायची, असं त्यानं ठरवलं.

''गाडीच्या डिकीतल्या डायनामाइटच्या कांड्या तुम्ही नीटपणे पाहिल्या होत्या, त्यांचं नीट निरीक्षण केलं होतं. त्यानंतर तुम्ही काय केलं?''

''त्या ट्रकच्या थांब्यावर गाडी घेऊन गेलो, तिथे मी कॉफी प्यायली.''

''का?''

''माझा घसा कोरडा पडला होता म्हणून.''

''विचित्रच आहे सॅम! तुम्ही माझ्या प्रश्नांचं बरोबर उत्तर द्या.''

''मी तिथे थांबलो होतो.''

''कशासाठी? कोणासाठी?''

''मला काही तास घालवायचे होते. मध्यरात्रीची वेळ होती आणि ग्रीनव्हीलमध्ये मला कमीत कमी वेळ घालवायचा होता म्हणून मी क्लिव्हलँडमध्ये जास्त वेळ घालवला.''

''कॉफी घेतली, तिथे तुम्ही कोणाशी गप्पा मारल्यात?''

''नाही.''

''उपाहारगृहात गर्दी होती?''

''मला नीटसं आठवत नाही.''

''तुम्ही तुमच्या टेबलाशी एकटेच बसला होतात?''

''हो.'' पुढे तो काय प्रश्न येणार होता, याचा अंदाज आल्याने सॅम यांच्या चेहऱ्यावर किंचितसं हास्य उमटलं.

''टॉमी फॅरीस नावाच्या एका ट्रकड्रायव्हरने अशी जबानी दिलीये की, तुमच्यासारखा एका इसमाला त्याने त्या ट्रकथांब्यावर त्या रात्री पाहिलेलं होतं आणि हेही नोंदवलं की, या माणसानं एका तरुण व्यक्तीबरोबर कॉफी पीत बराच वेळ काढला होता.''

''मी या टॉमी फॅरीस व्यक्तीला कधीच भेटलेलो नाही. बहुतेक तीन वर्षं या गृहस्थाच्या स्मृतीनं त्याला दगा दिलेला होता, कारण एका बातमीदारानं सॅम यांना प्रसिद्धीच्या झोतात आणलं आणि यासंबंधात गेल्या तीन वर्षांत हा टॉमी कोणाशी एक शब्दही बोललेला नव्हता. त्याची स्मृती एकदम जागी होते आणि या टॉमीचं नाव वर्तमानपत्रात झळकतं आणि तो जबानी देतो. आश्चर्य आहे की, हे असे साक्षीदार काही वर्षांनंतर साक्ष द्यायला पुढे येतात.''

''तुमच्या शेवटच्या खटल्यात फॅरीसनं साक्ष दिली नाही?''

“ते मला कशाला विचारतोस? त्याच्याकडे सांगायला कदाचित काही नसेल. सत्य गोष्ट अशी आहे की, बॉम्बस्फोट होण्यापूर्वी सात तास आधी मी एकटा बसून कॉफी प्यायलोय की कोणाबरोबर हा मुद्दाच इथे अप्रासंगिक आहे. त्याशिवाय कॉफी पिण्याचा प्रसंग क्लिव्हलँडमध्ये घडलेला आहे. मी गुन्हा केला आहे किंवा नाही, याच्याशी त्याचा काहीही संबंध नाही.”

“म्हणजे फॅरीस खोटं बोलत होता?”

“फॅरीस काय करत होता, हे मला माहीत नाही. मला त्याची पर्वाही नाही. मी एकटा होतो आणि तेच खरं आहे.”

“क्लिव्हलँडमधून तुम्ही केव्हा बाहेर पडलात?”

“मला वाटतं तीनच्या सुमारास.”

“आणि तुम्ही गाडी चालवत थेट ग्रीनव्हीलला गेलात?”

“हो, मी क्रॅमरच्या घरावरून गेलो. तिथे त्याच्या घरावर लक्ष ठेवणारे सुरक्षाकर्मी त्याच्या घराच्या दर्शनी भागात गस्त घालत असलेले पाहिले. मी त्याच्या ऑफिससमोरून गेलो. आणखी थोडा वेळ काढला. चारच्या आसपास त्याच्या ऑफिसच्या मागच्या बाजूला गाडी उभी केली. त्याच्या ऑफिसच्या मागच्या दरवाजातून आत गेलो. स्वागतकक्षालगतच्या एका छोट्या खोलीत बॉम्ब बसवला आणि परत चालत येऊन मोटारीत येऊन बसलो आणि निघून गेलो.”

“ग्रीनव्हीलमधून तुम्ही किती वाजता बाहेर पडला?”

“बॉम्बस्फोट झाल्यानंतर तिथून बाहेर पडायचं, असं मी ठरवलं होतं; पण तुला माहीत आहेच की, नंतर बऱ्याच महिन्यांनंतर मी त्या गावातून बाहेर पडलो.”

“क्रॅमर यांच्या ऑफिसमधून बाहेर पडल्यावर तुम्ही कुठे गेलात?”

“क्रॅमर याच्या ऑफिसपासून अर्ध्या मैलावरच्या हमरस्त्यावरच्या एका छोट्या उपाहारगृहामध्ये मी कॉफी प्यायला थांबलो.”

“त्या वेळी किती वाजले होते?”

“मला माहीत नाही. असतील साडेचार.”

“गर्दी कितपत होती?”

“बोटावर मोजण्याइतपतंच माणसं होती. अगदीच फालतू माणसं! त्यांचं रात्रीचं जेवण उशिराने घेत होती. जाडगेला हा कळकट्ट टी-शर्ट चढवलेला स्वयंपाकी होता आणि पदार्थ द्यायला तोंडात काहीतरी चघळत असलेली बाई होती.”

“तुम्ही कोणाशी बोललात?”

“मी त्या बाईला एक कॉफी आणायला सांगितली आणि मला वाटतं, मी एक डफनट खाल्ला.”

''तुम्ही त्या कॉफीचा छान स्वाद घेत त्या बॉम्बचा स्फोट होण्याची वाट पाहत काही वेळ तिथे काढलात.''

''हो. बॉम्बस्फोट झाल्यानंतर लोकांच्या ज्या प्रतिक्रिया व्हायच्या, त्या पाहायला मी अशा ठिकाणी थांबायचो. त्याबद्दलच्या चर्चा झालेल्या मला आवडायच्या.''

''म्हणजे तुम्ही त्या प्रकारचे बॉम्बस्फोट त्यापूर्वीही केलेले होते.''

''हो, काही वेळा केलेले होते. त्या वर्षातल्या फेब्रुवारी महिन्यात काही ज्यूंनी जॅक्सन गावातल्या गौरवर्णीयांच्या वस्तीतली एक मिळकत आफ्रिकी वंशाच्या काळ्या व्यक्तींना विकली होती. त्या मिळकतीत मी एक बॉम्ब ठेवला होता, पण तो बॉम्ब वातीने उडवायचा होता. त्या वेळी त्या वातीला काडी लावून फार घाई गडबडीनं मला तिथनं बाहेर पडावं लागलं होतं आणि धावत-पळत एका कॉफीच्या दुकानात एक टेबल पकडून बसावं लागलं होतं. कॉफी देणाऱ्या मुलानं माझ्यासमोर कॉफी आणून ठेवली आणि धमाका झाला. सर्व जण जागच्याजागी स्तब्ध झाले. मला फार मजा वाटली होती. ती पहाटेची चारची वेळ होती आणि तिथे ट्रकचालक, सामान पोचवणाऱ्यांची खूप गर्दी होती. एवढंच काय, कोपऱ्यावर काही पोलीसही उभे होते. अर्थात ते लगेच त्यांच्या मोटारीतून बसून दिवे उघडमीट करत, भोंगा वाजवत तिथून निघून गेले. माझ्या समोरचं टेबलसुद्धा इतक्या जोराने हादरलं की, माझ्या कपातली काही कॉफी सांडली.''

''त्या घटनेनं तुम्हाला चित्तथरारक असा आनंद दिला?''

''हो नक्कीच! पण इतर कामं फार धोकादायक होती. त्या वेळी एखादं कॉफीचं दुकान किंवा उपाहारगृहं जवळ असायची नाहीत. मग अशा वेळी मी काही अंतर चालत जायचो आणि रस्त्याच्या कडेला कुठेतरी उभं राहून घड्याळाकडे पाहत स्फोट होण्याची वाट पाहत राहायचो. तो कोणत्या वेळेला होईल, हे मला माहीत असायचं. मी जर त्या वेळी मोटारीत असेन, तर त्या वेळी मी गावाच्या सीमेलगत जाऊन थांबायचो.''

सॅम बोलायचे थांबले. त्यांनी सिगारेटचा एक मोठा झुरका घेतला. त्यांचे बोलण्यातले शब्द सावकाशपणे, पण काळजीपूर्वक बाहेर पडत होते. त्यांच्या त्या साहसपूर्ण कृत्यांचा तपशील सांगत असताना त्यांचे डोळे लकलकायचे. शब्दही तोलूनमापून बोलले जात होते. ''मी पिंडर बॉम्बस्फोट पाहिला होता.'' त्यांनी सांगितलं.

''तुम्ही तो कसा घडवून आणला होतात?''

''गावाच्या उपनगरातल्या टेकड्यांच्या एका घळीत त्याचं एक मोठं घर होतं. एक मैल दूर अंतरावर टेकडीच्या बाजूला मी माझी मोटारकार उभी केली आणि एका झाडाच्या बुंध्याशी बसून मी तो स्फोट पाहिला.''

“अगदी शांतपणे?”

“हो, अगदी शांतपणे. पौर्णिमेची रात्र होती. हवेत छानपैकी गारवा होता. जवळून जाणाऱ्या रस्त्याचं दृश्य माझ्यासमोर होतं, तसंच त्या घराचं छप्पर मला दिसत होतं. सगळीकडे नीरव शांतता होती. सर्व जण गाढ झोपेत होते आणि एकदम धमाका झाला. ते छप्पर उडालं होतं.”

“पिंडर यांचा गुन्हा काय होता?”

“त्यांच्यात सर्वसाधारण ज्यूंच्यात असलेले सर्व दुर्गण होते. आफ्रिकी काळ्या लोकांबद्दलची अवास्तव कणव होती. जेव्हा ते उत्तरेकडून दक्षिणेत स्थायिक व्हायला आले, तेव्हापासून त्यांनी प्रचलित कायद्यात बदल घडवून आणण्यासाठी चळवळ करू पाहणाऱ्या काळ्यांच्यातल्या व्यक्तींची बाजू घेऊन भांडायला सुरुवात केलेली होती. काळ्या लोकांनी काढलेल्या मोर्चात ते सामील व्हायचे. त्यांच्या चळवळी, मोहिमांसाठीसुद्धा ते पैशांचा पुरवठा करायचे, असा आमचा संशय होता.”

या सर्वांच्या नोंदी ॲडमने करून घेतल्या. हे सर्व फार भयंकर होतं; अविश्वसनीय होतं; पचनी पडायला अवघड होतं. यासाठी खरोखरच मृत्युदंडाची शिक्षा काही गैरवाजवी नव्हती. “बरं, परत आपण ग्रीनव्हीलकडे वळू. हे कॉफीचं दुकान कुठे आहे?”

“ते मला आठवत नाही.”

“त्या दुकानाचं, उपाहारगृहाचं नाव काय आहे?”

“ती तेवीस वर्षांपूर्वीची गोष्ट आहे आणि लक्षात ठेवण्यासारखं खास असं काहीही नव्हतं.”

“ते ८२ क्रमांकाच्या हमरस्त्यावर होतं का?”

“हो, मला तसं वाटतं. पण तू या माहितीचं काय करणार आहेस? त्या जाड्या आचाऱ्याला शोधून काढण्यासाठी तू तुझा मौल्यवान वेळ खर्च करणार आहेस की काय? त्या लोचट वेट्रेसला शोधून काढून तू काय करणार आहेस? मी सांगतो त्यावर विश्वास नाही का?”

“होय, माझा तुमच्या सांगण्यावर विश्वास बसत नाहीये.”

“का?”

“घड्याळ वापरून बॉम्बचा स्फोट कसा घडवून आणायचा हे तुम्ही कुठे शिकलात, हे तुम्ही मला का सांगत नाही?”

“माझ्या घराच्या मागच्या गॅरेजमध्ये.”

“म्हणजे क्लॅन्टनमध्ये?”

“क्लॅन्टनच्या बाहेरसुद्धा ती माहिती मिळू शकते.”

"तुम्हाला कोणी शिकवलं?"

"माझं मी स्वत: शिकलो. मला एक रेखाचित्र मिळालं होतं. त्यात सगळा तपशील होता. काय काय गोष्टी करायच्या, हे टप्प्याटप्प्याने विशद करून सांगितलं होतं."

"क्रॅमर बॉम्बस्फोटापूर्वी या प्रकारचा स्फोट तुम्ही केव्हा केला होता? म्हणजे असा प्रकार वापरण्याचा सराव तुम्हाला होता का?"

"एकदा त्या प्रकारे एक बॉम्बस्फोट केला होता."

"कुठे आणि केव्हा?"

"जंगलात माझ्या घरापासून दूर, डायनामाइटच्या दोन कांड्या आणि इतर साहित्य घेऊन मी जंगलामधल्या एका खोल दरीत गेलो होतो. प्रयोग केला होता. तो यशस्वीही झाला होता."

"प्रयोग यशस्वी झाला असेल, यात शंकाच नाही आणि त्याचा अभ्यास, संशोधन तुम्ही तुमच्या गॅरेजमध्ये केलं. बरोबर?"

"हो. मी तसंच केलं होतं."

"गॅरेज म्हणजे तुमची एक छोटी प्रयोगशाळाच होती."

"तुला काय पाहिजे ते तू म्हण."

"तुम्ही जेव्हा पोलिसांच्या कैदेत होतात, त्या काळात एफ.बी.आय.च्या माणसांनी तुमचं घर, गॅरेज, तुमच्या ताब्यातल्या जागेची कसून तपासणी केली होती, पण त्यांना स्फोटकांचा लवलेशही सापडला नाही."

"ते कदाचित मूर्ख असतील किंवा मी अति हुशार, काळजी घेऊन काम करणारा असेन, त्यामुळे मी मागे कणभराचाही पुरावा ठेवला नव्हता."

"किंवा बॉम्बस्फोट कसे घडवून आणायचे, याचं सखोल ज्ञान असणाऱ्या दुसऱ्या कोणीतरी तो स्फोट घडवून आणला असेल."

"नाही, मला तुला सांगायला वाईट वाटतं, पण तसं काही नव्हतं."

"ग्रीनव्हीलच्या त्या कॉफीगृहात तुम्ही किती वेळ थांबला होतात?"

"बराच वेळ थांबून होतो. पाचनंतर काही वेळ गेला, मग सहा वाजायला आले. मी सहाच्या पूर्वी काही मिनिटं तेथून बाहेर पडलो आणि क्रॅमर यांच्या ऑफिसवरून मोटारीने गेलो. जागा जशीच्या तशी होती. लवकर उठून बाहेर पडणारे लोक मला दिसत होते आणि त्यांच्यापैकी मला कोणी पाहावं, असं मला वाटत नव्हतं. मी नदी पार केली आणि अर्कान्सस राज्यातल्या लेक या छोट्या गावात गेलो आणि थोड्या वेळाने ग्रीनव्हीलला परतलो. तोपर्यंत सात वाजले होते, सूर्य उगवला होता, वर्दळ वाढली होती; स्फोट झालेलाच नव्हता. मी रस्त्याच्या कडेला मोटार उभी केली. जवळपासच्या भागात थोडाफार चालत फिरलो. तोपर्यंतसुद्धा

बॉम्बस्फोट होतच नव्हता. काय झालं होतं, हे पाहायला मी आज जाऊ शकत नव्हतो. का, याची तुला कल्पना आहेच. मी चालत राहिलो, चालत राहिलो. अगदी लक्ष देऊन कानावर काही आवाज येत आहेत का, ते पाहत राहिलो. आत्ता जमीन हादरेल, थोड्या वेळाने हादरेल; पण काहीच झालं नाही.''

''तुम्ही मार्विन क्रॅमर आणि त्यांची दोन मुलं इमारतीत शिरताना पाहिली का?''

''नाही. मी कोपऱ्याच्या पलीकडे होतो. मी क्रॅमरनं त्याची गाडी उभी केलेली पाहिली आणि लक्षात आलं की, काहीतरी भयानक गडबड झालेली आहे. क्षणभर मी अवाक झालो. काही सुचेनासं झालं. मग मनात विचार आला की, हा ज्यू आहे. यानं केलेली खूप वाईट कृत्यं आपण पाहिलेली आहेत, पण त्याच्या ऑफिसमध्ये काम करणाऱ्या सेक्रेटरीचा विचार मनात आला. मग मी परत त्या ऑफिसच्या सभोवतालून फिरलो. मी माझ्या हातावरच्या घड्याळात आठला वीस मिनिटं कमी असलेली वेळ पाहिल्याचं मला आठवतंय. एखादा निनावी फोन करावा आणि तळमजल्यावरच्या एका खोलीमध्ये एक बॉम्ब ठेवला आहे, असं मार्विनला सांगावं, असा विचार मनात आला होता; पण सांगितल्यावरसुद्धा त्यानं माझ्यावर विश्वास ठेवला नसता, तर माझा काही इलाज नव्हता. मग काय व्हायचं ते होऊ दे, असा विचार माझ्या मनात आला.''

''तुम्ही फोन का केला नाहीत?''

''माझ्याजवळ दहा पेनीचं नाणं नव्हतं. माझ्याजवळ जी काही चिल्लर होती, ती उपाहारगृहातल्या महिला नोकराला देऊन टाकली होती आणि एखाद्या दुकानात जाऊन मला सुट्टे पैसे मागायचे नव्हते. मला तुला असं सांगायचंय की, मी खरोखरच अस्वस्थ झालो होतो. माझे हात थरथर कापत होते आणि कोणाला माझा संशय येईल, असं मला वागायचं नव्हतं. तिथे मी परका, अनोळखी होतो. बरोबर? मी अशा छोट्या गावात होतो की, जिथे प्रत्येक जण एकमेकांना ओळखत होता आणि ज्या ठिकाणी एखादी घटना किंवा गुन्हा घडतो, त्या वेळी एखाद्या परक्या माणसाला पाहिलं असेल, तर ही गावातली माणसं चांगलं लक्षात ठेवतात. मी क्रॅमर यांचं ऑफिस ज्या रस्त्यावर आहे, त्याला छेदून जाणाऱ्या रस्त्यालगतच्या पदपथावरून पायी चाललो होतो. त्या वेळी एका केस कापण्याच्या दुकानाजवळ एक वर्तमानपत्र विकणारा बसला होता. त्याच्याकडून एक वर्तमानपत्र घेण्यासाठी एक जण त्याच्या खिशातून सुट्टे पैसे काढण्याच्या प्रयत्नात असलेला मी पाहिलं होतं. मी झटकन फोन करावा म्हणून त्याच्याकडे एखादा डाईम, दहा पेनीचं नाणं आहे का, हे विचारण्याच्या बेतात होतो; पण मी इतका बैचेन झालो होतो की, मला धीरच झाला नाही.''

''सॅम, तुम्हाला एवढं अस्वस्थ व्हायचं कारण नव्हतं. तुम्ही एवढ्यातच म्हणाला होतात की, क्रॅमरला काही इजा झाली, तरी तुम्हाला त्याची पर्वा नव्हती. बॉम्बस्फोट घडवून आणण्याचा हा तुमचा सहावा प्रसंग होता ना?''

''हो, पण इतर बॉम्बस्फोटाबाबत काम सोपं होतं. वात पेटवायची आणि दरवाजातून धूम बाहेर पळून जायचं, जवळपास कुठेतरी आसरा शोधायचा आणि स्फोट होण्याची वाट पाहायची. क्रॅमरच्या ऑफिसमधल्या त्या देखण्या सेक्रेटरीचा विचार माझ्या मनात येत होता. तिनंच मला प्रसाधनखोलीचा मार्ग सांगितला होता. त्याच मुलीनं नंतर न्यायालयात तशी जबानीपण दिली होती. त्या ऑफिसात काम करणाऱ्या इतरांचा विचारही माझ्या मनात आला होता. सर्वेक्षण करण्यासाठी मी त्या ऑफिसमध्ये गेलो होतो, तेव्हा ऑफिसच्या सर्व भागात माणसं काम करत असलेली मी पाहिली होती. आठ अगदी वाजतच आलेले होते आणि ऑफिस थोड्याच वेळात उघडणार होतं. बरेच जण मरण्याची शक्यता होती, ह्याची मला कल्पना आली. माझं डोकं काम करेनासं झालं.

''एका सार्वजनिक फोनपासून दोनतीन इमारती अलीकडेच मी माझ्या घड्याळाकडे पाहत उभा होतो. आपण फोन करायला हवा, असं सारखं मनातल्या मनात स्वत:ला बजावत होतो. शेवटी एकदाचा मी टेलिफोनच्या पेटीत शिरलो. तिथल्या पुस्तकांमधून नंबर शोधला, पुस्तक बंद करून बाजूला ठेवलं आणि टेलिफोनची डायल फिरवायला सुरुवात केली आणि माझ्या लक्षात आलं की, टेलिफोन मशिनमध्ये टाकायला माझ्याजवळ डाईनचं नाणं नव्हतं. म्हणून मी केशकर्तनालयाच्या दुकानात जाऊन सुटे पैसे आणण्याचं ठरवलं. त्याच वेळी माझ्या लक्षात हेही आलं होतं, की माझे पाय जड झालेले होते, सर्वांगाला घाम फुटला होता. तरीपण मी प्रयत्न करत त्या दुकानापर्यंत जाऊन काचेच्या दरवाजातून आत पाहिलं. ते पूर्ण भरलेलं होतं. भिंतीच्या लगत उभं राहून लोकं त्यांच्या नंबरची वाट पाहत होते. काही एकमेकांत बोलत होते, काही वर्तमानपत्र वाचत होते. खुर्च्यांची रांग होती. त्या सर्व खुर्च्यांमध्ये लोक बसलेले होते. काही जणांनी माझ्याकडे पाहिलेलं मला आठवतंय. एक-दोघांनी तर माझ्याकडे रोखून पाहिलं, तेव्हा मी तिथनं दूर झालो, निघून गेलो.''

''तुम्ही तिथनं कुठे गेलात?''

''नेमकं कुठे जायचं ठरलं नव्हतं. क्रॅमर यांच्या ऑफिसलगतच्या प्लॉटवर आणखी एक ऑफिस होतं. त्या ऑफिसच्या समोर मोटारी उभ्या करण्यासाठी मोकळी जागा होती, हे मला आठवत होतं. क्रॅमरच्या ऑफिसमध्ये त्याची सेक्रेटरी किंवा दुसरा कोणी ऑफिसमध्ये जात असण्याच्या बेतात होते, हे मी माझी मोटार ठेवण्याच्या ठिकाणाकडे जात असताना पाहिलं होतं. त्याच क्षणाला बॉम्बचा स्फोट झाला.''

“म्हणजे तुम्ही रस्त्याच्या पलीकडच्या बाजूलाच होतात.”

“हो, मला तसं वाटतं. काचांचे, दगडाच्या कपच्यांचे काही तुकडे माझ्या हातांवर, गुडघ्यांवर आणि माझ्या आजूबाजूला उडत येऊन पडलेले मला आठवतायंत, पण त्यानंतरचं फारकाही मला आठवत नाही.”

त्याच वेळी बाहेरच्या बाजूनं दरवाजावर हलक्या आवाजात टकटक केल्याचा आवाज आला. मग हातात एक मोठा स्टायरो फोमचा कप, कागदाचा रुमाल, ढवळण्यासाठी काडी, दुधाच्या पावडरच्या काही पुड्यांसह सार्जंट पॅकर त्यांच्याजवळ येऊन उभा राहिला आणि म्हणाला, “मी आत एकदम घुसलो म्हणून माफ करा, पण मला वाटलं, तुम्हाला थोडी कॉफी हवी असेल.” त्यांनी ते सर्व अॅडमसमोरच्या फळीसारख्या टेबलावर ठेवलं.

“धन्यवाद! मी आभारी आहे.”

पॅकर झटकन उलटा फिरला आणि दरवाजाकडे जायला लागला. “मला साखरेचे दोन चमचे आणि दुधाच्या पावडरची एक पुडी हवीये.” सॅम दोघांमधल्या पार्टिशनच्या पलीकडून बोलले.

“ठीक आहे.” पॅकर त्यांच्या चालण्याचा वेग कमी न करता म्हणाला आणि गेला.

“इथे सर्व व्यवस्था छान आहे नाही?” अॅडम म्हणाला.

“आश्चर्यकारक! केवळ आश्चर्यकारक!”

१४

सॅम यांना अर्थात कॉफी मिळाली नाहीच. ती मिळणारही नव्हती, हे सॅम यांना माहीत होतंच, पण ते ॲडमला माहीत नव्हतं; त्यामुळे ॲडम काही मिनिटं थांबला होता, पण त्याला सॅम म्हणाले, ''तू ती कॉफी पी.'' आणि त्यांनी त्यांच्यासाठी दुसरी एक सिगारेट पेटवली. ॲडम साखर, दूध-पावडर कॉफीच्या कडकडीत पाण्यात घालून प्लॅस्टिकच्या काडीने ढवळत असताना सॅम यांनी त्यांच्या खुर्चीच्या मागच्या बाजूच्या मोकळ्या जागेत थोड्याशा येरझाऱ्या घातल्या. मोकळ्या हवेत फिरण्याचा त्यांचा आजचा तास चुकणार, हे त्यांना कळून चुकलं होतं. दैनंदिन कामाच्या करण्याच्या इतर गोष्टींमधून पॅकर त्यांना तो तास काढून देईल, असं वाटत नव्हतं. म्हणून ते मोकळ्या जागेतच चालत राहिले. मध्येमध्ये त्यांनी काही उठाबशा काढल्या. काही वेळा ते अंगठे धरून ओणवे उभे राहत होते. एकदोनदा त्यांनी गुडघ्यांच्या सांध्यांना झटकून मोकळं केलं. तेवढ्यात त्यांनी काही जोरसुद्धा काढले.

जेव्हा त्यांना मृत्युदंड झालेल्यासाठींच्या कैद्यांच्या तुरुंगात अगदी पहिल्यांदा आणलं, त्या वर्षातल्या पहिल्या काही महिन्यांत ते त्यांच्या व्यायामाच्या बाबतीत खूप काटेकोर झाले होते आणि दररोज सलग ते शंभर जोर आणि शंभर बैठका मारायचे. भरपूर व्यायाम आणि कमी स्निग्ध पदार्थांचं सेवन यामुळे त्यांचं वजन अगदी योग्य म्हणजे एकशे साठ पौंड झालं होतं. पोट सपाट आणि कडक झालं होतं आणि इतके तंदुरुस्त ते त्यापूर्वी कधीच नव्हते.

पण त्यानंतर थोड्याच काळात त्यांना कळून चुकलं होतं की, हा तुरुंगच शेवटपर्यंत त्यांचं घर राहणार होता आणि सरतेशेवटी एक दिवस शासन त्यांना इथेच मृत्युदंड देणार होतं. मग असलं चांगलं शरीर, दंडावरच्या कडक गोट्या, सपाट पोट, याचा काय उपयोग होणार होता? त्या शरीराला तेवीस-तेवीस तास एखाद्या बंद खोलीत डांबून ठेवून मृत्यूची शिक्षा अमलात आणण्याच्या क्षणाची वाट पाहत बसण्यात काय अर्थ होता? हळूहळू त्यांचा व्यायाम थांबला, धूम्रपान

वाढलं. त्या तुरुंगातल्या कैद्यांच्यात सॅम तसे सुदैवी होते, कारण त्यांना बाहेरून पैसे येण्याचा मार्ग होता. तो इतरांना कोणालाही नव्हता. त्यांचा डोनी नावाचा धाकटा भाऊ नॉर्थ कॅरोलिनामध्ये राहत होता. तो दर महिन्याला दहा पुठ्ठ्यांच्या खोक्यातून मॉन्टक्लेअर सिगारेटची पाकिटं पाठवायचा. सॅम दररोज तीन ते चार पाकिटं संपवायचे. शासनाकडून मृत्युदंड मिळण्यापूर्वी त्यांना मृत्यूला कवटाळायचं होतं. खूप काळ चालणारं आजारपण यावं असं त्यांना वाटायचं, कारण तसे ते खितपत पडले असते, तर शासनालाच त्यांच्या औषधपाण्याचा खर्च करावा लागला असता आणि त्यांना तसं व्हायला हवं होतं.

पण असं दिसत होतं की, ते शर्यत हरणार होते.

घटनेनुसार कैद्यांचे जे अधिकार असतात, त्यांच्या आधारावर मध्यवर्ती सरकारचे एक न्यायमूर्ती मृत्यूची शिक्षा झालेल्या कैद्यांच्या या तुरुंगाच्या कामकाजव्यवस्थेचे प्रमुख होते. त्यांनी एक परिपत्रक काढून कैद्यांना दिल्या जाणाऱ्या वागणुकीसंबंधात, त्यांच्यावर करण्यात येणाऱ्या संस्कारशिक्षणसंबंधात काही मूलगामी सूचना दिल्या होत्या. त्यांनी कैद्यांचे अधिकार काटेकोरपणे स्पष्ट करून सांगितले होते. त्यांनी किरकोळ बाबतीतही काही सूचना केल्या होत्या. उदाहरणार्थ, प्रत्येक कैद्यासाठी कोठडीचं कमीतकमी क्षेत्रफळ किती असावं, कमीतकमी किती रोख रक्कम त्यांच्या जवळ असणं योग्य आहे आणि त्याचप्रमाणे जास्तीत जास्त तो किती रक्कम स्वत:जवळ बाळगू शकतो, याबद्दलचे नियम कडक केले. नियमानुसार जास्तीतजास्त रकमेची मर्यादा वीस डॉलर्स एवढी होती आणि कैद्यांच्या मते त्या मर्यादेला काहीच अर्थ नव्हता. त्यांच्या जवळ असणारे सर्व पैसे बाहेरूनच आलेले असायचे. मृत्यूची शिक्षा झालेल्यांच्या तुरुंगात, त्यांनी तुरुंगात काम करून पैसे कमवायला बंदी होती. नशीबवान कैद्यांकडे त्यांच्या नातेवाइकांकडून किंवा मित्रांकडून पैसे यायचे. सुरक्षा विभागाच्या क्षेत्रात एक उपाहारगृह होतं. तिथे ही मंडळी पैसे खर्च करायची. तिथल्या सॉफ्ट ड्रिंक्सना ते बॉटल्स अप म्हणायचे आणि स्नॅक्ससारख्या खाण्याच्या पदार्थांना झी-झस आणि व्हॅम व्हॅम म्हणायचे. सिगारेटच्या पाकिटांना टाइट लेग्ज आणि रेडी सेल्स म्हणायचे.

बहुतांशी कैद्यांना बाहेरून काहीही पैसे मिळायचे नाहीत. ते आपापसात वस्तूंची, नाण्यांची देवघेव करून व्यवहार पार पाडायचे. बहुतेकांची गरज तंबाखूच्या पानांची असायची. ती पातळ कागदात घालून, ते त्याची गुंडाळी करून, त्या पेटवून सावकाश धूम्रपान करत बसायचे. त्या मानानं सॅम सुदैवी होते.

ते परत त्यांच्या खुर्चीत बसले आणि त्यांनी आणखी एक सिगारेट पेटवली.

"तुम्ही तुमच्या खटल्याच्या वेळी असा जबाब का दिला नाही?" जाळीच्या पडद्यातून ॲडमनं विचारलं.

“कुठला खटला?”

“पहिले दोन खटले.”

“त्याची गरज भासली नाही. ब्राझिल्टननं न्यायनिवाडा करण्यासाठीच्या समितीतल्या सभासदांची चांगली निवड केलेली होती. सर्व जण गोरे होते. त्यांना वस्तुस्थितीची चांगली जाणीव होती. ते समजूतदार होते. आम्हा लोकांबद्दल त्यांना सहानुभूती होती. मला ही मंडळी गुन्हेगार ठरवणार नव्हती, याची मला खात्री होती, त्यामुळे तू म्हणतोस, तशी जबानी देण्याचा प्रश्नच उद्भवला नाही.”

“आणि तिसऱ्या, शेवटच्या खटल्याच्या वेळी?”

“तो जरा गुंतागुंतीचा मामला झाला होता. मी आणि कीज – माझा वकील, यांनी त्याबद्दल बऱ्याच वेळा चर्चा केली. सुरुवातीला त्याचा उपयोग होईल, असं त्याला वाटलं होतं, कारण न्यायानिवाडा करणाऱ्या समितीच्या सदस्यांना माझे उद्देश काय होते, ते मी समजावून सांगू शकेन, असं वाटलं होतं. कोणालाही शारीरिक इजा व्हावी, अशी माझी इच्छा नव्हती वगैरे. बॉम्बस्फोट खरा पाच वाजता व्हायला हवा होता, पण उलटतपासणी फार त्रासदायक होईल, असं मी धरून चाललो होतो. काही गोष्टींचा उलगडा होण्यासाठी यापूर्वीच्या बॉम्बस्फोटाबद्दलही चर्चा होणं आवश्यक होतं, असं न्यायमूर्ती महाशयांचं मत होतं. मीच त्या ठिकाणी बॉम्ब ठेवला होता, त्या सर्व पंधरा डायनामाइटच्या कांड्या मीच तिथे ठेवल्या होत्या, असं त्यांनी माझ्याकडून वदवून घेतलं असतं. पंधरा कांड्यांचा बॉम्ब माणसांना मारण्यासाठी पुरेसा होता.”

“तुम्ही जबानी दिली नाही, त्याचं हे कारण होतं?”

“जेरी डोगान वेड्यासारखं बोलायला लागला. तो अगदी भ्रमिष्ट झाला होता. गेली १५ वर्षं मध्यवर्ती सरकारच्या गुप्त पोलीसखात्यानं त्याला जाम पछाडलं होतं. त्याचे टेलिफोन ते ऐकत होते. त्याच्या नातेवाइकांना त्यांनी खूप त्रास दिला, त्याच्या मुलांना दमदाटी केली होती. रात्री-अपरात्री त्याचे दरवाजे ते ठोठावत होते. त्यांचं जगणं त्यांनी अवघड, दु:खीकष्टी करून टाकलं होतं. सतत त्याच्यावर कोणीतरी लक्ष ठेवून असायचं. तो जे जे बोलेल, ते ते ऐकायचे. मग एकदा त्याची कुठेतरी चूक झाली आणि त्यामुळे अंतर्गत महसूल खात्यानं त्या प्रकरणात प्रवेश केला. त्यांनी आणि एफ.बी.आय. या दोन खात्यांनी मिळून त्याच्यापुढे एक प्रस्ताव ठेवला, कारण डोगानच्या त्या चुकीमुळे त्याला पुढची तीस वर्षं तुरुंगात काढावी लागतील, अशी धमकी त्यांनी डोगानला दिली होती. त्याचं अवसान गळलं. माझा तो खटला पार पडल्यावर थोडे दिवस त्याला त्यांनी कुठेतरी पाठवल्याचं मला कळालं. तुला माहीत आहे? कुठल्यातरी सुधारगृहात त्याच्यावर उपचार झाल्यावर तो घरी परतला, पण त्यानंतर काही दिवसांतच तो स्वर्गवासी झाला.”

"डोगान आता जिवंत नाही?"

झुरका घेत असताना अर्ध्यातच सॅम स्तब्ध झाले. त्यांच्या तोंडातून धुराच्या काही रेषा निसटल्यासारख्या बाहेर पडल्या आणि वरच्या दिशेने नाकावरून, त्यांच्या डोळ्यासमोरून वर गेल्या. त्याच वेळी त्या डोळ्यातली नजर त्यातल्या आश्चर्यचकित भावांसह, समोरच्या पार्टिशनमधल्या मोकळ्या चौकटीसारख्या भागातून ॲडमच्या नजरेवर स्थिरावली आणि त्यांनी विचारलं, "तुला डोगानबद्दल काहीच माहीत नाही?"

काही क्षण ॲडमनं त्याच्या स्मृतीची चाचपणी केली. त्यानं असंख्य गोष्टी, घटनांची व्यवस्थित अनुक्रमणिका लावून भरती केलेली होती, पण त्यानं त्याचं डोकं हलवलं आणि म्हणाला, "नाही. डोगानला काय झालं?"

"मला वाटलं, तुला प्रत्येक गोष्ट माहीत आहे." सॅम म्हणाला आणि त्यानं पुढे बोलणं चालू ठेवलं, "मला वाटलं माझ्या बाबतीतली प्रत्येक गोष्ट तू पाठ करून ठेवली आहेस."

"सॅम, तुमच्याबद्दल मला खूप माहिती आहे, पण जेरेमी डोगानबद्दलच्या माहितीची मी पर्वा करत नाही."

"तो आणि त्याची बायको या दोघांना त्यांच्या घरातच, दोघं झोपेत असताना जाळून मारलं. त्या रात्री त्यांच्या घरातल्या गॅसच्या नळीतून गॅसची गळती व्हायला लागली आणि शेजाऱ्यापाजाऱ्यांच्या म्हणण्यानुसार एखाद्या बॉम्बस्फोटामुळे जसं घर पेट घेईल, तसा घराने पेट घेतला."

"हे कधी घडलं?"

"माझ्याविरुद्ध त्यानं जबानी दिल्या दिवसापासून बरोबर एक वर्षानंतर."

ॲडम हा तपशील त्याच्या नोंदवहीत नोंदवून घ्यायला लागला, पण त्याचं पेन पुढे जात नव्हतं. सॅमच्या चेहऱ्याकडे नजर टाकून काही सूचना, सुगावा मिळतोय का याचा अंदाज घेऊन तो म्हणाला, "बरोबर एक वर्षानंतर?"

"हो."

"हा तर चांगलाच योगायोग होता."

"अर्थात मी तर इथे होतो, पण मला इकडूनतिकडून, तुकड्यांतुकड्यांतून काही माहिती मिळाली. पोलिसांनी तर ती घटना अपघात म्हणून निकालात काढली. मला वाटतं, गॅसपुरवठा करणाऱ्या कंपनीविरुद्ध दावा लावलेला आहे."

"म्हणजे तुमच्या म्हणण्यानुसार तो खून नव्हता?"

"नाही कसा? तो खूनच होता."

"ठीक आहे, मग तो खून कोणी केला?"

"त्यासाठी एफ.बी.आय.चे लोक इथे आले होते. त्यांनी मला काही प्रश्न

विचारले. तुझा विश्वास बसणार नाही. ही मंडळी इथेसुद्धा नाक खुपसायला आलेली होती. उत्तरेकडल्या राज्यातली काही तरुण पोरं त्यांचे बिल्ले, ओळखपत्रं दाखवून मृत्यूची शिक्षा झालेल्या कैद्यांचा तुरुंग पाहायला, एका जित्याजागत्या क्लॅन परिवारातल्या, दहशत निर्माण करणाऱ्या सभासदाला पाहायला आले होते. त्यांची इतकी घाबरगुंडी उडालेली होती की, असं वाटत होतं की, ही पोरं त्यांच्या सावल्यांनासुद्धा घाबरत होती. तासभर त्यांनी मला मूर्खासारखे प्रश्न विचारले आणि नंतर निघून गेले. त्यानंतर पुन्हा त्यांच्याकडून काही ऐकलं नाही.''

''डोगानला कोणी मारण्याची शक्यता होती?''

सॅम यांनी सिगारेट दातात घट्ट पकडली आणि त्यापासून मिळणारा शेवटाचा झुरका तोंडभर घेतला. सिगारेट ॲश ट्रेमध्ये विझवली आणि समोरच्या जाळीतून धूर सोडला. ॲडमनं त्याच्या तोंडावर येणारा धूर पंजाच्या पंख्यासारख्या हालचालीनं बाजूला ढकलला. सॅम यांनी त्याकडे दुर्लक्ष केलं आणि म्हणाले, ''तशी बरीच माणसं होती.''

डोगानबद्दल नंतर बोलू, अशा आशयाची नोंद ॲडमने त्याच्या नोंदवहीच्या समासात एके ठिकाणी केली. 'सर्वप्रथम आपलं शोध घेण्याचं काम आपण उरकू आणि पुढे जेव्हा त्याची गरज भासेल, तेव्हा डोगान प्रकरणाचा मागोवा घेऊ.'

''युक्तिवादातला एक मुद्दा म्हणून बोलायचं म्हटलं, तर तुम्ही डोगानच्या जबानीविरुद्ध जबानी द्यायला हवी होती.'' तो टिपणं करत असतानाच हे बोलला होता.

''मी तसा एक जबाब त्याच्याविरुद्ध जाणारा दिला होता.'' हे वाक्य उच्चारताना त्या वेळी त्यांना दुःख झालं होतं, हे त्यांच्या बोलण्यातून जाणवत होतं. ''खटल्याच्या शेवटच्या दिवसाच्या आदल्या रात्री मी आणि कीज वकिलाची सेक्रेटरी... कोण होती ती... तिचं नाव मला आठवत नाहीये... असे दोघं जण मी तशी जबानी द्यावी, यावर ऊहापोह करत होतो. पण त्याबद्दल तूही विचार कर ॲडम की, मी तो बॉम्ब तिथे ठेवला होता की, ज्याचा स्फोट काही वेळानंतर होणार होता, हे मला मान्य करण्यावाचून गत्यंतरच नव्हतं. त्याचप्रमाणे इतर बॉम्बस्फोटातही माझा हात होता आणि मी रस्त्याच्या पलीकडे उभं राहून बॉम्बस्फोट होताना पाहायचो. त्याखेरीज बॉम्बस्फोट हा केवळ मार्विन हेच लक्ष्य ठेवून घडवून आणला होता, हे त्या खटल्यात स्पष्ट झालं होतं. फोनवरूनच संभाषण टेप केलेली टेपसुद्धा एफ.बी.आय.नं न्याय करणाऱ्या समितीच्या सभासदांना ऐकवली होती. तूसुद्धा ती ऐकलेली असशीलच. त्यांनी कोर्टाच्या खोलीत मोठेमोठे स्पीकर लावून उपस्थितांना ते ऐकवले होते. त्यांनी टेप वाजवणारं यंत्र न्यायसमितीसमोर थोड्याच वेळात उडणाऱ्या एखाद्या बॉम्बसारखं एका टेबलवर ठेवलं होतं. त्या टेपच्या संभाषणात डोगान हा

वेनग्रेव्हबरोबर बोलत होता. आवाजात खरखर येत होती, पण बोलणं ऐकू येण्याइतपत स्पष्ट होतं. मार्विन क्रॅमरच्या बॉम्बस्फोटासंबंधी कशा काय व्यवस्था होत्या, हे सांगताना तो माझा उल्लेख 'समूह' म्हणून करायचा. तर 'हा समूह तो ग्रीनव्हीलला पाठवणार होता' हे तो बढाई मारल्यासारखं सांगायचा आणि अशा प्रकारची वाक्यं त्या टेपमध्ये होती. त्या टेपमधले आवाज नरकातून आलेल्या भुतांसारखे वाटत होते. न्याय करणाऱ्या समितीतला प्रत्येक जण त्या टेपमधला शब्दन्शब्द कानात जीव आणून ऐकत होता. त्यांच्या दृष्टीने टेपचा उपयोग फारच परिणामकारक ठरला होता आणि त्यानंतर अर्थात डोगानची जबानी होती. तर अशा परिस्थितीत त्या सर्व कृत्यात माझा काहीही सहभाग नव्हता, असं मी सांगायला लागलो, तर माझ्यावर कोणीही विश्वास ठेवला नसता. मॅकलिस्टरने माझ्याविरुद्ध रान उठवलं असतं. त्यामुळे तशी भूमिका आपण घ्यायची नाही, असं आम्ही दोघांनी ठरवलं आणि त्यानुसार जबानी दिली. त्या कृत्यावर आता विचार केला, तर ती भूमिका चुकीची होती, असं वाटतं. मी माझी बाजू नीट मांडायला हवी होती, असंही वाटतं.''

''पण तुमच्या वकिलाच्या सल्ल्यामुळे तुम्ही नेमकं उलटं करून बसलात.''

''हे बघ ॲडम, आता तू कीजच्या चुकीच्या सल्ल्यासाठी त्याच्यावर हल्ला चढवायचा विचार करत असशील, तर ते तू विसर. माझं काम करण्यासाठी मी त्याला चांगले पैसे दिलेले आहेत. त्या पैशांची जमवाजमव करण्यासाठी मी माझं घर, माझ्याकडे जे काही होतं ते सर्व गहाण टाकून पैसे उभे केले होते. माझ्या मतानुसार कीजनं त्याचं काम योग्य तऱ्हेने केलं आहे. खूप पूर्वी गुडमन आणि टायनर यांनीसुद्धा कीजच्याच मागे लागायचं ठरवलं होतं, पण त्या बाबतीतला अभ्यास करता त्यांनासुद्धा कीजने केलेल्या प्रयत्नांत कोणत्याही प्रकारची कमतरता सापडली नाही, त्यामुळे तो विचार सोडून दे.''

क्रॅव्हिट्झ आणि बेन कंपनीच्या बेन्जामिन कीजने केलेल्या सॅम केहॉल यांची बाजू मांडण्याच्या कामाच्या संदर्भात संशोधन करून जमा केलेल्या कागदपत्रांची केहॉल फाइल दोन इंच जाडीची झालेली होती. मृत्युदंडाच्या विरोधात केलेल्या, पण उपयोगी न पडलेल्या युक्तिवादांबाबत मुख्य वकिलांना त्यांच्या सहकाऱ्यांनी न केलेली पुरेशी मदत हे कारण नेहमी पुढे केलं जातं; पण सॅम यांच्या बाबतीत हे कारण पुढे केलं नव्हतं. याबद्दल गुडमन आणि टायनर यांनी सविस्तर चर्चा केलेली होती. याबाबत कंपनीच्या एकसष्टाव्या आणि सहासष्टाव्या मजल्यांवरच्या त्यांच्या कचेऱ्यांमधनं एकमेकांना लांबलचक पत्रांची देवघेव झालेली होती. सरतेशेवटी एक पत्र प्रसिद्ध करून त्यात कीजनं केलेलं काम सर्वोत्तम होतं, असा उल्लेख केला होता आणि त्यामुळे यापुढे आक्षेप घेण्याजोगं काहीही राहिलं नव्हतं.

फाइलच्या शेवटी सॅम यांनी जे पत्र पाठवलेलं होतं, ते लावलं होतं. त्यात कीज यांच्यावर कोणत्याही प्रकारचा दोष ठेवू नये, असं सुचवलेलं होतं. त्या संदर्भात पुनरावलोकनासाठीचा अर्ज करायचा विचार झाल्यास सॅम त्यावर सही करणार नव्हते.

ज्या वेळी मृत्यू अमलात येण्याची शक्यता हा दूरवरचा भाग होता, त्या वेळी म्हणजे सात वर्षांपूर्वी शेवटचा अर्ज पाठवला होता. आता परिस्थिती निराळी झालेली होती. पूर्वीचे विषय, मुद्दे आता उकरून काढायला हरकत नव्हती. बुडत्याला काडीचा आधार, या उक्तीनुसार त्या मुद्यांचा आधार घ्यायला हवाच होता.

''सध्या कीज कुठे राहत आहेत?''

''त्यांच्याबद्दल मी जे शेवटचं ऐकलं होतं, त्यानुसार ते त्या वेळी वॉशिंग्टनमध्ये नोकरी करत होते. ही गोष्ट पाच वर्षांपूर्वीची. त्यांनी वकिली करणं सोडून दिलं होतं. आपण केस हरल्याचं त्यांनी फार मनावर घेतलं होतं. आम्हा दोघांनाही, आम्ही ती केस हरू, असं वाटलं नव्हतं.''

''तुमच्यावर ठेवलेला आरोप सिद्ध होईल, असं तुम्हाला वाटलं नव्हतं?''

''सिद्ध होईल असं वाटलं नव्हतं, कारण त्यापूर्वी मी त्यांच्यावर दोनदा मात केली होती. तिसऱ्या वेळीसुद्धा न्याय करणाऱ्या समितीत आठ गोरे लोक होते किंवा अँग्लोअमेरिकन होते. जरी माझ्या कितीही विरोधात खटला जात राहिला, तरी ते माझ्यावरचा गुन्हा कायम करणार नाहीत, याची मला खात्री होती.''

''कीजबद्दल काय?''

''त्याला मात्र चिंता वाटत होती. आम्ही खरं म्हणजे तो खटला मामुली पद्धतीने हाताळला नव्हता. कित्येक महिने आम्ही त्यासाठी मेहनत करून काम केलं होतं. माझ्या खटल्यासाठी तो जास्त लक्ष देत होता आणि त्याच्या इतर पक्षकारांकडे त्याचं दुर्लक्ष होत असल्याकारणाने त्याचे इतर काही पक्षकार नाराज होऊन त्याला सोडून गेले होते. एवढंच काय, तर त्याच्या कुटुंबीयांकडेही त्याचं दुर्लक्ष झालेलं होतं. मॅकलिस्टरचं नाव फोटोसह वर्तमानपत्रांतून दररोज झळकत होतं. या खटल्यासाठी दररोज तो जे काही काम करायचा, ते वर्तमानपत्रांतून छापून येत होतं. तिसऱ्या खटल्याच्या वेळी न्यायनिवाडा करणाऱ्या समितीवर घेण्याजोग्या चारशेच्या वर व्यक्तींच्या नावांची यादी प्रसिद्ध करण्यात आली होती. त्या व्यक्ती कोण होत्या, त्यांची पार्श्वभूमी, त्यांचे स्वभाव यासंबंधीची माहिती गोळा करण्यासाठी आम्ही दिवस-रात्र काम केलं. खटल्यापूर्वी जी कामं करावी लागतात, ती कीजने योग्य प्रकारे केली. त्याला नावं ठेवायला जागा नाही आणि आम्हीसुद्धा काही नवखे नव्हतो.''

''तुम्ही भूमिगत व्हायचाही विचार केला होता, असं ली आत्याने मला सांगितलं.''

"अस्सं, हे तिने सांगितलं?"

"हो, कालच रात्री तिनं मला हे सांगितलं."

त्यांनी त्यांची पुढची सिगारेट काढली. टेबलाच्या कोपऱ्याच्या भागावर टकटक करत उलटी आपटली. काही क्षण कौतुकाने त्यांनी त्या सिगारेटकडे पाहिलं. जणूकाही ती त्यांची शेवटचीच असणार होती.

"हो, मी तसा विचार केला होता. मॅकलिस्टर माझ्यामागे लागल्याला तेरा वर्षं होऊन गेली होती. मी स्वतंत्र माणूस होतो. दुसरा खटला संपला, त्या वेळी मी सत्तेचाळीस वर्षांचा होतो. त्यानंतर मी घरी परतलो होतो. दोन वेळा न्यायनिवाडा करणाऱ्या समितीने माझ्यावरचे आरोप अमान्य केलेले होते. माझ्या दृष्टीनं ही जमेची बाजू होती आणि त्या वेळी असं वाटलं होतं की, झालं ते झालं. तो भूतकाळ होता. त्यानंतर मी आनंदी होतो. मी माझं जीवन सर्वसामान्यांप्रमाणे जगत होतो. मी शेती करायला लागलो. मी लाकडं कापायची मिल चालवत होतो. शहरातल्या उपाहारगृहात जाऊन मी कॉफी प्यायचो. प्रत्येक निवडणुकांमधून मतदान करत होतो. सुरुवातीचे काही महिने मध्यवर्ती गुप्तचर खात्याच्या लोकांनी माझ्यावर लक्ष ठेवलं होतं, पण नंतर त्यांची खात्री झाली होती की, मी बॉम्बस्फोट करायचं थांबवलं होतं. मधूनच एखादा त्रासदायक वार्ताहर क्लॅटनमध्ये उपस्थित व्हायचा आणि प्रश्न विचारायचा. पण कोणीही त्याला उत्तरं द्यायचे नाहीत, बोलायचेही नाहीत. बहुतेक जण उत्तरेकडून आलेले असायचे. मुखदुर्बळ आणि मूर्ख असायचे. त्यांना खरोखरच काहीही माहिती नसायची. ते फार काळ राहायचे नाहीत. एक जण माझ्या घरी आला होता आणि जायचं नाव घेईना. पण त्याला घालवायला मला माझी छऱ्यांची बंदूक काढायला लागली नाही. फक्त कुत्र्यांना त्याच्या अंगावर सोडलं. त्यांनी त्याचा पार्श्वभागच पकडला. पुन:श्च तो परत आला नाही." ते स्वत:शीच काही क्षण हसत राहिले. मग त्यांनी आणखी एक सिगारेट पेटवली. "असं काही घडू शकेल, असं माझ्या स्वप्नातसुद्धा कधी आलं नव्हतं. मला जरी किंचितशी शंका वाटली असती की, असं काही घडू शकेल, तर मी फार पूर्वीच निघून गेलो असतो; परागंदा झालो असतो. कारण त्या काळात मी पूर्णपणे स्वतंत्र होतो. माझ्यावर कुठलंही बंधन, नियंत्रण नव्हतं. मी दक्षिण अमेरिकेत गेलो असतो आणि नाव बदलून राहिलो असतो. दोन-तीन वेळा मी भूमिगत झालो असतो. मग एखाद्या साओपावलो किंवा रिओ डी जानेरोसारख्या ठिकाणी स्थायिक झालो असतो."

"मेन्गेलसारखं!"

"हो, तसंच काहीतरी. मेन्गेलला ते कधीही पकडू शकले नाहीत, हे तुला माहीत असेलच. असे अनेक जण पळून गेलेले आहेत. त्यांनाही आपलं सरकार

पकडू शकलं नव्हतं. मी एका छान, छोट्याशा घरात पोर्तुगीज भाषा बोलत मोठ्या आनंदानं माझं जीवन जगत राहिलो असतो; डेव्हिड मॅकलिस्टरच्या नाकावर टिच्चून.'' सॅम यांनी त्यांचं डोकं हलवलं, डोळे मिटून घेतले आणि काय घडू शकलं असतं, याची दिवास्वप्नं पाहिली.

''मॅकलिस्टर यांनी उद्योग सुरू केले, त्याच वेळी तुम्ही का निघून गेला नाहीत?''

''तो माझा मूर्खपणा झाला. मॅकलिस्टरनं त्याचे उद्योग अतिशय सावकाशपणे आणि गुप्त रीतीनं सुरू केले होतं. छोट्या छोट्या तुकड्यांनी माझं आयुष्य सुरळीत होतं होतं; मार्गाला लागत होतं, असं मला वाटत होतं. मॅकलिस्टरने बरीच आश्वासनं दिली आणि तो निवडून आला. निवडून येणं हेच त्याचं पहिलं उद्दिष्ट होतं. त्यानंतर इंटरनल रेव्हेन्यू सर्व्हिसनं डोगानवर जाळं टाकलं. विविध प्रकारच्या अफवांचं पीक वृत्तपत्रांतून यायला लागलं होतं. हे सर्व माझ्या वाचण्यात येत होतं; पण प्रत्यक्षात तसं काही घडेल, यावर माझा विश्वास बसत नव्हता. मला काही माहीत होण्याच्या आतच एफ.बी.आय.ने माझ्यावर पाळत ठेवायला सुरुवात केली होती आणि त्यामुळे मला पळून जाता आलं नाही.''

अ‍ॅडमने त्याच्या घड्याळाकडे नजर टाकली आणि एकाएकी त्याला थकवा आल्याचं जाणवलं. त्यांचं बोलणं दोन तास बंदिस्त जागेत चाललं होतं आणि आता त्याला स्वच्छ हवा आणि चांगल्या सूर्यप्रकाशाची गरज वाटायला लागली होती. सिगारेटच्या वासानं त्याचं डोकं दुखायला लागलं होतं. क्षणाक्षणाला त्या खोलीतल्या वातावरणाचं तापमान वाढत होतं. त्यानं त्याच्या पेनचं टोपण लावलं, नोंदवही ब्रीफकेसमध्ये टाकली. ''मी आता जातो.'' असं तो दोघांच्यामध्ये असलेल्या जाळीच्या अडसरासारख्या पडद्याकडे पाहत म्हणाला. ''आणखी एका चर्चासत्रासाठी मी कदाचित उद्यासुद्धा येईन.''

''मी इथे असणारच आहे.''

''तुम्हाला इथे कधीही येऊन भेटण्याची लुकस मान यांनी मला परवानगी दिली आहे.''

''चांगला माणूस आहे नाही?''

''चांगला आहे. तो त्याचं काम चांगलं करतोय.''

''तसंच नैपेह आणि न्यूजंट आणि इतर गोरे लोकसुद्धा.''

''गोरे लोक?''

''हो, गोरे लोक असं म्हणणं, ही शासनातल्या लोकांना शिवी वाटते. तर या व्यवस्थापनात असलेल्या या सर्व गोऱ्या लोकांना खरोखर ही मृत्युशिक्षा अमलात आणू नये असं वाटतं, पण त्यांचं काम, त्यांची कर्तव्यं या लोकांना करावी

लागतायंत आणि ती ते करत आहेत. एक अर्धवट बुटका मारेकरी मृत्युदंडाची शिक्षा अमलात आणताना विषारी रसायनं एकत्र करण्याचं आणि मृत्युदंड द्यायच्या पेटीत विषारी वायू पाठवायचं काम करतो. मला हे लोक जेव्हा चामडी पट्ट्यांनी त्या पेटीतल्या खुर्च्यांना जखडून टाकतील ना, तेव्हा तू त्या मारेकऱ्याला तो काय करतोय, हे विचार. त्यावर तो, ''मी माझं कर्तव्य करतोय'' असंच उत्तर देईल. तुरुंगातला धर्मगुरू, वैद्यकीय अधिकारी, डॉक्टर, मानसोपचार तज्ज्ञ, मला त्या पेटीत घेऊन जाणारे सुरक्षाकर्मी, रखवालदार हे सर्वच जण माझ्या विरुद्ध नाहीयेत. ते फक्त त्यांना नेमून दिलेली कामं करायला बांधील आहेत.''

''आजोबा, ती वेळ येणार नाही.''

''तुला एवढी खात्री वाटते?''

''पूर्ण खात्री वाटते, असं मी म्हणणार नाही; पण मी सकारात्मक विचार करतो.''

''हो, या सकारात्मक विचाराचं इथे खूप मोठं प्रस्थ आहे. मी आणि माझ्यासारख्या इतरांनी मनातला निराशेचा भाव काढून टाकण्यासाठी हा मुद्दा पुढे केला जातो. नेहमी लागणाऱ्या वस्तू खरेदी करण्यासाठी उद्युक्त केलं जातं. आफ्रिकी वंशातल्या लोकांना त्यात रस वाटत नाही. ते फारच निराशावादी होतात.''

''ली आत्याला तुमच्याबद्दल फार काळजी वाटते. आजोबा, तिच्या डोक्यात सारखा तुमचाच विचार असतो. ती तुमच्यासाठी देवाजवळ सारखी प्रार्थना करत असते.''

सॅमनी त्यांचा खालचा ओठ दातात धरला आणि जमिनीकडे नजर टाकली. त्यांनी हलकेच मान हलवली, पण ते अबोल राहिले होते.

''पुढचा महिनाभर मी तिच्याबरोबर तिच्या घरीच राहणार आहे.''

''तिचं त्या माणसांबरोबरचं लग्न अजून टिकून राहिलंय ना?''

''हो, तसं म्हणायला हरकत नाही. तिला तुम्हाला भेटायचं आहे.''

''नाही.''

''का नाही?''

सॅम हलकेच त्यांच्या खुर्चीतून उठले आणि त्यांच्या मागे असलेल्या दरवाजावर त्यांनी टकटक केलं. ते वळले आणि ॲडमकडे जाळीच्या पडद्यातून पाहिलं. रखवालदाराने दरवाजा उघडेपर्यंत दोघं एकमेकांकडे पाहत होते. रखवालदार सॅमना घेऊन आत गेला.

१५

तुरुंगातल्या कैद्यांच्या एका गटाला हमरस्त्यावरचा कचरा गोळा करायच्या कामावर लावलं होतं. त्यांच्यावर देखरेख करण्याचं काम फिलिप नैपेह करत होते. त्यांना लुकस मान म्हणाला, ''त्या पोराला सॅमनी त्यांचा वकील नेमला असल्याचा करार झाल्याचं मला कळलं; पण लेखी असं मी काही स्वत: पाहिलं नाही.'' नैपेह यांना सकाळपासूनच डोकेदुखी आणि पाठदुखीचा त्रास होत होता, त्यामुळे ते वैतागलेले होते आणि त्यांच्या कामाचा अर्धा दिवस फारच त्रासाचा गेलेला होता. सकाळपासून त्यांनी तीन फोन घेतले होते. त्यातला एक राज्यपालांचा होता आणि दोन मध्यवर्ती सरकारचे सरकारी वकील रॉक्सबर्ग यांचे होते; अर्थात हे तीनही फोन सॅम यांच्या संबंधातलेच होते.

नैपेह हे यांच्या पाठीच्या खालच्या भागात हाताच्या मुठीने दाब देत बोलत होते. ''म्हणजे त्यांना एकदाचा कोणीतरी वकील मिळाला म्हणायचा.''

''हो आणि मला तो मुलगा आवडला आहे. तो जाताना माझ्या ऑफिसमध्ये डोकावून गेला. फार मोठ्या आपत्तीतून तो नुकताच बाहेर पडलाय, असे भाव त्याच्या चेहऱ्यावर होते. तो आणि त्याच्या आजोबांच्या दरम्यान फारच चकमक झालेली दिसतीये.''

''त्यामुळे त्याच्या आजोबांनाच त्रास होणार आहे.''

''आपणा सर्वांनाच त्यामुळे त्रास होणार आहे.''

''राज्यपाल साहेबांनी माझ्याकडे काय मागणी केली होती, माहीत आहे? मृत्युदंडाची शिक्षा अमलात आणते वेळी काय काय गोष्टी करायच्या असतात, त्याची एक नियमावली असते, ती आपल्याकडे आहे का, असं ते विचारत होते. मी त्यांना 'नाही' म्हणून सांगितलं. खरं म्हणजे त्यांच्याकडे त्याची प्रत असण्याची जरुरी नाही, असं मी म्हणालो. त्यावर ते राज्याचे राज्यपाल आहेत आणि त्यांच्याकडे त्या नियमावलीची एक प्रत असणं जरूर आहे, असं त्यांचं म्हणणं पडलं. नंतर मी त्यांना असं सांगितलं की, ती नियमावली म्हणजे बंधनात्मक अटी

असलेली पुस्तिका वगैरे काही नाहीये. आमच्याच खात्याच्या अधिकाऱ्यांनी एकापुढे एक करायच्या गोष्टींची एक यादी बनवलेली आहे आणि यापूर्वी जेव्हा जेव्हा अशा शिक्षा अमलात आणल्या होत्या, त्या वेळी उद्‌भवलेल्या अडचणींची दखल घेऊन, वेळोवेळी जरूर त्या गोष्टींची त्यात भर घालून सुधारत नेलेली ती यादी आहे. आम्ही त्याला 'काळ्या कलमांच्या यादीचं पुस्तक' असं संबोधतो. ती त्यांना पाहायची आहे, असं त्यांनी सांगितलं. त्यावर मी त्यांना असं सांगितलं की, बऱ्याच दिवसांत ती वापरावी लागली नव्हती म्हणून त्या यादीला अधिकृत सरकारी असं कोणतंही नाव नाही. त्यांना ती यादी हवी आहे, असा त्यांनी हेकाच धरला आहे. मला त्यांचा रागच आला होता. शेवटी आम्ही संभाषण संपवलं. पंधरा मिनिटानंतर त्यांचा वकील, तो बुटका, कुबड असलेला, नाकावर तो चष्मा अडकवतो तो?''

''लारामोअर.''

''हो. तोच तो. त्यानं मला फोन केला. त्यानं कायद्यातलं एक कलम सांगितलं आणि त्याच्या आधारावर राज्यपाल मृत्युदंड प्रत्यक्ष अमलात आणण्यापूर्वी पूर्ण करायच्या बाबींची यादी मागू शकतात, असं सांगितलं. त्यांना मी फोन तसाच चालू ठेवायला सांगून ते ज्या कायद्यातलं कलम सांगत होते, ते कलम त्यांना फोनवर चक्क वाचून दाखवलं. कारण मला जसंकाही कळतच नाही, अशा आवेशानं त्यांनी त्या कलमाचा उल्लेख केला होता. मीपण त्यांना सांगितलं की, कृपया खोटं काहीतरी सांगून आम्हाला दमात घेण्याचा प्रयत्न करू नका. मग मी फोन बंद केला. दहा मिनिटांनंतर राज्यपालांनी मला फोन केला. त्या वेळी त्यांचा आवाज गोड, मिठास होता. त्यांनी ''लारामेअरच्या बोलण्याकडे लक्ष देऊ नका'' असं सांगून ''त्या काळ्या यादीबद्दल विसरून जा'' असं सांगितलं. घटनेनुसार जे अधिकार सॅम यांना मिळू शकतात, ते त्यांना मिळावेत, हा त्यांचा ती काळी यादी मागण्यामागचा उद्देश होता, असं सांगितलं.''

नैपेह यांनी स्वतःचं एका पायावरचं वजन दुसऱ्या पायावर घेतल्यासारखी उभ्याउभ्याच हालचाल केली आणि समोरच्या खिडकीतून बाहेर पाहत असताना पाठीवरच्या मुठीच्या दाबाची जागा बदलली.

''त्यानंतर अर्ध्या तासाने रॉक्सबर्ग यांचा फोन आला. त्यांनी काय विचारलं माहितीये? राज्यपालसाहेबांशी माझं बोलणं झालं का? तुम्हाला कल्पना असेल की नाही, मला माहिती नाही, पण रॉक्सबर्ग आणि मी जवळजवळ एकाच प्रकारे विचार करतो. आम्ही राजकारणातले जुने मित्र आहोत आणि आमचा एकमेकांवर विश्वास आहे. त्यांनी मला खाजगीत असं सांगितलं की, सॅम यांच्या मृत्युदंडाच्या शिक्षेची अंमलबजावणी राज्यपालसाहेब त्यांच्या राजकारणातल्या उत्कर्षासाठी वापरून घेण्याची शक्यता आहे.''

"नाही, त्यात काही अर्थ नाही." लुकसने नैपेह यांचं बोलणं उडवून लावलं.

"हो, मलाही तसंच वाटतं. मीही रॉक्सबर्गला राज्यपालसाहेब तसा विचार करणाऱ्यातले नाहीत, असं सांगितलं. माझं स्वत:चंसुद्धा हेच प्रामाणिक मत आहे. त्यावर आपण दोघंही बारकाईने नजर ठेवू आणि आपल्या दोघांपैकी कोणालाही राज्यपालसाहेबांच्या तशा उद्देशांचा सुगावा लागला किंवा हेतूचा अंदाज आला, तर तसं एकमेकांना कळवायचं, असं आम्हा दोघांत ठरलं आहे. त्यावर त्यानं असंही सांगितलं की, राज्यपाल महाशयांचा तसा काही उद्देश असल्याचं लक्षात आलं, तर त्याच्याजवळ काही ठोस उपाय आहेत की, त्या उपायांचा वापर करून राज्यपालांना तो सरळ करू शकतो. मी ते उपाय कोणते आहेत, ते विचारण्याचं धाडस केलं नाही; पण उपायांबद्दल त्याला खात्री होती."

"तुम्हाला दोघांपैकी जास्त वेडा कोण वाटतो?"

"रॉक्सबर्गच नक्की! पण त्यानं तसं बोलणं हा एक धाडसाचाच प्रकार होता." नैपेह यांनी सरळ होऊन शरीर घाबरत घाबरत ताणलं. त्यांच्या पायात बूट नव्हते. शर्ट मागच्या बाजूने बाहेर आला होता. त्यांना खरोखरच खूप वेदना होत होत्या. "प्रसिद्धीच्या, न भागवता येणाऱ्या भुकेने दोघंही त्रासलेले आहेत. दोन लहान मुलांना एक-एक गोळी दिली, तर त्यातली मोठी गोळी आपल्यालाच मिळावी, असं प्रत्येक मुलाला वाटत असतं. तसंच या दोघांचं वागणं असतं. मला दोघंही आवडत नाहीत."

"मतदार सोडले, तर प्रत्येक जण त्या दोघांचा तिरस्कार करतो."

दरवाजावर मोठ्या आवाजात तीन वेळा टक टक आवाज झाला. प्रत्येक टक टकमध्ये तेवढंच अंतर होतं! "न्यूजंटच असणार!" नैपेह म्हणाले. एकाएकी त्यांच्या वेदना वाढल्या. "ये, आत ये."

लगेचच दरवाजा उघडला आणि सेवानिवृत्त कर्नल जॉर्ज न्यूजंट आत आले. त्यांनी दरवाजा बंद केला. उठून उभं न राहता मान यांनी हस्तांदोलनासाठी हात पुढे केला. त्यांनी उत्साही आवाजात न्यूजंट त्यांना शुभेच्छा दिल्या. मग न्यूजंटनी एक पाऊल पुढे होऊन मान यांचा हात हातात घेऊन हस्तांदोलन केलं.

"या जॉर्ज, तुम्ही बसून घ्या." मानच्या शेजारच्या खुर्चीकडे बोट दाखवून नैपेह म्हणाले. न्यूजंट यांनी लष्करातल्या पद्धतीनं वागणं सोडावं, असं मानला वाटायचं; पण त्याचा काही उपयोग होणार नव्हता, हे त्याला चांगलं ठाऊक होतं.

"धन्यवाद मान!" असं म्हणून न्यूजंट खुर्चीत ताठ बसले. पार्चमन तुरुंगात सुरक्षाकर्मी फक्त गणवेश वापरायचे, पण न्यूजंट यांनी त्यांच्या स्वत:साठी एक वेगळा गणवेश तयार केला होता. त्यांनी पिवळट हिरव्या रंगाचा शर्ट आणि पँट अंगावर चढवली होती. शर्ट-पँट एकमेकांना शोभून दिसत होते. ते कडक इस्त्रीचे

होते आणि त्यांची इस्त्री दररोज तशीच आणि कपडे तितकेच स्वच्छ असायचे. पँट पावलांच्या वर तीन इंच, चकमकीच्या वेळी वापरायच्या काळ्या रंगाच्या, उंची, चकचकीत पॉलीश केलेल्या कातड्याच्या बुटात खोवली होती. त्यांच्या कपड्यावर, बुटावर कोणी केव्हाही, कधीही एखादा छोटासासुद्धा डाग पाहिला नव्हता.

त्यांच्या शर्टचं शेवटचं वरचं बटन नेहमी उघडं असायचं. त्यामुळे एक त्रिकोणी भाग उघडा असायचा. त्यातून त्यांचा करड्या रंगाचा, गळ्यापर्यंत असलेला टीशर्ट दिसायचा. शर्टच्या खिशांवर कोणत्याही प्रकारची पदकं किंवा बिल्ले लावून ते सुशोभित केलेले नव्हते. अर्थात तशा प्रकारच्या मानचिन्हांची अनुपस्थिती न्यूजंट यांना फारच मानहानीकारक वाटत असावी, असं मानला वाटत होतं. त्यांचे केस लष्करी प्रकारानेच कापलेले होते. कानांच्या वर एक इंचापर्यंतच्या भागात कातडी उघडी दिसत होती. त्यावर करड्या रंगांचे, कमी लांबीचे, तुरळक केस दिसत होते. न्यूजंट यांचं वय बावन्न होतं आणि लष्करात त्यांनी चौतीस वर्षं काढली होती. सुरुवातीला कोरियाच्या युद्धात एक साधा सैनिक म्हणून आणि पुढे व्हिएतनामच्या युद्धात कॅप्टन म्हणून टेबलाशी बसूनच काम केलं होतं. नोकरीत करायच्या कामांच्या संदर्भातल्या नियमावलींच्या पुस्तकातला शब्दन्‌शब्द मन लावून वाचून काढण्याची त्यांना आवड होती. नियमांमध्ये सुधारणा घडवून आणण्याच्या दृष्टीनं ते सूचना करायचे. त्या मान्य करवून घ्यायचे. सुरक्षाकर्मी, अधिकारी, वॉर्डन यांना त्या वाचायला लावून त्यांच्या ते गळी उतरवायचे. त्यामुळे त्यांच्या हाताखालच्या, पहारेकरी, रखवालदार, सुरक्षाकर्मी या सर्वांनाच त्यांच्या या वागण्याचा त्रास वाटायचा. तरीपण त्यांच्या म्हणण्यानुसार असं वागण्याशिवाय पर्याय नव्हता. कर्नलसाहेबांचा नैपेह यांच्या जागेवर डोळा होता आणि थोड्याच महिन्यांत ती जागा त्यांना मिळणार होती, हे सर्वांनाच ज्ञात होतं.

''जॉर्ज, मी आणि लुकस सॅम केहॉल यांच्यासंबंधी आत्ता बोललो. त्यांनी केलेल्या पुनरावलोकनासंदर्भातल्या विनंतिअर्जाबाबत तुम्हाला कितपत माहिती आहे, याबद्दल मला कल्पना नाही; पण पाचव्या मंडल न्यायालयाने तहकुबी उठवलेली आहे आणि महिनाभरात आपल्याला ती शिक्षा अमलात आणावी लागेल, असं वाटतंय.''

''होय साहेब.'' न्यूजंट उत्तरले. नैपेह यांचा प्रत्येक शब्द ते नीटपणे ऐकून स्मरणात साठवून ठेवत होते.

''आजच्या वर्तमानपत्रात मी ती बातमी वाचली आहे साहेब.''

''ठीक आहे. लुकसला असं वाटतंय की, ही शिक्षा अमलात आणल्यावाचून गत्यंतर नाहीये. बरोबर आहे ना लुकस?''

''हो, तसं होण्याची पन्नास टक्यांपेक्षा जास्त शक्यता आहे.'' न्यूजंट यांच्याकडे

पाहत लुकस म्हणाले.

''जॉर्ज, तुम्हाला इथे कामाला येऊन किती दिवस झाले?''

''दोन वर्षं एक महिना.''

कानाचा खालचा भाग चोळत असताना वॉर्डन नैपेह यांनी मनातल्या मनात काही गणितं केली. ''म्हणजे पॅरीसची शिक्षा अमलात आणली, त्या वेळी तुम्ही नव्हतात.''

''होय साहेब, त्यानंतर काही आठवड्यातच मी इथे आलो.'' त्यांच्या बोलण्यात निराशेचा भाव होता.

''म्हणजे एकही मृत्युदंडाची शिक्षा अमलात आणलेली तुम्ही पाहिलेली नाही?''

''नाही साहेब.''

''बरं झालं, तुम्ही पाहिलेली नाही ती. जॉर्ज, तो सारा प्रकारच भयानक आहे आणि आपल्या नोकरीतला तर तोच सर्वात वाईट, दु:ख देणारा भाग आहे. मला स्वत:ला परत त्या सर्वांतून जायचं नाही. मला वाटलं होतं की, पुन्हा कोणाला त्या विषारी वायूच्या पेटीत बसवण्यापूर्वी मी सेवानिवृत्त होईन; पण आता मला त्याबद्दल शंका वाटते. मला खरोखरच कोणाचीतरी मदत हवी आहे.''

आधीपासूनच न्यूजंट जरा कष्ट घेऊनच त्यांच्या साहेबांसमोर जरा ताठ बसले होते. ते जरा आणखी ताठ झाले. त्यांनी लगेचच होकारार्थी मान हलवली. त्यांचे डोळे भिरभिर फिरत होते.

नैपेह त्यांच्या गुबगुबीत खुर्चीत आणखी आरामात बसले आणि बसतानासुद्धा त्यांना वेदना होणार होत्या. त्यामुळे त्यांच्या चेहऱ्यावर वेदना होत असल्याचे भाव होते, ''जॉर्ज, मला हे करायचं नाही. त्यामुळे लुकस आणि मी असं म्हणतोय की, या वेळचं काम तुम्ही चांगलं करू शकाल.''

कर्नल त्यांच्या चेहऱ्यावर फुटलेलं हास्य लपवू शकले नव्हते; पण एकाएकी ते मावळलं आणि त्या जागी एकदम रागीट, गंभीर आविर्भाव उमटले, ''होय साहेब, मी ते काम चांगल्या प्रकारे पार पाडू शकेन, अशी मला खात्री आहे.''

''अरे, आम्हाला तुमच्याबद्दल खात्री आहेच!'' नैपेह टेबलावरच्या कोपऱ्यावर काळ्या रंगाचं कव्हर असलेल्या, चांगल्या प्रकारे बांइंडिंग केलेल्या पुस्तकाकडे बोट दाखवत म्हणाले. ''आमच्याकडे तसे प्रसंग पार पाडण्यासाठी काय काय करावं लागतं, त्यासंबंधातलं ते पुस्तक आहे. गेल्या तीस वर्षांत विषारी वायूने मृत्युदंड दिलेल्या चोवीस प्रकरणांचा अभ्यास त्यात नमूद करून ठेवलेला आहे.''

न्यूजंट यांचे डोळे बारीक झाले. त्यात चौकस वृत्तीची भावना निर्माण झाली आणि त्यांनी त्या काळ्या कव्हरच्या पुस्तकाकडे नजर टाकली. त्या पुस्तकाची पानं सारख्या आकाराची नव्हती. काही काही पानं जरूर त्या आकारात बसवण्यासाठी घड्या घातलेलीसुद्धा होती. पुस्तकाची बांधणी अव्यवस्थित होती; सुबक नव्हती.

त्या पुस्तकाला चांगलं स्वरूप द्यायचं, असं त्या क्षणीच न्यूजंट यांनी ठरवलं आणि तेच त्या संबंधातलं त्यांचं पहिलं काम असणार होतं. त्या पुस्तकाचं आकर्षक असं स्वरूप त्यांच्या डोळ्यासमोर तरळलं.

"तुम्ही ते आज रात्री वाचून काढावं, असं आम्हाला वाटतं आणि उद्या परत आपण भेटू, त्यावर चर्चा करू. चालेल?"

"होय साहेब." मोठ्या आत्मविश्वासाने जॉर्ज म्हणाले.

"आपलं यावर परत बोलणं होईपर्यंत तुम्ही याबद्दल कोणाशीही काही बोलायचं नाही. कळलं?"

"नाही बोलणार."

लुकस मान याच्याकडे पाहून आपण किती चलाख आहोत, हे दाखवण्याच्या इराद्यानं न्यूजंट यांनी मान हलवली. एखाद्या लहान मुलाला खेळणं दिल्यावर जसा आनंद होतो, तसा आनंद न्यूजंट यांच्या हातात ते काळ्या यादीचं पुस्तक मिळाल्यावर झालेला होता. न्यूजंट ते पुस्तक घेऊन त्या खोलीतून बाहेर पडले आणि जाताना दरवाजा बंद करून घेतला.

"हा माणूस जरा विचित्र आहे." लुकस म्हणाला.

"हो, मला कल्पना आहे. आपण त्याच्यावर लक्ष ठेवून राहू."

"नाही, त्याच्यावर लक्ष ठेवायलाच हवं, कारण सॅम यांना विषारी वायूच्या पेटीत बसवायला तो उतावीळ झालाय. या आठवड्याच्या शेवटालाच त्याला ती शिक्षा अमलात आणायचीये."

नैपेह यांनी त्यांच्या टेबलाचा ड्रॉवर उघडून औषधांच्या गोळ्यांची एक बाटली बाहेर काढली. त्यातल्या दोन गोळ्या त्यांनी पाणी न वापरताच गिळून टाकल्या. "लुकस, मी आता घरी जातो. मला आडवं पडून जरा विश्रांती घेणं गरजेचं वाटतंय. मला नाही वाटत की, मी सॅम यांची शिक्षा अमलात येईपर्यंत मी जगू शकेन."

"नाही, तुम्ही असं काहा बोलू नका. तुम्ही आता लगेचच घरी जा."

गार्नर गुडमन यांच्याबरोबरचं ॲडमचं फोनवर झालेलं बोलणं तसं संक्षिप्तच होतं. त्यात ॲडमने सॅम यांच्याबरोबर करार झाल्याचं अभिमानाने सांगितलं. सॅमबरोबर चर्चा करण्यात त्यानं चार तास घालवले होते आणि त्यातून फारकाही निष्पन्न झालेलं नव्हतं, याचाही उल्लेख केला होता. गुडमन यांना कराराची एक प्रत हवी होती. त्यावर ॲडमनं त्यांना सांगितलं होतं की, सध्यातरी त्याच्या काही प्रती काढलेल्या नव्हत्या आणि मूळ प्रत मृत्युदंड झालेल्या कैद्यांसाठीच्या तुरुंगाच्या मुख्य कचेरीत सुरक्षितपणे ठेवलेली होती. तसंच अशिलानं मान्यता दिली, तरच त्या कराराच्या प्रती काढल्या जातील, असं त्यात एक कलम होतं.

''सॅम यांच्या संदर्भातली फाइल पुन्हा नीटपणे पाहू, त्याचा अभ्यास करू.'' असं गुडमन यांनी ॲडमला सांगितलं. ॲडमने त्यांना लीच्या घरचा टेलिफोन नंबर दिला आणि दररोज त्यांना फोन करून त्या दिवसात घडलेल्या घटनांचा अहवाल तो देईल, असं आश्वासन दिलं. त्यानं टेलिफोन बंद करून जागेवर ठेवला आणि टेलिफोनवर दिलेल्या दोन घाबरवून टाकणाऱ्या निरोपांकडे त्याची नजर गेली. दोन्ही निरोप पत्रकार, बातमीदारांचेच होते. एक मेम्फिस वर्तमानपत्राचा होता आणि दुसरा मिसिसिपी राज्यातल्या जॅक्सन इथल्या एका टेलिव्हिजन वाहिनीचा होता.

बेकर कुली या दोन्ही वार्ताहरांबरोबर बोलले होते. जॅक्सनच्या टेलिव्हिजन वाहिनीच्या बातम्या देणाऱ्यांचा एक गट ॲडमच्या कचेरीत स्वागतिकेपर्यंत येऊन पोचला होता. कुलींनी त्यांना धमकावल्यानंतरच ते गेले होते. त्यांचं मेम्फिसचं क्रॅव्हिट्झ आणि बेन या कंपनीचं ऑफिस एकदम प्रसिद्धीच्या झोतात आलं होतं आणि त्यामुळे त्यांच्या आधीच कटकटींच्या असलेल्या दैनंदिन कामांमध्ये व्यत्यय येत होता. कुलींना हे अजिबात आवडलं नव्हतं. कंपनीचे व्यावसायिकदृष्ट्या कुशल असलेले सचिव (सेक्रेटरी) अगदी नम्र होते; पण त्यांनासुद्धा ऑफिसपासून दूर राहावं, असं वाटत होतं.

पत्रकारांना, बातमीदारांना कुलींनी चांगली समज दिली होती. त्यांनीही त्याची दखल घेतली होती. त्यांना सॅम आणि ॲडम यांचं एकमेकांशी आजोबा-नातवाचं असं नातं होतं, अशी माहिती होती. ही माहिती कुलींनी नक्कीच दिलेली नव्हती. मग हे नातं कुठून उघड झालं होतं? वर्तमानपत्रातून या बाबतची बातमी प्रसिद्ध होण्यापूर्वी त्यानं त्याच्या सर्व सहकाऱ्यांना एकत्र बोलवून त्यांना या नात्याची कल्पना दिली.

त्या वेळी जवळजवळ पाच वाजायला आले होते. ॲडम त्याच्या ऑफिसच्या खोलीचा दरवाजा बंद करून त्याच्या टेबलाशी बसला होता. त्याच्या खोलीलगतच्या हॉलमध्ये वकिलांचे मदतनीस, कारकून काम संपवून घरी जाण्याच्या तयारीला लागले होते आणि त्या वेळी त्यांच्यात जे संवाद चालू होते, ते अस्पष्टसे ॲडमच्या कानावर येत होते. टी.व्ही. वार्ताहरांना आपण काहीही सांगायचं नाही, असं ॲडमने ठरवलं होतं. त्यानं मेम्फिस प्रेस या वर्तमानपत्राला फोन करून टोड मार्क्सबद्दल विचारणा केली. आधीच्या ध्वनिमुद्रित निरोपाप्रमाणे तो सूचना पाळत गेला आणि शेवटी तो एकदाचा मार्कच्या फोनपर्यंत पोचला. तो एखाद्या जवळच्या मित्रासारख्या आपलेपणाने म्हणाला, ''मी टोड मार्क्स बोलतोय.'' तो आवाज एका विशीतल्या तरुणासारखा वाटत होता.

''मी क्रॅव्हिट्झ आणि बेन या कंपनीतला ॲडम हॉल बोलतोय. मी तुम्हाला फोन करावा, असा एक निरोप होता.''

“हो हो, श्रीयुत हॉल.” त्याच क्षणी मोठ्या तत्परतेने, पण घाईत असल्यासारख्या मैत्रीपूर्ण आवाजात तो बोलायला लागला, “तुम्ही फोन केलात, त्याबद्दल खूप खूप आभार. तुम्ही केहॉल केस हातात घेतली आहे, अशी एक बातमी मला मिळाली. त्याबाबतच्या बातम्यांचा मी पाठपुरावा करतोय.”

“हो, मी श्रीयुत केहॉल यांचं वकीलपत्र घेतलं आहे.” ॲडम तोलूनमापून बोलल्यासारखा बोलला होता.

“हो, ठीक आहे आणि आम्हीही तसंच ऐकलं आहे आणि तुम्ही शिकागोहून आला आहात ना?”

“हो, मी शिकागोहून आलो आहे.”

“हं, ही केस तुम्हाला मिळाली कशी?”

“माझी कंपनी सॅम केहॉल यांची केस गेली सात वर्षं चालवत होती.”

“हो. ते ठीक आहे. काही दिवसांपूर्वी तुमच्या कंपनीकडून ती केस सॅम यांनी काढून घेतली होती ना?”

“हो, त्यांनी तसं केलं होतं, पण त्यांनी मला पुन्हा नेमलंय.” कॉम्प्युटरवरच्या अक्षरांची बटनं मार्क दाबत होता. त्याचा खटखट येणारा आवाज ॲडमला ऐकू येत होता.

“बरं, दुसरी गोष्ट. आम्ही एक अफवा ऐकली आहे. अफवाच बरं का! ती अशी की, सॅम केहॉल हे तुमचे आजोबा आहेत म्हणून?”

“तुम्ही कुठे ऐकलीत ती अफवा?”

“त्याचं कसं आहे साहेब, आमचे काही खबरे असतात. ते आम्हाला माहिती देत असतात. ही माहिती कुठून मिळाली, हे खरोखर मला सांगता येत नाही. बरोबर आहे ना साहेब?”

“हो, मला त्याची कल्पना आहे.” ॲडमनं एक दीर्घ श्वास घेतला. मार्क्सला तसंच एक मिनिट खोळंबून ठेवलं. “तुम्ही आत्ता कुठे आहात?”

“आमच्या वर्तमानपत्राच्या कचेरीत.” मार्क्स म्हणाला.

“ते कुठे आहे? मी या गावात नवा आहे.”

“तुम्ही आत्ता कुठे आहात?” मार्क्सने विचारलं.

“गावातल्या आमच्या कंपनीच्या कचेरीत.” ॲडम म्हणाला.

“म्हणजे मी तुमच्यापासून दूर नाही. मी दहा मिनिटांत तिथे येऊ शकतो.”

“नको, इथे नको. आपण दुसरीकडे कुठेतरी भेटू. एखाद्या शांत बारमध्ये.”

“ठीक आहे. तुमच्या कचेरीपासून तीन गल्ल्या सोडल्यावर युनियन रस्त्यावरचे पीबॉडी हॉटेलमध्ये एक छानसा बार आहे. त्या बारचं नाव मॅलॉर्ड्स आहे.”

“चालेल, मी तिथे पंधरा मिनिटांत येतो. फक्त तुम्ही आणि मी. तिसरं

कोणीही नाही. चालेल?''

''हो.''

ॲडमनं फोन ठेवून दिला. सॅमबरोबरच्या करारात काही संदिग्ध कलमं होती. त्यानुसार त्यांच्या वकिलाला वर्तमानपत्राच्या बातमीदारांबरोबर काहीही चर्चा करायला बंदी होती, पण त्या कलमांचे दोनतीन अर्थ निघू शकत होते. त्याचा फायदा घेऊन एखादा वकील वागू शकला असता, पण ॲडमला तसं करायचं नव्हतं. दोन वेळा त्याच्या आजोबांबरोबर चर्चा झाल्या होत्या, तरीसुद्धा त्यांच्याबद्दलच्या काही गोष्टी गूढ होत्या. त्यांना वकिलांबद्दल तिरस्कार होता; भले तो त्यांचा नातू असला तरी!

मॅलॉर्ड्स बार गजबजायला लागला होता. गर्दी वाढायला लागली होती. बहुतेक जण तरुण व्यावसायिक होते. दिवसभरच्या कामाने थकलेले वाटत होते. उपनगरातल्या त्यांच्या घराकडे जाण्यासाठी निघण्यापूर्वी एखाद्या तरतरी येणाऱ्या पेयाचा आस्वाद घेण्याच्या इराद्याने आलेले वाटत होते. फारच कमी जण मेम्फिस गावात राहत होते. त्यामुळे बँकेच्या व्यवसायातले अधिकारी, मध्यस्थाचं काम करणारे असे लोक मेम्फिस गावातल्या अनेक बारमधून हिरव्या रंगाच्या बाटल्यातली बियर किंवा स्वीडन देशातली व्होडका प्यायचे. पेय देणाऱ्या काउंटरशी मंडळी गर्दी करायचे. त्याचप्रमाणे छोट्या छोट्या टेबलांभोवती खुर्च्यांतून बसून शेअर मार्केटसंबंधी, व्यापाराविषयी चर्चा करायचे. या बारची इमारत उच्च दर्जाची होती. तो शिल्पशास्त्राचा एक चांगला नमुना होता. बांधकामासाठी वापरलेलं सामान अतिशय चांगल्या प्रकारचं होतं. दरवाजालगतच्या टेबलावरच्या ट्रेमधून कोंबडीच्या पायांचं मांस कलेजाचं मांस, डाळीचं पीठ आणि डुकराचं वाटून गुळगुळीत केलेलं मांस यांच्या मिश्रणाचा थर देऊन ते परतलं होतं. चिकन लेग्ज, बकेनचं आवरण देऊन परतलेल्या पदार्थांनी ट्रे भरलेले होते.

हातात एक नोंदवही घेऊन जीन पँटमध्ये घातलेला एक तरुण ॲडमला दिसला. त्यानं स्वतःच त्याची ओळख करून दिली आणि दोघं कोपऱ्यातल्या एका टेबलाशी जाऊन बसले. टोड मार्क्सचं वय पंचवीसपेक्षा जास्त नसावं. त्याच्या डोळ्यावर बारीक तारांच्या फ्रेमचा चष्मा होता आणि केस खांद्यापर्यंत वाढवलेले होते. त्याच्या चेहऱ्यावर मैत्रीचे भाव होते. तो थोडासा अस्वस्थही दिसत होता. त्यांनी हेनीकेन बियर मागवली. नोंदवही टेबलावर होती. टोड त्यामध्ये नोंदी करायला उत्सुक होता. ॲडमने पुढाकार आणि चर्चेचा ताबा घ्यायचं ठरवलं आणि तो बोलायला लागला. ''याबाबत आपण काही प्राथमिक नियम पाळायचे आहेत.'' तो म्हणत होता. ''पहिली गोष्ट की, आपण जे काही बोलू, ते सगळं अनौपचारिक आहे. मी ही माहिती दिली, असा उल्लेख कुठेही होणार नाही, हे मान्य आहे का?''

मार्क्सने होकारार्थी खांदे उडवले, पण त्याच्या मनात काय होतं, हे कळत

नव्हतं. ''ठीक आहे.'' असं तो म्हणाला.

''तुम्ही असं म्हणू शकता की, पूर्वी घडलेल्या घटनांचा मागोवा घेताघेता ही माहिती मिळाली किंवा तसं काहीतरी.''

''ठीक आहे, तोच मार्ग दिसतोय.''

''तुमच्या काही प्रश्नांना मी उत्तरं देऊ शकेन, पण काहींना नाही. तुमची बातमी योग्य दिशेने जाणारी हवी, यासाठी मी इथे आलेलो आहे, बरोबर?''

''ठीक आहे. त्यात गैर काहीही नाही. मग आता प्रश्न.– सॅम केहॉल तुमचे आजोबा आहेत का?''

''हो, आहेत.''

मार्क्सने एक खोल श्वास घेतला. तो अविश्वसनीय वस्तुस्थितीची माहिती मिळाल्याचा आनंद मनात साठवत होता. अर्थात त्याचा पाठपुरावा करून एखाद्या असामान्य विलक्षण गोष्टीपर्यंत त्याला जाता येणार होतं. वर्तमानपत्रात झळकणारे मथळे त्याच्या डोळ्यासमोर चमकत होते. आता त्याला आणखी काही प्रश्न विचारायचे होते. त्यानं अत्यंत काळजीपूर्वक खिशातून पेन काढलं आणि विचारलं, ''तुमचे वडील कोण?''

''माझे वडील हयात नाहीत.''

काही क्षणांचा काळ तसाच गेला, ''ठीक आहे. म्हणजे सॅम हे तुमच्या आईचे वडील?''

''नाही. माझ्या वडलांचे वडील.''

''ठीक आहे. मग तुमच्या दोघांची आडनावं निरनिराळी कशी?''

''कारण माझ्या वडलांनी त्यांचं आडनाव बदललं.''

''का?''

''या प्रश्नाचं उत्तर मी देणार नाही. मला आमच्या कुटुंबाच्या इतिहासामध्ये शिरायचं नाही.''

''तुम्ही लहानाचे मोठे क्लॅन्टनमध्ये झालात?''

''नाही, माझा जन्म क्लॅन्टनमध्ये झाला, पण मी तीन वर्षांचा असतानाच आम्ही ते गाव सोडलं. माझे आईवडील कॅलिफोर्नियात वास्तव्यासाठी गेले. तिथेच मी मोठा झालो.''

''म्हणजे सॅम केहॉल यांच्या सान्निध्यात तुम्ही लहानाचे मोठे झाला नाहीत?''

''नाही.''

''तुम्हाला सॅम माहीत होते?''

''मी काल त्यांना पहिल्यांदा पाहिलं आणि भेटलो.''

मार्क्स पुढचा प्रश्न कोणता विचारावा, या विचारात असतानाच बियर आली.

दोघांनी पेयपान सुरू केलं. काही मिनिटं कोणीच काही बोलत नव्हतं.

मार्क्सनं त्याच्या नोंदवहीकडे नजर टाकली, त्यात काहीतरी लिहिलं आणि विचारलं, ''क्रॅव्हिट्झ आणि बेन या कंपनीत तुम्ही किती वर्षं काम करत आहात?''

''जवळजवळ एक वर्ष.''

''तुम्ही केहॉल केससाठी किती दिवस काम केलं?''

''दीड दिवस.''

त्यानं एक मोठा घुटका घेतला आणि ॲडमनं स्पष्टीकरण करावं, असा आशय चेहऱ्यावर आणला आणि म्हणाला, ''हे बघा मिस्टर हॉल....''

''ॲडम म्हणा, मला चालेल.''

''ठीक आहे. ॲडम म्हणतो. हे बघा ॲडम, मध्येमध्ये काही सुसूत्रता दिसत नाहीये. तुम्ही थोडीफार मदत करू शकाल?''

''नाही.''

''ठीक आहे. सॅम केहॉल यांनी क्रॅव्हिट्झ आणि बेन कंपनीकडून त्यांना दिलेलं वकीलपत्र काढून घेतलं, असं मी कुठेतरी वाचलं आहे. ही घटना घडली, तेव्हा तुम्ही या केससाठी काम करत होतात का?''

''मी आत्ताच तुम्हाला सांगितलं की, मी या केससाठी काम करायला लागून दीडच दिवस झाला आहे.''

''मृत्यूची शिक्षा दिलेल्यांसाठीच्या तुरुंगात तुम्ही पहिल्यांदा केव्हा गेलात?''

''काल.''

''तुम्ही येणार होतात, ते सॅमना माहीत होतं का?''

''मला त्यात पडायचं नाही.''

''का नाही?''

''त्याचा तपशील मला गुप्त ठेवायचा आहे. मृत्यूची शिक्षा दिलेल्यांसाठीच्या तुरुंगाला दिलेल्या भेटींबद्दल मला काहीही चर्चा करायची नाही. तुम्ही ज्या गोष्टीचा पडताळा दुसरीकडे कुठेतरी घेऊ शकाल, अशा बाबतीत विचारलेल्या प्रश्नांची उत्तरं मी फक्त 'हो' किंवा 'नाही' अशीच देणार आहे.''

''सॅम यांना इतर कोणी मुलं आहेत का?''

''कुटुंबाबद्दलची चर्चा मी इथे करणार नाही. वर्तमानपत्रात याबद्दलची माहिती यापूर्वी आलेली असणार, याची मला खात्री आहे.''

''पण ती फार फार पूर्वी आली असणार.''

''मग शोधून काढा.''

दोघांनी त्यांच्या पेयाचे अनेक घुटके घेत काही मिनिटं घालविली. मार्क्सनं त्याच्या नोंदवहीकडे दृष्टी टाकली आणि म्हणाला, ''आठ ऑगस्टला सॅम यांची

मृत्युदंडाची शिक्षा अमलात येणार आहे. त्यात काही अडथळे येण्याची शक्यता आहे का? आणि असल्यास ते कशा प्रकारचे असतील?''

''याबद्दल काही सांगणं अवघड आहे आणि मला काही तर्कही बांधता येत नाहीत.''

''पण या शिक्षेची अंमलबजावणी स्थगित करावी, यासाठी करावे लागणारे सर्व प्रकारचे विनंतिअर्ज करून झालेले आहेत ना? आणि त्यावरचे निकालही लागलेले आहेत ना?''

''लागलेले असतीलही, पण सद्य:परिस्थितीतही मला काही मार्ग काढायचा आहे.''

''राज्यपाल सॅमना माफ करतील?''

''हो.''

''तशी शक्यता आहे?''

''हो. पण त्याबाबत तुम्हाला त्यांनाच विचारावं लागेल.''

''मृत्युशिक्षा अमलात येण्यापूर्वी तुमचे पक्षकार काही मुलाखती देणार आहेत का?''

''मला शंका वाटते.''

ॲडमनं लगेचच एखादं विमान पकडायचं होतं, अशा आविर्भावात त्याच्या घड्याळाकडे पाहिलं आणि म्हणाला, ''आणखी काही?'' त्यानं त्याची बियर संपवली.

मार्क्सनंही त्याचं पेन खिशाला अडकवलं आणि म्हणाला, ''आपल्याला परत बोलता येईल?''

''ते अवलंबून आहे.''

''कशावर?''

''तुम्ही आत्ता आपल्या चर्चेचा कसा उपयोग करणार त्यावर. तुम्ही त्यात कौटुंबिक मामला आणला, तर अवघड आहे.''

''यामागे नक्कीच काहीतरी गुपित असणार.''

''मला त्यावर काहीही टिप्पणी करायची नाही.'' असं बोलून ॲडम उभा राहिला. हस्तांदोलनासाठी हात पुढे केला. ''तुम्हाला भेटून आनंद झाला.'' असं सांगत दोघांनी हस्तांदोलन केलं.

''धन्यवाद, मी तुम्हाला फोन करेन.''

पेयपान-गृहातल्या गर्दीबरोबर चालत ॲडम त्यांच्यात दिसेनासा झाला.

१६

मृत्युदंडाचे कैदी ज्या तुरुंगात ठेवले जायचे, त्या 'रो' या तुरुंगातल्या कैद्यांसाठी काही अगदी किरकोळ वाटणारे आणि ज्याचं समर्थन करता येणार नाही, असे मूर्ख प्रकारचे नियम होते. त्यातला एक 'पाच इंच' नावाचा नियम होता. त्याचा सॅम यांना फार तिरस्कार होता. कैद्यांवर नियंत्रण ठेवण्यासाठी मोठ्या हुशारीने तयार केलेल्या नियमावलीतला हा एक मौल्यवान नियम होता – 'कैद्यांनी त्याच्याकडे जमा होत असलेली कागदपत्रं मर्यादित ठेवावीत. सर्व कागद एकावर एक असे ठेवल्यानंतर त्याची जाडी पाच इंचापेक्षा जास्त होता कामा नये, असं बंधन घालणारा होता. सॅम यांनी या तुरुंगात नऊ वर्षं काढल्यानंतर त्यांनी वेळोवेळी केलेले विनंतिअर्ज, पुनर्विचारार्थ केलेले अर्ज, न्यायालयातून जमा झालेले कागद हे सर्व एकत्र केल्यानंतर इतर कैद्यांप्रमाणेच त्यांच्याकडच्या कागदपत्रांची जाडी वाढत चालली होती. ही कागदपत्रं ठेवण्यासाठी जाड पुठ्ठ्यांचं एक मोठ्या आकाराचं खोकं लागत होतं आणि या पाच इंच नियमामुळे सॅम यांच्या बचावासाठी लागणारं संशोधन, त्यासाठीचा अभ्यास ते कसा करू शकणार होते?

पॅकर बऱ्याच वेळा सॅम यांच्या कोठडीत एक तीन फुटी पट्टी एखाद्या बँड मास्टरसारखी हालवत यायचा आणि त्यांच्या जमा झालेल्या कागदांची जाडी मोजून पाहायचा. प्रत्येक वेळी सॅमजवळच्या कागदपत्रांची जाडी वाढलेलीच असायची. एकदातर त्यांच्या जवळच्या कागदपत्रांची जाडी एकवीस इंच आली होती. प्रत्येक वेळी पॅकर नियमांचं उल्लंघन झाल्याचा अहवाल त्याच्या वरिष्ठांकडे पाठवायचा. असे नियमउल्लंघनाचे अहवाल आणि त्यांच्याजवळ सापडलेली जादा जाडीची कागदपत्रंही तुरुंगाच्या मध्यवर्ती कचेरीतल्या एका फाइलीत जायची. आता त्या फाइलची जाडी किती वाढली असेल, याचं सॅमना आश्चर्य वाटायचं; पण ते त्याची पर्वा करायचे नाही. साडेनऊ वर्षं ते जिवंत कसे राहतील, एवढंच त्यांनी पाहिलं होतं आणि नियम मोडल्यामुळे जीव घेण्यापेक्षा वेगळं ते काय करू शकणार होते?

प्रत्येक वेळी त्यांची जाड झालेली फाइल पातळ करण्यासाठी ते चोवीस

तासांचा अवधी द्यायचे.

साधारणपणे सॅम बरीचशी कागदपत्रं त्यांच्या नॉर्थ कॅरोलिनामधल्या भावाकडे पोस्टानं पाठवून जाडी कमी करायचे. काही वेळा त्यांनी नाखुशीनंच एक-दोन इंच जाडीची कागदपत्रं इ. गार्नर गुडमन यांच्याकडे पाठवली होती.

सध्याच्या काळात त्यांच्याकडच्या कागदपत्रांची जाडी बारा इंचांच्यावर गेली होती. त्याखेरीज त्यांच्याकडे अलीकडच्या काळातल्या उच्चतम न्यायालयातल्या खटल्यांच्या निकालांची माहिती असलेली एक कमी जाडीची फाइल बिछान्याच्या गादीखाली होती. दुसरी आणखी एक-दोन इंच जाडीची फाइल लगतच्या खोलीतल्या हॅक हेन्शॉ या कैद्याच्या मांडणीच्या एका फळीवर होती. त्याखेरीज आणखी एक इंच जाडीची फाइल पलीकडल्या खोलीत असलेल्या जे.बी. गलीट या कैद्याच्या कागदपत्रांच्यात होती. हेन्शॉ आणि गलीट यांचा सर्व पत्रव्यवहार, अर्ज सॅमच तपासून पाहायचे. हेन्शॉ यांच्यासाठी त्यांच्या नातेवाइकांनीच एक चांगला वकील ठरवून दिला होता आणि गलीटचा वकील वॉशिंग्टनमधला एक महाप्रसिद्ध वकील होता आणि त्यानं कोर्टाचं कधी तोंडही पाहिलं नव्हतं, अशी त्याची प्रसिद्धी होती.

कोणताही कैदी त्याच्या खोलीत तीनच पुस्तकं ठेवू शकेल, असाही एक गोंधळात टाकणारा नियम होता. या नियमानुसार मृत्यूची शिक्षा झालेल्या कैद्याच्या मालकीची फक्त तीनच पुस्तक असायला हवी होती. सॅम यांच्याकडे त्यांची अशी पंधरा पुस्तकं होती. सहा त्यांच्या पक्षकारांकडे म्हणजे हेन्शॉ आणि गलीट यांच्याकडे होती. ललित वाङ्मय वाचायला त्यांच्याकडे वेळ नव्हता. त्यांच्याकडे संग्रह होता, तो मृत्युदंडाची शिक्षा देणाऱ्या कायद्यांसंबंधातल्या आठव्या घटना-दुरुस्तीसंबंधातल्या पुस्तकांचा!

सॅम यांनी त्यांचं रात्रीचं जेवण नुकतंच संपवलं होतं. जेवणात डुकराच्या उकडलेल्या मांसाचा एक पदार्थ होता. चवळ्यांची उसळ, मक्याचा पाव होता. कॅलिफोर्नियाच्या नवव्या मंडल न्यायालयातल्या एका खटल्यासंबंधीची माहिती सॅम वाचत होते. त्या खटल्यातल्या कैद्याला मृत्यूची शिक्षा झालेली होती. त्या कैद्यानं ती शिक्षा निर्विकारपणे मान्य केली होती. त्याच्या वकिलांचं म्हणणं होतं की, तो कैदी वेडपटपणाच्या प्रभावाखाली आला होता, त्यामुळे त्याच्या वकिलांनी तो कैदी वेडा असल्यामुळे त्याची शिक्षा अमलात आणू नये, यासाठी अर्ज केला. कॅलिफोर्नियातलं नववं मंडल न्यायालय मृत्युदंडाच्या विरोधात असलेल्या विचारांच्या लोकांनी भरलेलं होतं. त्यांनी लगेचच हा मुद्दा उचलून धरला आणि मृत्युदंडाच्या अंमलबजावणीला तहकुबी दिली. सॅम यांना ही केस आवडली. त्यांची केस पाचव्या मंडल न्यायालयापेक्षा नवव्या मंडल न्यायालयाकडे असायला हवी होती, असं त्यांना बऱ्याच वेळा वाटलं होतं.

लगतच्या कोठडीतला गलीट ओरडून सांगू लागला, ''सॅम, एक पतंग आला आहे.'' आणि सॅम त्यांच्या खोलीच्या दर्शनी जाळीशी जाऊन उभे राहिले. 'उडता पतंग' ही कित्येक कोठडी पलीकडे असलेल्या कैद्याच्या खोलीत कागद पोचवण्याची एकमेव पद्धत होती. गलीटनं सॅम यांच्याकडे तो कागद दिला. तो छोटा मास्तरकडून आलेला होता. छोटा मास्तर हा सात कोठड्यांपलीकडे असलेला एक गोरा तरुण होता. चौदा वर्षांचा असताना तो चर्चमध्ये बायबल धर्मग्रंथातल्या वचनांचा अर्थ सांगायचा. स्त्रियांबद्दल त्याला जबरी आकर्षण होतं आणि स्वभावानं तो अतिशय तापट होता. चर्चमधल्या दुसऱ्या दर्जाच्या अधिकाऱ्याच्या पत्नीवर त्यानं बलात्कार केला आणि तिला मारून टाकलं, या गुन्ह्याखाली त्याचं सारं आयुष्य बरबाद झालं. आता तो चोवीस वर्षांचा होता आणि गेली तीन वर्षं तो या 'रो' तुरुंगात होता आणि पुन्हा तो आता देवादिकांच्या गोष्टी सांगणाऱ्यातला, बायबल ग्रंथातल्या वचनांचा अर्थ सांगणारा प्रवचनकार बनला होता. त्यानं पाठवलेली चिठ्ठी अशी होती–

प्रिय सॅम,

मी तुमच्या चांगल्यासाठी आत्ता प्रार्थना करत आहे. प्रभू प्रत्यक्ष तुमच्या केसमध्ये लक्ष घालेल आणि होऊ घातलेली घटना थांबवेल, याची मला खात्री आहे; पण त्याने जर तसं केलं नाही, तर एका झटक्यात कुठल्याही प्रकारच्या वेदना न होता तुम्हाला त्यानं उचलावं, एवढं तरी मी त्याला करायला भाग पाडेन.

तुमचा मित्र
रँडी

'किती विचित्र आहे!' सॅम विचार करत होते. 'या सर्वांनी यापूर्वीच तसा विचारही करायला सुरुवात केलेली आहे की, मला त्यानं झटक्यात उचलावं, काहीही वेदना त्रास वगैरे न होता.' ते त्यांच्या बिछान्याच्या कडेवर बसले. त्यांनी थोडक्यात असा एक निरोप एका छोट्या कागदावर लिहिला.

प्रिय रँडी,

प्रार्थनांबद्दल धन्यवाद! मला त्यांची गरज आहे. माझ्या पुस्तकांपैकी एक पुस्तक मला आता हवं आहे. 'मृत्युदंडाच्या शिक्षेबद्दल पुनरावलोकन' असं शीर्षक असलेलं. ब्रॉन्स्टेन या लेखकाचं ते पुस्तक आहे. हिरव्या रंगाचं ते पुस्तक आहे. ते कृपया माझ्याकडे पाठव.

सॅम

त्यांनी ती चिठ्ठी जे.बी.च्या हातात दिली आणि हात बाहेर काढून ती चिठ्ठी एका हातातून दुसऱ्या हातात जाताना पाहिली. जवळजवळ आठ वाजत आले होते, उष्णता वाढली होती आणि त्यात दमटपणाची भर पडत होती. त्यामुळे गुदमरल्यासारखं होत होतं. देवदयेनं बाहेर अंधारून यायला लागलं होतं. रात्रीचं तापमान पंचाहत्तर ते अठ्याहत्तर अंश फॅरेनहाईटच्या दरम्यान राहणार होतं. दूरवर कुठेतरी पंख्यांचा आवाज येत होता आणि कोठडीतलं तापमान सुसह्य होणार होतं.

त्या दिवशी सॅम यांना अनेक उडते पतंग मिळाले होते. सर्वांमध्ये त्यांच्याबद्दल सहानुभूती, प्रेम आणि आशा व्यक्त केलेली होती. सर्वांनी त्यांना जी काही शक्य होईल, ती मदत करण्याची तयारी दर्शवली होती. आवारात चालू असलेलं संगीत मधुर होतं; आवाज कमी होता. कोणाच्या अधिकारांबाबतीत जर कोणी ढवळाढवळ केली, तर तो कैदी चवताळून उठून मोठमोठ्या आवाजात त्याची प्रतिक्रिया व्यक्त करायचा. त्या संध्याकाळी तशा प्रकारचे आवाजसुद्धा नव्हते. सलग दुसऱ्या दिवशी मृत्यूची शिक्षा झालेल्यांच्या या 'रो' तुरुंगात जास्तच शांतता होती. इतर वेळी कोठडीतले टेलिव्हिजन सेट रात्रंदिवस मोठ्या आवाजात चालू असायचे, पण या वेळी त्या आवाजाचा मोठेपणा कमी होता. कोठड्या फारच शांत होत्या.

''मला नवीन वकील मिळाला आहे.'' गजामधनं हॉलमध्ये दोन्ही हात बाहेर काढून, कोपरे आडव्या अँगलवर टेकवून सॅम बारीक आवाजात बोलत होते. त्यांच्या अंगावर फक्त एक अर्धी चड्डी होती. त्यांच्या कोठडीतून ते गलीटशी बोलायचे, तेव्हा गलीटची मनगटं त्यांना दिसायची; त्यांना चेहरा कधीच दिसायचा नाही. दररोज एक तास उघड्यावर फिरण्यासाठी सॅम यांना जेव्हा बाहेर काढलं जायचं, त्या वेळी बाहेर जाताना ते अगदी हळूहळू चालत सर्व कोठड्यांसमोरून जायचे. त्यांच्या आतल्या दोस्तांच्या डोळ्यात पाहायचे आणि मित्रसुद्धा त्यांच्या डोळ्याला डोळे भिडवायचे. सॅमनी त्या सर्वांचे चेहरे चांगले लक्षात ठेवले होते. त्यांचे आवाज त्यांना पाठ होते; पण वर्षानुवर्षं एकमेकांशेजारी राहून त्यांचे चेहरे न पाहता त्यांच्या फक्त हातांकडे पाहत, जीवन-मृत्यू संबंधातल्या तासन्तास गप्पा मारायच्या आणि जगायचं, हा त्या व्यवस्थेतला अति क्रूरपणाचा प्रकार होता.

''सॅम, ही फार चांगली गोष्ट आहे! मलातर आनंद वाटला.''

''आणि तो तरुण, तरतरीत, चुणचुणीत आणि तीक्ष्ण बुद्धीचा आहे.''

''कोण आहे तो?'' गलीटनं त्याचे हात न हलवता एकमेकांना जोडले होते.

''तो माझा नातू आहे.'' गलीटलाच फक्त ऐकू जाईल, इतपतच मोठ्या आवाजात सॅम म्हणाले. त्याला गुपितं सांगण्यात धोका नव्हता.

गलीट त्यावर किंचितसा विचारात पडला. त्या वेळी त्याच्या हातांच्या बोटांची किंचितशी चाळवाचाळव झाली होती. ''तुमचा नातू?''

"हो, तो शिकागोहून आलाय. तो एका मोठ्या कंपनीत काम करतो. मला आता असं वाटतंय की, आपल्याला एक चांगला मार्ग सापडणार आहे."

"तुम्हाला एक नातू आहे, हे तुम्ही आम्हाला कधी सांगितलं नाही."

"मीसुद्धा त्याला गेल्या वीस वर्षांत त्याला पाहिलं नव्हतं. काल तो उगवला आणि मी वकील आहे आणि मला तुमची केस लढवायची आहे, असं म्हणाला."

"गेली दहा वर्षं तो होता कुठे?"

"मोठा होत होता. अरे, तो तर फक्त सव्वीस वर्षांचा आहे. अजून छोटा मुलगा आहे."

"आणि अशा छोट्या मुलाला तुम्ही तुमची केस चालवायला परवानगी देणार?"

सॅम यांना हे बोलणं थोडंसं लागलं. "माझ्या आयुष्यातल्या या टप्प्यात मला मनाप्रमाणे वकील निवडण्याच्या अधिकारात खूप मर्यादा आहेत."

"सॅम, आमचं तर असं मत आहे की, तुम्हालाच त्याच्यापेक्षा कायदेविषयक ज्ञान जास्त असेल."

"हो, मला त्याची कल्पना आहे; पण योग्य त्या न्यायालयात आपले अर्ज, विनंत्या पाठवणं, चांगल्या संगणकावर त्या टाईप करून घेणं, यासाठी वकिलीची सनद असलेल्या एखाद्या वकिलाची जरुरी असते आणि माझ्या वतीने कोर्टामध्ये खेपा घालणं, न्यायाधीशांसमोर त्यांच्याइतकंच ज्ञान असलेल्यानं युक्तिवाद करणं, अशा कारणांसाठी या वकिलाचा उपयोग होईल."

यावर गलीट बरीच मिनिटं गप्प होता. त्यावरून सॅम यांचं म्हणणं त्याला पटलेलं असावं, असं वाटत होतं. त्याचे हात स्तब्ध होते. मग तो एकाएकी बोटांची नखं एकमेकांवर घासू लागला. याचा अर्थ त्याला काहीतरी खटकत होतं, हे उघड होतं. तो त्यापुढे काय बोलणार होता, यासाठी सॅम थांबून होते.

"मी एका गोष्टीबद्दल बराच वेळ विचार करतोय आणि दिवसभर त्या विचारांनी मला भंडावलंय सॅम."

"कोणत्या गोष्टीनं तुला भंडावलं आहे?"

"आपण गेली तीन वर्षं इथे शेजारी शेजारी असलेल्या कोठड्यांत आहोत. जगातला माझा सर्वात चांगला मित्र तुम्हीच आहात. तुम्हीच एकमेव असे आहात की, ज्यांच्यावर माझा पूर्ण विश्वास आहे आणि मला कळत नाहीये की, तुम्हाला ते मृत्युदंडाच्या खोलीत घेऊन गेल्यावर मी काय करणार आहे? तुमच्याशिवाय माझं कसं होणार? म्हणजे मला असं म्हणायचंय की, माझ्या कायद्यासंबंधातल्या प्रश्नाबद्दल मला कधीच कळत नव्हतं आणि तुम्हाला त्याचं ज्ञान आहे. माझे प्रश्न सोडवण्यासाठी तुम्ही सतत माझ्या बाजूला असायचात. तुम्ही मला योग्य सल्ला

द्यायचात. वॉशिंग्टन डीसीमधल्या माझ्या वकिलावर माझा विश्वास नाही. तो मला कधी फोन करत नाही की एखादं पत्र लिहीत नाही. अशा परिस्थितीत माझ्या खटल्याचं काय होणार आहे? म्हणजे मला असं म्हणायचंय की, मी अजून एक वर्ष असणार आहे का पाच वर्षं हेच मला माहीत नाही आणि अशा गोंधळामुळे माझं डोकं ठिकाणावर राहणार नाही. तुम्ही इथे माझ्या बाजूला नसता ना, तर मी यापूर्वीच वेडा होऊन गेलो असतो आणि तुम्हाला जर तुमची शिक्षा टाळता आली नाही, तर आमचं काय?'' हे सर्व सांगत असताना त्याचे हात थरथरत होते आणि तो बोलायचा थांबल्या क्षणीच ते स्तब्ध झाले.

सॅम यांनी दोन सिगारेटी पेटवल्या आणि एक गलीटला दिली. मृत्यूची शिक्षा झालेल्यांसाठीच्या तुरुंगातल्या त्या एकमेव कैद्याला ते आपल्याजवळची वस्तू द्यायचे. त्यांच्या डाव्या बाजूचा हँक हेन्शॉ धूम्रपान करत नसे. दोघांनी क्षण-दोन क्षण झुरके घेतले आणि समोरच्या हॉलमधल्या वरच्या पातळीवर असलेल्या खिडक्यांच्या दिशेनं धुराचे लोट पाठवले.

शेवटी एकदाचे सॅम म्हणाले, ''जे.बी. मी कुठेही जाणार नाही. माझ्या वकिलाच्या मतानुसार मृत्युशिक्षा अंमलबजावणीच्या कारवाईत स्थगिती मिळण्याच्या शक्यता आहेत.''

''तुम्ही त्याच्यावर विश्वास ठेवता?''

''मला तसं वाटतं. तो फार हुशार मुलगा आहे.''

''हे जरा विचित्र वाटतंय सॅम! एखाद्याचा नातू त्याचा वकील म्हणून काम करतोय! मी तसा विचारही करू शकत नाही.'' गलीटचं वय एकतीस होतं. त्याचं लग्न झालं होतं, पण त्याला मूलबाळ नव्हतं आणि तो त्याच्या बायकोच्या मित्राबद्दल सारखी तक्रार करायचा. त्याची बायको ही एक अत्यंत क्रूर बाई होती. ती एकदासुद्धा त्याला भेटायला तुरुंगात आली नव्हती, पण त्याला एक पत्र लिहून ती गरोदर होती, अशी बातमी तिनं दिली होती. गलीट त्यानंतर तोंडाचा चंबू करून हुप्प, गप्प बसला होता आणि नंतर एकदा सॅम यांच्याकडे त्यानं सखेद कबुली दिली की, वर्षानुवर्षं तो त्याच्या बायकोला बडवायचा आणि अनेक स्त्रियांबरोबर संबंध ठेवायचा. एक महिन्यानंतर तिनं गर्भपात करून घेतल्याचं कळवलं होतं आणि तिला त्याबद्दल फार वाईटही वाटत होतं. एका मित्रानं गर्भपातासाठी लागणाऱ्या खर्चासाठी पैसे उधार दिले होते, हेही तिनं नमूद केलं होतं.

तिला घटस्फोट घ्यायचा नव्हता. गलीट अशा परिस्थितीत आनंदी कसा राहू शकणार होता?

''माझ्या मते, हे काहीतरी विचित्र आहे.'' सॅम सांगत होते, ''माझा नातू माझ्यासारखा जरासुद्धा दिसत नाही. तो त्याच्या आईवर गेला आहे.''

''म्हणजे एक व्यक्ती तुमच्यासमोर येते आणि सांगते की, तो तुमचा नातू आहे, असं झालं?''

''नाही, पहिल्याप्रथम असं काहीही बोलणं झालं नाही. आम्ही काही वेळ बोलत राहिलो आणि त्याचा आवाज ओळखीचा वाटला; त्याच्या वडलांच्या आवाजासारखा.''

''त्याचे वडील तुमचा मुलगा होता. बरोबर?''

''हो, तो आता हयात नाही.''

''तुमचा मुलगा या जगात नाही?''

''नाही.''

शेवटी एकदाचं हिरव्या रंगाचं कव्हर असलेलं पुस्तक प्रार्थना सांगणाऱ्या मुलाकडून एका कागदावर लिहिलेल्या मजकुरासह सॅम यांना मिळालं. त्यात त्याला दोन रात्रींपूर्वी एक उदात्त स्वप्न पडलं होतं आणि त्यानुसार त्याला एक दैवी शक्ती प्राप्त झाली होती, याची बातमी सॅम यांना दिल्याशिवाय त्याला चैन पडत नव्हतं. ती बातमी त्या कागदावर लिहिलेली होती. अर्थात, हे स्वप्न पूर्ण झालेलं नव्हतं. ते तुकड्यातुकड्यांनी पडत होतं. 'पूर्ण झाल्यावर त्या स्वप्नाचा अर्थ लावेन आणि नंतर तुम्हाला सांगेन' असं त्यानं लिहिलं होतं. त्याच्या मतानुसार ती एक चांगली बातमी होती आणि त्याला ती अगोदरच कळलेली होती.

''एकतरी बरं झालं की, तो गाणी गायचा थांबला.'' हे सॅम यांच्या स्वत:शीच बोलत होते. त्यानं पाठवलेली चिठ्ठी त्यांनी वाचली आणि ते आपल्या बिछान्यावर येऊन बसले. प्रार्थना सांगणारा मुलगा पूर्वी देवादिकांच्या गोष्टी सांगायचा आणि त्यापेक्षा वरची पायरी म्हणजे भक्तिपर भजनं, गाणी लिहायचा. कधीकधी त्याच्या अंगात दैवी शक्ती संचारल्यासारखा मोठमोठ्या आवाजात दिवस-रात्र न थकता भजनं गायचा. त्याला गाण्याचं, सुराचं, तालाचं शास्त्रोक्त ज्ञान कधी मिळालं नव्हतं, पण आवाजाची उंची अफलातून होती. त्यामुळे तो जेव्हा नवी नवी गाणी, भजनं उच्च आणि भसाड्या आवाजात गायला लागायचा, तेव्हा इतर कैदी भडकून उठायचे आणि तक्रार नोंदवायचे. आरडाओरडा, भांडणं, तक्रारी सोडवण्यासाठी पॅकर मध्ये पडायचा आणि सर्वकाही सुरळीत व्हायचं. ''भसाड्या आवाजातला याचा आरडाओरडा थांबला नाही, तर कायदेशीर कारवाई करून याची शिक्षा लवकरात लवकर अमलात आणण्यासाठी प्रयत्न करेन.'' अशी सॅम यांनी त्याला धमकी दिली होती. नंतर मात्र सॅम यांना तशी धमकी देणं गैर वाटलं. त्यांनी त्याची माफी मागितली होती.

आता हा मुलगासुद्धा वेड्यासारखं वागत होता. कॅलिफोर्नियातल्या वेड्याचं सोंग घेतलेल्या कैद्याची मृत्युशिक्षा अमलात आणण्यासाठी तिथल्या नवव्या मंडल

न्यायालयाने स्थगिती दिली होती. त्याप्रमाणे सॅम जर जास्त जगले असते, तर त्या कैद्यासारखं वेडेपणाचं सोंग घेण्याची क्लृप्ती वापरण्याचं त्यांनी ठरवलं होतं.

ते त्यांच्या बिछान्यावर आडवे झाले आणि त्यांनी वाचन सुरू केलं. पंख्यामुळे पानं फडफडत होती. दमट हवेमध्ये हालचाल होत होती, पण काही मिनिटांतच त्यांच्या अंगाखालची चादर घामाने ओली झाली होती. ते तसेच त्या ओलसर चादरीवर पहाट होईपर्यंत झोपले होते. तोपर्यंत सर्व तुरुंगात गारवा आला होता आणि चादर जवळजवळ कोरडी झालेली होती.

१७

ती पिंगट रंगाची इमारत पूर्वी कधीही घर म्हणून नव्हती. पिवळ्या रंगाच्या विटांचं, रंगीत काचांचं ते विचित्र प्रार्थनामंदिर म्हणजे चर्च होतं. ते मेम्फिस गावठाणापासून अगदी थोड्या अंतरावर एका प्लॉटवर होतं आणि त्या प्लॉटला जाळीचं कुंपण होतं. पिवळ्या विटांच्या भिंतीवर चित्रविचित्र चित्रं काढली होती. त्यावर निरर्थक मजकूर लिहिलेला होता. खिडक्यांच्या काही रंगीत काचा फुटलेल्या होत्या. त्या ठिकाणी प्लायवूडचे तक्ते लावलेले होते. प्रार्थनामंदिरामध्ये प्रार्थनेसाठी येणारे भाविक बऱ्याच वर्षांपूर्वी पूर्वेकडे स्थलांतरित झाले होते. गावठाणाच्या भागात राहणारे उपनगरात जाऊन राहिले होते. त्यांनी त्यांच्याबरोबर त्या चर्चमध्ये प्रार्थनेसाठी असलेले बाक, प्रार्थनापुस्तकं बरोबर नेली होती. एवढंच काय, तर चर्चचा कळसाचा भागही ते घेऊन गेलेले होते. एक पहारेकरी कंपाउंडच्यालगत फेऱ्या मारत असायचा आणि कोणी आत येण्याची इच्छा दर्शवत असला, तर त्याच्यासाठी फाटक उघडायला उत्सुक असायचा. त्या चर्चच्या लगत एक मोडकळीला आलेली इमारत होती आणि मागच्या बाजूला मध्यवर्ती सरकारच्या गृहरचना संस्थेनं बांधलेली इमारत होती. त्या इमारतीची अवस्थासुद्धा चांगली नव्हती. त्या इमारतीतूनच पिंगट रंगाच्या इमारतीत रुग्ण येत होते.

हे सर्व रुग्ण म्हणजे विशीतच आई झालेल्या तरुण आया होत्या. या सर्वांच्या वडलांचा पत्ता नव्हता; नावं माहीत नव्हती. सरासरी वय होतं पंधरा. वयानं सर्वांत लहान होती अकरा वर्षांची. परिस्थितीमुळे या इमारतीत राहत आलेल्या बहुतेक मुलींच्या कंबरेवर एक मूल होतं आणि एक तिच्या मागे फरफटत आणल्यासारखं येणारं होतं. माहिती मिळवण्याच्या निमित्ताने त्या तीन-तीन किंवा चार-चारच्या समूहाने येत होत्या. एकट्या एकट्या आल्या, तर त्या घाबरून जायच्या. एका जुन्या छपराखाली त्या एकत्र येऊन थांबून राहायच्या. त्या ठिकाणी त्यांच्यासाठी होणारी कागदपत्रं तयार व्हायची. तान्ह्या मुलांना त्या आपल्याजवळ ठेवून त्यांना हवं-नको ते पाहायच्या आणि उभी राहू लागलेली, चालणारी मुलं खुर्च्यांच्या

खालून खेळायची. त्या एकमेकींशी गप्पा मारायच्या. त्या इमारतीपर्यंत येणाऱ्या काही मुली चालत चालत येत होत्या.

ॲडमनं त्याची मोटारगाडी बाजूला असलेल्या मोकळ्या जागेत उभी केली आणि त्याला हव्या असलेल्या इमारतीशी जाण्यासाठी त्यानं पहारेकऱ्याला पत्ता विचारला. त्यानं ॲडमला पायापासून डोक्यापर्यंत न्याहाळलं. मग त्यानं तरुण मुली त्यांची बाळं कडेवर घेऊन, उभ्या राहून, सिगारेट ओढत, इमारतीच्या मुख्य प्रवेशद्वाराशी उभ्या होत्या, त्या दिशेनं बोट दाखवलं. त्या मुलींच्यामधनं त्यानं प्रवेशद्वारातून इमारतीत प्रवेश केला. मुलींच्या जवळून जात असताना त्यानं चेहऱ्यावर नम्रतेचे भाव आणले आणि त्यांच्याकडे पाहून डोकं हलवलं. त्या मुलींच्या चेहऱ्यावरच्या भावात काहीही फरक पडला नाही. त्या ॲडमकडे रोखून पाहत होत्या. आतमध्ये तशाच मुली त्यांच्या मुलांसह प्लॅस्टिकच्या खुर्च्यांत बसल्या होत्या. काही मुलं त्यांच्या पायाशी खेळत होती. टेबलाशी बसलेल्या एका तरुण, जबाबदार स्त्रीनं एका दरवाजाकडे बोट दाखवून 'आत गेल्यावर डाव्या बाजूच्या हॉलमध्ये जा.' असं सांगितलं.

लीच्या छोट्या ऑफिसचा दरवाजा उघडा होता. ती एका रुग्णाशी गंभीरपणे बोलत होती. ॲडमकडे पाहून ती हसली, "मी पाचच मिनिटांत येते." ती म्हणाली. तिच्या हातात लहान बाळाचा एक लंगोट-डायपर होता. तिच्यासमोरच्या रुग्णाजवळ लहान मूल नव्हतं; पण थोड्याच दिवसांत ती बाळंतीण होणार होती.

ॲडम तिथनं बाहेर हॉलमध्ये गेला आणि तिथल्या प्रसाधनगृहात गेला. तो जेव्हा बाहेर आला, त्या वेळी हॉलमध्ये ली त्याची वाट पाहत होती. त्यांनी एकमेकांच्या गालावर ओठ टेकवले, "आपल्या मोहिमेबद्दल काही नवी बातमी?" तिनं विचारलं.

"तू इथे नेमकं काय करतेस?" इमारतींतल्या खोल्यांना जोडणाऱ्या वाटेवरून ते चालले होते. त्या वाटेवरचे म्हणजे पॅसेजमधले ते जमिनीवरचे गालिचे विरले होते; बाजूच्या भिंतीचे ढपले पडलेले होते.

" 'ऑर्बन हाउस' ही स्वयंसेवी संस्था आहे. त्यात काम करणारे सर्व स्वयंसेवक आहेत. आम्ही बालवयात माता होणाऱ्यांसाठी काम करतो."

"हे नक्कीच मन विषण्ण करणारं काम आहे."

"तुम्ही त्याकडे कोणत्या दृष्टीनं पाहता त्यावर ते अवलंबून आहे. माझ्या ऑफिसमध्ये तू आलास, मला आनंद झाला." लीनं दरवाजा उघडला आणि त्यांनी आत प्रवेश केला. भिंतीवर रंगीत चित्रं लावलेली होती. त्यातल्या एकात एकामागोमाग लहान मुलं होती आणि मुलांना कशा प्रकारचं अन्न दिलं पाहिजे, ते दाखवलं होतं. दुसऱ्या चित्रात लहान मुलांना होणाऱ्या आजाराची माहिती सोप्या वाक्यांतून

सांगितली होती आणि तिसऱ्यात व्यंगचित्रांद्वारे साध्या गर्भनिरोध साधनांची माहिती दिली होती. ॲडम एका खुर्चीत बसला आणि सर्व चित्रं त्यानं परत एकदा पाहिली.

''या सर्व मुली कुठल्या ना कुठल्या प्रकल्पासंदर्भात काम करताना आम्हाला भेटल्या आहेत. त्यामुळे लहान बाळाचा जन्म झाल्यावर काय काय करावं लागतं, याची माहिती मिळणं दुरापास्तच असतं. त्यातल्या कोणाचीही लग्न झालेली नाहीत. त्या त्यांच्या आया, मावश्या किंवा आज्यांबरोबरच राहणाऱ्या आहेत. लहान मुलांचं चांगलं संगोपन कसं करावं आणि त्यांना निरोगी कसं बनवावं, याचं शिक्षण देण्याच्या हेतूनं काही नन्सनी वीस वर्षांपूर्वी या संस्थेची स्थापना केली.''

गर्भनिरोधकांच्या चित्राकडे पाहून ॲडमने मान हलवली आणि म्हणाला, ''इथं कुटुंबनियोजनाचं कामही चालतं का?''

''हो, आम्ही कुटुंबनियोजनाचा प्रसार करणाऱ्यांपैकी नाही; पण मुलं होऊ न देण्यासाठी लागणारी माहिती द्यायला काय हरकत आहे?''

''तुम्ही त्याचा फक्त उल्लेख करण्यापेक्षा आणखी काही करायला हवं.''

''तू म्हणतोस ते बरोबर असेल. गेल्या वर्षांत या देशात जन्मलेल्या मुलांपैकी साठ टक्के मुलं अविवाहित मातांना झालेली आहेत आणि हा आकडा दर वर्षी वाढतोय आणि प्रत्येक वर्षी मुलांवर होणारे अत्याचार किंवा त्यांना वाऱ्यावर सोडून देण्याचं प्रमाण वाढतंय. या सर्वांमुळे आपल्या आतड्याला पीळ पडतो. त्यांच्यातल्या काही जणांना तर जगण्याची संधीसुद्धा मिळत नाही.''

''या कामासाठी आर्थिक मदत कोण करतं?''

''हे सर्व खाजगी आहे. आम्ही आमचा अर्धा वेळ पैसे जमा करण्यासाठी वापरतो. हे सारं फार कमी पैशात भागवावं लागतं.''

''तुझ्यासारखे आणखी किती समुपदेशक इथे आहेत?''

''बारा-पंधरा असतील. काही जण एक दिवसाआड दुपारनंतरचा वेळ देतात, काही जण फक्त शनिवारी काम करणारे आहेत. मी नशीबवान आहे. मला इथे पूर्ण वेळ काम करायला जमतं.''

''आठवड्यातले किती तास?''

''तसं काही सांगता येणार नाही. त्याचा हिशोब कोण ठेवतोय? मी इथे सकाळी दहाला येते आणि अंधार पडल्यानंतर जाते.''

''आणि तू हे सर्व विनामोबदला करतेस?''

''हो. तुम्ही नाही का ते प्रो-बोनो म्हणजे समाजासाठी फुकट काम करता! तसं.''

''आम्हा वकिलांबाबतची ती गोष्ट वेगळी असते. आम्ही वकील आमच्या अशिलाकडून, पक्षकारांकडून जी काही फी घेतो, त्याच्या समर्थनार्थ आणि समाजाचं

आपण काही देणं लागतो, त्यापोटी अशी फुकट कामं करत असतो. तुझ्या हे लक्षात आलं का? स्वत:च्या पदराला खार लावून कोणीही फुकट काम करत नसतं. हा त्यातला फरक आहे.''

''पण मला या कामात समाधान मिळतं; आनंद मिळतो. तोच माझा पगार.''

''तू या लोकांच्या, या कामाच्या संपर्कात कशी आलीस?''

''मला नेमकं आता आठवत नाहीये. खूप वर्षं झाली. मी एका सोशल क्लबची सदस्य होते. चहा पिण्यासाठी ही मंडळी एकत्र जमायची. महिन्यातून एकदा जेवणाचा कार्यक्रम असायचा. त्या वेळी प्रत्येकाने काही पेनी द्यायच्या आणि कमनशिबी लोकांकरता आपण काहीतरी चांगलं काम करावं, त्यासाठी जमलेला निधी वापरायचा, अशा आमच्या गप्पा झाल्या. आमच्या मंडळात एक नन होती. तिनं या संस्थेची माहिती दिली आणि आम्ही ती संस्था दत्तक घेतली. एका गोष्टीतून दुसरी गोष्ट, असं ते वाढत गेलं.''

''आणि तू पगार म्हणून दहा पेनीसुद्धा घेत नसणार, बरोबर?''

''हो ॲडम. फेल्प्सकडे बक्कळ पैसा आहे. वस्तुस्थिती अशी आहे की, मला फेल्प्सकडून जे काही पैसे मिळतात, त्यातली बरीच रक्कम देणगी म्हणून मी या संस्थेला देते. दर वर्षी निधी जमा करण्यासाठी आम्ही काही खास कार्यक्रमांचं आयोजन करत असतो. या वर्षी तो कार्यक्रम पीबोडी इथे आहे. मी फेल्प्सच्या सगळ्या बँकवाल्या मित्रांना त्यांच्या बायकांसकट बोलावते आणि त्यांना देणग्या द्यायला लावते आणि त्यांच्याकडून बरेच पैसे उकळते. गेल्या वर्षी आम्ही दोन लाख डॉलर्सची रक्कम जमा केली होती.''

''ही रक्कम कुठे खर्च होते?''

''संस्था म्हटलं की खर्च खूप असतात. आमच्याकडे पूर्ण वेळ काम करणारे दोन नोकर आहेत. इमारत जुनी आणि तशी काही चांगली नाहीये. त्यासाठीसुद्धा काही खर्च करावा लागतो. बाकी रक्कम लहान मुलांना लागणाऱ्या वस्तूंसाठी, औषधांसाठी आणि माहितीपत्रं यांसाठी खर्च होते. कितीही रक्कम हाताशी असली, तरी पुरत नाही.''

''म्हणजे तूच हे सर्व हाताळत आहेस तर?''

''नाही, आम्ही एक व्यवस्थापक नेमला आहे. त्याला आम्ही पैसे देतो. मी फक्त समुपदेशक आहे.''

लीच्या मागे भिंतींवर एक चित्र होतं. ते ॲडमनं निरखून पाहिलं. त्या चित्रात पुरुषांनी, स्त्रियांनी वापरायची गर्भनिरोधकं दाखवली होती. मध्यंतरी त्याच्या वाचनात असं आलं होतं की, टेलिव्हिजनवर दोन्ही प्रकारच्या गर्भनिरोधकांची माहिती देऊन खूप प्रचार केला जातो. तरीही विशीतल्या आतली मुलं-मुली योग्य त्या गर्भनिरोधकांचा

वापर करत नाहीत. अशी परिस्थिती असताना या खोलीत बसून पंधरा वर्षांच्या आयांना डायपर वापरण्यामुळे मुलांना होणाऱ्या पुरळाचा त्रास कसा टाळता येईल, याची शिकवण देणाऱ्या कामाचं समर्थन कोण कसं करू शकतं, याचं ॲडमला आश्चर्य वाटत होतं.

''तुझं हे काम खरोखरंच कौतुकास्पद आहे.'' भिंतीवरच्या बालकांसाठीच्या अन्नपदार्थांची माहिती देणाऱ्या चित्राकडे पाहत तो म्हणाला.

लीनं काहीही न बोलता फक्त मान हलवली. तिचे डोळे तारवटले होते आणि ती आता जायला तयार होती. ''चल, आपण निघू.'' ती म्हणाली.

''कुठे?''

''मला माहीत नाही, पण कुठेतरी जाऊ.''

''आज मी आजोबांना भेटलो. त्यांच्याबरोबर दोन तास घालवले.''

ली तिच्या खुर्चीत एकदम बसली. हलकेच पाय वर उचलून ते तिनं समोरच्या टेबलावर ठेवले. नेहमीप्रमाणेच विरलेली जीन पँट तिनं चढवलेली होती आणि वर पासून खालपर्यंत बटनं असलेला शर्ट अंगावर होता.

''आता मी त्यांचा वकील आहे.''

''त्यांनी करारावर सही केली?''

''हो. त्यांनी स्वतःच एक चार पानी करारनामा तयार केला. त्यावर आम्ही दोघांनी सह्या केल्या, त्यामुळे मला आता पुढे काम केलं पाहिजे.''

''तू घाबरून गेला आहेस?''

''घाबरून काय, टरकून गेलोय. पण मी ते नीट हाताळणार आहे. आजच दुपारी मेम्फिस प्रेसच्या एका वार्ताहराबरोबर माझं बोलणं झालं. सॅम केहॉल यांचा मी नातू आहे, अशी अफवा त्यांनी ऐकली आहे.''

''तू त्याला काय सांगितलंस?''

''ती वदंता मी नाकारू शकलो नाही. त्याला आपल्या कुटुंबाविषयी खूप माहिती हवी होती. मी फारच कमी माहिती दिली. मला खात्री आहे की, तो इकडेतिकडे चौकशी करेल आणि आणखी माहिती जमा करेल.''

''माझ्याबद्दल काय?''

''तुझ्याबद्दल मी काहीही सांगितलेलं नाही, पण तो माहिती काढण्याचा प्रयत्न करणार. मला वाईट वाटतंय, पण मी काय करणार?''

''तू का वाईट वाटून घेतोयंस?''

''मला वाईट वाटतंय ते यासाठी की, तुझं पूर्वीचं नाव यातून उघड होईल. सॅम केहॉल यांची मुलगी म्हणून तुला लोक हिणवू शकतील. सॅम हे खुनी, वंशविद्वेषी, ज्यूद्वेष्टे, दहशतवादी, क्लॅनचे सभासद आहेत आणि विषारी वायूच्या

पेटीत विषारी वायू सोडून एखाद्या जनावराप्रमाणे मारले जाणारे ते सर्वात वृद्ध व्यक्ती असणार आहेत, अशा प्रकारचे फलक ते गावभर फिरवतील.''

''मी याहीपेक्षा वाईट परिस्थितीतून गेलेली आहे.''

''कोणत्या परिस्थितीतून?''

''फेल्प्स बूथ यांची पत्नी असणं, हीच सर्वात लज्जास्पद गोष्ट आहे आणि मी हे सारं सोसते आहे.''

ॲडम यावर हसला आणि लीनंही चेहऱ्यावर थोडं हसू आणलं. एक मध्यम वयाची स्त्री दरवाजाशी आली आणि ती घरी जात होती, असं तिनं सांगितलं. ली एकदम उडी मारून उठली आणि तिच्या देखण्या, शिकागोहून आलेल्या हुशार वकील भाच्याची तिच्याशी ओळख करून दिली. ती स्त्री भारावल्यासारखी दिसली. ती मागे झाली आणि ऑफिसमधून बाहेर पडून दिसेनाशी झाली.

''तू, ही अशी ओळख करून द्यायला नको होतीस.'' ॲडम म्हणाला.

''का नाही?''

''कारण माझं नाव उद्या वर्तमानपत्रात असणार आहे. ॲडम हॉल – शिकागोहून आलेला वकील आणि सॅम यांचा नातू.''

लीचं डोकं एकदम एक इंचानं खाली गेलं, पण लगेचच तिनं स्वतःला सावरलं. 'मला त्याची पर्वा नाही.' या आविर्भावात तिनं खांदे उडवले, पण ॲडमला तिच्या डोळ्यात भीती दिसली होती. ''मी किती मूर्खपणा केला!'' असं ती म्हणाली. ''पण मी आता त्याची पर्वा करत नाही.'' तिची पर्स आणि ब्रीफकेस उचलताना बोलत होती. ''चला, आपण निघू आणि एखाद्या उपाहारगृहात, रेस्टॉरंटमध्ये बसू.'' ती म्हणाली.

त्याच वस्तीतल्या एका इटालियन कुटुंबानं त्यांच्या बंगल्यातल्या दोन-तीन खोल्यांचं रूपांतर एका लहानशा रेस्टॉरंट बारमध्ये केलेलं होते, तिथे ते गेले. ते कोपऱ्यातल्या कमी उजेड असलेल्या टेबलाशी बसले. तिच्यासाठी बर्फ घातलेला बिनदुधाचा चहा आणि ॲडमनं त्याच्यासाठी मिनरल वॉटर मागवलं. वेटर गेल्यानंतर ली टेबलावर ओणवी झाली आणि म्हणाली, ''एक गोष्ट मला तुला सांगावीशी वाटते.''

ॲडमनं न बोलता फक्त मान हलवली.

''माझं दारूचं व्यसन आवाक्याबाहेर गेलंय.''

त्याचे डोळे अरुंद झाले. जवळजवळ थिजलेच. त्या दोघांनी आदल्या दोन रात्री मद्यपान केलं होतं.

''तशी परिस्थिती गेली दहा वर्षं आहे.'' ती तशीच ओणवी राहून हे विशद

करून सांगत होती. सगळ्यात जवळचा माणूस पंधरा फुटांवर होता. ''त्याला कारणंसुद्धा खूप झाली. त्यांपैकी काहींचा अंदाज तूसुद्धा बांधू शकशील. सवय सुटण्यासाठी मी उपायसुद्धा बरेच केले. त्यातून बरी होऊन बाहेरसुद्धा पडले होते. ती स्थिती एक वर्षं टिकली. परत सवय सुरू झाली. हाताबाहेर गेली. पुन्हा व्यसनमुक्ती केंद्रात गेले. गेल्या पाच वर्षांत अशा प्रकारचे उपचार मी तीन वेळा घेतले आहेत. ही फार अवघड गोष्ट आहे.''

''पण काल रात्री तू थोडंच मद्य घेतलं होतंस. थोडं थोडं, पण बऱ्याच वेळा.''

''हो, मला माहीत आहे आणि परवा रात्रीसुद्धा घेतलं होतं आणि आज मी सर्व बाटल्या रिकाम्या केल्या आहेत आणि बियर फेकून दिली आहे. आता घरात एक थेंबसुद्धा नाही.''

''ठीक आहे. मला चालेल तसं. मी तुला दारू प्यायला प्रवृत्त तर करत नाहीये ना?''

''नाही, पण मला तुझी मदत हवीये. तू आता माझ्याकडे काही महिने राहणार आहेस. त्यामुळे जेव्हा माझा तोल जाईल, तेव्हा त्या वेळी तू मला मदत कर.''

''ली, मी नक्कीच मदत करेन. मी तुझ्याकडे आल्याआल्या हे तू मला सांगायला हवं होतंस. मी फार पीत नाही. मी घेऊही शकतो किंवा न घेतल्यानंही काही फरक पडत नाही.''

''दारू पिण्याच्या व्यसनामुळे माणूस एक विचित्र प्राणी बनतो. काही काही वेळा मी दारू पिताना माणसं पाहते. त्यामुळे मला त्रास होत नाही. एखाद्या वेळी मी बियरची जाहिरात पाहते आणि मग मला एकाएकी घाम फुटायला लागतो. मी पूर्वी कधी आवडत असलेल्या एखाद्या वाइनची जाहिरात एखाद्या मासिकात पाहते आणि आतून अशा काही उत्कट इच्छा उसळायला लागतात की, माझी मलाच लाज वाटायला लागते. त्या वेळी ती इच्छा दाबून टाकण्याची धडपड जीवघेणी असते.''

त्यांनी सांगितलेली पेयं टेबलावर आली आणि ॲडमला त्याच्या साध्या पाण्यालासुद्धा हात लावण्याची भीती वाटायला लागली. ग्लासमध्ये आणलेल्या बर्फाच्या खड्यांवर त्यानं ते पाणी ओतलं आणि चमच्याने ढवळलं, ''हे व्यसन आपल्या कुटुंबातून आलंय का?'' ते तसंच आलेलं असेल, याची खात्री वाटून त्याने विचारलं.

''मला नाही तसं वाटत! आम्ही लहान असताना आमचे वडील चोरून थोडीशी प्यायचे, पण ते विष त्यांनी आमच्यापासून लपवून ठेवलं होतं. माझ्या आईच्या आईला दारूचं व्यसन होतं. त्यामुळे माझ्या आईनं त्याला स्पर्शसुद्धा केलेला नव्हता. आमच्या घरात आम्ही कधीही दारू पाहिली नव्हती.''

"मग तुला ते कसं लागलं?"

"मी जेव्हा उघड्या जगात घराबाहेर पडले, तेव्हा मद्य हा काय प्रकार आहे, याचा अनुभव घेण्यापासून मला राहवलं नाही. कारण आमच्या घरात मी आणि एडी मोठे होत असताना ते पूर्णपणे निषिद्ध होतं. मग माझी फेल्प्सशी भेट झाली. तो सामाजिक समारंभातून भरपूर पिण्याची सवय असलेल्या कुटुंबातला होता. ती एक पळवाट झाली. मग मात्र त्याच्या आधाराविना राहवेना."

"मला वाईट वाटतंय की, या वेळेला मी तुला पिण्यासाठी उद्युक्त केलं, पण यापुढे मी काळजी घेईन आणि मला तुझ्यासाठी जे काही करता येईल, ते मी करीन."

"तू दु:खी होऊ नकोस ॲडम. तुझ्याबरोबर मद्य घेताना मी आनंदी होते, पण आता त्यापासून दूर होण्याची वेळ आलेली आहे. मी चालत्या गाडीतून तीन वेळा पडली आहे आणि एक-दोन छोटे छोटे मद्याचे पेले आपण घेऊ, त्याची मजा घेऊ आणि थांबू. सर्व मर्यादित ठेवू. पूर्वी सुरुवातीला मी दररोज फक्त एकच ग्लास दिवसभरात लहान लहान घोट घेत संपवायचा, असा एक महिना घालवला. त्यानंतर दर दिवसाला दीड ग्लास, त्यानंतर तीन, मग वेळ आली व्यसनमुक्ती केंद्रात जाण्याची. मी व्यसनाधीन आहे. माझी त्यातून सुटका नाही."

ॲडमनं त्याचा ग्लास उचलून तिच्या ग्लासला टेकवला आणि म्हणाला, "आपण दोघं मिळून या प्रश्नाला सामोरे जाऊ आणि तो सोडवू. नक्की!" दोघांनी त्यांची सौम्य पेयं पिऊन टाकली.

त्यांच्यासाठी पदार्थ आणणारा वेटर एक विद्यार्थी होता. तिथल्या खानसाम्याचा एक 'रव्होली' नावाचा खास पदार्थ होता. तो त्यांनी खाऊन पाहावा, असं त्या वेटरने सुचवलं आणि दहा मिनिटांत तो आणेल, असं सांगितलं. त्याला त्यांनी होकार दिला.

"तू तुझा वेळ कसा घालवत असशील, याबद्दल मी जरा साशंकच होतो, पण विचारायला मी घाबरत होतो." ॲडम म्हणाला.

"मी पूर्वी नोकरी करत होते. वॉल्टचा जन्म झाला. नंतर त्याची शाळा सुरू झाली. मग मात्र मला कंटाळा यायला लागला. फेल्प्सनं त्याच्या मित्राच्या एका कंपनीत मला काम मिळवून दिलं. छान ऑफिस होतं. खूप पगार. मला माझी स्वत:ची सेक्रेटरी होती आणि माझ्या कामाची माहिती माझ्यापेक्षा तिलाच जास्त होती. एक वर्षानंतर मी नोकरी सोडली. मी पैसेवाल्या माणसाबरोबर लग्न केलं होतं. मला नोकरी करायची गरजच नव्हती. आपण असं म्हणू, मी नोकरी करणं कमीपणाचं होतं. मी नोकरी करून पैसे घरी आणत होते, या कल्पनेने फेल्प्सची आईच कावरीबावरी झाली होती."

"श्रीमंत स्त्रिया दिवस कसा घालवतात?"

"जगाचं ओझं वाहतात. सर्वांत प्रथम त्या त्यांच्या नवऱ्याला त्याच्या कामावर, ऑफिसात पाठवतात आणि मग दिवसभरात काय करायचं, याच्या योजना आखतात. नोकरांना कामं सांगायची, मार्गदर्शन करायचं, त्यांच्यावर देखरेख करायची. दुकानांतून खरेदी करायची. कामं दोन भागात विभागायची. काही सकाळी करायच्या खरेद्या, काही दुपारनंतरच्या. सकाळच्या वेळात अत्यावश्यक वस्तूंसाठी पाच क्रमांकाच्या रस्त्यावरच्या दुकानांत फोन करून जरूर त्या वस्तू मागवून घ्यायच्या. दुपारनंतरच्या खरेद्या वैयक्तिकरीत्या स्वत: जरूर त्या दुकानात जाऊन करायच्या. ड्रायव्हरला घेऊन मोटारीतून जायचं. ड्रायव्हरला कुठेतरी मोटार पार्क करायला किंवा उभी ठेवायला सांगून या महिला दुकानातून जाणार आणि खरेद्या करणार. दुपारच्या जेवणात त्यांचा बराच वेळ जातो; कारण ती जेवणं कुठे घ्यायची, हे ठरवण्यात काही तास जातात आणि पार पडायला दोन तास. दुपारचं खाणं म्हणजे तो एक छोटासा भोजनसमारंभच असतो आणि असल्याच ऐतखाऊ बायका, लुटारू आत्मे त्यासाठी उपस्थित असतात. याखेरीज अतिशय श्रीमंत स्त्रीचा एक जबाबदारीचा भाग म्हणजे आठवड्यातनं कमीतकमी तीन चहाच्या बोलावण्यांना तिला हजर राहणं आवश्यक असतं. ही बोलावणी त्यांच्याच मित्रमैत्रिणींनी केलेली असतात आणि त्या वेळी परदेशांतून आयात केलेल्या बिस्किटाचा एखादा तुकडाच मोडून खायचा. आई–वडलांनी सोडून दिलेल्या बालकांच्या किंवा आत्महत्येच्या सीमेपर्यंत पोचलेल्या दु:खी स्त्रियांच्या दयनीय अवस्थेबाबत खोटेखोटे अश्रू ढाळायचे आणि मग लगबगीने घरी येऊन ताजंतवानं होऊन, कामावरून थकून भागून येणाऱ्या त्यांच्या नवऱ्यांच्या स्वागतासाठी सुसज्ज व्हायचं. त्यानंतर नवऱ्याबरोबर त्यांच्या आवारातल्या पोहण्याच्या तलावालगतच्या खुर्च्यांतून बसून त्या रात्रीचं मार्टीनीचं पहिलं पेय घ्यायचं. त्याच वेळी आत घरामध्ये चार माणसं त्यांच्या रात्रीच्या जेवणासाठी स्वयंपाक करत असतात.

"आणि वैषयिक आनंदाचं काय?"

"बऱ्याच वेळा नवरा खूप दमलेला असतो, त्याला एखादी मैत्रीणही असते."

"हे सर्व फेल्प्सच्या बाबतीत घडलं?"

"हो, मला तसं वाटतं. अर्थात त्याची शरीरसंबंधांबाबत काहीही तक्रार नव्हती. मला एक मूल झालं. माझंही वय वाढलं. त्याला त्याच्या बँकेतून चांगल्या चांगल्या तरुण मुलींचा सतत पुरवठा होत होता. तुला खोटं वाटेल, त्याच्या ऑफिसमध्ये देखण्या, उफाड्याच्या अनेक तरुण मुली, बाया फेल्प्सच्या खोलीत जाण्यासाठी आपला नंबर कधी लागतोय, याची वाट पाहत असतात. चर्चासत्रासाठी वापरल्या जाण्याच्या खोलीलगतच एक बेडरूम आहे. अरे, माणूस म्हणजे जनावर

आहे जनावर!''

"म्हणून एका श्रीमंत बाईचं त्रासदायक जिणं तू सोडून दिलंस आणि त्यांच्यापासून दूर येऊन राहिलीस?''

"हो. ॲडम, मी अतिश्रीमंत नव्हते. मी श्रीमंतीचा तिरस्कार करते. थोड्या काळाकरता ती मजा ठीक होती, पण माझं मन त्यात रमलं नाही. माझा पिंड तो नाही. ते माझ्या रक्तात नाही. विश्वास ठेव अथवा ठेवू नकोस, पण मेम्फिसच्या परिसरातल्या सामाजिक वर्तुळामध्ये आमचं कुटुंब माहीत नव्हतं.''

"काहीतरी काय सांगतेस?''

"मी शपथेवर सांगते आणि या शहरात तुमची गणना योग्य त्या अति श्रीमंत स्त्रियांमध्ये होण्यासाठी तुम्ही अति श्रीमंत कुटुंबातून आलेल्या असणं आणि त्यातल्या त्यात तुमच्या आजोबांनी कापूस-धंद्यामध्ये बक्कळ पैसा मिळवलेला असणं जरूर आहे. मी यात कुठेच बसत नव्हते.''

"तरीपण तू अद्यापही तसा सामाजिक बांधिलकीचा खेळ खेळतीयेस!''

"नाही, मी तशा सामाजिक समारंभातून उपस्थिती लावते, पण ती केवळ फेल्प्ससाठी. त्याच्या दृष्टीने त्याला त्याच्या वयाचीच, थोडेफार केस पांढरे होत असलेली, सर्व प्रकारची जाण असलेली एक बायको म्हणून हवी असते. ती चांगले कपडे घातल्यावर आणि चार दागिने घातल्यावर सुंदर दिसू शकते. तिच्या कंबरेभोवती हात घालून तिला मिरवता येतं. ती त्याच्या बाष्कळ मित्रांना सहन करू शकते. तशी मी वय वाढत जाणारी, लोकांना दाखवण्यापुरती बायको आहे.''

"मला वाटलं होतं की, तो नम्रतेने मान खाली घालून वावरणारी, देखणी, रूपवान तरुण स्त्री बायकोच्या ठिकाणी आणू शकतो.''

"नाही, ते झालं तर त्याचं कुटुंब बेचिराख होईल. त्यांच्या विश्वस्त संस्थेमध्ये खूप संपत्ती आहे. कुटुंबाबद्दलच्या व्यवहारात फेल्प्स मंडळी खूप काळजीने वावरत असतात. एकदा का त्याचे आई-वडील या जगातून गेले की, त्यालाच ते सर्व पैसे, संपत्ती मिळणार आहे. मग मात्र तो चौफेर उधळायला मोकळा होणार आहे.''

"मला वाटलं, त्याच्या आई-वडलांना तू आवडत नाहीस.''

"खरं तसंच आहे, तरीपण वास्तवात विसंगती अशी आहे की, त्यांच्यामुळेच आमचं लग्न अजून टिकून आहे. कारण घटस्फोट लाजिरवाणा ठरतो.''

मती गुंग करून टाकणाऱ्या या गुंतागुंतीच्या गोष्टींमुळे ॲडमला हसू आलं. त्यानं त्याचं डोकं हलवलं. "हे सारं विचित्रच आहे.''

"हो, वास्तवात तसं आहे, पण त्यामुळे हे सर्वकाही ठीक चाललं आहे. तो खूश आहे. तरुण मुली त्याला उपभोगायला मिळतायेत. मीसुद्धा मला हवं तसं वागते. कोणी कोणाला प्रश्न विचारत नाही.''

"मग त्या वॉल्टचं काय?"

तिनं तिचा चहाचा ग्लास हलकेच टेबलावर ठेवला आणि तिसरीकडेच नजर टाकली. "वॉल्टबद्दल काय?" ती ॲडमकडे न पाहता म्हणाली.

"तू त्याच्याबद्दल अद्याप काहीच सांगितलेलं नाहीस."

"हो, मला त्याची कल्पना आहे." ती अगदी हळुवारपणे बोलली. अद्यापही तिची नजर तिसरीकडेच होती.

"मी अंदाज बांधतो, आणखी खूप काही गुपितं आहेत की, ज्यांबद्दल मला बरंचकाही जाणून घ्यायचंय."

ॲडमकडं तिनं दुःखी नजरेने पाहिलं आणि काय कटकट आहे, अशा अर्थाचे खांदे उडवले.

"अगं, काही झालं, तरी तो माझा सख्खा आतेभाऊ आहे आणि कसाही असला तरी किंवा तू त्याच्याबद्दल काही जरी सांगितलंस ना, तरी तो माझा सख्खा आतेभाऊच राहणार आहे." ॲडम म्हणाला.

"तुला तो आवडणार नाही."

"तसं काहीही असणार नाही. तो केहॉल कुटुंबापैकीच एक आहे."

"नाही, तो पूर्णपणे बूथ आहे. फेल्प्सला मुलगाच का हवा होता, ते मला माहीत नाही. अर्थातच फेल्प्सला त्याच्यासाठी द्यायला वेळ नव्हताच. कायमच त्याच्या बँकांमध्ये तो गुंतलेला असायचा. तो त्याला आमच्या परगण्याच्या क्लबमध्ये घेऊन गेला आणि त्यानं वॉल्टला गोल्फ शिकवण्याचा प्रयत्न केला. वॉल्टला खेळात कधीच रस नव्हता. पक्ष्यांची शिकार करण्यासाठी ते कॅनडाला गेले होते, पण परत आल्यानंतर दोघं एकमेकांशी आठवडाभर एक शब्दही बोलले नाहीत. वॉल्ट बायल्या तर नव्हताच, पण तो धट्टाकट्टा खेळाडू वृत्तीचापण नव्हता. स्वतः फेल्प्स लष्करी शिक्षण देणाऱ्या शाळेत शिक्षण घेतलेल्यांपैकी, शारीरिक कौशल्याच्या कामात तरबेज होता. त्याची शरीरयष्टीसुद्धा त्याला अनुकूल होती. तो फुटबॉल, मुष्टीयुद्ध, रग्बी या खेळात तरबेज होता. वॉल्टनं हे सर्व खेळ खेळण्याचा प्रयत्न केला, पण उपजत कौशल्य त्याच्या अंगी नव्हतं. फेल्प्स त्याच्या मागेच लागला आणि वॉल्ट बंड करून उठला. म्हणून फेल्प्सनं त्याच्या स्वभावानुरूप जुलमी उपाय योजला. त्यानं त्याला निवासी शाळेत भरती केलं. वयाच्या पंधराव्या वर्षी माझ्या मुलाला घर सोडावं लागलं."

"कॉलेजसाठी तो कुठे गेला?"

"एक वर्ष तो कॉर्नेलमध्ये होता, नंतर त्यानं ते कॉलेज सोडलं."

"कॉलेज सोडलं?"

"हो, त्याच्या पहिल्या वर्षानंतर तो युरोपमध्ये गेला आणि तेव्हापासून तो

तिथेच आहे.''

ॲडमनं तिच्या चेहऱ्याकडे निरखून पाहिलं. काही क्षण तो थांबून राहिला. त्याने पाण्याचे काही घोट घेतले आणि काही बोलायला सुरुवात करणार, तोच तो वेटर आला. त्यानं घाईघाईने एक मोठा, हिरव्या सॅलडचा बाउल त्यांच्या दोघांमध्ये ठेवला.

''तो युरोपमध्ये का गेला?''

''तो ॲमस्टरडॅमला फिरायला म्हणून गेला आणि तिथे प्रेमात पडला.''

''एखादी छान, सुंदर डच मुलगी भेटली असेल?''

''नाही. एक छान डच मुलगा.''

''अरे बाप रे!''

एकाएकी तिला तिच्या पुढ्यात आलेले भाजीपाल्याचे कापलेले तुकडे, सॅलड खाण्याची इच्छा झाली. त्यातले काही तिनं तिच्या स्वतःच्या प्लेटमध्ये घेतले. सुरीने ते आणखी लहान आकाराचे कापले. ॲडमनंसुद्धा तसंच केलं आणि त्या दोघांनी न बोलता खायला सुरुवात केली. आता उपाहारगृहात वर्दळ वाढायला लागली होती; गजबजाट वाढायला लागला होता. सुशिक्षित आणि चांगल्या पगाराची नोकरी असलेली, दिवसभराच्या कामाने थकलेली एक जोडी त्यांच्या जवळच्याच टेबलाशी येऊन बसली आणि त्यांनी कडक पेय मागवलं.

ॲडमनं पावाच्या एका स्लाइसला लोणी लावलं आणि त्याचा तुकडा चावला आणि मग विचारलं, ''यावर फेल्प्स यांची काय प्रतिक्रिया?''

तिनं तिच्या तोंडाचे कोपरे पुसले. ''युरोपात जाऊन दोन वर्षं झाल्यानंतर त्याने काही वेळा आम्हाला पत्रं पाठवली होती. मध्ये एकदा त्यानं फोनही केला होता आणि मग पत्रव्यवहार थांबला. आम्ही काळजीत पडलो. काय करावं, हे आम्हाला समजत नव्हतं. आम्ही विमानाने ॲमस्टरडॅमला गेलो. त्याचा पत्ता लागेपर्यंत आम्ही एका हॉटेलमध्ये मुक्काम टाकून राहिलो होतो.''

''तो तिथे काय करत होता?''

''एका उपाहारगृहात तो वेटर म्हणून काम करत होता. त्याच्या कानात डूल होते. डोक्यावरचे केस त्यानं पूर्णपणे काढून टाकले होते. विचित्र कपडे अंगावर होते. लोकरीचे मोजे आणि जाड तळाचे बुट पायात होते. डच लोकांची भाषा तो उत्कृष्ट बोलू शकत होता. आम्हाला तिथे तमाशा करायचा नव्हता, म्हणून आम्ही त्याला हॉटेलवर यायला सांगितलं. तो आला. त्या वेळी अति भयानक प्रकार घडला. फेल्प्सने फार चुकीच्या प्रकारे परिस्थिती हाताळली आणि न भरून येण्यासारखं नुकसान झालं. आम्ही तिथनं निघालो, घरी आलो. फेल्प्सनं त्याचं मृत्युपत्र, इच्छापत्र बदलून नव्याने केलं. वॉल्ट विश्वस्त संस्था बरखास्त केली.''

"तो नंतर परत घरी कधीही आलाच नाही?"

"कधीच नाही. मी दर वर्षी पॅरिसमध्ये एकदा त्याला जाऊन भेटते. आम्ही तिथे एकट्यानेच यायचं, असा नियम केला. एखाद्या छान हॉटेलमध्ये आम्ही आठवडाभर एकत्र राहतो, शहरभर भटकतो, निरनिराळ्या प्रकारच्या पदार्थांचा आस्वाद घेतो, वस्तुसंग्रहालयांना भेटी देतो. तो त्या वर्षातला माझ्या दृष्टीने सर्वात आनंदाचा काळ असतो, पण मेम्फिसबद्दल त्याला घृणा वाटते."

"मला त्याला भेटायला आवडेल."

लीने त्याला इतकं निरखून पाहिलं की, तिचे डोळे पाणावले.

"हे तू जर खरंच मनापासून बोलत असशील, तर देव तुझं भलं करो! मी तुला माझ्याबरोबर पॅरिसला घेऊन जाईन."

"खरंच मी मनापासून बोलतोय. तो समलिंगी असला, तरी मला काही फरक पडत नाही. मला माझ्या सख्ख्या आतेभावाला भेटण्यात आनंद वाटेल."

तिनं खोल श्वास घेतला आणि ती हसली. तो सामोश्यासारखा रव्होली पदार्थ टेबलावर आला. त्या पदार्थाच्या सर्व पृष्ठभागातून वाफ बाहेर पडत होती. त्याच्या बरोबर एक गार्लिक ब्रेड दिला होता. हे सर्व टेबलावर ठेवून वेटर निघून गेला.

"आजोबांबद्दल वॉल्टला काही माहिती आहे?"

"नाही. त्यांच्याबद्दल काही सांगण्याचा मला कधी धीरच झाला नाही."

"माझ्याबद्दल किंवा कारमेनबद्दल त्याला काही माहीत आहे? माझे वडील एडी किंवा आपल्या कुटुंबाच्या इतिहासाबद्दल काही माहीत आहे?"

"हो, थोडीशीच. तो जेव्हा लहान होता, त्या वेळी मी त्याला सांगितलं होतं की, त्याची मामेभावंडं कॅलिफोर्नियात राहतात आणि ती मेम्फिसला कधीच आली नाहीत. अर्थात फेल्प्सनं त्याला असंही सांगितलं होतं की, ते परिस्थितीने गरीब आहेत आणि त्यांची तुझी बरोबरी होण्यासारखी नाही, त्यामुळे त्याकडे फार लक्ष देऊ नकोस. वॉल्टवर श्रीमंती शिष्ठपणाचे संस्कार झाले होते. ॲडम, तू हे लक्षात घे की, प्रतिष्ठा वाढवणाऱ्या श्रीमंतांच्या शाळेत तो शिक्षण घेत होता. उत्तमात उत्तम काऊंटी क्लबमध्ये त्याचं जाणं-येणं होतं आणि त्याचं कुटुंब बूथ आडनावाच्या भावंडांचं होतं. तिथे सर्व त्याच्याच विचारांची होती. ती सर्वच दुःखीकष्टी ठरली होती."

"त्याचे समलिंगी संबंध बूथ कुटुंबीयांनी कसे चालवून घेतले?"

"ते सर्व त्याचा तिरस्कार करतात आणि तो त्यांचा करतो. तो वाईट मुलगा नाही. त्याला चित्रकला शिकायची होती. त्याला चित्रं काढायची होती, रंगवायची होती. मी त्याला नियमाने पैसे पाठवते."

"आजोबांना त्यांच्या नातवाबद्दल माहिती आहे?"

"मला नाही वाटत माहीत असेल असं. त्यांना हे कोणी सांगेल, याचा अंदाज मला नाही.''

"मी त्यांना शक्यतोवर ही माहिती देणार नाही.''

"कृपया देऊ नकोसच. आधीच त्यांच्या मनावर इतर अनेक ओझी आहेत.''

रव्होली आता खाण्याइतपत गार झाली होती. शांतपणे त्यांनी तिचा आस्वाद घेतला. वेटरने आणखी चहा आणि पाणी आणलं. त्याच्या पलीकडेच बसलेल्या जोडप्यानं एक लाल रंगाची वाइन मागवली आणि लीनं त्याकडे दोन-तीनदा पाहिलं.

ॲडमनं त्याचं तोंड पुसलं आणि तो क्षणभर थांबला. मग तो पुढे झुकला आणि "तुला एक वैयक्तिक प्रश्न विचारू का?'' असं अगदी हळू आवाजात म्हणाला.

"तुझे सर्वच प्रश्न वैयक्तिक स्वरूपातले आहेत.''

"बरोबर आहे तुझं म्हणणं, पण आणखी एक विचारू का?''

"ठीक आहे. विचार.''

"हे सारं ठीक आहे. आज तू मला सांगितलंस की, तुला दारू पिण्याचं व्यसन आहे, तुझा नवरा एक जनावर आहे, तुझा मुलगा समलिंगी आहे. हे सर्व एका बैठकीत सांगणं म्हणजे अति होतंय, पण याखेरीज आणखीही काही असेल की, जे मला कळलं तरी चालेल.''

"हे बघ ॲडम, फेल्प्ससुद्धा दारूच्या व्यसनाने ग्रासलेला आहे, पण तो कबूल करत नाही.''

"आणखी काही?''

"लैंगिक सुख मिळवण्याच्या उद्देशानं त्यानं काहींना त्रास दिला. त्याबद्दल फेल्प्सवर दोनदा खटला भरला होता.''

"ठीक आहे. आपण आता बूथ लोकांबद्दल विसरू. आपल्या कुटुंबाबद्दल आणखी काही आश्चर्यकारक माहिती आहे का?''

"आपण अजून पृष्ठभागसुद्धा फाडून काढलेला नाहीये ॲडम.''

"मला त्याचीच भीती वाटत होती.''

१८

पहाटे त्रिभुज प्रदेशाला वादळी पावसाने तडाखा दिला. विजांच्या गडगडाटाने सॅमना जाग आली. तुरुंगाच्या इमारतीत दोन्ही बाजूनं कैद्यांच्या कोठड्यांच्या दोन रांगामध्ये जा-ये करायला बऱ्यापैकी रुंद मोकळी जागा होती. त्या जागेच्या छपरालगतच्या खिडक्यांच्या काचांवर पावसाच्या थेंबांच्या शिडशिडाटाचा आवाज येत होता. समोरच्या मोकळ्या जागेत एका ठिकाणी छपरातल्या गळतीतून थेंबथेंब पडून पाण्याचं थारोळं झालं होतं. सॅम यांच्या बिछान्यात तापमान जाणवण्याइतपत कमी होऊन बिछाना अचानक गार पडला होता. कदाचित आज दिवसभरात इतका उष्मा जाणवणार नव्हता, असं त्यांना वाटत होतं. पाऊस कदाचित रेंगाळेल, सूर्य ढगाआड राहील आणि कदाचित एक-दोन दिवस वाऱ्यामुळे दमटपणा वाहून जाईल. जेव्हा कमी पाऊस पडायचा, तेव्हा सॅम यांना असंच आशावादी वाटायचं. पण उन्हाळ्यात विजेचा गडगडाट होऊन येणाऱ्या पावसामुळे दलदल निर्माण व्हायची, दमटपणा वाढायचा आणि त्यानंतर प्रखर सूर्यप्रकाशामुळे सर्व वातावरण गदगदल्यासारखं व्हायचं.

त्यांनी त्यांचं डोकं उंचावून बाहेर पाहिलं. छतालगतच्या खिडक्यांतून पडणारं पावसाचं पाणी खाली जमिनीवर पडून साठत होतं. त्या साठलेल्या पाण्यात लांबवरच्या एका दिव्याचं पिवळं प्रतिबिंब दिसत होतं. अंधूकशा प्रकाशाखेरीज 'रो' परिसरात अंधार होता; सगळीकडे शांतता होती.

सॅमना पाऊस आवडायचा. त्यातल्या त्यात रात्री पडणारा आणि तोसुद्धा उन्हाळ्यातला! मिसिसिपी राज्यात सूज्ञतेचा अभाव नव्हता, तरीपण अमर्याद उकाड्याच्या प्रदेशात त्यांनी तुरुंग बांधलेले होते आणि जास्तीतजास्त सुरक्षितता असणाऱ्या तुरुंगाची व्यवस्था त्यांनी त्याहीपेक्षा जास्त, भट्टीसारखं तापमान असणाऱ्या ठिकाणी केलेली होती. बाहेरच्या बाजूच्या खिडक्या लहान आणि बिनकामाच्या होत्या. त्या सुरक्षेबाबत सावधगिरी बाळगण्याच्या उद्देशानं लहान केलेल्या होत्या. नरकासमान या तुरुंगातल्या कोठड्यांमध्ये वायुवीजन असूच नये, अशा हिशोबानंच

त्यांची रचना करण्यात आलेली होती. तुरुंगात वातानुकूलनाची व्यवस्था नव्हती. सोयाबीन आणि कापसाच्या शेतांलगत हे तुरुंग असल्याने त्या पिकांना ज्या प्रकारचा दमटपणा आणि उष्मा लागायचा, तसा या तुरुंगानं सोसायचा होता आणि जेव्हा जमीन कोरडी ठणठणीत पडायची, तेव्हा माळावरच्या पिकांच्या ताटांसमवेत हा 'रो' तुरुंगही अक्षरश: भाजून निघायचा.

मिसिसिपी राज्याच्या वातावरणावर नियंत्रण नव्हतं, पण जेव्हा पाऊस पडून हवा थंड व्हायची. तेव्हा सॅम देवाची प्रार्थना करून त्याचे आभार मानायचे. त्याच्याच हातात शेवटी वातावरणाचा ताबा होता ना! जेव्हा पाऊस पडायचा, तेव्हा राज्य हताश व्हायचं; पण तो छोटासाच का होईना, पण कैद्यांचा विजयच असायचा.

सॅम उभे राहिले, त्यांनी सर्व शरीर ताणलं. त्यांचा बिछाना म्हणजे एक सहा फूट लांब, अडीच फूट रुंद अशी चार इंच जाडीची स्पंजाची पट्टी होती. त्यालाच ते गादी म्हणायचे. ती लोखंडी पलंगावर ठेवलेली असायची आणि जमीन आणि भिंत यांना पलंग अडकवलेला असायचा. गादीवर चादरी घातलेल्या असायच्या. थंडीच्या ऋतूत त्यांना उबदार लोकरी पांघरुणं मिळायची. 'रो' तुरुंगातल्या बऱ्याच कैद्यांना पाठदुखीचा त्रास व्हायचा, पण जसे दिवस जायचे, तसं शरीर या सर्वांशी जुळवून घ्यायचं, त्यामुळे पुढे तक्रारी कमी व्हायच्या. तुरुंगाच्या व्यवस्थापकांनी तुरुंगातल्या कैद्यांशी मित्रत्वाचं नातं निर्माण करावं, अशी अपेक्षा होती.

ते दोन पावलं पुढे झाले. लोखंडी जाळीतल्या उभ्या मोकळ्या जागेतून त्यांनी त्यांची कोपरं बाहेर काढून दंडाचा भाग त्यांनी जाळीच्या आडव्या पट्टीवर ठेवला आणि ते बाहेरचे वाऱ्याचे, विजांच्या गडगडाटांचे आवाज कानात साठवायला लागले. मागच्या भिंतीतल्या खिडकीच्या तळसरीवर पावसाचे थेंब पडून त्याचे तुषार जमिनीवर पडत होते. त्या खिडकीच्या भिंतीतून बाहेर चालत जाऊन तुफानी पावसात चिंब भिजायला, केसातून, दाढी, मिशांवरून पाणी निथळत वेड्यासारखं तुरुंगाच्या आवारात फिरायला किती मजा येईल; असं त्यांना वाटत होतं.

मृत्यूची शिक्षा झालेल्यांच्या या तुरुंगात एक भीषण गोष्ट अशी असे की, कैदी प्रत्येक दिवशी थोडा थोडा मरत असे. मृत्यूची वाट पाहणं तुमचा जीव घेत असते. तुम्ही जाळीच्या पिंजऱ्यात राहत असता आणि दररोज सकाळी उठल्यावर तुम्ही स्वत:ला, 'चल एक दिवस संपला. मृत्यू आणखी एका दिवसानी जवळ आला आहे.' असं बजावता.

सॅम यांनी एक सिगारेट पेटवली आणि वरून पडणाऱ्या पावसाच्या थेंबांच्या दिशेनं धूर सोडला. या हास्यास्पद न्यायव्यवस्थेमध्ये विचित्र गोष्टी घडत असतात. न्यायालयाकडे एक दिवशी एक आदेश एका प्रकारे येतो, तर दुसऱ्या दिवशीचा

आदेश अगदी त्याविरुद्ध असतो. एकसारख्या मुद्यांच्या बाबतीत तोच न्यायाधीश वेगवेगळे निष्कर्ष काढतो. एखाद्या याचिकेबाबतचा निर्णय घ्यायला न्यायालयाला वर्षानुवर्षं लागतात आणि अचानक एखाद्या दिवशी एका झटक्यात त्याचा निर्णय देऊन याचिका दाखल करणाऱ्याला दिलासा देतात. एखादा खटला चालू असताना त्याचा निवाडा करणारा न्यायाधीश अचानक परलोकवासी होतो आणि त्याच्या जागी नवीन येणारा न्यायाधीश अगदी विरुद्ध विचार करणारा असतो. राष्ट्राध्यक्ष येतात आणि जातात; पण उच्चतम न्यायालयात ते त्यांच्या मित्रत्वातल्यांच्या नेमणुका करतात. त्यामुळे उच्चतम न्यायालयाच्या विचारांची दिशा एकदा या दिशेला, तर नंतर दुसऱ्या दिशेला डोलते.

काही वेळा मृत्यूचं स्वागत होतं आणि एका बाजूला मृत्यू आणि दुसऱ्या बाजूला मृत्युदंडाची शिक्षा झालेल्यांसाठीच्या रोसारख्या तुरुंगातलं जिणं! यांपैकी काही निवडायला मुभा दिली असती, तर सॅम यांनी विषारी वायूच्या पेटीतला मृत्यू निवडला असता; पण प्रत्येक कैद्याला नेहमीच एक आशेचा किरण झुलवत असतो आणि असं वाटत असतं की, कोण जाणे, या कायद्यांच्या जंजाळात एखादा मुद्दा कधीतरी आपल्या हाती लागेल. कोर्टकचेऱ्यांच्या जंगलात त्याच्या आधारे सर्व चित्र बदलेल, अगदी उलटा निर्णय आपल्या हाती लागेल. स्वर्गातल्या देवतांकडून अशा काही करणी घडतील की, त्यामुळे चमत्कारिकरीत्या त्यांच्या मृत्यूच्या शिक्षा रद्द होतील आणि अशी स्वप्नंच त्याचं अशा दु:खकारक दिवसातलं जिणं सुसह्य करतात.

सॅम यांनी नुकतंच असं कुठेतरी वाचलं होतं की, अमेरिकेतल्या मृत्यूची शिक्षा झालेल्यांसाठीच्या तुरुंगात जवळजवळ अडीच हजार कैदी होते आणि आदल्या वर्षी म्हणजे १९८९ साली त्यातल्या फक्त सोळा कैद्यांच्या शिक्षा अमलात आल्या होत्या. १९७७ सालापासून मिसिसिपी राज्यानं फक्त चार शिक्षा अमलात आणल्या होत्या. त्याच वर्षी युटाह राज्यातल्या गॅरी गिलमोअरने त्याचा शेवट बंदुकीच्या गोळ्या मारून करण्यात यावा, असा आग्रह धरला होता. तशी मागणी करण्यात सुरक्षितता होती. त्यांनी त्याचा आग्रह उचलून धरला आणि त्या आधारे आणखी काही जणांनी पुनरावलोकनार्थ अर्ज केले.

वादळ शांत झालं. पाऊस उघडला होता. सॅम सिगरेट ओढत होते. समोरच्या जाळीतून धूर बाहेर फेकत होते. सूर्योदयाच्या वेळी त्यांनी सकाळची न्याहारी केली. सकाळच्या बातम्या पाहण्यासाठी सात वाजता टेलिव्हिजन चालू केला. त्यांनी भाजलेल्या पावाचा थंडगार तुकडा चावण्यासाठी दातात धरला, तेव्हा एकाएकी बातम्यांची माहिती देणाऱ्या मेम्फिस सकाळच्या वार्ताहराच्या मागे त्यांचा चेहरा टेलिव्हिजनच्या पडद्यावर दिसला. तो सॅम केहॉल यांच्या विलक्षण विचित्र खटल्याची

आणि त्यांचा वकील नातू ॲडम यांच्याबद्दलची, त्या दिवसाच्या थरारक बातमीची माहिती मोठ्या उत्साहाने सांगत होता, ''असं दिसतंय की, सॅमनी त्यांचा नातू आणि वकील ॲडमला यांनी कित्येक वर्षानंतर पाहिलंय. गेली सात वर्षं सॅम यांच्यातर्फे त्यांची बाजू मांडणारी शिकागो इथली प्रचंड प्रसिद्ध कंपनी क्रॅव्हिट्झ आणि बेन या कंपनीचाच ॲडम हा एक वकील आहे.'' सॅम यांचा फोटो दहा वर्षांपूर्वीचा होता. जेव्हा सॅम यांच्याबद्दलची बातमी टी.व्ही.वर द्यायची वेळ यायची त्या वेळी तोच फोटो दाखवायचे. ॲडम म्हणून ज्या कोणाचा फोटो छापला होता, त्यात मात्र ॲडम ओळखू येत नव्हता. नक्कीच तो त्या फोटोसाठी उभा राहिला नव्हता. त्याचं लक्ष नसताना, त्याच्या लक्षात येऊ न देता तो काढला होता. मोठे डोळे करत वार्ताहर बातमी देत होता – ''ॲडम हॉल हा सॅम केहॉल यांचा नातू आहे, याची मेम्फिस पत्रानं खात्री केलेली आहे.'' सॅम केहॉल यांचा गुन्हा काय होता, याची ओझरती माहिती वार्ताहराने दिली आणि त्यांचा मृत्युदंड अमलात येण्याच्या तारखेचा उल्लेख दोन वेळा केला. आणखी काही माहिती दुपारच्या बातम्यांच्या वेळी देण्याचं आश्वासन दिलं. नंतर वार्ताहराचा मोहरा रात्री झालेल्या खुनांच्या माहितीकडे वळला.

सॅम यांनी हातातल्या पावाचा तुकडा पुस्तकांच्या मांडणीजवळ, जमिनीवर फेकून दिला आणि त्याकडे ते पाहत राहिले. क्षणातच एक किडा त्या तुकड्यावर अनेक वेळा चढला, उतरला, चहूबाजूने फिरला आणि शेवटी तो खाण्यालायक नाही, अशा निष्कर्षाप्रत आला आणि तो तुकडा सोडून दुसरीकडे गेला. त्यांचा वकील अखेर प्रसारमाध्यमाशी बोललाच! 'लॉ कॉलेजमध्ये या मुलांना हे काय शिकवतात? प्रसारमाध्यमांच्या प्रभावाबद्दल त्यांना काही शिकवलेलं असतं की नाही?'

''सॅम तुम्ही तिथे आहात?'' गलीट विचारत होता.

''हो, मी इथे आहे.''

''तुम्हाला मी टी.व्ही.वर पाहिलं.''

''हो, मीपण पाहिलं.''

''तुम्हाला राग आला?''

''नाही, मी ठीक आहे.''

''सॅम, तुम्ही दीर्घ श्वसन करा. सगळंकाही ठीक होईल.''

विषारी वायूच्या पेटीत, मृत्यूची शिक्षा झालेल्या दहा कैद्यांच्या संभाषणामध्ये 'तुम्ही दीर्घश्वसन करा.' या वाक्प्रचाराचा अर्थ नेहमीच तुम्ही गोष्ट गंभीरपणे घेऊ नका, असा असतो. जेव्हा त्यांच्यापैकी कोणी रागावलेला असतो, अशा वेळी इतर जण त्याला हा वाक्प्रचार ऐकवतात; पण हाच वाक्प्रचार तुरुंगातल्या नोकर

वर्गापैकी कोणी किंवा एखाद्या सुरक्षासैनिकानं कैद्यांच्या संबंधात वापरला, तर तो घटनेतल्या कलमाचं उल्लंघन होण्यासारखा गुन्हा मानला जातो. मृत्यूची शिक्षा झालेल्या कैद्यांना किती हीन दर्जाची वागणूक दिली जाते, त्याची उदाहरणं देताना अधिकारीवर्गानं हा वाक्प्रचार वापरल्याचा उल्लेख होतो.

सॅम यांची स्थिती त्या किड्यासारखी झाली. त्यांनी उरलेले पदार्थ खाणं टाळलं. ते कॉफी पीत जमिनीकडे पाहत राहिले.

साडेनऊ वाजता सार्जंट पॅकर सॅम यांना भेटण्याच्या उद्देशाने कोठडींच्या ओळीसमोर आला. सॅम यांची एक तास बाहेरच्या मोकळ्या, उघड्या, स्वच्छ हवेमध्ये फिरण्याची ती वेळ होती. पाऊस कुठच्या कुठे पळाला होता आणि त्रिभुज, डेल्टा परिसराला सूर्याची उष्णता भाजून काढत होती. पॅकरबरोबर आणखी दोन सुरक्षाकर्मी होते. त्यांच्याकडे पायात अडकवण्याची एक बेडी होती. सॅम यांनी त्या बेड्यांच्या जोडीकडे निर्देश करून विचारलं,

"ती कशासाठी?"

"सॅम, ती सुरक्षिततेसाठी आहे."

"मी बाहेर फिरण्यासाठी चाललो आहे ना?"

"नाही सॅम, आम्ही तुम्हाला वाचनालयात नेत आहोत. तुमच्या वकिलांना तुम्हाला तिथे भेटायचं आहे. म्हणजे तिथे कायदा-पुस्तकांच्या संदर्भाची जरूर लागली, तर सोपं जाईल; त्यामुळे तुम्ही उलटे फिरा. माझ्याकडे पाठ करा."

सॅमनी तसं केलं. दरवाजाच्या मोकळ्या भागातून दोन्ही हात बाहेर काढले. त्यावर पॅकरने बेड्या चढवल्या आणि मग दरवाजा उघडला. सॅम बाहेर मोकळ्या जागेत आले. सुरक्षाकर्मी गुडघ्यावर बसले. सॅम यांच्या पायात बेड्या अडकवल्या. सॅम यांनी पॅकरला विचारलं, "माझ्या मोकळ्या हवेवर फिरण्याच्या तासाचं काय?"

"त्याच्याबद्दल काय?"

"मला तो कधी मिळणार?"

"नंतर."

"तसं तू कालसुद्धा म्हणाला होतास आणि मला तो मिळाला नाही. काल तू माझ्याशी खोटं बोललास आणि आत्ता तू पुन्हा माझ्याशी खोटं बोलतोयंस आणि याकरता मी तुझ्यावर खटला भरीन, केस करीन."

"सॅम, खटले खूप रेंगाळत चालतात. वर्षानुवर्षं! आणि मला हेही माहीत आहे की, तुम्हाला तुमच्या वकिलाशी बोलायचंय. मग आत्ता तुम्हाला तुमच्या वकिलाला भेटायचंय की नाही?"

"मला माझ्या वकिलाशी बोलायचा अधिकार आहे आणि एक तास मोकळ्या

हवेवर फिरण्याचाही.''

"पॅकर, त्यांना त्रास देऊ नको.'' सहा फुटांवरच्या कैद्यांच्या कोठडीतला हॅन्क हेन्शा कैदी ओरडला.

"पॅकर, तू खोटारडा आहेस.'' दुसऱ्या बाजूने जे.बी. गलीट ओरडला.

"बास, आवाज बंद!'' त्यांच्याकडे पाहून शांतपणे पॅकर याने सूचना केली. "आम्हाला माहीत आहे. सॅम वृद्ध आहेत. आम्ही त्यांची चांगली काळजी घेत आहोत.''

"तुम्हाला शक्य असतं, तर आजसुद्धा तुम्ही त्यांना विषारी वायूच्या पेटीत घातलं असतं.'' हेन्शॉ ओरडला.

सॅमनी पायातल्या बेड्या पायावर चढवून घेतल्या आणि त्यांची फाइल आणण्यासाठी जमिनीवर पाय घासत ते परत त्यांच्या कोठडीत गेले. त्यांनी फाइल छातीशी धरली आणि बदकाप्रमाणे हेलकावे खात ते पॅकरबरोबर त्या कोठड्यांच्या ओळींसमोरून गेले. त्यांना दोन-तीन दरवाजे पार करून जायला लागलं. 'अ' कोठड्यांची रांग मागे पडली होती. "सॅम, त्यांना चांगला धडा शिकवा.'' ते चालत होते, तेव्हा हेन्शॉ ओरडला.

सॅमला प्रोत्साहन देण्यासाठी काहींनी आरोळ्या ठोकल्या, तर पॅकरला चिडवण्यासाठी काहींनी वेगवेगळे आवाज काढले.

"आज दुपारी दोन तास मोकळ्या हवेवर फिरण्याची परवानगी वॉर्डन साहेबांनी दिली आहे आणि पत्ता काटला जाईपर्यंत दररोज दोन तास.'' एका छोट्या हॉलसारख्या जागेतून ते जात असता पॅकरनं त्यांना सांगितलं.

"पत्ता काटला जाईपर्यंत म्हणजे?''

"म्हणजे पत्ता काटला जाईपर्यंत.''

"म्हणजे काय?''

पॅकर आणि सर्व सुरक्षाकर्मी मृत्यूची शिक्षा अमलात आणण्याच्या कृतीला 'पत्ता काटणे' असं म्हणायचे.

"आम्हाला काय म्हणायचंय, ते तुम्हाला माहीत आहे.''

"वॉर्डनसाहेब खरोखर मोठ्या मनाचे आहेत आणि तुम्ही त्यांना सांगा की, मला त्यांनी दररोज दोन तास फिरायला दिलं आणि जर माझा पत्ता काटला गेला नाही, तर मग वॉर्डन नंबर एकचा खोटा माणूस आहे असं ठरेल, त्याचं काय?''

"त्यांना ते आधीपासूनच माहीत आहे.''

सळयांच्या भिंतीशी येऊन दरवाजा उघडेपर्यंत ते थांबले. पुन्हा एका सुरक्षाकर्मींच्या जोडीनं त्यांना अडवलं. पॅकर यांनी सुरक्षाकर्मींकडे असलेल्या कागदपत्रांवर काही नोंदी केल्या आणि समोर उभ्या असलेल्या एका पांढऱ्या मोटारीशी ते गेले.

सुरक्षाकर्मींनी बाजूच्या दरवाजातून सॅम यांना दंडाला धरून, बेड्यांसह उचलून गाडीत बसवलं. पॅकर पुढच्या बाजूला ड्रायव्हरशेजारी बसला.

"या मोटारीत ए.सी. आहे का?"

ड्रायव्हरला उद्देशून सॅम यांनी विचारलं. ड्राव्हरच्या बाजूची काच खाली होती.

"हो." ड्रायव्हर उत्तरला आणि कडक सुरक्षाव्यवस्था विभागापासून ते दूर चालले होते.

"मग, ती चालू कर ना."

"सॅम, जाऊ दे ना!" ते महत्त्वाचं नाही, या आविर्भावात पॅकर म्हणाला.

"कोठडीत ए.सी.ची व्यवस्था नाही, म्हणून दिवसभर घामाघूम होणं, ही एक वाईट गोष्ट आहेच. पण इथे व्यवस्था असताना गुदमरून जाणं, हा मूर्खपणा आहे. मला माझे अधिकार काय आहेत, ते माहीत आहेत."

ड्रायव्हरने एक बटन दाबलं आणि वातानुकूलनाची व्यवस्था कार्यरत झाली. दोन फाटकांमधून व्हॅनला जाऊ दिलं होतं आणि 'रो' तुरुंगापासून दूर जाणाऱ्या एका मातीच्या रस्त्याला ती लागली.

जरी हातापायांवर बेड्या होत्या, तरी मोकळ्यावरचा हा प्रवास ताजंतवाना करणारा होता. सॅम यांनी तक्रारी करणं थांबवलं आणि ताबडतोब व्हॅनमध्ये असणाऱ्या इतरांकडे दुर्लक्ष केलं. रस्त्याच्या कडेनं गवताळ भागात पावसामुळे पाणी साठलं होतं. गुडघाभर उंचीची कापसाची ताटं धुतली गेली होती. देठं आणि पानं गर्द हिरव्या रंगाची होती. कापसाची बोंडं गोळा करायच्या लहानपणीच्या कामाची आठवण सॅम यांना झाली, पण तत्काळ तो विचार त्यांनी मनातून काढून टाकला. त्यांनी भूतकाळ विसरून जायची सवय मनाला लावली होती आणि क्वचित प्रसंगी उद्भवणाऱ्या बालपणातल्या आठवणी त्यांच्या मनासमोर झळकून जायच्या, त्या ते कटाक्षाने दडपून टाकायचे.

व्हॅन पुढे जात होती आणि सॅमना समाधान वाटत होतं. बाहेर फिरायला मिळाल्याबद्दल ते आभारी होते. एका झाडाखाली त्यांच्याचपैकीच तुरुंगातले दोन कैदी काम करत होते. एक जण उन्हात वजन उचलत होता. त्या दोघांकडे सॅमचं लक्ष गेलं. या सर्वांसभोवती कुंपण होतं. पण किती छान होतं! ते उघड्यावर, मोकळ्या वातावरणात होते. तशा वातावरणात श्रमाचं काम असलं, तरी गप्पा मारत, टिवल्याबावल्या करताना त्यांच्या मनात त्या विषारी वायूच्या पेटीचा आणि आपल्या नुकत्याच केलेल्या पुनर्विचाराच्या अर्जाचं काय झालं असेल, त्याचा विचारसुद्धा मनात येत नसेल.

कायद्यांच्या पुस्तकांची लायब्ररी किंवा ग्रंथालय 'शाखा' नावाने ओळखलं

जायचं. तुरुंगाचं मुख्य ग्रंथालय आता बरंच लांबवर, दुसऱ्या एका छावणीत होतं. शाखा ग्रंथालय केवळ मृत्युदंडाची शिक्षा झालेले कैदीच वापरत होते. तुरुंगाचं व्यवस्थापन ज्या इमारतीतून चालायचं, त्या इमारतीच्या मागच्या बाजूच्या एका जोडभागात हे ग्रंथालय होतं. या भागाला फक्त एक दरवाजा आणि दोनच खिडक्या होत्या. गेल्या नऊ वर्षांत सॅम या ग्रंथालयात बऱ्याच वेळा आलेले होते. ग्रंथालयाची खोली लहान होती; पण चालू प्रचलित कायद्यांबाबतच्या पुस्तकांचा त्यात चांगला संग्रह होता. आजपर्यंतच्या निवाड्यांचे अहवाल तिथे होते. भिंतीशी उभ्या केलेल्या मांडणीमध्ये पुस्तकं ठेवलेली होती आणि खोलीच्या मध्य भागात एक जुनं लाकडी टेबल चर्चासत्रांसाठी होतं. ग्रंथपाल म्हणून कैद्यांपैकीच एक जण; सुधारलेला, विश्वासू कैदी आपण होऊन काम करायचा. तो पुढे येऊन हवं ते पुस्तक सापडवून द्यायचा, पण पुस्तकं योग्य जागी ठेवली जात नसल्यामुळे हवं असलेलं पुस्तक मिळायला खूप त्रास पडायचा. सॅम यांना टापटिपीची सवय आणि आवड असल्याने याचा त्यांना खूप मनस्ताप व्हायचा आणि त्यामुळे आफ्रिकी लोकांचा ते खूप तिरस्कार करायचे आणि त्यांची खात्री होती की, सगळे ग्रंथपाल जरी आफ्रिकी नसले, तरी बहुतेक ग्रंथपाल काळे आफ्रिकीच होते. वास्तवात नेमकं काय होत होतं, याची त्यांना कल्पना नव्हतीच.

दरवाजाशी दोघा सुरक्षाकर्मींनी सॅम यांच्या बेड्या काढल्या.

''तुम्हाला दोन तास दिलेले आहेत.'' पॅकर म्हणाला.

''मला लागतील तेवढे मिळाले पाहिजेत.'' आपली मनगटं चोळत सॅम म्हणाले. जणूकाही बेड्यांमुळे त्यांची मनगटं मोडली होती.

''तुम्ही काही म्हणा सॅम, पण मी दोन तासांनंतर परत येईन आणि तुम्हाला उचलून व्हॅनमध्ये टाकतो की नाही ते बघा!''

सुरक्षाकर्मी दरवाजाच्या बाजूला उभे राहिले आणि पॅकर याने दरवाजा उघडला. सॅम दरवाजातून आत गेले आणि त्यांनी दरवाजा आतून बंद केला. त्यांनी त्यांची फाइल टेबलावर ठेवली आणि त्यांच्या वकिलाकडे रोखून पाहिलं.

ॲडम चर्चासत्रासाठीच्या टेबलाच्या दुसऱ्या अरुंद बाजूशी बसला होता. त्याच्या हातात एक पुस्तक होतं आणि त्याच्या पक्षकाराची वाट पाहत तो थांबून होता. बाहेरचे आवाज त्याच्या कानावर आले आणि त्यानं बेड्याविरहित सॅम यांना आतमध्ये येताना पाहिलं. तुरुंगात वापरण्याचं बंधन असलेल्या, शर्ट आणि पँट एकमेकांना जोडलेल्या, एकसंध तांबड्या रंगाच्या कपड्यात ते तिथे येऊन उभे दाखल झाले होते. त्यांच्या दोघांच्यात आता लोखंडी जाळीचा पडदा नव्हता. त्यामुळे ते त्याला आकाराने लहान वाटले.

होत्या त्या जागेवरून दोघांनी एकमेकांना आजमावलं. वकील आणि पक्षकार दोघं

एकमेकांना अनोळखी होते. काही क्षण असे गेले की, त्यात त्यांनी एकमेकांचा अंदाज घेतला. समोरच्याबाबत आपण नेमकी काय भूमिका घ्यायची, हे दोघांनाही सुचत नव्हतं.

''हॅलो सॅम!'' त्यांच्याजवळ जात ॲडम म्हणाला.

''सुप्रभात, काही तासांपूर्वीच आपल्या दोघांनाही मी टीव्हीवर पाहिलं.''

''हो आणि त्याखेरीज तुम्ही ते वर्तमानपत्र पाहिलंत?''

''नाही, अजूनतरी नाही. ते इथं उशिरानं येतं.''

त्या सकाळचं वर्तमानपत्र ॲडमनं टेबलावरून त्यांच्या दिशेने सरकावलं. सॅम यांनी ते दोन हातांत धरलं आणि ते खुर्चीत आरामशीरपणे बसले. त्यांनी वर्तमानपत्र नाकापासून सहा इंच अंतराच्या उंचीपर्यंत धरलं आणि त्यांच्या संबंधातली बातमी त्यांनी काळजीपूर्वक वाचली. त्यांच्या आणि ॲडमच्या फोटोंचं निरीक्षण केलं.

टोड मार्क्सनं आदल्या संध्याकाळी बऱ्याच ठिकाणी फोन करून माहिती गोळा केली होती. ॲलन केहॉल नावाच्या व्यक्तीचा जन्म १९६४मध्ये फोर्ड परगण्यातल्या क्लॅन्टन या गावी झालेला होता आणि त्याच्या जन्माच्या दाखल्यावर वडलांच्या जागी एडवर्ड एस. केहॉल अशा नावाची नोंद होती. त्यानंतर त्यानं एडवर्ड एस. केहॉल यांच्या जन्माचा दाखला तपासून त्यावर त्यांच्या वडलांच्या जागी मृत्युदंडाची शिक्षा झालेल्यांसाठीच्या 'रो' तुरुंगात असलेले सॅम लुकस केहॉल यांचं नाव हेच होतं, याची शहानिशा केली. त्याने पुढे असं लिहिलं होतं की, ॲडम हॉल यांनी त्यांचे वडील कॅलिफोर्नियाला स्थायिक झाल्यावर त्यांचं आडनाव बदललं होतं. त्यांनी त्यांचे आजोबा सॅम केहॉल होते, हे मान्य केलेले होतं. हे सांगत असताना ॲडमनी त्यांना ही माहिती दिली, असं कुठंही उद्धृत केलं नव्हतं. तरीसुद्धा त्यांच्या दोघांच्या कराराचा भंग झालाच होता. ॲडम आणि वार्ताहर यांचं बोलणं झालं असावं, अशी शंका सहज व्यक्त करता आली असती.

बातमीत ही माहिती कुठून मिळाली, याचा उल्लेख नव्हता. एडी आणि त्याच्या कुटुंबीयांनी सॅम यांना अटक झाल्यानंतर १९६७मध्ये क्लॅन्टन सोडलं आणि कॅलिफोर्नियात स्थलांतर केलं. पुढे तिथे एडींनी आत्महत्या केली. कॅलिफोर्नियामधून तपास घेण्यासाठी मार्क्सला आदल्या संध्याकाळी-रात्री पुरेसा वेळ मिळाला नसणार, त्यामुळे बातमी त्या ठिकाणीच थांबली होती. निनावी स्रोताने दिलेल्या माहितीमध्ये मेम्फिसमध्ये राहत असलेल्या सॅम यांच्या मुलीच्या नावाचा उल्लेख नव्हता. त्यामुळे ली बचावली होती. बेकर कुली, गार्नर गुडमन, फिलिप नैपेह, लुकस मान आणि सरकारी वकिलांच्या जॅक्सन इथल्या कचेरीतल्या वकिलांनी त्याबाबत काहीही टिपण्णी करायची नाही, असं सांगितल्यामुळे त्या बातमीतली हवा निघून गेली होती, तरीपण मार्क्सने क्रॅमर बॉम्बस्फोटाबद्दलची त्रोटक माहिती देऊन सनसनाटीरीत्या बातमी संपवली होती.

वर्तमानपत्राच्या दर्शनी पानावर अगदी वरच्या जागी ही बातमी छापली होती आणि बातमीबरोबर सॅम यांचा जुन्या काळातला फोटो आणि ॲडमचा अर्धवट फोटो छापला होता. तो इतका अस्पष्ट की, तो ॲडमचा असावा, असा फक्त अंदाज बांधता येत होता.

ॲडम पहाटे लवकर उठून खोलीला जोडून असलेल्या गच्चीवर जाऊन नदीतून चाललेली वाहतूक पाहत होता. त्या वेळी लीनं सकाळचं वर्तमानपत्र त्याच्या हातात दिलं होतं. त्या दोघांनी कॉफी आणि फळांचा रस पितापिता ती बातमी पुन:पुन्हा वाचून काढली. बरंच पृथक्करण झाल्यावर ॲडम अशा निष्कर्षाप्रत आलेला होता की, चर्चा संपल्यावर आदल्या दिवशी ॲडम पीबॉडी उपाहारगृहातून बाहेर पडून पदपथावर आल्यानंतर रस्त्यापलीकडे मार्क्सनं उभ्या करून ठेवलेल्या फोटोग्राफरनं त्याचा फोटो काढला असावा, कारण त्या फोटोत दिसत असलेला सूट आणि टाय त्यानं आदल्या दिवशी वापरलेला होता, यात शंका नव्हती.

''या विदूषकाबरोबर तुझं काल बोलणं झालं होतं का?''

वर्तमानपत्र टेबलावर टाकता टाकता गुरगरल्यासारख्या आवाजात सॅम यांनी हा प्रश्न विचारला होता. ॲडम त्यांच्यासमोर टेबलापलीकडे बसला होता.

''आम्ही भेटलो होतो.''

''का?''

''कारण त्यानं माझ्या मेम्फिसमधल्या ऑफिसमध्ये फोन करून त्यानं काही अफवा ऐकल्या आहेत असं सांगितलं होतं आणि त्या अफवा चुकीच्या प्रकाराने पसरू नयेत, असं मला वाटत होतं. माझ्या मते तुम्ही या घटनेची गांभीर्यानं दखल घेण्याची जरुरी नाही.''

''आपल्या दोघांचे फोटो वृत्तपत्राच्या दर्शनी पानावर छापून येतात आणि त्यात गांभीर्य नाही, असं कसं तू म्हणू शकतोस?''

''यापूर्वीही तुमचे असे दर्शनी पानावर फोटो छापून आलेले आहेत.''

''आणि तुझे?''

''मी त्यात फोटोसाठी उभा राहिलेला दिसत नाही. तो माझ्या नकळत घेतलेला फोटो आहे. मी त्यात नीटसा दिसतही नाहीये; पण माझा आविर्भाव मात्र दमदारपणाचा दिसतोय.''

''वास्तवातल्या गोष्टी तू त्याच्याजवळ कबूल केल्या आहेस?''

''हो, मी मान्य केल्या; पण मी ती एक पार्श्वभूमी म्हणून सांगितली आणि माझं नाव पुढे करून मी ती सर्व माहिती दिली, असा कुठेही उल्लेख करायचा नाही, असं आमच्यात ठरलं होतं. त्या शर्तीचा त्यानं भंग केला आहे. त्यानं रस्त्यापलीकडे फोटोग्राफर उभा करून माझा फोटो घेतलाय, त्यामुळे माझा त्याचा संबंध संपला.

त्यामुळे मेम्फिस प्रेसबरोबरचं माझं हे बोलणं पहिलं आणि शेवटचं!''

सॅम यांनी त्या वर्तमानपत्राकडे क्षणभर पाहिलं. त्यांच्या चेहऱ्यावरचा राग ओसरला आणि ते नेहमीसारखे झाले. त्यांचे शब्द नेहमीप्रमाणे संथ लयीने येऊ लागले. त्यांच्या चेहऱ्यावर किंचितसं हसू दिसू लागलं होतं. ''मी तुझा आजोबा आहे, हे तू मान्य केलंस?''

''हो, ते मी नाकारू शकत नाही. शकतो?''

''तुला ते नाकारायचं आहे?''

''आजोबा, ते वर्तमानपत्र वाचा. मला जर नाकारायचं असतं, तर ते दर्शनी पानावरच आलं असतं का?''

यामुळे सॅम यांचं समाधान झालं आणि त्यांच्या चेहऱ्यावरचं हसू कणभर वाढलं. त्यांनी त्यांचे ओठ दातात धरून चावले आणि अॅडमकडे रोखून पाहिलं. मग त्यांनी शिस्तीत एक नवीन सिगरेटचं पाकीट काढलं आणि त्या वेळी अॅडम खिडकीकडे पाहायला लागला होता.

सिगारेट चांगल्या प्रकारे पेटवल्यानंतर सॅम म्हणाले, ''वर्तमानपत्रांपासून लांब राहा. ती मंडळी क्रूर असतात, ती मूर्ख असतात आणि ते खोटंही बोलतात आणि मग बेजबाबदारपणे चुका करतात.''

''पण मी वकील आहे आणि वकिलांच्यात असावे लागणारे गुण माझ्या रक्तात आहेत.''

''हो, मला त्याची कल्पना आहे. ते टाळणं फार अवघड असतं, पण स्वत:वर ताबा ठेव. मला तसं परत व्हायला नकोय.''

अॅडमनं त्याची ब्रीफकेस उघडली. चेहऱ्यावर किंचितसं हसू आणत, त्यातून त्यानं काही कागद बाहेर काढले. ''तुमचं आयुष्य वाचवण्यासाठी माझ्याकडे एक अफलातून कल्पना आहे. त्यानं त्याचे हात एकमेकांवर चोळले. त्यानंतर खिशातून पेन बाहेर काढलं. आता वेळ काम करण्याची होती.

''हं! मी ऐकतोय.''

''बरं, तुम्हाला अंदाज आला असेलच की, मी या केसचा बराच अभ्यास केला आहे; त्यावर संशोधन केलं आहे.''

''त्यासाठी तर तुम्हाला पैसे द्यायचे आहेत.''

''हो, बरोबर आहे. मी एक लहानसा आश्चर्यकारक सिद्धान्त शोधला आहे. एका नवीन हक्कांची मागणी मी या सोमवारी करणार आहे. सिद्धान्त साधा आहे. विषारी वायू वापरून कैद्याला मृत्यची शिक्षा देणाऱ्या फक्त पाच राज्यांपैकी मिसिसिपी हे एक राज्य आहे. बरोबर?''

''हो, बरोबर.''

''आणि मिसिसिपी राज्यानं १९८४मध्ये मृत्यूची शिक्षा दिलेल्या कैद्याच्या मृत्युशिक्षा विषारी वायूच्या खोलीत पाठवून किंवा प्राणनाशक इंजेक्शन देऊन द्यायची, असा कायदा मंजूर केला. याबाबत कोणता प्रकार वापरायचा, याची निवड करण्याचा अधिकार १ जुलै १९८४नंतर ज्यांना मृत्यूच्या शिक्षा दिल्या आहेत, त्यांना दिला आहे. अर्थातच तो तुम्हाला लागू होत नाही.''

''बरोबर आणि 'रो' तुरुंगातल्या अर्ध्या कैद्यांना यातली निवड करण्याचा अधिकार मिळेल, पण त्यांच्या शिक्षा अमलात यायला बरीच वर्षं लागतील.''

''प्राणनाशक इंजेक्शन देऊन मृत्यू घडवून आणण्यामागे तो कमीत कमी क्लेशदायी व्हावा, हे एक कारण आहे. हा कायदा करण्यामागच्या इतिहासाचा मी अभ्यास केला. विषारी वायूच्या पेटीत कैद्याला घालून त्याचा मृत्यू घडवून आणण्यात राज्याला खूप अडचणींचे अडथळे पार करावे लागतात. सिद्धान्त साधा आहे. मृत्यू झटपट यावा; वेदनारहित असावा. निष्ठुरतेबाबत काही घटनात्मक प्रश्न उभे राहण्याची शक्यता कमी आहे, त्यामुळे तसे मृत्यू घडवून आणणं सोपं आहे. आपल्या सिद्धान्तानुसार ज्या अर्थी राज्यानं प्राणनाशक इंजेक्शननं मृत्यू द्यायचा, ही पद्धत अमलात आणण्याचं ठरवलं आहे, त्या अर्थी त्यांचाच दावा असा ठरतो की, विषारी वायूच्या पेटीत घालून मृत्यू द्यायची पद्धत कालबाह्य झालेली आहे आणि ती का कालबाह्य झालेली आहे? कारण त्या प्रकारे मृत्यू देण्याचा प्रकार हा अति निर्दयी आहे.''

त्यावर सॅम यांनी सिगारेटचा एक झुरका घेऊन एक मिनिट विचार केला आणि हळुवारपणे होकारार्थी मान हालवली ''तू बोलणं चालू ठेव.'' ते म्हणाले.

''विषारी वायूच्या पेटीचा प्रकार निंदनीय आणि क्रूर आहे. त्या प्रकारे मृत्युदंड देण्याच्या प्रथेवर आपण हल्ला करायचा.''

''तू तो हल्ला मिसिसिपी राज्यापुरताच मर्यादित ठेवणार आहेस का?''

''हो, आत्ता तरी तसं म्हणायला हरकत नाही. टेडी डॉयले मिक आणि मेआनार्ड टोल यांच्याबाबतीत प्रश्न उभे राहिले होते आणि अडचणी निर्माण झाल्या होत्या, याची माहिती मला आहे.''

सॅम यांनी नाकातून तिरस्कार व्यक्त करण्यासारखा आवाज काढला आणि टेबलावर धूर सोडला, ''प्रश्न? तू तसं म्हणू शकतोस.''

''त्याबाबत तुम्हाला किती माहिती आहे?''

''माझ्यापासून दीडशे फुटावरच्या अंतरावर त्यांचा मृत्यू झाला आहे. आम्ही आमच्या कोठड्यांत बसून अख्खा दिवस मृत्यूबद्दलच विचार करत असतो. त्यांच्याबाबत काय घडलं, ते 'रो' तुरुंगातल्या प्रत्येकाला माहीत आहे.''

''मला तुम्ही ती माहिती द्या.''

सॅम त्यांच्या कोपरावर ओणवे होऊन समोर असलेल्या वर्तमानपत्राकडे पाहत होते, पण त्यांचं लक्ष तिसरीकडेच होतं. ''गेल्या दहा वर्षांत १९८२ सालची मिकची पहिली मृत्युदंडाची शिक्षा अमलात आली. ते काय करत होते, हे त्यांनाच माहीत नव्हतं. मला इथे येऊन दोन वर्षं झाली होती. १९८२पर्यंत आम्ही स्वप्नाच्या जगात जगत होतो. विषारी वायूची पेटी, सायनाईड विषाच्या गोळ्या, शेवटचं जेवण वगैरेंबद्दल आमच्या मनात विचारही आले नव्हते. आम्हाला मृत्यूच्या शिक्षा दिल्या होत्या; ते त्या अमलात आणत नव्हते, म्हणून त्याची भीती वाटत नव्हती. पण मिकने आम्हाला जागं केलं. त्यांनी त्याला मारलं, त्यामुळे आम्हाला ते नक्कीच मारू शकतात, याची जाणीव झाली.''

''त्याच्या बाबतीत काय घडलं? टेडी डॉयले मिकच्या मृत्यूची शिक्षा अमलात आणते वेळी काय विचका झाला होता?'' त्याच्या अनेक गोष्टी ॲडमने वाचल्या होत्या, पण त्याला त्या सॅम यांच्या तोंडून ऐकायच्या होत्या.

''अरे, प्रत्येक गोष्ट चुकीची केली. तू ती विषारी वायूची पेटी ठेवलेली खोली पाहिली आहेस का?''

''अद्याप नाही.''

''त्या खोलीच्या शेजारीच त्याला लागून एक लहान खोली आहे. त्या खोलीत मृत्युदंडाची शिक्षा अमलात आणणारा माणूस, त्याला आपण जल्लाद म्हणू, तो या खोलीत विषारी रसायनांचं मिश्रण तयार करतो. एका काचेच्या पात्रामध्ये गंधकाम्ल म्हणजे तेजाब असतं. ते एका नळीवाटे विषारी वायूच्या खोलीच्या तळातल्या भागात जातं. मिकच्या शिक्षेच्या वेळी तो जल्लाद जास्त दारू प्यायला होता.''

''सॅम, काहीतरीच काय सांगताय?''

''मी त्याला पाहिलेलं नाही हे कबूल करतो, पण तो दारू पिऊन धुंद झालेला होता, हे शासनाच्या प्रत्येक कर्मचाऱ्याला माहीत होतं. हे एका सुरक्षारक्षकानंच मला सांगितलं होतं. राज्यातला कायदा असं स्पष्टपणे सांगतो की, विषारी वायू निर्माण होण्यासाठी योग्य त्या द्रव्यांचं मिश्रण तयार करून पेटीमध्ये पाठवण्याच्या व्यवस्थेची पूर्ण माहिती असलेली अधिकृत व्यक्तीच ते काम करू शकते. नव्हे, तशाच माणसाला त्या कामासाठी नेमलं पाहिजे आणि अशा प्रकारचा कायदा अस्तित्वात आहे, हे तुरुंगातल्या वॉर्डनला म्हणजे मुख्याधिकाऱ्याला मृत्यूची शिक्षा अमलात आणण्यापूर्वी फक्त एक तास माहीत झालं होतं. मिक मरेल, असं आम्हाला कोणालाच वाटलं नव्हतं. अगदी शेवटच्या क्षणी तहकुबीची आज्ञा येईल, अशी खात्री होती, कारण तसं त्याच्या बाबतीत पूर्वी दोनदा घडलं होतं. पण तहकुबीचा हुकूम आला नाही आणि तुरुंगाधिकाऱ्यांनी अगदी शेवटच्या घटकेला

मृत्युदंड अमलात आणण्याचं काम करणाऱ्या माणसाला शोधायची खटपट सुरू केली. त्यांना तो मिळाला, पण तो त्या वेळी दारू पिऊन तर्र झालेला होता.

"माझ्या मते तो प्लंबर होता. पहिल्या वेळेला केलेलं मिश्रण बरोबर झालं नाही. त्यामुळे काम झालं नाही. त्यानं नळीच्या तोंडाशी नरसाळं लावून त्यात तेजाबची बरणी रिकामी केली आणि तरफ ओढली. मिक आता शेवटचा श्वास घेईल, अशी सर्वांची कल्पना झाली. त्याने दीर्घ श्वास घेतलेला होता, तो त्याने बराच वेळ रोखून धरला, मग सोडून दिला आणि परत हवा आत घेतली. काही घडलं नाही. ते थांबून होते, मिक थांबून होता. सर्व जणांनी हळूहळू मारेकऱ्याकडे पाहायला सुरुवात केली. तो स्वत:वर चिडला होता; स्वत:लाच शिव्या देत होता. नंतर तो परत त्या मिश्रण करायच्या छोट्या खोलीत गेला. तिथे त्यानं तेजाब आम्लाबरोबर इतर काही रसायनं मिसळून दुसरं मिश्रण तयार केलं. तो विषारी वायूच्या पेटीत आधीच्या वेळी मिश्रण घालण्यासाठी वापरलेला चिनी मातीचा वाडगा आणण्यासाठी नरसाळ्याशी गेला. त्यात त्यानं दहा मिनिटं घालवली. वॉर्डनसाहेब, लुकस मान आणि इतर कर्मचारी या भाड्यानं आणलेल्या मारेकऱ्याला शिव्या देत चुळबुळ करत उभे होते. शेवटी एकदा त्यानं ते मिश्रण नरसाळ्यातून नळीमध्ये पाठवलं आणि नळीला बूच लावून तरफ ओढली. या वेळी गंधकाम्ल, तेजाब मिश्रण जिथं पडायला हवं होतं तिथे म्हणजे विषारी वायूपेटीच्या तळात एक वाडगा होता, त्यात जाऊन पडलं. त्या वाडग्याच्या लगतच्या भिंतीला अडकवलेल्या खुर्चीत मिकला जखडून ठेवलं होतं. नंतर मारेकऱ्यानं दुसरी एक तरफ ओढली आणि या वेळी मिक बसलेल्या खुर्चीच्या खाली दुसऱ्या एका वाडग्यात सायनाईड विषाचे खडे होते, ते तेजाब असलेल्या वाडग्यात पडले आणि विषारी वायू तयार होऊन मिकच्या चेहऱ्याच्या दिशेने जाऊ लागला. मिकनं पुन्हा श्वास रोखून धरला. आता सर्वांना वाफेसारखा वायू दिसत होता. जेव्हा तो वायू मिकच्या नाकात जाऊ लागला, तेव्हा तो थरथरायला लागला, झटके द्यायला लागला आणि काही काळ हे असं चालू राहिलं. एक धातूची सळई पेटीच्या तळापासून निघून खुर्चीच्या मागून वरच्या दिशेने जाऊन वर पेटीमधून बाहेर काढून लावलेली असते. मिक एकदा स्थिर झाला, तेव्हा सर्वांना असं वाटलं की, मिक मेला. नंतर एकाएकी मिकचं डोकं पुढे मागे होऊन मागे असलेल्या सळईवर आपटायला लागलं. ते दणके वाढायला लागले. त्याच्या डोळ्यांची बुब्बुळं मागे गेली होती. त्याचे ओठ, तोंड उघडून आडवं पसरलं होतं. त्याच्या तोंडातून फेस यायला लागला होता. अजूनही मागे असलेल्या सळईवर तो डोकं आपटत होता. तो कमालीचा अस्वस्थ झाला होता."

"मृत्यू यायला त्याला किती वेळ लागला?"

''कोणास ठाऊक! तुरुंगाच्या वैद्यकीय अधिकाऱ्यांच्या मतानुसार मृत्यू तत्काळ आला होता आणि वेदनारहित होता; पण त्या वेळी उपस्थित साक्षीदारांच्या सांगण्यानुसार त्यानं खूप झटके दिले, डोकं गजावर आपटलं, पाच मिनिटं त्याची खूप तडफड झाली.''

मिकच्या मृत्युदंडाच्या अंमलबजावणीमुळे मृत्युदंडाच्या विरोधात असलेल्यांना खूप दारूगोळा मिळाला. मिकला भयानक आणि प्रचंड त्रास, वेदना झाल्या यात शंका नव्हती आणि त्याच्या मृत्यूसंबंधात बरंचकाही वर्तमानपत्रांतून लिहिलं गेलं होतं. प्रत्यक्ष डोळ्याने पाहिलेल्या साक्षीदारांच्या आणि सॅम यांच्या वर्णनात फारसा फरक नव्हता.

''तुम्हाला हे सर्व कोणी सांगितलं?'' ॲडमनं विचारलं.

''त्याबद्दल दोन-तीन सुरक्षाकर्मचारी बोलत होते. माझ्याजवळ नाही, पण बातमी झटक्यात पसरते. लोकांच्यातसुद्धा त्याबद्दल आरडाओरडा झाला होता. मिक तसा लोकांच्या नजरेत तिरस्करणीय नसता, तर त्या आरड्याओरड्याचे परिणाम वाईट होऊ शकले असते. प्रत्येक जण त्याला नीच म्हणत होते. त्यानं घेतलेल्या त्या छोट्या बळीनं भयानक दुःख, वेदना सोसल्या होत्या; त्यामुळे त्याच्याबद्दल सहानुभूती वाटणं शक्य नव्हतं.''

''त्याला मारलं, तेव्हा तुम्ही कुठे होतात?''

'' 'ड' ओळींमधल्या माझ्या पहिल्या कोठडीत. विषारी वायूच्या खोलीपासून तो भाग बराच दूर आहे. पार्चमनच्या प्रत्येक कैद्याला त्या रात्री त्यांनी त्यांच्या कोठड्यांतून कुलपं लावून बंद केलेलं होतं. हे सर्व मध्यरात्रीनंतर काही वेळानं झालं; पण तो एक आश्चर्यजनक प्रकार होता. कारण राज्याला पूर्ण दिवस ती शिक्षा अमलात आणण्याला मोकळा होता. मृत्युदंड अमलात आणणाच्या हुकमावर फक्त दिवस लिहिलेला असतो. त्यात कोणती वेळ अशी लिहिलेली नसते. त्यामुळे या अति उत्साही हरामी मारेकऱ्यांचे हात ती शिक्षा अमलात आणण्याला शिवशिवत होते. प्रत्येक शिक्षेची वेळ ते मध्यरात्रीनंतर एक मिनिटांनी ठरवतात. त्यामुळे जर ती शिक्षा उशिराने अमलात आणण्याचं ठरवलं, तर कैद्यांच्या वकिलांना तहकुबी मिळवण्यासाठी आणखी काही अवधी दिल्यासारखं होतं. तो अवधी त्यांना द्यायचा नसतो. बस्तर मोॲक त्याच प्रकारानं गेला. त्यांनी त्याला मध्यरात्रीच खुर्चीला बांधून ठेवलं, मग फोन वाजला, मग त्यानंतर त्यांनी त्याला वेटिंग रूममध्ये नेऊन ठेवलं आणि सहा तास त्याला तिथेच उकाड्यात डांबून ठेवलं. दरम्यानच्या काळात त्याचे वकील एका न्यायालयातून दुसऱ्या न्यायालयात धावपळ करत होते. शेवटी पहाटे सूर्य वर येताना त्याला त्यांनी खुर्चीला शेवटचं जखडलं. त्याचे शेवटचे शब्द काय होते, याची तुला कल्पना असेलच.''

ॲडमनं नकारार्थी डोकं हलवलं, "नाही, मला कल्पना नाही."

"बस्टर आणि माझी चांगली मैत्री झाली होती. चांगला माणूस होता तो. 'तुला काही शेवटचं सांगायचंय?' असं नैपेहने त्याला विचारलं, त्यावर तो 'हो' म्हणाला. खरोखरच त्याला जे काही सांगायचं होतं, त्याला काहीतरी अर्थ होता. त्याला त्याचं शेवटचं, त्याच्या आवडीचं म्हणून दिलेलं जेवण खरोखरच दुर्मीळ होतं. त्यावर नैपेहनं त्याला त्याबद्दल तो मुख्य खानसाम्याशी बोलेल, असं सांगितलं. दुसरं आणखी एक असं की, त्याला शेवटच्या मिनिटांत राज्यपालांनी माफी दिलेली होती का, हे त्यानं विचारलं. नैपेहनं त्यावर 'नाही' असं उत्तर दिलं. त्यावर बस्टर म्हणाला, "त्या कुत्र्याच्या अवलादीला सांगा की, त्यानं एक मत गमावलंय." त्यानंतर त्यांनी विषारी वायूच्या पेटीचा दरवाजा बंद केला आणि त्याचा शेवट केला."

या सर्वांमुळे सॅम यांची करमणूकच होत होती, असं वाटत होतं आणि ॲडमलासुद्धा अवघड वाटून हसावं लागलं. त्याने त्याच्या कायद्याच्या नोंदी करायच्या वहीकडे पाहिलं, त्या वेळी सॅम यांनी आणखी सिगारेट पेटवली.

टेडी डॉयले मीक याची मृत्यूची शिक्षा अमलात आणल्यानंतर मेआनार्ड टोल यांचा वरिष्ठ न्यायालयात केलेल्या अर्जाचा मार्ग खुंटला आणि या वेळी विषारी वायूच्या पेटीचा उपयोग करायची वेळ आली. समाजाचं आपण काही देणं लागतो, त्यापोटी काही कैद्यांसाठी क्रॅव्हिट्झ आणि बेन ही कंपनी फुकट काम करायची, तसं टोलचं कामही कंपनी विनामोबदला करत होती. पीटर वायसेनबर्ग नावाचा एक तरुण वकील गार्नर गुडमन यांच्या मार्गदर्शनाखाली टोलचं काम करत होता. वायसेनबर्ग आणि गुडमन या दोघांनीही टोलची मृत्यू शिक्षा अमलात आणलेली पाहिली होती. मीकच्या वेळेचीच पुनरावृत्ती भयानक प्रकारे झालेली होती. टोलची मृत्युशिक्षा अमलात आणल्या गेल्याच्या संदर्भात ॲडमने गुडमन यांच्याबरोबर चर्चा केलेली नव्हती; पण त्या फाईलमध्ये वायसेनबर्ग आणि गुडमन यांनी प्रत्यक्ष त्यांच्या डोळ्यानं पाहिलेल्या घटनेचा पूर्ण वृत्तान्त लिहिलेला होता. तो ॲडमनं वाचला होता.

"मेअनार्ड टोलबद्दल काय?" ॲडमनं विचारलं.

"तो आफ्रिकी वंशातला लष्करी पेशातला माणूस होता आणि एक दरोड्यात त्यानं बऱ्याच जणांना जीवे मारलं होतं. तो स्वत:ला आफ्रिकेचा लढाऊ सैनिक म्हणायचा. समाजव्यवस्था प्रणालीतल्या प्रत्येकाला तो नावं ठेवायचा, शिव्या द्यायचा. त्यानं मलासुद्धा बऱ्याच वेळा दम दिला होता आणि सारखी शिवराळ भाषा वापरायचा."

"शिवराळ म्हणजे?"

''म्हणजे असभ्य भाषा! पण बहुतेक आफ्रिकी लोक तसेच असतात. तुला ते सर्व माहीत आहे आणि स्वभावत: ते तसे साधे, भोळे, प्रामाणिक असतात, अगदी प्रत्येक जण! तुरुंगात हे काळे लोक जास्त का आहेत, तर ते काळे आहेत आणि सत्ता आणि व्यवस्था गोऱ्या लोकांच्या हातात आहे म्हणून! काळ्यांनी अगदी बलात्कार, कोणाचे खून पाडले, तरी तो दुसऱ्यांचाच दोष असतो, असं त्यांच्या डोक्यात भिनलंय. नेहमीच दोष इतर कोणाचातरी असतो.''

''तो गेला, त्या वेळी तुम्हाला बरं वाटलं?''

''मी तसं म्हटलं नाही. जीवे मारणं हे चुकीचंच आहे. आफ्रिकींना मारणं चूकच आहे आणि मिसिसिपी राज्याच्या लोकांनी मृत्युदंडाची शिक्षा झालेल्या तुरुंगातल्या कैद्यांना मारणं चूकच आहे. मी जी चूक केली, ती मला मारून कशी दुरुस्त करू शकाल?''

''टोललापण खूप त्रास झाला? दु:ख-वेदना सोसाव्या लागल्या?''

''मिकसारख्याच. त्यांना त्या वेळी नवीन मारेकरी मिळाला होता आणि त्याने पहिल्या प्रयत्नातच काम बरोबर केलं. विषारी वायू टोलच्या नाका-तोंडात गेला आणि त्याच्या उसळ्या, झटके, पिळवटणं सुरू झालं. मिकसारखंच डोकं मागे असलेल्या सळईवर आपटणं सुरू झालं. फरक इतकाच होता की, टोलचं डोकं दणकट होतं, म्हणून तो सळईवर, जाड लोखंडी कांबीवर बराच काळ डोकं आपटत राहिला. शेवटी नैपेह आणि त्यांचे इतर सहकारी, भाडोत्री सैनिक या सर्वांना काळजी वाटायला लागली की, हा मरतोय की नाही? गोंधळाची स्थिती निर्माण झाली. नैपेह आणि त्यांच्या लोकांनी साक्षीदारांना बाहेर जायला लावलं. एकंदरीत घटना फारच तिटकारा उत्पन्न करणारी ठरली होती.''

''त्याला मरण यायला दहा मिनिटं लागली, असं मी कुठेतरी वाचलं होतं.''

''हो, तो खूप झगडला. त्यानं जीव वाचवण्यासाठी जिवापाड धडपड केली, एवढं मला माहीत आहे. अर्थात वैद्यकीय अधिकारी आणि तुरुंगाधिकारी यांनी 'मृत्यू तत्क्षणीच आला आणि वेदनारहित होता.' असं सांगितलं. टोलच्यानंतर त्यांनी त्यात थोडासा बदल केला. जेव्हा माझा मित्र मोॲकची पाळी आली, त्या वेळी त्यांनी डोकं खुर्चीच्या पाठीमागच्या कांबीला कातडी पट्ट्यांनी घट्ट बांधून ठेवायची व्यवस्था केली. नंतरच्या जंबो पॅरिसचं डोकंसुद्धा त्यांनी खुर्चीमागच्या कांबीला चामडी पट्ट्यांनी घट्ट बांधून ठेवलं. त्यामुळे डोकं त्या कांबीवर आपटणंच शक्य नव्हतं. सुधारणा चांगली होती, कारण त्यामुळे नैपेह आणि साक्षीदारांना आता फार क्लेश, वेदना पाहाव्या लागणार नव्हत्या.''

''सॅम, तुम्ही माझा मुद्दा लक्षात घ्या. तो मृत्यू घडवून आणण्याचा प्रकार अमानुष आहे, हिंसक आहे. आपण त्या पद्धतीवर हल्ला करू. मृत्युदंड अमलात

आणलेल्या ज्या साक्षीदारांनी त्या शिक्षा त्यांच्या डोळ्यांनी पाहिलेल्या आहेत, ते अशा प्रकारे शिक्षा अमलात आणण्याला विरोध दर्शवतील आणि आपण अशा प्रकारे विषारी वायूच्या पेटीत बंद करून विषप्रयोगानं मृत्यूच्या शिक्षा अमलात आणणं घटनाबाह्य आहे, असा निवाडा न्यायाधीशसाहेबांना द्यायला लावू.''

''त्यानं काय साध्य होणार आहे? मी विषारी वायूच्या खोलीत जाऊन मरायला तयार नाही, पण प्राणनाशक इंजेक्शननं तयार आहे, असं सांगणं मूर्खपणाचं आहे. प्राणनाशक इंजेक्शननं तेच होणार आहे. मला एका पलंगावर आडवं निजवा. अपायकारक द्रव्य पोटभर पाजा, मग मी मरेन. बस! आणखी काय हवं? आणि त्यांनासुद्धा तसं मरण मला द्यायचं नाहीये.''

''बरोबर आहे; पण त्यामुळे आपल्याला थोडा वेळ मिळेल. आपण विषारी वायूच्या पेटीवर हल्ला चढवायचा, तात्पुरती स्थगिती मिळवायची, त्यानंतर वरच्या न्यायालयातून पाठपुरावा करायचा. आपण ही गोष्ट अनेक वर्षं खोळंबवू शकतो.''

''हे असं पूर्वी करून झालंय.''

''पूर्वी करून झालंय म्हणजे काय?''

''टेक्सासमध्ये १९८३ मध्ये लार्सन नावाचा खटला होता. अशाच प्रकारचा युक्तिवाद त्या वेळी त्यांनी केला, पण निष्कर्ष काही नाही. विषारी वायूच्या पेटीत बंद करून त्यात विषारी वायू निर्माण करून गेली पन्नास वर्षं कैद्यांना तिथे मारत आहेतच आणि त्यांच्या मते तो प्रकार परिणामकारक, कार्यक्षम आहे. मानवतावादाच्या तत्त्वात बसणारा आहे, असं ते ठासून सांगतायंत.''

''हो, पण त्यात एक मोठा फरक आहे.''

''कोणता?''

''हे टेक्सास नाही. मिक, टोल आणि पॅरीस यांच्या शिक्षा टेक्सास राज्यात अमलात आणलेल्या नाहीत आणि जाताजाता सांगायची गोष्ट म्हणजे यापूर्वीच टेक्सासमध्ये प्राणनाशक इंजेक्शनं वापरून कैद्यांना संपवायला सुरुवात झालेली आहे. मृत्युदंडाची शिक्षा अमलात आणण्याचा एक चांगला प्रकार त्यांना सापडला, म्हणून त्यांनी विषारी वायूच्या पेट्या फेकून दिल्या आहेत. बहुतेक राज्यांनी विषारी वायूच्या पेट्यांच्या बदल्यात चांगलं तंत्र वापरायला सुरुवात केलेली आहे.''

सॅम उभे राहिले आणि चालत टेबलाच्या दुसऱ्या बाजूला गेले. ''ठीक आहे. आता माझी पाळी आलेली आहे. त्यामुळे माझ्या बाबतीत नवीन आणि चांगलं तंत्र वापरलं गेलं पाहिजे.'' त्यांनी टेबलाच्या बाजूनं चार येरझाऱ्या घातल्या; मग थांबले. ''या खोलीची लांबी अठरा फूट आहे. या टोकापासून दुसऱ्या टोकापर्यंत मी चालत गेलो, तर अठरा फूट चालतो. दर दिवसाचे तेवीस तास ६ फूट रुंद ९ फूट लांब खोलीत घालवणं, हे कशासारखं आहे, याची तुला कल्पना आहे? अरे बाबा, हे आमचं

स्वातंत्र्य!'' त्यांनी येरझाऱ्या घालण्यात आणि त्याचबरोबर सिगारेटचे झुरके घेण्यात काही वेळ घालविला.

दुर्बल शरीरयष्टीचे सॅम खोलीच्या एका भिंतीपासून दुसऱ्या भिंतीपर्यंत चालत जाताना त्यांच्या मागोमाग जाणारा धूर ॲडम पाहत होता.

त्यांच्या पायात मोजे नव्हते, पण बाथरूममध्ये वापरण्याच्या गडद निळ्या रंगाच्या रबराच्या सपाता होत्या आणि ते फेऱ्या मारताना त्या आवाज करत होत्या. ते एकाएकी थांबले. भिंतीलगतच्या मांडणीतलं एक पुस्तक काढून त्यांनी ते टेबलावर टाकलं आणि त्याची पानं फटाफट उलगडायला सुरुवात केली. काही मिनिटांच्या शोधकार्यानंतर ते जे काही शोधत होते, ते त्यांना मिळालं. ते वाचण्यात त्यांनी पाच मिनिटं घालवली.

''हे इथे आहे.'' ते स्वत:शीच पुटपुटले, ''मला माहीत होतं. मी ते वाचलेलं आहे.''

''काय आहे ते?''

''उत्तर कॅरोलिना राज्यातली १९८४मधली एक केस! जिमी ओल्ड असं त्या कैद्याचं नाव होतं. त्याला मरायचं नव्हतं, हे उघड होतं. त्यांनी खेचत त्याला विषारी वायूच्या पेटीपर्यंत आणलं. त्याला आणताना तो लाथा मारत होता, रडत होता, मोठमोठ्याने ओरडत होता. त्याला खुर्चीत जखडून बांधण्यात बराच वेळ गेला. त्यांनी दार लावलं, त्याची हनुवटी छातीवर दाबून त्यावर पट्टा बांधला आणि विषारी वायू चालू केला. मग त्याचं डोकं मागे कललं, त्याचे स्नायू एकदम आखडायला लागले. त्यानं साक्षीदारांकडे पाहिलं. त्याच्या डोळ्यातली बुब्बुळं वर-खाली होत होती, गोल गोल फिरत होती, तोंडातून लाळ बाहेर यायला सुरुवात झाली. त्याचं डोकं मागे-पुढे होत होतं, शरीर गदगदा हलत होतं, तोंडातून आता फेस बाहेर यायला लागला होता. असं काही मिनिटं चालू राहिलं. साक्षीदारांपैकी एक वार्ताहर होता. त्याला ते पाहून उलटी झाली. वॉर्डनसाहेब भडकले. त्यांनी विषारी वायू पेटीच्या बाजूनं काळे पडदे लावले. त्यामुळे साक्षीदारांना पुढचं काही दिसलं नाही. जिमी ओल्डला मृत्यू यायला चौदा मिनिटं लागली.''

''मलातर हे फारच क्रूर वाटतंय!''

सॅमनी ते पुस्तक बंद करून मांडणीमध्ये व्यवस्थितपणे ठेवून दिलं. त्यांनी एक सिगारेट पेटवली आणि छताकडे पाहिलं. ''खूप खूप दिवसांपूर्वी विषारी वायूने मृत्युदंड अमलात आणण्याची प्रत्येक पेटी सॉल्ट लेक सिटीमधल्या ईटन मेटल प्रॉडक्टनं बनविलेली होती. मी कुठेतरी वाचलंय की, मिसौरी राज्यातल्या पेट्या तुरुंगातल्या कैद्यांनीच बनवलेल्या आहेत; पण आमच्या तुरुंगातली पेटी ईटन कंपनीनं बनवलेली आहे. सर्व पेट्यांची रचना मूलत: सारखीच असते. त्या

पोलादाच्या बनवलेल्या असतात आणि अष्टकोनी आकाराच्या असतात आणि त्यांना बऱ्याच ठिकाणी बंद काचेच्या खिडक्या बसवलेल्या असतात की, ज्यायोगे बाहेरच्या लोकांना मृत्यू पाहता येतो. प्रत्यक्ष पेटीमध्ये फार जागा नसते. फक्त एक लाकडी खुर्ची आणि कैद्याला सर्व बाजूने बांधण्यासाठी बरेचसे पट्टे असतात. एक धातूचा वाडगा बरोबर खुर्चीच्या खाली असतो. त्या वाडग्यावर एका पिशवीत सायनाईडच्या गोळ्या असतात. मारेकरी एका तरफेच्या साहाय्याने त्या वाडग्यात टाकण्याचं काम करतो. एका नळीवाटे तेजाब त्या वाडग्यात टाकण्याचं काम मारेकरी दुसऱ्या एका तरफेच्या उपयोगाने करतो. काचेच्या एका भांड्यामधून नरसाळ्याद्वारे नळीमध्ये तेजाब ओततात. वाडगा आम्लाने भरल्यानंतर तरफ ओढून सायनाईडच्या गोळ्या त्या वाडग्यात पाडल्या जातात. तेजाब आम्ल आणि सायनाईडच्या गोळ्यांच्या मिश्रणामुळे विषारी वायू तयार होतो. तो सर्व पेटीभर पसरतो आणि तो कैद्याच्या नाकातोंडात जाऊन त्याला मृत्यू येतो. वेदना आणि क्लेशरहित तसंच झटक्यात मृत्यू व्हावा, अशी खरी योजना असते.''

''पूर्वी विद्युत्प्रवाहानं मारण्याची पद्धत होती ना?''

''हो, विसाव्या आणि तिसाव्या दशकात कैद्यांना विद्युतखुर्चीमध्ये बसवून, त्यांच्या अंगातून विजेचा प्रवाह पाठवून मारायचे आणि त्या वेळी तो आश्चर्यकारक शोध समजला गेला होता. मला लहानपणची गोष्ट आठवतेय की, एका ढकलगाडीवर ती खुर्ची बसवलेली असायची. एका ठिकाणाहून ज्या ठिकाणी हवी असेल, त्या ठिकाणी ती खुर्ची न्यायचे. एखाद्या तुरुंगातल्या कैद्याची मृत्यूची शिक्षा अमलात आणायची असेल, त्या कैद्याला या गाडीलगत बेड्यांसह एका ओळीत उभे करायचे आणि प्रत्येकाला एकेकदा बसवून त्यांच्या शिक्षा अमलात आणायचे. कैद्यांची गर्दी झालेल्या तुरुंगातली गर्दी कमी करण्याचा तो एक नामी उपाय होता.''

यावर 'विश्वास ठेवणं कठीण जातंय.' अशा अर्थी ॲडमनं त्यानं डोकं हलवलं.

''ते काय करत होते, याची खरोखरच त्यांना काही कल्पनाच नव्हती. या शिक्षा अमलात आणण्याच्या बाबतीत कैद्यांना होणाऱ्या वेदना, त्रास, क्लेश याबाबत काही भयानक गोष्टी सांगितल्या जायच्या. ही देहान्ताची शिक्षा आहे की नाही? पण देहाचा अंत यातना देऊनच करायचा, असा त्याचा हेतू नाही आणि असं फक्त मिसिसिपीमध्ये होत होतं, असं नाही; तर बरीचशी राज्यं जुन्यापुराण्या, मोडकळीला आलेल्या, दोरखंड, चामड्याचे पट्टे यासह कामचलाऊ, विद्युत्प्रवाह तोडण्याजोडण्याच्या व्यवस्था असलेल्या खुर्च्या वापरायची. ते बिचाऱ्या कैद्याला त्यात बांधून ठेवायचे. वीजप्रवाह चालू करायचे. त्याला प्रचंड दाबाचे झटके द्यायचे. तो प्राणी आतून भाजून निघायचा! शरीर झटके द्यायचं, परंतु लगेच मरायचा नाही. ही मंडळी काही मिनिटं वाट पाहायची. पुन्हा प्रवाह चालू करायची. असं पुन:पुन्हा

चालायचं. काहीकाही वेळा विजेचे जोड चांगले व्हायचे नाही. मग डोळ्यातून, कानातून ज्वाळा यायच्या, धूर बाहेर पडायचा. मी एका कैद्याच्या बाबतीत वाचलं होतं की, त्या वेळी योग्य विद्युत्दाब नव्हता, त्यामुळे त्याच्या डोक्यात वाफा तयार होऊन डोक्यातला दाब वाढला आणि त्याचे डोळे बाहेर आले, चेहऱ्याच्या कातडीतून रक्त बाहेर यायला लागलं. विजेचा धक्का देऊन मारण्याच्या पद्धतीमध्ये कातडी इतकी तापते की, काही काळ त्याच्या अंगाला हात लावता येत नाही. त्यामुळे जुन्या काळात त्याला ते थंड होऊ द्यायचे आणि नंतर तो मेला आहे, याची खात्री करता यायची नाही. पहिला झटका दिल्यानंतरसुद्धा काही जण मरायचे नाहीत आणि त्यांचा श्वास सुरू व्हायचा. मग पुन्हा त्यांना झटके द्यायला लागायचे. काही जणांबाबत अशाही गोष्टी आहेत आणि काहीकाही वेळा तर चारचार-पाचपाच वेळा झटके द्यावे लागायचे. तो प्रकार भयानक होता. त्यामुळे एका लष्करी वैद्यकीय अधिकाऱ्यानं मानवी मानता येईल असा विषारी वायूनं मारण्याच्या पेटीचा शोध लावला. आता पुढची पायरी म्हणजे प्राणनाशक इंजेक्शन देऊन मारण्याची पद्धत आल्यामुळे तोही कालबाह्य झाला आहे.''

सॅम यांना एक श्रोता मिळाला होता आणि ॲडम भारून जाऊन जागच्याजागी जखडला गेला होता.

''आजपर्यंत मिसिसिपी राज्यानं विषारी वायूच्या पेटीत बसवून किती जणांना मारलंय?'' त्यानं विचारलं.

''१९५४च्या सुमारास त्याचा वापर सुरू झाला. १९७०पर्यंत त्यांनी पस्तीस जणं मारली आहेत. त्यात एकही स्त्री नव्हती.''

''१९७२च्या फतव्यानंतर टेडी डॉयल मिकच्या वेळी, म्हणजे १९८२पर्यंत त्याचा वापर थांबला होता. त्यानंतर त्यांनी तीन वेळा ही पद्धत वापरली आहे. म्हणजे एकूण हा आकडा एकोणचाळीस होतो. मी झाल्यानंतर चाळीस होईल.''

त्यांनी पुन्हा येरझाऱ्या घालणं सुरू केलं, पण या वेळी गती कमी होती. ''अशा प्रकारे माणसं मारण्याचा तो एक अत्यंत अकार्यक्षम, नालायक प्रकार आहे.'' विद्यार्थ्यांच्या वर्गासमोर बोलल्यासारखे ते बोलत होते. ''आणि ते धोकादायक आहे. जखडून ठेवलेल्या त्या बिचाऱ्या कैद्याच्या दृष्टीनंच ते फक्त धोकादायक आहे, असं नाही, तर पेटीच्या बाहेर असणाऱ्यांच्या दृष्टीनेसुद्धा! त्या व्यवस्था, त्या पेट्या जुनाट झालेल्या आहेत. त्यातून विषारी वायूची गळती होऊ शकते. गळती होऊ नये म्हणून मध्ये घातलेले तक्ते, पुठ्ठे यांना भेगा जाऊ शकतात आणि गळती होऊच शकणार नाही, अशा विषारी पेटीच्या बांधणीचा खर्च अवाढव्य आहे. एखादी छोटीशी गळतीदेखील मारेकरी किंवा पेटीच्या जवळपासचे कर्मचारी यांच्या दृष्टीनं घातक ठरते. काही मोजक्या व्यक्ती म्हणजे नैपेह, लुकस मान आणि

एखादा अधिकारी, वैद्यकीय अधिकारी, एक-दोन सुरक्षाकर्मी अशी मंडळी त्या छोट्या खोलीत उभी असतात. त्या खोलीला दोन दरवाजे आहेत आणि मृत्युदंडाची शिक्षा अमलात आणली जात असताना ते बंद ठेवले जातात. विषारी वायूच्या पेटीतून जर काही वायूगळती होऊन बाहेर पडली, तर त्यामुळे कदाचित नैपेह किंवा लुकस मान यांनासुद्धा त्याचा फटका बसू शकतो. घोगरा आवाज काढून ते तिथल्या तिथे जमिनीवर आडवे पडतील आणि तसं झालं, तरी फारकाही वाईट होणार नाही म्हणा! कल्पना कशी आहे?

''साक्षीदारांसाठीसुद्धा ते धोक्याचंच आहे. कशामुळे काय होतंय, याचा त्यांना पत्ताही लागणार नाही. ती पेटी आणि त्यांच्यात एका खिडकीच्या भिंतीशिवाय काहीही नसतं आणि त्या खिडक्याही आता जुन्यापुराण्या झाल्या आहेत. त्यामुळे त्यातूनही विषारी वायू बाहेर येऊ शकतो. ते ज्या खोलीत असतात, ती खोलीसुद्धा तशी लहानच आहे आणि तिचाही दरवाजा बंद असतो आणि त्या खोलीत गळती होऊन विषारी वायू आला, तर ती धेंडं आडवी होतील.

''पण खरा धोका पुढेच आहे. कैद्याच्या फासळ्यांच्या भागावर एक तार लावून, ती पेटीच्या भिंतीतल्या एका भोकातून ओवून बाहेर काढून, वैद्यकीय अधिकाऱ्याच्या एका उपकरणाला जोडलेली असते. त्याद्वारे तो कैद्याच्या हृदयाचं स्पंदन तपासू शकतो. एकदा का त्या वैद्यकीय अधिकाऱ्यानं आतला कैदी मेला आहे, असं जाहीर केलं की, मग त्या पेटीचा एक सुरक्षानळ उघडतात. त्यामुळे आतला विषारी वायू वर जाऊन, वाफ होऊन, दूरवर वातावरणात मिसळला जातो. बऱ्याच वेळा तसं घडतं. तसं होण्यासाठी ते पंधरा मिनिटं थांबतात. मग पेटीचा दरवाजा उघडतात. पेटीतला विषारी वायू झपाट्याने वर जावा, म्हणून बाहेरची गार हवा पेटीत घुसवतात. ती पेटीत शिल्लक असलेल्या वायूत मिसळते आणि त्यामुळे आत असलेलं प्रत्येक द्रव्य घन स्वरूपात बदललं जातं. त्यामुळे आत जाणाऱ्यांसाठी तो एक प्रकारचा मृत्यूचाच जबडा होऊ शकतो; अति धोकादायी! आणि बऱ्याच जणांना त्या धोक्याची जाणीव, कल्पना नसते. प्रुसिक ॲसिडसारख्या एका अति जहरी विषाचे अवशेष त्या पेटीच्या आतल्या पृष्ठभागावर म्हणजे भिंत, काचा, दरवाजा, छत आणि एवढंच काय, त्या मृत व्यक्तीच्या अंगावरसुद्धा असतात.

''त्या पेटीचा आतला भाग आणि ते शव यांवर ते अमोनिया फवारतात आणि विषारी वायूचा अवशेष निरुपद्रवी करून टाकतात. त्यानंतर प्राणवायूचे मुखवटे चढवून आतलं शव बाहेर काढण्यासाठी माणसं आत जातात. आतलं शव, पृष्ठभाग ते पुन्हा अमोनिया, ब्लिचिंग पावडरनं, पाण्यानं धुवून काढतात, कारण कातडीतल्या वरच्या रंध्रांतून विष बाहेर पडत असतं. शव अद्यापही खुर्चीला

बांधलेलं असतानाच ते त्याच्या अंगावरचे कपडे फाडून काढतात. ते कपडे एका पिशवीत भरतात आणि जाळून टाकतात. पूर्वीच्या काळी ते कैद्याला फक्त अर्धी चड्डूर घालूनच बसवायचे, म्हणजे नंतरचं त्यांचं काम कमी व्हायचं. सध्याची मंडळी प्रेमळ आहेत, म्हणून आम्हाला हवे ते कपडे अंगावर चढवायला परवानगी देतात; म्हणजे माझ्या बाबतीत ती वेळ आली असेल, तर मलासुद्धा कोणते कपडे घालायचे, हे ठरवायला हरकत नाही.''

हा विचार सॅम यांच्या मनात आला आणि त्याच क्षणी ते जमिनीवर थुंकले. पुटपुटत त्यांनी काही शिव्या दिल्या आणि जमिनीवर पाय आपटत टेबलाच्या दुसऱ्या टोकापर्यंत गेले.

''त्या मृत शरीराचं ते काय करतात?'' अशा संवेदनक्षम बाबतीत ॲडमला बोलावंसं वाटत नव्हतं, पण गोष्ट पूर्ण करून घेण्यासाठी हे त्यानं विचारलं होतं.

संताप व्यक्त करण्यासाठी त्यांनी घशातून एक विचित्र आवाज काढला. मग सिगारेट ओठात धरली आणि तसेच बोलत राहिले, ''तुला माझ्याकडे कोणते आणि किती कपडे आहेत, हे माहीत आहे?''

''नाही.''

''हा जो लाल रंगाचा अंगावर चढवलेला माकडाचा पेहराव आहे ना, असे दोन, चार–पाच अर्ध्या चड्ड्या, अंघोळ करताना वापरतात त्या सपातांची एक जोडी. हा लाल रंगाचा कपडा घालून मला मरायचं नाही. घटनेद्वारे मला असलेल्या अधिकाराचा वापर करून मी त्या पेटीत चक्क नागडा होऊन जाणार आहे. काय? ते दृश्य कसं असेल? ते भाडोत्री गुंड मला धरून त्या खुर्चीत बसवून बांधत आहेत आणि ते माझ्या गुप्तांगाला शक्यतो स्पर्श न होण्याचा प्रयत्न करत आहेत. हे दृश्य तू डोळ्यासमोर आणू शकतोस? आणि जेव्हा ते मला खुर्चीत बसवतील, तेव्हा हृदयाची स्थिती पाहणारं उपकरण मी हातात घेऊन माझ्या वीर्योत्पादक अंड्याला बांधायला लावणार, वैद्यकीय अधिकाऱ्याला त्यावर आक्षेप घ्यायचं काही कारण असणार नाही. बरोबर? आणि मी माझे उघडे कुल्ले साक्षीदारांना पाहायला लावणार आहे. हो, मी असंच करणार आहे!''

''त्या मृत शरीराचं काय करतात?'' ॲडमनं पुन्हा विचारलं.

''ते एकदा नीटपणे धुवून काढल्यानंतर त्यावर जरूर ते फवारे मारल्यावर कैद्यांचा गणवेश ते कैद्यांच्या अंगावर चढवतात. नंतर ते एका स्ट्रेचरवर ठेवतात. पुढे शववाहिकेतून अंत्यसंस्कारासाठी त्यांच्या कुटुंबीयांच्या ताब्यात देतात. बहुतेक करून नातेवाईक शव ताब्यात घेतात.''

सॅम आता ॲडमकडे पाठ करून, पुस्तकांच्या मांडणीवर झुकून, भिंतीकडे तोंड करून उभे होते. बराच काळ ते शांत होते. ते खोलीच्या कोपऱ्याकडे टक

लावून उभे होते. त्यांच्या मनात पेटीत गेलेल्या चार व्यक्तींचे विचार होते. 'रो' वरचा नियम असा होता की, विषारी वायूच्या पेटीत जाण्याची तुमची वेळ आली की, त्या वेळी त्या लाल रंगाच्या, तुरुंगात वापरण्याच्या कपड्यात तुम्ही जाऊ शकत नाही. त्यांना हव्या त्या कपड्यात तुम्हाला मारायचं समाधान मिळत नाही.

त्यांना सिगारेट पुरवणारा भाऊ त्यांना एक शर्ट आणि पँट देण्याचं काम करेल. नवीन मोजे असतील तर चांगलंच, पण त्या निळ्या रबरी सपातांखेरीज दुसरं काहीही चालेल. ते चढवण्यापेक्षा ते अनवाणी जाणं पसंत करतील.

ते फिरले आणि ॲडम बसलेला होता तिथे येऊन खुर्चीत बसले. ''मला तुझी युक्ती आवडलीये. माझ्या दृष्टीनं तसा प्रयत्न करणं योग्य ठरेल. प्रयत्न चांगला ठरेल. आपण कामाला सुरुवात करू. उत्तर कॅरोलिना राज्यातल्या जिमी ओल्डसारख्या इतर आणखी काही घटना शोधून काढ. विषारी वायू पेटीत घालून मृत्युदंडाची शिक्षा अमलात आणलेल्यांपैकी ज्यांमध्ये काही प्रश्न निर्माण झाले असतील किंवा शिक्षा अमलात आणताना घोटाळे झाले असतील, बिघाड झाला असेल अशा प्रत्येक घटनेबद्दलची माहिती अगदी उकरून काढायला लागणार आहे. त्या सर्व आपण आपल्या अर्जात मांडू. मिक आणि टोल यांच्या शिक्षा अमलात आणल्या, त्या वेळी उपस्थित साक्षीदाराची यादी मी पाहणार आहे. मोॲक आणि पॅरीस यांच्या वेळचा तपशील मी गोळा करणार आहे.'' सॅम उठून उभे राहिले. ते शांतपणे आणि विचारपूर्वक म्हणाले. त्यांनी मांडणीतली डझनावारी पुस्तकं बाहेर काढली. स्वतःशीच पुटपुटत टेबलावर पुस्तकांचा ढीग लावला आणि क्षणार्धात त्या पुस्तकांत ते गढून गेले.

१९

मैलोन्मैल गव्हाच्या शेतांतून गव्हाची रोपं वाऱ्यावर डोलत होती. त्या शेतांच्या सीमेलगत दिमाखदार डोंगरांची रांग परिसराचं सौंदर्य वाढवत होती. आणखी दूर अंतरापर्यंत खोऱ्यासारख्या भूपृष्ठभागाचं संरक्षण डोंगर करत होते. या शेकडो एकरांच्या भूभागावर नाझी समुदायाची सत्ता होती. त्या परिसराला त्यांनी काटेरी तारांचं कुंपण घातलेलं होतं आणि ते झाडाझुडपांनी झाकून टाकलं होतं. गोळीबार, लढाई, चकमकी, हल्ले करण्याच्या सरावासाठी यांपैकी काही क्षेत्रांचा उपयोग व्हायचा. तो भागसुद्धा आसमंतातल्या परिसराशी मिळताजुळता दिसेल, अशा प्रकारे राखला होता. त्यामुळे आकाशातूनसुद्धा तो परिसर ओळखता येणं शक्य नव्हतं. फक्त दोन लाकडी ओंडक्यांपासून बनवलेल्या खोल्या जमिनीच्या पृष्ठभागावर दिसू शकत होत्या, पण त्यासुद्धा त्या भागातल्या सरोवरामध्ये मासेमारीसाठी येणाऱ्यांच्या वस्तू ठेवण्यासाठी किंवा थोडा काळ आराम करण्यासारख्या असलेल्या तिऱ्हाइतांच्या सोयीसाठी असलेल्या वाटत होत्या; पण या खोल्यांच्या आत जमिनीखाली दोन बोगदे तयार केलेले होते आणि त्यात लिफ्टची सोय होती. या लिफ्टनी जमिनीच्या पोटात असलेल्या नैसर्गिक गुहांच्या परिसरात जाता येत होतं. त्या गुहांच्या परिसरात मनुष्यप्राण्यांनी आणखी काही खोल्यांसारख्या गुहा तयार केल्या होत्या. त्या एकमेकांना जोडल्या होत्या. त्यांपैकी एका खोलीत छपाईची यंत्रं होती. दोन खोल्यांतून शस्त्रं आणि दारूगोळा यांचा साठा होता. तीन मोठ्या खोल्या निवासासाठी वापरल्या जायच्या. एक खोली ग्रंथालयासाठी होती. सर्वांत मोठ्या खोलीची तळापासून छतापर्यंतची उंची चाळीस फूट होती. ही खोली मध्यवर्ती दिवाणखाना म्हणून वापरली जायची. इथे सभासद जमायचे. चर्चासत्रं, भाषणं व्हायची; सिनेमे पाहिले जायचे; स्नेहसंमेलनं व्हायची.

या सर्व व्यवस्थेत अत्याधुनिक सामग्री, ज्ञानपद्धतींचा वापर केलेला होता. उपगृहाकडून संदेश ग्रहण करून साऱ्या जगातल्या घटनांची, बातम्यांची माहिती सर्व खोल्यांतल्या संगणकांना, टी.व्ही. संचांना तत्काळ मिळायची. फॅक्स म्हणजे मोबाइल

फोन आणि शक्य त्या सर्व अद्ययावत उपकरणांचा वापर इथे होत होता.

दररोज दहापेक्षा जास्त वर्तमानपत्रं या संस्थेत यायची. आल्याआल्या ती ग्रंथालयालगतच्या खोलीत जायची. सर्वांत आधी रोलंड नावाचा इसम ती वर्तमानपत्रं वाचायचा. तो बराचसा काळ संस्थेच्या आवारातच राहायचा आणि इतर काही सभासदांच्या मदतीनं तो या परिसराची व्यवस्था, देखरेख पाहायचा. रोलंड स्वत:साठी भला मोठा बंपर भरून कॉफी समोर घेऊन त्याचं वाचन सुरू करायचा. तो त्याचा नेहमीचाच शिरस्ता होता. तो चार वेळा जगभर फिरला होता. त्याला चार भाषा लिहिता, बोलता यायच्या आणि ज्ञानार्जनाची त्याची भूक अफाट होती. एखाद्या बातमीनं त्याचं लक्ष वेधून घेतलं, तर तो त्यावर खूण करायचा. मग त्याची तो एक प्रत काढायचा आणि नंतर संगणक हाताळणाऱ्यांच्या ताब्यात द्यायचा.

त्याचे उद्देश निरनिराळ्या प्रकारचे असायचे. खेळासंबंधी बातम्या, नोकरीसंबंधींच्या जाहिराती यांकडे तो दुर्लक्ष करायचा. समाजातल्या बदलत्या आवडीनिवडी, जीवनपद्धती यांच्यावर तो नुसती नजर टाकायचा. आर्य, नाझींसारखे समूह, क्लक्स क्लब यांच्या संबंधात प्रसिद्ध झालेल्या बातम्यांचा तो संग्रह करायचा. नजीकच्या काळात जर्मनी आणि पूर्व युरोपातल्या काही देशांत काही नव्यानं निर्माण होत असलेल्या वांशिक एकाधिकारशाहीचा आग्रह धरणाऱ्या समूहांबद्दलच्या बातम्यांत त्याला रस होता. त्यांनी तो थरारून जायचा; भारावून जायचा. तो अस्खलित जर्मन भाषा बोलू शकायचा. दर वर्षी एक महिना तरी तो त्या महान देशात घालवायचाच. त्यांच्या राजकारण्यांचं तो जवळून निरीक्षण करायचा. गुन्हेगारी निपटून टाकण्याच्या त्यांच्या निर्धाराचं त्याला कौतुक वाटायचं. त्याच्यासारख्यांसाठी काही खास अधिकार राखून ठेवण्याच्या त्यांच्या उद्देशांचा त्याला अभिमान वाटायचा. उच्चतम न्यायालयाच्या निवाड्यांवर त्याचं लक्ष असायचं. आपल्या वंशाचा अति अभिमान असलेल्या 'स्किन हेड्स' नावाच्या गोऱ्या लोकांच्या एका समूहावर युनायटेड स्टेट्समध्ये जे काही खटले भरले जायचे, कायदेशीर कारवाया व्हायच्या त्यांचा तो काळजीपूर्वक मागोवा घ्यायचा. क्लॅन्स समूहामागे खूप काही शुक्लकाष्ठे, कटकटी लागलेल्या असायच्या, त्यांचा तो मागोवा घ्यायचा.

भविष्यात ज्याचा काही उपयोग होऊ शकेल, अशा बातम्यांची नोंद डोक्यात साठवून ठेवण्यासाठी प्रयत्न करण्यात तो सकाळचे दोन तास घालवायचा. ती पार पाडण्यात त्याला आनंद वाटायचा.

पण ती सकाळ वेगळी असणार होती. सॅनफ्रॅन्सिस्कोच्या एका दैनिकात सॅम केहॉल यांचा फोटो दर्शनी पानावर दिसत होता आणि ही बातमी येऊ घातलेल्या त्रासाची, कटकटींची चाहूल देणारी होती. अमेरिकेतल्या 'रो' तुरुंगात खितपत पडलेल्यांपैकी सर्वात वृद्ध कैदी सॅम केहॉल यांच्या संबंधातली सर्वसमावेशक, तीन

परिच्छेदातच बसवलेली ती एक गरमागरम बातमी होती. सॅम यांचा नातू त्यांच्या वतीनं त्यांची बाजू मांडणार होता, असा उल्लेख त्यात होता. त्यावर विश्वास ठेवण्यापूर्वी रोलंडनं ती बातमी तीन वेळा वाचली आणि ती बातमी त्याच्या संग्रहात ठेवायची, असं त्यानं ठरवलं. एका तासानंतर ती बातमी त्यानं आणखी पाच-सहा वेळा वाचली. आदल्या दिवशीच्या दोन वर्तमानपत्रांत त्या तरुण ॲडम हॉलचा फोटोही पहिल्या पानावर छापून आला होता.

रोलंड गेली बरीच वर्षं सॅम केहॉलच्या खटल्याच्या माहितीच्या संपर्कात होता. त्याला बरीच कारणं होती. साठ ते पासष्ट सालादरम्यानच्या काळात दहशत निर्माण करण्यासाठी घडवून आणण्यात येणाऱ्या बॉम्बस्फोटात क्लॅन परिवारातले एक सदस्य म्हणून सॅम भाग घ्यायचे आणि सध्या ते आपल्या मृत्यूची वाट पाहत 'रो' तुरुंगात खितपत पडले होते. सॅम संबंधातली सर्व माहिती रोलंड त्याच्या संगणकात नोंदवून ठेवत होता. या संगणकातली माहिती छापून काढल्यानंतर त्या कागदांची जाडी एक फूट झाली होती. रोलंड वकील नव्हता, तरीपण सॅम केहॉल यांना उच्च न्यायालयात पुनरावलोकनासाठी जितक्या प्रकारचे विनंतिअर्ज करता येण्यासारखे होते, ते सर्व करून झालेले होते आणि ते लवकरच मृत्युमुखी पडणार होते, याची त्याला खात्री वाटत होती आणि तसं होणं, हे रोलंडच्या दृष्टीनं चांगलं होतं; पण हे त्याचं स्वत:चं मत त्यानं स्वत:जवळच ठेवलं होतं. सर्व मानववंशांत गोऱ्या वंशाचेच लोक सर्वश्रेष्ठ आहेत, असं मानणाऱ्यांचा सॅम केहॉल हा नायक होता. छोट्या नाझी समूहातल्या लोकांना सॅमची मृत्यूची शिक्षा अमलात आणली जाण्यापूर्वी तुरुंगाबाहेर निर्दशनं करण्याचे आदेश रोलंडने दिले होते. सॅम यांचा रोलंडच्या नाझी समूहाशी कधी तसा थेट संपर्क नव्हताच, कारण या नाझी समूहातल्या काही सभासदांनी सॅम यांना काही पत्रं पाठवली होती. त्या पत्रांना सॅम यांनी कधीच उत्तरं दिली नव्हती, पण सॅम केहॉल यांना ते आदर्श मानत होते, म्हणून त्यांच्या मृत्यूमुळे त्यांच्या समूहाला जेवढा जास्त फायदा करून घेता येण्याजोगा होता, तो ते घेणार होते.

रोलंडचं आडनाव फोर्शीन होतं. फ्रान्समधल्या अकाडिया (नोव्हा स्कोटीया) भागातले जे लोक लुझियाना भागात स्थायिक होण्यासाठी आले, त्यांपैकी काही कुटुंबं थिबोडो इथे स्थिरावली. त्यांच्यातली काही कुटुंबं फोर्शीन या आडनावाची होती. रोलंडकडे सामाजिक सुरक्षाक्रमांक नव्हता. त्यानं कधी आयकराची विवरणपत्रं भरली नव्हती. सरकारच्या नोंदीनुसार तो अस्तित्वातच नसल्यासारखा होता. त्याच्याकडे कोणालाही संशय येणार नाही असे, अगदी खऱ्यासारखे तीन नकली पासपोर्ट होते. त्यातला एक जर्मन म्हणून काढला होता आणि दुसरा आयर्लंडचा रहिवासी म्हणून होता. या पासपोर्टच्या आधारे तो देशांच्या सीमा लीलया पार करायचा.

त्याला आणखी एक नाव होतं, ते फक्त त्यालाच माहीत होतं. ते होतं रोली वेज. क्रॅमर बॉम्बस्फोट घटनेनंतर १९६७मध्ये तो यु.एस.मधून पळाला आणि त्यानं उत्तर आर्यलँडमध्ये आसरा घेतला होता. त्याखेरीज तो लिबिया, म्युनिक, बेलफास्ट, लेबानन इथेसुद्धा राहिला होता. १९६७ आणि १९६८मध्ये सॅम केहॉल आणि जेरेमी डोगान यांच्यावर चाललेले खटले पाहण्यासाठी तो अगदी थोड्या काळासाठी यू.एस.मध्ये येऊन गेला होता. तोपर्यंत तो अगदी सहजपणे, परिपूर्ण कागदपत्रांसह प्रवास करायला लागला होता.

केहॉल यांच्या खटल्यासंदर्भात काही वेळा गुंतागुंत किंवा अडचणीचे प्रश्न निर्माण व्हायला लागले होते. त्या वेळी त्याला युनायटेड स्टेट्समध्ये अगदी थोड्या काळाकरता का होईना, काही वेळा जायला लागलं होतं; पण जसाजसा काळ जायला लागला, तशीतशी त्यांची चिंता कमी व्हायला लागली. राष्ट्रीय समाजसत्तावादी नाझी विचारांच्या लोकांचे गट यू.एस.मध्ये मुळं धरून त्याचा प्रसार व्हायला लागण्यापूर्वी तीन वर्षं रोलंड या त्याच्या भूमिगत घरात राहायला लागला होता. आता तो क्लॅन्स समूहातला नव्हता. तो आता एकाधिकारशाहीच्या विचारांचा झाला होता आणि त्याचा त्याला अभिमान वाटत होता.

सकाळचं वाचन पुरं झालं, तेव्हा दहा वर्तमानपत्रांपैकी सात वर्तमानपत्रांत केहॉलची बातमी छापून आलेली होती, हे त्याच्या लक्षात आलं. त्यानं ती वर्तमानपत्रं ठेवली आणि सूर्यदर्शन घेण्याचं ठरवून स्टायरोफोनच्या कपात कॉफी घेतली. ऐंशी फूट उंचीवरच्या, लाकडांच्या ओंडक्यांनी बनवलेल्या त्या झोपडीच्या व्हरांड्यासारख्या भागात तो लिफ्टनं आला. दिवस मस्त होता. हवेत सुखद गारवा होता आणि सूर्यप्रकाश आनंददायी होता.

आकाश निरभ्र होतं. तो डोंगराच्या दिशेनं जाणाऱ्या पायवाटेनं चालत निघाला आणि काही मिनिटांतच तो एका घळीच्या वरच्या टोकाशी उभा राहिला. खाली ती घळ आणि पुढे काही अंतरावरची गव्हाची शेतंच शेतं पाहत उभा राहिला.

गेली तेवीस वर्षं सॅम केहॉलच्या मृत्यूची स्वप्नं रोलंड पाहत होता. सॅम केहॉलच्या मृत्यूची शिक्षा अमलात आल्यावर त्याला आणि केहॉल या दोघांनाच माहीत असलेल्या काही गुपितांचं एक त्रासदायक ओझं नष्ट होणार होतं. सॅमचं त्याला कौतुक वाटायचं. जेरेमी डोगाननं जशी शपथ तोडली, तशी सॅमनं तोडलेली नव्हती आणि कधीही कुठे तोंड उघडलं नव्हतं. तीन खटले पार पडले, कित्येक वकिलांनी त्यात भाग घेतला होता, असंख्य विनंतिअर्ज झाले, लाखांनी विचारणा, चौकश्या झाल्या. सॅम जरासुद्धा ढळले नव्हते; शरण गेले नव्हते. ते आदरणीय, सन्माननीय होते आणि रोलंड त्यांच्या मृत्यूची इच्छा करत होता. पहिल्या दोन खटल्यांच्या दरम्यान केहॉल आणि डोगान यांना त्याला धमक्या द्यायला लागल्या

होत्या; पण त्याला खूप वर्षं होऊन गेली होती. डोगान दडपणाला बळी पडला आणि त्यानं तोंड उघडलं. सॅम यांच्या विरोधात त्यानं साक्ष दिली आणि डोगान मेला.

या ॲडमनं त्याला काळजीत टाकलं होतं. इतरांप्रमाणेच सॅम यांचा मुलगा आणि त्यांच्या कुटुंबाचा संबंध तुटून पुढे त्याचं काय झालं, ही माहिती रोलंडकडे नव्हती. त्याची एक मुलगी मेम्फिसमध्ये होती, हे त्याला माहीत होतं; पण मुलगा परागंदा झालेला होता आणि आता हा देखणा, सुशिक्षित, तरुण वकील ज्यू लोकांच्या मालकीच्या एका श्रीमंत वकिलांच्या कंपनीतर्फे, कोण्या एका अनोळखी ठिकाणाहून एकाएकी इथे उपटला होता आणि त्यानं त्याच्या आजोबांना वाचवण्याची शपथ घेतली होती. मृत्युदंडाच्या अशा काही शिक्षा रोलंडला माहीत होत्या की, ज्या बाबतीत वकिलांनी शेवटच्या घटकेपर्यंत जे जे उपाय, शक्यता होत्या, त्या पार पाडण्यासाठी जिवाचं रान केलेलं होतं. 'सॅम तोंड उघडणार असेल, तर ते आत्ता उघडेल आणि ते तो त्याच्या नातवासमोरचं उघडेल!'

त्यानं एक खडकाचा तुकडा खाली घळीच्या दिशेने फेकला. तो गडगडत जाऊन दिसेनासा झाला. त्याला आता मेम्फिसला जाणं भाग होतं.

शिकागोच्या क्रॅव्हिट्झ आणि बेनच्या मुख्य कचेरीत नेहमीसारखीच कसून कामं चालली होती, पण मेम्फिसच्या कचेरीत मात्र जरा आराम दिसत होता. ॲडम नऊ वाजता ऑफिसमध्ये आला आणि त्याच्या पूर्वी कंपनीतले इतर दोन वकील आणि एक मदतनीस असे तिघेच आलेले होते. ॲडमनं त्याच्या खोलीत जाऊन खोली आतून लावून घेतली आणि खिडकीवरचा पडदा ओढला.

आदल्या दिवशी सॅम आणि ॲडम यांनी दोन तास काम केलं होतं. हातकड्या, आणि पायातल्या बेड्या घेऊन सॅम यांना परत नेण्यासाठी जेव्हा पॅकर ग्रंथालयात आला, त्या वेळी सर्व टेबल सतरा-अठरा पुस्तकांनी आणि ॲडमच्या नोंदवह्यांनी भरलेलं होतं. सॅम यांनी सावकाश पुस्तकं शेल्फमध्ये, मांडणीमध्ये ठेवली, तोपर्यंत पॅकर चुळबुळ करत अधीरपणे उभा होता.

लिहून आणलेला तपशील ॲडमनं पुन:पुन्हा वाचून काढला. त्याच्या स्वत:च्या संगणकात सॅम यांच्या शोधसंबंधातल्या मजुकरात तो छापला आणि त्यानुसार पुनरावलोकनासाठी करण्याच्या अर्जाच्या मसुद्यात तिसऱ्यांदा काही बदल केले. त्यानं त्याची एक प्रत गार्नर गुडमन यांना पाठवली होती. ती गार्नर यांनी त्यांच्या सूचनांसह परतही पाठवली होती.

या अर्जाला जरूर ते महत्त्व देऊन प्रामाणिकपणे त्याचा विचार होईल, याबाबत गुडमन साशंक होते. तरीपण अर्ज पाठवण्यामुळे काही नुकसान होणार

नव्हतं; पण सुदैवाने त्या अर्जावर योग्य तो विचार होण्याच्या दृष्टीनं कारवाई सुरू झाली असती, तर मेआनार्ड टोलची मृत्यूची शिक्षा अमलात आणली, त्या माहितीबाबत जबानी द्यायला गुडमन तयार होते. ते आणि वायझेनबर्ग त्या वेळी उपस्थित होते. जिवंत माणसाला विषारी वायूच्या पेटीत कोंडून तडफडत मृत्युमुखी जाताना वायझेन बर्ग यांना पाहवलं नव्हतं, त्यामुळे उद्विग्न होऊन त्यांनी वकिली सोडून प्राचार्यांचा पेशा पत्करला होता. दुसऱ्या महायुद्धातल्या ज्यूंच्या हत्याकांडामध्ये त्यांचे आजोबा वाचले होते, पण आजी बळी पडली होती. वायझेनबर्ग यांच्याशी संपर्क साधून त्यांना साक्ष द्यायला सांगता येईल, अशी गुडमनना खात्री होती.

दुपारच्या वेळेपर्यंत अॅडमला कामाचा कंटाळा आला. त्यानं त्याच्या ऑफिसचा दरवाजा थोडासा उघडला आणि त्या मजल्यावरच्या भागात काही आवाज येत होता का, याचा अंदाज घेतला. इतर वकील गेलेले होते आणि तोसुद्धा इमारतीच्या बाहेर पडला.

गाडी चालवत तो पश्चिमेच्या दिशेने निघाला. नदी पार करून अर्कान्सस राज्यात आला. तसाच पुढे जात राहिला. त्यानं काही ट्रकथांबे पार केले. तो पश्चिम मेम्फिसमधल्या कुत्र्यांना फिरवण्याच्या मैदानापुढे गेला. पुढे शेतंच शेतं होती. पुढे त्याला अर्ल, परकिन आणि वायने नावाच्या वस्त्या लागल्या. त्यांच्या पुढे गेल्यावर डोंगराळ भाग सुरू होत होता. एका किराणामाल विकणाऱ्या दुकानाशी थांबून त्यानं एक कोकाकोला घेतला. विटलेल्या कपड्यातली तीन वृद्ध माणसं तिथे रिकामटेकड्यांसारखी बसलेली होती. उकाड्यामुळे होणारा त्रास त्यांच्या चेहऱ्यांवर दिसत होता. त्यानं त्याच्या गाडीवरचं घडीचं छप्पर ओढून घेतलं आणि पुढे प्रवास सुरू केला.

पुढे दोन तासानंतर माऊंटन व्ह्यू नावाच्या गावात तो सँडविच विकत घेण्यासाठी आणि रस्त्याच्या चौकशीसाठी थांबला. कॅलिको रॉक हे गाव तसं फार लांब नव्हतं. व्हाइट नदीच्या कडेकडेने पुढे पुढे गेल्यावर ते वाटेत लागलं असतं, अशी माहिती त्याला मिळाली. छोट्या छोट्या ओझार्क टेकड्यांच्या परिसरातून वळणं घेत, उंच उंच झाडांच्या राईंतून, डोंगरातून येणारे ओढे, नाले पार करत जाणारा रस्ता फारच छान आणि नयनसुख देणारा होता. नागमोडी आकारात पुढे पुढे जाणारी व्हाइट नदी त्याच्या डाव्या बाजूला होती आणि त्या नदीत छोट्या होड्यांतून, बोटींतून ट्राउट मासे पकडणारे काही उत्साही दिसत होते.

नदीलगतच्या एका पठारासारख्या भागावर कॅलिको रॉक नावाचं एक छोटं गाव होतं. पुलालगतच्या पूर्वेच्या तटाला ट्राउट मासे पकडणाऱ्यांच्या होड्या लावण्यासाठी तीन धक्के होते. अॅडमनं गाडी उभी केली आणि तो पहिल्या धक्क्याशी आला. तिचं नाव होतं 'कॅलिको मरीना'. ती म्हणजे तरंगत्या बोटींच्या

तराफ्यावरची एक छोटी इमारतच होती आणि ती जाड तारांच्या दोरांनी किनाऱ्याशी बांधून ठेवली होती. काही मोकळ्या बोटी लगतच्या धक्क्यांशी बांधून ठेवल्या होत्या. जवळच एकुलता एक पेट्रोलपंप होता. त्यामुळे परिसरात पेट्रोलतेलाचा उग्र वास भरला होता. एका पाटीवर बोटी भाड्यानं द्यायचे दर लिहिलेले होते. मासेमारीसाठी लागणाऱ्या परवान्याविषयी माहिती लिहिलेली होती.

छप्पर असलेल्या एका धक्क्यावर जाऊन ॲडम उभा राहिला आणि त्यानं नदीचं, परिसराचं दर्शन घेतलं. परिसर छानच होता, उत्साह वाढवणारा होता, आनंद देणारा होता. मागच्या बाजूच्या एका खोलीतून आपले काळे, तेलानं बरबटलेले हात घेऊन एक जण आला आणि ॲडमला काही मदत हवी होती का, असं त्याने विचारलं. त्यानं ॲडमचं पायापासून डोक्यापर्यंत निरीक्षण केलं आणि 'हा माणूस इथे काही मासे मारायला आलेला नाही.' असा भाव त्याच्या चेहऱ्यावर निर्माण झाला.

''मला वॅन लेटनर यांना भेटायचंय.''

त्याच्या शर्टच्या खिशावर 'रॉन' असं नाव विणलेलं होतं आणि त्याला ग्रीस लागलेलं होतं. रॉन त्याच्या खोलीशी गेला. त्यात जाळीचा दरवाजा असलेल्या दिशेने पाहून 'लेटनर' अशी मोठ्या आवाजात हाक मारली आणि तो आत गेला.

वॅन लेटनर म्हणजे सहा फूट उंचीची, रुंद खांद्याची, धडधाकट शरीराची, वजनदार अशी एक असामी होती. त्यांच्या सुटलेल्या पोटाकडे ॲडमची नजर गेली आणि हा माणूस खूप बियर पिणारा होता, या गुडमनने सांगितलेल्या वाक्याची आठवण झाली. त्यांचं वय सहासष्ट-सदुसष्ट वाटत होतं. डोक्यावरचे पांढरे विरळ केस 'एव्हिनरूड' टोपीखाली नीटपणे कंगव्याने विंचरून मागे घेतलेले होते. (एव्हिनरूड ही बोटींना पुढे ढकलणारी यंत्रं बनवणारी कंपनी आहे.) या व्यक्तीचे ॲडमकडे असलेल्या वर्तमानपत्रात प्रसिद्ध झालेले तीन फोटो होते, त्यात ते सडपातळ दिसत होते. सैन्यातल्या अधिकाऱ्यासारखे त्यांचे केस कापलेले होते. गडद रंगाचा कोट आणि पँट, अरुंद पट्टीसारखा टाय आणि पांढरा शर्ट असा त्यांचा अगदी सरकारी अधिकाऱ्यांसारखा वैशिष्ट्यपूर्ण पेहराव होता.

''काय साहेब?'' त्या जाळीच्या दरवाजातून बाहेर येताना त्यांनी मोठ्या आवाजात विचारलं. त्यांच्या तोंडाला लागलेले अन्नाचे कण त्यांनी झटकले. ''मीच वॅन लेटनर.'' त्यांचा आवाज गंभीर होता, पण चेहरा प्रसन्न होता.

ॲडमनं त्याचा हात पुढे केला आणि म्हणाला, ''मी ॲडम हॉल. तुमची ओळख झाली, म्हणून बरं वाटलं.''

लेटनरनं ॲडमचा हात हातात घेऊन जोरानं हलवला. त्यांचा हात जाडजूड आणि वजनदार होता आणि दंडाचे स्नायू फुगलेले होते. ''मलाही बरं वाटलं.''

घशाच्या आतल्या भागातून आवाज काढल्यासारखे ते म्हणाले, ''आणि आता मी तुमच्यासाठी काय करू?''

धक्क्यावर रॉनखेरीज कोणीही नव्हतं आणि तोही दृष्टिआड होता, हे बरंच होतं; पण आत त्याच्या खोलीत त्याची काहीतरी खुडबुड चालू होती. त्याचा आवाज बाहेर येत होता. ॲडम थोडासा अस्वस्थ होऊन म्हणाला, ''मी सॅम केहॉल यांचा वकील आहे.''

चेहऱ्यावरचं हास्य आणखी रुंद झालं आणि पिवळ्या दणकट दातांच्या दोन ओळी दृष्टीला पडल्या, ''हे काम तू ओढवून घेतलं आहेस, असंच आहे ना?'' हे वाक्य ते हसत हसत म्हणाले आणि त्याच वेळी त्यांनी ॲडमच्या पाठीवर थाप मारली.

''तसं म्हणा हवं तर!'' अडचणीत सापडल्यासारखं वाटून ॲडमनं उत्तर दिलं आणि पुढच्या हल्ल्यासाठी सज्ज होऊन ''मला सॅम यांच्या संबंधात तुमच्याशी काही बोलायचंय.'' तो म्हणाला.

एकाएकी लॅटनर गंभीर झाले. त्यांनी त्यांच्या जाड बोटांनी हनुवटीवर टकटक केलं. किलकिल्या डोळ्यांनी ॲडमचं निरीक्षण केलं आणि म्हणाले, ''मी वर्तमानपत्र वाचलंय पोरा! सॅम तुझे आजोबा आहेत, हे मला ठाऊक आहे. तुला हे काम जरा अवघड जात असेल.'' त्यानंतर ते पुन्हा हसले, ''सॅम यांनासुद्धा ते अवघड जात असणार, याची मला कल्पना आहे.'' हसून हसून पोट दुखणाऱ्या एखाद्या विनोदातलं महत्त्वाचं वाक्य बोलल्यासारखे ते बोलले होते आणि प्रतिक्रिया म्हणून ॲडमनंसुद्धा खळखळून हसायला हवं, अशी त्यांची अपेक्षा होती.

यात हसण्यासारखं काय होतं, हे ॲडमला कळलं नाही. ''तुम्हाला कल्पना असेलच की, सॅम यांच्याकडे महिनासुद्धा उरलेला नाही.'' लेटनर यांनी मृत्युदंड अमलात आणण्याच्या तारखेची बातमी नक्कीच वाचली असेल, असं वाटून ॲडम म्हणाला होता.

एकाएकी त्यांचा वजनदार हात ॲडमच्या खांद्यावर पडला. त्याला ते दुकानाच्या दिशेने ढकलत घेऊन जायला लागले, ''इथे आपण आत बसू पोरा. आपण सॅम बद्दलच बोलू. तुला बियर चालेल?''

''माफ करा, नको.'' ते एका छोट्या खोलीत शिरले. त्या खोलीच्या भिंतीवर मासेमारीकरता लागणारी उपकरणं टांगून ठेवलेली होती. भिंतीला लागून डगमगणाऱ्या लाकडी फळ्यांच्या मांडण्यांतून खाण्याचे पदार्थ, बिस्किटं, हवाबंद डब्यांतले मासे, मांस, पाव, उकडलेल्या चवळी आणि मटक्यांचे हवाबंद डबे, वाटी केक, त्याचबरोबर नदीवर मासे पकडायला लागणाऱ्या वस्तू त्या खोलीत विकायला होत्या. कोपऱ्यामध्ये सॉफ्टड्रिंक गार करण्यासाठी कूलर होता.

लेटनर पैसे जमा करण्याच्या काउंटरलगत असलेल्या टेबलाकडे हात दाखवत म्हणाले, ''त्या खुर्चीत बस.'' लटपटणाऱ्या खुर्चीत ॲडम बसला. मग लेटनरनं बर्फाच्या पेटीतून एक बियरची बाटली काढली आणि ॲडमकडे पाहत, ''तुला खरोखरंच नकोय ना?'' त्यांनी विचारलं.

''बघू नंतर.'' त्या वेळी पाच वाजत आले होते.

लेटनरनं बाटलीचं बूच फिरवून काढलं आणि बाटली तोंडाला लावली आणि जवळजवळ तिसरा हिस्सा गटगट करून संपवला. ओठानी मिटकी मारली आणि ते जुनाट, मोडकळीला आलेल्या, कातड्याची बैठक असलेल्या कप्तानाच्या खुर्चीत बसले. ती खुर्ची नक्कीच एका चांगल्या, पण जुन्या बसमधली होती. ''म्हणजे ते आता सॅम यांना संपवणार आहेत तर?'' त्यानं विचारलं.

''तसा ते कसोशीने प्रयत्न करतायंत.''

''त्यांना वाचवण्याच्या किती शक्यता आहेत?''

''विशेष नाहीत. त्यांना वाचवण्यासाठी शेवटशेवटचे विनंतिअर्ज आम्ही करतोय; काळ पुढे चाललाय.''

''सॅम तसे वाईट नाहीयेत.'' लेटनर यांच्या बोलण्यात दुःखाचे भाव होते. पुन्हा आणखी एक मोठा घोट घेऊन त्यांनी ते भाव धुऊन टाकले. नदीच्या पाण्याच्या दाबामुळे धक्का थोडा हलत होता आणि त्या वेळी त्या दुकानात करकर असा आवाज होत गेला.

''मिसिसिपीमध्ये तुम्ही किती काळ होतात?'' ॲडमने विचारलं.

''पाच वर्षं. नागरी हक्कांबाबतच्या चळवळीतले तीन कार्यकर्ते गायब झाले, त्या काळातले एफ.बी.आय.चे मुख्याधिकारी हूवरसाहेबांनी मला तिथे बोलावून घेतलं. १९६४ची गोष्ट. आम्ही एक वेगळा गट त्यासाठी बनवला आणि कामाला लागलो. क्रॅमर बॉम्बस्फोटानंतर क्लॅन समूह थंडावल्यात जमा झाला होता.''

''तुमच्याकडे कोणत्या प्रकारचे अधिकार होते?''

''हूवर अगदी रोखठोक होते. त्यांनी मला कोणत्याही परिस्थितीत क्लॅन परिवार काबीज करायला सांगितला. मला सांगायला वाईट वाटतंय की, आम्हाला मिसिसिपीमध्ये सुरुवात करायला तसा उशीरच झालेला होता. त्यालाही बरीच कारणं होती. हूवर केनेडी मंडळींचा तिरस्कार करायचे. त्यामुळे या बाबतीत ते हूवरवर दडपण आणत होते, तरी हूवर ही गोष्ट गांभीर्याने घेत नव्हते; पण जेव्हा ते तिघं जण गायब झाले, तेव्हा मात्र आमचं धाबं दणाणलं. १९६४ साल मिसिसिपी राज्याच्या बाबतीत फारच धडाक्याचं गेलं.''

''याच वर्षी माझा जन्म झाला.''

''हो, वर्तमानपत्रात असं लिहिलंय की, तुझा जन्म क्लॅन्टनमधला आहे.''

अॅडमनं संमतिदर्शक मान हलवली. ''मला हे खूप दिवस माहीत नव्हतं, कारण माझा जन्म मेम्फिसमधला आहे, असं माझ्या वडलांनी मला सांगितलं होतं.''

दरवाजा वाजला आणि रॉन खोलीत आला. त्यानं दोघांकडं पाहिलं. नंतर बिस्किटं, सार्डीन मासे यांच्याकडे पाहिलं. तो काय करत होता, याचा अंदाज दोघांनी घेतला आणि थांबून राहिले. त्यानं अॅडमकडे अशा नजरेने पाहिलं की, 'तुम्ही बोलत राहा, मी ऐकत नाहीये.'

''तुला काय हवंय?'' लेटनर यांनी अचानक विचारलं.

त्यानं एकदम व्हिएन्ना सॉसेजेसच्या डब्यात त्याचा बरबटलेला हात घातला आणि तो त्यांना दाखवला. लेटनरनं होकारार्थी मान डोलावली आणि दरवाजाकडे हात करून खुणेनेच त्याला जायला सांगितलं. मुद्दामचं सावकाश पावलं टाकत, जाताजाता बटाटा वेफर्स आणि वाटीकेकचं निरीक्षण करत तो गेला.

''जिथे तिथे नाक खुपसायची सवय आहे बेट्याला!'' तो गेल्यानंतर लेटनर म्हणाले, ''गार्नर गुडमन यांच्याबरोबर काही वेळा मी बोललोय, पण खूप वर्षं झाली त्याला. तो म्हणजे एक विचित्रच असामी आहे.''

''ते माझे वरिष्ठ अधिकारी आहेत. त्यांनी मला तुमचं नाव दिलं आणि तुम्ही मला काही माहिती द्याल, असं सांगितलं.''

''माहिती? कसली?'' त्यांनी आणखी घोट घेतला आणि विचारलं.

''क्रॅमर केसबद्दल.''

''क्रॅमर केस आता बंद झालीये आणि उरलीये फक्त सॅम आणि त्याच्या मृत्यूच्या शिक्षेची अंमलबजावणी!''

''तुम्हाला ती अमलात आणावी, असं वाटतं?''

आधी पावलांची चाहूल आणि नंतर बोलण्याचे काही आवाज आले आणि मग दरवाजा उघडला. एक प्रौढ माणूस आणि त्याच्याबरोबर एका मुलानं खोलीत प्रवेश केला. लेटनर ताबडतोब उठून उभे राहिले. आलेल्यांना काही खाण्याचे पदार्थ आणि मासे पकडण्याची उपकरणं हवी होती. त्यांचं संभाषण दहा मिनिटं चालू होतं. गिऱ्हाइकांशी बोलताना लेटनर यांनी त्यांची बियर काउंटरच्या खाली ठेवली होती. अॅडमनं फ्रीजमधून एक बाटली काढून घेतली आणि तो दुकानाच्या बाहेर आला. धक्क्याच्या कडेच्या लाकडी कठड्यालगत चालत चालत तो पेट्रोलपंपाशी आला. विशीतल्या आतले दोन तरुण त्यांच्या नावांमधून मासे पकडण्याचं साहित्य भरून घेत होते. अॅडम ते पाहत होता. त्यानं आजपर्यंत कधी मासे पकडण्याचा प्रयत्नही केलेला नव्हता. त्याच्या वडलांना कसलेच छंद नव्हते की त्यांना कशाचा नाद नव्हता. एवढंच काय, त्यांना त्यांची नोकरीसुद्धा टिकवता येत नव्हती. त्यांनी

त्यांचा वेळ कसा घालवला, हेही ॲडमला आठवत नव्हतं.

गिऱ्हाईकं गेली, दरवाजा खाडकन बंद झाला. लेटनर हळूहळू पावलं टाकत पेट्रोलपंपाशी आले. ''तुला ट्राऊट मासे पकडायला आवडतात का?'' नदीचा परिसर त्याला आवडला होता.

''नाही, मला तशी कधी संधीच मिळाली नाही.''

''चल मग!''

लेटनर यांनी बर्फाची पेटी घेतली आणि ती त्यांनी काळजीपूर्वक बोटीत ठेवली. धक्क्यापासून ते बोटीत उतरले. बोट एकदम दोलायमान झाली. त्यांनी इंजीनाचा ताबा घेतला. ''चल, आत ये, उतर.'' ते ॲडमकडे पाहून ओरडले. बोट पाण्यात आणि ॲडम धक्क्यावर उभा होता. धक्का आणि बोट या मधल्या तीस इंच जागेकडे तो पाहत होता.

''आणि तो दोर सोडव.'' धक्क्यावर जमिनीत एक पहार ठोकलेली होती आणि त्याला बोटीला बांधलेला दोर अडकवला होता, त्याकडे बोट दाखवत लेटनर मोठ्या आवाजात सांगत होते.

ॲडमनं घाबरत घाबरतच तो दोर सोडवला आणि तो बोटीत उतरला. ॲडमच्या पायाचा स्पर्श झाल्याझाल्या बोट हेलकावे खाऊ लागली. तो घसरला आणि पुढे डोक्यावरच पडला. खाली पाण्यात पडतापडता थोडक्यात वाचला. बोटीचं इंजीन चालू करण्याचा दोर ओढता ओढता लेटनर खो खो हसत होते. धक्क्यावर उभं राहून रॉन हे सर्व पाहत होता. तोही वेड्यासारखा हसत होता. ॲडमला हे सर्व पाहून अवघडल्यासारखं झालं होतं, पण ही केवळ एक मजाच होती, असं मानून तोही हसायला लागला. लेटनर यांनी बोटीला गती दिली. बोटीच्या दर्शनी भागानं उडी घेऊन पुढे झेप घेत वेग घेतला आणि ते निघाले होते.

पाण्यातनं वेगाने एका पुलाखालून बोट जात असताना ॲडमनं दोन्ही बाजूची हँडल्स हातांनी नीट घट्ट पकडून ठेवली होती. कॅलिको रॉक हे गाव काही क्षणांतच खूप मागं पडलं होतं. नदी नागमोडी वळणं घेत होती. परिसर, टेकड्या आणि हिरवीगार वनसृष्टी मोहक होती. नदीच्या दोन्ही बाजूनं उंच उंच पहाडांच्या सरळ कडा होत्या. लेटनरनी एका हातानं बोटीवर ताबा ठेवला होता आणि दुसऱ्या हातानं त्यांचं बियरपान चालू होतं. ॲडमनं स्वत:चा तोल जाऊ न देता बर्फाच्या पेटीतली बियरची एक बाटली घेतली. बाटली बर्फाइतकीच गार होती. ती त्यानं उजव्या हातात पकडली आणि डाव्या हातानं तो बोटीची एक कड धरून होता. इंजीनाच्या आवाजाच्या घरघरीच्या अति तीव्रतेमुळे संभाषण अशक्यच होतं.

एके ठिकाणी नदीच्या कडेला एक धक्का होता. तिथे शहरातनं आलेल्या, स्वच्छ, नीटनेटके कपडे चढवलेल्या स्त्री-पुरुषांचा एक समूह त्यांनी पकडलेल्या

ट्राउट माशांची गणती करत होता. काही जण बियरचा आनंद घेत, परिसर निरखत मजा करत होते. पुढे गेल्यावर काही तरुण-तरुणी पेयपान करत, सूर्यकिरण अंगावर झेलत साहसपूर्ण जलसफर करत जाताना दिसली. ती मंडळी आजूबाजूच्या मासे पकडायला आलेल्या लोकांकडे पाहून हात हलवत होती.

सरतेशेवटी एक वळण घेऊन, नदीच्या तळाशी असलेले ट्राऊट मासे बोटीत बसून दिसू शकत होते, अशा ठिकाणी बोट पोचल्यानंतर लेटनर यांनी बोटीचा वेग कमी केला. इंजीन बंद केलं. ''तुला बियर प्यायची आहे का मासे पकडायचे आहेत?'' पाण्याकडे पाहत त्यांनी विचारलं.

''बियर प्यायची आहे.''

त्यांना आता बियरच्या बाटलीची काहीच किंमत वाटत नव्हती. नदीतल्या एका जागेकडे मासे पकडण्याचा गळ त्यांनी फेकला. ॲडमने क्षणभर त्यांच्या त्या गळ फेकण्याचं निरीक्षण केलं. काही क्षण तसेच गेले. मग तो जरा मागे कलला आणि त्यानं पाय बोटीच्या बाहेर काढून पाण्यावर आडवे धरले. बोट तशी आरामदायी नव्हती.

''तुम्ही मासे पकडायला किती वेळा येता?''

''दररोज. तो तर माझ्या कामाचाच एक भाग आहे. माझ्या गिऱ्हाइकांना योग्य ती माहिती देण्याकरता जिथे खूप मासे असतात, अशा जागा शोधून काढून सांगाव्याच लागतात.''

''फारच त्रासाचा प्रकार आहे.''

''कोणालातरी तो करावाच लागतो.''

''तुम्ही कॅलिको रॉकमध्ये का आलात?''

''मला १९७५मध्ये हृदयरोगाचा झटका आला होता, त्यामुळे मला एफ.बी.आय.मधून निवृत्ती घ्यावी लागली. मला पेन्शन, निवृत्तिवेतन छान मिळत होतं, पण नुसतं एका ठिकाणी बसून राहून फार कंटाळवाणं होत होतं. माझी पत्नी आणि मी, आम्हाला ही जागा सापडली. ट्राऊट ही मासे पकडण्यासाठी अति उत्कृष्ट जागा होती. ती विक्रीसाठी उपलब्धही होती. एका चुकीतून दुसरी चूक आणि आम्ही इकडे स्थिरावलो. मला एक बियरची बाटली दे.''

त्यांनी गळ परत पाण्यात टाकला. ॲडमनं बियर संपवली होती. त्यानं बर्फाच्या पेटीत नजर टाकली, तेव्हा त्यात चौदा बाटल्या शिल्लक पाहिलेल्या होत्या. नदीच्या पाण्याबरोबर बोट वाहत चालली होती आणि आता लेटनर यांनी हातात एक वल्हं घेतलं होतं आणि एका हातात गळ पकडला होता. एका हाताने ते वल्हं मारत बोटीला दिशा देत होते. दोन गुडघ्यांमध्ये बियरच्या बाटलीचा तोल सांभाळत होते. मासे पकडणाऱ्यांना मार्गदर्शन करणाऱ्यांचं ते जीवन होतं. झाडांची

सावली असलेल्या भागात त्यांनी बोटीचा वेग कमी केला. सुदैवाने सूर्याच्या उन्हापासून संरक्षण मिळालं होतं. गळ पकडण्याची पद्धत त्यांनी थोडी बदलली. मनगटाच्या हलक्या झटक्यांनी त्यांनी काही वेळा गळाच्या जागा बदलल्या आणि योग्य ठिकाणी नदीच्या मध्यभागात गळ टाकला.

"सॅम तसे वाईट नाहीत." हे त्यांनी एकदा सांगितलं होतं.

"त्यांची मृत्यूची शिक्षा अमलात यावी, असं तुम्हाला वाटतं का?"

"मुला, ते माझ्या मतावर अवलंबून नाही. राज्यातल्या जनतेला मृत्युदंडाची शिक्षा असणं आवश्यक आहे, असं वाटतं आणि कायद्यात त्याची तरतूद आहे. जनता म्हणते सॅम दोषी आहेत, त्यांना मृत्यूची शिक्षा द्यावी. मग माझ्या वाटण्याला काय अर्थ आहे?"

"पण तुम्हाला तुमचं स्वत:चं मत असू शकतं ना?"

"त्या मताचा उपयोग काय? माझ्या मताला शून्य किंमत आहे."

"सॅम वाईट नाहीत, असं तुम्ही का म्हणता?"

"ती खूप लंबीचौडी गोष्ट आहे."

"असू दे ना, आपल्याकडे चौदा बियरच्या बाटल्या आहेत."

लेटनर हसले. त्यांच्या चेहऱ्यावर भलंमोठं हसू आलं होतं. त्यांच्या बाटलीतून त्यांनी आणखी काही घोट घेतले आणि त्यांच्या गळापासून दूर, नदीच्या खालच्या बाजूच्या दिशेनं त्यांनी नजर टाकली आणि सांगायला लागले. "तसा सॅमचा आणि आमचा काहीही संबंध नव्हता आणि सुरुवातीच्या काळात तशा हीन, भयंकर आणि अनैतिक अशा घटनांमध्ये त्याचा संबंध नसायचा आणि नव्हताही; पण जेव्हा नागरी हक्कांचा पुरस्कार करणाऱ्यांपैकी तीन जण बेपत्ता झाले, तेव्हा मात्र प्रक्षोभाचा डोंब उसळला होता. मग मात्र आम्ही त्यामागे लागलो. क्लॅन समूहातल्या कारवायांबाबतची माहिती देणारे खबरे आम्हाला मिळण्यापूर्वीच्या काळात आम्हाला माहिती मिळवण्यासाठी खूप पैसे पेरावे लागले. ही मंडळी अशिक्षित कामगार-मजुरांपैकीच होती. खिशात दमडी नसलेली, पैशाकरता काहीही करणारी! आम्ही जर पैसे फेकले नसते, तर आम्हाला ते तीन तरुण कधीच मिळाले नसते. त्या काळात आम्ही तीस हजार डॉलर्स खर्च केले होते. अर्थात मी त्या खबऱ्यांबरोबरच्या व्यवहारात नसायचो. नदीच्या कडेला पाणी आत पसरू नये, त्यासाठी जो बांध घालतात ना, त्यात त्यांना पुरलं होतं. आम्हाला ते सापडले.

"आमचं नाव झालं. सरतेशेवटी आम्ही काहीतरी मिळवलंच. आम्ही काहींना अटक केली, पण त्यांच्यावर गुन्हे सिद्ध करणं कठीण होतं. त्यामुळे दंगे-धोपे वाढले; हिंसक घटना वाढल्या. त्यांनी काळ्या लोकांची घरं, प्रार्थनामंदिरं जाळायला सुरुवात केली. बॉम्बस्फोट घडवून आणायला लागले. गोष्टी आमच्या आवाक्याच्या

बाहेर जाऊ लागल्या.

''मि. हूवर वेडेपिसे झाले आणि आम्ही आणखी पैसे वाटले. पोरा, मी तुला तुझ्या उपयोगी माहिती देऊ शकेन, असं मला वाटत नाही. समजतंय?''

''का नाही देऊ शकणार?''

''काही गोष्टींबद्दल मी बोलू शकतो, काहींबद्दल नाही.''

''क्रॅमर बॉम्बस्फोटात सॅम यांचा एकट्याचाच हात नव्हता. बरोबर आहे ना?''

लेटनर पुन्हा हसले. त्यांनी मासे पकडण्याच्या गळाकडे नजर टाकली. गळाच्या काठीचं एक टोक त्यांच्या दोन मांड्यांमध्ये होतं. ''हे बघ, ६५च्या उत्तरार्धात आणि ६६च्या सुरुवातीच्या काळात आम्हाला माहिती देणाऱ्यांचं एक मोठं जाळं आमच्याकडे होतं. ते त्या वेळी तसं अवघड नव्हतं. आम्हाला कळायचं की, एखादी व्यक्ती क्लॅन समूहातली आहे. मग आम्ही त्याच्यावर पाळत ठेवून असायचो. रात्रीसुद्धा बॅटऱ्या घेऊन आम्ही तिच्या मागेमागे घरी जायचो. त्याच्या घरापुढच्या पार्किंगमध्ये थांबून तिच्यावर नजर ठेवून राहायचो. त्या व्यक्तीला अगदी घाबरवून टाकायचो. मग आम्ही त्याच्या मागे, त्याच्या कामाच्या ठिकाणी जायचो, कधीकधी आम्ही आमचे बिल्ले दाखवून त्याच्या मालकाशी, अधिकाऱ्याशी बोलायचो आणि आमचा आव तर असा असायचा की, आम्हाला गोळ्या घालून कोणालाही मारायचा अधिकार आहे. आम्ही त्याच्या पालकांना गाठायचो, त्यांना आमचे बिल्ले दाखवायचो. आमचे गडद रंगाचे पेहराव, आमचे उत्तर अमेरिकतले उच्चार, मध्यवर्ती पोलीस विभागातून आलेले अधिकारी या सगळ्या गोष्टींमुळे ती खेड्यात राहणारी माणसं घाबरून जायची. त्यांचा धीर सुटायचा. ती भडाभडा बोलायला लागायची. एखादा माणूस चर्चमध्ये जायचा. मग पुढच्या दिवशी आम्ही त्या चर्चच्या धर्मगुरूला गाठायचो आणि त्यांना सांगायचो की, अमुक अमुक व्यक्ती क्लॅन समूहाची सभासद आहे. तर आम्हाला माहिती मिळालेली आहे. तुम्हाला त्याबाबत काही माहिती असल्यास आम्हाला सांगा. क्लॅन समूहाचा सभासद असणं हा एक मोठा गुन्हा होता, असं आम्ही त्यांना भासवायचो. त्या सभासदाला विशीतल्या आसपासची काही मुलं असली, तर त्यांच्या मागेमागेसुद्धा आम्ही जायचो. त्यांच्या शाळांतून, सिनेमाला गेले तर थिएटरमध्ये, त्यांच्या मागच्या सीटवर, मित्रमैत्रिणींबरोबर फिरत असले, तर तिथेही आम्ही असायचो. हे सर्व केवळ त्यांना त्रास द्यायचा म्हणून; पण त्यामुळे काम साधायचं. सरतेशेवटी आम्ही त्या सभासदाला कुठंतरी एकटे गाठायचो. त्याला काही पैसे देऊ करायचो. त्याने जर जरूर ती माहिती दिली, तर आम्ही त्याचा पिच्छा सोडू, असं त्याला सांगायचो आणि अशा प्रत्येक ठिकाणी आम्ही यशस्वी ठरलो. त्यांना इतकं छळल्यानंतर, ते पुरेसे खचून गेलेले असायचे. सहकार्य करायला लगेचच तयार व्हायचे. पोरा, तुझा

विश्वास बसणार नाही, पण त्यांना रडू कोसळायचं. त्यांना आम्ही चर्चमध्ये घेऊन जायचो. तिथल्या वेदींवर त्यांना त्यांचे गुन्हे कबूल करायला लावायचो. तेव्हा तर ते अक्षरश: ढसाढसा रडायचे.'' लेटनर मासे पकडायच्या नदीवरच्या दोरीकडे पाहत हसत होते. मासा अद्याप गळाला लागलेला नव्हता.

ॲडमनं त्याच्या बियरचे काही घुटके घेतले. कदाचित लेटनर यांनी आणखी काही बियर घेतली, तर त्यांची जीभ आणखी सैल पडेल, असं त्याला वाटलं.

''असा एक माणूस आमच्या हाती लागला होता. मी त्याला कधीच विसरणार नाही. आम्ही त्याला त्याच्या काळ्या रखेलीबरोबर झोपलेलं पकडलं होतं आणि त्या काळात त्याची अपूर्वाईही नव्हती. म्हणजे गोरी माणसं काळ्यांची घरं, जळते क्रॉस त्यांच्या घरांवर फेकून जाळायची, बंदुकीच्या गोळ्या घालून त्यांना मारायची आणि चोरट्यासारखी त्यांच्या काळ्या मैत्रिणींना भेटण्यासाठी पागल व्हायची. काळ्या स्त्रिया या अशा गोऱ्यांना का जवळ करायच्या, हे कोडं मला उलगडायचं नाही. दूर, आत जंगलात या माणसाची शिकारीचं सामान ठेवण्यासाठीची एक खोली होती. ती खोली हा प्रेम करायला वापरायचा. एका दुपारी झटपट प्रेमसंबंधासाठी तो तिला भेटला. त्यानं सर्व आवरल्यानंतर तो निघण्याच्या तयारीत होता. त्याने दरवाजा उघडला आणि आम्ही त्याचा फोटो काढला; तिचाही फोटो घेतला. मग आम्ही त्याच्याशी बोललो. एका परगण्यातल्या चर्चमधला तो वयस्कर धर्मगुरू होता. मार्गदर्शक, समाजाचा आधारस्तंभ. आणि त्याच्याशी आम्ही एखाद्या मवाल्याशी बोलल्यासारखे बोललो. आम्ही त्या मुलीला घालवून दिलं. त्या झोपडीत आम्ही त्याला बसवून ठेवलं. शेवटी तो रडला. पण तुला माहीत आहे? तो आमचा सर्वात चांगला खबऱ्या ठरला; पण नंतर तो तुरुंगात गेला.''

''का?''

''म्हणजे त्याचं असं होतं की, तो जेव्हा त्याच्या काळ्या मैत्रिणीशी चाळे करत होता, त्याच वेळी त्याची बायको शेतावरच्या एका काळ्या तरुणाबरोबर संबंध ठेवून होती. पुढे ती गरोदर झाली. जे मूल झालं ते अर्ध काळं आणि अर्ध गोरं या प्रकारातलं, तेव्हा हा आमचा खबऱ्या हॉस्पिटलमध्ये गेला आणि त्यानं आई आणि मूल, दोघांना मारून टाकलं. तो गेली पंधरा वर्षं पार्चमनच्या म्हणजे मृत्यूची शिक्षा दिलेल्यांच्या तुरुंगात आहे.''

''छान!''

''आम्हाला त्या जुन्या काळात गुन्हे सिद्ध करता आले नाहीत, पण आमच्या छळामुळे ते घाबरून जाऊन बरीचशी माहिती द्यायचे; पण एका विशिष्ट मर्यादेपुढे जायला ते घाबरायचे; पण हिंसक प्रकार होणं थांबलं होतं. ते कमी झालेले होते. आम्ही डोगाननं ज्यू लोकांच्या मागे लागणं सुरू करेपर्यंत सुस्त झालेले होतो.

ज्यूंवर होणाऱ्या हल्ल्यांनी आम्ही खडबडून जागे झालो. आम्ही शोध सुरू केला, पण कुठेच सुगावा लागत नव्हता.''

''कारण काय होतं?''

''तो हुशार होता. आमच्या कामाची पद्धत त्याला ठाऊक होती. त्याचीच माणसं आम्हाला माहिती देतील, म्हणून त्यानं त्याच्या कारवाया अतिशय कमी माणसांचा गट वापरून करायला सुरुवात केलेली होती.''

''गट? म्हणजे एकापेक्षा जास्त माणसं?''

''हो, तसंच काहीतरी.''

''म्हणजे सॅम आणि कोण?''

लेटनर यांनी नाकातून खाकरल्यासारखा आवाज काढला आणि हसले. त्या ठिकाणी मासे नव्हते, असं त्यांचं मत झालं. त्यांनी काठी, दोरी, गळ ओढून घेऊन बोटीत ठेवले आणि बोट चालू करण्यासाठीची दोरी खेचली आणि ते पुढे निघाले. नदीच्या वाहण्याच्या दिशेनं ॲडमनं बोटीच्या बाजूच्या वर आलेल्या फळीवरून पाय बाहेर काढलेले होते. त्याचे नरम कातड्याचे बूट आणि पायाच्या घोट्यालगतचा भाग ओला झाला. त्यानं बियरचे आणखी घुटके घेतले. टेकडीच्या मागे सूर्य अस्ताला जायला लागला होता आणि त्याला नदीच्या आसमंतातलं निसर्गाचं दर्शन आनंद देत होतं.

एका ठिकाणी नदीच्या एका बाजूने उंच उंच गेलेला डोंगराचा सरळ कडा होता. त्या कड्यावरून एक दोर खाली आलेला होता. त्या ठिकाणी बोटीचा पुढचा थांबा होता. लेटनरनी इथेसुद्धा गळ पाण्यात फेकला, पण मासे जवळपास फिरकतसुद्धा नव्हते. आता त्यांनी वेगवेगळे प्रश्न विचारायचं ठरवलं. आता प्रश्नस्वरूपातच बोलायचं त्यांनी ठरवलं. ॲडम, त्याचं कुटुंब याबाबत त्यांनी बरेच प्रश्न विचारले. त्यांचं पश्चिमेकडे जाणं, नवीन नाव घेणं, वडलांची आत्महत्या वगैरे. लेटनरनी असं सांगितलं की, सॅम जेव्हा तुरुंगात होते, तेव्हा त्यांनी ॲडमच्या कुटुंबाचा शोध घेतला होता; तेव्हा सॅम यांना एक मुलगा होता, त्यानं शहर सोडलं होतं हेही त्यांना माहीत होतं; पण एडी त्यांना निरुपद्रवी वाटला. त्यामुळे त्यांनी त्याच्या मागे चौकश्यांचं शुक्लकाष्ठ लावलं नाही. त्याऐवजी सॅम यांचे सख्खे भाऊ, चुलत भाऊ यांच्यावरच लक्ष केंद्रित केलं होतं. ॲडमच्या तरुणपणातल्या काळाबद्दल लेटनर यांना कुतूहल वाटत होतं. 'कसा हा मुलगा त्याच्या कोणत्याही नातेवाइकांबद्दलची माहिती नसताना वाढवला गेला असेल?'

ॲडमनं काही प्रश्न विचारले. त्याची उत्तरं मोघम मिळाली होती. ती देताना उत्तरांच्या ओघात त्यांनी ॲडमच्या भूतकाळासंबंधातली माहिती घेण्याच्या उद्देशानं आणखी प्रश्न विचारले होते. त्यांच्याकडे प्रश्न विचारून माहिती काढण्याचा गेली

पंचवीस वर्षांचा अनुभव होता. त्याच्याविरुद्ध अ‍ॅडमला सामना द्यावा लागत होता.

कॅलिको रॉकपासून तिसरी आणि शेवटची, हमखास मासे मिळण्याची जागा तशी फार लांब नव्हती. अंधार पडेपर्यंत त्यांनी मासे पकडले. अ‍ॅडमच्या बियरच्या तीन बाटल्या पिऊन झाल्यावर त्यानं मासे पकडायच्या उपकरणाला हात घातला. लेटनर शिक्षक म्हणून चिवट होते आणि काही मिनिटांतच गळाला एक चांगला ट्राऊट मासा लागला. काही काळाकरता ते दोघे सॅम, त्यांचा क्लॅन परिवार, त्यांच्या संबंधातल्या भूतकाळातल्या घटना हे सर्व पार विसरून जाऊन मासे पकडण्याच्या छंदात बुडून गेले होते. त्यांनी खूप बियर प्यायली आणि भरपूर मासे पकडले.

लेटनर यांच्या पत्नीचं नाव इरीनी होतं आणि तिच्या नवऱ्याबरोबर अनपेक्षितरीत्या आलेला पाहुणा या दोघांचं तिने राजीखुशीनं, कपाळावर आठ्या न आणता स्वागत केलं. रॉननं या दोघांना घरी आणून सोडलं होतं. त्यामुळे त्या दोघांची परिस्थिती काय असणार होती, हे तिच्या लक्षात आलं होतं. ते दोघे भेलकांडत आत येत असलेले पाहत असतानासुद्धा ती शांत होती. त्यांनी तिच्या हातात एका दोरीला बांधलेल्या ट्राऊट माशांची एक माळ दिली.

नदीच्या तटालगत, गावापासून एक मैल अंतरावर उत्तरेला लेटनर यांचं घर होतं. मागच्या बाजूच्या पोर्चला सर्व बाजूनं जाळी लावलेली होती. त्यामुळे कीटक आत येऊ शकत नव्हते आणि खाली थोड्याच अंतरावर नयनमनोहर नदीचं पात्र दृष्टीला पडत होतं. पोर्चमधल्या वेतांच्या खुर्च्यांतून दोघे बसले आणि घरात इरीनी मासे तळत असताना या दोघांनी आणखी एक-एक बियरचा समाचार घेतला.

मोठ्या उत्साहाने पकडलेल्या ट्राउट माशांपासून बनवलेला पदार्थ टेबलावर कोणीतरी आणून आपल्याला वाढतंय, हा अ‍ॅडमचा पहिलाच अनुभव होता.

''अरे, आपण पकडून आणलेल्या माशांचं कालवण नेहमीच चांगलं लागतं.'' खाणं आणि पिणं या दोन्हींचा समाचार घेत असताना लेटनरनी अ‍ॅडमला सांगितलं. अर्धं जेवण झाल्यानंतर लेटनर यांनी स्कॉच व्हिस्की प्यायला सुरुवात केली. अ‍ॅडमनं त्याला नकार दिला. त्याला एक ग्लास साधं पाणी हवं होतं, पण त्यांच्यातल्या पुरुषी आविर्भावानी लेटनरनं त्याला बियरच चालू ठेवायला लावली. लेटनर यांच्या म्हणण्याला मान देऊन त्यानं बियर पिणं चालू ठेवलं.

इरीनी वाइन पीतपीत मिसिसिपीतल्या आठवणी, घटना सांगत होती. कित्येक वेळी त्यांना धमकी मिळाली होती आणि त्यामुळे त्यांच्या मुलांनी त्यांच्याकडे यायचं टाळलं होतं. हे दोघे ओहिओ राज्यातले होते आणि त्यांच्या सुरक्षिततेबद्दल त्यांच्या नातेवाइकांना सतत काळजी वाटायची. त्या दिवसांत दररोज काहीतरी खळबळजनक

घडायचं. तिच्या नवऱ्यानं नागरी हक्कांसंबंधीच्या चळवळीच्या दिवसांत केलेल्या कामाचा तिला खूप अभिमान वाटत होता, असं तिनं सांगितलं.

जेवणानंतर त्यांना तिथेच सोडून ती घरात दुसरीकडे कुठेतरी गेली. जवळजवळ दहा वाजले होते आणि ॲडम झोपण्यासाठी तयार झाला होता. वॅन लेटनर उठून उभे राहिले. उठता उठता त्यांनी बाजूच्या एका लाकडी खांबाचा आधार घेतला होता. बाथरूमला जाऊन येतो म्हणून ते गेले. परतले ते दोन मोठ्या उभ्या ग्लासांतून आणखी स्कॉच व्हिस्की घेऊनच! एक ॲडमला दिली आणि एक स्वत:कडे ठेवून ते त्यांच्या डोलणाऱ्या खुर्चीत जाऊन बसले. काही मिनिटं खुर्च्यांतून डोलत, शांततेत ते त्यांची व्हिस्की पीत राहिले. मग लेटनर म्हणाले, "म्हणजे तुझी खात्री झालेली आहे की, सॅम यांना आणखी कोणाचीतरी मदत होती?"

"नक्कीच. त्यांच्याबरोबर आणखी कोणीतरी होतं." ॲडमची जीभ जड झालेली होती, त्याची त्याला जाणीव होती आणि शब्दांची गती सावकाश होती. त्या मानाने लेटनर यांचं बोलणं कमालीचं स्वच्छ, स्पष्ट होतं.

"कशामुळे तुला तशी खात्री वाटतीये?"

ॲडमनं यापुढे आणखी मद्य घ्यायचं नाही, असं मनाशी ठरवत त्याच्या हातातला ग्लास समोर टेबलावर ठेवला. "क्रॅमर बॉम्बस्फोट झाल्यानंतर एफ.बी.आय.नं सॅम यांच्या घराची झडती घेतली होती. बरोबर?"

"हो, बरोबर."

"सॅम ग्रीनव्हीलच्या तुरुंगात होते, त्या वेळी तुम्हाला झडती घेण्याचा अधिकार मिळाला होता."

"हो, त्या वेळी मी त्या झडती घेणाऱ्या ग्रुपमध्ये होतो. आम्ही आमच्यासारखे डझनावारी एजंट घेऊन त्यांच्या घरी गेलो होतो. आम्ही तीन दिवस झडती घेण्यात घालवले होते."

"आणि तुम्हाला काही मिळालं नाही."

"असं तू म्हणू शकतोस."

"डायनामाइटसारख्या स्फोटक द्रव्याचा एक कणही सापडला नाही किंवा स्फोटासाठी लागणाऱ्या टोप्या, वाती, गोळे किंवा तत्सम अशा कोणत्याही वस्तू, ज्या बॉम्बस्फोट घडवून आणण्यासाठी वापरल्या जातात, त्यांचा मागमूसही मिळाला नाही. बरोबर?"

"हो, बरोबर आहे, पण यावर तुला काय म्हणायचं आहे?"

"सॅम यांना स्फोटकांसंबंधी काहीही माहिती नव्हती किंवा पूर्वी त्यांनी ती वापरली होती, याचा पुरावा नाही."

"नाही, तसं नाहीये. त्यांनी ती वापरली होती. माझ्या माहितीनुसार क्रॅमर बॉम्बस्फोट हा त्यांचा सहावा बॉम्बस्फोट होता. अरे पोरा, ते हरामी वेड्यांप्रमाणे एकापुढे एक बॉम्बस्फोट घडवून आणत होते आणि आम्ही ते थांबवू शकत नव्हतो. त्या वेळी तुझा जन्मसुद्धा झालेला नव्हता. पण मी हे सर्व माझ्या डोळ्यांनी पाहिलं आहे. क्लॅन परिवारातल्या लोकांना आम्ही खूप त्रास देत होतो. त्यांच्या परिवारात आमचे हस्तक पार वरच्या थरापर्यंत पेरले होते. त्यामुळे काही काळ ते कोणती चाल करायलासुद्धा धास्तावले होते; पण एकाएकी चकमक बळावली. सर्वच ठिकाणी बॉम्बस्फोट व्हायला लागले. आमची जिथे कल्पना होती, तिथे तिथे आम्ही कान देऊन होतो. आमच्या माहितीतल्यांना आम्ही खूप छळलं, पण सुगावा मिळत नव्हता. आमच्या खबऱ्यांना खबर मिळत नव्हती. तो असा काही प्रकार होता की, परराज्यातली एखादी क्लॅन परिवाराची शाखा स्थानिक परिवाराला कल्पना न देता एकाएकी हे सर्व घडवून आणत होती.''

"तुम्हाला सॅम यांच्याबद्दल माहिती होती?''

"त्यांच्या नावाची नोंद आमच्या दफ्तरात होती. मला जे काही आठवतंय, त्यानुसार त्यांचे वडील आणि त्यांचा एखादादुसरा भाऊ क्लॅन सदस्य होता आणि आमच्याकडे त्यांची नावं होती; पण त्यांचा उपद्रव नव्हता. ते राज्यातल्या उत्तर भागात राहत होते आणि त्या भागात क्लॅन परिवाराच्या हिंसक घटना फार कमी घडत होत्या. तुरळक ठिकाणी ते पेटते क्रॉस घरांवरून फेकत होते, पण डोगान किंवा त्याच्या टोळीच्या कारवायांच्या तुलनेत काहीच नाही. आम्ही बऱ्याच खुन्यांना पकडलं होतं आणि त्यांच्यावर खटले भरले होते आणि त्या प्रकारात आम्हाला पुढे होऊ घातलेल्या खुन्यांकडे लक्ष द्यायला खरोखरच वेळ नव्हता.''

"मग एक निरुपद्रवी माणूस ते हिंसक बनण्यापर्यंतचा सॅम यांच्यात झालेला बदल, त्याबद्दल तुम्ही काय सांगू शकाल? ते तुम्ही कसं काय विशद कराल?''

"विशदबिशद काही करता येणार नाही. सॅम म्हणजे चर्चमध्ये काम करणारे कोणी धार्मिक गृहस्थ नव्हते. त्यांनी पूर्वी एखाद-दुसरा खून केला होता.''

"तुम्हाला नक्की माहिती आहे?''

"तुला माहीत नाही? मागे पन्नासच्या दशकात त्यांनी आफ्रिकी वंशातल्या एका काळ्या नोकराला गोळी झाडून मारलं आहे. त्याबद्दल त्यांना एकही दिवस तुरुंगात घालवायला लागलेला नाही. खरी गोष्ट अशी आहे की, मी ही गोष्ट खात्रीलायकरीत्या सांगू शकत नाही; पण त्यासाठी त्यांना कधी अटकही झाली असेल, असं मला वाटत नाही. त्यांनी आणखीसुद्धा एखादा खून केलेला असेल. आणखी एका काळ्या माणसाचा बळी!''

"मला हे ऐकावंसंही वाटत नाही.''

''त्यांनाच तू याबद्दल विचारून बघ ना! त्या म्हातारड्याला त्याच्या त्या कृष्णकृत्यांची कबुली त्याच्या नातवासमोर देण्याचं धैर्य आहे का नाही!'' त्यांनी आणखी एक घोट घेतला. ''तो अत्यंत हिंसक होता, खुनशी होता आणि लोकांच्या घरात जाऊन बॉम्ब ठेवून येण्याची, माणसांना मारण्याची कठोर क्षमता त्याच्यात होती. त्याच्या बाबतीत तू अति भाबडा होऊन विचार करू नकोस.''

''मी अति भाबडा वगैरे काही होत नाहीये. मी फक्त त्यांचा जीव वाचवण्याचा प्रयत्न करत आहे.''

''का? त्यानं दोन निष्पाप मुलं मारली आहेत, याची तुला जाणीव आहे?''

''त्यांच्यावर तसा गुन्हा ठेवला होता; पण खून करून जीव घेणं जसं चुकीचं आहे तसंच राज्याने एखाद्या व्यक्तीचा जीव घेणं, हीसुद्धा चूकच आहे.''

''तसले विचार मी मानत नाही. अशांसाठी मृत्युदंडाचीच शिक्षा योग्य आहे. अगदी स्वच्छ, किडीचा समूळ नायनाट करणारी. मृत्यू आता येऊ घातलेला आहे, हे त्यांना माहीत आहे; त्यामुळे त्यांनी प्रार्थना कराव्यात. मृत्यूपूर्वी त्यांना आप्तांचा निरोप तरी घेता येतो. पण ज्यांचा बळी पडतो त्यांचं काय? मृत्यूसाठी तयारी करायला त्यांना कितीसा वेळ मिळतो?''

''म्हणून तुम्हाला सॅम यांना मारून टाकावं, असं वाटतं?''

''हो, मलातर त्या सर्वांनाच मारून टाकावं, असं वाटतं.''

''सॅम हा वाईट माणूस नव्हता, असं तुम्ही म्हणाला होतात, असं मला वाटतं.''

''मी खोटं बोललो. सॅम केहॉल हा निर्घृण खुनी आहे आणि शंभर टक्के दोषी आहे आणि त्याला तुरुंगात घातल्याघातल्या हे बॉम्बस्फोट थांबतात, हे कसं काय झालं?''

''क्रॅमर बॉम्बस्फोटानंतर ते घाबरून गेले असतील.''

''ते? म्हणजे ते कोण होते?''

''सॅम यांचा जोडीदार आणि डोगान.''

''ठीक आहे. सॅम यांच्या जोडीला कोणीतरी होतं, असं आपण मानू.''

''नाही, सॅम हे मदतनीस होते, असं मला वाटतं आणि दुसरा जो कोणी होता, तो स्फोट घडवून आणण्यात, स्फोटकं हाताळण्यात तज्ज्ञ होता.''

''तज्ज्ञ? अरे, ते सर्व गावठी बॉम्ब होते बाळा! ते पहिले पाच बॉम्ब तर डायनामाइटच्या काही कांड्या एकत्र बांधून वात लावलेले होते. वात पेटवायची आणि लांब पळून जायचं आणि पंधरा मिनिटांनंतर धाड धाड धूम! क्रॅमर बॉम्बमध्ये एक जादा घड्याळ वापरलं होतं. ठरावीक वेळानंतर ठिणगी पडून वात पेटायची, असला प्रकार होता. ते नशीबवान होते की, जुळणी करतानाच ठिणगी पडली नाही.''

''तुम्हाला असं वाटतं का, ज्या वेळी तो उडायला हवा होता, अशीच जुळणी

तो ज्या वेळी त्या जागेवर ठेवला, तेव्हा केली होती?''

''निवाडा समितीचं तसंच मत झालेलं होतं. डोगाननं तशी स्पष्ट कबुली दिलीय की, मार्विन क्रॅमरला मारण्याच्या उद्देशानेच तो बॉम्ब ठेवला होता.''

''मग सॅम जवळपासच का फिरत होते? बॉम्बस्फोटातून एखादी कपची उडून येऊन, त्यांना लागून इजा होण्याची शक्यता असूनसुद्धा इतक्या जवळपासच्या भागात ते का फिरत होते?''

''ते तू सॅमलाच विचार. आणि माझी खात्री आहे, तू तसं विचारलंही असशील. त्यांनी कोणाचातरी मदतनीस म्हणून ते काम केलं, असा दावा ते करतात?''

''नाही.''

''मग तिथे संपलंच की! तुझा अशीलच तसं काही नाही असं म्हणतो, मग तू काय खणत बसला आहेस?''

''कारण माझा पक्षकार खोटं बोलतो आहे, असं मला वाटतंय.''

''मग तुझ्या पक्षकाराच्या दृष्टीनं ते चूक आहे. जर तुझाच पक्षकार खोटं बोलून एखाद्या व्यक्तीला वाचवत असेल, तर तू का पर्वा करतोयंस?''

''ते माझ्याशी का खोटं बोलत असावेत?''

निराशेने लेटनर यांनी त्यांचं डोकं हलवलं आणि नंतर काहीतरी पुटपुटले आणि त्यांच्या पेयाचा एक घुटका त्यांनी घेतला. ''अरे, मला ते कसं कळणार? आणि मला ते जाणूनही घ्यायचं नाही. सॅम खरं सागंतायंत का खोटं, याबद्दल मला काहीही घेणं-देणं नाहीये; पण तू त्यांचा वकील, त्यांचा नातू, त्यांच्याशीसुद्धा त्यांचं जर जमत नसेल, तर त्यांचं काय व्हायचं ते होऊ दे ना!''

ॲडमनं एक मोठा घुटका घेतला आणि अंधारात नजर टाकली. 'त्याचा स्वत:चा पक्षकार त्याच्यापासून काही गोष्टी लपवून ठेवतोय, अशा वेळी इकडेतिकडे फिरून काही माहिती गोळा करण्याचा वेडेपणा आपण का करतोय' असं त्याला वाटत होतं. तो विचार त्यानं बाजूला ठेवला आणि त्यानं पुढचा मुद्दा पुढे केला, ''सॅम यांच्याबरोबर आणखी एकाला पाहिलं होतं, अशी साक्ष देणाऱ्यांवर तुम्ही विश्वास ठेवाल का नाही?''

''नाही, माझ्या माहितीप्रमाणे त्यात काही दम नव्हता. ट्रकथांब्याच्या जागेवरचा तो माणूस सुरुवातीला बरेच दिवस पुढे आला नव्हता आणि तो दुसरा दारू प्यायलेला होता. दोघं विश्वसनीय नव्हते.''

''तुम्ही डोगानवर विश्वास ठेवला?''

''निवाडा समितीने ठेवला.''

''मी निवाडा समितीबद्दल बोलत नाही.''

लेटनर यांच्या श्वासाचा आवाज होत होता. आता त्यांचा उत्साह मावळू लागल्याचं ते लक्षण होतं. ''डोगान मानसिक विकृती असलेला होता, पण हुशार होता. बॉम्बस्फोट माणसं मारण्याच्या हेतूनंच घडवून आणला होता, असं तो म्हणाला होता आणि मी त्यावर विश्वास ठेवतो. ॲडम, हे तू लक्षात घे की, विक्सबर्ग इथलं एक कुटुंबच्या कुटुंब यांनी मारलं असतं. मला नाव आठवत नाही पण....''

''पींडर! आणि तुम्ही म्हणताय की, सॅम यांनी हे सर्व केलं?''

''मी सांगतोय ते बरोबर आहे. आम्ही धरून चाललो होतो की, सॅम यांच्याबरोबर आणखीही कोणी होतं. मध्यरात्री त्यांनी पींडर यांच्या घरात बॉम्ब ठेवला आणि सर्व कुटुंबच्या कुटुंब मारलं गेलं असतं.''

''त्यांचा बॉम्ब गॅरेजमध्ये ठेवण्याचा उद्देशच असा होता की, कोणीही मारलं जाऊ नये.''

''हे तुला सॅमनी सांगितलं? सॅम यांनीच ते केलं, हे त्यांनी कबूल केलं? मग त्यांचा कोणी सहकारी होता, याबद्दल तू मला का विचारतोयंस? तुला त्यांनाच त्याबद्दल विचारावं लागेल. मुला, हे मात्र पक्कं की, तो माणूस दोषी आहे.''

ॲडमनं आणखी थोडं पेय घेतलं. त्याच्या डोळ्याच्या झडपांवर जडत्व आलं होतं. त्यानं त्याच्या घड्याळाकडे पाहिलं, पण काही दिसत नव्हतं.''

''आता मला टेपबद्दल काही सांगा.'' जांभया देत ॲडमनं विचारलं.

''कसला टेप?'' लेटनरनीसुद्धा जांभया देत विचारलं.

''अहो, एफ.बी.आय.नं डोगान आणि वायने ग्रेव्ह यांच्यातल्या क्रॅमर बॉम्बस्फोट संभाषणाचा सॅम यांच्या खटल्याच्या वेळी ऐकवला होता तो टेप.''

''त्यांची निरनिराळी लक्ष्यं होती. त्यांच्या संबंधातले अनेक टेप आमच्याकडे होते. क्रॅमर त्या लक्ष्यांपैकी एक होते. ज्यूंच्या एका प्रार्थनागृहात म्हणजे देवळात एक लग्नसमारंभ चालू असताना एक बॉम्बस्फोट घडवून आणायचा, त्या बाबतच्या संभाषणाची एक टेप आमच्याकडे होती. देवळातल्या हीटरच्या नळ्यांतून विषारी वायू पाठवायचा. हॉलचे दरवाजे बंद ठेवलेले असतातच. त्या वेळी सर्वच्या सर्व समुदाय त्यांना नष्ट करायचा होता. विकृत मनोवृत्तीची ही गिधाडं आहेत. डोगानच्या बाबतीलं हे संभाषण नाहीये, पण असंच क्षुद्र मानसिकता असलेल्या मूर्खांच्यातलं हे संभाषण आहे. तसं घडवून आणणं हे त्यांच्या क्षमतेपलीकडचं होतं, म्हणून आम्ही त्याकडे दुर्लक्ष केलं. वेन ग्रेव्ह हा क्लक्स परिवारातलाच होता आणि आम्ही त्याला पैसे देऊन बातम्या काढायचो. त्याचे फोन टॅप करायला आम्हाला तो परवानगी द्यायचा. एका रात्री त्यानं डोगानला फोन केला. तो बाहेरच्या टेलिफोन बूथवरून बोलत होता, असं वेननं त्याला सांगितलं आणि क्रॅमरच्या घरात बॉम्बस्फोट करण्याबाबत त्याचं बोलणं झालं.

ते इतर लक्ष्यांबाबतही बोलले. सॅम यांच्या खटल्याच्या वेळी याचा फार चांगला उपयोग झाला; पण या टेपमुळे आम्हाला एकही बॉम्बस्फोट थांबवता आला नाही किंवा सॅम त्या स्फोटाशी संबधित होते, हे सिद्धही करता आलं नाही.''

''सॅम त्यात सामील होते याची तुम्हाला कल्पना नव्हती?''

''नाही. मुळीच नव्हती; पण तो मूर्ख ग्रीनव्हील भागात रेंगाळून न राहता जर निघून गेला असता, तर आत्ता तो एक स्वतंत्र माणूस म्हणून हिंडता-फिरताना दिसला असता.''

''क्रॅमर स्वत: एक लक्ष्य होते, याची त्यांना स्वत:ला कल्पना होती?''

''आम्ही त्यांना तशी कल्पना दिली होती; पण त्या वेळपर्यंत त्यांना धमक्यांचा किंवा तशा प्रकारे सावध राहा, असं सांगणाऱ्यांची सवय झाली होती. त्यांच्या घरावर लक्ष ठेवायला त्यांनी सुरक्षाकर्मींची नेमणूक केलेली होती.'' त्यांचे शब्द आता एकमेकांत मिसळायला लागले होते. त्यांची हनुवटी एखादा इंच खाली आली होती.

ॲडमला बाथरूमकडे जाणं जरुरीचं वाटलं. त्यानं 'मी जरा जाऊन येतो' अशी एका बोटाची खूण केली आणि तो बाथरूमकडे निघाला.

तो पोर्चमध्ये जेव्हा परत येत होता, तेव्हाच त्याच्या कानावर मोठमोठ्याने घोरण्याचा आवाज आला. पोर्चमध्ये येऊन पाहतो, तो लेटनर खुर्चीत आडवे झालेले होते. त्यांच्या एका हातात ग्लास होता. त्यानं तो काढून घेतला आणि त्याला स्वत:ला आडवं पडायला दुसरा सोफा कुठे दिसतोय का, हे तो पाहायला लागला.

२०

जुन्या म्हणून लष्करानं विक्रीला काढलेल्या एका जीपसमोर ॲडम उभा होता. जीपमध्ये वातानुकूलनाची व्यवस्था नव्हती की इतर कोणत्या सोयीसुविधा नव्हत्या. दुसऱ्या दिवशीच्या सकाळची दहा-अकराच्या आसपासची वेळ होती. ॲडमला तसं अस्वस्थच वाटत होतं; घाम येत होता. इरीनी 'सकाळच्या नाष्ट्यासाठी चला' असं कधीही सांगत येण्याची शक्यता होती, पण त्यापूर्वीच त्याला तिथून सटकायचं होतं.

एका अरुंद दिवाणाच्या शेजारी जमिनीवरच त्याला जाग आली होती. ज्या खोलीत तो झोपला होता, ती एक चांगली, झोपण्यायोग्य खोली असेल, असं त्याला वाटलं होतं; पण प्रत्यक्षात स्वयंपाकघराशेजारी भांडी धुण्यासाठीची ती खोली होती आणि दिवाण म्हणजे एक बाकडं होतं. 'त्या बाकड्यावर बसून लेटनर बूट काढायचा.' असं लेटनरनं हसत हसत सांगितलं. सकाळी घरभर फिरून इरीनीने त्याला शेवटी या खोलीत येऊन शोधून काढलं होतं. ॲडमने त्या दोघांची कित्येक वेळा माफी मागितली होती. शेवटी त्यांना आता 'बास' म्हणून सांगावं लागलं होतं. सकाळची भरपूर न्याहारी करूनच जायचं, असं इरीनीनं ॲडमला निक्षून बजावलं होतं. आठवड्यातल्या त्या दिवशी डुकराच्या मांसाचा पदार्थ खाण्याची त्यांच्या घरी परंपरा होती. स्वयंपाकघरातल्या टेबलाशी बसून ॲडम बर्फाचं थंडगार पाणी पीत होता आणि इरीनी गाणं गुणगुणत शेगडीवर डुकराच्या मांसाचा पदार्थ परतत होती. वॅन वर्तमानपत्र वाचत होते. इरीनीनं अंडी, दूध, लोणी एकत्र करून ते सर्व तव्यावर परतून एक पदार्थ केला होता आणि व्होडका आणि टोमॅटोचा रस एकत्र करून एक पेयही तयार ठेवलं होतं.

ॲडमचं डोकं दुखत होतं, ते व्होडकाच्या सेवनामुळे कमी झालं; पण त्याच्या पोटातली अस्वस्थता कमी झालेली नव्हती. खाचखळग्यांच्या रस्त्यांवरून गचके खात ते जेव्हा कॅलिको रॉकवर आले, त्या वेळी ॲडमला फार त्रास होत होता.

आदल्या रात्री लेटनर जरी सर्वप्रथम आडवे झाले असले, तरी सकाळी

उठल्यावर मात्र ते तरतरीत होते. त्यांना आदल्या रात्रीच्या पिण्यामुळे कुठल्याही प्रकारचा त्रास होत होता, असं कुठलंही लक्षण त्यांच्या चेहऱ्यावर नव्हतं. इरीनीने भरपूर लोणी घालून तयार केलेला एक प्लेटभर अंड्याचा पदार्थ आणि बिस्किटं त्यांनी खाल्ली होती. त्यावर एक ग्लास व्होडका आणि टोमॅटो रस प्यायला होता. त्यांनी मनापासून वर्तमानपत्र वाचलेलं होतं आणि त्यावर टीकाटिप्पणीही केली होती. लेटनर दर रात्री भरपूर दारू पिऊन तर्र व्हायचे, पण सकाळ होताच त्याचा अंमल ते झटकून टाकू शकणाऱ्यांपैकी होते, हे ॲडमच्या लक्षात आलेलं होतं.

कॅलिको रॉक हे गाव दिसायला लागलं होतं. रस्ता एकदम गुळगुळीत झालेला होता. ॲडमच्या पोटातलं गुरगुरणं थांबलं होतं. ''ॲडम, माझ्या रात्रीच्या बोलण्याबद्दल मला माफ कर.'' लेटनर म्हणाले.

''रात्रीच्या कोणत्या बोलण्याचं?'' ॲडमने विचारलं.

''सॅम यांच्याबद्दल मी जरा जास्तच कठोर होतो. ते तुझे आजोबा आहेत, हे मला माहीत होतं आणि तुलाही त्यांच्याबद्दल जिव्हाळा आहे. मी एका गोष्टीबाबत खोटं बोललोय. मलासुद्धा सॅम यांच्या मृत्यूची शिक्षा अमलात आणली जाऊ नये, असंच वाटतंय. ते खरोखरच दुष्ट नाहीत.''

''मी हे त्यांना सांगेन.''

''सांग, त्यांनासुद्धा बरं वाटेल.''

त्यांनी गावात प्रवेश केला. पुलाकडे वळले, ''हं, तुला आणखी एक सांगायचं आहे.'' लेटनर बोलू लागले, ''सॅम यांनी कुठलंच काम एकट्यानं केलेलं नाही, अशी आमची ठाम समजूत आहे.''

ॲडम हसला आणि खिडकीतून बाहेर पाहत राहिला. ते एका छोट्या चर्चसमोरून गेले. चर्चच्या आवारात प्रौढ मंडळी एका झाडाच्या सावलीत चांगले चांगले कपडे परिधान करून उभी होती.

''असं का वाटतं?'' ॲडमनं विचारलं.

''कारणं तीच! बॉम्ब हाताळण्याबाबत सॅमचा काहीही पूर्वेतिहास नाही. क्लॅन परिवारानं घडवून आणलेल्या हिंसक घटनांमध्ये त्यांचा सहभाग कधीही नव्हता. ते दोन साक्षीदार, त्यातल्या त्यात तो क्लिव्हलँडमधला ट्रकड्रायव्हर, त्यानं आम्हाला खूप त्रास दिलाय. खोटं सांगण्यात त्याचा काहीच फायदा नव्हता आणि स्वतःबद्दलही त्याला पूर्ण खात्री होती. सॅम काही तितका हुशार किंवा वेगळी धडाडी असलेला माणूस नाही की, तो स्वतः पुढाकार घेऊन स्वतःच्या जबाबदारीवर बॉम्बस्फोटासारख्या कारवाया घडवून आणेल.''

''मग तो बरोबरचा माणूस कोण?''

''मी प्रामाणिकपणे सांगतो की, मला तो माहीत नाही.'' नदीच्या काठालगतच्या

भागात लेटनर यांनी त्यांची मोटार थांबवली. ॲडमनं त्याचा बाजूचा दरवाजा किंचितसा उघडला होता. लेटनर स्टिअरिंग व्हिलवर ओणवे होऊन त्याच्याकडे पाहत म्हणाले, ''तिसरा किंवा चौथा बॉम्बस्फोट झाल्यावर म्हणजे जॅक्सनमधल्या ज्यूंच्या प्रार्थनामंदिरात बॉम्बस्फोट झाल्यानंतर वॉशिंग्टन, न्यूयॉर्कमधली ज्यूंपैकी जी काही बडी प्रस्थं होती, त्यांनी राष्ट्राध्यक्ष लिंडन जॉन्सन यांची भेट घेतली. त्यांनी श्री. हूवर यांच्याशी फोनवर बोलणं केलं. नंतर त्यांनी मला वॉशिंग्टन डी.सी.ला बोलावून घेतलं. तिथे मी श्री. हूवर आणि राष्ट्राध्यक्ष जॉन्सन यांना भेटलो. त्यांनी माझी खूप खरडपट्टी काढली. एका नव्या निर्धारानं मी मिसिसिपीला परतलो. आम्ही आमच्या खबऱ्यांना फैलावर घेतलं. म्हणजे काही जणांना मारहाण केली. आम्ही जे काही करता येईल ते केलं; पण उपयोग शून्य! बॉम्बस्फोट कोण घडवून आणत होतं, हे आमच्या स्रोतांना माहीत नव्हतं. फक्त डोगानलाच सर्व माहीत होतं; पण तो कोणाशीच काही बोलत नव्हता, हे उघड होत. पण मला वाटतं, पाचव्या बॉम्बस्फोटानंतर, त्या वर्तमानपत्राच्या कचेरीत आम्हाला सुगावा मिळाला.''

लेटनर त्यांच्या बाजूचा दरवाजा उघडून जीपच्या पुढच्या नाकाच्या भागाशी जाऊन उभे राहिले. ॲडम त्यांच्याजवळ जाऊन उभा राहिला. कॅलिको रॉक गावातून जाणाऱ्या नदीचा प्रवाह ते पाहत होते. ''एखादी बियर हवी? दुकानात काही बाटल्या थंडगार ठेवण्याची व्यवस्था आहे.''

''कृपा करून नको. मी आधीच तसा पूर्ण बरा नाही.''

''अरे, मजा केली! बरं असू दे. जुन्या मोटारी ठेवण्यासाठी डोगानकडे एक भलामोठा प्लॉट आहे. त्याच्या नोकरांपैकी एक नोकर कृष्णवर्णीय होता. तो वृद्ध आणि अशिक्षित होता. तो मोटारी धुवायचा, फरशी साफ करायचा. पूर्वी कधी एकदा आम्ही फार सावधगिरीनं त्याला गाठलं होतं, पण त्या वेळी आम्हाला मदत करायची त्याची तयारी नव्हती; पण नंतर काय झालं कोण जाणे, त्यानं एकाएकी आमच्या हस्तकाला गाठून काही दिवसांपूर्वी डोगाननं आणि त्याच्या एका मित्रानं एका हिरव्या पॉन्टियाक गाडीच्या डिकीमध्ये काहीतरी ठेवताना पाहिलं, हे सांगितलं. तो तिथे थांबून राहिला होता. त्यानंतर त्याने डिकी उघडून पाहिली, तर त्यात डायनामाइटच्या कांड्या होत्या, हे त्याने सांगितलं. पुढच्याच दिवशी एके ठिकाणी बॉम्बस्फोट झाल्याचं त्याला कळलं. डोगानच्याच मागावर एफ.बी.आय.चे लोक होते, हे त्याला माहीत होतं. त्यामुळे याबाबत आम्हाला माहिती द्यावी, असं त्याला वाटलं. व्हिर्गील नावाचा एक माणूस त्याच्याच नोकरीत होता. तोही क्लक्स परिवारातलाच डोगानचा मदतनीस होता, म्हणून आम्ही व्हिर्गीलला भेटायला गेलो. एका पहाटे तीन वाजता त्याचा दरवाजा ठोठावला. त्या काळात आम्ही असेच वेळी-अवेळी धडकायचो. त्याने दरवाजा उघडला, दिवा लावला आणि पोर्चमध्ये

आला. माझ्यासह आम्ही आठ जणांनी आमचे बिल्ले त्याच्या तोंडासमोर धरले. तो जाम घाबरून गेला. जॅक्सन बॉम्बस्फोटासाठी त्यानं डायनामाइट नेऊन दिलं होतं, हे आम्हाला कळलं होतं आणि आता तीस वर्षं तुरुंगात काढायची होती, असं आम्ही त्याला सांगितलं. दरवाजाच्या आतल्या बाजूला त्याची बायको मुसमुसून रडत होती. हे आमच्या कानावर येत होतं. व्हिर्गील थरथर कापत होता. त्याला कोणत्याही क्षणी रडू फुटणार होतं. त्याला मी माझं कार्ड दिलं आणि त्या दिवशीच दुपारी बाराच्या आसपास मला भेटायला सांगितलं आणि वर हेही सांगितलं की, डोगानला किंवा इतरांना कोणाला याबद्दल काही जरी कळलं, तर त्याची काही खैर राहणार नव्हती. आमची माणसं त्याच्यावर चोवीस तास पहारा देऊन होती, असंही सांगितलं.

"त्या रात्री व्हिर्गील बहुतेक झोपलाच नव्हता. कारण दोन दिवसांनंतर मला तो भेटला, तेव्हा त्याचे डोळे सुजल्यासारखे आणि लाल दिसत होते. आमची मैत्री होणं जरुरीचं होतं. डोगानची नेहमीची टोळी हे बॉम्बस्फोटाचं काम करत नव्हती. त्यापेक्षा अधिक त्याला काही माहीत नव्हतं; पण डोगानच्या बोलण्यातून त्याला कळलं होतं की, बॉम्बस्फोट घडवून आणणारा दुसऱ्या कोणत्यातरी राज्यातला एक तरुण होता. एकाएकी तो दुसऱ्या कुठल्यातरी राज्यातून येऊन इथे टपकला होता आणि तो स्फोटकं, बॉम्ब उडवणं, ठरावीक वेळानंतर बॉम्ब उडवण्यासाठी लागणाऱ्या उपकरणांची जोडणी करणं इत्यादी माहिती असलेला होता. डोगाननं लक्ष्यं ठरवली आणि कारवाया आखल्या. मग या तरुणाला बोलावलं. तो गावातून गुपचुपपणे फिरायचा. त्यानं बॉम्बस्फोट घडवून आणले आणि मग परागंदा झाला."

"तुमचा यावर विश्वास बसला?"

"हो, त्यातला बहुतांशी भाग विश्वास बसण्यासारखा आहे. कोणीतरी पूर्णपणे नवीन व्यक्ती होती, कारण तोपर्यंत क्लॅनमधले निम्मेअधिक सदस्य आमचे खबरे बनले होते. त्यांची प्रत्येक चाल आम्हाला आधीच कळायची."

"व्हिर्गीलचं नंतर काय झालं?" ॲडमनं विचारलं.

"मी बराच वेळ त्याच्याबरोबर घालवायचो. त्याला पैसे द्यायचो. तो नित्याचा शिरस्ता झाला होता. त्याला सारखीच पैशांची गरज असायची. माझी खात्री झाली की, या माणसाला कोण बॉम्ब बनवतं, नेऊन कोण ठेवतं याची काहीही माहिती मिळू शकत नाही. त्यानं त्यात स्वत: कधी भाग घेतला नव्हता, असं तो सांगायचा म्हणजे गाड्यातून डायनामाइट भरणं, ठरल्या ठिकाणी ती गाडी नेऊन पोचवणं अशी कामं त्यानं कधीही केलेली नव्हती. मग आम्हीपण त्याच्यावर जास्त दबाव आणला नाही. त्याच्या मागे लागणं सोडून दिलं."

"क्रॅमर स्फोटात त्याचा सहभाग होता?"

"नाही, त्यासाठी डोगाननं दुसऱ्या कोणालातरी निवडलं होतं. जेव्हा जेव्हा डोगानला शंका यायची, तेव्हा तेव्हा तो त्याच्या चालीत, व्यवस्थेत बदल करायचा."

"व्हिर्गीलने दिलेल्या माहितीनुसार डोगानबरोबरचा जो कोणी माणूस होता, ते सॅम असू शकतात का?"

"नाही."

"आणि तुम्हालासुद्धा त्या व्यक्तीबद्दल माहिती नाही. बरोबर?"

"नाही."

"असं सांगू नका हो, तुम्हा मंडळींना काहीतरी कल्पना असतेच."

"मी शपथेवर सांगतो की, आम्हाला काहीही माहिती नव्हती. व्हिर्गीलशी आमची गाठ पडल्यानंतर अगदी थोड्या दिवसांतच क्रॅमर बॉम्बस्फोट झाला आणि नंतर सारं संपलंच होतं. सॅमबरोबर जरी कोणी होता, असं धरून चाललं, तरी तो सॅम यांना सोडून गेला होता."

"आणि एफ.बी.आय.ला नंतर काहीही कळलं नव्हतं?"

"नाही, कणभरसुद्धा नाही. सॅम यांचा ताबा आमच्याकडे होता आणि तेच गुन्हेगार ठरत होते; ठरले होते."

"आणि तुम्हा सर्वांना त्या प्रकरणापासून दूर व्हायचं होतं."

"हो, नक्कीच. आणि बॉम्बस्फोट होणं थांबलं होतं. हे तू विसरू नकोस की, सॅम यांना पकडल्यानंतरच बॉम्बस्फोट थांबले होते. आम्हाला हवा होतो तो माणूस मिळाला होता. हूवर समाधानी होते. ज्यूंना आनंद झाला होता. सॅम यांचा गुन्हा त्यांना पुढे चौदा वर्षं सिद्ध करता आला नव्हता, ही वेगळी गोष्ट होती. बॉम्बस्फोट व्हायचे थांबले. त्यामुळे सर्वांनाच हुश्श झालं होतं."

"डोगाननं जसं सॅम यांना यात गोवलं होतं, तसं बॉम्बस्फोट घडवून आणणाऱ्या त्या खऱ्याखुऱ्या गुन्हेगाराला का नाही गोवलं?"

नदीच्या तटालगतच्या काही इंच पाण्याच्या वरच्या पातळीवरच्या जमिनीच्या सपाट भागावर लेटनर यांनी त्यांची मोटार नेऊन उभी केली. ॲडमनं जवळच त्याची मोटार उभी केलेली होती. लेटनर यांनी खोकून घसा साफ केला आणि ते नदीच्या पाण्यात थुंकले. "जो पोलिसांच्या ताब्यात नाही, अशा एखाद्या दहशतवाद्याच्या विरोधात तू साक्ष देशील?"

ॲडमनं क्षणभर विचार केला. लेटनर मोठमोठे पिवळे दात दाखवत हसले. मग ते धक्क्याच्या जवळ असलेल्या त्यांच्या दुकानाच्या दिशेनं चालत निघाले. "चल, आपण बियर घेऊ."

"कृपया नको. मला आता जायचंय."

लेटनर थांबले. त्यांचा हात हातात घेऊन ॲडमनं हलवला. परत भेटण्याचं

आश्वासन दिलं. त्यांना मेम्फिसला यायचं निमंत्रण दिलं. लेटनर यांनी मासे पकडण्यासाठी आणि खूप पिण्यासाठी कॅलिको रॉकला परत यायचं निमंत्रण दिलं. 'इरीनींना माझा नमस्कार सांगा' असं सांगून बाथरूममध्ये शुद्ध गेल्याबद्दल त्यानं पुन्हा दिलगिरी व्यक्त केली आणि त्यांनी मारलेल्या गप्पांबद्दल त्यांचे आभार मानले.

त्यानं ते छोटं गाव मागे सोडलं. त्यानं अतिशय काळजीने मोटार चालवत, डोंगरातला वळणावळणाचा रस्ता पार केला आणि पुन्हा त्याच्या पोटात मळमळायला लागू नये, याची दक्षता घ्यायला सुरुवात केली.

ॲडम जेव्हा लीच्या फ्लॅटमध्ये आला, त्या वेळी ती स्वयंपाकघरात पास्ता करण्यात मग्न होती. जेवणाच्या टेबलावर चायना प्लेट्स, चांदीची भांडी, वाट्या मांडल्या होत्या. ताजी फुलं फ्लॉवरपॉटमध्ये ठेवली होती. 'मॅनीकोटी' हा प्रकार ओव्हनमध्ये भाजून करायचा होता, पण कुठेतरी काहीतरी चुकत होतं. गेल्या आठवड्यात तिनं स्वत:लाच ती चांगला स्वयंपाक करू शकत नाही, याबद्दल दूषणं दिली होती आणि त्याचं प्रत्यंतर आता येत होतं. काम करण्याच्या ओट्याच्या भागावर भांडीच भांडी जमली होती. कंबरेभोवती ती क्वचितच ॲप्रन बांधायची. आज तिने तो बांधला होता. तो सारा टोमॅटो-सॉसनं लडबडलेला होता. त्या वेळी ती त्याच्याकडे पाहून हसली होती आणि "हे सारं जमलं नाही, तर फ्रीजमध्ये तयार पिझ्झा आहे, तो गरम करून घ्यायचा." असं म्हणाली.

"तू तर आज भनायकच दिसतोयस!" एकाएकी त्याच्या डोळ्यांकडे पाहत ती म्हणाली.

"कालची रात्र जरा अवघडच गेली."

"तुझ्या अंगाला दारूचा भयानक वास येतोय."

"सकाळच्या न्याहारीला दोन ग्लास भरून ब्लडी मेरी प्यायलीये आणि आता मला आणखी हवीये."

"आता दारूचं दुकान बंद झालंय." असं म्हणून तिनं सुरी घेऊन भाजी कापायला घेतली, "तू तिथे जाऊन काय केलंस?"

"एफ.बी.आय.च्या सेवानिवृत्त एजंटबरोबर दारू प्यायली. वॉशिंगमशिन शेजारी बाथरूमच्या फरशीवर झोपलो."

"व्वा! काय मस्त!" भाजी कापता कापता, सुरी तिच्या बोटाजवळ आली होती, पण तिनं झटक्यात हात बाजूला केला. बोट वाचलं. सुरी बाजूला ठेवून तिने बोटाचं निरीक्षण केलं. "तू मेम्फिसचं वर्तमानपत्र पाहिलंस?"

"नाही, काय आहे त्यात?"

"वाचण्यासारखं आहे. ते बघ, तिथे ठेवलंय." तिनं कोपऱ्याकडे बोट केलं.

"काही वाईट बातमी?"

"तू फक्त पाहा."

ॲडमनं रविवारचा मेम्फिस वर्तमानपत्राचा अंक घेतला आणि तो टेबलाशेजारच्या खुर्चीत तो बसला. दुसऱ्या भागाच्या दर्शनी पानावर त्याच्या हसऱ्या चेहऱ्यानं त्याचं स्वागत केलं. तो मिशिगन इथे विधी महाविद्यालयात शिकत असताना काढलेला फोटो होता. अर्धं पान माहितीनं भरलं होतं आणि त्याच्या फोटोखेरीज सॅम यांचा फोटो तर होताच. आणखी इतर म्हणजे मार्विन क्रॅमर, जोश आणि जॉन क्रॅमर, रूथ क्रॅमर, डेव्हिड मॅकलिस्टर, सरकारी वकील स्टीव्ह रॉक्सबर्ग, नैपेह, जेरेमी डोगान, मार्विनचे वडील मि.इलियट क्रॅमर या सर्वांचेही फोटो होते.

टोड मार्क्सनं बरेच परिश्रम घेतलेले होते. खटल्याच्या संक्षिप्त, पण स्पष्ट माहितीनं एक कॉलम भरला होता. नंतर त्यानं वर्तमान घटनांचा आढावा घेतला होता. त्यात दोन दिवसांपूर्वी आलेल्या बातमीतलाच मजकूर होता. ॲडमबद्दलची आणखी काही माहिती मिळवून छापली होती. त्यात पेप्परडाईन विद्यापीठातलं त्याचं शिक्षण, मिशिगनमधलं त्याचं कायदासंबंधातलं शिक्षण, क्रॅव्हिटझ आणि बेन कंपनीतला त्याचा उमेदवारीचा काळ वगैरेंबद्दल माहिती होती. 'कायद्याच्या चौकटीत राहून मृत्युदंडाची शिक्षा अमलात आणली जाईल.' एवढंच नैपेह यांनी सांगितलेलं होतं. मॅकलिस्टर यांनी त्यांच्या शहाणपणाचे खूप तारे तोडले होते. गंभीरपणे, अतिशय जड अंत:करणानं बोलून क्रॅमर यांचं कुटुंब उद्ध्वस्त करणाऱ्या त्या बॉम्बस्फोटाच्या भयंकर अनुभवासह, स्वप्नासह गेली तेवीस वर्षं ते जगत होते, असं त्यांनी सांगितलं होतं. दररोज त्यासंबंधीचे विचार त्यांच्या मनात थैमान घालायचे. 'त्या कृष्णकृत्याच्या गुन्हेगाराला पकडून, त्याच्यावर खटला भरून, त्याला शिक्षा देण्यात आली, हे काम माझ्याकडून केलं गेलं, याचा मला अभिमान वाटतो आणि त्याला दिलेली मृत्यूची शिक्षा अमलात आणूनच मिसिसिपी राज्यातल्या काळ्याकुट्ट कालखंडावर आपल्याला पडदा पाडता येईल. दया दाखवण्याच्या अर्जांवर विचार करण्याचा प्रश्नच येत नाही. त्या छोट्या क्रॅमर मुलांच्या मृत्यूसंबंधात त्यांच्यावर दया दाखवणं योग्य होणार नाही.' वगैरे वगैरे मुद्दे त्यांनी मांडले होते.

स्टीव्ह रॉक्सबर्गच्या घेतलेल्या मुलाखतीचा त्याला आनंद झालेला दिसत होता. मृत्युदंडाची शिक्षा अमलात आणण्याविरुद्धच्या सॅम आणि त्यांचे वकील यांच्या शेवटच्या सत्रातल्या प्रयत्नांना टक्कर द्यायची त्याची तयारी होती. जनतेची इच्छा पूर्ण करण्यासाठी तो आणि त्याच्या हाताखालचा नोकरवर्ग दर दिवशी अठरा-अठरा तास काम करण्यास तयार असल्याचं त्यानं नमूद केलं. याबाबत 'आता खूप काळ चर्चा झालेली होती आणि आता न्याय प्रत्यक्ष अमलात आणण्याची वेळ आलेली होती.' हे वाक्य त्यानं एकापेक्षा जास्त वेळा उच्चारलं होतं. श्री.

केहॉल यांच्या शिक्षेला तहकुबी मिळवण्याच्या त्यांच्या शेवटच्या क्षणाच्या प्रयत्नाबाबत त्याला काही काळजी वाटत नसल्याचं त्यानं सांगितलं. वकिलाला आवश्यक असलेले सर्व गुण आणि विशेषत: जनतेचा वकील म्हणून काम करण्यासाठी लागणारं कौशल्य, जबाबदारीची जाणीव त्याच्या ठायी होती, असं त्याने सांगितलं होतं.

सॅम केहॉल यांनी बातमीदारांशी बोलण्याचं नाकारलं होतं. ॲडम हॉल यांच्याशी संपर्क साधता आला नसल्याचं मार्क्सने बातमीत सांगितलं होतं. जसाकाही ॲडम सर्वकाही सांगायला अतिउत्सुकच होता!

क्रॅमर कुटुंबीयांकडून मिळालेल्या प्रतिक्रिया लक्षवेधी होत्या आणि निराशावादी, नाउमेद करणाऱ्या होत्या. सत्याहत्तर वर्षांचे इलियट क्रॅमर अद्यापही कार्यरत होते. त्यांना थोडा हृदयरोगाचा त्रास होत होता, पण एकंदरीत प्रकृती बरी होती. त्यांच्या वागण्यात कडवटपणा होता. सॅम आणि क्लॅन परिवारानं त्यांच्या फक्त दोन नातवांचाच बळी घेतला नव्हता, तर त्यांचा मुलगा मार्विन क्रॅमर यांच्या मृत्यूलाही तेच कारण झाले होते. सॅम यांच्या मृत्युदंडाची शिक्षा अमलात येण्याची ते गेली तेवीस वर्षं वाट पाहत होते आणि ती लवकरात लवकर अमलात आणली जात नसल्यानं त्यांनी न्यायव्यवस्थेवर ताशेरे ओढले होते. न्यायनिवाडा समितीनं सॅम गुन्हेगार असल्याचं मान्य करून, न्यायाधीशांनी त्याला मृत्यूची शिक्षा दिल्यानंतरही पुढच्या दहा वर्षांच्या काळात गुन्हेगार जिवंत राहतो, याबद्दल त्यांना खूप वाईट वाटत होतं. शिक्षा अमलात आणण्याच्या दिवसापर्यंत ते स्वत: जिवंत असतील की नाही, याबद्दल त्यांना खात्री वाटत नव्हती. हे सर्व त्यांच्या डॉक्टरांवर अवलंबून असणार होतं, पण त्यांना स्वत:ला ती शिक्षा अमलात आणण्याच्या घटनेचं साक्षीदार व्हायची इच्छा होती. केहॉल यांना विषारी वायूच्या पेटीत घालताना त्याच्या डोळ्यातले भाव त्यांना पाहायचे होते.

रूथ क्रॅमर त्या मानाने नेमस्त किंवा सौम्य वाटल्या. त्यांच्यावर झालेले आघात काळाच्या ओघात भरून आलेले होते. जखमा बऱ्या होत आलेल्या होत्या. मृत्युदंडाची शिक्षा अमलात आणल्यावर त्यांना नेमकं काय वाटेल, हे आत्ता सांगता येणार नव्हतं, असं त्यांनी सांगितलं होतं. कुठल्याही परिस्थितीत त्यांची दोन मुलं त्यांना परत मिळणार नव्हती. त्यांच्याकडे टोड मार्क्सला सांगण्यासारखं फारकाही नव्हतंच.

ॲडमनं वर्तमानपत्राची घडी घालून ते परत खुर्च्यांच्या शेजारी ठेवलं. एकाएकी त्याच्या नाजूक पोटात रॉक्सबर्ग आणि मॅकलिस्टर यांच्या वक्तव्यांमुळे गोळा आला. एक वकील म्हणून तो सॅम यांचे प्राण वाचवण्याच्या प्रयत्नात होता आणि दुसऱ्या बाजूला शत्रुपक्षातले त्याच्याविरुद्ध शस्त्रं परजून अंतिम लढाईसाठी सज्ज

होते. तो अननुभवी होता, नवखा होता; ते अनुभवी होते, त्यांच्या क्षेत्रातले दादा होते. त्यातल्या त्यात रॉक्सबर्गला तर 'मृत्यूचा प्रतिनिधी' म्हणूनच ओळखलं जायचं. अशा अनेक केसेस त्याने हाताळल्या होत्या. मृत्यूची शिक्षा मिळवून देण्यात त्याचा हातखंडा होता. ॲडमकडे फक्त एकच फाइल होती. तीसुद्धा मृत्युशिक्षेमध्ये सूट मिळण्यासाठी केलेल्या अयशस्वी अर्जांनी पुरेपूर भरलेली! एखादा चमत्कार व्हावा आणि सॅम यांची मृत्यूची शिक्षा टळावी, अशा एका प्रार्थनेचं पत्रसुद्धा त्यात होतं; पण ह्या क्षणी तो अगदी असाहाय्य, कधीही कोलमडून पडेल, असा निराश झालेला होता.

हातात एस्प्रेसो कॉफीचा कप घेऊन ली बसली होती. ''तू फारच त्रासलेला दिसतोस.'' त्याच्या हातावर थोपटत ती म्हणाली.

''ट्राऊट मासे पकडणाऱ्या कॅलिको रॉकच्या त्या माणसावर माझी खूप खूप भिस्त होती, पण ती खोटी ठरली.''

''ते वृद्ध क्रॅमर तर अगदी इरेला पेटलेले दिसतायंत.'' ॲडमने वेदना कमी व्हाव्यात, म्हणून त्याच्या कपाळावर जरा हातानं दाब दिला.

''मला एखादं वेदनाशामक औषधं देशील?''

''व्हॅलियम घेशील?''

''छानच!''

''तुला खरोखरच भूक लागलीये?''

''नाही, माझं पोट ठीक नाही.''

''ठीक आहे, रात्रीचं जेवण बरखास्त. कारण मी जो पदार्थ बनवत होते, तो बिघडलाय, त्यामुळे फ्रिझमधला पिझ्झा गरम करून घ्यावा लागेल किंवा उपाशी राहावं लागेल.''

''काहीही न खाणं मला माझ्या बाबतीत योग्य वाटतंय. फक्त व्हॅलियम हवंय.''

२१

ॲडमनं त्याच्या किल्ल्या टोपलीत टाकल्या आणि ती टोपली वर ओढली जाऊन वीस फूट उंचीवर जाऊन सावकाशपणे स्थिरावली. तो चालत पहिल्या फाटकाशी गेला. ते फाटक सरकण्यापूर्वी थोडा हिसका देऊन थांबलं. तो दुसऱ्या फाटकाशी जाऊन थांबला. शंभर फुटांवरच्या एका दरवाजातून पॅकर आळोखेपिळोखे देत बाहेर आला. बहुतेक तो 'रो' तुरुंगात झोप काढत होता.

त्याच्यामागे दुसरं फाटक बंद झालं. पॅकर ॲडमच्या जवळ येऊन थांबला. त्यानं ॲडमची विचारपूस करून त्याला शुभेच्छा दिल्या. दुपारी दोनची, रणरणत्या उन्हाची वेळ होती. सकाळी रेडिओ केंद्रावर दिवसाच्या वातावरणाचा अंदाज व्यक्त करताना अगदी सहजपणे दिवसाचं जास्तीत जास्त तापमान शंभर अंश फॅरेनहाईट एवढं राहणार असल्याचं सांगितलं होतं आणि त्या वर्षातला तेवढ्या तापमानापर्यंत पोचणारा तो पहिला दिवस असणार होता.

"काय सार्जंट? कसं काय?" एकमेकांचे खूप जुने मित्र असल्यासारखं ॲडम पॅकरकडे पाहून म्हणाला. ते विटांच्या रस्त्यावरून चालत छोट्या दरवाजाशी गेले. दरवाजासमोर कमी उंचीची झुडपं वाढलेली होती. पॅकरनं त्या दरवाजाचं कुलूप काढलं आणि दोघं आत गेले.

काहीही घाई नसल्याच्या आविर्भावात पॅकर म्हणाला, "मी सॅमना घेऊन येतो." आणि तो गेला. धातूच्या जाळीच्या विभाजकाच्या अलीकडच्या भागात अनेक खुर्च्या इतस्तत: विखुरलेल्या दिसत होत्या. ते बघून असं वाटत होतं की, कैदी आणि भेटायला येणारे वकील यांच्यात झटापट झाली असावी.

ॲडम अगदी शेवटच्या बाजूला काउंटरलगत वातानुकूलित यंत्रापासून जितकं दूर बसता येईल, तितकं दूर खुर्ची ओढून त्यात बसला.

त्या दिवशी सकाळी नऊ वाजता त्यानं जो अर्ज सादर केला होता, त्याची एक प्रत त्यानं बाहेर काढली. कोणताही अर्ज मग तो एखाद्या हक्कांसंबधी असेल किंवा विनंती स्वरूपाचा असेल, तो सर्वप्रथम राज्याच्या न्यायालयात सादर करायचा

असतो. त्या खात्यानं जर तो स्वीकारला नाही, तर तो मध्यवर्ती न्यायालयात सादर करायचा असतो. एखाद्या आरोपीचा गुन्हा सिद्ध होऊन त्याला शिक्षा झाल्यानंतर त्याला जे अधिकार मिळतात त्यानुसार विषारी वायू पेटीमध्ये बसवून मृत्यू देण्याच्या प्रथेच्या विरोधातला अर्ज मिसिसिपी राज्याच्या उच्चतम न्यायालयात सादर केलेला होता. अर्थात तसा अर्ज करणं ॲडम आणि गार्नर गुडमन यांच्या मते केवळ एक शिष्टाचाराचा भाग होता. गुडमन यांनी त्या अर्जासाठी संपूर्ण शनिवार-रविवार काम केलं होतं आणि त्याच वेळी ॲडम बियर पीत लेटनरबरोबर मासे पकडत बसला होता.

नेहमीप्रमाणेच एकसंध पँट आणि शर्ट एकत्र असलेला लाल रंगाचा कपडा अंगावर चढवून सॅम आले. छातीवरचे करड्या रंगाचे केस घामानं ओले झालेले होते. एखाद्या शिकवलेल्या जनावराप्रमाणे त्यांनी त्यांची पाठ पॅकरकडे केली. त्यांनी झटपट त्यांच्या हातातल्या बेड्या काढल्या आणि तो दरवाजातून निघून गेला. सॅम यांनी लगेचच त्यांचं सिगारेटचं पाकीट काढलं आणि खुर्चीत बसायच्या आधीच एक सिगारेट पेटवली आणि म्हणाले, ''काय म्हणतोस ॲडम?''

''आज सकाळी मी तो अर्ज सादर केलाय.'' अर्जाची प्रत जाळीच्या विभाजकामध्ये असलेल्या आडव्या अरुंद मोकळ्या पट्टीतून सॅम यांच्याकडे सरकवत ॲडम म्हणाला. ''जॅक्सनमधल्या उच्चतम न्यायालयाच्या कारकुनाशी मी बोललोय. त्यांच्या सांगण्यानुसार जरूर त्या जास्तीत जास्त गतीनं त्यावर निर्णय घेतला जाईल.''

सॅम यांनी ते कागद उचलले आणि ॲडमकडे नजर टाकली, ''याबाबत तुझी माझी पैज! बघ तू. मोठ्या उत्साहानं ते त्याला नकार देतात की नाही, ते बघ.''

''राज्याला या अर्जाचं उत्तर लगेचच्या लगेचच द्यायला लागणार आहे आणि सरकारी वकिलाला आम्ही ताबडतोब कामाला लावलंय.''

''व्वा! फारच छान. आपण संध्याकाळच्या बातम्या ऐकू, पाहू. या अर्जावर ते कसोशीनं काम करतायंत, हे त्यांना दाखवायचंय, म्हणून त्यांनी बऱ्याच वाहिन्यांना निमंत्रणं दिली असतील.''

ॲडमनं त्याचा कोट काढला, टाय ढिला केला. खोलीमधली आर्द्रता वाढली होती आणि घाम यायला सुरुवात झाली होती. ''वेन लेटनर हे नाव तुमच्या स्मरणात कुठं आहे का?''

सॅम यांनी त्यांच्या हातातले कागद मोकळ्या खुर्चीत टाकले आणि सिगारेटचा एक मोठा झुरका घेतला. नंतर धुराचा एक सलग झोत छताच्या दिशेने सोडला आणि म्हणाले, ''हो. का?''

''तुम्ही त्यांना कधी भेटला होतात?''

सॅम यांनी त्याबाबत काही उत्तर देण्यापूर्वी क्षणभर विचार केला आणि नेहमीप्रमाणे तोलून-मापून शब्द वापरत बोलू लागले, ''शक्यता आहे, पण खात्री नाही. तो त्या वेळी कोण होता, हे मला माहीत आहे. पण का?''

''मागच्या आठवड्यात शेवटी मी त्यांना गाठलं होतं. ते आता सेवानिवृत्त आहेत. व्हाइट नदीवर ट्राऊट मासे पकडण्यासाठी ते लोकांना मदत करत असतात. आम्ही खूप वेळ बोललो.''

''ती चांगली गोष्ट आहे, पण त्यातून नेमकं साध्य काय झालं?''

''तुमच्याबरोबर आणखी कोणी एक होतं, असं ते अजूनही म्हणतात.''

''त्यांनी तुला काही नावं सांगितली?''

''नाही, कोणा एका विशिष्ट व्यक्तीवर त्यांना शंका घेता येत नव्हती, पण त्यांचे काही खबरे होते. त्यातला तर एक डोगानच्याच नोकरीतला माणूस होता. त्यानं सांगितलं की, दुसराच कोणी एक इसम, अगदी नवीनच, त्यांच्या नेहमीच्या टोळीतला नव्हता. त्यांच्या अंदाजाप्रमाणे दुसऱ्याच एका राज्यातला तो तरुण होता. बस्स! एवढंच लेटनर यांना माहीत आहे.''

''आणि त्यावर तू विश्वास ठेवतोस?''

''मी कशावर विश्वास ठेवतोय, हे माझं मलाच माहीत नाही.''

''मग आता त्यामुळे फरक कसा काय झाला?''

''तेही मला माहीत नाही. मी तुमचा जीव वाचवायचा प्रयत्न करतोय, त्यासाठी कदाचित मला त्याचा उपयोग होईल. त्यापेक्षा अधिक काहीही नाही. मी अतिशय निराश झालोय.''

''मी नाही झालो?''

''आजोबा, मी तरंगण्यासाठी काडीचा आधार शोधत आहे. काही आधार सापडतोय का, ते पाहतोय. एखादा काही कच्चा दुवा सापडतोय का, याचा प्रयत्न करतोय.''

''म्हणजे माझ्या गोष्टीत कच्चे दुवे आहेत?''

''मला वाटतं तसं. लेटनर यांच्या सांगण्यानुसार त्यांनी तुमच्या घराची झडती घेतली, तेव्हा स्फोटासंबंधी त्यांना काहीही सापडलं नाही. त्यामुळे लेटनर यांना तुमच्याबरोबर दुसरा कोणीतरी होता, अशी दाट शंका आहे. आणि कधी तुम्ही तसे बॉम्बस्फोट घडवून आणले नव्हते. त्यांच्या म्हणण्यानुसार बॉम्बस्फोटासारख्या गोष्टी सुरू करण्याची मानसिकता असलेल्यांपैकी तुम्ही नाही.''

''आणि लेटनर जे काही सांगतात, त्यावर तू विश्वास ठेवतोस?''

''हो, कारण त्यांचं बोलणं मला सयुक्तिक वाटतं.''

''मग मला तुला एक विचारायचं आहे की, जर मी असं म्हणालो की, माझ्या

बरोबर एक असा माणूस होता. मी तुला त्याचा पत्ता, त्याचं नाव, फोन नंबर, रक्तगट, त्याच्या लघवीचं पृथक्करण दिलं, तर तू त्याचं काय करणार?''

''मी सारं आकाशपाताळ एक करेन, आरडाओरडा करेन, शेकड्यांनी विनंतिअर्ज, पुनरावलोकन अर्ज दाखल करेन. मी प्रसिद्धिमाध्यमं ढवळून काढीन. तुमचा विनाकारण बळीचा बकरा बनवला जातोय, असं ओरडून सांगेन. तुमचं निरपराधित्व साऱ्या जगाला सांगेन आणि नक्की कोणाचंतरी त्याकडे लक्ष जाईल. विनंतिअर्जांचा विचार करणाऱ्या वरिष्ठ न्यायासनाचं त्याच्याकडे लक्ष वेधलं जाईल.''

सॅम यांनी हळुवारपणे मान हलवली. त्यांच्या अंदाजाप्रमाणेच हास्यास्पद अशी प्रतिक्रिया ॲडमनं व्यक्त केली होती. ''ॲडम, त्यानं काम होणार नाही.'' एखाद्या लहान मुलाला समजावून सांगतात, त्याप्रमाणे ते आस्थेवाईकपणे बोलायला लागले, ''आता माझ्याकडे साडेतीन आठवडे उरलेले आहेत. तुला कायदा माहीत आहे. एखाद्या जॉन डोनं सॅम यांना साथ दिली आणि या जॉन डोचा उल्लेखच यापूर्वी कधी झालेला नाही, तर त्याचा आत्ता उल्लेख करून काय उपयोग?''

''मला माहीत आहे, पण मी काहीही करून ते करून दाखवीनच.''

''ते तसं नाही होणार. जॉन डोला शोधायचा तू प्रयत्न करू नकोस.''

''कोण आहे तो?''

''तो अस्तित्वातच नाही.''

''नाही, तो आहे.''

''तुला तशी खात्री का वाटते?''

''कारण तुम्ही निरपराधी आहात, असा माझा ठाम विश्वास आहे. तो सिद्ध करायचा आहे. ते माझ्या दृष्टीनं फार महत्त्वाचं आहे आजोबा!''

''मी तुला सांगतो, मी निरपराध आहे. मी बॉम्ब ठेवले, पण मला कुणालाही मारायचं नव्हतंच.''

''पण का? तुम्ही ते बॉम्ब का ठेवले? पींडर यांचं घर, ज्यूंचं प्रार्थनामंदिर, एजंटचं ऑफिस तुम्ही बॉम्बस्फोटानं का उडवलं? तुम्ही निरपराध माणसांची जीवनं का उद्ध्वस्त करत होतात? तुम्ही हा प्रश्न स्वत:ला कधी विचारलाय?''

सॅमनी कोणतीच प्रतिक्रिया व्यक्त न करता नुसता धूर हवेत सोडला आणि नजर जमिनीकडे वळवली.

''तुम्ही एवढा द्वेष करायला कसे शिकलात? इतक्या सहजपणे तुम्ही इतके वाईट कसे वागलात? काळे, ज्यू, कॅथॉलिक आणि तुमच्यापेक्षा जराही वेगळ्या असणाऱ्या माणसांचा द्वेष करण्याची शिकवण तुम्हाला का मिळाली? हा प्रश्न तुम्ही स्वत:ला विचारलाय?''

''नाही, तशी कधी गरज पडली नाही.''

"म्हणजे? तुम्ही तसेच होतात. बरोबर? तो तुमचा स्वभाव, तुमचे विचार, तुमची उंची, तुमचे निळे डोळे, हे सर्व तुम्ही जन्माबरोबर घेऊन आला आहात आणि तुम्हाला ते बदलता येत नाहीत. ते तुमच्या पूर्वजांकडून तुमच्यापर्यंत रक्तातून आलेले आहेत. तुमचे पूर्वज म्हणजे तुमच्या रक्ताशी, वंशाशी इमान राखणारे क्लक्स यांच्यापैकी. तुम्ही तो अभिमान मरेपर्यंत उरात राखून धरणार आहात. बरोबर?"

"अरे, त्या काळातलं आयुष्यच तसं होतं आणि तितकंच आम्हाला माहीत होतं."

"मग माझ्या वडलांना काय झालं? मग तुम्ही माझ्या वडलांना का नाही बिघडवू शकला?"

सॅम यांनी त्यांची सिगारेट जमिनीवर टाकली, पायांनी चुरडली आणि ढोपरं पुढच्या फळीवर टेकवून ओणवे होऊन पुढे झाले. त्यांच्या डोळ्यांच्या कोपऱ्यातल्या सुरकुत्या जवळ जवळ होऊन घट्ट झाल्या. कपाळावरच्या आठ्या वाढल्या होत्या. समोरच्या पार्टिशनमध्ये असलेल्या आडव्या उघड्या भागासमोर ॲडमचा चेहरा होता, तरीपण ते ॲडमकडे पाहत नव्हते. त्याऐवजी ते पार्टिशनच्या तळातल्या भागाकडे पाहत राहिले, "म्हणजे हे सर्व त्यासाठी होतं तर! एडीबद्दल बोलण्याची वेळ आता आलेली आहे." त्यांचा आवाज फारच मृदू झाला होता आणि शब्द आणखीनच सावकाश येत होते.

"त्यांच्याशी मतभेद व्हायला तुमचं कुठं चुकलं?"

"विषारी वायूच्या पेटीत घालून मला मारायच्या समारंभाशी त्याचा काही संबंध आहे का? आपल्याला जे विनंतिअर्ज करायचे आहेत, त्याच्याशी; वकील, न्यायाधीश, सूचनाअर्ज यांच्याशीही त्याचा काही संबंध नाही. उगाचच वेळ घालवण्यात काय अर्थ आहे?"

"सॅम, भ्याडपणा करू नका. मला खरं सांगा. तुमचं आणि माझ्या वडलांचं का जमलं नाही? आफ्रिकी वंशाच्या लोकांना 'निगरड्डे' असंच म्हणलं पाहिजे, हे तुम्ही त्यांना शिकवण्याचा प्रयत्न केला का? त्यांच्या मुलांचा द्वेष करायला का शिकवलं? तुम्ही जळते क्रॉस घेऊन तुमच्या मतांशी सहमत नसणाऱ्यांच्या घरांच्या आवारात ते फेकायला का शिकवत होतात? त्यांपैकी एखाद्याला एकाकी गाठून, त्यांच्यावर दगडफेक करून, त्याला अर्धमेलं करण्याच्या प्रयत्नात त्यांना सामील करण्याचा प्रयत्न केला होता? बॉम्ब बनवायचं शिक्षण देण्याचा प्रयत्न का करत होतात? तुम्ही त्यांच्याशी असा काय व्यवहार केला होता की त्यामुळे आत्महत्या करण्यापर्यंत त्यांच्या मनाची मजल जावी? तुमचं नेमकं कुठं चुकलं होतं?"

"एडी उच्च माध्यमिक शाळेत जाईपर्यंत मी क्लॅन परिवाराचा सदस्य आहे,

हे त्याला माहीत नव्हतं.''

''हे त्यांना त्यापूर्वीच का सांगितलं नाहीत? त्या परिवाराचा सदस्य असणं तुमच्या दृष्टीनं काही शरमेची गोष्ट नव्हती. तुमच्या कुटुंबाला त्याचा अभिमान वाटायचा. बरोबर आहे ना?''

''आमच्या बोलण्यात याचा कुठे उल्लेखच आला नाही.''

''का नाही? आपल्या कुटुंबाच्या चार पिढ्यांचा क्लॅन परिवाराशी संबंध होता आणि त्याची पाळंमुळं पार यादवी युद्धाच्या काळापर्यंत जातात, असं तुम्हीच नाही का मला सांगितलं?''

''हो.''

''मग तुम्ही छोट्या एडीला तुमच्याजवळ बसवून आपले कौटुंबिक फोटो का दाखवले नाहीत? किंवा रात्री झोपताना आपल्या शूर पूर्वज आजोबां-पणजोबांच्या कारवायांची वर्णनं का त्यांना ऐकवली नाहीत? ते रात्री त्यांच्या धैर्यवान चेहऱ्यांवर बुरखे घेऊन, पांढरे डगले चढवून, हातात जळत्या पलित्यांसारखे क्रॉस घेऊन घोड्यांवरून बाहेर पडायचे आणि काळ्या निग्रो लोकांच्या वस्त्यांवर फेकून त्या ते जाळून टाकायचे; अशा तुम्हाला माहीत असलेल्या अनेक गोष्टी का सांगितल्या नाहीत?''

''मी परत तुला बजावतोय की, त्याबाबत बोलण्याचा प्रश्नच नव्हता.''

''ठीक आहे! ते जेव्हा जाणते झाले, मोठे झाले, त्या वेळी तुम्ही त्यांना तुमच्या समुदायात ओढण्याचा प्रयत्न का केला नाही?''

''नाही, तो वेगळाच माणूस होता.''

''म्हणजे ते काळ्या लोकांचा द्वेष करायचे नाहीत.''

सॅम यांनी त्यांचं डोकं झटकन पुढे केलं आणि ते खोकले आणि त्यांनी घसा खाकरला. एकापुढे एक सिगारेट ओढणाऱ्यांच्या बाबतीत जसं नेहमीच असं असतं. त्यांचा चेहरा श्वास घ्यायला त्रास व्हायला लागल्यासारखा झाला. खोकल्याची उबळ अनावर झाली आणि ते जमिनीवर थुंकले. ते उभे राहिले. आपले दोन्ही हात मागे कुल्ल्यावर ठेवून कंबरेत थोडेसे मागच्या बाजूला वाकले आणि परत कोरड्या खोकल्यासारखे खोकू लागले. इकडेतिकडे फिरायला लागले. खोकला आवाक्यात आणण्याचा तो प्रयत्न होता.

शेवटी त्यांना थांबावं लागलं. ते उभे राहून श्वासोच्छ्श्वास वेगाने करू लागले. मध्येच त्यांनी एक आवंढा गिळला, मग ते थुंकले आणि त्यांना बरं वाटल्यासारखं वाटायला लागलं. ते थोडे स्वस्थ झाले आणि सावकाश श्वास घ्यायला लागले. खोकल्याची उबळ गेली होती. लाल झालेला चेहरा निवळला. ते ॲडमच्या समोर खुर्चीत बसले आणि त्यांनी सिगरेटचा एक जोराचा झुरका घेतला. जणूकाही

खोकल्याला दुसरंच काही कारण जबाबदार होतं, असं त्यांना सुचवायचं होतं. त्यांना हवा तेवढा वेळ घेतला, खूप खोल श्वास घेतला आणि घसा खाकरून स्वच्छ केला.

''एडी लहानपणी फार हळवा होता.'' त्यांनी घोगऱ्या आवाजात बोलायला सुरुवात केली. ''हा गुण त्यानं त्याच्या आईकडून घेतला होता. तो बायल्या होता, असं मी म्हणणार नाही. प्रत्यक्षात तो इतर मुलांसारखाच कणखर होता.'' त्यानंतर बरेच क्षण शांतता होती. आणखी एक मोठा झुरका झाला, ''घरापासून जवळच एक निग्रो कुटुंब राहत होतं.''

''सॅम आजोबा, त्यांचा उल्लेख आपण कृष्णवर्णीय असा करू या. त्याबद्दल मी तुमच्याकडे यापूर्वीच बोललो आहे.''

''मला माफ कर. आमच्या घराजवळ एक आफ्रिकी कुटुंब राहत होतं. लिन्कन हे त्यांचं नाव होतं. ज्यो लिन्कन हा त्या कुटुंबाचा प्रमुख होता. तो आमच्याकडे खूप वर्षं काम करत होता. त्याची एक कायदेशीर बायको होती. त्याला कायदेशीर मुलं होती. त्यांच्यातला एक मुलगा एडीच्या वयाचा होता. ते दोघे चांगले मित्र होते. कायमच एकमेकांबरोबर असायचे. त्या काळात ते गैर नव्हतं. जे तुमच्या जवळपास राहायचे, त्यांच्याबरोबर तुमची मैत्री व्हायची. तू विश्वास ठेव किंवा ठेवू नकोस, मी लहान असताना मलासुद्धा कृष्णवर्णीय मित्र होते. एडी जेव्हा शाळेत जायला लागला, तेव्हा तो खरा अस्वस्थ झाला. कारण तो एका बसमधून जायचा आणि त्याचा कृष्णवर्णीय दोस्त दुसऱ्या बसमधून. त्या मित्राचं नाव क्विन्स होतं. क्विन्स लिन्कन शाळेतून आल्या आल्या दोघे शेतावर खेळायला बाहेर पडायचे. ते दोघे एकत्र शाळेत जाऊ शकत नसल्यानं एडीला फार वाईट वाटायचं, हे माझ्या लक्षात आलं होतं. त्याखेरीज क्विन्स आपल्या घरी रात्री राहायला यायचा नाही आणि एडी त्याच्या घरी रात्र घालवू शकायचा नाही, याचंही त्याला फार दुःख व्हायचं. या फोर्ड परगण्यातले आफ्रिकी वंशातले लोक इतके गरीब का, ते जुन्या पडक्या घरातून का राहतात, त्यांच्याकडे चांगले कपडे का असत नाहीत, त्यांच्या प्रत्येक कुटुंबात इतकी जास्त मुलं का असतात, असे प्रश्न एडी मला विचारायचा. क्विन्स वेगळा होता, वेगळा समजला जायचा, याचं एडीला खूप दुःख व्हायचं. जसा तो वयाने मोठा झाला, तशी कृष्णवर्णीयांबद्दलची त्याची कणव वाढली. मी त्याच्याशी बोलण्याचा प्रयत्न करायचो.''

''तुम्ही नक्कीच प्रयत्न केला असेल. तुम्ही त्याला सरळ करण्याचा प्रयत्न केला. बरोबर ना?''

''मी त्याला परिस्थिती समजावून दिली.''

''म्हणजे?''

"म्हणजे वांशिक वेगळेपणा राखणं आवश्यक आहे. सारख्याच शिक्षणांच्या व्यवस्था असणाऱ्या दोन वंशांच्या लोकांसाठी दोन वेगळ्या शाळा असण्यात गैर काहीच नाही. वर्ण, वांशिक संकराच्या विरोधात कायदे असणं काही गैर नाही. आफ्रिकी वंशाच्या लोकांना त्यांच्या त्यांच्या जागेवर ठेवण्यात काहीच गैर नाही वगैरे."

"त्यांच्या जागेवर ठेवणं म्हणजे काय?"

"म्हणजे नियंत्रणात ठेवणं. त्यांना मोकळं सोडा आणि पाहा काय होतंय ते! गुन्हे, मादक, अमली पदार्थ, एड्स, अनौरस संतती, समाजाच्या नैतिक ढाच्यामध्ये बिघाड या गोष्टी ओघानंच येतात. तुला माझा मुद्दा कळलाय?"

"पण त्यांच्या प्राथमिक अधिकारांबद्दल काय? म्हणजे मतदानाचा हक्क, सार्वजनिक शौचालयं वापरण्याबद्दलचे अधिकार, उपाहारगृहांमध्ये खाण्याचा अधिकार, हॉटेलमध्ये राहण्याचा अधिकार, घरं, नोकऱ्या, शिक्षणाबाबत भेदाभेद करण्याबद्दल काय?"

"तू एडीसारखाच बोलतोयंस."

"छान!"

"जेव्हा त्याचं माध्यमिक शिक्षण पूर्ण होत आलं होतं, त्या वेळी तो असे विचार व्यक्त करायला लागला होता. म्हणजे आपण आफ्रिकी लोकांना किती वाईट वागणूक देतो वगैरे वगैरे आणि वयाच्या अठराव्या वर्षी त्यानं घर सोडलं."

"त्यांनी घर सोडलं, त्याचं तुम्हाला वाईट वाटलं होतं?"

"सुरुवातीला वाटलं नव्हतं, कारण आमच्यात त्या वेळी खूप वाद व्हायचे. मी क्लॅन समूहाचा सभासद होतो, हे त्याला माहीत होतं आणि माझं दर्शनही त्याला नकोसं वाटायचं आणि तसं तो बोलून दाखवायचा."

"म्हणजे तुम्ही तुमच्या मुलापेक्षा क्लॅन परिवार महत्त्वाचा मानायचात."

सॅम यांनी जमिनीकडे नजर टाकली. ॲडमनं नोंदपुस्तकात काहीतरी खरडलं. वातानुकूलन करणारं यंत्र खडखडलं. मग त्याचा आवाज कमी कमी होत गेला. शेवटी क्षणभर असं वाटलं की, ते बंद पडत होतं. "तो फार गुणी मुलगा होता." सॅम शांतपणे बोलत होते. "आम्ही खूप वेळा मासे पकडायला एकत्र जायचो. तो छंद आम्हा दोघांना खूप आवडायचा. माझ्याकडे एक जुनी नाव होती. आम्ही क्रॅपी, ब्रीम, कधी कधी बास मासे पकडण्यात खूप वेळ घालवायचो. नंतर तो मोठा झाला आणि मी त्याला आवडेनासा झालो. माझी त्याला लाज वाटायला लागली, त्याचा मला त्रास व्हायचा. मी बदलावं, असा त्याचा आग्रह होता. माझं असं मत होतं की, त्यानं त्याच्या वयाची इतर गोरी मुलं जसा विचार करतात, तसा विचार करावा. तसं कधीच घडलं नाही. तो माध्यमिक शाळेत जायला लागला, तोपर्यंत आमच्या

दोघांच्यात अंतर पडलं होतं. त्यानंतर ते नागरी हक्कांचं प्रकरण सुरू झालं आणि त्यानंतर तर आशेला जागाच नव्हती.''

''त्यानं त्या चळवळीत सक्रिय भाग घेतला होता?''

''नाही, तो मूर्ख नव्हता. त्याला सहानुभूती वाटायची, पण त्यानं तोंड बंद ठेवलं होतं. बहुसंख्य लोकांची मतं तुमच्या मतांविरुद्ध आहेत, अशा ठिकाणी तुम्ही राहत असाल, तर तुम्ही तुमचे विचार उघडपणे सांगत फिरू शकत नाही. आमच्या गावात उत्तरेकडून आलेली खूप ज्यू मंडळी आणि पुरोगामी विचारांची मंडळी होती. त्यांनी नागरी हक्कांची चळवळ धगधगती ठेवली होती. त्यांना स्थानिक लोकांची गरज नव्हती.''

''घर सोडल्यानंतर डॅडींनी काय केलं?''

''त्यानं सैनिकी पेशा घेतला. मिसिसिपी शहरातून बाहेर पडायला तो एक चांगला मार्ग होता. तो तीन वर्षं घराबाहेर होता आणि जेव्हा परत आला, त्या वेळी त्यानं त्याच्याबरोबर बायको आणली होती. ते क्लॅन्टनमध्ये राहत होते. आमची आणि त्यांची भेट क्वचितच व्हायची. तो त्याच्या आईशी बोलायचा, पण माझ्याशी बोलायला त्याला फारकाही नसायचं. तो साठच्या दशकातल्या सुरुवातीचा काळ होता आणि आफ्रिकी मंडळींची चळवळ जोर धरायला लागली होती. त्या वेळी क्लॅन परिवारांच्याही खूप बैठका व्हायच्या. खूप घटना घडत होत्या, पण त्या साऱ्या आमच्या दक्षिणेच्या भागात होत होत्या. एडी अंतर ठेवून होता; शांत होता. आम्हाला सांगायलासुद्धा त्याच्याकडे काही नसायचं.''

''त्यानंतर माझा जन्म झाला.''

''नागरी हक्कांसाठी भांडणारे तीन कार्यकर्ते जेव्हा गायब झाले, त्या काळात तुझा जन्म झालेला आहे. ते तीन कार्यकर्ते गायब होण्याच्या कृत्यात माझा सहभाग होता का, हे मला विचारण्याचं धाडस एडीने केलं होतं.''

''तुम्ही सहभागी होतात का?''

''हं! नाही. मला पुढे एक वर्षानंतर ते कोणी केलं होतं, ते कळलं.''

''ते क्लक्स समुदायापैकी होते ना?''

''हो, क्लक्सपैकी होते.''

''ते तिघं मारले गेले, त्याचा तुम्हाला आनंद झाला होता का?''

''अरे, त्याचा माझ्याशी किंवा १९९०मध्ये विषारी वायूच्या पेटीत घालून मला मारण्याशी संबंध आहे का?''

''तुम्ही बॉम्बस्फोटाच्या कारवाईत सामील होता, हे एडींना माहीत होतं का?''

''फोर्ड परगण्यात कोणालाच माहीत नव्हतं. आमच्या कारवाया थंड होत्या. मी सांगितल्याप्रमाणे त्या सगळ्या दक्षिणेतल्या भागात, मेरीडियनच्या आसपास

होत होत्या.''

''आणि तुम्हाला त्यात सहभागी होण्यावाचून राहवलं नव्हतं.''

''त्यांना मदत हवी होती. एफ.बी.आय.चे लोक आमच्या इतके आत घुसले होते की, कोणावरही विश्वास ठेवण्यासारखी परिस्थिती नव्हती. नागरी हक्कांबाबतची चळवळ दिवसेंदिवस फोफावत चालली होती. काहीतरी करणं जरूर होतं. मला त्यांच्या मदतीला जाणं गैर वाटलं नव्हतं.''

ॲडम हसला. त्यानं डोकं हलवलं, ''एडींना तसं करणं गैर वाटत होतं. बरोबर आहे ना?''

''क्रॅमर बॉम्बस्फोटाच्या घटनेपर्यंत माझ्या त्यातल्या सहभागाविषयी त्याला काहीही माहीत नव्हतं.''

''मग तुम्ही त्यांना त्यात का गुंतवलं?''

''मी त्याला गुंतवलं नाही.''

''हो, तुम्हीच त्यांना त्यात गोवलं. तुम्ही तुमच्या पत्नीला निरोप देऊन सांगून एडीला क्लिव्हलँडला जायला लावलं आणि तुमची मोटारगाडी आणायला लावली. त्या घटनेमुळे ते त्या कृत्यातले एक भागीदार झाले.''

''मी त्या वेळी तुरुंगात होतो; खूप घाबरून गेलो होतो. कोणालाही काहीही कल्पना नव्हती. त्यामुळे त्यानं माझं ते काम करण्यात काहीही धोका नव्हता.''

''कदाचित त्यांचं तसं मत नसेलही.''

''एडीनं काय विचार केला, हे मला माहीत नाही. मी तुरुंगातून बाहेर आलो होतो, त्यापूर्वीच एडी परागंदा झाला होता. तुम्ही सर्व जण गेलेला होतात. त्यानंतर त्याच्या आईच्या मृत्यूनंतरच्या उत्तरक्रियेच्या वेळीच मी त्याला पाहिलं होतं. त्यानंतर अधूनमधून तो कधीतरी येऊन जायचा, पण कोणाशीही काही बोलायचा नाही.'' त्यांनी डाव्या हातांनी त्यांच्या कपाळावरच्या सुरकुत्या जरा चोळल्या. नंतर त्यांच्या तेलकट केसांतून हात फिरवला.

पार्टिशनच्या आडव्या उघड्या जागेतून ॲडमला त्यांचा चेहरा दु:खी वाटला आणि डोळे पाणावलेले होते. ''शेवटच्या एडीला मी पाहिला, तो त्याच्या आईच्या उत्तरक्रियेनंतर तिथून जाण्यासाठी मोटारीत बसत असताना. तो घाईत होता. आता आपल्याला तो पुन्हा दिसणार नाही, असं काहीतरी माझ्या मनात त्या वेळी आलं होतं. त्याची आई वारली होती, म्हणूनच तो त्या वेळी तिथे आला होता. मला समजून चुकलं होतं की, ती त्याची शेवटचीच भेट असणार होती. त्यानं परत यावं, यासाठी त्यापुढे कोणतंच कारण उरणार नव्हतं. मी चर्चसमोरच्या पायऱ्यांवर उभा होतो. ली माझ्याबरोबर होती. आम्ही दोघांनी त्याला मोटारीतून तिथून जाताना पाहिलं. त्या वेळी मी माझ्या पत्नीच्या देहाचं दफन करत होतो आणि त्याच वेळी

माझा मुलगा परत दिसणार नाही, अशा अवस्थेत पाहत होतो.''

''तुम्ही त्यांना शोधण्याचा काही प्रयत्न केलात?''

''नाही, खरोखरच केला नाही. लीनं तिच्याजवळ त्याचा फोन नंबर असल्याचं मला सांगितलं, पण भीक मागितल्यासारखा तो मागावा, असं मला वाटलं नाही. माझ्याबरोबर भविष्यात त्याला संबंध ठेवायचे नव्हते, हे उघड झालेलं होतं म्हणून मी त्याला जाऊ दिलं. मला तुझ्याबद्दल नेहमी उत्सुकता वाटायची आणि मी तसं तुझ्या आजीपाशी, 'मला माझ्या नातवाला पाहायची इच्छा आहे.' असं बोलूनसुद्धा दाखवायचो; पण तुम्हा सर्वांना शोधून काढण्यासाठी वेळ घालवायची माझी तयारी नव्हती.''

''आम्हाला शोधून काढणं फार अवघड गेलं असतं?''

''ते फारकाही अवघड नव्हतं. प्रसंगाप्रसंगांनी ली एडीशी फोनवर बोलायची, त्याचा तपशील ती मला द्यायची. त्यावरून तुम्ही मंडळी कॅलिफोर्नियाभर सारखे फिरत होतात, असं दिसत होतं.''

''बारा वर्षांत मी सहा शाळांमधून गेलो होतो.''

''पण का? तो काय करत होता?''

''खूप गोष्टी! त्यांची नोकरी जायची आणि घरभाडं देता यायचं नाही म्हणून आम्ही जागा बदलायचो. मग एखाद्या वेळी आईला नोकरी लागायची. आम्ही त्यानुसार जागा, गाव बदलायचो. किरकोळ कारणांवरून माझे वडील माझ्या शाळेसंबंधात भांडायचे आणि मला त्या शाळेतून काढून टाकायचे.''

''तो कोणत्या प्रकारचं काम करायचा?''

''एक नोकरी पोस्टऑफिसमध्ये झाली. तिथून त्यांना काढून टाकलं. त्यांनी पोस्टऑफिसमधल्या व्यवस्थापकांना कोर्टात खेचीन, अशी धमकी दिली. बराच काळ त्यांनी पोस्टाच्या व्यवस्थेशी लढाई चालू ठेवली होती. त्यांच्या बाजूने लढायला त्यांना कोणी वकील मिळेना. त्यामुळे त्यांनी पत्राद्वारेच त्यांची निंदानालस्ती चालू ठेवली होती. त्यांच्याकडे एक लहान टेबल होतं, त्यावर एक जुना टाईपरायटर, शेजारी एका खोक्यामध्ये कोरे कागद असायचे आणि ही सर्व त्यांची बहुमूल्य मालमत्ता होती. त्या सर्व गोष्टींना ते 'त्यांचं ऑफिस आहे.' असं म्हणायचे. ज्या वेळी आम्ही एका ठिकाणाहून दुसऱ्या ठिकाणी बदलून जायचो, त्या वेळी ते या ऑफिसची खूप काळजी घ्यायचे. इतर कोणत्याही गोष्टींची ते इतकी काळजी घ्यायचे नाहीत, जितकी ते त्यांच्या ऑफिसची काळजी घ्यायचे. अर्थात इतर गोष्टी तशा काही फार नसायच्याच. त्यांच्या ऑफिसची काळजी मात्र त्यांनी शेवटपर्यंत घेतली. मी रात्री बिछान्यात झोपेची वाट पाहत तळमळून काढल्याचं मला आठवतं. कारण रात्री ते तासन्‌तास टाईपरायटरवर टकटक आवाज करत रात्रीच्या रात्री

घालवायचे. मध्यवर्ती सरकारचा ते फार तिरस्कार करायचे.''

''शेवटी तो माझाच मुलगा होता ना!''

''पण माझ्या माहितीप्रमाणे त्याची कारणं निराळी होती. कारण एका वर्षी त्यांच्याकडे आयकर अधिकारी आले. मला माहीत होतं की, तीन डॉलर्स टॅक्स देण्याइतपतही त्यांचं उत्पन्न नव्हतं. म्हणून त्यांनी आयकर खात्याविरुद्ध एक लढाईच उघडली आणि ती कित्येक वर्षं चालू ठेवली होती. मोटारगाडी चालवण्याच्या परवान्याचं त्यांनी एक वर्ष नूतनीकरण केलं नाही, म्हणून कॅलिफोर्निया राज्यानं तो रद्द केला. त्यामुळे त्यांच्या नागरी हक्कांची, मानवी हक्कांची पायमल्ली झाली. राज्याच्या नोकरशाहीपुढे शरणागती पत्करेपर्यंत माझी आई त्यांना मोटारीतून इकडेतिकडे पोचवायची. ते सातत्याने राज्यपालांना, राष्ट्राध्यक्षांना, सिनेटर्सना जे कोणी ऑफिसमध्ये आधिकारावर असतील, त्यांना पत्र लिहीत होते. त्या गोष्टींवरून ते राज्ययंत्रणेविरुद्ध रान उठवायचे आणि एखाद्या पत्राचं जरी उत्तर आलं ना की, ते जिंकलं, असं जाहीर करायचे. त्यांनी तसं आलेलं प्रत्येक पत्र जपून ठेवलं होतं. एकदा आमच्या शेजाऱ्याचं एक कुत्रं येऊन आपल्या पोर्चमध्ये लघुशंका करून गेलं, तर त्यांनी शेजाऱ्यांशी भांडण सुरू केलं. दोघं एकमेकांना त्यांच्या त्यांच्या आवारातून शिवीगाळ करू लागले. जितकं भांडणांचं तापमान वाढायचं, तितके ते त्यांचे सरकार-दरबारच्या ऑफिसातून आलेल्या वशिल्यांचे दाखले देऊन सांगायचे की, 'तुला खाली बसवायला वेळ लागणार नाही'. असंच एकदा माझ्या वडलांनी त्यांना कॅलिफोर्निया राज्याच्या राज्यपालांकडून, सरकारकडून आलेली एकूणएक पत्रं बाहेर आणली आणि शेजाऱ्याला एक-एक करत मोजून दाखवली होती. शेजारी ती पाहून घाबरून गेला होता आणि तिथेच भांडणाचा शेवट झाला होता. त्यानंतर त्यांचं कुत्रं आमच्या आवारात एकदाही आलेलं नव्हतं. अर्थात त्या सर्व पत्रांतल्या मजकुराचा सभ्य शब्दांत 'तुम्ही आता गप्प बसा' असाच अर्थ होता.''

ही गोष्ट सांगितल्यानंतर दोघं काही क्षण स्वत:शीच हसत राहिले. ते का हसत होते, हे दोघांनाही कळत नव्हतं.

''त्याला जर नोकरी टिकवता येत नव्हती, तर तुमचा चरितार्थ कसा चालत होता?''

''मला माहीत नाही. आई कायम काम करायची. ती अडचणींतून वाट काढण्यातही तरबेज होती. काहीकाही वेळा ती दोन-दोन नोकऱ्या करायची. किराणा दुकानात पैसे घ्यायला बसायची, औषधाच्या दुकानात हिशोब ठेवायची. तिला सर्वकाही करता यायचं. तिने सेक्रेटरी म्हणून केलेल्या काही चांगल्या नोकऱ्या मला आठवतात. एकदा वडलांना विमा एजंटचा परवाना मिळाला आणि त्यामुळे कायमचं अर्ध वेळ करण्यासारखं काम त्यांना मिळालं. ते काम त्यांना चांगल्या

प्रकारे करता आलं. कारण त्यानंतर आमची परिस्थिती सुधारली. त्यांच्या आवडीप्रमाणे, त्यांना योग्य वाटेल त्या वेळी ते काम करू शकत होते आणि कोणाला त्याचा अहवाल वगैरे द्यायचा नव्हता. ते विमाकंपन्यांचा तिरस्कार करायचे, तरी ते काम त्यांच्या पचनी पडलं होतं. एकाची पॉलिसी कंपनीने रद्द केली त्याबद्दल का आणखी वेगळ्या कारणास्तव एका विमाकंपनीवर त्यांनी दावा लावला. तो ते हरले. त्याबद्दल त्यांनी वकिलांनाच दोषी धरलं. कारण त्यांनी माझ्या वडलांना काही कडक इशारे देणारं पत्र लिहिलं होतं. वडलांनी तीन दिवस खपून एक पत्र तयार केलं आणि ते आईला दाखवलं. वकिलांनी केलेल्या एकवीस चुका आणि वकील जिथे जिथे खोटेपणानं वागले होते, त्याचे दाखले त्यात दाखवले होते. तिनं तिचं डोकं फक्त हलवलं होतं. त्या गरीब बिचाऱ्या वकिलाविरुद्ध ते कित्येक वर्षं भांडत होते.''

''असा कसा तुझा बाप होता?''

''मला काय माहीत? सॅम, तो एक दुःख निर्माण करणारा प्रश्न ठरेल.''

''का?''

''कारण ज्या प्रकारे त्यांनी त्यांचा शेवट करून घेतला, तो फार वाईट होता. त्यांच्या मृत्यूनंतर कित्येक दिवस मी वेड्यासारखं वागत होतो. त्यांची आम्हाला जरुरी नाही, त्यांनी निघून जाण्याची वेळ आलेली आहे, असं त्यांनीच ठरवून आमच्यातून निघून जाण्याचं का ठरवावं? आणि जेव्हा मला आपलं आडनाव बदलण्याचं कारण, पळून जाण्याचं कारण कळलं, तेव्हा मात्र मला त्यांचा खूप राग आला होता. एका अल्पवयीन मुलासाठी हे सारं गोंधळात टाकणारं होतं. सॅम आजोबा आणि अजूनही मी गोंधळलेलोच आहे.''

''अजूनही तू रागावलेलाच आहेस?''

''नाही. मी माझ्या वडलांच्या बाबतीतले चांगले अनुभव आठवून आनंद घेतो. ते माझे वडील होते. मी त्यांचा तिरस्कार कसा करू शकेन? फक्त ते कितपत चांगले होते, त्याची मी प्रतवारी करू शकत नाही. त्यांनी कधी धूम्रपान केलं नाही, त्यांना दारूचं व्यसन नव्हतं, जुगार, सट्टा, अमली पदार्थांचं सेवन, बायांचा नाद यातलं काहीच त्यांच्या बाबतीत नव्हतं. आम्हा मुलांना त्यांनी कधी मारलं नाही. त्यांना नोकऱ्या टिकवता येत नव्हत्या, हा त्यांच्या बाबतीतला प्रश्न होता. तरीपण आम्हाला आसरा किंवा खायला अन्न यांची कधी भ्रांत पडली नव्हती. ते आणि आई सारखे घटस्फोटाची भाषा करायचे, पण प्रत्यक्षात तो कधी घडला नाही. कधी आई घर सोडून जायची, कधी वडील घर सोडून जायचे. काही काळ फाटाफूट व्हायची, पण कारमेन आणि मला त्याची सवय झालेली होती. त्यांचा काही काळ वाईट जायचा, त्या वेळी ते स्वतःला त्यांच्या खोलीत बंद करून घ्यायचे. आतून कडी

लावायचे, खिडक्यांवरचे पडदे ओढून घ्यायचे. आई आम्हाला जवळ घेऊन बसायची आणि 'त्यांची प्रकृती ठीक नाही, म्हणून ते तसे बसले आहेत.' असं सांगून समजूत घालायची. मग आम्ही शांत बसून राहायचो. टेलिव्हिजन आणि रेडिओसुद्धा लावायचो नाही. ते जेव्हा एकान्तात बसायचे त्या वेळी आईची वागणूक त्यांना मदत करण्याची असायची. कित्येक दिवस ते त्यांच्या खोलीत बसून असायचे. मात्र एकाएकी बाहेर येऊन 'जणूकाही घडलंच नाही.' अशा प्रकारे वागायला सुरुवात करायचे. त्यांच्या वाईट दिवसांत, काळातही आम्ही जरूर तसं वागायला शिकलो होतो. त्यांचं कपडे वापरणं, त्यांचं एकंदरीत दिसणं अगदी सर्वसामान्यांसारखं असायचं. आम्हाला त्यांची जरूर लागायची, त्या वेळी ते हजर असायचे. आम्ही आमच्या मागच्या अंगणात बेसबॉल खेळायचो, जत्रांना जायचो तेव्हा तिथल्या मनोरंजनाच्या साधनांचा उपभोग घ्यायचो. बऱ्याच वेळा त्यांनी आम्हाला डिस्नेलँडला नेलं होतं. माझ्या मतानुसार ते चांगले होते; एक चांगले वडील होते. त्यांच्या आयुष्यातल्या त्यांना त्रासदायक अशा काही गोष्टी होत्या, त्या कधीकधी उफाळून वर यायच्या.''

''पण तुम्ही एकमेकांशी तसे मनाने जवळ नव्हतात?''

''नाही, तसे जवळ नव्हतो. ते माझ्या गृहपाठात, शाळेत करायला सांगितलेल्या काही प्रकल्पात ते आम्हाला मदत करायचे. चांगल्या प्रगतिपत्रकाबाबत ते आग्रही होते. सूर्यमाला, पर्यावरण यांबद्दल आम्ही चर्चा करायचो. पण मुली, स्त्रीपुरुषसंबंध किंवा मोटारी यांबाबत कधीच बोलायचो नाही. कुटुंब किंवा पूर्वज यांबद्दल तर नाहीच नाही. आमच्यात तसे अगदी निकटचे संबंध नव्हते, तसे ते प्रेमळ म्हणता येण्यातले नव्हते. काही वेळा अशा होत्या की, त्या वेळी मला ते जवळ असावंसं वाटायचं; पण त्या वेळी त्यांनी स्वत:ला त्यांच्या खोलीत कोंडून घेतलेलं होतं.''

सॅम यांनी आपल्या डोळ्यांच्या कडा चोळल्या. पुढच्या फळीवर कोपरे टेकवून पुढे ओणवे झाले. चेहरा पार्टिशनच्या जवळ आणून ॲडमच्या डोळ्यात डोळे घालून म्हणाले, ''त्यांच्या मृत्यूबद्दल काय?'' त्यांनी विचारलं.

''त्याबद्दल काय?'' ॲडम म्हणाला.

''त्याच्या मृत्यूला काय कारण झालं?''

उत्तर द्यायला ॲडमनं जरा वेळ लावला. त्याचं कारण, उत्तर तो निरनिराळ्या प्रकारे देऊ शकत होता. प्रामाणिक राहून अतिशय क्रूरपणे आणि तिरस्कारपूर्वक ते सर्व सांगून त्या वृद्ध माणसाला तो उद्‌ध्वस्त करू शकत होता. तसं करण्याचा त्याला प्रचंड मोह होत होता. सॅमना मनस्ताप व्हायला हवाच होता. एडीच्या आत्महत्येमुळे त्यांच्या मनात सल निर्माण व्हावा, अशी ॲडमची तीव्र इच्छा होती. त्यांच्या चेहऱ्यावर अपराधीपणाचा भाव एखादा फटका मारल्यासारखा चिकटून

राहायला हवा होता. ॲडमला मनापासून या म्हाताऱ्याला, हरामी माणसाला दुखवायचं होतं; खूप दु:ख द्यायचं होतं.

पण त्याच वेळी दु:खदायक घटना वगळून, कमीतकमी वेळात सर्व हकिगत त्यांना सांगून ॲडमला त्यांना वेगळ्या बाबीकडेही वळवायचं होतं. कारण पार्टिशनच्या पलीकडल्या बाजूला बसलेले बिचारे म्हातारे आजोबा त्यांची दुर्गती भोगत होते. तो त्रास त्यांना पुरेसा होता. चार आठवड्यांच्या आत सरकार त्यांच्या मृत्यूची शिक्षा अमलात आणण्याचं नियोजन करत होतं. ॲडमने एडीच्या मृत्यूबद्दल जे काही सांगितलं होतं, त्यापेक्षा बरंचकाही त्यांना माहीत असणार, असा ॲडमचा अंदाज होता.

''त्यांचा काही काळ फार वाईट प्रकारे गेला.'' समोरच्या पार्टिशनच्या जाळ्यांकडे पाहत, पण सॅम यांच्या नजरेला नजर न भिडवता ॲडम सांगायला लागला. ''एकदा त्यांनी सलग तीन आठवडे स्वत:ला खोलीत कोंडून घेतलं होतं. नेहमीपेक्षा तो काळ जास्त होता. आई आम्हाला सांगत असायची की, 'ते आता बरे होत आहेत. फक्त काही दिवस थांबा. ते बाहेर येतील.' आम्ही तिच्या बोलण्यावर विश्वास ठेवायचो, कारण त्याप्रमाणे ते खरोखरच सर्वसाधारण होऊन बाहेर यायचे. आईच्या कामावर जाण्याच्या आधीचा एक दिवस त्यांनी निवडला. कारमेन तिच्या मैत्रिणींच्या घरी गेलेली होती आणि त्या दिवशी सर्वांच्या आधी मी घरी येणार, हे त्यांना माहीत होतं. मी त्यांना त्यांच्या बिछान्याशेजारी हातात ०.३८ पिस्तूल अशा स्थितीत जमिनीवर पडलेलं पाहिलं. उजव्या कानशिलावर त्यांनी एक गोळी झाडून घेतलेली होती. त्यांच्या डोक्यासभोवती गोल आकारात रक्ताचं थारोळं जमा झालेलं होतं. मी माझ्या बिछान्याच्या कडेवर बसलो.''

''तुझं वय त्या वेळी किती होतं?''

''जवळजवळ सतरा. मी माध्यमिक शाळेतल्या सुरुवातीच्या वर्षाला होतो. शाळेतला अभ्यास उत्तम होता. त्यांनी जमिनीवर पाच-सहा टॉवेल्स अंथरलेले होते आणि त्यावर स्वत:ला ठेवलं होतं. मी त्यांच्या मनगटाजवळची नाडी तपासली, पण ते त्यापूर्वीच कडक, ताठ झालेले होते. अनैसर्गिक मरणांची चौकशी करणारा अधिकारी म्हणाला की, ते तीन तासांपूर्वीच मृत्यू पावलेले होते. पांढऱ्या कागदावर स्पष्ट शब्दांत टाईप केलेली एक चिठ्ठी त्यांच्याशेजारी होती. ती चिठ्ठी मला उद्देशून लिहिलेली होती. त्यात त्यांनी त्यांचं माझ्यावर प्रेम असल्याचं नमूद केलं होतं आणि मला आता या दोघांची जबाबदारी पार पाडावी लागणार असल्यानं त्यांना खूप दु:ख होत होतं; पण मी समजून घेईन, असा विश्वास व्यक्त केला होता. जवळ एक प्लॅस्टिकची पिशवी होती, त्याकडे माझं लक्ष वळलं आणि खराब झालेले टॉवेल्स त्या पिशवीत भरून ते कचऱ्याच्या पेटीत टाक, असं त्यांनी सुचवलं होतं. त्यांच्यामुळे जमिनीवर जी काही घाण झाली असेल ती सर्व पुसून घेऊन मग नंतर

पोलिसांना बोलव, अशी सूचना होती. त्याचबरोबर पिस्तुलाला स्पर्शसुद्धा करू नकोस, असा इशारा होता आणि या दोघी घरी येण्याच्या आत हे सर्व कर, अशी विनंती होती.'' ॲडमनं खाकरून घसा साफ केला आणि तो जमिनीकडे पाहत राहिला.

''आणि मी त्यांनी सांगितल्यानुसार सर्वकाही केलं आणि पोलीस येण्याची वाट पाहत राहिलो. आम्ही फक्त दोघंच पंधरा मिनिटं त्या खोलीत होतो. ते जमिनीवर पडलेले होते आणि मी माझ्या बिछान्यावर आडवा होऊन त्यांच्याकडे पाहत होतो. मी रडायला सुरुवात केली आणि रडतारडता त्यांनी 'हे असं का केलं', 'असं व्हायला कारण काय होतं?' असे असंख्य प्रश्न मी त्यांना विचारत होतो. माझे वडील, एकमेव जवळची व्यक्ती तिथे जमिनीवर त्यांच्या विटक्या जीनमध्ये आणि त्यांना अभिमान वाटणाऱ्या कॅलिफोर्निया विद्यापीठाच्या टीशर्टमध्ये, पायामध्ये मळके मोजे असलेल्या स्थितीत पडलेले होते. मानेपासून खालच्या भागाकडे पाहिलं, तर ते झोपेत होते, असं वाटत होतं; पण त्यांच्या डोक्यात एक भोक होतं. त्यातून बाहेर आलेलं रक्त डोक्यावरच्या केसांत वाळलं होतं. त्यांनी मृत्यूला कवटाळलं, त्याबद्दल मी त्यांचा तिरस्कार करत होतो आणि त्यांचा मृत्यू झाला होता, म्हणून मला फार वाईट वाटत होतं. हे करण्यापूर्वी त्यांनी मला का नाही विचारलं, असंसुद्धा मी त्यांना त्या वेळी विचारल्याचं मला आठवतंय. मी त्यांना खूप प्रश्न विचारले. एकाएकी मला खूप आवाज ऐकू यायला लागले आणि एकदम सर्व खोली पोलिसांनी भरून गेली. त्यांनी मला दुसऱ्या खोलीत नेलं आणि त्यांच्या अंगाभोवती पांघरूण गुंडाळलं. तो माझ्या वडलांचा शेवट होता.''

सॅम अजूनही त्यांच्या कोपऱ्यावरच ओणवे होते. एक हात त्यांच्या डोळ्यावर होता. ॲडमला आणखी काही गोष्टी सांगायच्या होत्या.

''मृत्यूनंतरचे संस्कार झाल्यानंतर ली आमच्याबरोबर काही दिवस राहिली होती. तिनं मला तुमच्याबद्दल आणि केहॉल कुटुंबाबद्दल काही माहिती दिली. माझ्या वडलांबद्दल ज्या गोष्टी आम्हाला माहीत नव्हत्या, त्या तिनं सांगितल्या. मला तुमच्याबद्दल, क्रॅमर बॉम्बस्फोटाबद्दल खूप उत्सुकता निर्माण झाली होती. त्यासंबंधीच्या बातम्यांच्या माहितीसाठी मी जुनी वर्तमानपत्रं, मासिकं धुंडाळू लागलो आणि एक वर्षानंतर मला माहीत पडलं की, माझ्या वडलांनी त्यांचा तसा अंत का करून घेतला ते. खटल्याच्या काळात ते त्यांना स्वत:च्या खोलीत कोंडून घ्यायचे आणि जेव्हा खटला संपला, तेव्हा त्यांनी स्वत:ला संपवलं.''

सॅम यांनी त्यांच्या डोळ्यावरचा हात काढला आणि साश्रू नयनांनी ॲडमकडे रोखून पाहत विचारलं, ''म्हणजे त्याच्या मृत्यूला तू मला जबाबदार धरतोयंस. बरोबर? आणि तुला तसंच सुचवायचं आहे. हो ना?''

''नाही, मी तुम्हाला सर्वस्वी जबाबदार धरत नाही.''

"नाहीतर किती? ऐंशी टक्के? नव्वद टक्के? तुला टक्केवारी काढायला वेळ होता. त्यात माझा दोष किती आहे?"

"मला माहीत नाही सॅम आजोबा. तुम्हीच मला का सांगत नाही?"

सॅम यांनी डोळे पुसले. त्यांचा आवाज चढवून ते म्हणाले, "ते मसणात जाऊ दे! मी स्वत:ला शंभर टक्के जबाबदार धरतो. त्याच्या मृत्यूची संपूर्ण जबाबदारी मी घेतो. मग तर झालं? तुला तेच हवं आहे ना?"

"तुम्हाला जे म्हणायचंय, ते तुम्ही म्हणा."

"माझ्यावर मेहेरबानी दाखवू नकोस. माझ्या यादीत आणखी एक, माझ्या मुलाचं नाव जमा कर. तेच तर तुला हवंय ना? क्रॅमरची दोन मुलं, त्यांचे वडील आणि त्यानंतर एडी म्हणजे मी चार जणांना मारलं आहे. बरोबर? आणखी कोणाचं नाव त्यात तुला घालायचं आहे? घाल लवकर घाल. घड्याळाचे काटे वेगाने पुढे सरकत आहेत."

"आणखी किती आहेत?"

"मेलेले?"

"हो मेलेलेच. मी काही अफवा ऐकल्या आहेत."

"हो आणि त्यावर तू विश्वासही ठेवला असशील. ठेवला आहेस ना? माझ्या बद्दलच्या सगळ्या वाईट गोष्टींवर विश्वास ठेवायला तू उत्सुक असतोस."

"मी त्यावर विश्वास ठेवलाय, असं म्हणालो नाही."

सॅम एकदम उडी मारून उभे राहिले आणि चालत खोलीच्या शेवटाला गेले. "आता मला तुझ्याबरोबर बोलण्याचा कंटाळा आला आहे." तीस फूट अंतरावरून ते ओरडले, "आता मला तुझ्याबरोबर बोलायचं नाही. मला असं वाटतंय की, तेच ज्यू वकील माझ्याशी बोलून मला त्रास देत आहेत."

"आम्ही तुमच्याबरोबर जमवून घेत आहोत." ॲडमने ताडकन उत्तर दिलं.

सॅम सावकाश चालत येऊन त्यांच्या खुर्चीत बसले. "मला इथे माझ्या जिवाची काळजी वाटतीये. विषारी पेटीपासून मी फक्त चोवीस दिवस अंतरावर आहे. मी तुझ्याबरोबर मेलेल्यांबद्दलच्या गप्पा माराव्यात, अशी तुझी इच्छा आहे. आता ही वटवट बाजूला ठेव आणि योग्य गोष्टींबद्दल म्हणजे माझ्याबद्दल आपण बोलणं चालू करू. मला काहीतरी ठोस कारवाई हवी आहे."

"मी आजच सकाळी विनंतिअर्ज सादर केला आहे."

"छान! मग आता जा. मला जरा शांतपणे बसू दे. मला पिळू नकोस."

२२

ॲडमच्या बाजूचा दरवाजा उघडला आणि दोन सभ्य गृहस्थांसारख्या दिसणाऱ्या व्यक्तींबरोबर पॅकर खोलीत आला. ते नक्कीच गडद रंगाच्या सुटातले वकील होते. कपाळावर आठ्या होत्या. हातात सामानाच्या गच्च भरलेल्या फुगीर ब्रिफकेसेस होत्या. पॅकरनं त्यांना वातानुकूलित यंत्राजवळच्या दोन खुर्च्यांत बसण्याची विनंती केली आणि ते बसले. पॅकरनं ॲडमकडे पाहिलं आणि पलीकडल्या बाजूला असलेल्या सॅम यांच्याकडे एका विचित्र नजरेनं दखल घेतल्यासारखं पाहून 'सगळंकाही ठीक चाललं आहे ना?' असं विचारलं.

ॲडमनं मानेनंच उत्तर दिलं आणि सॅम त्यांच्या खुर्चीत आरामशीरपणे बसले. पॅकर निघून गेला आणि नव्यानं आलेल्या दोन्ही वकिलांनी त्यांच्या ब्रिफकेसमधल्या जाड जाड फाइलींमधून काही दस्तऐवज बाहेर काढून कामाला सुरुवात केली. काही मिनिटांतच त्या दोघांनी त्यांचे कोट काढून टाकले होते.

सॅम यांच्याकडून एकही शब्द न येता पाच मिनिटं गेली. दुसऱ्या टोकाशी ॲडम बसला होता. तिथूनच त्यानं वकिलांकडे नजर टाकली. ते 'रो' या मृत्यूची शिक्षा झालेल्यांसाठीच्या तुरुंगातल्या एका प्रसिद्ध व्यक्तीच्या निकट बसले होते. या व्यक्तींचा विषारी वायूच्या पेटीतला मृत्यू अगदी जवळ येऊन ठेपला होता.

त्यांना सॅम आणि त्यांचे वकील ॲडम यांच्याकडे चोरून का होईना, पण चौकस नजरेनं पाहिल्याविना राहवत नव्हतं.

त्यानंतर सॅम यांच्या मागील बाजूचा दरवाजा उघडला आणि दोघा सुरक्षाकर्मींनी एका हडकुळ्या, पण काटक दिसणाऱ्या आफ्रिकी, काळ्या वंशातल्या, माणसाला आत आणलं. त्याच्या हातापायात बेड्या होत्या. एखाद्या वेळी हा माणूस एकदम दांडगेपणा करून नि:शस्त्र असतानासुद्धा दहा-वीस जणांना जीवे मारण्याची शक्यता होती. त्यांनी त्याला त्याच्या वकिलांसमोर, पण अडसराच्या पलीकडे, सॅम यांच्या बाजूला बसवलं आणि त्याच्या हातापायातल्या बेड्या काढल्या. त्याचे दोन्ही हात मागे घेऊन तो बसला होता. एक सुरक्षाकर्मी तिथून गेला आणि सॅम आणि तो

काळा माणूस यांच्या दरम्यान मधोमध दुसरा उभा राहिला होता.

सॅम यांनी त्यांच्याच बाजूच्या त्या काळ्या सहकैद्याकडे नजर टाकली. त्याच्या चेहऱ्यावर अस्वस्थता होती, हे उघड होतं. तो त्याच्या वकिलांच्या कामगिरीवर खूश नव्हता. त्याच्या वकिलांच्या चेहऱ्यावरसुद्धा त्याला वाचवण्यासाठीची उत्सुकता, धडपडीचे भाव दिसत नव्हते. ॲडमनं त्याच्या अडसराच्या बाजूनं त्या दोघांचं निरीक्षण केलं आणि क्षणातच त्यांची दोघांची डोकी जवळ आली. ते वकील आणि त्यांचा भांडखोर वाटणारा अशील यांचं बोलणं कानावर येत होतं, पण समजत काही नव्हतं.

सॅम परत त्यांची कोपरं टेकून आरामशीर बसले. त्यांनी ॲडमला खूण करून त्यांच्यासारखेच कोपरे समोरच्या टेबलासारख्या फळीवर टेकून पुढे मान करायला खुणावलं. समोरच्या मोकळ्या जागेमधून दहा इंच अंतरावर त्यांचे चेहरे आले.

''हा स्टॉकहोम टर्नर आहे.'' अगदी हळू पुटपुटल्यासारख्या आवाजात सॅम म्हणाले.

''स्टॉकहोम?''

''हो, पण त्याला स्टॉक या नावानेच सर्व ओळखतात. हे ग्रामीण भागातून आलेले आफ्रिकी वंशाचे लोक अशीच विचित्र नावं घेतात. त्यांना ती आवडतात. त्याचा एक भाऊ डेन्मार्क या नावाचा आहे आणि दुसरा जर्मनी या नावाचा आहे.''

''या स्टॉकनं काय केलं?'' एकदम उत्सुक होऊन ॲडमनं विचारलं.

''मद्यार्काचं, दारूचं दुकान लुटलं आणि त्याच्या मालकाला गोळी झाडून मारलं. दोन वर्षांपूर्वी त्याला मृत्यूची शिक्षा झाली. त्याचे विनंतिअर्ज, उच्च न्यायालयातले काही विशिष्ट कलमांखाली पाठविलेले अर्ज आता संपत आले आहेत आणि त्याचं मरण काही दिवसांवर येऊन ठेपलंय.''

''मग आता काय होणार आहे?''

''त्याच्या वकिलांनी तहकुबी मिळवली आणि त्या वेळेपासून ते भांडत आहेत. कशाचं काय होईल, हे आपण सांगू शकत नाही; पण माझ्यानंतर नंबर याचाच.''

दोघांनी ते दोघे वकील आणि यांचे अशील यांच्यात चाललेल्या शाब्दिक धुमश्चक्रीकडे नजर टाकली. स्टॉकनं त्याचे दोन्ही हात पुढे घेतलेले होते आणि तो खुर्चीच्या पुढच्या कडेवर बसून त्याच्या वकिलांबरोबर भांडत होता.

सॅम गालातल्या गालात हसले. मग ते अडसराच्या जवळ डोकं आणून म्हणाले, ''स्टॉकचं कुटुंब खूप गरीब आहे. त्यामुळे स्टॉकची त्यांना पर्वा नाही आणि आफ्रिकी वंशाच्या लोकांच्या बाबतीत हे काही वेगळं आहे, असं नाही. त्याला क्वचितच कोणाची पत्रं येतात किंवा कोणी भेटायला येतं. या ठिकाणापासून त्याचं जन्मगाव पन्नास मैलांवर आहे, पण सर्व जग त्याला विसरून गेलंय. त्याच्या विनंतिअर्जांना कोणी दाद देत नाही, असं जेव्हा दिसायला लागलं, तसं या स्टॉकला त्याच्या जिवाची चिंता वाटायला लागली. या इथे तुमचं मृत शरीर कोणी

घेऊन गेलं नाही, तर सरकार एखाद्या बेवारशासारखं त्याचं गरिबांसाठीच्या दफनभूमीवर दफन करतं, म्हणून तो विविध प्रकारचे प्रश्न विचारायला लागला आहे. तुरुंगातल्या कर्मचाऱ्यांनी त्याला सांगितलं आहे की, त्याच्या शरीराचं दहन केलं जाईल आणि राख या तुरुंगाच्या परिसरात पसरून देतील. त्यांनी त्याला पुढे असंही सांगितलं की, त्याच्या शरीरात विषारी वायू जाऊन ते तट्ट फुगणार आहे आणि त्याच्या प्रेताला काडी लावल्यालावल्या एखाद्या बॉम्बसारखा स्फोट होणार आहे. स्टॉक त्यावर वेडापिसा झाला. त्याला रात्रीची झोप लागेनाशी झाली. वजन घटू लागलं. मग त्याने त्याच्या नातेवाइकांना, मित्रांना पत्रं लिहून त्यांच्याकडे डॉलर्स पाठवण्याची भीक मागितली. त्याला अशी आशा होती की, पैसे असतील तर त्याच्या मृत शरीराच्या मृत्युपश्चातले विधी ख्रिस्ती धर्मानुसार होतील. थोडे पैसे आले. मग त्यानं आणखी पत्रं लिहिली. त्यानं मंत्र्यांना पत्रं लिहिली, नागरी हक्क समितींना पत्रं लिहिली. त्याच्या वकिलांनीसुद्धा त्याला पैसे पाठवले.

''जेव्हा त्याची तहकुबी रद्द केली गेली, तोवर त्याच्याकडे चारशे डॉलर्स जमा झालेले होते आणि मग तो मरायला तयार झाला.''

ही गोष्ट सांगताना सॅम यांचे डोळे चमकत होते, त्यांचा आवाज लहान होता आणि तपशील सांगताना त्यांना आनंद वाटल्याचं दिसत होतं. ॲडमला त्यांच्या हकिगतीपेक्षा त्यांचं सांगणं ऐकताना मजा वाटत होती. ''इथे एक अर्धवट नियम आहे. त्यानुसार एखाद्या कैद्याची मृत्यूची शिक्षा अमलात आणण्यापूर्वीच्या बहात्तर तासांत त्याला भेटण्यासाठी कितीही आणि कोणीही येऊ शकतं. जोपर्यंत सुरक्षितता धोक्यात येत नाही, तोपर्यंत मृत्यूची शिक्षा झालेल्याला जवळजवळ काहीही करण्याची मुभा असते. दर्शनी भागात एक खोली आहे. तिथे एक टेबल, एक फोन ठेवून ती भेटण्याची खोली होते; ऑफिस होतं. ही खोली कैद्याच्या नातेवाइकांसाठी म्हणजे आज्या, पुतण्या, पुतणे, चुलत भाऊ-बहीण, आत्या यांच्यासाठी असते. जास्त करून आफ्रिकी वंशातल्या कैद्यांचे असे खूप नातेवाईक येतात आणि खोली भरलेली असते. त्यांना एका बसमध्ये बसवून इथं आणलं जातं. आयुष्यात या माणसांनी या कैद्याबाबत कधी विचारही केलेला नसतो, त्यांना या वेळी मात्र उमाळा येऊन, ते त्याच्या शेवटच्या काही तासांतले सहकारी बनतात. ती एक सामाजिक घटना बनून जाते.

''इथे त्यांच्याकडे आणखी एक नियम आहे आणि तोसुद्धा माझ्या मताप्रमाणे अलिखितच असणार. त्यानुसार पत्नीबरोबरचा शेवटचा समागमही घडवून आणायला इथे परवानगी असते. त्याला जर पत्नी नसेल, तर त्याच्या मैत्रिणीबरोबर चुटपुटता, थोडक्यात आवरता येणारा समागमसुद्धा वॉर्डनसाहेबांच्या अमर्याद दयेपोटी करू दिला जातो. विषारी वायूच्या पेटीकडे नेण्यापूर्वी प्रेमी पुरुषाला एक झटपट निसटता

आनंद!'' सॅम यांनी मान वळवून स्टॉककडे पाहिलं आणि त्यानंतर आणखी पुढे होऊन अ‍ॅडमच्या नजीक आले.

''स्टॉक या तुरुंगातल्या लोकप्रिय कैद्यांपैकी एक आहे आणि त्याने वॉर्डनसाहेबाला खात्री करून दिली आहे की, त्याला एक बायकोपण आहे आणि एक मैत्रीणपण आहे आणि या दोघींना त्याच्या मृत्यूपूर्वी त्याच्याबरोबर काही आनंदाचे क्षण घालवायचे आहेत आणि तेसुद्धा एकाच वेळी तिघांना एकत्ररीत्या! वॉर्डनसाहेबांना या सर्वांमध्ये काहीतरी गडबड आहे, असं जाणवलं होतं. पण स्टॉक सर्वांचा आवडता आणि एवीतेवी ते त्याला आता मारणारच आहेत, तर परवानगी द्यायला काय हरकत आहे? तर स्टॉक त्या खोलीत त्याच्या असंख्य नातेवाइकांसमवेत बसलेला होता. या नातेवाइकांपैकी अनेकांनी त्याचं नावसुद्धा गेल्या दहा वर्षांत घेतलेलं नव्हतं आणि स्टॉक त्याचं आवडतं मांसाच्या पदार्थांचं जेवण घेत होता आणि नातेवाईक दु:ख करत रडत होते; प्रार्थना म्हणत होते. शिक्षा अमलात आणण्याला चार तास बाकी असताना खोलीतून सर्व नातेवाइकांना बाहेर काढलं आणि त्यांना चर्चच्या आवारातल्या मंदिरात पाठवण्यात आलं. खोली रिकामी केली. दुसऱ्या एका मोटारीतून त्याची बायको आणि त्याची मैत्रीण यांना सुरक्षाकर्मींच्या गराड्यात जिथे स्टॉक होता, त्या खोलीत आणून सोडलं. त्यानंतर तो बिचारा स्टॉक या 'रो' तुरुंगात बारा वर्षं आहे.

''त्यांनी त्या खोलीत एक पलंग ठेवला होता. त्यावर या तिघांनी मजा केली. सुरक्षाकर्मींनी नंतर एकदा सांगितलं होतं की, स्टॉकची बायको आणि मैत्रीण दिसायला देखण्या होत्या, तरुण आणि उफाड्याच्या होत्या आणि आता स्टॉकची बायको आणि मैत्रीण यांच्याबरोबर मजा सुरू होणार, तोच त्याच्या वकिलाचा फोन खणाणला. अत्यानंदाचे अश्रू डोळ्यात आणून पाचव्या मंडल न्यायालयानं त्याच्या मृत्यूच्या शिक्षेची तहकुबी मान्य केल्याची आनंदाची बातमी फोनवर त्याच्या वकिलाला द्यायची होती. स्टॉकनं त्याच्या फोनकडे दुर्लक्ष केलं. त्याच्या हातात जास्त महत्त्वाचा मामला होता. काही मिनिटं गेली.

''पुन्हा फोन वाजला. स्टॉकने तो घेतला. पुन्हा त्याचा वकीलच! या वेळी मात्र त्यानं स्वत:ला सावरून शब्दांची नीट जुळवाजुळव केली. त्यानं त्याचं कायदासंबंधातलं ज्ञान वापरून, कमालीचे प्रयत्न करून स्टॉकचे प्राण काही काळाकरता का होईना, वाचवल्याचं सांगितलं. स्टॉकनं त्याचं कौतुक केलं; आभार मानले. 'पण आता एक तासभर तरी तू हे कुठे बोलू नकोस.' असं सांगितलं.''

घटनेने दिलेला वैवाहिक जीवनातला शेवटचा समागमाचा अधिकार स्टॉक उपभोगत होता, त्या वेळी त्याला या दोघांपैकी कोणत्या वकिलानं फोन केलेला होता, या कुतूहलापोटी अ‍ॅडमने त्याच्या उजव्या बाजूला असणाऱ्या त्या दोन

वकिलांकडे नजर टाकली.

"हे सर्व होईपर्यंत सरकारी वकिलानं तुरुंगाधिकाऱ्याला तहकुबीची माहिती दिली होती. त्याप्रमाणे मृत्यूची शिक्षा अमलात आणण्याची कारवाई पुढे ढकलण्यात आली किंवा तहकूब करण्यात आली. त्यामुळे स्टॉकला काहीही फरक पडत नव्हता, पण आता यापुढे आपल्याला कुठलीही स्त्री अनुभवायला मिळणार नव्हतं, असं धरून त्याचा आनंद घेणं चालूच होतं. कारण उघड होतं की, खोलीला आतून बंद करण्याची व्यवस्था नव्हती. पुरेसा धीर धरून बराच वेळ नैपेह बाहेर थांबला. नंतर नैपेहनं दरवाजावर नाजूकशी टकटक केली आणि स्टॉकला बाहेर यायला सांगितलं. कोठडीत जाण्याची वेळ आली होती, असंही त्याला बजावलं. स्टॉकने त्यावर त्याला फक्त आणखी 'पाचच मिनिटं वेळ हवा' असल्याचं उत्तर दिलं. नैपेहनं त्याला नकार दिला. स्टॉकनं आतून आर्जवं केली. एकाएकी आतल्या बाजूनं निरनिराळे आवाज यायला लागले. त्यावर वॉर्डनसाहेब इतर सुरक्षाकर्मींकडे पाहत हसायला लागले आणि पाच मिनिटं ते जमिनीकडे पाहत राहिले आणि आत खोलीत पलंगाचा जमिनीवर वर-खाली आपटल्याचा खडखड असा आवाज पुढची पाच मिनिटं येत होता.

"शेवटी एकदाचा स्टॉकनं दरवाजा उघडला आणि वजन उचलण्याचा एखादा जागतिक विक्रम केल्याच्या आविर्भावात तोल सांभाळत तो बाहेर आला. त्याची मृत्युदंडाची शिक्षा अमलात आणण्याच्या कारवाईवर तहकुबी मिळाली होती, त्यामुळे जो आनंद त्याला झाला होता, त्याहीपेक्षा जास्त आनंद त्याच्या त्या दिवशीच्या कृत्यामुळे त्याला झालेला होता, असं त्यानं काही सुरक्षाकर्मींना नंतर सांगितलं होतं. त्यांनी त्या दोन्ही स्त्रियांना तुरुंगाबाहेर काढलं आणि नंतर त्यांना कळलं होतं की, त्या दोन्ही स्त्रियांपैकी कोणीही त्याची बायको नव्हती की मैत्रीण!"

"मग त्या होत्या कोण?"

"वेश्या."

"वेश्या?" ॲडम जरा थोड्या मोठ्या आवाजात म्हणाला आणि दोघांपैकी एका वकिलानं त्याच्याकडे रोखून पाहिलं.

सॅम त्यानंतर इतके ओणवे झाले की, त्यांचं नाक जवळजवळ त्या फटीच्या उघड्या भागात आलं होतं. "हो, जवळपासच्याच एका गावातून त्याच्या भावानं त्याच्यासाठी दोन वेश्या धरून आणल्या होत्या. त्याच्या मृत्यूनंतरच्या विधीसाठी त्याने पैसा जमवला होता, तो तुला माहीत आहेच."

"सॅम, तुम्ही चेष्टा करताय?"

"नाही, अरे नाही. त्या वेश्यांसाठी त्यानं चारशे डॉलर खर्च केले. स्थानिक आफ्रिकी वेश्यांसाठी इतकी मोठी रक्कम म्हणजे खूपच होती; पण मृत्यूची शिक्षा

झालेल्यांच्यासाठीच्या कैद्यांच्या तुरुंगात यायला त्या जाम घाबरल्या होत्या. त्यामुळे कदाचित जास्त पैसे पडले असतील. त्यासाठी त्यानं स्टॉकचे पैसे वापरले होते. नंतर त्यानं मला एकदा सांगितलं होतं की, त्याला मिळालेल्या त्या वैषयिक सुखापुढे त्याच्या मृत्यूनंतर त्याच्या मृत शरीरावर कसे विधी होतात, त्याची त्याला पर्वा नव्हती. खर्च झालेल्या पैशांचा त्यानं पूर्णपणे आनंद घेतला होता. नैपेह त्यामुळे अडचणीत आला आणि शेवटच्या समागमासाठीच्या भेटींना त्यानं बंदी घालण्याची धमकी दिली. पण त्याचा तो पलीकडला, काळ्या केसांचा वकील आहे ना, त्यानं त्याविरुद्ध दावा दाखल केला आणि अंतिम पण झटपट समागमासाठी परवानगी मिळवली. माझी खात्री आहे की, आणखी अशाच एका आनंदाच्या क्षणाची स्टॉक वाट पाहतोय.''

सॅम सावकाशपणे परत त्यांच्या खुर्चीत विराजमान झाले आणि त्यांच्या चेहऱ्यावरचं हसू मावळलं.

''वैयक्तिकरीत्या मी माझ्या शेवटच्या लैंगिक संबंधाबाबत विचार केलेला नाही, कारण कायद्याद्वारे ती सोय फक्त नवरा आणि बायको यांच्यातल्या संबंधाबाबतच आहे; पण वॉर्डन माझ्या बाबतीत नियमाला थोडी मुरड घालू शकतील. तुझं काय मत आहे?''

''मी त्याबद्दल काहीच विचार केलेला नाही.''

''मी फक्त मजा करतोय. तुला कल्पना असेलच. मी म्हातारा माणूस आहे आणि माझी पाठ चोळून देणं आणि मद्याचा एखादा प्याला यांवर मी भागवून घेईन.''

''तुमच्या शेवटच्या जेवणाबद्दल काय?'' अजूनही चेहऱ्यावर गांभीर्य आणत ॲडमनं विचारलं.

''ती गोष्ट मात्र आपण गंभीरपणे घेतली पाहिजे.''

''अरे! त्याबाबतसुद्धा आपण ती गोष्ट अगदी मजेत, गमतीने घेतोय, असं माझं मत होतं.''

''शक्यता अशी आहे की, उकडलेलं डुकराचं मांस आणि चिवट घेवडा असं जेवण ते मला गेली दहा वर्षं घालतायंत. एखाद्या वेळी पावाचा भाजलेला तुकडा! स्वतंत्र माणसाला खाण्यायोग्य जेवण बनवण्याची संधी मी त्या आचाऱ्याला नक्कीच देणार नाही.''

''पदार्थ तर चविष्ट असतील, असं वाटतंय.''

''हो, माझ्यातले काही पदार्थ तुला खायला देईन. मला नेहमी एक नवल वाटतं की, मारण्यापूर्वी जेवायला का लावतात? मारण्यापूर्वी एखाद्या डॉक्टरला बोलावून वैद्यकीय तपासणीसुद्धा करतात. तू यावर विश्वास ठेवशील? मरण्यासाठीसुद्धा कैदी सक्षम आहे की नाही, हे त्यांना पाहायचं असतं. त्यांच्याकडे एक मानसिक रोगांचासुद्धा डॉक्टर आहे. तोही कैद्याला मृत्यूपूर्वी तपासून जातो आणि वॉर्डनसाहेबाला

हा कैदी मानसिकदृष्ट्यासुद्धा विषारी वायूच्या पेटीत जायला सक्षम आहे, असा दाखला द्यावा लागतो. त्याचप्रमाणे त्यांच्या कर्मचाऱ्यांच्या यादीमध्ये एक धर्मगुरू, पाद्रीसुद्धा आहे. त्याला ही शिक्षा अमलात आणण्यापूर्वी बोलवून या कैद्याच्या आत्मा योग्य ठिकाणी जाण्यासाठी, त्याला शांती मिळण्यासाठी, त्या कैद्याबरोबर धर्मगुरूला प्रार्थना करायला लावतात. मिसिसिपी राज्याच्या करदात्यांकडून जमा केलेला पैसा या सर्वांसाठी वापरतात आणि हे सर्व नियमानुसार होत आहे ना, ते इथली प्रेमळ मंडळी पाहतात. नवराबायकोच्या शेवटच्या संबंधाबाबतची गोष्ट विसरू नकोस. तुमच्या शेवटच्या काम-वासनेच्या इच्छेची पूर्ती झाल्यानंतरच तुम्ही मृत्यूला सामोरं जाऊ शकता. त्यांनी सर्व गोष्टींचा विचार केलेला आहे. ते दुसऱ्यांच्या भावनांचा सर्व प्रकारे विचार करणारे आहेत. तुमची शारीरिक आणि मानसिक भूक, तुमचं आध्यात्मिक आयुष्य, तुमचं कल्याण, क्षेम या सर्वांबाबत त्यांना तुमची काळजी असते आणि शेवटी मात्र ते तुमच्या जननेंद्रियात बूच घालतात, गुदद्वारात बोळा घालून ठेवतात. कारण विषारी वायूच्या पेटीत घाण करून कैद्याची प्रतिमा मलिन होऊ नये म्हणून! ते कैद्याच्या भल्यासाठी नसतं, तर त्यांच्या सोयीसाठी असतं. नंतर कैद्याला स्वच्छ करण्याची भानगड काही उरत नाही. तुम्हाला हवं ते ते देतात, तुम्हाला जेवू घालतात आणि मग बोळा घालून ठेवतात. भयानक आहे ना सारं? अगदी उबग येतो या सर्वांचा, उबग!''

''आपण आता दुसऱ्या कशाबद्दलतरी बोलू.''

सॅम यांनी त्यांची शेवटची सिगारेट संपवली आणि जमिनीवर टाकत सुरक्षाकर्मीच्या समोर पायानं चुरडली.

''नाही, आपण आता बोलणंच थांबवू. एका दिवसात मी एवढंच सोसू शकतो.''

''ठीक आहे.''

''आता एडीबद्दलही काहीही बोलायचं नाही. बरोबर?''

''इथे यायचं आणि अशा प्रकारे विषय काढून मला मनस्ताप द्यायचा, हे बरं नाही.''

''मला माफ करा सॅम. आता यापुढे एडीबद्दल काहीही नाही.''

''पुढचे तीन आठवडे माझ्या हिताचं काय करता येईल, यावर आपण लक्ष केंद्रित करू. कारण आपल्याला जे करायचं आहे, त्याला तो वेळ पुरेसा होईल, असं मला वाटत नाही.''

''ठीक. आपण तसंच करू सॅम आजोबा.''

पूर्वेकडून हमरस्ता क्र. ८२च्या कडेकडेनं ग्रीनव्हील गाव अगदी ओंगळ प्रकारे पसरत चाललं होतं. त्यात एक पट्टी भाड्याने मिळणाऱ्या व्हिडिओ कॅसेटची दुकानं, छोटी छोटी मद्य विकणारी दुकानं, फास्टफूड सेंटर्स आणि लॉजिंग, कार

पार्किंग, ब्रेकफास्ट, सॅटेलाइट, फोन अशा सोयींच्या हॉटेलनी भरलेली होती.

पश्चिमेकडची जागा नदीमुळे अडली होती. हमरस्ता क्र. ८२ हा फार महत्त्वाचा रस्ता होता. त्यामुळे त्याच्या आसपासच्या जागांवर विकसनकर्त्यांचा डोळा असणं स्वाभाविक होतं. पस्तीस हजार लोकवस्तीच्या छोट्या गावाचं रूपांतर साठ हजार लोकवस्तीच्या, नदीकडेच्या, एका अत्यंत गजबलेल्या अशा एका उद्योगी गावात झालेलं होतं. गावाची भरभराट होत होती; उत्कर्ष होत होता. १९९०मध्ये राज्यातलं पाचव्या क्रमांकाचं मोठं शहर म्हणून ते गणलं जात होतं.

शहराच्या मध्य भागात जाणाऱ्या रस्त्यांच्या दुतर्फा झाडांची सावली तयार झालेली होती आणि दोन्ही बाजूंनी जुन्या जमान्यातली श्रीमंत लोकांची घरं होती. शहराचा मध्यवर्ती भाग आकर्षक होता आणि जुन्या काळच्या काही शाही उमरावांच्या जमान्यातल्या इमारतींची शक्यतो त्यात बदल न करता जपणूक केलेली होती. त्या विरुद्ध परिस्थिती हमरस्ता क्रमांक ८२च्या आसमंतातली होती. संध्याकाळी पाचच्या नंतर काही मिनिटांनी शहराच्या मध्य भागातली दुकानदार मंडळी दिवसाचा उद्योग आटपून सर्व आवरण्याच्या कामाला लागलेली असताना अॅडमनं त्याची गाडी वॉशिंग्टन रस्त्याच्या कडेला उभी केली. त्यानं त्याचा कोट उतरवून गाडीतच ठेवला. टाय सोडून कोटाच्या खिशात ठेवला, कारण बाहेरचं तापमान नव्वद अंश फॅरनहाइटच्या खाली येण्याचं चिन्ह दिसत नव्हतं.

तो चालत दोन आडवे रस्ते पार करून बागेत गेला. तिथे त्या दोन मुलांचे पूर्णाकृती पुतळे मध्य भागात उभे केलेले होते. दोघांमध्ये विलक्षण साम्य होतं. त्यांचं हसणं, डोळ्यांतले भाव एकसारखे होते. त्यातला एक पळतोय, असं दाखवलं होतं आणि दुसरा कशालातरी अडखळून पडल्यासारखा होता. शिल्पकाराने त्यात अगदी योग्य भाव दाखवले होते. जॉश आणि जॉन क्रॅमर कायमचेच पाच वर्षांचे राहणार होते. त्यांच्या बाबतीत घड्याळ थांबलं होतं. तांबे आणि जस्त यांच्या मिश्रणात त्यांची बांधणी केलेली होती. खाली एक पितळ्याची पाटी होती. त्यावर एवढंच लिहिलेलं होतं,

जॉश आणि जॉन क्रॅमर

या ठिकाणी २१ एप्रिल १९६७ रोजी निवर्तले.

(मार्च २, १९६२ - एप्रिल २१, १९६७)

ही जागा चौरस आकाराची होती. शहरातल्या एका मोठ्या जमिनीच्या तुकड्यावर मार्विन क्रॅमर यांच्या कचेरीची इमारत होती आणि लगतच्याच जमिनीच्या तुकड्यावर त्यांची राहण्याची इमारत होती. या दोन्ही जमिनींच्या तुकड्यांवर ही बाग बनवलेली होती. जमिनीचा भाग मार्विनच्या वडलांनी हे स्मारक बनवण्यासाठी शहराच्या नगरपालिकेला दान केला होता. मार्विन यांचं ऑफिस आणि त्यांची राहण्याची जागा बॉम्बस्फोटानं उद्‌ध्वस्त करून देऊन सॅम यांनी त्यांचं इमारती पाडण्याचं काम

वाचवलं होतं. पालिकेनं शेजारची इमारत पाडून प्लॉट साफ केला होता. क्रॅमर स्मारक बनवण्यासाठी काही पैसे खर्च झालेले होते आणि त्या रूपाने स्मारक चांगलं होण्याच्या दृष्टीनं योग्य विचार लोकांसमोर उभा होता. परिसर नक्षीकाम असलेल्या जाळ्यांनी सुरक्षित केलेला होता. रस्त्यालगतच्या पदपथावरून आवारात येण्यासाठी दोन ठिकाणी सुशोभित प्रवेशद्वारं बसवलेली होती. कुंपणाशेजारीच ओळीत चिनार आणि ओक वृक्षांची झाडं ओळीत लावलेली होती. त्याच्या आतल्या बाजूला बिगोनिया, जिरानियम आणि अनेकविध प्रकारच्या फुलांचे ताटवेच्या ताटवे परिसर सुशोभित करत होते. परिसराच्या एका कोपऱ्यात छोटे-मोठे कार्यक्रम घडवून आणण्यासाठी एक प्रेक्षागृह बांधलेलं होतं. दुसऱ्या एका कोपऱ्यात लहान मुलांसाठी खेळण्याचा भाग होता. तिथे सीसॉवर आफ्रिकी वंशातली मुलं खेळत होती, काही झोके घेत होती.

रस्ते, घरं आणि शहरातल्या इमारतींच्या मधोमध वसवलेली ती एक छोटी, रंगीबेरंगी, आनंद देणारी बाग होती. ॲडम बागेतल्या रस्त्यावरून जात असताना बाकावर एक विशीतलं जोडपं एकमेकांशी वाद घालत होतं. गोल कारंज्यांच्या सभोवती वय वर्षं दहाच्या आतली मुलं सायकलवरून चकरा मारत खेळत होती. एक वयस्कर पोलीस ॲडमच्या समोरून गेला. त्याला ॲडमने 'हॅलो' म्हटल्यावर त्यानं त्याच्या हॅटच्या कडेला हात लावून प्रत्युत्तर दिलं होतं.

पुतळ्यापासून तीस फुटांपेक्षा कमी अंतरावर असलेल्या एका बाकावर तो बसला आणि तिथनं त्या पुतळ्यांकडे पाहू लागला. ''बळी गेलेल्यांना कधीही विसरू नका.'' लीनं बजावलं होतं. ''त्यांच्यावर ज्यांनी अन्याय केलेला असतो, त्याला शिक्षा मिळणं, ही बळींच्या नजीकच्या नातेवाइकांची सर्वात महत्त्वाची अपेक्षा असते आणि ती मिळणं हा त्यांचा हक्क असतो.''

खटल्याच्या दरम्यान पुढ्यात आलेला सर्वच्या सर्व भयानक तपशील त्याला आठवत होता. बॉम्बस्फोट होताना अति प्रचंड वेगानं मार्विन यांचं ऑफिस उद्ध्वस्त झालं होतं, तो स्फोट एफ.बी.आय.च्या एका अधिकाऱ्यानं प्रत्यक्ष डोळ्याने पाहिला होता. त्याचं त्यानं केलेलं वर्णन, वैद्यकीय अधिकाऱ्यांनी दिलेला त्या लहान मुलांच्या पोस्टमॉर्टेमचा रिपोर्ट, आग विझवणाऱ्या लोकांनी स्फोटात अडकलेल्यांना सोडवण्यासाठी केलेली आगीशी जीवघेणी लढाई या सर्वांच्या आठवणी ॲडमच्या मनात दाटल्या. त्यांच्या प्रयत्नांना यश आलं नव्हतं. त्यांना फक्त त्यांची प्रेतंच बाहेर काढता आली होती, हा तपशीलच त्याला आठवला. काही फोटो ॲडमच्या पाहण्यात आलेले होते. त्यात उद्ध्वस्त इमारतीचे, त्या लहान मुलांचे, खटले चालवणाऱ्या न्यायाधीशांचे आणि काही खरोखरच काही विशिष्ट कारणासाठी न्यायालयात दाखवले नव्हते. त्या सगळ्या फोटोंची आठवण त्याला आली. मॅकलिस्टर यांना मात्र त्या उद्ध्वस्त इमारतींचे, छिन्नविछिन्न अवस्थेतल्या

मृत व्यक्तींचे मोठ्या आकाराचे रंगीत फोटो आम जनतेला दाखवण्यात विशेष रस होता. जिथे मार्विन क्रॅमर याचं ऑफिस होतं, तिथल्या जमिनीवर ॲडम बसला होता आणि जमिनीची स्पंदनं जाणून घेण्याचा प्रयत्न करत होता. धगधगत्या ढिगाऱ्यातून धूर आणि वाफ वर येऊन धुळीचा ढग हवेत तरंगत होता, हे दृश्य त्यानं व्हिडिओवर पाहिलं होतं. जिवाच्या आकांताने वेडेपिसे होऊन ओरडणाऱ्या बातमीदारांचे आवाज त्यानं ऐकले होते. मागच्या बाजूनं भोंगे वाजतानाचे आवाज ऐकू येत होते.

त्याच्या आजोबांनी या पितळी पुतळ्यातल्या मुलांना मारलं होतं, त्या वेळी ती मुलं त्याच्या वयापेक्षा फारकाही मोठी नव्हती. ती पाचची होती आणि तो जवळजवळ तीन. काही वेगळ्या कारणाकरता त्यानं त्यांच्या वयाचा हिशोब लक्षात ठेवला होता. आज तो सव्वीसचा होता आणि ती अठ्ठावीसची असती.

अपराधीपणाच्या भावनेनं त्याच्या पोटात कसंसंच होत होतं. त्यामुळे त्याला थरथरायला होत होतं आणि घाम फुटायला लागला होता. सूर्य पश्चिमेकडे दोन मोठ्या ओक झाडांच्या मागे दडला होता आणि जेव्हा फांद्यांतून किरणं बाहेर आली, त्या वेळी त्या मुलांच्या चेहऱ्यावर किरणं पडून त्यांचे चेहरे चमकले होते.

'सॅम हे असं कसं करू शकले? सॅम केहॉल माझ्याऐवजी दुसऱ्या कुणाचे आजोबा का नव्हते? ज्यूंच्या विरोधातल्या क्लॅन परिवाराने सुरू केलेल्या धार्मिक लढाईत भाग घेण्याचं त्यांनी केव्हा ठरवलं? केवळ क्रॉस जाळणाऱ्यांच्या निरुपद्रवी समूहातून बाहेर पडून पूर्णपणे दहशतवादी क्लॅन परिवारात सामील होण्याचं काय कारण असू शकेल?'

ॲडम बाकावर बसून त्या पुतळ्यांकडे पाहत होता. त्याच वेळी तो आजोबांचा तिरस्कार करत होता. त्या दुष्ट म्हाताऱ्याला मदत करण्यासाठी त्याला मिसिसिपी राज्यात यायला लागलं, त्याचं त्याला दुःख होत होतं.

त्यानं हॉलिडे होम हॉटेलमध्ये एक खोली भाड्याने घेतली. तिथून त्याने ली आत्याला फोन केला आणि तो ग्रीनव्हीलला असल्याचं सांगितलं. तो जॅक्सन वाहिनीवरच्या बातम्या पाहायला लागला. अर्थातच मिसिसिपीमधल्या उन्हाळ्यातला तो एक कंटाळवाणा दिवस होता. दिवसात विशेष अशा काही घटनाही घडलेल्या नव्हत्या. सॅम केहॉल आणि त्यांचा जीव वाचवण्यासाठी शेवटच्या घटकेत करता येण्याजोगे अर्ज, विनंत्या वगैरे मुद्देच खळबळजनक बातम्यांत ते मांडत होते. आरोपीच्या वकिलानं त्याच्या अशिलाच्या बचावासाठी केलेल्या नवीन अर्जावर गव्हर्नर आणि अटर्नी जनरल यांनी व्यक्त केलेली मतं मांडली जात होती आणि प्रत्येक जणच या न संपणाऱ्या विनंतिअर्जांमुळे वैतागून गेलेले दिसत होते. प्रत्येक जण न्यायाची परिपूर्ती होईपर्यंत भांडायला शेवटपर्यंत खंबीर होता. एका वाहिनीने तर उलटे आकडे मोजायला सुरुवात केलेली होती – म्हणजे आज आता मृत्यूची शिक्षा अमलात यायला तेवीस दिवस राहिले, उद्या बावीस! जणूकाही सूत्रसंचालकच!

आता ख्रिसमस सणासाठीच्या स्वस्तात वस्तू मिळण्याच्या जत्रेतले फक्त तेवीस दिवसच बाकी राहिलेले होते, असा बातमी देणाऱ्याचा आविर्भाव होता. सॅम केहॉल यांच्या त्याच जुन्या फोटोवर तेवीस आकडा चिकटवला होता.

गावाच्या मध्यवर्ती भागातल्या एका उपाहारगृहात ॲडमनं रात्रीचं जेवण घेतलं. एका टेबलाशी तो एकटाच होता. निखाऱ्यावर भाजलेलं मांस आणि वाटाण्याची उसळ हे त्याचं जेवण होतं. जेवता जेवता त्याच्या कानावर निरुपद्रवी बडबड पडत होती, ती तो ऐकत होता. सॅम यांचं नाव कोणाच्याही बोलण्यात आलं नव्हतं.

बाहेर अंधार पडायला लागला होता आणि तो दुकानांच्या समोरच्या पदपथावरून चालत चालला होता. त्याच रस्त्यावरून त्याच क्रॅंकिटवरून सॅम चालत जात आहेत आणि बॉम्बस्फोट होण्याची वाट पाहत आहेत, असा विचार तो करायला लागला. काही लोकांनी चुकीचा विचार करण्याजोगं जगात काय घडलं होतं? एका फोनबूथशी तो थांबला. 'फोन करून क्रॅमर यांना सावध करण्याच्या विचारानं सॅम तळमळले असतील, तो हाच बूथ असेल का?' असा त्याने विचार केला.

बागेत अंधार होत होता आणि शुकशुकाट होता. प्रवेशद्वारालगत दोन गॅसवर चालणारे दिवे तळपत होते, तेवढाच काय तो उजेड तिथे होता. पुतळ्यांच्या तळाशी ॲडम बसला. मुलांच्या पायाशी वरच्या बाजूला पितळी पाटी होती. त्यावर मुलांची नावं आणि जन्म-मृत्यूच्या तारखा लिहिलेल्या होत्या. त्याच ठिकाणी त्यांचा मृत्यू झाला, हेही त्यात नमूद केलं होतं.

वाढत चाललेल्या अंधाराची तमा न बागळगता, अशक्य गोष्टींच्या शक्यतेबद्दल विचार करत, तिथे बराच वेळ तो बसून होता. बॉम्बनं त्याच्या आयुष्याला एक अर्थ दिला होता, एवढंच त्याला माहीत होतं. त्यामुळेच त्याला मिसिसिपीतून बाहेर पडून एका नवीन जगात नवीन नावासह फेकलं गेलं होतं. त्याच्या आईवडलांना निर्वासित व्हावं लागलं होतं. भूतकाळातून पळून जाऊन भविष्यात लपून राहायला लागलं होतं. त्यामुळेच त्याच्या वडलांचा मृत्यू झाला होता. नाहीतर त्याचं आयुष्य वेगळं असतं. ॲडम वकील होण्यामागे बॉम्बच कारणीभूत होता, पण सॅम यांच्याबद्दलची माहिती मिळेपर्यंत वकील होण्याची कल्पना त्याच्या डोक्यातही नव्हतं. लढाऊ विमानं उडवायचं त्याचं स्वप्न होतं. बॉम्बनंच त्याला परत मिसिसिपीला आणलं होतं. तेसुद्धा अशा कामासाठी की, ज्यात प्राणांतिक दुःख भरलेलं होतं आणि आशेचा क्षीण किरण, प्रतिकूल मुद्दे, अनंत अडचणी आणि बॉम्बस्फोटातला शेवटचा बळी पडायला फक्त तेवीस दिवसांचा अवधी राहिलेला होता. 'त्यानंतर ॲडमचं भवितव्य काय?' असा विचार त्याच्या मनात आला.

बॉम्बनं त्याच्या भविष्यात आणखी काय काय वाढून ठेवलं होतं?

२३

मृत्यूची शिक्षा झालेल्यांच्या याचिका, अर्ज, विनंतिअर्ज अगदी कासवाच्या गतीने पुढे सरकत असतात आणि त्यावर निर्णय घ्यायला काही वर्षांचा काळ जातो. त्यात उद्भवलेले मुद्दे विचित्र असतात; क्लिष्ट असतात. न्यायालयीन टिप्पण्या, कायदेशीर तरतुदी, सूचना, पुनरावलोकनाचे अर्ज वगैरे वगैरेमुळे त्यांची बाडं गलेलठ्ठ झालेली असतात. न्यायालयात, त्यात पुन्हा अतिसंवेदनशील, अतिजलद गतीनं कार्यवाही होण्यासाठीची अनेक प्रकरणं निर्णय घेण्यासाठी रांगेत वाट पाहत थांबून असतात.

काहीकाही वेळा काही बाबतीत वरून आदेश येतात आणि चक्रं वेगाने फिरायला लागतात. न्यायव्यवस्था एका झटक्यात कार्यक्षम होते. विशेषकरून ज्यांच्या बाबतीत शिक्षेच्या अंमलबजावणीची तारीख जाहीर झालेली असते, अशांच्या बाबतीत नव्या सूचना, पुर्नर्विचाराच्या याचना काही वेगळेच मुद्दे उपस्थित करतात. शिक्षा-अंमलबजाबणीच्या तारखेला तहकुबी मिळवायच्या आणि अत्यंत जलद गतीनं ते प्रकरण निपटून टाकण्याच्या प्रयत्नात राज्ययंत्रणा असते. ग्रीनव्हील गावात सोमवारी दुपारनंतर ॲडम रस्त्यांवरून फिरत असताना त्याला अशा जलद न्याय अंमलबजावणी प्रकाराचा अनुभव आला.

शिक्षा जाहीर झाल्यानंतर आरोपीच्या मनावरचा ताण कमी करण्यासाठी कायद्यात काही सवलती देण्याची तरतूद असते आणि त्या तरतुदींच्या आधारावर ॲडमने एक अर्ज मिसिसिपी उच्चतम न्यायालयात सादर केला होता. त्या न्यायालयानं त्या अर्जाकडे सोमवारी दुपारी ५ वाजता केवळ एक नजर टाकून तो निकालात काढून नामंजूर केला. ॲडम नुकताच ग्रीनव्हील गावात आला होता आणि त्याला त्या अर्जाचं काय झालं, याची काहीही कल्पना नव्हती. नकार मिळणार होता, त्यात नवं काहीही नव्हतं. त्याला आश्चर्य वाटलं, ते इतक्या वेगाने निर्णय घेतला त्याचं! न्यायालयानं तो अर्ज आठ तासांच्या आत निर्णय घेऊन परत पाठवला होता. न्यायालयाला तरी दोष देण्यात काय अर्थ होता; कारण गेली दहा वर्षं सॅम केहॉल

यांच्याकडून आलेल्या सर्व प्रकारच्या अर्जांचा, पत्रांचा योग्य प्रकारे विचार करून न्यायालयं त्यांच्यासाठी काहीतरी काम करत होतीच.

मृत्यूची शिक्षा झालेल्यांच्या बाबतीत कैद्यांच्या शेवटच्या काही दिवसांत न्यायालयं त्यांच्यावर बारीक लक्ष ठेवून असतात. त्यांनी केलेल्या अर्जांच्या, विनंत्यांच्या प्रती खालच्या न्यायालयानं त्यावर विचार करण्यापूर्वीच उच्च न्यायालयात माहितीसाठी पाठवल्या जातात. हेतू हाच की, वरच्या न्यायालयाला आपल्याकडे काय येणार आहे याची माहिती ती कागदपत्रं अधिकृतरीत्या त्यांच्याकडे येण्यापूर्वीच मिळते आणि त्यायोगे जरूर तो निर्णय वेळ न दवडता घेतला जातो. मिसिसिपी राज्याच्या उच्चतम न्यायालयानं त्यांचा निर्णय नित्याच्या परिपाठानुसार जॅक्सनच्या जिल्हा न्यायालयाकडे फॅक्स करून पाठवला. आता ॲडमचा पुढचा पडाव तिथे होता. मान्यवर एफ. फ्लेन स्लॅटरी या नव्याने रुजू झालेल्या तरुण जिल्हा न्यायाधीशाकडे तो पाठवला होता. केहॉल यांच्या आत्तापर्यंतच्या विनंतिअर्जांचा संबंध यांच्याशी आजपर्यंत कधी आलेला नव्हता.

क्रॅमर स्मृती उद्यानात सोमवारी ॲडम फिरत असताना दुपारी ५ ते ६च्या दरम्यान न्यायाधीश स्लॅटरी यांच्या कचेरीतले कर्मचारी त्याला शोधण्याचा प्रयत्न करत होते. अटॅर्नी जनरल म्हणजे सरकारचे वकील स्टीव्ह रॉक्सबर्ग यांच्याशी स्लॅटरी यांनी संपर्क साधला आणि साडेआठ वाजता न्यायाधीशसाहेबांच्या ऑफिसमध्ये एक संक्षिप्त सभा घेतली. स्लॅटरी ही एक अत्यंत कामसू व्यक्ती होती आणि मृत्युशिक्षेबाबतचा हा त्यांचा पहिलाच निर्णय होता. मध्यरात्रीपर्यंत त्यांनी आणि त्यांच्या हाताखालच्या अधिकाऱ्यानं त्यावर अभ्यास केला.

ॲडमने सोमवारच्या उशिराच्या बातम्या पाहिल्या असत्या, तर सर्वोच्च न्यायालयानं त्याचा अर्ज त्यापूर्वीच नाकारलेला होता, हे त्याला कळलं असतं; पण त्या वेळी तो गाढ झोपेत होता.

मंगळवारी सकाळी सहा वाजता त्यानं सहजरीत्या वर्तमानपत्र उचललं आणि सर्वोच्च न्यायालयानं त्याचा अर्ज नाकारलेला होता, हे त्याला कळलं. तो राज्याच्या न्यायालयाच्या स्लॅटरी या न्यायाधीशांकडे होता आणि त्यावरचा निर्णय आता स्लॅटरी यांनी घ्यायचा होता. गव्हर्नर आणि अटॅर्नी जनरल दोघेही हा त्यांचा विजय मानत होते. ॲडमनं अद्याप काहीही राज्यन्यायालयाकडे सादर केलेलं नव्हतं. त्यामुळे त्याला ही घटना जरा विचित्रच वाटत होती. ताबडतोब तो त्याच्या गाडीत बसला आणि वेगानं दोन तास अंतरावरच्या जॅक्सनला जायला वेगाने निघाला. नऊ वाजता गावाच्या जुन्या भागातल्या कॅपिटॉल रस्त्यावरच्या राज्य सरकारच्या न्यायालयाच्या आवारात त्यानं प्रवेश केला आणि मख्ख चेहऱ्याच्या एका तरुण ब्रेक जेफरसन नावाच्या माणसाला ओझरता भेटला. तो विधी महाविद्यालयातून

नुकताच पदवी घेऊन बाहेर पडला होता आणि स्लॅटरी न्यायाधीशांच्या कचेरीत त्यांचा मदतनीस म्हणून एक महत्त्वाचं पद तो सांभाळत होता. त्याने ॲडमला न्यायाधीशसाहेबांना भेटण्यासाठी अकरा वाजता यायला सांगितलं.

ॲडम बरोबर अकरा वाजता स्लॅटरीसाहेबांच्या कचेरीत येऊन दाखल झाला असला, तरी स्लॅटरी यांचं त्याआधीचं चर्चासत्र अद्याप संपलेलं नव्हतं. स्लॅटरीसाहेबांचं ऑफिस खूप मोठं होतं. मधोमध शिसवी लाकडाचं एक लांबरुंद कॉन्फरन्सचं टेबल होतं आणि दोन्ही बाजूने आठ-आठ गुबगुबीत कातडी बैठकीच्या मौल्यवान खुर्च्या होत्या. या मोठ्या टेबलाच्या एका टोकाला स्लॅटरींच्या टेबलाजवळच त्यांच्यासाठी सिंहासनासारखी खुर्ची होती आणि त्यांच्यासमोर कागदांचे गठ्ठे, कायदेशीर कागदपत्रं आणि इतर काही साहित्य होतं. त्यांच्या उजव्या बाजूला नाविक दलातल्या गणवेशासारख्या पांढऱ्याशुभ्र गणवेशातले तरुण अधिकारी होते. ते सर्व एकत्र होऊन उभे होते आणि त्यांच्यामागे त्या झगड्यात उत्सुकतेने भाग घ्यायला तयार असलेले त्यांचे सहकारी होते. ही सर्व मंडळी सरकारच्या बाजूची होती आणि या सर्वांचे मुख्य होते माननीय गव्हर्नरसाहेब, राज्यपालसाहेब डेव्हिड मॅकलिस्टर! ते न्यायाधीश स्लॅटरींच्या अगदी जवळ बसले होते आणि सहकारी वकील, अटॅर्नी जनरल स्टीव्ह रॉक्सबर्ग हे त्यांच्यापासून जरा दूर, टेबलाच्या मध्यभागाशी बसले होते. महत्त्वाच्या सरकारी पदांवर काम करणाऱ्या जनतेच्या प्रतिनिधीनं म्हणजे गव्हर्नरसाहेबांनी सरकारी बाजू प्रकर्षानं मांडण्यासाठी त्यांची विश्वासू, अभ्यासू, विचारवंत मंडळी बरोबर आणलेली होती. ॲडम त्या ठिकाणी पोचण्यापूर्वी ही सर्व मंडळी आपली व्यूहरचना कशी करायची, याबद्दलची चर्चा करण्यासाठी बराच काळ तिथे आलेली होती.

न्यायाधीशांचा मदतनीस ब्रेक याने दरवाजा उघडला आणि ॲडमचं सुहास्यमुद्रेनं स्वागत केलं आणि त्याला आत यायला सांगितलं. ॲडमने त्या खोलीत प्रवेश केला आणि खोलीत एकदम शांतता पसरली. स्लॅटरींनी नाखुशीनेच त्यांच्या खुर्चीतून उभं राहून ॲडमला त्यांची स्वत:ची ओळख करून दिली. हस्तांदोलनात कोरडेपणा होता आणि ते केवळ औपचारिक होतं. ''तुम्ही खुर्चीत बसा.'' त्यांनी त्यांचा डावा हात प्रतिवादींसाठीच्या आठ खुर्च्यांच्या रांगेकडे फडफडवत, चेहऱ्यावर उद्विग्नता आणून सांगितलं. ॲडम जरा घुटमळला. रॉक्सबर्ग यांचा चेहरा त्याच्या ओळखीचा होता. त्यांच्या समोरची खुर्ची त्यानं निवडली. आपली ब्रीफकेस समोर टेबलावर ठेवली आणि तो बसला. त्याच्या उजव्या बाजूला स्लॅटरींच्या दिशेने चार रिकाम्या खुर्च्या होत्या आणि तीन त्याच्या डाव्या बाजूला रिकाम्या होत्या. एखाद्याच्या मिळकतीत आपण बेकायदा एकटेच घुसलेलो आहोत, असं त्याला वाटत होतं.

''तुम्हा सर्वांना गव्हर्नर आणि अटॅर्नी जनरल हे माहीत आहेत, असं मी

समजून चालतो.'' जणूकाही तिथला प्रत्येक जण त्या दोघांना वैयक्तिकरीत्या नीटपणे भेटलेला होता.

''नाही, मी त्या दोघांनाही ओळखत नाही.'' आपलं डोकं किंचितसं हलवत ॲडम म्हणाला.

''मी डेव्हिड मॅकलिस्टर. मिस्टर हॉल, तुमची ओळख झाली म्हणून बरं वाटलं.'' गव्हर्नरसाहेब लगेचच म्हणाले. ते नेहमीच उत्साहात असलेले, आनंदी वृत्तीचे राजकारणी होते. त्यांनी एका ओळीत असलेले, एकाच आकाराचे सुबक दात दाखवत स्मितहास्य केलं.

''मलाही बरं वाटलं.'' किंचितसे ओठ हलवत ॲडम उत्तरला.

''आणि मी स्टीव्ह रॉक्सबर्ग.'' अटर्नी जनरल म्हणाले.

ॲडमने त्यांच्याकडे पाहून फक्त मान हलवली. त्यांचा चेहरा त्यानं वर्तमानपत्रात पाहिला होता.

रॉक्सबर्ग यांनी पुढाकार घेतला. त्यांनी लोकांकडे बोट दाखवत बोलायला सुरुवात केली. ''फौजदारी गुन्ह्यांसंबंधातले विनंतिअर्ज तपासून पाहण्याची आमची एक शाखा आहे. माझ्याबरोबर काम करणारे वकील केव्हिन लेअर्ड, बार्टमुडी, मॉरीस हेन्री, ह्यू सिम्स आणि जोसेफ एली ही त्या शाखेत काम करणाऱ्या वकिलांची नावं आहेत. हे सर्व जण मृत्यूची शिक्षा झालेल्यांकडून आलेल्या अर्जासंबंधी काम करतात.'' त्या सर्वांनी चेहऱ्यावर साशंकतेचे भाव ठेवून आज्ञाधारक असल्यासारख्या माना हलवल्या. ॲडमच्या विरुद्ध बाजूला बसलेल्यांची संख्या अकरा होती. मॅकलिस्टर यांनी त्यांच्या हाताखालच्या लोकांची ओळख करून देण्याची तसदी घेतली नाही. त्या सर्वांचे चेहरे डोक्यात प्रचंड वेदना असल्यासारखे किंवा मूळव्याधीच्या त्रासानं ग्रासल्यासारखे दिसत होते. त्यांच्यासमोर ठेवलेल्या अत्यंत गहन प्रश्नांची उत्तरं शोधण्यासाठी त्यांच्या डोक्यात विचारमंथन चालू होतं. त्यामुळे ते सर्व वैतागल्यासारखे दिसत होते.

''मि.हॉल, आम्ही घाई केलीये, असं आम्हाला वाटत नाही.'' वाचायचा चष्मा नाकावर सरकवत स्लॅटरी म्हणाले. ते रिगन यांच्या कारकिर्दीत उच्च न्यायालयात वर्णी लागलेले बेचाळीस ते चव्वेचाळीस वयाचे तरुण उमेदवार होते. ''आमच्या न्यायालयात तुम्ही तुमचा अधिकृत अर्ज केव्हा देणार आहात?''

''आजच.'' त्यांच्या कामाचा वेग पाहून ॲडम आश्चर्यचकित झालेला होता आणि थोडा बैचेनही झाला होता. मोटारीतून जॅक्सनला येत असताना ॲडमला ही प्रगती आशादायक वाटली होती. सॅम यांना काही सवलत मिळणार असेल, तर ती मध्यवर्ती सरकारच्या उच्चतम न्यायालयाकडून मिळण्याची शक्यता होती; राज्याच्या नव्हती.

“राज्याच्या न्यायालयाकडून आम्हाला कधी उत्तर मिळेल?” न्यायाधीशांनी रॉक्सबर्ग यांच्याकडे विचारणा केली.

“उच्चतम न्यायालयात जे मुद्दे उपस्थित केलेले आहेत, तेच जर आमच्याकडे आलेल्या अर्जात असतील, तर उद्या सकाळी.”

“मुद्दे तेच आहेत.” रॉक्सबर्ग यांना उद्देशून ॲडम म्हणाला, “मला इथे अकरा वाजता यायला सांगितलं होतं. मग ही चर्चा किती वाजता सुरू झाली?”

“मी जेव्हा ठरवलं, तेव्हा चर्चा सुरू झाली. मिस्टर ॲडम.” अत्यंत थंडपणे स्लॅटरी म्हणाले, “तुमचा त्यावर आक्षेप आहे?”

“हो. मी येण्यापूर्वी काही वेळ माझ्या अनुपस्थितीत ही चर्चा सुरू झालेली आहे.”

“पण त्यात गैर काय आहे? हे माझं ऑफिस आहे. मला जेव्हा वाटेल, तेव्हा मी चर्चा सुरू करू शकतो.”

“हो, पण मी केलेल्या अर्जावर चर्चा करण्यासाठी तुम्ही मला इथे बोलावलं होतं आणि मी त्या चर्चेसाठी पूर्ण वेळ इथे होतो, असं त्यात दिसेल; पण प्रत्यक्षात थोडी चर्चा माझ्या अनुपस्थितीत झालीये.”

“हॉल, तुमचा माझ्यावर विश्वास नाही?” स्लॅटरी पुढे होऊन त्यांच्या ढोपरावर ओणवे झाले. हे सर्वकाही घडत होतं, त्यात त्यांना आनंद वाटत होता, असं दिसत होतं.

“मी कोणावरही विश्वास ठेवू शकत नाही.” न्यायाधीश महाशयांकडे रोखून पाहत ॲडम म्हणाला.

“मि. हॉल, आम्ही तुमच्या कलाप्रमाणे घेत आहोत. तुम्हाला सांभाळून घेत आहोत. तुमच्या अशिलाकडे आता फार वेळ राहिलेला नाही, म्हणून आम्ही वेगानं गोष्टी निपटण्याचा प्रयत्न करत आहोत. एवढ्या घाईगर्दीनं हे चर्चासत्र आम्ही आयोजित केलं, त्याबद्दल तुम्हाला समाधान वाटायला पाहिजे.”

“त्याबद्दल मी तुमचा आभारी आहे.” ॲडम म्हणाला आणि त्यानं त्याच्या कायद्यासंदर्भात केलेल्या नोंदीकडे नजर टाकली. काही क्षण सर्वकाही शांत होतं. थोडासा तणाव कमी झाला.

स्लॅटरी यांनी एक कागद पुढे धरला आणि म्हणाले, “आज तुम्ही अर्ज सादर करा, त्यावरचं उत्तर राज्य उद्या सादर करेल. आठवड्याच्या शेवटी मी त्यावर विचार करून सोमवारी निर्णय देईन. त्याबाबत जर मला काही खुलासा हवासा वाटला, तर मी दोन्ही बाजूंना बोलावून घेईन. दोघांचं म्हणणं ऐकून दोन्ही बाजूंना तयारी करण्यासाठी किती वेळ लागेल, याची मला माहिती हवीये. मि. हॉल, तुम्हाला किती वेळ लागेल?”

सॅम यांचे आता बावीस दिवस राहिले होते. 'दोन्ही बाजूंचं म्हणणं ऐकण्याची तारीख लवकरात लवकर हवी.' साक्षीदारांबरोबरच्या थोडक्यातल्या, पण मुद्देसूद साक्षी, पुरावे, न्यायालयाकडून झटपट निर्णय यांची गरज होती. आता अशा प्रकारच्या, दोन्ही बाजूंचं म्हणणं ऐकून घेण्याच्या तयारीसाठी किती वेळ लागेल, याची ॲडमला काहीही कल्पना नव्हती. त्याने दोन्ही बाजूंचे मुद्दे ऐकण्याच्या, न्यायालयाच्या आणि त्यानंतर त्यावर आधारित निर्णय देण्यासारखं काम यापूर्वी कधी केलं नव्हतं; त्यामुळे त्याला जबर तणावाला सामोरं जावं लागणार होतं. शिकागोमध्ये तो किरकोळ चकमकींना सामोरा गेला होता, पण त्या वेळी त्याच्यामागे एमिट वायकॉफ सतत मदतीला हजर असायचे. इथे मात्र तो नवखा होता. न्यायालयाचं कामकाज चालणारी खोली कुठे होती, हेही त्याला माहीत नव्हतं.

ॲडमची परीक्षा घेणाऱ्या समोर बसलेल्या अकरा गिधाडांची ॲडमला या चर्चेतून नेमके काय साधायचं होतं, ते त्याला स्वत:लाच माहीत नाही, अशी कल्पना झालेली होती, हे ॲडमच्या लक्षात आलं होतं. ''मी एका आठवड्यात तयारी करू शकेन.'' त्यानं चेहऱ्यावर बराचसा धीटपणा आणून तो बोलला.

''ठीक आहे.'' एखाद्या गुणी मुलानं दिलेल्या उत्तरावर प्रतिक्रिया द्यावी, त्या आविर्भावात स्लॅटरी म्हणाले. एक आठवड्याचा काळ वाजवी होता. रॉक्सबर्ग त्यांच्या सहकाऱ्यांपैकी एकाच्या कानात काहीतरी पुटपुटले आणि त्या सर्वांना तो एक गमतीचा प्रकार वाटला. ॲडमनं त्यांच्याकडे दुर्लक्ष केलं.

स्लॅटरी यांनी एका शाईच्या पेननं काहीतरी खरडलं आणि त्याकडे पाहून थोडा विचार केला. नंतर ती नोंद त्यांनी त्यांचा मदतनीस ब्रेक याच्याजवळ दिली. त्यानं ती नीटपणे ठेवून दिली. नंतर न्यायाधीशसाहेबांनी भिंतीलगतच्या त्यांच्या न्यायदानातल्या कामात मदत करणाऱ्या एका जबाबदार व्यक्तीकडे नजर टाकली आणि नंतर ॲडमकडे पाहून म्हणाले, ''मि.हॉल, मला तुमच्याशी आणखी एका विषयासंबंधी बोलायचं आहे. तुम्हाला कल्पना असेलच की, शिक्षा अमलात आणण्याचा दिवस बावीस दिवसांवर येऊन ठेपला आहे, त्यामुळे मि. केहॉल यांच्यातर्फे अजून काही अर्ज तुम्हाला पाठवायचे आहेत का? अर्थात मी विनंती करतोय, हे जरा तुम्हाला विचित्रच वाटेल; पण मुळात सद्य:परिस्थितीच विचित्र आहे. मला प्रामाणिकपणे तुम्हाला सांगायचंय की, मृत्युशिक्षासंबंधात निर्णय घेण्याचा हा माझा पहिलाच प्रसंग आहे आणि शिक्षा जाहीर होऊन खूप काळ लोटलेला आहे. शिक्षा अमलात आणण्यासाठी दडपणपण वाढतंय, त्यामुळे सर्वांनी एकत्रितरीत्या निर्णय घेणं योग्य ठरेल असं मला वाटतं.''

म्हणजे दुसऱ्या प्रकारे महाशयांना असंच म्हणायचं होतं की, आता यापुढे कुठल्याही प्रकारच्या तहकुबीला स्थगिती मिळणार नव्हती. ॲडमनं क्षणभर विचार

केला. विनंती तशी सामान्य नव्हती; अन्याय्य होती. पण घटनेद्वारे ॲडमला कोणत्याही प्रकारचा अर्ज, कोणाच्याही दडपणाला बळी न पडता सादर करण्याचा हक्क होता आणि कोणत्याही प्रकारच्या आश्वासनांवर विश्वास ठेवण्याची त्याला गरज नव्हती. तो नम्रपणे मुद्दा मांडायचं ठरवून बोलू लागला, ''न्यायाधीश महाशय, मला यावर या क्षणी काही उत्तर देता येत नाहीये. कबूल करता येत नाहीये. पुढल्या आठड्यात मी काहीतरी सांगू शकेन.''

''ठीक आहे. नेहमीच्या प्रकारातले, शेवटच्या क्षणी करतात तसे विनंतिअर्ज तुम्ही सादर करा.'' रॉक्सबर्ग म्हणाले आणि त्यांचे सहकारी छद्मी हसत ॲडमकडे आश्चर्याने पाहत होते.

''या संबंधात मी माझ्या योजनांबाबत तुमच्याबरोबर किंवा न्यायालयाशी चर्चा करायला बांधील नाही.''

''बरोबर आहे तुमचं म्हणणं.'' मॅकलिस्टर यांना बोलायला काहीतरी कारण हवंच होतं. पाच मिनिटं न बोलता राहणं त्यांना अशक्य होतं.

रॉक्सबर्ग यांच्या उजव्या बाजूला जे करारी डोळ्यांचे वकील बसले होते, त्यांनी ॲडमवरची नजर दूर केलेली नव्हती. ते शिस्तबद्ध वाटत होते. वय प्रौढपणाकडे झुकत चाललेलं होतं. गुळगुळीत दाढी केलेली होती. ते टापटीप होते. मॅकलिस्टर यांची त्यांच्यावर मर्जी होती. बहुतेक चर्चेच्या दरम्यान ते बऱ्याच वेळा त्यांच्याकडे झुकून त्यांचा सल्ला, मत घेत होते. अटर्नी जनरल यांचा इतर नोकरवर्ग यांना मानत होता, असं दिसत होतं. त्यांचे विचार, त्यांचे निर्णय इतरांना मान्य होते. ॲडमने सादर केलेल्या अर्जात शेकडोंनी मुद्दे होते. त्यांपैकी एक मुद्दा डॉ. डेथ यांच्या संदर्भातला होता. त्याचा उल्लेख चर्चेच्या दरम्यान झाला होता. डॉ. डेथ हे मृत्युशिक्षा दिल्या गेलेल्या कैद्यांच्या शिक्षा लवकरात लवकर अमलात आणल्या जाव्यात, यासाठी विशेष प्रयत्नशील असायचे. रॉक्सबर्ग यांनी त्यांच्या सहकाऱ्यांची ओळख करून दिली होती, तेव्हा त्यांचं पहिलं किंवा शेवटचं नाव मॉरिस होतं, असं सांगितल्याचं आठवत होतं. म्हणजे ॲडमच्या अंदाजानुसार त्या दुष्ट, नीच माणसाचं नाव मॉरिस हेन्री असं होतं आणि टोपणनाव मि. डेथ असं होतं.

''ठीक आहे. तर आता तुम्ही लवकरात लवकर तुमचा अर्ज सादर करा.'' वैफल्याची झाक असलेल्या आवाजात स्लॅटरी सांगत होते, ''मला इथे चोवीस तास काम करत बसायचं नाही.''

''नाही साहेब, तसं करावं लागणार नाही.'' नाटकी सहानुभूती दाखवण्याच्या स्वरात ॲडम म्हणाला.

स्लॅटरींनी ॲडमकडे एकदा रोखून पाहिलं आणि नंतर त्यांच्या समोरच्या कागदपत्रांकडे वळले.

"बरं, आता गोष्टी ठरल्या. रविवारी रात्री आणि सोमवारी सकाळी तुम्ही तुमच्या टेलिफोनशीच थांबून राहा. माझा निर्णय झाल्याझाल्या मी तुम्हाला कळवीन. आता ही चर्चा इथे थांबली, असं मी जाहीर करतो."

सरकारी बाजूच्या लोकांची डावपेचांबद्दलची चर्चा थांबली होती. त्यांनी त्यांची त्यांची कागदपत्रं घेतली. आपापल्यात पुटपुटल्यासारख्या आवाजात काही जणांच्यात संवाद चालू होते. अ‍ॅडम दरवाजाच्या जवळच होता. त्यानं स्लॅटरी साहेबांना दिवसाच्या शुभेच्छा दिल्या आणि तो बाहेर पडला. अ‍ॅडमने त्यांच्या सचिवाकडे पाहून त्याचा हास्यपूर्ण मुद्रेनं निरोप घेतला आणि तो स्लॅटरी साहेबांच्या कचेरीच्या बाहेर आला. इमारतीतून बाहेर पडण्याच्या दिशेने तो चालायला लागला, तोच त्याच्या नावानं हाक मारून त्याला कोणीतरी साद घातली. ते गव्हर्नरसाहेब होते. त्यांचे दोन हुजरे त्यांच्या मागे होते.

"मला तुमच्याशी एक मिनिट बोलायचं आहे. चालेल?" मॅकलिस्टर यांनी त्यांचा हात हस्तांदोलनासाठी पुढे करत विचारलं. क्षणभरासाठी हस्तांदोलन झालं.

"कशाबद्दल?"

"म्हणजे पाचच मिनिटं. चालेल?"

गव्हर्नरसाहेबांच्या मागे काही फुटांवर एक मुलगा उभा होता. त्याच्याकडे पाहत अ‍ॅडमनं विचारलं, "संवाद फक्त दोघांच्यातलाच आणि त्याची कुठे नोंद होणार नसेल, तरच." तो म्हणाला.

"हो चालेल." मॅकलिस्टर म्हणाले आणि मग दोन झडपांच्या एका दरवाजाकडे त्यांनी बोट दाखवलं. न्यायाधीशांच्या छोट्या रिकाम्या खोलीत ते शिरले. त्या खोलीतले दिवे लावलेले नव्हते. गव्हर्नरसाहेबांचे हात मोकळे होते. त्यांची ब्रीफकेस आणि इतर सामान त्यांनी दुसऱ्या कोणाजवळ दिलेलं होतं. त्यांनी त्यांचे हात खिशात खोलवर घातले. कोर्टाच्या खोलीमध्ये, कोर्टाच्या कामकाजात भाग घेणारे म्हणजे कोर्टाचे कर्मचारी, न्यायाधीश, वकील मंडळी, आरोपी वगैरेंसाठीचा भाग इतर प्रेक्षकांच्या भागापासून एका रेलिंगने वेगळा केलेला असतो. त्या रेलिंगवर रेलून मॅकलिस्टर उभे होते. ते सडपातळ होते. चांगल्या पेहरावात होते. त्यांचा सूट उंची होता. अद्ययावत फॅशनचा टाय होता आणि नियमानुसार असणारा पांढरा सुती शर्ट अंगावर होता. वयाने ते चाळीसच्या आत होते आणि मोठ्या दिमाखानं ते प्रौढत्वाकडे झुकत चालले होते. कानाच्या खालच्या बाजूनं गालावर येणाऱ्या केसांमध्ये किंचितशी करड्या रंगाची छटा जाणवत होती. खूप काळजी वाटत असल्यासारख्या आवाजात त्यांनी विचारलं, "सॅम कसे आहेत?"

अ‍ॅडमनं खाकरल्यासारखं केलं आणि एकदा इकडेतिकडे पाहिलं. त्याने त्याची ब्रीफकेस जमिनीवर ठेवली आणि म्हणाला. "ओह! ते मजेत आहेत. तुम्ही चौकशी

करत होतात, ते मी त्यांना सांगेन. त्यांना आनंद वाटेल.''

''त्यांची तब्येत बरी नव्हती, असं ऐकलं होतं.''

''तब्येत? तुम्ही तर त्यांना ठार मारायला निघाला आहात आणि तुम्ही कसली त्यांच्या तब्येतीची चिंता करत आहात?''

''माझ्या कानावर आलं, म्हणून विचारलं.''

''तुमच्या कारवाईचा ते तिरस्कार करतात, असं म्हणलं तर चालेल? त्यांची तब्येत खराब आहे, पण ते आणखी तीन आठवडे नक्की काढू शकतील.''

''तिरस्कार हा प्रकार तर सॅम यांच्या बाबतीत नवा नाही, हे तूसुद्धा मान्य करशील ॲडम. माफ कर, तू माझ्यापेक्षा वयाने खूप लहान आहेस, म्हणून मी तुला ॲडम म्हणतो आहे.''

''माझी त्याला काही हरकत नाही आणि तिरस्कार त्यांच्या बाबतीत नवा नाही, म्हणजे नेमकं तुम्हाला काय म्हणायचं आहे?''

''एक म्हणजे मला तुझ्याबरोबरची ओळख वाढवायचीय. ॲडम, मला खात्री आहे की, आपण लवकरच एकत्र येणार आहोत.''

''हे बघा गव्हर्नरसाहेब, मी माझ्या अशिलाबरोबर जो करार केला आहे, त्यानुसार तुमच्याबरोबर संभाषण करायला मला बंदी आहे आणि मी पुन्हा सांगतो की, ते तुमचा तिरस्कार करतात. तुमच्यामुळेच ते मृत्युदंडाची शिक्षा झालेल्यांच्या तुरुंगात आहेत. सर्वच गोष्टींसाठी ते तुम्हाला दोष देतात आणि आपण आत्ता बोलतोय हे जर त्यांना कळलं, तर ते मला काढून टाकतील.''

''तुझे स्वत:चे आजोबा तुला काढून टाकतील?''

''हो आणि मला तशी खात्री आहे. मी आज सॅम केहॉल यांच्यासंबंधी तुमच्याबरोबर चर्चा केली, असं जर उद्याच्या वर्तमानपत्रात छापून आलं, तर मला परत शिकागोला परतावं लागेल. त्यामुळे कदाचित सॅम यांची मृत्यूची शिक्षा लवकरात लवकर अमलात आणली जाण्याच्या प्रयत्नांना खीळ बसेल, कारण सॅम यांना कोणी वकील असणार नाही आणि वकील नसलेल्या कैद्याची मृत्युशिक्षा कायद्याप्रमाणे अमलात आणता येत नाही.''

''असं कोण म्हणतं?''

''साहेब, तुम्ही त्याबाबत काहीही न बोललेलं बरं. बरोबर?''

''मी बोलणार नाही, हा माझा तुला शब्द आहे; पण आपण जर काही बोललंच नाही, तर दयायाचनेबाबतच्या अर्जाबद्दल चर्चा कशी होणार?''

''त्याबद्दल मला काही माहीत नाही. माझ्या मतानुसार आपण अद्याप त्या टप्प्यापर्यंत पोचलेलो नाही.''

मॅकलिस्टर यांचा चेहरा नेहमीच आनंदी असायचा. त्यांच्या चेहऱ्यावर आकर्षक

असं हास्य कायमच असायचं.

"तू क्षमायाचनेच्या अर्जाचा विचार तरी केलेला आहेस की नाही?"

"हो, पण त्याला अद्याप तीन आठवडे बाकी आहेत. मी त्यावर विचार केला. प्रत्येक कैद्याला तशी माफी मिळेल अशी अशा असते आणि गव्हर्नरसाहेब, तुम्ही त्यांच्या अशा अर्जांना माफी दिली पाहिजे, असंही नाही. कारण तुम्ही एकाला माफ कराल आणि इतर पन्नास जणं तुमच्याकडून तशा माफीची अपेक्षा करतील; पन्नास कुटुंबं तुम्हाला पत्रं लिहून दिवसरात्र तुम्हाला फोन करतील. तुमच्या कचेरीत पन्नासएक वकील त्या कामात गढलेले असणार. तुम्हाला आणि मला दोघांनाही हे माहीत आहे की, तसं घडू शकणार नाही."

"त्यांची मृत्यूची शिक्षा अमलात आणली पाहिजे, असं माझं मत नाही."

हे बोलत असताना त्यांनी त्यांची नजर तिसरीकडेच फिरवली. न जाणो, त्यांच्या हृदयात एखादा दयेचा पाझर फुटला होता की काय किंवा वाढत्या वयामुळे सॅम यांना शिक्षा देण्याच्या उत्साहाची धार कमी झालेली होती. ॲडम दुसरंच काही बोलण्याच्या बेतात होता, तोच त्यांच्या वाक्यातल्या शब्दांचा मथितार्थ त्याच्या लक्षात आला. त्यानं त्याची नजर जमिनीकडे वळवली. गव्हर्नरसाहेबांच्या बुटाला काही दोऱ्यांचे झुपके होते, त्यावर त्यानी लक्ष केंद्रित केलं. गव्हर्नरसाहेब गहन विचारात होते.

"मलाही वाटतं की, त्यांची शिक्षा अमलात आणली जाऊ नये." ॲडम म्हणाला.

"तुला त्यांनी कितपत सांगितलं आहे?"

"कशाबद्दल?"

"क्रॅमर बॉम्बस्फोटाबद्दल."

"त्यांच्या म्हणण्यानुसार त्यांनी मला सर्व सांगितलंय."

"पण तुला काही शंका आहेत?"

"हो."

"बरोबर. मलासुद्धा काही शंका आहेत आणि त्या फार पूर्वीपासून आहेत."

"कारण काय?"

"कारणं बरीच आहेत. जेरेमी डोगान हा एक नंबरचा खोटारडा माणूस होता आणि तुरुंगात जाणं हे त्याला मरणप्राय, भीतिदायक वाटत होतं. आयकर खात्याच्या लोकांनी त्याला चिमट्यात पकडलं होतं आणि त्याच्यावर गुन्हा सिद्ध होऊन त्याला तुरुंगात जायला लागलं, तर तुरुंगात त्याच्यावर बलात्कार होईल, कृष्णवर्णीयांकडून त्याच्यावर अनन्वित अत्याचार होतील, त्याचा ते जीव घेतील या भीतीनं तो धास्तावला होता. डोगान तसा महाहुशारही होता, पण काहीकाही

गोष्टींबद्दल अनभिज्ञसुद्धा होता. दहशतवादी कारवायांतल्या त्याच्या सहभागाबद्दल त्याला पकडणं फार अवघड होतं; पण त्याला गुन्हेगारी न्यायव्यवस्थेतली फार माहिती नव्हती. माझी कायमच अशी धारणा झालेली होती की, एफ.बी.आय.च्याच लोकांनी त्याला सांगितलं होतं की, सॅमवर गुन्हा सिद्ध व्हायलाच हवा. तसं जर घडत नसेल, तर आयकर खातं डोगानवर आरोपपत्र करणार आणि त्याची तुरुंगात रवानगी होणार. सॅम याच्यावरचा गुन्हा सिद्ध होण्यासाठी डोगानने जरूर तशी साक्ष दिली असती, तर डोगानवर आयकर खातं आरोपच ठेवणार नव्हतं, त्यामुळे त्याने मोठ्या उत्साहाने साक्ष दिली. न्यायनिवाडा करणाऱ्या समितीनं सॅमला दोषी ठरवावं, असं डोगानला निराशेपोटी वाटलं होतं.''

''म्हणून तो खोटं बोलला?''

''मला माहीत नाही, पण तो खोटं बोलला असेलही.''

''खोटं कशाबद्दल बोलल्याची शक्यता आहे?''

''सॅम यांच्याबरोबर कोणी मदतनीस होते का, असं तू सॅम याला विचारलंस का?''

ॲडम क्षणभर थांबून होता. त्यानं प्रश्नांचं विश्लेषण केलं.

''मी आणि सॅम यांनी नेमकी कशाबद्दल चर्चा केली, हे मी या ठिकाणी सांगू शकत नाही. ते सर्व गुप्त-खाजगी ठेवण्याच्या सदरात येतं.''

''तू म्हणतोस ते अगदी बरोबर आहे. या राज्यात असे अनेक लोक आहेत की, ज्यांना सॅम यांची शिक्षा अमलात आणली जाऊ नये, असं वाटतं; पण तसं ते उघडपणे बोलू शकत नाहीत.'' मॅकलिस्टर आता ॲडमच्या चेहऱ्यावरचे भाव जास्त सूक्ष्मपणे निरखायला लागले होते.

''तुम्ही त्यांच्यापैकी एक आहात?''

''मला माहीत नाही, पण जर त्या वेळी मार्विन क्रॅमर यांना किंवा त्यांच्या दोन मुलांना मारण्याची सॅम यांची खरोखरच इच्छा नव्हती, तर काय? ठीक आहे, त्या वेळी सॅम तिथे होते, त्यांच्यापैकी एक होते; पण सॅम यांच्याखेरीज आणखी तिसऱ्यानंच क्रॅमर कुटुंबातलं कोणी मारलं जावं, अशा वाईट हेतूनं तो स्फोट घडवून आणला असेल तर?''

''मग आपण सॅम यांनासुद्धा दोषी धरलं पाहिजे.''

''बरोबर, ते निष्पाप आहेत, असं मी म्हणत नाही; पण मृत्यूची शिक्षा देण्याइतपत तरी त्यांना दोषी समजण्यात येणार नाही. याचाच मला त्रास होतो ॲडम आणि सॅम यांच्याबरोबर त्यांना कोणी साक्षीदार होता, असं ते स्वत:हून कधी सांगणार नाहीत.''

''खरं म्हणजे मी हा मुद्दा इथे उपस्थित करूच शकत नाही.''

गव्हर्नरसाहेबांनी खिशातून हात बाहेर काढून ॲडमला त्यांचं एक ओळखपत्र दिलं, ''मागल्या बाजूला दोन टेलिफोन नंबर आहेत. त्यातला एक माझा खाजगी ऑफिस फोननंबर आहे आणि दुसरा माझ्या घरचा आहे. आपल्यामधलं फोनवरचं संभाषण गुप्त राखलं जाईल, याची मी तुला हमी देतो. कॅमेऱ्यासमोर काही काही वेळा मला माझ्या मनाविरुद्ध बोलावं लागतं आणि माझ्या पैशासाठी ते आवश्यकही असतं, पण माझ्यावर विश्वास ठेव.''

ॲडमनं ते पत्र घेतलं आणि मागच्या बाजूला हस्ताक्षरात लिहिलेले नंबर पाहिले.

''एखाद्याच्या बाबतीत मृत्युदंडाची शिक्षा देणं योग्य नाही, असं जर माझं मन मला सांगत असेल आणि त्याला जर मला माफी मिळवून देता आली नाही, तर मी माझं पुढचं आयुष्य सुखानं जगू शकणार नाही.'' दरवाजाकडे जाताजाता मॅकलिस्टर म्हणाले, ''मला लवकरात लवकर फोन कर. हे प्रकरण हाताबाहेर जायला लागलंच आहे. दररोज त्यासंबंधात मला वीसवीस फोन येतात.''

त्यांनी ॲडमकडे पाहत डोळे मिचकावले आणि पुन्हा एकदा हास्याद्वारे त्यांचे चमकणारे, एकसारखे दात दाखवले आणि खोलीबाहेर पडले.

भिंतीलगत एक खुर्ची होती. त्यात हातात गव्हर्नरांचं ओळखपत्र घेऊन ॲडम बसला. सोनेरी उठावाचं नक्षीकाम असलेल्या त्या ओळखपत्रावर त्यांच्या कचेरीच्या हुद्द्याची अधिकृत मोहोर होती. 'दिवसागणिक वीस फोन! त्याचा अर्थ काय? या सर्वांना सॅम यांची शिक्षा त्वरित अमलात आणायला हवीये? का त्यांना माफी द्यावी, अशासाठी ते असतील? या राज्यातल्या अनेकांना सॅम यांची शिक्षा अमलात येऊ नये, असं वाटतं,' असं ते म्हणाले. ॲडमनं त्यांना मिळणारी मतं आणि गमावू शकणारी मतं याची गणितं मांडायला सुरुवात केलेली.

२४

स्वागतकक्षातल्या स्वागतिकेच्या चेहऱ्यावर नेहमीचं आल्हाददायक हास्य नव्हतं. ॲडम त्याच्या ऑफिसच्या दिशेनं जायला लागला, तेव्हा इमारतीतल्या कर्मचाऱ्यांच्यात, वकिलांच्यात खिन्न, उदास वातावरण होतं. परिसरातला गोंगाट नेहमीपेक्षा कमी पातळीवरचा होता. नेहमीचे व्यवहार, कामं मनापासून चाललेली वाटत होती.

शिकागोहून काही कर्मचारी आलेले होते. असं बऱ्याच वेळा व्हायचं, पण ते नेहमीच तपासणीसाठीच यायचे, असं नसायचं. बऱ्याच वेळा एखादा अशील या भागातला असायचा. त्याच्या जरुरीनुसार कोणीकोणी यायचं किंवा सरकारी अधिकारी किंवा राजकारणी व्यक्तीबरोबर काहीकाही वेळा बैठका, चर्चा आयोजित केलेल्या असायच्या. त्यासाठीसुद्धा काही मंडळी यायची. शिकागोहून आलेल्यांपैकी कोणी मेम्फिसमधल्या कचेरीतल्या कोणाला कामावरून काढून टाकलंय असं कधी घडलं नव्हतं किंवा कोणाबरोबर त्यांचा कधी शाब्दिक वाद झाला नव्हता. तरीही ही मंडळी परत शिकागोला जाईपर्यंत मेम्फिसच्या कचेरीतलं वातावरण तणावाचं राहायचं, ही गोष्ट खरी होती.

ॲडमनं त्याच्या ऑफिसचा दरवाजा उघडला आणि आत पाऊल ठेवलं आणि समोर आले इ. गार्नर गुडमन. त्यांच्या चेहऱ्यावर चिंता होती. कडक इस्त्रीचा पांढरा शर्ट आणि गळ्याशी रंगीत आणि विचित्र आकाराची चित्रं असलेला बो टाय असा त्यांचा पेहराव होता. त्यांच्या डोक्यावर झुडपासारखे करड्या रंगाचे दाट केस होते. ते खोलीत येरझारा घालत होते आणि ॲडमनं खोलीत प्रवेश केला, तेव्हा ते अगदी त्याच्या समोरच उभे ठाकलेले त्याला दिसले. ॲडमनं त्यांच्याकडे रोखून पाहिलं आणि त्यांचा हात हातात घेऊन घाईघाईनं हलवला.

''ये, आत ये.'' ॲडमच्या मागे दार लावून घेत गुडमन यांनी ॲडमला आत घेतलं. ते अद्याप हसले नव्हते.

''तुम्ही इथे काय करताय?'' ॲडम त्याच्या टेबलाकडे जात असताना हे

म्हणाला. आता ते एकमेकांसमोर आमनेसामने होते.

गुडमननी त्यांच्या दाढीवर थोपटल्यासारखं केलं. नंतर त्यांनी त्यांचा बो टाय सारखा केला, ''आणीबाणीसारखी परिस्थिती उद्‌भवली आहे. तुला वाईट वाटणार आहे, याची मला कल्पना आहे.''

''काय घडलंय तरी काय?''

''तू आधी बसून घे. एक मिनिट थांब.''

''नाही, मी ठीक आहे. काय आहे, ते मला सांगा.''

गुडमन बसून घ्यायला सांगत होते, याचा अर्थ, काहीतरी गंभीर घडलेलं होतं.

गुडमननी परत त्यांच्या बो टायशी चाळा केला. त्यांच्या दाढीवर हात घासला आणि म्हणाले, ''सकाळी नऊ वाजता एक घटना घडली. हे बघ, आपल्या कंपनीत नोकरीला असलेल्या व्यक्तींच्या बाबतीतले प्रश्न हाताळण्यासाठी पंधरा भागीदार सदस्य असलेली एक समिती आहे. हे सर्व सदस्य तरुण पोरं आहेत. या समितीच्या अखत्यारीत आणखी काही उपसमित्या आहेत. त्यातली एक समिती नवीन उमेदवार घेण्यासाठी, एक कामं देण्यासाठी, एक शिस्तपालनासंबंधी, एक भांडणतंटे सोडवण्यासाठी आणि एक कोणाला नोकरीवरून कमी करण्यासाठी. तर नोकरीवरून कोणाला काढायचं, याचा निर्णय घेणाऱ्या उपसमितीनं आज सकाळी एक सभा घेतली आणि तू अंदाज बांध की, कोणी हे सर्व घडवून आणलं असेल.''

''डॅनियल रोझेन.''

''डॅनियल रोझेन. हो! हे उघड होतं की, तो या उपसमितीच्या सभासदांच्या मागे दहा दिवस होता आणि त्यानं तुला काढून टाकावं, यासाठी पुरेशी मतं जमा केलेली आहेत.''

ॲडम त्याच्या टेबलाजवळच्या खुर्चीत बसला. गुडमन त्याच्या समोरच्या खुर्चीत स्थानापन्न झाले.

''या उपसमितीचे सात सदस्य आहेत. रोझेनच्या विनंतीनुसार त्यातले पाच जण आज सकाळी एकत्र आले म्हणजे पुरेशा गणसंख्येइतपतच सभासद जमवले होते. अर्थातच रोझेननं मला याबद्दल काहीही सांगितलं नव्हतं किंवा इतर कोणालाही त्याची कल्पना दिली नव्हती. तुला माहीत आहे की, जर कोणाला कामावरून कमी करायचं असेल, तर त्याबाबतच्या सभा किंवा चर्चासत्रं गुप्त राखली जातात. कारणं उघड असतात, त्यामुळे इतर कोणाला त्याची माहिती देणं जरुरीचं नसतं.''

''मलासुद्धा नाही?''

''नाही. तुलासुद्धा नाही. फक्त तुझाच मुद्दा पटलावर होता आणि सभा एक तासाच्या आत आटपली. रोझेन जेव्हा आत गेला, तेव्हा त्याच्याकडे भलंमोठं बाड होतं. मोठ्या निकरानं, ताकदीनिशी त्याने त्याचे मुद्दे मांडले. तुला माहीत आहेच

की, गेली तीस वर्षं न्यायालयातनं मोठ्या हिरिरीनं भांडणारा एक वकील म्हणून तो प्रसिद्ध होता. कामावरून काढून टाकण्यासंबंधातल्या चर्चासत्रातल्या तपशिलांच्या अधिकृतरीत्या नोंदी होतात. न जाणो, एखाद्याच्या बाबतीत न्यायालयात जावं लागतं, त्यामुळे रोझेननं त्या संबंधातल्या तपशिलांच्या व्यवस्थित नोंदी ठेवलेल्या आहेत. त्याचा महत्त्वाचा मुद्दा म्हणजे तू जेव्हा क्रॅव्हिट्स आणि बेन कंपनीत नोकरीसाठी अर्ज केलास, त्या वेळी तू खोटेपणाने वागलास. त्यामुळे कंपनीला कंपनीच्या फायद्यासंदर्भात काही अडचणी येऊ शकतात, वगैरे वगैरे. सॅम आणि तुझ्या नात्याबाबत वर्तमानपत्रांतून आलेल्या बातम्यांची बरीच कात्रणं त्यानं जमवलेली आहेत आणि त्याचा मुद्दा असा आहे की, तू कंपनीला अडचणीत टाकलं आहेस. त्यानं तयारी खूप केली होती. मागच्या सोमवारी माझ्याबरोबर त्याबाबत तो ओझरतं बोलला होता, पण त्याचा अंतःस्थ हेतू माझ्या लक्षात आला नव्हता.''

''आणि त्यावर मतदान झालं?''

''चार विरुद्ध एक. तुला काढून टाकण्याच्या बाजूनं.''

''हरामी आहेत सर्व जण!''

''हो, माझंसुद्धा तसंच मत आहे. रोझेनबरोबर माझासुद्धा पूर्वी काही वेळा संघर्ष झालेला आहे. तो माणूस अतिशय खुनशी आहे. त्याला स्वतःच्या मनाप्रमाणे गोष्टी करून घेता येतात. आता त्याला न्यायालयात जाऊन भांडण्याची संधी मिळत नाही, म्हणून तो ऑफिसमध्ये अशी भांडणं उकरून काढतो. आता सहा महिन्यांत तो निवृत्त होणार आहे.''

''या क्षणी त्याचासुद्धा मला आनंद वाटतोय.''

''तरीपण आशेचा एक किरण आहे. नंतर या बातमीचा सुगावा माझ्या ऑफिसमधल्या कर्मचाऱ्यांना लागला आणि सुदैवाने एमिट वायफॉक त्या वेळी तिथे होता. मग आम्ही रोझेनच्या ऑफिसमध्ये गेलो. तिथे प्रचंड वादावादी झाली. मग आम्ही फोन हातात घेतला आणि उपसमितीतल्या सर्व सभासदांना फोन केले आणि नोकरीवरून कोणाला कमी करायचं, याचे निर्णय घेणाऱ्या उपसमितीच्या सर्वच्या सर्व सभासदांची एक सभा सकाळी आठ वाजता घेण्यात येणार आहे, हे सर्वांना कळवलं आणि त्यात तुला कामावरून कमी करण्याबाबत घेतलेल्या निर्णयावर पुनर्विचार होणार आहे आणि त्या सभेला तुला हजर राहावं लागेल.''

''सकाळी आठ वाजता?''

''हो, हे सर्व सभासद फार कामात असतात. बऱ्याच जणांना नऊ वाजता न्यायालयात हजर व्हायचं आहे. काही जणांना दिवसभर चालणाऱ्या चर्चासत्रांसाठी जायचंय. पंधरा जणांपैकी पुरेशी गणसंख्या होण्यासाठी लागणाऱ्या व्यक्ती उपस्थित झाल्या, तरी खूप आहे.''

"पुरेशी गणसंख्या म्हणजे किती?"

"दोन तृतीयांश. म्हणजे जर तिथे दहा जण जमले नाहीत, तर मात्र आपण अडचणीत येऊ शकतो."

"अडचण? असं का म्हणता तुम्ही?"

"म्हणजे परिस्थिती आणखी बिघडू शकते. सकाळी जर पुरेशी गणसंख्या जमली नाही, तर तीस दिवसांत पुनर्विचारार्थ सभा घेण्याची विनंती तू करू शकतोस."

"आणि सॅम तर तीस दिवसांच्या आतच मृत्युमुखी पडणार आहेत."

"तसं होईलच असं नाही. कुठल्याही परिस्थितीत सकाळी चर्चा होणारच. एमिट आणि मला नऊ सभासदांनी उपस्थित राहण्याचं कबूल केलंय."

"आज सकाळी माझ्या विरोधात ज्या चार जणांनी मतदान केलंय, त्यांचं काय?"

गुडमन हसले आणि त्यांनी नजर दुसरीकडेच फिरवली, "रोझेननं ते चार जण तिथे येणारच, अशी व्यवस्था केली, तर मात्र अडचण येऊ शकते."

ॲडमनं एकदम टेबलावर दोन्ही हात आपटले, "म्हणजे मला जायला लागणारच."

"जाण्याचा प्रश्नच कुठे येतो? त्यांनी तुला आधीच काढून टाकलंय. तुझं काम थांबवतील."

"म्हणजे मला भांडता येणार नाही. नीच आहेत सारे!"

"हे बघ ॲडम, ऐकून घे."

"नाही, हे सर्व नालायक लोक आहेत."

गुडमननी थोडी माघार घेतली आणि ॲडमला जरा शांत होऊ दिलं. त्यांनी त्याचा बो-टाय पुन्हा सारखा केला आणि त्यांची दाढी किती वाढलेली होती, याचा अंदाज घेतला. त्यांनी हाताची बोटं टेबलावर आपटली आणि म्हणाले, "आमचं सकाळचं बोलणं तरी आम्हाला आशादायक वाटतंय. एमिटलाही तसंच वाटतंय. माझंही तसंच मत आहे. या बाबतीत आपली कंपनी तुझ्यामागे उभी आहे. तू जे काय करतो आहेस, त्यावर आमचा विश्वास आहे आणि खरं पाहिलं, तर यातून कंपनीला जी प्रसिद्धी मिळते आहे, त्याचा आम्हाला आनंद होतोय. याबद्दलच्या चांगल्या गोष्टी शिकागोच्या वर्तमानपत्रांतून छापून आल्या आहेत."

"कंपनी माझ्या बाजूनं आहे, याची मला कल्पना आहे."

"तू माझं ऐक. आम्ही उद्या हे निभावून नेऊ, असं आम्हाला वाटतंय. बोलण्याचं सर्व काम मी करीन. वायकॉफ दुसरीकडून दडपण आणण्याचं काम करतोय. त्यांना सरळ करणारे इतर लोक आपल्याकडे आहेत."

''गुडमनसाहेब, रोझेन वेडा माणूस नाही. त्याला फक्त जिंकणंच माहीत आहे. माझी त्याला पर्वा नाहीये. सॅमची तर त्याला काहीही काळजी नाही. तुम्ही किंवा इतर कोणीही त्याच्या वाटेत आलं, तर तो त्यांना धुडकावून लावू शकतो. त्याला फक्त त्याचंच म्हणणं खरं करायचं आहे. ही एक स्पर्धा आहे. तो आत्तासुद्धा मतं पक्की करण्याकरता सभासदांना फोन करत असेल.''

''मग आपण त्याला लढत द्यायचीच. आपण थेट उद्याच्या सभेमध्ये घुसायचं आणि रोझेनबद्दल सर्वकाही सांगायचं. त्याला एक अत्यंत वाईट, दुष्ट माणूस म्हणून सिद्ध करायचं. हे बघ ॲडम, त्याला खरोखर एकही मित्र नाहीये.''

ॲडम खिडकीजवळ गेला. ऊन येऊ नये म्हणून उभ्या पट्ट्या पडद्यासारख्या लावलेल्या होत्या. त्या बाजूला करून त्याने खिडकीबाहेर नजर टाकली. खालच्या बाजारपेठेतल्या रस्त्यालगतच्या पदपथावर चालत जाणारी खूप मंडळी दिसत होती. दुपारनंतरचे पाच वाजायला आले होते. त्याच्याकडे म्युच्युअल फंडातले पाच हजार डॉलर होते आणि त्याला खरोखरच काटकसरीनं राहायची वेळ आली, तर सहा महिनेसुद्धा हे पैसे पुरणार नव्हते. त्याचा वार्षिक पगार बासष्ट हजार डॉलर होता आणि नजीकच्या भविष्यात तशा प्रकारची नोकरी मिळवणं फार अवघड गोष्ट होती; पण पैशाबद्दलची चिंता करण्याचा त्याचा स्वभाव नव्हता. त्याच्या दृष्टीनं पुढचे तीन आठवडे फार काळजी करण्यासारखे होते. मृत्यूची शिक्षा वाचवणाऱ्या वकिलाचं काम अंगावर घेऊन दहा दिवस झाल्यानंतर त्याला आणखी कोणाच्यातरी मदतीची गरज भासायला लागली होती.

''यातून शेवटी निष्पन्न काय होणार आहे?'' बराच काळ शांततेत गेल्यानंतर त्यानं विचारलं.

गुडमन सावकाश त्यांच्या खुर्चीतून उठले आणि चालत दुसऱ्या खिडकीशी गेले. ''महाभयानक कटकटीचा काळ जाणार आहे. पुढच्या चार दिवसांत तुला झोप घ्यायलासुद्धा मिळणार नाही. सर्वच आघाड्यांवर तुला धावावं लागणार आहे. न्यायालयांचे निवाडे बेभरवशाचे असतील. ही सर्व व्यवस्थाच बेभरवशाची आहे. ज्यांचा काही उपयोग होणार नाही, असे अनेक विनंतिअर्ज, याचिका तुला न्यायालयात सादर कराव्या लागणार आहेत. वर्तमानपत्रं तुला छळतील आणि सर्वात महत्त्वाचं म्हणजे तुझ्या पक्षकारासाठी तुला यातूनही जास्तीत जास्त वेळ काढावा लागणार आहे. डोकं भंडावून टाकणारं काम आहे आणि तेसुद्धा विनामोबदला करायचं.''

''म्हणून मला मदत हवीये.''

''हो, लागणारच. ही सर्व कामं तुला एकट्याला करणं अवघड आहे. मेआनार्ड टोलची शिक्षा जेव्हा आम्ही अमलात आणली, त्या वेळी जॅक्सनमधला एक वकील गव्हर्नरसाहेबांच्या ऑफिसमध्ये ठेवला होता. जॅक्सनच्या सर्वोच्च

न्यायालयात एक वकील ठेवला होता, एक वॉशिंग्टनमध्ये आणि दोघं मृत्यूची शिक्षा झालेल्यांच्या 'रो' तुरुंगात ठेवले होते. यानंतरचा तुझा लढा असा असणार आहे आणि त्यासाठी तुझ्यामागे कंपनीच्या सर्व साधनांचा आधार असणं आवश्यक आहे. तुला एकट्याला हे जमणार नाही. सर्व समूहाला एकत्रितरीत्या हे काम करावं लागणार आहे.''

"म्हणजे हा खिंडीत गाठण्यासारखा प्रकार आहे.''

"एक वर्षापूर्वी तू विधीविश्वविद्यालयात होतास आणि आता तुला ते कामावरून काढून टाकायच्या प्रयत्नात आहेत, हे खूप त्रासदायक आहे. पण ॲडम, तू माझ्यावर विश्वास ठेव. या कंपनीचा तू पुढे एक भागीदार होशील आणि तूही भविष्यात कदाचित अशाच प्रकारे वागशील.''

"मी यावर पैज मारू शकत नाही.''

"आपण शिकागोला जाऊ. सव्वासातच्या विमानाची माझ्याकडे दोन तिकीटं आहेत. साडेआठपर्यंत आपण शिकागोत पोहचू. तिथे आपण एक चांगलं हॉटेल शोधू.''

"मला काही कपडे घ्यावे लागतील.''

"चालेल. मला साडेसहाला विमानतळावर भेट.''

चर्चा चालू होण्यापूर्वीच प्रश्नावर तोडगा काढण्यात आलेला होता. कामावरून कमी करण्याबाबतचे निर्णय घेणाऱ्या उपसमितीचे अकरा सदस्य उपस्थित होते. गणसंख्या पुरी व्हायला ते पुरेसे होते. साठाव्या मजल्यावरच्या ग्रंथालयाच्या खोलीत त्या सर्वांनी त्यांना बंद करून घेतलं होतं. एका लांब टेबलाशी सर्व जण बसले होते. टेबलावर मध्यभागी गरम कॉफीची व्यवस्था होती. सदस्यांनी त्यांच्याबरोबर कामांची जाडजाड बाडं, बोललेलं रेकॉर्ड करण्यासाठीची यंत्रं आणलेली होती. खिशांत दिवसाच्या कामांचे तपशील लिहिलेले कागद होते. एकानं त्याची सेक्रेटरी बरोबर आणलेली होती. ती हॉलमध्ये एका खुर्चीत बसून टिपणं करत होती. ही सर्व अत्यंत उद्योगी मंडळी होती. एका तासानंतर यापैकी प्रत्येक जण थकवून टाकणारी चर्चासत्रं, जबान्या घेणं, कोर्टातले खटले, त्यासाठी लागणारी तयारी करणं, टेलिफोन घेणं वगैरेमध्ये अडकून जाणार होते. दहा पुरुष आणि एक महिला. बहुतेक सर्व चाळीशीच्या आसपासचे, क्रॅव्हिट्ज आणि बेन कंपनीचे जबाबदार भागीदार होते आणि प्रत्येक जण त्याच्या रोजच्या कामाला लागायला उत्सुक होता.

ॲडमबद्दलचा मामला हा त्यांच्या दृष्टीनं एक कटकट होती. कामावरून काढून टाकण्यासाठीची समिती त्यांच्यासाठी एक त्रासच होता. इतर कोणत्याही समितीवर काम करण्यासारखा आनंद यामध्ये नव्हता; पण त्यांची निवड झालेली

होती आणि ती टाळणं त्यांना शक्य नव्हतं. सर्व जणांनी कंपनीकरता एकदिलानं, सांघिक वृत्तीनं हे काम करणं जरूर होतं.

साडेसात वाजता अॅडम ऑफिसमध्ये आला होता. दहा दिवस तो बाहेर होता. इतका जास्त काळ बाहेर राहण्याची ही त्याची पहिलीच वेळ होती. अॅडम जे काम करत होता, ते एमिट वायकॉफने दुसऱ्या एका तरुण सहकाऱ्यावर सोपवलं होतं. नवीन उमेदवारांची क्रॅक्हिट्झ आणि बेनमध्ये कधीच कमतरता नव्हती.

साठाव्या मजल्यावरच्या ग्रंथालयाजवळच्या एका छोट्या सभेसाठीच्या खोलीत अॅडम थांबून होता. तो अस्वस्थ होता, बैचेन होता; पण तो भाव त्याच्या चेहऱ्यावर कोणाला दिसणार नाही, याची खबरदारी तो घेत होता. सकाळची वर्तमानपत्रं चाळत, तो कॉफीचे घुटके घेत होता. पार्चमनचा तुरुंग आता खूप दूर होता. कामावरून कमी करणाऱ्यांच्या समितीतल्या सदस्यांची नावं त्यानं वाचली. त्यांपैकी कोणालाही तो ओळखत नव्हता. पुढच्या एका तासात ही अनोळखी मंडळी त्याला कामावरून कमी करण्याबाबतची चर्चा करणार होती. त्यानंतर झटपट मतदान होऊन नंतर त्यांच्या त्यांच्या महत्त्वाच्या कामांसाठी जाणार होती. आठच्या पूर्वी काही मिनिटं वायकॉफ अॅडमला 'हॅलो' म्हणून गेले होते. अॅडमने त्यांना फार अडचणीत टाकल्याबद्दल त्यांची माफी मागितली आणि या चर्चेचा निकाल त्यांना हवा तसाच लागणार होता, असं एमिटनं अॅडमला आश्वासन दिलं होतं.

आठ वाजून पाच मिनिटांनंतर दार उघडून गार्नर गुडमन आत आले आणि म्हणाले, "सर्वकाही ठीक चाललं आहे." अगदी कुजबुजल्यासारख्या आवाजात ते म्हणाले, "आत्ता तिथे अकरा जण उपस्थित आहेत. आपल्याला पाच जणांकडून वचनं मिळालेली आहेत. रोझेनच्या बाजूनं मत देणारे तिघं आहेत. दोन-तीन मतं त्याला कमी पडण्याची शक्यता आहे."

"रोझेन तिथे आहेत?" ते तिथे असणार, हे माहीत असूनही अॅडमनं विचारलं. 'न जाणो, तो झोपेतच खलास झालेला असेल तर बरं!'

"हो, अर्थातच! पण मला वाटतं तो काळजीत आहे. रात्री दहा वाजेपर्यंत एमिट सर्वांना फोन करून सांगत होता. आपल्याला मतं मिळतायंत, हे रोझेनला कळलं आहे." गुडमन हे सांगून दरवाजातून निघून गेले.

सव्वाआठ वाजता समितीच्या अध्यक्षांनी जरूर तेवढी गणसंख्या असल्याचं सांगून सभा सुरू झाल्याचं जाहीर केलं. सभापटलावर 'अॅडम हॉलला काढून टाकणं' हा एकच विषय होता आणि हाच विषय सभा भरवण्यासाठी एकमेव कारण होतं. एमिट वायकॉफ सर्वप्रथम बोलायला उभा राहिला आणि अॅडम हॉल हा किती उपयोगाचा आणि चांगला माणूस होता, हे दहा मिनिटं सांगत राहिला. तो टेबलासमोर समितीच्या सभासदांकडे तोंड करून उभा केला. न्यायनिवाडा

करणाऱ्या समितीच्या सभासदांपुढे न्यायालयात जसं भाषण करतात तसं भाषण त्यानं केलं आणि सभासदांची मनं वळवण्याचा प्रयत्न केला. अकरा उपस्थित सदस्यांपैकी निम्म्यांनीसुद्धा त्याचं ते भाषण ऐकलं नसेल. ते त्यांच्यासमोरची कागदपत्रं पाहत राहिले आणि त्यांच्या दैनंदिनींची पानं उलटत राहिले.

त्याच्यानंतर गार्नर गुडमन बोलले. त्यांनी सॅम केहॉल यांच्या खटल्याचा थोडक्यात आढावा घेतला आणि त्यानंतर त्यांचं मत प्रामाणिकपणानं मांडलं. बहुतांशी तीन आठवड्यांत त्यांच्या शिक्षेची अंमलबजावणी केली जाणार होती, असं सांगितलं आणि त्यानंतर त्यांनी ॲडमचे गुण गायला सुरुवात केली. पुढे त्यांनी असं सांगितलं की, सॅम यांच्याबरोबरचं नातं न सांगितल्यामुळे तो तिथे चुकला होता, पण त्यानं काय फरक पडला होता? त्या वेळी ते तसं होतं, या वेळी हे असं होतं. पण आपल्या पक्षकाराकडे फक्त तीनच आठवडे उरलेले असताना सध्याच्या परिस्थितीचा विचार करणं महत्त्वाचं होतं. वायकॉफ किंवा गुडमन या दोघांना एकही प्रश्न विचारला गेला नाही. कारण उघड होतं – सर्व प्रश्न रोझेन यांच्यासाठी राखून ठेवलेले होते.

वकील लोकांची स्मरणशक्ती खूप तीव्र असते. तुम्ही एखाद्याचा एखाद्या वेळी अपमान करा. तो लक्षात ठेवून तो बरेच दिवस योग्य संधीची वाट पाहत थांबून राहील; पण संधी येताच, त्याच्या पूर्वीच्या अपमानाचं तो उट्टं काढायला तो मागेपुढे पाहणार नाही. डॅनियल रोझेन यानं क्रॅव्हिट्झ अँड बेनचा कार्यकारी भागीदार असताना बऱ्याच जणांना दुखवलं होतं. तो धमक्या द्यायचा. तो एक नंबरचा खोटारडा होता; गुंड होता. त्याच्या उमेदीच्या काळात तो क्रॅव्हिट्झ आणि बेन कंपनीचा सर्वेसर्वा होता. तो कोणालाही जुमानायचा नाही. प्रतिशह द्यायला त्याच्यापुढे येण्याची कोणीचीही शामत नव्हती. त्या काळात त्यानं त्याच्या स्वत:च्याच माणसांना दुखावलं होतं; त्यांचे अपमान केलेले होते. नव्याने रुजू झालेल्या तरुण अननभुवी उमेदवारांना तो टाकून बोलायचा, सहकारी भागीदारांची तो पर्वा करायचा नाही. कंपनीनं घालून दिलेल्या नियमांची पायमल्ली करायचा. दुसऱ्या वकिलांच्या कंपन्यांकडून त्यांचे अशील पळवून आणायचा आणि आता त्याच्या कारकिर्दीतल्या शेवटच्या दिवसांत तो लोकांकडून अनुकूलता, मेहेरबानीची अपेक्षा करत होता.

रोझेनचं भाषण सुरू झालं आणि एमिट वायकॉफबरोबर मोटारसायकलवर येणाऱ्या एका तरुण भागीदाराने व्यत्यय आणला. त्या वेळी रोझेन सभासदांसमोर न्यायालयातल्या न्यायनिवाडा समितीसमोर आपले मुद्दे मांडल्यासारखं भाषण ठोकत होता. त्याला वर्मी लागणारं उत्तर सुचण्याच्या आत आणखी एकानं प्रश्न विचारला. आधीच्या दोन्ही प्रश्नांचं उत्तर सुचण्यापूर्वीच तिसऱ्या प्रश्नानं त्याला फटकारलं. मग काय, भांडायलाच सुरुवात झाली.

तीन प्रश्न विचारणारे एकत्रितरीत्या कार्यक्षमतेने काम करणाऱ्यातले होते आणि त्यासाठी त्यांनी सराव केलेला होता, हे उघड होतं. एकेक करून त्या तिघांनी एकामागून एक टोचणारे प्रश्न विचारून रोझेनचं मन:स्वास्थ्य बिघडवलं. त्यामुळे तो शिव्यांवरच आला; अपमानास्पद बोलायला लागला. त्या तिघांनी एकत्रितरीत्या त्यांच्या मनांचं संतुलन राखलं होतं. प्रत्येकाकडे त्यांची प्रत्येकाची वेगळी टिपणवही होती. त्यात विचारायच्या प्रश्नांची यादी होती.

"मि. रोझेन, आपल्या कंपनीला कोणत्या बाबतीत नुकसान पोचलंय?"

"एखादा वकील त्याच्या कुटुंबातल्या एखाद्या व्यक्तीची बाजू घेऊन न्यायालयात उभा राहू शकतो का नाही मि. रोझेन?"

"आपल्या कंपनीत भरती होण्यासाठी जो अर्जाचा मसुदा आहे, त्यात असा काही रकाना आहे का की त्यात तुमच्या एखाद्या नातेवाइकाच्या वतीने ही कंपनी काम करते का, अशी विचारणा केलेली आहे?"

"मि.रोझेन, तुम्हाला प्रसिद्धीचं वावडं आहे का?"

"आपल्या कंपनीला प्रसिद्धीचं वलय मिळण्यात कंपनीची प्रतिमा मलिन होते, असं तुम्हाला का वाटतं?"

"जर तुमचा कोणी नातेवाईक मृत्युदंड झालेल्या कैद्यांपैकी एक असेल, तर त्याला तुम्ही मदत करण्याचा प्रयत्न करणार का नाही?"

"मि.रोझेन, मृत्युदंडाच्या शिक्षेबद्दल तुमची स्वत:ची काय मतं आहेत?"

"तुम्हाला मनातून असं वाटतं का की, सॅम यांनी काही ज्यूंना मारलं, म्हणून त्यांचाही आपण जीव घ्यावा?"

"तुम्ही मि. हॉल यांच्यावर हल्ला चढवला आहे, असं नाही का तुम्हाला वाटत?"

ह्या घटना आणि दृश्यं आनंद देणारे नव्हतेच! शिकागो न्यायालयाच्या इतिहासात डॅनियल रोझेननं कंपनीला मिळवून दिलेल्या अनन्यसाधारण विजयाच्या नोंदी अनेकांच्या स्मरणात होत्या आणि या ठिकाणी रोझेन एका उपसमितीच्या सभासदांबरोबर अर्थहीन झगड्यात नामोहरम होत होता. इथे कोणी न्याय करणारी समिती नव्हती की कोणी न्यायाधीश नव्हता. होती एक साधी समिती! माघार घेण्याची कल्पना त्याच्या मनाला शिवली नव्हती. तो भांडत राहिला; मोठमोठ्या आवाजात झोंबणारे शब्द उच्चारत राहिला. त्याची प्रत्युत्तरं अपमानकारक ठरली. तो शेवटी वैयक्तिक पातळीवर उतरला आणि ॲडमबद्दल बदनामीकारक बोलला.

ती चूक ठरली. इतर जण भांडणात सामील झाले. जखमी झालेल्या लक्ष्यावर जसे लांडगे तुटून पडतात, तसे त्याच्यावर ते तुटून पडले. जेव्हा त्याला मताधिक्य मिळणार नाही, हे त्याच्या ध्यानात आलं, तेव्हा त्यानं त्याच्या आवाजाची पट्टी

कमी केली आणि शांत झाला.

प्रत्येक वकिलाला विधी महाविद्यालयात सभ्य गृहस्थाची वागणूक कशी असावी, याचंही शिक्षण दिलं जातं. त्यामुळे परिस्थिती ओळखून रोझेनने माघार घेतली.

रोझेननं त्याचं भाषण संपवलं आणि ज्यांनी ज्यांनी त्याला विरोध केला होता, त्यांची मनात नोंद घेऊन तो खोलीतून निघून गेला. त्याच्या टेबलाशी गेल्यागेल्या तो त्यांची नावं त्याच्या स्मरणवहीत लिहून ठेवणार होता आणि जेव्हा वेळ येईल, त्या वेळी त्यांना त्याचा इंगा दाखवणार होता.

कागदपत्रं, बाडं, इलेक्ट्रॉनिक उपकरणं टेबलावरून हलवली गेली. कॉफीच्या जार आणि कपांखेरीज टेबल स्वच्छ झालं होतं. सभाध्यक्षांनी ठराव मताला टाकला. रोझेनला पाच आणि ॲडमला सहा मतं मिळाली. त्याच क्षणी कामावरून कमी करण्यासाठीच्या समितीनं सभा संपल्याचं जाहीर केलं आणि सर्व जण घाईघाईनं आपापल्या कामांसाठी गेले.

''सहाविरुद्ध पाच?'' सुटकेचा नि:श्वास टाकल्यासारखं बोलत ॲडमनं गुडमन आणि वायकॉफ यांच्या हास्यविरहित चेहऱ्यांकडे नजर टाकली.

''मोर्चेबांधणी चांगल्या प्रकारे झाली नव्हती.'' वायकॉफ म्हणाले.

''वाईट गोष्ट घडू शकली असती.'' गुडमन सांगू लागले. ''तुला कदाचित नोकरी गमवायला लागली असती.''

''खरं म्हणजे मला आनंद व्हायला पाहिजे. म्हणजे एक बिनकिमतीचं मत मला जादा मिळालंय आणि इतिहासात त्याची नोंद होतीये.''

''तसं नाही.'' वायकॉफ समजावून सांगायला लागले, ''कशी मतं पडणार आहेत, हे मी सभेच्या पूर्वीच आजमावलं होतं. रोझेनची दोन मतं पक्की होती. इतर जण माझ्या बाजूनं होते. कारण तू जिंकणार आहेस, हे त्यांना माहीत होतं. काल रात्री मला काय काय धमक्या दिल्या गेल्या होत्या, याची तुला कल्पना नाही. हे रोझेनला महाग पडणार आहे. तो तीन महिन्यांत जातो का नाही, ते बघ!''

''कदाचित त्याहीपेक्षा लवकर.'' गुडमननं पुष्टी जोडली.

''तो तोंडानं फार वाईट आहे. प्रत्येक जण त्याला कंटाळलाय.''

''कदाचित माझ्यावरसुद्धा ती वेळ येणार आहे.'' ॲडम म्हणाला.

वायकॉफ यांनी त्यांच्या घड्याळाकडे नजर टाकली. पावणेनऊ वाजले होते. त्यांना नऊ वाजता कोर्टात हजर व्हायला हवं होतं. ''हे बघ ॲडम, मला आता पळायला हवं.'' ते त्यांच्या कोटाची बटणं लावत म्हणाले.

''तू मेम्फिसला परत कधी जातोयंस?''

''बहुतेक आजच.''

“आपण दुपारचं जेवण बरोबर घ्यायचं का? मला तुझ्याबरोबर गप्पा मारायच्या आहेत.”

“हो, नक्की.”

त्यांनी दरवाजा उघडला आणि म्हणाले, “छान! माझी सेक्रेटरी तुला फोन करेल. ठीक आहे. मी आता पळतो. दुपारी भेटू.” आणि ते गेले.

एकाएकी गुडमननीसुद्धा त्यांच्या घड्याळाकडे पाहिलं. इतर वकिलांच्या घड्याळयांच्या तुलनेत त्यांचं घड्याळ सावकाश चालणारं होतं. “माझ्या ऑफिसमध्ये मी एकाला बोलवलंय. त्याला मला भेटलं पाहिजे. मी तुम्हा दोघांना दुपारी लंचच्या वेळी भेटेन.”

“फक्त एकाच मतानं!” भिंतीकडे पाहत अॅडम पुटपुटला.

“चल रे अॅडम! ते इतकं काही कटकटीचं नव्हतं.”

“पण काहीही होऊ शकलं असतं.”

“आता हे बघ, तू जाण्यापूर्वी आपण एकत्र बसून थोडी चर्चा करणं जरूर आहे. मला सॅम यांची खबरबात घ्यायची आहे. ठीक आहे? दुपारी लंचच्या वेळी चालेल?” त्यांनी दरवाजा उघडला आणि ते गेले.

अॅडम त्याचं डोकं हलवत काही वेळ टेबलाशी बसून होता.

२५

अॅडमला काढून टाकण्याचा प्रस्ताव फेटाळून लावला गेला, याचा परिणाम मेम्फिस ऑफिसमधल्या बेकर कुली या वकिलांच्या चेहऱ्यावर उघडपणे दिसत नव्हता. त्यांनी त्याच्याबरोबरचे संबंध म्हणजे त्याला चार हात दूर ठेवणं, त्याच्या ऑफिसमध्ये न जाणं वगैरे ते तसंच चालू ठेवलं होतं. मेम्फिसच्या ऑफिसमधले इतर वकील, कर्मचारी त्याच्याशी उद्धटपणे वागत नव्हते. काही झालं तरी तो शिकागोचा माणूस होता ना! अॅडमच्या चेहऱ्यावर चांगला भाव असेल, तर त्याच्याबरोबर एखाददोन वाक्य बोलायचे. त्याच्या समोर आल्यावर चेहऱ्यावर हास्य आणण्याची जरूर असेल, तेव्हा ते आणायचे. क्रॅव्हिट्झ आणि बेन कंपनीच्या मेम्फिसच्या ऑफिसमधले वकील हे कंपनी-क्षेत्रातल्या वकिली कामातले, झकपक कपड्यातले दर्दी लोक होते. गुन्हेगारी जगतातल्या अमंगळ कामांनी त्यांचे हात बरबटलेले नसायचे. त्यांना त्यांच्या पक्षकारांबरोबरच्या बैठकांसाठी, चर्चासत्रांसाठी काही तुरुंगाच्या कोठड्यांत जायला लागायचं नाही की त्यांची पोलिसांबरोबर, सरकारी वकील किंवा तऱ्हेवाईक न्यायाधीशांबरोबर बाचाबाची व्हायची नाही. मुख्यत्वेकरून त्यांची कामं मोठमोठ्या आलिशान दिवाणखान्यांतल्या लांबलांब महोगनी टेबलांलगत बसून होत होती. ते त्यांचा वेळ अशांसाठी द्यायचे की, ज्यांना त्यांच्या सल्ल्यांकरता शेकडोंनी डॉलर्स मेहनताना म्हणून द्यायला परवडायचे. जेव्हा त्यांच्या पक्षकारांबरोबर त्यांच्या चर्चा चालू नसायच्या, त्या वेळी त्यांची संभाषणं फोनवर इतर वकिलांबरोबर किंवा विमाकंपन्यांच्या बँकांच्या बड्या बड्या अधिकाऱ्यांबरोबर चाललेली असायची.

वृत्तपत्रांत बरंचकाही छापून आल्यामुळे मेम्फिसच्या ऑफिसमध्ये अस्वस्थता होती. सॅम केहॉलसारख्यांच्या संबंधात त्यांच्या कंपनीचं नाव जोडलेलं पाहून बहुतेक वकील अस्वस्थ झालेले होते. शिकागोच्या त्यांच्याच कंपनीनं सात वर्षं सॅम केहॉल या व्यक्तीचं प्रतिनिधित्व केलं होतं, हे बहुतेक वकिलांना माहीत नव्हतं. आता त्यांचे मित्र प्रश्न विचारायला लागले होते. बाहेरचे वकील टोमणे मारत होते.

वकिलांच्या बायकामंडळात त्यांच्यावर टीका होत होती. वकिलांच्या सासरच्या माणसांना त्यांच्या जावईबापूंच्या व्यवसायापुढे अडचणी दिसायला लागल्या होत्या.

सॅम केहॉल आणि त्यांचा नातू ही मेम्फिस ऑफिसमधल्या सर्वांनाच डोळ्यात सलणारी गोष्ट होऊन बसली होती; पण त्यांना काहीही तोडगा काढता येत नव्हता.

ॲडमच्या हे लक्षात येत होतं, पण तो त्याकडे दुर्लक्ष करत होता. हे त्याचं तात्पुरतं ऑफिस होतं. तीन आठवड्यांकरता सोयीचं होतं. त्यापुढे एकही जादा दिवस तो तिथे थांबणार नव्हता. शुक्रवारी सकाळी तो लिफ्टमधून बाहेर पडला. अभ्यागत क्षेत्रातल्या स्वागतिकेकडे त्यानं दुर्लक्ष केलं होतं. तिनंसुद्धा तो लिफ्ट मधून बाहेर पडल्या पडल्या मासिकात डोकं खुपसून तिचं लक्ष नाही, असं दर्शवलं होतं. डार्लिन नावाची एक तरुण मुलगी त्याची सेक्रेटरी होती. तिच्याशी तो बोलला. तिनं मेम्फिस वर्तमानपत्राच्या टोड मार्क्सचा फोनवर आलेला निरोप ॲडमला दिला.

गुलाबी कागदावर लिहिलेला निरोप घेऊन तो त्याच्या ऑफिसमध्ये शिरला. त्यानं तो कागद कचऱ्याच्या टोपलीमध्ये टाकला. त्याने त्याचा कोट काढून हँगरवर लावला आणि टेबलावर कागद पसरायला सुरुवात केली. त्यात शिकागोला जाता-येताना, विमानात बसून केलेल्या काही टिपणांचे कागद होते. गुडमन यांच्या फाइलमधून घेतलेल्या काही विनंतिअर्जाच्या प्रती आणि मध्यवर्ती सरकारच्या कित्येक निर्णयांच्या प्रती असे असंख्य कागद त्यात होते.

कायद्यातले सिद्धान्त, डावपेच, व्यूहरचना आणि युक्तिवाद या सर्वांच्या जगात तो लगेचच हरवला गेला. शिकागोमधल्या घटना या खूप पूर्वी घडल्यासारख्या होत्या.

मॉलच्या दर्शनी प्रवेशद्वारातून रॉली वेजनं ब्रिंकलीप्लाझा इमारतीत प्रवेश केला. तो काळ्या रंगाची साब मोटार दृष्टीला पडेपर्यंत पदपथालगतच्या एका उपाहारगृहात चिकाटीने थांबून होता. नंतर तो जवळच्याच एका गॅरेजमध्ये गेला. त्याने पांढरा शर्ट घातला होता. त्यावर टाय होता. खाली फिक्या रंगाची, उभ्या पट्ट्या असलेली, किंचितशी चुरगळलेली पँट होती आणि पायात साधे बूट होते. ॲडम पदपथावरून चालत इमारतीमध्ये शिरताना बर्फयुक्त चहाचे घुटके घेत तो त्याला पाहत होता.

वेज जेव्हा टेलिफोन डिरेक्टरी पाहत होता, त्या वेळी प्रतीक्षालयाच्या भागात कोणीही नव्हतं. क्रॅव्हिट्झ आणि बेन या कंपनीचं ऑफिस तिसऱ्या आणि चौथ्या मजल्यावर होतं. वरच्या मजल्यावर जाण्यासाठी एकसारख्या चार लिफ्ट होत्या. त्यातल्या एकानं तो आठव्या मजल्यावर गेला. तो अरुंद अशा पॅसेजमध्ये आला.

उजव्या हाताला एका न्यास, ट्रस्टी कंपनीचं ऑफिस होतं. कंपनीच्या नावाची पितळी अक्षरातली पाटी दरवाजावर होती. उजव्या हाताला वेगवेगळ्या व्यवसाय असणाऱ्या विविध कंपन्यांच्या कचेऱ्या होत्या. पाणी पिण्याच्या कारंज्याच्या बाजूला जिन्यात जाण्यासाठीचा दरवाजा होता. सहज गेल्यासारखा तो आठ मजले जिन्यावरून उतरून गेला. उतरत असताना त्याचं लक्ष दरवाजाकडे होतं. जिन्यातून जात असताना त्याला वाटेत कोणीही भेटलं नव्हतं. त्यानं स्वागतकक्षात प्रवेश केला आणि दुसऱ्या एका लिफ्टमध्ये शिरला. मग तो एकटाच तिसऱ्या मजल्यावर गेला. स्वागतिकेकडे पाहून हसला. ती अजूनही मासिकं पाहण्यात गर्क होती. वेज न्यास कंपनीच्या कचेरीचा पत्ता विचारणार, तोच फोन वाजला आणि ती बोलण्यात गर्क झाली. स्वागतकक्षातून लिफ्टमध्ये प्रवेश करण्याच्या कक्षात जाण्यासाठी मध्ये दोन झडपांचा काचेचा दरवाजा होता. तो चवथ्या मजल्यावर गेला. तिथे अगदी त्याच प्रकारचे दरवाजे होते. त्याच प्रकारचा स्वागतकक्ष. फक्त तिथे कोणी स्वागतिका नव्हती. दरवाजांना कुलपं होती. भिंतीवर प्रवेशासाठी सांकेतिक प्रकारातली, दरवाजे उघण्यासाठीची नऊ आकडे असलेली बटणं होती.

त्याच्या कानावर काही आवाज आले आणि तो जिन्यात शिरला. दरवाजाला आतून किंवा बाहेरून कुलपाची व्यवस्था नव्हती. तो दरवाजातून आत शिरला आणि बराच वेळ पाणी पीत राहिला. एका लिफ्टचा दरवाजा उघडला आणि त्यातून खाकी पँट आणि वर शाळा-कॉलेजातून वापरतात तसा ढगळ कोट चढवलेला, एका बगलेत पुठ्ठ्याचं खोकं आणि उजव्या हातात एक जाड पुस्तक घेतलेला तरुण बाहेर पडला. तो 'क्रॅव्हिट्झ आणि बेन' अशी पाटी लिहिलेल्या दरवाजाकडे जायला लागला. तो जरा मोठ्या आवाजात काहीतरी गुणगुणत होता. त्याच्या मागे वेज चालत होता, हे त्याच्या लक्षात आलं नव्हतं. तो एके ठिकाणी थांबला. खोक्यावर पुस्तक तोलून धरलं आणि उजव्या हातानं दरवाजावरची सांकेतिक बटनं दाबायला सुरुवात केली. सात, सात, तीन. आणि समोरच्या तावदानावर प्रत्येक बटन दाबल्यानंतर लगेचच बीप बीप असा आवाज येत होता. त्याच्यामागे त्याच्या खांद्यावरून वेज डोकावत होता आणि सांकेतिक क्रमांक स्मृतीमध्ये साठवत होता.

तरुण मुलानं एकदम पुस्तक पकडलं आणि तो उलटं फिरण्याच्या बेतात होता आणि त्याच क्षणी वेज किंचितसा त्याच्यावर आदळला आणि म्हणाला, "ओ... मला माफ करा. मला...." वेज एक पाऊल पुढे झाला आणि दरवाजावरची अक्षरं पाहत म्हणाला, "हे रिव्हरबेंड ट्रस्टचं ऑफिस नाहीये ना?"

"नाही. हे क्रॅव्हिट्झ आणि बेन यांचं ऑफिस आहे."

"हा कितवा मजला आहे?" वेजने विचारलं. कुठेतरी क्लिक असा आवाज झाला आणि दरवाजा उघडला होता.

"हा चौथा मजला आहे. रिव्हरबेंड ट्रस्ट आठव्या मजल्यावर आहे."

"माझं चुकलंच काहीतरी. मला माफ करा." चेहऱ्यावर गोंधळल्यासारखे भाव आणून, आर्जवाच्या स्वरात रॉली वेज म्हणाला. "मी चुकून भलत्याच मजल्यावर बाहेर आलो बहुतेक."

त्या तरुणाच्या कपाळावर आठ्या आल्या आणि चेहऱ्यावर विचारमग्नतेची मुद्रा आणत त्याने दरवाजा उघडला आणि तो आत गेला.

वेज मागे मागे जात असताना पुन्हा एकदा 'मला माफ करा' असं म्हणाला. दरवाजा बंद होऊन तो तरुण आत गेलेला होता. वेज लिफ्टनं तळमजल्यावरच्या मुख्य स्वागतकक्षात गेला आणि तिथून इमारतीच्या बाहेर पडला.

गावातल्या जुन्या भागातून तो बाहेर पडला. प्रथम पूर्वेकडे आणि नंतर उत्तरेकडे दहा मिनिटं मोटार चालवत सरकारी कर्मचाऱ्यांच्या निवासस्थानापर्यंत आला. ऑबर्न हाउसलगतच्या आत जाण्याच्या रस्त्यावर त्यानं गाडी घेतली. तिथे त्याला गणवेशातल्या एका पहारेकऱ्यानं अडवलं. तो रस्ता चुकला होता आणि तिथनं तो परतच फिरणार होता, असं स्पष्टीकरण त्यानं पहारेकऱ्याला दिलं. आणि तो परत मुख्य रस्त्यावर आला. परतताना आवारात दोन छोट्या मोटारींच्या मधली ली बूथची लाल रंगाची जग्वार मोटारगाडी त्यानं पाहिली.

गावाच्या जुन्या भागाकडे जाण्यासाठी तो नदीच्या दिशेनं निघाला. वीस मिनिटांनंतर तो एके ठिकाणी पोहोचला. तिथे नदीचा काठ आणि नदीचं पात्र यांमध्ये बरंच अंतर होतं. त्या ठिकाणी दुर्लक्षलेल्या अवस्थेतली एक गोदामाची इमारत होती. त्या ठिकाणी त्यानं त्याची मोटार उभी केली. तिथे त्याने गाडीत बसूनच पहिला अंगावरचा शर्ट काढून एक तपकिरी रंगाचा शर्ट चढवला. त्याच्या कडा निळ्या रंगाच्या शिवणीच्या होत्या आणि खिशावर 'रस्टी' हे नाव विणलेलं होतं. नंतर कोणाच्या लक्षात येणार नाही, अशा तऱ्हेनं तो इमारतीच्या कोपऱ्याच्या बाजूनं, उताराच्या पायवाटेनं झाडाझुडपातून पुढे गेला. एका झुडपाशी छोट्या झाडाच्या सावलीत तो दम घेण्यासाठी थांबला. होरपळून टाकणाऱ्या सूर्याच्या उष्णतेपासून त्याला थोडी मुक्तता मिळाली. त्याच्यासमोर छानपैकी वाढ झालेलं बर्मुडा गवताचं शेत होतं. त्या पलीकडे नदीच्या उंच काठालगत आलिशान अपार्टमेंट्च्या वीस इमारतींची एक रांग दिसत होती. झाडाझुडपांच्या आडोशाला राहून तो विचार करत होता की, इमारतींचं कुंपण विटांच्या भिंतींचं आणि लोखंडी अँगल आणि तारा वापरून केलं होतं. त्यामुळे निर्माण होणारी अडचण तो कशी दूर करू शकणार होता?

इमारतींच्या संकुलाच्या एका बाजूला मोटारी उभी करण्यासाठीची व्यवस्था होती. आत येण्याजाण्यासाठी एक लोखंडी फाटक होतं. ते नेहमीच सुरक्षाकर्मींनी

कुलुपबंद ठेवलेलं असायचं. त्या फाटकाजवळ वातानुकूलनाची व्यवस्था असलेली पहारेकऱ्यासाठीची खोली होती. त्यात बसून येणाऱ्या-जाणाऱ्यांवर तो लक्ष ठेवायचा. मोटारी उभ्या असलेल्या दिसत होत्या. सकाळचे दहा वाजले होते. आत असलेल्या सुरक्षाकर्मींच्या शरीरांच्या आकृत्या वेजला बसल्या जागेवरून दिसत होत्या.

कुंपणातून आत शिरण्यापेक्षा नदीच्या उंच काठालगतच्या बाजूनं परिसरात प्रवेश करायचा, असं वेजनं ठरवलं. वृक्षांच्या बाजूनं आधारासाठी घट्ट गवतांच्या झुपक्यांना पकडून ऐंशी फूट खाली असलेल्या रिव्हरसाइड रस्त्यावरून तो स्वत:ला वाचवत, घसरत चालला होता. दहा फूट बाहेर लाकडी कनातींखालून त्याच्या खाली आलेल्या फळ्यांना पकडून तो गेला. खाली दूरवर रस्ता दिसत होता. तो सातव्या इमारतीशी थांबला आणि तिथे त्यानं स्वत:ला कनातीच्या वरच्या भागात झोकून दिलं आणि तो पॅटिओसारख्या भागात आला.

पॅटिओमध्ये एका वेताच्या खुर्चीत बसून त्यानं काही क्षण विश्रांती घेतली आणि सहजपणे एखादा कामगार एखादं दुरुस्तीचं काम करत असल्यासारखं तिथलीच एक वायर हाताळत राहिला. कोणीही त्याच्याकडे पाहत नव्हतं. या श्रीमंत लोकांना एकान्त आणि खाजगी आयुष्य फार महत्त्वाचं असतं. त्यासाठी त्यांनी अव्वाच्या सव्वा किंमत मोजलेली असते आणि प्रत्येक घरात छोटीशी गच्ची सर्व बाजूने बंदिस्त असते आणि त्यावर काय चाललं असतं, हे कोणालाही दिसणार नाही, अशी व्यवस्था असते; अगदी शेजारच्यालासुद्धा नाही. त्याचा शर्ट घामानं ओला होऊन पाठीला चिकटला होता.

पॅटिओतून लगतच्या स्वयंपाकघरात जाण्यासाठी एक सरकतं काचेचं दार होतं. त्याला एक साधं कुलूप होतं. ते कुलूप उघडायला त्याला एका मिनिटापेक्षा जास्त वेळ लागला नाही. त्यानं त्या कुलपाची काहीही मोडतोड न करता, कुठल्याही प्रकारचा पुरावा मागे न ठेवता कुलूप उघडलं आणि त्याच्याकडे इतर कोणी पाहत नव्हतं ना, याची खात्री करण्यासाठी सभोवार नजर टाकली आणि कोणी नाही, अशी खात्री झाल्यावर तो आत गेला. या ठिकाणी अनपेक्षित अडचणी उद्भवण्याच्या शक्यता होत्या.

या ठिकाणी संरक्षणव्यवस्थेचा कुठे भेद झाला, तर भोंगा वाजून सुरक्षाकर्मींना जागं करण्यासारखी काहीतरी व्यवस्था असेल, असा वेजचा अंदाज होता. प्रत्येक दरवाजा आणि खिडकीला स्पर्श झाला, तर या व्यवस्थेमुळे भोंगा वाजतो. घरात कोणीही नसल्यानं अशी व्यवस्था नक्कीच कार्यान्वित केलेली असणार होती. प्रश्न असा होता की, त्यानं दरवाजा उघडल्यानंतर किती मोठा आवाज या भोंग्यामुळे येऊ शकणार होता? घर फोडल्याची चाहूल शांततेत दिली जाणार होती का कर्कश आवाजात?

त्यानं दीर्घ श्वास घेतला आणि अलगदपणे दार सरकवलं. कोणताही भोंगा वाजला नाही. दरवाजावर लक्ष ठेवणाऱ्या उपकरणाकडे त्यानं झटकन पाहिलं आणि आत पाऊल ठेवलं; पण त्यामुळे तिथलं एक विद्युत्मंडल तुटलं आणि त्यामुळे दरवाजावरच्या पहारेकऱ्याच्या खोलीत संदेश गेला आणि त्याला सावध केलं गेलं. विली हे त्या पहारेकऱ्याचं नाव होतं. त्याच्यासमोरच्या नियंत्रण ठेवणाऱ्या पडद्यावरून अगदी मोठ्या आवाजात नसला, तरी बीप बीप असा आवाज त्यानं ऐकला. सात क्रमांकाशी लाल रंगाचा दिवा लुकलुकत होता. ते ली बूथचं घर होतं आणि तो आवाज थांबतोय का, हे त्याने पाहिलं. ज्या समूहाच्या सुरक्षेची जबाबदारी त्याच्याकडे होती, त्यापैकी ली बूथ महिन्यातून दोनदा तरी त्यांच्या सुरक्षाव्यवस्थेबाबत काहीतरी चूक करून भोंगा वाजवायच्याच. त्या दिवशी सकाळपासून कोण बाहेर गेलेलं होतं, याची नोंद त्यानं पाहिली आणि सव्वानऊ वाजता ली बाहेर गेल्या होत्या, हे त्याच्या लक्षात आलं. काहीकाही वेळा त्यांच्याकडे रात्री कोणीतरी म्हणजे बहुतेक वेळा पुरुषच राहण्यासाठी असायचे आणि आता त्यांचा भाचा त्यांच्याबरोबर राहत होता. विलीने उघडमीट होणारा लाल दिवा पंचेचाळीस सेकंदांपर्यंत पाहिला. नंतर उघडमीट होणं थांबलं, पण तो उघडा राहिला होता.

असं कधी घडात नसे, पण एकदम धास्तावूनही जायचं कारण नव्हतं. ही माणसं एका सुरक्षित भिंतीच्या आडोशाने राहत असतात. त्यांच्या संरक्षणासाठी चोवीस तास पहारेकऱ्यांच्या व्यवस्थेसाठी ते पैसे मोजत असतात, त्यामुळे केवळ धोक्याची सूचना देणाऱ्या व्यवस्थेवरच ती पूर्णपणे अवलंबून असतातच, असं नाही. वेळ न दवडता विलीने बूथ यांना टेलिफोन केला. त्याला उत्तर मिळालं नाही. त्यानं एक बटन दाबून आधीच रेकॉर्ड केलेलं संभाषण वाजवून दाखवणारा, ९११ या पोलिसांच्या मदतयंत्रणेला फोन केला. त्यानं किल्ल्यांचा ड्रॉवर उघडला, त्यापैकी ७ क्रमांकाची किल्ली घेतली, त्याच्या सुरक्षाखोलीतून बाहेर पडून मोटारी उभ्या करण्याच्या भागाच्या पलीकडे असलेल्या ली यांच्या फ्लॅटकडे निघाला. जर पिस्तूल वापरण्याची गरज पडली असती, तर ते झटकन हातात घेता यावं, म्हणून पिस्तुलाच्या पिशवीचं बटन त्याने उघडलं.

रॉली वेज सुरक्षाखोलीत शिरला. त्यानं किल्ल्यांचा ड्रॉवर उघडला. सात क्रमांकाचा फ्लॅट उघडण्यासाठीचं सांकेतिक कार्ड आणि भोंगा वाजला जाण्याच्या व्यवस्थेचे सांकेतिक आकडे असलेले कागद ताब्यात घेतले आणि आठ आणि तेरा क्रमांकाच्या किल्ल्या, त्यांची सांकेतिक कार्डं केवळ विलीचा आणि पोलिसांचा गोंधळ उडवून देण्याच्या उद्देशानं ताब्यात घेतली होती.

२६

मृतांना श्रद्धांजली वाहण्यासाठी ते सर्वप्रथम दफनभूमीत गेले. क्लॅन्टन गावाच्या एका कडेच्या लहान टेकड्यांवर ही दफनभूमी होती. एका टेकडीवर एका ओळीत सुप्रसिद्ध कुटुंबातल्या मृतांचं दफन करून त्यावर लक्षवेधी स्मारकं बांधलेली होती. त्यावर गुळगुळीत ग्रॅनाईट किंवा संगमरवरी फरशांवर त्यांची नावं आणि त्यांच्याबद्दलचा मजकूर कोरलेला होता. दुसऱ्या टेकडीवर त्या मानानं नवीन समाध्या होत्या. जसजसा काळ जाऊ लागला, तसे या स्मारकांचे आकार लहानलहान होऊ लागले. सर्व दफनस्थान परिसर दिमाखदार आणि मोठमोठ्या ओक किंवा एल्मसारख्या वृक्षांच्या सावलीखाली होता. परिसरातलं गवत वेळोवेळी काढलं जात होतं आणि झाडंझुडपं चांगल्या स्थितीत ठेवली जात होती. आकर्षक फुलांसाठी प्रसिद्ध असलेले अझलीझ वृक्ष प्रत्येक कोपऱ्यात होते.

त्या शनिवारची हवा छानच होती. आकाशात ढग नव्हते आणि रात्री वाहणाऱ्या वाऱ्यानं हवेतली आर्द्रता पळवून लावली होती.

काही काळापुरता पाऊस पळाला होता आणि टेकड्यांचे उतार हिरव्यागार गालिच्याने झाकलेले होते. रंगीबेरंगी जंगली फुलांनी आसमंत नटला होता. लीने तिच्या आईच्या दफनस्थानाशी वाकून आईचं नाव जिथे कोरलं होतं, तिथे एक छोटा पुष्पगुच्छ ठेवला. तिनं डोळे मिटले. ॲडम तिच्या मागे उभा राहून समाधीकडे टक लावून पाहत होता.

ॲना गेट्स केहॉल, ३ सप्टेंबर १९२२ - १८ सप्टेंबर १९७७. ती मृत्यू पावली होती, तेव्हा पंचावन्न वर्षांची होती. ॲडम हिशोब करत होता. तो तेरा वर्षांचा होता. दक्षिण कॅलिफोर्नियात कुठेतरी अज्ञानाच्या आनंदात राहत होता.

आजीचं एकटीचंच तिथे दफन होतं. स्मृतीसाठी एक लहानशी शिला उभी केली होती आणि त्यामुळे एक प्रश्न पुढे उभा राहत होता. आयुष्यात साथ देणाऱ्यांचं शेजारी शेजारी दफन करतात. निदान दक्षिणेत तरी! दफनस्थानावर उभ्या करण्यात येणारी स्मृतिशिला दोघांची नावं त्यावर मावतील, इतपत तरी मोठी असावी

लागते. जो प्रथम निवर्ततो, त्याचं नाव वरच्या भागात कोरलेलं असतं आणि खाली आणखी एका नावासाठी मोकळी जागा असते. जेव्हा दोघांपैकी मागे राहिलेला श्रद्धांजली वाहण्यासाठा या दफनस्थानावर येतो, त्या त्या वेळी, तो या स्मृतिशिलेवर त्यांचं किंवा तिचं नाव दुसऱ्या स्थानावर कधी कोरतील, याची वाट पाहतो.

''आई वारली, तेव्हा डॅडी (बाबा) छप्पन्न वर्षांचे होते.'' ली ॲडमचा हात हातात घेऊन दफनस्थानापासून काही इंच दूर होताना म्हणाली. ''माझी इच्छा तिचं दफन एका मोठ्या जमिनीच्या तुकड्यावर करावं, अशी होती. भविष्यात त्याच जमिनीच्या भागात डॅडींचं दफन करता येईल, असा माझा विचार होता; पण डॅडींनी त्याला नकार दिला. त्यांच्या मताप्रमाणे त्यांच्याकडे पुढे बरीच वर्षं होती आणि कदाचित ते पुन्हा लग्न करतील असं त्यांना वाटत असावं.''

''आईला सॅम आवडायचे नाहीत, असं तू एकदा म्हणाली होतीस.''

''माझी खात्री आहे की, तिचं त्यांच्यावर प्रेम होतं, कारण जवळजवळ चाळीस वर्षं ते एकमेकांबरोबर राहिलेले होते; पण त्यांच्यात जवळीक दिसली नव्हती. मी मोठी होत गेले, तेव्हा ते तिच्या जवळपास असलेले तिला आवडायचे नाहीत, असं माझ्या लक्षात येत गेलं. ती कधीकधी मला विश्वासात घेऊन काही सांगायची. ती एक साधीसुधी खेडेगावातली मुलगी होती. तरुणपणीच लग्न झालेलं. तिला मुलंबाळं झाली. त्यांच्याबरोबर ती घरात राहिली. नवरा सांगेल तसं वागायचं, अशी अपेक्षा तिच्याकडून होती आणि त्या काळात हे काही जगावेगळं नव्हतं. माझ्या मतानं ती फार निराश झालेली होती.''

''असंही असूं शकेल कदाचित की, सॅम आजोबांचं कायमच तिच्या आसपास असणं तिला आवडत नसेल.''

''मी त्यावर विचार केला. एडीलाही त्या दोघांचं शेजारी शेजारी दफन करावं असं वाटत नव्हतं. दफनस्थानाच्या दोन टोकांना दोघांचं दफन करावं, असं त्यांचं मत होतं.''

''एडीनं त्याला काय वाटतं, ते असं केवळ सांगितलं असेल?''

''तो त्या बाबतीत आग्रही होता.''

''सॅम आणि त्यांचे क्लॅन समूहाबरोबरचे संबंध, यांबाबत तिला कितपत माहिती होती?''

''मला त्याची काही कल्पना नाही. त्याबद्दल आम्ही कधी चर्चा केली नव्हती, पण त्यांच्या अटकेनंतर तिचा अपमान होत होता. बातमीदार येऊन तिला त्रास द्यायचे, म्हणून ती काही काळ तुमच्याबरोबर राहिली होती.''

''आणि ती त्यांच्या कोणत्याही खटल्याच्या वेळी उपस्थित राहिली नव्हती.''

''नाही, तिने ते खटले पाहू नये, असं त्यांनाच वाटत होतं. तिला उच्च

रक्तदाबाचा त्रास व्हायचा. त्याचं कारण पुढे करून सॅम तिला न्यायालयात उपस्थित राहण्यापासून परावृत्त करायचे.''

त्या जागेपासून ते दोघे मागे झाले आणि जुन्या दफनस्थानातल्या एका अरुंद अशा जागेतून चालत निघाले. त्या दोघांनी एकमेकांचे हात हातात धरले होते आणि बाजूच्या समाध्यांकडे पाहत ते पुढे चालत होते.

दुसऱ्या एका टेकडीवरच्या एका झाडांच्या ओळीकडे लीनं खूण केली आणि ती बोलू लागली, ''त्या भागात काळ्यांना, आफ्रिकी वंशातल्यांना पुरलं जातं. त्या झाडांखाली त्यांचं एक वेगळं, छोटं दफनस्थान आहे.''

''तू हे काहीतरीच सांगतीयंस. अजूनही तसं चालू आहे?''

''हो. तुला माहीत आहे? त्यांना त्यांच्या जागीच ठेवलं पाहिजे. ह्या गोऱ्या कातडीच्या मंडळींना त्यांच्या पूर्वजांशेजारी एखाद्या निग्रोला पुरणं ही कल्पनाच मान्य होणार नाही.''

ॲडमचा यावर विश्वास बसत नव्हता. त्यानं त्याचं डोकं वैफल्यानं हलवलं. ते टेकडी परिसरात चालत जात होते. ते एका ओक वृक्षाच्या सावलीत जरा विसावले. उताराच्या खालच्या भागात अनेक कबरी एका ओळीत होत्या. काही अंतरावर फोर्ड परगण्याच्या न्यायालयाच्या इमारतीच्या घुमटावरून परावर्तित होणारे सूर्याचे किरण त्यांच्या डोळ्यावर येत होते.

''मी इथे एका लहान मुलीचं आयुष्य जगलेली आहे.'' तिच्या उजव्या हाताच्या बोटानं उत्तरेच्या दिशेनं निर्देश करत ती हळू आवाजात बोलत होती. ''दर चार जुलैला, स्वातंत्रदिनाच्या दिवशी तिथे शोभेची दारू उडवतात. सभागृहातले चार मान्यवर सदस्य या दफनभूमीला भेट देतात. खाली एक बाग आहे. तिथून शोभायात्रेला सुरुवात होते. आम्ही आमचं सामान आमच्या सायकलींवर लादून आमच्या मित्रांसह ही शोभायात्रा, संचलन पाहण्यासाठी इथे यायचो; इथल्या सरोवरातून पोहायचो. आमच्या मित्रांबरोबर मनसोक्त खेळायचो. अंधार पडल्यावर आम्ही सर्व जण एकत्र यायचो. मृतांच्या कबरींवर, स्मारकांवर बसून शोभेच्या दारूचं प्रदर्शन पाहायचो. पुरुष मंडळी जिथे बियर, व्हिस्कीचे साठे लपवून ठेवलेले असायचे, तिथे ट्रक उभी करायची आणि स्त्रिया जमिनीवर उबदार सतरंज्या घालून त्यावर लहान बाळांची देखरेख करायच्या. आम्ही सर्व परिसरात सायकलने फिरायचो, पळापळी खेळायचो, धम्माल करायचो!''

''आणि एडी?''

''तोही अर्थातच आमच्या बरोबर असायचाच. तो लहान असताना अगदी सर्वसाधारण लहान मुलांसारखाच वागायचा. कधीकधी खूप त्रास द्यायचा. इतर मुलांसारखाच तो मुलगा होता. मला त्याची फार आठवण येते. तो नाहीये, याचं

फार फार वाईट वाटतं. आम्ही खूप वर्षं तसे जवळ नव्हतो; पण जेव्हा मी या शहरात येते, तेव्हा मला माझ्या धाकट्या भावाची फार आठवण येते.''

''मलाही त्यांची उणीव भासते.''

''आम्ही दोघे ज्या दिवशी परीक्षेत उत्तीर्ण झालो, त्या रात्री आम्ही या ठिकाणी आलो होतो. मी दोन वर्षं नॅशविलच्या शाळेत होते. तो पदवी परीक्षेत उत्तीर्ण झालेला मी पाहावं, अशी त्याची इच्छा होती. आम्ही स्वस्तातली वाइन पैदा केली होती आणि त्या रात्री त्यानं पहिल्याप्रथम मद्यपान केलं होतं. ती आठवण मी कधीच विसरू शकणार नाही, आम्ही या इथे एमिल जेकब यांच्या कबरीवर बसून ती बाटली संपेपर्यंत त्या वाइनचा घुटक्या-घुटक्यानं आस्वाद घेत होतो.''

''ते कोणतं साल होतं?''

''मला वाटतं एकोणीसशे एकसष्ट. त्याला सैन्यात भरती व्हायचं होतं, म्हणून त्याला क्लॅन्टन सोडावं लागणार होतं आणि सॅम यांच्यापासूनही दूर राहता येणार होतं. पण माझ्या धाकट्या भावानं सैन्यात जाऊ नये, असं मला वाटत होतं, म्हणून सकाळी सूर्योदयापर्यंत आम्ही त्यावर चर्चा करत होतो.''

''त्यांचा खूप गोंधळ उडाला होता का?''

''तो अठरा वर्षांचा होता आणि पदवी महाविद्यालयातून नुकतीच बाहेर पडणारी बहुतेक मुलं तशा गोंधळलेल्या अवस्थेतच असतात आणि एडीला तर असं वाटत होतं की, तो जर क्लॅन्टनमध्येच काही काळ राहिला असता, तर त्याला नक्कीच काहीतरी झालं असतं. म्हणून तो जाम घाबरलेला होता. कुटुंबात असलेला, वंशपरंपरेने चालत आलेला दोष त्याच्यातही येईल. तो वडलांसारखाच वागायला लागेल. डोक्यावर बुरखा, अंगावर पांढरा अंगरखा चढवून दुसरा सॅम केहॉल तयार होईल की काय, याची त्याला भीती वाटायची. त्यामुळे या जागेपासून दूर पळून जाण्यासाठी तो पछाडलेला होता.''

''पण तुला जेव्हा तिथनं बाहेर पडायची संधी मिळाली, त्या वेळी त्यांच्या आधी तूच ही जागा सोडलीस.''

''हो, मला माहीत आहे; पण मी वयानं अठरा वर्षांची होते आणि बाहेरच्या जगात वावरायला त्याच्यापेक्षा जास्त कणखर होते. लहान वयात त्यानं बाहेर पडणं, हे मी पाहू शकत नव्हते म्हणून आम्ही वाइन पीत असताना आयुष्य कसं सामोरं जायचं, याबद्दल चर्चा केली होती.''

''माझ्या वडलांच्या आयुष्य पुढे कसं जगायचं, याबद्दलच्या काही आशा - आकांक्षा होत्या का?''

''ॲडम, मला त्याबद्दल शंका वाटते. आमचे वडील आणि त्यांच्या कुटुंबीयांबद्दलच्या तिरस्काराच्या भावना आणि त्यामुळे घडलेल्या काही घटना,

गोष्टी तुला कधीच कळायच्या नाहीत आणि त्या तशाच पडद्याआड राहाव्यात, अशी मी देवाजवळ प्रार्थना करते. त्याकडे मी दुर्लक्ष करू शकले. एडीला ते जमलं नाही.''

तिने त्याचा हात पुन्हा हातात घेतला आणि ते सूर्यप्रकाशात चालत दफनस्थानाच्या नव्या भागाकडे जायला लागले. ती थांबली. स्मृतिशिला उभ्या केलेल्या कबरींच्या ओळीपाशी ती थांबली, ''इथे तुझे पणजोबा, पणजी, काका, काकू आणि इतर केहॉल मंडळी चिरनिद्रा घेत आहेत.''

ॲडमनं त्या कबरी मोजल्या. त्या आठ होत्या. त्यांनी त्यांची नावं, तारखा वाचल्या आणि त्या गुळगुळीत ग्रॅनाईट दगडावर कोरलेलं पद्य, कविता, गद्यमजकूर मोठ्याने वाचला.

''या परगण्यात अशा अनेक कबरी आहेत.'' ली सांगत होती, ''केहॉल यांच्यापैकी बहुतेक जण इथून पंधरा मैलांवरच्या कॅरवे भागातून आलेले आहेत. त्या वेळी ते सर्व खेडूत होते आणि ग्रामीण भागातल्या लोकांसाठीच्या चर्चच्या मागे या सर्वांचं दफन केलंय.''

''तू पूर्वी कोणाच्या दफनसंस्काराच्या निमित्तानं इथे आलेली आहेस?''

''काहीकाही वेळा आलेली आहे. ॲडम, आपल्या कुटुंबात एकमेकांत जिव्हाळ्याचे संबंध नव्हते. यातले काही जणं तर फार पूर्वी निवर्तलेले आहेत. काहींना तर मी पाहिलेलंसुद्धा नव्हतं.''

''तुझ्या आईचं दफन इथं का केलं नाही?''

''तिलाच ते नको होतं. तिला जेव्हा आपण नक्की जाणार, असं वाटलं होतं, तेव्हा तिनंच जागा निवडली होती. तिने स्वत:ला केहॉल कधी मानलंच नव्हतं. ती गेट्सपैकी होती.''

''म्हणजे ती हुशार होती.''

लीने तिच्या आजीच्या कबरीभोवतालची झुडपं काढून हातानी कबर साफ केली. आजीचं नाव कोरलेली शिला हातानं स्वच्छ केली. त्यावर 'लिडिया न्यूसम केहॉल' असं नाव होतं आणि तिचा मृत्यू १९६१ साली, वयाच्या ७२ व्या वर्षी झाला, हे नमूद केलं होतं.

''ही आजी मला चांगली आठवते.'' गवतावर गुडघे टेकवून ली सांगायला लागली, ''ती एक छान धार्मिक ख्रिस्ती स्त्री होती. तिला जर हे कळलं की, तिचा तिसऱ्या क्रमांकाचा मुलगा मृत्युदंडाची शिक्षा झालेल्या कैद्यांच्या तुरुंगात बंदी आहे, तर ती कबरीमध्ये आतल्या आत कुशीवर फिरेल.''

''त्यांच्याबद्दल काय?'' ॲडमनं १९५२मध्ये वयाच्या ६४व्या वर्षी मृत झालेले लिडियाचे पती नॅथनिल लुकस केहॉल यांच्याकडे अंगुलिनिर्देश करत

विचारलं. लीच्या चेहऱ्यावरचा आनंदाचा भाव एकदम लुप्त झाला.

"अत्यंत खडूस होते ते!" ती म्हणाली, "सॅम यांच्याबद्दल त्यांना नक्कीच अभिमान वाटत असणार, अशी माझी खात्री आहे. त्यांना नॅट या नावानं ओळखायचे. एका दफनविधीच्या वेळी ते मारले गेले होते."

"दफनविधीच्या वेळी?"

"हो, या भागात दफनविधी हा एक सामाजिक प्रसंग मानला जातो. दफन करण्यापूर्वी ज्याच्याकडे मृत्यूची घटना घडली असेल त्यांच्या घरी एक-दोन दिवस रात्री न झोपता काढल्या जातात. त्या वेळी त्यांच्याकडे लोक भेटीसाठी जात असतात. तिथे ते थांबून राहतात, खाण्यापिण्याची व्यवस्था ठेवली जाते. या दक्षिणेतल्या भागात आयुष्य फार कठीण आणि कष्टप्रद असतं, त्यामुळे अशा प्रसंगी जास्त पिण्यामुळं भांडणंसुद्धा होतात. नॅट हे अत्यंत भांडखोर होते, हिंसक होते आणि एका दफनविधीनंतर त्यांनी चुकीच्या माणसांबरोबर भांडण उकरून काढलं. त्यांनी त्यांना लाठ्याकाठ्यांनी मरेपर्यंत बदडून काढलं."

"सॅम त्या वेळी कुठे होते?"

"तेही त्या भांडणात होतेच. त्यांनासुद्धा त्यांनी खूप मारलं होतं, पण त्यातून ते वाचले. मी त्या वेळी एक अगदी लहान मुलगी होते. मला नॅट यांचं दफन आठवतंय. सॅम यांना इस्पितळात दाखल केलं, ते त्यामुळे नाही."

"त्यांनी त्याचा बदला घेतला?"

"हो, अर्थातच!"

"कसा?"

"बदला कसा घेतला, याचा पुरावा काही मिळाला नाही, पण ज्या माणसांनी नॅट यांना बदडलं होतं, त्यांच्यावर खटला भरला गेला. त्यांची तुरुंगात रवानगी झाली. काही वर्षांनंतर ते सुटून आले. थोड्या दिवसांनी ते या भागात दिसले होते, पण नंतर ते लगेचच बेपत्ता झाले. एकाचं मृत शरीर मिलबर्न काऊंटीच्या परिसरात मार बसलेल्या अवस्थेत सापडलं, दुसरा तर नंतर कधी सापडलाच नाही. सॅम आणि त्यांच्या भावांना पोलिसांनी प्रश्न विचारले, पण कोणताच पुरावा नव्हता."

"तुला असं का वाटतं की, सॅम यांनीच हे केलं?"

"नक्कीच, त्यांनीच ते केलं. त्यानंतर कोणीही कधीही केहॉल मंडळींच्या वाटेला गेलं नाही. केहॉल मंडळी सरकू डोक्याची आणि क्षुद्र मनोवृत्तीची म्हणून कुविख्यात होती."

कुटुंबाच्या दफनस्थानापासून ते दूर गेले आणि एका पायवाटेनं चालायला लागले. "त्यामुळे ॲडम, मला असा प्रश्न पडलाय की, सॅम यांच्या मृत्यूनंतर त्यांचं दफन कुठे करायचं?"

''मला वाटतं, त्यांचं दफन आपण कृष्णवर्णीयांसाठीच्या दफनभूमीत करावं. तेच त्यांच्यासाठी योग्य ठरेल.''

''सॅम यांचं दफन कृष्णवर्णीय त्यांच्यासाठीच्या भूमीमध्ये करू देतील, असं तुला कशावरून वाटतं?''

''चांगला मुद्दा आहे.''

''याचा गंभीरपणे विचार करायला हवा.''

''सॅम आजोबा आणि मी, आमच्यातल्या चर्चेच्या दरम्यान आम्ही या मुद्द्यांपर्यंत आलेलो नाही. कारण उघड आहे. आशेला अजून जागा आहे.''

''आशेला कितपत जागा आहे?''

''अगदी किंचितशीच, पण लढाई चालू ठेवायला ती पुरेशी आहे.''

ते दफनभूमीच्या परिसराच्या बाहेर पडून फारच कमी वर्दळ असलेल्या एका पदपथावरून प्राचीन ओक वृक्षांच्या सावलीतून चालत राहिले. त्या भागातली घरं जुन्या प्रकारातली होती, पण नीट रंगवलेली होती. प्रत्येक घरासमोर, प्रवेशाच्या ठिकाणी घराला जोडून वर छप्पर असलेला प्रवेशमंडपासारखा भाग होता. प्रवेशद्वारालगतच्या पायऱ्यांवर मांजरं विश्रांती घेत पडली होती. सायकली, सरकत्या गाड्यांवर मुलं आसमंतात खेळत होती. प्रवेशमंडपातल्या झोपाळ्यांवर वृद्ध मंडळी हलकेच झोका घेत होती. ''या आमच्या लहानपणीच्या खेळायच्या जागा होत्या ॲडम.'' ली सांगायला लागली. विशिष्ट ठिकाणी जायचंय होतं, अशी कोणतीही दिशा त्यांच्या चालण्याला नव्हती. तिनं तिचे हात तिच्या डेनिम पॅन्टच्या खिशात खोलवर घातले होते आणि लहानपणीच्या दुःखद आणि काही प्रसंगी आनंद देणाऱ्या आठवणींनी तिच्या डोळ्यांच्या कडा पाणावल्या होत्या. तिनं प्रत्येक घराकडे नजर टाकली. जणूकाही त्या प्रत्येक घरातून ती लहानपणी राहिलेली होती. त्या घरात तिच्या लहानात लहान मैत्रिणींबरोबर ती खेळलेली होती, हुंदडली होती, नाचली होती. त्या वेळचं त्यांचं हसणं, खळखळाट तिला आत्तासुद्धा ऐकू येत होता. दहा वर्षांच्या मुलामुलांच्यातले ते बावटळपणाचे, वेडेपणाचे खेळ, त्यांच्यातली हमरीतुमरीवर येणारी भांडणं हे सारं तिला आठवत होतं.

''त्या वेळी तरी ती मंडळी आनंदात होती का?''

''मला माहीत नाही. आम्ही कधी मोठ्या गावात राहिलेलो नव्हतो. आम्ही खेडवळ म्हणूनच गणले जायचो. मला या अशा प्रशस्त आलिशान घरांतून राहावं, असं वाटायचं. तिथे आजूबाजूला खूप मित्र-मैत्रिणी असतात. नेहमी लागणाऱ्या वस्तूंची दुकानंसुद्धा अगदी जवळच असतात, असं मला नेहमी वाटायचं. मोठ्या गावातली मुलं त्यांना जरा उच्च दर्जाची समजायची, तरीपण ते ठीक होतं. त्याचा बाऊ करण्याचं कारण नव्हतं. माझे सर्वात चांगले मित्रमैत्रिणी इथे रहायचे. मी

इथल्या रस्त्यांवर खेळण्यात तासन्तास घालवले आहेत. आम्ही इथल्या झाडांवरून खेळलो आहोत. माझ्या मते ते छान दिवस होते. आमच्या खेडेगावातल्या घरातल्या आठवणी सुखदायक नाहीत.''

''सॅम यांच्यामुळेच केवळ?''

त्यांना फुलापानांची नक्षी असलेल्या कापडाचा पेहराव केलेली एक प्रौढ स्त्री दिसली. तिच्या डोक्यावर गवतापासून केलेली टोपी होती. ती तिच्या घरासमोरच्या पायऱ्या झाडत होती. हे दोघे तिच्याजवळ आले, तेव्हा तिचं या दोघांकडे लक्ष गेलं आणि ती जागच्या जागी थिजल्यासारखी झाली. त्यांच्याकडे निरखून पाहायला लागली. लीनं चालण्याचा वेग कमी केला आणि त्यांच्या घरात जाण्याच्या रस्त्याशी थांबली, ''मॉर्निंग मिसेस लँगस्टन.'' ली गोड आवाजात म्हणाली.

मिसेस लँगस्टन हातात झाडू घट्ट धरून त्यांच्याकडे पाहतच राहिली.

''मी ली केहॉल, मला ओळखलंत तुम्ही?'' लीनं पुन्हा प्रेमळ आवाजात विचारणा केली.

केहॉल हे नाव हे इतर कोणी ऐकलं का, हे पाहण्याकरता ॲडम इकडेतिकडे पाहू लागला. दुसऱ्या कोणाच्या कानावर हे नाव पडलं, तर त्यामुळे निर्माण होणाऱ्या अवघड परिस्थितीला सामोरं जायची तयारी करणं जरूर होतं. मिसेस लँगस्टन यांनी लीला ओळखलं असतं, पण तसं दिसत नव्हतं. तिनं विनयशील आविर्भावात, पण जरा घाईत असल्यासारखं डोकं वरखाली केलं आणि प्रत्युत्तरादाखल त्या दोघांना अभिवादन करणंसुद्धा तिला अप्रशस्त वाटलं आणि 'आता तुम्ही पुढे जा' असं तिने न बोलता सांगितलं.

''तुम्हाला पुन्हा भेटल्यामुळे मला आनंद झाला.'' असं ली म्हणाली आणि झपाट्यानं तिथून जायला लागली. मिसेस लँगस्टनसुद्धा घाईघाईने पायऱ्या चढून आत गेल्या आणि दिसेनाशा झाल्या.

''मी शाळेत असताना या बाईंच्या मुलाबरोबर माझी चांगली मैत्री होती.'' बाईंच्या या अशा प्रतिक्रियेवर तिचा विश्वास बसत नसल्यासारखं डोकं लीनं हलवलं.

''ती तुला पाहून हादरली.''

''ती जरा तऱ्हेवाईकच आहे.'' आवाजात ठामपणा नसल्यासारखी ली बोलायला लागली. ''किंवा एखाद्या केहॉलबरोबर बोलायला ती घाबरत असेल. शेजारीपाजारी काय म्हणतील?''

''आपण आपली ओळख लपवूनच उरलेला दिवस वावरावं हे खरं! यावर तुझं काय मत आहे?''

''चालेल, आपण तसंच करू.''

इतर घरांसमोरून ते गेले. तिथले लोक फुलांच्या ताटव्यांची साफसफाई करत, टपालाची वाट पाहत होते. तेही काही बोलले नाहीत. लीनं तिचे डोळे उन्हापासून संरक्षण करणाऱ्या झापेसारख्या पट्टीनं झाकले होते. नागमोडी वळणं घेत, त्या परिसरातून चालत ते मध्यवर्ती चौकात आले. चालताना गप्पा होत होत्या. लीच्या बालपणातल्या मित्रमैत्रिणींच्या आणि सध्या ते कुठे असतील याबद्दलच्या! तिचा दोघांबरोबर संपर्क होता. त्यापैकी एक क्लॅन्टन इथे होता आणि दुसरा टेक्सासमध्ये. लहान लहान, लाकडाची, एकमेकांना लागून बांधलेली घरं असलेल्या एका रस्त्यावर येईपर्यंत त्यांनी त्यांच्या कुटुंबाबद्दलच्या गप्पा टाळल्या होत्या. ते एका कोपऱ्याशी थांबले आणि रस्त्यावरच्या एका गोष्टीकडे पाहून लीनं तिचं डोकं हलवलं.

''ते उजव्या बाजूच्या ओळीतलं तिसरं, तपकिरी रंगाचं छोटंसं घर, तुला दिसतंय?''

''हो.''

''तिथे तुम्ही राहत होतात. आपण तिथे चालत जाऊ शकू. तिथे आता काही माणसंही हालचाली करताना दिसत आहेत.''

दोन लहान मुलं हातात खेळण्यातलं पिस्तूल घेऊन घरासमोरच्या मोकळ्या भागात खेळताना दिसत होती आणि घराच्या प्रवेशालगतच्या पोर्चसारख्या, छप्पर असलेल्या भागातल्या एका झोपाळ्यावर बसून कोणीतरी झोका घेताना दिसत होतं. ते एक चौरस, छोटं, नीटनेटकं, दोन लहान मुलं असणाऱ्या एखाद्या तरुण जोडप्यासाठी अगदी योग्य असं घर होतं.

एडी आणि एव्हलीन ही जागा सोडून गेली, त्या वेळी ॲडम तीन वर्षांचा होता. त्या कोपऱ्यावर उभे राहून त्या घरासंबंधीच्या काही आठवणी आठवत होत्या का, याचा ॲडम प्रयत्न करत होता; पण त्याला काहीच आठवत नव्हतं.

''त्या वेळी त्या घराचा रंग पांढरा होता आणि झाडं लहान होती. एका स्थानिक इस्टेट एजंटकडून एडीने ते घर भाड्याने घेतलं होतं.''

''त्या वेळी ते घर चांगलं होतं?''

''बऱ्यापैकी चांगलं होतं. एडी आणि एव्हलीन यांचं लग्न होऊन फार वर्षं झालेली नव्हती. एकच मूल असलेलं ते एक तरुण जोडपं होतं. मोटारीचे सुटे भाग विकणाऱ्या दुकानात एडीनं काही दिवस काम केलं. त्यानंतर राज्याच्या हमरस्त्याच्या खात्यात काही दिवस नोकरी केली. त्यानंतर त्यानं आणखी कुठलंतरी काम पत्करलं होतं.''

''हे कधीतरी पूर्वी ऐकलेलं आठवतंय.''

''चौकात एक दागिन्यांचं दुकान होतं. तिथे एव्हलीन काम करायची. माझ्या

माहितीनुसार ते आनंदात होते. तुला माहीत आहे, ती या भागातली नव्हती, त्यामुळे या भागातली बरीच माणसं तिला माहीत नव्हती.''

दोघं त्या घराजवळून जात असताना एका मुलाच्या हातात खेळण्यातलं पिस्तूल होतं, ते त्यानं ॲडमवर रोखल्यासारखे केलं. त्या क्षणी त्याच्या लहानपणातल्या त्या घराच्या संबंधातल्या काहीही आठवणी नव्हत्या. त्या मुलाकडे पाहून तो हसला आणि त्यानं दुसरीकडे पाहिलं.

ली त्या सहलीचा मार्गदर्शक आणि इतिहासकार बनली. फार पूर्वी, उत्तर पूर्व भागात आलेल्या त्या दुष्ट लोकांनी स्थानिक लोकांबरोबरच्या लढाईमध्ये १८६३ साली क्लॅन्टन बेचिराख केलं. जनरल क्लॅन्टन हा दक्षिणेत स्थायिक झालेल्यांचा नेता होता. त्याने या लढाईत चांगली झुंज दिली. त्यात त्याचा एक पाय गेला. शिलोहच्या लढाईत एक पाय गमावलेल्या स्थितीत तो क्लॅन्टनला परतला. त्याच्याच कुटुंबीयांच्या मालकीचा तो भाग होता. तिथे त्याने न्यायालयाची स्थापना केली. त्यासाठी इमारत बांधली. परिसरातले रस्ते बांधले. न्यायालयाच्या वरच्या मजल्यावरच्या एका खोलीत मूळ नकाशे भिंतीवर लावलेले होते. न्यायालयाच्या परिसरात सावली देणाऱ्या ओक वृक्षांची असंख्य झाडं एका ओळीत लावून घेतली होती. त्याच्यात भविष्यातल्या परिस्थितीचा वेध घेण्याची ताकद होती. बेचिराख झालेलं क्लॅन्टन शहर त्यानं जिद्दीनं उभं केलं. त्याची भरभराट होईल अशा योजना केल्या; प्रत्यक्षात आणल्या. न्यायालयाच्या चारही बाजूचे चौक अगदी बरोबर चौरस आकारांचे होते. हे त्याच्या कुशलतेनं केलेल्या आराखड्यांचं आणि योग्य नियोजनाचं प्रतीक होतं. ते त्या भल्या माणसाच्या विश्रांतिस्थानाशी चालत गेले. याच स्थानाचं दर्शन तिला ॲडमला घडवायचं होतं.

शहराच्या उत्तरेच्या भागात मॉलसारखं एक भलं मोठं दुकान उभं राहिलेलं होतं आणि सवलतीच्या दरात अनेक वस्तू विकणारी बरीच दुकानं पूर्वेच्या बाजूला चालू झालेली होती. या सर्व मॉलना हव्या तेवढ्या ग्राहकांचा प्रतिसाद मिळत नव्हता. फोर्ड परगण्यातली मंडळी अद्यापही चौकाच्या आवारातल्या दुकानांतून शनिवार सकाळच्या खरेद्या करत होती. वॉशिंग्टन रस्त्यालगतच्या पदपथावरून चालताना ली ही माहिती देत होती. या रस्त्यांवरून पायी चालणारे अति सावकाश गतीने चालले होते. इमारती जुन्या होत्या. त्यात वकील, विमा-एजंट, बँका, उपाहारगृह, धातूंच्या सामानांची आणि कपड्यांची दुकानं होती. पदपथांवर लगतच्या दुकानांनी प्रवेशद्वारांवर कनाती लावून सावली तयार केलेली होती. दुकानातले जुनाट पंखे करकर आवाज करत आळशासारखे फिरताना दिसत होते. एका औषधाच्या दुकानासमोर ते थांबले. लीनं तिच्या डोळ्यावरचा गॉगल काढला, ''इथे एक वेळ घालवण्याची जागा होती.'' ती सांगू लागली, ''इथे मागच्या बाजूला सॉफ्ट ड्रिंक्स

मिळायची. तिथे गाणी ऐकायची सोय होती. एका मांडणीवर ती मांडलेली असायची. कोणीही त्यातलं एखादं घ्यावं, तिथेच वाचत बसावं. पाच पेनीमध्ये एक मोठा वाडगा आईसक्रीम मिळायचं. ते खायला कित्येक तास लागायचे आणि त्यात बरोबर लहान मुलं असतील, तर खूपच वेळ जायचा.''

एखाद्या चित्रपटातला प्रसंग असावा, असं ॲडमला वाटलं. एका हार्डवेअरच्या दुकानासमोर ते थांबले आणि काही क्षण काचेवर रेलून खोरी, फावडी, पहारी, पंजे वगैरेंचं विशिष्ट कारणासाठी निरीक्षण करत राहिले. दोन झडपांच्या त्या दुकानाच्या प्रवेशद्वाराकडे पाहत मनात बालपणाच्या काळातल्या काही घटनांचा विचार ली करत होती; पण ते विचार तिनं स्वत:जवळच ठेवले होते.

हातात हात धरून ते रस्त्याच्या दुसऱ्या बाजूला गेले; चालत राहिले. काही वयस्कर लाकडं तोडणारी माणसं तोंडात तंबाखू चघळत युद्धस्मारकांजवळ बसली होती. त्यांच्यासमोरून दोघं गेले. स्मारकातल्या पुतळ्याकडे पाहत तिनं मान हलवली. तो जनरल क्लॅन्टनचा दोन्ही पाय शाबूत असलेल्या स्थितीतला पुतळा होता, हे लीनं सांगितलं. रविवार असल्यानं न्यायालयाला सुट्टी होती. ते बंद होतं. खाण्यापिण्याच्या एका दुकानातून त्यांनी कोला विकत घेतला. त्या दुकानाच्या समोरच्या हिरवळीवर ते कोला पित होते.

तिनं फोर्ड परगण्यात चालवल्या गेलेल्या कार्ल ली हेले याच्या १९८४तल्या खुनाच्या प्रसिद्ध खटल्याची माहिती सांगितली. हेले हा कृष्णवर्णीय होता. त्याच्या छोट्या दोन बहिणींवर दोन गोऱ्या मस्तवाल गुंडांनी बलात्कार केला, त्यांचा हेलेनं गोळ्या झाडून खून केला. एका बाजूला काळ्या लोकांनी निदर्शनं केली, मोर्चे काढले आणि दुसऱ्या बाजूला गोऱ्या वंशाचे अभिमानी क्लॅन समूहाचे लोक होते. शांतता राखण्यासाठी राष्ट्रीय सुरक्षा दलाचे शिपाई न्यायालयाच्या आवारात तळ ठोकून होते. हे असं अनन्यसाधारण दृश्य पाहण्यासाठी ली मेम्फिसहून मोटार चालवत एके दिवशी इथे आली होती. निवाडा-न्याय समितीच्या सर्व गोऱ्या सभासदांनी त्याला निर्दोष जाहीर केलं होतं.

ॲडमला तो खटला आठवला. पेप्परडाईन विद्यापीठात तो त्या वेळी शिकत होता आणि त्याच्या जन्मगावी तो खटला चालला होता. त्यामुळे वर्तमानपत्रात वाचून त्या खटल्याची माहिती त्यानं घेतली होती.

ली लहान असताना करमणुकीची साधनं फार नव्हती. त्यामुळे खटल्यांना प्रेक्षकवर्ग खूप असायचा. एका माणसाचा एक शिकारी कुत्रा एका व्यक्तीनं ठार मारला होता. त्याचा खटला पाहण्यासाठी सॅम यांनी ली आणि एडी यांना न्यायालयात आणलं होतं. कुत्रा मारणाऱ्यावर आरोप सिद्ध झाला. त्याला एक वर्ष तुरुंगात काढावं लागलं. परगण्यांमध्ये गुन्ह्यांबद्दल दोन मतं होती. किरकोळ

गुन्ह्यांसाठी जबरी शिक्षा देण्याच्या विरोधात शहरी लोक असायचे, तर ग्रामीण भागात एखादा चांगला एखादा खाण्याचा पदार्थ कोणी पळवला, तरी त्याला जबर शिक्षा दिली पाहिजे, अशा मताचे लोक होते. त्या माणसाला एक वर्ष तुरुंगवासाची शिक्षा दिल्याबद्दल विशेषकरून सॅम यांना आनंद झाला होता.

लीला, ॲडमला आणखी एक गोष्ट दाखवायची होती. ते न्यायालयाच्या मागच्या बाजूला चालत गेले. त्या भागात दोन वेगवेगळी कारंजी होती. त्यातलं एक काळ्यांसाठी होतं, तर दुसरं गोऱ्यांसाठी होतं. गोऱ्या लोकांच्या कारंजावर पाणी पिण्याची हिंमत करणारी रोझिया गेटवूड नावाची बाई तिला माहिती होती. तिला मिस ॲली असंही म्हणायचे; पण या हिमतीबद्दल तिला कोणीही काहीही केलं नव्हतं. त्यानंतर थोड्याच दिवसांत ती कारंजी बंद करण्यात आली.

चौकाच्या पश्चिम बाजूला 'टी शॉप' या नावानं ओळखल्या जाणाऱ्या एका पेयगृहात एका टेबलाशी त्यांना जागा मिळाली. तळलेल्या बटाट्याच्या फोडी, सलामी, टोमॅटो लेट्यूसचा सँडविच खात खात गमतीच्या, माहितीपूर्ण, आनंददायी अशा बऱ्याच गोष्टी लीने ॲडमला सांगितल्या. तिने डोळ्यावर उन्हाचा काळा चष्मा ठेवला होता आणि ती येणाऱ्याजाणाऱ्यांकडे पाहत होती, हे ॲडमच्या नजरेतून सुटलं नव्हतं.

दुपारचं जेवण झाल्यावर ते क्लॅन्टनमधून बाहेर पडले. चालत चालत ते दफनस्थानाशी परत आले. दोघं मोटारीत बसले. ॲडम मोटार चालवत होता. लीनं त्याला योग्य वेळी योग्य रस्त्याची माहिती दिल्यामुळे परगण्यातल्या एका छोट्या हमरस्त्यावर ते दोघे आले. बाजूला रेखीव आकारातली शेतं होती आणि टेकड्यांच्या पायथ्यालगत गुरं चरताना दिसत होती. जाताना एखाद्या वेळी बाजूच्या मोकळ्या भागात पांढऱ्या रंगाचे मोडीत काढलेले दुहेरी रुंदीचे ट्रेलर्स आणि भंगार मोटारी इतस्तत: पडलेल्या दिसल्या. वाटेत पडझड झालेली घरं होती. त्यात गरीब कृष्णवर्णीय लोक राहत होते. टेकड्यांचा परिसर असलेला ग्रामीण विभाग जास्त आकर्षक होता. एकंदरीत दिवस चांगला, मस्त जात होता.

एका ठिकाणी लीने त्याला खुणावलं आणि ते एका छोट्या, पण पृष्ठभागावर सपाट दगड बसवलेल्या रस्त्याला लागले. वळणं वळणं घेत तो रस्ता कमी वस्ती असलेल्या भागात गेला. शेवटी ते लाकडी सांगाड्याच्या, मोडकळीला आलेल्या, पांढऱ्या रंगाच्या, एका जुनाट घराशी पोचले. इमारतीच्या सर्व बाजूनं सर्व खिडक्या, स्वागतमंडपाचा भाग या सर्वांच्या आजूबाजूने, भिंतीच्या आधारानं असंख्य जंगली वेली वर गेल्या होत्या. रस्त्यापासून स्वागतमंडप पन्नास फुटांवर होता. मिळकतीच्या प्रवेशद्वारापासून ते घराच्या स्वागतमंडपापर्यंतचा रस्ता मोटारीने जाण्यासारखा

राहिला नव्हता. समोरचा हिरवळीचा भाग जंगली गवतानं व्यापला होता. रस्त्याच्या कडेच्या गटाराच्या भागात पोस्टाची पेटी पडलेली होती.

''ही केहॉल यांची मिळकत.'' ली पुटपुटली आणि ते बराच काळ मोटारीत बसून त्या लहानशा, दु:खी घराकडे पाहत राहिले.

''काय झालं या घराला?'' ॲडमनं शेवटी विचारणा केली.

''घर तर छानच होतं, पण या घराचा चांगुलपणा अनुभवाला यायला फारच कमी संधी मिळाल्या. घरात राहणाऱ्या व्यक्ती नाकर्त्या होत्या.'' तिनं अलगद डोळ्यांवरचा काळा चष्मा काढला आणि डोळे पुसले, ''मी इथे अठरा वर्षं राहिले आहे आणि शेवटी मला असं झालं की, मी या घरातून केव्हा बाहेर पडतीये.''

''असं काय काय घडलं?''

तिने खोल श्वास घेतला. गोष्टींची जुळवाजुळव करण्याचा प्रयत्न केला. ''माझ्या माहितीप्रमाणे सॅम यांनी घराची किंमत फार पूर्वीच देऊन टाकली होती; पण त्यांच्या शेवटच्या खटल्याच्या वेळी वकिलांना पैसे देण्याकरता ते त्यांनी गहाण टाकलं. अर्थातच त्यानंतर ते परत घरी कधीच आले नाहीत. कर्ज फेडता आलं नाही. बँकेनं घराचा आणि सभोवती असलेल्या ऐंशी एकर जमिनीचा ताबा घेतला. त्यांनी सर्वकाही गमावलं होतं. बँकेच्या त्या प्रकरणानंतर मी परत इथे कधीच आलेले नाही. मी फेल्प्सला ते परत विकत घ्यायला सुचवलं होतं, पण त्याला त्यानं नकार दिला. मी त्याला दोष देऊ शकत नाही आणि मला स्वत:ला ते विकत घ्यायचं नव्हतं. त्यानंतरच्या काळात या भागातल्या माझ्या काही मित्रांकडून मला असं कळलं की, बऱ्याच जणांना बँकेनं हे भाड्यानं दिलं होतं आणि मला वाटतं की, सरतेशेवटी ते वाऱ्यावर सोडून दिलेलं होतं. घर अद्याप उभं आहे, हेही मला माहीत नव्हतं.''

''वैयक्तिक मालकीच्या वस्तू होत्या, त्यांचं काय केलं?''

''ज्या दिवशी बँकेनं घर ताब्यात घेतलं, त्याच्या आदल्या दिवशी बँकेनं 'त्या घरातल्या ज्या काही गोष्टी घेऊन जायच्या आहेत, त्या घेऊन जा.' अशी मला परवानगी दिली होती. मी त्यातल्या काही वस्तू घेऊन आले – फोटो अल्बम, ट्रॉफ्या, पदकं, रोजनिश्या, बायबलचा ग्रंथ, आईच्या काही मौल्यवान वस्तू होत्या. मेम्फिसमधल्या एका सामानाच्या कपाटात या साऱ्या गोष्टी आहेत.''

''मला त्यातल्या काही पाहायच्या आहेत.''

''फर्निचर घेऊन जाण्याइतकं चांगलं नव्हतं. कुठलीच वस्तू घेऊन जाण्याइतकी चांगली नव्हती. माझी आई निवर्तलेली होती. माझ्या भावानं नुकतीच आत्महत्या केलेली होती आणि नुकतंच माझ्या वडलांना मृत्युदंड झालेल्या कैद्यांच्या 'रो' इथल्या तुरुंगात हलवलं होतं आणि आठवणींचा साठा जतन करण्यासारखी माझी

मन:स्थिती नव्हती. चेहऱ्यावर आनंद किंवा हास्य फुलवणारी एखादी वस्तू त्या सामानातून शोधून काढणं, हे एक प्रकारचं दिव्य होतं. मलातर त्या सर्व वस्तू जाळून टाकाव्या, असंच वाटत होतं आणि जवळजवळ तसंच मी केलं.''

''हे तू गंभीरपणे बोलत आहेस?''

''हो, नक्कीच मी हे सर्व गंभीरपणे बोलतेय. काही तास या घरात थांबल्यानंतर हे घर, या घरातली प्रत्येक वस्तू मी जाळून टाकायची ठरवलं. तशी परिस्थिती निर्माण होते ॲडम! मला तिथे एक जुना कंदील मिळाला. त्यात थोडं रॉकेल होतं. मी तो स्वयंपाकघराच्या टेबलावर ठेवला. सर्व वस्तू एकत्र करून त्याचं एक गाठोडं तयार केलं. पण त्याला काडी लावणं मला जमेना.''

''का नाही जमलं?''

''ते मला सांगता येणार नाही. त्या वेळी मला धैर्य एकवटता यायला हवं होतं, पण मला बँकेची काळजी वाटली, गहाणवटाच्या व्यवहाराची काळजी वाटली, कारण आग लावून मिळकतीची वासलात लावणं गुन्हा आहे. सॅम यांना ज्या तुरुंगात टाकलं होतं, तिथे मी जाण्याची कल्पना मला भीतिदायक वाटली म्हणून मी काडी ओढली नाही. मला अडचणीत यायचं नव्हतं. तुरुंगात जायचं नव्हतं.''

मोटारगाडी आता तापायला लागली होती. ॲडमनं त्याच्या बाजूचा दरवाजा उघडला, ''मला हे घर सर्व बाजूनं पाहायचं आहे.'' बाहेर पडता पडता तो म्हणाला. मुरुमाच्या, खाचखळग्याच्या रस्त्यावरून ते चालत निघाले. घराच्या प्रवेशद्वारालगतच्या, पोर्चच्या कुजलेल्या फळ्यांकडे पाहत थांबले.

''मी आत येणार नाही.'' तिनं ठामपणे सांगितलं आणि त्याचा हात सोडवून घेऊन ती दूर झाली. ॲडमनं मोडकळीला आलेल्या पोर्चची अवस्था पाहिली आणि आत जाण्याचा विचार बाजूला ठेवला. इमारतीच्या दर्शनी भागासमोरून चालत जाताना मोडक्या खिडक्या, त्यात आत घुसलेल्या रानटी फांद्या तो पाहत होता. घरासभोवतालच्या मोकळ्या भागातून तो चालत राहिला. ली त्याच्या मागेमागे होती. घराची मागची बाजू ओक आणि मेपल वृक्षांनी झाकून टाकली होती. काही काही ठिकाणी सूर्यकिरण खाली झिरपून जमिनीवर पडले होते. तिथे उघड्या जमिनीचा भाग दिसत होता. मोकळा भाग पुढे जंगलासारख्या भागापर्यंत आठशे फुटांच्या आसपास होता. दूर अंतरावरच्या कुंपणापलीकडे सर्व बाजूनं रान पसरलं होतं.

तिनं त्याचा हात पुन्हा धरला आणि ते चालत लाकडी छत असलेल्या एका भागाजवळच्या झाडाजवळ चालत गेले. हा छत असलेला भाग घराच्या अवस्थेच्या मानानं बराच चांगला होता, ''हे माझं झाड होतं.'' ती फांद्याकडे पाहत सांगायला लागली, ''माझं स्वत:चं पेकन फळाचं झाड.'' तिचा आवाज किंचितसा कापत होता.

“झाड भलंमोठं दिसतंय.”

“अरे, यावर चढायला तर खूप मजा येते. मी तासन्‌तास या झाडांच्या फांद्यावर बसून खाली पाय सोडायचे. जवळच्या एका फांदीवर दोन हात ठेवायचे, त्यावर हनुवटी टेकवायची, असे तासन्‌तास मी या झाडाच्या सहवासात घालवले आहेत. उन्हाळ्याच्या दिवसात मी अर्धंअधिक झाड चढून जायचे आणि कोणाला मी दिसू शकायचे नाही. तिथे वर मी माझं स्वत:चं एक वेगळं विश्व तयार केलं होतं.”

एकाएकी तिनं तिचे डोळे मिटून घेतले. एका हातानं तोंड झाकून घेतलं. तिचे खांदे थरथरायला लागले. ॲडमनं त्याचा हात तिच्या खांद्यावर ठेवला आणि तो तिला काही सांगण्याचा प्रयत्न करू लागला.

“या इथे ती गोष्ट घडलीये.” एका क्षणानंतर ती म्हणाली. तिनं तिचा ओठ चावून ठरला. अश्रू रोखण्याचा प्रयत्न केला. ॲडम काहीच बोलला नाही.

“तू मला एकदा गोष्ट सांगण्याचा आग्रह धरला होतास.” तिने दातांवर दात घट्ट दाबून धरले. पंजाच्या मागच्या बाजूने गालावर येत असलेले अश्रू पुसले आणि पुढे बोलू लागली, “एका कृष्णवर्णीय माणसाला डॅडींनी इथे ठार मारलं, त्याची गोष्ट.”

घराकडे पाहून तिनं मान हलवली. हात कापत होते, ते तिनं तिच्या फ्रॉकच्या खिशात घातले. एक मिनिट दोघं घराकडे पाहत राहिले. कोणालाही बोलायची इच्छा नव्हती. घराच्या मागच्या बाजूला एक छोटं चौरस आकाराचं पोर्च होतं. त्यामध्ये येण्यासाठी एक दरवाजा होता. पोर्चच्या तिन्ही बाजूनं कठडा होता. पोर्चच्या जमिनीवर पडलेल्या पालापाचोळ्यावरून हळुवार वाऱ्याची एक झुळूक गेली. त्यामुळे पानांची नाजूकशी सळसळ झाली.

तिनं एक खोल श्वास घेतला आणि ती बोलायला लागली, “त्याचं नाव ज्यो लिन्कन होतं आणि तो त्याच्या कुटुंबासह खाली रस्त्यालगत राहत होता.” शेताच्या बांधाच्या कडेने एक पायवाटेसारखा रस्ता पुढे जंगलात जात होता, त्याकडे तिनं खूण केली.

“त्याला बारा मुलं होती.”

“क्विन्स लिन्कन?” ॲडमने प्रश्न केला.

“हो, तो तुला कसा माहीत?”

“मी आणि सॅम आजोबा त्या दिवशी एडींच्या संबंधात बोलत असताना, त्यांनी या नावाचा उल्लेख केला होता. क्विन्स आणि एडी लहानपणी एकमेकांचे चांगले मित्र होते.”

“ते क्विन्सच्या वडलांबद्दल बोलले?”

“नाही.”

''त्याच्याबद्दलही त्यांनी काही सांगायला हरकत नव्हती. आमच्या शेतावर ज्यो काम करायचा. ज्यो म्हणजे क्विन्सचे वडील. आमच्याच एका जुन्या कोठारांसारख्या जागेत ज्यो त्याच्या कुटुंबासह राहायचा. तो चांगला माणूस होता. त्याचं कुटुंब खूप मोठं होतं आणि इतर काळ्या लोकांप्रमाणे जगण्याइतपतच त्याचं उत्पन्न होतं. त्याच्या काही मुलांना मी ओळखत होते, पण क्विन्स आणि एडी यांच्यासारखी आमच्यात मैत्री नव्हती. एका उन्हाळ्याच्या सुट्टीत एके दिवशी सर्व मुलं घराच्या मागच्या भागात खेळत होती. शाळेला सुट्या होत्या. एका मुलाने एका सैनिकाच्या पुतळ्यासारखं खेळणं घेतल्यावरून भांडण सुरू झालं. क्विन्सने तो चोरला होता, असा एडीनं त्याच्यावर आरोप केला. मला वाटतं, ते दोघं त्या वेळी आठ-नऊ वर्षांचे असतील. डॅडी तिथून चालले होते. एडीनं पळत जाऊन क्विन्सनं त्याचं खेळणं चोरल्याचं सांगितलं. क्विन्सने ठामपणे ते नाकारलं होतं. दोन्ही मुलं रागाने लालेलाल झाली होती. रडण्यापर्यंत वेळ आली होती. सॅम यांच्या विक्षिप्त स्वभावानुसार ते एकदम भडकले आणि क्विन्सला वाटेल तशा शिव्या देऊ लागले, नावं ठेवू लागले, ''चोरटं काळं पिल्लू, तुम्ही काळी माणसं हरामी आहात.'' वगैरे वगैरे दूषणं देत होते. सॅमनं त्याला दरडावून, ''निमूटपणे त्या सैनिकाचं खेळणं आणून दे.'' असं बजावलं आणि क्विन्स रडायला लागला. त्याने तो सैनिक घेतलेला नव्हता, हे क्विन्स त्यांना पुन:पुन्हा सांगत होता आणि त्याउलट एडी ''त्यानंच घेतला'' असं उगाळत होता. सॅम यांनी त्या मुलाला धरलं आणि गदागदा हलवलं आणि त्याच्या ढुंगणावर सपाटे द्यायला सुरुवात केली आणि मारताना ते ओरडत होते, शिव्या देत होते आणि क्विन्स बिचारा रडत होता; गयावया करत होता. त्याला मारत, झोडपत सॅम आवारभर फिरले. मारतानासुद्धा ते रागाने थरथरत होते. शेवटी एकदाची क्विन्सनं धडपड करून सॅम यांच्या पकडीतून सोडवणूक करून घेतली आणि तो घराकडे पळाला. एडीसुद्धा आमच्या घरात पळून गेला. डॅडी त्याच्या मागोमाग घरात गेले. काही मिनिटांनंतर सॅम चालण्याच्या वेळी वापरायची काठी हातात घेऊन दरवाजातून बाहेर आले. ती त्यांनी पोर्चच्या वळचणीला ठेवली आणि ते पायऱ्यांवर बसून, चिकाटीने वाट पाहत राहिले. एक सिगारेट पेटवून झुरके घेत ते कच्च्या रस्त्याकडे लक्ष देऊन होते. लिन्कन याचं घर तिथून फार दूर नव्हतं आणि अंदाजानुसार थोड्या वेळातच ज्यो लिन्कन झाडांच्या राईतून पळत आला. त्याच्या मागेच क्विन्स होता. तो जसा घराजवळ आला, तसे पायऱ्यावर बसून वाट पाहत असलेले डॅडी त्याला दिसले. तो पळायचा थांबला आणि चालायला लागला. डॅडींनी खांद्यावरून ओरडून एडीला आवाज दिला, ''एडी, इकडे बाहेर ये आणि या काळ्या निग्रोला मी कसा छडीने झोडपून काढतो ते बघ.''

ली घराच्या दिशेने चालत जायला लागली आणि पोर्चपासून काही फुटांवर थांबली, ''जेव्हा ज्यो बरोबर या ठिकाणी येऊन थांबला होता, तिथे थांबूनच सॅम यांच्याकडे त्यानं पाहिलं आणि ''सॅम साहेब, तुम्ही क्विन्सला मारलं, असं क्विन्सचं म्हणणं आहे.'' असं काहीतरी पुटपुटला. त्यावर माझे वडील त्याला, ''तुझा मुलगा क्विन्स हा एक काळा चोर आहे. तुम्ही तुमच्या मुलांना चोरी करू नये असं शिकवायला हवं.'' असं काहीतरी म्हणाले. दोघांची मारामारी झाली. आता दोघांची मारामारी होणार होती, हे उघड होतं. एकाएकी पोर्चवरून सॅम यांनी खाली उडी मारली आणि पहिला ठोसा लगावला. दोघे खाली पडले आणि मांजरासारखे दोघं भांडू लागले. ज्यो थोड्या वर्षांनी तरुण होता आणि जास्त मजबूत, ताकदवान होता; पण डॅडी फार चिवट होते आणि त्यांचा राग अनावर झालेला होता. त्यामुळे दोघांची झुंज सारखेपणाची होती. दोघांनी एकमेकांच्या चेहऱ्यावर तडाखे दिले, अर्वाच्च शिव्या दिल्या. जनावरांसारख्या लाथा मारल्या.'' तिनं वर्णन थांबवलं आणि परिसराकडे पाहिलं आणि मग मागच्या दरवाजाकडे निर्देश करून म्हणाली, ''मारामारी सुरू झाल्यानंतर काही क्षणांनी झुंज पाहण्यासाठी एडी दरवाजात येऊन उभा राहिला. क्विन्स काही फुटांवर उभा राहून त्याच्या वडलांकडे पाहून ओरडत होता. एकदम सॅम दरवाजाकडे धावले आणि पोर्चच्या वळचणीला ठेवलेली काठी हातात घेतली आणि घटना हाताबाहेर गेली. ज्यो त्याच्या गुडघ्यावर पडेपर्यंत त्याच्या चेहऱ्यावर, डोक्यावर सॅम यांनी काठीचे तडाखे दिले. त्याला झोडपून काढलं. त्याच्या पोटात, जांघेत काठीने ठोसलं. तो अगदी हालेनासा होईपर्यंत त्याला पिटलं. ज्योने क्विन्सकडे पाहून त्याला त्यांच्या घरातली लहान बंदूक आणायला सांगितली. क्विन्स लगेचच पळाला. सॅम यांनी ज्योची पिटाई थांबवली आणि एडीकडे वळून, ''जा, माझी बंदूक घेऊन ये.'' असं सांगितलं. एडी जागच्या जागी थिजला. डॅडी त्याच्याकडे पाहून परत ओरडले. ज्यो हातपाय जमिनीवर पसरलेल्या अवस्थेत आडवा होता. तो त्याचं अवसान एकत्र आणण्याचा प्रयत्न करत उभा राहण्याचा प्रयत्न करत होता. सॅम यांनी त्याला पुन्हा काही तडाखे दिला आणि तो पुन्हा आडवा झाला. एडी आत घरात गेला. सॅम चालत पोर्चपर्यंत गेले. काही क्षणातच एडी बंदूक घेऊन बाहेर आला. डॅडींनी त्याला आत घरात जायला लावलं आणि दरवाजा लावून घेतला.''

ली चालत पोर्चजवळ गेली आणि कडेवर बसली. तिनं तिचा चेहरा हातात झाकून घेतला आणि बराच काळ रडत राहिली. ॲडम तिच्यापासून काही फुटांवरच जमिनीकडे पाहत, तिचे हुंदके ऐकत उभा होता. सरतेशेवटी तिनं त्याच्याकडे पाहिलं. तिच्या डोळ्यांचा पृष्ठभाग काचेच्या झिलाईसारखा झाला होता. डोळ्याच्या कडांना लावलेला काळा रंग ओला होऊन वाहायला लागला होता. नाकातून थेंब

खाली पडत होते. तिनं तिचा चेहरा पुसला आणि हात जीनच्या पँटला बाजूंना पुसले, ''मला माफ कर ॲडम.'' ती पुटपुटली.

''प्लीज, पुढे सांग ना.'' तो घाईने म्हणाला.

एका क्षणाकरता तिनं एक खोल श्वास घेतला आणि डोळे आणखी पुसले, ''ज्यो तिथेच पडलेला होता.''

गवतातल्या एका जागेकडे बोट दाखवत ती म्हणाली. ती जागा, ॲडम उभा होता तिथून जवळच होती. ''तो कसाबसा उठून उभा राहिला आणि त्यानं वळून डॅडींच्या हातात बंदूक पाहिली. त्यानं दुसऱ्या बाजूला वळून त्याच्या घराच्या दिशेने नजर टाकली. क्विन्सचा कुठे पत्ता नव्हता, तर त्याच्याकडे बंदूक कुठून येणार? त्यानं परत सॅम यांच्याकडे वळून पाहिलं. ते इथे पोर्चच्या कडेवर उभे होते आणि मग माझ्या लाडक्या वडलांनी ती बंदूक हळूहळू वर केली. क्षणभर ते चाचरले. इकडेतिकडे कोणी पाहत नाही, अशी खात्री करून घेतली आणि घोडा ओढला आणि ज्यो निश्चलपणे खाली पडला.''

''तू ही घटना घडलेली पाहिली आहेस. बरोबर आहे ना?''

''हो, मी पाहिली आहे.''

''तू त्या वेळी कुठे होतीस?''

''त्या तिथे.'' तिनं मान हलवली. तिनं त्या जागेकडे बोट दाखवलं. ''माझ्या पेकन झाडावर. या जगापासून दडलेली अशी उभी होते.''

''सॅम तुला पाहू शकत नव्हते?''

''नाही, कोणीच मला पाहू शकत नव्हतं, पण मी मात्र सर्व गोष्टी पाहू शकत होते.'' तिनं तिचे डोळे पुन्हा झाकून घेतले. अश्रू येऊ नयेत, म्हणून ती झगडत होती. ॲडमनं तिला पोर्चच्या कडेवर नीट बसवलं आणि तिच्याशेजारी तो बसला.

तिनं तिचा घसा खाकरून साफ केला आणि तिसरीकडेच पाहिलं. ''त्यांनी ज्योचं एक मिनिट निरीक्षण केलं. जरूर भासली असती, तर आणखी एक गोळी त्यांनी चालवली असती, पण ज्यो हललाच नाही. तो पूर्णपणे मृत झालेला होता. त्याच्या डोक्यासभोवतालच्या भागात, गवतावर रक्त जमा झालेलं होतं. मला तो झाडावरून दिसत होता. मी माझ्या बोटांची नखं फांदीच्या सालीत घुसवून खाली पडणार नाही, अशी खबरदारी घेत होते. मला जोरजोरात रडायचं होतं, पण तसंही करायला मी घाबरत होते. माझ्या रडण्याचा आवाज त्यांनी ऐकायला नको होता. काही मिनिटांनी क्विन्स तिथे पोचला. त्यानं बंदुकीचा बार ऐकला होता. मी त्याला पाहिलं, तेव्हा तो एखाद्या वेड्यासारखा रडत-ओरडत होता. जेव्हा त्यानं त्याच्या वडलांना जमिनीवर पाहिलं, तेव्हा तर त्याने हंबरडा फोडला होता. माझे वडील पुन्हा एकदा बंदूक वर करत होते आणि एका क्षणाकरता मला असं वाटलं की,

ते क्विन्सवरही गोळी झाडणार; पण क्विन्सनं त्याची बंदूक खाली जमिनीवर टाकली आणि तो वडलांजवळ गेला. मोठमोठ्या आवाजात आक्रोश करायला लागला. त्याच्या अंगावर फिक्या रंगाचा शर्ट होता आणि तो काही क्षणातच रक्ताने पूर्ण माखला. सॅम बाजूला झाले आणि ज्योची बंदूक ताब्यात घेतली आणि दोन्ही बंदुका घेऊन ते आत घरात गेले.'' ली सावकाश उठून उभी राहिली. तोलूनमापून काही पावलं तिनं टाकली. ''क्विन्स आणि ज्यो अगदी या इथे होते.'' जमिनीवर बुटाच्या टाचांनी खुणा करत ती म्हणाली. क्विन्सनं त्यांच्या वडलांचं डोकं त्याच्या पोटाजवळ धरलं होतं. सगळीकडेच रक्त झालं होतं आणि त्यानं शेवटची घरघर लागलेल्या माणसासारखा विचित्र आवाज काढला. हुंदक्यासारखा आवाज केला.'' ती फिरली आणि तिच्या झाडाकडे पाहू लागली, ''आणि मी तिथे वर एखाद्या पक्षासारखी बसलेली होते, रडत होते. त्या क्षणी मी माझ्या वडलांचा जास्तीतजास्त तिरस्कार करत होते.''

''एडी त्या वेळी कुठे होते?''

''तो घरात, त्याच्या खोलीत दार बंद करून बसला होता.'' काचा फुटलेल्या, एक झडप गायब असलेल्या खिडकीकडे बोट दाखवत ती पुढे बोलायला लागली, ''ती त्याची खोली होती. नंतर त्यानं मला असं सांगितलं होतं की, बंदुकीचा बार ऐकल्यानंतर त्यानं बाहेर पाहिलं, त्या वेळी वडलांना धरून बसलेला क्विन्स त्याला दिसला होता. त्यानंतर काही मिनिटांत रूबी लिन्कन तिच्या सगळ्या मुलांसह तिथे हजर झाली आणि ते सर्व ज्योच्या अंगावर ओणवं होऊन धाय मोकलून रडू लागले. देवा भगवंता, तो फारच वाईट प्रसंग होता. ते सर्व ओरडून, आक्रोश करून रडत होते. ज्योला परत शुद्धीवर येण्याच्या विनंत्या करत होते. त्यांना 'सोडून जाऊ नका' अशी आर्जवं करत होते.

''सॅम यांनी रुग्णवाहिका बोलवून घेतली. त्यांनी त्यांच्या अल्बर्ट नावाच्या भावाला आणि काही शेजाऱ्यांना बोलावून घेतलं. थोड्याच वेळात आमच्या घराच्या मागच्या भागात गर्दीच गर्दी झाली. सॅम आणि त्यांची टोळी पोर्चवर हातात बंदुका घेऊन उभी होती. शोक करणाऱ्यांचं निरीक्षण करत होती. त्यांनी मृत शरीर त्या झाडाच्या सावलीत खेचून आणलं होतं.'' तिनं एका विशाल ओक वृक्षाकडे बोट दाखवलं. ''खूप वेळानंतर रुग्णवाहिका आली आणि मृत शरीर घेऊन गेली. रूबी आणि तिची मुलं नंतर चालत त्यांच्या घरी गेली. माझे वडील आणि त्यांची दोस्त मंडळी पोर्चवर उभे राहून हास्यविनोद करायला लागले होते.''

''तू झाडावर किती वेळ बसून होतीस?''

''मला माहीत नाही. सर्व जण तिथून गेल्यानंतर मी झाडावरून उतरले आणि दाट रानासारख्या भागात पळून गेले. खालच्या भागात खाडीलगत माझी एक

नेहमीची आवडती जागा होती. एडी आणि माझी आई मला शोधत तिथे येतील, अशी माझी खात्री होती आणि तसा एडी मला शोधत तिथे आला. त्या वेळी तो फार घाबरलेला होता. त्याला श्वास घ्यायला अडचण पडत होती. त्यानं मला गोळीबाराचा सगळा वृतान्त सांगितला. मग मीही त्याला मी सगळं पाहिलं होतं, हे सांगितलं. त्याने पहिल्यांदा माझ्यावर विश्वास ठेवला नाही, पण जेव्हा मी त्याला सर्व तपशिलांसह गोष्टी सांगितल्या, तेव्हा ते त्याला पटलं. आम्ही दोघं प्रचंड घाबरलेलो होतो. त्याने खिशात हात घातला आणि खिशातून सैनिकाचं खेळणं काढलं. त्यावरूनच क्विन्स आणि त्याचं भांडण झालं होतं. ते त्याला त्याच्याच गादीखाली सापडलं होतं आणि त्याच वेळी त्याला कळून चुकलं होतं की, तोच या सर्व घटनांना कारणीभूत होता, चूक त्याचीच होती. आम्ही दोघांनी त्याबाबत गुप्तता राखण्याच्या शपथा घेतल्या. मी गोळीबाराला साक्षी होते, हेही तो कोणाला सांगणार नव्हते, असं त्यानं मला वचन दिलं आणि मीसुद्धा त्याला तो सैनिक सापडला होता, हेही कोणाला सांगणार नव्हते, असं वचन दिलं. त्यानं तो सैनिक त्या वेळी खाडीत फेकून दिला.''

''तुम्ही दोघांनी ते कोणाला सांगितलं नाही?''

ती तिचं डोकं बराच काळ नकारार्थी हलवत राहिली.

''त्या घटनेच्या वेळी तू त्या झाडावर बसून सर्व पाहिलं होतंस, हे सॅम आजोबांना पुढेसुद्धा कधी कळलं नव्हतं?'' ॲडमनं प्रश्न केला.

''नाही. माझ्या आईलासुद्धा आम्ही ते सांगितलं नाही. नंतरच्या काळात एडी आणि माझ्यातल्या बोलण्यात एखाद्या वेळी त्यावर बोलणं व्हायचं, पण काळाच्या ओघात त्यावर पडदा पडला. आम्ही जेव्हा घरी परतलो, तेव्हा आमच्या आई-वडलांच्यात भांडणं चालू होती. तिच्या भावनांचा उद्रेक झालेला होता. डॅडी तिच्या अंगावर वेड्यासारखे ओरडत होते. मला वाटतं, त्यांनी तिला कदाचित मारलं असावं. तिनं आम्हा दोघांना एकत्र धरलं आणि आम्हाला मोटारीत जाऊन बसायला सांगितलं. आमची गाडी घराच्या बाहेर पडत असतानाच शेरीफ साहेबांची गाडी आवारात येऊन दाखल होत होती. जवळपासच्या परिसरात आम्ही मोटारीनं काही फेऱ्या मारल्या. आई गाडी चालवत होती आणि आम्ही दोघं मागच्या सीटवर बसलो होतो. काही बोलायलासुद्धा आम्हाला भीती वाटत होती. तिलासुद्धा काय सांगावं, हे सुचत नव्हतं. डॅडींची तुरुंगात रवानगी होईल, असं आम्हाला वाटत होतं; पण जेव्हा आम्ही घरी परत आलो, तेव्हा काहीच घडलं नसावं, अशा अविर्भावात डॅडी दर्शनी भागातल्या पोर्चमध्ये बसले होते.''

''शेरीफ आले होते ना? त्यांनी काय केलं?''

''काहीही केलेलं नाही. सॅम आणि त्यांच्यात थोडी बातचीत झाली. शेरीफना

त्यांनी ज्योची बंदूक दाखवली आणि स्वसंरक्षणासाठी त्यांना गोळी झाडावी लागली, असं सांगितलं. इतका साधा तो प्रकार होता. आणखी एका निग्रोचा मृत्यू!''

"त्यांना अटकपण झाली नाही?''

"नाही ॲडम, पन्नासच्या दशकातलं मिसिसिपी राज्य होतं ते! मला नक्की ठाऊक आहे की, शेरीफ त्यावर मनापासून हसले असणार. त्यांनी डॅडींच्या पाठीवर थाप मारून त्यांना शाबासकी दिली असणार आणि ते त्यांचं कौतुक करून निघून गेले असणार. एवढंच काय, तर त्यांनी डॅडींना ज्योची बंदूक त्यांच्याजवळच ठेवायला परवानगी दिली होती.''

"अविश्वसनीय गोष्ट आहे.''

"आम्हाला असं वाटत होतं की, त्यांना काही वर्षांची तुरुंगवासाची शिक्षा होणार.''

"लिन्कन लोकांनी काय केलं?''

"ते काय करू शकत होते? त्यांचं कोण ऐकणार होतं? डॅडींनी एडीला क्विन्सबरोबर खेळायला बंदी घातली. मुलं एकत्र येणार नाहीत, अशी व्यवस्था केली. त्यांना आमच्याइथून काढून टाकलं.''

"यावर काय बोलणार?''

"डॅडींनी लिन्कन कुटुंबाला जागा सोडून जाण्यासाठी एक आठवड्याचा अवधी दिला. शेरीफसुद्धा त्यांचं काम पार पाडण्यासंबंधातल्या शपथेनुसार जबाबदारी पार पाडण्यासाठी डॅडींना मदत करायला जागेवर आले होते. लिन्कन कुटुंबीयांची उचलबांगडी ही कायदेशीर आणि योग्य कृती होती, असं डॅडींनी आईला सांगितलं. डॅडींना सोडून जाण्याची तिची तीच योग्य वेळ होती. तिने त्या वेळी तसं करायला हवं होतं, असं माझं मत होतं.''

"क्विन्सला एडींनी नंतर कधी पाहिलं?''

"हो, खूप वर्षांनंतर जेव्हा एडी मोटार चालवायला लागला, त्या वेळी त्यानं लिन्कन मंडळींना शोधायला सुरुवात केली. क्लॅन्टन गावाच्या दुसऱ्या बाजूच्या एका भागात, छोट्या वस्तीत ते राहायला लागले होते. एडीला ते तिथे सापडले. त्याने त्यांची माफी मागितली आणि शेकडो वेळा दिलगिरी व्यक्त केली, पण भविष्यात ते एकमेकांचे मित्र मात्र कधीच होऊ शकले नाहीत. रूबीने त्याला तिच्या नजरेपासून दूर व्हायला सांगितलं. एका पडक्या घरात, जिथे विजेची व्यवस्थासुद्धा नव्हती, अशा घरात ते कुटुंब राहत होतं, असं त्यानं मला सांगितलं.''

ती चालत तिच्या पेकन झाडाजवळ जाऊन त्याच्या खोडाला टेकून बसली. ॲडम तिच्या मागोमाग गेला आणि तोही खोडाला डोकं टेकून ओणवा झाला आणि तिच्याकडे पाहायला लागला. इतकी सारी वर्षं ती तिच्या मनावर केवढं प्रचंड

दडपण बाळगून होती, याचा विचार तो करत होता. त्याचबरोबर त्याच्या वडलांच्या मनालाही किती यातना झाल्या असतील, हे त्याच्या लक्षात आलं. ज्योच्या मृत्यूला आपण जबाबदार होतो, हे ते कधीही विसरू शकले नसतील. ॲडमच्या वडलांच्या ऱ्हासाला कारणीभूत असणाऱ्या कारणांचा पहिला छडा त्याला लागला होता. विविध घटना एकत्र जुळवून, सत्यचित्राचा शोध घेण्यासाठी तो यशस्वी होईल का? त्याच्या मनात सॅम आले. ते तरुण वयातले सॅम! हातात बंदूक, डोळ्यांत तिरस्कार आणि राग घेऊन पोर्चवर उभे असलेले त्याला दिसत होते. ली अजूनही आवाज न करता मुसमुसत होती.

''सॅमनी त्यानंतर काय केलं?''

तिनं स्वत:ला सावरण्याचा प्रयत्न केला, ''एक आठवडा घरात शांतता नव्हती. कदाचित एक महिनासुद्धा तसा गेला असेल. मला सांगता येणार नाही. तो काळ जवळजवळ वर्षभराइतका लांब वाटत होता. जेवणाच्या टेबलाशी असताना कोणीही एकमेकांशी बोलत नव्हतं. एडी त्याच्या खोलीत खोली आतून बंद करून बसून राहायचा. रात्रीच्या वेळी त्याच्या रडण्याचा आवाज मला ऐकू यायचा आणि तो डॅडींचा तिरस्कार करायचा, असं त्यानं मला हजार वेळा सांगितलं असेल. त्याला ते मरून जावेत असं वाटायचं. त्याला घरातून पळून जायचं होतं. जे काही घडलं होतं, त्याला तो स्वत:ला जबाबदार धरत होता. आईला त्याच्याबद्दल काळजी वाटायला लागली. त्यामुळे ती त्याच्याबरोबर जास्त वेळ काढू लागली. माझ्या बाबतीत तर हे सर्व घडलं, त्या वेळी मी घरापासून दूर कुठेतरी खेळत होते, असं ते धरून चालले होते. फेल्प्स आणि माझं लग्न झाल्यानंतर मी मधूनमधून मानसोपचार तज्ज्ञ डॉक्टरचा सल्ला घ्यायला लागले आणि त्यांच्या सांगण्यानुसार औषधोपचार घेत होते. एडीनेसुद्धा तसं करावं, असं माझं मत होतं. तो ते ऐकायचा नाही. स्वत:चा शेवट करून घेण्यापूर्वी मी जेव्हा त्याला भेटले होते, त्या वेळी त्यानं ज्योच्या मृत्यूचा उल्लेख केला होता. त्या मानसिक धक्क्यातून तो सावरला नव्हता.''

''तुझी काय परिस्थिती होती? तू स्वत:ला सावरू शकली होतीस का?''

''मी सावरले गेले होते, असं मी म्हणत नाही; पण उपचारांचा उपयोग झाला. डॅडींनी घोडा ओढण्यापूर्वी मी किंकाळी फोडली असती, तर काय झालं असतं, याचा अजूनही मला अंदाज बांधता येत नाही. त्यांना त्यांची मुलगी तिथे आहे, हे कळलं असतं, तर त्यांनी ज्योला मारलं असतं का? त्यांनी मारलं नसतं.''

''ली, आता बस्स! या गोष्टीला चाळीस वर्षं झाली आहेत. तू तुला स्वत:ला दोष देऊ नकोस.''

''एडीनं मला दोषी ठरवलं आणि स्वत:लाही आणि आम्ही मोठे होईपर्यंत

एकमेकांना दोषी धरत होतो. ती घटना घडली, त्या वेळी आम्ही लहान मुलं होतो आणि आम्ही आमच्या आईवडलांकडे आधारासाठी जाऊ शकत नव्हतो. आम्ही हतबल होतो. काहीही करू शकत नव्हतो.''

ज्यो लिन्कनच्या हत्येच्या संबंधात ॲडमच्या मनात शेकडो प्रश्न उभे राहिले. लीबरोबरच्या बोलण्यात हा विषय परत नक्कीच उपस्थित होणार होता. त्या वेळी लीकडून त्याबद्दलचा अगदी बारीकसारीक तपशील तो जाणून घेणार होता. ज्योचं दफन कुठे केलं? त्याच्या बंदुकीचं पुढे काय झालं? या गोळ्या झाडण्याचा उल्लेख किंवा त्याची बातमी स्थानिक वर्तमानपत्रात कुठे छापून आली होती का? या गुन्ह्याची प्राथमिक तपासणी झाली होती का? सॅम यांनी त्याबद्दलचा काही उल्लेख त्यांच्या मुलांजवळ केला होता का? दोघांच्यात जेव्हा हमरीतुमरी, झुंज, मारामारी चालू होती, त्या वेळी आई कुठे होती? तिने त्या दोघांच्यातली शिवीगाळ, एकमेकांवर केलेले आरोप आणि बंदुकीची गोळी झाडलेल्याचा आवाज ऐकला होता का? ज्यो कुटुंबाचं पुढे काय झालं? ते अजूनही फोर्ड परगण्यात राहत होतं का?

''ॲडम आपण ही जागा जाळून टाकू या.'' ली तिचा चेहरा पुसत, त्याच्याकडे नजर रोखत अधिकारवाणीने म्हणाली.

''तू हे मनापासून बोलतीयेस का?''

''हो, मी मनापासून सांगते आहे. ही सर्वच्या सर्व जागा, हे घर, हा लाकडी छपरासारखा भाग, हे झाड, हे गवत, हे सर्व आपण जाळून टाकू या. फार वेळ लागणार नाही. काडेपेटीतल्या काही काड्या पुरेशा होतील. चल, आपण ते करूनच टाकू या.''

''नाही ली नाही!''

''अरे, असं करू नकोस ॲडम. मी मनापासून सांगतेय.''

ॲडम खाली वाकला. त्यानं तिचे दोन्ही दंड धरले. ''ली, आपण इथून जाऊ या. मी आज खूप ऐकलंय. आज इतकंच पुरे.''

तिने प्रतिकार केला नाही. एका दिवसात एवढा ताण तिलासुद्धा खूप झाला होता. पालापाचोळ्यातून, खडबडीत जमिनीवरून चालायला ॲडमने तिला मदत केली. ते घरासमोरून चक्कर मारून बाहेरच्या रस्त्यावर गाडीपाशी आले.

एकमेकांशी एक शब्दही न बोलता ते केहॉल यांच्या घरापासून दूर गेले. दगड गोट्यांचा रस्ता संपून साधा रस्ता लागला. ते पुढे हमरस्त्यावर दोन रस्ते एकमेकांना छेदतात, तिथे थांबले. लीनं डाव्या बाजूला एका ठिकाणाशी खूण केली. मग जणूकाही झोप घेण्याच्या इच्छेनं डोळे मिटल्यासारखे डोळे तिनं मिटले. क्लॅन्टन गावाच्या बाहेरून ते पुढे गेले आणि होलीस्पिंगजवळ एका छोट्या दुकानाशी

थांबले. तिला सॉफ्टड्रिंक हवं होतं. ''ते घेऊन येते'' असं म्हणून ती दुकानात गेली आणि येताना सहा बियरचा खोका घेऊन ती गाडीत आली. तिने एक बाटली ॲडमला दिली. ''हे काय आहे?'' त्याने विचारलं.

''फक्त दोनच.'' ती म्हणाली, ''माझे मस्तक भणभणतंय. मी दोनपेक्षा जास्त पिणार नाही, याकडे तू लक्ष दे.''

''तू जास्त प्यावीस, असं मला वाटत नाही ली.''

''मी ठीक आहे.'' कपाळावर एक आठी आणून तिने ठामपणे सांगितलं आणि तिने बियर प्यायला सुरुवात केली.

ॲडमने बियरला नकार दिला आणि त्या दुकानापासून गाडी दूर नेली. पंधरा मिनिटांत तिनं दोन बाटल्या संपवल्यानंतर ती झोपून गेली. ॲडमनं बियरचं खोकं मागच्या सीटवर ठेवलं आणि मोटार चालवण्यावर लक्ष केंद्रित केलं.

मिसिसिपीमधून कधी बाहेर पडतोय आणि मेम्फिस शहराचे दिवे कधी एकदाचे दिसू लागतायंत, असं त्याला झालं होतं.

२७

बरोबर एक आठवड्यापूर्वीच्या एका सकाळी भयानक डोकेदुखीमुळे त्याला भल्या पहाटे जाग आली होती. त्या सकाळी त्याचं पोटही बिघडलं होतं आणि तशातच त्याला इरीनी लेटनरनं बनवलेल्या अतिशय तुपकट-तेलकट न्याहारीला सामोरं जावं लागलं होतं आणि त्या पूर्वीच्या सात दिवसांत तो स्लॅटरीचं न्यायालय, शिकागो, ग्रीनव्हील, फोर्ड आणि पार्चमन तुरुंग इतक्या ठिकाणी फिरला होता. तो गव्हर्नरसाहेब, ॲटर्नी जनरल साहेब यांनाही भेटला होता. त्याच्या अशिलाशी गेल्या सहा दिवसांत त्याचं संभाषणही झालेलं नव्हतं. 'असल्या अशिलाची पत्रास आपण ठेवायची का?' ॲडम पॅटिओसारख्या बाल्कनीतून नदीवरची जहाजांची, होड्यांची वाहतूक पाहत होता. पहाटे दोनपर्यंत तो कॅफीनविरहित कॉफी पीत होता. अंगावर बसणारे डास चापट्या मारून मारत होता. त्याच्या डोळ्यासमोर एक चित्रमालिका उभी राहिली. क्विन्स लिन्कन त्याच्या वडलांच्या मृत शरीराला कवटाळून बसला होता. सॅम आजोबा पोर्चवर उभे राहून त्यांच्या स्वत:च्या कर्तृत्वाचं कौतुक करण्यात रमले होते. रूबी लिन्कन तिच्या मुलांबाळांसह ज्योच्या मृत शरीराभोवती गोळा होऊन शोक करत होती. ते प्रेत एका झाडाच्या सावलीत ओढून आणून ठेवत होते, त्या वेळी पोर्चच्या पारावर उभं राहून सॅम आणि त्यांचे मित्र गालातल्या गालात हसत होते. त्या हसण्याचा अस्पष्ट आवाज ॲडमला ऐकू येत होता. सॅम यांना बंदुकीने मारण्याच्या प्रयत्नात ज्यो होता आणि स्वत:ला वाचवण्यासाठी त्यांनी योग्य ते पाऊल उचललं, हे शेरीफना घरासमोरच्या हिरवळीवर उभं राहून समजावून देत असणारे सॅम ॲडमला दिसत होते. शेरीफना सॅम यांचा मुद्दा लगेचच पटला असणार. दु:खी झालेली मुलं एकमेकांत अस्पष्टपणे काही कुजबुजत होती. एडी आणि ली स्वत:ला दोष देत होते. सॅम यांच्या भयानक किळसवाण्या कृत्यामुळे निर्माण होणारी उबग याची ॲडमला जाणीव होत होती. जो समाज उपेक्षितांशी सतत हिंसकपणे वागतो, त्या समाजाला ॲडम शिव्या देत होता.

त्या रात्री त्याला मधूनमधूनच झोप लागली. एका क्षणी जागं होऊन तो बिछान्यावर बसला आणि 'सॅम यांनी दुसरा वकील पाहावा, मृत्युदंडाची शिक्षा काही व्यक्तींच्या बाबतीत योग्य ठरू शकते. खरं म्हणजे त्याच्या आजोबांच्या बाबतीत नक्कीच योग्य ठरते' हे त्यानं मनोमन मान्य केलं. शिकागोला परतावं आणि पुन्हा त्याचं आडनाव बदलावं, असाही त्याने विचार केला; पण स्वप्न पुढे सरकलं आणि जेव्हा त्याला पुन्हा जाग आली, त्या वेळी उन्हाचे कवडसे आत येत होते. त्या किरणांनी त्याच्या बिछान्यावर सुंदर रेघा आखल्या होत्या. तो थोडा वेळ छताकडेच पाहत राहिला. त्या अर्ध्या तासात क्लॅन्टनमध्ये केलेली फिरती त्याच्या डोळ्यासमोर आली. त्या दिवशी रविवार होता, त्यामुळे भरपूर पानं असलेलं वर्तमानपत्र वाचण्यात आणि कॉफी पिण्यात वेळ घालवायला मजा येईल, असं त्याला वाटत होतं. दुपारनंतर उशिरा त्यानं ऑफिसमध्ये चक्कर टाकायची ठरवली होती. त्याच्या अशिलाकडे सतरा दिवस बाकी होते.

दोघे लीच्या फ्लॅटवर पोचल्यानंतर ली तिसरी बियर प्यायली आणि नंतर ती झोपायला गेली. ती व्यवस्थित तिच्या खोलीत जात असल्याची खात्री करण्यासाठी ॲडमने तिच्यावर बारीक लक्ष ठेवलं होतं. न जाणो, पुन्हा एखादी ऊर्मी आतून उसळी मारून बाहेर यायची आणि ती दारूच्या अधीन होण्याची शक्यता होती; पण ती तशी शांत होती. तिनं स्वत:ला काबूत ठेवल्यासारखं वाटत होतं आणि रात्रीच्या काळात त्याच्या कानावर विशेष असं काही ऐकू आलं नव्हतं.

त्याने उठल्यावर अंघोळ केली आणि तो स्वयंपाकघरात गेला. तिथे टेबलावर सकाळची पहिली कॉफी होऊन गेल्याची चिन्हं दिसत होती. ली लवकर उठली होती. तिच्या नावाने हाका मारत तो तिच्या झोपायच्या खोलीकडे गेला. झटकन तो पॅटिओवर पाहून आला, नंतर सर्व फ्लॅटभर फिरला. ती त्याला कुठे दिसली नव्हती. रविवारचं वर्तमानपत्र बाहेरच्या खोलीत छोट्या टेबलावर नीटपणे ठेवलं होतं.

त्याने त्याच्यासाठी कॉफी तयार केली. टोस्ट तयार केले. ते घेऊन तो पॅटिओवर गेला. त्या वेळी जवळजवळ साडेनऊ वाजले होते. बरं होतं की, आकाशात ढग होते. तापमान गुदमरून टाकणाऱ्यातलं नव्हतं. ऑफिसचं काम करायला तो रविवारचा दिवस चांगला जाणार होता. पहिल्या पानापासून त्यानं वर्तमानपत्र वाचायला सुरुवात केली.

कदाचित सामान आणायला ती बाहेर पडली असेल किंवा ती चर्चमध्ये गेली असेल, असं त्याला वाटलं. ते दोघंही एकमेकांसाठी चिठ्ठी लिहून ठेवणाऱ्या काटेकोर व्यक्तींपैकी नव्हते. ती सकाळी उठल्यावर कुठे जाणार होती, असं काही बोलणंही झालं नव्हतं.

त्यानं स्ट्रॉबेरी जॅम लावून टोस्टचा एक तुकडा खाल्ला आणि त्याची भूक एकदम मेली. शहरातल्या त्या वर्तमानपत्राच्या दर्शनी पानावर मोठी बातमी छापली होती. त्यासंदर्भात गेल्या आठवड्यात घडलेल्या घटनांचा आढावा घेतला होता. बातमीत सॅम यांच्या खटल्याच्या पूर्वीची सर्व माहितीही थोडक्यात दिली होती. ८ ऑगस्ट १९९० ही तारीख लिहून त्यासमोर लोंबकळत असलेलं एक प्रश्नचिन्हही छापलं होतं. ही मृत्युशिक्षा अमलात आणली जाणार का, असा त्याचा अर्थ होता. संपादकानं टोड मार्क्सला वृत्तपत्राात अमर्याद जागा का दिली होती, कारण बातमीमध्ये नवीन असं काहीच नव्हतं. ओलेमिस या विद्यापीठातल्या एका तज्ज्ञाने या संबधांतल्या घटनांबाबत काही दाखले दिले होते. ते गोंधळात टाकणारं होतं. या तज्ज्ञाने मृत्यूची शिक्षा दिल्या गेलेल्या अनेक खटल्यांसाठी काम केलं होतं. त्यांच्या स्वत:च्या मताबद्दल त्यांनी बराच ऊहापोह केला होता आणि त्यांच्या वक्तव्यातला सारांश 'सॅम यांची आता घटका भरली होती.' असाच होता. त्यांनी सॅम यांचा खटला अथपासून इतिपर्यंत अभ्यासला होता. गेली अनेक वर्षं ते त्यावर लक्ष ठेवून होते आणि आता या घटकेला काही करता येईल, असं सॅम यांच्या बाबतीत काही उरलेलं नव्हतं, असं त्यांचं मत होतं. काहीकाही वेळेला शेवटच्या क्षणी काही चमत्कार घडल्यासारखे निर्णय फिरतात. आरोपीच्या शिक्षेत बदल होऊ शकतो. अशा वेळी आधीच्या वकिलांऐवजी नवीन, चलाख वकिलाची नेमणूक झालेली असते. हे नवे वकील काही अर्ज, याचिका सादर करतात आणि एखाद्या जादूगाराने पोतडीतून ससे, उंदीर, पक्षी काढल्यासारखे सर्वांना अचंबित करतात. कारण त्यांनी पुढे केलेली कारणं, निवाड्यांचे दाखले, पूर्वीच्या अननुभवी वकिलांना सुचलेले नसतात; सापडलेले नसतात; पण इथे सॅम यांची केस शिकागोच्या अतिप्रसिद्ध कंपनीच्या अनुभवी चलाख वकिलांनी हाताळलेली होती. त्यामुळे ती शक्यता इथे आजमावता येत नव्हती.

सॅम यांच्या सर्व प्रकारच्या याचिका, विनंती, फेरविचारांचे अर्ज हुशारीनं, वकिली कसब पणाला लावून लिहिलेले होते आणि आता अर्जांसाठीचे मुद्दे संपत आले होते. प्राध्यापक महाशयांनी एखाद्या जुगारी माणसासारखा, 'आठ ऑगस्टला सॅम यांना मृत्युदंड दिल्या जाण्याची शक्यता चार विरुद्ध एक असू शकते.' असा अंदाज वर्तवला होता. या सर्वांमुळे या प्राध्यापक साहेबांच्या फोटोसह ही बातमी छापली होती.

ॲडमचा धीर एकाएकी खचला. अशा काही नव्या वकिलांनी हाताळलेल्या डझनावारी केसेस त्याच्या वाचनात आल्या होत्या. पूर्वी त्यांच्यापैकी कोणीही मृत्युदंडाबाबतची एकही केस हाताळलेली नसतानाही त्यांनी त्यांच्या अशिलांबाबतचे अंतिम अर्ज न्यायाधीश साहेबांना वाचायला लावून, त्यावर विचार करून निर्णय

द्यायला लावले होते आणि त्यांच्या अशिलांना मृत्युशिक्षेच्या विषारी वायूच्या खोलीतून खेचून बाहेर आणलेलं होतं.

मृत्युदंडाबाबत एखादा पूर्णपणे नवीन मुद्दा न्यायालयासमोर मांडतो आणि शिक्षेचं पूर्ण चित्रच बदलतं, अशा अनेक गोष्टी कायदेविषयक पुस्तकांतून आढळतात आणि नव्याने छापल्या जात असतात; पण या विधी प्राध्यापकांचं बरोबर होतं. सॅम तसे नशीबवान म्हणायला हवे होते, कारण जरी सॅम यांनी क्रॅव्हिट्झ आणि बेन या कंपनीतल्या वकिलांना नावं ठेवली असली, त्यांचा द्वेष केला असला, तरी त्यांना अति उच्च दर्जाची कायदेशीर सेवा मिळाली होती; पण आता शेवटच्या घटकेला करतात, तसे अर्ज करण्याची वेळ आलेली होती. इतर काहीही उरलं नव्हतं.

त्यानं हातातलं वर्तमानपत्र जमिनीवर फेकून दिलं आणि तो आणखी कॉफी आणण्याकरता आत गेला.

सरकता दरवाजा सरकवण्याच्या वेळी होणारा बीप बीप असा आवाज येत होता. सुरक्षाव्यवस्था राखणाऱ्या कंपनीनं पूर्वीचा आवाज बदलून गेल्या शुक्रवारी आवाज बदलला होता. आदल्या शुक्रवारी काहीतरी गडबड झालेली होती. प्रवेशद्वारालगतच्या पहारेकऱ्याच्या खोलीतल्या काही फ्लॅटच्या चाव्या चोरीला गेल्या होत्या, पण कुठे कोणाचा फ्लॅट फोडला गेला नव्हता. गृहसंकुलाची सुरक्षाव्यवस्था कडक होती आणि प्रत्येक फ्लॅटच्या किल्ल्यांचे किती संच विलीकडे होते, हे नेमकं त्यालाच माहीत नव्हतं. मेम्फिस पोलिसांनी असा तर्क लढवला होता की, एका फ्लॅटच्या पॅटिओचा सरकता दरवाजा कुलूप न लावताच ठेवलेला असणार. ॲडम आणि ली यांनी त्याबद्दल फार चिंता केलेली नव्हती.

ॲडमनं त्याच्या हातातला मग सिंकशेजारच्या ओट्यावर ठेवता ठेवता तो खाली जमिनीवर पडला आणि खळ्ळकन आवाज झाला. काचेचे तुकडे त्याच्या अनवाणी पायाच्या बाजूला जमिनीवर इतस्ततः विखुरले गेले. ते गोळा करण्यासाठी तो चोरपावलांनी चालत, झाडू आणि केराची टोपली आणण्याकरता छोट्या कोठडीकडे गेला. तिथून झाडू आणि टोपली आणून त्यानं जमिनीवरचे सर्व काचेचे तुकडे, सिंकजवळ असलेल्या केराच्या टोपलीत टाकले. त्या वेळी त्याच्या काहीतरी लक्षात आलं. केर गोळा करण्यासाठीच्या काळ्या प्लॅस्टिकच्या पिशवीमध्ये त्याने अतिशय काळजीपूर्वक आणि सावकाश हात घातला. प्रथम हाताला गरम कॉफीची पूड लागली, मग फुटलेल्या काचांचे तुकडे आणि नंतर एक रिकामी बाटली लागली. ती त्याने ओढून बाहेर काढली. ती बाटली अर्धा लीटर व्होडकाची होती.

त्यानं त्या बाटलीच्या लेबलवरचे कॉफीचे डाग साफ केले आणि लेबल नीटपणे वाचलं. कचरा टाकण्याची बादली आकाराने तशी लहान होती आणि

दररोजच्या दररोज ती साफ केली जात असणार. कचऱ्याची बादली पूर्ण भरलेली नव्हता; अर्धी होती. त्यामुळे ही बाटली तिथे फार काळ नसणार. त्याने रेफ्रिजेटर उघडून काल आणलेल्या सहा बियर बाटल्यांपैकी तीन बाटल्या तिथे होत्या का, ते पाहिलं. तिने दोन बाटल्या येताना मोटारीत बसून संपवल्या होत्या. एक अपार्टमेंटमध्ये आल्यावर घेतली होती. उरलेल्या कुठे ठेवल्या, हे त्याला आठवत नव्हतं; पण त्या रेफ्रिजरेटरमध्ये नव्हत्या. स्वयंपाकघरातल्या कचऱ्याच्या टोपलीत नव्हत्या. झोपण्याच्या, कोठीच्या, स्वयंपाकघरातल्या कपाटात कुठेच नव्हत्या. जितका जास्त तो त्याचा शोध घेऊ लागला, तितकी त्याची शोधण्यामागची उत्सुकता वाढली. त्यानं कोठीतलं कपाट पाहिलं. सर्व कपाटं धुंडाळलं. कपड्यांची, सामानांची. ही शोधाशोध करताना त्याला एखाद्या चोरासारखं, अपराध्यासारखं वाटत होतं; पण शोध चालू ठेवणं अपरिहार्य होतं. कारण तो एका गोष्टीमुळे धास्तावला होता.

त्या बाटल्या बेडच्या खाली होत्या. अर्थात रिकाम्या होत्या आणि काळजीपूर्वक दडवून ठेवलेल्या होत्या. एखादी भेटवस्तू बांधून ठेवावी, तशा बांधून ठेवलेल्या होत्या. जमिनीवर बसून त्यानं त्यांचं निरीक्षण केलं. त्या नुकत्याच संपवलेल्या होत्या. तळाशी अद्याप काही थेंब शिल्लक होते.

लीचं वजन एकशे तीस पौंडाच्या आसपास आणि उंची पाच फूट सहा इंच असावी, असा ॲडमचा अंदाज होता.

ती शिडशिडीत होती, पण लुकडी नव्हती. तिचं शरीर मद्याची मात्रा जास्त प्रमाणात सहन करण्याइतकं कणखर नव्हतं. आदल्या रात्री लवकरच म्हणजे नऊ वाजताच ती झोपायला गेली होती. नंतर कधीतरी उठून चोरपावलानं बियर आणि व्होडका घेऊन ती तिच्या खोलीत परतली असणार. ॲडम भिंतीला रेलून उभा राहिला. त्याच्या मनात जलद गतीने विचार चाललेले होते. बियरच्या हिरव्या रंगाच्या काचेच्या बाटल्या लपवून ठेवण्यासाठी तिनं काळजी घेतलेली होती, तरीपण तिला वाटत होतं की, ॲडमच्या हे ध्यानात येणारच. उरलेल्या बाटल्यांच्या शोध ॲडम घेणारच. मग व्होडकाच्या बाटलीबाबत तिनं का काळजी घेतली नाही? ती बाटली कचऱ्याच्या टोपलीत आणि बियरच्या बाटल्या पलंगाखाली अशा का ठेवल्या होत्या?

दारू पिऊन धुंद झालेला माणूस कसा विचार करेल? आणि त्या तुलनेत दारू न प्यायलेला, पूर्ण शुद्धीत असलेला माणूस कसा विचार करेल, याचा विचार तो करत होता. त्यानं त्याचे डोळे मिटून घेतले. डोकं भिंतीला टेकलं; मागच्यामागे डोकं भिंतीवर आपटलं. त्यानं तिला फोर्ड परगण्यात नेलं होतं. तिथे काही कबरींचं दर्शन घेतलं होतं. त्यामुळे त्या वेळी तिला बरं वाटलं होतं, पण त्या वेळी तिनं

डोळ्यावर गॉगल चढवलेला होता, त्यामुळे चेहऱ्याचा बराच भाग झाकून गेलेला होता. गेले दोन आठवडे तो 'त्यांच्या कुटुंबीयांची गुप्त माहिती सांग' म्हणून हट्ट धरत होता आणि काल काही गुपितं तिनं त्याला सांगितली होती, त्यामुळे तोही थोडा अस्वस्थ झाला होता. तो स्वत:ला सारखं या कुटुंबाच्या संबंधातली सर्व माहिती सर्व गुपितांसह, त्याला समजलीच पाहिजे, असं बजावत होता. ते कशासाठी? त्याबद्दल त्याच्या मनात संभ्रम होता; पण या कुटुंबातले सदस्य इतके तिरस्करणीय, हिंसक, उग्र प्रवृत्तीचे का होते, याचा शोध त्याला घ्यायचा होता.

आणि आज पहिल्यांदा त्याला उमगलं होतं की, फक्त कुटुंबासंबंधीचाच इतिहास फक्त जाणून भागत नाही, तर इतरही काही गुंतागुंतीच्या गोष्टींचा आढावा घ्यावा लागतो. त्यासंबंधी प्रत्येकाला मानसिक वेदनांना सामोरं जावं लागतं. कदाचित जुनी मढी उकरून काढण्याच्या संदर्भात, लीचं मानसिक स्वास्थ्य बिघडवण्याच्या तुलनेत त्याचा स्वत:चा वैयक्तिक स्वार्थ खचितच महत्त्वाचा नव्हता.

बुटाचं ते खोकं त्यानं पुन्हा पलंगाखाली सारलं. नंतर व्होडका बाटली कचऱ्याच्या टोपलीत टाकली. त्यानं त्याचे कपडे झटपट अंगावर चढवले आणि तो फ्लॅटच्या बाहेर पडला. संकुलाच्या बाहेर पडताना त्याने लीबद्दलची चौकशी केली. दारावरच्या सुरक्षाकर्मीच्या नोंदीनुसार ली दोन तासांपूर्वीच म्हणजे आठ वाजून दहा मिनिटांनी बाहेर पडली होती.

शिकागोच्या क्रॅव्हिट्झ आणि बेन कंपनीच्या ऑफिसमध्ये रविवारीपण काम करण्याची प्रथा होती, पण मेम्फिसमध्ये मात्र त्या प्रथेला थारा नव्हता. त्या दिवशी ऑफिसची सर्व जागा ॲडमला मोकळी असायची, तरीपण ॲडमनं त्याच्या खोलीत स्वत:ला बंद करून घेतलं आणि एखाद्या व्यक्तीला न्यायालयात हजर करण्याबाबतच्या मध्यवर्ती सरकारच्या कायद्यातल्या कलमांचा अभ्यास करण्यात तो गढून गेला.

मन एकाग्र करणं फार अवघड होतं; पण तुकड्यातुकड्याने त्याला ते जमत होतं. त्याला लीबद्दल काळजी वाटत होती. मध्येच सॅम यांच्याबद्दल मनात तिरस्कार यायचा. त्यांच्याकडे त्या अडसरासारख्या जाळीच्या भिंतीतून पाहणं, त्याला त्रासदायक वाटायचं. उद्या ते त्याला करावं लागणार होतं, पण त्याला ते जमणार होतं का? ते दुबळे झाले होते, फिके पडले होते. त्यांच्या सर्वांगावर सुरकुत्या पडल्या होत्या आणि कोणाकडूनतरी त्यांना सहानुभूतीची गरज होती. त्यांच्यातली शेवटची चर्चा एडीसंबंधात झालेली होती आणि ती संपल्यानंतर सॅम यांनी त्यापुढे कुटुंबाची चर्चा 'रो' तुरुंगात करायची नाही, असं ॲडमला बजावलं होतं. त्या क्षणी कुटुंबाप्रती केलेल्या अन्यायाचं ओझं त्यांच्या मनाला न पेलण्याजोगं

होतं. ज्याला मृत्यूची शिक्षा फर्मावलेली होती, अशाला त्यानं भूतकाळात केलेल्या त्याच्या दुष्ट कृत्याबद्दल टोचणी देण्यात काय अर्थ होता? ॲडम कोणी चरित्रलेखक नव्हता की वंशावळी संबंधातला तज्ज्ञ नव्हता. त्याचा समाजशास्त्रातला किंवा मानसशास्त्रातला अभ्यास फार होता, असंही नव्हतं आणि खरं पाहता, त्या क्षणाला केहॉल कुटुंबाच्या गूढ पार्श्वभूमीसंबंधी माहिती गोळा करायला जर काही धाडस करावं लागलं, तर त्याला तो मुळीच तयार नव्हता. तशा प्रयत्नांचा त्याला उबग आला होता. तो एक साधा वकील होता. जरा अननुभवी असेलही, तरीपण दुसऱ्याची बाजू मांडण्याचा त्याचा धर्म होता आणि त्याच्या अशिलाला त्याची गरज होती, ही जाणीव त्याच्या मनात घट्ट होती.

आता वेळ होती आपल्या धर्मानुसार काम करण्याची! दंतकथा, भाकड गोष्टींना फाटा द्यायची!

साडेअकराला त्यानं लीला फोन लावला. तो फोनच्या रिंगचा आवाज ऐकत राहिला. त्यानं फोनच्या आन्सरिंग मशिनवर तो कुठे होता, ते सांगितलं आणि घरी आल्यावर 'त्याला फोन कर' असा निरोप ठेवला. त्यानंतर एक वाजता आणि नंतर पुन्हा दोन वाजता फोन केला. त्याला उत्तर मिळत नव्हतं. तो विनंतिअर्जाचा मसुदा तयार करत असताना फोन वाजला.

लीच्या आवाजाऐवजी माननीय न्यायाधीश एफ. फ्लीन स्लॅटरी यांचा आवाज कानावर आला. ''मि.हॉल, मी न्यायाधीश स्लॅटरी बोलतोय. तुम्ही दिलेल्या अर्जाचा मी सर्वांगाने विचार केला आणि तुम्हाला हवी असलेली सवलत आणि मृत्युदंडाची शिक्षा अमलात आणण्यासाठी तुम्हाला हवी असलेली तहकुबी, स्थगिती मला देता येत नाही.'' हे सर्व सांगत असताना त्यांना किंचितसा का होईना, आनंद वाटत असावा, असं त्यांच्या सांगण्यातून प्रतीत होत होतं. ''त्याला कारणं बरीच आहेत, पण आत्ता मी त्याचा उहापोह करत नाही. माझा लेखनिक तुम्हाला माझ्या निर्णयाची प्रत फॅक्सद्वारे लगेचच पाठवत आहे. तुम्हाला ती काही क्षणातच मिळेल.''

''ठीक आहे साहेब.''

''तुम्हाला त्यावर लगेचच्या लगेचच पुनर्विचारासाठी अर्ज सादर करावा लागेल. तुम्ही ते आज सकाळीच करा.''

''साहेब, मी त्याच अर्जावर आत्ता काम करतोय आणि तो जवळजवळ पूर्ण होत आलाय.''

''म्हणजे तुम्ही माझं उत्तर असं असेल, असं धरूनच चालला होतात तर?''

''होय साहेब. मंगळवारी तुमच्या ऑफिसमधून मी बाहेर पडलो, तेव्हाच मी हा अर्ज करण्याच्या कामाला लागलोय.'' स्लॅटरीसाहेबांना एक-दोन कानपिचक्या

द्याव्यात, असा ॲडमला मोह होत होता; पण त्याला त्यानं आवर घातला. एकतर ते दोनशे मैलावर होते आणि त्याखेरीज ते मध्यवर्ती सरकारचे न्यायाधीश होते. ॲडमला खात्री होती, या साहेबांची पुढे कधीतरी त्याला गरज पडणार होती.

"ठीक आहे हॉल, तुम्हाला तुमच्या कामासाठी शुभेच्छा!" स्लॅटरी साहेबांनी फोन बंद केला.

ॲडमनं त्याच्या टेबलाभोवती दहा-बारा फेऱ्या मारल्या. नंतर त्यानं खिडकीतून खालच्या रस्त्यालगत जाणारी रेल्वेगाडी जात असताना पाहिली. मनातल्या मनात सर्वच मध्यवर्ती सरकारच्या न्यायाधीशांना, त्यातल्या त्यात स्लॅटरींना मनातल्या मनात खूप शिव्या दिल्या. त्यानंतर तो त्याच्या कॉम्प्युटरशी येऊन बसला आणि समोरच्या पडद्याकडे पाहत राहिला. तो आतून येणाऱ्या स्फूर्तीची वाट पाहत होता.

त्यानं टाईप करायला सुरुवात केली. त्यावर परत काही विचार केला. नंतर तो अर्ज त्यानं छापून काढला. परत खिडकीशी जाऊन खाली पाहत राहिला. तो चमत्कार घडण्याची काही दिवास्वप्नं संध्याकाळ होईपर्यंत पाहत होता. बराच काळ ऑफिसमध्ये त्यानं बसून काढला. लीला घरी येण्यासाठी बराच अवधी मिळावा, यासाठी तो आठ वाजेपर्यंत ऑफिसमध्ये काम करत होता.

ती घरी आलेली नव्हती. संकुलाच्या सुरक्षाकर्मीने ती अद्याप घरी आलेली नव्हती, असं सांगितलं. फोनच्या आन्सरिंग मशिनवर त्याने दिलेल्या निरोपाखेरीज काहीही निरोप नव्हता.

मायक्रोवेव्हमध्ये त्याने पॉपकॉर्न करून घेतल्या आणि जेवणाची वेळ भागवली. व्हिडिओवर दोन सिनेमे पाहिले. फेल्प्स बुथ यांना फोन करण्याची कल्पना त्याला योग्य वाटली नाही. बुथबद्दल त्याला इतका तिरस्कार वाटायला लागला होता की, त्याच्याबरोबर बोलण्याच्या कल्पनेनंच त्याच्या मनात उद्विग्नता निर्माण झाली.

तो हॉलमधल्या सोफासेटवरच झोपायचा विचार करत होता, कारण त्यामुळे ली घरी आली होती, हे त्याला लगेच कळलं असतं; पण शेवटचा सिनेमा संपल्यानंतर तो त्याच्या वरच्या मजल्यावरच्या खोलीत झोपला आणि त्याने दार लावून घेतलं.

२८

आदला दिवसभर लीचा पत्ता नसण्याचं कारण उशिरानं कळलं आणि तपशील समजल्यानंतर ते सयुक्तिक असावं, असं ॲडमला वाटलं. आदला संपूर्ण दिवस ती रुग्णालयातच होती. ऑबर्न हाउसच्या अनाथालयातल्या एका अल्पवयीन गर्भवती मुलीबरोबर तिला सर्व वेळ थांबावं लागलं होतं. ती हे स्वयंपाकघरात, अतिशय सावकाश हालचाली करत असताना सांगत होती. ही मुलगी फक्त तेरा वर्षांची होती. ती पहिलटकरीण होती आणि दिवस भरायच्या एक महिना आधीच प्रसूतिवेदना सुरू झाल्या होत्या. तिची आई तुरुंगात होती आणि मावशी अमली पदार्थ विकण्याचा धंदा करायची.

त्या दोघींखेरीज तिच्याकडे लक्ष द्यायला कोणीही नव्हतं. तिची गुंतागुंतीची प्रसूती संपूर्णपणे पार पडेपर्यंत, ली तिचा हात धरून होती. मुलीची प्रकृती चांगली होती आणि तिचं बाळही चांगलं होतं. या बाळामुळे मेम्फिसच्या झोपडपट्टीतल्या जनगणनेत एकाची भर पडली होती.

लीचा आवाज खरखरीत वाटत होता आणि तिचे डोळे सुजून लाल झालेले होते. रात्री एकनंतर ती घरी आली होती. तिने त्यापूर्वीच फोन केला असता, पण प्रसूतिकक्षातच तिला सहा तास थांबावं लागलं होतं, त्यामुळे ते शक्य झालं नव्हतं, असं तिनं सांगितलं. 'सेंट पीटर्स धमार्थ रुग्णालय' हे एक प्रकारचं प्राणीसंग्रहालय होतं. त्यातल्या त्यात त्याचा सूतिकागृहाचा भाग भयंकरच होता. लीला खरोखरच फोनपर्यंतसुद्धा जायला वेळ मिळाला नव्हता.

ॲडम टेबलाशी कॉफी पीत बसला होता. ती बोलत असताना तो वर्तमानपत्र चाळत होता. आदल्या दिवशी घरी न आल्याबद्दल त्याने काही विचारणा केलेली नव्हती. तिच्या त्या प्रकारच्या वागण्याशी त्याचा काही संबंधच नव्हता असा त्याचा आविर्भाव होता. सकाळच्या न्याहारीसाठी ती पदार्थ बनवण्याची खटपट करत होती. ती अंड्याची बुर्जी आणि घरगुती बिस्किटं बनवण्यामागे होती. स्वयंपाकघरात कामात गर्क असल्यासारखी ती वागत होती आणि ॲडमच्या नजरेला नजर देणं

टाळत होती.

"त्या मुलीचं नाव काय होतं?" लीच्या गोष्टीतल्या मुलीबद्दल आत्मीयता वाटत असल्यासारखा ॲडमनं प्रश्न केला.

"हं! नताशा. नताशा पर्कीन्स."

"तिचं वय फक्त तेरा आहे?"

"हो आणि तिच्या आईचं एकोणतीस."

"तुझा यावर विश्वास बसेल? एकोणतीस वर्षांची बाई आजी?"

यावर विश्वास बसत नसल्यासारखं डोकं त्यानं हलवलं. 'मेम्फिस प्रेस' या वर्तमानपत्रातल्या छोट्या विभागात त्याचं लक्ष होतं. त्यात परगण्यातल्या महत्त्वाच्या घटनांच्या बातम्या असायच्या. लग्नाचे परवाने, घटस्फोटाच्या सूचना, जन्माच्या नोंदी, मृत्यूची प्रकटनं, अटक झालेल्यांचे तपशील वगैरे वगैरे. आदल्या दिवशी झालेल्या जन्माच्या नोंदीमध्ये नताशा पर्कीन्स या आईनं एका बालकाला जन्म दिला, अशी नोंद त्याला कुठे सापडली नव्हती.

घरगुती बिस्किटं बनवण्याच्या खटाटोपातून ली बाहेर पडली. एका प्लेटमध्ये तिने अंड्याच्या बुर्जीसह बिस्किटं टेबलावर ठेवली आणि ॲडमपासून जितक्या दूर बसता येईल, तितकं टेबलाच्या दुसऱ्या बाजूलगतच्या खुर्चीत ती बसली. "तुझी भूक भागेल, अशी मी आशा करते." चेहऱ्यावर उसनं हास्य आणून ती म्हणाली. तिच्या पाककौशल्याची नेहमीच चेष्टा व्हायची.

हे सर्व 'ऑल वेल' असल्यासारखं ॲडम हसला. त्या क्षणाला खरोखरच विनोदाची गरज होती, पण त्याला योग्य वाक्य सुचलं नव्हतं. "सिंहाचे छावे म्हणजे शिकागोची बेसबॉल टीम! पुन्हा एकदा हरली!" बुर्जीचा एक घास घेत, वर्तमानपत्रात परत तोंड खुपसत तो बोलला.

"हे सिंहाचे छावे नेहमीच हरतात. बरोबर आहे ना?"

"नाही, नेहमीच हारतात असं नाही. तू बेसबॉलच्या सामन्यांच्या बातम्या नेहमी पाहतेस ना?"

"मला बेसबॉल आवडत नाही. पुरुषाला आवडणाऱ्या प्रत्येक खेळाबाबत फेल्प्सनं माझ्या मनात घृणा निर्माण केलेली आहे."

ॲडम गालातल्या गालात हसला. तो पुन्हा वर्तमानपत्र वाचायला लागला. काही मिनिटं दोघेही न बोलता खात होते. शांतता उपद्रव देणारी ठरू लागली. लीने टी.व्हीच्या रीमोटवरची बटनं दाबली आणि टी.व्ही चालू झाला. वातावरणात आवाज आला. दोघांना एकदम हवामानखात्याच्या अंदाजात रस निर्माण झाला आणि वातावरण अत्यंत गरम आणि कोरडं असणार होतं. ती तिच्या खाण्याच्या पदार्थाबरोबर खेळत राहिली. मध्येच ती बिस्किटाचा एखादा तुकडा तोडायची,

एखादा बुर्जीचा घास तोंडात घालायची. प्लेटमधल्या बुर्जीमध्ये ती बोटं फिरवत होती, बिस्किटं फिरवत होती. तिचं बिघडलं असावं, असं ॲडमला वाटत होतं.

त्यानं त्याचं खाणं झटपट संपवलं आणि प्लेट ओट्यावरच्या सिंकमध्ये ठेवली. तो परत येऊन टेबलाशी बसला आणि अपुरं राहिलेलं वर्तमानपत्र वाचायला लागला. ती टेलिव्हिजनकडे डोळे लावून पाहत होती. तिच्या भाच्यापासून तिची नजर हर प्रकारे दूर ठेवता येईल, तसा तिचा प्रयत्न होता.

''मी आज सॅम आजोबांना भेटायला जाणार आहे कदाचित. एक आठवड्यात त्यांची माझी भेट नाही.'' ॲडम म्हणाला.

तिची नजर टेबलावरच्या मध्यभागातल्या एका ठिकाणी स्थिरावली आणि ती बोलू लागली, ''आपण शनिवारी क्लॅन्टनला गेलो नसतो, तर बरं झालं असतं, असं मला आत्ता वाटतंय.'' ती म्हणाली.

''हो, मलाही तसंच वाटतंय.''

''ती कल्पनाच चुकीची होती.''

''ली, मला वाईट वाटतंय की, मी तुला तिथे जायचा आग्रह केला आणि ते बरोबरही नव्हतं. मी बऱ्याच गोष्टींबाबत आग्रही होतो आणि तसा आग्रह धरणं ही माझी चूक होती.''

''काही का असेना, चूक झाली खरी.''

''मलाही तसंच वाटतंय. मी कबूल करतोय ना? आणि आत्ता मला या क्षणाला असं समजून चुकलंय की, कुटुंबाचा इतिहास, पार्श्वभूमी समजून घेणं ही गोष्ट साधी नसते.''

''त्यांच्या दृष्टीनंसुद्धा ज्या काही घटना घडत गेल्या, त्या योग्य नव्हत्या, ॲडम आणि त्यासाठी त्यांच्या आयुष्यातले दोन आठवडे उरलेले असताना त्यांच्याकडून माहिती करून घेणं, हे त्यांना दु:ख देणारं ठरेल.''

''तू म्हणतेस ते अगदी बरोबर आहे आणि ते सर्व सांगत असताना त्या काळातलं तसं ते दुर्दैवी आयुष्य पुन्हा जगण्यासारखा तो प्रकार होता.''

''मी आता स्वत:ला सावरेन.'' असं सांगत असताना सध्या खरोखरच ती चांगल्या प्रकारे आयुष्य जणू जगत नव्हतीच; पण यापुढे मात्र चांगलं आयुष्य जगण्याची आशा तिच्यात निर्माण झाली होती, असं दिसत होतं.

''ली, मी चुकलो. मला माफ कर.''

''ठीक आहे, ठीक आहे. तू आणि सॅम आजोबा आज काय करणार आहात?''

''मुख्यत्वेकरून फक्त बोलणार. मध्यवर्ती सरकारच्या स्थानिक न्यायालयाने काल आपल्याविरुद्ध निकाल दिलाय म्हणून आज सकाळी आम्ही वरच्या न्यायालयात दाद मागणार आहोत. न्यायालयीन किंवा कायदेशीर डावपेच कसे आखावेत,

याबद्दल सॅम यांना चर्चा करायला आवडते.''

"मला त्यांची आठवण सतत येत असते, असं त्यांना सांग.''

"चालेल.''

तिनं तिची प्लेट पुढे सारली आणि हातात कप पकडला आणि म्हणाली, "आणि त्यांना हेही विचार की, मी येऊन भेटावं, अशी त्यांची इच्छा आहे का?''

"तुला खरोखर त्यांना भेटायचंय?''

ॲडमला वाटणारं आश्चर्य त्याला लपवता येत नव्हतं, तरीही त्यानं विचारलं.

"आत कुठेतरी मला असं वाटतंय की, मी त्यांना भेटावं. मी त्यांना गेल्या कित्येक वर्षांत पाहिलंही नाही.''

"मी त्यांना विचारेन.''

"आणि ॲडम, ज्यो लिन्कनचा उल्लेखही करू नकोस आणि मी जे पाहिलं ते मी डॅडींना कधीही सांगितलेलं नाही, हे विसरू नकोस.''

"त्या हत्येबद्दल तुम्हा दोघांत कधीच बोलणं झालं नाही?''

"कधीच नाही. मी ही हत्या होताना पाहिलेलं होतं, हे आम्हा दोघांखेरीज कोणालाही माहीत नव्हतं. एडी आणि मी ते ओझं वाहत मोठे झालो; पण ॲडम, आमच्या शेजारच्यांना त्याबद्दल विशेष असं काहीच वाटलं नव्हतं. माझ्या वडलांनी एक कृष्णवर्णीय पुरुष ठार मारला होता. ती घटना १९५० मधली होती आणि ती घडली होती मिसिसिपी राज्यात! त्याबद्दल आमच्या घरातही कधीच चर्चा व्हायची नाही; झाली नव्हती.''

"म्हणजे सॅम यांना त्या हत्येबद्दल कधीही, कोणालाही, कोणत्याही प्रकारचा खुलासा न द्यावा लागता ती घटना उरात ठेवून त्यांचं दफन होणार आहे?''

"तू त्यांना याबद्दल प्रश्न विचारून काय साधणार आहेस? ही घटना चाळीस वर्षांपूर्वीची आहे.''

"ते काय उत्तर देतील, याबद्दल मला काही सांगता येणार नाही; पण कदाचित त्यावर त्याबाबतीत त्यांचं चुकलं, असंतरी म्हणतील.''

"तुझ्याजवळ ते दिलगिरी व्यक्त करतील आणि त्यामुळे सर्वकाही ठीक होणार आहे? ॲडम, ते जाऊ दे. तू अजून बच्चा आहेस आणि तुला ते कळणार नाही. ते तसंच राहू दे. आता त्या वृद्ध माणसाला दुखवू नकोस. आजच्या मितीला त्यांच्या दुःखद आयुष्यात जो काही आनंदाचा भाग असेल, तर तो 'तू' असशील.''

"ठीक आहे.''

"ज्यो लिन्कनच्या गोष्टीचा उल्लेख करून त्यांच्यावर हल्ला करण्याचा तुला काहीही अधिकार नाही.''

तिच्या लालेलाल झालेल्या डोळ्यांनी ती त्याच्याकडे, तो त्याची नजर हटवून

टेलिव्हिजनकडे हलवेपर्यंत रोखून पाहत राहिली होती. त्यानंतर लगेचच, दुसऱ्या काही कामाचं निमित्त पुढे करून ती तिथून दुसऱ्या खोलीत गेली. ॲडमनं बाथरूमचा दरवाजा उघडून बंद झालेला ऐकला. तो बसल्या जागेवरून उठला, हॉलमध्ये उभा राहिला. त्याच्या कानावर तिला येणारे उसासे, ओकाऱ्या यांचा आवाज येत होता. नंतर पाणी सोडण्याचा आवाज आला आणि तो वरच्या मजल्यावरच्या त्याच्या खोलीला जोडून असलेल्या टॉयलेटमध्ये अंघोळीसाठी आणि आवरण्यासाठी गेला.

न्यू ऑर्लिन्सच्या पाचव्या मंडल न्यायालयात दाद मागण्यासाठीचा जो अर्ज द्यायचा होता, तो दहा वाजेपर्यंत ॲडमनं व्यवस्थित तयार केला. पाचव्या मंडल न्यायालयाच्या लेखनिकाला न्यायाधीश स्लॅटरी यांनी त्यांच्या निर्णयाची प्रत फॅक्सने पाठवलेलीच होती. ॲडमनं ऑफिसमध्ये आल्याआल्या त्याच्या अर्जाची प्रत फॅक्सनं राज्याच्या सर्वोच्च न्यायालयात पाठवली आणि मूळ अर्ज कुरिअरनं पाठविला.

मृत्यूची शिक्षा दिलेल्यांच्या 'रो' या त्यांच्यासाठीच्या खास तुरुंगातल्या, सर्व कैद्यांच्या शेवटच्या क्षणी येणाऱ्या सर्व प्रकारच्या अर्जांवर विचार करण्यासाठी आणि त्या अर्जांवर योग्य ती कारवाई करण्यासाठी एक खास लेखनिक असतो. त्याच्याशी ॲडमचं प्रथम बोलणं झालं होतं. या लेखनिकाला 'मृत्युलेखनिक' असंच संबोधतात. या लेखनिकाला एखाद्या कैद्याची मृत्युशिक्षा अमलात आणण्याची वेळ जवळ येत असताना चोवीस तास कामावर हजर राहावं लागतं. कारण त्यानं पाठवलेल्या अर्जांची, त्यावर घेतलेल्या निर्णयांची वाहतूक चोवीस तास तारेद्वारे, फॅक्स-टेलिफोनद्वारे चालू असते. या मृत्युलेखनिकाबरोबर काय काय गोष्टी कराव्या लागतात, याचं मार्गदर्शन इ.गार्नर गुडमन यांनी ॲडमला समजावून सांगितलं होतं आणि ॲडमनं त्यांच्या इच्छेविरुद्धच त्याला पहिला फोन लावला होता. रिचर्ड ओलॅंडर हे त्या मृत्युलेखनिकाचं नाव होतं आणि सोमवार सकाळच्या सुरुवातीच्या तासांतच तो त्याच्या आवाजावरून दमलेला वाटत होता. "आम्ही तुमच्या अर्जाची वाट पाहतच आहोत." जसाकाही हा अर्ज खूप दिवसांपूर्वीच सादर करणं आवश्यक होतं, अशा आविर्भावात तो हे वाक्य बोलला होता. "मृत्युशिक्षेसंबंधातली ही तुमची पहिलीच केस आहे का?" असं त्यानं ॲडमला विचारलं होतं.

"हो. मला कबूल करायला भीती वाटतेय." ॲडम म्हणाला, "आणि ही माझी शेवटची असणार आहे, अशी आशा करतो."

"ठीक आहे आणि तुमच्या पहिल्याच केसबाबत यश येणार नाही, अशीच केस तुम्ही निवडली आहे." मिस्टर ओलॅंडर म्हणाले आणि नंतर न्यायालयामध्ये अशा अंतिम अर्जांबाबत कारवाई होण्याबाबत किंवा त्यावर निर्णय घेण्यापूर्वी तो

कोणकोणत्या प्रक्रियांमधून पुढे जातो, याची माहिती दिली. यासंबंधातले जे काही अर्ज न्यायालयाला सादर केले जातात, त्याच वेळी या ऑफिसमध्येच त्याची एक प्रत सादर करणं जरुरीचं असतं. हे सर्व एखाद्या क्रमिक पुस्तकातला उतारा वाचून दाखवावा, तशा प्रकारे तो निर्विकारपणे सांगत होता. खरं म्हणजे या संबंधातली कार्यप्रणाली तो ॲडमला फॅक्सनं पाठवणार होता. त्याचं ऑफिस चोवीस तास उघडं असायचं आणि केव्हाही फोन केला तरी चालेल, त्याला उत्तर मिळेल असं त्याने दोन-तीनदा सांगितलं आणि सर्व अर्जांच्या प्रती त्यांना आगाऊ मिळणं अत्यंत महत्त्वाचं असायचं, हेही सांगितलं. अर्थात जर त्या वकिलाला त्याच्या अशिलाचं म्हणणं नीट ऐकून घेतलं जावं, असं वाटत असेल, तरच या सर्व खबरदाऱ्या घेणं जरूर होतं. जर ॲडमलाच त्याची पर्वा नसती, तर त्यानं जसे जमतील तसे नियम पाळले असते, तरी चाललं असतं; पण त्याचे परिणाम त्याच्या पक्षकाराला भोगावे लागणार होते.

ॲडमने नियमांचं पालन योग्य रितीने करण्याचं आश्वासन दिलं. मृत्युशिक्षेसंबंधातले अनंत विनंतिअर्ज उच्चतम न्यायालयात येत असत, त्यामुळे तिथले कर्मचारी वैतागलेले असत. सर्वच अर्ज तातडीने विचारात घ्यावे लागत, अतित्वरेने निर्णय घ्यावे लागत. ॲडमनं पाचव्या मंडल न्यायालयात दिलेल्या अर्जावरचा निर्णय त्या न्यायालयातले न्यायाधीश आणि त्यांचे सहकारी लेखनिक यांनी त्यावर विचार करून ठरवलेला होता. आणि त्याच प्रकारची पद्धत शेवटच्या तासात येणाऱ्या अर्जांच्या बाबतीत असायची. त्या बाबतीतल्या सवलती देणं किंवा नाकारणं न्यायालयाला त्वरेनं पार पाडता यायच्या.

पाचव्या मंडल न्यायालयाची कामं करण्याची पद्धत इतकी कार्यक्षम होती की, हे न्यायालय खालच्या न्यायालयात अर्ज सादर होण्यापूर्वीच विनंतीला नकार देऊन त्यांना अडचणीत आणत होतं.

त्यानंतर मिस्टर ओलँडर यांनी हेही खुलासेवार सांगितलं होतं की, अशा शेवटच्या घटकेला येऊ शकणाऱ्या अर्जांच्या तपशिलांची एक यादी त्यांच्याकडे तयार होती आणि ते आणि त्यांचे सहकारी त्या बाबतीतले अर्ज योग्य वेळी सादर होतायंत की नाही, याबद्दल सारखी सूचना देत असायचे आणि असे अर्ज कोणत्या कोणत्या कलमाखाली करता येतात, कोणत्या कोणत्या सबबीपोटी करता येतात, त्याची एक यादी त्यांच्या ऑफिसनं बनवलेली होती. त्या यादीनुसार सर्व सबबीखालचे अर्ज करून झालेले होते ना, याची खबरदारी प्रत्येक वकिलानं घ्यायची असायची. एखाद्याच्या बाबतीत एखाद्या सदराखाली करायचा अर्ज राहिला, तर त्याचीसुद्धा आठवण सदर ऑफिस, संबंधित वकिलाला करून द्यायचं. ही यादी ॲडमला हवी होती का, अशी विचारणा मि. ओलॅन्डर यांनी केली होती, त्यावर ॲडमनं

त्याच्याकडे तशी यादी असल्याचं सांगितलं.

ॲडमला त्या यादीची जरुरी नव्हती कारण गार्नर गुडमन यांनी अशा या शेवटच्या तासात करावयांच्या अर्जावर एक पुस्तक लिहिलेलं होतं.

त्यावर मिस्टर ओलँडर 'ठीक आहे' असं म्हणाले. मि. केहॉल यांच्याकडे सोळा दिवस होते आणि सोळा दिवसांत खूप काही घडणं शक्य होतं. मि. हॉल यांनी प्रतिनिधित्व चांगल्या प्रकारे केलं होतं, असं त्यांचं प्रांजळ मत होतं. कायद्यातल्या सर्व कलमांचा कीस काढून मृत्यूची शिक्षा अमलात आणणं पुढे ढकललं गेलं, तर त्यांना आश्चर्यच वाटणार होतं.

ॲडमने त्यांचे आभार मानले.

मि. ओलँडर आणि त्यांचे सहकारी टेक्सासमधल्या एका केसकडे लक्ष देऊन होते, असं त्यांनी सांगितलं. सॅम यांची मृत्युशिक्षा अमलात आणण्याआधी एक दिवस टेक्सासमधली शिक्षा अमलात आणण्याचं ठरलं होतं, पण त्यांच्या अंदाजानुसार त्या शिक्षेला स्थगिती मिळण्याची शक्यता होती. फ्लोरिडा राज्यात सॅम यांच्यानंतर दोन दिवसांनी एक शिक्षा अमलात आणण्याचं ठरलं होतं. एक आठवड्यानंतर जॉर्जिया राज्यात दोन शिक्षा अमलात येणार होत्या, पण कोणी सांगावं, काहीही घडणं शक्य होतं. ते आणि त्यांच्या हाताखालच्यांपैकी कोणीतरी नक्कीच चोवीस तास तिथे असणारच होतं आणि फोन घेण्यासाठी ते स्वत: चोवीस तास उपलब्ध असणार होते.

त्यांनी ॲडमला 'कधीही फोन करा' असं सांगितलं आणि ॲडम आणि त्यांचे अशील यांच्या सोईकरता त्यांच्या अधिकारात असलेल्या ज्या गोष्टी करणं आवश्यक असेल, त्या ते मनापासून करतील, असं वचन दिलं.

ॲडमनं धाडकन फोन ठेवला आणि 'आपण कोणी तरी मोठे आहोत' अशा भावनेनं तो त्याच्याच ऑफिसमध्ये फेऱ्या मारायला लागला. नेहमीप्रमाणे दरवाजाला आतून कडी होती आणि सर्वांसाठी असलेल्या दरवाजाबाहेरच्या मोकळ्या जागेत सकाळची वर्दळ चालू होती; गप्पाटप्पा चालू होत्या. आदल्या दिवशीच्या वर्तमानपत्रात त्याचा फोटो परत छापून आला होता आणि त्याला कोणी भेटावं, असं त्याला वाटत नव्हतं. त्याने ऑबर्नहाउसला फोन लावून लीची विचारणा केली, पण ती आलेली नव्हती. त्यानं तिच्या फ्लॅटवर फोन केला, पण तिथेही काही उत्तर नव्हतं. त्याने पार्चमन तुरुंगाधिकाऱ्याला फोन लावून तो तिथे एकच्या दरम्यान येत असल्याचं सांगितलं.

तो त्याच्या कॉम्प्युटरशी गेला. त्यानं तारीखवार करायच्या कामांचा आणि सॅम यांच्या खटल्यासंबंधात घडलेल्या घटनांचा तपशील पडद्यावर आणला.

१२ फेब्रुवारी १९८१ रोजी लॉकहीड परगण्यातल्या न्यायालयात आरोपी गुन्हेगार आहे की नाही, हे ठरवणाऱ्या न्याय-निवाडा समितीनं सॅम यांना गुन्हेगार ठरवलं होतं आणि नंतर दोन दिवसांनी त्यांना मृत्यूची शिक्षा दिल्याचा निर्णय दिला होता. त्यानंतर त्यांनी थेट मिसिसिपी राज्याच्या सर्वोच्च न्यायालयाकडे पुनर्विचारासाठी अर्ज दिला. त्यात त्यांनी खटल्याच्या दरम्यान त्यांच्यावर झालेले अन्याय, त्यांच्या तक्रारी, गाऱ्हाणी यांचा उल्लेख केला होता. त्याखेरीज बॉम्बस्फोट झाल्यानंतर तब्बल चौदा वर्षांनंतर त्यांच्यावर हा खटला चालवला गेला होता, हे प्रकर्षानं निदर्शनाला आणून देऊन, तशा बाबतीत हा खटलाच चालूच शकत नाही, असं प्रतिपादन केलं होतं. सॅम यांचे वकील बेन्जामीन कीज यांनी मोठ्या ठाशीवपणे युक्तिवाद करून असं सांगितलं की, सॅम यांच्या बाबतीतले खटले फार रेंगाळत चालवले गेले. त्यामुळे त्यांना दुहेरी त्रास झाला. एका आरोपाखाली त्यांच्यावर तीन वेळा खटले चालवले गेले. या बाबतीत कीज यांनी जबरदस्त मुद्दे मांडले आणि मिसिसिपी राज्याच्या सर्वोच्च न्यायालयाच्या मुद्द्यांवर दोन तट पडले. २३ जुलै १९८२ला एकमत न झालेला, पण सॅम यांचा आरोप सिद्ध असल्याचा निर्णय दिला गेला. सॅमना पाच न्यायमूर्तींनी दोषी ठरवलं, तर तिघांनी निर्दोष ठरवलं आणि एक तटस्थ राहिले.

त्यानंतर कीज यांनी युनायटेड स्टेट्सच्या मध्यवर्ती सर्वोच्च न्यायालयात खालच्या न्यायालयाने दिलेल्या निर्णयाविरुद्ध दाद मागण्यासाठी एक अर्ज केला. त्यात त्यांनी सॅम यांच्या खटल्याच्या पुर्नविचार व्हावा, अशी मागणी केली. सर्वोच्च न्यायालय अशा छोट्या खटल्यांच्या बाबतीत मर्यादित संख्येत असे पुनर्विचाराचे अर्ज मान्य करते, तशा प्रकारांत हा ४ मार्च १९८३ रोजी केलेला सॅम यांचा अर्ज मान्य झाला.

एकाच गुन्ह्यासाठी दोनदा शिक्षा दिल्यासारखा हा प्रकार होत होता. त्या तत्त्वावर मिसिसिपी राज्याच्या उच्च न्यायालयात जसे दोन तट पडले, तसे युनायटेड स्टेट्सच्या मध्यवर्ती सर्वोच्च न्यायालयातही पडले आणि निर्णयसुद्धा त्याच प्रकारचा घेतला गेला. सॅम यांचे वकील क्लोव्हिस ब्राझिल्टन यांच्या क्लृप्त्यांमुळे सॅम यांच्या पहिल्या दोन खटल्यांच्या बाबतीत न्यायनिवाडा समितीमध्ये दोन पक्ष निर्माण होऊन दोन्ही पक्ष हट्टाला पेटल्यामुळे कठीण परिस्थिती निर्माण झालेली होती आणि कोणताच निर्णय झाला नव्हता आणि घटनेतल्या पाचव्या दुरुस्तीनुसार एकाच गुन्ह्यासाठी एखाद्या आरोपीला एकापेक्षा जास्त वेळा शिक्षा देता येणार नव्हती, त्याचा फायदा सॅम यांना घेता येत नव्हता. दोनही वेळच्या न्यायनिवाडा समितीनं सॅम यांना दोषमुक्त ठरवलं नव्हतं आणि त्यामुळे निरपराध म्हणून त्यांची मुक्तता झालेली नव्हती. दोन्ही न्यायनिवाडा समिती कोणत्या

ठरावीक निर्णयाप्रत पोचल्या नव्हत्या, त्यामुळे सॅम यांच्यावर पुन्हा खटला भरणं घटनाबाह्य ठरत नव्हतं. २१ जून १९८३ रोजी मध्यवर्ती सरकारच्या सर्वोच्च न्यायालयाच्या नऊ न्यायमूर्तींच्या समितीमध्ये सहा विरुद्ध तीन या मताधिक्यानं सॅम यांच्यावरचा आरोप कायम केला गेला. कीज यांनी ताबडतोब पुनर्विचारार्थ अर्ज दाखल केला, पण त्याचा काही उपयोग झाला नाही.

सॅम यांनी परगणा पातळीवरचे खटले चालवण्यासाठी आणि पुढे मिसिसिपी सर्वोच्च न्यायालयात त्यांची बाजू मांडण्यासठी कीज या वकिलांना नेमलं होतं. नंतर मध्यवर्ती सरकारच्या सर्वोच्च न्यायालयात खटल्याचा निकाल होऊन सॅम यांना दोषी ठरवलं गेलं. त्या काळात कीज यांना विनावेतन काम करण्याची वेळ आली होती. त्यांच्या दोघांच्यातला सॅम यांची वकिली करण्याचा करार संपुष्टात आला, त्या वेळी एक लांबलचक प्रेमपत्र लिहून कीज यांनी सॅम यांना 'त्यांनी आता दुसरी काही व्यवस्था करावी' असं सुचवलं होतं. सॅम यांच्या ते लक्षात आलं होतं.

कीज यांनी सामाजिक क्षेत्रातल्या, कायदासंदर्भात मदत करणाऱ्या एका संस्थेचा पदाधिकारी असलेल्या वॉशिंग्टनमधल्या एका वकील मित्राला फोन केला. त्यानं त्यासाठी त्याचा मित्र इ.गार्नर गुडमन यांना पत्र लिहून कळवलं. योग्य वेळी गुडमन यांच्या टेबलावर ते पत्र पोचलं होतं. सॅम यांच्याकडे वेळ कमी होता आणि ते निराश झालेले होते. गुडमनसुद्धा विनामोबदला कामाच्या शोधात होते. दोघांच्यात पत्रव्यवहार झाला आणि १८ डिसेंबर १९८३ रोजी क्रॅव्हिट्झ आणि बेन या कंपनीतले वॅलेस टायनर यांनी मिसिसिपी सर्वोच्च न्यायालयात गुन्हा सिद्ध होऊन शिक्षा झाल्यानंतर पुनर्विचाराच्या काही सवलती मिळवण्यासाठी अर्ज सादर केला.

सॅम यांच्या खटल्यातल्या काही चुकांकडे टायनरनं लक्ष वेधलं. खासकरून जॉश आणि जॉन क्रॅमर यांच्या रक्तानं माखलेल्या मृत शरीरांचे फोटो पुरावा म्हणून खटल्यात मान्य करून घेतले, त्याबद्दल त्यांनी आक्षेप घेतला होता. त्यांनी न्यायनिवाडा समितीच्या सदस्य-निवडपद्धतीवर ताशेरे ओढले होते आणि मॅकलिस्टर यांनी हेतुपुरस्सर गोऱ्या सदस्यांपेक्षा काळे सदस्य जास्त निवडले होते. त्यामुळे नि:पक्षपाती रितीनं हा खटला चालवला गेला असेल, याची शक्यता वाटत नव्हती, कारण १९८१पेक्षा १९६७मधली सामाजिक परिस्थिती वेगळी होती. ज्या ठिकाणी खटला चालवला गेला होता, ती जागा न्यायाधीशसाहेबांनी निवडली होती; ती न्याय्य नव्हती. त्यांनीसुद्धा एकाच आरोपावर दोन-दोनदा खटला चालवणं, तोसुद्धा त्याला विशेष महत्त्व देऊन, हे घटनेला धरून नाही, असं ठासून सांगितलं होतं. वॅलेस टायनर आणि गार्नर गुडमन यांनी त्यांच्या अर्जात आठ वेगवेगळे मुद्दे उपस्थित केले होते. अर्थात सॅम यांना त्यांची बाजू मांडायला परिणामकारक, योग्य वकील मिळाला नव्हता, असा मुद्दा मांडला नव्हता की, जो 'रो' या मृत्यूची शिक्षा

झालेल्यांसाठींच्या तुरुंगातल्या कैद्यांच्या बाबतीत, अशा अर्जांच्या वेळी बहुतेक वेळा प्राथमिक आणि अतिमहत्त्वाचा म्हणून मांडलेला असतो. त्यांना तसा मांडायचा होता, पण त्याला सॅम तयार नव्हते. सॅम यांनी सुरुवातीला या अर्जावर सही करायलासुद्धा नकार दिला होता, कारण त्यामध्ये बेन्जामिन कीज या त्यांच्या वकिलाच्या खटला हाताळण्यावर खूप टीका केलेली होती, आक्षेप घेतले होते आणि सॅम यांचा तर कीज यांच्यावर मनापासून विश्वास होता.

१ जून १९८५ रोजी एकदा आरोप सिद्ध झाल्यावर आणि शिक्षा ठोठावल्यानंतरच्या काळात आरोपीच्या वकिलांनी ज्या काही सवलती मागितल्या होत्या, त्या सर्व मिसिसिपी राज्याच्या सर्वोच्च न्यायालयानं नाकारल्या. टायनर यांनी मध्यवर्ती सरकारच्या सर्वोच्च न्यायालयाकडे दाद मागितली. त्यांनीही नकार दिला. त्यांनी त्यानंतर सॅम यांना व्यक्तिशः न्यायालयात हजर करण्यासाठीचा आणि त्यांच्या शिक्षेवर स्थगिती आणण्यासाठीचा पहिला अर्ज मिसिसिपी संघराज्याच्या न्यायालयात हजर केला. साहजिकच अर्ज भलामोठा लांबलचक होता आणि राज्याच्या न्यायालयात ऊहापोह झालेले सर्व मुद्दे त्यात होते.

दोन वर्षांनंतर ३ मे १९८७ रोजी जिल्हा न्यायालयानं सवलती द्यायचं नाकारलं आणि टायनर यांनी न्यू ऑर्लिन्स इथल्या पाचव्या मंडल न्यायालयात दाद मागितली. त्यांनीसुद्धा मध्ये जरूर तो वेळ घेऊन खालच्या न्यायालयानं दिलेला नकार कायम ठेवला. २० मार्च १९८८ रोजी त्यांचं म्हणणं पुन्हा ऐकून घ्यावं, या अर्थाचा अर्ज पाचव्या मंडल न्यायालयात केला गेला. तोसुद्धा नाकारला गेला. ३ सप्टेंबर १९८८ रोजी टायनर आणि गुडमन यांनी सर्वोच्च न्यायालयाला पुनःश्च या केसचा विचार करा, असा अर्ज केला आणि एक आठवड्यानंतर गुडमन आणि टायनर यांचं वकीलपत्र रद्द करण्याबद्दलचं पत्र सॅम यांनी दिलं.

फ्लोरिडा न्यायालयातल्या एका निकालाचा हवाला देऊन सरतेशेवटी १४ मे १९८९ रोजी युनायटेड स्टेट्सच्या सर्वोच्च न्यायालयाने सॅमची मृत्यूची शिक्षा अमलात आणण्याला स्थगिती दिली.

टायनर यांनी फ्लोरिडा खटल्याबाबतत अशाच प्रकारचे मुद्दे उपस्थित केले गेले होते, अशा प्रकारचा युक्तिवाद यशस्वीरीत्या केला आणि सर्वोच्च न्यायालयानं अशा मृत्यूची शिक्षा झालेल्यांच्या अनेकांच्या बाबतीत अशा स्थगिती दिलेल्या होत्या, असं पुराव्यांसह प्रतिपादन केलं.

फ्लोरिडा खटल्यासंबंधात सर्वोच्च न्यायालयात जोवर कामकाज चालू होतं, मुद्दे-प्रतिमुद्दे मांडले जात होते, तोवर निर्णय लांबणीवर जात होता. त्या काळात सॅम यांच्या बाबतीत काहीच हालचाल केली गेली नाही. तथापि सॅम यांनी क्रॅव्हिट्झ आणि बेन यांच्यापासून सोडवणूक करून घेण्याचे प्रयत्न चालू केले होते.

सॅम यांनी त्यांच्या विविध मागण्यांसाठी बरेच विचित्र अर्ज केले. अर्थातच ते त्वरेने नाकारले गेले; पण पाचव्या मंडल न्यायालयाकडे त्यांनी 'विनामोबदला काम करणाऱ्या वकिलांची मदत मला नको' अशा प्रकारचा जो अर्ज केला होता, त्याला मान्यता मिळाली. २९ जून १९९० रोजी पाचव्या मंडल न्यायालयानं सॅम यांना स्वत:ची बाजू स्वत: मांडायला परवानगी दिली आणि त्या दिवसापासून गार्नर गुडमन यांनी सॅम यांच्यासाठीचं काम करणं थांबवलं; पण ते फार काळ तसं राहिलं नाही.

९ जुलै १९९० रोजी सर्वोच्च न्यायालयानं सॅम यांची मृत्यूची शिक्षा अमलात आणण्यावरची स्थगिती उठवली. १० जुलै १९९० रोजी पाचव्या मंडल न्यायालयानंसुद्धा तहकुबीला अटकाव आणला. त्याच दिवशी मिसिसिपीच्या सर्वोच्च न्यायालयानं सॅम यांची मृत्यूची शिक्षा अमलात आणण्यासाठी चार आठवड्यानंतरची ८ ऑगस्ट ही तारीख कायम केली.

नऊ वर्षांच्या वरिष्ठ न्यायालयांबरोबरच्या पुनर्विचारांच्या अर्जांच्या लढाईनंतर सॅम यांच्याकडे जगण्यासाठी सोळा दिवस उरले होते.

२९

‘रो’ तुरुंगात शांतता होती. दुपारपर्यंत काहीही विशेष न घडता अर्धा दिवस गेला होता. छोट्या कोठड्यांतून विविध प्रकारचे पंखे निरनिराळे आवाज करत, त्यांच्या त्यांच्या ताकदीनिशी हवा खेळवत होते. तास जसे पुढे सरकत होते, तशी हवा चिकट आणि जास्तच आर्द्र होत होती.

सॅम केहॉल यांनी त्यांना वाचवण्यासाठी केलेला शेवटचा प्रयत्न फोल झाल्याची बातमी टेलिव्हिजनवर भल्या सकाळीच सर्वांनी ऐकली आणि तुरुंगातलं वातावरण भावनाविवश झालं. स्लॅटरी यांनी दिलेला निर्णय हा जणूकाही शेवटचाच होता; आता यापुढे अपील नाही, दाद मागायला मार्ग नाही, अशाच प्रकारचा दिंडोरा राज्याने पिटायला सुरुवात केलेली होती. जॅक्सनच्या दूरदर्शन वाहिनीनं उलटे आकडे मोजायला सुरुवात केलेली होती. आता फक्त सोळा दिवस बाकी होते. एका वर्तमानपत्रानं सॅम यांचा जुना फोटो छापून त्याखाली लिहिलं होतं, ‘आता फक्त सोळा दिवस!’

भडक रंगाची सौंदर्यप्रसाधनं वापरणाऱ्या, कायद्यांचा गंधही नसणाऱ्या सुंदऱ्या मोठाले डोळे वटारून, बेफिकीरपणे त्यांचे अंदाज जाहीर करत होत्या – “आमच्या माहितीनुसार सॅम केहॉल यांचे विधिवत् स्वत:ची सुटका करून घेण्याचे किंवा मृत्युशिक्षा लांबवण्याचे सर्व मार्ग खुंटले आहेत आणि माहितगारांच्या सांगण्यानुसार मृत्युशिक्षा अमलात आणण्याच्या ठरलेल्या दिवशीच म्हणजे ८ ऑगस्टलाच त्यांना मृत्युदंड होईल” आणि परत तितक्याच सहजतेने खेळ आणि हवामान अंदाजाकडे वळत होत्या.

त्या दिवशी ‘रो’ तुरुंगात अत्यंत कमी गडबड होती; आरडाओरडा तर नव्हताच. कोठड्यांकोठड्यांतून निरोपांची, पतंगांची देवाणघेवाणसुद्धा कमीच होती. सर्वच जण खिन्न मन:स्थितीत होते. लवकरच एक मृत्यूची शिक्षा अमलात येणार होती.

‘अ’ या कोठडीच्या रांगेसमोरून जात असताना पॅकर स्वत:शीच हसला.

कोठडीतल्या कैद्यांनी त्याला टोमणे मारणं, त्याच्याकडे पाहून कुत्सितपणे हसणं आणि त्यावर त्याने काहीतरी बोलणं हा त्याच्या आयुष्यातला नित्याचाच एक भाग झालेला होता; त्याचा आज लवलेशही नव्हता. आता सर्व कैदी त्यांचे त्यांचे अर्ज पाठवणं, वकिलांशी संपर्क साधणं यातच गर्क होते. गेल्या दोन आठवड्यांत सर्व कैद्यांची एकच विनंती असायची. ती म्हणजे त्यांना त्यांच्या वकिलांना फोन करायचा असायचा.

पॅकरला स्वतःला या मृत्युशिक्षेची अंमलबजावणी व्हावी, असं वाटत नव्हतं; पण आज जी शांतता होती, त्याचा त्याला आनंद वाटत होता आणि ही शांतता तात्पुरती असणार होती, याचं त्याला भान होतं. सॅम यांना जर उद्या स्थगिती मिळाली, तर आवाजाची पातळी एकदम वर जाणार होती, हे नक्की!

तो सॅम यांच्या कोठडीसमोर थांबला, "एक तास बाहेर फिरायचं आहे ना सॅम?"

सॅम नेहमीप्रमाणे त्यांच्या पलंगावर बसून टाईप करत होते आणि सिगारेट ओढत होते. "किती वाजले आहेत?" समोरचा टाईपराईटर बाजूला ठेवत त्यांनी विचारलं आणि उभे राहिले.

"अकरा."

सॅम यांनी त्यांची पाठ पॅकरकडे वळवली. गजांच्या जाळीतल्या मोकळ्या भागातून त्यांनी त्याचे हात बाहेर काढले. पॅकरनं काळजीपूर्वक आवाज न करता त्यावर बेड्या चढवल्या, "तुम्ही तुमचं एकटेच बाहेर फिरणार आहात का आणखी कोणी तुमच्याबरोबर बाहेर येणार आहे?"

त्यांचे हात मागल्या बाजूला ठेवूनच सॅम फिरले आणि म्हणाले, "हेन्शॉलाही माझ्याबरोबर बाहेर यायचंय."

"मी त्याला आणतो." ओळीच्या शेवटच्या कोठडीकडे पाहत पॅकर म्हणाला. दरवाजा उघडला आणि सावकाशपणे सॅम इतर कोठड्यांसमोरून चालत, पॅकरच्या मागून गेले. प्रत्येक कोठडीतला कैदी हात बाहेर काढून, जाळीवर रेलून सॅम ते समोरून जात असताना त्यांच्याकडे जितकं निरखून पाहता येईल, तितकं पाहत होते.

त्यांना बरेचसे अडसर पार करून अनेक मोठमोठ्या खोल्यांतून जावं लागलं. बिनारंगाचं एक लोखंडी दार कुलूप काढून पॅकरने उघडलं. त्याच्या झडपा बाहेर उघडणाऱ्या होत्या. उघड्यावरचा सूर्यप्रकाश भस्सकन आत झेपावला. हा बाहेर पडण्याचा सुरुवातीचा काळ सॅम यांना फार त्रासाचा वाटायचा. त्यांनी बाहेर गवतावर पाऊल टाकलं आणि डोळे मिटून घेतले. त्याच वेळी पॅकर यांनी त्यांच्या बेड्या काढल्या. सूर्यप्रकाशाची प्रखरता सोसता येण्यासाठी सॅम यांना थोडा वेळ

द्यावा लागला.

काहीही शब्द न बोलता पॅकर आत निघून गेला आणि प्रकाशाच्या तीव्रतेशी जुळवून घेण्यासाठी सॅम तिथेच पुढे एक मिनिट उभे होते. त्याच वेळी घणानं घाव घातल्यासारखं त्यांचं डोकं दुखायला लागलं. उष्णतेचा त्यांना त्रास वाटत नव्हता, कारण कोठडीत ती होतीच; पण सूर्यकिरण एखाद्या धारदार बाणासारखे त्यांच्या डोक्यात शिरून त्यांना इजा करत होते की काय, असं वाटून त्यांचं डोकं भयानक दुखायला लागलं आणि असाच त्रास ते जेव्हा जेव्हा कोठडीच्या नरकातून बाहेर पडून उघड्या हवेत, लख्ख सूर्यप्रकाशात यायचे, तेव्हा व्हायचा. पॅकर जसा गॉगल वापरायचा, तसा गॉगल विकत घेण्याची सॅम यांची नक्कीच ऐपत होती, पण तुरुंगाच्या नियमानुसार तसा गॉगल वापरायला बंदी होती.

मोकळ्या मैदानावरून चालताना त्यांचा तोल जात होता. हिरवळीवर उभे राहून ते कुंपणापलीकडल्या कपाशीच्या शेतांकडे पाहत चालत होते. मनोरंजनासाठीचं मैदान म्हणजे कुंपण घातलेला आणि धूळ, माती, गवत असलेला एक जमिनीचा तुकडा होता. त्यात दोन लाकडी बाक होते आणि बास्केटबॉल टाकण्यासाठी एक रिंग लावलेला बोर्ड होता. ही व्यवस्था खास आफ्रिकी वंशांच्यासाठी होती. पहारेकरी आणि कैदी या मैदानाला 'वळूसाठीचा गोठा' असं म्हणत होते. सॅम यांनी हे मैदान पावलांच्या अंदाजानं हजार वेळा मोजलं होतं आणि इतर कैद्यांकडून त्याची खात्रीसुद्धा करून घेतली होती. हे मैदान एक्कावन्न फूट लांब आणि छत्तीस फूट रुंद होतं. कुंपण दहा फूट उंच होतं आणि वर अठरा इंच वस्तऱ्याच्या धारेसारख्या आडव्या पट्ट्या लावल्या होत्या. कुंपणापलीकडे शंभर फूट गवताचा पट्टा होता आणि नंतर मुख्य कुंपण होतं आणि त्या कुंपणावर उंच उंच मनोऱ्यावरून चोवीस ते तीस सशस्त्र गस्तकऱ्यांचा पहारा होता.

सॅम चालत सरळ कुंपणापर्यंत गेले. तिथे नव्वद अंशाच्या कोनात वळले आणि त्यांनी त्यांचा छोटा परिपाठ चालू ठेवला. चालताना ते प्रत्येक पाऊल मोजत होते. एक्कावन्न फूट लांब गुणिले छत्तीस फूट रुंद. त्यांची कोठडी सहा फूट रुंद आणि नऊ फूट खोलीची होती. कायद्यासंदर्भातल्या पुस्तकांच्या ग्रंथालयाची, लाकडी ओंडक्यांपासून बनवलेली खोली अठरा फूट लांब आणि पंधरा फूट रुंद होती. भेटायला येणाऱ्यांसाठीच्या खोलीचा अभ्यागतांसाठीचा भाग सहा फूट रुंद आणि तीस फूट लांब होता. विषारी वायूच्या पेटीची रुंदी फक्त चार फूटच होती.

पहिल्या वर्षातल्या बंदिवासाच्या काळात घामाघूम होईपर्यंत त्यांनी मैदानाच्या कडेकडेनं पळण्याचा व्यायाम केला आणि हृदय ताकदवान ठेवलं होतं. बास्केटबॉलच्या जाळीत चेंडू टाकण्याचासुद्धा त्यांनी खूप व्यायाम केला, पण नंतर सर्व प्रकारचे व्यायाम बंद झाले आणि तुरुंगात असताना या मैदानात मोकळेपणात एक तास

फिरण्याचाच आनंद ते घ्यायला लागले. काही दिवस मैदानाच्या कुंपणाजवळ उभे राहून कुंपणापलीकडल्या शेतांकडे, त्यावरच्या मोठमोठ्या झाडांकडे पाहत स्वप्न रंगवण्याचं वेड त्यांना लागलं होतं. ते स्वतंत्र असे हमरस्त्यांवर मनमोकळेपणाने फिरतायंत, मासे पकडण्याचा छंद जोपासातायंत, आवडीच्या खाण्यावर ताव मारतायंत, कधीकधी लैंगिक सुख अनुभवतायंत अशी ती दिवास्वप्नं असायची. समोरच्या शेतातून त्यांना त्यांच्या फोर्ड परगण्यातलं शेत दिसायचं, त्यांचं शेतघर दिसायचं. ते कधी कधी ब्राझिल किंवा अर्जेंटिना किंवा अशाच एखाद्या देशातल्या दूरवरच्या देशात लपून राहण्याच्या जागेत एक नवीन नाव घेऊन राहतायंत, असंही स्वप्न पाहायचे.

आणि मग ते स्वप्न पाहायचे थांबले. एखादा चमत्कार घडून ते त्या कुंपणापलीकडल्या भागात जातील, अशी आशाही त्यांनी सोडली. मग ते फक्त चालत राहायचे; सिगारेट ओढत राहायचे. त्यांचं विश्व स्वत:पुरतं मर्यादित झालं होतं. त्या काळात त्यांनी बुद्धिबळाचा खेळ खेळणं सुरू केलं. त्यातच ते बराच काळ घालवायला लागले.

दरवाजा पुन्हा उघडला आणि त्यातून हेन्शॉ आला. पॅकर यांनी त्याच्या बेड्या काढल्या. हेन्शॉच्या चेहऱ्यावर रागीट भाव होते. तो जमिनीकडे बघत होता. त्याची मनगटं मोकळी झाली. त्यानं पाठ ताणली, पाय झटकले. पॅकर यांनी येताना बरोबर एक जुनं झालेलं पुठ्ठ्याचं खोकं आणलं होतं. ते त्यांनी बाकावर ठेवलं.

ते दोन तुरुंगवासी पॅकर तिथून जाईपर्यंत त्याच्याकडेच पाहत होते. त्यानंतर ते दोघे बाकाशी गेले. बाकाच्या फळीच्या दोन्ही बाजूला एक-एक पाय टाकून ते समोरासमोर बसले. सॅम यांनी अगदी अलगद हातांनी बुद्धिबळाचा तक्ता दोघांच्यात बाकावर ठेवला आणि हेन्शॉ यानं सोंगट्या मोजल्या.

"लाल सोंगट्या घेण्याची माझी पाळी आहे." सॅम म्हणाले.

"मागच्या वेळी तुम्ही लाल घेतल्या होत्या." त्यांच्याकडे नजर रोखून हेन्शॉ म्हणाला.

"मागच्या वेळी माझ्या काळ्या होत्या."

"नाही, मागच्या वेळी माझ्या काळ्या होत्या. या वेळी लाल घेण्याची माझी वेळ आहे."

"हे बघ हॅक, माझे फक्त सोळा दिवस राहिले आहेत आणि मला जर लाल हव्या असतील, तर मला त्या मिळायला हव्यात."

हेन्शॉनं खांदे उडवले आणि मान्य केलं. त्यानं त्यांच्या सोंगट्या काळजीपूर्वक तक्त्यावरच्या चौकोनात लावल्या.

"आता पहिली चाल तुम्ही करणार असणार?" हेन्शॉनं प्रश्न केला.

"अर्थातच!" एका मोकळ्या चौकोनात सोंगटी सरकवत सॅम म्हणाले आणि

सामना सुरू झाला. भर दुपारचा सूर्य त्यांच्या आसपासची जमीन भाजून काढत होता आणि काही मिनिटांतच त्यांच्या अंगावरचे कपडे त्यांच्या पाठींना चिकटले. दोघांच्या पायात अंघोळीच्या वेळी वापरण्याच्या रबरी चपला होत्या. पायात मोजे नव्हते. हँक हेन्शॉचं वय एकेचाळीस होतं आणि गेली सात वर्षं तो या तुरुंगातला कैदी होता. विषारी वायूच्या पेटीत त्याला जावं लागेल, अशी परिस्थिती नव्हती. त्याच्या खटल्याच्या दरम्यान दोन महत्त्वाच्या चुका झाल्या होत्या आणि त्यामुळे हेन्शॉला 'रो' तुरुंगातून मुक्तता मिळण्याची चांगलीच शक्यता होती.

''कालची बातमी वाईट होती.'' सॅम त्यांच्या पुढच्या चालीविषयी विचार करत असताना हेन्शॉ म्हणाला.

''हो, परिस्थिती फार वाईट होत चाललीये, असंच तुला म्हणायचंय ना?''

''हो. तुझे वकील त्यावर काय करणार आहेत?'' दोघांनी बुद्धिबळाच्या पटावरची नजर हलवली नव्हती.

''आपल्याला अजून लढता येईल, असं तो म्हणतो.''

''म्हणजे? ते कसं काय?'' हेन्शॉ त्याच्या एका सोंगटीची चाल करत असताना म्हणाला.

''माझ्या माहितीप्रमाणे मला ते विषारी वायूच्या पेटीत घालून मारणार आहेत, पण त्या पद्धतीला आम्ही फाटे फोडणार आहोत.''

''म्हणजे त्या मुलाच्या मनात काय करायचं आहे?''

''अरे, तो फार हुशार आहे. हुशारी आमच्या रक्तातच आहे. माहीत आहे का नाही?''

''पण फारच अननुभवी तरुण आहे.''

''तो चलाख आहे. त्याला चांगलं शिक्षण मिळालंय. मिशिगन विद्यापीठातल्या विधी महाविद्यालयात तो दुसऱ्या नंबरनं पास झालेला आहे. कायदासंबंधातले अहवाल प्रसिद्ध होतात, त्या मासिकाचा तो संपादक आहे.''

''ते काय असतं?''

''त्याचा अर्थ तो बुद्धिमान आहे आणि तो यातून मार्ग काढेल.''

''सॅम, तुम्हाला खरंच असं वाटतंय की, तसं ते घडू शकेल असं?''

सॅम यांनी एकाएकी दोन काळ्या सोंगट्यांना ओलांडून त्यांची सोंगटी ठेवली आणि हेन्शॉनं मोठ्याने ओरडत त्याला आक्षेप घेतला.

''हेन्शॉ, मला तुझी दया येते.'' सॅम हसत बोलत होते. ''तू माझ्यावर यापूर्वी कधी मात केली होतीस?''

''दोन आठवड्यांपूर्वी.''

''खोटारडा आहेस तू. तू आजपर्यंत माझ्यावर कधीच मात करू शकला

नाहीस हेन्शॉ.''

हेन्शॉ एक सोंगटी उचलून एक विशिष्ट चाल करावी की नाही, याबाबत विचार करत होता. सॅम पुन्हा एकदा उडी मारून उभे राहिले. पाच मिनिटांनंतर सॅम यांनी पुन्हा एकवार बाजी जिंकून खेळ संपवला. त्यांनी तक्त्याची घडी घातली. सोंगट्या उचलून ठेवल्या आणि नंतर ते मैदानात चालत फेऱ्या मारायला लागले.

दुपारी पॅकर त्याच्याबरोबर एक त्याचा सहकारी पहारेकरी घेऊन आला. त्यांच्याकडे बेड्या होत्या. सॅम आणि हेन्शॉ यांना बेड्या अडकवून त्यांच्या त्यांच्या कोठड्यांतून ते घेऊन गेले. त्यांच्या कोठड्यांतून दुपारच्या जेवणाची ताटं आलेली होती. चवळी-मटकी, उकडलेले बटाटे आणि परतलेल्या माशांच्या बऱ्याचशा चकत्या! सॅम यांनी त्यांच्या ताटातल्या त्या बेचव अन्नापैकी तिसऱ्या हिश्शापेक्षाही कमी अन्न संपवलं होतं आणि त्यानंतर येणाऱ्या पहारेकऱ्याची नेटानं वाट पाहत, हातात एक स्वच्छ धुतलेली अर्धी चड्डी आणि एक साबणाची वडी घेऊन ते उभे राहिले होते. आता अंघोळीची वेळ होती.

पहारेकरी आला. त्यानं सॅम यांना कोठड्यांच्या रांगेच्या शेवटी असलेल्या एका छोट्या शॉवरशी नेलं. न्यायालयाच्या नियमाप्रमाणे आठवड्यात पाच वेळा तरी कैद्याला – मग कैद्याची इच्छा असो वा नसो – शॉवरखालची फारच कमी वेळाची अंघोळ करायलाच लागायची.

सॅम यांनी शॉवरखाली झटपट अंघोळ करून घेतली. केसांना आणि शरीराला दोन वेळा साबण लावून छान गरम पाण्याने केस आणि सर्व शरीर धुऊन घेतलं. अंघोळ करायची जागा तशी बऱ्यापैकी स्वच्छ होती. जागा आणि पाणी 'अ' रांगेतले चौदा कैदी वापरत होते. रबरी सपाता पायावर तशाच होत्या. पाच मिनिटांनंतर शॉवरचं पाणी थांबलं. अंघोळीच्या खोलीच्या बाजूच्या भिंतीला गुळगुळीत फरशा लावलेल्या होत्या, पण त्यावर बुरशी साठलेली होती. त्याकडे पाहत सॅम यांनी अंगावरचं पाणी काही मिनिटं तसंच उभं थांबून निथळू दिलं. 'रो' या तुरुंगातल्या काही गोष्टीच काही अशा होत्या की, त्या सॅम यांना चुकवायच्या नसायच्या.

पॅकरनं वीस मिनिटांनंतर त्यांना तुरुंगाच्या व्हॅनसारख्या मोटारीत बसवून तुरुंगाच्या अर्ध्या मैलावरच्या ग्रंथालयात नेलं. ॲडम आत बसलेला होता. सॅम यांच्या हाताच्या बेड्या पहारेकरी काढत असताना ॲडमनं अंगावरचा कोट काढला आणि बाह्या अर्ध्या दुमडल्या आणि पहारेकरी खोलीतून बाहेर गेला. दोघांनी हस्तांदोलन करून एकमेकांना शुभेच्छा दिल्या. सॅम लगेचच एका खुर्चीत बसले आणि त्यांनी एक सिगारेट शिलगावली. ''तू होतास कुठे?'' त्यांनी प्रश्न केला.

''कामात होतो.'' टेबलाच्या पलीकडच्या बाजूच्या खुर्चीत बसता बसता ॲडम

म्हणाला. ''काही कल्पना नसताना गेल्या बुधवार-गुरुवारी मला शिकागोला जायला लागलं.''

''माझ्या संबंधात जायला लागलं होतं?''

''तुम्ही तसं म्हणू शकता. गुडमन यांना खटल्याचा पुन्हा आढावा घ्यायचा होता. दोन-तीन इतर गोष्टीही होत्या.''

''अजूनही गुडमन या खटल्याच्या कामात लक्ष देतोय वाटतं?''

''गुडमन हे माझे वरिष्ठ अधिकारी आहेत. आजोबा, मला माझी नोकरी टिकवायची असेल, तर त्यांना माझ्या कामाचा अहवाल द्यावा लागतो. तुम्ही त्यांचा तिरस्कार करता, तुम्हाला ते आवडत नाहीत, याची मला कल्पना आहे; पण वस्तुस्थिती अशी आहे सॅम आजोबा की, तुमच्याबद्दल त्यांना आदर आहे, तुमची ते काळजी करतात, तुमच्या खटल्याबद्दल त्यांना आस्था आहे. तुम्हाला विषारी वायूच्या पेटीत जायला लागावं, असं त्यांना वाटत नाही.''

''मी आता त्यांचा तिरस्कार करत नाही.''

''का? हा बदल एकदम कसा काय झाला?''

''ते सांगता येणार नाही. तुम्ही जेव्हा मृत्यूच्या बरंच जवळ जाता ना, त्या वेळी तुम्ही खूप विचार करता.''

ॲडमला सॅम यांच्या तोंडून आणखी बरंचकाही ऐकायचं होतं, पण सॅम यांनी बोलणं तेवढ्यावरच सोडून दिलं. सिगारेट ओढताना ॲडम सॅमचं निरीक्षण करत होता आणि ज्यो लिन्कन याचा विचार डोक्यातून काढण्याचा प्रयत्न करत होता. एका दफनविधीच्या वेळी दारू पिऊन त्या नशेत सॅम यांच्या वडलांना झालेल्या मारहाणीचा विचार त्याच्या डोक्यात डोकावत होता. फोर्ड परगण्यात घडलेल्या दु:खद गोष्टी आणि लीनं त्याला सांगितल्या होत्या, त्या गोष्टींकडे दुर्लक्ष करण्याचा त्याचा प्रयत्न होता. या सर्व गोष्टींना एक अडसर घालून तो अडवायचा प्रयत्न करत होता, पण त्याला ते जमत नव्हतं. गतकाळात घडलेल्या भयानक घटनांचा उल्लेख तो करणार नव्हता, असं वचन त्याने लीला दिलं होतं.

ब्रिफकेसमधून काही कागद बाहेर काढत असताना ॲडम म्हणाला, ''नुकताच आपला एक पराभव झाला आहे, त्याची बातमी तुम्हाला कळली असेलच.''

''हा निर्णय त्यांनी अगदी तडकाफडकी घेतला ना?''

''हो, अगदी कमी वेळात; पण त्यापूर्वीच आपण पाचव्या मंडल न्यायालयात दाद मागितली आहे.''

''पाचव्या मंडल न्यायालयानं माझ्या बाजूने कधीच निकाल दिलेला नाही.''

''हो, मला त्याची कल्पना आहे, पण या टप्प्यावर कोणत्या न्यायालयाने आपल्या अर्जाचा विचार करावा, याबद्दल आपण बोलू शकत नाही ना?''

"मग या टप्प्यावर आपण काय करू शकतो?"

"खूपकाही! मध्यवर्ती सरकारच्या न्यायाधीशांना भेटल्यानंतर माझी गव्हर्नरसाहेबांची गाठ झाली. त्यांना मला एकटं भेटायचं होतं. त्यांनी त्यांचा खाजगी फोननंबर दिला आणि मला फोन करायला सांगितलं. त्यांना या खटल्याबाबत काहीतरी बोलायचं होतं. तुमचा सहभाग या कृत्यात कितपत होता, याबद्दल त्यांना काही शंका आहेत."

सॅम यांनी त्याच्याकडे रोखून पाहिलं. "शंका?

"मी इथे आलो ते केवळ त्याच्यामुळेच. माझी कधी हत्या होतेय, याची तो वाट पाहतोय."

"तुम्ही कदाचित बरोबर असाल... पण..."

"माझ्याबरोबर केलेल्या करारात तू त्या वेड्याबरोबर कोणत्याही प्रकारचा संबंध ठेवणार नाहीस, असं कबूल केलेलं आहेस."

"सॅम तुम्ही शांत व्हा, शांत व्हा. मी न्यायाधीशसाहेबांच्या खोलीबाहेर पडल्या पडल्या त्यांनी मला शब्दशः पकडलं."

"त्यांनी त्याच वेळी माझ्याबद्दल बोलण्यासाठी लगेचच वार्ताहर परिषद कशी बोलावली नाही, याचं मला आश्चर्य वाटतंय."

"मी त्यांना तसं न करण्याबद्दल बजावलं आणि त्यांनीही ते कबूल केलं."

"म्हणजे आजपर्यंतच्या इतिहासात माझ्याबद्दल त्यांना बोलू न देणारा तू पहिला इसम ठरला असशील."

"ते क्षमा करण्याच्या कल्पनेच्या बाजूचे आहेत."

"त्यांनी स्वत: तसं सांगितलं?"

"हो."

"का तसं सांगितलं? माझा त्यावर विश्वास नाही."

"का सांगितलं, हे मला माहीत नाही सॅम आजोबा, पण मला हे कळत नाहीये की, त्यांनी तसं सांगण्यामुळे तुम्हाला काय त्रास होतोय? माझ्या बाबतीत तुम्ही क्षमाशील राहून माझ्या अर्जाचा तुम्ही विचार करा, असं सांगण्यात धोका काय आहे? त्यामुळे त्यांचा फोटो वर्तमानपत्रात झळकेल, टी.व्ही. कॅमेरे त्यांच्यावर सतत नजर लावून त्यांच्याबद्दलच्या बातम्या प्रक्षेपित करत राहतील. आपलं म्हणणं ऐकून घेऊन, जर ते आपला फायदा करून देणार असतील आणि त्याच्या बदल्यात त्यांचा जर काही निराळा फायदा होणार असेल, तर त्यावर तुम्ही आक्षेप का घेता?"

"नाही. त्यावर माझं उत्तर 'नाही' असंच असणार आहे. मी तुला माझ्या वतीने, माझ्या शिक्षेबाबत, क्षमेच्या दृष्टीतून विचार करावा, असा अर्ज करायला कधीच परवानगी देणार नाही. नाही म्हणजे नाही. हजार वेळा नाही. ॲडम, तो गृहस्थ मला

पूर्णपणे माहीत आहे. मी त्याला ओळखून आहे. त्याच्या राजकीय खेळाच्या डावपेचांनुसार तो तुला खेळवू पाहतोय. त्याचा हा आपलेपणा खोटा आहे. मी कसा दयाळू आहे का कनवाळू आहे, हे जनतेच्या मनावर बिंबवण्याकरता ही केवळ एक बतावणी आहे. शेवटपर्यंत या बाबतीत तो दु:खी आहे, असंच भासवेल. त्यातून त्याचा राजकीय फायदा जेवढा जास्त करून घेता येईल, तेवढा तो घेईल. माझ्यापेक्षा त्याच्याकडे लोकांचं लक्ष कसं जास्त राहील, हे तो पाहील. माझ्या मृत्यूच्या प्रश्नामुळे त्याचा फायदा होणार आहे.''

''पण तुमचा मृत्यू टाळता आला, तर आपल्याला काय इजा होणार आहे?''

आपल्या हाताचा पंजा सॅम यांनी टेबलावर आपटला, ''पण त्यामुळे काहीही साध्य होणार नाही ॲडम. तो निर्णय बदलणार नाही.''

ॲडमनं त्याच्या नोंदवहीमध्ये काहीतरी खरडलं आणि एक क्षण तसाच जाऊ दिला. सॅम त्यांच्या खुर्चीत पुन्हा आरामशीर बसले आणि आणखी एक सिगारेट पेटवली. त्यांचे डोक्यावरचे केस अजूनही थोडे ओले होते. बोटाच्या नखांनी त्यांनी भांग पाडला.

ॲडमनं त्याचं पेन टेबलावर ठेवलं आणि म्हणाला, ''सॅम आजोबा, म्हणजे आपण आता काय करायचं? सर्व सोडून द्यायचं? हार मानायची? आणि तुम्हाला जर असं वाटत असेल की, तुम्हाला कायदा चांगला कळतो, तर मग मला सांगा, की आपण यापुढे काय करायचंय?''

''हे बघ ॲडम, मी एका मुद्द्यावर विचार करत होतो.''

''मला खात्री होतीच की, तुमच्या डोक्यात काहीतरी कल्पना असणारच.''

''पाचव्या मंडल न्यायालयात आपण जो अर्ज केला आहे, त्यातून काही साध्य होईल, असं मला वाटत नाही. सर्व गोष्टींचा विचार केल्यानंतर मला असं दिसतंय की, आता काहीही उरलं नाही.''

''बेन्जामिन कीजखेरीज?''

''हो बरोबर. बेन्जामिन कीज. तो मुद्दा आपण पुढे करू. खरं पाहिलं, तर माझ्या खटल्यांसाठी किंवा नंतरच्या अपिलांच्या बाबतीत त्यानं चांगलं काम केलंय. तो माझ्या मित्रासारखा माझ्याबरोबर होता, पण त्याला पुन्हा बोलवायला मन तयार होत नाही.''

''मृत्युशिक्षांच्या सर्व खटल्यांच्या बाबतीत हे असं घडतंच आजोबा. तुमचा खटला तुमच्या वकिलाला नीट चालवता आला नाही, असं बोलायलाच लागतं, त्यामुळे पुन्हा नव्याने खटला चालवायला मिळतो आणि तुम्ही सुटूही शकता किंवा वरच्या कोर्टात केलेल्या अपिलांबद्दलही वेगळ्या प्रकारे विचार होऊ शकतो. गुडमन यांनी तुम्हाला सल्ला देऊन 'तुम्ही तुमचा जुना वकील वापरा' असं सुचवलं होतं.

त्याला तुम्ही नकार दिला होतात. तुम्ही गुडमनचं ऐकायला हवं होतं.''

''हो, त्याचं म्हणणं बरोबर होतं. त्यांनी मला कीजलाच पुढचं काम करायला सांगावं, याबद्दल पुन:पुन्हा सांगितलं होतं, पण मी 'नाही' म्हटलं. ती माझी चूक होती.''

ॲडम त्याच्या खुर्चीच्या पुढच्या कडेवर येऊन मोठ्या अधीरतेनं नोंदी करून घेत होता.

''खटल्यासंबंधातले सर्व दस्तऐवज मी पाहिले आहेत. माझ्या दृष्टीने कीजनी तुम्हाला साक्षीदाराच्या पिंजऱ्यात उभं करून तुमची साक्ष न नोंदवण्याची फार मोठी चूक केलेली आहे.''

''मला न्याय देणाऱ्या समितीला काही गोष्टी सांगायच्या होत्या. त्याबद्दल मी तुला यापूर्वीच बोललो आहे. डोगाननं त्याची साक्ष दिल्यानंतर मलासुद्धा निवाडा समितीला असं सांगायचं होतं की, मी बॉम्ब ठेवला ही गोष्ट खरी आहे, पण माणसं जीवे मारण्याचा माझा मुळीच इरादा नव्हता आणि ॲडम ते सत्य आहे. मला स्वत:ला कोणालाही ठार मारायचं नव्हतं.''

''तुम्हाला तशी साक्ष द्यायची होती, पण तुमच्या वकिलाने त्याला नकार दिला.''

त्यावर सॅम हसले आणि त्यांनी जमिनीकडे नजर टाकली.

''मीही तसं म्हणावं, अशी तुझी इच्छा आहे?''

''हो.''

''अरे, मला दुसरा कोणता पर्यायच नव्हता ॲडम.''

''नाही.''

''ठीक आहे. गोष्टी घडून गेल्या होत्या आणि मी म्हणालो, तशी मला साक्ष द्यायची होती. त्याला माझ्या वकिलाचा स्पष्ट नकार होता.''

''उद्या सर्वप्रथम या गोष्टीचा उल्लेख मी माझ्या अर्जात करेन.''

''ॲडम, त्याला आता फार उशीर झालाय ना?''

''ठीक आहे. उशीर झालेलाच आहे. हा मुद्दा फार पूर्वी उपस्थित करायला हवा होता. पण हा मुद्दा उपस्थित करण्यामुळे नुकसान तर होणार नाही ना?''

''तू कीजला फोन करून त्याला हे सांगशील?''

''मला वेळ मिळाला तर जरूर सांगेन; पण त्यांना याबद्दल या क्षणी काय वाटतं, त्याच्याशी माझा काहीही संबंध नाही.''

''ठीक आहे. मग मीसुद्धा ती पर्वा करत नाही. बरं, त्याच्याबद्दल आता राहू दे. आणखी कोणत्या आघाडीवर आपण हल्ला करू शकतो?''

''आता ती यादी फार मोठी नाही.''

सॅम एकदम उठून उभे राहिले आणि टेबलाच्या कडेने पावलं मोजत येरझारा घालायला लागले. खोलीची लांबी अठरा फूट होती. ते टेबलाच्या सभोवतालून चालायला लागले. ॲडमच्या मागून गेले. ते भिंतीच्या कडेने चालत होते. चालताना पावलांची मोजणी चालू होती. एका वेळी पुस्तकांच्या मांडणीशी थांबून त्यावर ओणवे झाले.

ॲडमनं त्याच्या नोंदवहीतल्या काही नोंदी पूर्ण केल्या आणि सॅम यांच्याकडे पाहायला लागला. "तुम्हाला लीला भेटावंसं वाटतंय का? असं लीनं तुम्हाला विचारायला सांगितलंय.'' तो म्हणाला.

सॅम यांनी ॲडमकडे निरखून पाहिले आणि टेबलाच्या त्यांच्या खुर्चीत येऊन बसले, "तिला वाटतंय का?''

"मला तसं वाटतं.''

"मला त्याबद्दल विचार करावा लागेल.''

"मग लवकर विचार करा.''

"तिचं कसं काय चाललंय?''

"बऱ्यापैकी चाललंय, असं मला वाटतंय. तिनं तुमच्यासाठी शुभेच्छा द्यायला मला सांगितल्या आहेत आणि तुमच्या भल्यासाठी ती देवाजवळ दररोज प्रार्थना करते आणि सध्या ती तुमच्याबद्दल फारच विचार करते.''

"ली माझी मुलगी आहे, हे मेम्फिसमधल्यांना माहीत आहे?''

"मला तसं वाटत नाही. निदान वर्तमानपत्रात तरी तसं काही छापून आलेलं नाही.''

"त्यांनी त्याबद्दल काहीही लिहू नये, असं मला वाटतं.''

"मागच्या शनिवारी मी आणि ती क्लॅन्टनला गेलो होतो.''

त्यावर सॅम यांनी ॲडमकडे दु:खी नजरेनं पाहिलं. नंतर त्यांनी छताकडे नजर टाकली आणि विचारलं.

"तिथे तू काय पाहिलंस?''

"बऱ्याच गोष्टी. तिनं आजीचं दफनस्थान मला दाखवलं आणि इतर केहॉल मंडळींना जिथे मूठमाती दिली आहे, तो प्लॉट दाखवला.''

"तुझ्या आजीची तिच्या मृत शरीराचं दफन इतर केहॉल मंडळींबरोबर करून घ्यायला मान्यता नव्हती, हे तुला तिनं सांगितलं?''

"तुमच्या मृत शरीराचं दफन कुठे करावं, याबद्दल तिनं मला तुम्हाला विचारायला सांगितलंय.''

"मी त्याबद्दल अद्याप काही निर्णय घेतला नाही.''

"ठीक आहे आणि निर्णय घेतल्यावर मला तो सांगा. आम्ही गावातून

फेरफटका मारला. आम्ही ज्या घरात राहायचो, ते घर तिनं मला दाखवलं. आम्ही नंतर चौकातल्या, कोर्टाच्या आवारातल्या आत गेलो होतो. गावात गर्दी खूप होती. चौक तर गजबजलेला होता.''

''शोभेच्या दारूची आतषबाजी त्या दफनस्थानावर व्हायची, ते पाहायला आम्ही तिथे जायचो.''

''लीने त्याबद्दलही सांगितलं. आम्ही टी शॉपी दुकानात दुपारचं जेवण घेतलं आणि नंतर परगण्यातल्या काही भागात मोटारीने फिरलो. तिने तिच्या लहानपणाच्या घरी मला नेलं.''

''ते घर अजूनही तिथे आहे?''

''हो, आहे; पण कोणी तिथे राहत नाही. भग्नावस्थेत आहे. घराभोवती सर्व बाजूनं रानटी वेली, झाडंझुडपं वाढलेली आहेत. आम्ही घराभोवती एक फेरफटका मारला. तिनं तिच्या लहानपणीच्या आयुष्यातल्या बऱ्याच गोष्टी मला सांगितल्या. आम्ही एडींच्याबद्दलही बरंच बोललो.''

''तिच्याकडे काही आनंददायी आठवणी आहेत?''

''तसं पाहिलं तर नाहीत.''

सॅम यांनी हाताची घडी घातली आणि ते टेबलाकडे पाहत राहिले. एक मिनिट कोणी काहीच बोललं नाही. मग शेवटी सॅम यांनी ''तिने तुला एडीच्या आफ्रिकी वंशाच्या क्विन्सबद्दल काही सांगितलं?'' हा प्रश्न केला.

ॲडमनं सावकाश मान हलवली आणि नजरा एकमेकांना भिडल्या, ''हो! तिनं सांगितलं.''

''आणि त्याचे वडील ज्यो? त्याच्याबद्दल?''

''तिनं मला ती गोष्ट सांगितली.''

''आणि तू त्यावर विश्वास ठेवलास!''

''हो, मी ठेवायला नको होता?''

''ती खरी आहे. सर्वथा खरी आहे.''

''मलाही तसंच वाटतं.''

''तिनं ती गोष्ट किंवा ती घटना सांगितल्यावर तुला काय वाटलं? म्हणजे तुझी त्यावरची प्रतिक्रिया कशा प्रकारची होती?''

''तुमच्या धारिष्ट्याचा मला राग आला.''

''आणि आता या क्षणाला तुझं मत काय आहे?''

''आता मत वेगळं आहे.''

सॅम सावकाश त्यांच्या जागेवरून उठले. चालत चालत टेबलाच्या शेवटापर्यंत गेले आणि त्यांची पाठ ॲडमकडे ठेवून तसेच उभे राहिले. ''ती गोष्ट चाळीस

वर्षांपूर्वीची आहे.'' किंचितसं ऐकू येईल, अशा कुजबुजत्या आवाजात ते बोलले.

''मी याबद्दल बोलायला इथे आलेलो नाही.'' अपराधीपणाच्या भावनेनं ॲडमला यापूर्वीच घेरलं होतं.

सॅम फिरले आणि पुस्तकांच्या त्याच मांडणीवर रेलले. त्यांनी हातांची घडी घातलेली होती आणि नजर समोरच्या भिंतीवर होती. ''ती गोष्ट घडायला नको होती, असं मी हजार वेळा माझ्या मनात उगाळत असतो.''

''त्या गोष्टीचा उल्लेख मी सॅम यांच्याबरोबरच्या बोलण्यात करणार नाही, असं वचन मी लीला दिलं आहे. सॅम आजोबा, मलासुद्धा त्याबद्दल फार वाईट वाटतंय.''

''ज्यो लिन्कन खरोखरच एक चांगला माणूस होता. रूबी आणि क्विन्स आणि इतर मुलांचं पुढे काय झालं असेल, कोण जाणे!''

''ते विसरून जा सॅम आता. आपण दुसऱ्या कुठल्यातरी विषयाबद्दल बोलू.''

''माझ्या मृत्यूनंतर त्यांना सुखाचे दिवस येवोत, अशी मी इच्छा करतो.''

३०

मुख्य दरवाजालगतच्या निरीक्षण मनोऱ्यावरच्या सुरक्षाकर्मीनं ॲडम फाटकाशी येऊन थांबल्यानंतर त्याच्याकडे पाहून हात हलवला होता. नित्यनियमाने भेट द्यायल्या येणाऱ्यांची जशी ओळख होते, तशी ॲडमशी त्याची ओळख झालेली होती. ॲडमनं त्याच्या मोटारीच्या सामान ठेवण्याच्या डिकीचं झाकण उघडलं, तेव्हाही त्याच्याकडे पाहून त्यानं हात हलवला होता. भेटायला आलेल्या व्यक्तीला परत जाताना कुठल्याही कागदावर सह्या कराव्या लागत नव्हत्या, पण परत जाणारा डिकीमधून एखाद्या कैद्याला पळवून नेत नाही ना, याची खात्री करून घेण्यासाठी डिकीची तपासणी व्हायची. तुरुंगाच्या आवारातून बाहेर पडून हमरस्त्याला लागल्यावर तो मेम्फिसपासून दूर दक्षिण दिशेने जायला लागला. त्यानं मनात पार्चमनला तो किती वेळा आलेला होता, हे मोजलं. ही त्याची पाचवी भेट होती. दोन आठवड्यांत पाच भेटी! पुढच्या सोळा दिवसांत हेच त्याचं दुसरं घर झालं असतं, असं त्याला वाटत होतं. किती तापदायक विचार होता तो!

त्या रात्री लीबरोबर काही बोलावं, असं त्याला वाटत नव्हतं. तिची मन:स्थिती बिघडवण्याला तोच कारणीभूत झाला, असं त्याला वाटत होतं. तथापि तिच्याच सांगण्यावरून, पण गेली कित्येक वर्षं तिचा जीवन जगण्याचा तो प्रकारच झाला होता, असं तिनंच सांगितलं होतं. ती मद्यपी झालेली होती आणि एकदा तिने मद्य प्यायचं ठरवलं, तर तिला तो थांबवू शकत नव्हता.

दुसऱ्या दिवशी रात्री त्याने तिच्याकडे जायचं ठरवलं होतं. तिच्याकडे जाऊन, स्वत: कॉफी तयार करून तिला द्यायची आणि तिच्याबरोबर गप्पा मारायच्या, असं त्यानं ठरवलं होतं. आज रात्री त्याला बदल हवा होता.

ती उन्हं उतरण्याची वेळ होती. डांबरी रस्त्याच्या पृष्ठभागातून उष्णता बाहेर पडत होती. बाजूच्या शेतजमिनी कोरड्या पडून त्यातून धूळ उडत होती. शेतातली अवजारं थकल्यासारखी मलूलपणे काम करत होती. रस्त्यावरची वाहतूक यथातथाच होती; मरगळलेली होती. ॲडमनं रस्त्याच्या कडेला गाडी घेतली आणि गाडीचं

घडीचं छप्पर काढून ठेवलं. नंतर तो रूलव्हिल या छोट्या गावातल्या एका चिनी किराणामालाच्या दुकानाशी थांबला. तिथे त्याने आइस टीचा कॅन घेतला आणि पुन्हा हमरस्त्याला लागला. रस्त्यावर तो एकटाच होता. तो ग्रीनव्हिल गावाच्या दिशेने जात राहिला. त्याला एक काम करायचं होतं. काम तसं आनंद देणारं नव्हतंच, पण करणं भाग होतं. नीटपणे, धैर्याने पार पाडता येण्यासाठी लागणारं मनोबल, ताकद त्याच्या अंगी यावी, यासाठी तो मनोमन प्रार्थना करत होता.

तसा त्याचा प्रयत्न छोट्या छोट्या रस्त्यावरच राहण्याचा होता. ते छोट्या गावातले, सपाट दगडानं बनवलेले रस्ते होते. तो नदीच्या मुखाजवळच्या त्रिभुज प्रदेशापैकी भाग होता. तो त्या भागात नागमोडी रस्त्याने जात राहिला. तो दोन वेळा चुकला, पण त्यातूनही त्यानं मार्ग काढला. पाच वाजायला काही मिनिटं कमी असताना तो ग्रीनव्हिलला पोचला आणि इच्छितस्थळी पोचण्यासाठी गावाच्या जुन्या भागाच्या दिशेनं जात राहिला. ज्यू लोकांचं प्रार्थनामंदिर त्याला सापडलं. ते बॅप्टिस्ट चर्च रस्त्यापलीकडेच होतं. मुख्य रस्त्याच्या शेवटाला त्यानं त्याची मोटार उभी केली. तिथेच नदीच्या तटालगत गावात येणाऱ्यांचं स्वागत करणारी एक वास्तू उभारलेली होती. त्यानं त्याचा टाय घट्ट केला आणि तीन आडवे रस्ते पार करत तो वॉशिंग्टन रस्त्यानं चालतचालत निघाला. एका जुन्या विटांच्या इमारतीवर भिंतीलगत आठ फूट उंचीवर 'क्रॅमर होलसेल' अशी पाटी लावलेली होती. भिंतीलगत पदपथ होता. पाटीखाली दुकानात प्रवेशासाठी जाड काचेचा दरवाजा होता. त्यानं दरवाजा उघडून आत प्रवेश केला. दरवाजा आत उघडणारा होता आणि इमारतीचा दर्शनी भाग जुन्या काळातल्या इमारतींसारखाच ठेवलेला होता. दुकानाची धाटणी जुन्या काळातल्या दुकानांसारखी ठेवली होती. दर्शनी भागात आडवा, काचेच्या कपाटांचा काउंटर होता आणि भिंतीलगत छतापर्यंत असणाऱ्या सामान ठेवण्यासाठीच्या मांडण्या होत्या. कप्प्यांत कित्येक वर्षांपूर्वी विकलेल्या खाद्यपदार्थांच्या वेष्टनांची रांग होती. आतातर ते खाद्यपदार्थ मिळतही नव्हते. काउंटरवर जुन्या काळात वापरात असणारं, पैशांची देवाणघेवाण घेण्यासाठीचं उपकरण होतं. जुन्या काळातल्या दुकानांचं प्रतिनिधित्व करणारा या दुकानाचा हा भाग एकूण दुकानाचा एक फार छोटा हिस्सा होता. याच इमारतीतल्या नूतनीकरण केलेल्या भागात अद्ययावत प्रकारातलं, विविध वस्तूंचं प्रदर्शन करणारं दुकान होतं. प्रवेशालगतच अभ्यागतांसाठी एक प्रशस्त दालन, त्याच्या चहूबाजूंनी काचांच्या भिंती, जमिनीवर उंची गालिचे, पुढे चढत जाणारा जिना होता. जिन्याने चढून गेल्यावर एका मोठ्या हॉलमध्ये प्रवेश होत होता.

प्रवेशाच्या भागातली सुशोभित रचना ॲडमला आवडली. मागल्या बाजूने जीन्स घातलेला एक तरुण पुढे आला आणि त्यानं ॲडमला विचारलं, ''तुम्हाला

काही मदत हवीये का?''

अ‍ॅडम हसला, पण लगेच त्याला कसंचंच वाटायला लागलं. ''हो, मला मिस्टर इलियट क्रॅमर यांना भेटायचंय.''

''तुम्हाला काही वस्तू विकायच्या आहेत का?''

''नाही.''

''मग तुम्हाला काही विकत घ्यायचंय का?''

''नाही.''

त्या तरुण माणसाच्या हातात एक पेन्सिल होती. तो थोडा गोंधळला. ''मग तुम्हाला त्यांना कशासाठी भेटायचंय?''

''मला मिस्टर इलियट क्रॅमर यांना भेटायचंय. ते इथे आहेत का?''

''गावातल्या दक्षिण भागात आमचं गोडाऊन आहे, तिथे ते दिवसातला बहुतेक वेळ असतात.''

अ‍ॅडम तीन पावलं चालून त्या तरुणाजवळ गेला आणि त्यानं त्याचं कार्ड त्याला दिलं आणि म्हणाला, ''मी अ‍ॅडम हॉल. मी शिकागोहून आलेला एक वकील आहे. मला खरोखरच मिस्टर क्रॅमर यांना भेटायचंय.''

त्यानं ते कार्ड घेतलं. काही क्षण ते नीटपणे पाहिलं. त्यानंतर त्यानं अ‍ॅडमकडे कुतूहलानं आणि संशयाने पाहिलं आणि म्हणाला, ''फक्त एक मिनिट.'' आणि तो गेला.

अ‍ॅडम काचेच्या काउंटरवर रेलला. मार्विन क्रॅमर यांचं कुटुंब या त्रिभुज प्रदेशातल्या भागात एक अत्यंत सधन, भरभराटीला आलेलं व्यापारी कुटुंब म्हणून प्रसिद्ध होतं. त्या कुटुंबातला एक पूर्वज वाफेवर चालणाऱ्या एका बोटीने ग्रीनव्हिलला आला होता. तिथे त्यानं वाणसामानाचं एक दुकान उघडलं आणि त्यातनं आणखी बरेच उद्योगधंदे पुढे आले आणि व्यवसाय वाढत गेला. सॅम यांचा खटला चालू होता, तेव्हा क्रॅमर कुटुंबाचा नेहमीच 'श्रीमंत कुटुंब' असा उल्लेख व्हायचा.

वीस मिनिटं थांबल्यानंतर अ‍ॅडम आता अगदी निघून जाण्याच्या बेतात होता. त्यानं मनाशी विचार केला की, अ‍ॅडमला भेटायची क्रॅमर यांना इच्छाच नसेल, तर तो काहीच करू शकणार नव्हता आणि हा विचार मनात आला आणि त्याला थोडं मोकळं वाटलं.

शेवटी कोणाच्यातरी चालण्याचा आवाज त्याने ऐकला. त्यानं मान वळवली. एक वृद्ध सद्‌गृहस्थ हातात अ‍ॅडमचं ओळखपत्र घेऊन उभा होता. उंच, सडपातळ, लाटालाटांचे डोक्यावर पिकलेले केस, गडद तपकिरी रंगाचे डोळे, त्याखाली काळसर वर्तुळं, जरासा खाली ओघळलेला, पण खंबीर चेहरा असं त्याचं रूप होतं.

पण त्यावर त्या क्षणी हास्य नव्हतं. तो ताठ उभा होता. आधारासाठी काठी नव्हती की पाहण्यासाठी डोळ्यावर चष्मा नव्हता. ॲडमकडे पाहून त्याच्या कपाळावर आठ्या आल्या होत्या आणि तो काहीच बोलत नव्हता.

क्षणभर ॲडमला असं वाटलं की, आपण पाच मिनिटांपूर्वीच निघून गेलो असतो, तर बरं झालं असतं. त्यानंतर त्यानं स्वत:लाच तो मुळातच इथे कशासाठी आला होता, असा प्रश्न विचारला. पण नंतर त्यानं पुढे जायचं ठरवलं, ''नमस्कार!'' तो म्हणाला. सद्गृहस्थ काहीही बोलणार नव्हते, हे उघड होतं. ''आपण मिस्टर क्रॅमरच ना?''

मि. क्रॅमर यांनी होकारार्थी मान हलवली, पण ती इतकी सावकाश की, ते मि. क्रॅमर होते का, असा प्रश्न ॲडमला विचारण्याची जरुरी का वाटली, याचं त्यांना आश्चर्य वाटलं असावं, असं त्यावरून दिसत होतं.

''माझं नाव ॲडम हॉल. मी शिकागोहून आलेला एक वकील आहे. सॅम केहॉल हे माझे आजोबा. मी त्यांच्याकरता काम करतोय.'' ॲडमच्या सांगण्याचा परिणाम ते एकदम हादरून जाण्यात झाला नाही, त्यावरून त्यांनी ते ओळखलं होतं. ''मला तुमच्याशी थोडं बोलायचंय.''

''कशाबद्दल?'' मि. क्रॅमर अगदी सावकाश म्हणाले.

''सॅम यांच्याबद्दल.''

''मला वाटतं, तो आता लवकरच नरकात जाईल.'' सॅम यांचं भविष्य काय होतं, याची त्यांना पक्की खात्री असल्यासारखे ते बोलले होते. त्यांचे डोळे काळसर तपकिरी होते.

ॲडमनं त्याची नजर त्यांच्यावरून हटवून जमिनीवर खिळवली आणि आपल्या कोणत्याही शब्दामुळे भडका उडू नये, याची खबरदारी घेत तो बोलायला लागला. ''हो, तुम्ही म्हणता ते बरोबर आहे.'' दक्षिणेत इतकं नम्रतेने कोणी बोलत नाही, याची जाणीव असूनही तो तसं बोलत होता. ''याची मला कल्पना आहे. मी तुम्हाला दोष देणार नाही, पण मला काही मिनिटांसाठी तुमच्या बरोबर बोलायचंय.''

''तुम्ही सॅमतर्फे क्षमा वगैरे काही मागायला आलात की काय?'' क्रॅमर यांनी सॅम यांचा असा एकेरी उल्लेख केलेला ॲडमला जरा खटकला. मि. सॅम केहॉल नाही, नुसतं केहॉलसुद्धा नाही, तर एकदम सॅम? जसे काही हे दोघे एकमेकांचे फार जुने मित्र होते आणि काहीतरी क्षुल्लक कारणावरून दोघांच्यात भांडणं होऊन आता समेट करण्याची वेळ आली होती आणि बोलण्यातला भाव असा होता की, सॅम यांनी फक्त 'माझं चुकलं' एवढंच म्हणावं की, बस्स! भांडण मिटलं!

या ठिकाणी एकदम खोटं बोलावं, असा झटपट विचार ॲडमच्या मनात

आला होता. त्याला एकदम भावुक होऊन, सॅम यांना त्यांच्या शेवटच्या दिवसांत उपरती झाली होती, केल्या गोष्टींचा त्यांना पश्चात्ताप झाला होता, म्हणून तुम्ही त्यांना माफ करावं, अशी त्यांची विनंती आहे, असं सांगून टाकावं असं त्याला वाटत होतं; पण ते शक्य नव्हतं. ''त्यानं काही फरक पडणार आहे का?'' ॲडमनं प्रश्न केला.

मि. क्रॅमर यांनी ॲडमचं कार्ड अगदी काळजीपूर्वकपणे शर्टच्या खिशात ठेवलं आणि ॲडमच्या बरोब्बर समोरच्या खिडकीतून बाहेर नजर लावत ते म्हणाले, ''नाही, त्यामुळे काहीही फरक पडणार नाही. जे काही व्हायला हवं होतं, ते फार पूर्वी होणं जरूर होतं.'' डेल्टा म्हणजे त्रिभुज प्रदेशातल्या शब्दांचा हेल उच्चारण्यात मार्दव होतं. शब्द सावकाश उच्चारले गेले होते आणि वाक्यातला अर्थ तिरस्कार दर्शवत होता.

त्यातल्या कालदर्शक शब्दाला काहीच किंमत नव्हती? गेली कित्येक वर्षं त्यांनी मानसिक त्रास भोगला होता. त्यामुळे त्रास, यातना, मानसिक कष्ट, जिवंत असून मेल्यासारखं जगणं या गोष्टी त्यांच्या दृष्टीने फार पूर्वीच थांबल्या होत्या, हे ॲडमला त्यांनी सांगितलं.

''मि. क्रॅमर, मी इथे आलो आहे, हे सॅम यांना माहीत नाही. त्यामुळे त्यांच्या वतीने तुमची क्षमा मागावी, हे त्यांना कसं सुचणार? पण त्यांच्या वतीने मी ते काम करतो.''

मि. क्रॅमर खिडकीतून बाहेर पाहत असल्यासारखे, भूतकाळातल्या घटनांकडे डोकावत होते. त्या घटनांमुळे त्यांच्यावर प्रचंड आघात झालेले होते. ॲडम जे सांगत होता, त्याकडे त्यांनी दुर्लक्षही केलं नव्हतं. ते ऐकत होते.

ॲडमने बोलणं चालू ठेवलं, ''जे काही घडलं, त्याबद्दल मला आणि माझी आत्या – म्हणजे सॅम यांची मुलगी ली अशा दोघांनाही अतिशय वाईट वाटत आहे आणि ते दुःख व्यक्त करणं, हे आम्ही आमचं कर्तव्य मानतो.''

''सॅमनं हेच सर्व पूर्वीच का नाही केलं?''

''मी त्याचं उत्तर देऊ शकणार नाही.''

''मला माहीत आहे की, हे सर्व तुला नवीन आहे.''

वर्तमानपत्राच्या ताकदीचा हा परिणाम होता. इतरांप्रमाणे मि. क्रॅमरही वर्तमानपत्र वाचत असणारच!

''होय साहेब, पण मी त्यांचा जीव वाचवायचा प्रयत्न करतोय.''

''का?''

''त्याला बरीच कारणं आहेत. त्यांना मारण्याने तुमचे नातू किंवा तुमचा मुलगा हे काही परत येणार नाहीयेत. त्यांनी चूक केली होतीच, पण सरकार त्यांना मारणं

हीसुद्धा चूकच करत आहे.''

''ठीक आहे आणि याबद्दल पूर्वी कधी मी बोललो नाही, असं तुझं म्हणणं आहे?''

''नाही, तसं माझं म्हणणं नाही. तुम्हीही ऐकलं असेलच. तुम्ही ते सर्व पाहिलेलं आहे, अनुभवलं आहे. त्यातून तुम्ही गेला आहात. तुम्हाला किती दु:ख पचवायला लागलं असेल, याची मी कल्पनाच करू शकत नाही; पण मला त्यातून जायला लागू नये, याबद्दल मी खटपट करतोय.''

''तुला आणखी काय हवंय?''

''तुम्ही मला पाच मिनिटं देऊ शकाल?''

''आपण तर आत्ता इथे तीन मिनिटं बोलण्यात घालवली आहेत. तुझ्याकडे आणखी दोन मिनिटं आहेत.''

असं म्हणत, 'तुझी वेळ आता सुरू झाली.' अशा अर्थानं त्यांनी घड्याळाकडे पाहिलं आणि त्यांनी त्यांच्या पंजाची लांबलांब बोटं पँटच्या खिशात घातली. त्यांची नजर पुन्हा खिडकीकडे आणि पुढे बाहेरच्या रस्त्याकडे गेली.

''मेम्फिसच्या एका वर्तमानपत्रात असं लिहिलंय की, विषारी वायूच्या पेटीत सॅम यांना जेव्हा जखडून, पट्टे बांधून ठेवलं जाईल त्या वेळी त्यांना तुम्हाला तुमच्या डोळ्यांनी प्रत्यक्ष पाहायचं आहे, असं तुम्ही त्या वर्तमानपत्राला दिलेल्या मुलाखतीत सांगितलंय.''

''अगदी बरोबर! मी तसंच म्हणालो होतो. पण तसं घडेलच, यावर माझा विश्वास नाही.''

''का नाही?''

''कारण आपल्याकडच्या फौजदारी गुन्ह्यांबाबतच्या न्यायदानाची पद्धत तापदायक आहे. गेली दहा वर्षं त्याला तुरुंगात सरंक्षण दिलंय, त्याचे लाड होतायंत, एका मागे एक असे अपिलासाठीचे अर्ज जातायंत. तू आत्तासुद्धा आणखी काही अर्ज दाखल करतोयंस आणि त्यांना जिवंत ठेवण्याचा प्रयत्न करतोयंस. ही सारी व्यवस्थाच कुजलेली आहे; घाण आहे. आम्ही न्यायाची अपेक्षाच करू शकत नाही.''

''त्यांचे तुरुंगात लाड वगैरे काहीही होत नाहीयेत. मृत्यूची शिक्षा झालेल्या कैद्यांचा तुरुंग म्हणजे एक भयंकर जागा आहे. मी आत्ताच तिथून आलोय.''

''हो, पण तो अजूनही जिवंत आहे. त्याचं जगणं चालू आहे. तो श्वास घेतोय, टेलिव्हिजन पाहतोय, पुस्तकं वाचतोय. तुझ्याशी त्याला बोलता येतंय. तो न्यायालयातून अर्ज सादर करतोय आणि जेव्हा मृत्युघटका समीप येऊन पोचेल, त्या वेळी त्याबाबत नियोजन करण्यासाठी त्याच्याकडे बराच वेळ उपलब्ध असेल. त्याला

जवळच्यांचा निरोप घेता येईल, देवाकडे प्रार्थना करता येईल. मि. हॉल, माझ्या नातवंडांना त्यांच्या आईवडलांना आलिंगन द्यायला, बाय म्हणायलासुद्धा वेळ मिळाला नव्हता हो! ते खेळत असतानाच त्या स्फोटानं त्यांच्या चिंधड्या उडवल्या होत्या.''

''मि. क्रॅमर, हे सर्व मी समजू शकतो, पण सॅम यांना मारून ते परत तर येणार नाहीत ना?''

''नाही, ते परत येणार नाहीत; पण त्यांच्या खुन्याच्या जाण्यामुळे आम्हाला खूप आनंद होणार आहे. आम्हाला झालेल्या दु:खाची मात्रा त्यामुळे थोडी का होईना, पण कमी होईल. मी देवाजवळ दररोज अशी प्रार्थना करतो की, सॅम याचा मृत्यू होईपर्यंत तू मला जिवंत ठेव. पाच वर्षांपूर्वी मला हृदयविकाराचा झटका आला होता. दोन आठवडे त्यांनी मला कृत्रिम उपायांनी जगवून ठेवलं होतं आणि कुठल्याही परिस्थितीत मला सॅम मेल्याशिवाय मरायचं नाही, या माझ्या दुर्दम्य इच्छाशक्तीमुळेच मी जगू शकलो आणि माझ्या डॉक्टरांनी जर परवानगी दिली, तर मी सॅम केहॉलच्या मृत्यूच्या शिक्षेच्या अंमलबजावणीच्या वेळी तिथे नक्की असेन मि. हॉल.''

''तुम्हाला तसं वाटतं, याचं मला वाईट वाटतंय मि. क्रॅमर.''

''मी त्याबद्दल दिलगीर आहे. सॅम केहॉल, हे नाव माझ्या कानावर आलं, तरी मला अतीव दु:ख होतं.''

ॲडम एक पाऊल मागे झाला आणि कॅशरजिस्टरच्या काउंटरवर थोडा रेलला. मग त्यानं जमिनीकडे नजर टाकली. त्याच वेळी मि. क्रॅमर खिडकीतून बाहेर पाहत होते. पश्चिमेकडे सूर्य इमारतीच्या मागच्या बाजूनं अस्ताला जात होता. आणि एखाद्या वस्तूसंग्रहालयासारख्या दिसणाऱ्या क्रॅमर यांच्या वास्तूतल्या खोल्यांमधला प्रकाश अंधूक व्हायला लागला.

''या प्रकरणामुळेच मी माझ्या वडलांना गमावलंय.'' ॲडम हलक्या आवाजात म्हणाला.

''मला वाईट वाटतंय. शेवटच्या खटल्यानंतर त्यानं आत्महत्या केली, ते माझ्या वाचनात आलं होतं.'' क्रॅमर म्हणाले.

''सॅम यांनासुद्धा खूप त्रास झालाय मि.क्रॅमर. त्यांच्यामुळे त्यांचं सर्व कुटुंब उद्ध्वस्त झालंय. तुमचंही कुटुंब त्यांनीच उद्ध्वस्त केलं आहे आणि त्या पापाचं, दोषांचं ओझं त्यांच्या मनाला टोचणी देतंय, त्याचा त्यांना भयानक त्रास होतोय.''

''त्यांच्या मृत्यूनंतर कदाचित त्यांना ते जाणवणार नाही.''

''कदाचित? पण आपण तो मृत्यू का थांबवायचा नाही?''

''मी तो थांबवावा, अशी अपेक्षा तुम्ही माझ्याकडून कशी करू शकता?''

''गव्हर्नरसाहेब आणि तुम्ही जुने मित्र आहात, असं मी कुठेतरी वाचलंय.''

''त्या मैत्रीचा आणि तुमचा काय संबंध?''

''खरं म्हटलं तर नाही, पण मैत्री आहे ना?''

''हो, तो या भागातलाच मुलगा आहे. गेली खूप वर्षं मी त्याला ओळखतो.''

''मी त्यांना गेल्या आठवड्यात पहिल्यांदा भेटलो आणि त्यांच्याकडे या शिक्षेला दया दाखवण्याचा अधिकार आहे, हे तुम्हाला माहीत आहे.''

''माझा त्याच्याशी काहीही संबंध नाही.''

''पण माझं तसं नाहीये मि. क्रॅमर. मी निराश झालेलो आहे आणि सॅम हे माझे सख्खे आजोबा आहेत. त्यामुळे त्यांना वाचवायचा प्रत्येक प्रयत्न मी करणारच. तुम्ही आणि तुमचे कुटुंबीय यांनी जर शिक्षा अमलात आणलीच पाहिजे, ही मागणी धरून ठेवली, तर गव्हर्नरसाहेबांना तुमची मागणी मान्य करण्यावाचून गत्यंतर राहणार नाही.''

''तू म्हणतोस ते बरोबर आहे.''

''आणि तुम्हीच असं ठरवलं की, मृत्यूची शिक्षा अमलात आणली नाही तरी चालेल, तर त्यावर गव्हर्नरसाहेबही त्या दिशेने विचार करतील.''

''म्हणजे आता सर्व माझ्यावर अवलंबून आहे?''

आता त्यांनी चालायला सुरुवात केली होती. चालता चालता ते बोलत, ॲडमच्या समोरून गेले आणि खिडकीशी जाऊन थांबले. ''ॲडम, तू पूर्णपणे निराश झालेला नाहीयेस आणि त्यामुळे तू मला फार भाबडा वाटतोयंस.''

''मला त्यावर काहीही टिप्पणी करायची नाही.''

''माझ्या शब्दाला इतकं वजन आहे, हे मला माहीत झाल्यामुळे मला आनंद होतोय; पण त्याची जाणीव मला यापूर्वी झाली असती, तर तुझे आजोबा यापूर्वीच परलोकवासी झाले असते.''

''मि. क्रॅमर, सॅम यांची मृत्यूची शिक्षा अमलात आणावी, इतके ते वाईट नाहीत.'' ॲडम दरवाजाकडे जात असताना म्हणाला. त्यांच्याकडून करुणेची, दयेची अपेक्षा त्यानं केलेली नव्हती. मि. क्रॅमर यांना त्याला पहायचं होतं आणि सॅम यांच्या मृत्यूमुळे काही जणांना दु:ख होणार होतं, याची त्यांना जाणीव त्याला करून द्यायची होती.

''माझी नातवंडं किंवा माझा मुलगा मरून जावेत, इतके तेही वाईट नव्हते.''

ॲडमने दरवाजा उघडला आणि म्हणाला, ''एखाद्या आगंतुकासारखा मी इथे आलो, याबद्दल मला माफ करा. तुमचा वेळ तुम्ही मला दिलात, त्याबद्दल मी तुमचे आभार मानतो. मला एक बहीण आहे. एक आतेभाऊ आहे. आत्या आहे. सॅम यांचंही एक कुटुंब आहे, हे मला तुम्हाला सांगायचं होतं. त्यांच्या मृत्यूमुळे

आमच्या कुटुंबाला दु:ख होणार आहे. त्यांची मृत्यूची शिक्षा अमलात आणली नाही, तरी ते तुरुंगातून कधीच बाहेर येऊ शकणार नाहीत. तिथेच ते हळूहळू झिजतील आणि नैसर्गिक कारणांमुळे एखाद्या दिवशी त्यांचा अंत होणारच आहे.''

''त्यामुळे तुम्हाला दु:ख होणार आहे?''

''होय साहेब. सध्या आमचं कुटुंब कीव वाटावी, अशा स्थितीत आहे. दु:खानं भरलेलं आहे मि. क्रॅमर! आणखी दु:खी होण्यापासून मी आम्हा सर्वांना वाचवतोय.''

मि. क्रॅमर यांनी गिरकी घेऊन ॲडमकडे पाहिलं. त्यांचा चेहरा भावविरहित होता. ''याबाबत मी काहीही करू शकत नाही, याचं मला वाईट वाटतंय.''

''मी तुमचे पुन्हा एकदा आभार मानतो.'' ॲडम म्हणाला.

''ठीक आहे. तुझा उरलेला दिवस चांगला जावो.'' मि. क्रॅमर मख्खपणे म्हणाले.

ॲडम इमारतीतून बाहेर पडला आणि सावली असलेल्या रस्त्यांवरून चालत तो गावाच्या मध्यभागात आला. त्याला ते स्मृतिउद्यान सापडलं. त्या उद्यानात त्या दोन मुलांचे दोन पुतळे उभे केलेले होते. त्या दोन छोट्या मुलांच्या पुतळ्यांजवळच्या बाकावर तो येऊन बसला. अपराधी भावना आणि दु:खद आठवणींमुळे तो वैतागला होता. काही मिनिटांनंतर तो तिथून गेला.

रस्त्यापलीकडच्या उपाहारगृहात तो गेला. चीझ सँडविचबरोबर त्यानं काळी कॉफी प्यायली. बऱ्याच टेबलांपलीकडे चाललेल्या गप्पांमध्ये सॅम केहॉल यांच्याबद्दलची चर्चा त्याला ऐकू येत होती; पण ते नेमके काय बोलत होते, हे त्याला कळत नव्हतं.

रात्री मुक्कामाकरता येणाऱ्या एका हॉटेलमध्ये तो थांबला, खोली घेतली आणि तिथून त्याने लीला फोन लावला. ती शुद्धीवर आल्यासारखी वाटत होती. त्या रात्री तो घरी येणार नसल्याचं सांगितल्यावर तिने सुटकेचा नि:श्वास टाकला असेल, असं त्याला वाटलं. तो दुसऱ्या दिवशी संध्याकाळी येईल, असं त्याने तिला सांगितलं. तोपर्यंत बाहेर अंधार झालेला होता. अर्ध्या तासानंतर ॲडम झोपून गेला.

३१

ॲडम पहाट होण्यापूर्वी मेम्फिस गावाच्या जुन्या भागातल्या त्यांच्या ऑफिसमध्ये जाण्यासाठी घरातून निघाला होता आणि सातपूर्वीच तो त्याच्या ऑफिसच्या खोलीमध्ये आतून दार लावून बसला होता. आठ वाजेपर्यंत गार्नर गुडमन यांच्याबरोबर तो फोनवर तीन वेळा बोलला होता. गुडमन यांना बहुतेककरून निद्रानाशाचा आजार होता. फोनवर त्या दोघांनी खटल्याच्या दरम्यान कीजने काय प्रकारचे युक्तिवाद केले होते, त्याबद्दल विस्तारानं चर्चा केल्या. केहॉल यांच्या खटल्यासंदर्भातल्या कागदपत्रांचं दफ्तर, वेळोवेळी केलेल्या अर्जांचे नमुने किंवा खटल्यात नेमक्या चुका कुठे आणि कशा झाल्या, त्याच्या शोधपत्रकांच्या टाचणांनी चांगलं जाड असं बाड झालेलं होतं. तरीपण त्या सर्वांमध्ये बेंजामिन कीज यांच्यावर फारच कमी दोष येत होता, असं दिसत होतं.

अर्थात या सर्व फार पूर्वीच्या काळातल्या गोष्टी होत्या. त्या वेळी विषारी वायूच्या पेटीत घालून मृत्यूची शिक्षा अमलात आणण्याची कारवाई ही फार दूरची गोष्ट होती. खटल्याच्या वेळी सॅमने त्यांच्या जबानीत योग्य असे काही मुद्दे घालायला हवे होते, असं सॅम यांना आत्ता वाटत होतं, हे ऐकून गुडमन यांना बरं वाटलं. त्या वेळी कीजने त्याला मज्जाव केला होता, असं सॅम यांचं म्हणणं होतं. त्या मुद्यावर गुडमन यांना शंका वाटत होती; पण सॅम खोटं कशाला सांगतील, हेही त्यांना पटत होतं, म्हणून सॅम जे म्हणत होते, खरं असावं, असं ते धरून चालले होते.

गुडमन आणि ॲडम या दोघांच्या मते तो मुद्दा फार पूर्वीच पुढे करायला हवा होता आणि आता तो उकरून काढणं संदर्भाला सोडून झालं असतं. योग्य वेळी जरूर ते मुद्दे उपस्थित केल्यामुळे सर्वोच्च न्यायालयांच्या विरोधातल्या निकालांची संख्या दर दिवशी वाढत होती; पण हा मुद्दा खरोखरच महत्त्वाचा होता. न्यायालयं अशा मुद्यांकडे दुर्लक्ष करू शकत नाहीत. अर्जाचा मसुदा तयार करताना ॲडमची उत्कंठा शिगेला पोचली होती. दोन-तीन वेळा त्यानं तो मसुदा दुरुस्त केला आणि

अंतिम मसुदा फॅक्सद्वारे गुडमन यांना पाठवला.

या ठिकाणी शिक्षा जाहीर झाल्यानंतरच्या अर्ज करण्याच्या पद्धतीनुसार हा अर्ज राज्याच्या न्यायालयात सादर करावा लागणार होता. त्या ठिकाणी तो त्वरित फेटाळला जाईल, हे तो धरून चालला होता आणि त्यानंतर लगेचच मध्यवर्ती सरकारच्या न्यायालयात तो अर्ज सादर करणार होता.

दहा वाजता त्यानं मिसिसिपी राज्याच्या सर्वोच्च न्यायालयाकडे अर्ज सादर केला गेला. त्याची एक प्रत त्याने स्लॅटरीसाहेबांच्या ऑफिसमध्ये ब्रेक जॅफरसन यांच्या माहितीसाठी फॅक्सने पाठवली. न्यू ऑर्लिन्सच्या पाचव्या मंडल न्यायालयाच्या कचेरीतल्या लेखनिकाकडेसुद्धा एक प्रत फॅक्स झालेली होती. त्यानंतर त्याने सर्वोच्च न्यायालयातले मृत्युदंड लेखनिक मि. ओलॅन्डर यांना फोन केला आणि ॲडम स्वत: काय करत होता, याची कल्पना दिली. मि. ओलॅन्डर यांनी ''त्याच अर्जाची एक प्रत त्वरित वॉशिंगस्टनला फॅक्स करा'' अशी सूचना दिली.

डार्लिननं दरवाजावर टक टक केलं. ॲडमनं दार उघडलं. त्याला भेटण्यासाठी मि. वॅन लेटनर अभ्यागत कक्षात थांबले होते, असा निरोप दिला. ॲडमनं तिचे आभार मानले आणि स्वत: चालत जाऊन अभ्यागत कक्षात लेटनर यांचं त्यानं स्वागत केलं. मासेमारी करणाऱ्या कोळ्यांसारखाच वेष त्यांनी अंगावर चढवला होता. बोटीवर वापरतात तसे बूट, समुद्रावरच्या खलांशासारखी टोपी डोक्यावर होती. दोघांनी एकमेकांचं कुशलमंगल विचारलं. त्यांना भरपूर मासे पकडायला मिळत होते. इरीनी मजेत होती. कॅलिको रॉकला परत कधी येणार? वगैरे लेटनर यांचं बोलणं झालं. पुढे ते आणखीही बोलत होतेच.

''मी कामाकरता गावात आलोच होतो आणि मला तुझ्याशी काही बोलायचंही आहे.'' स्वागतिकेकडे त्यांची पाठ होती. हे त्यांनी अगदी हळू आवाजात सांगितलं होतं.

''काही हरकत नाही.'' ॲडमसुद्धा कुजबुजल्यासारखं म्हणाला. ''माझं ऑफिस इथेच थोडं आत आहे.''

''नको, आपण चालत बोलू.''

लिफ्टमधून ते तळमजल्यावरच्या, इमारतीच्या सार्वजनिक मोकळ्या जागेत गेले. तिथून ते लगतच्या मॉलसारख्या इमारतीतल्या पदपथावरून चालत राहिले. ढकलगाडीवर खारेदाणे विकणाऱ्या माणसांकडून लेटनर यांनी थोडे खारे दाणे विकत घेतले. त्यांपैकी थोडे त्यांनी ॲडमला दिले, त्याला त्याने नकार दिला. ते शहराच्या, उत्तर भागातल्या सिटी हॉल आणि मध्यवर्ती संघराज्याच्या इमारतीच्या दिशेने चालत राहिले. लेटनर मध्येमध्ये बाजूच्या कबुतरांकडे काही दाणे टाकत होते.

''सॅम कसा आहे?'' त्यांनी विचारलं.

''दोन आठवडे राहिले आहेत. एखाद्याकडे दोनच आठवडे राहिले असताना त्याची काय परिस्थिती होत असेल?''

''मला वाटतं तो प्रार्थनेत गर्क असेल.''

''अद्याप ती वेळ आलेली नाही, पण ती यायला फार वेळ लागणार नाही.''

''असं खरंच होईल का?''

''हो, तशी योजनाच केलेली आहे आणि ते थांबवण्यासाठी एखादी यंत्रणा कार्यरत आहे, असं दिसत नाही.''

लेटनर यांनी काही शेंगदाणे तोंडात टाकले.

''ठीक आहे. तुझ्या प्रयत्नांना यश येऊ दे. तू माझ्याकडे येऊन गेलास ना, त्या दिवसापासून मला तुझ्याबद्दल आणि सॅमबद्दल फारच आपुलकी वाटू लागलीये.''

''माझं आणि माझ्या आजोबांचं भाग्यच म्हणायचं! धन्यवाद! माझ्या प्रयत्नांना यश येऊ दे, असं सांगण्यासाठी तुम्ही खास मेम्फिसला आलात! फार बरं वाटलं.''

''तसंच नेमकं नाही, पण तू गेल्यानंतर सॅम आणि क्रॅमर बॉम्बस्फोटाबद्दल मी खूप विचार केला. मी काढलेली काही टिपणं माझ्याकडे होती, त्याचा आढावा मी घेतला. त्यांपैकी बऱ्याच गोष्टींचा मी बरेच दिवस विचारही केला नव्हता. त्या गोष्टींवर पुन्हा एकदा लक्ष केंद्रित करून विचार केला. माझ्या जुन्या मित्रांना फोन केले आणि क्लॅन समूहांविरुद्ध झालेल्या चकमकींच्या गोष्टी आम्ही एकमेकांना सांगितल्या. ते दिवस वेगळे होते.''

''मी त्या काळात नव्हतो, याचं मला आत्ता वाईट वाटतंय.''

''ठीक आहे, ते जाऊ दे; पण काही गोष्टी तुला सांगाव्यात, असं वाटलं, म्हणून मी इथे आलो.''

''काही गोष्टी म्हणजे कोणत्या?''

''डोगानच्याच गोष्टींबद्दल तुला आणखी सांगायचंय. तुला माहीत आहे की, त्यानं साक्ष दिली आणि एक वर्षाच्या आतच त्याचा मृत्यू झाला.''

''सॅम यांनी मला ते सांगितलंय.''

''त्याच्या घराला आग लागल्यामुळे तो आणि त्याची बायको मारली गेली. हवा गरम करण्याच्या यंत्रणेतला ज्वालाग्राही वायू गळतीमुळे पेटला आणि घरात स्फोट झाला. वायुगळतीमुळे सर्व घरभर वायू भरला आणि कोणीतरी त्यावर पेटती काडी टाकली. एखाद्या बॉम्बसारखं घर उडालं. आगीचा एक भलामोठा डोंब उसळला होता.''

''मग?''

''तो एक अपघात होता, यावर आमचा विश्वास बसला नव्हता. गुन्हेखात्यातल्या

तंत्रज्ञांनी हवा गरम करण्याच्या उपकरणाची तपासणी केली. आगीत सापडल्यामुळे ते निरुपयोगी झालं होतं; तरीपण तज्ज्ञांचं म्हणणं असं होतं की, त्यातून वायुगळती व्हावी, अशी काहीतरी व्यवस्था मुद्दाम करण्यात आली होती.''

''त्यामुळे सॅम यांच्या भविष्यावर काय परिणाम होतो?''

''त्यांच्या भविष्यावर काही परिणाम होणार नाही.''

''मग आपण त्याबद्दल का बोलतो आहोत?''

''पण त्याचा तुझ्यावर परिणाम होऊ शकतो.''

''मला तुमचं म्हणणं समजत नाहीये.''

''डोगानला एक मुलगा होता. १९७९ मध्ये तो सैन्यात गेला आणि जर्मनीमध्ये त्याची रवानगी झाली. १९८०मध्ये डोगान आणि सॅम या दोघांवर ग्रीनव्हीलच्या मंडल न्यायालयानं पुन्हा आरोप ठेवले आणि थोड्याच काळानंतर डोगानने सॅम यांच्या विरोधात जबानी द्यायचं कबूल केलं, हे उघड झालं. ती एक मोठी गोष्ट आहे. १९८०च्या ऑक्टोबर महिन्यात डोगानचा मुलगा जर्मनीत गेला आणि तिथेच भूमिगत झाला.'' लेटनर यांनी काही शेंगा फोडल्या, त्यांची टरफलं कबुतरांकडे फेकली. ''सैन्याने त्याचा खूप शोध घेतला, पण त्याचा तपास लागला नाही. त्यानंतर काही महिने गेले, पुढे काही वर्षं गेली. डोगानच्या मुलाचं पुढे काय झालं, हे समजण्यापूर्वीच डोगानचा मृत्यू झाला होता.''

''मुलाचं काय झालं असेल?''

''माहीत नाही. अजूनही तो परत आलेला नाही.''

''तो मेला असेल?''

''शक्यता आहे, पण त्याचा काहीही पुरावा सापडला नाही.''

''त्याला कोणी मारलं असेल?''

''त्याच्या आईवडलांना ज्यांनी मारलं, त्यांनीच.''

''ते कोण असण्याची शक्यता असेल?''

''आमचा एक आडाखा आहे, संशय नाही. खटला सुरू होण्यापूर्वी डोगानला धमकी द्यायची म्हणून त्याच्या मुलाला त्यांनी उचललं असेल, असा आमचा अंदाज होता. कदाचित डोगानकडे काही गुप्त माहिती असेल.''

''खटला झाल्यानंतर त्यांनी डोगानला का मारलं?'' न्यायालय चौकातल्या झाडाखालच्या सावलीतल्या एका बाकावर दोघे जण बसले. ॲडमनं अखेर लेटनर यांच्याकडून काही दाणे घेतले.

''बॉम्बस्फोटाबद्दलचा तपशील कोणाला माहीत होता?'' लेटनर प्रश्न करत होते. ''सर्वकाही तपशील?''

''सॅम आणि जेरेमी डोगान यांनाच.''

“बरोबर. आणि पहिल्या दोन खटल्यासाठी त्यांचा वकील कोण होता?”

“क्लोव्हिस ब्राझिल्टन.”

“ब्राझिल्टन यांनासुद्धा त्याबद्दलची माहिती असेल, असं मानणं कितपत योग्य ठरेल?”

“हो असेल, कारण क्लॅन समूहातले तो सक्रिय सदस्य होते. बरोबर आहे ना?”

“हो, म्हणजे माहिती असणारे तीन जण होतात.”

“सॅम, डोगान, ब्राझिल्टन आणि त्यांच्याखेरीज इतर कोणी?” ॲडमने क्षणभर विचार केला, “कदाचित तो गूढ सहकारी?”

“कदाचित, डोगान मेलेला आहे, सॅम काही बोलत नाहीतच. ब्राझिल्टन बऱ्याच वर्षांपूर्वी निवर्तले आहेत.”

“त्यांचा मृत्यू कसा झाला?”

“एका विमान अपघातात! क्रॅमर खटल्यानं त्याला दक्षिणेत खूप प्रसिद्धी मिळवून दिली. त्या प्रसिद्धीचा फायदा घेत त्यानं त्याचा वकिलीचा व्यवसाय वाढवला. त्यात त्याला खूप पैसेही मिळत गेले. एक यशस्वी वकील म्हणून त्याचा नावलौकिक झाला. त्याला विमानातून फिरण्याची आवड होती. त्यानं एक विमान विकत घेतलं आणि जिथे जिथे त्याचे खटले चालू असायचे, तिथे तो विमानाने जायला लागला आणि तो अतिश्रीमंत म्हणून ओळखला जायला लागला होता. एकदा तो किनाऱ्यावरच्या एका गावाहून परत येताना त्याचं विमान भरकटलं. त्याचं मृत शरीर एका झाडाला अडकलेलं सापडलं. हवा तर स्वच्छ होती. विमान अपघाताचा शोध घेणाऱ्या अधिकृत संस्थेनं इंजीन नादुरुस्त झाल्यामुळे अपघात झाला होता, असं जाहीर केलं होतं.”

“गूढ रीतीने झालेला आणखी एक मृत्यू!”

“हो, म्हणून या बॉम्बस्फोटासंबंधात गुंतलेल्यापैकी सॅमखेरीज सर्व जणांचा शेवट झालेला आहे. आता सॅमची पाळी आहे.”

“डोगान आणि ब्राझिल्टन या दोघांच्या मृत्यूमध्ये काही दुवा आहे का?”

“नाही. दोन मृत्यूंमध्ये काही वर्षं गेली. परिस्थितीचा अभ्यास केल्यानंतर यासंबंधातला सिद्धान्त असं सांगतो की, दोन्ही मृत्यू एकाच व्यक्तीने घडवून आणले आहेत.”

“मग तो माणूस कोण असेल?”

“तो म्हणजे ज्यांना ज्यांना या बाबतीतली गुपितं माहीत होती, त्यांपैकीच! म्हणजे सॅमने ज्यांच्याबरोबर काम केलं होतं तो. म्हणजे आपण ‘जॉन डो’ म्हणालो होतो ना, तसा कोणी अनामिक!”

“हा विचित्र, ठोकून दिलेला अंदाज वाटतोय.”

''तसा असेलही आणि त्यासाठी भरभक्कम पुरावाही नाही; पण कॅलिको रॉकमध्येही मी तुला सांगितलं होतं की, सॅमबरोबर आणखी कोणीतरी नक्की होतं आणि त्या अनामिकाबरोबर सॅमनं केवळ एका मदतनिसाचं काम केलं होतं. सॅम जेव्हा पकडला गेला, तेव्हा हा अनामिक – जॉन डो भूमिगत झाला. कदाचित नंतर तोच त्याच्याबद्दलची माहिती जो कोणी देऊ शकेल, त्याला किंवा त्यांना संपवण्याच्या मागे होता.''

''डोगानच्या बायकोला मारण्याचं कारण काय?''

''कारण त्याचं घर उडवलं त्या रात्री ती डोगानच्याबरोबर त्याच्या पलंगावर झोपली होती.''

''ठीक आहे, पण डोगानच्या मुलाला मारण्याचं कारण काय?''

''कारण डोगानला त्याला गप्प ठेवायचं होतं. जेव्हा डोगाननं साक्ष दिली, त्या वेळी त्याचा मुलगा गेले चार महिने बेपत्ता होता, असं त्याने सांगितलं होतं.''

''त्याच्या मुलाबद्दल मी वाचलेलं नाही.''

''त्याबद्दल एवढा ब्रभा, वाच्यता झालेली नव्हती आणि तो प्रकार जर्मनीमध्ये झालेला होता. त्याबद्दल फार आरडाओरडा करू नकोस, असा आम्हीच डोगानला सल्ला दिला होता.''

''मी पार गोंधळून गेलो आहे. सॅम यांच्याखेरीज डोगाननं त्या खटल्याच्या वेळी इतर कोणाकडेही बोट दाखवलेलं नव्हतं. फक्त सॅमच; पण मग त्या जॉन डो नं त्यानंतर डोगानला मारण्याचं कारण काय?''

''कारण त्यांना अजूनही काही गुपितं माहीत होती आणि दुसऱ्या एका क्लॅन सदस्याच्या विरोधात त्यांनी जबानी दिली होती.''

ॲडमने एक शेंग सोलली आणि टरफलं एका गलेलठ्ठ कबुतरासमोर फेकली. लेटनर यांनी पिशवीतल्या शेंगा संपवल्या आणि त्यातल्या टरफलांसह ती पिशवी त्यांनी पदपथावरच्या पिण्याच्या पाण्याच्या कारंज्याजवळ टाकून दिली. दुपारच्या जेवणाची वेळ झाली होती आणि वेगवेगळ्या ऑफिसातली मंडळी दुपारच्या जेवणाच्या सुटीच्या अर्ध्या तासात वाटिकेच्या परिसरात योग्य जागा शोधत फिरताना दिसत होती.

''तुला भूक लागली आहे का?'' घड्याळाकडे पाहत लेटनर यांनी विचारलं.

''नाही.''

''तहान वगैरे लागली आहे? मला एक बियर प्यायची आहे.''

''नाही, पण हा जो तुम्ही जॉन डो किंवा अनामिक म्हणता, त्याच्यापासून मला कसा काय धोका असू शकतो?''

''बॉम्बस्फोटात जे कोणी सामील होतं, त्यासंबंधी माहिती – त्याला आपण

गुपित म्हणू, ते माहीत असलेले सॅम आणि हा जॉन डो हे दोघेच आता शिल्लक आहेत. सॅमचा आवाज दोन आठवड्यांत बंद होणार आहे. त्या गुपिताचा उल्लेख इतरांजवळ न करता सॅमचा शेवट झाला, तर हा जॉन डो शांतपणे जीवन जगू शकतो, पण सॅम जर दोन आठवड्यांत निवर्तले नाहीत, तर या अनामिकाच्या डोक्यावर सतत टांगती तलवार असणार. त्यामुळे सॅम या गुपिताबद्दल बोलू लागला, तर त्याच्या जवळच्या नातेवाइकांच्या जिवाला धोका संभवतो.''

''म्हणजे माझ्या जिवाला?''

''तूच असा एक आहेस की, जो सत्य शोधण्याच्या मागे आहे.''

''तो इकडे जवळपास वावरत असेल, असं तुम्हाला वाटतं?''

''असू शकतो किंवा मॉन्ट्रियलमध्ये तो या क्षणाला एखाद्या टॅक्सीमध्ये बसून कुठेतरी जात असेल किंवा तसा कोणी इसम असणारही नाही.''

ॲडमने तो जणूकाही जाम घाबरलेला होता, असा खोटाच भाव चेहऱ्यावर आणून खांद्यावरून वळून दोन्ही बाजूला मागे पाहिलं.

''मला कल्पना आहे की, माझं बोलणं जरा वेडेपणाचं वाटतंय.'' लेटनर म्हणाले.

''सॅम जर काही बोलले नाहीत, तर तो अनामिक सुरक्षित आहे.''

''एक सुप्त धोका तुझ्या बाबतीत संभवतो. मला तुला त्याची जाणीव करून द्यायची होती, बस्स.''

''मी घाबरलेलो नाही. आत्ता या क्षणाला सॅम यांनी जर मला त्या अनामिकाचं नाव सांगितलं, तर मी रस्त्यावर उभं राहून आरडाओरडा करेन, न्यायालयातून हजारोंनी ठराव, अर्ज दाखल करेन आणि त्याचासुद्धा काही उपयोग झाला नाही, तर मात्र अपराध आणि निर्दोष असणं याच्याबद्दलच्या व्याख्याच आपल्याला बदलाव्या लागतील.''

''गव्हर्नरांचं काय?''

''त्यांचा आपल्याला कितपत उपयोग होईल, याची जरा शंकाच वाटते.''

''बरं बाकी सर्व जाऊ दे. तू स्वतःची काळजी घे, असं खासकरून तुला सांगायचं होतं, ते मी सांगितलं.''

''धन्यवाद! मी पाहतो काय करता येतं ते.''

त्या माणसापासून मला लीला दूर ठेवायला हवं, असा ॲडम स्वतःशीच विचार करत होता. ''अहो, बाराला अजूनही पाच मिनिटं बाकी आहेत. तुम्ही इतक्या लवकर पिणं चालू करत नाही, असं मला वाटतं.''

''तसं म्हणतोयंस का? पण काहीकाही वेळा मी सकाळच्या नाष्ट्यापासूनच चालू करतो.''

ॲडम आणि लेटनर ज्या बागेच्या परिसरात चालत होते, त्याच बागेतल्या एका बाकावर चेहऱ्यासमोर वर्तमानपत्र धरून जॉन डो – तो अनामिक बसला होता. पायाशी कबुतरं फिरत होती. तो या दोघांपासून ऐंशी फूट अंतरावर होता, त्यामुळे दोघे काय बोलत होते, ते त्याला ऐकू येत नव्हतं. बऱ्याच वर्षांपूर्वी वर्तमानपत्रातून ज्याचा फोटो झळकला होता, तो हा एफ.बी.आय.चा अधिकारी ॲडमबरोबर होता, हे त्याने जाणलं होतं. तो सध्या काय करतो, कुठे राहतो, याची माहिती करून घ्यायचं त्याने ठरवलं होतं.

वेजला आता मेम्फिसचा कंटाळा आला होता आणि ही संधी त्याचा कंटाळा घालवायला योग्य होती. हा मुलगा ऑफिसमध्ये काही वेळ काम करतो, मोटार चालवत पार्चमनच्या तुरुंगात जातो, गृहसंकुलातल्या त्याच्या आत्याच्या फ्लॅटमध्ये राहतो, त्याच्या परीनं त्याच्या आजोबांना वाचवायचे तो प्रयत्न करतोय – हेच त्याचं त्या वेळेपर्यंतचं निरीक्षण होतं. वेजचं बातम्यांकडे बारीक लक्ष होतं. त्याच्या नावाचा उल्लेख कुठे झाला नव्हता. कोणालाही त्याच्याबद्दल काहीही माहिती नव्हती.

स्वयंपाकाच्या ओट्यावर एक चिठ्ठी लिहून ठेवली होती. त्यावर संध्याकाळी सव्वासात ही वेळ लिहिलेली होती. हस्ताक्षर लीचंच होतं. सुरुवातीच्या दोन-तीन वाक्यात अक्षर फार सुंदर होतं, असं नाही, पण शेवटी शेवटी तर ते आणखीनच बिघडलं होतं. चिठ्ठीत तिनं असं म्हटलं होतं की, तिला फ्लू झालेला होता आणि त्यामुळे ती तिच्या बिछान्यात जाऊन झोपली होती. कृपया तिच्या झोपेत व्यत्यय आणू नये. ती डॉक्टरांकडे गेली होती, त्यांनी सांगितलेली औषधे तिनं घेतली होती. डॉक्टरांनी तिला विश्रांती घ्यायला सांगितली होती. तिच्या लिखाणाच्या आधारार्थ औषधांच्या गोळ्यांची एक बाटली, औषधाच्या गोळ्यांचे पैसे दिल्याची पावती, त्यावरची तारीख त्या दिवसाचीच होती, रिकामा पाण्याचा एक ग्लास, चिठ्ठी शेजारीच ठेवलेला होता.

ॲडमने कचऱ्याची बादली तपासली, पण त्यात त्याला दारूच्या रिकाम्या बाटल्या आढळल्या नव्हत्या.

फ्रीझमधला थंड पिझ्झा त्याने गरम करण्यासाठी मायक्रोवेव्हमध्ये ठेवला आणि दरम्यान पॅटिओवर जाऊन नदीतून माल वाहून नेणारे पडाव पाहत बसला.

३२

‘‘**जे.** बी, तू आतातरी बिनधास्त राहा. तुझ्याकडे अजून बरीच वर्षं आहेत.’’

‘‘किती असतील?’’

‘‘कमीत कमी पाच किंवा त्यापेक्षा जास्तही.’’

‘‘तुम्ही खात्रीनं सांगू शकता?’’

‘‘हो. हा माझा शब्द आहे. लिहून देऊ का? मी खोटा ठरलो, तर तू माझ्यावर खटला भर.’’

‘‘काय मजा आहे नाही सॅम! खरंच मजा.’’

हॉलच्या कडेच्या भागातल्या भिंतीतलं एक दार उघडलं आणि जड पावलांचा आवाज करत त्यांच्या दिशेने पॅकर येत होता. तो सहा क्रमांकाच्या कोठडीसमोर येऊन उभा राहिला आणि म्हणाला, ‘‘सॅम, तुम्हाला शुभेच्छा!’’

त्यावर सॅम त्याला ‘‘तुलापण माझ्या शुभेच्छा.’’ असं म्हणाले.

‘‘तुम्ही तुमचा लाल रंगाचा पेहराव अंगावर चढवा. तुम्हाला भेटायला कोणीतरी आलंय.’’

‘‘कोण आलंय?’’

‘‘मला माहीत नाही. कोणीतरी एक आहे. त्यांना तुमच्याशी बोलायचंय.’’

‘‘पण तो कोण आहे?’’ लाल रंगाचा पेहराव अंगावर चढवत असताना सॅम यांनी पुन्हा विचारलं. त्यांनी त्यांचं सिगारेटचं पाकीट हातात घेतलं. भेटायला कोण आलं होतं किंवा त्याला काय हवं होतं किंवा त्याच्याकडून सॅम यांना काय मिळत होतं, याची सॅम यांना पर्वा नव्हती. कोठडीतून काही काळ बाहेर जायला मिळतं होतं, याचा त्यांना आनंद होता.

‘‘सॅम, जरा घाई करा.’’ पॅकर म्हणाला.

‘‘कोण आहे? माझा वकील आहे का?’’ अंघोळीच्या वेळी वापरायच्या रबरी सपाता पावलांवर चढवताना त्यांनी विचारणा केली.

मागे केलेल्या हातांवर बेड्या चढवताना 'नाही' असं पॅकरनं उत्तर दिलं आणि त्यानं कोठडीचा दरवाजा उघडला आणि कोठड्यांच्या रांगांमधल्या पॅसेजसारख्या भागातून बाहेर पडून वकिलांना भेटण्याच्या हॉलकडे ते निघाले.

हॉलमध्ये गेल्यानंतर पॅकरने त्यांच्या हातावरच्या बेड्या काढल्या आणि तो गेला. जाताना दार त्यानं लावून घेतलं होतं. भेटायला येणारे आणि कैदी यांच्या दरम्यान एक धातूच्या जाळीचा पडदा असतो. त्या जाळीच्या पडद्यापलीकडे एक जाडगेली स्त्री बसलेली होती. तिच्याकडे सॅम यांनी पाहिलं. त्या स्त्रीच्या समोरच्या खुर्चीत बसण्यासाठी जात असताना ते त्यांच्या हाताचा बेडी लावलेला भाग चोळत होते. त्या स्त्रीला ते ओळखत नव्हते. ते खुर्चीत बसले आणि त्यांनी एक सिगारेट पेटवली आणि ते तिच्याकडे पाहू लागले.

ती महिला तिच्या खुर्चीत जरा पुढे सरकून बसली आणि बोलू लागली, ''मि. केहॉल, माझं नाव डॉक्टर स्टेगॉल आहे.'' तिनं तिचं ओळखपत्र जाळीच्या मोकळ्या भागातून सॅम यांच्याकडे सरकवलं. ''मी शासनाच्या पुनर्वसन विभागाकडून आलेली आहे. मी एक मानसशास्त्रज्ञ आहे.''

त्यांच्यासमोर सरकवलेलं ओळखपत्र सॅम यांनी संशयपूर्ण भावनेनं निरखून पाहिलं.

''या ओळखपत्रानुसार तुमचं नाव एन. स्टेगॉल आहे. बरोबर?''

''बरोबर.''

''हे नाव जरा विचित्रच आहे नाही? या नावाच्या महिलेला मी पूर्वी कधी भेटलेलो नाही.''

त्या महिलेच्या चेहऱ्यावरची अस्वस्थता जरा ओसरली, पण तिच्या पाठीचा कणा जरा ताठ झाला. ''एन हे त्या नावातलं एक आद्याक्षर आहे आणि त्याला काही कारणंही आहेत.''

''मग ते अक्षर काय दर्शवतं?''

''खरं म्हणजे त्या तपशिलाची इथे काही गरज नाहीये.''

''नॅन्सी? नोल्डा? नोना?''

''तुम्हाला जर ते माहिती व्हावं, अशी जर माझी इच्छा असती, तर माझ्या ओळखपत्रावर मी ते नाव तसं लिहिलंच असतं. बरोबर आहे की नाही?''

''मला ते समजत नाही. कारण त्याची काही कारणं भयानकही असू शकतील, म्हणून ते नाव काय असेल बरं? निक? नेड? आद्याक्षरामागं कोणी असं दडावं, हे मला आवडत नाही.''

''मी काहीही दडवत नाहीये मिस्टर केहॉल.''

''मला तुम्ही फक्त केहॉल असंच म्हणा.''

तिने दातांवर दात दाबून धरले, चेहरा रागीट झाला आणि ती म्हणाली, ''मी तुम्हाला इथे मदत करायला आलीये.'' असं ती जाळीच्या पलीकडून म्हणाली.

''त्याला आता खूप उशीर झालाय एन.''

''मला कृपया तुम्ही डॉक्टर स्टेगॉल म्हणा.''

''अस्सं, मग तुम्ही मला ॲडव्होकेट केहॉल असं म्हणा.''

''ॲडव्होकेट केहॉल?''

''तुमच्या ऑफिसमध्ये जे कोणी वेडे वरच्या हुद्द्यांवर बसलेले आहेत, त्या सर्वांपेक्षा मला कायदा जास्त चांगला कळतो.''

तिनं चेहऱ्यावर आदर दर्शवणारं थोडं हास्य आणलं आणि म्हणाली, ''या टप्प्यावर ज्या काही गोष्टी पार पाडायच्या असतात, त्यातल्या काही गोष्टींबद्दल मी तुम्हाला मदत करू शकते का, याचा अंदाज घ्यायला मी आज इथे आलेली आहे. तुम्हाला माझी मदत नको असेल, तर तुमची मर्जी!''

''मी त्याबद्दल तुमचे खूप खूप आभार मानतो.''

''तुम्हाला माझ्याबरोबर काही बोलायची इच्छा असेल तर किंवा तुम्हाला काही औषधोपचार करून घ्यायचा असेल तर आत्ता किंवा यापुढे तसं जर काही वाटलं, तर मला कळवा.''

''मला थोडी व्हिस्की प्यायची आहे, ते जमेल का?''

''मी तसं लिहून देऊ शकत नाही.''

''का?''

''तुरुंगातले कायदे....''

''मग तुम्ही काय लिहून देऊ शकता?''

''शांत झोप येण्यासाठीची औषधं, व्हॅलियम, काम्पोझसारखं काहीतरी.''

''हीच औषधं का?''

''त्यामुळे मज्जासंस्था चांगली राहते.''

''माझी मज्जासंस्था चांगली आहे.''

''तुम्हाला चांगली झोप लागते?''

आपण कसलातरी विचार करत होतो, असं सॅम यांनी दाखवलं आणि नंतर म्हणाले, ''खरं सांगायचं म्हटलं, तर मला झोपेचा त्रास आहे, असं नाही. काल दिवसभरात तुकड्यातुकड्याने मी चांगला बारा तास झोपलो होतो आणि पंधरा तास झोप झाली ना की, मी चांगला मस्त असतो.''

''बारा तास?''

''हो, बारा तास. तुम्ही या मृत्युशिक्षा झालेल्यांच्या तुरुंगात किती वेळा येता?''

“नाही, तसं फार वेळा येत नाही.”

“बरोबर, तुम्ही येत नसणारच. कारण आमचा दिनक्रम कसा असतो, याची तुम्हाला कल्पना असती, तर दिवसाचे सोळा-सोळा तास आम्ही इथे झोपून काढतो, हे माहीत झालं असतं.”

“अस्सं? आणखी आम्ही काय माहीत करून घ्यायला हवं होतं?”

“तशा खूप गोष्टी आहेत. रॅन्डी डुप्री हळूहळू वेडा होत चाललाय आणि कोणीही त्याच्यावर काहीही उपचार करत नाहीत. तुम्ही त्याला अजून का तपासलं नाहीत?”

“मिस्टर केहॉल, या तुरुंगात पाच हजार कैदी आहेत आणि मी....”

“मग इथून आत्ता तिथे जाऊन त्याला प्रथम तपासा. योग्य ते औषध द्या. मी इथे गेली साडेनऊ वर्षं आहे आणि त्या काळात मी तुम्हाला एकदाही इथे आलेलं पाहिलेलं नाही आणि माझी आता मृत्युशिक्षा अमलात यायची वेळ आली, तेव्हा तुम्ही पिशवी घेऊन इथे माझ्यावर उपचार करायला आलात. मला चांगली झोप लागावी, म्हणून प्रयत्न करतोय. ते जेव्हा मला मारणार आहेत, तेव्हा मी शांत आणि स्वस्थ असेन, याची काळजी घ्यायला आला आहात. एकीकडे शासन मला मारण्यासाठी पराकाष्ठा करत आहे आणि दुसऱ्या बाजूने मला शांत झोप लागते की नाही, माझी मज्जासंस्था चांगली राहावी, म्हणून मला औषधं देतेय.”

“मिस्टर केहॉल, मी माझ्या नोकरीतलं काम करत आहे.”

“नेड, तुझी नोकरी गेली खड्ड्यात! लोकांना उपयोग होईल, असं काहीतरी काम तुम्ही करायला हवं. माझ्या आयुष्यातले तेरा दिवस बाकी राहिलेले असताना तुम्ही इथे आज उपटलायंत आणि मी शांततेत कसं मरावं, हे तुम्हाला हवं आहे. तुम्ही राज्याच्या एक अत्यंत टाकाऊ सेवक आहात.”

“मी इथे तुमच्या शिव्या खायला आलेली नाही.”

“मग तुम्ही तुमचं तिरस्करणीय रूप घेऊन इथून काळं करा आणि यापुढे तरी पापं करणं थांबावा.”

ती एकदम उडी मारून उभी राहिली, तिची ब्रीफकेस तिनं उचलली आणि “तुमच्याकडे माझं ओळखपत्र आहे. तुम्हाला जर कशाची गरज भासली, तर मला कळवा.” असं म्हणाली.

“नक्की, नक्की! पण माझ्या फोनची वाट पाहत फोनजवळ बसून राहू नका.” असं म्हणून सॅम त्यांच्या बाजूच्या दरवाजाकडे चालत जायला लागले. त्यांनी दरवाजावर दोनदा थाप मारली. पलीकडच्या बाजूची नेड तिथून जाईपर्यंत तिच्याकडे पाठ करून, दरवाजाशी पॅकर येऊन तो उघडेपर्यंत ते थांबून होते.

पार्चमनच्या तुरुंगात एक झटपट चक्कर मारून यावी, या उद्देशानं ॲडम त्याच्या वस्तू ब्रिफकेसमध्ये भरत होता, तेवढ्यात फोन वाजला. त्याची सेक्रेटरी डार्लिननं तो फोन घेतला. काम अतिमहत्त्वाचं होतं. न्यू ऑर्लिन्सच्या पाचव्या मंडल न्यायालयातल्या अपिलांचे अर्ज हाताळणाऱ्या लेखनिकाचा तो फोन होता. त्याचं बोलणं आपलेपणाचं होतं. गॅस चेंबरचा वापर करून मृत्यूची शिक्षा अमलात आणण्याचा प्रकार घटनाबाह्य आहे, म्हणून तो सॅम केहॉल यांच्यासाठी वापरू नये, असा जो अर्ज केला होता, त्या अर्जावर विचार करण्यासाठी न्यायमूर्तींची त्रिसदस्य समिती नेमलेली होती. त्या समितीला दोन्ही बाजूंचं म्हणणं ऐकून घ्यायचं होतं. त्यासाठी ॲडमला दुसऱ्या दिवशी म्हणजे शुक्रवारी दुपारी एक वाजता त्याची बाजू मांडण्याकरता न्यू ऑर्लिन्सला येता येईल का, असं त्यानं विचारलं होतं.

ॲडमच्या हातातून रिसिव्हर एकदम सटकलाच! त्याने तो कसाबसा परत पकडला आणि त्यात तो बोलू लागला, ''उद्या? नक्की.'' चाचरत तो म्हणाला.

''दुपारी बरोबर एक वाजता.'' त्यानंतर तो म्हणाला, ''न्यायालयं सर्वसाधारणपणे दुपारनंतर अशा चर्चासत्रांना मान्यता देत नाहीत, पण या प्रकरणातली निकड लक्षात घेऊन या सत्राला मान्यता दिली आहे आणि त्यासाठी विशेष व्यवस्था केली आहे. पाचव्या मंडल न्यायालयासमोर अशा प्रकारच्या तोंडी जबान्यांना यापूर्वी कधी ॲडम सामोरं गेलेला होता का, अशीही विचारणा त्या लेखनिकानं केली.

'अरे, माझी काय चेष्टा करताय का? मी तर एक वर्षापूर्वी बार परीक्षेचा अभ्यास करण्यात मग्न होतो. मी अशा जबान्यांना सामोरा गेलेलो असेन?' त्यानं त्याला 'नाही' असं उत्तर दिलं. त्यावर 'तोंडी जबान्या देण्याच्या संबंधातल्या नियमांची यादी मी तुम्हाला फॅक्स करून पाठवतो' असं त्या लेखनिकाने सांगितलं. ॲडमने त्याचे आभार मानले आणि फोन ठेवून दिला.

तो टेबलाच्या कडेवर येऊन बसला आणि विचारांची सुसंगती जुळवायला लागला. त्या लेखनिकाने पाठविलेला फॅक्स डार्लिननं ॲडमला आणून दिला आणि त्यानं तिला न्यू ऑर्लिन्सला जाणाऱ्या विमानांची चौकशी करायला सांगितलं.

ॲडमने अर्जात मांडलेल्या मुद्द्यांकडे न्यायालयाचं लक्ष वेधलं गेलं असेल का? उद्या घडून येणारी घटना चांगली असू शकेल का? का तो केवळ एक उपचार असणार होता? त्याच्या वकिलीच्या या छोट्या कारकिर्दीत निवाडा करणाऱ्या एखाद्या समितीपुढे युक्तिवाद करण्याची वेळ त्याच्यावर फक्त एकदाच आलेली होती, पण त्या वेळी गरज भासली, तर त्याच्याशेजारी मदतीसाठी एमिट वायकॉफ बसून असत. न्यायाधीश माहितीतले होते आणि ती घटना त्यांच्या शिकागो ऑफिसनजीकच्या भागातच घडलेली होती. उद्या मात्र त्याला एका अनोळखी शहरातल्या एका अनोळखी न्यायालयाच्या खोलीत, अगदी अखेरच्या घटकेच्या

टप्प्यातल्या अशिलाच्या बाबतीत, त्याला माहीत नसलेल्या न्यायमूर्तींच्या त्रिसदस्य समितीपुढे त्याच्या मुद्द्यांचं समर्थन करावं लागणार होतं.

पण ही बातमी आनंदाची होती, असं तो धरून चालला होता आणि ही बातमी गुडमन यांना सांगण्यासाठी त्यांना फोन लावला. ॲडमशी बोलताना त्यांनी पाचव्या मंडल न्यायालयासमोर त्यांचे खटले लढवताना त्यांना जावं लागलं होतं, असं सांगितलं. त्यावर त्याला जरा हायसं वाटलं. गुडमन यांच्या मते ही बातमी चांगली म्हणता येण्यापैकी नव्हती की वाईटही नव्हती. न्यायालयं खटल्यांबाबतचे न्यायालयीन वेगळे मुद्दे ऐकून घेण्यास नेहमीच उत्सुक असतात आणि ते ऐकत असतात. त्यातले मुद्दे त्यांनी यापूर्वीही हाताळलेले असतातही. पाचव्या मंडल न्यायालयासमोर घटनेशी संबंधित असलेले मुद्दे गेल्या काही वर्षांत यापूर्वीही टेक्सास आणि लुझियाना राज्यांनी मांडले होते.

गुडमन यांनी ॲडम त्याचे मुद्दे योग्य प्रकारे मांडू शकेल, असं सांगून त्याची उमेद वाढवली. कोणकोणत्या युक्तिवादांचा उल्लेख करायचा, ते मुद्दे त्यांनी परत त्याला सांगितले. 'योग्य प्रकारे तयारी करून जा, प्रयत्न मनापासून कर, कोणत्याही प्रकारचं दडपण मनावर घेऊ नकोस, सर्वकाही ठीक होईल.' असा दिलासा दिला. त्याला जरूर वाटत असेल, तर तेसुद्धा न्यू ऑर्लिन्सला यायला तयार होते, असं सांगितल्यावर ॲडमनं तो एकटा ते काम करू शकेल असं सांगितलं. त्यांनी मदतीसाठी येण्याची इच्छा दाखवल्याबद्दल ॲडमनं त्यांचे आभार मानले. गुडमन यांनी ॲडमला संपर्कात राहण्याची सूचना दिली.

डार्लिनबरोबरची कामं संपल्यावर तो त्याच्या खोलीचं दार आतून बंद करून घेऊन काही मिनिटं नुसता बसून होता. तोंडी जबान्या देण्याबाबतच्या, मुद्दे मांडण्याबाबतच्या नियमांची यादी त्यानं आठवून पाहिली. विषारी वायूपेटी पद्धतीवर हल्ला करण्यासाठी ज्यांनी ज्यांनी यापूर्वी प्रयत्न केले होते, त्या सर्व प्रकरणांचा त्याने नीटपणे अभ्यास केला होता. त्याच्या तपशिलांच्या नोंदी आणि कागदपत्रं त्याने नीटपणे काळजीपूर्वक पाहिली होती. त्याने पार्चमन तुरुंगात फोन करून त्या दिवशी तो तिथे येणार नसल्याचा निरोप दिला होता.

संध्याकाळी अंधार पडेपर्यंत तो काम करत होता. नंतर तो भयभीत करून टाकणाऱ्या लीच्या घराकडे जायला निघाला. त्याने ठेवलेली चिठ्ठी जशीच्या तशी काउंटरवर होती. तिला कोणी स्पर्शपण केलेला नव्हता. ली अद्यापही फ्लूच्या प्रभावाखाली बिछान्यात पडून होती, हे उघड होतं. फ्लॅटमधल्या सर्व खोल्यांमध्ये तो फिरून आला. दिवसभरात कुठेच काही हालचाल झालेली दिसत नव्हती. सर्व वस्तू जिथल्या तिथे होत्या.

लीच्या झोपण्याच्या खोलीचा दरवाजा किंचितसा उघडा होता. ॲडमने तो

थोडा आत ढकलला. त्यावर थोडं टकटक केलं. ‘‘ली!’’ त्याने हाक दिली. आत अंधार होता. ‘‘ली, तू बरी आहेस ना?’’

त्यावर बिछान्यात थोडी हालचाल झाली. हालचाल कशाची होत होती, ते त्याला दिसत नव्हतं.

‘‘हो. मी ठीक आहे.’’ तिनं उत्तर दिलं. ‘‘ये, तू आत ये ना!’’

ॲडम अगदी अलगदपणे तिच्या बिछान्याच्या कडेवर जाऊन बसला आणि तिच्या चेहऱ्याकडे पाहण्याचा प्रयत्न तो करू लागला. हॉलच्या भागातून येणारा क्षीण असा प्रकाशाचा किरण, एवढाच काय तो प्रकाश त्या खोलीत होता. ती जरा वर सरकली आणि उशीला पाठ टेकून अर्धवट बसून राहिली. ‘‘मी आता बरी आहे.’’ खूप मेहनत घेऊन बोलल्यासारखा तिचा आवाज येत होता. ‘‘तू कसा आहेस ॲडम?’’

‘‘मी ठीक आहे. ली, मला तुझीच काळजी वाटते.’’

‘‘मी ठीक आहे रे ॲडम! मला कसलंतरी व्हायरल इन्फेक्शन झालंय.’’

तिच्या अंथरुणातून एक उग्रसा भपकारा आला. ॲडमला आता अगदी रडावंसं वाटत होतं. ती एक प्रकारची दुर्गंधीच होती. आंबलेल्या व्होडका, जीन किंवा शिळ्या ताकाचा वास कसा घाण येतो, तसा तो वास होता. अंधूक प्रकाशात त्याला तिचे डोळे दिसू शकत नव्हते, केवळ तिच्या चेहऱ्याची बाह्याकृती दिसत होती. तिने गडद रंगाचा शर्ट घातला होता.

‘‘औषध कोणतं घेतलंस?’’ त्यानं विचारलं.

‘‘साध्या गोळ्या आहेत. ताप जायला काही दिवस लागतील, असं डॉक्टरांनी सांगितलं आहे.’’

जुलै महिन्याच्या शेवटच्या आठवड्यात फ्लूचा ताप कसा येऊ शकतो, याबाबत आश्चर्य तो व्यक्त करणार होता, पण त्याने आवरतं घेतलं आणि म्हणाला, ‘‘तुला काही खावंसं वाटतंय का?’’

‘‘नाही, खरं म्हणजे आतून काही खाण्याची इच्छाच होत नाहीये.’’

‘‘मी तुझ्यासाठी काही करून आणू का?’’

‘‘नको ॲडम. तुझा आजचा दिवस कसा गेला ते सांग. आज कुठला वार आहे?’’

‘‘आज गुरुवार आहे.’’

‘‘मला वाटतं, मी या खोलीत एक आठवडाभर पडून आहे.’’

ॲडमपुढे दोन पर्याय होते. एक म्हणजे ती जे म्हणत होती की, तिला विषाणूंमुळे ताप आलेला होता, त्यावर काही आक्षेप घ्यायचे नाहीत आणि विनाशाच्या वेशीपर्यंत जाण्यापूर्वी ती दारू पिणं थांबवेल, अशी आशा करायची

किंवा तिला स्पष्ट सांगायचं की, हे असं खोटं सांगून मला मूर्ख बनवण्याचा प्रयत्न तू सोडून दे. पण असं सांगणं म्हणजे तिच्याबरोबर भांडण ओढवून घेण्यासारखंच होतं. पण तिच्या भल्यासाठी आणि पिणाऱ्यांना त्यांच्या वाईट सवयींपासून परावृत्त करण्यासाठी तसंच करणं योग्य होतं, असं त्याच्या मनाला वाटत होतं. आता या दोन गोष्टींपैकी त्याने नेमकं काय करावं, याबद्दल त्याचा निर्णय होत नव्हता.

"तू दारू पितेस, हे तुझ्या डॉक्टरांना माहीत आहे का?" त्याने श्वास रोखून प्रश्न केला होता.

बराच वेळ ती काही बोलली नाही. "मी आत्ता पीत बसले नव्हते." कसंबसं ऐकू जाईल, इतक्या हळू आवाजात ती हे वाक्य बोलली होती.

"ली, तू आता काही बोलू नकोस. मी एक रिकामी व्होडका दारूची बाटली कचऱ्याच्या टोपलीत पाहिली आहे आणि मागच्या शनिवारी तीन बियरच्या बाटल्या गायब झालेल्या मला ठाऊक आहेत. दारू गाळण्याच्या कारखान्यात जसा वास येतो, तसा वास तुझ्याजवळ आलं की येतोय. तू मला वेडं बनवायच्या फंदात पडू नकोस. ली, तू जबरदस्त पीत आहेस आणि तुला त्यातून मला सोडवायचं आहे."

ती ताठ होऊन सरळ बसली. पाय वर घेतले. गुडघे छातीशी धरून बसली. नंतर ती बराच वेळ काहीही हालचाल न करता तशीच बसून राहिली. तिची सावली अंथरुणावर पडली होती, त्याकडे ॲडम पाहत होता. काही मिनिटं गेली. फ्लॅटमध्ये स्मशानशांतता पसरली होती.

"माझे वडील कसे आहेत ॲडम?" पुटपुटल्यासारख्या आवाजात तिनं विचारलं. शब्द अगदी सावकाश, तरीपण त्यात कडवटपणा असल्यासारखे उच्चारले गेले होते.

"मी आज त्यांना भेटलेलो नाहीये."

"ते गेल्यावर आपलं जगणं सुखावह होईल, असं नाही का तुला वाटत?"

ॲडम म्हणाला, "नाही, मला तसं वाटत नाही. तुला तसं का वाटतं?"

एक मिनिटभर तरी ती शांत होती. "तुला त्यांची दया येते, त्यांना असल्या स्थितीत पाहताना तुला दुःख होतंय. बरोबर आहे ना?" तिने शेवटी विचारलं.

"हो. मला तसं वाटतं."

"इतकी त्यांची दयनीय अवस्था झाली आहे?"

"हो. झाली आहे."

"ते कोणासारखे दिसतायंत?"

"ते खूप म्हातारे दिसतायंत. त्यांच्या डोक्यावरचे पिकलेले केस पांढरे, सतत तेलकट आणि मागे फिरवलेले असतात. थोडीशी वाढलेली पांढरी दाढी. चेहऱ्यावर बऱ्याच सुरकुत्या आहेत. त्यांची कातडी खूप पांढुरकी आहे. असं त्यांचं रूप आहे."

"त्यांच्या अंगावरचे कपडे कशा प्रकारचे असतात?"

"वरपासून खालपर्यंत एकसंध असलेला लाल रंगाचा कपडा त्यांच्या अंगावर असतो. मृत्युशिक्षा झालेल्या सर्व कैद्यांच्या अंगावर त्याच प्रकारचा कपडा असतो."

ॲडमने सांगितलेल्या गोष्टींचा विचार करत ली काही क्षण बसली होती. नंतर ती म्हणाली, "तशा परिस्थितीत असलेल्याबद्दल कोणालाही वाईट वाटणं ही एक सहजभावना आहे."

"तू म्हणतेस तसंही माझ्या बाबतीत असेल कदाचित."

"पण ॲडम, तू त्यांना ज्या अवस्थेत पाहिलं आहेस, त्या अवस्थेत मी त्यांना कधीच पाहिलेलं नाही. मी पाहिलेले सॅम ही एक वेगळी व्यक्ती आहे."

"तू पाहिलेले सॅम कोणत्या प्रकारचे होते?"

तिनं पांघरुण तिच्या पायांभोवती गुंडाळून घेतलं. काही क्षण शांततेत गेले. नंतर ती म्हणाली, "ॲडम, माझे वडील ही एक अशी व्यक्ती होती की, मला त्यांचा सतत तिरस्कारच करावा लागला होता."

"तू अजूनही त्यांचा तिरस्कार करतेस?"

"हो, खूप करते. त्यांचा शेवट लवकरात लवकर व्हावा, असं मला वाटतं. तीच त्यांची लायकी आहे आणि देवालाही तसंच व्हावं, असं वाटत असणार."

"का? त्यांनी असं काय वाईट केलेलं आहे की, तू त्यांची लायकी तशीच आहे, असं म्हणतेस?"

प्रश्नच विचित्र होता. त्यामुळे साहजिकच काही क्षण शांततेत जाणं क्रमप्राप्त होतं. ती अतिशय सावकाशपणे तिच्या डाव्या बाजूला कलली आणि बिछान्यालगतच्या स्टुलावरचा एक कप घेऊन, तिनं तो तोंडाला लावून, त्यातल्या पेयाचा एक छोटासा घुटका घेतला. ॲडम तिच्या सावलीकडे लक्ष देऊन होता. ती काय पीत होती, त्याची विचारणा त्यानं केली नाही.

"त्यांनी त्यांच्या भूतकाळाबद्दल काही माहिती दिली?"

"हो, मी माहिती विचारल्यानंतर दिली. आम्ही एडींच्या मृत्यूबद्दलही बोललो, पण यापुढे त्यांच्याबद्दल आणखी काही विचारणार नाही, असं मी त्यांना वचन दिलंय."

"एडीच्या मृत्यूला तेच कारणीभूत आहेत, याची त्यांना कल्पना आहे?"

"कदाचित असेल."

"तू त्यांना तसं सांगितलं आहेस? एडीची जी काय ससेहोलपट झाली, त्याला कारण तेच आहेत, हे त्यांना तू ठासून सांगितलं आहेस? तू त्यांना तसं सांगायला हवं होतंस. तू त्यांच्याशी फारच सलोख्याने वागतोयंस. त्यांनी जी कुकर्मं केलेली आहेत, ती त्यांना कळलीच पाहिजेत."

“त्यांना ती कळली आहेत, असं मला वाटतं; पण तू मला असंही म्हणाली होतीस की, आपण त्यांना त्यांना क्लेशदायी असं बोलायला नको.”

“ज्यो लिन्कनबद्दल काय? त्याबद्दल तू त्यांच्याशी काही बोललास?”

“तू आणि मी तुमच्या जुन्या घरी आम्ही गेलो होतो, असं मी जेव्हा त्यांना सांगितलं त्या वेळी त्यांनीच तुला ज्यो लिन्कनबद्दल काही माहिती आहे का, असं विचारलं होतं. त्यावर मी माहीत आहे, असं उत्तर त्यांना दिलं होतं.”

“ज्योबद्दल जे काही घडलं, त्यात त्यांचा काही सहभाग होता, हे त्यांनी नाकारलं का?”

“नाही. पण त्याबद्दल त्यांना पश्चात्ताप होतोय, असं मात्र सांगितलं.”

“ते सगळं खोटं आहे.”

“नाही. ते प्रामाणिकपणे बोलत होते, असं माझं मत आहे.”

आणखी काही मिनिटं ती तशीच नुसती बसून होती. मग म्हणाली, “एका जमावानं एका माणसाला दगडांनी ठेचून मारलं, त्या जमावात तेही होते, त्याबद्दल त्यांनी सांगितलं?”

ॲडमने डोळे मिटून घेतले आणि आणखी भयंकर काय ऐकायला लागतंय, असा विचार करत काही क्षण तसाच तो बसून राहिला. नंतर त्यानं पुटपुटल्यासारख्या आवाजात ‘नाही’ असं उत्तर दिलं.

“ते स्वत:होऊन काही सांगणारच नाहीत.”

“पण ली, मला त्याबद्दल काही ऐकायचंच नाही.”

“नाही कसं? तुला ऐकावंच लागेल. तू इथे आलास, त्या वेळी तुला खूप प्रश्न पडले होते, ते सर्व तुला विचारायचे आहेत, असं तू म्हणाला होतास. दोन आठवड्यांपूर्वी आपल्या केहॉल कुटुंबाच्या भूतकाळाबद्दल, कुटुंबातल्या गूढ घटनांबद्दल तुला पुरेशी माहिती मिळू शकत नव्हती. त्या संदर्भात घडलेल्या सर्व रक्तबंबाळ घटनांबद्दल, खून–मारामाऱ्यांबद्दल तुला एकूण एक माहिती हवी होती.”

“मी आजपर्यंत पुरेशा गोष्टी ऐकलेल्या आहेत.”

“आज वार कोणता आहे?” तिने विचारलं.

“आज गुरुवार आहे. ली, तू हा प्रश्न यापूर्वीही एकदा विचारलेला आहेस.”

“आमच्या संस्थेतल्या एका मुलीला बाळंतपणासाठी आजची तारीख दिली होती. तिचं हे दुसरं मूल आहे. मी माझ्या ऑफिसमध्ये फोन करून तिची चौकशीसुद्धा करू शकले नाही. मला वाटतं, मी घेत असलेल्या औषधांचाच हा परिणाम आहे.”

“हो. आणि दारूचासुद्धा.”

“हो, दारूचाच आहे. मी व्यसनी आहे. मला दारूचं प्रचंड व्यसन जडलं आहे.

कधीकधी माझी मलाच घृणा वाटते आणि कीवही येते. कारण आयुष्याचा शेवट करून घ्यायला जो कणखरपणा लागतो, तो माझ्याकडे नाही, याचं मला वाईट वाटतं.''

''ली, तू मनाला फार लावून घेऊ नकोस. मी तुला यातून बाहेर पडायला मदत करीन.''

''ओहो! तुझी तर मला उलटीच मदत झालेली आहे. तू येण्यापूर्वी मी पूर्णपणे चांगली होते.''

''मला माफ कर ली! मी इथे आलो ही चूकच झाली. मला कल्पना नव्हती की....'' त्याचे उरलेले शब्द हवेतच विरले आणि बोलणं थांबलं.

ती जागेवरून किंचितशी हालली आणि ॲडमला ती आणखी एक घोट घेत असल्याचं ॲडमला दिसलं. काही मिनिटं कोणी काहीही न बोलताच गेली. भयाण शांतता भरून राहिली होती. तिच्या बाजूने एक घाण दर्प त्याच्या दिशेने आला.

''एक गोष्ट माझ्या आईनं मला सांगितली होती.'' अगदी सावकाश आणि हळू आवाजात ली बोलू लागली. आवाज पुटपुटल्यासारखा येत होता. ''दोघांचं लग्न होण्यापूर्वी गोऱ्या लोकांच्या एका समूहानं एका काळ्या वंशातल्या तरुणाला सगळ्यांनी मिळून दगडांनी ठेचून मारलं होतं. त्या समूहातले एक सॅम होते. अर्थात ही माहिती आईला अशीच सांगोपांगी मिळाली होती.''

''ली, प्लीज मला तू सगळं सांगू नकोस.''

''मी त्यांना याबाबत कधीही काहीही विचारलं नव्हतं, पण एडीनं विचारलं होतं. आम्ही याबाबत कुजबुजल्यासारखे आपापसात बोलायचो. पण एके दिवशी एडी सरळ त्यांच्यासमोर गेला आणि त्यांना त्याबद्दल विचारलं. मग दोघांची वादावादी झाली, पण अखेरीस सॅम यांनी ती गोष्ट खरी होती, हे कबूल केलं. असं म्हणतात की, त्या काळ्या वंशाच्या माणसानं एका गोऱ्या वंशातल्या स्त्रीवर बलात्कार केला होता. ती स्त्री चांगल्या चालीची नव्हतीच. अर्थात हे माझ्या आईचं म्हणणं. सॅम त्या वेळी पंधरा वर्षांचे होते आणि त्या वेळी काही जणांचं एक टोळकं थेट तुरुंगात गेलं. त्या तरुणाला बाहेर काढून त्याला जवळच्या जंगलासारख्या भागात नेलं. सॅम यांचे वडील त्या टोळीचे पुढारी होते आणि त्यांचे इतर भाऊही त्यांच्याबरोबर होतेच.''

''ली, आता पुरे झालं म्हणतोय ना?''

''जनावरांच्या चाबकानं त्याला सर्वांनी फोडून काढलं. नंतर एका झाडाला टांगून त्याला फाशी दिली. माझे वडील त्या सर्वांमध्ये अग्रभागी होते, हे ते नाकारूच शकत नव्हते. कारण एका माणसाने त्या कृत्यांचा फोटो घेतला होता.''

''चक्क फोटो?''

“हो. अतिदक्षिणेतल्या काळ्या, आफ्रिकी वंशातल्या लोकांच्या करुण कहाण्या, त्यांच्यावरचे अत्याचार यांबाबतचं एक पुस्तक १९४७ साली प्रसिद्ध झालं होतं, त्या पुस्तकात तो फोटो होता. त्या पुस्तकाची एक प्रत माझ्या आईकडे पुष्कळ वर्षं होती. एडीला ती माळ्यावर मिळाली.”

“आणि त्यात सॅम यांचा फोटो होता.”

“हो, त्यांच्या त्या विकट हास्यासह! ज्या झाडाच्या फांदीला टांगून त्या काळ्या माणसाला फाशी दिलं होतं त्या झाडाखाली जमावातले सर्व लोक, त्या टांगलेल्या माणसाच्या पायांखाली उभे राहून मोठी मर्दानगी दाखवल्याच्या आविर्भावात हसत होते. त्या टोळीतल्या प्रत्येकाचाच त्या कृष्णकृत्याशी संबंध होता. जरूर ती चौकशी न करता, केवळ भावनेच्या आहारी जाऊन, एखाद्या कृष्णवर्णीयाला गोऱ्या वंशाच्या लोकांनी एकत्र येऊन अघोरी प्रकारानं संपवून टाकायचं अशा घटना त्या काळात खूप वेळा घडायच्या. त्यातलाच तो प्रकार होता. त्या फोटोवर व्यक्तींची नावं नव्हती, पण ते चित्रंच पुरेसं बोलकं होतं. ‘१९३६ सालात मिसिसिपी राज्यात कायदा हातात घेऊन विनाचौकशी दिलेला देहदंड’ असं त्या फोटोखाली लिहिलेलं होतं.”

“ते पुस्तक आत्ता कुठे आहे?”

“ते त्या टेबलाच्या ड्रॉवरमध्ये आहे.” टेबलाकडे बोट दाखवत ली सांगत होती. “आपलं घर बँकेने जेव्हा ताब्यात घेतलं, त्या वेळी घरातल्या हव्या त्या वस्तू घेऊन जायला त्यांनी परवानगी दिली होती. त्या वेळी मी काही सामान आणलं होतं, ते मी माझ्या घराच्या तळघरात ठेवून दिलं होतं. त्यात ते मला मिळालं होतं. तुला त्याचा उपयोग होईल, म्हणून परवा मी तळघरातून वर आणून त्या टेबलाच्या कप्प्यात ठेवलंय.”

“नाही. मला ते पाहायचं नाही.”

“असं करू नकोस. आपल्या कुटुंबाचा इतिहास तुला जाणून घ्यायचा होता ना? जा, बघ, तो फोटो बघ. त्यात आजोबा, पणजोबा आणि विविध आवेशातली इतर केहॉल मंडळी त्यांच्या अगदी दमदार पर्वातल्या रूपात ते कृत्य पार पाडताना तुला दिसतील आणि त्याचा तुला अभिमान वाटायला हवा अॅडम.”

“आत्या, तुझं बोलणं आता थांबव.”

“याखेरीज परस्पर देहदंड देण्याची आणखी काही कृत्यं झालेली होती, त्याची तुला माहिती असेलच.”

“ली, मी तुला आणखी काही बोलू नकोस, अशी विनंती करतो. मला आणखी काहीही ऐकायचं नाही.”

ली आणखी बाजूला झाली आणि तिच्या जवळच्या स्टुलावरचा ग्लास तिनं हातात घेतला.

"ली, तू हे काय पीत आहेस?"

"खोकल्याचं औषध."

"ली, तू मला वेडा समजतेस का?" असं म्हणून ॲडम त्याच्या जागेवरून उठला आणि अंधारातच तिच्या पलंगाजवळच्या स्टुलाजवळ गेला. तेवढ्यात तिनं तिच्या हातातल्या ग्लासमधलं पेय पिऊन टाकलं. ॲडमने तिच्या हातातला ग्लास हिसकावून घेतला आणि त्याच्या कडांचा वास घेतला. "अगं, ही तर बोबॉर्न व्हिस्की आहे."

"पॅसेजजवळच्या सामान ठेवण्याच्या कपाटात आणखी एक बाटली आहे. त्यातली माझ्यासाठी थोडी आणतोस का?"

"नाही. आज तू भरपूर प्यायलेली आहेस. आता बस झालं."

"मला जर हवी असेल, तर कसंही करून मी ती घेणारच."

"नाही, तुला ती मिळणारच नाही. आज रात्री यापुढे ली तुला प्यायला मिळणार नाही. उद्या मी तुला डॉक्टरांकडे घेऊन जाणार आहे. त्यांची आपल्याला काहीतरी मदत होईल."

"मला कोणाची मदत नको. मला बंदूक हवीये."

ॲडमनं कपड्याच्या कपाटावर ग्लास ठेवला आणि बटन दाबून दिवा लावला. काही क्षण लीनं तिचे डोळे हाताच्या दोन्ही पंजांनी झाकून घेतले. नंतर जेव्हा तिनं ॲडमकडे पाहिलं, तेव्हा ॲडमला तिचे डोळे लाल झालेले आणि सुजलेले दिसले होते. केस विस्कटून घाण झालेले होते. त्यांचा गुंता झालेला होता. "माझा चेहरा कोणी पाहावा असा राहिलेला नाही." दुसरीकडे पाहत, अडखळत ती म्हणाली.

"नाही तसं नाहीये. आत्ता आपण त्याबद्दल बोलायला नको. आपण उद्या बोलू."

"ॲडम, माझ्यावर दया कर आणि आणखी एकच ग्लास मला दे."

"नाही."

"मग मला तू एकटीला सोड. हे सर्व तुझ्यामुळे घडलंय, हे तुलाही माहीत आहे. मला इथे सोडून तू दुसऱ्या खोलीत झोपायला जा प्लीज."

ॲडमने तिच्या पलंगावरची एक उशी घेतली आणि ती दरवाजाशी फेकली, "आज रात्र मी इथे झोपणार आहे." उशीकडे बोट दाखवत तो म्हणाला. "मी दरवाजाला कुलूप लावणार आहे आणि या खोलीतून तूही कुठे जाणार नाहीयेस."

तिने त्याच्याशी काहीही न बोलता फक्त रोखून पाहिलं. ॲडमनं बटन दाबून दिवा बंद केला. खोलीत पूर्ण अंधार झाला होता. त्यानं दरवाजाच्या मुठीवरचं बटन दाबून कुलूप लावलं आणि तो दरवाजासमोरच्या गालिचावर आडवा झाला, "ली, आता तू झोपून जा."

“ॲडम, तू तुझ्या पलंगावर जाऊन झोप. मी या खोलीतून बाहेर जाणार नाही, असं वचन देते.”

“तू प्यायलेली आहेस आणि मी इथून कुठेही जाणार नाही. तू दरवाजा उघडण्याचा प्रयत्न केलास, तर मी तुला अक्षरशः उचलून तुझ्या पलंगावर नेऊन ठेवेन.”

“तुझं बोलणं फारच आशावादी आहे.”

“बस बस! आता अर्थहीन आणि बाष्कळ बडबड बंद. झोपून जा.”

“मला झोप येणार नाही.”

“येईल, प्रयत्न कर.”

“आपण केहॉल कुटुंबासंबंधातल्या गोष्टींबद्दल बोलू. कायदा हातात घेऊन केलेल्या अशा बऱ्याच हत्यांबद्दल मला माहिती आहे.”

“आता बोलणं बंद ली.” ॲडम जवळ जवळ खेकसलाच. ती एकदम शांत झाली. तिने कूस बदलली. वर-खाली सरकली. योग्य अशी स्थिती जमेपर्यंत तिनं केलेल्या हालचालींमुळे पलंगाचा कुचकुच असा आवाज येत होता. पंधरा मिनिटांनंतर ती शांत झाली. अर्ध्या तासानंतर गादीशिवाय झोपणं ॲडमला गैरसोयीचं वाटू लागलं. तो सारखा कूस बदलत राहिला.

तुकड्यातुकड्यांनी त्याला झोप येत होती. मध्येमध्ये तो बराच काळ जागा असायचा तेव्हा तो छताकडे पाहत लीबद्दल, पाचव्या मंडल न्यायालयाच्या निर्णयाबद्दल काळजी करत राहायचा. मध्यरात्रीनंतर काही क्षण दरवाजाला पाठ टेकून तो बसला होता, त्या वेळी त्या टेबलाच्या ड्रॉवरकडे तो रोखून पाहत राहिला. खरोखरच ते पुस्तक तिथे होतं? काहीही आवाज न करता ते तिथून मिळवावं आणि बाथरूममध्ये जाऊन तो फोटो पाहावा, अशी जबर इच्छा त्याला झाली होती, पण लीला जागं करण्याचा धोका तो पत्करणार नव्हता आणि तो फोटो पाहायलाच नको, असं त्याला त्याच्या आत कुठेतरी वाटत होतं.

३३

साल्टाईन बिस्किटांच्या खोक्यामागे अर्धा लीटरची बोबॉर्न व्हिस्कीची लपविलेली एक बाटली ॲडमला पॅसेजमधल्या एका कपाटात सापडली. त्याने ती ओट्यावरच्या मोरीमध्ये ओतून दिली. बाहेर अद्याप काळोख होता. सूर्याचा उजेड यायला एक तास बाकी होता. गरमागरम कडक कॉफीचा एक कप त्याने तयार केला आणि हॉलमधल्या सोफ्यावर बसून आणखी काही तासांनी न्यू ऑर्लिन्समधल्या न्यायालयात कराव्या लागणाऱ्या युक्तिवादाचे मुद्दे मनातल्या मनात आठवत, त्याची रंगीत तालीम करत तो कॉफीचे घुटके घेत राहिला.

पहाटे पॅटिओवर बसून त्यानं त्याची टिपणं परत परत पाहिली आणि सात वाजता टोस्ट करण्यासाठी तो परत किचनमध्ये आला. लीचा कुठे पत्ता नव्हता. त्याला तिच्याबरोबर वादावादी नको होती, पण झाल्या प्रकाराबद्दल तिने दिलगिरी व्यक्त करावी, असं त्याला वाटत होतं म्हणून त्याने प्लेट आणि चमचे यांचा जरा मोठ्यानेच आवाज केला. टी.व्ही.चाही आवाज वाढवला.

पण तिच्या खोलीच्या भागाकडून काहीही हालचाल दिसत नव्हती. त्यानं अंघोळ केल्यानंतर कपडे चढवले आणि अलगदपणे लीच्या दरवाजाची मूठ फिरवली. दरवाजाला आतून कुलूप होतं. तिनं स्वत:ला आतून बंद करून घेतलं होतं आणि सकाळी उठल्या उठल्या दु:खद संभाषण टाळलं होतं. त्याने एक चिठ्ठी तयार केली आणि त्यात तो आजचा संपूर्ण दिवस आणि आजची रात्र न्यू ऑर्लिन्समध्ये कामासाठी थांबणार होता आणि उद्या सकाळी आपण बोलू, असं लिहिलं होतं. त्या क्षणाला ती चिठ्ठी लिहिताना आदल्या रात्रीच्या प्रसंगाबद्दल त्याला खूप अपराध्यासारखं वाटत होतं, असाही उल्लेख त्या चिठ्ठीत केला होता. पुढे तिनं पुन्हा पिणं चालू करू नये, अशी विनंती त्यात केली होती.

ही चिठ्ठी ती नक्की पाहील, अशाच म्हणजे स्वयंपाक करण्याच्या ओट्यावर ती ठेवली होती. त्यानंतर ॲडम फ्लॅटमधून बाहेर पडला आणि थेट विमानतळावर गेला.

न्यू ऑर्लिन्सला जाणारं विमान पंचेचाळीस मिनिटांत तिथे पोचलं. प्रवासात त्यानं फळांचा रस घेतला आणि ताठ बसून पाठीला लागलेली रग आणि भरलेली उसण कमी करण्याचा प्रयत्न केला. दरवाजाजवळ जमिनीवर फक्त तीन तासच त्याला झोप मिळालेली होती आणि पुन्हा तशा भानगडीत पडायचं नाही, असं त्यानं ठरवलं होतं. तिच्या सांगण्यानुसार ती यापूर्वी तीन वेळा व्यसनमुक्ती केंद्रात जाऊन आलेली होती, तरीसुद्धा ती व्यसनापासून दूर जाऊ शकली नव्हती; तर असं असताना त्याच्या प्रयत्नानं त्यात काही बदल घडेल, याची शक्यताच नव्हती. हा दु:खद – खटला पार पडेपर्यंत त्याला मेम्फिसमध्ये राहावं लागणार होतं आणि त्याची आत्या जर शुद्धीवर राहू शकणार नसेल, तर त्याला हॉटेलमध्येच राहणं सोयीचं होणार होतं.

त्याने पुढचे काही तास तिच्याबद्दलचे विचार मनात आणायचे नाहीत, असा प्रयत्न केला. जमावाने एखाद्याला दगड मारून ठेचून ठार करणं, तो फोटो किंवा त्यांच्या कुटुंबातल्या भूतकाळातल्या भयानक गोष्टींऐवजी कायद्यातल्या कलमांवर लक्ष केंद्रित करण्याचा त्यानं प्रयत्न करणं जरूर होतं आणि त्याची आवडती आत्या ली आणि तिच्या समस्या यांवरून लक्ष हटवणं आवश्यक होतं.

न्यू ऑर्लिन्सच्या विमानतळावर विमान उतरलं आणि त्याला जे काम करायचं होतं, त्यावर त्याचं मन एकाएकी केंद्रित झालं. पाचवं मंडल न्यायालय आणि युनायटेड स्टेट्सच्या उच्चतम न्यायालयाने नजीकच्या भूतकाळात जी मृत्युदंडाबाबतची प्रकरणं हाताळली होती, त्या सर्व प्रकरणांचा त्यानं मनातल्या मनात आढावा घेतला. त्याची सेक्रेटरी डार्लिनने मेम्फिसमधूनच त्याच्यासाठी भाड्याने मिळणाऱ्या एका मोटारीची व्यवस्था केलेली होती. ती मोटारड्रायव्हरसह विमानतळावर आलेली होती. एखाद्या मोठ्या कंपनीत नोकरी करण्याचे जे काही चांगले चांगले फायदे असतात, त्यातला हा एक होता आणि तो ते अनुभवत होता. ॲडम यापूर्वी कधी न्यू ऑर्लिन्सला आलेला नव्हता. विमानतळापासून शहरापर्यंतचा प्रवास इतर कोणत्याही शहरांसारखाच होता. जलदगतीने प्रवास करण्यासाठींच्या एकाएका बाजूने तीन-तीन ओळींचे रस्ते आणि त्यावर जरूर तेवढीच वाहतूक होती. सुपर डोमजवळ ड्रायव्हर पॉयड्रॉस रस्त्याला लागला आणि काही क्षणातच ते शहराच्या जुन्या भागात आले. फ्रेंच क्वार्टर या हॉटेलमध्ये तो राहणार होता. ते हॉटेल त्या भागापासून खूपच जवळ असल्याचं ड्रायव्हरनं सांगितलं. कॅंप रस्त्यावर मोटार थांबली आणि केवळ अपिलांचंच काम करणाऱ्या पाचव्या मंडल न्यायालयाच्या इमारतीलगतच्या फुटपाथवर ॲडम उतरला. इमारत न्यायसंस्थेच्या मालकीची होती. इमारतीच्या दर्शनी भागाचा देखावा बहारदार, भपकेदार, मनावर ठसणारा होता. ग्रीक शिल्पकलेचा आविष्कार दाखवणारे भव्यदिव्य गोलाकारातले खांब

समोरच्या भागात होते. प्रवेशासाठीच्या पायऱ्यांची लांबी खूप होती आणि त्या चढून जायला लागत होत्या. इमारतीचा परिणाम दबदबा निर्माण करणारा होता.

मृत्युलेखनिकाचं ऑफिस दर्शनी पायऱ्या चढून गेल्यावरच्या मजल्यावर होतं. त्या ऑफिसमधल्या फेरी डेबरोबर ॲडमचं फोनवर बोलणं झालेलं होतं, त्याची चौकशी करून तो त्याच्या ऑफिसमध्ये पोचला. फोनवर ज्या आदबीने तो बोलला होता, तशीच आदब आणि आपलेपणा त्याच्या वागण्यात जाणवत होता. ॲडम आल्याची नोंद त्यानं त्याच्या ऑफिसच्या नोंदपुस्तकात करून घेतली. चौकशी, जबानी, सुनावणी, तोंडी निवेदनं सादर करण्यासंबंधातले नियम त्याने समजावून दिले. संपूर्ण इमारतीत आपण एक फेरी मारून यायची का, असं त्यानं ॲडमला विचारलं. दुपारचे बारा वाजले होते आणि वर्दळ वाढत होती. चक्कर मारून येण्यासाठी ती वेळ योग्य होती. ते न्यायालयातल्या खोल्यांच्या दिशेने निघाले. कडेकडेने न्यायाधीश आणि इतर अधिकाऱ्यांच्या ऑफिसच्या अनेक खोल्या होत्या.

"पाचव्या मंडल न्यायालयात पंधरा न्यायमूर्ती आहेत." संगमरवरी फरसबंदीच्या जमिनीवरून ते चालत चालले असताना फेरी डे सांगत होता. "आणि या प्रशस्त पॅसेजच्या दोन्ही बाजूंना त्यांच्या कचेऱ्या आहेत. आजमितीला न्यायमूर्तींच्या तीन जागा रिकाम्या आहेत आणि त्यांच्यासाठीची नामांकनं वॉशिंग्टनमध्ये निर्णयासाठी पडून आहेत." पॅसेजसारख्या भागात तसा उजेड कमी होता आणि शांतता होती. काही अतिविद्वान मंडळी जाड जाड लाकडी दरवाजांच्या आड राहून महत्त्वाच्या निर्णयप्रक्रियेत गर्क होती.

या इमारतीतल्या एन. बँक नावाच्या हॉलसारख्या प्रशस्त खोलीमध्ये फेरी डेबरोबर ॲडम आत गेला. एका बाजूला भलंमोठं व्यासपीठ होतं आणि पुढे प्रेक्षागारासारख्या भागाकडे तोंड करून व्यासपीठावर पंधरा खुर्च्या अर्धगोलाकार आकारात मांडलेल्या होत्या. "या न्यायालयातलं बहुतेक काम तीन-तीन न्यायमूर्तींच्या समितीकडे सोपवलेलं असतं. क्वचितच प्रसंगानुसार सर्वच्या सर्व त्यामध्ये भाग घेतात." तो तिथल्या सर्व व्यवस्थेमुळे अजूनही भारला गेलेला होता, अशा आविर्भावात सांगत होता. निर्णय देणाऱ्या न्यायमूर्तींच्या समितीच्या व्यासपीठापेक्षा थोडंसं कमी उंचीवर आणखी एक मंच होतं. त्या मंचावर उभे राहून समितीपुढे प्रश्न घेऊन आलेले वकील त्यांच्या अशिलाची बाजू मांडायचे आणि त्यांचे अशील, प्रेक्षक हे सर्व जमिनीवर मांडलेल्या खुर्च्यांतून बसलेले असायचे. हॉलमधली फरशी गुळगुळीत आणि चकचकीत संगमरवरी होती आणि बाजूच्या भिंती बहुमोल लाकडांच्या होत्या. बाजूच्या खिडक्यांना उंची कापडांचे पडदे होते आणि छताला मोठमोठी झुंबरं लटकवलेली होती. झुंबरं आणि सजावट जुन्या काळातली होती, पण त्यांची देखरेख, काळजी चांगल्या प्रकारे घेतली जात होती. ॲडमने ते सर्व

पाहिलं, नजरेत साठवून ठेवलं आणि त्याच्यावर एक प्रकारचं दडपण आलं. पहिल्या वर्षाच्या विधिमहाविद्यालयातल्या विद्यार्थ्याला समजावून सांगावं, तसं फेरी डे सांगत होता. ''पण जेव्हा महत्त्वाचा निर्णय घ्यायचा असतो तेव्हा. पण अशी वेळ फार क्वचितच उद्‌भवते. अशा वेळी सर्वच्या सर्व न्यायमूर्ती निर्णयप्रक्रियेत भाग घेतात. साठच्या आणि सत्तरच्या दशकातले नागरी हक्कांसंबंधातले निर्णय या हॉलमध्ये घेतले गेलेले आहेत.'' आणि हे सांगताना त्याला कुठल्याही प्रकारचा अभिमान आणि गर्व वाटत होता, अशी भावना त्याच्या चेहऱ्यावर दिसत नव्हती. या संस्थेत काम केलेल्या, पण परलोकवासी झालेल्या न्यायमूर्तींचे फोटो बाजूंच्या भिंतींवर सन्मानपूर्वक लावलेले होते.

हे किती जरी भव्य, दिव्य आणि राजेशाही वाटत असलं, तरी पुन्हा या ठिकाणी अशा कामासाठी यावं लागू नये, असं अ‍ॅडमला वाटत होतं. निदान एखाद्या अशिलाची बाजू मांडायला लागणाऱ्या एखाद्या वकिलाच्या भूमिकेत तर नकोच नको! पॅसेजसारख्या भागातून चालत इमारतीच्या पश्चिमेकडच्या भागात असलेल्या एका हॉलमध्ये ते गेले. तो हॉल एन बँक हॉलच्या तुलनेत लहान होता, पण दडपवून टाकणारा नक्कीच होता. या हॉलमध्ये तीन न्यायमूर्तींची समिती निर्णय देण्याचं काम करायची. या ठिकाणी प्रेक्षकांसाठीच्या भागातून पुढे जाताना डाव्या बाजूला वकील आणि त्यांचे अशील, मदतनीस यांच्या जागा आणि त्यापुढे जरा उंचावर न्यायमूर्तींसाठी व्यासपीठासारखा भाग होता, पण तो एन बँकेसारखा जास्त उंचावरचा नव्हता.

''बहुतेक सर्व मुद्दे, युक्तिवाद हे सकाळच्या सत्रात ऐकले जातात आणि हे सत्र सकाळी नऊ वाजता चालू होतं.'' फेरी डे म्हणाला. ''तुमचंच प्रकरण जरा निराळ्या प्रकारचं आहे. मृत्युशिक्षेशी त्याचा संबंध आहे आणि आपल्याकडे वेळ कमी आहे, म्हणून यासंबंधातला निर्णय तडकाफडकी घेऊन टेलिफोन, कॉम्प्युटरद्वारे त्याचे परिणाम कळवायचे आहेत.'' त्याच्या पंजाचं एक बोट वाकडं करून मागच्या भागातल्या खुर्च्यांकडे दाखवत तो बोलायला लागला, ''तुम्हाला एक वाजण्यापूर्वीच इथे बसावं लागेल. लेखनिक तुमच्या प्रकरणाचा पुकारा करेल, मग तुम्ही या वकिलांच्या मदतनीसाच्या भागात येऊन तिथल्या खुर्चीत बसा. तुमचं प्रकरण पहिलं असणार आहे. तुम्हाला वीस मिनिटांचा वेळ दिला जाणार आहे.''

अ‍ॅडमला हे सर्व माहीत होतं; पण त्याला बोटाला धरून समजावून सांगणं आवडत होतं.

व्यासपीठावर एके ठिकाणी सिग्नलसारखे दिवे लावलेले होते. तिकडे फेरी डेनं अ‍ॅडमचं लक्ष वेधलं आणि म्हणाला, ''ही वेळ दर्शवणारी यंत्रणा आहे.'' तो गंभीरपणे बोलत होता. ''यातला हा भाग फार महत्त्वाचा आहे. तुम्हाला फक्त वीस

मिनिटांचा वेळ दिलेला असतो आणि त्यात तुम्ही सर्व संपवायचं असतं. काहीकाही भयानक गोष्टी इथे घडलेल्या आहेत. पाल्हाळ लावत काही वकिलांनी वेळेकडे लक्ष न देता त्यांचं चऱ्हाट चालू ठेवलं आणि नको ते घडलं. तो दिवा म्हणजे फार आनंददायी गोष्ट नाहीये. हिरवा दिवा लागल्यावर तुम्ही बोलणं चालू करायचं, पिवळा दिवा लागल्यावर तुम्हाला सूचना मिळते. हा दिवा केव्हा लागावा; दोन मिनिटं बाकी असताना का पाच मिनिटं का तीस सेकंदच हे तुम्ही ठरवायचं असतं; पण जेव्हा लाल दिवा लागतो, तत्क्षणीच तुम्ही तुमचं बोलणं थांबवायचं असतं. अगदी बोलता बोलता अर्धवट वाक्य असेल, तिथे तसंच सोडून खाली बसायचं. इतकं सारं सोपं आहे. तुम्हाला आणखी काही प्रश्न आहेत?''

''न्यायमूर्ती कोण आहेत?''

''मॅकनिली, रॉबिन्शॉ आणि ज्युडी.'' ॲडम या सर्वांना जणूकाही ओळखत असावा, अशा थाटात तो बोलला. त्यानंतर एका दरवाजाकडे बोट दाखवून तो म्हणाला, ''त्या तिथे प्रतिक्षालयासारखी एक खोली आहे. तिथे तुम्ही थांबू शकता आणि याखेरीज तिसऱ्या मजल्यावर ग्रंथालय आहे. पण हे लक्षात ठेवा की, एकला दहा मिनिटं कमी असताना तुम्ही इथे उपस्थित असणं आवश्यक आहे. आणखी काही प्रश्न?''

''नाहीत. काही नाहीत.''

''तुम्हाला आणखी कशाची गरज लागली, तर मी माझ्या ऑफिसमध्ये आहे. तुम्हाला मनापासून शुभेच्छा.'' त्या दोघांनी हस्तांदोलन केलं आणि व्यासपीठावर ॲडम उभा असतानाच फेरी डे तिथून गेला.

ओक वृक्षाच्या लाकडाचे भरभक्कम दरवाजे बाजूला करून, पश्चिम न्यायालयाच्या हॉलमध्ये एकला दहा मिनिटं कमी असताना ॲडमने दुसऱ्यांदा प्रवेश केला. युक्तिवादाच्या लढाईसाठी तयारी करत असलेले वकील त्याला दिसले. वकिलांसाठी असलेल्या भागातल्या दुसऱ्या ओळीत राज्यशासनाचे अटॅर्नी जनरल, राज्याचे वकील स्टीव्ह रॉक्सबर्ग त्यांच्या सहकाऱ्यांबरोबर डावपेचांची आखणी करत बसले होते. ॲडमने हॉलमध्ये प्रवेश केला, तसे त्यांचे आवाज कुजबुजल्यासारखे झाले. काही जणांनी माना हलवल्या, तर काही जणांनी चेहऱ्यांवर किंचितसं हास्य आणलं. ॲडमने त्या साऱ्यांकडे दुर्लक्ष केलं. दोन्ही बाजूंना खुर्च्या होत्या आणि मध्ये जाण्या-येण्यासाठी वाट होती. त्या वाटेलगतच्या एका खुर्चीत तो बसून राहिला.

न्यायालयातल्या राज्यशासनाच्या बाजूच्या भागातल्या पुढच्या रांगेत खुर्च्यांतून रॉक्सबर्ग आणि त्यांचे सहकारी बसले होते आणि त्यांच्या बऱ्याच रांगांमागे एका

रांगेत लुकस मान आरामशीरपणे वर्तमानपत्र वाचत बसले होते. ॲडम आल्यावर दोघांची नजरानजर झाली. त्याच्या दिशेने त्यांनी हात हलवला. लुकसला पाहिल्यावर ॲडमलाही आनंद झाला. पायापासून ते मस्तकापर्यंत त्यांनी कडक इस्त्रीचे खाकी कपडे घातलेले होते आणि त्यांचा टाय इतका बटबटीत रंगाचा होता की, तो कमी उजेडातही चमकत होता. पाचव्या मंडल न्यायालयाच्या दबदब्याला लुकस घाबरत नव्हता, त्याचप्रमाणे रॉक्सबर्गपासून तो स्वत:ला खूप दूर ठेवायचा. पार्चमन तुरुंग-व्यवस्थापनाने त्यांचा वकील म्हणून लुकसला नेमलेलं होतं आणि त्याच्याकडून अपेक्षित असलेलं काम तो चोखरीत्या करत होता. पाचव्या मंडल न्यायालयाने मृत्युदंडाला जर स्थगिती दिली असती आणि सॅम यांचा मृत्यू जर झाला नसता, तर लुकस मानला आनंद होणार होता. ॲडमने मान हलवली आणि त्याच्याकडे पाहून हसला.

रॉक्सबर्ग आणि त्यांचे सहकारी पुन्हा एकदा एकत्र आले. त्यांच्यात एक मॉरीस हेन्री नावाचे गृहस्थ होते. त्यांना त्यांच्यातल्याच काही जणांनी 'मि. मृत्यू' असं नाव ठेवलं होतं. ते त्यांच्या हाताखालच्यांना त्यांच्या युक्तिवादातले बारकावे समजावून सांगत होते.

ॲडमने एक खोल श्वास घेतला आणि निवांत आणि तणावमुक्त होण्याचा प्रयत्न केला; पण ते फार अवघड होतं.

त्याच्या पोटात डचमळत होतं आणि पायातले स्नायू आखडल्यासारखे झाले होते. असं असूनही तो त्याचं भान राखण्याचा प्रयत्न करत होता. तो स्वत:ला सारखं बजावत होता की, हे फक्त वीस मिनिटं चालणार होतं. तोपर्यंत त्याच्या शरीराने त्याला साथ द्यावी, अशी तो आशा करत होता. हे तीन न्यायमूर्ती त्याचा काही जीव घेणार नव्हते. फक्त ते त्याला पेचात पकडण्याचा किंवा अडचणीत आणण्याचा प्रयत्न त्यांनी केला असता आणि तोसुद्धा वीस मिनिटांपुरताच! तर ती वीस मिनिटं त्याने निभावून न्यावीत, असं तो स्वत:लाच विनवत होता. मग टिपणं, नोंदींकडे पाहून त्यानं स्वत:ला शांत ठेवण्याचा प्रयत्न केला. सॅम यांचे विचार वंशविद्वेषाचे होते, ते एक खुनी होते, असा एक विचार त्याच्या मनात आला; त्याचबरोबर ते त्याचे पक्षकार होते, मृत्युदंड झालेल्यांच्या तुरुंगात खितपत पडलेले ते एक वृद्ध होते आणि इतमामात, शांततेत मृत्यू यावा असं वाटणाऱ्यांपैकी एक होते, असाही विचार त्याच्या मनात आला. या न्यायालयाचा अत्यंत बहुमोल असा वीस मिनिटांचा वेळ सॅम यांना मिळत होता, त्याचं सोनं त्यांच्या वकिलानं करणं जरूर होतं!

एक वजनदार दरवाजा कुठेतरी वाजला आणि ॲडम जागच्या जागी उडी मारून उभा राहिला. न्यायमूर्ती मंडळी बसतात, त्याच्या मागच्या भागातून न्यायालयातला

वर्दी देणारा पुढे आला आणि सन्माननीय न्यायव्यवस्था आता काम सुरू करत आहे, असं त्याने जाहीर केलं. त्याच्यामागून काळ्या डगल्यातले न्यायमूर्ती मॅकनिली, रॉबिन्शॉ आणि ज्युडी चमकदार, किमती, गुळगुळीत कातड्यांची आसनं असणाऱ्या महोगनी लाकडांच्या भरभक्कम खुर्च्यांत स्थानापन्न झाले. येताना सर्वांच्या हातात कामांच्या फाइली होत्या आणि चेहऱ्यावर तर असे भाव होते की, सर्वांनाच हास्यविनोद, मैत्री, सदिच्छा यांचं वावडं असावं. त्यांच्यासमोर एक आडवं, ओक वृक्षाच्या लाकडापासून बनवलेलं आयताकृती टेबल होतं. त्याच्या बसण्याच्या जागेवरून खालच्या पातळीवर असलेल्या न्यायालयाच्या भागाकडे ते पाहत होते.

मिसिसिपी शासन आणि सॅम केहॉल यांसंबंधातल्या अर्जावर चर्चा सुरू होत होती, असं जाहीर झालं. प्रेक्षकांसाठीचा भाग आणि वकिलांसाठीचा भाग यांमध्ये एक अडसरासारखे कठडे होते. त्यामध्ये एक दरवाजासारखा भाग होता. तो बाजूला करून ॲडम जरा अस्वस्थेतच पुढे गेला. त्याच्या नंतर लगेचच स्टीव्ह रॉक्सबर्ग त्याच्या मागोमाग त्याच्याशेजारी येऊन उभे राहिले. रॉक्सबर्ग आणि लुकस मान यांनी त्यांच्या त्यांच्या जागांवर बसून घेतलं. दोन्ही बाजूंच्या वकिलांखेरीज इतरही मंडळी तिथे उपस्थित होती आणि ते सर्व वार्ताहरांपैकी होते, हे ॲडमला नंतर कळलं.

तीन न्यायमूर्तींमध्ये ज्यूडी ही अध्यक्षा होती. ती टेक्सासमधून आलेली तरुणी होती. मॅकन्ली हे एकशे वीस वर्षांचे वाटत होते आणि तेसुद्धा टेक्सास राज्यातून आलेले होते. रॉबिन्शॉ हे पन्नाशीतले होते. ते लुझियाना राज्यातून आलेले होते. त्याच्यासमोर विचारासाठी असलेल्या प्रकरणाबद्दल ज्यूडीनं थोडक्यात माहिती दिली आणि शिकागोहून आलेले ॲडम त्यांची बाजू मांडायला तयार होते का, अशी विचारणा केली. ॲडम अजूनही बैचैनच होता, अस्वस्थ होता, मनातून तो घाबरलेला होता. तशाच अवस्थेत तो उभा राहिला. त्याचे पाय लटपटत होते. गुडघ्यात मुडपून ते आयत्या वेळी दगा देत होते की काय, अशी स्थिती निर्माण झाली होती. पोटात मळमळत होतं. बोलताना त्याचा आवाज एकदम वरच्या पट्टीत येत होता की काय असं वाटत असतानाच तो "हो." असं म्हणाला. खरं म्हणजे त्याला तिथून पळूनच जायचं होतं. त्यानं नजर व्यासपीठावर केंद्रित केली, सारं बळ एकवटलं, न्यायमूर्तींच्या समितीच्या मागच्या भागातल्या हिरव्या-पिवळ्या-लाल दिव्याच्या उपकरणावर त्याचं लक्ष स्थिरावलं.

त्यातला हिरवा दिवा लागला आणि तो समजून चालला की, कामकाज सुरू झालं. हॉल एकदम शांत झाला. न्यायमूर्तींच्या नजरा ॲडमकडे रोखल्या गेल्या. त्यानं घसा साफ केला, भिंतीवर लावलेल्या माजी दिवंगत न्यायमूर्तींच्या तसबिरींकडे पाहिलं आणि विषारी वायूच्या पेटीत घालून मारण्याच्या मृत्युशिक्षेच्या पद्धतीवर

निकराचा हल्ला चढवायला सुरुवात केली.

तीनही न्यायमूर्तींच्या डोळ्याला डोळा भिडवणं त्याने टाळलं आणि पहिली पाच मिनिटं त्याने अर्जात लिहिलेल्या मुद्द्यांचाच पुन:पुन्हा ऊहापोह केला. उन्हाळ्यातल्या दुपारच्या उष्ण वातावरणात, दुपारच्या जेवणानंतर ते सत्र सुरू झालं होतं. न्यायमूर्तींच्या शरीर आणि मनावरची मरगळ घालवण्यात काही मिनिटं गेली.

"मि.हॉल, तुम्ही तुमच्या अर्जात जे काही लिहिलं आहे, तेच तुम्ही पुन:पुन्हा सांगताय." ज्यूडी वैतागलेल्या आवाजात सांगत होती. "आम्हाला वाचता येतंय मि. हॉल."

अॅडमनं तिचं बोलणं मनावर घेतलं नाही. पण तो मनात विचार करत होता, 'तुम्ही मला जी वीस मिनिटं दिली आहेत, त्या वेळात मी नाकात बोटं घालीन किंवा ए बी सी डी या मुळाक्षरांची वर्णमाला स्वरांत गाईन. त्यावर तुम्ही आक्षेप घ्यायचं कारण नाही, फक्त वीस मिनिटांसाठीच हं!' वकिलीचा अभ्यास करायला त्याने जेव्हा सुरुवात केली, तेव्हा अशाच एका अपिलाचा विचार करणाऱ्या न्यायमूर्तींच्या समितीपुढे असं कोणी वेडंवाकडं बोललं होतं, असं त्यानं ऐकलं होतं. विधी महाविद्यालयात अभ्यासासाठी म्हणून, प्रयोगादाखल म्हणून अशा प्रकारच्या अपिलांच्या कारवाईचा लुटुपुटीचा खटला चालवला जायचा, त्या वेळी अशा प्रकारच्या घडलेल्या घटनांचा उल्लेख व्हायचा.

"होय न्यायमूर्ती!" अॅडम तत्परतेने म्हणाला; पण त्याने त्यानंतर सायनाइड या विषारी वायूचा प्रयोग प्रयोगशाळेतल्या उंदरांवर केल्यानंतर त्यातून काय निष्कर्ष काढले होते, याची माहिती दिली. हा भाग अर्जात समाविष्ट केलेला नव्हता. हा प्रयोग स्वीडनमधल्या एका रसायनशास्त्रज्ञाने एका वर्षापूर्वी केला होता आणि मनुष्यप्राण्यावर जर सायनाईड वायूचा विषप्रयोग केला, तर त्याचा तत्काळ मृत्यू होऊ शकत नाही, हे सिद्ध केलं होतं. युनायटेड स्टेट्‌समधल्या मृत्युशिक्षा बंद करण्यासाठी काम करणाऱ्या युरोपातल्या एका समाजसेवी संस्थेने त्यासाठी अर्थसाहाय्य पुरवलं होतं.

या प्रयोगाच्या निरीक्षणानुसार उंदीर एकदम निश्चल व्हायचे आणि थरथरायला सुरुवात करायचे. त्यांची फुप्फुसं आणि हृदय काम करण्याचं काही काळ थांबायचं आणि पुन्हा बरीच मिनिटं अनिश्चितपणे चालू राहायचं.

विषारी वायूमुळे त्यांच्या सर्व शरीरातल्या, अगदी मेंदूतल्यासुद्धा रक्तवाहिन्या फुगून जाऊन फुटायच्या. त्यांचे स्नायू कंप पावायचे. त्यांच्या तोंडातून फेस यायला सुरुवात व्हायची आणि त्याबरोबर कर्कश आवाज येत असायचा.

अभ्यासामागचा महत्त्वाचा निष्कर्ष असा होता की, उंदीर झटपट मृत्यू पावायचे नाहीत आणि पराकोटीच्या यातना त्यांना व्हायच्या. हे प्रयोग शास्त्रशुद्धरीत्या केलेले

होते. उंदरांच्या आकारमानांनुसार, वजनांनुसार त्यांना विषारी वायूची मात्रा दिलेली होती. सरासरीनुसार मृत्यू यायला दहा मिनिटं लागायची. ॲडमने या तपशिलावर बरेच कष्ट घेतले होते आणि समितीपुढे त्याची मांडणी करताना काही मिनिटांनंतर त्याची अस्वस्थता लोपली होती. उंदरांच्या मृत्यूच्या गोष्टी ऐकत असताना न्यायमूर्तींच्या समितीला ते वैतागलेले असे दिसत नव्हते.

उत्तर कॅलिफोर्नियातल्या एका खटल्याच्या संदर्भातल्या अहवालातल्या एका तळटीपेत या प्रयोगाची माहिती ॲडमला मिळाली होती. ही टीप फार बारीक अक्षरात छापली होती आणि तिला फार प्रसिद्धी दिलेली नव्हती.

''आता मी याबद्दल खरं काय ते सांगतो.'' रॉबिन्शॉ यांनी ॲडमच्या बोलण्यात व्यत्यय आणून बोलायला सुरुवात केली. ''तुमच्या सांगण्यानुसार असं स्पष्ट होतं आहे की, तुमच्या अशिलांना विषारी वायुपेटीत घालून मारू नये, पण मग प्राणनाशक इंजेक्शन देऊन मारण्यास तुमची हरकत नाही, असं आहे का?''

''नाही, न्यायमूर्ती महाशय, मला तसं म्हणायचं नाही, तर त्या उलट माझ्या अशिलांना कोणत्याच उपायानं मारू नये, असं माझं म्हणणं आहे.''

''प्राणनाशक इंजेक्शन म्हणजे सुईवाटे विष शरीरात टोचणं सर्वात कमी वेदना देणारं आहे.''

''कोणत्याही प्रकारे एखाद्या व्यक्तीला मारणं हे वेदना देणारं आहे, पण त्यातल्या त्यात प्राणनाशक इंजेक्शन हे सर्वात कमी क्लेशकारक आहे आणि कमीत कमी क्रूर आहे. विषारी वायुपेटीत कोंडून मारणं तर क्रूरतेचा कळस आहे.''

''बॉम्बस्फोटातल्या मृत्यूपेक्षाही वाईट? डायनामाइटच्या कांड्या वापरून केलेल्या स्फोटाने चिंध्या चिंध्या होऊन मरण्यापेक्षासुद्धा वाईट?''

रॉबिन्शॉच्या या वाक्यामुळे न्यायालयात एकदम विषण्ण शांतता पसरली. 'डायनामाइट' या शब्दावर त्यांनी जोर दिला होता. त्या वाक्याला सुयोग्य उत्तर देण्यासाठी ॲडम धडपडत होता. मॅकन्लीनी त्यांच्याच समितीतल्या या सदस्याकडे एक तिरस्करणीय नजर टाकली. रॉबिन्शॉचं हे बोलणं या ठिकाणी ॲडमच्या दृष्टीने अनुरूप नव्हतं. तो भडकला होता, तरीपण त्याच्या रागावर त्याने ताबा ठेवला होता. त्यानं धीरानं बोलणं पुढे चालू केलं, ''आपण इथे मृत्यूची शिक्षा देण्याच्या प्रकाराबद्दल बोलत होतो. कोणत्या गुन्ह्यांसाठी मृत्यूची शिक्षा द्यायची, याबद्दल नाही.''

''तुम्हाला गुन्ह्याबद्दल का बोलायचं नाही?''

''कारण गुन्हा हा इथे मुद्दाच नाही आणि माझ्याकडे फक्त वीस मिनिटं आहेत आणि माझ्या अशिलाकडे फक्त बारा दिवस आहेत.''

''तुमच्या अशिलानं बॉम्बस्फोट घडवून आणायला नको होता.''

"हो, नक्कीच आणायला नको होता. त्यांच्या गुन्ह्यानुसार त्यांना दोषी ठरवलं आहे आणि ते आता विषारी वायुपेटीत जाण्याच्या तयारीत आहेत. गुन्हेगारांना विषारी वायुपेटीत घालून मारण्याचा प्रकार अत्यंत क्रूर आहे, याबाबत आपण इथे चर्चा करत आहोत.''

"गुन्हेगाराला विद्युत्खुर्चीत बसवून मारण्याच्या प्रकाराबद्दल?''

"त्या बाबतीतही हाच मुद्दा लागू पडतो. त्या प्रकाराने मारण्यात आलेल्या व्यक्तींचे मृत्यू अगदी क्लेशदायक, वेदनादायक आणि भयानक होते.''

"बंदुकांच्या गोळ्यांच्या फैरी झाडून मारण्याबाबत?''

"तोही प्रकार क्रूर आहे.''

"आणि फाशी देणं?''

"मला फाशीविषयी विशेष माहिती नाही, पण तो प्रकारही मला क्रूरच वाटतो.''

"प्राणनाशक द्रव्याचं इंजेक्शन देऊन मारणं तुम्हाला चालेल?''

त्या वेळी न्यायमूर्ती मॅकन्ली यांनी हस्तक्षेप केला आणि विचारलं, "मि. हॉल, मिसिसिपी राज्याने विषारी वायुपेटीत घालून मारण्याच्या प्रकाराऐवजी प्राणनाशक इंजेक्शन देऊन मारण्याची पद्धत अवलंबली आहे?''

त्याबाबत ॲडमच्या अर्जात सर्व तपशील आणि कारणं दिली होती. त्यामुळे ॲडमला मॅकन्लींचं काय मत होतं, हे ध्यानात होतं. तो सांगायला लागला, "न्यायमूर्ती महाशय, मी माझ्या अर्जात त्यासंबंधात कायदे करण्याबाबतची पार्श्वभूमी थोडक्यात विशद केलेली आहे. मृत्यूची शिक्षा अमलात आणताना मानवतेच्या दृष्टिकोनाकडे कायदा करणाऱ्यांनी कानाडोळा करू नये, असं त्याचं म्हणणं होतं. मृत्युशिक्षा अमलात आणण्याचा विषारी इंजेक्शन हा चांगला प्रकार आहे, हे लक्षात घेऊन घटनेतल्या काही बाबींना बगल देऊन न्यायालयाने त्या प्रकाराला मान्यता दिलेली आहे.''

"म्हणजे व्यक्तींना ठार करण्याच्या एका चांगल्या पद्धतीला शासनानं मान्यता दिली आहे, असं तुमचं म्हणणं आहे?''

"हो, तसं म्हणायला हरकत नाही न्यायमूर्ती महाशय. कायद्यातल्या त्या तरतुदीला १९८४ साली मान्यता दिली आहे आणि त्यानंतर ज्यांना मृत्युशिक्षा दिलेल्या आहेत, त्यांनाच ती लागू होते. सॅम केहॉल यांना ती लागू होत नाही.''

"ते मी समजू शकतो आणि विषारी वायुपेटीत घालून मारण्याची पद्धत राज्यशासनानं ताबडतोब बंद करावी, असं तुम्हाला वाटतं का? आणि समजा तसं मान्य केलं, तर मग १९८४ पूर्वी मृत्युशिक्षा ज्यांना दिल्या आहेत, त्यांचं काय होईल? त्याबाबत अडचणीची स्थिती निर्माण होईल, कारण त्यांचे खटले चालवले

गेले, तेव्हा प्राणनाशक द्रव्याचं इंजेक्शन देऊन मारण्याच्या पद्धतीला कायद्याने मान्यताच नव्हती.''

हा प्रश्न उपस्थित होणार, याची कल्पना ॲडमला होतीच. सॅम यांनीसुद्धा हा प्रश्न विचारला होताच. ''न्यायमूर्ती महाशय, मी त्याला कसं काय उत्तर देऊ शकणार? त्याबद्दल एवढं मात्र मी म्हणू शकतो आणि मला विश्वासही आहे की, मिसिसिपी राज्याच्या कायदा करणाऱ्या मंडळाने त्याबाबत मनात जर आणलं, तर माझे अशील आणि त्यांच्यासारख्या इतरांना बदललेल्या कायद्यामध्ये सामावून घेण्यासाठी एखादं नवीन परिशिष्ट त्या कायद्याला जोडून घेऊ शकतील.''

या ठिकाणी ज्यूडीने हस्तक्षेप केला आणि म्हणाल्या, ''समजा तशी कायद्यामध्ये तरतूद करून घेतली आणि तीन वर्षांनंतर तुम्ही पुन्हा आलात, तर नवा युक्तिवाद काय मांडणार?''

या क्षणाला पिवळा दिवा लागला आणि ते ॲडमच्या पथ्यावर पडलं. आता ॲडमकडे फक्त एक मिनिट होतं. तो हसून म्हणाला, ''दुसरा कुठलातरी विचार करेन. त्यासाठी तुम्ही थोडा वेळ तरी द्या.''

''मि.हॉल, आम्ही यापूर्वीच या प्रकारची केस हाताळली आहे.'' रॉबिन्शॉ बोलायला लागले, ''आणि त्या केसचा उल्लेख तुम्ही तुमच्या अर्जामध्ये केला आहे. ती म्हणजे टेक्सासची.''

''होय न्यायमूर्ती महाशय. मी मांडलेला मुद्दा पुढे ठेवून माझ्या विनंतीचा पुनर्विचार व्हावा, अशी माझी विनंती आहे. जवळजवळ प्रत्येक राज्यानं विषारी वायुपेटीत घालून किंवा विद्युतप्रवाहाचे झटके देऊन मृत्युशिक्षा अमलात आणण्याच्या पद्धतीला फाटा देऊन प्राणनाशक इंजेक्शनं देऊन मारण्याच्या पद्धतीचा अवलंब केलेला आहे आणि त्याचं कारण उघड आहे.''

ॲडमकडे आणखी काही सेकंद उरलेले होते. तरीसुद्धा थांबण्यासाठी ही जागा चांगली होती, असं वाटून त्याने थांबायचं ठरवलं. त्याला आणखी प्रश्नांना सामोरं जायचं नव्हतं. त्याने, ''खूप खूप धन्यवाद!'' असं म्हणून आभार मानले आणि मोठ्या आत्मविश्वासाने चालत जाऊन तो आपल्या जागेवर जाऊन बसला. त्या वेळचा कार्यभाग संपला होता. त्याने सकाळपासून काही खाल्लं नव्हतं आणि नवशिक्याच्या मानाने त्याची कामगिरी चांगली झाली होती. त्यामुळे पुढच्या वेळी आणखी चांगल्या प्रकारे सामोरं जाता येईल, असा त्याला विश्वास वाटला.

रॉक्सबर्ग पूर्णपणे आडमुठ्या स्वभावाचा, पण रितीनं वागणारा होता. त्याने पूर्ण तयारी केलेली होती. निवेदनात विनोदनिर्मितीसाठी काही उंदरां-मांजरांच्या उदाहरणातून किरकोळ गुन्हे करणाऱ्यांच्या गोष्टी त्याने सांगितल्या, पण विनोद निर्माण करण्याचा तो केविलवाणा प्रयत्न ठरला. राज्यशासन प्राणनाशक इंजेक्शनं

देऊन मृत्युशिक्षा अमलात आणण्याची पद्धत का वापरत होतं, याबाबत एकामागून एक अनेक प्रश्न मॅकन्लीनी त्याला विचारले. यातल्या वेदनांचा विचार करूनच शासनाने हा निर्णय घेतलेला होता, असं रॉक्सबर्ग यांनी पुन:पुन्हा सांगितलं आणि सध्याचा प्रचलित जो कायदा होता, तो त्या बाजूचा होता, असं त्यांनी सांगितलं. मृत्युशिक्षा दिलेल्या कैद्याची शिक्षा विषारी वायूच्या पेटीत घालून, विद्युतप्रवाहाने, फाशी देऊन किंवा बंदुकीच्या फैरी झाडून यांपैकी कोणत्या मार्गाने अमलात आणता, याबद्दल मध्यवर्ती सरकारची मंडल न्यायालयं आग्रही नसतात. विविध प्रकारांनी अमलात आणलेल्या शिक्षांची उदाहरणं रॉक्सबर्ग यांनी सादर केली. त्याची वीस मिनिटं कशी संपली, हे त्यांना कळलंदेखील नाही. बेफाम वेगाने ते त्यांची बाजू मांडत राहिले होते. वेळ संपल्यावर झटपट ते त्यांच्या जागेवर येऊन बसले.

ज्यूडीने हे प्रकरण किती तातडीचं होतं, हे थोडक्यात सर्वांना सांगितलं आणि लवकरच त्याचा निर्णय दिला जाईल, असं आश्वासन दिलं. सर्व जण एकाच वेळी उठले. न्यायालयाच्या चपराशाने सोमवारपर्यंत न्यायालयानं काम तहकूब केलं असल्याचं मोठ्या आवाजात जाहीर केलं.

ॲडम रॉक्सबर्ग यांच्याशी हस्तांदोलन करून हॉलमधून बाहेर पडत होता, तोच जॅक्सनमधल्या वर्तमानपत्रांच्या एका वार्ताहराने त्याला गाठलं. त्याला त्याला काही प्रश्न विचारायचे होते. ॲडमने त्याला नम्रपणे नकार दिला. ॲडम तिथून गेल्यानंतर बातमीदारांनी सरकारी वकिलाभोवती घेराव घालून त्याच्या तोंडासमोर टेपरेकॉर्डर्स धरले. रॉक्सबर्ग मात्र त्या वैशिष्ट्यपूर्ण साच्यातल्या प्रसिद्धीला हपापलेले होते. त्यांनी पत्रकारांच्या प्रश्नांना त्यांच्या सोयीनं उत्तरं दिली होती.

ॲडमला आपण त्या इमारतीतून कधी एकदा बाहेर पडतो, असं झालेलं होतं. बाहेर आल्याआल्या तो विषुववृत्तीय उष्णतेच्या हवामानात आला होता. प्रखर सूर्यप्रकाशापासून डोळ्यांना सांभाळण्यासाठी त्याने झटकन गॉगल डोळ्यांवर चढवला. "तुझं दुपारचं जेवण झालं का?" कोणीतरी मागच्या बाजूने पण जवळून प्रश्न विचारला होता. वैमानिक घालतात तसा गॉगल डोळ्यांवर चढवलेला तो लुकस मान होता. इमारतीच्या दर्शनी भागातल्या दोन उंच आणि भव्य खांबांच्या मध्ये दोघे होते. दोघांनी हस्तांदोलन केलं.

"मला खाण्यासाठी काही वेळच मिळाला नाही." ॲडमनं कबूल केलं.

"मला कल्पना आहे. हा सारा प्रकारच डोकं फिरवणारा आहे."

"हो, आज सकाळपासूनच मी एका जबर तणावाखाली वावरत होतो. पण तुम्ही इथे कसे काय?"

"हा माझ्या कामाचाच एक भाग आहे. वॉर्डनसाहेबांनी मला विमानाने इथे

पाठवलं आणि काय घडतंय, ते पाहून त्यांना कळवायला सांगितलं आहे. इथला निर्णय होईपर्यंत आम्हाला पुढच्या तयारीची सुरुवात करता येत नाहीये. चला, आपण बरोबर जाऊन काहीतरी खाऊ या.''

ॲडमच्या ड्रायव्हरने फुटपाथच्या कडेशी गाडी आणून उभी केली आणि ते दोघेही गाडीत बसले.

''तुम्हाला या शहराची माहिती आहे ना?'' मान याने विचारलं.

''नाही, या शहरात मी आज पहिल्यांदाच येतोय.''

''द बॉन टॉन कॅफे.'' मान याने ड्रायव्हरला सांगितलं. ''जवळच कोपऱ्यावर हे उपाहारगृह आहे आणि चांगलं आहे. तुमची गाडी छान आहे हं!''

''एका श्रीमंत कंपनीत असण्याचा हा एक चांगला फायदा आहे.''

दुपारच्या जेवणाची सुरुवात एका वेगळ्याच प्रकाराने झाली. उघडलेल्या शिंपल्यावर आणलेलं कच्चं कालव! ॲडमने त्याबद्दल पूर्वी ऐकलं होतं, पण खावंसं त्याला कधी वाटलं नव्हतं. कोवळा मुळा, मिरीपूड, लिंबाचा रस आणि विविध प्रकारच्या फळांच्या रसांपासून केलेलं मिश्रण होतं आणि त्यात काही खास मसाल्यांची पूड घालून आणि त्यात भिजवलेले कालव एका चौकोनी खाऱ्या बिस्किटावर ठेवायचे. त्याचा एकएक तुकडा दातांनी तोडून खायचा. ॲडमने बिस्किटावर घेतलेलं पहिलं कालव घसरून खाली टेबलावर पडलं, पण पुढचं मात्र नीट तोंडात घेता आलं.

''चावू नकोस.'' मान म्हणाले. ''फक्त घसरून घशात जाऊ दे.'' ॲडमने नंतर अशी दहा कालवं घशात घसरवली होती, तरी त्याचं समाधान झालं नव्हतं. जेव्हा बारा शिंपले त्याच्या प्लेटमध्ये रिकामे झाले, तेव्हा कुठे त्याचं समाधान झालं होतं. त्यानंतर त्यांनी डिक्सी बियरचा समाचार घेतला आणि कोळंबीच्या उसळीची ऑर्डर दिली आणि ती येण्याची ते वाट पाहत थांबले.

''तुम्ही जे टेक्सासमधलं उदाहरण दाखला म्हणून देत होता, त्याचा काही उपयोग होणार नाही, हे मला दिसत होतं.'' बिस्किटाचा एक तुकडा तोंडात टाकता टाकता मान म्हणाला.

''पण शक्य त्या सर्व उपायांचा वापर करणं माझ्या दृष्टीने गरजेचं होतं.''

''ठीक आहे, सर्वोच्च न्यायालयं त्यात फार वेळ घालवत नाहीत, ही एक चांगली गोष्ट आहे. कारण जे जे उपाय करून पाहायचे आहेत, त्यासाठी पुरेसा वेळ नाहीये.''

''हो, ते ताबडतोब निर्णय देतात; पण मलातर असं जाणवतंय की, सॅम केहॉल यांच्या अर्जावर काही विचारच करायचा नाही, इतके ते त्यांच्या बाबतीत

कंटाळलेले दिसतायंत. मी आज परगण्याच्या जिल्हा न्यायालयात माझा अर्ज दाखल करणार आहे, पण तिथेसुद्धा स्लॅटरींकडून मला काही आशेला जागा आहे, असं वाटत नाही.''

''मलाही तसंच वाटतं.''

''आता बारा दिवस बाकी राहिलेले आहेत, तर माझ्या प्रयत्नांना यश येण्याच्या शक्यतेच्या आशा वाढतील का कमी होतील?''

''वाढण्याच्या शक्यता कमीच दिसतायंत आणि दिवस जसे जातायंत, तशा त्या कमीच होत जाणार आहेत; पण कोणत्याच गोष्टींबद्दल नेमकं काही सांगता येणार नाही. एखाद्या वेळी असंही वाटतं की, यशअपयशाच्या शक्यता पन्नास-पन्नास टक्केसुद्धा असू शकतील, कारण काही वर्षांपूर्वी स्टॉक होम टर्नरच्या बाबतीत आम्ही शिक्षा अमलात आणण्याच्या अगदी जवळ पोचलो होतो. दोन आठवडे बाकी असताना ती गोष्ट अगदी अटळ वाटत होती. एक आठवडा शिल्लक राहिलेला असताना त्याच्या बाजूने विनंतिअर्ज करायला एक मुद्दासुद्धा बाकी राहिला नव्हता, पण त्याच्याकडे एक हुशार वकील होता. सगळे उपाय संपले होते. त्याला शेवटचं जेवणही दिलं होतं आणि....''

''आणि त्याला त्याच्या मैत्रिणींना भेटायची संधी म्हणजे दोन वेश्यांबरोबर....''

''अरे, हे तुम्हाला कसं ठाऊक?''

''सॅमनी सांगितलं.''

''आणि ती गोष्ट खरी आहे. शेवटच्या मिनिटाला त्याला स्थगिती मिळाली. आतातर तो विषारी वायूच्या पेटीपासून कित्येक वर्षं दूर आहे, त्यामुळे नेमकं असं काही सांगता येणार नाही.''

''तुमचा आतला आवाज तुम्हाला काय सांगतो?''

मान याने बियरचा एक मोठा घोट घेतला आणि कोळंबीच्या उसळीच्या दोन मोठ्या प्लेट वेटर त्यांच्यासमोर टेबलावर ठेवत असताना तो जरा ताठ झाला आणि मागे झुकला आणि बोलू लागला.

''मृत्युशिक्षा अमलात आणण्याची गोष्ट पुढे आली की, माझं अंतर्मन सुस्त होऊन जातं. काहीही होऊ शकतं. आपण विनंत्याअर्ज, सूचना सादर करत राहायचं. हा एक लांबलचक शर्यत असल्यासारखा मामला आहे. तुम्ही थांबून राहायचं नाही. जंबो पॅरीसच्या वकिलाला मृत्युशिक्षा अमलात आणण्याला काही मिनिटं बाकी असताना हृदयविकाराचा झटका आला. एकीकडे त्याच्या अशिलाची मृत्युशिक्षा अमलात आणली जात होती आणि वकील रुग्णालयात पलंगावर आडवा होऊन उपचार घेत होता.''

ॲडमनं उसळीतली उकडलेली कोळंबी चावून चावून गिळली आणि वर

बियरचा एक मोठा घोट घेतला आणि म्हणाला, ''गव्हर्नरसाहेबांना मी त्यांच्याशी बोलावं असं त्यांना वाटतंय, तर तसं मी त्यांच्याशी बोलावं का?''

''तुमच्या अशिलाचं त्याबाबत काय मत आहे?''

''ते गव्हर्नरांचा तिरस्कार करतात. मीही त्यांच्याशी बोलू नये, अशी त्यांनी अट घातलीये. त्यामुळे काय करावं तेच कळत नाहीये?''

''मला वाटतं, तुझ्या अशिलाचं मत आत्ता या टप्प्यावर बाजूला ठेव. नाहीतरी गव्हर्नरांकडे दयेचा अर्ज वर करावा लागतो, कारण प्रथाच मुळी तशी आहे.''

''मॅकलिस्टर यांच्याबद्दल तुला कितपत माहिती आहे? म्हणजे तू कितपत ओळखतोस?''

''नाही, तशी फार माहिती नाही आणि ती एक राजकारणी, मोठी महत्त्वाकांक्षा बाळगणारी व्यक्ती आहे. मी एक मिनिटाकरतासुद्धा त्यांच्यावर विश्वास ठेवणार नाही. तरीपण एखाद्यावर दया दाखवण्याचा त्यांच्याकडे अधिकार आहे आणि मृत्युशिक्षा अमलात आणणं ते थांबवू शकतात. कायद्यानुसार गव्हर्नरांना खूप व्यापक अधिकार आहेत. तीच शेवटची आशा असणार आहे.''

''आता काय, देवाची आळवणी करायची आणि त्यालाच म्हणायचं की, तूच आम्हाला यातून वाचव.''

''हा पदार्थ तुला कसा वाटला?'' एक घास तोंडात घालता घालता मान विचारत होता.

''छान, चविष्ट आहे.''

काही काळ दोघे खाण्यात मग्न होते. ॲडमला गप्पा मारायला जोडीला कोणीतरी होतं, त्यामुळे बरं वाटत होतं; पण गप्पांचा ओघ त्याने अर्ज करणं, युक्तिवाद किंवा त्याबाबतचे डावपेच यांपुरताच मर्यादित ठेवला. त्याला लुकस मान आवडला होता, पण त्याच्या पक्षकाराला तो आवडत नव्हता. सॅम यांच्या म्हणण्यानुसार लुकस राज्यशासनाकरता काम करत होता आणि राज्यशासन त्यांना मारण्याकरता काम करत होतं.

दुपारनंतरच्या विमानानं संध्याकाळी साडेसहाच्या आत अंधार पडण्यापूर्वी मेम्फिसला पोचून लीच्या घरी जाण्यापूर्वी त्याला त्याच्या ऑफिसमध्ये जाऊन काम करत वेळ काढता आला असता, पण तसं करण्याचा त्याचा विचार नव्हता. क्रॅव्हिट्झ आणि बेन कंपनीने त्याच्यासाठी नदीतटालगतच्या एका अद्ययावत पंचतारांकित हॉटेलमध्ये एक भपकेदार खोली राखून ठेवली होती. सर्व खर्च कंपनीचा होता. फ्रेंच क्वार्टर या सुप्रसिद्ध हॉटेलांच्या शृंखलेपैकी न्यू ऑर्लिन्समधलं हे हॉटेल होतं. या शृंखलेपैकी कोणत्याही हॉटेलात ॲडम यापूर्वी कधी राहिला नव्हता.

खोलीत आल्याआल्या तो बिछान्यावर आडवा झाला. दुपारच्या जेवणाच्या वेळी खाल्लेल्या तीन डिक्सींनी आणि आदल्या रात्रीच्या अर्धवट झोपेनं त्याला सुस्ती आलेली होती. त्याला झोप लागली आणि जागा झाला तेव्हा संध्याकाळचे सहा वाजले होते. बिछान्यावर आडवा झाला, तेव्हा सकाळी पायांवर चढवलेले बूट तसेच होते. आढ्याकडे पाहत त्यानं कसलातरी विचार करत अर्धा तास काढला. मग त्याने हालचाल करायला सुरुवात केली, पण झोपेमुळे अंगात आळस भरला होता.

त्यानं लीला फोन लावला. तिनं तो उचलला नाही. फोनवर त्याने निरोप ठेवला आणि तो धरून चालला की, ती पीत असणार आणि स्वत:ला तिनं तिच्या खोलीत बंद करून घेतलेलं असणार. म्हणून इतरांना काही धोका होण्याची शक्यता नव्हती, असं तो धरून चालला होता. त्यानं दात घासले, भांग पाडला आणि तो लिफ्टने हॉटेलच्या प्रशस्त अशा अभ्यागत कक्षात आला. तिथे संध्याकाळच्या उत्साही, आनंदी वातावरणात जाझ संगीताचे सूर भरून राहिले होते.

हवेत अंगाची लाहीलाही करणारा उष्मा होता. कॅनॉलच्या रस्त्याने तो चालत चालत रॉयल या चौकाशी आला. तिथे तो उजव्या हाताला वळला आणि पुढे पर्यटकांच्या गर्दीत मिसळून गेला. क्वार्टर भागात शुक्रवारच्या संध्याकाळच्या उत्साहाला आता उधाण येत होतं. तो एका क्लबपाशी आला. मनाचा हिय्या करून आत डोकावण्याचं धाडस त्यानं केलं. तिथल्या दृश्याने तो एकदम अवाक झाला. तिथे एका मंचावर रूपवान स्त्रियांसारखे पुरुषच अंगावरचे कपडे उतरवत होते. एका चिनी उपाहारगृहात त्याने कबाब खाल्ले. तो मद्य देणाऱ्या एका गुत्त्याजवळून जात असताना मद्याचं अतिसेवन झाल्याने बेचैन होऊन रस्त्याच्या कडेला जाऊन ओकाऱ्या काढत असलेले काही लोक त्याने पाहिले. जाझ संगीताचे कार्यक्रम करणाऱ्या एका ठिकाणी एका छोट्या टेबलाशी बसून चार डॉलरला मिळणारी बियर पीत त्यानं एक तास घालविला. जेव्हा अंधार पडला, तेव्हा तो चालत जॅक्सन चौकाशी आला. तिथे स्वतंत्र फलक उभे करून त्यावर चित्र काढणारे चित्रकार त्यांचं साहित्य गोळा करण्याच्या गडबडीत होते. एका जुन्या चर्चसमोर काही कलाकार नृत्य करत गाणी गात होते. तिथे टुलीनच्या काही विद्यार्थ्यांनी तंतुवाद्याचा वापर करून एक गाणं सादर केलं होतं, ते संगीत ऐकून अॅडमलासुद्धा जोश आला आणि टाळ्या वाजवून त्यानं साथ केली. सर्वच परिसरात माणसंच माणसं होती. ती मद्य पीत होती, खात होती, नाचत होती. फ्रेंच क्वार्टरच्या उत्सवी वातावरणाचा आनंद घेत होती. त्याने एक व्हॅनिला आइसक्रीमचा कोन विकत घेतला आणि कॅनॉलच्या दिशेने निघाला. जिथे त्याला कोणीही पाहू शकलं नसतं, अशा ठिकाणी मागच्या सीटवर बसून पाहायची इच्छा त्याला झालेली होती किंवा

एखाद्या अद्ययावत मद्यगृहात जाऊन एखाद्या रूपवान युवतीबरोबर काही तास घालवावं, असं त्याला वाटत होतं.

पण आज रात्री नाही. पीत असणाऱ्या लोकांनी त्याला लीची आठवण करून दिली आणि त्याला मेम्फिसला जाऊन लीला पाहण्याची इच्छा झाली. संगीत आणि हास्यविनोदानी त्याला सॅम यांची आठवण झाली. ते त्या क्षणाला तुरुंगाच्या त्या कोठडीतल्या उष्ण आणि दमट हवेत समोरच्या जाळीच्या उभ्या गजांकडे पाहत दिवस मोजत होते. आपला वकील एखादा चमत्कार घडवून आणून आपल्याला सोडवेल, अशी आशा करत बसलेले होते. न्यू ऑर्लिन्सचं दर्शन ते घेऊ शकणार नव्हते की तिथे मिळणारी कालवं, शिजवलेले खारे तांबडे वाल, मसाले घातलेला भात किंवा थंडगार बियर, छान कॉफी त्यांना अनुभवायला मिळणार नव्हती. त्यांना इथलं जाझ संगीत ऐकायला मिळणार नव्हतं की इथल्या चित्रकारांनी चौकात काढलेली चित्रं त्यांना पाहायला मिळणार नव्हती. त्यामुळे त्यांना कधी विमानप्रवास करायला मिळणार नव्हता, पंचतारांकित हॉटेलांमधून राहायला मिळणार नव्हतं. त्यांना यापुढे मासे मारण्याचा किंवा मोटार चालवण्याचा आनंद घेता येणार नव्हता किंवा अशा काही असंख्य गोष्टी करता येणार नव्हत्या की, ज्या फक्त मुक्त आणि स्वतंत्र व्यक्तीच अनुभवू शकतात.

आठ ऑगस्टनंतर ते जगू शकले असते, तरी ते दर दिवशी थोडे थोडे मृत्यू पावतच जगत राहणार होते.

फ्रेंच क्वार्टर ह्या भागातून ॲडमने काढता पाय घेतला आणि तडक तो त्याच्या हॉटेलवर परतला. त्याला आता विश्रांतीची गरज होती. लांब पल्ल्याची दौड आता सुरू होणार होती.

३४

टिनी नावाच्या रखवालदाराने सॅम यांच्या हातात बेड्या घातल्या आणि त्यांना त्यांच्या 'अ' रांगेतल्या कोठडीतून बाहेर काढलं. मग दर्शनी भागातल्या ऑफिसलगतच्या खोलीमध्ये त्यांना सोडलं. सॅम यांच्या चाहत्यांनी गेल्या दोन आठवड्यांत पाठवलेल्या पत्रांनी गच्च भरलेली एक प्लॅस्टिकची पिशवी त्यांच्याबरोबर होती. मृत्युशिक्षा-तुरुंगात आल्यापासून त्यांना दर महिन्याला त्यांचे हितचिंतक, क्लॅन समूहाचे सदस्य, वांशिक शुचितेचा आग्रह धरणारे धर्ममार्तंड, धर्मांध, ज्यूविरोधक या सर्वांकडून गठ्ठ्याने पत्रं यायची. सुरुवातीला काही वर्षं त्यांनी पत्रांना उत्तरं दिली, पण नंतर मात्र त्यांचा उत्साह मावळला. त्यानं काय फायदा होणार होता? काही जणांना ते शूरवीर वाटायचे, पण जसजशी पत्रांची उत्तरं जायला लागली, तसंतसे काही जणांना ते विक्षिप्त वाटायला लागले. त्यांना पत्रं पाठवणाऱ्यांच्यात काही वेडे लोक होतेच. त्यांच्या पत्रात दमदाटीची भाषा असायची. त्यामुळे काही वेळा मुक्त जगात वावरण्यापेक्षा तुरुंगातच असणं सॅम यांना जास्त सुरक्षित वाटत होतं.

न्यायालयाने कैद्यांना त्यांच्या चाहत्यांची येणारी पत्रं हा कैद्यांना दिलेला विशेषाधिकार न मानता त्यांचा हक्क मानला होता. त्यामुळे त्यांना येणारी पत्रं थांबवता येणं शक्य नव्हतं; पण त्यावर थोड्याफार मर्यादा, निर्बंध घालणं शक्य होतं. कैद्यांच्या वकिलांकडून आलेल्या पत्रांव्यतिरिक्त प्रत्येक पत्र निरीक्षक उघडून पाहायचा. एखाद्या विशिष्ट कैद्याचं प्रत्येक पत्र उघडून ते निरीक्षकाने वाचलंच पाहिजे, असा निर्बंध त्या कैद्याच्या बाबतीत न्यायालयाने घातला असेल, तर त्या कैद्यांचीच पत्रं वाचली जायची. निरीक्षकांची पत्रं वाचून झाल्यावर ती तुरुंगाधिकाऱ्याकडे सोपवली जायची आणि मग ती कैद्याला मिळायची. खोक्यातून, पुडक्यातून आलेलं सामानसुद्धा उघडून पाहिलं जायचं. धर्मवेडाने पछाडलेल्यांबरोबरचं युद्ध सॅम आता हरण्याच्या बेतात होते. पाचव्या मंडल न्यायालयाने त्यांच्या शिक्षेला दिलेली स्थगिती उठवण्याचा निर्णय दिल्यानंतर त्यांचा आधार कमी व्हायला लागला. त्यांच्या भल्यासाठी केल्या

जाणाऱ्या प्रार्थना कमी झाल्या. लोकांनी आर्थिक मदत देणं कमी केलं होतं. ज्यू, काळे आणि उदारमतवादी यांच्या विरोधात लिहीत असताना सॅम यांच्या पत्रांत काही जण दर वर्षी वाढत जाणाऱ्या करांबाबत, बंदुका वापरण्यावर बंधनं आणण्याबाबत किंवा देशाचं वाढत जाणारं कर्ज यांबाबत असंतोष व्यक्त करायचे. काही जणं पत्रांद्वारे प्रवचनं द्यायचे.

सॅम यांना पत्रांचा कंटाळा आला होता. दररोज त्यांना सरासरी सहा पत्रं यायची. एखादा सुरक्षाकर्मी त्यांना दररोजची पत्रं आणून द्यायचा. अशी जमा झालेली पत्रं त्यांनी एका प्लॅस्टिकच्या पिशवीत ठेवलेली होती. ती पिशवी त्यांनी ॲडमच्या हातात दिली.

पिशवी हातात घेऊन ॲडमने विचारलं, ''हे काय आहे?''

''चाहत्यांची पत्रं.'' हातात पेटलेली सिगारेट घेऊन सॅम त्यांच्या नेहमीच्या जागी बसले.

''मी ती घेऊन काय करू?''

''वाच आणि नंतर ती जाळून टाक. मला ती आता नको आहेत. आज सकाळी मी माझी खोली साफ करत होतो, त्या वेळी ही अडगळ दिसली, म्हणून मला ती काढून टाकायची आहेत. काल तू न्यू ऑर्लिन्समध्ये होतास, असं मला कळलं. तिथे काय झालं?''

ॲडमने ती पिशवी एका खुर्चीत ठेवली आणि तो सॅम यांच्यासमोर बसला. बाहेरचं तापमान १०२ डिग्री फॅरेनहाईट होतं आणि भेटायला येणाऱ्यांसाठीच्या खोलीत तसं ते फार कमी नव्हतं. तो शनिवार होता. ॲडमने जीन-पॅन्ट घातली होती आणि वर सुती कापडाचा पोलोशर्ट चढवला होता. ''मंडल न्यायालयाकडून मला गुरुवारी निरोप आला. शुक्रवारी त्यांना माझी बाजू ऐकायची होती. मी तिथे गेलो. माझं चातुर्य, बुद्धी पणाला लावली आणि आज सकाळी मेम्फिसला परत आलो.''

''त्यांचा निर्णय ते कधी देणार?''

''लवकरच.''

''समिती तीन न्यायमूर्तींची होती?''

''हो.''

''कोण कोण होतं?''

''ज्यूडी, रॉबिन्शॉ आणि मॅकन्ली.''

सॅम यांनी त्या नावांबाबत थोडा विचार केला आणि म्हणाले, ''मॅकन्ली हे जुने आहेत; अनुभवी आहेत. ते आपल्याला मदत करतील. ज्यूडी ही जुन्या पठडीतली, उजव्या विचारांची एक विचित्र अमेरिकी बाई आहे. तिचा आपल्याला काही उपयोग

होईल असं मला वाटत नाही. रॉबिन्शॉबद्दल मला विशेष काही माहिती नाही. तो कोणत्या राज्यातला आहे?''

''दक्षिण लुझियाना.''

''म्हणजे फ्रान्समधून अमेरिकेत आलेल्यांचा वंशज.''

''ते आडमुठे असतात, त्यामुळे तो आपल्या उपयोगाचा नाही.''

''म्हणजे आपण दोन विरुद्ध एक मताने हरणार. तू तुझी बुद्धी, चातुर्य पणाला लावून त्यांना दिपवून टाकलंस, असं तू म्हणालास, त्याचं काय?''

''सॅम आजोबा, आपण अजून हरलेलो नाही.''

सॅम प्रत्येक न्यायाधीशांबाबत इतक्या माहितीनिशी बोलत होते, त्याचं ॲडमला आश्चर्य वाटलं. गेली कित्येक वर्षं ते कायद्यांचा, न्यायालयांशी संबंधितांचा आणि निर्णयांचा काटेकोरपणे अभ्यास करत होते.

''माझ्या पूर्वीच्या खटल्यांत मला माझ्या पूर्वीच्या वकिलांकडून चुकीचं मार्गदर्शन मिळालं. त्यामुळे खटल्यांच्या निर्णयावर त्याचा विपरीत परिणाम झाला. याचा विचार होऊन मला पुन्हा माझी बाजू मांडायला संधी मिळावी, असा जो अर्ज केला होतास, त्याचा निर्णय काय झाला?'' सॅम यांनी विचारणा केली.

''तो अर्ज अद्याप जिल्हा न्यायालयातच पडून आहे. काही दिवसांतच त्याबद्दलचा हुकूम निघेल.''

''मग आता आपण आणखी एखादा अर्ज दाखल करू.''

''मी त्यावर काम करतोय.''

''मग तू जरा घाई कर. माझ्याकडे फक्त अकरा दिवस बाकी राहिलेले आहेत. माझ्या कोठडीतल्या एका भिंतीवर एक दिनदर्शिका आहे. दिवसाचे किमान तीन तास तरी मी त्याकडे पाहत घालवतो. मी सकाळी उठतो, त्या वेळी अगदी पहिल्या प्रथम मी आदल्या दिवसावर फुली मारतो. आठ ऑगस्ट तारखेवर मी एक मोठ्ठा गोल काढला आहे. माझ्या फुल्या आता त्या गोलाच्या जवळ येत चाललेल्या आहेत. आता लवकर काहीतरी कर.''

''माझं काम जलद गतीने चाललेलं आहे आणि दुसरी एक सांगायची गोष्ट म्हणजे, मी एका निराळ्याच प्रकारे हल्ला करायचा विचार करतोय.''

''अरे तिच्या!''

''वृद्धापकाळामुळे आणि प्रदीर्घ हालअपेष्टांच्या तुरुंगातल्या जिण्यामुळे तुम्ही तुमचं मानसिक संतुलन गमावून बसला आहात. मृत्युशिक्षेबद्दल वाटायला हवा तसा गंभीरपणा तुम्हाला वाटत नाही. मृत्युशिक्षेबाबत तुमच्या मनात संभ्रम झालेला आहे.''

''पर्यायांच्या बाबतीत आपल्या दोघांचे विचार बहुतेक समांतर रीतीने चालतात.''

"गुडमन यांना एक तज्ज्ञ माहीत आहे. योग्य पैसे दिले की, तो आपल्याला हवे तसे अहवाल आणि दाखले देतो आणि आपल्याला हवी तशी साक्षसुद्धा न्यायालयात देतो. तुम्हाला तपासण्यासाठी आम्ही त्याला इथे घेऊन येणार आहोत.''

"फारच छान! तो आल्यानंतर मी माझे केस उपटतोय, असं दाखवीन आणि फुलपाखरं पकडण्यासाठी खोलीभर धावत सुटेन.''

"मानसिक असंतुलन हे कारण पुढे करून शिक्षा टाळण्यासाठी आपल्याला खूप धावपळ करावी लागणार आहे.''

"मला त्याची कल्पना आहे. तू सुरुवात कर. आपण जे जे काही मुद्दे सुचतील, त्या सर्वांच्या आधारे अर्ज दाखल करू या.''

"ते मी करतो.''

सॅम यांनी सिगारेटचा एक झुरका ओढला. काही मिनिटं विचार केला. दोघे जण घामेजले होते. ॲडमला बाहेरच्या शुद्ध मोकळ्या हवेची गरज भासू लागली. बाहेर मोटारीत जाऊन बसावं आणि काचा खाली करून आत जोराचा वारा अंगावर घ्यावा, असं त्याला वाटायला लागलं.

"तू परत कधी येणार आहेस?'' सॅम यांनी विचारलं.

"सोमवारी. सॅम आजोबा, आणखी एका विषयाबद्दल मी काय बोलतो, ते नीट ऐका. ते काही फार सुखावह नाही, पण बोलणं आवश्यक आहे. कारण मरण हे कधीतरी येणार आहेच. ते आठ ऑगस्टला असेल किंवा आणखी पाच वर्षांनंतर असेल. तुम्ही ज्या प्रकारे धूम्रपान करता, ते पाहता ते काही फार दूर असेल असं नाही.''

"धूम्रपान हा माझ्या प्रकृतीसंबंधातला महत्त्वाचा प्रश्न नाही.''

"हो, ते मलाही ठाऊक आहे. पण तुमचं कुटुंब म्हणजे ली आणि मी आम्हा दोघांना तुमच्या मृतदेहांच्या दफनाची काहीतरी व्यवस्था करावीच लागेल. ते काही एका दिवसात होणार नाही.''

दोघांच्या दरम्यानच्या अडसराच्या जाळीमध्ये असलेल्या एका त्रिकोणी मोकळ्या जागेकडे सॅम यांनी निरखून पाहिलं. ॲडम त्याच्या नोंदवहीमध्ये काहीतरी लिहीत होता. वातानुकूलनाचं यंत्र मध्येच फुस्स, मध्येच हिस्स असा आवाज करत होतं, पण त्यातून फारसा काही परिणाम साधल्यासारखं वाटत नव्हतं.

"ॲडम, तुझी आजी एक हुशार स्त्री होती. तू तिला पाहिलं नाहीस, याचं मला वाईट वाटतंय. माझ्याऐवजी तिची आणि तुझी गाठ पडायला हवी होती.''

"तिच्या दफनस्मारकाशी ली मला घेऊन गेली होती.''

"माझ्यामुळे तिला खूप त्रास, मनस्ताप सहन करावा लागला होता. तिने बिचारीने तो मुकाटपणे सहन केला होता. तिच्याशेजारी माझ्या देहाचं दफन करावं,

अशी माझी इच्छा आहे. कदाचित तिच्याजवळ गेल्यावर तिची क्षमा मी मागू शकेन.''

''मी ती व्यवस्था करीन. तुम्ही काळजी करू नका.''

''खरोखर तू ते काम कर, पण त्यासाठी लागणाऱ्या जमिनीची किंमत तू कशी देणार?''

''मी त्याची व्यवस्था करीन. तुम्ही चिंता करू नका सॅम आजोबा.''

''ॲडम, माझ्याजवळ काहीही पैसे नाहीत. मी ते घालवले आहेत. त्याची कारणंसुद्धा एव्हाना तुला माहीत झालेली असतील. माझी जमीन गेली, घर गेलं, माझ्याकडे मागे ठेवायला मालमत्ता अशी काही नाही.''

''आजोबा, तुम्ही तुमचं इच्छापत्र केलं आहे?''

''हो. मी ते स्वत: बनवलेलं आहे.''

''ते आपण पुढल्या आठवड्यात पाहू.''

''तू सोमवारी नक्की येशील, असं मला वचन दे.''

''सॅम आजोबा, मी नक्की येईन आणि येताना तुम्हाला मी काही आणू?''

एक क्षणभर सांगू की नको, अशा द्वंद्वात सॅम होते. अगदी अडचणीत पडल्यासारखी त्यांची अवस्था वाटत होती, पण ते नंतर म्हणाले, ''तुला मी खरं सांगू, मला काय आवडतं ते?'' निरागस हसत त्यांनी प्रश्न विचारला होता.

''काय? आजोबा काहीही सांगा.''

''मी जेव्हा लहान मुलगा होतो ना, तेव्हा त्या वेळच्या आयुष्यातला सर्वांत जास्त आनंद एस्किमो पाय खाण्यात असायचा.''

''एस्किमो पाय?'' ॲडमने आश्चर्य वाटून विचारलं होतं.

''हो. माझ्या जिभेवर अद्याप त्याची चव आहे. सगळ्या आइसक्रीममध्ये हेच आइसक्रीम छान असतं. आता या भट्टीत ते किती चांगलं लागेल, याची कल्पना तू करू शकतोस.''

''मग सॅम आजोबा, तुम्हाला या सोमवारी एक एस्किमो पाय मिळणारच. मी एक डझन आणीन. आपण इथे घामेजत असताना त्याचा समाचार घेऊ.''

शनिवारी सॅम यांना भेटायला आलेली दुसरी व्यक्ती आयुष्यात त्यांना कधी भेटेल, असं सॅम यांना वाटलं नव्हतं. ती व्यक्ती तुरुंगाच्या आवारात प्रवेश करत होती, तेव्हा त्या ठिकाणी त्या व्यक्तीची तपासणी व्हायची. तिथे ओळखपत्र दाखवायला लागायचं. या व्यक्तीने या ठिकाणी उत्तर कॅरोलिना राज्यातला त्याचा वाहन चालवण्याचा परवाना सादर केला. त्या व्यक्तीने तो सॅम यांचा चुलतभाऊ असल्याचं सांगितलं आणि 'मृत्युशिक्षा-तुरुंगात त्याच्या सोयीप्रमाणे भेटायला ये.' अशी परवानगी सॅम यांनी दिली होती, असंही सांगितलं. मिस्टर हॉलन्ड नावाच्या

तुरुंगाच्या उच्चपदस्थ अधिकाऱ्यांबरोबर त्याचं बोलणं झाल्याचं त्याने सांगितलं. मि.सॅम यांना भेटण्यासाठीचे नियम आता जरा शिथिल केले होते आणि आठवड्यातल्या कोणत्याही दिवशी सकाळी आठ ते सायंकाळी पाच या वेळात त्यांना भेटता येईल, असं हॉलंडनी सांगितलं होतं, असं त्याचं म्हणणं होतं. चौकीवरच्या अधिकाऱ्यानं तुरुंगाच्या मुख्य ऑफिसला फोन लावला.

भाड्याने आणलेल्या मोटारीत ही व्यक्ती धीर धरून थांबून होती. सुरक्षाकर्मीने आणखी दोन फोन केले. त्यानंतर त्याच्या नोंदवहीत त्या मोटारीचा नंबर लिहून घेतला आणि त्यानंतर सुरक्षाकर्मीने भेटायला आलेल्या व्यक्तीला त्याची मोटार एके ठिकाणी उभी करून कुलूप लावायला लावलं. त्याने तसं केलं आणि त्यानंतर काही मिनिटांनी तुरुंगाची पांढरी व्हॅन तिथे आली. गणवेशात असलेला सशस्त्र ड्रायव्हर ती चालवत होता. त्याने भेटायल्या व्यक्तीला मोटारीत बसण्याची खूण केली.

अतिसुरक्षा विभागाच्या प्रवेशद्वारातून व्हॅन पार करण्याची परवानगी मिळाली. नंतर ती आणखी दोन सुरक्षाकर्मी असलेल्या प्रवेशद्वाराशी येऊन उभी राहिली. त्या दोन सुरक्षाकर्मींनी भेटायला आलेल्याच्या अंगावर चाचपणी करून तपासणी केली आणि त्याच्याकडे कोणत्याही प्रकारचं हत्यार किंवा एखादे पुडकं वगैरे काही नव्हतं.

त्यांना त्याला कोपऱ्यावरच्या भेटायला येणाऱ्यासाठीच्या मोकळ्या खोलीत नेलं. अडसराची जाळी असलेल्या मध्यभागासमोरच्या खुर्चीत तो बसला. "आम्ही सॅम यांना घेऊन येतो." असं दोघांपैकी एक म्हणाला. "पाच मिनिटं लागतील."

सॅम पत्र टाईप करत होते, तेव्हा हा सुरक्षाकर्मी त्यांच्या कोठडीच्या दरवाजाशी येऊन उभा राहिला आणि म्हणाला, "सॅम, तुम्हाला भेटायला कोणीतरी एक पाहुणा आला आहे, तर चला."

सॅम यांनी टायपिंग थांबवलं आणि त्याच्यावर नजर रोखली. कोठडीत पंखा जोरात चालू होता आणि टेलिव्हिजनवर बेसबॉलची मॅच लागली होती. "कोण आहे?" सॅम वसकन ओरडले.

"तुमचा भाऊ."

सॅम यांनी टाईपरायटर अलगदपणे पुस्तकांच्या मांडणीवर ठेवला. एकसंध लाल रंगाचा तुरुंगाचा खास पेहराव अंगावर चढवला आणि ते त्याच्या मागून चालत गेले. सॅम यांना तीन भाऊ होते आणि सर्वात मोठा सॅम यांना तुरुंगात पाठवण्यापूर्वीच हृदयविकाराने निवर्तला होता. सगळ्यात धाकटा डोनी याचं वयही एकसष्ट होतं. तो उत्तर कॅरोलिना राज्यातल्या डर्हम गावी राहत होता. सदुसष्ट वर्षांचे अल्बर्ट यांची प्रकृती ठीक नव्हती. ते फोर्ड परगण्यातल्या जंगलासारख्या

भागात राहत होते. दर महिन्याला डोनी त्यांना सिगारेट आणि काही डॉलर पाठवायचा. एखाद्या वेळी बरोबर एखादं पत्रंही असायचं. गेल्या सात वर्षांत अल्बर्टने त्यांना एकही पत्र पाठवलं नव्हतं. लग्न न केलेली त्यांची एक आत्या होती, ती १९८५पर्यंत त्यांना पत्र पाठवायची. सॅम केहॉल यांना इतर सर्व विसरले होते.

'भेटायला डोनीच आलेला असेल!' डोनी हाच एकमेव असा होता की, ज्याला सॅम यांची काळजी वाटायची, त्यांच्याबद्दल प्रेम वाटायचं आणि तोच भेटायला यायची तसदी घेण्याऱ्यांपैकी होता. त्याला सॅम यांनी दोन वर्षांत पाहिलं नव्हतं. भेटीच्या खोलीजवळ ते जेव्हा आले, तेव्हा त्यांची पावलं त्यांना हलकी वाटू लागली. आवडता भाऊ भेटणार होता हा आनंद किती अनपेक्षित होता!

सॅम यांनी खोलीत पाऊल टाकलं आणि अडसराच्या पलीकडे बसलेल्या माणसाकडे पाहिलं. तो चेहरा त्यांना ओळखीचा वाटत होता. त्यांनी खोलीत इकडेतिकडे पाहिलं आणि ती व्यक्ती अति थंड चेहऱ्याने, एकचित्ताने सॅम यांच्याकडे निरखून पाहत होती. सॅम यांच्या हातावरच्या बेड्या काढत असताना सुरक्षाकर्मी या दोघांकडे पाहत होते. सॅम यांनी त्यांना भेटायला आलेल्या व्यक्तीकडे पाहून स्मितहास्यासह मान हालवली. त्यानंतर सुरक्षाकर्मींनी दार लावून घेईपर्यंत ते त्याच्याकडे पाहत होते. भेटायला आलेल्या व्यक्तीसमोर सॅम बसले. त्यांनी एक सिगारेट पेटवली आणि ते काही बोलले नव्हते.

हा माणूस त्यांना ओळखीचा वाटत होता, पण कोण होता ते आठवत नव्हतं. अडसरातल्या थोड्या आडव्या मोकळ्या जागेतून दोघे एकमेकांकडे पाहत होते.

"तुम्ही मला ओळखता?" शेवटी सॅम यांनी विचारलं.

"हो." समोरच्याने उत्तर दिलं.

"कधीपासून?"

"फार पूर्वीपासून सॅम! ग्रीनव्हील, जॅक्सन आणि व्हिक्सबर्गपासून. ज्यूंच्या चर्चपासून, पिंडर यांच्या घरापासून आणि मार्विन क्रॅमर याच्या ऑफिसपर्यंत."

"वेज?"

समोरच्याने सावकाश मान हालवली आणि सॅम यांनी एक दीर्घ श्वास घेतला आणि छताकडे पाहत श्वास सोडला. त्यांनी हातातली सिगारेट खाली टाकली आणि ते खुर्चीत धपकन बसले.

"अरे देवा! मी तर तू मेलेला आहेस, असं समजून चाललो होतो."

"फार वाईट!"

अतिशय क्रुद्ध होऊन दातओठ खात ते बोलायला लागले, "अरे नीच माणसा, मी गेली वीस वर्षं तू मेलेला आहेस, याबद्दलची स्वप्नं पाहत होतो.

स्वप्नात मी तुला नि:शस्त्र होताना ठार मारलं असल्याचं पाहिलं आहे. लाठ्या-काठ्या-सुऱ्यांनी रक्तबंबाळ करून दयेची भीक मागत असलेला तुला मी पाहिलेला आहे.''

''सॅम, मला फार वाईट वाटतंय की, मी तुझ्यासमोर इथे जिवंत उभा आहे.''

''एखादा माणूस एखाद्याचा जितका जास्त तिरस्कार करू शकतो, त्यापेक्षा कित्येक पटीने जास्त मी तुझा तिरस्कार करतो. माझ्या हातात आत्ता बंदूक असती, तर तुझ्या शरीरभर मी गोळ्या झाडल्या असत्या आणि तुझं डोकं आणि फुप्फुसं बंदुकीच्या गोळ्यांच्या शिसाने भरून टाकली असती आणि ओरडलो असतो मी तुझा किती तिरस्कार करतो ते!''

''सॅम, तुला भेटायला येणाऱ्या प्रत्येक माणसाचं तू असंच स्वागत करतोस?''

''वेज, तुला काय हवं आहे?''

''आपण जे बोलतो, ते इतरांना कोणाला ऐकू जातं का?''

''आपण बोलतो, ते इतरांना कोणाला ऐकू जातं का नाही, याबाबत मला काडीचीही पर्वा नाही.''

''पण मायक्रोफोन लावून इथलं बोलणं दुसरीकडे कुठे ऐकू जात असेल.''

''मग तू इथून चालता हो. इथे थांबूच नकोस.''

''एक मिनिटात मी इथून जाणार आहे. पण मी बऱ्याच गोष्टींचं निरीक्षण करतोय आणि मला तुला हे सांगायचंय आहे की, माझ्या नावाचा उल्लेख आजपर्यंत कुठे झालेला नाही आणि यापुढेही तो कुठे होणार नाही, अशी मी आशा करतो. लोकांचे आवाज बंद करण्यात मी तरबेज आहे.''

''तू आडवाटेने मला जे काही सांगतोयंस, ते मला कळत नाही, असं समजू नकोस.''

''सॅम, तू एखाद्या चांगल्या माणसासारखाच वाग आणि सन्मानात तुझा शेवट करून घे. तू माझ्याबरोबर होतास आणि मोहीम पार पाडताना तुझा त्यात सहभाग होता. कायद्यानुसार माझ्याइतकाच तूही तितकाच दोषी ठरतोस. मी नक्कीच एक स्वतंत्र माणूस आहे. तू आपलं गुपित तुझ्याबरोबरच दफन होऊ दे आणि कोणालाही त्याचा त्रास होणार नाही. बरोबर?''

''तू होतास कुठे?''

''मी सर्व ठिकाणी होतो; असतो. माझं खरं नाव वेज नाहीये आणि सॅम, तू डोक्यात काही भलत्यासलत्या कल्पना आणू नकोस. वेज हे माझं खरं नाव कधीच नव्हतं आणि डोगानलासुद्धा माझं खरं नाव माहीत नव्हतं. मी १९६६ साली सैन्यात भरती झालो. मला व्हिएतनाममध्ये जायचं नव्हतं, म्हणून मी कॅनडात पळून गेलो आणि भूमिगत होऊन परत आलो आणि त्याच स्थितीत अजूनही आहे. सॅम,

तसं पाहिलं तर मी अस्तित्वातच नसलेल्यांपैकी एक आहे.''

''खरं म्हणजे तू आज इथे माझ्या जागी तुरुंगात असायला हवा होतास.''

''नाही सॅम, तू चुकतोयंस. मी तिथे असणार नव्हतो की तू असणार नव्हतास. ग्रीनव्हीलला जायचा मूर्खपणा तू केलास. एफ.बी.आय.कडे कोणताच पुरावा किंवा सुगावा नव्हता. ते आपल्याला पकडूच शकले नसते. मी हुशार होतो, डोगानपण चलाख होता; पण तू मात्र आपल्या साखळीतला कच्चा दुवा ठरलास. तो बॉम्बस्फोट शेवटचा होता, हे तुला माहीत होतं. त्यात काही माणसं मरणार होती, काही नुकसान होणार होतं, ते आपल्या दृष्टीने शेवटचंच होतं. त्या वेळी पळून जाण्यात शहाणपणा होता. मी देश सोडून गेलो आणि परत या दळभद्री जागी आलोही नसतो. तू तुझ्या गाई, कोंबड्यांच्यासाठी घरी परत जायला नको होतंस. डोगानने काय केलं असतं, हे कोण जाणे; पण तुझं इथं असणं हा केवळ तुझा मूर्खपणा!''

''आणि तूसुद्धा आज इथे येऊन मूर्खपणाच करतोयंस.''

''नाही. तू ओरडून कोणाला काही सांगायला लागलास, तरी कोणीही तुझ्यावर विश्वास ठेवणार नाही आणि एव्हीतेव्ही ते तुला वेडा समजायला लागलेच आहेत. पण सॅम, पुन्हा एकदा तुला मी सांगतोय की, या गोष्टी तू तुझ्याजवळच ठेव. कुठे वाच्यता केलीस, तर परिणाम गंभीर होतील. मला कुठल्याही प्रकारचा त्रास नकोय. जे काही पुढ्यात येतंय, त्याचा आहे तसा स्वीकार कर आणि तेसुद्धा काहीही आवाज न करता!''

सॅम यांनी अगदी काळजीने एक सिगारेट पेटवली, एक झुरका घेतला, थोडी राख जमिनीवर झटकली, ''वेज, तू आता इथून चालता हो आणि परत इथे येऊ नकोस.''

''हो. इथून मी जाणारच आहे, पण मला बोलून दाखवायला दु:ख होतंय, पण तुला लवकरात लवकर विषारी वायूच्या पेटीत घालून मारावं, अशी वाईट इच्छा मला व्यक्त करावी लागतीये.''

सॅम उभे राहिले आणि त्याच्या मागे असलेल्या दरवाजाकडे चालत गेले, टकटक केली. एका सुरक्षाकर्मीने दरवाजा उघडला आणि त्यांना तो घेऊन गेला.

ॲडमने लीसमोर सिनेमाला जाण्याचा प्रस्ताव ठेवला होता. लीने तीन दिवस पलंगावर आडवे राहून घालवले होते. सोमवारी सकाळी तिचा पिण्याचा उत्साह ओसरला होता. कौटुंबिक वातावरण असलेलं उपाहारगृह त्यांनी रात्रीच्या जेवणासाठी निवडलं होतं. पदार्थ तत्परतेने टेबलावर येत होते. मद्यसेवनाची सोय नव्हती. बदामासारख्या पीकन नावाच्या सुक्या बियांचं पीठ वापरून केलेला पोळीसारखा

पदार्थ तिने आटवलेल्या दुधाबरोबर खाल्ला.

सिनेमा पश्चिम भागातल्या चकमकींवर आधारित होता. त्यात एतद्देशीय लोक चांगल्या स्वभावाचे असतात आणि युरोपातून आलेले गोरे उपरे आणि अतिदुष्ट असतात, असं दाखवलेलं होतं. सिनेमाचा शेवट 'दुष्टांचा शेवट वाईट होतो' असा दाखवलेला होता. त्या सिनेमात मतांचं राजकारण आणलेलं होतं. लीने दोन ग्लास कोला प्यायलं. तिचे केस स्वच्छ होते. नीट विंचरून मागे फिरवून बांधलेले होते. डोळे तजेलदार आणि आकर्षक वाटत होते. तिने चेहरा स्नो-पावडर लावून मोहक केला होता आणि आधीच्या आठवड्यात दिसत होत्या, त्या सर्व खुणा झाकल्या होत्या. तिने जीन पॅन्ट घातली होती आणि वर पुढून बटणं असलेला सुती कुर्ता घातला होता. ती पूर्ण शुद्धीत होती.

गुरुवारी रात्री ॲडम तिच्या झोपण्याच्या खोलीच्या दरवाजाशी झोपला होता, त्याबद्दल बोलण्याचं त्याने त्या वेळी टाळलं होतं; पण साधकबाधक विचार करण्याची तिच्या मनाची तयारी झालेली असेल, तेव्हा तो हे पुढे कधीतरी करणारच होता. थोडा वेळ द्यायची त्याची तयारी होती. सध्या तिची तारेवरची कसरत सुरू होती. ती एका कड्याच्या टोकाशी दोलायमान स्थितीत उभी होती. कोणत्याही क्षणी, तिच्या मनाचा थोडासा जरी तोल गेला असता, तरी ती खूप खोल गर्तेत पडण्याची शक्यता होती आणि पुढे मद्याच्या व्यसनाचा काळाकुट्ट अंधार! तिच्या मनावर येणाऱ्या तणावापासून, दडपणापासून तिला दूर ठेवण्याचा तो प्रयत्न करणार होता. गोष्टी आनंददायी, उत्साहवर्धक कशा होतील; याकडे तो लक्ष देणार होता. सॅम किंवा त्यांची मृत्युशिक्षा याबद्दल केव्हाही बोलायचं नाही, एडींबद्दल चर्चा नाही किंवा केहॉल कुटुंबाच्या इतिहासाचा उल्लेखही करायचा नाही, असं त्याने ठरवलं होतं.

ती त्याची आत्या होती आणि तिच्यावर त्याचं प्रेम होतं. ती मनाने कमकुवत झालेली होती, मानसिकदृष्ट्या क्षीण होती. अधिकारवाणीने पण प्रेमाच्या ओलाव्याने तिला कोणीतरी दटावायला हवं होतं. तिला पुरेसा आधार द्यायला हवा होता.

३५

रविवारी पहाटेच फिलिप नैपेह यांना छातीतल्या तीव्र वेदनांनी जाग आली आणि क्लिव्हलँडमधल्या एका इस्पितळात त्यांना दाखल करण्यात आलं. पार्चमन परिसरातल्या एका अद्ययावत बंगल्यामध्ये ते त्यांच्या ४१ वर्षं वयाच्या पत्नीसह राहत होते. रुग्णवाहिकेला इस्पितळात पोचायला वीस मिनिटं लागली आणि आय.सी.यू.च्या पलंगावर नेऊन ठेवेपर्यंत त्यांची प्रकृती स्थिर झाली होती. त्या खोलीच्या बाहेर पॅसेजमध्ये त्यांची पत्नी चिंतातुर अवस्थेत थांबून होती आणि परिचारिका त्यांच्या समोरून लगबगीने जा-ये करत होत्या. तीन वर्षांपूर्वी हृदयरोगाचा पहिला झटका त्यांना आला होता, त्या वेळी त्या इथे आल्या होत्या. गंभीर चेहऱ्याच्या एका डॉक्टरांनी त्यांना येऊन सांगितलं की, हृदयविकाराचा एक सौम्य झटका त्यांना आला होता, पण त्यातून ते सावरले होते आणि आता त्यांची प्रकृती स्थिर होती. त्यांच्यावर योग्य ते उपचार होत असल्यामुळे त्यांची प्रकृती आता सुधारत होती. आता त्यांना विश्रांती घेण्याची गरज होती. पुढचे चोवीस तास डॉक्टर त्यांच्या प्रकृतीवर नीट लक्ष ठेवणार होते आणि प्रकृतीत अपेक्षेप्रमाणे सुधारणा घडून आली, तर आठवड्यानंतर त्यांना घरी सोडणार होते.

पार्चमन परिसरात जायलासुद्धा त्यांना मनाई केली होती आणि त्यामुळे केहॉल मृत्युशिक्षा अंमलबजावणी कामात त्यांना सामील केलं जाणार नव्हतं. त्यांच्या बिछान्याजवळ टेलिफोनही ठेवण्यात येणार नव्हता.

झोप येण्यासाठी ॲडमला झगडावं लागत होतं. विधी महाविद्यालयात असताना झोपण्यापूर्वी बिछान्यात पडून पुस्तकं वाचायची सवय त्याला होती. झोप येण्यासाठी कायद्यासंबंधातली पुस्तकं वाचायला घेणं, हा एक चांगला उपाय त्याला त्या काळात मिळाला होता; पण सध्या मात्र तो जितका जास्त वाचत होता, तितका झोप यायला जास्त त्रास व्हायचा. त्याची काळजी वाढायची. गेल्या दोन आठवड्यांत त्याला भेटलेली माणसं, काही नव्या गोष्टींची झालेली माहिती, काही नवी

पाहिलेली ठिकाणं आणि काही घडलेले प्रसंग या सर्वांमुळे त्याच्या मनावरचं दडपण प्रचंड वाढलेलं होतं आणि पुढे आणखी काय वाढून ठेवलेलं होतं, याचे अंदाज बांधताना त्याच्या डोक्यात विचारांचं थैमान माजायचं.

शनिवारी रात्री त्याला नीट झोप लागलीच नव्हती. पहाटे त्याला थोडी झोप लागली आणि तो उठला, तेव्हा आठ वाजले होते. लीच्या आदल्या दिवशीच्या सांगण्यानुसार ती स्वयंपाकघरात काहीतरी नवा पदार्थ बनवण्याचा घाट घालणार होती. कोणे एके काळी अंड्याचे पदार्थ बनवण्यात ती प्रवीण होती, असं तिचं म्हणणं होतं. खोकी उघडून त्यातले तयार पदार्थ गरम करून खाणं काय, कोणीही करू शकत होतं. ॲडमने जीन चढवली आणि वर शर्ट घातला. तरीपण स्वयंपाकघरात काही बनत असल्याची चाहूल लागत नव्हती.

स्वयंपाकघरात शांतता होती. त्याने लीला हाक मारली आणि कॉफी बनवण्याचं भांडं पाहिलं, तर ते अर्धं भरलेलं होतं. लीच्या खोलीचा दरवाजा उघडा होता आणि आत दिवे नव्हते. त्याने घाईघाईने सर्व खोल्या तपासल्या. पॅटिओवरसुद्धा ती वर्तमानपत्र घेऊन कॉफी पीत बसली नव्हती. एकएक खोली ॲडमला मोकळी दिसायला लागली, तशी त्याच्या मनात अभद्र विचारांची दाटी व्हायला लागली. ती तिची मोटार जिथे ठेवायची तिथे तो गेला. तिथे गाडी नव्हती. तो तसाच तापलेल्या फरशीवरून अनवाणी चालत संकुलाच्या मुख्य प्रवेशद्वाराशी सुरक्षाकर्मींच्या खोलीत गेला आणि त्याने येणाऱ्या-जाणाऱ्यांची नोंद करण्याची वही तपासली आणि दोन तासांपूर्वीच ती बाहेर पडलेली होती, हे त्याला समजलं. म्हणजे ती शुद्धीवर असणार, असं तो समजला.

मेम्फिस प्रेसचा रविवारचा बातम्या आणि अमाप जाहिराती यांनी भरलेला अंक चांगला तीन इंच जाड होता. तो दिवाणखान्यातल्या सोफ्यासमोरच्या छोट्या टेबलावर होता. त्या अंकातली शहरासंबंधी बातम्या असलेल्या विभागाची पानं अगदी वर नीटपणे ठेवलेली होती. खूप वर्षांपूर्वी गरिबांना मदत करण्याच्या एका उपक्रमात लीने भाग घेतला होता, त्या वेळी काढलेला एक फोटो आजच्या अंकात पहिल्या पानावर एकदम दिसेल अशा तऱ्हेने छापला होता. कॅमेऱ्याकडे पाहत असलेले श्री. आणि सौ. फेल्प्स यांचा तो अगदी जवळून काढलेला फोटो होता. काळ्या घोळदार पेहरावात ली अगदी आकर्षक दिसत होती. फेल्प्सच्या अंगावर उंची सूट होता आणि काळा टाय होता. दोघे एका सुखी जोडप्यासारखे दिसत होते.

केहॉल गोंधळासंदर्भातल्या प्रत्येक बाबींचा पुरेपूर फायदा घेऊन आत्तापर्यंतच्या बातम्या टोड मार्क्स या वार्ताहराने छापल्या होत्या. सुरुवातीच्या बातम्यांतून केहॉल कुटुंबावर तशी चिखलफेक नव्हती. आजच्या बातमीत मॅकलिस्टर, रॉक्सबर्ग, लुकस मान यांची मतं प्रसिद्ध करण्यात आली होती आणि नेपैह यांनी व्यक्त केलेलं

मौन याचा उल्लेख होता. पुढे लीचा उल्लेख आला होता. तेव्हा तिची ओळख 'मेम्फिसमधील समाजात प्रतिष्ठित समजले जाणारे प्रसिद्ध बँक व्यावसायिक फेल्प्स बूथ यांच्या अतिश्रीमंत कुटुंबातील आणि सामाजिक क्षेत्रात सतत कार्यरत असलेली ही ॲडम हॉल या वकिलांची आत्या आहे. विश्वास ठेवा अगर ठेवू नका, पण कुप्रसिद्ध सॅम केहॉल यांची ती मुलगी आहे.' असं वर्णन होतं.

बातमीचा मोहरा आणि आवेश असा काही होता की, जणूकाही तीच एक गुन्हेगार होती, हे त्यातून प्रतीत होतं होते. लीचं सॅमशी असलेलं नातं जेव्हा तिच्या मित्रांना कळलं, (अर्थात मित्रांच्या नावांचा उल्लेख टाळला होता.) तेव्हा तर त्यांना धक्काच बसला होता, असं नमूद केलं होतं. बूथ कुटुंबाचा उल्लेख एक 'अत्यंत श्रीमंत कुटुंब' असा केला होता आणि अशा कुटुंबाने इतक्या खालच्या थराला जाऊन केहॉल कुटुंबातली मुलगी सून म्हणून कशी स्वीकारली, याबद्दल आश्चर्य व्यक्त केलं होतं. बातमीमध्ये वॉल्टचा उल्लेख करून (पुन्हा एकदा माहिती कुठून मिळाली, हे सांगण्यास असमर्थता व्यक्त करून) तो त्यांच्यात परत यायला तयार नव्हता, असं लिहिलेलं होतं. वॉल्टने अद्याप लग्न केलेलं नव्हतं आणि तो ॲम्स्टरडॅम इथे राहत होता, असा ओझरता उल्लेख केला होता.

या सर्वांवर कडी म्हणजे आणखी एका निनावी स्रोताचा उल्लेख करून बातमी दिली होती. माहिती देणारी व्यक्ती गरिबांच्या मदतीसाठी आयोजित केलेल्या एका भोजनाच्या कार्यक्रमाच्या ठिकाणी उपस्थित होती. ली आणि फेल्प्स बसले होते, त्यांच्या जवळच्याच टेबलाशी रूथ क्रॅमर बसल्या होत्या. या व्यक्तीलासुद्धा जेवणाच्या समारंभाचं निमंत्रण होतं. लीची रूथ क्रॅमर यांच्याशी मैत्री होती आणि लीला ती साधारणपणे ओळखत होती आणि ली कोणाची मुलगी होती, हे कळल्यावर या व्यक्तीला जबरदस्त झटका बसला होता.

रूथ क्रॅमर यांचा एक छोटा फोटो या बातमीसमवेत छापला होता. पन्नाशीत असलेल्या रूथ खूप आकर्षक दिसत होत्या.

लीचा मुखवटा किंवा पडदा पूर्णपणे फाडल्यानंतर न्यू ऑर्लिन्समधल्या शुक्रवारच्या तोंडी निवेदनाच्या किंवा जबानीच्या बातमीकडे बातमीदार वळला होता. त्याबद्दलची आणि केहॉल बचाव पक्षाच्या सध्याच्या डावपेचांची माहिती त्याने थोडक्यात दिली होती.

बातमीचा एकंदर तपशील गचाळ होता. त्यातून फक्त एवढंच साध्य झालं होतं की, शहरातल्या इतर खून-मारामाऱ्यांच्या बातम्या पुढच्या पानांवर ढकलाव्या लागल्या होत्या. ॲडमने ते वर्तमानपत्र जमिनीवर फेकून दिलं आणि तो कॉफी पीत राहिला.

त्या रविवारी ली उठली, ती आनंदी चेहऱ्याने, पूर्णपणे शुद्धीत होती. बऱ्याच

दिवसांनी प्रथमच ती चांगली दिसत होती. कदाचित तिचा उत्साह जरा जास्तच वाटत होता. हातात कॉफीचा कप आणि वर्तमानपत्र घेऊन ती सोफ्यावर आरामात बसली होती; पण काही मिनिटांतच थोबाडीत मारल्यासारखा तिचा चेहरा झाला आणि पोटात काही डचमळत होतं, असं वाटून ती तिथून उठून गेली. अशा वेळी ती कुठे जायची? नक्कीच ती फेल्प्सपासून दूरच असणार. कदाचित तिचा एखाद्या अशा मित्राकडे, जो तो तिला त्याच्या कुशीत घेऊन तिचं दुःख कमी करण्याचा प्रयत्न करेल; पण तशी शक्यता नव्हती. हातात दारूची बाटली घेऊन ती मोटार चालवत दिशाहीन होऊन भरकटू नये, याबद्दल तो प्रार्थना करू लागला.

'आज फेल्प्स यांच्या मालमत्तेबद्दल नक्कीच वावड्या उठत असणार!' वर्तमानपत्राच्या पहिल्याच पानावर त्यांच्या कुटुंबातलं गलिच्छ गुपित जगजाहीर झालं होतं. या मानखंडनेला ते कसे सामोरे जाणार होते? एवढ्या सुप्रसिद्ध बूथ कुटुंबातल्या एका पुरुषाने एका कवडीमोल गोऱ्या स्त्रीबरोबर लग्न केलं होतं आणि तिच्यापासून त्याला एक मुलगा झालेला होता, ही गोष्ट आता साऱ्या जगाला माहीत झाली होती. या मानहानीच्या धक्क्यातून हे कुटुंब सावरणं अशक्यच होतं. वयोवृद्ध श्रीमती बूथ नक्कीच अतिशय दुःखी होणार होत्या आणि एव्हाना त्या अंथरुणाला खिळलेल्या असणार होत्या.

ॲडमने मनातल्या मनात त्यांच्याबाबत असं काही होऊ नये, अशी प्रार्थना केली. त्याने अंघोळ करून कपडे चढवले आणि त्याच्या मोटारीचं छप्पर सरकवून मागे केलं. मेम्फिसच्या मोकळ्या रस्त्यांवर लीची जग्वार गाडी त्याला कुठे दिसेल, अशी अपेक्षाच त्याने केलेली नव्हती, त्यामुळे तो निरुद्देश गाडी चालवत होता. त्याने नदीलगतच्या फ्रंट रस्त्यापासून सुरुवात केली. तिथे मोठमोठ्या लाउडस्पीकरवरून स्प्रिंगस्टीनची गाणी चालू होती. त्याने एकाएकी पूर्वेच्या दिशेने गाडी वळवली आणि तो युनियनच्या रस्त्यावरच्या इस्पितळाच्या इमारतीसमोरून गेला. तो नंतर मिडटाउन भागातल्या वैभवशाली घरांसमोरून गेला आणि सरतेशेवटी ऑबर्न हाउसच्या प्रकल्पापाशी पोचला. अर्थात तिथे ली त्याला दिसली नाहीच, पण वाहन चालवताना त्याला बरं वाटत होतं. दुपारचे बारा वाजत आले होते आणि वाहतूक वाढली होती. ॲडम तिथून थेट त्याच्या ऑफिसमध्ये गेला.

रविवारी आणखी एक अनपेक्षित पाहुणा सॅम यांच्या भेटीला गेला होता. हातावरच्या बेड्या काढल्यानंतर त्यांनी मनगटाजवळचा हाताचा भाग थोडा वेळ चोळला आणि ते जाळीच्या पडद्यासमोर बसले. पलीकडल्या बाजूला पिकलेल्या केसांचा, चेहऱ्यावर आनंद, हास्य आणि आपुलकी असलेला एक गृहस्थ बसला होता. "मिस्टर केहॉल, मी राल्फ ग्रिफिन. पार्चमन तुरुंगातल्या चर्चमध्ये काम करतो. मी इथे नव्याने रुजू

झालेलो आहे, त्यामुळे यापूर्वी आपण कधी भेटलेलो नाही.''

सॅम यांनी मान डोलावली आणि म्हणाले, ''तुम्हाला भेटून आनंद झाला.''

''मलाही तुम्हाला भेटून आनंद झाला. मी इथल्या नोकरीत रुजू होण्यापूर्वीच्या धर्मगुरूंशी तुमची भेट झाली असेलच.''

''हं! ते रेव्हरंड रुकर. ते सध्या कुठे आहेत?''

''ते सेवानिवृत्त झाले.''

''छान! पण मी त्यांच्याशी चांगला वागलो नव्हतो आणि त्यांना स्वर्गातसुद्धा स्थान मिळेल, याबद्दल मी साशंक आहे.''

''होय, ते लोकप्रिय नव्हते, हे मी ऐकलंय.''

''लोकप्रिय? इथला प्रत्येक जण त्यांचा तिरस्कार करायचा. त्यांच्यावर आमचा विश्वास नव्हता. त्याचं कारण मी सांगणं योग्य नाही, तरीपण सांगतो. ते मृत्युशिक्षेच्या बाजूने होते. ते देवाचा प्रतिनिधी म्हणून इथे आलेले होते आणि आमचा मृत्यू व्हावा, असं त्यांना वाटायचं. तुमचा यावर विश्वास बसेल? आणि धर्मग्रंथातच तसं सांगितलेलं आहे, असं ते म्हणायचे. डोळ्याला डोळा म्हणजे जशास तसे!''

''हो, तेही मी ऐकलं आहे.''

''म्हणजे ते कसे होते, हे तुम्हाला ठाऊक आहे. तुम्ही कोणत्या प्रकारचे धर्मगुरू आहात? म्हणजे कोणत्या शाखेचे?''

''मी नामकरण करणारा म्हणून चर्च या संस्थेत दाखल झालो. सध्या मला चर्चकडून विशेष असं कोणतंही पद दिलं गेलेलं नाही. मला वाटतं, ही अशी वेगवेगळी पदं निर्माण करण्यात आता देवालाही रस राहिलेला नाही, असं दिसतंय.''

''माझासुद्धा देवाच्या बाबतीत भ्रमनिरास झालेला आहे.''

''असं का म्हणता?''

''तुम्ही रॅन्डी डुप्रीला ओळखता? माझ्या जवळच्या कोठडीतला तो एक कैदी आहे. त्याने एका मुलीवर बलात्कार करून तिचा खून केला. तो आता वेडा झाला आहे.''

''हो. मी त्याची फाइल वाचलेली आहे. तो एके काळी चर्चमध्ये प्रवचनं द्यायचा.''

''आम्हीपण त्याला प्रवचनकारच म्हणतो. पडणाऱ्या स्वप्नांचे अर्थ लावण्याची सिद्धी त्याला काही दिवसांपूर्वी प्राप्त झालेली आहे, असं तो सांगतो. तो देवांची गाणी-भजनं म्हणतो आणि त्यामुळे लोकांची दु:खं दूर होतात. त्याला एक विशेष ताकद मिळाली आहे आणि त्याला जर संधी दिली ना, तर तो विषारी नागाशीसुद्धा खेळून दाखवेल, असंही सांगतो. मार्क्सने लिहिलेल्या धर्मग्रंथातल्या सोळाव्या अध्यायातला अठरावा श्लोक तुम्हाला माहीत असेलच. तर सांगायचं कारण म्हणजे, गेला महिनाभर प्रयत्न करून त्याने एका स्वप्नाचा अर्थ लावला आणि तो मला सांगितला. त्यानुसार माझी मृत्युशिक्षा लवकरच अमलात आणली जाणार

आहे आणि मी केलेल्या वाईट कृत्यांचं परिमार्जन करायला देव उत्सुक आहे.''

''केलेली कृत्य निस्तरली जाणं यात गैर काही नाहीये. तो जे सांगतो, ते बरोबर आहे.''

''पण एवढी घाई काय आहे? माझ्याकडे अजून दहा दिवस आहेत.''

''म्हणजे तुमचा देवावर विश्वास आहे, असं म्हणायचं?''

''हो, माझा देवावर विश्वास आहे. पण तुम्ही मृत्युशिक्षा असावी, या मताचे आहात का?''

'' नाही, मी त्या मताचा नाही.''

सॅम यांनी काही क्षण विचार केला आणि मग म्हणाले, ''तुम्ही हे प्रामाणिकपणे सांगताय?''

''जिवानिशी कोणाला मारणं, हे केव्हाही वाईटच मिस्टर केहॉल! तुम्ही केलेल्या कृत्यांमुळे तुम्ही स्वत:ला अपराधी समजत असाल, तर तुम्ही कोणालातरी मारलं आहे, ते कृत्यसुद्धा चुकीचंच होतं, असंही तुम्ही मान्य कराल, बरोबर आहे की नाही? त्यामुळे सरकारने तुम्हाला मारणं हीसुद्धा त्यांची चूकच होणार आहे.''

''देवा, तुझं कौतुक करावं तितकं थोडं आहे. तू अशीसुद्धा माणसं निर्माण केली आहेस!''

''शिक्षा म्हणून कोणालातरी मारणं, हे प्रेषित येशूला मान्य होतं, यावर माझा कधीच विश्वास नव्हता. त्याने आपल्याला तसं शिकवलं नाही. त्याने आपल्याला एकमेकांवर प्रेम करायला, दुसऱ्यावर दया दाखवायला शिकवलंय.''

''मी बायबलचा अर्थ तसाच लावतो आणि तुम्हीपण तसाच लावत असाल, तर तुम्हाला या तुरुंगशाखेच्या नोकरीत त्यांनी घेतलंच कसं?''

''राज्याच्या सिनेटगृहामध्ये माझा एक चुलतभाऊ आहे.''

त्यावर सॅम हसले आणि हसताना दाद देण्यासाठी त्यांनी एक शिट्टी वाजवल्यासारखा आवाज काढला आणि म्हणाले, ''तुम्ही प्रामाणिक आहात. फार काळ इथे राहू शकणार नाही.''

''नाही, ते मला काहीही करू शकणार नाहीत. माझा चुलतभाऊ तुरुंगसुधारगृहाच्या म्हणजे सुधारगृहाच्या समितीचा अध्यक्ष आहे. ती जागा मोठ्या अधिकाराची आहे.''

''मग त्यांनी पुढची निवडणूक जिंकून त्या जागेवर परत निवडून यावं, म्हणून तुम्ही देवाची प्रार्थना करा.''

''मी दररोज सकाळी ती करतोच. तुमच्याशी ओळख करून घ्यायची होती, म्हणून मी आज इथे आलो. पुढच्या काही दिवसांत मला तुमच्याबरोबर काही गोष्टी बोलायच्या आहेत. तुम्हाला जर हवं असेल, तर मी तुमच्याबरोबर प्रार्थनापण करीन. मृत्युशिक्षा झालेल्या व्यक्तींबरोबरचा हा माझा पहिलाच अनुभव आहे.''

"मलाही तो नाही.''

"त्या शिक्षेचं तुम्हाला भय वाटतं?''

'रेव्हरंडसाहेब, मी एक वृद्ध माणूस आहे. काही महिन्यांत मी सत्तर वर्षांचा होणार आहे. अर्थात मी तोपर्यंत जगलो तरच. काहीकाही वेळा मृत्यू मला आनंददायी वाटतो. निदान दुष्ट जागेत राहण्यापासून तरी माझी मुक्तता होईल.''

"तरीपण मृत्यूची शिक्षा वाचवण्यासाठी शासनाविरुद्ध तुमची झुंज चालूच आहे.''

"तशी झुंज चाललेली आहे खरी; पण मी का झगडतोय, हे माझं मलाच कळत नाहीये. कर्करोगाविरुद्ध दीर्घ काळ चालणाऱ्या झुंजीसारखं मला ते वाटतं. तुम्ही हळूहळू क्षीण होत जाता, दररोज थोडंथोडं मरत असता आणि सरतेशेवटी तुम्ही अशा ठिकाणी पोचता की, त्या वेळी मृत्यूचा तुम्ही आनंदाने स्वीकार करता. आता खरी गोष्ट अशी आहे की, कोणालाच मरावंसं वाटत नाही. तसंच मलासुद्धा वाटत नाही.''

"मी तुमच्या नातवाविषयी वाचलं आहे. त्याच्या जवळ असण्यामुळे तुम्हाला जरा बरं वाटत असेल नाही? मला माहीत आहे की, तुम्हाला त्याचा अभिमान वाटतो.''

सॅम हसले आणि त्यांनी जमिनीकडे नजर टाकली.

"पण ते जाऊ दे.'' रेव्हरंडसाहेबांनी बोलणं पुढे चालू केलं, "मी इथे जवळपासच असणार आहे. मी उद्या आलो, तर चालेल का?''

"हो, नक्की या. तुम्ही सांगितलेल्या गोष्टींवर आज मी जरा विचार करतो. चालेल?''

"हो. इथले नियम तुम्हाला माहीत असतीलच ना? तुमच्या शेवटच्या काही तासांत तुमच्याबरोबर फक्त दोनच प्रकारच्या व्यक्तींना थांबता येतं. एक तुमचे वकील आणि तुमचे आध्यात्मिक गुरू. त्यामुळे तुमच्याबरोबर मला थांबायला मिळणार आहे, हे माझं मी भाग्य समजतो.''

"धन्यवाद! आणि रॅन्डी डुप्रीबरोबर बोलायला तुम्ही थोडा वेळ काढाल का? बिचारा खचून चाललाय. त्याला खरोखरच मदतीची गरज आहे.''

"मी उद्या त्याला भेटेन.''

"धन्यवाद!''

ॲडमने फोन करून एका सिनेमाची सी.डी. मागवून सिनेमा पाहिला. लीचा पत्ता नव्हता. दहा वाजता त्याने पश्चिम किनाऱ्यावर दोन फोन लावले. पहिला फोन त्याने पोर्टलँड इथे त्याच्या आईला केला होता. गेल्या काही दिवसांपासून तिची प्रकृती ठीक नव्हती, पण ॲडमचा फोन आल्यावर तिला जरा बरं वाटलं होतं. सॅम

यांच्याबद्दल तिने काही चौकशी केली नव्हती की ॲडमने तिला त्यांच्याबद्दल काही सांगितलं नाही. तो सध्या खूप कामात होता, असं सांगून आणि त्या कामात त्याला यश येण्याची आशा होती, हे सांगून काही आठवड्यांतच तो शिकागोला परतणार होता, हेही त्याने सांगितलं. वर्तमानपत्रात तिने त्याच्याबद्दलच्या बातम्या वाचल्या होत्या आणि त्याबद्दलचे विचार ती करत होती, असं तिनं सांगितलं. ली चांगली होती, अशी ॲडमने माहिती दिली.

दुसरा फोन त्याने कारमेन या त्याच्या धाकट्या बहिणीला केला. ती बर्कलेला होती. केव्हीन का कोणीतरी पुरुषाने तो फोन घेतला होता. बरेच दिवस तो त्याच्या बहिणीबरोबर राहत होता. कारमेन लगेचच फोनवर आली आणि मिसिसिपीमध्ये घडणाऱ्या घटनांची माहिती घ्यायला उत्सुक होती. तीपण लक्ष ठेवून बातम्या ऐकत होती. सर्व गोष्टी अपेक्षेनुसार होत होत्या, असं तिनं सांगितलं. भीषण आणि त्रासदायक क्लक्स आणि वंशविद्वेषकांच्यात तो होता, म्हणून तिला त्याची काळजी वाटत होती. ॲडमने तो सुरक्षित होता आणि प्रत्यक्षात इथे सर्वकाही शांत होतं, असं पुन:पुन्हा सांगितलं. इथले लोक आश्चर्यकारकरीत्या सभ्यपणे वागत होते आणि पूर्वीचे तंटेबखेडे त्यांनी केव्हाच मागे सोडून दिलेले होते, असं दिसत होतं. तो ली आत्याकडे राहत होता आणि त्यांचं छान जमल्याचं सांगितलं. कारमेनला सॅम आजोबांबद्दल म्हणजे ते कसे होते, ते दिसतात कसे?, त्यांच्या मनाचा कल, भूमिका, एडींबद्दल त्यांची बोलण्याची इच्छा वगैरेची माहिती हवी असल्याचं पाहून त्याला आश्चर्य वाटलं. आठ ऑगस्टपूर्वी विमानाने तिथे येऊन तिने त्यांना पाहावं का, अशी विचारणा केली. ती असं काही विचारेल, असं ॲडमला वाटलं नव्हतं. ॲडमने त्यावर तो विचार करेल आणि सॅमना विचारून काय ते ठरवेल. असं उत्तर दिलं होतं.

ॲडम सोफ्यावरच झोपी गेला. समोर टेलिव्हिजन चालूच राहिला होता.

सोमवारी सकाळी साडेतीन वाजता फोनच्या आवाजाने तो जागा झाला. फोनवर बोलणाऱ्याचा आवाज त्याने यापूर्वी कधी ऐकलेला नव्हता. त्याने तो फेल्प्स बोलतोय असं सांगून "तू नक्कीच ॲडम असणार." असं तो माणूस पुढे म्हणाला.

ॲडमने बसून डोळे चोळले आणि म्हणाला, "हो. मी ॲडमच बोलतोय."

"तू लीला कुठं पाहिलं आहेस का?" फेल्प्सने विचारलं. त्याच्या आवाजात घाई नव्हती की उत्सुकता नव्हती.

टी.व्ही.मागच्या भिंतीवरच्या घड्याळात त्याने पाहिलं, "नाही. का? काय झालंय?"

"ती संकटात आहे. एका तासापूर्वी पोलिसांनी मला फोन केला होता. काल संध्याकाळी साडेआठ वाजता दारू पिऊन गाडी चालवल्याबद्दल तिला अटक झाली आणि ती तुरुंगात आहे."

“अरे बाप रे!” ॲडम म्हणाला.

“ही तिची पहिली वेळ नाहीये. तिला अटक केल्यानंतर पोलिसांनी तिला चौकीत नेलं. पिणाऱ्यांना ज्या कोठडीत टाकतात, त्या कोठडीत तिला पाच तास ठेवलं. तिच्याकडून त्यांनी एक जबाब लिहून घेतला. त्यात तिनं माझं नाव घातलं होतं, म्हणून पोलिसांनी मला फोन केला. मी तातडीने पोलीसचौकीवर गेलो, पण तोपर्यंत तिला जामीन मिळून ती तिथून बाहेर पडली होती. मला वाटलं की, तिने तुला फोन केला असेल, म्हणून मी तुला हा फोन केला.”

“मी आज सकाळी उठलो, तेव्हा ती घरातून बाहेर गेलेली होती आणि तेव्हापासून तिचा पत्ताच नव्हता. आणखी कोणाला तिनं फोन करण्याची शक्यता आहे?”

“मला त्याबद्दल काही सांगता येणार नाही आणि अशा या अपरात्री मला तिच्या कोणत्या मित्राला किंवा मैत्रिणीला फोन करणं जिवावर येतंय. मला वाटतं आपण थोडं थांबू या.”

त्याच्यावर ‘आपण’ या शब्दामुळे एकत्रितपणे निर्णय घेण्याच्या जबाबदारीचं दडपण आलं होतं. त्यांचं लग्न होऊन तीस वर्षं झाली होती. लग्नाची परिणती चांगली असो वा नसो, दोघंही वैवाहिक जीवनात येणाऱ्या विविध प्रकारच्या चांगल्या आणि वाईट परिस्थितीतून गेले होते. त्यामुळे सद्य:परिस्थितीत काय करायचं होतं, हे फेल्प्सना चांगलं माहीत असणार होतं.

“ती तुरुंगातून पळून तर गेलेली नाहीये ना? का गेली?” त्याने घाबरत विचारलं आणि त्याला उत्तर ठाऊक होतं.

“नाही. कोणीतरी तिला घेऊन गेलंय. त्यामुळे आणखी एक प्रश्न उद्भवलाय. तिची मोटार अद्याप पोलीस चौकीच्या आवारातच आहे. ती घेऊन येण्यासाठी मी पैसे भरलेले आहेत.”

“तुमच्याजवळ किल्ली आहे का?”

“हो. ती मोटार आणण्यासाठी तू मला मदत करशील?”

ॲडमच्या डोळ्यासमोर लगेचच सकाळच्या वर्तमानपत्रातली लीबद्दलची बातमी आणि फेल्प्सबरोबरचा तिचा फोटो, बूथ कुटुंबीयांच्या सदस्यांच्या त्याबद्दलच्या प्रतिक्रियांचं अनुमान, हे सगळं आलं. या सर्वांसाठी त्यांनी ॲडमलाच जबाबदार धरलं असणार, याची त्याला खात्री होती. तो शिकागोमध्येच राहिला असता, तर हे घडलं नसतं.

“हो, नक्कीच! सांगा, मी काय करू ते.”

“तू खाली जाऊन मुख्य प्रवेशद्वाराजवळच्या सुरक्षारक्षकांच्या खोलीशी येऊन थांब. मी तिथे दहा मिनिटांत येतो.”

ॲडमने दात घासले. मुख्य प्रवेशद्वाराजवळ विली या सुरक्षाकर्मीबरोबर इकडच्या-

तिकडच्या गप्पा मारत पंधरा मिनिटं काढली. मर्सिडिझ बेन्झ कंपनीने आत्तापर्यंतच्या इतिहासात ज्या सर्वांत जास्त लांब मोटारी बनविलेल्या होत्या, त्यातली एक काळ्या रंगाची मोटार दरवाजाशी येऊन थांबली. ॲडमने विलीचा निरोप घेतला आणि तो मोटारीत बसला.

दोघांनी हस्तांदोलन केलं. शिष्टाचारानुसार नम्रपणा व्यक्त करण्याची ती प्रथा होती. फेल्प्सने जॉगिंग करताना घालतात, तसा पांढरा पोशाख घातला होता. डोक्यावर कब्ज या बेसबॉल संघाची टोपी होती. रिकाम्या रस्त्यावर तो कमी वेगाने गाडी चालवत होता. ''लीने माझ्याबद्दल काही गोष्टी तुला सांगितल्या असतील, असं मला वाटतं.'' त्याच्या बोलण्यात दु:ख किंवा आपलेपणाचा लवलेशही नव्हता.

''हं, काही गोष्टी सांगितल्या आहेत.'' ॲडम जरा चाचरतच उत्तरला.

''तशा सांगण्यासारख्या खूप गोष्टी आहेत. कुठल्याकुठल्या सांगितल्या, ते मी तुला विचारणार नाही.''

फेल्प्स तसा बरा बोलत होता. ''आपण बेसबॉल किंवा इतर काही गोष्टींवर बोलू. म्हणजे मी असं धरून चालतो की, तू कब्ज संघाच्या बाजूचा आहेस.''

''हो, मी गेली बरीच वर्षं कब्जचा चाहता आहे. तू?''

''मीपण आहे, पण शिकागोमध्ये मी या वर्षीच आलोय. मी तिथल्या रिगली मैदानावर दहा-बारा सामने पाहिले आहेत आणि मी त्या मैदानाच्या तसा जवळ राहतो.''

''खरं म्हणजे मी दर वर्षी तीनचार वेळा तरी तिथे जातोच. तिथे माझ्या एका मित्राने माझ्यासाठी एका महत्त्वाच्या जागेचं कायमचं आरक्षण करून ठेवलं आहे. त्यामुळे गेली कित्येक वर्षं मी हे सामने पाहतोय. तुझा आवडता खेळाडू कोण आहे?''

''सॅन्डबर्ग. तुमचा कोण?''

''मला जुने खेळाडू आवडतात. अर्नी बॅन्क्स आणि रॉन सॅन्टो. बेसबॉल खेळाचे जुने दिवस फार चांगले होते. त्या काळात खेळाडू त्यांच्या संघाशी एकनिष्ठ असायचे. पुढच्या वर्षात कोण खेळाडू तुमच्या आवडत्या संघातून खेळणार, याचे अंदाज तुम्हाला बांधता यायचे. आता तसं काही सांगता येत नाही. मला खेळाबद्दल प्रेम आहे; पण लालूच आणि हाव यांमुळे खेळात भ्रष्टाचार बोकाळला आहे.''

फेल्प्ससारख्या माणसाने लालचीपणाचा इतका तिरस्कार करावा, याचं ॲडमला आश्चर्य वाटलं. ''कदाचित ते खरंही असेल, पण या संघाच्या मालकांनी गेल्या शंभर वर्षांतल्या बेसबॉल खेळाडूंच्या लोभ आणि हावरटपणाबद्दल एक पुस्तकही लिहिलंय आणि जिथे पैसा मिळण्याची शक्यता असेल, अशा बाबतीत खेळाडूंनी जास्त पैशांची मागणी करण्यात गैर काय आहे?''

''एक वर्षासाठी पाच मिलियन डॉलर्स देण्यासारखा कोण खेळाडू आहे?''

''कोणीही नाही, पण जेव्हा रॉक संगीत गाणाऱ्या गायकांना पन्नास-पन्नास

मिलियन मिळतात, तर बेसबॉल खेळाडूंनी काही मिलियनची मागणी केली, तर बिघडलं कुठे? तीपण एक करमणूकच आहे. खेळाडूसुद्धा पैसे देऊन आणलेले असतात. ते काही मालक नसतात. मी खेळाडूंसाठी रिगलीवर सामने पाहायला जातो. ट्रिब्यून मालक आहे म्हणून नाही.''

''ठीक आहे; पण तिकिटाची किंमत तू बघ. एक सामना पाहायला पन्नास डॉलर्स?''

''प्रेक्षकांची संख्या वाढते आहे आणि चाहत्यांना त्याबद्दल काही वाटत नाही, असं दिसतंय.''

गावाच्या जुन्या भागातून ते जात होते. पहाटे चार वाजता रस्त्यावर वाहतूक नव्हतीच आणि काही मिनिटांतच ते पोलीसचौकीच्या तुरुंगाशी पोचले. ''हे बघ ॲडम, लीनं दारूच्या व्यसनाबद्दल तुला कितपत सांगितलंय, मला माहीत नाही.''

''तिला दारूचं व्यसन आहे, हे लीने मला सांगितलंय.''

''तिनंच तुला हे सांगितलं, हे बरं झालं. दारूच्या अंमलाखाली असताना मोटार चालवायचा हा तिचा दुसरा गुन्हा आहे. पहिल्या वेळची अटक मी वर्तमानपत्रांपासून दूर ठेवू शकलो होतो, पण या वेळी ते जमेल असं वाटत नाही. एकाएकी ती साऱ्या शहरभर चर्चेचा विषय झालेली आहे. तिने कोणाला जखमी केलेलं नाही, ही देवाची कृपा म्हणायची.''

कुंपणालगतच्या फाटकाशी फेल्प्सने मोटार थांबवली, ''ती आजपर्यंत व्यसनमुक्ती केंद्रातून सहा वेळा तरी जाऊन आलेली आहे.''

''सहा वेळा? ती तीन वेळा उपचार करून घेतल्याचं बोलली होती.''

''व्यसनी लोकांच्या बोलण्यावर विश्वास ठेवायचा नसतो. गेल्या पंधरा वर्षांत ती पाच वेळा व्यसनमुक्ती केंद्रात जाऊन आल्याचं मला नक्की माहितीये. नदीच्या तटालगतच्या रस्त्याच्या, उत्तरेला बाजूला पुढे काही मैलांवर स्पिंग क्रिक नावाचं एक प्रसिद्ध परिणामकारक व्यसनमुक्ती केंद्र आहे. ही तिच्या आवडीची जागा आहे. परिसर छान आहे, शांत आहे आणि अतिश्रीमंत लोकांनाच ते परवडतं. तिथे दारू पाहायलासुद्धा मिळत नाही, पण तिथे उपचार चांगले होतात; उपचारार्थींची खूप काळजी घेतात. खाणं चांगलं असतं. व्यायाम, बाष्पस्नान आणि अगदी शिस्तीतलं वातावरण असतं. दिवसभर रुग्णाला ते व्यग्र ठेवतात. ते केंद्रच इतकं चांगलं आहे की, लोकांना मधूनमधून तिथे जायला आवडतं. माझा एक अंदाज असा आहे की, संध्याकाळनंतर ती तिथे जाईल. तिचे काही मित्र असे आहेत की, तिला ते त्या केंद्रात दाखल व्हायला मदत करतील. त्या केंद्रात ती चांगली प्रसिद्ध आहे. असं समज की, ते तिचं दुसरं घर आहे.''

''ती तिथे किती दिवस राहील?''

"ते बदलत असतं, पण कमीत कमी एक आठवडा. आत्तापर्यंत जास्तीत जास्त एक महिना ती तिथे राहिलेली आहे. दर दिवसाला दोन हजार डॉलर इतकी तिथली फी आहे आणि अर्थातच बिलं माझ्याचकडे येतात, पण मला त्याचं वाईट वाटत नाही, तिला मदत करायला मी कितीही पैसे खर्च करायला तयार आहे."

"आता मी काय करावं, असं तुम्हाला वाटतं?"

"पहिली गोष्ट आपण तिला शोधून काढलं पाहिजे. काही तासांतच मी माझ्या सर्व सेक्रेटरींना फोन करण्याच्या कामावर बसवतो आणि आपण तिला शोधून काढू. तिच्या बाबतीत अंदाज बांधता येतात आणि मला खात्री आहे की, ती नक्कीच कोणत्यातरी व्यसनमुक्ती केंद्रात दाखल झालेली असेल आणि बहुतांशी स्प्रिंग क्रिक मध्येच. काही तासांतच मी चक्र फिरवायला सुरुवात करतो आणि ही बातमी वर्तमानपत्रात येत नाही, हे पाहतो; पण कालच्या वर्तमानपत्रात जे काही प्रसिद्ध झालंय आहे, ते पाहता ते जरा अवघड वाटतंय."

"मलाही त्याबद्दल वाईट वाटतंय."

"एकदा का आपण तिला शोधलं की, तू तिला भेटणं आवश्यक आहे. काही फुलं आणि तिला आवडणारे खाण्याचे पदार्थ बरोबर घेऊन तिच्याकडे जा. मला कल्पना आहे की, तू खूप कामात आहेस आणि पुढे काय वाढून ठेवलंय, हेही मला दिसतंय."

"नऊ दिवस!"

"नऊ दिवस! बरोबर! पण तू तिला भेटण्याचा प्रयत्न कर आणि एकदा का पार्चमनवरचं काम संपलं की, मग तू शिकागोला परत जा आणि तिला तिच्या नशिबावर सोडून दे."

"तिला एकटं सोडायचं?"

"हो, जरा कठोर वाटतंय; पण तसं करणं जरूर आहे. तिचे प्रश्नही बरेच आहेत. त्यांची कारणंही अनेक आहेत. तुला ती माहीत नाहीत. तिचं केहॉल कुटुंब हे त्यातलं सर्वात मोठं कारण आहे; पण तिला तुझ्याबद्दल प्रेम आहे, आपलेपणा आहे. पण तुझ्या येण्यामुळे, तिच्या वडलांचं काम तू हातात घेतलंस त्यामुळे तू इथे आलास आणि साऱ्या जुन्या आठवणी जाग्या झाल्या; वेदनांना पुन्हा सुरुवात झाली. मी हे सांगतोय, याचं तू वाईट वाटून घेऊ नकोस. मला कल्पना आहे की, माझ्या या सांगण्यामुळे तू दुखावला गेला आहेस; पण मी सांगतो ते सत्य आहे."

फूटपाथच्या पलीकडे असलेल्या लोखंडी जाळीच्या कुंपणाकडे ॲडम त्याच्या बाजूच्या खिडकीतून पाहत होता.

"ती मध्यंतरी सलग पाच वर्षं दारूपासून दूर होती." फेल्प्सने बोलणं चालू केलं, "आणि आता ते तसंच चालू राहील, असं आम्हाला वाटलं होतं. त्यानंतर

सॅम यांच्यावरचा गुन्हा कायम झाला. त्यानंतर एडीचा मृत्यू झाला. त्याच्या दफनसंस्कारानंतर ती परत आली, तीच एका खोल गर्तेत पडल्यासारखी तिची स्थिती झालेली होती. माझी खात्री झाली होती की, यातून ती आता बाहेर पडणार नाही. तिच्यापासून लांब राहण्यातच सर्वांचं हित आहे, असं वाटून मी बाजूला झालो.''

''पण ली माझी आवडती आत्या आहे.''

''हो, तिचीपण तुझ्यावर माया आहे; पण दूर अंतरावरून तू तिच्यावर प्रेम कर. शिकागोहून तू तिला पत्रं पाठव; शुभेच्छा पाठव. तिच्या वाढदिवसाच्या दिवशी फुलांचे गुच्छ पाठव. महिन्यातून एखादा फोन करून तिच्याबरोबर सिनेमांच्या, पुस्तकांबद्दलच्या गप्पा मार, पण कौटुंबिक उल्लेखांपासून दूर राहा.''

''मग तिची काळजी कोण घेणार?''

''ॲडम, ती आता पन्नास वर्षांची झालेली आहे आणि तिच्या आयुष्याचा बराच काळ ती स्वतंत्रपणे राहिलेली आहे. गेली कित्येक वर्षं तिला दारूचं व्यसन आहे आणि त्याबाबतीत तू किंवा मी तिला काहीही मदत करू शकत नाही. तिला रोग माहीत आहे. जेव्हा तिला शुद्धीत राहायचं असेल, तेव्हा ती शुद्धीत राहील. तुझ्या किंवा माझ्या प्रभावाचा काही उपयोग नाही.''

ॲडमने एक दीर्घ श्वास घोतला आणि दरवाजाचं हॅंडल पकडलं आणि म्हणाला, ''फेल्प्स, मला खूप वाईट वाटतंय. मी तुम्हाला आणि तुमच्या कुटुंबाला नामुष्कीच्या प्रसंगाला सामोरं जायला कारणीभूत झालो, त्याबद्दल मला माफ करा. असं वागण्याचा माझा हेतू नव्हता.''

फेल्प्स हसला आणि ॲडमच्या खांद्यावर हात ठेवत म्हणाला, ''तू विश्वास ठेव अगर ठेवू नकोस; पण माझं कुटुंब तुमच्या कुटुंबापेक्षा फार पूर्वीपासून अस्तित्वात नसल्यासारखंच आहे. आम्ही याहीपेक्षा वाईट स्थितीतून गेलेलो आहोत.''

''तुम्ही म्हणतात, त्यावर विश्वास ठेवणंही फार कठीण जातंय.''

''पण ते सत्य आहे.'' फेल्प्सने एक किल्ली असलेली रिंग ॲडमला दिली आणि कुंपणापलीकडल्या इमारतीकडे बोट दाखवून, ''तू तिथे आत जा. तुला ते तिची मोटार दाखवतील.''

ॲडमने दरवाजा उघडला आणि तो बाहेर पडला. मर्सिडिझ सावकाश बाजूला गेलेली त्याने पाहिली. कुंपणाच्या फाटकातून तो आत चालत गेला. फेल्प्स बूथ अद्याप त्याच्या पत्नीवर प्रेम करत होता, हे नव्याने माहीत झालेलं सत्य तो मनातून झटकून टाकू शकत नव्हता.

३६

से वानिवृत्त कर्नल जॉर्ज न्यूजंट यांना नैपेह यांना आलेल्या हृदयाच्या झटक्याचं विशेष वाईट वाटलं नव्हतं; ते किंचितही अस्वस्थ झाले नव्हते. आता सोमवारी सकाळी त्या माणसाची प्रकृती सुधारत होती. काळजी करण्याचं कारण उरलेलं नव्हतं आणि ते आरामात विश्रांती घेत होते आणि ते थोड्याच दिवसांत सेवानिवृत्त होणार होतेच. नैपेह हा एक चांगला माणूस होता, पण त्याचं काम पार पाडण्यास तो सक्षम राहिलेला नव्हता. पण सेवानिवृत्तीवेतन मिळण्यासाठी नोकरीचा जितका काळ पूर्ण करावा लागतो, तो पूर्ण करण्याइतपतच नोकरीत राहण्याची त्यांची इच्छा होती. न्यूजंट यांचं राजकारण जर यशस्वी ठरलं असतं, तर त्या व्यवस्थेच्या उच्च पदावर काम करण्याची त्यांची इच्छा होती.

सध्या मात्र त्यांच्यावर फार मोठ्या जबाबदारीचं आणि कटकटीचं काम येऊन पडलं होतं. केहॉल यांची मृत्युशिक्षा अमलात आणण्याचा दिवस नऊ दिवसांवर येऊन ठेपला होता. तसं पाहता आठच दिवस! कारण पुढच्या आठवड्यातल्या बुधवारी मध्यरात्रीनंतर एक मिनिटानं ती शिक्षा पार पाडण्याचं ठरलं होतं. म्हणजे नवव्या दिवसातलं फक्त एकच मिनिट त्यात मोजलं होतं. म्हणजे पुढच्या आठवड्यातला मंगळवार हाच खरा शेवटचा दिवस होता.

न्यूजंट यांच्या टेबलावर कमावलेल्या कातडीचं कव्हर असलेली, 'मिसिसिपी राज्याच्या मृत्युशिक्षा अमलात आणण्याच्या संबंधातले नियम' असं त्यावर सुवाच्च अक्षरात लिहिलेली एक नोंदवही होती. सांघिक कामाचा तो एक उत्कृष्ट नमुना होता. यापूर्वी अमलात आणलेल्या मृत्युशिक्षांच्या वेळी नैपेह यांनी वापरलेल्या पद्धती, त्यांनी घालून दिलेले नियम, शिक्षा अमलात आणल्या जात असताना आणि अमलात आणल्यानंतर ज्या काही गोष्टी घडल्या होत्या; त्या सर्वांच्या नोंदी त्या वहीत होत्या, हे सर्व पाहून न्यूजंट तर अवाक झाले होते. या सर्व गोष्टींचा अवलंब करून ते एखाद्या कैद्याची विषारी वायू पेटीत घालून मृत्युशिक्षा कशी अमलात आणू शकले असतील, याचं त्यांना आश्चर्य वाटत होतं. आता मात्र त्यांनी

विशेष काळजी घेऊन एक सुसूत्र आराखडा बनवला होता. त्यांच्या मते, त्यात सर्व गोष्टी विचारात घेतल्या होत्या. ही नोंदवही आता ऐंशी पानांची झालेली होती आणि अर्थातच न्यूजंट यांचं नाव त्यावर लिहिलेलं होतं.

सोमवार सकाळी सव्वाआठ वाजता न्यूजंट यांच्या ऑफिसमध्ये लुकस मान आला.

''तुम्हाला उशीर झालाय.'' आता सर्व सूत्रं त्यांच्या हातात होती. त्यांनी फटकारलं. मान हा एक साधा वकील होता. शिक्षा अमलात आणणाऱ्या समूहाचे मुख्य न्यूजंट होते. मान त्याच्या होत्या त्या हुद्द्यावर समाधानी होता. न्यूजंट यांना आणखी आणखी वरच्या पदांवर जायच्या महत्त्वाकांक्षा होत्या आणि गेल्या चोवीस तासांत त्यांना खतपाणी मिळालं होतं.

''मग काय झालं?'' मान त्यांच्या टेबलासमोर उभा राहून म्हणाला. न्यूजंट यांनी नेहमीची त्यांची गडद रंगाची कडक इस्त्रीची पॅन्ट घातली होती. ऑलिव्ह, करड्या रंगाचा स्टार्च आणि वर इस्त्रीचा शर्ट होता. शर्टच्या आत करड्या रंगाचा टी-शर्ट होता. पायांवर चकचकीत पॉलीश केलेले बूट होते. मान यांना हा माणूस आवडत नव्हता.

''आपल्याकडे फक्त आता आठच दिवस उरले आहेत.'' हे जसंकाही त्यांनाच एकट्यांना माहीत असल्याप्रमाणे ते बोलत होते.

''माझ्या मते नऊ.'' मान म्हणाला. दोघे उभेच होते.

''पुढचा बुधवार मोजण्यात काही अर्थ नाही. कामासाठी आपल्याकडे फक्त आठच दिवस उरले आहेत.''

''जे काय असतील ते.''

न्यूजंट खुर्चीत बसले. पाठीचा कणा ताठ होता. ''दोन गोष्टी – पहिली गोष्ट, शिक्षा अमलात आणण्यासंबंधातली नियमावली मी स्वत: बनवली आहे. कोणकोणत्या क्रमाने काय काय करायचं याची यादी. सर्व गोष्टींचं त्यात एकत्रीकरण केलेलं आहे. त्यात अनुक्रम दिलेला आहे. अनुक्रमातल्या कोणत्या गोष्टींचा संबंध दुसऱ्या कोणत्या गोष्टींशी, कोणत्या टप्प्यांवर येतो, याचाही तपशील आहे. तुम्ही हे पुस्तक त्यातल्या पूर्ण बारकाव्यांनिशी पाहा, वाचा आणि कायदेशीरदृष्ट्या हे सर्व बरोबर आहे ना, याची खात्री करा.''

मान याने त्या काळ्या बाउंडबुकाकडे नजर टाकली; पण त्याला हात लावला नाही.

''आणि एक सेकंद, त्यांनी जे विनंतिअर्ज वगैरे केलेले आहेत, ते दररोज कोणत्या टप्प्यावर आहेत, याची माहिती दररोज तुम्ही मला द्यायची. माझ्या माहितीनुसार या क्षणी तरी असं दिसतंय की, कोणताही अडथळा येणार नाही.''

“बरोबर आहे सर.” मान यानं उत्तर दिलं.

“मला दररोज सकाळी लेखी स्वरूपात त्या दिवसाची परिस्थिती कशी असेल, याबाबतची माहिती लागेल.”

“मग सर, तुम्ही तुमचा एक स्वतंत्र वकील नेमा. तुम्ही माझे वरिष्ठ अधिकारी नाही आणि तुमच्या सकाळच्या कॉफीपानाच्या वेळी वाचनासाठी मजकूर तयार करायला मी काही वेडा नाही. दखल घेण्यासारखी काही गोष्ट जर घडली, तर मी तुम्हाला नक्कीच सांगेन; पण तुम्ही म्हणता तसा अहवाल वगैरे नाही.”

मुलकी क्षेत्रातल्या कामाबाबतचा आणखी एक भ्रमनिरास, वैफल्य! न्यूजंट यांना लष्करी शिस्तीची अपेक्षा होती. ‘हे वकील म्हणजे महावाईट!’

“बरं, ठीक आहे. तुम्ही त्या नियमांच्या यादीचं पुस्तक तरी पाहाल की नाही?”

मान यांने ती वही उघडून काही पानं उलटली, “तुम्हाला माहीत आहे का, तुमच्या नियमावलीशिवाय आम्ही यापूर्वी अशा चार शिक्षा पार पाडल्या आहेत.”

“मला खरोखरच त्याचं आश्चर्यच वाटतंय.”

“मला तसं काही वाटत नाही आणि आम्ही त्यात आता पारंगत झालेलो आहोत, असं मला दु:खी अंत:करणाने सांगावंसं वाटतंय.”

“हे बघा लुकस, हे सर्व करण्यात मला फार आनंद वाटतोय, अशी समजूत तुम्ही करून घेऊ नका.” न्यूजंट यांना सर्व गोष्टी त्यांना हव्या तशा घडत नव्हत्या, त्यामुळे वाटणारा दु:खाचा भाव त्यांच्या चेहऱ्यावर होता. “फिलिप यांनी मला हे करायला सांगितलं, म्हणून मी हे करतोय. स्थगिती मिळावी, असं मलासुद्धा वाटतं, पण जर मिळाली नाही, तर आपण तयार असणं गरजेचं आहे. मला ही शिक्षा सुरळीतपणे पार पडायला हवी आहे.”

त्यांचं उघडउघड नाटकी बोलणं मानला कळत होतं. त्याने ते पुस्तक उचललं. न्यूजंट यांना मृत्युदंडाची अंमलबजावणी अद्याप पाहायची होती आणि ते तास, दिवस मोजायला लागले होते. विषारी वायूच्या पेटीत सॅम यांच्या नाकातोंडात विषारी वायू जात असलेला पाहायला ते उत्सुक होते.

लुकस मानने मान हलवून होकार दिला आणि तो ऑफिसमधून बाहेर पडला. बहेरच्या खोलीतून जाताना बिल मन्डे त्याच्या बाजूने गेला. तो शिक्षा अमलात आणताना विषारी रसायनं तयार करणारा शासनाचा अधिकृत कर्मचारी होता. तो नक्कीच तयारी करण्याच्या उद्देशानेच न्यूजंट यांना भेटायला आला होता.

ॲडम त्याच्या ट्विग्ज इथल्या ऑफिसमध्ये दुपारी तीनपूर्वी थोडा वेळ आला होता. लीने दारू पिऊन मोटार चालवून घबराट निर्माण केली होती. त्यामुळे

सगळ्या दिवसाचा विचका झाला होता. अजूनतरी काही उत्साहवर्धक घडत नव्हतं. तो त्याच्या टेबलाशी बसून कॉफी पीत होता. त्याचं डोकं दुखत होतं, त्यावर काय उपाय करावा, याचा तो विचार करत होता; आणि दहा मिनिटांतच त्याची सेक्रेटरी डार्लिन दोन फॅक्स घेऊन आली. त्यातला एक न्यू ऑर्लिन्सहून आणि दुसरा जिल्हा न्यायालयाकडून आलेला होता. दोन वेळा तो हरला होता. विषारी वायू पेटीत घालून मारण्याचा प्रकार हा घटनाबाह्य होता, अशा अर्थाचा सॅम यांचा दावा त्रिसदस्य समितीने अमान्य करून पाचव्या मंडल न्यायालयाने दिलेला निर्णय कायम ठेवला होता आणि जिल्हा न्यायालयाने बेन्जामिन कीज यांनी सॅम याचे खटले चालवताना चुका केल्या होत्या, ते अमान्य केलं. ॲडमची डोकेदुखी एकदम थांबली. एक तासाच्या आत वॉशिंग्टनहून मृत्यूलिपिक ओलॅन्डर यांच्याकडून विचारणा झाली होती की, आता यापुढे ॲडमच्या काय योजना होत्या, तो अपिलासाठी कोणत्या प्रकारचे अर्ज करणार होता. त्याने ॲडमला कल्पना दिली की, आता कामाचे फक्त आठच दिवस राहिले होते. ओलॅन्डर यांच्या फोननंतर तीस मिनिटांनी पाचव्या मंडल न्यायालयाच्या मृत्युलिपिकाने फोन करून तो जिल्हा न्यायालयाच्या निर्णयावर केव्हा अपिलासाठी अर्ज करणार होता, त्याची विचारणा केली.

दोन्ही न्यायालयांच्या मृत्युलिपिकांना ॲडमने असं सांगितलं की, तो अपिलांचे अर्ज व्यवस्थित तयार करून लवकरात लवकर म्हणजे त्या दिवशी संध्याकाळपर्यंत सादर करणार होता. अशा प्रकारच्या अधिकाऱ्यांसमोर आपलं वकिली कौशल्य दाखविण्याचा प्रकार म्हणजे वकिली व्यवसायातल्या तणावांची परिसीमा असते. केसमधल्या या टप्प्यावर हा वकील काय करतो, याकडे न्यायाधीश आणि न्यायालयं लक्ष देऊन असतात. लिपिक त्याला फोन करून तो यापुढे कशा प्रकारे विचार करतोय, याचा अंदाज घेत असतात. कारण उघड असतं आणि धीर खचवणारं असतं. मृत्युशिक्षा थांबवणारा एखादा चमत्कार करून दाखवणारा मुद्दा ॲडमच्या हाती लागतो का नाही, याच्याशी त्यांना काही घेणं-देणं नसतं. त्यांना फक्त ते व्यूहरचना कशी करत आहेत, याची माहिती हवी असते. विशेषत: शेवटच्या दिवसांत या लिपिकांना वरिष्ठांची आज्ञाच अशी असते की, कैद्याचे वकील अर्ज कोणत्या प्रकारचे करणार आहेत, याची माहिती घ्यायची. उद्देश एवढाच की, यावर निर्णय लवकरात लवकर घेता यावा. अर्थात, हे शक्यतो कैद्याच्या विरोधातच घ्यायचे असतात. त्यांना या अर्जांच्या प्रती ते अर्ज अधिकृतरीत्या सादर होण्यापूर्वीच त्यांच्या टेबलांवर हव्या असतात.

ॲडमला दुपारपूर्वी फोन करून अद्याप लीचा शोध लागला नव्हता, असं फेल्प्स यांनी सांगितलं होतं. शंभर मैल परिसरातल्या सर्व मुक्तिकेंद्रात त्यांनी

चौकशी केली होती. कोणीही तिला दाखल करून घेतल्याचं सांगितलं नव्हतं. शोध घेण्याचं काम चालूच ठेवलं होतं.

अस्वस्थ मन:स्थितीत सॅम पंधरा मिनिटांनंतर तुरुंगाच्या ग्रंथालयात आले. जॅक्सन स्टेशनने आता मृत्युशिक्षा अमलात आणण्याचे आकडे मोजायला सुरुवात केली होती. ही बातमी त्यांनी दुपारी टेलिव्हिजनवर पाहिली होती. 'आता फक्त नऊ दिवसच!' ते टेबलाजवळ बसले आणि भावनाशून्य डोळ्यांनी ॲडमकडे पाहत होते. ''एस्किमो पाईज कुठे आहेत?'' एखादा लहान मुलगा रडतरडत विचारतो, तसं त्यांनी विषण्णपणे विचारलं.

पदार्थ थंड ठेवणाऱ्या स्टायरोफोमचं एक खोकं ॲडमने टेबलाखालून काढलं. त्याने ते टेबलावर ठेवलं आणि उघडलं. ''मुख्य प्रवेशद्वाराशी तिथल्या सुरक्षाकर्मीने ते जवळजवळ जप्तच केलं होतं. बाबापुता करून वाचवलं आहे. आता मनसोक्त खा.''

सॅम यांनी त्यातली एक पाय घेतली. काही क्षण त्यांनी ती नुसतीच न्याहाळली. मग अतिसावधानतेने त्यावरचा कागद काढला. कागदाला लागलेलं चॉकलेट त्यांनी चाटलं. नंतर त्यांनी त्याचा एक मोठा तुकडा दाताने तोडून तोंडात घेतला आणि डोळे मिटून समाधानाने ते आईस्क्रीम चघळायला लागले.

काही मिनिटांत पहिलं एस्किमो पाय संपलं आणि सॅम यांनी दुसरं आईस्क्रीम खायला सुरुवात केली.

''आजचा दिवस चांगला नाहीये.'' कडा चाटत ते म्हणाले.

ॲडमने त्यांच्या दिशेने काही कागद सरकवले, ''हे ते दोन निर्णय आहेत. अगदी संक्षेपात आहेत आणि आपल्याविरुद्ध आहेत. सॅम, न्यायालयामध्ये तुमच्या बाजूनं फार मित्र नाहीयेत.''

''मला माहीत आहे. तरीपण उरलेले माझी स्तुती करताय ना? मला तो कचरा काही वाचायचा नाही. आता आपण पुढे काय करणार ते सांग.''

''आम्ही तुम्ही वेडे आहात, असं दाखवणार आहोत. ते तुमच्या वाढत्या वयामुळे झालंय, असं आपण म्हणणार. तुम्हाला तुमच्या शिक्षेचं गांभीर्यच नाही, असं सांगणार.''

''ते उपयोगी पडणार नाही.''

''का नाही?''

''कारण, मी वेडा नाहीये. माझा बळी का घेतला जातोय, याची मला पूर्ण कल्पना आहे. येनकेन प्रकाराने आपल्या अशिलाला वाचवण्याकरता वकील काय करतात, तेच तू करतोयंस. हे असे मार्ग सगळेच वकील पूर्वीपासून वापरत आले आहेत. एखाद्या विक्षिप्त, अविचारी तज्ज्ञाला बोलवायचं आणि त्याने अशील वेडा

असल्याची खोटी साक्ष द्यायची, खोटं प्रमाणपत्र द्यायचं.''

''म्हणजे मी या ठिकाणी आत्ता थांबू की नको?'' ॲडमने फटकन विचारलं.

सॅम यांनी त्यांच्या पिवळ्या पडलेल्या बोटांकडे पाहत विचार केला आणि म्हणाले, ''कदाचित तसं करावं लागेल.'' बोटांवरून जीभ फिरवत ते म्हणाले.

नेहमीची पद्धत अशी असते की, पक्षकार नेहमी वकिलाच्या समोर बसलेला असतो. ती प्रथा बाजूला सारून ॲडम त्यांच्या शेजारच्या खुर्चीत येऊन बसला आणि त्यांचं निरीक्षण करत बोलू लागला, ''सॅम आजोबा, तुम्हाला झालंय तरी काय?''

''मला माहीत नाही. मी विचार करत होतो.''

''बोला, मी ऐकतोय.''

''माझ्या तरुणपणातली गोष्ट. माझा एक अगदी आवडता मित्र मोटारीच्या अपघातात मेला. त्याचं वय सव्वीस होतं. लग्न होऊन फार दिवस झाले नव्हते. त्यांना एक लहान मूल होतं, नवीन घर त्यांनी घेतलं होतं. सर्व आयुष्य त्याच्यापुढे होतं आणि तो एकाएकी गेला. मी त्याच्यापेक्षा त्रेचाळीस वर्षं जास्त जगलोय. माझा मोठा भाऊ, तो सेहेचाळीस वर्षांचा असताना वारला. त्याच्यापेक्षा मी तेरा वर्षं जास्त जगलोय. ॲडम, मी म्हातारा झालोय. एक खूप म्हातारा माणूस. मी आता दमलोय. आता मला सर्व सोडून द्यावंसं वाटतंय.''

''सॅम आजोबा, तुम्ही तसा विचार करू नका हो!''

''अरे, त्यामुळे मिळणाऱ्या फायद्यांकडे तरी बघ. तुझ्या डोक्यावरचं ओझं उतरेल. पुढचा आठवडा व्यर्थ असे अर्ज सादर करून, वेड्यासारखं त्यांच्यामागून फिरण्यापासून तरी सुटका होईल. शेवटपर्यंत तुला वेडी आशा सतावत राहील. मी काही चमत्कार घडावा, म्हणून प्रार्थना करत माझे शेवटचे दिवस घालवणार नाही. त्यापेक्षा माझ्या काही गोष्टी सुरळीत करण्याकडे लक्ष देईन. माझ्या जाण्यामुळे बऱ्याच लोकांना आनंद होईल. क्रॅमर, मॅकलिस्टर, रॉक्सबर्ग, ऐंशी टक्के अमेरिकन जनता! ज्यांचा देहान्ताच्या शिक्षेकडे कल आहे त्या सर्वांना! माझ्या जाण्यामुळे कायदा आणि सुव्यवस्थेचा दर्जा वाढेल. निराश झालेल्या, मरणाला घाबरणाऱ्या भेदरटासारखा जगत राहण्यापेक्षा सन्मानाने मृत्यूला सामोरं जाणं मी पसंत करीन. मला खरोखरच तसं करणं जास्त महत्त्वाचं वाटतंय.''

''सॅम, तुम्हाला झालंय तरी काय? गेल्या शनिवारपर्यंत तुम्ही वाघासारखी झुंज द्यायला तयार होतात आणि आज एकदम बदल?''

''लढाईला मी कंटाळलोय. मी एक म्हातारा माणूस आहे, हे मी पुन:पुन्हा सांगतोय. मी खूप वर्षं जगलोय आणि आता तू जरी मला वाचवण्यात यशस्वी ठरलास, तरी काय उपयोग होणार आहे? ॲडम, मी दुसरीकडे कुठे जाणार नाहीये.

तू शिकागोला परत जा. तुझी कारकीर्द उज्ज्वल कर. मला माहीत आहे की, मला भेटावंसं तुला जेव्हा वाटेल, त्या वेळी तू इथे येशील. आपण एकमेकांना भेटू. आपण एकमेकांना पत्रं लिहू, शुभेच्छापत्र पाठवू; पण या मृत्युशिक्षा-तुरुंगातच मला राहावं लागणार. तुला कल्पना नाहीये की इथे राहणं कसं असतं ते!''

''सॅम, आपण प्रयत्न सोडून देणार नाही आहोत. आपल्याला अजून शक्यता आहेत.''

''निर्णय तुझ्या हातात नाहीये.'' त्यांनी त्यांची दुसरी एस्किमो पाय संपवली आणि शर्टाच्या बाहीने तोंड पुसलं.

''या रूपातले सॅम आजोबा मला आवडत नाहीत. झपाटल्यासारखे, मोठा चेव येऊन भांडणारे आजोबा मला आवडतात.''

''माझ्यात ती भांडायची ताकद आता राहिलेली नाही ॲडम. मी थकलोय. मग तर झालं?''

''अरे? अरे, ते तुम्हाला असं कसं मारू शकतात? मी मारू देणार नाही. तुम्हाला शेवटच्या क्षणापर्यंत झगडायचं आहे आजोबा.''

''का पण?''

''कारण जे होतंय, ते चुकीचं आहे. शासनाने तुमचा जीव घेणं नैतिकदृष्ट्या बरोबर नाही आणि म्हणूनच तुम्ही प्रयत्न सोडता कामा नये.''

''अरे, पण काहीही झालं तरी आपण हरणारच आहोत.''

''कदाचित हरू, कदाचित हरणार नाहीही. गेले काही दिवस तुम्ही झुंज देत होतात आणि आता एकच आठवडा राहिलेला असताना तुम्ही माघार का घेत आहात?''

''कारण आता सर्व संपलंय ॲडम. जे करता येणं शक्य होतं, ते सर्व करून झालंय.''

''असेलही कदाचित, पण ही लढाई अर्ध्यावर इथेच सोडून देता कामा नये. माझ्या प्रयत्नात प्रगती होते आहे. मी या विदूषकांना सारखं पळवत ठेवलं आहे.''

चेहऱ्यावर आश्वासक हास्य आणत सॅम यांनी ॲडमकडे एक प्रेमळ कटाक्ष टाकला. ॲडम त्यांच्या जवळ जाऊन उभा राहिला. मग त्यांच्या हातांवर हात ठेवत म्हणाला, ''त्यांच्यापुढे टाकण्यासाठी बरेच पर्याय, डावपेच, युक्तिवाद, व्यूह यांचा मी विचार केलेला आहे.'' मोठ्या अजीजीने तो बोलत होता. ''आणि एक तज्ज्ञ तुम्हाला पाहायला उद्या इथे येणार आहेत.''

सॅम यांनी त्याच्याकडे पाहिले, ''कसला तज्ज्ञ?''

''मानसशास्त्र आणि मानसोपचार तज्ज्ञ.''

''मानसशास्त्र आणि मानसोपचार तज्ज्ञ?''

''हो. शिकागोहून येणार आहे.''

''मीपण एका मानसशास्त्रज्ञ आणि मानसोपचारतज्ज्ञाबरोबर बोललेलो आहे, पण त्याचा काही उपयोग झाला नाही.''

''हा माणूस वेगळा आहे. तो आपल्यासाठीच काम करणार आहे. तुम्ही तुमची मानसिक क्षमता गमावून बसला आहात, असा दाखला तो देणार आहे.''

''मी जेव्हा इथे आलो, तेव्हा त्यांनी मला तपासलं होतं, हे तू विसरत नाहीयेस ना?''

''नाही. ते मी विसरलो नाहीये. हा मानसशास्त्रज्ञ उद्या इथे येऊन तुम्हाला तपासणार आहे. त्यानंतर लगेचच तो एक अहवाल बनवेल. त्यात म्हातारपणामुळे तुम्ही तुमची विचार करण्याची शक्ती गमावून बसला आहात, असं तो नमूद करणार आहे. तो आणखी काय काय लिहील, कोणाला माहीत!''

''तो हे असं लिहिणार आहे, हे तुला कसं माहीत?''

''कारण तसं लिहायला आम्ही त्याला पैसे देणार आहोत.''

''कोण पैसे देणार आहे?''

''आमची कंपनी. क्रॅव्हिट्झ आणि बेन. त्यांनी तुमचं काम करण्यासाठी वाहून घेतलंय. हो. ज्यू वंशाच्या अमेरिकी लोकांची कंपनी. ज्या वंशातल्या लोकांचा तुम्ही सतत तिरस्कार करत असता आणि आम्ही मात्र तुमचा जीव वाचवण्यासाठी उरापोटी कष्ट उपसतोय. यामागची खरी कल्पना गुडमन यांचीच आहे.''

''येणारा तज्ज्ञसुद्धा चांगला दर्दी तज्ज्ञ असणार.''

''आम्ही त्याबाबतीत फार आग्रही नव्हतो. आमच्या कंपनीच्या इतर खटल्यांच्या वेळी आम्ही त्यांना बऱ्याच वेळा वापरलेलं आहे. आम्ही सांगू तसं प्रमाणपत्र ते देतील. तुमची परीक्षा करायला येतील, त्या वेळी तुम्ही जरा विक्षिप्तासारखे वागा म्हणजे झालं.''

''ते काही अवघड नाही.''

''या तुरुंगाचा संबंध लावून भुताखेतांच्या अत्यंत किळसवाण्या भयंकर गोष्टी तुम्ही त्यांना सांगा. तुम्ही त्यांना सांगितलेल्या गोष्टी अत्यंत दुःखद आणि महाभयानक वाटल्या पाहिजेत.''

''त्याची तू काळजीच करू नकोस.''

''गेल्या कित्येक वर्षांत तुमची प्रकृती खूपच खालावली आहे, असं सांगा आणि मुख्यत्वेकरून तुमच्यासारख्या वृद्धत्वाकडे झुकलेल्यांना त्याचा फार त्रास होतो. तसं बघितलं तर इथे आलेल्यांच्यात तुम्हीच सर्वात जास्त वृद्ध आहात आणि त्यामुळेच सॅम तुम्हालाच त्याची जास्त झळ पोचते; असं खूप काही त्यांना तुम्ही सांगा. त्यामुळे ज्याची दखल घेणं त्यांना टाळता येणार नाही, असा अहवाल ते

देतील आणि तो घेऊन मी न्यायालयात जाणार आहे.''

''त्याचा काहीही उपयोग होणार नाही.''

''तरीपण प्रयत्न करायला हरकत नाही.''

''एका मतिमंद मुलाची शिक्षा अमलात यायची थांबवायला टेक्सास न्यायालयाने मदत केलेली नव्हती. एखाद्या कैद्याची मृत्युशिक्षा अमलात न आणण्यासाठी तो कैदी वेडा आहे, मतिमंद आहे हे सयुक्तिक कारण होऊ शकत नाही, असं त्या न्यायालयाचं मत होतं.''

''सॅम, हे टेक्सास नाही. इथे प्रत्येक राज्याची घटना वेगळी आहे. तुम्ही याबाबतीत फक्त आम्हाला मदत करा. बस. कराल ना?''

''आम्हाला? म्हणजे यातले आम्ही कोण?''

''मी आणि गुडमन. तुम्ही म्हणाला होतात की, आता गुडमनबद्दल तुमच्या मनात काहीही किंतू किंवा आकस नाही. म्हणून चांगल्या हेतूने मी त्यांना या प्रयत्नात सामावून घेतलं आहे आणि मलापण आणखी कोणाचीतरी मदत हवी होती. एका वकिलाने निभावून नेण्यासारखं हे काम नाहीये.''

सॅम यांनी त्यांची खुर्ची टेबलापासून मागे ढकलली आणि ते उभे राहिले. त्यांनी त्यांचे हातपाय ताणले आणि टेबलाच्या कडेने चालत पावलं मोजणं सुरू केलं.

''मानसिकदृष्ट्या तंदुरुस्त नसल्याचा दावा मी बुधवारी सकाळी सर्वोच्च न्यायालयात दाखल करणार आहे.'' त्याच्या नोंदवहीतल्या कामांच्या यादीकडे पाहत ॲडम बोलत होता. ''हे न्यायालय त्यासंबंधातलं म्हणणं ऐकून घ्यायलाच तयार होणार नाही. तिथे केलेल्या दाव्याचा काहीही उपयोग होणार नाही. त्याच मुद्द्यावर मी पाचव्या मंडल न्यायालयाकडे पाठवायचा अर्ज तयार ठेवणार आहे. मानसशास्त्रज्ञ उद्या दुपारी इथे येणार आहेत.''

''ॲडम, मी तुला परत सांगतोय की, मला आता शांतपणे जायचंय.''

''सॅम, ते विसरून जा. तुम्ही आता मागे हटायचं नाही. काल रात्री कारमेनबरोबर माझं बोलणं झालंय. तुम्हाला पाहायला तिला इथे यायचंय.''

सॅम टेबलाच्या कडेवर बसून खाली जमिनीकडे पाहत राहिले. त्यांनी सिगारेटचा झुरका घेतला आणि धूर छताकडे सोडला. ''तिला मला का पहायचंय?''

''तिनं भेटावं वगैरे मी तिला काही सुचवलं नाही. तिनंच स्वत:हून विषय काढला. तुम्हाला विचारेन, एवढंच फक्त मी तिला म्हणालो.''

''मी तिला कधीच भेटलेलो नाहीये.''

''मलातरी तुम्ही कधी पूर्वी भेटला होतात? सॅम आजोबा, तीपण तुमची नात आहे आणि तिलाही तुम्हाला पहावंसं, भेटावंसं वाटतंच.''

“तिनं या अवस्थेत मला पाहावं, असं मला वाटत नाही.” त्यांनी त्यांच्या अंगावरच्या लाल रंगाच्या कैद्यांसाठीच्या एकसंध कपड्याकडे बोट दाखवत सांगितलं.

“ती काही ते मनाला लावून घेणार नाही.”

सॅम यांनी एस्किमो पायच्या खोक्याला हात घातला आणि त्यातलं आणखी एक आइसक्रीम घेतलं, “तुला हवंय?” त्यांनी विचारलं.

“नाही. मग कारमेनबद्दल काय?”

“मला त्याबद्दल थोडा विचार करू दे. लीला अजून मला भेटण्याची इच्छा आहे?”

“हो, नक्कीच; पण माझं तिच्याशी गेल्या काही दिवसांत काही बोलणं झालेलं नाही; पण माझी खात्री आहे की, तिला तुम्हाला पाहावंसं वाटत असणार.”

“मला वाटलं की, तू तिच्याकडेच राहतोस.”

“हो, मी तिच्याकडेच सध्या राहतोय, पण सध्या ती गावाला गेलीये.”

“त्याबद्दल मला थोडा विचार करू दे. तिने मला येऊन इथे भेटावं, असं आत्ता या क्षणाला तरी मला वाटत नाही. गेल्या दहा वर्षांत मी तिला पाहिलेलं नाही आणि या स्वरूपात तिने मला लक्षात ठेवावं, असं मला वाटत नाही. तिनं मला कधी भेटावं, त्याबद्दल मी विचार करतोय, असं तू तिला सांग.”

“ठीक आहे, मी तिला तसं सांगेन.” ॲडमने वचन दिलं. त्याला ती लगेचच कुठे भेटेल, याबद्दल त्याच्या मनात संदेह होता. उपचारासाठी तिने जर कुठे आसरा घेतला असता, तर बरेच आठवडे ती दूरच असणार होती.

“जेव्हा शेवट येईल, तेव्हा मला आनंदच वाटणार आहे ॲडम. मला खरोखरच या सर्वाचा वीट आलाय.” त्यांनी आईसक्रिमचा एक मोठा तुकडा तोडून तोंडात घातला.

“हो, मी समजू शकतो; पण तो विषय आपण सध्या बाजूला ठेवून देऊ.”

“का?”

“का? कारण उघड आहे. मी माझी पहिली केस हरल्याचं ओझं डोक्यावर घेऊन माझ्या वकिलीची कारकीर्द बिघडवू इच्छित नाही.”

“हेसुद्धा वाईट कारण नाहीये.”

“छान! म्हणजे तुम्ही माघार घेत नाही आहात ना?”

“नाही घेणार. तू तुझा मानसशास्त्रज्ञ आण. वेडाचं जेवढं चांगलं नाटक मला करता येईल, तेवढं मी करीन.”

“व्वा! क्या बात आहे! हेच आपल्याला हवंय आजोबा.”

तुरुंगाच्या दर्शनी फाटकाशी लुकस मान ॲडमची वाट पाहत उभा होता.

जवळ जवळ पाच वाजले होते आणि हवेतला उष्मा टिकून होता आणि दमटपणाही बराच होता. ''थोडा वेळ आहे का?'' ॲडमच्या मोटारीच्या खिडकीत डोकावून त्यानं विचारलं.

''आहे की! का? काय काम आहे?''

''तुम्ही गाडी तिकडे पार्किंगच्या जागेवर ठेवून या. आपण जरा या सावलीत बसून बोलू.''

अभ्यागतांसाठी असलेल्या माहितीकेंद्राच्या जवळ एका भल्यामोठ्या ओक वृक्षाखाली एक टेबल आणि त्याच्या दोन्ही बाजूला बसण्यासाठी बाकं होती. त्या बाकांवर जाऊन ते बसले. तिथून समोरचा हमरस्ता दिसत होता. ''मला तुम्हाला काही गोष्टी सांगायच्या आहेत.'' मान बोलू लागला. ''बरं, त्यापूर्वी सॅम कसे आहेत? त्यांचं मनोधैर्य ठीक आहे ना?''

''माझ्या दृष्टीने जसे असायला हवे तसे आहेत. का?''

''नाही, मला त्यांच्याबद्दल आपलेपणा वाटतो. बस एवढंच! आणखी एक गोष्ट, सॅम यांना ज्यांना भेटायचंय, अशांची एक यादी आहे. त्या यादीनुसार पंधरा जणांनी त्यांना भेटण्याची विनंती केलेली आहे. सर्वच बाबतीत त्यांच्या संबंधातली लोकांची उत्सुकता वाढीला लागलीये. प्रसारमाध्यमांनी त्यांच्याकडे मोहरा वळवलाय.''

''सॅम त्यांच्याशी काही बोलणार नाहीत.''

''काही जणांना तुमच्याशी बोलायचं आहे.''

''मीसुद्धा काही बोलणार नाहीये.''

''ठीक आहे. आमच्याकडे एक छापील फॉर्म आहे. त्यावर सॅम यांची सही आम्हाला हवी आहे. तो फॉर्म म्हणजे सॅम यांना प्रसारमाध्यमाच्या लोकांना काहीही सांगायचं नाही, हे आम्ही सॅम यांच्यातर्फे त्यांना सांगण्याचा आम्हाला अधिकार आहे, हे दाखवणारं ते पत्र आहे. नैपेह यांच्याबद्दल तुम्हाला काही कळलं?''

''हो. वर्तमानपत्रात मी ते वाचलं.''

''त्यांची प्रकृती चांगली होईल, पण शिक्षा अमलात आणण्याच्या प्रक्रियेवर ते देखरेख करू शकणार नाहीत. जॉर्ज न्यूजंट नावाचा एक वेडपट माणूस दुय्यम निरीक्षक आहे. तो ती व्यवस्था पाहणार आहे. सैन्यातून निवृत्त झालेला तो एक अतिउत्साही अतिशहाणा आहे.''

''माझ्या बाबतीत त्यामुळे काही फरक पडत नाही. न्यायालयाने शिक्षा अमलात आणण्याची परवानगी दिल्याशिवाय तो शिक्षा अमलात आणू शकत नाही.''

''बरोबर आहे, पण तो कोण आहे, हे फक्त मला तुम्हाला सांगायचं होतं.''

''मला त्यांना भेटायचं नाही.''

''एक आणखी गोष्ट सांगायची आहे. लॉ कॉलेजमध्ये माझ्याबरोबर एक मित्र

होता. तो गव्हर्नरांच्या ऑफिसमध्ये व्यवस्थापन विभागात मोठ्या हुद्द्यावर आहे. त्याने मला सकाळी फोन केला होता आणि त्याच्या बोलण्यावरून मला असं वाटतंय की, गव्हर्नर साहेबांना सॅम केहॉल यांच्याबद्दल आपुलकी वाटते आणि त्यांची मृत्युशिक्षा अमलात आणण्यासंदर्भात ते खूप तणावाखाली आहेत आणि खुद्द गव्हर्नरसाहेबांनीच माझ्या मित्राला ते सांगून तुमच्यापर्यंत ते पोचवण्याची जबाबदारी माझ्यावर त्यांनी टाकलेली आहे. त्यांच्या मतानुसार तुम्ही दयेसाठी अर्ज करावा आणि त्यावर विचार करायला गव्हर्नरांना आवडेल, असं त्यांचं सांगणं आहे.''

''तुमचे आणि गव्हर्नरसाहेबांचे संबंध तसे जवळचे आहेत का?''

''नाही. मला तो माणूस मुळीच आवडत नाही, म्हणून मी त्याच्या फार कधी जवळ जात नाही.''

''माझे पक्षकार तर त्यांचा तिरस्कारच करतात.''

''माझं आणि त्यांचं जमत नाही, म्हणूनच त्यांनी हा तुम्हाला द्यायचा निरोप मला थेट न देता माझ्या मित्रातर्फे मला दिला. आणि असं बोललं जातं की, सॅम यांची मृत्युशिक्षा अमलात आणावी, याबाबत खुद्द गव्हर्नरांचंच काही ठरत नाहीये.''

''तुमचा यावर विश्वास बसतो?''

''मलाही त्याबद्दल शंका वाटतेच, कारण सॅम केहॉल यांना तुरुंगात घालून त्यांनी त्यांची लोकप्रियता वाढवून घेतली आहे. आणि मला खात्री आहे की, पुढच्या काही दिवसांत कसे काय डाव टाकायचे, कोणतं व्यूह रचायचं याबाबतची ही योजना असेल आणि हे सर्व साधण्यासाठी प्रसारमाध्यमांचा ते पुरेपूर उपयोग करून घेऊन, सॅम यांची मृत्युशिक्षा अमलात आणण्याच्या प्रकरणाचं भांडवल करून घेऊन, त्यांची लोकप्रियता शिगेला कशी पोचेल, याबद्दलच्या यांच्या योजना तयार आहेत. पण दयेचा अर्ज करण्यात गमावण्यासारखं काय आहे?''

''काहीच नाही.''

''पण मग तसा अर्ज तुम्ही करा.''

''तसा अर्ज करण्यासाठी याबद्दल प्रयत्न चालू आहेत, पण सॅम तसा अर्ज करण्याबाबत राजी नाहीयेत.''

सॅम यांनी कसं वागावं, त्यांनी निर्णय काय घ्यावेत, याबद्दल तो काहीच बोलू शकत नाही; असा आशय दर्शवण्यासाठी त्यांने खांदे उडवले. ''अर्थात हे सर्व सॅमवर अवलंबून आहे. त्यांनी त्यांचं मृत्युपत्र किंवा इच्छापत्र असं काही बनवलं आहे का?''

''हो.''

''त्यांच्या दफन करण्याबाबत काही सूचना?''

''मी त्याचा तपशील तयार करतोय. त्यांचं दफन क्लॅन्टनमध्ये व्हावं, अशी त्यांची इच्छा आहे.''

ते दोघे फाटकाच्या दिशेने चालू लागले. ''त्यांचं मृत शरीर इथून थोड्याच अंतरावरच्या इंडियानाओला या गावी मृत्युपश्चात केल्या जाणाऱ्या विधिगृहात पाठवलं जाईल. तिथे ते मृतदेह नातेवाइकांच्या ताब्यात देतात. मृत्युशिक्षा अमलात आणण्यापूर्वीचे काही तास सॅम यांना एका वेगळ्या खोलीत ठेवतील. तिथे त्यानंतर त्यांच्याबरोबर शेवटपर्यंत फक्त दोनच व्यक्ती असतील – एक म्हणजे तुम्ही त्यांचे वकील आणि दुसरी त्यांचे आध्यात्मिक गुरू. याखेरीज त्यांना हवे ते दोन साक्षीदार ते निवडू शकतात.''

''मी त्यांच्याशी याबाबत बोलेन.''

''आत्तापासून ते त्या वेळेपर्यंत त्यांना भेटायला येणाऱ्यांची चौकशी करून त्यांच्या नावांना आम्हाला मान्यता घ्यावी लागते. अर्थात हे सर्व लोक कुटुंबीयांपैकीच आणि जवळच्या मित्रांपैकीच असतात.''

''ती यादीसुद्धा छोटीच असणार आहे.''

''हो, मला कल्पना आहे.''

३७

मृत्युशिक्षा-तुरुंगातले नियम, पद्धती, व्यवस्था या सर्वांसाठी असलेल्या नियमांची छापील यादी जरी कैद्यांच्या हातात देत नसले, तरी प्रत्येक कैद्याला ते सर्व माहीत असतं. तुरुंगातल्या जुन्या कैद्यांना – म्हणजे त्यात सॅमसुद्धा आले; या सर्वांच्या मनांवर आठ वर्षांत आठ मृत्युशिक्षा अमलात आणण्याच्या वेळी मानसिक आघात झालेले होते आणि ते त्यांनी सोसलेले होते. या प्रत्येक शिक्षेच्या वेळी थोडेफार बदल झालेले होते. त्याबद्दलची माहिती तुरुंगातले कर्मचारी कैद्यांबरोबर गप्पा मारताना द्यायचे. शिक्षा अमलात आणण्याच्या वेळी घडलेल्या बारीकसारीक घटनांची माहिती सर्व जुन्या आणि नव्याने दाखल झालेल्यांना माहीत असायची.

कैद्यांच्या कोठड्यांची 'अ' रांग जिथे सुरू व्हायची, त्याच्या अलीकडच्या खोलीत कैद्याला त्याचं शेवटचं जेवण दिलं जायचं. त्या खोलीचा उल्लेख 'फ्रन्ट ऑफिस' असा केला जायचा. त्या खोलीत एक टेबल आणि काही खुर्च्या असायच्या. वातानुकूलनाची सोय होती, फोन होता आणि या खोलीतच त्या कैद्याला भेटायला येणारे पाहुणे त्याला भेटायचे. त्या खोलीत टेबलाच्या एका बाजूला खुर्चीत कैदी बसायचा आणि टेबलाच्या दुसऱ्या बाजूला त्याच्यासमोर त्याचा वकील बसून आपण प्रयत्नांची पराकाष्ठा केली, पण कमनशिबाने ते सफल होऊ शकले नाहीत, याचा तपशील द्यायचा. खोलीच्या खिडक्या कुलपं लावून बंद केलेल्या असायच्या. याच खोलीत कैद्याला हवा असेल, तर त्याच्या पत्नीबरोबर अथवा मैत्रिणीबरोबर शेवटच्या समागमाचा आनंदही घेता यायचा. सुरक्षाकर्मी आणि व्यवस्थापनांपैकी कर्मचारी लगतच्या हॉलमध्ये फेऱ्या मारत वेळ काढायचे.

१९८२मध्ये टेडी डॉयली मार्क्स या कैद्याची मृत्युशिक्षा अमलात आणण्याची वेळ बऱ्याच वर्षांनंतर आलेली होती. त्या वेळी शेवटच्या तासांतल्या क्रियांसाठी या खोलीची निर्मिती करण्यात आली. पूर्वी ती लेफ्टनंट दर्जाच्या सर्व कैद्यांच्या गुन्ह्यासंबंधातली माहिती संकलित करून एकत्र ठेवण्याचं काम करणाऱ्यांसाठी

होती. त्या वेळी या खोलीला 'फ्रन्ट ऑफिस' हे नाव होतं, तेच अजूनही प्रचलित होतं. कैद्याच्या वकिलांना त्याच्या पक्षकारासाठी केलेले सर्व अर्ज, अपिलं फेटाळली आहेत, आता यापुढे कोणताही नवा अर्ज किंवा अपील करता येणार नाही, असा शेवटचा निरोप मिळायचा तो या खोलीतल्या फोनवरूनच. त्यानंतर तो चालत कैद्यांच्या कोठड्यांच्या 'अ' या रांगेसमोरून निरीक्षणासाठीच्या कोठडीत त्याचा पक्षकार थांबलेला असायचा, त्या खोलीत यायचा.

निरीक्षणाची खोली म्हणजे इतर कोठड्यांसारखीच खोली होती. त्या कोठडीचा आकार सहा फूट रुंद आणि नऊ फूट खोल होता. त्यात झोपण्यासाठी भिंतीला लटकावलेला एक पलंग, हात धुवायला एक बेसीन आणि शौचकूप होतं. सॅम यांच्या आणि इतरांच्या खोलीत ज्या ज्या व्यवस्था होत्या, त्या सर्व या खोलीत होत्या. 'अ' ओळीतली ती शेवटची कोठडी होती. विषारी वायू पेटी ठेवलेल्या खोलीलगत आणखी एक खोली होती. त्या खोलीच्या जवळ ही निरीक्षणाखाली ठेवण्याची कोठडी होती. मृत्युशिक्षा अमलात आणण्याच्या दिवसाच्या आदल्या दिवशी कैद्याला निरीक्षणासाठी त्याच्या कोठडीतून शेवटचंच बाहेर काढून या कोठडीत आणायचे. कैद्याच्या मालकीच्या सर्व वस्तू त्याच वेळी हलवण्यात यायच्या आणि ही गोष्ट फार झपाट्याने करावी लागायची. निरीक्षणाच्या कोठडीत कैदी थांबून राहायचा. बऱ्याच वेळा त्याच वेळी टेलिव्हिजनवर त्याच्या संबंधातल्याच बातम्यांचं वृत्त प्रसारित होत असलेलं असायचं – म्हणजे त्याचे शेवटचे अर्ज, अपिलं कशी फेटाळली गेली, ती तो पाहत असायचा. कोठडीत त्याचा वकील आल्यानंतर तो त्या तकलादू पलंगावर बसायचा. मधूनमधून 'फ्रन्ट ऑफिस' ते ह्या कोठडीदरम्यान तो फेऱ्या मारायचा. कैद्याच्या आध्यात्मिक गुरूला या खोलीत थांबायची परवानगी असायची.

कोठड्यांच्या ओळीत अंधार असायचा आणि मरणाची शांतता! कोठड्यांतून काही कैदी टेलिव्हिजनवरचे कार्यक्रम पाहत असायचे, काही जण पलंगांवर आडवे होऊन त्यांची वेळ येईल, त्या वेळी त्यांची अवस्था कशा प्रकारची झालेली असेल, याचा अंदाज बांधायचे. कोठड्या आणि कोठड्यांसमोरच्या जाण्यायेण्याच्या हॉलसारख्या भागात वरच्या उंचीवर असलेल्या खिडक्या कड्या लावून बंद केलेल्या असायच्या. ओळीतल्या सर्व कोठड्यांना कुलपं लावलेली असायची. कोठड्यांच्या ओळींमध्ये काही आवाज असायचे. बाहेरच्या बाजूच्या दिव्याचा थोडा उजेड आत यायचा. तासन्‌तास कोठड्यांत बसून समोरच्या जाण्यायेण्याच्या वाटेवर चाललेली जा-ये पाहणं, ऐकायला येतंय ते ऐकणं म्हणजे सहनशक्तीची परीक्षाच होती.

अकरा वाजता प्रमुख तुरुंगाधिकारी त्यांच्या सहकाऱ्यांसह 'अ' या कोठड्यांच्या रांगेच्या भागातल्या निरीक्षणासाठी असलेल्या कोठडीसमोर थांबायचे. तोपर्यंत

स्थगिती, तहकुबी मिळविण्याकरता शेवटच्या मिनिटांत करता येण्याजोगे क्षण अर्ज, अपिलं यांची शक्यता जवळजवळ संपलेली असायची. कैदी हताश होऊन, हातावर हात ठेवून पलंगावर बसलेला असायचा. तुरुंगाधिकारी 'आता वेगळं ठेवण्याच्या खोलीत कैद्याला घेऊन जाण्याची वेळ आलेली आहे.' असं जाहीर करायचा. त्या वेळी कोठडीचा दरवाजा उघडून कैदी बाहेरच्या जाण्यायेण्याच्या जागेत पाऊल ठेवायचा. त्या वेळी इतर कोठड्यांतून काही आवाज यायचे. बरेचसे कैदी अक्षरश: रडत असायचे. निरीक्षणाच्या कोठडीपासून वेगळं ठेवण्याची खोली वीस फुटांपेक्षा फार लांब नव्हती. कैदी दोन ओळींसमोरच्या जाण्यायेण्याच्या जागेतून सशक्त आणि सशस्त्र सैनिकांच्या पहाऱ्यात चालत जायचा. प्रतिकार कधी नसायचाच आणि त्याचा उपयोगही व्हायचा नाही.

नंतर तुरुंगाधिकारी कैद्याला दहा फूट रुंद आणि दहा फूट लांब मापाच्या एका खोलीत घेऊन जायचे. तिथे घडी घालून ठेवता येण्याजोग्या एका पलंगाखेरीज काहीही नसायचं. त्या पलंगावर कैदी आणि त्याचा वकील शेजारी शेजारी बसायचे. त्या वेळी का कोण जाणे, पण तुरुंगाधिकाऱ्यांना त्या कैद्याच्या समवेत काही क्षण घालवावेसे वाटायचे. कैद्याबरोबर ते थोड्या गप्पा मारायचे आणि नंतर जायचे. त्यानंतर ती खोली शांत शांत असायची. एखाद्या वेळी शेजारच्याच कोठडीत जर काही आवाज झाले, तर तेच फक्त असायचे. या टप्प्यावर बहुतेक वेळा प्रार्थना केल्या जायच्या. आता यापुढे थोडीशीच मिनिटं उरलेली असायची.

वेगळं ठेवण्याच्या खोलीनंतर विषारी वायूच्या पेटीचीच खोली असायची. ती पंधरा फूट लांब आणि बारा फूट रुंद या मापाची होती. खोलीच्या मध्यभागात वायूची पेटी ठेवलेली होती. वेगळं ठेवण्याच्या खोलीत जेव्हा कैद्याला ठेवलेलं असायचं, त्या वेळी मारेकरी कामात असायचे. वॉर्डनसाहेब, तुरुंगाचे वकील, डॉक्टर आणि हाताच्या बोटावर मोजता येण्याजोगे सुरक्षाकर्मी, कर्मचारी तयारी करत असायचे. त्या खोलीच्या भिंतीवर अगदी शेवटच्या क्षणी स्थगितीच्या निर्णयाचा फोन आला, तर तो घेण्यासाठी दोन फोन लटकवलेले होते. या खोलीच्या डाव्या बाजूला एक छोटी खोली होती. या खोलीत मारेकरी रासायनिक द्रव्याचं मिश्रण करण्याचं काम करायचा. वायुपेटीच्या मागच्या बाजूला अठरा इंच उंच आणि तीस इंच लांब मापाच्या, काळे पडदे लावून झाकलेल्या एकापुढे एक अशा तीन खिडक्या होत्या. या खिडक्यांच्या पलीकडच्या बाजूला ही शिक्षा अमलात येत असताना पाहणाऱ्या साक्षीदार प्रेक्षकांसाठीची खोली होती.

मध्यरात्री बाराला वीस मिनिटं कमी असताना कैद्याला वेगळं ठेवलेल्या खोलीत जाऊन डॉक्टर त्याच्या हृदयाचे ठोके ऐकण्याचं उपकरण जोडून ठेवायचा. त्यानंतर डॉक्टर त्या खोलीतून बाहेर पडून त्यात वॉर्डनसाहेब यायचे आणि कैद्याला

घेऊन विषारी वायुपेटी पाहायला घेऊन जायचे.

वायुपेटी खोलीत मदत करायला आणि माणूस मरताना पाहायला उत्सुक असलेल्या माणसांनी भरलेली असायची. ते कैद्याला पेटीत नेऊन बसवायचे, पट्ट्यांनी बांधायचे, दरवाजा बंद करायचे आणि मारायचे.

तशी ही सरळसोट असलेली पद्धत एखाद्या विशिष्ट कैद्याच्या बाबतीत थोडीशी बदलली जायची. बस्टर मार्क याला खुर्चीत बसवून अर्धवट बांधून झालं होतं, तेव्हा भिंतीवरचा फोन वाजला. त्याला परत वेगळं ठेवण्याच्या खोलीत नेऊन बसवलं आणि परत सर्व सुरळीत होऊन खुर्चीत नेऊन त्याला बांधण्याची वेळ येईतो सहा तास त्याला तरंगत्या दु:खद अवस्थेत काढावे लागले होते. गेल्या ज्या चार शिक्षा अमलात आणल्या होत्या, त्या कैद्यांच्यात जंबो पॅरीस हुशार होता. 'रो' या तुरुंगात येण्यापूर्वी तो मादक, अमली द्रव्यांचा व्यापार करायचा. त्याची मृत्युशिक्षा अमलात आणण्यापूर्वी त्याने तुरुंगाच्या मानसोपचार तज्ज्ञाला त्याला कित्येक दिवस व्हॅलियम म्हणजे झोप येण्यासाठीच्या गोळ्या द्यायला लावल्या होत्या. त्याचे शेवटचे तास त्याला एकट्याने घालवायचे होते, अशी त्याने मागणी केली. कोणता वकील नको की कोणता धर्मगुरू नको! निरीक्षण करण्याच्या, नजरकैदेत ठेवायच्या खोलीत त्याला आणण्याकरता ते जेव्हा गेले, तेव्हा तो दगडासारखा निश्चल झालेला होता. त्याने मागून घेतलेल्या गोळ्या जमवून ठेवलेल्या होत्या आणि जेव्हा त्याला नजरकैदेत ठेवण्याच्या खोलीत नेलं होतं, तिथे त्याने त्या खाल्ल्या आणि तो शांततेत झोपून गेला. त्यानंतर तुरुंगकर्मचाऱ्यांनी त्याला खेचत वायुपेटीत नेऊन घातलं, पट्टे बांधले आणि शेवटची मात्रा दिली.

मिसिसिपी राज्यातली ही पद्धत मानवतेच्या दृष्टीने चांगली आणि विचार करून ठरवलेली होती. कैदी त्याच्या कोठडीत शेवटच्या दिवसापर्यंत असायचा. लुझियाना राज्यात ते मृत्युशिक्षा-तुरुंगातून कैद्याला बाहेर काढायचे आणि 'मृत्युघर' म्हणून ओळखल्या जाणाऱ्या एका छोट्या इमारतीत कैद्याला तीन दिवस ठेवायचे. व्हर्जिनिया राज्यात कैद्याला दुसऱ्या गावालाच घेऊन जाण्याची पद्धत होती.

सॅम निरीक्षणखोलीच्या अलीकडे आठ कोठड्या होते; अंदाजे पन्नास फुटांवर. मग पुढे वीस फुटांवर वेगळं ठेवण्याची खोली. त्यांच्या पलंगाच्या मध्यापासून ते वायुपेटीचं अंतर अंदाजे पंचाऐंशी फूट होतं. या अंतराचं गणित सॅम यांनी बऱ्याच वेळा केलं होतं.

सॅमनी मंगळवारी सकाळी दिनदर्शिकेवर फुलीची खूण केली, त्या वेळी पुन्हा हे गणित त्यांनी केलं. आठ दिवस! त्या दिवशी आभाळ ढगांनी भरून आलं होतं, उजेड कमी झालेला होता, हवेत उष्मा भरपूर होता. आदल्या रात्री त्यांना मधूनमधूनच झोप लागली होती आणि बरीचशी रात्र त्यांनी पलंगावर बसूनच काढली होती.

अजून एक तासाने सकाळची न्याहारी आणि कॉफी येणार होती. हा त्यांचा तुरुंगातला ३४४९वा दिवस होता आणि यात पहिल्या दोन खटल्यांच्या वेळी परगण्यातल्या तुरुंगात काढलेल्या दिवसांचा समावेश नव्हता. आणखी फक्त आठ दिवसच!

त्यांच्या चादरी घामाने ओल्या झाल्या होत्या. बिछान्यावर आडवं होऊन वर छताकडे त्यांनी अनेक लाख वेळा पाहिलं होतं. त्या प्रत्येक वेळी त्यांच्या डोक्यात मृत्यूचा विचार आलेला होता. प्रत्यक्ष मरण्याची क्रिया फार भयानक नसणार होती. कारण उघड होतं. विषारी वायूचे नेमके परिणाम कोणालाच माहीत नसणार. कदाचित त्यांनी त्यांना विषाची थोडी जादा मात्रा दिली असती आणि त्यामुळे त्यांच्या शरीरानं झटके द्यायला सुरुवात करण्यापूर्वीच किंवा शरीर पिळवटून जायला लागण्यापूर्वीच त्यांना मृत्यू आला असता. कदाचित विषारी वायूच्या पहिल्याच श्वासाने त्यांना बेशुद्ध करून टाकलं असतं. काहीही जरी झालं असतं, तरी त्यांना फार वेळ लागला नसता, असं त्यांना वाटत होतं. त्यांची पत्नी कर्करोगाच्या भयानक वेदनांनी तळमळत असलेली आणि सुकत गेलेली त्यांनी पाहिलेली होती. त्यांच्या नात्यातली काही माणसं वृद्ध होऊन शेवटी गलितगात्र, मरणोन्मुख होऊन बिछान्याला जखडलेली त्यांनी पाहिली होती. नक्कीच हे मरण चांगलं होतं.

"सॅम." जे. बी. गलीट कुजबुजत्या आवाजात विचारत होता, "तुम्ही जागे आहात?" सॅम दरवाजाशी चालत गेले आणि त्यांनी गजांच्या जाळीतून बाहेर पाहिलं. त्यांना गलीटचे पंजे, कोपरापासून पुढचे हात दिसत होते. "हो, मी उठलो आहे आणि काल रात्री मला चांगली झोप लागली नाही." त्यांनी दिवसाची पहिली सिगारेट पेटवली होती.

"मलापण. सॅम, तुम्ही मला असं आश्वासन द्या की, ते तसं होणार नाहीये."

"नाही, तसं काहीही होणार नाही."

"तुम्ही खरं सांगताय ना?"

"हो, खरं. माझ्या डोक्यावरचं ओझं माझा वकील उतरवणार आहे आणि पुढच्या काही आठवड्यांतच तो मला इथून बाहेर काढणार आहे."

"मग तुम्हाला काल रात्री झोप चांगली का लागली नाही?"

"अरे, मी इथून जाण्याच्या कल्पनेनेच इतका उत्तेजित झालोय की, त्यामुळेच मला झोप येत नाहीये."

"माझ्या बाबतीतही विचार करायला तुम्ही त्याला सांगितलंय ना?"

"नाही, अजून नाही. सध्या त्याच्या मनावर जबरदस्त ओझं आहे. एकदा का मी इथून बाहेर पडलो की, मग आम्ही तुझ्या केसचा विचार करायला घेऊ. तू सध्या

निवांत राहा. प्रयत्न करून झोप घे.''

गलीटचे पंजे आणि हात सावकाशपणे आत गेले. मग त्याच्या पलंगाचा आवाज आला. या पोराच्या अज्ञानावर सॅम यांनी डोकं हलवून चिंता व्यक्त केली. त्यांनी सिगारेट विझवून समोरच्या पॅसेजमध्ये फेकून दिली. नियमभंग म्हणून त्यांच्या वैयक्तिक अहवालात त्याची नोंद होणार होती. सॅम यांना आता त्याची पर्वा नव्हती.

भिंतीशी असलेल्या मांडणीतल्या फळीवरचा टाईपरायटर त्यांनी सावधानतेने काढला. त्यांना काही गोष्टी सांगायच्या होत्या, काही लिहायच्या होत्या. त्यांनी काहीतरी सांगावं, अशी अपेक्षा करणारे बाहेर काही लोक होते.

अतिसुरक्षा विभागाच्या परिसरात जॉर्ज न्यूजंट यांनी एका पंचतारांकित जनरलसारख्या उच्च लष्करी अधिकाऱ्याच्या आविर्भावात प्रवेश केला. एका पोरगेल्याशा श्वेतवर्णीय सुरक्षाकर्मीच्या केसांकडे त्यांनी पाहिलं आणि रागाने गुरगुरत म्हणाले, ''केस नीट कापून घे, नाहीतर मी तुला मेमो देईन आणि बुटांकडेपण जरा लक्ष दे.''

''होय साहेब.'' जवळ जवळ सलाम ठोकतच तो पोरगा म्हणाला.

न्यूजंट यांनी पॅकरकडे पाहून डोकं हलवून खूण केली. त्यानं त्यांना कोठड्यांची रांग 'अ' आणि 'ब' तुरुंगाच्या ज्या भागात होत्या, त्या भागात शिरण्यासाठीच्या दरवाजाशी नेलं. पॅकर दरवाजा उघडत असता ते त्याला म्हणाले, ''तू इथेच थांब.'' आणि न्यूजंट यांनी टाचांवर टाचा आपटल्या आणि संचलनाला सुरुवात केल्यासारखे चालत ते प्रत्येक कोठडीसमोरून जायला लागले. जाता जाता आत असलेल्या कैद्यांकडे ते तुच्छतेने पाहत होते. सॅम यांच्या कोठडीसमोर ते थांबले आणि आत डोकावले. सॅम फक्त अर्ध्या चड्डीत होते. त्यांची पातळ होत चाललेली आणि सुरकुत्या पडत चाललेली, घामामुळे चमकत असलेली कातडी न्यूजंट यांना दिसत होती. कोण अनोळखी व्यक्ती गजांमधून त्यांच्याकडे पाहत होती, हे सॅम यांनी पाहिलं आणि पुन्हा ते त्यांच्या हातातल्या कामाला लागले.

''सॅम, माझं नाव जॉर्ज न्यूजंट आहे.''

सॅम यांनी काही आठवायचा प्रयत्न केला. नाव ओळखीचं नव्हतं आणि ज्या अर्थी तुरुंगातल्या कोठड्यांपर्यंत या माणसाला प्रवेश मिळतो, त्या अर्थी कुठल्यातरी उच्च स्तरावरच्या एखाद्या अधिकारावरच्या जागेवरचा तो माणूस असावा. ''तुम्हाला काय हवंय?'' त्यांच्याकडे पाहत सॅम यांनी विचारलं.

''हे बघा, मला तुम्हाला भेटायचंय.''

''ठीक आहे, आता भेटलात ना? आता जा.''

न्यूजंटपासून थोड्याच अंतरावर गलीट त्यांच्या उजव्या आणि हेन्शॉ डाव्या

बाजूला तत्काळ त्यांच्या समोरच्या जाळ्यांमधून डोकावायला लागले. सॅम यांच्या उत्तराने त्यांना फुटलेलं हसू त्यांना दाबता येत नव्हतं.

न्यूजंट यांनी त्या दोघांकडे रागाने पाहिलं आणि जरा खाकरले आणि म्हणाले, ''मी या सुधारगृहाचा उपअधिक्षक आहे आणि फिलिप नैपेह यांनी तुमची शिक्षा अमलात आणण्याची सर्व सूत्रं आता माझ्याकडे सुपूर्द केली आहेत. त्या संबंधातल्या काही गोष्टींबद्दल मला तुमच्याशी चर्चा करायची आहे.''

सॅम त्यांच्या पत्रव्यवहाराच्या कामात व्यग्र होण्याच्या प्रयत्नात होते आणि टाईप करताना त्यांनी एक चुकीचं अक्षर छापलं आणि त्यांनी स्वत:ला शिव्या दिल्या. न्यूजंट थांबून होते. ''तुमच्या किमती वेळापैकी थोडा वेळ तुम्ही मला द्याल का मिस्टर सॅम?''

''तुम्ही त्यांना मिस्टर केहॉल अशी हाक मारली तर बरं होईल.'' हेन्शॉने पलीकडून मदत करण्याच्या इराद्यानं सुचवलं होतं. ''तुमच्यापेक्षा ते वयाने मोठे आहेत आणि त्यांच्याबद्दल थोडा आदर दाखवला, तर त्यांना ते आवडेल.''

''तुम्ही तुमचे बूट कुठून घेतलेत हो?'' न्यूजंट यांच्या पायाकडे पाहत गलीटने विचारलं.

''ए, तुम्ही जरा आत जा.'' न्यूजंट जरा कोरडेपणाने म्हणाले. ''मला सॅमबरोबर थोडं बोलायचंय.''

''मिस्टर केहॉल आत्ता जरा कामात आहेत.'' हेन्शॉ बोलला.

''त्यामुळे तुम्ही त्यांची आधी वेळ ठरवून घ्या आणि मग त्यांना भेटायला या. तुम्ही लष्करातून आलेले आहात का?'' गलीटने विचारलं.

न्यूजंट एकदम ताठ झाले. त्यांनी त्यांच्या डाव्या आणि उजव्या अशा दोन्ही बाजूंना पाहिलं आणि म्हणाले, ''तुम्ही दोघे तुमच्या कोठड्यांत आत जाऊन बसा, असा मी तुम्हा दोघांना हुकूम करतोय. समजलं? निमूटपणे आत जा. मला इथे सॅम यांच्याशी जरुरीचं काही बोलायचंय.''

''तुम्ही आम्हाला असा हुकूम करू शकत नाही.'' हेन्शॉ म्हणाला.

''आणि आम्ही तुमचा हुकूम ऐकला नाही, तर आम्हाला काय करणार आहात? एकटं वेगळं एखाद्या अंधाऱ्या कोठडीत ठेवणार आहात? आम्हाला कंदमुळं, पाला खायला लावणार आहात? का साखळ्यांनी आम्हाला भिंतीना बांधून ठेवणार आहात का काय? तुम्ही सरळ पुढे होऊन आम्हाला ठार का करत नाही?''

सॅम यांनी त्यांचा टाईपरायटर पलंगावर ठेवला आणि चालत ते गजांच्या जाळीशी गेले. त्यांनी एक खोल झुरका घेतला. न्यूजंट यांच्या दिशेने धूर फेकला आणि म्हणाले, ''तुम्हाला काय हवंय?''

''मला काही गोष्टी तुमच्याकडून हव्यात.''

''म्हणजे काय गोष्टी?''

''तुम्ही तुमचं मृत्युपत्र केलंय?''

''त्याच्याशी तुमचा काहीही संबंध नाही. तो माझा खाजगी दस्तऐवज असतो आणि न्यायालयाने मान्य केलेल्या वारसांशिवाय तो कोणालाही पाहता येत नाही आणि वारसालासुद्धा ती मान्यता मृत्युपत्र करणाऱ्यांच्या मृत्यूनंतरच घेता येते, असा कायदा आहे.''

''झाला आवाज बंद!'' हेन्शॉ तिकडून ओरडला होता.

''हे मी काय पाहतोय? माझा विश्वास बसत नाहीये. नैपेह यांनी हा वेडा कुठून पैदा केला?'' गलीटने शंका व्यक्त केली होती.

''आणखी काही?'' सॅम यांनी प्रश्न केला.

न्यूजंट यांच्या चेहऱ्यावरचे रंग बदलत होते. ''तुमच्या मालकीच्या वस्तूंचं काय करायचं, हे आम्हाला कळायला हवं.''

''ते माझ्या मृत्युपत्रात लिहिलेलं आहे.''

''सॅम, तुम्ही आमच्याशी व्यवस्थितपणे बोलाल, अशी आशा करतो.''

''मिस्टर केहॉल म्हणा.'' हेन्शॉने पुन्हा सांगितलं.

''व्यवस्थितपणे?'' सॅम बोलायला लागले. ''मी काय व्यवस्थितपणे वागत नाहीये? माझी मृत्युशिक्षा अमलात आणण्याच्या कामात मी पूर्णपणे सहकार्य देतो आहे. मी एक देशभक्त आहे. मला जर शक्य असतं, तर मी मतदान केलं असतं; कर भरले असते. मी एक आयरीश वंशाचा अमेरिकी असल्याचा मला अभिमान आहे. आता या क्षणाला, या परिस्थितीतसुद्धा मला माझ्या राज्याविषयी प्रेम आहे; निष्ठा आहे; शासनाचा मला मारण्याचा इरादा असला तरी. मी एक आदर्श कैदी आहे. जॉर्ज, माझ्या कोणाबद्दलही तक्रारी नाहीत.''

ओळींच्या शेवटाला उभं राहून पॅकर या सर्वाचा पूर्ण आनंद घेत होता. न्यूजंट त्यांच्या जागी भक्कम होते.

''मृत्युशिक्षा अमलात आणते वेळी उपस्थित राहणाऱ्या तुमच्या बाजूच्या साक्षीदारांची नावं मला हवी आहेत.'' ते बोलत होते. ''तुम्हाला दोन साक्षीदार आणण्याची परवानगी आहे.''

''जॉर्ज, मी अजून आशा सोडलेली नाहीये. आपण थोडे दिवस थांबू.''

''बरं, पुढच्या वेळी मी येईन, त्या वेळी तुमच्या दोन साक्षीदारांची नावं मला द्या.''

''परत तेच? हं, आणखी एक. आज दुपारी शिकागोहून एक डॉक्टर मला तपासायला येणार आहे. तो एक मानसशास्त्रज्ञ, मानसोपचार तज्ज्ञ आहे. माझ्याशी

बोलून, मी कितपत वेडा आहे हे ठरवून माझा वकील त्याचा अहवाल न्यायालयाला सादर करणार आहे आणि मी वेडा असल्यामुळे तुम्ही माझी मृत्युशिक्षा अमलात आणू शकणार नाही. तुम्हीसुद्धा तुम्हाला स्वत:ला त्यांच्याकडून तपासून घ्या.''

हेन्शॉ आणि गलीट आनंदाने जोरात हसले आणि थोड्या वेळातच सर्व कोठड्यांतले सर्व कैदी हास्यात आणि आरडाओरड्यात सामील झाले. न्यूजंट एक पाऊल मागे सरकले आणि कोठड्यांच्या रांगांच्या समोरच्या पॅसेजसारख्या भागाच्या मध्य भागात उभे राहून, रांगांच्या दोन्ही बाजूला पाहत कपाळावर आठ्या आणून ''आवाज बंद करा!'' ओरडले. तरीपण हसणं वाढतच होतं. सॅम यांनी सिगारेटचे झुरके मारणं चालूच ठेवलं होतं आणि धूर गजांच्या जाळीतून बाहेर फेकणं चालूच ठेवलं. नापसंतीदर्शक शिट्ट्या, आरोळ्या, अपमानकारक उल्लेख, गोंगाट, गोंधळ चालूच राहिलं.

सॅम यांच्याकडे पाहून न्यूजंट ओरडून म्हणाले, ''मी परत येईन.''

''ये, जरूर ये.'' हेन्शॉ ओरडला आणि गोंधळ आणखी वाढला. न्यूजंट बुटांचे ताडताड आवाज करत जात असताना सर्व कोठड्यांतून आवाज उठला, ''हिटलरचा जयजयकार असो!''

गजांच्या जाळीजवळ उभे राहून सॅम किंचितसे हसले. आवाज ओसरल्यानंतर पलंगाच्या कडेवर येऊन बसले. त्यांनी भाजलेल्या कोरड्या पावाचा एक तुकडा तोंडात टाकला आणि थंडगार झालेल्या कॉफीचा घुटका घेत टाईप करणं चालू केलं.

दुपारनंतर मोटार चालवत पार्चमन तुरुंगात जाणं तसं सुखावह नसतं. ॲडम मोटार चालवत होता आणि गार्नर गुडमन त्याच्या शेजारी बसलेले होते. शेवटच्या घटकेला करायच्या अपिलांच्या व्यूहरचनेबद्दल विचार करताना डोक्याचा भुगा व्हायची वेळ आली होती. आठवड्याचे शेवटचे तीन दिवस मेम्फिसमध्ये राहून शेवटच्या मिनिटांत सादर करण्याचे अर्ज तयार करण्यासाठी मदत करण्यासाठी ते आले होते. थंड चेहऱ्याचा, कधीही न हसणारा मानसोपचार तज्ज्ञ डॉक्टर स्विन गाडीत मागल्या सीटवर बसला होता. त्याच्या डोक्यावरचे केस झुलपासारखे होते. जाड जाड काचांच्या चष्म्यामागे डोळे दडलेले होते. साध्यासुध्या गप्पा त्याला मारता येत नव्हत्या. मेम्फिस ते पार्चमन प्रवासात तो एक शब्दही बोलला नव्हता.

तुरुंगाच्या अद्ययावत इस्पितळामध्ये लुकस मान याने सॅम यांना तपासण्याची व्यवस्था केलेली होती. गुडमन आणि ॲडम या दोघांनाही त्या तपासणीच्या वेळी तिथे उपस्थित राहायला परवानगी नव्हती आणि त्या दोघांचाही त्याला आक्षेप नव्हता. तुरुंगाच्या पहिल्याच प्रवेशद्वाराशी तुरुंगाची व्हॅन उभी होती. त्या व्हॅननं सॅम

यांना इस्पितळाच्या इमारतीत नेलं.

गेल्या कित्येक वर्षांत गुडमन यांनी लुकसला पाहिलेलंच नव्हतं. जुन्या मित्रांसारखं दोघांनी एकमेकांशी हस्तांदोलन केलं आणि पूर्वीच्या मृत्युशिक्षांच्या गप्पांत गढून गेले. त्या गप्पांमध्ये सॅम यांचा उल्लेख होत नव्हता, याचं ॲडमला समाधान होतं.

व्यवस्थापन करणाऱ्या कर्मचाऱ्यांच्या ऑफिसमागे मोटारी उभ्या करण्याची एक जागा होती. त्या समोरच्या प्लेस नावाच्या इमारतीकडे ते मान याच्या ऑफिसपासून चालत गेले. त्या इमारतीत उपाहारगृहात असतात, तशा सोयी होत्या. तुरुंगव्यवस्थापनाच्या ऑफिसमध्ये आणि तुरुंगाच्या आवारात काम करणाऱ्यांसाठी तिथे सर्वसामान्य प्रकारचं खाणं उपलब्ध होतं, पण मद्य नव्हतं. हे शासनानं चालवलेलं आणि शासनाच्या मालकीचं उपाहारगृह होतं.

बर्फ घातलेला कोरा चहा पीत गुडमन आणि लुकस मृत्युशिक्षेच्या भवितव्याबद्दल चर्चा करत होते. त्या दोघांच्या मतानुसार मृत्युशिक्षा अमलात आणण्याच्या कटकटी आता नेहमीच्याच होणार होत्या. मध्यवर्ती सरकारच्या सर्वोच्च न्यायालयाचा कल उजव्या बाजूला झुकलेला दिसत होता आणि या शिक्षेबाबतचे विनंतिअर्ज, आक्षेप अर्ज, पुनर्विचाराचे अर्ज, अपिलं या सर्वांचा त्या व्यवस्थेला वीट आलेला होता, असं दिसत होतं. तीच व्यथा खालच्या न्यायालयांची होती. समाजाला हिंसक गुन्ह्यांबद्दल अत्यंत तिरस्कार वाटायला लागला होता, ही गोष्ट लक्षात घेऊन न्यायनिवाडा करणाऱ्या समितीचे सभासद विचार करू लागले होते. मृत्युशिक्षा-तुरुंगातल्या कैद्यांबद्दल समाजाला किंचितही दया वाटत नव्हती. त्याउलट अत्यंत कडक शिक्षा देऊन त्यांचा लवकरात लवकर शेवट करावा, असं बहुमत बनत चाललं होतं. मृत्युशिक्षेला विरोध करणाऱ्या समूहांना मध्यवर्ती सरकारची मदत कमी होत चालली होती आणि एक सामाजिक बांधिलकी समजून मृत्युशिक्षा-संबंधातले खटले विनामूल्य तत्त्वांवर चालवण्यासाठी पुढे येणाऱ्या कंपन्या आणि वकील उत्साह दाखवत नव्हते. मृत्युशिक्षा झालेल्या कैद्यांची वकीलपत्रं घ्यायला तयार असलेल्या वकिलांची संख्या खूपच कमी होत चालली होती.

ॲडम त्यांच्यात चाललेल्या संभाषणाला कंटाळला होता. त्यांच्या गप्पांमधला आशय त्याच्या वाचण्यात आला होता. शेवटी खोलीतल्या कोपऱ्यात एक फोन होता, तिथे तो फोन करायला गेला. त्याने फेल्प्सला फोन लावला. त्याच्या सेक्रेटरीने फेल्प्स यांनी ॲडमसाठी एक निरोप ठेवला असल्याचं सांगितलं. तो निरोप असा होता – लीचा अद्याप काही पत्ता नाही. तिने न्यायालयात पंधरा दिवसाच्या आत जाणं जरूर होतं. ती कदाचित तिथे येऊन गेली असेल.

डॉक्टर स्विन याने दिलेला अहवाल डार्लिन टाईप करत होती, त्या वेळी त्या अहवालासोबत पाठवायचा अर्ज गुडमन आणि ॲडम यांनी तयार केला होता. अहवालाचा मसुदा वीस पानी होता, अक्षर किचकट होतं, पण शब्दांची रचना एखाद्या कवितेसारखी वाटत होती. डॉक्टर स्विन हा एखाद्या वेश्येसारखा होता. पैशाच्या बदल्यात हवं ते लिहून देणारा होता. ॲडमला असे लोक आवडत नसत. स्वीन देशभर एखाद्या व्यावसायिक साक्षीदारासारखा फिरायचा. आज एक सांगायचा, उद्या दुसरं! सर्व पैसे किती देतात, त्यावर अवलंबून असायचं. सध्या त्यांनी त्याला विकत घेतलं होतं. त्यांना हवा तसा दाखला, अहवाल तो देणार होता, म्हणून तो चांगला होता. वृद्धापकाळामुळे सॅम यांची विचार करण्याची क्षमता निरुपयोगी झाली होती. त्यांची मानसिक स्थिती इतकी बिघडलेली होती की, त्यांना दिल्या जाणाऱ्या शिक्षेचं कारणही त्यांना समजू शकत नव्हतं. शिक्षा अमलात आणली जात असताना त्यांचं मानसिक संतुलन जितकं चांगलं असावं लागतं, तसं ते सध्या नव्हतं, त्यामुळे शिक्षा देण्याचा उद्देशच सफल होणार नव्हता, हा युक्तिवाद पूर्णपणे कायद्याच्या कक्षेत बसणारा नव्हता आणि कोणत्याच न्यायालयाने आजपर्यंत तो पूर्णपणे मान्य केलेला नव्हता; पण ॲडमचं म्हणणं असं असायचं की, युक्तिवाद करून बघायला काय हरकत होती! नुकसान तर काहीच होणार नव्हतं. सॅम यांचं वय लक्षात घेता या मुद्द्यावर काम होईल, असं गुडमन यांना वाटत होतं. गेल्या काही काळात पन्नासपेक्षा जास्त वय असलेल्या कोणत्या कैद्याची मृत्युशिक्षा अमलात आणली गेलेली त्यांच्या ऐकण्यात नव्हतं.

डार्लिनचं अर्ज टाईप करण्याचं काम अकरापर्यंत संपलं.

३८

बुधवारी सकाळी गार्नर गुडमन शिकागोला न जाता विमानाने मिसिसिपी राज्यातल्या जॅक्सनला गेले. विमान-प्रवास फक्त अर्ध्या तासाचा होता. त्यात विमानात दिलेली कॉफी आणि टोस्टसुद्धा खाऊन झालेले नव्हते. विमानतळावरच त्यांनी एक मोटरकार भाड्याने घेतली आणि ते थेट राज्याच्या शासनाचं कामकाज जिथून चालतं, त्या कॅपिटॉल इमारतीत आले. विधिमंडळाचं कामकाज त्या वेळी चालू नव्हतं. त्यामुळे आवारात मोटारी ठेवायला बऱ्याच जागा उपलब्ध होत्या. यादवी युद्धाच्या काळात मोडतोड झालेल्या जिल्हा न्यायालयांच्या इमारतीच नंतर दुरुस्त करून अजूनपर्यंत वापरात होत्या. मुख्य कॅपिटॉल इमारतीसाठीही थोड्याफार दुरुस्त्या कराव्या लागल्या होत्या. ती इमारत नाकावर टिच्चून दक्षिणेकडेच तोंड करून दिमाखाने उभी होती. यादवी युद्धात महिलांनीसुद्धा धैर्य, पराक्रम दाखवला होता. त्यांच्या स्मरणार्थ उभं केलेलं स्मारक कौतुकाने पाहण्यात त्यांनी थोडा वेळ घालवला. त्याखेरीज पायऱ्यांच्या तळाशी असलेली जपानी मॅग्नोलियाची फुलं पाहण्यात त्यांचं मन रमलं.

आधीचे गव्हर्नर असताना, चार वर्षांपूर्वी टोल नावाच्या एका कैद्याच्या मृत्युशिक्षेसंबंधात त्यांना इथे दोन वेळा यावं लागलं होतं. टोल याला खून करण्याचा कैफ चढला होता. त्यात त्याने दोन दिवसांत अनेक माणसांना ठार मारलेलं होतं आणि त्याच्या बाजूने सहानुभूती निर्माण करणं फार अवघड होतं. त्यांच्या मते सॅम यांची गोष्ट वेगळी होती. ते वृद्ध होते. आहे अशा स्थितीत राहिले असते, तर ते फार फार आणखी पाच वर्षं काढण्याची शक्यता होती. त्यांचा गुन्हा मिसिसिपीच्या इतिहासकाळात घडल्यासारखा होता आणि असंच बरंचकाही.

आजच्या दिवसात काय करायचं, याची ते मनात सकाळपासून जुळवाजुळव करत होते. कायदा मंजूर करणाऱ्या कायदेमंडळाच्या सभा ज्या इमारतीत व्हायच्या, त्या भव्य, दिव्य, दिमाखदार इमारतीत त्यांनी प्रवेश केला. त्या इमारतीच्या शिल्पकामाचं त्यांना नेहमीच कौतुक वाटायचं. वॉशिंग्टनमधल्या कॅपिटॉल हिल या

वास्तूचा तो एक छोटा नमुना होता. काम हुबेहूब करण्यासाठी खर्च करण्यात कुठेही कुचराई केलेली नव्हती. तुरुंगातले कैदी मजुरांसारखे वापरून १९१० साली ती इमारत बांधली होती. शासनानं रेल्वेकंपन्यांविरुद्ध जे काही खटले दाखल केले होते, त्यातून शासनाला जे उत्पन्न मिळालं होतं, त्याचा वापर या स्मारकासारख्या इमारतीच्या बांधकामाकरता वापरला होता.

दुसऱ्या मजल्यावरच्या गव्हर्नरांच्या ऑफिसमध्ये शिरून त्यांनी त्यांचं ओळखपत्र – व्हिजिटिंग कार्ड रूपवान स्वागतिकेजवळ दिलं. तिनं त्या सकाळी गव्हर्नरसाहेब ऑफिसमध्ये येणार नसल्याचं आणि त्यांच्या पूर्वनियोजित अशा काहीही भेटी ठरलेल्या नव्हत्या, असंही सांगितलं. ''तुम्ही त्यांच्याबरोबर आज भेट ठरवली होती का?'' गुडमन यांनी सुहास्यवदनानं 'नाही' असं सांगितलं आणि ते पुढे असंही म्हणाले, ''त्यांना भेटणं अत्यंत महत्त्वाचं आहे. गव्हर्नरसाहेबांचे प्रमुख सल्लागार मिस्टर ॲन्डी लारामोअर यांना तरी भेटता येईल का?''

तिने त्यानंतर बरेच फोन केले. त्या वेळी गुडमन बसून होते. अर्ध्या तासानंतर मि. लारामोअर तिथे येऊन दाखल झाले. दोघांनी एकमेकांची ओळख करून घेतली आणि दोघे गव्हर्नरांच्या ऑफिसमधून बाहेर पडले. मध्ये चांगला रुंद पॅसेज आणि दोन्ही बाजूनं विविध खात्यांच्या कचेऱ्यांच्या खोल्या होत्या. दोघे पॅसेजमधून चालत दूरवर गेले. लारा मोअर यांचं ऑफिस कोपऱ्यातल्या एका खोलीत होतं आणि आत खूप पसारा होता. लारा मोअर कमी उंचीचं होते. त्यांना पाठीला थोडं पोक होतं आणि मान हा प्रकार नव्हताच. हनुवटी लांब होती आणि जवळ जवळ छातीला टेकली होती आणि जेव्हा ते बोलायचे, त्या वेळी त्यांचे डोळे जवळ जवळ मिटायचेच. नाक उडवल्यासारखं आणि तोंडाचा चंबू व्हायचा. एकत्रितरीत्या चित्र भयानक व्हायचं. त्यांचं वय तीस का पन्नास, याचा अंदाज गुडमन यांना बांधता आला नव्हता. अशी माणसं अतिहुशार असतात, असं त्यांना वाटायचं.

''ते आत्ता विमाकंपन्यांच्या प्रतिनिधींच्या सभेला मार्गदर्शन करत आहेत.'' गव्हर्नरांच्या त्या दिवसाच्या कार्यक्रमांच्या यादीकडे एखाद्या बहुमोल दागिन्यासारखं पाहत ते बोलत होते. ''त्यानंतर शासन चालवत असलेल्या गावाच्या जुन्या भागातल्या एका शाळेला ते भेट देणार आहेत.''

''ठीक आहे. ते येईतो मी थांबेन.'' गुडमन म्हणाले, ''कारण मला त्यांना भेटणं अत्यंत गरजेचं आहे. मी इकडेतिकडे करून वेळ काढेन.''

लारा मोअर यांनी त्यांच्या हातातला कागद बाजूला ठेवला आणि हाताची घडी घालून कोपरं टेबलावर टेकवली. ''त्या तरुण मुलाचं म्हणजे सॅमच्या नातवाचं पुढे काय झालं?''

''तो त्यांचा वकील म्हणून काम करतोय. तो आमच्या कंपनीतच कामाला

आहे. सॅमचं काम आम्ही विनामोबदला तत्त्वांवर करतोय. मी त्या विभागाचा प्रमुख आहे आणि मी इथे मदत करायला आलोय.''

''त्यांच्या केसबद्दलच्या हालचाली, प्रगती, घडामोडींवर आम्ही बारीक लक्ष ठेवून आहोत.'' लारा मोअर म्हणाले. त्यांच्या चेहऱ्यावर मध्यभागी भयानक प्रकारे सुरकुत्या गोळा व्हायच्या आणि प्रत्येक वाक्याच्या शेवटी त्यांचा चेहरा तसा व्हायचा. ''असं दिसतंय की, सर्व निर्णयांची देवाणघेवाण टेलिफोनवरूनच होणार आहे.''

''अशा टप्प्यावर तसं नेहमीच होत असतं.'' गुडमन म्हणाले. ''दयेच्या संदर्भात आमचं म्हणणं ऐकण्याबाबत गव्हर्नरसाहेबांना किती आस्था आहे?''

''मला खात्री आहे की, ते त्यावर जरूर विचार करतील. दया दाखवायची की नाही, हा सर्वस्वी वेगळा प्रश्न आहे. तुम्हाला कल्पना आहेच की, कायद्याची कक्षा खूप विस्तृत आहे. ते मृत्युशिक्षा थांबवू शकतात, परत तुरुंगात भरती होण्याच्या अटीवर पॅरोलवर सोडू शकतात किंवा मूळ शिक्षेचं रूपांतर जन्मठेपेसारख्या शिक्षेत करू शकतात किंवा आणखी वेगळं काहीतरी; पण मृत्युशिक्षेपेक्षा कमी.''

गुडमन यांनी मान डोलावली. ''त्यांना मला भेटता येईल ना?''

''ते इथे अकरा वाजता येणार आहेत, त्या वेळी मी त्यांना विचारेन. कदाचित ते त्यांचं दुपारचं जेवण त्यांच्या टेबलाशी बसूनच घेतील, त्या वेळी त्यांना थोडा मोकळा वेळ आहे. त्यामुळे एकच्या सुमाराला तुम्ही इथे या.''

''हो, पण ही भेट आपल्याला गुप्त ठेवायची आहे. कारण आमच्या पक्षकाराचा या दयाअर्जाला विरोध आहे.''

''म्हणजे दया मागण्यालाच त्यांचा विरोध?''

''मिस्टर लारा मोअर, आमच्याकडे फक्त सात दिवस बाकी राहिलेले आहेत. आम्ही वकील म्हणून प्रत्येक उपलब्ध पर्याय वापरला पाहिजे.''

लारा मोअर यांनी नाक उडवलं, त्यांचे वरचे दात दाखवले आणि दिवसाची कार्यक्रमपत्रिका हातात धरली. ''बरोबर एक वाजता तुम्ही इथे या. मी पाहतो काय करता येतंय ते.''

''धन्यवाद!'' पाच मिनिटं ते इतर काही विषयांवर बोलत राहिले. त्यानंतर लारा मोअर यांना एकामागून एक फोन यायला लागले. गुडमननी त्यांची रजा घेतली आणि ते कॅपिटॉल इमारतीच्या बाहेर पडले. ते जपानी मॅग्नोलियाशी थांबले. उकाड्याने हैराण झाल्यामुळे त्यांनी अंगावरचा कोट काढला.

ते दक्षिण दिशेने कॅपिटॉल रस्त्याने चालत राहिले. हा रस्ता जॅक्सन गावातला प्रसिद्ध रस्ता होता. हा रस्ता गावाच्या जुन्या भागात होता. आसमंतात बऱ्याच इमारती होत्या आणि भरपूर वाहतूक होती. याच भागात गव्हर्नरसाहेबांचा दिमाखदार

बंगला मोठ्या टेचात या रस्त्यालगत उभा होता. सभोवताली निगा राखलेली छान बाग होती आणि समोर विधिमंडळाची कॅपिटॉल इमारत होती. गव्हर्नरांचा बंगला १८६१-६५च्या नागरी उठावाच्या, यादवी युद्धपूर्वीच्या काळात बांधलेला होता. बंगल्याला चांगलं कुंपण आणि भक्कम लोखंडी फाटकं होती. टोलची मृत्युशिक्षा अमलात आणली जात होती, त्या रात्री मृत्युशिक्षा-विरोधातल्या काही आंदोलकांनी गव्हर्नरांच्या बंगल्यालगतच्या पदपथावर उभं राहून त्यांच्या धिक्काराच्या घोषणा दिल्या होत्या. अर्थात, त्या त्यांच्या कानापर्यंत गेल्या नव्हत्याच. गुडमन पदपथावर थांबले. पूर्वीचा बंगला त्यांनी डोळ्यासमोर आणण्याचा प्रयास केला. त्या वेळी ते आणि पीटर वायझेनबर्ग शेवटच्या घटकेचा अर्ज घेऊन घाईघाईने डाव्या बाजूच्या फाटकाने येत होते. टोलला मृत्युदंड देण्यासाठी फक्त काही तास उरले होते. गव्हर्नरसाहेब त्या वेळी कोणत्यातरी महत्त्वाच्या व्यक्तींबरोबर उशिरा रात्रीचं जेवण घेत होते, त्यात व्यत्यय आणला, म्हणून ते खूप रागावलेले होते. शेवटच्या अर्जात मागितलेली माफी त्यांनी त्या वेळी नाकारली होती आणि वर दक्षिणेतल्या उत्तम आदरातिथ्याच्या प्रथेनुसार जेवण्याचा आग्रहही केला होता.

गुडमन यांनी ती नम्रपणे नाकारली आणि म्हणाले, ''माझा पक्षकार तिथे पार्चमन तुरुंगात मृत्यूला सामोरा जातोय, तर मला तिथे त्याच्याजवळ थांबणं जरूर आहे.'' गव्हर्नरसाहेबांनी त्यांना, ''तुम्ही स्वत:ची काळजी घ्या.'' असं सांगितलं आणि ते जेवणाच्या समारंभात सामील झाले.

'आणखी थोड्याच दिवसांत 'सॅम यांना वाचवा' असं ओरडत, पत्रकं, तक्ते मिरवत; मेणबत्त्या लावून घोषणा देत असे किती लोक इथे या पदपथावर येऊन निदर्शनं करतील?' गुडमन यांच्या मनात विचार आला, पण 'फार असणार नाहीत' असं त्यांचंच मन त्यांना सांगत होतं.

जॅक्सन गावाच्या व्यापारी विभागात ऑफिसच्या जागांची कमतरता नसायचीच, त्यामुळे गुडमन यांना हवी तशी जागा मिळायला फार वेळ लागला नाही. एका जुन्या इमारतीवर तिसऱ्या मजल्याच्या भागावर 'जागा भाड्याने देणे आहे' अशी एक पाटी त्यांना दिसली. तळमजल्यावर असलेल्या एका ऑफिसमध्ये त्यांनी चौकशी केली. त्या ऑफिसमधल्या माणसाने फोन करून त्या जागेच्या मालकाला त्या ऑफिसमध्ये बोलावलं. जागेचा मालक एक तासानंतर तिथे येऊन दाखल झाला. भाड्याने द्यायची जागा त्याने दाखवली. जागा दोन खोल्यांची होती. फार चांगली नव्हतीच. प्रत्येक खोलीला एक-एक खिडकी होती. एका खिडकीशी जाऊन गुडमन उभे राहिले. खिडकीतून तीन आडव्या रस्त्यांपलीकडे असलेली कॅपिटॉल इमारत त्यांना दिसत होती. त्या इमारतीच्या दर्शनी भागाकडे पाहत गुडमन म्हणाले, ''चांगली आहे.''

''महिन्याला तीनशे भाडं आणि वीजबील निराळं. संडास-बाथरूमची सोय तळमजल्यावर हॉलमध्ये आहे. जागा कमीत कमी सहा महिन्यांसाठी घ्यावी लागेल.''

''पण मला जागा फक्त दोन महिन्यांकरता हवी आहे.'' गुडमन म्हणाले आणि त्यांनी खिशात हात घातला आणि नीट घड्या घातलेल्या नोटा बाहेर काढल्या.

मालकाने नोटांकडे पाहिलं आणि विचारलं, ''तुमचा व्यवसाय कोणत्या प्रकारचा आहे?''

''बाजाराचं विश्लेषण करण्याचा.''

''तुम्ही कुठून आलात? म्हणजे तुम्ही कुठल्या गावचे?''

''डेट्रॉइट. या राज्यात आम्हाला आमची एक शाखा उघडायची आहे आणि सुरुवात करायला आम्हाला जागा हवी आहे; पण फक्त दोन महिन्यांकरताच. रोख भाडं. आम्हाला करार वगैरे काही करायचा नाही. आमच्याकडून तुम्हाला कोणताही त्रास होणार नाही.''

मालकाने पैसे घेतले आणि गुडमन यांच्या हातात दोन किल्ल्या दिल्या. एक ऑफिसची आणि दुसरी काँग्रेस रस्त्यावरून इमारतीच्या तळमजल्यावरच्या हॉलमध्ये येण्याच्या दाराची. दोघांनी हस्तांदोलन केलं आणि करार, व्यवहार पार पडला.

गुडमन यांनी तिथनं काढता पाय घेतला आणि त्यांची मोटार जिथे उभी केलेली होती, तिथे ते आले. त्यांच्या मनात जी योजना घोळत होती, त्याचा विचार करत असताना ते किंचितसे हसत होते. कल्पना ॲडमच्या डोक्यातून निघालेली होती. सॅम यांना वाचवण्यासाठी निराशेपोटी योजलेला तो डाव होता. त्यात बेकायदेशीर असं काहीही नव्हतं. गोष्ट थोडी खर्चाची होती; पण या टप्प्यावर खर्चाची पर्वा कोण करतं? आणि काही जरी झालं असतं, तरी सामाजिक बांधिलकीच्या नावावर फुकट खटले चालवण्याच्या विभागाचे प्रमुख गुडमन हेच होते आणि कायदा, खटले, कज्जेक्षेत्रात कंपनी अग्रेसर होती. कोणीही – अगदी डॅनियल रोझेनसुद्धा या किरकोळ भाड्याच्या खर्चाबद्दल आक्षेप घेणार नव्हते.

मृत्युशिक्षा-तुरुंगातल्या कैद्याचा वकील म्हणून तीन आठवडे काम केल्यावर ॲडमला त्याच्या शिकागोमधल्या ऑफिसच्याच भवितव्याबद्दलच्या शंका येऊ लागल्या होत्या. खरं म्हणजे आजमितीला तरी त्याचं शिकागोमधलं ऑफिस तिथे असणार होतं का? गुन्हा कायम करण्यात आल्यानंतर कैद्याला नंतरच्या सवलती मिळण्याचे अधिकार असतात. त्या संबंधात ॲडमने एक अर्ज बुधवारी सकाळी दहापूर्वी पूर्ण केला होता. त्याने विविध न्यायालयातल्या लिपिकांबरोबर चार वेळा बातचीत केली होती. वॉशिंग्टनच्या रिचर्ड ओलॅन्डरबरोबरही तो बोलला होता. त्याखेरीज विषारी वायुपेटीत घालून मृत्युशिक्षा देणं हे घटनाबाह्य आहे. सबब त्या

शिक्षेचा पुनर्विचार होणं जरूर आहे, असं नमूद करून त्यापुष्ठ्यर्थ त्याने जे दावे, अर्ज दाखल केले होते, त्यासंबंधात तो संबंधित व्यवस्थापकांशी बोलला होता. त्याचप्रमाणे त्यांच्या पूर्वीच्या वकिलाने काही चुकीचे सल्ले दिले होते, चुकीचे निर्णय घेतले होते. त्यामुळे खटल्याचं स्वरूप चुकीच्या प्रकारे उघड झालं होतं. त्याच्या पुनर्विचारार्थ दाखल केलेल्या दाव्यांसंबंधात तो पाचव्या मंडल न्यायालयातल्या मृत्युलिपिकाबरोबर बोलला होता.

सध्या सॅम यांची मानसिक स्थिती सुदृढ नव्हती, यासंबंधात केलेला अर्ज जॅक्सन इथल्या न्यायालयात होता. त्याची मूळ प्रत फॅक्सने पाचव्या मंडल न्यायालयाला ताबडतोब पाठवलेली होतीच. जॅक्सनच्या न्यायालयाच्या व्यवस्थापकाला ॲडमने विनंती करून हा अर्ज लवकरात लवकर पुढे घेण्यास सांगितलं. घाई करा आणि नाकारा, अगदी अशा शब्दांतच नाही; पण आशय तोच होता. कारण मृत्युशिक्षेला स्थगिती द्यायची असेल, तर ती मध्यवर्ती न्यायालयाच्या न्यायमूर्तींनीच द्यायची असते.

प्रत्येक नवीन अर्ज पुढच्या आणखी एका अर्जाची दिशा दाखवत होता आणि ॲडम हे सर्व झपाट्याने शिकत होता आणि आणखी एका नव्या हारण्यासाठीच्या खटल्यासाठी माहिती जमा करत होता. या दाव्याला यश मिळण्यासाठी त्याला चार अडथळे पार करायचे होते – मिसिसिपी राज्याचं सर्वोच्च न्यायालय, परगणा आणि मध्यवर्ती सरकार यांनी बनवलेलं जिल्हा न्यायालय, पाचवं मंडल न्यायालय आणि युनायटेड स्टेट्सच्या मध्यवर्ती सरकारचं सर्वोच्च न्यायालय. यश मिळवण्यात अडथळे खूपच होते. मुख्यत: खटल्याच्या या टप्प्यावर त्याचा त्रास फार व्हायचा. सॅम यांच्या बाबतीतले महत्त्वाचे मुद्दे मांडून भांडण्याचं काम वॅलेस टायनर आणि गार्नर गुडमन यांनी यापूर्वीच केलं होतं. आता बारीकबारीक मुद्दे काढून ॲडम भांडत होता.

ॲडमला आणखी एकदा तोंडी युक्तिवाद करण्याची संधी मिळेल, असं पाचव्या मंडल न्यायालयाच्या लिपिकाने त्याला सांगितलं. कारण ॲडम दररोज नवा मुद्दा घेऊन अर्ज करत होता. तीन न्यायमूर्तींची समिती एखाद्या वेळेस फक्त लेखी निवेदनावर विचार करणार होती आणि तीसुद्धा समितीच्या सदस्यांना जर जरूर भासली तरच! एका चर्चासत्राची मागणी करून त्यात ॲडमला त्याचं म्हणणं तोंडी मांडता यावं, याबाबतचा अर्ज आलेला होता. ॲडमच्या अर्जात उल्लेख केलेल्या सर्व मुद्द्यांची न्यायालयाने यापूर्वीच दखल घेतलेली होती आणि त्यामुळे या वेळी न्यायालय ॲडमला त्याला हवी असलेली संधी देईल असं वाटत नव्हतं, असं सांगितलं गेलं आणि हा खेळ पुन्हा खेळून त्यांना वेळ घालवायचा नव्हता. सॅम यांची मानसिक स्थिती चांगली नसल्याचं कारण पुढे केल्याच्या दाव्याचा फॅक्स

त्यांना मिळाल्याचं आणि स्थानिक न्यायालयांमधूनच्या वाटचालीवर ते लक्ष ठेवणार होते, असंही त्यांनी ॲडमला सांगितलं. हा नवा दावा त्याला अर्थपूर्ण वाटत असल्याचं सांगून यापुढे ॲडम आणखी कोणत्या नव्या मुद्द्यांना पुढे करण्याचा विचार करत होता, याची त्याने विचारणा केली. ॲडम त्यावर गप्प राहिला होता.

जॉन स्लॅटरींचा कायदाविषयातला तज्ज्ञ लिपिक ब्रेक जेफरसन याच्या कपाळावर कायमच आठ्या असायच्या. त्याने ॲडमला माहिती देण्याकरता एक फॅक्स पाठवला. त्यात त्याने असं लिहिलं होतं की, मिसिसिपी राज्याच्या सर्वोच्च न्यायालयाकडे ॲडमने पाठवलेल्या नव्या दाव्याचा अर्ज मिळालेला होता आणि न्यायमूर्ती महाशयांनी त्यावर अद्याप विचार केलेला नव्हता, पण आल्यानंतर त्याला ते पूर्ण न्याय देणार होते.

ॲडमला एका गोष्टीचा आनंद वाटत होता की, त्याने चार वेगवेगळ्या न्यायालयांना एकाच वेळी खूप कामाला लावलं होतं.

अकरा वाजता अटॅर्नी जनरल साहेबांच्या म्हणजे सरकारी वकिलांच्या ऑफिसमधले मिस्टर डेथ म्हणजे म्हणून ओळखले जाणारे मॉरीस हेन्री यांनी ॲडमला फोन करून सांगितलं की, त्याने पाठवलेले ते अर्ज त्यांच्या ऑफिसमध्ये त्यांना मिळाले होते आणि रोझेनबर्ग यांनी बारा वकीलांना उत्तरं द्यायला बसवलं होतं. हेन्री मॉरीस फोनवर आपलेपणाने बोलत होते; पण त्यांच्याकडे वकिलांचा एक मोठा ताफा होता, हे त्यांना सूचित करायचं होतं.

कागदपत्रं किलोनी तयार होत होती आणि चर्चेसाठीचं टेबल त्यावर नीटपणे लावलेल्या कागदांच्या थप्पींनी भरलेलं होतं. डार्लिनची खूप घाई उडाली होती. प्रती काढायच्या, फोनवरचे निरोप सांगायचे, सर्वांना कॉफी आणून द्यायची, अर्जांचे, दाव्यांचे मसुदे बरोबर टाईप केलेले आहेत की नाही, ते तपासायचे; अशी सगळी कामं तिला करावी लागत होती. सरकारी करारनामे तयार करण्याच्या कामातली ती तज्ज्ञ असल्याने किचकट तपशिलाने भरलेले बऱ्याच पानांचे दस्तऐवज तिला घाबरवून टाकात नसत. नेहमीच्या कंटाळवाण्या रटाळ कामापेक्षा हे वेगळं काम तिला आनंददायक आणि आव्हानात्मक वाटत असल्याचं तिने बऱ्याच वेळा बोलून दाखवलं होतं. "समोर एखाद्याची मृत्युशिक्षा अमलात येऊ घातली आहे, ती आपल्याला टाळायची आहे, त्यापेक्षा आणखी कोणतं मोठं आव्हान आपल्यापुढे असू शकतं?" असा प्रश्न ॲडमने तिला विचारला होता.

बेकर कुलींनीही मध्यवर्ती सरकारने नुकत्याच लागू केलेल्या बँकक्षेत्रातल्या नियमांसंबंधीच्या कायद्यांचा अभ्यास करणं बाजूला ठेवलं आणि ही मंडळी काय करत होती, हे पाहायला ते त्यांचं काम टाकून आले.

अकराच्या सुमाराला फेल्प्सनी फोन करून ॲडमला दुपारचं जेवण त्याच्याबरोबर घेता येईल का, असं विचारलं होतं. ॲडमने त्यांना नम्रतेने नकार दिला होता आणि ठरावीक वेळात हातातली कामं पुरी करून कटकट करणाऱ्या न्यायाधीशांच्या पुढे टाकायची असल्यामुळे जमणार नव्हतं, हेही स्पष्ट केले. दोघांपैकी कोणालाही लीची काही खबर मिळाली नव्हती. पूर्वी ती एकदा परागंदा झाली होती, पण त्या वेळी ती दोन दिवसांत परत आली होती. त्याला आता काळजी वाटायला लागली होती आणि खाजगी शोध घेणाऱ्या कोणाला नेमायचं का, या विचारात तो होता. फेल्प्स त्याच्या संपर्कात राहणार होता.

"इथे एक बातमीदार आलाय, त्याला तुम्हाला भेटायचं आहे." 'ॲनी एल पिझ्झा न्यूज वीक' या पाक्षिकाच्या वार्ताहरांच्या नावाचं व्हिजिटिंग कार्ड ॲडमच्या हातात देत डार्लिन म्हणाली. बुधवारी त्यांच्या ऑफिसला भेट देणारी ही तिसरी बातमीदार होती. ॲडम डार्लिनला म्हणाला, "तुम्हाला भेटता येणार नाही, याचं मला दुःख होतंय, असं त्यांना सांग."

"मी तसं त्यांना आधीच सांगितलंय, पण न्यूज वीक पत्राचा वार्ताहर आहे म्हणून कदाचित, तुम्हाला त्यांना भेटावंसं वाटेल म्हणून मी विचारलं."

"कोणत्या वृत्तपत्राचा वार्ताहर आहे, याची मला आता पर्वा करता येणार नाही. तिला सांग की, माझे पक्षकारही तिच्याबरोबर काही बोलू शकणार नाहीत."

फोन वाजायला लागला. डार्लिनने तो घेतला. फोनवर जॅक्सनहून गुडमन बोलत होते. ते दुपारी गव्हर्नरांना भेटणार होते. ॲडम काय करत होता आणि कोणाकोणाचे फोन आले होते, त्याची माहिती त्याने त्यांना दिली.

साडेबारा वाजता डार्लिनने ॲडमला दुपारच्या खाण्यासाठी काही सॅन्डविच आणून दिलं. त्यानं खाणं झटक्यात संपवलं आणि नंतर एक छोटीशी डुलकी काढली. तेवढ्यात त्याचा एक अर्ज डार्लिनने कॉम्प्युटरवर तयार केला.

गव्हर्नरसाहेबांच्या ऑफिसच्या स्वागतकक्षात गुडमन एकटेच वाट पाहत थांबून मोटारींसंबंधी माहिती देणारं एक मासिक चाळत होते. ती मघाचीच सेक्रेटरी ऑफिसमधल्या लोकांच्या फोनची देवघेव करत मध्येच तिच्या नखांवरही रंग लावत होती. एक वाजला आणि नंतरही थोडा वेळ गेला, तरीही कोणीच काही बोलत नव्हतं. दीड वाजला तरीही तोच प्रकार. त्याच स्वागतिकेने दोन वाजता गुडमन यांची माफी मागितली. गुडमन त्यावरही सुहास्य वदनाने "ठीक आहे, काही हरकत नाही" असं म्हणाले. 'समाजासाठी काम करताना होणाऱ्या मेहनतीचं मोजमाप करायचं नसतं, हा तर त्यातला महत्त्वाचा भाग असतो. लोकांना मदत करायची. केलेल्या कामाचं पैशात मोजमाप करायचं नाही.'

सव्वादोन वाजता गंभीर चेहऱ्याची, अंगावर गडद रंगाचा सूट चढवलेली एक तरुण मुलगी कुठूनतरी गुडमनच्या जवळ येऊन उभी राहिली आणि म्हणाली, ''मिस्टर गुडमन, मी मोना स्टार्क. गव्हर्नरसाहेबांच्या हाताखाली काम करणाऱ्यांची प्रमुख आहे. गव्हर्नर आत्ता तुम्हाला भेटायला तयार आहेत.'' एवढं बोलून झाल्यावर तिच्या चेहऱ्यावर हास्य उमटलं आणि ती आत जायला लागली. तिच्या मागोमाग गुडमन चालायला लागले. दोन झडपांच्या दरवाजातून ते आत गेले. पुढे एका लांबट चौकोनी आकाराच्या खोलीत येऊन पोचले. खोलीत एका बाजूला एक छोटं टेबल होतं आणि खोलीच्या मध्यभागात चर्चांसाठी असणारं एक लांब आयताकृती टेबल होतं. मॅकलिस्टर यांनी अंगावरचा कोट काढून ठेवला होता, शर्टच्या बाह्या वर केल्या होत्या, टाय ढिला होता आणि ते खिडकीशी उभे होते. ते जनतेचं काम करण्यासाठी सज्ज होते. ''या मिस्टर गुडमन, कसे काय आहात?'' हस्तांदोलनासाठी हात पुढे करत, आकर्षक दंतपंक्ती दाखवत हसताना ते म्हणाले.

''गव्हर्नरसाहेब, तुम्ही भेटलात, फार बरं झालं.'' गुडमन म्हणाले. त्यांच्या जवळ ब्रीफकेस नव्हती की इतर वकिलांकडे असतात तशा काहीही गोष्टी नव्हत्या. रस्त्यावरून जाता जाता वाटेत गव्हर्नरसाहेबांचं ऑफिस लागलं आणि वेळ होता म्हणून सहजच भेटून जावं, या हेतूने ते आले होते.

''तुम्ही मिस्टर लारा मोअर आणि मिस स्टार्क यांना भेटलायंत ना?'' दोघांकडे बोट दाखवत त्यांनी विचारलं होतं.

''हो, आम्ही भेटलेलो आहोत. तुमची आधी वेळ न ठरवता आयत्या वेळी मी इथे आलो आणि तुम्ही मला भेटण्यासाठी तयार झालात, त्याबद्दल मी तुमचा आभारी आहे.'' हे सर्व सांगताना जितकं सौजन्याने हसता येईल, तितका गुडमन यांनी प्रयत्न केला होता; पण फारकाही जमलं नव्हतं. उच्च अधिकाराच्या पदावर असलेल्या व्यक्तीने त्यांना भेटण्याची तयारी दाखवली, ही त्यांच्यावर झालेली मेहरबानीच होती, त्यामुळे त्या क्षणी त्यांच्या चेहऱ्यावर नम्रतेचा भाव जमा झाला होता.

चर्चासत्राच्या टेबलाकडे बोट दाखवत, ''चला, आपण तिथे बसू या.'' असं बोलत ते चौघे टेबलाच्या चार वेगवेगळ्या बाजूंना बसले. लारा मोअर आणि स्टार्क यांनी नोंदी करण्यासाठी त्यांच्या लेखण्या सरसावल्या. गुडमन यांच्याकडे काहीच नव्हतं. त्यांनी दोन्ही हात टेबलावर ठेवले होते.

''मला असं कळलंय की, गेल्या काही दिवसांत बरेच अर्ज, विनंत्या, दावे तुम्ही सादर केले आहेत.'' मॅकलिस्टर म्हणाले.

''होय साहेब; पण एक कुतूहल म्हणून विचारतो की, त्यातला एखादा अर्ज

तरी तुमच्यापर्यंत पोचला आहे का?'' गुडमन यांनी विचारलं.

''नाही आणि ते एक प्रकारे बरंच झालं, असं मला वाटतं.''

''ठीक आहे, पण नेहमीच्या प्रथेनुसार आमच्या अशिलाचे प्राण वाचवण्यासाठी अगदी शेवटच्या क्षणापर्यंत जे जे मुद्दे आम्हाला वापरता येतील, त्या सर्वांचा उपयोग करण्याचा प्रयत्न आम्ही करणारच की नाही साहेब?''

''तुमचं म्हणणं बरोबर आहे गुडमन; पण मी एक विचारू का?'' गव्हर्नरांनी प्रांजळपणे विचारलं.

''हो, विचारा ना साहेब.''

''तुम्ही अशा केसेस यापूर्वीही हाताळलेल्या आहेत, तर या क्षणाला सॅम यांच्याबाबतचा तुमचा अंदाज काय आहे? आणि तो कितपत खरा ठरू शकेल?''

''आपण अंदाज असा काहीच बांधू शकत नाही. मृत्युशिक्षा-तुरुंगातल्या इतर कैद्यांपेक्षा सॅम यांची केस किंवा गोष्ट वेगळी आहे. कारण सॅम यांनी दिलेले वकील उच्च दर्जाचे होते, त्यांना खटल्याच्या दरम्यान अनुभवी व्यक्तींचं मार्गदर्शन मिळालं होतं. अपिलांचे दावे अतिउत्कृष्ट प्रकारे चालू आहेत.''

''तुम्ही तुमचं काम उत्कृष्टरीत्या करत असणारच, याची मला खात्री आहे.''

यावर गुडमन हसले; मॅकलिस्टरही हसले. मोना स्टार्कच्या चेहऱ्यावर किंचितसं हसू आलं आणि लारा मोअर त्यांच्या नोंदवहीवर ओणवं होऊन काहीतरी लिहीत होते. त्यांचा चेहरा रागाने आक्रसल्यासारखा झाला होता.

''हो, आमच्या परीने करतोय. सॅम यांच्या बाबतीतल्या सर्व अर्जांवर विचार झालाय आणि आता अगदी निराश होऊन आम्ही शेवटच्या क्षणासाठीच्या चाली खेळत आहोत. बऱ्याच वेळा कार्यसिद्धी मिळते. अनपेक्षित निर्णयाबाबत आपण निम्यानिम्या शक्यता धरून चालू. आज आता सात दिवस बाकी राहिलेले आहेत.''

कायद्याच्या दृष्टीने या बोलण्याला अतिशय महत्त्व होतं, असं समजून मोनानं तिच्या नोंदवहीमध्ये त्याची नोंद केली. लारा मोअर यांनी तर संभाषणातलं वाक्यन्वाक्य टिपलं होतं.

मॅकलिस्टर यांनी त्यावर काही क्षण विचार केला आणि म्हणाले, ''मिस्टर गुडमन, माझा थोडा गोंधळ होतोय. आपण आत्ता हे जे भेटतोय, हे तुमच्या पक्षकाराला माहीत नाहीये. दयेचा अर्ज करण्याला त्यांचा विरोध आहे, पण मग आपण कशासाठी भेटतोय? आणि वर तुम्ही ही भेट गुप्त ठेवा, असं सांगताय?''

''गव्हर्नरसाहेब, मी त्यांचा वकील आहे. मी प्रत्येक मार्ग वापरला पाहिजे. ते माझं कर्तव्यच आहे. आणखी असंही आहे – गोष्टी बदलतात आणि मी यापूर्वीही अनेकदा इथे आलेलो आहे. शेवटचे दिवस मोजत असलेली माणसं पाहिलेली आहेत. त्यांच्या मनात विविध गोष्टी चाललेल्या असतात. माणसाचे विचार

आयत्या वेळीही बदलू शकतात.''

''म्हणजे तुम्ही माझ्याकडे तसा अर्ज करणार आहात, असं सांगताय आणि त्यावर मी विचार करावा, अशी तुमची विनंती आहे? त्यावर चर्चा व्हावी, असं तुमचं म्हणणं आहे?''

''होय साहेब; पण ही चर्चा फक्त आपल्या आपल्यातच व्हावी. थोडक्यात बंद खोलीत.''

''तुमचा अर्ज कधी येणार आहे?'' असं विचारताना मॅकलिस्टर उठून खिडकीशी जाऊन उभे राहिले होते.

''शुक्रवारी.''

''दोन दिवसांत?'' मॅकलिस्टर खिडकीतून पाहत म्हणाले.

लारा मोअर यांनी घसा साफ केला आणि विचारलं, ''या दयाअर्जाचा विचार होताना तुम्हाला साक्षीदार कोणत्या प्रकारचे हवे आहेत?''

''प्रश्न चांगला आहे; पण आमच्या बाजूचे साक्षीदार जे कोण असतील त्यांची नावं आत्ता या क्षणाला माझ्याकडे नाहीत. आमचं निवेदन आम्ही थोडक्यात देऊ.''

''शासनातर्फे कोण साक्ष देईल?'' मॅकलिस्टर यांनी लारा मोअर यांना विचारलं. ते विचार करत असताना त्यांचे दात चमकले आणि गुडमन यांनी त्यांची नजर दुसरीकडे वळवली.

''बॉम्बस्फोटात बळी गेलेल्यांच्या कुटुंबातल्या सदस्यांना काहीतरी सांगायचं असतं. गुन्ह्याचा या वेळी ऊहापोह होतो. तुरुंग-व्यवस्थापनापैकी कोणीतरी या कैद्याचा स्वभाव, त्याचं तुरुंगात असतानाचं वागणं यावर प्रकाश टाकला पाहिजे. अशा प्रकारच्या निवेदनांवर विचार करण्याबाबतचे नियम फार काटेकोर नसतात. ''गुन्ह्याचं स्वरूप काय आहे, हे माझ्याइतकं कोणालाही माहीत नाहीये.'' मॅकलिस्टर स्वत:शीच बोलल्यासारखं बोलत होते.

''जे काय घडलं होतं, ते विचित्रच घडलं होतं.'' गुडमन यांनी कबूल केलं. ''प्रतिवादीच्या बाजूने दया मिळण्याबाबतचं माझं निवेदन मी मांडलं आहे आणि सर्वप्रथम सरकारी वकील प्रतिवादीच्या विरोधात साक्ष उभी करत असतात. या केसमध्ये शासनाच्या वतीनं तुम्ही असणार आहात.''

''तुम्हाला या निवेदनावरची चर्चा गुप्ततेत व्हावी, असं का वाटतं?''

''गव्हर्नरसाहेबांचा आजपर्यंतचा शिरस्ता अशा प्रकारचे निर्णय आणि चर्चा उघडउघड स्वरूपात करण्याचा आहे.'' हे मोनाने सांगितलं.

''खरोखरच त्या प्रकारची बंद खोलीत केलेली चर्चा सर्वांच्याच हितातली असते.'' एखाद्या विद्वान प्राचार्यासारखं बोलत गुडमन यांनी पुष्टी जोडली. ''त्यामुळे तुमच्यावर येणारं दडपण कमी असेल. कारण गव्हर्नरसाहेब, चर्चा उघड नसण्यामुळे

तुम्हाला अयोग्य वाटणारे सल्ले कोणी देणार नाहीत. ही चर्चा, निर्णय गुप्ततेत व्हावा, असं अजूनही माझं मत आहे.''

''एवढंच कारण का आणखी दुसरं काही कारण?'' मॅकलिस्टर यांनी विचारलं.

''रूथ क्रॅमर यांच्या लहान मुलांबद्दल त्या वेळी काही बोललं जाईल, ते बोलणं आम जनतेने ऐकावं, असं प्रामाणिकपणे आम्हाला वाटतं.'' हे सांगत असताना गुडमन उपस्थित असणाऱ्यांकडे पाहत होते. मुख्य कारण निराळंच होतं. ॲडमची अशी खात्री झाली होती की, या निर्णयाबद्दलची चर्चा गुप्ततेत आणि आम जनतेच्या डोळ्यापुढे झाली, तर त्या वेळी काही सांगण्यासाठी सॅम तिथे येणार नाहीत आणि गुप्ततेत चर्चा, निर्णय होणार असेल तरच ॲडम सॅम यांना तिथे येण्यासाठी राजी करू शकणार होता आणि त्यांच्या गुन्ह्याचं भांडवल करून एखाद्या भपकेबाज सार्वजनिक व्यासपीठावरून मिरवून स्वत:ची प्रतिष्ठा, जास्त मतं मिळवण्याच्या गव्हर्नरांच्या इराद्यापासून त्यांना रोखणंही शक्य होईल, असंही सॅम यांना पटवून देता येणं शक्य होणार होतं.

गुडमन यांना देशातले, जवळपासच्या भागातले दहा-पंधरा जण असे माहीत होती की, अगदी कमी वेळाचा अवधी देऊनसुद्धा सॅम यांच्या बाजूने साक्ष द्यायला, ते जॅक्सनला यायला तयार झाले असते आणि ही मंडळी मृत्युशिक्षेविरुद्ध शेवटच्या मिनिटात एवढे प्रभावी मुद्दे मांडायची की, निर्णय घेणाऱ्यावर दडपण यायचं, असं गुडमन यांनी ऐकलं होतं. धर्मगुरू, धर्मकार्यात वाहून घेतलेल्या स्त्रिया, धर्मप्रसारक, समुपदेशक, मानसशास्त्रज्ञ, समाजशास्त्रज्ञ, समाजकार्याला वाहून घेतलेले स्वयंसेवक, लेखक, प्राध्यापक आणि मृत्युशिक्षा-तुरुंगातले माजी कैदी अशी ही मंडळी होती. सध्या सॅम महाभयंकर स्थितीत तुरुंगातलं जिणं जगत होते, हे डॉक्टर स्विन प्रभावीपणे सांगू शकला असता आणि सॅम यांना मारण्यानं भविष्यात ज्यांच्यापासून काहीही धोका नाही, अशा गोष्टीला मारल्यासारखं होणार होतं, असंच या लोकांनी ठामपणे सांगितलं असतं.

बहुतेक सर्व राज्यांतून मृत्युशिक्षा झालेल्या कैद्याला अगदी शेवटच्या मिनिटाला गव्हर्नरांकडून माफी मिळविण्याचा अर्ज करण्याचा अधिकार होता आणि त्या अर्जावर गव्हर्नरांनी कैद्याच्या वकिलाचं काय म्हणणं असायचं, हे ऐकून त्यावर निर्णय देणं कायद्यानं बंधनकारक होतं. मिसिसिपी राज्यात कैद्याला मृत्युशिक्षेपासून माफी मिळण्यासाठी अर्ज करण्याचा अधिकार होता, पण तो अर्ज पुढे पाठवायचा का नाही, हा निर्णय राज्यातले संबंधित अधिकारी घेऊ शकणार होते.

''मला वाटतं, त्यात काहीतरी तथ्य आहे.'' गव्हर्नरसाहेब म्हणाले.

''त्या दृष्टीने निर्णय घेण्याच्या बाजूने बरेच लोक आहेत.'' गुडमन म्हणाले. मुळातच प्रसिद्धीची हाव असलेले मॅकलिस्टर या कारणामुळे सुखावलेले दिसत

होते. ''आणि उघडपणे निर्णय घेतला गेला, तर कोणालाही फायदा होणार नाही.''

सर्वांसमक्ष चर्चा व्हावी, अशा ठाम मताच्या असलेल्या मोनाच्या कपाळावर आठ्यांचं जाळं पसरलं आणि तिने ठळक अक्षरात तिच्या नोंदवहीत काहीतरी लिहिलं. मॅकलिस्टर गहन विचारात होते.

''निर्णय घेण्याची प्रक्रिया सर्वांसमक्ष किंवा गुप्ततेत व्हावी यापेक्षासुद्धा जर तुम्ही किंवा तुमचे पक्षकार यांना काही नवीन सांगायचं नसेल, तर अशा कोणत्याही निर्णयप्रक्रियेची जरूर नाही. गुडमन, मला सर्व केस पूर्णपणे माहीत आहे. घटना मी प्रत्यक्ष पाहिलेली आहे. बळी गेलेल्यांची मृत शरीरं मी पाहिली आहेत. काहीतरी नवीन असल्याखेरीज माझं मत मी बदलणार नाही.'' मॅकलिस्टर म्हणाले.

''नवीन म्हणजे?''

''म्हणजे सॅम यांनी ते काम कोणाबरोबर केलं आहे, त्याचं नाव त्यांनी मला सांगायला हवं, तर मी या चर्चेला संमती देईन आणि दयेची हमी मी देत नाही, हे तुम्ही पक्कं लक्षात घ्या. अगदी इतर क्षमायाचनेसाठीच्या अर्जावर जसा विचार होतो आणि त्या वेळी ज्या मुद्द्यांचा विचार होतो, ते मुद्दे विचारात घेऊन योग्य ती कार्यवाही होईल. तशी तयारी नसेल, तर आपण आपणा दोघांचा वेळ वाया घालवायला नको.''

''सॅम यांच्याबरोबर आणखी त्यांचा कोणी जोडीदार होता, यावर तुमचा विश्वास आहे?'' गुडमन यांनी विचारलं.

''माझी ती शंका सुरुवातीपासून आहे.''

''का? ते एवढं महत्त्वाचं आहे?''

''हो, नक्कीच आहे, कारण अंतिम निर्णय मलाच घ्यायचा आहे गुडमन. न्यायालयाचं निर्णय घेणं संपल्यानंतर पुढच्या मंगळवारी रात्री घड्याळ शेवटच्या तासाचे टोले देऊ लागेल, त्या क्षणी ती शिक्षा थांबवण्याचे अधिकार केवळ मला एकट्यालाच आहेत. सॅम यांना मृत्युशिक्षा देणंच योग्य असेल, तर ती अमलात येत असलेली पाहायला मला वाईट वाटणार नाही; पण ती शिक्षा त्यांना देणं योग्य नसेल, तर शिक्षा अमलात येणं नक्कीच थांबवलं जाईल. मी तसा अजून तरुण आहे. एखाद्या निरपराध माणसाच्या मृत्यूचं ओझं घेऊन उरलेलं आयुष्य मला काढायचं नाही. मला योग्य निर्णय घ्यायचा आहे.''

''सॅम यांच्याबरोबर कोणीतरी साथीदार होता, असं तुम्हाला वाटतं, नव्हे तुम्हाला तशी खात्री आहे, तर त्या आधारे ही शिक्षा अमलात आणणं तुम्ही का थांबवत नाही?''

''कारण त्यांच्याबरोबर आणखी कोणी होता की नव्हता, याची मला शहानिशा करून घ्यायची आहे. तुम्ही गेली कित्येक वर्षं त्यांचे वकील आहात. तुम्हाला

वाटतं की नाही, त्यांचा कोणी साथीदार होता असं?''

''हो, मला तसं नेहमीच वाटतं की, हे काम दोघांचं आहे; पण त्यांच्यातला नेता कोण आणि साहाय्य करणारा कोण होता हे माहीत नव्हतं. पण सॅम यांना नक्कीच कोणाचीतरी मदत होतीच.''

मॅकलिस्टर ओणवे होऊन गुडमन यांच्या जवळ येऊन त्यांच्या डोळ्यात पाहून बोलायला लागले.

''मिस्टर गुडमन, सॅम यांनी मला जर सत्य सांगितलं, तर मी गुप्ततेत चर्चा करायला मान्यता देईन आणि मृत्युशिक्षापण बदलून देईन. अर्थात, हे कोणत्याही प्रकारचं वचन वगैरे मी देत नाही. निर्णय घेण्यासाठी आपण चर्चा करू; पण तसं पाहिलं, तर आपल्याकडे नवीन माहिती किंवा मुद्दा नाही.''

न्यायालयातल्या वार्ताहरांपेक्षा जास्त वेगाने मोना आणि लारा मोअर त्यांच्या नोंदवहीतून नोंदी करून घेत होते.

''सॅम यांच्या सांगण्यानुसार ते जे काही सांगतात, तेच तेवढं सत्य आहे.''

''मग मृत्युशिक्षा बदलून घेण्यासाठीची चर्चा तुम्ही विसरा. मी रिकामा नाहीये.''

निराश होऊन गुडमन यांनी उसासा टाकला, पण चेहऱ्यावर हास्य होतं. ''ठीक आहे. मग आम्ही त्यांच्याशी पुन्हा बोलतो. उद्या आपण परत भेटू शकू?''

गव्हर्नरसाहेबांनी मोनाकडे कटाक्ष टाकला. तिनं खिशातली दिनदर्शिका पाहिली. पुढचा दिवस भाषणं, उद्घाटनं, सभा वगैरेंनी भरलेला होता. तिने नकारार्थी मान हालवली, ''तुमचा संपूर्ण दिवस व्यग्र आहे.'' अधिकारवाणीने ती म्हणाली.

''दुपारच्या जेवणाच्या वेळचं काय?''

''अवघड आहे. परदेशस्थ अमेरिकींच्याबरोबर तुम्हाला दुपारचं जेवण घ्यायचंय.''

''तुम्ही मला फोन का करत नाही?'' लारा मोअर यांनी विचारलं.

''ती गोष्ट सोयीची होईल.'' गव्हर्नर उभे राहत आपल्या बाह्यांची बटनं लावत म्हणाले.

गुडमन उभे राहिले. त्यांनी हस्तांदोलन केलं आणि म्हणाले, ''सॅम यांच्याबरोबरच्या बोलण्यातून जर काही निष्पन्न झालं, तर मी तुम्हाला फोन करीन. तरीपण लवकरात लवकर त्याबद्दलची चर्चा व्हावी, अशी आमची विनंती आहे.''

''सॅम जर काही बोलले नाहीत, तर तुमची विनंती अमान्य होईल.'' गव्हर्नर म्हणाले.

''गुडमन, तुम्हाला जर चालणार असेल, तर तुम्ही ही सूचना आम्हाला लेखी द्या.'' लारा मोअर यांनी सांगितलं.

''ठीक आहे.''

सर्व जण चालत दरवाजाशी गेले. तिथे त्यांनी गुडमन यांना निरोप दिला. गुडमन गेल्यानंतर मॅकलिस्टर त्यांच्या टेबलामागे त्यांच्या अधिकृत खुर्चीत बसले.

त्यांनी त्याच्या मनगटाजवळच्या बाह्यांची बटनं सोडवली. लारा मोअर त्यांची परवानगी घेऊन त्यांच्या ऑफिसच्या खोलीत गेले.

मिस स्टार्क हातात एक छापलेला कागद घेऊन पाहत होत्या आणि गव्हर्नर यांच्या समोरच्या टेलिफोनवरची लाल बटनं चमकत होती, त्याकडे पाहत होते. ''सॅम केहॉल यांच्या संबंधात किती फोन होते?'' त्यांनी विचारलं. हातातल्या कागदाकडे पाहत त्या सांगायला लागल्या, ''काल तुम्हाला एकवीस फोन आले होते, त्यापैकी चौदा फोन त्यांची मृत्युशिक्षा विषारी वायुपेटीत घालून अमलात आणावी, असं मत असणाऱ्यांचे होते. पाच जण 'त्यांना वाचवा' असं सांगत होते आणि दोघांचं काय सांगावं, याबद्दलचं मत ठरत नव्हतं.''

''म्हणजे फोनची संख्या वाढली आहे आणि मृत्युशिक्षा अमलात आणावी, असं मत असणाऱ्यांच्या संख्येतही वाढ आहे.''

''हो. पण एका वर्तमानपत्रात सॅम यांच्या शेवटच्या घटकेतल्या प्रयत्नांबद्दल माहिती आलेली आहे. त्या पत्राच्या अंदाजानुसार ते दयायाचनेबद्दल अर्ज करतील, असा त्यांचा होरा आहे.''

''आपण मृत्युशिक्षा असावी का नसावी, याबद्दल सर्वसाधारण लोकांचं काय मत आहे, याचा अंदाज घेतोय. ते आकडे काय सांगतात?''

''त्यात बदल नाहीये. या राज्यातल्या नव्वद टक्के गोऱ्या जनतेचं मत मृत्युशिक्षा चालू ठेवावी, असं आहे आणि पन्नास टक्के काळ्या लोकांचंही मत तसंच आहे. एकंदरीत आकडा पाहिला, तर तो चौऱ्याऐंशी टक्क्याच्या आसपास जातो.''

''मी या जागेवर राहावं, याबाबतचे आकडे कसे आहेत?''

''बासष्ट टक्के लोकांना तुम्ही गव्हर्नर राहावं असं वाटतं, पण जर तुम्ही सॅम केहॉल यांना माफ केलं, तर तो आकडा दहाच्या आत येईल.''

''म्हणजे माफी देण्याच्या विरोधात तू आहेस?''

''त्यातून खरोखर फायदा काही नाहीये. उलट तोटाच खूप होणार आहे. आपला मतांचा अंदाज, मोजणी हे सर्व आपण केलं; पण ते क्षणभर विसरा. विचार करा की, तुम्ही यांच्यापैकी एकाला जरी माफ केलंत, तरी त्यांचे आणखी पन्नास वकील, त्यांच्या आज्या, त्यांचे धर्मगुरू येऊन तुम्हाला घेराव घालतील आणि अशाच माफीची मागणी करतील. सध्या तुमच्यावर जेवढा कामाचा बोजा आहे, तोच भरपूर आहे. माफी देणं हा वेडेपणा आहे.''

''हो. तू म्हणतेस ते बरोबर आहे. आपण प्रसारमाध्यमांचा कसा उपयोग करून घेणार आहोत, याचा जो आराखडा तयार केलाय, तो कुठे आहे?''

''मी तुम्हाला तो एका तासात आणून देते.''

“मला तो पाहायचाय.”

“नागेल त्यावर शेवटचा हात फिरवतोय. दयायाचनाअर्जाच्या सुनावणीचा विचार तुम्ही जाहीर करावा, असं मला वाटतं. आठवड्यातल्या शेवटच्या दोन दिवसातलं वातावरण असंच खदखदू दे.”

“आपण त्यावर पडदा टाकायला नको?”

“नाही, नक्कीच टाकायचा नाही. रुथ क्रॅमर यांनी कॅमेऱ्यासमोर दुःखातिरेकाने रडावं हे आपल्याला हवंय.”

“त्यांचं त्याबाबतचं बोलणं मी ऐकणार आहे आणि त्यावर मीच निर्णय देणार आहे. सॅम आणि त्याचे वकील यांची शिरजोरी इथे चालणार नाही. त्यांना सुनावणी व्हायला हवी असेल, तर ती माझ्या इच्छेनुसारच होईल, त्यांच्या नाही.”

“बरोबर आहे; पण साहेब तुम्ही हे लक्षात ठेवा की, त्यांना सुनावणीची संधी दिली पाहिजे, असं तुमचं म्हणणं आहे, हे आपल्याला दाखवायचं आहे. त्याला अफाट प्रसिद्धी मिळेल आणि तीच आपल्याला हवी आहे.”

गुडमन यांनी चार मोबाइल फोन विकत घेतले आणि प्रत्येकासाठी चार महिन्यांचे पैसे भरले. त्यांनी क्रॅव्हिट्झ आणि बेन कंपनीचं क्रेडिट कार्ड त्यासाठी वापरलं, त्यामुळे त्यांच्यावर होणारा प्रश्नांचा मारा त्यांनी टाळला. स्टेट रस्त्यावरच्या सार्वजनिक ग्रंथालयात ते गेले. मिसिसिपी राज्यातली मोठमोठी शहरं म्हणजे लॉरेल, हॅटीसबर्ग, टपेलो, व्हिक्सबर्ग, बिलोक्सी आणि मेरीडियन आणि मध्यम आकाराची शहरं ट्युनिका, कॅल हाउन सिटी, ब्यूड, लॉम्गबीच, वेस्ट पॉईंट या सर्व शहरातले फोन नंबर असलेली पुस्तकं गुडमन यांना तिथे मिळाली होती. त्या पुस्तकातल्या त्यांना हव्या असलेल्या पानांच्या झेरॉक्स प्रती काढण्यासाठी त्यांनी त्यांच्याजवळचे डॉलर वापरले होते.

हे काम करण्यात त्यांना आनंद वाटत होता. डोक्यावर पिकलेले दाट केस असलेला, लहानखुऱ्या बांध्याचा हा वृद्ध गृहस्थ शिकागोतल्या कायदा कंपनी क्षेत्रातल्या एका अतिप्रसिद्ध कंपनीतला उच्च स्तरावरचा एक अधिकारी होता, ही गोष्ट कुणाला सांगूनसुद्धा खरी वाटली नसती. हा गृहस्थ वर्षाला चार लक्ष डॉलर्स उत्पन्न कमवत होता, या गोष्टीवर कोणी विश्वास ठेवला नसता. आणि अशी उच्चपदस्थ व्यक्ती, मिस्टर गार्नर गुडमन अशा कामात रस घेत होती. ते काम तडीस जाण्यासाठी पद विसरून निष्ठापूर्वक प्रयत्न करत होती. एक व्यक्ती कायदेशीररीत्या मारली जात होती, ते त्यांना फक्त कायदेशीररीत्याच थांबवायचं होतं आणि त्यासाठी प्रयत्न करणं उचित वाटत होतं.

ते ग्रंथालयातून बाहेर पडले आणि काही आडवे रस्ते पलीकडे असलेल्या

मिसिसिपी विधीविद्यालयात जाण्यासाठी निघाले. त्या विद्यालयात जॉन ब्रायन म्हणून फौजदारी गुन्हे आणि तत्संबंधीचे कायदे हा विषय शिकवणारे एक प्राध्यापक होते. मृत्युशिक्षेच्या विरोधात त्यांनी काही पत्रकं छापून प्रसिद्ध करायला सुरुवात केलेली होती. गुडमन यांना त्यांची ओळख करून घ्यायची होती आणि शोधक्षेत्रात काम करण्यासाठी काही हुशार विद्यार्थी इच्छा दर्शवतात का, याची माहिती घ्यायची होती.

त्या वेळी प्राध्यापक तिथून गेलेले होते, पण ते मंगळवारी सकाळी नऊ वाजता त्यांचा वर्ग घेण्यासाठी येणार होते. विद्यालयाच्या ग्रंथालयातून त्यांनी एक चक्कर मारली आणि ते इमारतीतून बाहेर पडले आणि वेळ काढण्यासाठी काही आडवे रस्ते पलीकडे असलेल्या राज्याच्या विधिमंडळाच्या इमारतीत त्यांनी फेरी मारली. त्यात तीस मिनिटं गेली. त्यातली पंधरा मिनिटं तळमजल्यावर नागरी हक्क आंदोलन काळातली माहिती देणारं प्रदर्शन पाहण्यात गेली. भेटवस्तू विकणाऱ्या तिथल्या एका दुकानात त्यांनी रात्री झोपण्याची आणि सकाळच्या न्याहारीची व्यवस्था असलेली जवळपास कुठे शक्यता होती का विचारलं. त्यावर त्याच रस्त्याने दक्षिणेच्या दिशेने गेल्यावर मिलसॅप-ब्युई हे एक घर होतं. तिथे तशी व्यवस्था असल्याचं कळलं. व्हिक्टोरिया राणीच्या जमानातल्या एका छान घरात अगदी शेवटची एक उरलेली खोली त्यांना मिळाली. जुन्या जमान्यातलं फर्निचर चांगल्या अवस्थेत जपून वापरण्यात येत होतं. इमारतीचं शिल्प जुन्या धाटणीचं आणि चांगलं जतन केलेलं होतं.

संस्थेच्या कर्मचाऱ्याने त्यांना स्कॉच व्हिस्की आणि पाणी आणून दिलं आणि ते घेऊन गुडमन त्यांच्या खोलीत गेले.

३९

रोजच्या कामकाजासाठी ऑबर्न हाउसमधलं ऑफिस सकाळी आठ वाजता उघडलं. एका दुबळ्या आणि गबाळ्या गणवेशातल्या सुरक्षाकर्मचाऱ्यानं गाडी आवारात घेण्यासाठी दरवाजा उघडला. मोटारी उभ्या करण्याच्या जागेवर ॲडमची एकट्याचीच मोटार त्या दिवशी पहिली आलेली होती. दहा मिनिटं आणखी एखादी मोटार आवारात येईपर्यंत तो तिथेच गाडीत बसून राहिला. दोन आठवड्यांपूर्वी लीच्याच ऑफिसमध्ये भेटलेली दुसरी समुपदेशिका त्या दुसऱ्या मोटारीतून उतरली. तिला ॲडमनं ओळखलं. ती बाजूच्या दरवाजाने इमारतीत शिरत असताना ॲडमने तिला थांबवलं आणि म्हणाला, ''मला माफ करा, आपण पूर्वी एकदा भेटलोय. मी ॲडम हॉल. मिसेस लीचा भाचा. सॉरी हं, पण मी तुमचं नाव विसरलोय.''

त्या बाईंच्या एका हातात वापरून जुनी झालेली एक ब्रीफकेस होती आणि दुसऱ्या हातात दुपारच्या जेवणासाठी आणलेल्या अन्नपदार्थांचा पुडा होता. ती हसली आणि म्हणाली, ''माझं नाव जोसी कॉब आणि आपण भेटलोय, ते मला आठवतंय. ली आहे कुठे?''

''मला माहीत नाही. मला वाटत होतं की, तुम्हाला कल्पना असेल. कारण आम्हाला तिचा काहीच पत्ता नाही.''

''नाही. मंगळवारपासून आम्हालाही तिची काही खबर नाही.''

''मंगळवार? मी तर तिच्याशी शनिवारपासून बोललेलो नाही. मंगळवारी तुम्ही तिच्याशी बोलला होतात?''

''तिने इथे फोन केला होता, पण त्या वेळी मी बोलू शकले नव्हते. त्याच दिवशी तिनं दारू पिऊन गाडी चालवली होती. त्याची बातमी वर्तमानपत्रातही आली होती. बरोबर आहे ना?''

''तिनं फोन केला होता, त्या वेळी ती कुठे होती?''

''तिनं ते काही सांगितलं नाही. तिने व्यवस्थापक कुठे आहेत, एवढं फक्त

विचारलं होतं. ती काही दिवसांकरता बाहेरगावी जाणार असल्याचं तिनं त्या वेळी सांगितलं होतं. तिला कोणाचीतरी मदत घ्यावी लागणार आहे, असं काहीसं ती म्हणत होती. ती परत कधी येणार, ती कुठे होती, याबद्दल ती काही बोलली नाही.''

''ती ज्या रुग्णावर उपचार करत होती, ज्यांना समुपदेशन करत होती, त्यांचं काय?''

''तिचं काम आम्ही करत आहोत. इथे कायम आणीबाणीची परिस्थिती असते, पण आम्ही जमवून घेतो; निभावून नेतो.''

''या मुलींना ली विसरणार नाही. या आठवड्यात या मुलींशी फोनवर बोलली असेल का?''

''या मुलींपैकी बऱ्याच जणींकडे फोन नाहीत ॲडम! आणि लीचा या मुलींच्या नंतरच्या कामांमध्ये काही सहभाग नसतो. आत्ता तिच्यावर सोपवलेल्या कामाकडे आम्ही लक्ष देत आहोत.''

ॲडम एक पाऊल मागे झाला. त्याने आवाराच्या फाटकाकडे नजर टाकली आणि म्हणाला, '' हो, मला कल्पना आहे; पण मला तिला शोधून काढलं पाहिजे. मला तिची काळजी वाटते.''

''ती ठीक असेल. असं तिने पूर्वी केलेलं आहे आणि प्रत्येक प्रश्नाला मार्ग हा असतोच.'' जोसीला आत जाण्याची एकदम घाई झाली. ''आणि मला जर तिच्याकडून काही कळलं, तर मी तुम्हाला कळवेन.''

''कृपा करून कळवा. मी सध्या तिच्या घरीच राहतोय.''

''हो, मला माहीत आहे. मी कळवेन.''

ॲडमने तिचे आभार मानले आणि तो गाडीत बसून निघून गेला. नऊ वाजता तो ऑफिसमध्ये पोचला आणि कामात गढून गेला.

पार्चमन तुरुंगाच्या ऑफिसच्या दर्शनी भागातल्या हॉलसारख्या एका खोलीत एक लांब टेबल होतं. त्याच्या अरुंद बाजूशी न्यूजंट बसले होते आणि सुरक्षाकर्मी आणि तुरुंगाचा इतर सेवकवर्ग यांनी खोली भरली होती. टेबल खोलीच्या फरशीच्या पातळीपेक्षा सहा इंच उंच अशा लाकडी मंचावर होतं. टेबलाच्या मागे असलेल्या भिंतीवर एक मोठ्या आकाराचा फळा होता. इकडून तिकडे हलवता येण्याजोगा आणखी एक छोटा मंच कोपऱ्यात होता. टेबलाच्या उजव्या बाजूच्या खुर्च्या रिकाम्या होत्या. तुरुंगाचे कर्मचारी समोर मांडलेल्या घडीच्या खुर्च्यांतून बसले होते आणि न्यूजंट यांच्या डाव्या बाजूच्या खुर्च्यांतून बसलेले तुरुंगाचे महत्त्वाचे पदाधिकारी त्यांना चांगल्या प्रकारे दिसत होते. अटॅर्नी जनरल यांच्या ऑफिसमधले मॉरीस हेन्री

तिथे होते. त्यांच्यासमोर कागद-पत्रांचं एक मोठं बाड होतं. लुकस मान अगदी शेवटी बसून त्यांच्या नोंदवहीत काहीतरी लिहीत होता. हेन्रींच्या शेजारच्या दोन खुर्च्यांत दोन अधिक्षक बसले होते. गव्हर्नर साहेबांच्या ऑफिसमधून आलेला एक हुजऱ्या लुकस यांच्याजवळ बसला होता.

न्यूजंट यांनी घड्याळाकडे पाहिलं आणि त्यांनी त्यांच्या एकूण व्यवस्थेसंबंधीच्या भाषणाला सुरुवात केली. त्यांनी काढलेल्या नोंदींचा आधार ते घेत होते आणि सारा रोख सुरक्षाकर्मचारी, तुरुंगव्यवस्था कर्मचारी यांच्यावर होता. "आज दोन ऑगस्ट रोजी सर्व न्यायालयांनी सध्या अस्तित्वात असलेल्या सर्व स्थगिती, तहकुबी उठवल्या आहेत, अशी स्थिती आहे आणि मृत्युशिक्षा अमलात आणण्यासाठी काहीही आडकाठी नाही. आपण ठरवल्याप्रमाणे कार्यवाहीला सुरुवात करणार आहोत आणि बुधवारी मध्यरात्रीनंतर एक मिनिटांनी ही शिक्षा अमलात येईल. आपल्याला तयारीसाठी पूर्ण सहा दिवस आहेत आणि ही कार्यवाही अगदी सुरळीतरीत्या, कुठलीही अडचण न येता पार पाडण्याचा मी निश्चय केला आहे.

"या कैद्याचे तीन वेगवेगळे अर्ज निरनिराळ्या न्यायालयांत निर्णयासाठी सादर झालेले आहेत, त्यावर निर्णयासाठी काम चालू आहे. त्यातून निष्पन्न काय होणार आहे, याचं भविष्य कोणी सांगू शकत नाही. सरकारी वकिलांच्या ऑफिसशी आम्ही सतत संपर्क ठेवून आहोत आणि त्यांच्यापैकी मॉरीस हेन्री आज आपल्यात उपस्थित आहेत. त्यांच्या आणि लुकस मान याच्या मतानुसार या संबंधातले निर्णय टेलिफोनने कळवले जाणार आहेत. स्थगिती कोणत्याही क्षणी लागू केली जाऊ शकते, तरीपण त्याची शक्यता कमी वाटते, त्यामुळे आपण तयार राहणं गरजेचं वाटतं. तुरुंगातला कैदी गव्हर्नरांकडे दयेसाठी अर्ज करण्याची शक्यता आहेच, पण माझं प्रामाणिक मत असं आहे की, त्याला मान्यता मिळणार नाही, त्यामुळे आत्तापासून पुढच्या बुधवारपर्यंत आपण तयारीत राहिलं पाहिजे."

न्यूजंट यांचे शब्द, भाषा कडक होती; स्वच्छ होती. पण त्या सर्वांपेक्षा त्यात ते ज्या हुद्द्यावर होते, त्या हुद्द्याची ताकद दिसत होती आणि त्याचा आनंद ते लुटत होते. मध्येच त्यांनी त्यांच्या टिपणांकडे एकदा नजर टाकली आणि भाषण पुढे चालू केलं, "विषारी वायूपेटी चांगली कार्यान्वित करण्यासाठी काम चालू आहे. ती जुनी आहे. दोन वर्षांत वापरलेली नाही. त्यामुळे आपल्याला काळजी घ्यावी लागणार आहे. ती पेटी ज्या कंपनीने बनविली आहे, त्या कंपनीचा एक प्रतिनिधी आज सकाळी इथे येणार आहे. तो आज दिवसा आणि रात्री पेटीची पूर्ण परीक्षा करून घेऊन ती योग्य प्रकारे काम देईल, अशी व्यवस्था करून देऊन जाणार आहे. स्थगिती मिळणार नाही, असं गृहीत धरून या आठवड्याच्या शेवटी, रविवारी रात्री मृत्युशिक्षा अमलात आणण्याच्या कामाची रंगीत तालीम आपण

करणार आहोत. या कामात ज्या कोणी मदत करण्याची इच्छा दर्शवली आहे, अशांची मी एक यादी तयार केली आहे आणि त्याबाबतचा निर्णय मी आज दुपारी घेणार आहे.

''विविध प्रकारांसाठी प्रसारमाध्यमांकडून आम्हाला विनंत्या येत आहेत. मी, मिस्टर केहॉल यांचा वकील, आपले तुरुंगाचे वकील, तुरुंगाचे मुख्य अधिकारी, सुरक्षाकर्मी, तुरुंगातले इतर कैदी, शिक्षेच्या वेळी रसायन तयार करणारा या सर्वांच्या मुलाखती त्यांना घ्यायच्या आहेत. त्यांना कैद्याच्या कोठडीचा, विषारी वायुपेटीचा फोटो घ्यायचा आहे. प्रसारमाध्यमांचा हा नेहमीचाच वेडेपणा असतो, पण आपल्याला हे सर्व निभावून न्यायचं आहे. माझ्या परवानगीशिवाय कोणीही प्रसारमाध्यमांच्या प्रतिनिधींशी संपर्क साधायचा नाही. हा नियम तुरुंगातल्या प्रत्येक कर्मचाऱ्याला लागू आहे; त्याला अपवाद नाही. या प्रकारच्या चौकश्या करणारी प्रसारमाध्यमांतली ही मंडळी बरीचशी या भागातली नाहीतच. आपल्याला अशिक्षित आडदांड कामगारांसारखे समजून ते त्यांची पोळी भाजून घण्याच्या प्रयत्नात आहेत, म्हणून त्या कोणाशीही बोलू नका. योग्य वेळ आली की, मी जरूर ते प्रकटन प्रसिद्ध करणार आहे. या लोकांपासून सावध राहा. ही गिधाडं आहेत गिधाडं!

''बाह्यशक्तींपासूनसुद्धा आपल्याला अडचणी निर्माण होण्याची शक्यता आहे. दहा मिनिटांपूर्वीच कु क्लक्स क्लॅन समूहाचा एक ताफा निदर्शनं करण्यासाठी मुख्य प्रवेशद्वाराशी येऊन दाखल झाला आहे. निदर्शनं करण्यासाठी आपण नेहमी जी जागा उपलब्ध करून देतो, तिथे जायला त्यांना सांगण्यात आलेलं आहे. त्यांच्यासारखाच आणखी एक समूह इथे येत असल्याचं आम्ही ऐकलंय आणि कारवाई पूर्ण होईपर्यंत ती चालणार आहेत, असं वाटतंय. आम्ही या सर्व गोष्टींवर बारीक लक्ष ठेवून आहोत. जोपर्यंत कायद्याचं उल्लंघन होत नाही, तोपर्यंत निदर्शनं करण्याचा त्यांना अधिकार आहे. यापूर्वीच्या चार मृत्युशिक्षा अमलात आणण्याच्या वेळी मी इथे नव्हतो; पण मृत्युशिक्षा हवी, असं म्हणणारे निदर्शक इथे येतात आणि गोंधळ माजवून देतात, असं मला समजलं आहे, तर या वेळी आपण या समूहांना वेगळी जागा देणार आहोत. कारण उघड आहे.''

न्यूजंट एका जागी फार वेळ बसून रहाणाऱ्यातले नव्हते. ते एकदम टेबलाच्या कडेशी जाऊन ताठ उभे राहिले. सर्वांचे डोळे त्यांच्यावर रोखलेले होते. काही क्षण त्यांनी त्यांच्या नोंदी पाहिल्या.

''मिस्टर केहॉल यांच्या कुप्रसिद्धीमुळे ही मृत्युशिक्षा अमलात आणण्याचं प्रकरण जरा वेगळं आहे. ही शिक्षा प्रसारमाध्यमांचं मोठ्या प्रमाणात लक्ष वेधून घेणार आहे. इतकंच नव्हे, तर अनेक माथेफिरू या वेळी त्रास द्यायचा प्रयत्न करतील. आपण शंभर टक्के व्यावसायिकासारखं वागलं पाहिजे आणि कोणाकडूनही नियमभंग होता कामा नये. मिस्टर केहॉल यांच्या शेवटच्या दिवसांत ते स्वत:

आणि त्यांचे कुटुंबीय या सर्वांप्रती आपण आदराने वागलं पाहिजे. विषारी वायुपेटी आणि मृत्युशिक्षा या संबंधात कोणीही टोमणे, टीका किंवा भाष्य केलेलं मला चालणार नाही. मी त्याच्या बाजूचा राहणार नाही. कळलं? आता काही प्रश्न?''

न्यूजंट यांनी खोलीभर नजर फिरवली. सर्व शांत होते. ते स्वत:वर खूश झाले. त्यांनी सर्व गोष्टी, शंका, शक्यतांची दखल घेतली होती. कोणाचेच काही प्रश्न नव्हते. ''म्हणजे सर्वकाही सर्वांना समजलं आहे. उद्या सकाळी नऊ वाजता आपण इथे भेटायचं आहे.'' असं सांगून सर्वांना त्यांनी जायला सांगितलं आणि एका मिनिटात खोली रिकामी झाली.

वर्गावरचा पाठ घेण्यासाठी प्राध्यापक जॉन ब्रयान ग्लास हे त्यांच्या खोलीतून बाहेर पडत असतानाच गार्नर गुडमन यांनी त्यांना गाठलं. दोघं जण एकमेकांना भेटले. गुडमन यांनी त्यांची ओळख सांगितली. चौकशीची देवाणघेवाण झाली. वर्गावरचा पाठ घेणं जरा बाजूलाच राहिलं. ग्लास यांनी गुडमन यांची सर्व पुस्तकं वाचली होती आणि गुडमन यांनी ग्लास यांचे मृत्युदंडाच्या विरोधात लिहिलेले बहुतेक लेख वाचले होते. संभाषण लवकरच केहॉल प्रकरणावर आलं आणि त्यांची मृत्युशिक्षा थांबवण्याचा प्रयत्न करण्यासंबंधात एक संशोधनकार्य या आठवड्याच्या आत पार पाडण्यासाठी त्यांना काही विश्वासू विद्यार्थी कार्यकर्त्यांची गरज होती. ग्लास यांनी सर्वतोपरी मदत देण्याचं मान्य केलं आणि त्याबाबत चर्चा करण्यासाठी दुपारच्या जेवणासाठी एकत्र भेटण्याचं ठरवलं.

मिसिसिपी विधिविद्यालयापासून थोडं खाली तीन आडवे रस्ते गेल्यानंतर युनायटेड स्टेट्सच्या दक्षिण प्रांतात मृत्युशिक्षेच्या विरोधात काम करणारे अनेक समूह होते. त्या संस्थांची त्या भागात दाटीवाटीने वसवलेली कार्यालयं होती आणि त्यात काही संस्थांना मध्यवर्ती सरकारचं अंशत: अनुदान होतं, तर काही संस्था पूर्णपणे सरकारच्याच मालकीच्या होत्या. या भागालाच 'मृत्युपट्टा' या नावाने ओळखलं जात होतं. या अशा संस्थेपैकी एका संस्थेत येल विश्वमहाविद्यालयातून उच्च पदवी घेतलेला, काळ्या वंशात जन्म घेतलेला 'हेझ केरी' मार्गदर्शक म्हणून कामाला होता. त्याने मोठमोठ्या कंपन्यांतली लठ्ठ पगाराची पदं ठोकरून दिली होती आणि मृत्युदंडाच्या विरोधात काम करण्यासाठी स्वत:ला झोकून दिलं होतं. काही चर्चासंबंधात गुडमन केरीला एक-दोनदा भेटले होते. हेझ केरीच्या समूहाला 'हेझ केरी समूह' याच नावानं ओळखलं जायचं आणि प्रत्येक मृत्युशिक्षा झालेल्या कैद्याच्या संबंधातलं निरीक्षण हा समूह करत होता. हेझ एकतीस वर्षांचा होता आणि झपाट्याने प्रौढ होत चालला होता. मृत्युशिक्षा-तुरुंगातल्या सत्तेचाळीस कैद्यांच्या काळजीमुळे त्याचे केस लवकर पांढरे झाले होते.

अभ्यागत कक्षातल्या सेक्रेटरीच्या टेबलामागच्या भिंतीवर एक छोटं कॅलेंडर होतं. त्या कॅलेंडरच्या वरच्या भागात कोणीतरी लिहिलेलं होतं, 'मृत्युशिक्षा-तुरुंगातल्या कैद्यांचे जन्मदिवस!' प्रत्येकाकडे टेलिफोन करण्यासाठी कार्ड दिलेलं होतं. ऑफिसच्या कार्यक्षेत्रातल्याच व्यावसायिकाकडून जमा केलेल्या रकमेतून ही कार्ड्स विकत घेतली जायची.

केरीच्या हाताखाली दोन वकील काम करायचे. त्याखेरीज एक पूर्ण वेळ सेक्रेटरी होती. विधिमहाविद्यालयातले काही विद्यार्थी बरेच तास विनामोबदला काम करायचे.

हेझ केरीबरोबर एक तास गुडमन बोलत होते. त्यांनी पुढच्या मंगळवारसाठी दोघांनी मिळून काय हालचाली करायच्या, याची एक योजना तयार केली. मिसिसिपी सर्वोच्च न्यायालयाच्या लिपिकाच्या ऑफिसमध्येच मुक्काम ठोकायचा, असं केरीनं ठरवलं होतं. पाचव्या मंडल न्यायालयाच्या जॅक्सन इथल्या विभागीय ऑफिसमध्ये बसून राहण्याचं जॉन ग्लास यांनी मान्य केलं होतं. क्रॅव्हिट्झ आणि बेन कंपनीत पूर्वी काम केलेल्या, पण सध्या वॉशिंग्टन इथे राहणाऱ्या गुडमन यांच्या मित्रानं वॉशिंग्टन इथल्या मृत्युलिपिकाच्या ऑफिसमध्ये थांबून राहण्याचं मान्य केलं होतं. ॲडम मात्र त्याचे पक्षकार सॅम यांच्याबरोबर रो इथल्या तुरुंगातच थांबणार होता.

केरीने आठवड्याच्या शेवटी बाजारनिरीक्षणाच्या कामात भाग घेण्याचं मान्य केलं होतं.

विधिमंडळाच्या त्याच इमारतीतल्या त्यांच्या ऑफिसमध्ये गुडमन आले आणि लारा मोअर यांच्या हातात दया मागण्याच्या हक्कासंबंधातली चर्चा घडवून आणण्याबाबतचा अर्ज दिला. गव्हर्नर त्यांच्या ऑफिसमध्ये नव्हते. सध्या ते खूपच व्यग्र होते. ते आणि लारा मोअर दुपारच्या जेवणानंतर गुडमन यांना भेटणार होते. मिलॅप्स बुई इथल्या फोनचा नंबर गुडमन यांनी लारा मोअर यांना दिला आणि 'मधूनमधून फोन करा' असं सांगितलं.

नंतर ते त्यांच्या नव्या ऑफिसात मोटारीने गेले. ऑफिसमध्ये दोन महिन्यांच्या वापरासाठी जरूर तेवढं फर्निचर भाड्याने आणलं होतं. सर्व व्यवहार अर्थातच रोखीचा होता. तळाशी असलेल्या खुणांवरून घडीच्या खुर्च्या आणि टेबलं चर्चचे मेळावे भरतात, त्यासाठी नेहमी वापरल्या जात असाव्यात, असं दिसत होतं.

भिंतीतल्या टेलिफोनच्या एका जोडाशी गुडमन यांनी त्यांचा टेलिफोन जोडला आणि ते खुर्चीत बसले आणि त्यांनी मोबाइलवरून शिकागोमधल्या त्यांच्या सेक्रेटरीला फोन केला. त्यानंतर मेम्फिसमधल्या ॲडमच्या सेक्रेटरीशी, नंतर त्यांच्या पत्नींशी आणि नंतर गव्हर्नरांच्या ऑफिसशी थेट जोड असलेल्या टेलिफोनशी संबंध साधला.

सॅम यांच्या तथाकथित अस्वस्थ मानसिक अवस्थेसंबंधातला अर्ज मिसिसिपी राज्याच्या सर्वोच्च न्यायालयाने गुरुवारी दुपारी चार वाजेपर्यंत तरी फेटाळला नव्हता. ॲडमने तो अर्ज करून तीस तास होऊन गेले होते. न्यायालयाच्या लिपिकाला फोन करून ॲडमनंच त्यात अडथळा निर्माण केला होता. खरं काय होतं, ते त्याला सांगायचा कंटाळा आला होता. कसंही करून त्याला उत्तर हवं होतं. न्यायालय त्यावर विचार करून त्याला हवा तसा निर्णय देण्याची सुतराम शक्यता नव्हती, तरीपण याबाबतचा निर्णय लवकर न देण्यामुळे हे न्यायालय मध्यवर्ती सरकारच्या न्यायालयाकडे धाव घेण्याच्या ॲडमच्या प्रयत्नात अडचण निर्माण करत होतं.

राज्य सरकारच्या न्यायालयात ॲडमच्या अर्जाचा विचार होण्यासाठी अर्जाची नोंदसुद्धा झालेली नव्हती. विषारी वायुपेटीत घालून मृत्युशिक्षा देणं हे घटनाबाह्य आहे, हा दावा फेटाळण्याचा निर्णयसुद्धा युनायटेड स्टेट्सच्या सर्वोच्च न्यायालयात अद्याप घेण्यात आला नव्हता. पूर्वीच्या वकिलाने चुकीचा सल्ला दिला होता, त्याबद्दलच्या दाव्यावरसुद्धा पाचवं मंडल न्यायालय वेळकाढूपणा करत होतं.

गुरुवारी काहीही हालचाल झालेली नव्हती. जसंकाही नित्यनियमानुसार सादर केलेले हे खटले होते आणि नेहमीच्या पद्धतीनुसार अनेक वर्षं त्याचं कामकाज चालवायचं आणि बऱ्याच काळानंतर त्याचा निर्णय द्यायचा, असा या सर्व न्यायालयांचा रोख होता. ॲडमला काहीतरी ठोस कारवाई अपेक्षित होती; कोणत्यातरी स्तरावर स्थगिती मिळायला हवी होती; ती नाही, तरी निदान त्या दाव्यासंदर्भात त्याच्या बाजूने किंवा विरुद्ध असलेल्या मुद्द्यांबद्दल तरी त्यांनी तोंडी चर्चा करणं अपेक्षित होतं किंवा अर्ज फेटाळून लावायला हवा होता, म्हणजे पुढच्या न्यायालयात तरी त्याला जाता येणं शक्य होणार होतं.

तो त्याच्या ऑफिसमध्येच कितीतरी वेळ त्यांच्या फोनची वाट पाहत त्यांच्या टेबलाभोवती चकरा मारत राहिला. त्याचाही त्याला आता कंटाळा आला होता आणि फोनबद्दल तर त्याला मळमळ वाटायला लागली होती. ऑफिसभर विविध प्रकारच्या अर्जांच्या मसुद्यांच्या कागदांचा पसारा पडला होता. टेबलाचा पृष्ठभाग तर अशाच अस्ताव्यस्त कागदांच्या थप्प्यांनी झाकला गेला होता. गुलाबी आणि पिवळ्या खुणांच्या पट्ट्या चिकटवलेल्या फोनच्या निरोपांचे कागद पुस्तकांच्या मांडणीच्या एका फळीवर ठेवले होते.

ॲडमला एकाएकी त्या जागेचाच तिरस्कार वाटायला लागला. त्याला शुद्ध हवेची गरज वाटायला लागली आणि "जरा बाहेर चालून येतो" असं डार्लिनला सांगून तो ऑफिसच्या बाहेर पडला. तो इमारतीच्या बाहेर पडला, तेव्हा पाच वाजले होते. बाहेर रखरखीत उन होतं आणि हवा गरम होती. तो चालत युनियन रस्त्यावरच्या पी बॉडी हॉटेलमध्ये गेला आणि कोपऱ्यातल्या पियानोजवळ बसून त्याने एक पेय

घेतलं. ते पेय प्यायल्यावर त्याला बरं वाटलं. पेयाचा आनंद त्याला मिळत होता, पण लीबद्दलची काळजी त्याला बैचैन करत होती.

अभ्यागतांची नोंदणी करणाऱ्या टेबलाजवळच्या गर्दीमध्ये ती दिसत होती का, हे तो पाहत होता. हॉलमधल्या टेबलांशी अनेक चांगले चांगले कपडे परिधान केलेले स्त्री-पुरुष बसलेले होते. त्यांच्यात ती दिसेल, अशा आशेनं त्याने ते सर्व समूह न्याहाळले. आयुष्याची पन्नास वर्षं आता उलटून गेलेली असताना जगण्यापासून दूर जाण्याच्या इराद्याने तुम्ही कुठे जाऊन लपून बसाल?

लांब केस मागे बांधलेल्या एका पुरुषानं ॲडमकडे निरखून पाहिलं आणि तो त्याच्याजवळ चालत आला आणि त्याला विचारलं, ''तुम्ही सॅम केहॉल यांचे वकील ॲडम हॉल आहात का?''

ॲडमने मान डोलावली.

तो पुरुष हसला. त्याने ॲडमला ओळखलं याचा त्याला आनंद झाला होता, हे स्पष्ट होतं. तो ॲडमच्या टेबलाशी आला आणि म्हणाला, ''माझं नाव कर्क क्लेकनर आहे आणि मी न्यूयॉर्क टाइम्सचा वार्ताहर आहे.'' असं सांगून त्यानं त्याचं ओळखपत्र ॲडमसमोर धरलं. ''मी केहॉल यांची मृत्युशिक्षा अमलात आणण्याच्या घटनेवर वृत्त तयार करत आहे. मी आत्ताच इथे पोचतो आहे. मी इथे बसू का?''

ॲडमच्या छोट्या टेबलाशी दुसरी एक मोकळी खुर्ची होती, त्याकडे त्याने बोट दाखवलं. क्लेकनर बसला. ''तुम्ही इथे दिसलात, हे मी माझं भाग्य समजतो.'' असं म्हणाला. त्याचं वय पस्तीस-छत्तीसच्या आसपास असावं. सारं जग फिरायला लागत असल्यामुळे त्याचा चेहरा रापलेला आणि खडबडीत होता. दोन-तीन दिवसांची वाढलेली दाढी, अर्ध्या बाह्यांचा डेनिम शर्ट आणि पॅन्ट असा त्याचा अवतार होता. ''विमानात असताना वर्तमानपत्रात पाहिलेल्या फोटोवरून मी तुम्हाला ओळखलं.''

''तुम्हाला भेटून बरं वाटलं.'' ॲडम कोरडेपणाने म्हणाला.

''आपण बोलू शकतो?''

''कशाबद्दल?''

''बऱ्याच गोष्टींबद्दल. मला असं कळलंय की, तुमचा पक्षकार मुलाखती देणार नाहीये.''

''बरोबर आहे.''

''तुमच्याबद्दल काय?''

''माझ्याबद्दलही तेच. आपण नुसत्या गप्पा मारू, पण लेखी स्वरूपात ते कुठेही प्रसिद्ध होता कामा नये.''

''ही तर अवघड गोष्ट आहे.''

“मी तर प्रामाणिकपणे कबूल करतो की, मला त्याबाबत काहीही करता येणार नाही. मला कल्पना आहे की, तुमचं काम फारच अवघड असतं.“

“काही हरकत नाही.”

पदार्थ देणारी लांडा स्कर्ट घातलेली एक तरुण मुलगी त्यांच्या टेबलाशी आली. त्या वार्ताहराने काळी कोरी कॉफी मागवली. “तुम्ही नुकतंच तुमच्या आजोबांना कधी भेटलात?”

“मंगळवारी.”

“तुम्ही परत त्यांना कधी भेटणार आहात?”

“उद्या.”

“ते कसे आहेत?”

“आत्ता तरी तगून आहेत, पण तणाव वाढतो आहे आणि तरी ते सर्व धैर्यानं घेत आहेत.”

“तुमच्याबद्दल काय?”

“माझी काय! मजा चालली आहे.”

“आपण जरा गांभीर्याने बोलू. तुमची झोप उडाली असेल, असं काहीतरी असेल ना?”

“हो, मी तर फार कंटाळलोय. माझी झोप उडाली आहे. खूप खूप तास काम करतोय. तुरुंगातून घरी, ऑफिसात, न्यायालयात फेऱ्याच फेऱ्या चालल्या आहेत आणि आतातर अशी वेळ आली आहे की, सर्व निर्णय फोननेच कळवले जाणार आहेत. त्यामुळे पुढचे दिवस आणखीनच धकाधकीचे जाणार आहेत.”

“फ्लोरिडातली बंदीची शिक्षा अमलात आणली जात असताना न्यूयॉर्क टाइम्सच्या वतीने मीच त्यासंबंधातली माहिती संकलित केली होती आणि एकंदरीत तो प्रकारच फार कटकटीचा होता. त्याच्या वकिलाला तर अनेक दिवसांत झोप घ्यायला वेळ मिळालेला नव्हता.”

“हो, निवांत बसणंसुद्धा अवघड होऊन जातं.”

“तुम्ही असं काम परत हातात घ्याल? मला माहीत आहे, असल्या कामांचा तुम्हाला कमी अनुभव आहे, तरी मृत्युशिक्षासंबंधातलं काम हातात घ्यायला आवडेल का?”

“माझा जवळचाच एखादा नातेवाईक जर मृत्युशिक्षा-तुरुंगात असेल, तर घेईन; पण तुम्ही या बातमीमागे इथे का लागला आहात?”

“मी मृत्युशिक्षासंबंधात गेली कित्येक वर्षं लिखाण केलंय आणि अजूनही करतो आहे. मृत्युशिक्षा आणि त्याचं अमलात आणणं हा सारा प्रकारच फार भारावून टाकणारा आहे. मला मिस्टर केहॉल यांची मुलाखत घ्यायची आहे.”

ॲडमने मान हालवून नकार दिला आणि त्याचे पेय संपवलं. ''नाही, ते शक्य नाही. ते कोणाजवळही बोलणार नाहीत.''

''माझ्यासाठी तुम्ही शब्द टाका ना.''

''नाही.''

त्याची कॉफी आली. क्लेकनर यानं ती ढवळली. ॲडम गर्दीकडे पाहत होता. ''काल वॉशिंग्टनमध्ये मी बेन्जामिन कीज यांची मुलाखत घेतली.'' क्लेकनर सांगत होता. ''सॅम यांच्या मागच्या खटल्यासंबंधात त्यांनी खूप चुका केल्या, असं तुम्ही म्हणता, त्यावर त्यांना काही आश्चर्य वाटलं नाही, असं त्यांनी सांगितलं. असं काहीतरी तुमच्याकडून होईल, अशी अपेक्षा ते करतच होते, असंही ते म्हणाले.''

त्या क्षणाला बेन्जामिन कीज काय म्हणाले, त्यांची मतं काय होती, त्याबद्दल ॲडमला काही देणंघेणं नव्हतं. ''अशा बाबतीत तसं करावंच लागतं. बरं, ते असू दे. मला आता निघायला हवं. तुम्हाला भेटलो, तुमच्याबरोबर बातचीत झाली, बरं वाटलं.''

''पण मला तुमच्याबरोबर त्याविषयी....''

''हे बघा तुम्ही मला पकडलं आणि मी तुमच्याशी बोललो, हे तुमचं नशीब समजा.'' ॲडम उभं राहत म्हणाला.

''अगदी काही किरकोळच गोष्टी....'' क्लॅकनर बोलतच राहिले. ॲडम पी बॉडी हॉटेलमधून बाहेर पडत होता.

हॉटेलमधून बाहेर पडल्यावर नदीलगतच्या रस्त्याने तो जात राहिला. चांगले चांगले किमती कपडे घालून त्याच्यासारखीच तरुण माणसं लगबगीने घरांकडे चालली होती, त्यांचा ॲडमला हेवा वाटत होता. ज्या जबाबदाऱ्या, ताणतणाव, दडपणं डोक्यावर घेऊन तो त्या क्षणाला वावरत होता, त्या तुलनेत या माणसांचे व्यवसाय, त्यांची उपजीविकेची साधनं, त्यांच्यावरच्या जबाबदाऱ्या तितक्या त्रासदायक नव्हत्या.

तयार पदार्थ मिळणाऱ्या दुकानाशी थांबून त्याने एक सॅन्डविच खाल्लं आणि सात वाजता तो त्याच्या ऑफिसमध्ये परतला.

पार्चमनजवळच्या जंगलात दोन सुरक्षाकर्मींनी एक ससा पकडला. त्याचं नाव त्यांनी सॅम ठेवलं. तो तपकिरी रंगाचा होता आणि त्याची शेपटी कापसासारखी आणि गुबगुबीत होती. त्यांनी एकूण चार ससे पकडले होते. त्यातला सॅम हा सर्वात मोठा होता. बाकीचे त्यांनी खाऊन टाकले.

गुरुवारी उशिरा हा सॅम ससा घेऊन त्याला हाताळणारे सुरक्षाकर्मी मृत्युशिक्षा अमलात आणण्याच्या कारवाईत भाग घेणारे कर्मचारी आणि कर्नल न्यूजंट एका व्हॅन मोटारीतून अतिसुरक्षा विभागाच्या आवारात शिरले. बेसबॉल मैदानाच्या कडेने

जात ते पश्चिमेला आले. नैऋत्य कोपऱ्याशी असलेल्या लाल रंगाच्या विटांच्या इमारतीशी ते थांबले. ही इमारत अतिसुरक्षा विभागाच्या मुख्य इमारतीला जोडून होती.

या दर्शनी इमारतीत दोन पांढऱ्या रंगाचे धातूचे दरवाजे जाण्यासाठी होते. एकाचं तोंड दक्षिणेला होतं. तिथून आठ फूट रुंद आणि पंधरा फूट आत लांब अशा एका अरुंद खोलीत प्रवेश मिळायचा. तिथे साक्षीदार मृत्युशिक्षा अमलात आणते वेळी बसायचे. त्यांच्यासमोर एका शेजारी एक असे काळे पडदे होते आणि जेव्हा हे पडदे बाजूला केले जायचे, तेव्हा काही इंचच अंतरावर असलेली विषारी वायुपेटी दिसायची.

दुसरा दरवाजा विषारी वायुपेटी ठेवलेल्या खोलीत उघडायचा. ती खोली बारा फूट रुंद आणि पंधरा फूट लांब होती. त्या खोलीची फरशी रंगीत सिमेंटच्या कोब्याची होती. खोलीच्या मध्यभागात अष्टकोनी आकाराची विषारी वायुपेटी ठेवलेली होती. त्या पेटीला नव्यानंच चंदेरी रंग दिलेला होता. त्यामुळे ती चमकत होती आणि नवीन रंगाचा विशिष्ट वासही येत होता. एक आठवड्यापूर्वी न्यूजंट यांनी पेटीची तपासणी केलेली होती आणि ती रंगवून घ्यायचा हुकूम दिला होता. त्या खोलीचं नाव 'मृत्युखोली' असंच होतं. खोली एकदम स्वच्छ होती आणि धुऊन पुसून काढली होती. पेटीच्या मागच्या बाजूचे पडदे बाजूला केले होते.

सॅम नावाचा तो ससा त्यांनी व्हॅनमध्ये एका पिंजऱ्यात ठेवला होता. सुरक्षाकर्मींपैकी सर्वांत लहानखुऱ्या व्यक्तीबरोबर सरावाचं सत्र होणार होतं. तो सॅम यांच्या उंची आणि वजनाचा होता. त्याला त्याच्यापेक्षा आकाराने मोठ्या असलेल्या सुरक्षाकर्मींनी विषारी वायुपेटी असलेल्या खोलीत नेलं. दुसऱ्या महायुद्धातल्या जनरल पॅटनसारख्या सूचना कर्नल न्यूजंट मोठ्या तोऱ्यात देत होते. मध्येच कपाळावर आठ्या आणून ते नापसंती दाखवत होते; निरीक्षण करत होते. कमी उंचीच्या त्या सुरक्षाकर्मीला अलगदपणे विषारी वायूच्या पेटीत ढकलण्यात आलं. त्यानंतर आणखी दोन सुरक्षाकर्मी त्यांच्या मदतीला आले आणि त्या चौघांनी मिळून छोट्या सुरक्षाकर्मीला पेटीतल्या लाकडी खुर्चीत बसवलं. चेहऱ्यावर कोणतेही भाव न आणता त्याची मनगटं चामडी पट्ट्यांनी खुर्चीच्या हातांना बांधली. मग त्याचे गुडघे आणि त्यानंतर त्याच्या पोटऱ्या खुर्चीच्या पायांना बांधल्या. मग एकानं त्याचं डोकं सरळ केलं आणि कपाळावरून एक पट्टा घेऊन खुर्चीच्या मागे डोकं टेकवण्याच्या भागाला बांधला.

दोन सुरक्षाकर्मी विषारी वायुपेटीतून खाली उतरले आणि न्यूजंट यांनी संघाच्या आणखी एका सुरक्षाकर्मीला खूण केली. कैद्याला काहीतरी सांगण्याच्या इराद्याने तो पुढे झाला.

“या ठिकाणी लुकस मान मृत्युशिक्षा अमलात आणण्याची आज्ञा मिस्टर केहॉल यांना वाचून दाखवतील.” एखाद्या नवख्या सिनेदिग्दर्शकांसारखे न्यूजंट समजावून सांगत होते. “इथे यानंतर तुम्हाला काही सांगायचं आहे का, असं मी त्यांना विचारणार.” त्यानंतर त्यांनी ठरलेल्या सुरक्षाकर्मीला खूण केली आणि त्यानं पेटीचं दार बंद केलं.

“उघडा आता.” न्यूजंट खेकसले आणि दरवाजा उघडला आणि छोट्या सुरक्षाकर्मीला मोकळं केलं गेलं.

“आता तो ससा आणा.” न्यूटन यांनी आज्ञा केली. एका सुरक्षाकर्मीनं पिंजऱ्यात बसलेला निष्पाप ससा पिंजऱ्यासह आणला आणि पेटीतून बाहेर आलेल्या सुरक्षाकर्मीच्या ताब्यात दिला. त्याने तो पेटीतल्या खुर्चीत ठेवला आणि काल्पनिक कैद्याचे हातपाय बांधत आहे, असं नाटक केलं आणि आता कैद्याला विषारी वायूच्या तोंडी द्यायची तयारी झाली. ते दोघे सुरक्षाकर्मी पेटीच्या बाहेर पडले.

त्यांनी दरवाजा घट्ट बंद केला आणि न्यूजंट यांनी रसायन तयार करणाऱ्याला खूण केली. त्यानं गंधकाम्लाची वाटी विषारी वायूपेटीत जाणाऱ्या नळीमध्ये ठेवली. त्यानंतर त्याने तरफ ओढली. खट्ट असा आवाज झाला आणि वाटी विषारी वायुपेटीमध्ये असलेल्या खुर्चीखाली जायला लागली.

न्यूजंट एका खिडकीशी गेले आणि लक्ष देऊन पाहायला लागले. कार्यवाही करणाऱ्या समूहातल्या सर्व कर्मचाऱ्यांनीही त्यांच्यासारखंच पाहायला सुरुवात केली. खिडक्यांच्या झडपा आणि चौकटीच्या सांध्याशी जाड व्हॅसलीन लावून त्यावाटे होऊ शकणारी गळती थांबवली होती.

हळूहळू विषारी वायू सोडण्यात आला आणि अंधूकशा वाफांचे तरंग खुर्चीच्या खालच्या भागातून वर जाऊ लागले.

सुरुवातीला विषारी वायू सशाच्या नाकात आत गेला. काही क्षण सशाने काही प्रतिक्रिया दर्शवली नव्हती; पण नंतर काही क्षणातच फटका बसला होता. तो ताठरल्यासारखा झाला. त्यानं काही उड्या मारल्या, कोलांट्या घेतल्या, मग जिवाच्या आकांतानं पिंजऱ्याच्या भिंतींवर धडका दिल्या. मग मात्र त्यानं हिंसक बनून होऊन आचके द्यायला सुरुवात केली. तो वाटेल तशा उड्या मारत होता, शरीराला झटके देत होता. मग त्याचं शरीर पिळवटलं जायला लागलं. एका मिनिटाच्या आत तो शांत झाला होता.

न्यूजंट हसले आणि त्यांनी घड्याळाकडे पाहिलं. “साफ करा.” त्यांनी हुकूम केला आणि विषारी वायुपेटीच्या खोलीचा दरवाजा उघडला आणि कार्यवाही समितीचे सर्व सदस्य मोकळी, स्वच्छ हवा घेण्यासाठी किंवा धूम्रपानासाठी खोलीतून उघड्यावर आले. पंधरा मिनिटांनी विषारी वायुपेटी उघडून ससा बाहेर काढता येणार

होता. मग त्या पेटीत पाईपने पाण्याचे फवारे मारून पेटी स्वच्छ धुऊन काढायची होती. न्यूजंट अद्याप खोलीत उभे राहून निरीक्षण करत होते. त्यामुळे बाहेर आलेले लोक धूम्रपान करत निवांतपणे गप्पा मारू शकत होते.

समोरच्या मोकळ्या हॉलसारख्या जागेतल्या भिंतींतल्या वरच्या पातळीतल्या खिडक्या उघड्या होत्या. सॅम यांना आवाज ऐकू येत होते. दहा वाजून गेले असल्याने दिवे बंद केलेले होते, पण कोठड्यांच्या रांगेतल्या प्रत्येक कोठडीतून उभ्या गजांमधून दोन-दोन हात बाहेर काढून चौदा जण शांत अंधारात ऐकत होते.

मृत्युशिक्षा कोठडीतले कैदी तेवीस तास सहा फूट रुंद आणि नऊ फूट आत लांब अशा आकाराच्या खोलीत काढत असतो. प्रत्येक गोष्ट तो ऐकत असतो. त्यांच्या समोरच्या मोकळ्या जागेवरच्या फरशीवर कुठलाही आवाज झाला, तरी ते त्याला कळतं. काहीतरी पडल्याचा अनोळखी आवाज किंवा उच्चार किंवा दूरवर चाललेल्या हिरवळ कापण्याच्या यंत्राचा आवाज त्याला स्पष्टपणे ऐकू येतो. विषारी वायुपेटी-खोलीच्या दरवाजाचे उघड-बंद करण्याचे आवाज त्याला नक्कीच ऐकू येऊ शकतात. कारवाई पार पाडणाऱ्या पथकातल्या सदस्यांनी समाधानाने केलेलं हास्य किंवा काढलेले उद्‌गार त्याला ऐकू येऊ शकतात.

सॅम कोपरांपासूनच्या हातांच्या पुढच्या भागावर रेलून हॉलमधल्या वरच्या भागातल्या खिडक्यांकडे पाहत होते. त्यांची शिक्षा अमलात आणण्याच्या क्रियेचा सराव ते तिथे करत होते.

४०

४१ क्रमांकाच्या हमरस्त्याच्या पश्चिमेची बाजू आणि पार्चमन तुरुंगाच्या व्यवस्थापन विभागाच्या इमारती यामध्ये दीडशे फुटाचं अंतर होतं. तो भाग सखल, एका पातळीत होता; स्वच्छ होता. त्यावर चांगली हिरवळ होती. याच पट्ट्यासारख्या भागातून पूर्वी रेल्वेचे रुळ टाकलेले असायचे. मृत्युशिक्षा अमलात आणताना होणाऱ्या निदर्शनांसाठी निदर्शकांना हा हिरवळीचा पट्टा दिला जायचा. निदर्शकांचेसुद्धा निरनिराळे समूह, गट असायचे. त्यामुळे वेगवेगळ्या गटांना निराळे निराळे भाग हिरवळीवर आखून दिले जायचे. निदर्शकांचं घडीच्या खुर्च्या, फलक, पाट्या, झेंडे, निशाणं वगैरे ते सामान त्यांना त्यांना आखून दिलेल्या भागात ते ठेवायचे. रात्रीच्या वेळात ते मेणबत्त्या लावायचे, देवाची स्तोत्रं म्हणायचे आणि 'मृत्यू झाला' असं जाहीर केल्यावर अक्षरशः रडायचे.

एका लहान मुलीचा बलात्कार करून तिचा खून करणारा टेडी डॉयले मीक याची मृत्युशिक्षा अमलात यायच्या आधी काही तास कार्यवाहीला एक वेगळीच कलाटणी मिळली. गंभीर रीतीने आणि शिस्तबद्ध प्रकारे निदर्शनं चालली असताना कोणतीही पूर्वसूचना न देता दोन-तीन मोटारींतून काही बेलगाम कॉलेज विद्यार्थी-विद्यार्थिनी तिथे आले आणि 'आम्हाला गुन्हेगाराचं रक्त हवंय' अशा मागण्या करत त्यांनी गोंधळ घातला. ही मुलं-मुली बियर पीत होती, त्यांनी ध्वनिक्षेपकांवर मोठमोठ्या आवाजात गाणी लावली होती, मोठमोठ्या आवाजात घोषणा देत होती आणि त्यांनी मृत्युशिक्षेच्या विरोधात निदर्शनं करणाऱ्यांना खोचक प्रश्न विचारून त्रास द्यायला सुरुवात केली. परिणामी दोन गटांत वादावादी झाली आणि परिस्थिती चिघळण्याची वेळ आली. तुरुंगाधिकाऱ्यांनी मध्ये पडून वाद थांबवला आणि परिस्थिती काबूत आणली.

त्यानंतर मेआनार्ड टोलच्या मृत्युशिक्षेच्या अंमलबजावणीची वेळ आली. त्या वेळी निदर्शनासाठी राखून ठेवण्यात येणाऱ्या जागेच्या क्षेत्रफळात वाढ करण्यात येऊन ते दुप्पट केलं. तुरुंगाच्या व्यवस्थापन विभागाच्या इमारतीसमोरचा भाग

मृत्युशिक्षेच्या बाजूनं निदर्शनं करणाऱ्यांसाठी राखून ठेवण्यात यायला लागला आणि हमरस्त्यालगतच्या हिरवळीवरचा भाग विरुद्ध बाजूंच्यासाठी. निदर्शनं शांततेत व्हावी, म्हणून जादा सुरक्षाव्यवस्थेचा प्रबंध करण्यात येऊ लागला.

शुक्रवारी सकाळी ॲडम जेव्हा आला, त्या वेळी पांढऱ्या डगल्यातले कु क्लक्स क्लॅनचे निदर्शक त्याने मोजले, ते त्याला सात दिसले होते. तिघे जणं एकाच आवाजात ओरडत शिक्षा अमलात आणण्याच्या विरोधात घोषणा देत होते. त्यांच्यापैकी एक जण खांद्यावर घोषणाफलक घेऊन हमरस्त्यालगतच्या हिरवळीवरून चालतचालत जात होता. चौघे निळ्या-पांढऱ्या रंगाच्या कापडाची कनात उभारण्याच्या प्रयत्नात होते. पाईपचे तुकडे, दोरखंड वगैरे जमिनीवर इतस्तत: पडलेले दिसत होते. हिरवळीवर खुर्च्यांशेजारी बर्फाचे खडे ठेवण्यासाठी लागणाऱ्या दोन पेट्या ठेवलेल्या होत्या. खूप वेळ थांबावं लागणार, अशा अंदाजाने केलेली ती व्यवस्था होती.

तुरुंगाच्या आवारात शिरण्यासाठीच्या फाटकाशी तो थांबला आणि त्याने त्यांच्याकडे पाहिलं. त्या वेळी काही क्षण त्यानं स्थळाकाळाचं भान गमावलं होतं. त्याची पाळंमुळं त्यांच्यात होती. त्याच्या आजोबांचे आणि इतर नातेवाइकांच्या पूर्वजांचे ते भाईबंद होते. सॅम केहॉल यांच्यावर चालवण्यात आलेल्या खटल्यासंबंधातल्या प्रसंगाच्या चित्रिकरणांच्या वेगवेगळ्या चित्रफितींचं संकलन करून त्याने जो सलग चित्रपट बनवला होता, त्यातल्या काही व्यक्तिरेखा त्यांच्याचपैकी होत्या.

क्षणभर भावनाविवश होऊन त्यानं मोटारीचं दार उघडलं आणि तो बाहेर आला. त्याचा कोट आणि ब्रीफकेस मोटारीच्या मागल्या सीटवर होती. तो त्यांच्या दिशेने सावकाश चालत गेला आणि बर्फाचे खडे ठेवण्याच्या पेट्यांशी जाऊन उभा राहिला. त्याच्याजवळच्या एका फलकावर 'राजकीय कैदी सॅम केहॉल यांची त्वरित सुटका करा!' असं लिहिलेलं होतं. दुसऱ्यावर 'खऱ्या गुन्हेगाराला विषारी वायुपेटीत घालून मारा' आणि एकावर 'सॅम यांना मुक्त करा' असं लिहिलेलं होतं. ॲडमला या मागण्या रास्त वाटत नव्हत्या.

"तुला काय हवंय?" छातीवर फलक लटकवलेल्या एकाने पुढे होऊन विचारलं. इतर हातातली कामं थांबवून त्याच्याकडे पाहू लागले.

"मला माहीत नाही." ॲडमने खरं ते सांगितलं.

"मग तू इथे थांबून काय पाहतोयंस?"

"तेही मला समजत नाहीये."

दोघे जण पहिल्याजवळ आले आणि ते सर्व मिळून ॲडमच्या जरा जास्तच जवळ आले. त्यांचे पांढरे अंगरखे एकसारखे, हलक्या सुती कापडाचे होते आणि त्यावर लाल रंगाचे क्रॉस आणि इतर काही खुणा होत्या. सकाळचे नऊ वाजले होते

आणि सर्व जण घामेजलेले होते. "तू कोण आहेस?"

"सॅम यांचा नातू."

उरलेलेही त्यांच्यामागे येऊन उभे राहिले आणि त्या सातही जणांनी ॲडमचं पाच फूट अंतरावरून निरीक्षण केलं. "म्हणजे तू आमच्या बाजूचा आहेस तर!" सुटकेचा निःश्वास टाकल्यासारखा त्यांच्यातला एक जण म्हणाला.

"नाही, मी तुमच्यापैकी नाही."

"बरोबर आहे. तो म्हणतो ते बरोबर आहे. अरे, ते शिकागोहून काही ज्यू आलेले आहेत ना, त्यांच्यापैकी हा एक आहे." इतरांना माहीत करून देण्याच्या इराद्याने त्यांच्यातला एक जण म्हणाला. त्यांच्यातला ज्यूंबद्दलचा राग जागा झाला होता.

"तुम्ही इथे कशासाठी आलेले आहात?" ॲडमने प्रश्न केला.

"आम्ही सॅम यांना वाचवण्याचा प्रयत्न करतोय आणि असं दिसतंय की, तुला त्यात रस दिसत नाहीये."

"आज सॅम तुरुंगात असण्याचं सर्वस्वी कारण तुम्ही आहात."

त्यांच्यातल्या लाल चेहऱ्याच्या तरुणाच्या कपाळावर घामाचे थेंब जमा झाले होते. त्याने पुढाकार घेतला. तो एक पाऊल पुढे झाला आणि ॲडमच्या अगदी पुढ्यात येऊन उभा राहिला आणि म्हणाला, "नाही, तसं काही नाहीये. त्यांनी आमच्या तत्त्वांचा पाठपुरावा केला. त्यात गुन्हा असा काहीच नाही. त्यांच्यावर अन्याय झालाय. आम्ही त्याचा निषेध करतोय. त्यांच्या त्या प्रयत्नात जे कोणी ज्यू मारले गेले, त्या वेळी आमच्यापैकी कोणाचाही जन्म झालेला नव्हता. आम्हाला तू कोणत्याच बाबतीत दोष देऊ नकोस. राजकीय हेतूने त्यांचा बळी घेतला जातोय, असं आमचं म्हणणं आहे. त्यांची मृत्युशिक्षा माफ करा, अशी आमची मागणी आहे."

"क्लॅन परिवारातच ते सामीलच झाले नसते, तर आज इथे नसते. तुमचे बुरखे कुठे आहेत? मला वाटलं होतं की, तुम्ही तुमची तोंडं लपवून असता म्हणून."

सर्व समूहाची जरा चुळबुळ झाली. त्यांनी आव्हान आखडतं घेतलं आणि पुढे काय करायचं, हे त्यांना सुचेना. काही झालं तरी तो सॅम यांचा नातू होता; त्यांचा कैवार घेणाऱ्यांपैकी एक होता. क्लॅन परिवाराकरता आपलं सर्व आयुष्य खर्ची घातलेल्या एका आदर्श सदस्याला वाचवण्याचे प्रयत्न करणारा तो वकील होता.

"तुम्ही इथून जात का नाही?" ॲडमने विचारलं. "सॅम यांना तुम्ही इथे असायला नकोय."

"ए, तू आता बोलायला लागलायंस. तू आता इथून निघायचं बघ! आम्हाला तुझ्याशी वाद घालायचा नाही." तुच्छपणे त्याच्याकडे पाहत तो तरुण ॲडमला म्हणाला.

"व्वा! काय उत्तर आहे! तू इथून जा. ठीक आहे. जिवंत सॅमपेक्षा मृत सॅमची

किंमत तुम्हाला जास्त आहे. त्यांना शांततेत मरू द्या. नंतर ते 'एक आदर्श हुतात्मा' म्हणून तुम्हाला मिळतील.''

''आम्ही जाणार नाही. आम्ही शेवटपर्यंत इथे थांबणार आहोत.''

''आणि सॅम यांनीच तुम्हाला जायला सांगितलं, तर तुम्ही जाल?''

''नाही.'' तो पुन्हा तुच्छतेने हसला आणि त्याच्या सहकाऱ्याकडे मान मागे करून खांद्यावरून पाहिलं आणि खात्री केली. ते सर्व त्याच्यासारखेच त्या निर्णयावर ठाम होते. ''आम्ही इथे मोठ्या प्रमाणात आवाजी निदर्शनं करणार आहोत.''

''व्वा! मग काय, चांगलंच आहे! तुमचे फोटो वर्तमानपत्रांतून छापून येतील आणि हे सर्व त्यासाठीच चाललंय ना? सर्कसमधले विदूषक चित्रविचित्र वेशात लोकांचं नेहमीच लक्ष वेधून घेतात.''

ॲडमच्या मागे कुठेतरी एक मोटार येऊन थांबल्याचा आवाज झाला. त्याने मागे वळून पाहिलं, तर टेलिव्हिजन वाहिनीचे कर्मचारी झटपट त्याच्या साब कंपनीच्या मोटारीशेजारीच उभ्या केलेल्या व्हॅनमधून उतरत होते.

''आता काय, मज्जाच मजा!'' क्लॅन समूहातल्या लोकांकडे पाहत ॲडम म्हणाला, ''मित्रांनो, आता चेहऱ्यावर हसू आणा. तुमचा आनंदाचा क्षण आता जवळ आलाय.''

''अरे बाबा, तू आता इथून जा ना!'' त्या तरुणाने आता जरा समजुतीच्या स्वरात ॲडमला सांगितलं होतं. त्या तरुणाकडे पाठ करून ॲडम त्याच्या मोटारीच्या दिशेने जाऊ लागला, तोच घाईघाईने एक स्त्री-बातमीदार तिचा कॅमेरा घेतलेल्या सहकाऱ्यासह ॲडमच्या मागे धावली आणि विचारू लागली, ''तुम्हीच का ते ॲडम हॉल? सॅम केहॉल यांचे वकील?'' धापा टाकत तिनं विचारलं.

''हो.'' ॲडमने त्याच्या चालण्याच्या गतीत फरक न करता उत्तर दिलं.

''आपण थोडं थांबून बोलू शकतो का?''

''नाही. मला बोलायला मुळीच वेळ नाही; पण ती क्लक्स परिवारातली मुलं तुमच्याशी बोलायला खूप उत्सुक आहेत.'' तो तिच्या खांद्यावरून मागे बोट दाखवत म्हणाला. ती त्याच्या बाजूने चालत राहिली आणि तो कॅमेरा घेतलेला त्याच्या उपकरणांसह अडखळत तिच्यामागून चालत होता. ॲडमने त्याच्या मोटारीचा दरवाजा उघडला आणि आत बसून त्याने धाडकन दरवाजा लावून घेतला. किल्ली फिरवून गाडी चालू केली.

तुरुंगाच्या फाटकाजवळ उभ्या सुरक्षाकर्मीने ॲडमला एक कागद दिला. त्यावर एक नंबर लिहिलेला होता. तो कागद त्याने त्याच्या मोटारीच्या समोरच्या काचेवर बाहेरून वाचता येईल, असा चिकटवला. नंतर सुरक्षाकर्मीने त्याला हात हलवून आत जाण्याचा इशारा केला.

'रो' तुरुंगाच्या आवारात आल्यानंतर पॅकरने त्याची तपासणी केली. ॲडमच्या हातात गार वस्तू गार राहण्यासाठी असणारं एक विशिष्ट खोकं होतं. त्याकडे निर्देश करून त्यानं विचारलं, "त्यात काय आहे?"

"एस्किमो पाय आहेत. तुम्हाला एखादा हवा आहे?"

"मला पाहू दे."

ॲडमने ते खोकं पॅकरच्या हातात दिलं. त्याने ते खात्री करून घेण्यासाठी उघडलं. ते खोकं त्यानं ॲडमला परत दिलं आणि काही फुटांवरच असलेल्या दर्शनी भागातल्या ऑफिसच्या इमारतीतल्या एका दरवाजाकडे बोट दाखवलं, "तुम्ही यापुढे त्या खोलीत भेटणार आहात." ते दोघे चालत चालत त्या खोलीत गेले. खोलीत इकडेतिकडे नजर टाकत ॲडमने विचारलं, "का?" त्या खोलीत पत्र्याचं एक टेबल होतं, एक फोन होता आणि कुलपं लावून बंद केलेली फाइली ठेवण्याची दोन कपाटं होती.

"अशीच इथली प्रथा आहे. जसा शेवटचा दिवस येतो, तशी आम्ही बंधनं शिथिल करतो, चांगल्या सुविधा पुरवितो आणि किती जणांनी भेटायला यायचं आणि किती वेळ भेट असू शकते, यावर आता तितकी कडक बंधनं नाहीत."

"व्वा! चांगलीच गोष्ट आहे." ॲडमने त्याची ब्रीफकेस टेबलावर ठेवली आणि फोन उचलला. पॅकर सॅम यांना आणण्यासाठी गेला. ॲडमने जॅक्सनमधल्या मिसिसिपीच्या सर्वोच्च न्यायालयाला फोन लावला.

ॲडमने त्याचे अशील सॅम हे मानसिकदृष्ट्या अपंग झाल्यामुळे त्यांची मृत्युशिक्षा रद्द करावी, असा अर्ज त्या न्यायालयात केलेला होता. तो अर्ज काही मिनिटांपूर्वीच त्या न्यायालयानं नाकारला होता, अशी माहिती तिने त्याला दिली. त्याने तिचे आभार मानले आणि त्यांनी ही माहिती जर एक दिवसापूर्वीच दिली असती, तर फार बरं झालं असतं, असंही सांगितलं. त्या निर्णयाची एक-एक प्रत ॲडमच्या मेम्फिस इथल्या ऑफिसमध्ये आणि पार्चमन तुरुंगाचे वैधानिक अधिकारी लुकस मान यांच्या ऑफिसमध्ये फॅक्सनं पाठवण्याची विनंती त्यानं तिला केली. त्यानंतर त्यानं एक फोन त्याच्या मेम्फिस ऑफिसमध्ये लावला आणि त्याची सेक्रेटरी डार्लिनला, त्यांनी जो एक नवा अर्ज तयार केलेला होता, तो मध्यवर्ती सरकारच्या विभागीय, जिल्हा न्यायालयात फॅक्सने पाठवायला सांगितला. त्याची एक एक प्रत पाचवं मंडल न्यायालय आणि वॉशिंग्टनच्या सर्वोच्च न्यायालयाचे मृत्युलिपिक मि. रिचर्ड ओलॅन्डर यांच्याकडे पाठवायच्या सूचना दिल्या. त्यानंतर ॲडमने ओलॅन्डर यांना फोन करून त्यांच्याकडे तो काय पाठवत होता, याची माहिती दिली आणि वृद्धापकाळामुळे सॅम त्यांचं मानसिक संतुलन गमावून बसले होते, त्या दाखल्याआधारे त्यांच्या शिक्षेत सूट मिळण्यासाठी युनायटेड स्टेट्सच्या

सर्वोच्च न्यायालयात केलेला अर्ज त्या न्यायालयाने नाकारला होता, तसंच विषारी वायुपेटीत घालून मारण्याची पद्धत घटनाबाह्य होती, असा केलेला दावाही त्यांनी नाकारला होता, हे सांगितलं.

अॅडम फोनवर बोलत असताना सॅम दर्शनी भागातल्या ऑफिसच्या खोलीत आले. त्यांच्या हातांवर त्या वेळी बेड्या नव्हत्या. दोघांनी हस्तांदोलन केलं आणि सॅम खुर्चीत बसले. सिगारेटचे पाकिट उघडण्याऐवजी त्यांनी एस्किमो पायचं खोकं उघडलं. अॅडम ओलॅन्डर यांच्याबरोबर बोलत असताना त्यांनी त्यातलं एक पाय घेऊन खायला सुरुवात केली. ''युनायटेड स्टेट्सच्या सर्वोच्च न्यायालयाने तुम्ही वेडे असल्याचं नाकारलं आहे.'' एक हात रिसिव्हरच्या जागेवर ठेवून अॅडमने खालच्या आवाजात सॅम यांना ही बातमी दिली.

सॅम जरा विचित्र प्रकारे हसले आणि त्यांनी बरोबर आणलेल्या काही पाकिटांचं निरीक्षण केलं.

''मिसिसिपी राज्याच्या सर्वोच्च न्यायालयानंही आपला अर्ज नाकारला आहे.'' फोनवर आणखी कोणाचेतरी नंबर लावून तो बोलत होता. ''अर्थात ते नाकारले जाणार होते, हे माहीत होतं आणि आता आपण ताबडतोब त्यावर मध्यवर्ती सरकारच्या न्यायालयात दाद मागणार आहोत.'' पाचव्या मंडल न्यायालयाच्या लिपिकाला फोन करून, आमच्या आधीच्या वकिलाने चुकीचा सल्ला दिल्याचा मुद्दा पुढे करून जो एक अर्ज केलेला होता, तो कोणत्या टप्प्यावर होता, हे विचारण्यासाठी अॅडम फोन करत होता. त्या सकाळी त्या अर्जावर अद्याप कोणताही निर्णय घेण्यात आलेला नसल्याची न्यू ऑर्लिन्समधल्या लिपिकाने माहिती दिली. अॅडमने फोन ठेवून दिला आणि तो सॅम यांच्याजवळ टेबलाच्या कडेवर जाऊन बसला.

''पाचवं मंडल न्यायालय अजूनही वकिलाने चुकीचा सल्ला दिला, त्याबाबतच्या अर्जावर काहीही निर्णय घेत नाहीये.'' हे अॅडमनं सॅम यांना सांगितलं. सर्व प्रकारच्या प्रथा, पद्धती यांची माहिती असलेल्या प्रशिक्षित, अनुभवी आणि कसलेल्या वकिलासारखं ज्ञान अॅडमनं मिळवलेलं होतं. अॅडम जे काही सांगत होता, ते पक्षकार ऐकत होते. ''ही सकाळ काही चांगली दिसत नाही. सर्व बातम्या वाईटच आहेत.''

''मी गव्हर्नरांकडे माझा दयेचा अर्ज सादर करणार आहे, असं जॅक्सनमधल्या एका टी.व्ही. वाहिनीने आज सकाळी वृत्त दिलेलं आहे.'' आईसक्रिम पाय खाता खाता सॅम बोलत होते. ''मला वाटतं की, ती बातमी नक्कीच खोटी असणार. कारण मी तसा अर्ज द्यायचा नाही, असं तुला सांगितलंय.''

''सॅम, तुम्ही जरा शांत व्हा. तो एक शिरस्ता आहे.''

''शिरस्ता गेला खड्ड्यात! आपणा दोघांच्यात एक करार झालेला आहे. त्या मॅकलिस्टरलासुद्धा टी.व्ही.वर दाखवलं होतं आणि तोसुद्धा त्याला दयाअर्जाबद्दल

किती वाईट वाटतंय, हे तो सांगत होता. मी तुला बजावलंय की, मला त्या माणसाकडे दया मागायची नाही.''

''सॅम, मॅकलिस्टर यांच्याबद्दल तुमच्या मनात राग आहे, तो मुद्दा आपण इथे जरा बाजूला ठेवू. दयेसाठी विनंती करणं, हा केवळ एक उपचारातला एक भाग आहे. सर्वच मृत्युशिक्षा झालेल्यांच्या बाबतीत तसा अर्ज केला जातो. आपल्याला अर्ज गव्हर्नर या पदाकडे करायचा आहे. त्या पदावर असलेल्या माणसाकडे करायचा नाही. त्या अर्जाचा जेव्हा विचार होईल, त्या वेळी तुम्ही तिथे उपस्थितही राहणं गरजेचं नाही.''

निराश होऊन सॅम यांनी डोकं हलवलं. ॲडम त्यांचं जवळून निरीक्षण करत होता. ते खरोखरचे रागावलेले नव्हते किंवा ॲडमने जे काही केलं, त्याची त्यांना पर्वाही नव्हती. ते हताश झालेले होते; जवळजवळ हरलेले होते. एवढ्यातेवढ्या कारणांवरून रागावणं हे त्यांच्या स्वभावात होतं. एक आठवड्यापूर्वी हे घडलं असतं, तर यावरून ते कडाडलेच असते.

''काल रात्री त्यांनी सराव केला. त्यांनी विषारी वायुपेटी काल चालवून पाहिली. एक उंदीर का काहीतरी मारलं. सर्वकाही व्यवस्थितपणे पार पडलं आणि माझ्यावर तसाच प्रयोग करण्यासाठी ते उत्सुक आहेत. तुझा यावर विश्वास बसतोय? माझ्यासाठी काल रात्री त्यांनी एक रंगीत तालीम केली. हरामी साले!''

''सॅम आजोबा, मला वाईट वाटतंय.''

''सायनाईड वायूचा वास कसा असतो, ते तुला माहीत आहे?''

''नाही.''

''दालचिनीसारखा. तो काल रात्री हवेत होता. आमच्या कोठड्यांसमोरच्या हॉलच्या छतालगतच्या खिडक्या बंद करण्याची तोशीससुद्धा काल रात्री त्या गाढवांनी घेतली नव्हती. त्यामुळे मला तो वास आला.''

ते खरं होतं का नाही, हे ॲडमला माहीत नव्हतं. शिक्षा अमलात आल्यानंतर पेटी असलेल्या खोलीमध्ये बरीच मिनिटं मोठ्या दाबाने हवा सोडून ती स्वच्छ करतात आणि विषारी वायू वातावरणात निघून जातो, हे त्याला माहीत होतं. सुरक्षाकर्मींकडून सॅमना ही माहिती मिळाली असेल किंवा दंतकथेतला तो एखादा भाग असू शकेल, असं ॲडमला वाटलं. ॲडम टेबलाच्या कडेवर बसून होता. पाय खाली लोंबकळत सोडलेल्या स्थितीत तो दीनवाण्या, हाता-पायांच्या काड्या झालेल्या, तेलकट केसांच्या आजोबांकडे पाहत होता. इतक्या दयनीय अवस्थेतल्या, भयानक स्थितीतल्या सॅम केहॉल या वृद्ध माणसाला ठार मारणं ही फार हिंसक गोष्ट होती. त्यांनी केलेला गुन्हा एक पिढीपूर्वी झालेला होता. ६ फूट रुंद आणि ९ फूट लांब आकाराच्या कोठडीमध्ये ते कित्येकदा मेलेले होते. आता त्यांना मारून

राज्याचा काय फायदा होणार होता?

ॲडमच्या मनामध्ये अनेक गोष्टी होत्या. आत्ता जो प्रयत्न तो शेवटचा म्हणून करत होता, तो शेवटचा नव्हताच. "सॅम आजोबा, मला फार वाईट वाटतंय." त्यांच्याबद्दल त्याच्या मनात अतीव करुणा होती. "तरीपण आपल्याला काही गोष्टींबद्दल बोलावंच लागेल."

"तुरुंगाच्या बाहेर काही निदर्शक निदर्शनं करतायंत, त्यात क्लॅनचेपण लोक आहेत का? काल टेलिव्हिजनवाल्यांनी त्यांचं चित्रीकरण केलं, ते आज टी.व्ही.वर मी पाहिलं."

"हो. सात जणं आहेत. काही मिनिटांपूर्वीच मी ते मोजले. त्यांच्या अंगावर पांढरे अंगरखे होते, पण डोक्यांवर बुरख्यासारख्या टोप्या नव्हत्या."

"मी तसा गणवेश पूर्वी एके काळी घातलेला आहे." पूर्वी कधी काळी एखाद्या लढाईत भाग घेऊन मर्दुमकी गाजवलेल्या अभिमानानं, एखादी फुशारकी मारल्यासारखं त्यांचं बोलणं होतं.

"हो, मला माहीत आहे. तुम्ही तसा गणवेश घालून वावरलेले आहात आणि त्यामुळेच तुम्ही आज मृत्युशिक्षा-तुरुंगात विषारी वायुपेटीत जाण्यापूर्वीचे काही तास मोजत तुमच्या वकिलासमोर बसलेले आहात. खरंतर बाहेरच्या मूर्खांचा तुम्ही तिरस्कारच करायला हवा."

"मी त्यांचा तिरस्कार करणार नाही, पण आज इथे यायचा त्यांना काहीही अधिकार नाही, हे खरं आहे. त्यांनी मला बहिष्कृत केलंय; मला एकटं पाडलंय. डोगानमुळे मी आज इथे आहे. त्याने माझ्याविरुद्ध जबानी दिली आणि तो मिसिसिपी राज्याचा हितकर्ता ठरला. माझे खटले चालवण्यासाठी मला क्लॅनवाल्यांनी एक छदामही दिला नाही. सारे मला विसरून गेले."

"आजोबा, अहो तुम्ही त्या गुंडांकडून कसली अपेक्षा करता?"

"अरे, मी त्या समूहाशी एकनिष्ठ होतो."

"तुम्ही एकनिष्ठ होतात. ते कुठे आहेत एकनिष्ठ? सॅम आजोबा, तुम्ही त्यांची उघडपणे निंदानालस्ती केली पाहिजे आणि तुमच्या मृत्यूच्या वेळी त्यांनी इथे थांबता कामा नये, असं ठणकावून सांगितलं पाहिजे."

सॅम त्यांच्या हातातल्या पाकिटांशी खेळत होते. मग त्यांनी ती पाकिटं सावधपणे खुर्चीत ठेवली.

"मी त्यांना जायला सांगितलं."

"केव्हा?"

"काही मिनिटांपूर्वीच माझी त्यांच्याबरोबर थोडी बाचाबाचीही झाली. तुमची त्यांना काहीही फिकीर नाही. तुम्ही एक आदर्श हुतात्मा ठरावं, पुढची अनेक वर्षं

तुमच्या नावाने उत्सव साजरे करता यावेत, यासाठी तुमची मृत्युशिक्षा अमलात आणण्याच्या कारवाईचा ते उपयोग करतायंत आजोबा. हातात क्रॉसचे झेंडे फडकावत ते घोषणा देतायंत आणि भविष्यकाळात ते तुमच्या समाधिक्षेत्राचं रूपांतर एखाद्या धार्मिक-राजकीय क्षेत्रात करतील. तुम्ही त्यांना मरायलाच हवे आहात. तेच त्यांचं भांडवल असणार आहे.''

''तुझी आणि त्यांची खरंच बाचाबाची झाली?'' सॅम यांनी विचारलं. त्यांच्या बोलण्यात थोडं अभिमानाचं आणि थोडं समाधानाचं मिश्रण होतं.

''हो, पण त्यातून काहीही निष्पन्न झालं नाही. बरं, पण कारमेनचं काय? तिला यायचं, तर तिला प्रवासाची व्यवस्था करावी लागेल की नाही?''

सॅम विचार करायला लागले. ''मला तिला भेटायला आवडेल, पण माझ्या एकंदर अवताराची, अवस्थेची तू तिला कल्पना देऊन ठेव. कुठल्याही प्रकारे तिला धक्का बसता कामा नये.''

''सॅम आजोबा, तुम्ही चांगलेच दिसताय.''

''हां, हां, धन्यवाद. लीबद्दल काय?''

''लीबद्दल म्हणजे?''

''म्हणजे ती कशी आहे? मला इथे वर्तमानपत्रं वाचायला मिळतात ॲडम. रविवारच्या मेम्फिसच्या एका वर्तमानपत्रात तिनं दारू पिऊन मोटार चालवल्याच्या गुन्ह्याखाली पोलिसांनी तिला अटक केली, अशी बातमी होती. म्हणजे आत्ता ती तुरुंगात तर नाहीये ना?''

''नाही. ती एका व्यसनमुक्ती केंद्रात आहे.'' जसंकाही त्याला सर्व माहीत होतं, अशासारखं तो बोलला होता.

''ती मला इथे भेटायला येऊ शकेल का?''

''तुम्हाला ती यायला हवीये?''

''मला तसं वाटतं. ती सोमवारी आली तरी चालेल. आपण जरा थांबू आणि पाहू.''

''ठीक आहे.'' आता या आठवड्यात तिला कसं शोधून इथे हजर करायचं, याचा विचार करत तो पुढे बोलत होता. ''मी या शनिवारी याबद्दल तिच्याशी बोलतो.''

या खोलीत येताना सॅमनी बरोबर काही पाकिटं आणली होती, त्यातलं एक बंद पाकीट त्यांनी ॲडमच्या हातात दिलं. ''हे पाकीट दर्शनी भागातल्या ऑफिसमध्ये दे. मला कोण लोक भेटलेले चालतील, त्यांची यादी त्यात आहे. ती यादी तुला पाहायची असेल, तर ते पाकीट उघडून तू ती बघ.''

ॲडमने ते पाकीट उघडून यादी पाहिली. त्यात फक्त चार नावं होती – ॲडम, ली, कारमेन आणि डोनी केहॉल. ''ही काही फार मोठी यादी नाहीये.''

"तसे माझे नातेवाईक खूप आहेत, पण त्यांच्यापैकी कोणीही मला इथे येऊन भेटायला नकोय. गेल्या साडेनऊ वर्षांत मला कोणीही भेटलेलं नाही, त्यामुळे इथे येऊन मला निरोप द्यायची काहीही गरज नाही. वाटलं तर दफनविधीच्या वेळी त्यांनी यावं.''

"वार्ताहर, बातमीदार, पत्रकार वगैरेंकडून तुम्ही मुलाखत द्यावी, म्हणून मला विनंत्या येतायंत.''

"ते तू विसरून जा.''

"मीही त्यांना ते काही जमणार नाही म्हणूनच सांगितलंय. तरीपण त्यांनी एक माहिती विचारली आहे, ती द्यायला कदाचित तुम्हाला आवडेल. विन्डॉल नावाचा एक लेखक आहे, खूप प्रसिद्ध आहे. त्यानं आजपर्यंत चार-पाच पुस्तकं लिहिलेली आहेत आणि त्याला काही बक्षीसंही मिळालेली आहेत. मी स्वत: अद्याप त्याचं एकही पुस्तक वाचलेलं नाही, पण माणूस सच्चा आहे. मी काल त्याच्याशी बोललो. त्याला तुमच्याबरोबर बसून तुमची सर्व माहिती रेकॉर्ड करून घ्यायची आहे आणि तो असं सांगत होता की, रेकॉर्ड करण्याचं काम कित्येक तास चालेल. आज तो विमानाने मेम्फिसला येणार आहे. तुम्ही विचार करा आणि बघा त्याला 'हो' म्हणायचं का नाही ते.''

"माझी गोष्ट त्याला रेकॉर्ड करून घ्यायची आहे?''

"हो. तुमच्यावर त्याला एक पुस्तक लिहायचं आहे.''

"एक अद्भुतरम्य कादंबरी होईल नाही?''

"तशी होईल की नाही, याबद्दल मला शंका वाटते. तो सुरुवातीला तुम्हाला पन्नास हजार डॉलर्स द्यायला तयार आहे आणि त्यानंतर पुस्तकांच्या खपानुसार मानधन म्हणून काही मिळेल ते वेगळंच.''

"व्वा, फारच छान! मी मरण्यापूर्वी काही दिवस आधी मला पन्नास हजार मिळणार, पण मी करणार काय त्याचं?''

"मी फक्त त्याने दिलेला प्रस्ताव तुमच्यापुढे मांडला आहे.''

"मसणात गेले त्याचे पैसे! मला त्यात काहीही रस नाही.''

"ठीक आहे.''

"मी काय म्हणतो, तू एक कराराचा मसुदा तयार कर आणि त्यामध्ये मी माझ्या आयुष्याची गोष्ट रेकॉर्ड करून त्यावर पुस्तक काढण्याचे सर्व अधिकार तुला देत आहे, असा उल्लेख कर आणि मी गेल्यावर तुला करायचं ते तू कर.''

"पण माझ्या मतानुसार रेकॉर्ड करण्याची कल्पना काही वाईट नाहीये.''

"म्हणजे तुझं म्हणणं....''

"म्हणजे रेकॉर्ड करण्याचं एक उपकरण मी तुम्हाला आणून देईन. तुम्ही तुमच्या खोलीत बसून, त्यात बोलून तुमच्या आयुष्यावर बोलायचं. बस!''

''किती कंटाळवाणं काम!'' सॅम यांनी एस्किमो पाय खाणं संपवलं होतं आणि आईसक्रिम धरण्याची कांडी कचराटोपलीत फेकून दिली.

''तुम्ही त्याकडे कसं पाहता, त्यावर ते अवलंबून आहे. आता तुमच्या संबंधातल्या गोष्टी खळबळजनक झालेल्या आहेत.''

''हो, ते बरोबर आहे. सर्व आयुष्य तसं नीरसच गेलं आहे, पण शेवट मात्र सनसनाटी होतोय!''

''पुस्तकाच्या हजारोंनी प्रती खपतील.''

सॅम एकदम उठून उभे राहिले. त्यांच्या दोन्ही सपाता टेबलाखालीच राहिल्या होत्या. खोलीच्या दोन्ही भिंतींच्या कडेकडेने ढांगा टाकत ते चालायला लागले. चालता चालता त्यांनी ढांगा मोजल्या आणि धूम्रपान करत असताना धूर छताकडे सोडत होते. ''साडेसोळा फूट लांब आणि तेरा फूट रुंद.'' ते स्वत:शीच पुटपुटले आणि पुन्हा एकदा त्यांनी मोजमाप केलं. भिंतींच्या कडेकडेने चालणाऱ्या सॅम यांच्याकडे ॲडमचं लक्ष नव्हतं. ते शेवटी चालण्याचे थांबले. भिंतीलगतच्या फाइलींच्या कपाटावर रेलून उभे राहिले आणि म्हणाले, ''ॲडम, तू माझ्यावर एक मेहरबानी कर.'' ते दुसऱ्या बाजूच्या भिंतीकडे पाहत होते. त्यांचा आवाज फारच हळू होता आणि श्वासोच्छ्वास धिम्या गतीने चालला होता.

''मी ऐकतोय.'' ॲडम म्हणाला.

सॅम यांनी एक पाऊल टाकून बरोबर आणलेल्यांपैकी आणखी एक पाकीट हातात घेतलं आणि ते फिरवून ॲडमच्या हातात दिलं आणि पुन्हा ते फाइलींच्या कपाटाशी जाऊन उभे राहिले. ॲडमने त्यावरचा पत्ता लगेचच वाचावा, अशी त्यांची इच्छा होती. ''तू ते पोचव, अशी तुला माझी विनंती आहे.''

''कोणाकडे?''

''क्विन्स लिन्कन.''

ॲडमने ते टेबलावर त्याच्या बाजूला ठेवलं आणि तो सॅम यांच्याकडे जरा निरखून पाहू लागला. सॅम वेगळ्याच विश्वात हरवलेले होते. ते पलीकडच्या भिंतीवर निर्विकार नजरेने कोणाकडेतरी पाहत होते. ''मी त्यावर एक आठवडा विचार केला आहे.'' ते सांगत होते. त्यांचा आवाज खर्जातल्या आवाजासारखा येत होता. ''पण हे माझ्या डोक्यात गेली चाळीस वर्षं होतं.''

''त्या पत्रात आहे तरी काय?'' ॲडमने सावकाश विचारलं.

''एक क्षमेची मागणी! मी ते शल्य माझ्या मनात खूप वर्षे सोसत होतो. ज्यो लिन्कन हा एक अतिशय चांगला, सज्जन माणूस होता आणि एक जबाबदार बाप होता. माझं डोकं फिरलं आणि एका अति क्षुल्लक कारणावरून मी त्याला ठार केलं; आणि ते कृत्य करण्यापूर्वी आपल्याला त्याचा त्रास होणार नाही, असं मला वाटलं

होतं. पण मी जे काही केलं होतं, त्याची मला सतत बोच लागून राहिली होती. माझं चुकलं, मला माफ कर, असं म्हणण्याखेरीज मी काहीच करू शकत नाही.''

"लिन्कन कुटुंबीयांना नक्कीच या पत्राचं महत्त्व वाटेल.''

"माझ्या पत्रात त्यांनी मला माफ करावं, अशी विनंती मी त्यांना केलेली आहे. माझ्या विश्वासानुसार ख्रिश्चन धर्मात तोच एक योग्य प्रकार सांगितलेला आहे. मृत्युपूर्वी मी त्यांची माफी मागितलेली आहे, हे समाधान मला मिळेल.''

"ते सध्या कुठे राहत असतील, याबद्दल काही अंदाज?''

"तोच जरा एक अवघड भाग आहे. त्यांच्याच एका निकटवर्तीयाकडून मी ऐकलंय की, ते अद्याप फोर्ड परगण्यातच राहत आहेत. त्याची विधवा पत्नी रूबी अद्याप जिवंत असेल. मला वाटतं की, तू क्लॅन्टनला जा आणि तिथे चौकशी कर. क्लॅन्टनला एक आफ्रिकी वंशातला फौजदार आहे, त्याच्यापासून सुरुवात कर. त्या परगण्यातले सर्व आफ्रिकी त्याला माहीत असावेत.''

"आणि मला क्विन्स सापडला तर?''

"तू कोण आहेस, ते त्याला सांग आणि त्याला ते पत्र दे. ज्योच्या खुनाचं ओझं मनावर बाळगून मी मृत्यूला सामोरं गेलो, असं त्याला सांग. तू हे करशील?''

"हो, ते मी करीन; पण मला ते केव्हा करायला जमेल, ते मी आत्ता सांगू शकत नाही.''

"माझा मृत्यू होईतो थांब. तो पार पडल्यानंतर तुला खूप वेळ मिळेल.''

सॅम चालत त्यांच्या खुर्चीशी गेले. खुर्चीतली आणखी दोन पाकिटं त्यांनी उचलली. ती त्यांनी ॲडमच्या हातात दिली आणि सावकाश खोलीच्या एका भिंतीपासून ते दुसऱ्या भिंतीपर्यंत पावलं टाकायला सुरुवात केली. एका पाकिटावर रूथ क्रॅमर आणि दुसऱ्यावर इलियट क्रॅमर अशी नावं होती. दोन्हींवर पत्ते नव्हते. "ती क्रॅमर कुटुंबातल्या दोघांसाठी आहेत. त्यांनासुद्धा मृत्युशिक्षा अमलात आणल्यानंतरच ती दे.''

"का थांबायचं?''

"कारण ही पत्रं देण्यामागचा माझा उद्देश शुद्ध आहे, प्रामाणिक आहे. माझ्या आयुष्यातल्या शेवटच्या दिवसांत माझ्याबद्दल त्यांच्या मनात मला सहानुभूती निर्माण करायची नाही.''

ॲडमनं दोन्ही पाकिटं क्विन्सच्या पाकिटाशेजारीच ठेवली. ही तीन पत्रं तीन मृतांकरता होती. आठवड्याच्या शेवटापर्यंत सॅम अशी किती पत्रं तयार करणार होते? अजून किती बळी होते?

"तुमचा मृत्यू निश्चित आहे, याबद्दल तुमची खात्री झालीये. बरोबर आहे ना आजोबा?''

ते दरवाजाजवळ थांबले. काही क्षण विचार केला आणि म्हणाले, ''माझ्या विरोधात असलेल्यांचं पारडं जड आहे आणि मी माझ्या मनाची तयारी करतोय.''

''अहो आजोबा, आपल्याला अजून आशेला जागा आहे.''

''हो, नक्कीच आहे, तरीपण मी माझी तयारी करतोय. पण परिस्थितीच अशी आहे की, मी बऱ्याच लोकांना दुखवलं आहे. ॲडम, अरे, मी त्याबाबतीत कधी विचारच केलेला नव्हता; पण एकदा का तुमच्या मृत्यूची तारीख ठरवली जाते, तेव्हा इतरांचं तुम्ही काय नुकसान केलंय, त्या शक्यतेबाबत तुम्ही विचार करायला लागता.''

ॲडमने तीन पाकिटं उचलली. त्याकडे पाहत तो म्हणाला, ''आणखी किती आहेत?''

सॅम यांचा चेहरा आणखी दुःखी झाला आणि जमिनीकडे नजर लावत ते म्हणाले, ''आत्ता तरी एवढीच.''

सॅम यांनी दयेसाठी केलेल्या अर्जाच्या मागणीची बातमी शुक्रवार सकाळच्या जॅक्सन वर्तमानपत्रानं पहिल्या पानावर छापली होती. मॅकलिस्टर यांचा एक दिमाखदार फोटो आणि सॅम यांचा जुना फोटो छापला होता. मोना स्टार्क हिच्या त्याबाबतच्या टिप्पण्या बातमीसोबत छापल्या होत्या आणि सॅम यांच्या दयाअर्जाबाबतच्या प्रश्नावर निर्णय घेण्यासाठी गव्हर्नरसाहेबांना अमाप कष्ट पडत होते, असं त्यावरून स्पष्ट होत होतं.

गव्हर्नर या पदावरची व्यक्ती मिसिसिपी राज्याच्या जनतेनं एक सेवक म्हणून निवडून दिलेली असते. मॅकलिस्टर त्या जागी निवडून गेलेले होते आणि निवडून आल्याआल्या त्यांच्या राज्यातल्या प्रत्येकाला सहजगत्या, केव्हाही त्यांच्याशी संपर्क साधता यावा म्हणून त्यांनी एका थेट टेलिफोन सेवेची व्यवस्था केलेली होती. सर्व राज्यांत भिंतीभिंतींवर विनामूल्य सेवेचा टेलिफोन क्रमांक चिकटवलेला होता. त्याखेरीज 'हा हा क्रमांक तुम्ही वापरा' असं आवाहन करत त्यांचे प्रतिनिधी फिरत होते.

मॅकलिस्टर यांच्या महत्त्वाकांक्षा खरोखरच जबरी होत्या. स्वतः मॅकलिस्टर आणि त्यांचा सेवकवर्ग या थेट टेलिफोन सेवेसाठी खूप कष्ट घेऊन काम करायचे. ते स्वतःला नेता न समजता एक कार्यकर्ताच समजायचे. लोकांचा कल जाणून घेण्यासाठी ते सतत खूप खर्च करत होते आणि लोकांना त्रासदायक मुद्दे किंवा गोष्टी यांचा वेध घेऊन त्यावर ते उपाय योजायचे. त्यामुळे समाजाच्या अग्रभागी राहून त्यांना मार्गदर्शन करणं सोपं जायचं.

गुडमन आणि ॲडम या दोघांनाही या थेट व्यवस्थेची माहिती होती. नवीन नवीन गोष्टींचा उपयोग करून त्यांच्या भविष्याला आकार देण्याचा मॅकलिस्टर

प्रयत्न करायचे, त्यामुळे ती व्यवस्था सतत कार्यान्वित राहील, याबद्दल ते स्वत: आणि त्यांच्या ऑफिसातले कर्मचारी प्रयत्नशील होते. या सेवेचा उपयोग सॅम प्रकरणात आपल्या पद्धतीनं करून घ्यायचं या दोघांनी ठरवलं.

गव्हर्नर साहेब सॅम यांच्या दयाअर्जाबाबत काही विचार करत होते, याबाबतची बातमी गुडमन यांनी सकाळी नाष्टा करताना वाचली होती. सकाळी साडेसात वाजता त्यांनी प्राध्यापक ग्लास आणि हेज केरी यांना फोन केले आणि आठ वाजता ग्लास आणि त्यांचे तीन विद्यार्थी गुडमन यांच्या त्या तात्पुरत्या ऑफिसमध्ये कॉफी पीत होते. जनतेच्या मताच्या विश्लेषणाच्या कामाला आता सुरुवात होणार होती. या मोहिमेला त्यांनी 'बाजार निरीक्षण चाचणी' असं नाव दिलं होतं.

गुडमन यांची योजना काय होती, हे त्यांनी समजावून सांगितलं आणि त्याबाबत गुप्तता राखण्यास सांगितलं. ''आपण इथे कोणत्याही प्रकारे कायद्याचं उल्लंघन करत नाही. मिसिसिपी राज्यातल्या विविध भागांतून गव्हर्नर साहेबांच्या ऑफिसला, सॅम यांची मृत्युशिक्षा रद्द व्हावी असे सल्ले, सूचना देणारे खोटेच फोन करण्याचं काम आपण करणार आहोत. हे फोन आपण चांगला हेतू मनात ठेवून करत आहोत.'' असं ते म्हणाले. टेबलावर मोबाइल फोन होते आणि राज्यातल्या वेगवेगळ्या गावातल्या निरनिराळ्या पेशातल्या व्यक्तींचे फोनक्रमांक होते. विद्यार्थी सुरुवातीसुरुवातीला घाबरल्यासारखे वाटले होते, पण नंतर त्यांची भीड चेपली आणि ते उत्साहाने कामाला लागले. त्यांना कामाचा मोबदला चांगला मिळणार होता. गुडमन यांनी फोनचा उद्देश काय होता, आपण फोनवर काय बोलायचं हे सांगितलं. त्यांनी एक फोन लावला आणि त्यात ते म्हणाले, ''हा जनतेसाठी असलेला गव्हर्नरांचा फोन आहे.'' पलीकडून गोड आवाजात कोणीतरी बोललं.

''सॅम केहॉल यांच्या संबंधात एक बातमी आज सकाळच्या वर्तमानपत्रात आलेली आहे, त्याबाबत मी हा फोन करतोय.'' मिसिसिपी राज्यातल्या गावांतून बोलल्यासारखं ते दाखवणार होते. त्यामुळे कोणत्या शब्दांतल्या स्वरांवर कसा जोर देऊन हळूहळू कसं बोलायचं, याचंही प्रात्यक्षिक त्यांनी करून दाखवलं. विद्यार्थ्यांना सर्व समजलं होतं. त्यांना ते काम करण्यात मजाच वाटणार होती.

''आणि तुमचा नंबर काय आहे?''

''हो, मी नेड लॅंकेस्टर. मिसिसिपी राज्यातल्याच बिलोक्सीन गावात राहतो.'' फोनक्रमांकांच्या यादीकडे पाहत गुडमन बोलत होते, ''आणि हो, मी गव्हर्नरसाहेबांना माझं मत दिलंय. ते फारच चांगले आहेत.'' फोन करणाऱ्याबद्दलचं मत चांगलं होण्यासाठी हे शेवटचं वाक्य टाकलं होतं.

''तुम्हाला सॅम केहॉलबद्दल काय वाटतं?''

''त्यांची मृत्युशिक्षा अमलात यावी, असं मला वाटत नाही, कारण ते आता

म्हातारे झालेले आहेत आणि त्यांनी आजपर्यंत खूप सोसलंय. गव्हर्नरसाहेबांनी त्यांना माफ करावं, असं मला वाटतं. त्या पार्चमनच्या तुरुंगात त्यांना नैसर्गिक मृत्यू यावा.''

''ठीक आहे. तुम्ही फोन केला होता, हे मी गव्हर्नरसाहेबांना सांगेन.''

''धन्यवाद!''

गुडमन यांनी टेलिफोन बंद करण्याचं बटन दाबलं आणि रिसिव्हर त्यांच्यातल्या एकासमोर धरला. ''आता यात अडचणीचं आणि अवघड काहीही नाही. चला, आपण आता सुरुवात करू या.''

एका गोऱ्या मुलाने एक नंबर निवडला, ''मिसिसिपी राज्यातल्या बड या गावाहून मी लेस्टर क्रॉसबी बोलतोय. मी सॅम केहॉल यांच्या मृत्युशिक्षा अमलात आणण्यासंबंधात हा फोन केलाय. होय बाईसाहेब. माझा नंबर? ५५५ ९०८४ असा आहे. हो बरोबर. बड, मिसिसिपी. मी फ्रँकलीन परगण्यात राहतो. हो, बरोबर आणि सॅम यांना विषारी वायुपेटीत घालून मारू नये, असं माझं मत आहे. नाही, त्याला माझा विरोधच आहे. मला वाटतं, गव्हर्नरसाहेबांनी त्यात हस्तक्षेप करावा आणि ही गोष्ट थांबवावी. होय बाईसाहेब. बरोबर आहे. धन्यवाद!'' गुडमन यांच्याकडे पाहून तो हसला. गुडमन आता तिसरा नंबर लावत होते.

त्यानंतर एक श्वेतवर्णीयच पण प्रौढ विद्यार्थिनी होती. राज्याच्या ग्रामीण भागातून आलेली होती आणि साहजिकच तिचे उच्चार जरा नाकातले होते. ''हॅलो? हे गव्हर्नरांचंच ऑफिस आहे ना?''

''केहॉल यांच्याबद्दल वर्तमानपत्रात जी बातमी आलेली आहे, त्याबद्दल मला काही सांगायचंय. सुसान बार्न्स, डेकाटर, मिसिसिपी. हो, बरोबर आणि ते वृद्ध आहेत आणि तसंही थोड्या वर्षांतच नैसर्गिकरीत्या त्यांचा मृत्यू होणारच आहे, तर शासनानं त्यांना मारण्यात काय हशील आहे? त्यांना थोडा काळ द्यावा. हो, गव्हर्नरसाहेबांनी त्यांची शिक्षा अमलात आणणं थांबवावं, असं माझं मत आहे आणि गव्हर्नरसाहेब चांगल्या स्वभावाचे आहेत, हे मला माहीत आहे. धन्यवाद!''

त्यानंतर एक कृष्णवर्णीय तिशीतला विद्यार्थी होता. त्यानं गव्हर्नरांच्या ऑफिसशी जोडलेल्या थेट टेलिफोनवर सांगितलं की, तो मिसिसिपी राज्यातला एक कृष्णवर्णीय होता आणि त्याचं सॅम आणि त्यांचे क्लक्स सहकारी यांच्या कृत्यांच्या अगदी विरुद्ध मत होतं, तरीपण सॅम यांची मृत्युशिक्षा अमलात आणण्याला त्याचा विरोध होता. कोणी जगावं आणि कोणी मरावं हे ठरवण्याचा शासनाला काहीही अधिकार नव्हता आणि मृत्युशिक्षा अमलात आणण्याच्या बाजूने तो कुठल्याही परिस्थितीत नव्हता, असंही त्याने स्पष्ट केलं.

आणि अशा प्रकारे ते टेलिफोन करणं चालू राहिलं. राज्यातल्या सर्व भागातून

एकापुढे एक फोन होत राहिले. प्रत्येक फोन वेगवेगळ्या व्यक्तींकडून होते आणि प्रत्येकाने मृत्युशिक्षा थांबविण्यासाठी पुढे केलेली कारणं वेगवेगळे तर्क लढवून तयार केली होती. विद्यार्थ्यांना ते काहीतरी रचनात्मक कार्य करत होते, असं वाटू लागलं होतं. ते वेगवेगळ्या उच्चारांचे प्रकार वापरू लागले होते, नवीन नवीन कारणं ते सांगत होते. काहीकाही वेळा काही जणांना गव्हर्नरसाहेबांची थेट लाईन व्यग्र असलेली कळायचं. त्यांना मजा वाटायची. कारण त्याचं कारण तेच होते. काही वेळा गुडमन यांचे उच्चार करकरीत असायचे. त्या वेळी 'मृत्युशिक्षा हटवा या मोहिमेच्या योजनेत काम करण्यासाठी बाहेरच्या राज्यातून आलेला एक पुरस्कर्ता' अशी ते स्वतःची भूमिका घ्यायचे. काही वेळा विविध वंशाच्या विविध छटांचे उच्चार वापरून निरनिराळ्या फोनसंभाषणातून ते भाग घेत होते.

गुडमन यांना एक चिंता वाटत होती की, गव्हर्नरसाहेब इतके जास्त संख्येने फोन कुठून येत होते, याची माहिती काढण्याचा प्रयत्न करतील; पण फोन घेणाऱ्या व्यक्तीच इतक्या व्यग्र असणार होत्या की, त्यांना हे शोधायला वेळच मिळणार नव्हता.

आणि खरोखरच त्या व्यग्र होत्या! ग्लास यांनी त्या दिवसाचा पाठ रद्द करून त्यांचं ऑफिस बंद केलं आणि तेही या फोन करण्याच्या कामगिरीवर रुजू झाले होते. त्यांनासुद्धा निरनिराळी नावं वापरून फोन करण्यात मजा वाटत होती. त्यांच्या काही सहकाऱ्यांनीही त्यांच्या फोनवरून गव्हर्नरांच्या ऑफिसमधल्या थेट फोनवर फोन लावायचं काम सुरू केलं होतं.

ॲडम तातडीने मेम्फिसला गेला. डार्लिन त्याच्या ऑफिसमध्ये होती. ती मोठ्या मुश्किलीनं कागदपत्रांची जुळवाजुळव करत होती. कॉम्प्युटरजवळच्या एका कागदाच्या गठ्ठ्याकडे तिनं बोट दाखवलं. "आपले पक्षकार वेडे असल्यामुळे त्यांच्या शिक्षेत सूट मिळावी, असा जो अर्ज आपण केलेला होता, तो त्यांनी फेटाळून लावला आहे. त्या निर्णयाचा तो कागद एकदम वर आहे आणि पुढे दुसऱ्या गठ्ठ्यावर मिसिसिपी सर्वोच्च न्यायालयाचा निकाल आहे. आणखी त्याच्यापुढे मध्यवर्ती सरकारच्या परगणा-जिल्हा न्यायालयात कैद्याला हजर करण्याच्या मागणीचा अर्ज. हे सर्व मी यापूर्वीच फॅक्सने पाठवलेले आहेत.''

ॲडमने त्याचा कोट काढून खुर्चीत फेकला. पुस्तकांच्या मांडणीवरचा टेलिफोनचे निरोप लावण्याच्या पट्ट्यावरचा गुलाबी रंगाचा कागद काढून हातात घेतला. "हे कोणाचे निरोप आहेत?''

"वार्ताहर, बातमीदार, लेखक, ढोंगी राजकारणी आणि काही वकील मंडळी. सर्व लोक मदत करायला पुढे सरसावले आहेत. एक फोन जॅक्सनहून आला होता. गार्नर गुडमन यांनी केलेला होता. त्यांनी सांगितलं की, 'बाजार निरीक्षण पाहणी'

कामगिरी चांगल्या प्रकारे चालू आहे आणि तुम्ही त्यांना उलटा फोन करू नये. ही 'बाजार निरीक्षण पाहणी' हा काय प्रकार आहे?''

''मला काही विचारू नकोस. पाचव्या मंडल न्यायालयाकडून काही निरोप आहे का?''

''नाही.''

ॲडमने एक दीर्घ श्वास घेतला आणि खुर्चीत आरामशीर बसला.

''दुपारच्या जेवणासाठी काही आणू?''

''हो, फक्त एक सॅन्डविच आण आणि उद्या रविवारी तुला कामावर यायला जमेल का?''

''हो, येईन.''

''या आठवड्याचे शेवटचे दोन दिवस तू इथे फोनपाशी बसलीस, तर बरं होईल.''

''ठीक आहे. मी थांबेन आणि आत्ता मी बाहेर जाऊन तुम्हाला एक सॅन्डविच घेऊन येते.''

ती गेली. जाताना ती दरवाजा ओढून गेली. ॲडमने लीच्या फ्लॅटवर फोन केला. उत्तर मिळालं नाही. त्याने त्यानंतर ऑबर्न हाउसला फोन लावला, तिथेही काही पत्ता लागला नाही. त्यानंतर त्याने फेल्प्स बूथला फोन केला. तो मिटींगमध्ये होता. त्यानंतर त्याने कारमेनला फोन करून रविवारी मेम्फिसला येण्यासाठी तयारी करायला सांगितलं.

फोनवर आलेल्या निरोपांवर त्याने पुन्हा एकदा नजर टाकली आणि कोणालाही फोन करण्याची जरूर त्याला भासली नाही.

कॅपिटॉल या विधिमंडळाच्या इमारतीतल्या गव्हर्नरसाहेबांच्या ऑफिसमधल्या मिस. मोना स्टार्क यांनी इमारतीच्या आसपास घोटाळणाऱ्या वार्ताहरांना बोलावून घेऊन अशी माहिती दिली की, गव्हर्नर साहेब अशा निर्णयाप्रत आलेले होते की, सॅम यांच्या वकिलांनी केलेल्या दयाअर्जावर सोमवारी सकाळी विचारविनिमय होणार होता. एका चर्चासत्राचं आयोजन करायचं. त्या वेळी प्रतिवादींतर्फे उपस्थित केलेले सर्व मुद्दे, प्रश्न, पुनरावलोकनार्थ केलेले अर्ज, तक्रारी, गाऱ्हाणी, अपिलं यावर ते दोन्ही बाजूंची विधानं लक्षात घेणार होते. त्यांच्यावर ही फार मोठी जबाबदारी पडलेली होती. इथे जीवनमरणाचा प्रश्न समोर उभा होते; पण मॅकलिस्टर साहेब योग्य त्याचा पाठपुरावा नक्कीच करणार होते.

४१

पॅकर शनिवारी सकाळी साडेपाच वाजता सॅम यांच्या खोलीशी गेला. या वेळी त्यांच्या हातांवर त्यानं बेड्या चढवल्या नाहीत. सॅम पॅकरची वाट पाहत थांबले होते. दोघे 'अ' या कोठड्यांच्या ओळीसमोरून बाहेर पडले. स्वयंपाकघराच्या भागातून चालत चालत ते पुढे एका खोलीत गेले. स्वयंपाकघरात सकाळच्या न्याहरीसाठी बनत असलेल्या अंड्यांच्या बुर्जीचा वास आला. यापूर्वी सॅम स्वयंपाकघरात कधीच आलेले नव्हते. सॅम अगदी सावकाश चालत होते आणि चालताना ते पावलं मोजत होते. चाललेल्या अंतरांची मापं ते लक्षात ठेवत होते. पॅकरने एक दरवाजा उघडला आणि सॅम यांना जलद चालण्याची खूण केली. दोघे खोलीच्या बाहेर पडले. बाहेर अंधार होता. बाहेर पडल्यापडल्या ते होते तिथेच क्षणभर थांबून राहिले. उजव्या बाजूला असलेल्या विटांच्या चौरस इमारतीकडे त्यांनी नजर टाकली. त्या छोट्या इमारतीतल्या एका खोलीत विषारी वायुपेटी बसवलेली होती. पॅकरने सॅमच्या कोपराला धरलं आणि दोघं चालत तुरुंगाच्या कुंपणाच्या दिशेने गेले. तिथे एक सुरक्षाकर्मचारी त्यांची वाट पाहत कॉफीचा कप हातात घेऊन उभा होता. त्याने सॅमना कॉफी दिली आणि त्यांना घेऊन तो तुरुंगाच्या पश्चिमेकडच्या भागात करमणुकीसाठी बेसबॉल आणि बास्केटबॉल खेळण्यासाठी मैदान होतं, तिथे गेला. हे मैदान सर्व बाजूंनी काटेरी तारांनी, धारदार लोखंडी पात्यांच्या पट्ट्यांनी बंदिस्त केलं होतं. तारांमध्ये विजेचा प्रवाह सोडलेला होता. मैदानाच्या कडेच्या बाजूंनी प्रेक्षकांना बसण्यासाठी बाकं ठेवलेली होती. त्यांपैकी एका बाकापाशी त्याने सॅमना सोडलं आणि 'एक तासानंतर परत येतो' असं सांगून ते दोघे तिथून गेले.

कॉफी पीत, सभोवतालच्या भागाचं निरीक्षण करत सॅम बराच वेळ तिथे तसेच उभे राहिले. त्यांची पहिली कोठडी याच भागातल्या 'ड' या कोठड्यांच्या ओळीत होती. त्यामुळे ते या भागात यापूर्वीही बऱ्याच वेळा आलेले होते. मैदानाचं माप एक्कावन्न फूट लांब आणि छत्तीस फूट रुंद होतं, असं त्यांच्या चांगलं लक्षात होतं. दिव्यांच्या उजेडात कोपऱ्यावरच्या निरीक्षण मनोऱ्यातला रखवालदार त्यांच्यावर

लक्ष ठेवून उभा होता, हे त्यांना दिसत होतं. ते अलगदपणे बाकावर बसले.

त्यांना त्यांच्या आयुष्यातला शेवटचा सूर्योदय पहायचा होता. आणि हे कर्मचारीसुद्धा किती दयाळू की, त्यांनी त्यांची ती इच्छा मान्य केली! गेल्या साडेनऊ वर्षांत सॅम यांनी सूर्योदय पाहिलाच नव्हता. अगदी प्रथम न्यूजंट यांनी त्याला नकार दिला होता, पण पॅकरने त्यात हस्तक्षेप करून कर्नल साहेबांना समजावलं आणि तसं करण्यास काही हरकत नव्हती, सुरक्षेत कोणत्याही प्रकारे बाधा येणार नव्हती, अशी ग्वाही दिली. हा माणूस चार दिवसांतच मृत्युमुखी पडणार होता, त्यामुळे सॅमची जबाबदारी त्यांनी घेतली म्हणून अखेर न्यूजंट तयार झाले.

सॅमनी पूर्वेकडच्या आकाशात नजर टाकली. तिथे भगव्या रंगाची छटा विखुरलेल्या ढगांतून डोकावत होती. सुरुवातीच्या काळात जेव्हा त्यांचे अर्ज, दावे, विनंत्या अगदी नव्याने सादर व्हायच्या होत्या आणि त्यावर निर्णय झालेले नव्हते, त्या काळात त्यांनी या मैदानावर आयुष्यातले नीरस आणि तसेच आनंददायी प्रसंग, दररोज घरी गरम पाण्याने केलेल्या अंघोळी, त्यांच्या एकनिष्ठ कुत्र्याबरोबरचं खेळणं, मध घालून खाल्लेली बिस्किटं अशा अनेक आठवणी आठवत कित्येक तास काढलेले होते. त्या वेळी त्यांचा असा विश्वास होता की, ते पुन्हा खारींची आणि पाणकोंबड्यांची शिकार करू शकतील, बास आणि ब्रिमसारखे मासे पकडू शकतील, शहरांमध्ये जाऊन कॉफीपानाचा आनंद लुटू शकतील, त्यांच्या जुन्या मोटारीत बसून हवं तिथे जाऊ शकतील, घराच्या दर्शनी भागातल्या पोर्चसारख्या ओसरीवर बसून सूर्योदय पाहू शकतील. तुरुंगातून बाहेर पडल्यावर विमानाने कॅलिफोर्नियामध्ये जाऊन नातवंडांना शोधून काढायची रम्य कल्पना 'रो' तुरुंगातल्या सुरुवातीच्या काळात त्यांच्या मनात होती. ते त्यापूर्वी विमानात कधीच बसलेले नव्हते.

स्वतंत्र होण्याची त्यांची स्वप्नं फार पूर्वीच विरून गेली होती. कंटाळवाण्या कोठडीतल्या आयुष्यानं त्या स्वप्नांचा पार चक्काचूर केला होता आणि न्यायाधीशांच्या अत्यंत कठोर आणि निर्दयी टीकांनी, शेऱ्यांनी ती भंग झाली होती.

हा त्यांचा शेवटचा सूर्योदय होता. खूप लोकांना त्यांचा मृत्यू व्हायला हवा होता. विषारी वायुपेटीचा वापर बऱ्याच दिवसांत झालेला नव्हता. शिक्षा अमलात आणण्याची वेळ आता आलेली होती. शासनकर्त्यांच्या नावाने त्यांच्या तोंडात शिवी येत होती, पण आता त्यांचाच नंबर होता. ढग विखुरले जात होते आणि आकाश प्रकाशमान होत गेलं. काटेरी कुंपणाच्या आत उभं राहून त्यांना हा भव्य, दिव्य क्षण अनुभवावा लागत होता. तरी त्यामुळे मिळवलेला आनंद समाधान देणारा होता. आणखी काही दिवस थांबा, ही कुंपणं नष्ट होतील, आडव्या-उभ्या गजांच्या जाळ्या, काटेरी तारा, धारदार पात्यांची कुंपणं, तुरुंगातल्या कोठड्या

दुसऱ्या कोणासाठी असणार होत्या!

शनिवारी सकाळी विधिमंडळाच्या कॅपिटॉल इमारतीच्या प्रवेशद्वाराशी दोन वार्ताहर सिगारेट ओढत आणि पैसे टाकून मशिनमधून मिळणारी कॉफी पीत थांबून राहिले होते. केहॉल अर्जावर सर्व प्रकारे विचार करण्यासाठी गव्हर्नर आज पूर्णपणे दिवसभर ऑफिसमध्येच असणार होते, अशी कुणकुण होती.

साडेसात वाजता त्यांची काळ्या रंगाची लिन्कन मोटार जवळच येऊन थांबली आणि त्यातून ते एकदम बाहेर आले. गणवेषातल्या दोन शरीररक्षकांनी त्यांना प्रवेशद्वाराशी नेलं. त्यांच्या काही पावलं मागे मोना स्टार्क होत्या.

"गव्हर्नरसाहेब, केहॉल यांची मृत्युशिक्षा अमलात आणताना तुम्ही तिथे उपस्थित राहणार आहात का?"

पहिल्या वार्ताहरानं घाईघाईने प्रश्न केला. मॅकलिस्टर फक्त हसले, त्यांनी फक्त हात वर केले. जणूकाही बाहेर थांबून त्यांना वार्ताहरांबरोबर गप्पा मारायला आवडल्या असत्या, असा काहीसा त्यांचा आविर्भाव होता; पण गोष्टी फार विचित्र स्तरावर पोचल्या होत्या, त्यामुळे ते शक्य नव्हतं, असं काही त्यांना सुचवायचं होतं, पण त्यांनी दुसऱ्या एका बातमीदाराच्या हातात एक कॅमेरा पाहिला आणि त्यांचा विचार बदलला.

"मी त्याबद्दलचा निर्णय अद्याप घेतलेला नाही." एक सेकंदच थांबून त्यांनी हे उत्तर दिलं होतं, पण तेवढ्यात कॅमेऱ्यानं त्यांचा फोटो घेतला होता.

"सोमवारच्या सुनावणीदरम्यान जे काही होणार आहे, त्या वेळी रूथ क्रॅमर जबानी देणार आहेत का?" कॅमेऱ्यावाल्याने कॅमेरा उंचावून आणखी एक फोटो घेतला होता.

"मी आत्ता काही सांगू शकत नाही." चष्म्यामागून त्यांचे डोळे हसत होते. "माफ करा, मला आता बोलायला वेळ नाही."

ते इमारतीत शिरले आणि लिफ्टनं दुसऱ्या मजल्यावरच्या त्यांच्या ऑफिसमध्ये गेले. त्यांचे शरीररक्षक अभ्यागतांसाठीच्या हॉलमध्ये त्यांची वर्तमानपत्रं पाहत बसले.

वकिली कामातल्या गव्हर्नरांचे साहाय्यक लारा मोअर त्यांचं काम तयार ठेवून वाट पाहत होते. आदल्या दिवशी संध्याकाळी पाच वाजता केहॉल प्रकरणाच्या विविध प्रकारच्या अर्जांची जी स्थिती होती, त्यात काहीही बदल झालेला नव्हता, असं मिस स्टार्क यांनी गव्हर्नरांना सांगितलं. आदल्या रात्री काहीही घडलेलं नव्हतं. विविध प्रकारचे अर्ज पाठवले जात होते आणि त्यांच्या मते न्यायालयांनी ते ताबडतोब नामंजूर करायला हवे होते. अटर्नी जनरल यांच्या ऑफिसमधले मृत्युलिपिक मॉरीस यांच्याबरोबर त्यांचं बोलणं झालं आणि त्यांच्या सांगण्यानुसार केहॉल यांची

मृत्युशिक्षा अमलात आणण्याची शक्यता ऐंशी टक्के होती.

‘‘दयाअर्जावर होणाऱ्या सोमवारच्या चर्चेसंबंधात केहॉल यांच्या वकिलाकडून काही कळलं आहे का?’’ मॅकलिस्टर यांनी विचारलं.

‘‘नाही. सकाळी नऊ वाजता मी गुडमन यांना आपल्या ऑफिसमध्ये यायला सांगितलंय. त्या वेळी तुम्ही त्यांच्याशी बोला. माझी गरज लागली, तर मी माझ्या ऑफिसमध्ये आहे.’’

लारा मोअर त्यांच्या ऑफिसमध्ये गेले. मिस. स्टार्क त्यांचं दररोज सकाळचं काम म्हणजे राज्यातल्या सर्व वर्तमानपत्रांचं वाचन करायचं आणि त्यातल्या गव्हर्नरांनी दखल घेण्याजोग्या बातम्यांची कात्रणं काढून त्यांच्या टेबलावर ठेवण्याचं काम करायला लागल्या. त्यांनी एकूण नऊ वर्तमानपत्रं पाहिली. त्यातल्या आठ वर्तमानपत्रांत केहॉल संबंधातली बातमी पहिल्या पानावर होती. गव्हर्नरसाहेब दयाअर्जावर सोमवारी विचार करणार होते. या प्रकटनाबद्दल सर्व पत्रांमध्ये उत्सुकता दिसत होती. पार्चमन तुरुंगाबाहेर ऑगस्ट महिन्यातल्या तळपत्या उन्हात निदर्शनं करत असलेल्या क्लॅन सदस्यांचा काढलेला फोटो तीन वर्तमानपत्रांतून छापून आला होता.

मॅकलिस्टर यांनी अंगावरचा कोट काढला, बाह्या वर केल्या आणि वर्तमानपत्र चाळायला लागले, ‘‘ते सर्व नंबर गोळा करा.’’ त्यांनी थोडक्यात सांगितलं.

मोना स्टार्क त्यांच्या ऑफिसमधून थोड्या वेळातच परतल्या. त्यांच्या होतात कॉम्प्युटरवर छापलेला एक कागद होता आणि त्यावर त्यांनी धक्का देणारी बातमी छापून आणली होती. त्या काही सांगायला लागल्या.

‘‘हं बोला, मी ऐकतोय.’’

‘‘फोन यायचे रात्री नऊ वाजता थांबले. शेवटचा फोन नऊ वाजून सात मिनिटांनी आला होता. संपूर्ण दिवसात चारशे शहाऐंशी फोन आले. त्यातले जवळ जवळ नव्वद टक्के फोन मृत्युशिक्षा अमलात आणण्याच्या विरोधातले होते.’’

‘‘नव्वद टक्के?’’ मॅकलिस्टरांनी प्रश्न केला. त्यांचा विश्वास बसत नव्हता, पण त्यांना काहीतरी विचित्र वाटत होतं. आदल्या दिवशी दुपारी थेट टेलिफोनसेवा हाताळणाऱ्या कर्मचाऱ्यांनी एक वेगळाच आकडा दिला होता. एकच्या सुमारास फोनद्वारे आलेल्या निवेदनांचं विश्लेषण मोना करत होती. आदल्या दिवशीच्या दुपारनंतरचा बहुतेक वेळ त्यांनी येणाऱ्या टेलिफोन निवेदनांच्या आकड्यांकडेच पाहत, पुढे काय करायचं, हा विचार करण्यात घालवला होता. आदल्या रात्री गव्हर्नरांना शांत झोप लागली नव्हती.

‘‘हे फोन करणारे लोक कोण आहेत?’’ खिडकीबाहेर पाहत गव्हर्नरांनी विचारलं.

''तुमचेच मतदार. हे फोन राज्याच्या सर्व भागांतून आलेले आहेत. त्यांनी दिलेले नंबर, नावं आम्ही पडताळून पाहिली. सर्व बरोबर आहेत.''

''पूर्वी अशा प्रकारच्या परिस्थितीत आलेली फोनवरची निवेदनं कशा प्रकारची होती?''

''मला माहीत नाही. विधिमंडळातल्या सदस्यांचा आपण भत्ता वाढवून दिला होता, तेव्हा एका दिवसात शंभराहून जास्त फोन आलेले होते; पण हा प्रकार वेगळाच आहे.''

''आणखी एक गोष्ट. या थेट सेवा असलेल्या क्रमांकाखेरीज ऑफिसमधल्या इतर क्रमांकावरसुद्धा फोन आलेले आहेत. माझ्या सेक्रेटरीनं बारा फोन घेतले आहेत.''

''सर्व फोन सॅमसाठीच. बरोबर?''

''हो, आणि सर्व शिक्षा अमलात आणण्याच्या विरोधात! मी आपल्या काही लोकांशी बोलले आणि प्रत्येक जण काल यातच अडकला होता. रॉक्सबर्ग यांनी मला काल रात्री फोन करून त्याच्या ऑफिसमध्येसुद्धा अशा मृत्युशिक्षा अमलात आणण्याविरोधातल्या फोन निवेदनांनी गोंधळ माजविला होता, हे सांगितलं.''

''ठीक आहे, आता मलासुद्धा त्यांना चांगला धडा शिकवायचा आहे.''

''आपण ही थेट फोन व्यवस्था काही काळापुरती बंद ठेवायची का?''

''शनिवारी आणि रविवारी त्यावर किती लोक काम करतात?''

''फक्त एक.''

''तूर्तास ती व्यवस्था चालू राहू दे. आज आणि उद्या काय होतंय, ते आपण पाहू.'' ते चालत दुसऱ्या खिडकीशी गेले. गळ्याचा टाय थोडा सैल केला. ''आपण आपल्या मतदारांकडून या शिक्षेबाबतचा कौल मागवतो आहोत, त्याचं मतदान केव्हापासून चालू होत आहे?''

''दुपारी तीन वाजल्यापासून.''

''मला आकडासुद्धा जाणून घ्यायची उत्सुकता आहे.''

''तो आकडासुद्धा इतकाच वाईट असेल.''

''नव्वद टक्के.'' ते म्हणाले.

''कदाचित त्याहीपेक्षा जास्त.'' मोनानं त्यांचा आकडा दुरुस्त केला.

गुडमन यांच्या तात्पुरत्या ऑफिसला एखाद्या युद्धभूमीचं स्वरूप आलं होतं. तिथे पिझ्झांची खोकी, बियर कॅन्स आणि बाजार विश्लेषणासाठी वापरलेल्या कागदांचा पसारा पडलेला होता. नुकतीच आणलेली ताजी पॅटीस, कॉफीचे कप, तयार कॉफी ठेवलेले थर्मास काम करणाऱ्यांसाठी सज्ज होते. दोघे जण वृत्तपत्रं

घेऊन आले. तीन आडवे रस्ते पलीकडे असलेल्या विधिमंडळाची इमारत गुडमन खिडकीशी उभे राहून दुर्बिणीतून पाहत होते. त्यातल्या त्यात गव्हर्नर साहेबांच्या खिडकीवर त्यांचं बारीक लक्ष होतं. आदल्या दिवशीच्या कंटाळवाण्या तासात ते एका मॉलमध्ये पुस्तकाच्या दुकानात गेले होते. तिथे त्यांना ही दुर्बीण मिळाली. त्या दुर्बिणीतून ते आज गव्हर्नरसाहेब कसे पेचात पडले होते, ते पाहत होते. नक्कीच त्यांच्या डोक्यात हे फोन कुठून येत होते, याचेच विचार असणार, अशी त्यांना खात्री होती.

विद्यार्थ्यांनी पॅटीस, कॉफी आणि वर्तमानपत्रांचा समाचार घेतला. गुन्हा सिद्ध झाल्यानंतर कैद्यांना मिळणाऱ्या सवलतींबाबतच्या मिसिसिपी राज्यातल्या पद्धतीवर फारच गहन चर्चाही त्यांच्यात झाली. बदली होणारा तिसरा सदस्य हा पहिल्या वर्षाला शिकणारा न्यू ऑर्लिन्सहून आठ वाजता आला आणि फोन-निवेदनं चालू झाली.

आज थेट फोनसेवा आदल्या दिवसाप्रमाणे कार्यक्षम नव्हती, हे लगेचच लक्षात आलं. फोन जोडून देणाऱ्या मध्यस्थाकडून जोड ताबडतोब पुढे जात नव्हते. तरीपण काही हरकत नव्हती. त्यांनी दुसऱ्या पर्यायाचा उपयोग सुरू केला. गव्हर्नरसाहेबांनी त्यांच्या एकूण क्षेत्रामध्ये बरेच विभाग पाडलेले होते. त्या प्रत्येक विभागातून विनाविलंब त्यांच्याशी त्यांच्या मतदारांना संपर्क साधता यावा, म्हणून त्या विभागापासून ते त्यांच्या बंगल्यात बाहेरून येणारे फोनजोड घेण्यासाठी एक विशेष व्यवस्था होती, त्यामुळे सर्व विभागांना थेट गव्हर्नरसाहेबांच्या घरी टेलिफोन जोडता येत होता. या व्यवस्थेचं उद्घाटन करण्यासाठी त्यांनी एक मोठा सोहळा आयोजित केला होता. विद्यार्थ्यांनी या सर्व विभागांतून फोन करणं सुरू केलं होतं. गुडमन त्यांच्या त्या तात्पुरत्या ऑफिसमधून बाहेर पडले आणि काँग्रेस रस्त्यावरच्या कॅपिटॉल इमारतीजवळ चालत गेले. त्यांच्या कानांवर ध्वनिक्षेपकांची चाचणी चालल्याचे आवाज आले आणि स्त्री-शक्तीचं दर्शन घडवणाऱ्या स्मारकाच्या आसपास क्लॅन समूहातले लोक नेहमीच्या गणवेशात संचलन करत निदर्शनं करण्याच्या तयारीत असलेले दृष्टीला पडले. गुडमन चालत त्यांच्यापैकी एकाजवळ गेले. त्याच्याशी हस्तांदोलन केलं आणि शिकागोला परत गेल्यावर त्यांनी एका खऱ्या क्लॅन सदस्याबरोबर हस्तांदोलन केल्याचं ते सांगणार होते.

गव्हर्नरांना भेटायला आलेले दोन वार्ताहर दर्शनी भागातल्या पायऱ्यांवर पायऱ्यांच्या तळाशी चाललेली व्यवस्था पाहत होते. गुडमन कॅपिटॉल इमारतीत प्रवेश करत असतानाच स्थानिक टेलिव्हिजन वाहिनीचा एक समूह तिथे दाखल झाला.

गुडमन यांना भेटण्यासाठी गव्हर्नरांना खरोखरच वेळ नसल्याचं सांगितलं; पण

मिस्टर लारा मोअर थोडा वेळ काढू शकतील, असं स्टार्कनं सांगितलं. मोना स्टार्क जरा वैतागलेलीच वाटत होती आणि त्यामुळे गुडमन सुखावले होते. ती त्यांना लारा मोअर यांच्या ऑफिसमध्ये घेऊन गेली. ते फोनवर बोलत होते. तो फोन गुडमन यांच्याच माणसांचा असावा, अशी इच्छा ते करत होते. आज्ञाधारकपणे ते एका खुर्चीत बसले आणि मोना दरवाजा बंद करून निघून गेली.

लारा मोअर यांनी फोन ठेवता ठेवता "शुभ प्रभात!" असं म्हणून गुडमन यांचं स्वागत केलं. त्यावर गुडमन यांनी मान डोलावली आणि म्हणाले, "आमचं म्हणणं ऐकून घ्यायला तुम्ही तयार आहात, त्याबद्दल आभारी आहे. बुधवारी गव्हर्नरसाहेब जे काही बोलत होते, त्यावरून ते तयार होतील, असं आम्हाला वाटलं नव्हतं."

"त्यांच्यावर सध्या प्रचंड दडपण आलंय आणि आमचीही तीच स्थिती आहे. तुमच्या पक्षकाराबरोबर बॉम्बस्फोट घडवून आणायला दुसरं कोणी होतं का? त्याबद्दल बोलायला ते तयार झाले की नाही?"

"नाही, त्यात काही बदल झालेला नाही."

लारा मोअर यांनी त्यांच्या चिकट केसांमधून बोटं फिरवली आणि विफलतेने डोकं हलवलं. "मग तुमचं बोलणं ऐकून घेण्यात काय मतलब आहे? तुमच्या पक्षकारानं त्याबद्दल काही सांगितल्याशिवाय गव्हर्नरसाहेब काहीही बोलणार नाहीयेत."

"आमचे त्याबाबत प्रयत्न चालू आहेत. त्यात यश येईल असं आम्हाला वाटतंय. या अर्जाचा विचार करण्यासाठी तुमच्या ऑफिसनं सोमवारी चर्चेचं जे आयोजन केलंय, त्यात कृपया बदल करू नका."

फोनची घंटा पुन्हा वाजली. रागारागाने लारा मोअर यांनी रिसिव्हर उचलला, "नाही, हे गव्हर्नरसाहेबांचं ऑफिस नाही. आपण कोण बोलताय?" त्यांनी नाव, नंबर लिहून घेतला, "अहो, हे गव्हर्नरसाहेबांच्या विधिविभागाचं ऑफिस आहे." त्यांनी डोळे मिटले आणि डोकं हलवलं. "हो, मला मान्य आहे की, तुम्ही गव्हर्नरसाहेबांना निवडून येण्यासाठी मत दिलंय."

"धन्यवाद! मिस्टर हंट, तुम्ही फोन केल्याचं मी गव्हर्नरसाहेबांना सांगेन. हो, धन्यवाद!" त्यांनी रिसिव्हर फोनवर ठेवला. "हे मिस्टर गिल्बर्ट हंट. मिसिसिपी राज्यातल्या ड्युमॉसचे. त्यांचा शिक्षा अमलात आणायला विरोध आहे." फोनकडे वेड्यासारखे पाहत ते बोलत होते. "सर्व फोनच मुळी झपाटले गेलेले आहेत."

"खूप फोन येतायंत ना?" बोलण्यात कणव आणून गुडमन यांनी विचारलं.

"तुमचा विश्वास बसणार नाही इतके."

"बाजूनं की विरुद्ध?"

"पन्नास पन्नास टक्के असं मी म्हणेन." असं म्हणून लारा मोअर यांनी पुन्हा रिसिव्हर हातात घेतला. ड्युमॉस मिसिसिपीचा नंबर त्यांनी दाबला. "काही उत्तर

आलं नाही. विचित्रच आहे!'' असं म्हणून रिसिव्हर जागेवर ठेवला आणि बोलू लागले. ''या माणसाने एका क्षणापूर्वी फोन केला आणि मी त्याचा योग्य नंबर लावतोय, पण त्याला उत्तरच नाही.''

''कदाचित तो लगेचच बाहेर पडला असेल. थोड्या वेळाने पुन्हा प्रयत्न करा.'' त्याला पुन्हा तसा फोन करायला लारा मोअरना वेळ मिळू नये, अशी प्रार्थना गुडमन यांनी केली. आदल्या दिवशीच्या बाजार-निरीक्षणात त्यांनी किंचितसा बदल केला होता. जो नंबर लावायचा, तो आधी फिरवून ती व्यक्ती घरी नाही, याची खात्री करून घ्यायची आणि नंतरच गव्हर्नरसाहेबांच्या ऑफिसला फोन लावायचा. त्यामुळे लारा मोअर यांच्यासारखा एखादा कोणी चौकस किंवा अतिउत्साही असेल, तर उलटा फोन लगेच फिरवून खात्री करून घेण्याचा प्रयत्न करेल, त्या वेळी पितळ उघडं पडणार नव्हतं. पण प्रत्यक्षात स्थिती अशी होती की, बहुसंख्य लोकांची इच्छा मृत्युशिक्षा अमलात आणण्याच्या बाजूनं होती आणि तीच खरी अडचण होती. या दक्षतेमुळे बाजार-विश्लेषणाच्या कामाच्या गतीमध्ये बाधा येत होती.

''मी या चर्चासत्राचं स्वरूप कसं असावं, याबाबत काम करतोय.'' लारा मोअर म्हणाले. ''आणि चर्चासत्र घडवून आणायचंच म्हटलं, तर ते सभागृहाच्या प्रथा आणि पद्धती सांभाळून कायदा-समितीच्या खोलीतच होणार आहे. ती खोली या हॉलच्या लगत आहे.''

''चर्चा बंद खोलीतच होणार आहे ना?''

''नाही. का? अडचण काय आहे?''

''आपल्याकडे चारच दिवस उरलेले आहेत लारा मोअर! प्रत्येक गोष्ट प्रश्न निर्माण करते. आणि आमची बाजू ऐकून घेऊन त्यावर निर्णय देणं, हे फक्त गव्हर्नरसाहेबांच्याच अधिकारात येतं. त्यांनी आमची बाजू ऐकून घ्यायला परवानगी दिली, हे आम्ही आमचं भाग्य समजतो.''

''माझ्याकडे तुमचा टेलिफोन नंबर आहे. तुम्हीपण आमच्या संपर्कात राहा.''

''हे सर्व पार पडेपर्यंत मी जॅक्सन सोडून जाणार नाहीये.''

दोघांनी हस्तांदोलन केलं आणि गुडमन लारा मोअर यांच्या ऑफिसमधून बाहेर पडले.

पायऱ्यांवर बसून क्लॅन सदस्य निदर्शनासाठीच्या व्यवस्था करण्यात गुंतले होते आणि जाणाऱ्या-येणाऱ्यांचं कुतूहल जागं करत होते. ते पाहण्यात गुडमन यांनी अर्धा तास घालवला.

४२

डोनी केहॉल हा सॅम यांचा धाकटा भाऊ. तो तरुण असताना कु क्लक्स क्लॅन परिवाराचं सदस्य होता. पांढरा अंगरखा आणि वर टोक असलेली शंक्वाकृती, डोळ्यांच्या जागी पाहण्यासाठी भोकं असलेल्या बुरख्यासारखी टोपी असा गणवेष पूर्वी कधी काळी त्यांनी अंगावर घातला होता; पण आता मात्र ते त्यांच्यापासून खूप दूर गेलेले होते. व्यवस्थापनानं तुरुंगासमोर हमरस्त्याला लागूनच्या हिरवळीच्या भागात क्लक्स परिवारातल्या लोकांना निदर्शनं करायला परवानगी दिली होती. सुरक्षासैनिकांनी व्यवस्था कडक राखली होती. निदर्शकांवर ते बारीक लक्ष ठेवून होते. क्लॅन परिवाराच्या तंबूशेजारीच डोक्याचा चकोट केलेले, तपकिरी अंगरख्यातले काही निदर्शक जमलेले होते. त्यांनी 'सॅम यांची त्वरित सुटका करा!' अशी मागणी करणारे फलक धरलेले होते.

डोनींनी क्षणभर ते दृश्य पाहिलं आणि सुरक्षाकर्मींनी त्यांना दिलेल्या सूचनांनुसार हमरस्त्यालगत त्यांनी त्यांची मोटार उभी केली. सॅम यांना कोण कोण भेटायला येणार होतं, त्यांची यादी प्रवेशद्वाराशी असलेल्या सुरक्षाकर्मींकडे दिलेली होती. त्या यादीत डोनींचं नाव होतं, याची खात्री केल्यानंतर काही मिनिटांनी तुरुंगाची व्हॅन त्यांना घेऊन आत गेली. त्यांचा भाऊ पार्चमन तुरुंगात गेली साडेनऊ वर्षं होता आणि डोनी त्यांना वर्षातून एकदातरी भेटायचा प्रयत्न करायचे, पण यापूर्वीची त्यांची भेट दोन वर्षांपूर्वी झालेली होती आणि ते कबूल करायला त्यांना दुःख होत होतं; शरम वाटत होती.

डोनी केहॉल एकसष्ट वर्षांचे होते आणि चार केहॉल भावांच्यात ते सर्वांत धाकटे होते. सर्व भावांवर त्यांच्या वडलांनी क्लॅन परिवाराचे संस्कार केलेले होते. त्यानुसार ते वयाच्या पंधरा ते वीस वर्षं या काळात क्लॅन परिवारात सहभागी झालेले होते. त्याबद्दल विचार वगैरे करण्याचा प्रश्नच नव्हता. कुटुंबातल्या प्रत्येक पुरुषाने क्लॅन परिवारात सामील होणं अध्याहृत धरलेलं असायचंच. त्यानंतर त्यांनी सैन्यात प्रवेश घेतला, कोरियातल्या युद्धात भाग घेतला आणि जगभर प्रवास केला.

दरम्यानच्या काळात अंगरखे आणि शंक्वाकृती बुरख्याच्या टोप्या घालून क्लॅन कारवायांतून भाग घेण्यातला त्यांचा रस संपला होता. त्यांनी मिसिसिपी राज्याला १९६१मध्येच रामराम ठोकला आणि उत्तर कॅरेलिना राज्यातल्या डरहॅम गावातल्या फर्निचर बनवणाऱ्या कंपनीत नोकरी धरली आणि तिथेच ते स्थायिक झाले. गेली साडेनऊ वर्षं दर महिन्याला सिगारेट्स आणि जरूर ती रोख रक्कम ते सॅम यांना पाठवत होते. त्यांनी भावाला काही पत्रंही पाठवलेली होती. पण डोनी आणि सॅम या दोघांनाही पत्रव्यवहारात रस नव्हता. डोनी यांचा कोणी भाऊ पार्चमन इथल्या मृत्युशिक्षा-तुरुंगात होता, हे डरहॅममधल्या फारच कमी लोकांना माहीत होतं.

तुरुंगाच्या आवारात आल्यावर त्यांच्याकडे काही आक्षेपार्ह हत्यार वगैरे होतं का, हे तपासण्यासाठी सुरक्षासैनिकांनी त्यांचे कपडे चाचपून तपासणी केली आणि त्यांना दर्शनी भागातल्या ऑफिसच्या खोलीत आणण्यात आलं. काही मिनिटांतच सॅम यांना तिथे आणण्यात आलं आणि दोघांनाच तिथे सोडून सुरक्षाकर्मी गेले. डोनींनी सॅम यांना मिठी मारली आणि काही क्षण ते तसेच होते. जेव्हा ते वेगळे झाले, तेव्हा दोघांच्या डोळ्यात पाणी तरारलं होतं. दोघेही एकाच उंचीचे आणि दोघांच्या शरीराचा बांधा सारखा होता, पण सॅम वयाने पंचवीस वर्षांनी जास्त मोठे वाटत होते. सॅम टेबलाच्या कडेवर बसले आणि डोनी त्यांच्यासमोर खुर्चीत बसले.

दोघांनी सिगारेटी पेटवल्या आणि अवकाशात पाहत राहिले.

''काही चांगली बातमी?'' उत्तर काय असेल याचा अंदाज असतानाही डोनींनी विचारलं होतं.

''नाही, काहीही चांगली बातमी नाही. न्यायालयं तर प्रत्येक अर्ज नामंजूर करत आहेत. त्या विषारी वायुपेटीत घालून एखाद्या जनावरासारखं मला मारणार आहेत.''

डोनींचा चेहरा अगदी छातीपर्यंत पडला. ''सॅम, मला फार वाईट वाटतंय रे!''

''डोनी, मीपण फार दु:खी आहे. कर्म माझं! हे जेव्हा पार पडेल ना, तेव्हा मला आनंद होईल.''

''नको, असा धीर सोडू नकोस सॅम.''

''अरे पण डोनी, तसंच घडणार आहे. आणि ते बरोबरही आहे. मी या पिंजऱ्यातल्या जगण्याला कंटाळलोय. आणि आतातर माझं वयही झालंय. माझा शेवट जवळ आलाय.''

''पण सॅम, तुला त्यांनी असं मारायला तू काही तितक्या कमी दर्जाचा नाहीस.''

''हे तुला कळतंय आणि त्यांना त्याची सुतराम जाणीव नाहीये. तोच तर सगळ्यात अवघड भाग आहे. अरे, मीच एकटा मरणार नाही. सर्वांनाच कधी ना कधी मरायचं आहेच, पण माझ्या आयुष्यातला सर्वात चांगला काळ या लोकांनी

वाया घालवलेला आहे. ते जेते आहेत आणि मला विषारी वायुपेटीत घालून मारणं हे त्यांचं बक्षीस आहे. हे सर्व विकृत आहे. त्याची मळमळ मला सर्वात जास्त त्रास देतीये.''

"तुझा वकील काही करू शकत नाही का?''

"तो सर्वतोपरीने प्रयत्न करतोय, पण ते फोल ठरणार आहेत. पण तू त्याला भेटावंस, असं मला वाटतं.''

"मी त्याचा फोटो वर्तमानपत्रात पाहिलाय, पण तो आपल्या लोकांसारखा दिसत नाही.''

"नशीबवान आहे! तो त्याच्या आईवर गेलाय.''

"हुशार आहे?''

सॅम किंचितसे हसले. "नुसता हुशारच नाही. बुद्धिमान, चलाख आणि धाडसी आहे. मला वाचवण्यासाठी तो जिवाचं रान करतोय, पण स्थितीच अशी आहे की... काय करणार? त्यालाही फार दु:ख होतंय.''

"आज तो इथे येणार आहे?''

"कदाचित येईल. पण त्याच्याकडून मला अद्याप काही निरोप आलेला नाहीये. मेम्फिसला तो लीच्या घरी राहतोय.'' हे सॅम यांनी किंचितशा अभिमानाने सांगितलं होतं. त्यांच्यामुळे त्यांचा नातू आणि त्यांची मुलगी एकत्र आले होते आणि एकमेकांबरोबर सामंजस्याने राहत होते.

"आज सकाळी मी अल्बर्टशी फोनवर बोललो.'' डोनी म्हणाले, "त्याच्या मनाची इथे यायची तयारी होत नाहीये, इतकं त्याला दु:ख झालंय.''

"तो इकडे येत नाहीये, तेच बरं आहे. तो, त्याची मुलं, नातवंडं कोणीही इथे येऊन मला भेटू नयेत, अशी माझी इच्छा आहे.''

"तुझ्याप्रती असलेला आदर, प्रेम त्याला व्यक्त करायचंय, पण इथे येऊन तुला भेटून ते व्यक्त करायचं धाडस त्याला होत नाहीये.''

"ते जाऊ दे. त्याला तू सांग की, तो माझ्या अंतिम संस्काराच्या वेळी व्यक्त करण्यासाठी राखून ठेव.''

"सॅम, असं म्हणू नकोस रे!''

"हे बघ डोनी, मी मेल्यानंतर माझ्यासाठी कोणीही रडणार नाहीये. त्यामुळे माझ्या मृत्युपूर्वीही कोणी माझ्याबद्दल खोटी कणव किंवा बेगडी आपलेपणा दाखवायची गरज नाही. डोनी, एक गोष्ट मला तुझ्याकडून हवी आहे. त्याला थोडे पैसे लागणार आहेत.''

"ठीक आहे. सांग तू.''

सॅम यांनी अंगावरच्या तांबड्या रंगाच्या एकसंध कपड्याच्या चड्डीला   हात

घातला आणि म्हणाले, ‘‘ही जी माझ्या अंगावरची घाणेरडी वस्तू आहे ना, त्याला ते रेड्स म्हणतात. हा कपडा गेली दहा वर्षं मी अंगावर चढवून वावरतोय. मी मृत्यूच्या जबड्यात जाताना असेच कपडे माझ्या अंगावर असले पाहिजेत, असं मिसिसिपीच्या शासनकर्त्यांना वाटतं; पण मरताना काय कपडे घालावेत, हा माझा वैयक्तिक अधिकार आहे. चांगल्या कपड्यात मृत्यू येणं ही गोष्ट माझ्या दृष्टीने फार महत्त्वाची आहे.’’

डोनी एकदम भावनाविवश झाले. ते बोलण्याचा प्रयत्न करायला लागले, पण शब्द फुटत नव्हते. त्यांचे डोळे पाणावले होते, ओठ थरथरत होते. त्यांनी मान डोलावली आणि ‘‘मी नक्की ते काम करीन.’’ असं ते कसेबसे बोलले.

‘‘त्या डिकी प्रकारच्या पँट्स असतात ना, कामावर जाताना घालायच्या, तशा पँट्स मी कित्येक वर्षं वापरलेल्या आहेत. तशाच पण खाकी रंगाच्या.’’ डोनी अजूनही मान डोलवत होते.

‘‘तशी एक ३२ इंच कंबरेची पॅन्ट आणि एक पांढरा, पुढे बटनं असलेला ३६ इंच छातीचा शर्ट, पांढऱ्या रंगाच्या मोज्यांची एक जोडी आणि कुठल्यातरी प्रकारचे स्वस्तातले बूट. आणि ते काय मी एकदाच वापरणार आहे. बरोबर आहे ना? वॉलमार्ट किंवा तशाच प्रकारच्या दुसऱ्या कोणत्यातरी दुकानात तुला या वस्तू एका ठिकाणी तीस एक डॉलरमध्ये मिळतील. तू त्याला नाही म्हणणार नाहीस ना?’’

डोनींनी डोळे पुसले आणि मोठ्या प्रयत्नानं चेहऱ्यावर हास्य आणत म्हणाले, ‘‘नाही सॅम नाही.’’

‘‘मृत्यूच्या समोर जाताना मी एखाद्या सर्वसामान्य नागरिकासारखा असणार आहे. बरोबर आहे ना?’’

‘‘तुझं दफन कुठे करणार आहेत.’’

‘‘क्लॅन्टनमध्ये. ॲनाशेजारी. तिच्या चिरनिद्रेत मी व्यत्यय आणणार, याची मला कल्पना आहे. ॲडमने ती व्यवस्था करण्याचं कबूल केलं आहे.’’

‘‘मी आणखी काय करू?’’

‘‘आणखी काही नाही. तू फक्त माझ्यासाठी कपडे मात्र आण.’’

‘‘मी ते आजच करतो.’’

‘‘माझ्या आयुष्यातल्या गेल्या काही वर्षांत तूच काय तो माझी काळजी करणारा होतास. आपली आत्या बार्ब तिच्या मृत्यूपूर्वी मला पत्रं पाठवायची आणि ती पत्रं केवळ उपचार म्हणून असायची. भावनेचा, प्रेमाचा लवलेशही त्यात नसायचा. शेजाऱ्यांबरोबर गप्पा मारताना बढाया मारण्यासाठी माझ्या पत्रांचा ती उल्लेख करत असणार बहुतेक.’’

‘‘ही कोण बार्ब आत्या?’’

"अरे, ती ह्युबर्ट केनची आई. आपलं आणि तिचं काही नातं होतं, हे मी इथे येण्यापूर्वी मला माहीतही नव्हतं. मी इथे येण्यापूर्वी तिला क्वचितच पाहिलं होतं. कुठून तिला मी तुरुंगात असल्याची माहिती मिळली आणि तिनं पत्रव्यवहार सुरू केला. तिच्याजवळच्या एका नातेवाइकाला पार्चमनच्या तुरुंगात पाठवल्यामुळे तिला फार दु:ख झालं होतं."

"ती आता एव्हाना वर स्वर्गात असेल."

सॅम हसले आणि त्यांना लहानपणातली एक गोष्ट आठवली. मोठ्या उत्साहानं ती त्यांनी सांगितली. आणि नंतर ते ते दोघे खो-खो हसत होते. नंतर डोनींना आणखी एक गोष्ट आठवली. हे असं तासभर चाललं होतं.

शनिवारी ॲडम दुपारनंतर तुरुंगात आला, त्या वेळी डोनींना जाऊन कित्येक तास झाले होते. ॲडम तिथे आला, त्या वेळी त्याला दर्शनी भागातल्या ऑफिसमध्ये नेण्यात आलं. तिथे त्यानं टेबलावर त्याची कागदपत्रं पसरली. सॅमना तिथे आणण्यात आलं. त्यांच्या हातातल्या बेड्या काढण्यात आल्या आणि त्यांना सोडून सुरक्षाकर्मी गेले. जाताना त्यांनी दरवाजा लावून घेतला. सॅम यांच्याजवळ आणखी काही पाकिटं होती, हे ॲडमच्या लगेचच ध्यानात आलं.

"माझ्याकरता आणखी काही कामं आहेत का?" त्यानं विचारलं.

"हो. आहेत, पण ती लगेचच केली पाहिजेत, अशी नाहीत. हे सर्व पार पडेपर्यंत थांबलं तरी चालेल."

"पण ती आहेत तरी कोणासाठी?"

"एक आहे पिंडर कुटुंबासाठी. त्याचं विक्सबर्ग इथलं घर मी बॉम्बस्फोटाने उडवलं होतं. दुसरं पाकिट जॅक्सन इथल्या जागांच्या खरेदी-विक्रीच्या व्यवसायात मध्यस्थाचं काम करणाऱ्या एका ज्यू माणसासाठी. आणखी काही पाकिटं मला द्यायची आहेत, पण तूर्तास घाई नाहीये. तूपण खूप कामात आहेस, याची मला कल्पना आहे. आणि ही कामं तू मी या जगातून गेल्यानंतर केलीस तरी चालतील; पण ही सर्व कामं तू केलीस, तर मला बरं वाटेल."

"या पत्रात काय लिहिलंय?"

"तुला काय वाटतं? मी त्यात काय लिहिलं असेल?"

"मला माहीत नाही. म्हणजे तुम्हाला वाईट वाटतं वगैरे असं काही लिहिलंय का?"

"बरोबर आहे. मी जे काही केलं, त्याचा मला पश्चात्ताप होतो आहे आणि त्याबद्दल त्यांनी मला माफ करावं, अशी विनंती मी त्यात त्यांना केली आहे."

"तुम्ही हे का करताय?"

सॅम त्यावर काही क्षण बोलले नाहीत आणि ते भिंतीलगतच्या फाइलींच्या कपाटाशी जाऊन, त्यांवर रेलून उभे राहिले. आणि त्यांनी बोलायला सुरुवात केली. ''कारण मी इथे, या कोठडीच्या पिंजऱ्यात दिवसभर बसून असतो. माझ्याजवळ एक लहान टाईपरायटर आहे आणि खूप कोरे कागद आहेत. मी इथे जाम कंटाळतो आणि म्हणून मी ही पत्रं इथे टाईप करतो. झालं समाधान?'' मग मात्र त्यांचे शब्द भावनावेगाने ओथंबल्यासारखे यायला लागले. ''अरे, त्याचं कारण म्हणजे माझी सदसद्‌विवेकबुद्धी मला स्वस्थ बसू देत नाही आणि मी जसजसा मृत्यूच्या जवळ जात चाललोय, तशीतशी माझ्या अपराधीपणाची भावना अधिकच तीव्र होत चालली आहे. मी जे काही केलं, त्याचं मला आज खरोखरच दुःख होतंय.''

''मला माफ करा सॅम. मी ती पत्रं नक्की देईन.'' ॲडमने कामं करण्याची जी एक यादी बनवलेली होती, त्यातल्या एका कामाभोवती त्याने एक गोल आकार काढून खूण केली. ''आता आपल्या दोन अर्जांवर अद्याप निर्णय व्हायचा बाकी आहे. त्यातला पहिला अर्ज म्हणजे पूर्वीच्या वकिलांनी दिलेल्या चुकीच्या सल्ल्यामुळे आपलं नुकसान झालंय, त्यासाठी आपल्याला पुन्हा आपली बाजू मांडण्याची परवानगी मिळावी, असा आहे. पाचवं मंडल न्यायालय अद्याप त्यावर काहीच निर्णय घेत नाहीये. यावरचा निर्णय या पूर्वीच यायला हवा होता. दुसरा अर्ज वृद्धापकाळामुळे आमच्या अशिलाचं मानसिक स्वास्थ बिघडलेलं आहे, त्या आधारावर त्यांच्या मृत्युशिक्षेत सूट मिळण्याबाबतचा आहे. तोही अर्ज आहे तिथेच आहे.''

''ॲडम, हे दोन्ही अर्ज काहीही कामाचे नाहीत.''

''ठीक आहे. तुम्ही म्हणता तसे ते बिनकामाचे असतीलही, पण मी प्रयत्न सोडणार नाही आणि त्यासाठी आणखी एक डझन अर्ज द्यावे लागले, तरी मी देईन.''

''मी यापुढे कोणत्याही अर्जावर सही करणार नाही आणि मी सह्याच केल्या नाहीत, तर तू ते सादरही करू शकणार नाहीस.''

''नाही, तुमच्या सहीशिवाय मला ते अर्ज सादर करता येतात.''

''मग मात्र आत्ताच्या आत्ता मी तुला दिलेलं वकीलपत्र रद्द करतो.''

''सॅम, तुम्ही ते रद्द करू शकत नाही, कारण मी तुमचा नातू आहे.''

''आपल्या दोघांच्यात एक करार झालेला आहे. त्यात मला हवं तेव्हा मी ते वकीलपत्र रद्द करू शकतो, असं एक कलम आहे.''

''त्या करारात बऱ्याच चुका आहेत. तुरुंगात कायद्याची पुस्तकं वाचून ज्ञानी झालेल्या एका सभ्य गृहस्थानं केलेला तो करार आहे. तरीपण काही महत्त्वाच्या त्रुटी राहिलेल्या आहेत.''

सॅम एकदम रागावले. त्यांनी धुसफुस सुरू केली आणि खोलीच्या फरशीवर

ढांगा टाकत त्यांनी फेऱ्या मारायला सुरुवात केली. सहा वेळा तरी ते ॲडमच्या समोरून गेले. त्यांचा आजचा, उद्याचा आयुष्यातल्या उरलेल्या दिवसांचा तोच वकील असणार होता. त्याला ते काढू शकत नव्हते.

''या सोमवारी आपल्या दयेच्या अर्जावर आपलं म्हणणं ऐकून घेण्यासाठी एक चर्चासत्र आयोजित केलंय.'' ॲडम त्याच्या नोंद-वहीकडे पाहत एखाद्या स्फोटाची अपेक्षा करत होता; पण सॅम यांनी ते समजुतीने घेतलं, पण त्यामुळे त्यांच्या ढांगा टाकण्याच्या तालात फरक पडला नव्हता.

''दयेच्या अर्जाबाबत म्हणजे आपण त्यांना सांगणार काय?'' त्यांनी विचारलं.

''म्हणजे आमच्या अशिलाच्या शिक्षेत सूट मिळावी, अशी विनंती करणार.''

''ही विनंती कोणाला करणार?''

''गव्हर्नरांना.''

''गव्हर्नर माझी मागणी मान्य करतील, असं तुला वाटतं?''

''तो भाग नंतरचा आहे. प्रथम मागणी करण्यात तोटा काय आहे?''

''अरे, जादा शहाण्या, हे माझ्या प्रश्नाचं उत्तर नाहीये. तू तुझं शिक्षण, अनुभव, न्याय-निवाडा करण्याचं तारतम्य वापर आणि विचार करून मला सांग की, गव्हर्नर माझ्या अर्जाचा विचारच कसा करतील?''

''करतीलही कदाचित.''

''करतीलही काय? मूर्ख आहेस.''

''आभारी आहे आजोबा.''

''त्याचा उल्लेखही करू नकोस.'' असं म्हणत ते एकदम त्याच्यासमोर येऊन थांबले आणि त्यांच्या उजव्या पंजाचं पहिलं बोट ॲडमच्या चेहऱ्यासमोर धरून म्हणाले. ''मी तुला अगदी पहिल्याप्रथमच सांगितलं होतं की, एक पक्षकार म्हणून किंवा अगदी एखाद्या विशिष्ट तरतुदीपोटीसुद्धा माझ्या खटल्याचा किंवा त्या संबंधातल्या कोणत्याही अर्जाचा डेव्हिड मॅकलिस्टरशी कुठल्याही प्रकारे संबंध यायला मला नकोय. मी त्या मूर्खापुढे दयायाचनेचा अर्ज करणार नाही आणि त्याने मला माफ करायला नकोय, ही माझी इच्छा आहे. आणि भल्या माणसा, हे मी तुला अगदी पहिल्या दिवशीच सांगितलं होतं; आणि तू माझा वकील, माझ्या इच्छांची पायमल्ली करून तुला वाटेल त्या प्रकारे मनमानी करतोस? या ठिकाणी तू माझा वकील आहेस आणि मी तुझा एक पक्षकार किंवा अशील. अन्य कोणीही नाही. तुमच्या कायदा शिकवणाऱ्या महाविद्यालयातून तुम्हाला काय शिकवतात, हे मला माहीत नाही; पण माझ्या संबंधातल्या प्रत्येक अर्ज, विनंतीबाबतचा निर्णय मला घेण्याचा पूर्ण अधिकार आहे.''

सॅम चालत एका मोकळ्या खुर्चीशी गेले आणि त्या खुर्चीत ठेवलेलं आणखी

एक पाकीट त्यांनी उचललं आणि ते ॲडमच्या हातात देत म्हणाले, ''सोमवारच्या चर्चासत्राचं आयोजन रद्द करण्याविषयीचा हा अर्ज आहे. हे पत्र घ्यायचं तू नाकारलंस, तर मी या पत्राच्या प्रती काढून वृत्तपत्रांकडे पाठवून देईन. तू, गुडमन आणि गव्हर्नर हे सर्व त्यामुळे अडचणीत याल, हे लक्षात ठेव. समजलं?''

''हो, समजलं. अगदी नीटपणे.''

सॅम यांनी ते पाकीट पूर्वी होतं तिथे ठेवून दिलं आणि एक सिगारेट पेटवली.

ॲडमनं त्याच्या नोंदवहीतल्या यादीतल्या एका नोंदीभोवती एक गोल काढून खूण केली.

''सोमवारी कारमेन इथे येणार आहे. ली येईल की नाही, याबद्दल मी काही सांगू शकत नाही.''

सॅम खुर्चीत जरा मागे होऊन आरामशीर बसले. ॲडमकडे त्यांनी पाहिलं नाही. ''ती अजूनही व्यसनमुक्ती केंद्रातच आहे?''

''हो. ती केव्हा बाहेर येणार आहे, हे मला माहीत नाही. तुम्हाला ती इथे यायला हवी आहे?''

''मला जरा विचार करू दे.''

''मग जरा लवकर विचार करा.''

''काय गंमत आहे नाही? आज सकाळी डोनी, माझा धाकटा भाऊ इथे येऊन मला भेटून गेला. तो तुला माहीत आहे ॲडम? त्याला तुला भेटायचं आहे.''

''तो क्लॅनमध्ये होता?''

''अरे, हा कसला प्रश्न?''

''अगदी साधा. हो किंवा नाही, असं उत्तर असलेला.''

''हो, तो क्लॅनमध्ये होता.''

''मग मला त्यांना भेटायचं नाही.''

''अरे, तो वाईट माणूस नाही.''

''तुमच्या शब्दाखातर मी ते मान्य करतो.''

''ॲडम, तो माझा भाऊ आहे. तू त्याला भेटावंस, असं मला वाटतं.''

''मला आणखी कोणा नव्या केहॉलला भेटावंसं वाटत नाही सॅम आजोबा आणि ते पांढरे अंगरखे चढवलेले आणि वर त्रिकोणी टोप्या घातलेले, त्यांना तर नाहीच नाही.''

''ॲडम, आता तू बदलला आहेस. तीन आठवड्यांपूर्वी कुटुंबातल्या प्रत्येकाची माहिती तुला हवी होती. त्या वेळी ती पूर्ण झालेली नव्हती, ती आता पूर्ण करतो.''

''नाही. पण आता नको. मला जी माहिती मिळाली आहे, ती पुरेशी आहे.''

''नाही. तेवढ्यानं भागत नाही. आणखी खूप माहिती आहे.''

"बस, बस, आता मला जाऊ द्या."

सॅम यांनी घशातून 'हं, हं' असा आवाज काढला आणि स्वत:शीच अभिमानाने हसले. अॅडमने त्याच्या नोंदवहीकडे पाहिलं आणि म्हणाला "बाहेर निदर्शनं करत असलेल्या क्लॅन समूहाबरोबर नाझी, स्वत:ला आर्य समजणारे आणि डोक्यावरचे केस काढून चमनगोटा केलेले वांशिक दुराभिमानी लोकही सामील झालेले आहेत. ते ऐकून तुम्हाला खूप आनंद होईल. ते हमरस्त्याच्या कडेने एक रांग करून येणाऱ्या-जाणाऱ्या मोटारीतल्या प्रवाशांना फलकावरचे मजकूर दाखवत त्यांचे हिरो सॅम केहॉल यांच्या सुटकेची मागणी करण्याच्या घोषणा देत आहेत. त्यांनी तिथे एक सर्कसच उभी केलेली आहे."

"हो, मी ते टेलिव्हिजनवर पाहिलंय."

"जॅक्सनच्या विधिमंडळाच्या कॅपिटॉल इमारतीसमोरही या मंडळींची निदर्शनं चालली आहेत."

"तो काय माझा गुन्हा आहे?"

"नाही. ही तुमची शिक्षा अमलात आणण्याविरुद्ध चाललेली निदर्शनं आहेत. तुम्ही त्यांचे आदर्श बनलेले आहात आणि आता हुतात्मा बनण्याच्या मार्गावर आहात."

"मग मी अशा वेळी काय करायला हवं?"

"काही नाही. तुम्ही फक्त मरायला तयार राहावं आणि ते सर्व आनंदी होतील."

"तू आज विक्षिप्तासारखा का बोलतोयंस, हे मला कळत नाहीये."

"माफ करा आजोबा, पण माझ्यावरचं दडपण मला तसं बोलायला लावतंय."

"पण तू इथे माघार घे ना! मी घेतलीये आणि तूही तसंच करायला हवंस, असं माझं मत आहे."

"ते विसरा आजोबा. मी त्या विदूषकांना धारेवर धरलंय. मी अजून युद्धाला सुरुवातसुद्धा केलेली नाही."

"हो, बरोबर आहे. तू तीन अर्ज पाठवलेले आहेस आणि सात न्यायालयांनी ते फेटाळून लावले आहेत. शून्य विरुद्ध सात! मला खरोखर काळजी वाटतेय की, शिक्षा अमलात आणल्यानंतर तुझी काय स्थिती होईल?" सॅम चेहऱ्यावर जरा वेगळ्या प्रकारचंच हास्य आणून बोलत होते. अॅडमही त्यावर हसला. दोघांनी त्यानंतर बोलण्यात थोडा खंड घेऊन जरा श्वास घेतला. ते थोडे शांत झाले.

"माझ्या डोक्यात एक मस्त कल्पना आली आहे! तुमच्या मृत्यूनंतर एक दावा लावायचा."

"मी मेल्यानंतर?"

"हो. तुमच्या मृत्यूनंतर. तुमचा जीव चुकीच्या पद्धतीने घेतल्याबद्दल. मॅकलिस्टर, न्यूजंट, रॉक्सबर्ग आणि मिसिसिपी शासन या सर्वांना त्यात गोवून मी प्रत्येकाला

न्यायालयात खेचणार आहे.''

''यापूर्वी असं कोणी केलं नाहीये.'' सॅम त्यांच्या दाढीवरून हात फिरवत खोल विचारात असल्यासारखे म्हणाले.

''हो, मला माहीत आहे. असा विचार करणारा आपल्यातला मीच पहिला असेन. भले एक टक्कासुद्धा जिंकण्याची शक्यता नसो, पण मी त्या सर्व हराम्यांना पुढची पाच वर्षं पळवत ठेवण्याचा त्रास त्यांना देणार आहे.''

''तसा दावा लावायला माझी तुला पूर्ण परवानगी आहे. लाव दावा!''

थोड्या वेळात हास्य लोपलं, विनोद ओसरला. अॅडमला त्याच्या कामांच्या यादीमध्ये आणखी एक गोष्ट मिळाली. ''आणखी काही गोष्टींचा खुलासा हवा आहे. तुमच्या बाजूने कोण साक्षीदार असणार आहेत, त्याची नावं लुकसला हवी आहेत. साक्षीदारांच्या खोलीत तुमचे दोन साक्षीदार तुम्ही ठेवू शकता. अर्थात तिथपर्यंत गोष्ट पोचली तरच.''

''डोनीला ती घटना पाहायची नाही. तुला मी तिथे थांबू देणार नाही आणि इतर कोणाला पाहण्याची इच्छा असेल, असं मला वाटत नाही.''

''तुमची शिक्षा अमलात आणण्यासंबंधात तीस बातमीदारांनी तुम्हाला भेटण्याची, तुमची मुलाखत घेण्याची इच्छा दर्शवली आहे. जवळजवळ प्रत्येक सुप्रसिद्ध वर्तमानपत्र किंवा बातम्या देणाऱ्या नियतकालिकांना तुमच्याशी संपर्क साधायचा आहे.''

''अं हं! मला कोणालाही भेटायचं नाही.''

''ठीक आहे. आपण दोन-तीन दिवसांपूर्वी एक डॉक्टर वेन्डॉल शेरमन नावाच्या एका लेखकाबद्दल चर्चा केली होती. आठवतंय? तो की, ज्याला तुमची गोष्ट टेपवर रेकॉर्ड करून घ्यायची आहे आणि....''

''हो, पन्नास हजार डॉलर्सच्या बदल्यात.''

''आता तो लेखक एक लाख डॉलर्स देतोय. त्याचा प्रकाशक त्याला पैसे देतोय. प्रत्येक गोष्ट त्याला टेपवर हवीये. मृत्युशिक्षा अमलात आणली जाताना त्याला ती पाहायची आहे. त्यावर तो मोठ्या प्रमाणावर संशोधन करणार आहे आणि मग त्यावर एक भलं मोठ्ठं पुस्तक लिहिणार आहे.''

''नाही, मला तसं काही करायचं नाही.''

''ठीक आहे.''

''माझ्या आयुष्यातले पुढचे तीन दिवस मला माझ्या आयुष्यावर बोलण्यात घालवायचे नाहीत. कोण्या अनोळखी व्यक्तीने फोर्ड परगण्याच्या बाबतीत त्याचं नाक खुपसलेलं मला नकोय आणि माझ्या आयुष्याच्या या टप्प्यावर मला लाख डॉलर्सचीही जरूर नाही.''

''ठीक आहे, त्याला माझी काहीही हरकत नाही. तुम्ही कपडे कोणते घालणार,

याबद्दल बोलणार होतात, त्याचं काय झालं?''

''डोनी त्याची व्यवस्था करणार आहे.''

''ठीक आहे, तर आता मी चलतो आणि स्थगिती येणार नाही, असं धरल्यास तुमच्या शेवटच्या तासांत तुम्हाला दोघांना बरोबर ठेवण्याची परवानगी असते. तुरुंग-व्यवस्थापनाकडे एक विशिष्ट फॉर्म आहे. त्यावर नावं लिहून त्याखाली तुम्ही सही करायची आहे.''

''कैद्याबरोबर वकील आणि तुमचा आध्यात्मिक सल्लागार किंवा गुरू हे दोघेच नेहमी बरोबर असतात. बरोबर?''

''हो, अगदी बरोबर.''

''म्हणजे तू आणि राल्फ ग्रिफिन असणार.''

ॲडमनं एका फॉर्मवर नावं लिहिली. ''हे राल्फ ग्रिफिन कोण?''

''तो इथला धर्माबाबत नेमलेला अधिकारी आहे. त्याचा मृत्युशिक्षेला विरोध आहे. तुझा यावर विश्वास बसतोय? आणि यापूर्वी असलेला धर्मगुरू तुरुंगातल्या सर्वांना जीझसचं नाव घेऊन विषारी वायूच्या पेटीत घालून मारून टाका, असं म्हणायचा.''

ॲडमने सॅम यांच्या हातात फॉर्म दिला. ''इथे सही करा.'' सॅम यांनी सहीच्या जागी त्यांचं नाव लिहिलं आणि फॉर्म ॲडमच्या हातात परत दिला.

''समागम करण्याची शेवटची एक संधी तुम्हाला मिळणं हा तुमचा हक्क आहे.''

सॅम एकदम मोठ्याने हसले, ''ॲडम, तू हे काय बोलतोयंस! मी एक म्हातारा माणूस आहे.''

''म्हणजे नियमावलीत ज्या काही तरतुदी आहेत, त्याचा उल्लेख मी तुमच्या जवळ करावा, असं लुकस मान याने अगदी खालच्या आवाजात मला सांगितलं, म्हणून मी विचारतोय.''

''ठीक आहे. तू विचारलंस, तुझं काम झालं.''

''आणखी एक फॉर्म माझ्याकडे आहे, तो तुमच्या वैयक्तिक मालमत्तेबाबत. ती मालमत्ता कोणाला मिळणार?''

''तुझं म्हणणं माझ्या मिळकतीबद्दल त्यांचं हे विचारणं आहे?''

''हं, तसंच काहीसं म्हणा.''

''असं विचारणं म्हणजे एखाद्याचा अपमान करायचा म्हणजे किती करायचा त्याला काही मर्यादा? ॲडम, तू हे मला का विचारतोयंस?''

''आजोबा, मी एक वकील आहे. प्रत्येक बारीकसारीक गोष्ट आम्हाला तपासावी लागते, पार पाडावी लागते, त्यासाठी आम्हाला पगार मिळतो; पण इथे या फॉर्मवरच्या फक्त रिकाम्या जागा भरायच्या आहेत.''

''माझ्या गोष्टी तुला हव्या आहेत?''

त्यावर ॲडमने क्षणभर विचार केला. त्याला सॅम यांच्या भावनांना ठेच पोचवायची नव्हती; पण त्याच वेळी त्यांचे फाटकेतुटके कपडे, वापरलेली जुनी पुस्तकं, टेलिव्हिजन, जुन्या काळातला कालबाह्य झालेला टाईपरायटर, रबरी सपाता यांचं ते काय करणार होते, त्याबद्दल त्याला काहीच अंदाज करता येत नव्हता. ''हो, मी घेईन की!'' तो म्हणाला.

''बरं, मग आता ते तुझं सर्व झालं. तू ते घेऊन जा. जाळून टाक नाहीतर काहीही कर.''

''मग आता इथे सही करा.'' एक फॉर्म ॲडमने त्यांच्या हातात दिला. सॅम यांनी त्यावर सही केली आणि ते उडी मारून एकदम उभे राहिले आणि त्यांनी परत फेऱ्या मारायला सुरुवात केली आणि बोलायला लागले. ''ॲडम, तू डोनीला खरोखरच भेटावंस, असं मला वाटतं.''

''तुम्हाला मी जे करावं, असं वाटतं, ते सर्व मी करीन.'' नोंदवही आणि फॉर्म्स त्याच्या ब्रीफकेसमध्ये खोचत ॲडम म्हणाला. बारीकसारीक कामं आता संपली होती. ब्रीफकेस आता जड झाल्यासारखी झाली होती. ''मी उद्या सकाळी परत येईन.'' तो सॅम यांना म्हणाला.

''येताना जरा चांगली बातमी आण.''

कर्नल न्यूजंट त्यांच्यामागे बारा-एक सशस्त्र सुरक्षाकर्मी घेऊन हमरस्त्याच्या कडेला मोठ्या खंबीरपणे उभे होते. क्लॅन समूहाच्या सव्वीस माणसांकडे त्यांनी निरखून पाहिलं आणि कपाळावर आठ्या आणून तपकिरी कपड्यांमधल्या दहा नाझींवर रागाचा कटाक्ष टाकला. डोक्याचा चमनगोटा केलेल्या निदर्शकांकडे टवकारून पाहिलं. त्यानंतर निदर्शनं करण्यासाठी राखून ठेवलेल्या हिरवळीच्या कडेनं मोठ्या तोऱ्यात दोन फेऱ्या मारल्या. नंतर ते इतर सर्व निदर्शकांपासून दूर अंतरावर बसलेल्या कॅथॉलिक धर्मीयांच्या दोन साध्वी स्त्रियांशी बोलायला थांबले. एक मोठी छत्री उभारून त्याखाली त्या बसल्या होत्या. तापमान १०० अंश फॅरनहाइट होतं. छत्रीखालीसुद्धा अंगाची लाहीलाही होत होती. त्या बर्फाचं गार पाणी पीत होत्या. त्यांनी त्यांचे निषेधांचे फलक गुडघ्यांवर टेकवले होते आणि त्या हमरस्त्याकडे तोंड करून बसल्या होत्या.

साध्वींनी त्यांची चौकशी केली. त्यावर त्यांनी आपली ओळख सांगितली आणि शांततेनं निदर्शनं करण्याचं आवाहन केलं.

४३

कदाचित तो रविवार होता म्हणून असेल किंवा बाहेर पाउस पडत होता म्हणून असेल, पण त्या दिवसाची सकाळची कॉफी पिताना ॲडमचं मन कमालीचं शांत आणि प्रसन्न होतं. बाहेर अद्याप काळोखच होता आणि हळुवारपणे, थेंबाथेंबानं पडणारी उन्हाळ्यातली उबदार रिमझिम भुलवून टाकणारी होती. उघडलेल्या दरवाजात उभं राहून टपटप पडणाऱ्या थेंबांचा ताल तो ऐकत होता. खालच्या रिव्हर डेल रस्त्यावर वाहतूक सुरू व्हायला अद्याप वेळ होता. नदीवरून जाणाऱ्या बोटींच्या इंजीनांचे ढकढक असे आवाज सुरू झाले नव्हते.

शिक्षा अमलात आणण्यापूर्वी तीन दिवस उरले होते. आज त्याला ऑफिसमध्ये फार कामं करायची नव्हती. फक्त शेवटच्या मिनिटात सादर करायचा एक अर्ज त्याला ऑफिसमध्ये जाऊन तयार करायचा होता. अर्जाचा मुद्दा अगदीच वेडगळपणाचा होता. तो लिहितानासुद्धा ॲडमला अवघड जात होतं. त्यानंतर तो पार्चमनला जाऊन सॅम यांच्याबरोबर थोडा वेळ थांबणार होता.

रविवारी कोणत्याही न्यायालयात हालचाल होण्याची शक्यता नव्हती, तरीपण एखादी मृत्युशिक्षा अमलात आणायची असेल, तर सुट्ट्यांच्या दिवशीसुद्धा मृत्युलिपिक आणि त्याच्या हाताखालचे कर्मचारी कामावर बोलावले जायचे, अशी प्रथा होती; पण आधीच्या शुक्रवारी आणि शनिवारी वरून काहीही निर्णय न आल्याने तीच निष्क्रियता पुढे चालू राहण्याची शक्यता होती. तरीपण त्याचं अंतर्मन त्याला सांगत होतं की, सोमवारचा दिवस नक्कीच वेगळ्या प्रकारचा जाणार होता.

दुसरा दिवस सर्व वेडेपणातच जाणार होता आणि मंगळवार म्हणजे सॅम यांचा शेवटचाच दिवस होता. त्यांच्या जिवंत मनाला एखाद्या भयंकर स्वप्नाच्या आणि जबरदस्त तणावाला सामोरं जावं लागणार होतं.

पण ती रविवार सकाळ कमालीची शांत वाटत होती. तो सलग सात तास झोपला होता. गेल्या काही दिवसांतला तो एक उच्चांकच होता. आज त्याच्या डोक्यात विचारांचं थैमान नव्हतं. त्याच्या हृदयाचे ठोके नेहमीप्रमाणे होते. श्वासोच्छ्‌वास

कमालीचा आरामशीर चालला होता. मनात कोणताही गोंधळ नव्हता आणि ते शांत होतं.

तो रविवारच्या वर्तमानपत्रांची पानं उलटत गेला. त्याला फक्त ठळक बातम्या पाहायच्या होत्या. काहीही वाचायचं नव्हतं. केहॉल यांच्या मृत्युशिक्षांसंबंधात दोन बातम्या होत्या. त्यापैकी एक तुरुंगाच्या प्रवेशद्वाराबाहेर जत्रेसारख्या वातावरणात चाललेल्या निदर्शनांसंबंधी होती. सूर्य वर आला. पाऊस उघडला होता. पॅटिओवरच्या रॉकिंग चेअरमध्ये बसून ॲडम वास्तुकलेबद्दलची मासिकं चाळत होता. बरेच तास स्थिरचित्त अवस्थेत आणि शांततेत घालवल्यानंतर त्याचासुद्धा ॲडमला कंटाळा आला आणि काहीतरी काम करावं, असं त्याला वाटायला लागलं.

लीच्या झोपण्याच्या खोलीतल्या टेबलाच्या खणात एक पुस्तक होतं, ते पाहावं का नाही, याबद्दल ॲडमचा विचार पक्का होत नव्हता. काही माणसांनी एकत्र येऊन काहीही चौकशी न करता एका माणसाला जीवे ठार मारलं होतं. त्या पराक्रमाचा त्या पुस्तकात एक फोटो होता, हे लीनं ती दारूच्या अंमलाखाली असताना त्याला सांगितलं होतं. ॲडमचा त्यावर विश्वास बसत नव्हता. ते पुस्तक अस्तित्वात होतं, हे ॲडमला ठाऊक होतं. त्या पुस्तकात बळी घेतलेल्या काळ्या माणसाचा फोटो होता. गळ्याला फास लावून झाडाच्या एका आडव्या फांदीला लटकवलेला होता आणि खाली त्याचा बळी घेणारे गोरे लोक मोठा पराक्रम केलेल्या आवेशात उभे होते. गोऱ्या लोकांच्या चेहऱ्यावर कॅमेऱ्यात येण्यासाठीची उत्सुकता आणि कायद्याबद्दल असलेली बेदरकारी स्पष्ट दिसत होती. ॲडमने मनातल्या मनात तो फोटो कसा असेल, याचा अंदाज बांधला होता. त्यातले चेहरे, ते झाड, त्याला बांधलेला दोर आणि त्याला लटकावलेला काळा माणूस आणि फोटोखाली असलेल्या मोकळ्या जागेत पराक्रमी माणसांची लिहिलेली नावं हे सर्व त्याला मनःचक्षूंसमोर दिसत होतं; पण त्यात आणखीही काही असं होतं की, ते तो मनःचक्षूंसमोर आणू शकत नव्हता. मृत माणसाचा चेहरा ओळखता येण्याजोगा होता का? त्याच्या पायांत बूट होते का? का तो अनवाणी होता? किती गोऱ्या माणसांचे चेहरे त्या फोटोत होते? त्यांची वयं काय होती? त्यात काही स्त्रिया होत्या का? आणि बंदुका? रक्त? ली म्हणत होती की, बैलाच्या चाबकानं मारून त्याचा बळी घेतला होता. तो चाबूक त्या फोटोत होता का? त्या फोटोचं चित्र तो बऱ्याच वेळा मनापुढे उभं करायचा, पण आता त्या पुस्तकातला तो फोटो पाहण्याची वेळ आली होती. यापुढे थांबणं त्याला शक्य होत नव्हतं. काहीतरी जिंकलं, अशा आवेशात ली कधीही येणं शक्य होतं. ते पुस्तक उचलून तिने दुसरीकडे कुठेतरी लपवून ठेवलं असतं. पुढच्या दोन-तीन रात्री त्यानं लीच्या घरीच घालवायचं, असं ठरवलं होतं; पण एखाद्या वेळी एक फोन आला असता आणि सर्व बदलूनही गेलं असतं. त्याला जॅक्सनला जावं लागलं असतं किंवा पार्चमन इथे कदाचित मोटारीतही

झोपावं लागलं असतं. नेहमीच्या गोष्टी म्हणजे जेवण, झोपणं या सर्व गोष्टी तुमचा पक्षकार जेव्हा एका आठवड्यापेक्षा कमी जगणार असतो, त्या काळात एकदम बेभरवशाच्या होतात.

फोटो पाहायला ही अगदी योग्य वेळ होती. झुंडीने एखाद्याचा जीव घेणाऱ्या जमावाला सामोरं जायला तो तयार झाला. तो दर्शनी दरवाजाशी गेला, त्यानं मोटारी ठेवण्याच्या जागेकडं पाहिलं. तिने एकाएकी येण्याचा तर निर्णय घेतला नव्हता ना, हे त्याला पाहायचं होतं. तिच्या झोपण्याच्या खोलीत जाऊन त्यानं आतून दरवाजा बंद करून घेतला आणि टेबलाचा सर्वात वरचा ड्रॉवर ओढला. तो तिच्या अंतर्वस्त्रांनी भरलेला होता. त्याला एकदम अवघडल्यासारखं झालं.

तिसऱ्या ड्रॉवरमध्ये पुस्तक होतं. पुस्तक चांगलं जाड होतं. कापडाच्या चांगल्या बांधणीनं ते बांधलेलं होतं. 'दक्षिणेतले निग्रो आणि त्यांच्या दुःखी कहाण्या' असं त्याचं शीर्षक होतं आणि १९४७ साली पीटस्बर्गच्या टॉफलर छापखान्यानं ते प्रकाशित केलेलं होतं. ॲडम ते हातात घट्ट धरून लीच्या बिछान्याच्या कडेवर बसला. पुस्तकाची पानं स्वच्छ आणि नीटनेटकी होती आणि जशीच्या तशी होती. जसंकाही ते पुस्तक कोणीही कधीही उघडून पाहिलेलं नसावं, हाताळलेलं नसावं, वाचलेलं नसावं. अतिदक्षिणेत असं पुस्तक कोण वाचणार? आणि हे पुस्तक केहॉल कुटुंबातच जर गेली कित्येक दशकं असेल, तर ॲडमची खात्रीच होती की, ते नक्कीच कोणी वाचलेलं नसेल. त्याने त्या पुस्तकाच्या बांधणीचं निरीक्षण केलं आणि तो अंदाज बांधत होता की, केहॉल कुटुंबात हे पुस्तक कसं आलं असेल?

त्या पुस्तकात फोटोचे तीन विभाग होते. पहिल्या विभागात जुनाट, पडक्या झोपड्यांची चित्रं होती. तिथे शेतीच्या कामासाठी आणलेल्या निग्रो कुटुंबांना सक्तीने राहायला लावायचे. काही कुटुंबांची त्यात चित्रं होती. त्यात ही मंडळी घराच्या पुढच्या पोर्चसारख्या भागात उभी असलेली दिसायची आणि पुढ्यात त्यांची दहा-बारा मुलं असायची. काही फोटो कपाशीच्या शेतात वाकून बोंडं गोळा करणाऱ्या काळ्या मजुरांचे होते.

दुसरा भाग वीस पानांचा होता. त्यात अनेक गोऱ्या लोकांनी मिळून ठार केलेल्यांचे दोन फोटो होते. पहिला तर फारच भयानक होता. सर्व शरीर पांढऱ्या अंगरख्याने झाकलेलं आणि वर डोक्यावर बुरख्यासारखं काहीतरी होतं. पांढऱ्या रंगाचेच डोळे आणि नाकांच्या ठिकाणी भोकं असलेली टोपी चढवलेले असे दोघे जण कॅमेऱ्याकडे बंदुका रोखून फोटोसाठी सज्ज असलेले दिसत होते. त्यांच्यामागे गुरासारखी मारपीट केलेला काळा माणूस एका दोराला लोंबकळताना दिसत होता. त्याचे डोळे अर्धवट उघडे होते. चेहरा दगड-धोंड्यांनी चेचलेला दिसत होता.

फोटोखाली एका चौकटीत कु क्लक्स क्लॅन समूहानं विनाचौकशी घेतलेला एक बळी, मध्य मिसिसिपी १९३९, हा उल्लेख होता. जणूकाही समाजात घडत राहणाऱ्या विविध घटनांसारखीच ही घटना कुठे, केव्हा घडली, याचा तपशील तिथे दिलेला होता.

ॲडमला तो फोटो पाहून अगदी किळस वाटली. त्यानं पुढच्या पानावर तशाच प्रकारे सात-आठ माणसांनी विनाचौकशीने एका काळ्या वंशाच्या माणसाला मारलं होतं, त्याचा फोटो पाहण्यासाठी पान उलटलं. पहिल्या पानासारखाच हा फोटोसुद्धा भयानक होता. एका दोराने टांगलेल्या मृत शरीराच्या छातीचा भाग उघडा दिसत होता. बहुतेक अंगावरचा शर्ट आसुडाने मारल्यामुळे फाटला होता. काळा माणूस तसा लुकडा दिसत होता. त्याच्या अंगावरची मोठ्या मापाची पँट कंबरेशी घट्ट बांधलेली होती, पाय अनवाणी होते. रक्त कुठे दिसत नव्हतं.

ज्या दोरानं ते शरीर झाडाच्या खालच्या पातळीवरच्या एका फांदीला टांगलं होतं, तो दोर फोटोमध्ये दिसत होता. झाड चांगलं मोठं होतं. फांद्या जाड जाड होत्या.

बळी घेणाऱ्या समूहातले लोक लोंबकाळणाऱ्या शरीराच्या पायाखाली सहा इंच समारंभ साजरा करत असलेल्या आविर्भावात उभे असलेले दिसत होते. पुरुष, स्त्रिया आणि तरुण मुलं कॅमेऱ्यात आपण दिसावं, म्हणून धडपड करत असल्यासारखे दिसत होते. काही जणांनी रागावल्यासारखे रागीट चेहरे केले होते. कपाळावर आठ्या, उग्र डोळे, ओठ घट्ट मिटलेले आणि काळ्यांच्या हल्ल्यापासून स्त्रियांचं रक्षण करायला ते पूर्णपणे समर्थ होते, असं त्यांना दाखवायचं होतं. त्यांच्यातले काही जण, त्यातल्या त्यात स्त्रिया उपहासाने आणि कुत्सितपणे हसताना दिसत होत्या. एक लहान मुलगा हातातलं पिस्तूल कॅमेऱ्याकडे रोखून धमकी देत असल्यासारखा उभा होता. घडलेला प्रसंग जणू उत्सव साजरा करण्यासारखा होता, असं त्या सर्वांच्या आवेशावरून दिसत होतं. ॲडमनं फोटोतली माणसं मोजली. सतरा जणांचा तो जमाव होता. प्रत्येक जण बिनधास्तपणे, बेपर्वाईने, निर्लज्जपणे कॅमेऱ्याकडे पाहत होता. आपण काहीतरी वाईट गोष्ट करत आहोत, अशी भावना कोणाच्याही चेहऱ्यावर नव्हती.

त्यांच्यावर कायदेशीर कारवाई होऊ शकते, याबाबत त्यांना कोणाचीही पर्वा नव्हती. जणूकाही कायदा त्यांचं काहीही वाकडं करू शकत नाही, याची पक्की खात्री त्यांना होती. त्यांनी आणखी एकाला ठार मारलं होतं बस! त्यांना परिणामांची किंचितही फिकीर नव्हती, हे स्पष्ट दिसत होतं आणि त्याचं ॲडमला फार वाईट वाटत होतं.

त्या रात्री एखाद्या स्नेहभोजनाला जमल्यासारखा तो समारंभ होता. हवा छान होती. मद्य उपलब्ध होतं. छान छान दिसणाऱ्या स्त्रिया होत्या. त्यांनी खाण्याचे पदार्थ आणलेले होते, हे उघड होतं. त्यांनी डेरेदार वृक्षांच्या सावलीत जमिनीवर सतरंज्या

अंथरून त्यावर बसण्याची व्यवस्था केलेली होती.

'१९३६ साली मिसिसिपी राज्यातल्या ग्रामीण भागात गोऱ्या माणसांच्या जमावानं काळ्या माणसाचा घेतलेला बळी.'

असा मजकूर त्या फोटोखाली लिहिलेला होता.

दोन तरुण माणसांच्या मध्ये गुडघ्यावर बसून कॅमेऱ्याकडे रोखून पाहत असलेले सॅम होते. त्या वेळी ते पंधरा वर्षांचे होते. चेहरा उभट दिसत होता आणि ओठ वर किंचितसे दुमडलेले, त्यामुळे दात थोडेसे पुढे आलेले, कपाळावर आठ्या असा भयानक आविर्भाव त्यावर होता. एक मुलगा अतिउत्साहाच्या भरात त्याच्या बाजूच्या कसलेल्या गुंडाचा अनुनय मोठ्या उद्दामपणे करण्याचा प्रयत्न करत होता. फोटोतल्या सॅमपासून एक निळ्या रंगाची रेघ ओढून समासापर्यंत आणली होती आणि तिथे 'सॅम' असं लिहिलेलं होतं, म्हणून फोटोतले सॅम ओळखणं सोपं झालं होतं. हे काम एडीचंच असणार होतं. कारण लीच्या सांगण्यानुसार त्यांनाच हे पुस्तक माळ्यावर मिळालेलं होतं. ॲडमला त्याचे वडील अंधारात लपून फोटोकडे पाहत रडताना दिसत होते.

सॅम यांचे वडील समाजातल्या खालच्या थरातल्या तरुण, गोऱ्या मुलांच्या एका छोट्या गटाचे पुढारी होते, असं लीनं सांगितलं होतं. दुसऱ्या फोटोतले सॅम ॲडमला शोधता आले नव्हते, कारण त्या फोटोत तशी काही खूण नव्हती. सॅम यांच्या वयाचे कमीत कमी सात जण त्या फोटोत होते. त्यांपैकी किती जण केहॉल होते? लीच्या सांगण्यानुसार सॅम यांचे भाऊसुद्धा त्या कृत्यात सामील होते. त्यांच्यातला आणखी एक जण सॅम यांच्यासारखा दिसत होता. पण तो कोण होता, हे सांगणं शक्य नव्हतं.

ॲडमनं त्याच्या आजोबांचे सुंदर डोळे ओळखले आणि त्या क्षणीच ॲडम कुठेतरी दुखावला होता. त्या वेळी तर ते लहान होते. त्यांचा जन्म एका अशा घरात झाला होता की, जिथे काळ्यांचा द्वेष करणं हा त्या घरातला जगण्याचाच एक भाग होता. त्यामुळे त्यांचा त्यात दोष किती होता? त्यांच्या आजूबाजूला त्यांचे वडील, मित्र, शेजारी बहुतेक सर्व तसे प्रामाणिक, कामसू आणि गरीबही असावेत. या सर्वांना या क्रूर समारंभात सामील करून घेतल्यासारखं दिसत होतं आणि समाजातली ती त्या वेळची एक प्रथाच पडलेली होती. सॅम यांना पर्यायच कुठे होता? जग हे असंच होतं, अशीच त्यांची भावना झालेली असणार.

भूतकाळ आणि भविष्यकाळ याची सांगड ॲडम तरी कशी घालू शकणार होता? फोटोतल्या या सर्व व्यक्ती मुळातल्या कशा होत्या, हे कसं जाणून घेणार होता? आणि ती भयंकर कृत्यं केवळ त्यांच्या नशिबाचा एक भाग म्हणून धरून चालणार होता? तो स्वतः जरी चाळीस वर्षांपूर्वी जन्मला असता, तरी तो अशा

फोटोत दिसला असता का?

ॲडमनं त्या चेहऱ्यांकडे पुन्हा पाहिलं आणि त्याच्या मनात विचित्र अशा समाधानाचा भाव आला.

सॅम यांना त्यांच्यात सामील व्हायचं होतं, त्यानुसार ते त्यांच्यात सामील झाले आणि त्यामुळे या घटनेबाबतीत थोडाच दोष त्यांच्याकडे जातो! कारण उघड होतं की, त्यांच्यातले वयानी जे मोठे होते, त्यानुसार एखाद्याचा बळी घेण्याचा निर्णय घेतला असेल आणि लोकांना चिथावणी दिलेली असेल, त्यामुळे इतरही त्यांच्याबरोबर त्या कृत्यात सामील झाले असतील. त्या फोटोंकडे ॲडमनं पुन्हा पाहिलं. तेव्हा त्याला जाणवलं की, सॅम आणि त्यांचे मित्र यांनी अशा भयंकर कृत्याला सुरुवात केली असेल, याची शक्यताच वाटत नव्हती; पण सॅम यांनी ते कृत्य घडत असताना इतरांना थांबवलंपण नव्हतं आणि असंही असेल की, ते घडावं याबद्दल फूसही दिली नसेल.

या फोटोमुळे अनेक उत्तरं न मिळणारे प्रश्न उपस्थित झालेले होते. हा फोटो कोणी काढला? आणि त्याच्या कॅमेऱ्यासह तो त्या ठिकाणी कसा काय उपस्थित झाला होता? काळा तरुण कोण होता? त्याचे कुटुंबीय, त्याची आई त्या वेळी कुठे होती? त्याला कोणी पकडलं आणि कसं? हा कोणत्या तुरुंगात होता? आणि तुरुंगाच्याच अधिकाऱ्यांनी या टोळीच्या भक्ष्यस्थानी पडण्यासाठी त्याला सोडलं होतं का? घटना घडून गेल्यानंतर त्या प्रेताचं काय झालं? तथाकथित बलात्कार झालेली तरुणी त्या कॅमेऱ्यासमोर उभे राहून हसणाऱ्यांच्यात होती का? त्या मुलीचे वडील किंवा भाऊ त्या माणसांच्यात होते का?

इतक्या लहान वयात गटाने माणसांना जीवे मारणाऱ्यांमधले सॅम एक होते तर! वयात आल्यावर त्यांच्याकडून काय अपेक्षा केली जावी? एकत्र येऊन, काहीही चौकशी न करता, हातात कायदा घेऊन सर्वांनी मिळून एखाद्या माणसाला मारणं आणि ते मारणं साजरं करणं अशा किती घटना मिसिसिपी राज्याच्या ग्रामीण भागात घडलेल्या आहेत?

तर देवाच्या या अशा जगात सॅम केहॉल आत्ता जे आहेत, त्यापेक्षा ते कसे काय वेगळे घडू शकले असते? त्यांना चांगलं बनण्याची संधीच मिळाली नव्हती.

सॅम मोठ्या धीरानं दर्शनी भागातल्या ऑफिसच्या खोलीत बसून कॉफी पीत होते. या वेळी पॅकरने त्यांना चांगल्या स्वादाची कॉफी आणि तीसुद्धा एका वेगळ्याच चांगल्या कपामधून दिली होती. नाहीतर कोठडीत त्यांना दिली जाणारी कॉफी अगदी पाणचट आणि कुठल्यातरी वाईट वासाची असायची. सॅम टेबलावर बसलेले होते. त्यांनी पाय खाली खुर्चीत ठेवले होते.

दरवाजा उघडला गेला आणि कर्नल न्यूजंट संचलन करत असल्यासारखे आत आले. त्यांच्यामागे पॅकर होता. आत आल्यावर पॅकरने दरवाजा बंद केला. सॅम एकदम ताठ झाले आणि न्यूजंटना त्यांनी एक कडक सलाम ठोकला. "सॅम, गुड मॉर्निंग!" न्यूजंट गंभीरपणे म्हणाले. "कसं काय चाललंय तुमचं?"

"माझं मस्त चाललंय, पण तुमचं कसं चाललंय?"

"चाललंय कसंबसं."

"मला कल्पना आहे की, तुमच्या मनावर प्रचंड दडपण आहे, तुम्हाला बऱ्याच त्रासातून जावं लागतंय. माझ्या मृत्युदंडाच्या अंमलबजावणीचं काम तुम्हाला पार पाडायचं आहे आणि ते सुरळीत पार पाडण्यासाठी तुमची खटपट चालू आहे. काम कटकटीचं आहे. मी तर तुम्हाला मानलं बुवा!"

न्यूजंटनी त्यातल्या टोमण्याच्या भागाकडे दुर्लक्ष केलं आणि म्हणाले, "तुमच्याबरोबर काही गोष्टींबाबत बोलायचंय. तुमचे वकील म्हणतायंत की, तुम्हाला वेड लागलंय, म्हणून मला तुमच्याबरोबर चार गोष्टी बोलून खात्री करून घ्यायची आहे."

"मलातर आज माझी किंमत एक मिलियन डॉलर इतकी वाटतीय."

"तुम्ही तर आज चांगलेच दिसताय."

"व्वा! धन्यवाद! तुम्हीसुद्धा आज चलाख, चुणचुणीत दिसताय. तुमचे बूट तर छानच आहेत."

त्यांचे काळे, चमकणारे फौजी बूट आज जास्तच चमकत होते. बुटांकडे पाहून पॅकर हसला.

"हो." असं म्हणत न्यूजंट हातातल्या कागदांकडे पाहत खुर्चीत बसले. "आमचे मानसोपचार तज्ज्ञ सांगत होते की, तुम्ही त्यांना काहीही सहकार्य करत नाही."

"कोण?"

"डॉक्टर स्टेगॉल."

"ती? अहो, तिला तिचं पहिलं नावसुद्धा नीट सांगता येत नाही. ती ढब्बी? तिला मी एकदाच भेटलोय."

"तुम्ही तिला सहकार्य दिलं नाही."

"मी तिला काय सहकार्य करायला हवं होतं? मी इथे जवळजवळ गेली दहा वर्षं आहे. आज माझा एक पाय थडग्यात आणि एक पाय बाहेर असताना ही बया इथे येते आणि माझ्या शेवटच्या दिवसांत मी कसा आहे, हे मला विचारते? ती मला फक्त झोपेची औषधं देणार होती. म्हणजे मी बेशुद्ध झोपलेलो असताना तुम्ही मला घेऊन जाणार आणि विषारी पेटीत घालणार, दुसरं काय?"

"ती तुम्हाला मदत करायला आली होती."

"देव तिचं भलं करो! तिला सांगा की, मी तिच्याबरोबर वाईट वागलो, त्याबद्दल मला फार वाईट वाटतंय आणि पुन्हा मी तसं वागणार नाही आणि माझ्याबद्दल तसा अहवाल तुम्ही माझ्या फाइलमध्ये लिहून टाका."

"तुमच्या शेवटच्या जेवणामध्ये तुम्हाला काय हवं आहे?"

"हा इथे असा का उभा आहे?"

न्यूजंट यांनी पॅकरकडे पाहिलं आणि त्यानंतर सॅम यांच्याकडे पाहत ते म्हणाले."तसा नियम आहे."

"तुमच्या संरक्षणासाठी तो इथे आहे. बरोबर आहे ना? तुम्हाला माझी भीती वाटते. या खोलीत माझ्याबरोबर एकटं थांबायला तुम्ही घाबरता. बरोबर आहे ना न्यूजंट? मी सत्तर वर्षांचा म्हातारा आहे, अशक्त आहे, दुबळा आहे, सिगारेटी ओढण्यामुळे अर्धा मेलोय आणि अशा माणसापासून, गुन्हा सिद्ध झालेल्या एका खुन्यापासून तुम्हाला भीती आहे?"

"नाही. मुळीच नाही."

"पण न्यूजंट, मी मनात आणलं ना, तर या वयातसुद्धा मी एकटा या खोलीमध्ये तुझा चेंदामेंदा करून टाकू शकेन."

"हो, मी घाबरतो. तुम्ही म्हणता ते बरोबर आहे, पण त्या गोष्टी आपण आत्ता बाजूला ठेवू आणि कामाचं बोलू. तुम्हाला तुमच्या शेवटच्या जेवणात काय पदार्थ हवे आहेत?"

"आज रविवार आहे आणि माझं शेवटचं जेवण असणार आहे मंगळवारी रात्री. मग आत्ताच का मला याबाबत त्रास देताय?"

"अहो, आम्हाला त्यासाठी नियोजन करावं लागतं. तुम्हाला काय हवं ते सांगा, पण जरा भान ठेवून सांगा. आम्हाला ते आणता येण्यासारखं असलं पाहिजे."

"ते पदार्थ कोण तयार करणार आहे?"

"ते इथल्या स्वयंपाकघरात बनवणार आहेत."

"व्वा! काय हुशार लोक आहात तुम्ही! म्हणजे तेच आचारी की, जे मला गेली साडेनऊ वर्षं जनावरांना घालतात तसं बेचव जेवण देत आहेत. तुम्ही मला माझं शेवटचं जेवण म्हणून असंच जेवण देणार आणि मारे विचारताय की, तुम्ही कोणते पदार्थ खाणार म्हणून?"

"सॅम, तुम्हाला तुमच्या शेवटच्या जेवणात कोणते पदार्थ हवे आहेत, ते मला तुम्ही सांगा. मी समजुतीनं घेतोय, म्हणून मला तुम्ही वाटेल ते बोलू नका."

"टोस्ट आणि उकडलेली गाजरं. मी आणखी निराळं काही सांगून त्यांना त्रास देऊ इच्छित नाही."

"ठीक आहे सॅम, तुम्ही जर निराळं काही ठरवलं, तर ते पॅकरला सांगा. तो

स्वयंपाकघरात तसे सांगेल.''

''शेवटचं जेवण असं काही असणारच नाहीये न्यूजंट. माझा वकील उद्या आणखी खूप दारूगोळा घेऊन येत आहे. कोणत्या हल्ल्याला तुम्हा विदूषकांना तोंड द्यायला लागणार आहे, याची तुम्हाला कल्पना नाहीये.''

''तुमचं म्हणणं खरं ठरलं, तर मला ते आवडेल.''

''तुझं हे बोलणं खोटं आहे. मला विषारी वायूच्या पेटीत घालून मारायला तू उतावीळ झाला आहेस. न्यूजंट, हे काय मला माहीत नाही? मला शेवटचं काय सांगायचं आहे, या कल्पनेने बहकला आहात तुम्ही! तुमच्या त्या उंदरांसारख्या पित्त्यांना मानेनं खूण करून पेटीचं दार लावायला सांगायला तुम्ही उतावीळ झालेला आहात. न्यूजंट, आणि हे सर्व पार पडल्यानंतर तुम्ही दुःखी चेहऱ्यानं प्रसारमाध्यमांना सामोरं जाऊन, 'मिसिसिपी राज्याच्या लेकहीड परगण्याच्या मंडल न्यायालयाने दिलेल्या आदेशानुसार आज ८ ऑगस्ट रोजी मध्यरात्री बारा वाजून पंधरा मिनिटांनी सॅम केहॉल यांची मृत्युशिक्षा अमलात आणण्यात आलेली आहे.' असं सांगणार. न्यूजंट, तो तुमचा सर्वांत आनंदाचा क्षण असणार आहे. तुम्ही माझ्याशी खोटं बोलू नका. त्याच क्षणाची वाट पाहताय ना तुम्ही?''

न्यूजंटनी त्यांच्या कागदावरची नजर न हटवता विचारलं. ''मला तुमच्या साक्षीदारांची नावं हवी आहेत.''

''माझ्या वकिलाला विचारा.''

''आणि तुमच्या वस्तूंचं काय करायचं, त्याबद्दल सांगा.''

''तेही माझ्या वकिलालाच विचार.''

''ठीक आहे. बऱ्याच वर्तमानपत्रांकडून तुमची मुलाखत घेण्यासाठी विनंत्या आलेल्या आहेत.''

''माझ्या वकिलाला विचार.''

न्यूजंट एकदम उडी मारून उभे राहिले. बुटांचा दाण दाण आवाज करत खोलीच्या बाहेर पडले. पॅकर दरवाजाची झडप हातात धरून काही क्षण तसाच उभा होता आणि नंतर त्यानं सॅमना, ''तुम्ही इथेच थांबून रहा. तुम्हाला भेटण्यासाठी आणखी कोणीतरी आलं आहे.'' असं सांगितलं.

सॅम जरा हसले आणि पॅकरकडे पाहून डोळा मिचकावला आणि म्हणाले, ''पॅकर, मला थोडी कॉफी आणशील का?''

पॅकर कप घेऊन गेला. त्यात कॉफी आणून दिली. त्यांनी कॉफीबरोबर जॅक्सनचं सकाळचं एक वर्तमानपत्रही आणून त्यांच्या हातात दिलं. त्यांच्या संबंधातल्या वेगवेगळ्या बातम्या वाचत असतानाच तुरुंगातल्या धर्मशाखेचे प्रमुख, धर्मगुरू राल्फ ग्रिफिन यांनी दरवाजावर टकटक केली आणि ते आत आले.

सॅमनी वर्तमानपत्र टेबलावर ठेवलं आणि त्यांच्या आध्यात्मिक गुरूंना न्याहाळलं. त्यांनी पायावर पाढऱ्या रंगाच्या सपाता चढवलेल्या होत्या. विटलेल्या रंगाची जीनपॅन्ट, पांढरा शर्ट आणि वर ख्रिस्ती प्रार्थना सांगणाऱ्यासारखी पांढरी गळपट्टी बांधली होती. ''नमस्कार फादर!'' कॉफी पिता पिता सॅम म्हणाले.

''सॅम, तुम्ही कसे आहात?'' टेबलाजवळ एक खुर्ची ओढत त्यात बसता बसता ग्रिफिन यांनी विचारणा केली.

''या क्षणाला माझ्या मनामध्ये केवळ तिरस्कारच भरलेला आहे.'' सॅम दु:खाने म्हणाले.

''तुम्हाला तसं वाटतंय, याचं मलाही फार वाईट वाटतंय; पण तुम्हाला जो तिरस्कार वाटतोय, तो कोणाचा वाटतोय?''

''कर्नल न्यूजंटचा. पण मी तो बाजूला सारू शकेन.''

''सॅम, तुम्ही प्रार्थना करत होतात का?''

''नाही.''

''का नाही?''

''घाई काय आहे? माझ्याकडे आज, उद्या आणि परवा असे एकूण तीन दिवस आहेत. मला वाटतं, मी आणि तुम्ही मिळून आपण येत्या मंगळवारी प्रार्थना करू.''

''तुमची इच्छा असेल, तर मी त्या वेळी तिथे असेन.''

''माझ्या शेवटच्या क्षणी तुम्ही माझ्या जवळ असायला हवे आहात. अर्थात गुरुजी, तुमची हरकत नसेल तरच हं. तुम्ही आणि माझे वकील, तुम्हा दोघांनाच माझ्या आयुष्यातल्या शेवटच्या काळामध्ये थांबता येतं.''

''मी तो माझा सन्मान समजतो.''

''धन्यवाद!''

''सॅम, तुम्हाला नेमक्या कशा प्रकारच्या प्रार्थना करायच्या आहेत?''

सॅम यांनी कॉफीचा एक मोठा घुटका घेतला आणि म्हणाले, ''सर्वात पहिली गोष्ट म्हणजे मी हे जग सोडण्यापूर्वी मी केलेल्या सर्व वाईट कृत्यांसाठी मला माफी मागायची आहे.''

''म्हणजे तुमची पापं धुतली जायला पाहिजेत, बरोबर?''

''हो, बरोबर.''

''आपण केलेल्या पापांची कबुली देवाजवळ द्यायची आणि माफी मागण्यासाठी त्याची करुणा भाकायची.''

''सर्वच्या सर्व पापांची कबुली एकाच वेळी द्यायची?''

''हो, आपण जी काही पापं आठवू शकतो, अशा सर्व.''

''मग आपण आत्ताच सुरुवात करू या. कारण सर्व पापांच्या कबुलीला वेळ

लागणार आहे.''

''जशी तुमची इच्छा आणि इतर कोणत्या गोष्टींसाठी तुम्हाला प्रार्थना करावीशी वाटते?''

''माझं कुटुंब म्हणजे माझ्या शिक्षेमुळे सर्वात जास्त दु:ख माझा नातू आणि माझा भाऊ आणि कदाचित माझी मुलगी यांना होणार आहे. तर त्यांना हे दु:ख पचवता यावं, त्यासाठी आणि इथे या पार्चमन तुरुंगात इतर कैदी आहेत, त्यांनाही दु:ख होणार आहे, त्यांच्याही जिवांना त्रास होऊ नये म्हणून मला प्रार्थना करायची आहे. या लोकांखेरीज या जगात माझ्यासाठी अश्रू ढाळणारे कोणीही नाहीत.''

''आणखी कोणी?''

''हो, एक सांगायचं राहिलं. एक छान प्रार्थना क्रॅमर लोकांसाठी मला करायची आहे. मुख्यकरून रूथसाठी.''

''म्हणजे स्फोटग्रस्तांचे कुटुंबीय?''

''हो, बरोबर. आणि लिन्कनसाठी.''

''हे लिन्कन कोण आहेत?''

''ती मोठी गोष्ट आहे. म्हणजे आणखी काही बळी.''

''ही चांगली गोष्ट आहे सॅम. तुमचा आत्मा शुद्ध आणि स्वच्छ होण्यासाठी या सर्व गोष्टी तुम्ही तुमच्या हृदयावरून हटवायला हव्यात.''

''गुरुजी, माझा आत्मा स्वच्छ आणि शुद्ध करायला खूप वर्षं लागतील.''

''म्हणजे आणखी काही बळी आहेत का?''

सॅम यांनी त्यांच्या हातातला कप टेबलावर ठेवला आणि हळुवारपणे हातांवर हात चोळले. राल्फ ग्रिफिन यांच्या डोळ्यात आपलेपणा आणि विश्वास शोधण्याचा प्रयत्न करत ते बोलायला लागले.

''इतर आणखी बळी असले तर काय होईल?'' त्यांनी विचारणा केली.

''म्हणजे मेलेले?''

सॅम सावकाश मान डोलावली.

''म्हणजे ती माणसं तुम्ही मारली?''

सॅम त्यांची मान हलवतच होते.

ग्रिफिन यांनी एक खोल श्वास घेतला आणि वस्तुस्थितीबाबत मनन केलं आणि म्हणाले, ''हे बघा सॅम, प्रामाणिकपणे सांगायचं झालं, तर आपल्या सर्वच्या सर्व पापांची कबुली देवाजवळ दिल्याशिवाय आणि त्याच्याकडून माफी मागितल्याशिवाय तुम्ही मरावं, असं मला वाटत नाही.''

सॅम मान डोलावतच होते.

''किती?'' ग्रिफिन यांनी विचारलं.

सॅम टेबलावरून सरकत खाली उतरले, त्यांनी पायांवर रबरी सपाता चढवल्या आणि उभे राहिले. त्यांनी सावकाशपणे एक सिगारेट पेटवली आणि ग्रिफिन यांच्या खुर्चीच्या मागच्या बाजूने येरझारा घालायला लागले. सॅम नजरेसमोर राहतील आणि त्यांचं बोलणं ऐकू येईल, अशा प्रकारे ग्रिफिन त्यांची खुर्चीवरची बैठक बदलत होते. सॅम म्हणाले, "एक ज्यो लिन्कन नावाचा माणूस होता; पण त्याच्या कुटुंबीयांना मी पत्र पाठवून त्यांची मी माफी मागितली आहे. माझी चूक झाली, हे मी त्यात नमूद केलं आहे."

"तुम्ही त्याला ठार मारलंत?"

"हो. तो आफ्रिकी वंशाचा होता. आमच्या जागेत राहायचा; पण माझ्या त्या कृत्यांबद्दल मला सतत वाईट वाटत आलंय. ती घटना १९५०च्या आसपासची आहे."

सॅम बोलायचे थांबले. ते फाइलींच्या कपाटावर रेलून उभे राहिले. गोंधळल्यासारखे जमिनीकडे पाहत ते बोलत होते. "आणखी दोघे जण होते. गोऱ्या वंशातले. खूप वर्षांपूर्वी एका दफनसंस्काराच्या वेळी त्यांनी माझ्या वडलांचा काही भांडण काढून खून केला. त्याबद्दल काही काळ ते दोघे तुरुंगातही होते. माझे भाऊ आणि मी ते तुरुंगातून बाहेर कधी येतात, याची वाटच पाहत होतो. तुरुंगातून बाहेर आल्याआल्या आम्ही त्या दोघांना ठार केलं. पण त्याबाबत खरं बोलायचं झालं, तर मला त्या कृत्यांबद्दल कधीही वाईट वाटलं नव्हतं, कारण ते दोघे म्हणजे समाजातली कीडच होती. त्यांनी माझ्या वडलांना ठार मारलेलं होतं."

"सॅम, ठार मारणं ही कायमच वाईट गोष्ट समजली जाते. आता कायद्यानं शासन तुमचा जीव घेतं आहे, त्या विरोधातसुद्धा तुम्ही भांडताय की नाही?"

"हो. मला कल्पना आहे त्याची."

"तुम्हाला आणि तुमच्या भावाला पोलिसांनी पकडलं?"

"नाही. एक म्हातारा पोलीस अधिकारी होता, त्याला आमचा संशय आला होता, पण ते तो सिद्ध करू शकला नाही. आम्ही खूप काळजी घेतली होती. त्याखेरीज ते समाजातल्या खालच्या थरातले होते. त्यामुळे इतर कोणी त्याबाबत पर्वा केली नाही."

"म्हणून तुम्ही केलेलं कृत्य योग्य होतं, असं सिद्ध होत नाही."

"हो, ते मला माहीत आहे, पण त्यांना जीवे ठार मारणं, अशीच त्यांची लायकी होती. मला जेव्हा इथे टाकण्यात आलं आणि तुम्ही जेव्हा मृत्युशिक्षा-तुरुंगात येता, तेव्हा तुम्हाला आयुष्याचा नवा अर्थ कळतो आणि आयुष्य किती मौल्यवान आहे, याची जाण येते. मी त्या मुलांच्या मृत्यूला कारण झालो, याचं मला आता दुःख होतंय."

“आणखी इतर कोणी?”

सॅम पावलं मोजत खोलीच्या लांबीच्या बाजूनं चालत गेले आणि परत येऊन फाइलींच्या कपाटाशी येऊन थांबले. रेव्हरंड थांबून होते. त्या वेळी तरी वेळेच्या किमतीचा अर्थ लावण्यात अर्थ नव्हता.

“खूप वर्षांपूर्वी आम्ही सर्वांनी मिळून दोन जणांना ठार मारलं होतं.” सॅम यांना ग्रिफिन यांच्या डोळ्याला डोळा भिडवून बोलणं अशक्य होतं.

“दोन?”

“मला वाटतं तीन. नाही... हो... तीन. पहिल्या वेळी मी एक लहान मुलगा होतो आणि त्या वेळी मी केवळ एका बघ्याची भूमिका घेतली होती. क्लॅन समुदायाच्या लोकांनी ते कृत्य केलं होतं. माझे वडील त्यात होते आणि मी आणि माझा भाऊ अल्बर्टने ते कृत्य घडत असताना झाडीत पळून जाऊन एका झुडपाआडून आम्ही पाहिलं होतं. म्हणून ती घटना तुम्ही धरू नका. बरोबर?”

“नाही.”

भिंतीला टेकून सॅम उभे होते. भिंतीलगत त्यांचे खांदे खाली पडले होते. त्यांनी डोळे बंद करून घेऊन डोकं आणखी खाली केलं. “दुसरी घटना म्हणजे एका जमावानं केलेलं ते कृत्य होतं. त्या वेळी मी अगदी मध्यभागी होतो. माझं वय त्या वेळी पंधरा वर्षांचं होतं. एका आफ्रिकी वंशातल्या मुलाने एका गोऱ्या मुलीवर बलात्कार केला होता. निदान ती तरी तसं सांगत होती. तिचीसुद्धा ख्याती फार चांगली होती असं म्हणता येत नव्हतं आणि दोन वर्षांनंतर तिला एक मूल झालं ते अर्धं आफ्रिकी होतं. त्यामुळे कोणी सांगावं? तरीपण तिनं बोट या मुलाकडे दाखवलं होतं. आम्ही त्या मुलाला पकडलं, त्याला बाहेर जंगलात नेलं. सर्वांनी मिळून त्याला पिटून ठार केलं. सर्व जमावाबरोबर मी असल्यामुळे त्या जमावाइतकाच मीपण दोषी होतो.”

“सॅम, देव तुम्हाला नक्की माफ करेल.”

“तुम्हाला नक्की तसं वाटतं?”

“हो, नक्की तसं वाटतं.”

“देव असे किती खून माफ करतो?”

“सगळ्या खुनांना माफ करतो.”

“तुम्ही मनापासून माफ करण्याकरता प्रार्थना केली ना, तर तो तुमची पाटी स्वच्छ करून देईल. तसं धर्मग्रंथात सांगितलेलं आहे.”

“म्हणजे सत्य वागण्यात नेहमीच फायदा असतो.”

“जमावात सामील होऊन आणखी कोणाला तुम्ही मारलं आहे?”

सॅम डोकं मागे-पुढे करत झटकल्यासारखं करत होते. त्यांचे डोळे बंद होते. “गुरुजी,

मला त्याबद्दल बोलताच येत नाहीये.'' ते जडपणे नि:श्वास बाहेर टाकत बोलले.

''सॅम, ते तुम्ही मला सांगू नका. देवाला सगळं सगळं सांगा. त्यामुळे तुम्हाला बरं वाटेल.''

''मी त्याबाबत कोणाशी काही बोलू शकेन, असं मला वाटत नाही.''

''नाही, तसं करू नका. तुम्ही सगळं सांगू शकाल. आज आणि मंगळवार या दरम्यानच्या एखाद्या रात्री तुम्ही तुमच्या कोठडीमध्ये एकटे असताना डोळे मिटून तुमच्या सर्व कृत्यांची कबुली देवाकडे द्या, त्याच्याकडे माफी मागा. देव तुम्हाला त्याच क्षणी क्षमा करेल; पण तुम्ही ते करा.''

''पण मला तसं करणं बरोबर वाटत नाहीये. म्हणजे तुम्ही एखाद्याला ठार करता आणि त्याकरता तुम्ही देवाकडे माफी मागता आणि देव तुम्हाला क्षणात माफ करतो.''

''नुसती माफी मागायची नसते, तुम्हाला तुमच्या कृत्याचा पश्चात्ताप झालेला असला पाहिजे.''

''मी शपथेवर सांगतोय की, मला आत्ता खरोखरच माझ्या कृत्यांबद्दल पश्चात्ताप वाटतोय.''

''देव त्याबद्दल क्षमा करतो, तो सर्व विसरतो, माफ करतो; पण सॅम माणूस विसरत नाही, माफ करत नाही, क्षमा करत नाही. देवाच्या राज्यातसुद्धा आपल्याला प्रश्न विचारणार आहेत. तिथे आपल्याला त्याला उत्तरं द्यायला लागणार आहेत. देव आपल्या चुकांबद्दल स्वत: शिक्षा भोगतो आणि आपल्याला क्षमा करतो. माणसांच्या राज्यात आपल्या चुकांबद्दल प्रश्न विचारतात आणि सरकारांच्या कायद्यांनुसार आपल्याला परिणाम आणि शिक्षा भोगावी लागते.''

''मला सरकारच्या कायद्यांबद्दल मुळीच आदर नाही. तरीपण त्यांनी केलेली शिक्षा भोगायला मी तयार झालेलो आहे. मरण्यासाठी मी माझ्या मनाची तयारी केलेली आहे.''

सॅम चालत टेबलाशी गेले आणि ग्रिफिन यांच्या शेजारी कोपऱ्यांवर बसले. 'रेव्हरंड, तुम्ही माझ्या संपर्कात राहा. मन शांत ठेवण्यासाठी मला तुमची थोडी मदत लागेल. माझ्या मनाच्या आत, कुठेतरी कोपऱ्यात काही वाईट गोष्टींचा सल रुतलेला आहे. तो बाहेर काढायला जरा थोडा वेळ लागेल, पण प्रयत्न करून मी नक्की बाहेर काढणार आहे मात्र.''

''सॅम, जर तुमचा तसा पक्का निश्चयच असेल, तर तुम्हाला ते फार अवघड जाणार नाही.''

सॅम यांनी ग्रिफिन यांच्या गुडघ्यावर जरा थोपटलं आणि म्हणाले, ''तुम्ही फक्त माझ्या जवळपास राहा. बस!''

४४

दर्शनी भागातल्या ऑफिसांच्या इमारतीतल्या एका खोलीत सॅम यांना ठेवलं होतं आणि त्यांना भेटण्यासाठी येणाऱ्यांना त्या खोलीत जायला सांगत होते. ॲडम जेव्हा त्या खोलीत आला, त्या वेळी ती खोली सिगारेटच्या धुराने भरलेली होती. टेबलाशी बसून सॅम सिगारेट ओढत होते आणि रविवारच्या वर्तमानपत्रात त्यांच्यासंबंधी आलेल्या बातम्या वाचत होते. तीन रिकामे कॉफी कप, गोळ्या-चॉकलेटचे रॅपर्स टेबलावर पसरलेले होते. "तुम्ही ही खोली म्हणजे तुमचं घरच करून टाकलंय की!" खोलीभर पडलेल्या कचऱ्याकडे पाहून ॲडम म्हणाला.

"हो. आज दिवसभर मी इथेच आहे."

"आज काय बरेच पाहुणे भेटायला आलेले होते का?"

"मी त्यांना पाहुणे म्हणणार नाही. सुरुवात न्यूजंटनं केली. मी प्रार्थना करतोय की नाही, हे पाहायला धर्मगुरू येऊन गेले. ते जेव्हा गेले, तेव्हा जरा उदासच होऊन गेले. त्यानंतर माझा जीव घेण्यासाठी मी प्रकृतीने ठणठणीत आहे की नाही, हे पाहण्यासाठी एक डॉक्टर येऊन गेला. मग माझा भाऊ डोनी, तो येऊन थोडा वेळ थांबून गेला. तू त्याला भेटावंस, असं मला अजूनही वाटतं. बरं, तू आज येताना जरा चांगली बातमी आणली आहेस का ते सांग."

ॲडमने नकारार्थी मान हलवली आणि तो टेबलाजवळच्या खुर्चीत बसला. "नाही. कालपासून परिस्थिती जशीच्या तशी आहे. न्यायालयांनी वीकएन्डच्या दोन सुट्ट्यासुद्धा घेतल्या आहेत."

"शनिवार, रविवार हे दोन्ही दिवस एकूण दिवसांच्या मोजणीत धरले जातात, याची त्यांना जाणीव आहे ना? का माझ्यासाठी, माझ्या आयुष्यातल्या शेवटच्या आठवड्यात घड्याळाची टिकटिक थांबणार आहे?"

"ती गोष्टसुद्धा आपल्या दृष्टीनं उपयोगी असू शकेल. आपली हुशारी पणाला लावून आपण जे अर्ज केलेले आहेत, त्यावर त्यांचा विचार अजूनही चालू असेल, असं आपण म्हणू शकतो."

''तसंही असू शकेल कदाचित! पण मलातर असं वाटतंय की, माननीय अधिकारीवर्ग आणि नोकरवर्ग सुट्ट्यांच्या दिवशी बियर पीत, चिकन झोडत मजा करत बसले असणार. दुसरं काय!''

''तुम्ही म्हणता तसंही असेल. वर्तमानपत्रांत काय आहे?''

''तीच माझ्याबद्दलची जुनी माहिती आणि मी केलेले क्रूर गुन्हे, बाहेर निदर्शनं करत असलेल्यांचे फोटो, मॅकलिस्टरचं भाष्य. काहीही नवीन नाही. मी एवढा उत्साह पूर्वी कधी पाहिलेला नव्हता.''

''सॅम, तुम्ही तर या चार दिवसांतले उत्सवमूर्ती असणार आहात. वेन्डॉल शेरमन आणि त्याचा प्रकाशक आता एक लाख पन्नास हजार द्यायला तयार झालाय, पण मुदत आज संध्याकाळी सहापर्यंतचीच ठेवली आहे. तो त्याच्या सर्व सामग्रीसह मेम्फिसमध्ये थांबून राहिलाय आणि इथे यायला तळमळतोय. त्याच्या सांगण्यानुसार तुमची संपूर्ण गोष्ट रेकॉर्ड करून घ्यायला कमीतकमी दोन तरी पूर्ण दिवस लागणारच.''

''माझी किंमत खूपच वाढलीये, असं म्हणायचं. पण इतक्या मोठ्या रकमेचं मी काय करू शकतो?''

''अहो, ते तुम्ही तुमच्या बहुमोल नातवंडांच्या नावे करून टाका.''

''तू हे गंभीरपणे बोलतोयंस ॲडम? तू ते पैसे खर्च करू शकशील? तू खर्च करणार असशील, तर मी त्याच्याबरोबर बसायला तयार आहे.''

''नाही, नाही, तसं काही नाहीये. मी गंमत करत होतो. मला पैसे नकोयंत आणि कारमेनलासुद्धा नकोयत आणि माझ्या सदसद्विवेकबुद्धीलासुद्धा ते घेणं पटणार नाही.''

''ॲडम, मला तुझा अभिमान वाटतो. मलासुद्धा माझ्या आयुष्यातल्या शेवटच्या दोन दिवसांचा काळ एखाद्या अनोळखी माणसाबरोबर माझ्या भूतकाळाबद्दलच्या गोष्टी सांगत घालवायचा नाहीये. तो किती पैसे देतोय, याची मला पर्वा नाही. माझ्या आयुष्यावर कोणी पुस्तक लिहावं, अशी माझी बिलकुल इच्छा नाहीये.''

''असं होणार नाही, हे मी त्याला यापूर्वीच सांगितलंय.''

''आता कसं!'' सॅम पुन्हा उभे राहिले आणि त्यांनी खोलीत फेऱ्या मारणं चालू केलं. टेबलाच्या कडेवर ॲडम बसला आणि मेम्फिस वर्तमानपत्रातल्या क्रीडाविषयक बातम्या चाळायला लागला.

''ॲडम, हे सर्व जेव्हा संपेल ना, तेव्हा मला बरं वाटेल.'' चालत असतानाच छातीवर हातांची घडी धरून सॅम बोलत होते. ''आता हे असं वाट पाहणं मला सहन होत नाहीये. मी अगदी मनापासून सांगतो की, आज रात्रीच मला सगळं व्हायला हवं आहे.'' एकाएकी ते निराश झाले होते, चिडले होते, त्यांचा आवाज

चढला होता.

ॲडमने वर्तमानपत्र बाजूला ठेवलं, ''सॅम, आपण जिंकणार आहोत. माझ्यावर विश्वास ठेवा.''

''काय जिंकणार?'' ते रागाने बोलायला लागले. ''आपल्याला स्थगिती मिळणार, यात कसला विजय असणार आहे तो? त्यातून काय आपण मिळवणार आहोत? सहा महिने? एक वर्ष? त्याचा अर्थ काय हे तुला माहीत आहे? म्हणजे याच गोष्टी पुन्हा पुढे कधीतरी करायला लागणार. म्हणजे मला पुन्हा त्याच यातनांमधून जावं लागणार. एक एक दिवस मोजून काढायचा, झोपेचं खोबरं, शेवटच्या मिनिटांचं डावपेच आखणं, न्यूजंटसारख्या एखाद्या मूर्खाचं बोलणं ऐकून घ्यायचं, मानसोपचार तज्ज्ञाबरोबर बोलायचं, धर्मगुरूबरोबर गप्पा करायच्या, त्यानं आपल्या पाठीवरून हात फिरवायचे आणि एखाद्या महत्त्वाच्या व्यक्तीला निरोप दिल्यासारखं त्यानेच आपल्याला विषारी वायुपेटीत बसवून द्यायचं.'' ते ॲडमच्या समोरच येऊन थांबले आणि त्याच्याकडे पाहिलं. त्यांचा चेहरा रागीट दिसत होता. ''ॲडम, मला आता या सर्वाचा अगदी वीट आला आहे. माझं ऐक ॲडम, मरण्यापेक्षा असं जगणं वाईट आहे.''

''सॅम आजोबा, आपण आता माघार घेऊ शकत नाही.''

''आपण? हे कोण आपण? फास माझ्या मानेभोवती आहे, तुझ्या नाही. स्थगिती मिळाल्यानंतर तू शिकागोला तुझ्या शानदार ऑफिसमध्ये जाऊन बसशील. तुझं सर्व सुरळीत चालू होईल. तुझ्या नावाची सगळीकडे वाहवा होईल, कारण तू माझे प्राण वाचवलेस. वकिलांच्या नियतकालिकात तुझ्या कौतुकासह तुझा फोटो प्रसिद्ध होईल. एका तरुण, तडफदार वकिलानं मिसिसिपी शासनाविरुद्ध, न्यायव्यवस्थेविरुद्ध निकराचा लढा देऊन त्याच्या आजोबांना मरणाच्या दारातून खेचून बाहेर आणलं; पण त्याचे आजोबा कुप्रसिद्ध क्लक्स परिवाराचे सदस्य होते ही गोष्ट अलाहिदा! आणि तुझ्या पक्षकाराला मात्र त्याच छोट्या पिंजऱ्यात परत नेऊन ते डांबतील. जिथे मला मरणाची वाट पाहत दिवस मोजावे लागतील.'' त्यांनी सिगारेट जमिनीवर टाकली आणि ॲडमचे खांदे धरून ते हलवत बोलू लागले. ''हे बघ ॲडम, मी आता या सर्वातून जाणार नाही. त्यामुळे तू आता हे सर्व थांबव, सारं फेकून दे. सर्व न्यायालयांना फोन करून सांग की, मी माझे सर्व अर्ज मागे घेत आहे. मी म्हातारा माणूस आहे. कृपया मला जरा मानाने मरू द्या.''

त्यांचे हात थरथरत होते, त्यांना श्वास घ्यायला कष्ट पडत होते. ॲडम त्यांच्या तेजस्वी निळ्या डोळ्यांतली ठिणगी शोधण्याचा प्रयत्न करत होता. त्यांच्या डोळ्यांच्या खाली काळसर वर्तुळं तयार झाली होती आणि डोळ्यांच्या कोपऱ्यातून एखादा अश्रूंचा थेंब बाहेर पडून गालावरून ओघळून त्यांच्या पिकल्या

केसांच्या दाढीत लुप्त होताना दिसत होता.

त्या दिवशी पहिल्यांदा ॲडमला त्याच्या आजोबांच्या शरीराचा उग्र वास आला होता. तंबाखूच्या दर्पामध्ये शरीरावर कोरड्या झालेल्या घामाचा विचित्र वास त्यांच्या शरीराला येत होता. तरीपण एकदम बाजूला जावं, इतकासुद्धा तो घाण नव्हता. तोच वास सकाळ-संध्याकाळ सुगंधी साबण वापरून अंघोळ करणाऱ्या आणि नेहमी वातानुकूलित खोलीत वावरणाऱ्या माणसाच्या अंगाला जर आला असता, तर तुमची प्रतिक्रिया वेगळी झाली असती. आणखी एकदा श्वास घेतल्यानंतर ॲडमला त्या वासाचं काही वाटेनासं झालं.

''सॅम आजोबा, तुमचा मृत्यू व्हावा, असं मला वाटत नाही.''

सॅम यांनी त्याचे खांदे जरा आणखी जोराने दाबले आणि म्हणाले, ''का तसं वाटतं?''

''कारण, तुम्ही आम्हाला नुकतेच सापडलेले आहात आणि तुम्ही आमचे आजोबा आहात म्हणून.''

सॅम यांनी ॲडमला पुन्हा एकदा न्याहाळलं. मग ते एकदम निश्चिन्त झाल्यासारखे झाले. मग त्यांनी त्याचे खांदे सोडले, एक पाऊल मागे झाले आणि म्हणाले, ''मला तू अशा अवस्थेत शोधून काढलंस, याचं मला फार वाईट वाटतंय रे बाळा!'' डोळे पुसत ते बोलत होते.

''आजोबा, तुम्ही त्याचं वाईट वाटून घेऊ नका.''

''नाही कसं, गोष्ट तशीच आहे. मला वाईट वाटतंय की, मी तुमचा आदर्श आजोबा नाहीये. माझ्याकडे बघ.'' त्यांच्या पायांकडे पाहत ते बोलत होते. ''एक पाजी म्हातारा, तुरुंगाच्या तांबड्या एकसंध कपड्यातला, खुनी गुन्हेगार, ज्याला एखाद्या जनावरासारखा विषारी वायूच्या पेटीत घालून ज्याला मारणार आहेत, असा कैदी आणि दुसरीकडे एक उमदा, उच्चशिक्षित, पुढे उज्ज्वल भवितव्य असलेला वकील. अरे ॲडम, मी कसा रे वाट चुकलो? आणि माझ्याकडून कशा काय या सर्व वाईट गोष्टी घडल्या? मला काय झालं होतं? मी माझं सारं आयुष्य लोकांचा तिरस्कार करण्यात असं का घालवलं? आणि आता बघ, माझी अवस्था काय झालीय ती! माझ्याकडे तुला दाखवायला असं चांगलं काय आहे? तू कोणाचाही तिरस्कार करत नाहीस, तू कोणत्या दिशेने चालला आहेस ते बघ. आपल्या दोघांच्यात तेच रक्त आहे. मग मी असा का इथे?''

सॅम त्यांच्या हातांचे कोपरे गुडघ्यांवर धरून सावकाश खुर्चीत बसले आणि त्यांनी डोळे झाकून घेतले. दोघेही काही क्षण तसेच होते. मध्येच एखाद्या सुरक्षाकर्मीने केलेला एखादा आवाज कानावर यायचा, पण बाकी सर्व शांत शांत होतं.

''तुला माहीत आहे की, अशा प्रकारचा मृत्यू मलाही नकोय ॲडम.'' दोन्ही

मुठी कानशिलावर दाबून धरून सॅम बोलत होते. ''पण मला आता मृत्यूची पर्वा नाही. मी इथेच मरणार आहे, हे फार पूर्वीच ठरलेलं होतं. माझ्या मृत्यूची दखल घेणारं कोणी नाही, हीच धास्तावणारी सर्वांत मोठी खंत माझ्या मनात होती. तो विचार महाभयानक असतो. आपण मरतो आणि कोणीही त्याची पर्वा करत नाही, कोणी रडत नाही, कोणालाही दु:ख होत नाही, दफनक्रियेच्या वेळी कोणी श्रद्धांजली वाहत नाही. ही कल्पना भयानक आहे. मला स्वप्न पडायचं की, माझा मृत्यू झालाय. माझं मृत शरीर एखाद्या कवडीमोल किमतीच्या लाकडी खोक्यात भरून बेवारशी प्रेतांचे अंतिम संस्कार करणाऱ्या एका संस्थेच्या शवागारात पडून आहे आणि माझ्या कलेवराखेरीज तिथे अन्य कोणीही नाही. अगदी डोनीदेखील नाही. आणि त्याच स्वप्नात असंही दिसायचं की, अंतिम संस्कारासाठी चर्चच्या वेदीवर माझं शरीर असलेली पेटी ठेवलेली आहे. धर्मगुरू एकटा मंत्र म्हणतोय. समोरच्या प्रेक्षागारात कोणीही नाही, बसण्यासाठीच्या रांगांच्या रांगा मोकळ्या; पण आता परिस्थिती तशी नाहीये. माझी दखल घ्यायला आता माझं कोणीतरी आहे. माझ्याबद्दल कोणालातरी आपलेपणा वाटतोय. माझ्या मृत्यूमुळे तुला दु:ख होणार आहे, हे मी जाणतो, कारण तुला माझ्याबद्दल प्रेम वाटतंय; काळजी वाटते. जेव्हा दफन होईल, तेव्हा तू तिथे असणार आहेस आणि ते पूर्ण योग्य रीतीने होईल, याची मला खात्री आहे. ॲडम, मी आता मृत्यूसाठी पूर्ण तयार आहे.''

''ठीक आहे आजोबा, मी तुमचा मान नक्कीच राखेन आणि त्या शेवटच्या कटू प्रसंगी मी इथे असणार आहे. त्यामुळे मला दु:ख होणार आहे आणि सर्व झाल्यानंतर आपल्या धर्मात सांगितल्याप्रमाणे अंतिम संस्कार करून मी तुमच्या देहाचं योग्य रीतीनं दफन करणार आहे. मी इथे आहे, तोवर कोणीही तुमच्या बाबतीत ढवळाढवळ करणार नाही, याची दक्षता घेईन; पण कृपा करून तुम्हाला माझ्याजागी आणून माझ्या प्रयत्नांकडे पाहा. माझ्यात जे काही चांगलं आहे, ते अद्याप मला वापरायचंय. आणि मी आत्ता तरुण आहे. माझ्यापुढे तर सारं आयुष्य पडलंय आणि मला नक्कीच काहीतरी करता येतंय, अशी माझी खात्री आहे; तर अशा परिस्थितीत जर तुम्ही मला माझे प्रयत्न सोडायला लावले, तर पुढचं सारं आयुष्य मला त्याची खंत वाटत राहील. त्यामुळे तुम्ही जे काय सांगताय, ते बरोबर नाहीये आजोबा.''

सॅम यांनी हातांची घडी घालून छातीवर धरली आणि ॲडमकडे पाहिलं. त्यांचा फिकट चेहरा शांत दिसत होता, पण डोळे अद्याप ओले होते. ''आपण असं करू या ॲडम,'' ते बोलू लागले. त्यांचा आवाज हळवा झाला होता. त्यातून त्यांना होणाऱ्या वेदना समजत होत्या. ''मी जायला तयार आहे. शेवटच्या तयारीसाठी मला उद्या आणि मंगळवार आहे. मंगळवारच्या रात्री मृत्युदंड अमलात येणार, असं

मी धरून चालतो आणि तू तुझ्या बाजूने तुझे प्रयत्न चालू ठेव. तू जिंकलास तर चांगलंच आहे आणि जर हरलास, तर मी मृत्यूला सामोरं जायला तयारच आहे.''

''म्हणजे तुम्ही सहकार्य करणार ना?''

''नाही. दयायाचनेच्या अर्जाबाबत नाही. यापुढे कसलेही अर्ज किंवा अपिलं करायची नाहीत. त्यासाठी इतर अर्ज, अपिलं पुरेशी आहेत. त्यातल्या दोन अर्जांवर अद्याप निर्णय व्हायचा आहे. यापुढे कोणत्याही अर्जावर मी सही करणार नाही.''

सॅम उभे होते. त्यांचे झिजलेले गुडघे पुढे, मागे, बाजूला होत थरथरत होते. ते दरवाजाशी चालत गेले आणि त्यावर रेलले. मग त्यांनी ''लीचं काय झालं?'' असं प्रेमळ आवाजात विचारलं आणि सिगारेटला हात घातला.

''ती अद्याप व्यसनमुक्ती केंद्रात आहे.'' ॲडमनं खोटंच सांगितलं. खरं काय होतं, हे त्याला सांगून टाकायचं होतं, पण धीर झाला नव्हता. आयुष्यातल्या त्यांच्या शेवटच्या दिवसांत आपण त्यांच्याशी खोटं बोलत होतो, याचं त्याला दुःखही वाटत होतं. मंगळवारच्या आत ती नक्की सापडेल, अशी ॲडमची खात्री होती.

''तुम्हाला तिला भेटायचंय?''

''हो. ती व्यसनमुक्ती केंद्रातून तोपर्यंत बाहेर पडेल?''

''ते अवघड आहे, पण मी प्रयत्न करतो. माझा अंदाज होता, त्यापेक्षा ती फारच बिघडलेल्या स्थितीत आहे.''

''तिला दारूचं व्यसन जडलंय?''

''हो.''

''फक्त दारूचंच ना? अमली पदार्थांचं तर नाही ना?''

''हो, फक्त दारूच; पण हा त्रास तिला गेली खूप वर्षं होतोय, असं तिनेच मला सांगितलं होतं. त्यामुळे व्यसनमुक्ती केंद्रातून येणं-जाणं तिला काही नवीन नाहीये.''

''त्यातून ती बाहेर पडावी, अशी माझी इच्छा आहे. माझ्या मुलांसाठी मी काहीही केलं नाही रे!''

''एक माणूस म्हणून ती अतिशय चांगली व्यक्ती आहे. तिच्या लग्नाच्या बाबतीतही तिला खूप काही सहन करावं लागलं. वयात आल्याआल्या तिचा मुलगा तिला सोडून गेला आणि परतच आलेला नाही.''

''त्याचं नाव वॉल्ट होतं. बरोबर आहे ना?''

''बरोबर.'' ॲडमने उत्तर दिलं. एकूण काय, हा सारा परिवारच दुःखी लोकांचा होता. सॅम आजोबांना त्याच्या नावाबद्दलही खात्री नव्हती.

''त्याचं वय काय असेल रे?''

"मला कल्पना नाहीये, पण माझ्याच वयाचा असेल."

"त्यालापण माझ्याबद्दलची माहिती आहे?"

"मला माहीत नाही. बऱ्याच वर्षांपूर्वी तो घर सोडून गेलाय. तो सध्या ॲम्स्टरडॅममध्ये राहतो."

सॅम यांनी त्यांचा टेबलावरचा कप उचलला आणि त्यातल्या गार कॉफीचे एक-दोन घोट घेतले, "आणि कारमेनचं काय?" त्यांनी विचारलं.

ॲडमने त्याच्या घड्याळाकडे पाहिलं आणि म्हणाला, "तीन तासांनंतर तिला आणायला मी मेम्फिस विमानतळावर जाणार आहे. उद्या सकाळी ती इथे येईल."

"तिच्याबरोबरच्या भेटीची मला फार भीती वाटतेय."

"सॅम आजोबा, तुम्ही पूर्ण निर्धास्त व्हा. मनावर ताण घेऊ नका. ती खरोखर मोठ्या मनाची, चलाख, हुशार आणि रूपवान, गुणी मुलगी आहे. मी तिला तुमच्याबद्दल सर्वकाही सांगितलेलं आहे."

"तू असं का केलंस?"

"कारण तुमच्याबद्दलची सर्व माहिती तिला हवी होती."

"गरीब बिचारी! माझा इथला अवतार कसा असतो, मी कसा दिसतो हे सर्व तू तिला सांगितलंस?"

"आजोबा, तुम्ही त्याबद्दल काळजी करू नका, असं मी तुम्हाला म्हटलं ना! तुम्ही कसे दिसता, याची तिला अजिबात पर्वा नाही."

"मी एखाद्या भयानक जंगली श्वापदासारखा दिसतो, असं तर तू तिला सांगितलेलं नाहीस ना?"

"उलट तुम्ही मोठ्या मनाचे, दिलदार स्वभावाचे आहात. नाजूक, लहानखोर, कानात डूल, वाढलेले केस मागे पोनीटेलसारखे बांधलेले आणि छोट्याशा रबरी सपाता पावलावर चढवून हवेत तरंगल्यासारखे चालता वगैरे, वगैरे गोष्टी मी तिला सांगितल्या आहेत."

"अरे हट! तू माझी चेष्टा करतोस की काय?"

"नाही, नाही. माझी काय शामत आहे तुमची चेष्टा करण्याची? तुम्ही या तुरुंगात सर्वांना हवे हवे असे वाटणारे आजोबा आहात असंही मी...."

"तू खोटं बोलतोयंस. हे सर्वकाही तू तिला सांगितलेलं नाहीस." थोडे गंभीर झाल्यासारखं दाखवत चेहऱ्यावर थोडं हास्य आणून ते म्हणाले. त्यांची नातवंडांवरची माया बोलण्यात जाणवत होती. त्यावर ॲडम हसला. त्यांच्या बोलण्यात त्याला लटकेपणाची झाक दिसली होती, त्यामुळे त्याला हसू आलं होतं. बोलण्यात व्यक्त झालेल्या विनोदामुळे दोघे जणं खुदूखुदू हसत होते. निर्माण झालेल्या प्रसन्न वातावरणाचा काळ दोघांनी लांबवायचा प्रयत्न केला, पण वास्तवाचं भान दोघांना

गंभीर करत होतं. थोड्याच वेळात दोघे टेबलावर शेजारी शेजारी बसले. दोघांच्या डोक्यावरच्या भागातल्या स्थिर हवेत सिगारेटच्या धुराचे ढग तरंगत होते.

बोलायला विषय खूप होते. तरीपण सांगायला खूप काही नव्हतं. वैधानिक तत्त्व आणि त्याच्या आधारावर रचलेले डावपेच, युक्तिवाद यांवर चर्चा करून त्याचा चोथा झालेला होता. कुटुंबाबद्दल बोलणं एका ठरावीक मर्यादेपर्यंतच जाऊ शकत होतं. हवापाण्यावर पाच मिनिटांपेक्षा जास्त वेळ गप्पा झाल्या नव्हत्या आणि जी माणसं माहीत होती, त्यांच्याबद्दल गप्पा मारायच्या म्हटलं, तर पुढचे अडीच दिवसही कमी पडणार होते. गंभीर विषयांबद्दलच्या चर्चा पुढे ढकलल्या. मनाला दुःख देणारे विषय मागल्या बाजूला टाकले. दोन वेळा ॲडमने त्याच्या घड्याळाकडे पाहून त्याला आता निघायला हवं, असं तो म्हणाला होता, पण दोन्ही वेळा सॅमनी आग्रह करून थांबायला लावलं होतं, कारण ॲडम गेल्यानंतर लगेचच तुरुंगाचे कर्मचारी त्यांना त्या छोट्या पिंजऱ्यासारख्या कोठडीत नेऊन टाकणार होते आणि तिथे तापमान शंभर अंश फॅरनहाइट असणार होतं, त्यामुळे ते त्याला 'थांब थांब' असं सांगत होते.

त्या रात्री खूप उशिरा ॲडम कारमेनशी गप्पा मारत बसला होता. ली, लीच्या घरगुती कुरबुरी, तिचा नवरा फेल्प्स, वॉल्टचं घर सोडून जाणं, खटल्यातलं मॅकलिस्टरचं स्थान, वॅन लेटनर, स्फोट करण्यात दोघांचा हात असावा असा संशय या सगळ्या गोष्टी त्याने कारमेनला सांगितल्या. टेबलाच्या कडेवर सॅम आजोबांच्या शेजारी बसल्यावर आजोबांनी त्याच्या गुडघ्यावर प्रेमाने थापट्या मारल्या होत्या, हे तो जन्मभर विसरू शकणार नव्हता, हेही त्याने कारमेनला सांगितलं. त्या वेळी त्यांनी केलेल्या स्पर्शात विलक्षण जादू होती आणि एखाद्या अत्यंत प्रेमळ आजोबांनी त्यांच्या नातवाला अतीव प्रेमाने केलेला तो भावस्पर्श होता, हे त्याने कारमेनला समजावून सांगितलं.

एका रात्रीत कारमेनने खूप काही ऐकलेलं होतं. ती पॅटिओवरच्या दमट वातावरणात ॲडम सांगत असलेली तिच्या वडलांच्या उद्ध्वस्त, दुःखी कुटुंबाची गोष्ट ऐकत चार तास बसलेली होती.

ॲडमने सर्व महत्त्वाच्या घटनांना स्पर्श केला होता, पण फार तपशिलात जाऊन तिचं मन दुःखी केलं नव्हतं. त्यानं ज्यो लिन्कन आणि जमावात भाग घेऊन कृष्णवर्णीयांना अमानुषपणे मारल्याच्या घटनांचा उल्लेख केलेला नव्हता. सॅम हे अतितामसी, रागीट, उग्र स्वभावाचे आणि थोड्याफार हिंसक वृत्तीचे होते आणि त्या गुणांमुळे त्यांनी काही भयानक चुका केल्या आणि त्याचा आता त्यांना पश्चात्ताप होत होता, त्यामुळे त्यांचं अंतःकरण दुःखाने भरलेलं होतं; एवढंच त्याने कारमेनला

सांगितलं. त्यांच्या संबंधातला ॲडमने केलेला व्हिडिओ तिला दाखवावा, असं एकदा त्याला वाटलं, पण तसं करणं चुकीचं होईल, असं त्याला लगेचच वाटलं. एका रात्रीकरता सांगितलेलं आहे, तेवढं पुरे आहे, असं त्यानं ठरवलं. चार आठवड्यात त्याने ज्या गोष्टी ऐकल्या होत्या, त्यातल्या काहींवर विश्वास ठेवणं त्यालासुद्धा कठीण जात होतं. एका बैठकीत तिला त्या सर्व सांगणं हे फार क्रूरपणाचं होणार होतं. त्याच्या बहिणीवर त्याचं नितान्त प्रेम होतं. आणखी सांगायच्या राहिलेल्या गोष्टींकरता पुढे खूप वर्षं पडली होती.

४५

६ ऑगस्ट. सोमवारचे सकाळचे सहा वाजले होते. अजून बेचाळीस तास होते. ॲडम त्याच्या ऑफिसमध्ये गेला आणि त्याने आतून दार लावून घेतलं.

तो सातपर्यंत थांबला आणि नंतर त्याने जॅक्सनमधल्या स्लॅटरी न्यायाधीशांच्या ऑफिसमध्ये फोन केला. फोनला उत्तर मिळालेलं नव्हतंच; पण दुसरा कोणता तरी नंबर देऊन तिथे फोन करा आणि त्यावर तुम्हाला माहिती मिळेल, असं काहीतरी सांगितलं जाईल, अशा उत्तराची त्याला अपेक्षा होती. मानसिक अस्वास्थ्याच्या अर्जावर स्लॅटरी अद्याप काही निर्णय देत नव्हते. ती बाब एखाद्या क्षुल्लक दाव्यासारखी होती, असं ते मानत होते.

त्याने माहिती विभागाला फोन करून स्लॅटरी यांच्या घरचा फोन विचारण्याचा प्रयत्न केला. पण तोही निर्णय त्याने बदलला आणि नऊपर्यंत थांबावं, असं त्यानं ठरवलं.

ॲडमची आदल्या रात्री फक्त तीन तासांचीच झोप झालेली होती. त्याच्या ह्रदयाचे ठोके जलद गतीने चालले होते आणि त्याच्या अशिलाच्या आयुष्याचे फक्त बेचाळीस तास आता बाकी होते आणि काय करावं हे त्याला सुचत नव्हतं. स्लॅटरी साहेबांना आता या बाजूचा किंवा त्या बाजूचा निर्णय घेणं जरुरीचं होतं. त्यांनी अर्ज तसा दाबून ठेवणं, हे ॲडमच्या दृष्टीने परवडण्यासारखं नव्हतं, त्यामुळे पुढच्या अपिलांकरता इतर न्यायालयांकडे धाव घेण्याला बाधा येत होती.

फोन वाजला आणि त्याने तो झटकन उचलला. सॅम यांच्या पूर्वीच्या वकिलानं त्यांना चुकीचं मार्गदर्शन मिळाल्याबाबतचा तो अर्ज पाचव्या मंडल न्यायालयानं अमान्य केला असल्याचं त्या न्यायालयाच्या मुख्य लिपिकाने सांगितलं. अशा प्रकारचा दावा दाखल करण्याची मुदत टळून गेलेली होती. कारण तसा दावा दहा वर्षांपूर्वीच दाखल करायला हवा होता, त्यामुळे न्यायालयाला त्याबाबत विचार करता येत नव्हता, असं पाचव्या मंडल न्यायालयाचं म्हणणं होतं.

''मग तसा निर्णय घ्यायला न्यायालयानं एक आठवडा का लावला?'' ॲडम

विचारत होता. ''इतकी क्षुल्लक बाब असताना असा असमर्थनीय दहा दिवसांचा वेळ घ्यायची गरज नव्हती.''

''मी आत्ताच्या आत्ता तो निर्णय फॅक्सने तुमच्या टेलिफोनवर तुम्हाला पाठवतो.''

''धन्यवाद! मी उगाचच तुम्हाला बोललो. मला माफ करा.''

''संपर्कात राहा मि. हॉल, आम्ही तुमच्या मदतीकरता यापुढे तरी नेटाने प्रयत्न करत राहू.''

ॲडमने फोन जागेवर ठेवला आणि तो कॉफी आणण्यासाठी गेला. डार्लिन साडेसात वाजता आली. आली तेव्हाच ती थकलेली, काळजीने वैतागल्यासारखी दिसत होती. येताना तिने पाचव्या मंडल न्यायालयाने पाठवलेला फॅक्स आणला होता आणि ॲडमच्या सकाळच्या न्याहरीसाठी बेदाणे-मनुका लावलेला पावासारखा बेगल हा प्रकार तिने आणला होता. सॅम यांचं मानसिक स्वास्थ्य चांगलं नाही, त्या सबबीवर त्यांच्या शिक्षेत सूट मिळावी, म्हणून सादर करायचा अर्ज गेले तीन दिवस तयार होऊन युनायटेड स्टेट्सच्या सर्वोच्च न्यायालयात दाखल होण्याची वाट तो पाहत होता. तो अर्ज फॅक्सद्वारे पाठवण्यासंबंधीच्या सूचना ॲडमने डार्लिनला दिल्या. त्या न्यायालयाचे मुख्य लिपिक मि. ओलॅन्डर यांनी डार्लिनला फोन करून असं सांगितलं होतं की, ॲडमने पाठवलेल्या अर्जाच्या प्रतीच्या आधारावर त्यांनी विचारसुद्धा सुरू केला होता. म्हणून खालच्या न्यायालयाने त्या सबबीवरचा अर्ज नामंजूर केल्या केल्या वेळ न दवडता मूळ स्वरूपातला अर्ज फॅक्सने त्याच्या ऑफिसला पाठवावा.

त्यानंतर ॲडमचं डोकं सपाटून दुखत होतं. त्याच्यासाठी डार्लिनने दोन ॲस्पिरीनच्या गोळ्या आणि पाणी आणलं. ॲडमने केहॉल प्रकरणाची जाड झालेली फाइल त्याच्या ब्रीफकेसमध्ये भरली आणि त्याच वेळी तिला काही सूचना दिल्या.

त्या वेळी क्रॅव्हिट्झ आणि बेन कंपनीचं मेम्फिसचं ऑफिस तो बहुतेक परत न येण्यासाठीच सोडून जात होता.

दोन्ही बाजूनं कैद्यांच्या कोठड्यांच्या दोन ओळींसमोर जाण्यायेण्यासाठी एक अरुंद पॅसेजसारखा भाग होता. त्या भागात प्रवेश करण्यासाठीचं दार उघडेपर्यंत कर्नल न्यूजंट अधीरतेने थांबून होते आणि त्यांच्यामागे मृत्युशिक्षा अमलात आणणाऱ्या कर्मचाऱ्यांचा गट उभा होता. 'अ' ओळीतल्या कोठड्यांमध्ये शांतता होती. न्यूजंट आणि त्यांचे सहकारी एखाद्या गुप्त पोलिसांच्या तुकडीसारखे तिथे दाखल झालेले होते. या तुकडीमध्ये आठ बलदंड कर्मचारी होते. त्यांच्यातले चौघे गणवेशात होते आणि चौघे साध्या कपड्यात होते. हे सर्व सॅम यांच्या सहा क्रमांकाच्या कोठडीसमोर येऊन उभे राहिले. सॅम त्यांच्या पलंगावर आडवे होऊन काही वाचत होते. इतर

कोठड्यांतले कैदी त्यांच्या त्यांच्या जाळींशी येऊन काय चाललं होतं, ते पाहत होते, ऐकत होते.

''सॅम, तुम्हाला आता निरीक्षणाच्या खोलीत नेऊन ठेवण्याची वेळ आलेली आहे.'' न्यूजंट यांना ते सांगताना अतीव दुःख होत होतं, असं दिसत होतं. त्यांच्यामागे भिंतीलगत त्यांच्याबरोबर आलेले सहकारी एका ओळीत उभे होते. त्या भिंतीत वरच्या भागात खिडक्या होत्या. सॅम पलंगावरून उठून जाळीशी आले आणि त्यांनी न्यूजंट यांच्याकडे जरा निरखून पाहिलं आणि विचारलं, ''का?''

''कारण तसा नियम आहे म्हणून.''

''आठ खोल्यांच्या पलीकडे मला हलवण्यात काय हशील आहे? त्याचा उद्देश काय आहे?''

''नियमांच्या पुस्तकात तसं लिहिलं आहे म्हणून.''

''म्हणजे तुमच्याकडे सांगायला योग्य कारण नाहीये तर! आहे?''

''मला ते सांगायची जरूर वाटत नाही, तुम्ही उलटे फिरा.''

सॅम त्यांच्या कोठडीतल्या मोरीशी गेले आणि ते तिथेच बराच वेळ दात घासत बसले. त्यानंतर शौचकुपाशी जाऊन उभे राहिले आणि लघवी केली. त्यानंतर त्यांनी त्यांचे हात धुतले. इकडे बाहेर न्यूजंट यांचा चमू ते सर्व पाहत होता. न्यूजंट रागाने फणफणत होते. मग सॅम यांनी एक सिगारेट पेटवली, दातांच्यामध्ये धरली आणि जाळीशी येऊन जाळीशी पाठ केली आणि जाळीच्या मोठ्या आडव्या जागेतून त्यांचे दोन्ही हात बाहेर काढून त्यांच्यापुढे धरले. न्यूजंट यांनी त्यावर बेड्या चढवल्या आणि ओळीच्या शेवटाला असलेल्या कोठडीचं दार उघडण्याची त्यांच्या कर्मचाऱ्यांपैकी एकाला खूण केली. सॅम यांच्या कोठडीचं कुलूप एका कर्मचाऱ्यानं काढलं आणि सॅम बाहेर आले. थोडं मागे होऊन, उजव्या बाजूला नजर टाकून त्यांनी गलीटकडे पाहून मान हलवली. तो घाबरून जाऊन रडण्याच्या बेतात आला होता. त्यानंतर त्यांनी हेन्शॉकडे पाहून एक डोळा मिचकावला.

न्यूजंट यांनी सॅम यांच्या हाताला धरून त्यांना त्या पॅसेजच्या शेवटाला नेलं. वाटेत ते गलीट, लॉईड ईटन, स्टॉक टर्नर, हॅरी स्कॉट, बडी हॅरीस आणि शेवटी प्रवचनकार तरुण मुलाच्या कोठड्यांसमोरून गेले. प्रवचनकार करणारा तरुण मुलगा पलंगावर चेहरा खाली धरून रडत होता.

कैद्यांच्या कोठड्या असलेल्या दोन्ही रांगांच्या दोन्ही बाजूंना उभ्या-आडव्या गजांच्या भक्कम जाळ्यांच्या भिंती होत्या. त्यात जाण्या-येण्यासाठीचे भक्कम लोखंडी दरवाजे होते. सॅम यांना वेगळं ठेवण्याच्या कोठडीजवळच्या या गजांच्या भिंतीपलीकडे उभं राहून न्यूजंट यांचे कर्मचारी हे सर्व पाहत होते. त्यांच्या मागच्या बाजूला एक अरुंद पॅसेजसारखा रस्ता होता. त्या रस्त्यानं वेगळं ठेवण्याच्या

खोलीत जाता येत होतं. या खोलीलगतच्या खोलीतच विषारी वायुपेटी ठेवलेली होती.

मृत्यू घडवून आणणाऱ्या खोलीपासून अठ्ठेचाळीस फूट अंतरावरच्या खोलीत सॅम यांना नेत होते. ते पॅसेजच्या भिंतीला रेलून उभे राहून सिगारेट ओढत होते आणि घडणाऱ्या गोष्टी शांतपणे पाहत होते. काम करणारे केवळ उपचार म्हणून काम करत होते; कोणीही मनापासून सहभागी नव्हतं.

न्यूजंट परत चालत कोठडी क्र. ६शी गेले आणि त्यांनी खेकसतच, ''आत जा आणि त्यांच्या वस्तू गोळा करा.'' असा कर्मचाऱ्यांना हुकूम केला. चार सुरक्षाकर्मी त्या कोठडीत गेले आणि त्यांनी वस्तू गोळा करायला सुरुवात केली. पुस्तकं, टाईपरायटर, पंखा, टेलिव्हिजन, कंगवा, साबण, दात घासायचा ब्रश-पेस्ट आणि कपडे इत्यादी वस्तू संसर्गरोग झालेल्या रुग्णाच्या वस्तूंसारखे हातात धरून निरीक्षणासाठी ठेवण्याच्या कोठडीत घेऊन आले. गादी-सतरंजांची एक वळकटी केली. हे सर्व करत असताना एका गलेलठ्ठ रखवालदाराचा पाय चादरीवर असताना दुसऱ्याने ती ओढली आणि त्यामुळे ती फाटली.

अचानकपणे अशा काही गोष्टी घडायला लागलेल्या पाहून इतर कोठड्यांतले कैदी भांबावून गेले आणि दु:खी होऊन त्या दिशेने पाहायला लागले. छोट्या-छोट्या कोठड्या इतक्या दाटीदाटीने बसवल्या होत्या की, जणूकाही ते कातडीवरचे एकावरचे एक असे थरच होते. त्यामुळे कोणी एका कोठडीतल्या कैद्याला जरी निष्ठुरपणे वागवायला लागले, तर सर्वांना वेदना व्हायच्या. सॅम यांच्या बाबतीत घडत असणाऱ्या गोष्टी त्यांच्या बाबतीतही घडू शकणार होत्या. मृत्युशिक्षा अमलात येण्याचं वास्तव त्यांना आता जाणवत होतं.

कोठड्यांच्या परिसरात होणारे लोखंडी दरवाजांच्या कड्या घालण्या-काढण्याचे आवाज त्यांच्या कानावर येत होते. कारवाई अमलात आणणाऱ्या कर्मचाऱ्यांचे आपापसात रुक्षपणे बोलण्याचे आवाज ते ऐकत होते. दूरवरचा लोखंडी दरवाजा उघडल्या-बंद केल्याचा आवाज गेल्या आठवड्यापूर्वी क्वचितच ऐकू यायचा, पण आज येणाऱ्या आवाजानं त्यांच्या शरीरांना कापरं फुटत होतं.

सॅम यांची कोठडी क्र. ६ पूर्णपणे साफ होईपर्यंत कर्मचारी तिथून सामानांची ने-आण करत होते. हे सामान हलवण्याचं काम लवकर संपलं. सॅम यांना हलवलेल्या खोलीत त्यांचं सामान त्यांनी नेऊन टाकलं. नीट लावणं वगैरे दूरच.

आठ जणांपैकी कोणाही 'रो' या तुरुंगात पूर्वी कधीही काम केलेलं नव्हतं. नैपेह यांनी पूर्वी एक नियमावली तयार केलेली होती. त्यात मृत्युशिक्षा अमलात आणण्याच्या कारवाईसाठी पूर्णपणे नवीन कर्मचारी वापरायचे, असा एक नियम लिहिलेला होता आणि हे कर्मचारी शासनाच्या इतर तुरुंग, पोलीस खात्याशी संबंध

नसलेल्या खात्यातून मागवायचे, अशीही उपसूचना लिहिलेली होती. या कारवाईत भाग घेण्यासाठी शासनाच्या इतर खात्यांतून एकतीस कर्मचाऱ्यांनी इच्छा व्यक्त केली होती. त्यांपैकी चांगल्यातले चांगले न्यूजंट यांनी निवडले होते.

''सर्व आत ठेवलं?'' न्यूजंट यांनी त्यांच्या माणसांना विचारलं.

''होय साहेब.''

''ठीक आहे.'' आणि नंतर सॅम यांच्याकडे पाहून म्हणाले, ''सॅम, हे सर्व तुमचं सामान या खोलीत आणलंय. सर्व सामान बरोबर आलंय ना?''

''हो. आलंय.'' छद्मी हास्य आणि तुच्छतेचा भाव चेहऱ्यावर आणून सॅम म्हणाले आणि त्यांनी कोठडीत प्रवेश केला.

न्यूजंट यांनी पॅसेजच्या दुसऱ्या टोकाकडे पाहून खूण केली आणि तिथला दरवाजा बंद झाला. सॅम यांच्या कोठडीच्या बाहेरच्या बाजूने न्यूजंट उभे राहिले. जाळीच्या आडव्या गजाला धरून आत सॅमकडे पाहत गंभीरपणे म्हणाले, ''हे बघा सॅम,'' त्या वेळी सॅम कोठडीच्या भिंतीवर त्यांच्या पाठीचा कणा टेकवून रेलून उभे होते आणि न्यूजंट यांच्याकडे न पाहता तिसरीकडेच पाहत होते. ''तुम्हाला काही हवं असेल, तर आम्ही ते इथे आणून देऊ. तुमच्यावर चांगलं लक्ष ठेवता यावं, म्हणून आम्ही तुम्हाला या खोलीत आणलंय. तुम्हाला आत्ता काही हवंय का?''

सॅम अजूनही तिसरीकडेच पाहत होते. न्यूजंटकडे त्यांचं पूर्ण दुर्लक्ष होतं.

''ठीक आहे.'' असं म्हणून न्यूजंट तेथून मागे झाले. त्यांच्या माणसांकडे पाहत, ''चला जाऊ.'' असं म्हणाले.

सॅम यांच्या नव्या कोठडीपासून तुरुंगातून बाहेर पडण्याचं दार केवळ दहा फुटांवर होतं, ते न्यूजंटनी उघडलं. त्यामधून मृत्युशिक्षा कर्मचारी बाहेर गेले. सॅम त्यांच्या कोठडीत उभे होते. बाहेरच्या बाजूला न्यूजंट उभे राहिले. पॅसेजच्या दोन्ही बाजूंना त्यांनी नजर टाकली आणि मग ते बाहेर जाऊ लागले.

''अरे ए न्यूजंट, या हातावरच्या बेड्या कधी काढणार?'' सॅम एकदम मोठ्याने ओरडले. न्यूजंट जागच्या जागी थिजले. कारवाई चमूसुद्धा होता तिथेच उभा राहिला. ''अरे मूर्खांनो,'' न्यूजंट माघारी आले. त्यांनी किल्ल्या शोधण्यासाठी खिसे चाचपणं सुरू केलं. इकडे कोठड्यांतून हास्याचे फवारे उडू लागले आणि एका मिनिटातच त्याचं रूपांतर टर उडविणाऱ्या आरोळ्यांत झालं. ''तुम्ही मला बेड्यांत अडकवून कोठडीत डांबून ठेवू शकत नाही.'' समोरच्या पॅसेजकडे तोंड करून सर्व कैद्यांना ऐकू जाईल, अशा तऱ्हेने सॅम ओरडले होते.

न्यूजंट सॅम यांच्या जाळीसमोर येऊन, उभे राहून दातओठ खात शिव्या देत किल्ल्या शोधत होते. शेवटी एकदाची किल्ली सापडली. आत सॅम यांच्याकडे पाहून त्यांना म्हणाले, ''उलटं फिरा.''

"अनाडी गाढवं साली!" जाळीतून दोन फुटांवर असलेल्या त्या सर्वांच्या लाल तोंडांकडे पाहत सॅम ओरडले. हास्यकल्लोळाच्या आवाजाची पातळी आणखी वाढली. "आणि माझी शिक्षा अमलात आणण्याच्या कारवाईचा तू स्वत:ला मुख्य म्हणवतोस?" त्या भागातल्या सर्व कैद्यांना ऐकू जावं, या उद्देशाने मुद्दाम मोठ्या आवाजात सॅम बोलत होते. "अरे, मला विषारी पेटीत घालायच्या ऐवजी तू तुला स्वत:लाच पेटीत बसवून घेशील."

"असलं काही बोलू नका." न्यूजंट रागाने म्हणाले, "तुम्ही आता उलटे फिरा."

हॅन्क हेन्शॉ किंवा हॅरी स्कॉट तिकडून ओरडला, "ए बार्नी फाईफ." आणि त्याच क्षणी सर्व कोठड्यांतून हास्य, आरोळ्यांचं उधाण माजलं, "बार्नी फाईफ, बार्नी फाईफ, बार्नी फाईफ."

(१९६० ते १९६८ मध्ये युनायटेट स्टेट्समध्ये अतिशय लोकप्रिय झालेल्या टि.व्ही. सिरीयलमधल्या ही एका वेंधळ्या पोलीस अधिकाऱ्याची व्यक्तिरेखा आहे.)

"गप्प बसा! सर्व जण एकदम गप्प!" न्यूजंट ओरडले.

"बार्नी फाईफ, बार्नी फाईफ."

"गप्प बसा."

शेवटी एकदाचे सॅम उलटे फिरले. गजांच्या जाळीच्या आडव्या मोकळ्या भागांतून हात बाहेर काढले, हातकड्या काढल्या आणि कर्नल वेळ न दवडता तेथून घाईघाईने बाहेर पडले.

"बार्नी फाईफ, बार्नी फाईफ, बार्नी फाईफ." सर्व जण एकसुरात, एका पट्टीत ओरडत होते.

सॅमच्या बाजूच्या जाळीतला दरवाजा बंद झाला आणि तत्क्षणी कैद्यांचं ओरडणं बंद झालं, हास्य थांबलं, हळूहळू जाळ्यांतून हात आत गेले.

सॅम पॅसेजकडे तोंड करून उभे होते. कोठड्यांच्या रांगांच्या पुढे गजांच्या जाळीपलीकडे दोन पहारेकरी त्यांच्याकडे पाहत होते. त्यांच्यावर जागता पहारा ठेवण्याचंच काम त्यांच्यावर होतं. सॅमही त्यांच्याकडे पाहत होते. नवीन कोठडीत त्यांचं बस्तान बसवण्यात आलं. बस्तान म्हणजे पंख्याचा प्लग, टि.व्ही.चा प्लग लावणं, पुस्तकं ओळीत लावणं, हात धुणं, दात घासणं, यासाठी लागणाऱ्या वस्तूंची जुळवाजुळव, शौचकुपात, बेसिनला पाणी येत आहे की नाही हे पाहणं, यात त्यांचा थोडा वेळ गेला. ते पलंगावर बसले आणि त्यांचं फाटलेल्या चादरीकडे लक्ष गेलं.

या तुरुंगातली ही त्यांचा चौथी कोठडी होती आणि शक्यता अशी होती की,

ही कोठडी ते फार कमी काळ वापरणार होते. त्यांना पहिल्या दोन कोठड्या आठवल्या. त्यातल्या त्यात दुसरी, 'ब' रांगेतली. तिथे त्यांचा अगदी जवळचा मित्र बस्टर मोअॅक त्यांच्या शेजारच्याच कोठडीत होता. एके दिवशी हे लोक आले आणि त्यांनी त्याला निरीक्षण करण्याच्या कोठडीत नेऊन ठेवलं. त्यानं आत्महत्या करू नये, म्हणून ते चोवीस तास त्याच्यावर लक्ष ठेवून बसले होते. बस्टरला नेलं, तेव्हा सॅम यांना रडू फुटलं होतं.

ज्या कैद्याला निरीक्षणाच्या कोठडीत नेऊन ठेवतात, त्या प्रत्येकाला पुढच्या थांब्यावर नेलं होतंच आणि पुढचा थांबा शेवटचा होता.

गव्हर्नरसाहेबांच्या ऑफिसमधल्या त्या भव्यदिव्य, दिमाखदार स्वागतकक्षामध्ये त्या दिवशीचे सर्वात पहिले पाहुणे गार्नर गुडमन होते. त्यांनी अभ्यागतांच्या वहीमध्ये त्यांच्या नावाची नोंद केली, स्वागतिकेशी आपलेपणाने चार शब्द बोलले आणि "गव्हर्नरसाहेबांना मला भेटायचं आहे, तर मला भेटायला त्यांना वेळ आहे का?" हे विचारायला सांगितलं. ती काहीतरी सांगणार, तेवढ्यात तिच्या पुढ्यातला फोन वाजला. तिनं बटन दाबलं. तिच्या चेहऱ्यावर असंतोषाचा भाव आला. तिनं फोनवरचं बोलणं ऐकलं, गुडमन यांच्याकडे पाहून कपाळावर आठ्या आणल्या. त्या वेळी गुडमन तिसरीकडेच पाहत होते. मग तिनं फोन करणाऱ्यांचे आभार मानले. "ही माणसं म्हणजे!" तिने उसासा सोडला. "काय म्हणालात?" एखाद्या निष्पाप मुलासारखं गुडमन यांनी विचारलं.

"तुमच्या पक्षकाराच्या शिक्षेबाबत फोन करणाऱ्यांनी आम्हाला भंडावून सोडलंय."

"लोकांच्या भावनांना हात घालणारी ती बाब आहे, असं दिसतंय की या भागातल्या सर्वच लोकांना मृत्युशिक्षा चालू राहावी, असं वाटत नाही बहुतेक."

"नाही नाही, हा फोन त्या प्रकारचा नाहीये." आलेला फोन नंबर एका गुलाबी कागदावर लिहिता लिहिता ती बोलत होती. "बहुतेक सर्व फोन मृत्युशिक्षा विरोधातलेच आहेत."

"असं म्हणताय? ही तर आश्चर्याचीच गोष्ट आहे!"

"मिस. स्टार्क यांना तुम्ही आल्याचं मी कळवते."

"धन्यवाद!" असं म्हणून हॉलमधल्या त्यांच्या नेहमीच्या खुर्चीत जाऊन ते बसले. त्यांनी त्या दिवसाच्या सकाळच्या वर्तमानपत्रातल्या बातम्यांवर पुन्हा एकदा नजर टाकली. ट्युपोलोच्या एका दैनिकाने सॅम केहॉल यांची मृत्युशिक्षा अमलात आणण्याच्या मुद्द्यावर विविध व्यक्तींना फोन करून लोकमताचा आढावा घेणं सुरू करून एक चूक केलेली होती. या पत्रानं पहिल्या पानावरच एक फुकट फोन करण्याचा नंबर छापून लोकांना त्यांचं मत कळविण्याचं आवाहन केलं होतं. गुडमन

आणि त्यांच्याच चमूने त्या फोनवर एकामागून एक असे फोन करून त्या आठवड्याच्या शेवटाला त्यांना जेरीला आणलं होतं. सोमवारच्या पत्रात त्यांनी निकाल प्रसिद्ध केला, तो धक्का देणारा निघाला. एकूण तीनशे वीस फोनपैकी तीनशे दोन मृत्युशिक्षा अमलात आणण्याच्या विरोधातले होते. गुडमननी वर्तमानपत्राकडे पाहिलं आणि त्यांना हसू आलं.

तिथून अगदी जवळच गव्हर्नर साहेब त्यांच्या आयताकृती टेबलाच्या टोकाशी खुर्चीत बसून तेच वर्तमानपत्र चाळत होते. त्यांचा चेहरा त्रासिक झाला. डोळे दुःखी झाले आणि काळजीने भरले.

मोना स्टार्क तिकडून संगमरवरी फरशीवरून चालत त्यांच्यासाठी कॉफी घेऊन आली.

''गार्नर गुडमन आलेले आहेत. हॉलमध्ये थांबलेले आहेत.'' मोनाने सांगितलं.

''त्यांना थांबू द्या.''

''आपल्या थेट टेलिफोनसेवेवर सारखे फोन येतायंत.''

मॅकलिस्टर यांनी त्यांच्या हातावरच्या घड्याळाकडे पाहिलं. नऊला अकरा मिनिटं कमी होती. पंजाच्या बोटाच्या मागच्या उंचवट्यानी त्यांनी हनुवटी खाजवली. शनिवारी दुपारी तीन वाजल्यापासून रविवारी संध्याकाळी पाच वाजेपर्यंत गव्हर्नर साहेबांनी त्यांच्या मतदारसंघातल्या मतदारांना फोन करून राज्यात मृत्युशिक्षा असावी की नसावी, याबद्दलची मतं विचारली होती. तर त्यांच्यापैकी अठ्याहत्तर टक्के मतदारांनी मृत्युशिक्षा असावी, असं मत दर्शविलं होतं. अर्थात ते आश्चर्यकारक नव्हतं, पण त्याच गणतीमध्ये एक्कावन्न टक्के लोकांनी केहॉल यांची शिक्षा मात्र अमलात आणू नये, असंही मत दर्शवलं होतं. त्यासाठी व्यक्त केलेली कारणं वेगवेगळी होती. बऱ्याच जणांचं मत ते वृद्ध असल्याने त्यांची मृत्युशिक्षा अमलात आणू नये, असं होतं. तेवीस वर्षांपूर्वी त्यांच्या हातून तो गुन्हा घडलेला होता. काही झालं, तरी पार्चमनच्या तुरुंगात ते तसे फार काळ काही जिवंत राहू शकणार नव्हते, त्यामुळे त्यांना तसंच मरू द्यावं, असं काहींचं मत होतं. त्यांच्या मृत्युशिक्षेचं राजकारण केलं जात होतं आणि त्याखेरीज ते श्वेतवर्णीय होते आणि लोकांकडे जाऊन मतांचा आढावा घेणाऱ्या मॅकलिस्टर यांच्या अनुयायानंतर तो मुद्दा फारच महत्त्वाचा वाटत होता.

ती एक चांगली बातमी होती. वर्तमानपत्राच्या बाजूला कॉम्प्युटरने छापलेला एक कागद होता. त्यात एक वाईट बातमी होती. थेट टेलिफोन सेवेसाठी एक कर्मचारी नेमलेला होता. त्याने दोनशे एकतीस टेलिफोन शनिवारी घेतलेले होते आणि रविवारी एकशे ऐंशी, म्हणजे एकूण चारशे अकरा. त्यातले पंचाण्णवपेक्षा जास्त टक्के मृत्युशिक्षा अमलात आणू नये, असं सांगणाऱ्यांचे होते. शुक्रवार

सकाळपासून थेट टेलिफोन सेवेने सॅम यांच्या संबंधातले अधिकृतरीत्या आठशे सत्याण्णव टेलिफोन घेतले होते आणि त्यातले नव्वद टक्केपेक्षा अधिक त्यांची शिक्षा अमलात आणण्याविरुद्ध असणाऱ्यांचे होते आणि थेट टेलिफोनसेवा अजूनही फोन घेतच होती.

त्याखेरीज शासनाच्या आणखी काही स्थानिक कचेऱ्यांतही टेलिफोन येत होते. सर्वच्या सर्व फोन सॅम यांची शिक्षा अमलात आणू नये, असं सांगणारे होते. आदल्या आठवड्याच्या शेवटी जो फोनचा पूर आला होता, त्याबद्दल चर्चा केल्यानंतरच सेवकवर्ग परत सोमवारच्या कामाला सुरुवात करत होता. रॉक्सबर्ग यांच्याकडेही असाच टेलिफोनवर येणाऱ्या निवेदनांचा पूर आला होता. गव्हर्नरसाहेब तर यापूर्वीच कंटाळून गेले होते. ''आज सकाळी दहा वाजता आपण कोणालातरी वेळ दिलेली होती ना?'' मोनाकडे पाहत त्यांनी विचारलं.

''बालवीरसमूहाबरोबर एक बैठक आहे.''

''ती रद्द कर. त्याबद्दलची माझी दिलगिरी व्यक्त कर आणि पुढे कधीतरी ती ठेव. आज सकाळी मी कुठल्याही फोटोसाठी उभा राहायला तयार नाही. मी आज इथेच थांबून राहणार आहे. बरं. दुपारच्या जेवणाचं काय?''

''सिनेटर प्रेसग्रोव्ह यांच्याबरोबर दुपारचं जेवण आहे. शासनाने विद्यापीठाविरुद्ध जे दावे लावलेले आहेत, त्याबद्दल चर्चा करायची आहे.''

''प्रेसग्रोव्ह यांच्याबरोबर आज मला नीट चर्चा करता येणार नाही. ती चर्चासुद्धा रद्द कर आणि माझ्यासाठी दुपारच्या खाण्यासाठी चिकन वगैरे काहीतरी मागव आणि मी गुडमन यांना बसवून ठेव, असं म्हणालो होतो; पण त्यांना आत्ता आत पाठव.''

ती बाहेर गेली आणि एका मिनिटातच गुडमन यांना घेऊन आत आली. मॅकलिस्टर खिडकीशी उभे होते. शहराच्या जुन्या भागातल्या इमारती न्याहाळत होते. गुडमन आल्याआल्या त्यांनी गुडमनकडे पाहिलं आणि म्हणाले, ''या गुडमनसाहेब, या.'' गव्हर्नरसाहेबांच्या चेहऱ्यावर कंटाळा दिसत होता. त्यांनी उसनं हसू आणण्याचा प्रयत्न केला. दोघांनी हस्तांदोलन केलं आणि दोघे आपापल्या जागांवर बसले. रविवारी दुपारनंतर गुडमन यांनी त्यांच्या पक्षकाराचा दयाअर्ज करण्यास जोरदार विरोध होता, या कारणास्तव त्याबद्दलचं सत्र सोमवारी सकाळी ठेवलं होतं, ते रद्द करण्याबद्दल लेखी अर्ज लारा मोअर यांच्याकडे दिला होता.

''त्यांना अजूनही दयाअर्ज करायचा नाही?'' गव्हर्नरांनी आणखी एकदा उसनं हसू चेहऱ्यावर आणून विचारलं.

''आमचे पक्षकार त्याला नाही म्हणतात. त्यांना आणखी काहीही सांगायचं नाही, असं ते म्हणतात. त्यांनी तयार व्हावं, म्हणून आम्ही खूप प्रयत्न केले.''

मोनाने गुडमन यांच्यासमोर कॉफीचा एक कप आणून ठेवला.

"तो अतिशय गरम डोक्याचा माणूस आहे आणि नेहमीच तो तसा वागत आलेला आहे. सध्या त्यांच्या अपिलांची, अर्जांची स्थिती काय आहे?" मॅकलिस्टर यांचं बोलणं मनापासूनचं वाटत होतं.

"अपेक्षेप्रमाणे प्रगती आहे."

"गुडमनसाहेब, यापूर्वी तुम्ही यातून गेलेले आहात. माझी ही पहिलीच वेळ आहे. आत्ता या क्षणाला तुम्ही काय अंदाज बांधाल?"

गुडमन यांनी त्यांची कॉफी जरा ढवळली, गव्हर्नरांनी केलेल्या प्रश्नावर जरा विचार केला. या टप्प्यावर त्यांच्याशी प्रामाणिक असण्यात काही धोका नव्हता. "मी त्यांच्या वकिलांपैकी एक आहे, त्यामुळे माझे त्याच्याबाबतीतले विचार नेहमीच आशादायी असणार आणि आमच्या हिताचा निर्णय होईल, अशी शक्यता सत्तर टक्के आहे, असं मी म्हणेन."

गव्हर्नरांनी त्यावर विचार केला. भिंतीपलीकडून वाजणाऱ्या टेलिफोनच्या घंटा त्यांच्या कानावर येत होत्या. त्यांच्या कर्मचाऱ्यांचा संयम सुटायची वेळ आलेली होती. "गुडमन, मला काय हवं आहे, हे तुम्हाला माहीत आहे?" त्यांनी प्रामाणिकपणे विचारलं.

'हो. तुम्हाला जे फोन येत आहेत, ते थांबले पाहिजेत.' गुडमन यांच्या डोक्यातला हा विचार. पण त्यांनी प्रत्यक्षात त्यांनी विचारलं, "काय?"

"अहो, मला ॲडमशी बोलायचंय. कुठे आहे तो?"

"एक तासापूर्वी तो पार्चमन इथे असताना मी त्याच्याशी बोललो होतो."

"तो आज इथे येऊ शकेल?"

"हो. दुपारी तो जॅक्सनला येणार आहे, असं म्हणाला होता."

"मग मी त्याच्यासाठी इथे थांबतो."

गुडमन यांनी ओठाशी आलेलं हसू दाबलं. 'कदाचिच धरणाच्या भिंतीला एकतरी भोक पडलं म्हणायचं.' विचित्रपणे का होईना, पण निराळ्याच एका आघाडीवर थोडी आशा वाटण्याची शक्यता झाली होती.

सहा आडव्या रस्त्यांपलीकडे मध्यवर्ती सरकारच्या न्यायालयाचे न्यायमूर्ती माननीय एफ. फ्लीन स्लॅटरी यांचं ऑफिस होतं. त्यांच्या हाताखालचे अधिकारी मि. ब्रेक जे. फर्सन हे त्यांच्या ऑफिसमध्ये आले, त्या वेळी स्लॅटरी फोनवर बोलत होते. त्यांच्या टेबलावर बऱ्याच दाव्यांची बाडं होती. त्याशेजारी ब्रेक यांनी आणखी काही कागद ठेवले.

"हे काय आहे?" हातातला फोन जागेवर ठेवत स्लॅटरी जवळजवळ त्यांच्यावर खेकसलेच.

''आपल्याला सॅम यांच्याबाबत थोडं बोलायला हवं.'' ब्रेक गंभीरपणे म्हणाले. ''मानसिकदृष्ट्या ते सक्षम नाहीत, असा अर्ज आपल्यापुढे आलेला आहे.''

''तो फेटाळून लावा आणि तुम्ही आता जा. मी खूप कामात आहे. पाचव्या मंडल न्यायालयात त्यांना तो अर्ज नेऊन द्यायला सांगा. माझ्याकडे तो पडून राहायला नको.''

ब्रेक अडचणीत सापडल्यासारखे दिसले, त्यामुळे ते अगदी सावकाश बोलायला लागले.

''पण त्याखेरीज आणखीही असं काही आहे की, तुम्ही ते पाहणं जरूर आहे साहेब.''

''बरं. काय आहे ते आण माझ्यापुढे.''

''त्यांच्या त्या अर्जात अगदीच काही तथ्य नाही, असं नाहीये साहेब.''

स्लॅटरींचा चेहरा पडला आणि खांदे उतरले. ते म्हणाले, ''अरे, असं कसं असेल? काय आहे तो अर्ज? आपल्यापुढे बोर्डावर एक दावा पुढच्या अर्ध्या तासात येतोय, त्यासाठी नेमलेली न्याय करणारी समिती थांबून राहिली आहे.''

एमोरी विधी महाविद्यालयातला दुसऱ्या क्रमांकाचा हुशार विद्यार्थी म्हणून ब्रेक जेफरसन प्रसिद्ध होता. स्लॅटरी यांचा त्याच्या कायदेविषयक ज्ञानावर पूर्ण भरवसा होता. ''मिसिसिपी राज्यातला कायदासंबंधातला उदार दृष्टिकोन लक्षात घेतला, तर त्यांचा पक्षकार वृद्धापकाळामुळे निर्माण होणाऱ्या मानसिक अस्वास्थ्यामुळे मृत्युशिक्षा देण्यामागचा उद्देश, दृष्टिकोन किंवा त्याचं गांभीर्य समजण्याच्या स्थितीत नाहीये, असा जो दावा त्यांनी केलेला आहे त्यावर योग्य ती चर्चा केल्याशिवाय तो फेटाळून लावता येणार नाही.''

''तो पक्षकार विचित्र स्वभावाचा आहे, हे सर्व लोक जाणतात. पण म्हणजे तो वेडा आहे, असं म्हणता येणार नाही.''

''त्यांच्याकडे मानसशास्त्रातला एक तज्ज्ञ आहे, तो साक्ष द्यायला तयार आहे. त्याकडे दुर्लक्ष करून चालणार नाही.''

''बरं, आण तो अर्ज. पाहू काय करता येतं ते.'' साहेबांनी त्यांचं कपाळ बोटांनी जरा चेपलं.

''आणि इथे येऊन बस. मला अर्ज नीट पाहू दे.''

* * *

तुरुंगाच्या दिशेनं मोटारीनं जात असताना ॲडम बोलत होता. ''आता थोडंच अंतर राहिलं आहे. तुझं काम कसं चाललं आहे?'' मेम्फिस सोडल्यापासून कारमेन विशेष काही बोलली नव्हती. मिसिसिपी राज्यातला हा तिचा पहिला मोटारीचा प्रवास होता. त्यात हा अवाढव्य प्रदेश, कापूस आणि द्विदल धान्याची मैलोन्मैल

पसरलेली शेती आणि त्यात इतमामाने डोलणारी पिकं. त्यावर हेलिकॉफ्टरने औषधी फवारे मारणं चाललं होतं. त्याने तर ती आश्चर्यतचकितच झाली. मधूनमधून गरिबांच्या वाड्या पाहून ती दु:खी होत होती. सॅमच्या बाबतीत जे घडत होतं, जे घडलं होतं, त्याबाबत "मला फार वाईट वाटतंय." असं तिने कबूल केलं आणि ती ते पुन:पुन्हा सांगत होती. बर्कली आणि शिकागोबद्दल आणि पुढील आयुष्यातल्या योजनांबद्दल त्यांच्यात जुजबी बोलणं झालं. त्यांच्या आई-वडलांबद्दल ते काहीही बोलले नव्हते. सॅम आणि त्यांचं कुटुंब यांकडे तर त्यांनी दुर्लक्ष केलं होतं.

"त्यांनाही वाईट वाटतंय."

"हे विचित्रच आहे नाही ॲडम की, आपण आपल्या आजोबांना, त्यांचा मृत्युदंड काही दिवसांतच अमलात आणण्याआधी मोठ्या सुसाट वेगाने, एक्सप्रेस हायवेने भेटायला चाललो आहोत."

ॲडमनं धीर दिल्यासारखं तिच्या गुडघ्यांवर थोपटलं. "तू योग्यच वागतीयंस."

तिने खाकी रंगाची ट्विल प्रकारच्या सुती कापडाची पँट घातली होती आणि वर डेनीम कापडाचा लाल रंगाचा शर्ट होता. पायात चालण्यासाठीचे खास बूट होते. मोठ्या आनंदानं तिनं मानसशास्त्र हा विषय निवडला होता.

एकाएकी ॲडमने समोर एके ठिकाणी बोट दाखवलं आणि म्हणाला, "त्या तिथे." हायवेच्या दोन्ही बाजूंच्या रस्त्यांवर कडेने मोटारी उभ्या केलेल्या होत्या. रस्ता अरुंद झाला होता आणि तुरुंगाकडे लोक चालत चालले होते. त्यामुळे बहुतेकांचा वेग मंदावला होता.

"हे काय चाललंय?" तिने विचारलं.

"ही सर्कस आहे, सर्कस!"

पदपथाच्या कडेने चालत असलेल्या तीन क्लॅन सदस्यांच्या शेजारून ते गेले. तिने त्यांच्याकडे कटाक्ष टाकला आणि विश्वास बसत नसल्यासारखं डोकं हलवलं. निदर्शनांसाठी चाललेल्या लोकांपेक्षा जरा वेगाने काही इंच दोघे पुढे गेले. तुरुंगाच्या मुख्य प्रवेशद्वारासमोरच्या हायवेच्या मध्यभागी उभं राहून दोन शिपाई वाहतूक नियंत्रित करत होते. त्यांनी ॲडमला त्याची मोटार उजव्या बाजूला वळवायला सांगितली आणि तो त्याप्रमाणे वळला. पार्चमनच्या एका सुरक्षाकर्मीनं बाजूच्या हिरवळीवरच्या एका सपाट जागेकडे बोट दाखवलं. तिथे त्यांनी त्यांची मोटार उभी केली आणि दोघे हातात हात धरून दर्शनी फाटकाकडे चालत गेले. अनेक क्लॅन सदस्य त्यांचा तो खास पांढऱ्या अंगरख्यांचा पेहराव घालून, त्यांना नेमून दिलेल्या जागेवरून निदर्शनं करत होते. त्यांना पाहण्यासाठी दोघे काही क्षण तिथे थांबले. ही मंडळी हातात ध्वनिक्षेपक धरून शब्दबंबाळ भाषणं देत होती, घोषणा देत होती. मध्येमध्ये ध्वनिक्षपक बंद पडत होता. नाझी पक्षाचे लोक विटकरी रंगाचे शर्ट-पँट

घालून, खांद्याला खांदा लावून, फलक घेऊन, वाहतुकीकडे तोंड करून घोषणा देत होते. हायवेच्या पलीकडच्या बाजूला पाचपेक्षा जास्त टेलिव्हिजन वाहिन्यांच्या गाड्या उभ्या होत्या. कॅमेरे तर सगळीकडेच दिसत होते. बातम्या देणारं हेलिकॉप्टर वर आकाशात घिरट्या मारत होतं.

ॲडमनी दर्शनी प्रवेशद्वाराशी आता सॅमचा चांगला मित्र बनलेल्या लुई या सुरक्षाकर्मीशी कारमेनची ओळख करून दिली. तुरुंगाच्या परिसरात जाताना जे सामान आत न्यायची गरज नसायची, ते सामान लुई सांभाळायचा. कारमेनच्या मनावर खूप ताण पडला होता, असं ॲडमला वाटत होतं. ते दोघे तिथे असतानाच क्लक्स समूहातल्या काही जणांची पत्रकार आणि सुरक्षाकर्मींबरोबर बाचाबाची झाली. परिस्थिती चिघळत चालली होती आणि कदाचित आवाक्याबाहेरही जाऊ शकेल, असं तिला वाटत होतं.

गणवेषातल्या एका रखवालदारानं त्यांना संरक्षण देऊन तुरुंगाच्या मोटारीत नेऊन बसवलं आणि तो नंतर मुख्य फाटकाशी गेला.

"विश्वासच बसत नाहीये!" कारमेन म्हणाली.

"हे रोज आणखीनच वाईट होत जाणार आहे. तू उद्या बघ, काय होतंय ते." ॲडम.

मुख्य रस्त्याच्या कडेने, दोन्ही बाजूनं असलेल्या डेरेदार वृक्षांच्या सावलीतून आणि नीटनेटक्या पांढऱ्या रंगाच्या घरांसमोरून त्यांची मोटार जात होती, त्या वेळी मोटारीचा वेग जरा कमी झालेला होता. त्या वेळी कारमेन परिसराचं निरीक्षण करत होती.

"हा तर तुरुंग वाटतच नाहीये." ती म्हणाली.

"अगं ही शेतं आहेत. तुरुंगाच्या खात्याच्या मालकीची. सतरा हजार एकर. तुरुंगव्यवस्थेत काम करणारे कर्मचारी या घरांतून राहतात."

"त्यांच्या कुटुंबासह?" घरांच्या बाजूच्या मोकळ्या जागांतून मुलांच्या सायकली, खेळणी वगैरे सामान पडलं होतं, त्याकडे पाहत तिने विचारलं. "इथे तर खूपच शांत शांत आहे. मग कैदी कुठे आहेत?"

"थोडी थांब."

मोटार डाव्या बाजूला वळली. पक्का रस्ता संपला आणि कच्चा सुरू झाला आणि यापुढचा भाग 'रो' तुरुंग होता.

"तुला ते निरीक्षणासाठीचे मनोरे दिसतायंत का?" ॲडमने बोटाने दिशा दाखवली होती. "ते काटेरी तारा, धारदार पात्याचं कुंपण तुला दिसतंय का?" तिने मान डोलावली. "तो अतिसुरक्षा विभाग आहे. गेली साडे नऊ वर्षं राहत असलेल्या सॅम आजोबांचं ते घर आहे."

''मग ती विषारी वायुपेटी कुठे आहे?''

''आतमध्ये.''

दोन रखवालदारांनी मोटारीत डोकावून पाहिलं आणि नंतर हाताने खुणावून दोन झडपांच्या फाटकातून आज जायला सांगितलं. दर्शनी प्रवेशद्वाराशी मोटार थांबली. तिथे पॅकर वाट पाहत उभा होता. ॲडमने कारमेनची पॅकरबरोबर ओळख करून दिली. कारमेनचा तोपर्यंत गळा दाटून आला होता. तिला बोलणंसुद्धा अवघड जात होतं. ते तिघे पुढे आणखी एका दरवाजातून आत आले. तिथे पॅकरने त्यांच्या अंगावर एखादं शस्त्र वगैरे नाही ना, याची तपासणी केली. त्यांच्या बाजूला उभं राहून तीन सुरक्षाकर्मी हे सर्व पाहत होते. ''सॅम आधीपासूनच तिथे येऊन थांबले आहेत.'' समोरच्याच ऑफिसच्या इमारतीतल्या एका खोलीकडे बोट दाखवत पॅकर म्हणाला, ''जा, तुम्ही आत जा.''

ॲडमने कारमेनचा हात हातात धरून जरासा दाबला. तिने मान हलवली. मग ते दोघे चालत दरवाजाशी गेले. ॲडमनेच दरवाजा उघडला.

सॅम नेहमीप्रमाणे टेबलाच्या कडेवर बसले होते. पाय खाली लोंबकळत होते. त्या वेळी ते धूम्रपान करत नव्हते. खोलीतली हवा स्वच्छ आणि थंड होती. त्यांनी प्रथम ॲडमकडे कटाक्ष टाकला आणि नंतर कारमेनकडे पाहिलं. पॅकरने दार बंद करून घेतले होतं.

ॲडमचा हात कारमेनने सोडला आणि सॅम यांच्या नजरेला नजर भिडवत ती चालत टेबलाकडे गेली. ''मी कारमेन.'' मृदू आवाजात ती म्हणाली. सॅम टेबलावरून खाली उतरले. ''कारमेन, वाट चुकलेला मी तुझा सॅम आजोबा आहे.'' त्यांनी तिला हृदयाशी धरलं.

सॅम यांनी त्या दिवशी दाढी केलेली होती, ते कळायला ॲडमला दोन-तीन सेकंद लागले. त्यांचे केस कापलेले होते आणि ते बरेच स्वच्छ आणि चांगले दिसत होते. त्यांच्या अंगावरच्या तुरुंगाच्या एकसंध तांबड्या रंगाच्या कपड्याची झीप वर मानेपर्यंत ओढलेली होती.

सॅम यांनी तिचे खांदे अलगदपणे दाबले आणि तिचा चेहरा न्याहाळला आणि म्हणाले, ''तू तुझ्या आईसारखी दिसायला सुंदर आहेस.'' हे ते घोगऱ्या आवाजात बोलले होते. त्यांचे डोळे पाणावलेले होते. आणि कारमेनही तिच्या डोळ्यातले अश्रू आवरत होती. तिनं तिचा ओठ चावून हसण्याचा प्रयत्न केला.

''तू आलीस त्याबद्दल धन्यवाद!'' हसण्याचा प्रयत्न करत सॅम म्हणाले. ''मला अशा अवस्थेत तुला पाहायला लागतंय, याचं मला दु:ख होतंय.''

''आजोबा, तुम्ही छान दिसताय.'' ती म्हणाली.

''कारमेन, तू खोटं बोलू नकोस.'' कोंडी फोडण्याचा प्रयत्न करण्याच्या

उद्देशाने ॲडम म्हणाला. ''रडणं हाताबाहेर जाण्यापूर्वीच आवर घाल.''

''तू बस.'' एका खुर्चीकडे बोट दाखवत सॅम तिला म्हणाले. ती त्यांच्या शेजारच्या खुर्चीत त्यांचा हात हातात धरून बसली.

''आता आपण कामाचं बोलू.'' ॲडम टेबलावर ओणवा होत म्हणाला. ''पाचव्या मंडल न्यायालयानं आपला दावा आज सकाळी नामंजूर केला, त्यामुळे आता आपल्याला भरवशाच्या पुढच्या टप्प्याकडे वळायचं आहे.

''तुझा भाऊ असा वकील आहे, जो तीच तीच बातमी दररोज सकाळी येऊन देत असतो.'' सॅम कारमेनला हे सांगत होते.

''हो, मलातर त्याशिवाय काही कामच नसतं ना!'' ॲडम म्हणाला.

''तुझी आई कशी आहे?'' सॅम यांनी तिला विचारलं.

''ती चांगली आहे.''

''मी तिची चौकशी करत होतो, असं तिला तू सांग. ती एक खूप चांगली बाई आहे, असं माझं तिच्याबद्दलचं मत आहे.''

''हो. मी सांगेन.''

''लीकडून काही निरोप?'' सॅमनी ॲडमला विचारलं.

''नाही, तुम्हाला तिला भेटायचं आहे?''

''हो, भेटावंसं वाटतं, पण तिला जर जमत नसेल, तर मी समजू शकतो.''

''मी तिला भेटतो आणि प्रयत्न करतो आणि पाहतो काय करता येईल ते.'' ॲडम हे मोठ्या विश्वासाने म्हणाला होता. त्यानं फेल्प्सला केलेल्या शेवटच्या दोन फोनना त्याच्याकडून काहीच उत्तर प्रतिसाद मिळालेला नव्हता. खरं पाहायचं म्हटलं, तर त्या क्षणी तिला शोधण्यासाठी त्याच्याकडे वेळच नव्हता.

सॅम कारमेनच्या जरासे जवळ सरकले आणि म्हणाले, ''ॲडम सांगत होता की, तू मानसशास्त्राचा अभ्यास करतीयेस.''

''हो. मी कॅलिफोर्निया विद्यापीठाच्या परिसरातल्या एका महाविद्यालयात आहे. मी....''

तेवढ्यात दारावर टकटक केल्याच्या आवाजानं त्यांच्यातल्या संभाषणात खंड पडला. ॲडमने दरवाजा थोडासाच उघडला आणि लुकस मान याचा चिंतातुर चेहरा त्याच्या दृष्टीला पडला. ''माफ करा, मी तुमचं एकच मिनिट घेणार आहे.'' सॅम आणि कारमेन यांच्याकडे पाहत ते म्हणाले आणि त्यांनी खोलीत प्रवेश केला.

ॲडमने त्यांना विचारलं, ''काय झालं?''

''गार्नर गुडमन तुम्हाला शोधत आहेत.'' अगदी हळू आवाजात कुजबुजल्यासारखं मान म्हणाला. ''तुला त्यांनी जॅक्सनमध्ये ताबडतोब भेटायला बोलावलंय.'' असं सांगत त्यानं ॲडमला बाहेर नेलं.

"का, काय झालंय?"

"तुम्ही दाखल केलेल्या अनेक दाव्यांपैकी एक कामाला येतोय बहुतेक."

ॲडमचं हृदय जवळजवळ थांबल्यासारखंच झालं. "कोणता दावा?"

"मानसिक अस्वास्थ्यतेबद्दलच्या दाव्यासंबंधात न्यायमूर्ती स्लॅटरींना तुझ्याशी बोलायचंय. आज दुपारनंतर पाच वाजता तुमच्याशी त्यावर चर्चा करायला त्यांनी वेळ दिलाय. मला तू आत्ता काहीही सांगू नकोस, कारण शासनाकडचा साक्षीदार म्हणून मी त्या वेळी तिथे असणार आहे."

ॲडमनं त्याचे डोळे मिटून घेतले आणि अगदी अलगदपणे त्याचं डोकं त्याने भिंतीवर आपटलं. त्याच्या डोक्यात हजारो विचारचक्रं फिरू लागली.

"आज संध्याकाळी पाच वाजता स्लॅटरींच्या ऑफिसमध्ये?"

"विश्वास बसत नाहीये ना? हे बघ तुला आता लगेचच निघायला हवं."

"आत एक फोन आहे." ॲडमच्या मागे असलेल्या दरवाजाकडे पाहत त्यानं मान हलवली.

"ॲडम, हे बघ, यातून निघणारा निष्कर्ष तुमच्या अपेक्षेनुसारच असेल, असं नाही, म्हणून मी सॅमसमोर यातलं काही बोललो नाही आणि तूही भलत्या आशा मनामध्ये बाळगून राहू नकोस आणि त्यांनाही स्लॅटरी यांच्याबरोबरची चर्चा पूर्ण होईतो याबद्दल काही सांगू नकोस."

"लुकस, तुझं म्हणणं बरोबर आहे. धन्यवाद!"

"ठीक आहे मग. मी तुला जॅक्सनमध्ये भेटेन."

ॲडम परत सॅम, कारमेन यांच्या खोलीत परतला. तिथे कॅलिफोर्नियाच्या बे-एरियाबद्दल चर्चा चालली होती. "काम काही विशेष नव्हतं." कपाळावर आठ्या आणत ॲडम म्हणाला आणि सहजपणे गेल्यासारखा तो फोनशी गेला आणि दोघांच्यात चाललेल्या संभाषणाकडे पूर्ण दुर्लक्ष करत त्याने फोनवरचे आकडे दाबायला सुरुवात केली.

"मी ॲडम बोलतोय गार्नरसाहेब. मी इथे सॅम यांच्याबरोबर आहे. लुकस यांनी मला निरोप दिला. काय काम निघालं?"

"ॲडम, तू ताबडतोब इकडे ये." गार्नर गुडमन बोलू लागले, "इकडे आपल्याला हव्या तशा गोष्टी घडणार आहेत बहुतेक!"

"हं, बोला. मी ऐकतोय." दहा वर्षांपूर्वी सॅम सॅन फ्रॅन्सिस्कोला गेले होते, त्या वेळची हकिगत ते कारमेनला सांगत होते.

"सर्वप्रथम गव्हर्नरांबरोबर खाजगीत काही गोष्टी करायच्या आहेत. त्यांना खूप त्रास होतोय असं दिसतंय. आपल्या फोनच्या कारवाईमुळे त्यांचं मन:स्वास्थ्य बिघडलेलं आहे असं दिसतंय. प्रसंगाच्या गांभीर्याची जाणीव त्यांना झालेली आहे

बहुतेक. मानसिक दौर्बल्याच्या मुद्द्यावरचा आपला दावा स्लॅटरींच्या ऑफिसमध्ये पडून आहे आणि त्यावर त्यांचा निर्णय अद्याप होत नाहीये. तीस मिनिटांपूर्वी माझं त्यांच्याशी बोलणं झालं. त्यांच्या मनाचा गोंधळ उडाल्यासारखा वाटतोय. मी डॉक्टर स्विन यांच्याबरोबर बोललोय आणि साक्ष द्यायला ते केव्हाही तयार आहेत. ते दुपारी साडेतीन वाजता विमानानं जॅक्सनला पोचतायंत आणि त्याच वेळी ते साक्ष देणार आहेत.''

''मी इथून लगेचच निघतो आहे.'' सॅम आणि कारमेन यांच्याकडे पाठ असतानाच ॲडम हे म्हणाला.

''आता गव्हर्नरसाहेबांच्या ऑफिसमध्ये भेट.''

ॲडमने फोन ठेवला. ''आपलं अपील सादर करण्याचं माझं काम बाकी आहे, ते मला जरा घाईघाईने करणं आवश्यक आहे असे दिसतंय.'' त्याने सॅमकडे पाहिलं, तेव्हा ते त्याला जरा वेगळेच गृहस्थ वाटत होते. कारमेनबरोबरच्या गप्पांत ते पूर्णपणे रमलेले होते. ''त्यामुळे मला आता लगेचच जॅक्सनला जायला लागतंय.''

''एवढी घाई काय आहे?'' जगण्याची पुढे खूप वर्षं बाकी आहेत आणि करायला तर काहीही नाही, अशा सुरात सॅम म्हणाले.

''घाई? तुम्ही घाई कशाची आहे म्हणालात ना आजोबा? सकाळचे दहा वाजलेले आहेत आणि आज सोमवार आहे. कारण शोधायला आता आपल्याकडे फक्त अडतीस तासच बाकी आहेत.''

''ॲडम, चमत्कार वगैरे घडणं हे सर्व थोतांड आहे.''

कारमेनच्या दिशेने त्यांनी त्यांचा मोहरा वळवला. तिचा हात त्यांच्या हातात होताच, पण ॲडमला उद्देशून ते बोलू लागले, ''ॲडम, माझ्या सोन्या, तू भलती आशा मनामध्ये धरून वावरू नकोस.''

''आशा करायला काय हरकत आहे?''

''यापुढे नाही. मी आता मरायला घाबरत नाही. मी तयार आहे. मी गेल्यावरसुद्धा तुम्ही वाईट वाटून घ्यायचं नाही.''

''आजोबा, आता आम्हाला इथून निघायला हवं.'' त्यांच्या खांद्याला हात लावत ॲडम काकुळतीने बोलत होता. ''मी आज रात्री उशिरा किंवा उद्या सकाळी उजाडताच इथे येईन.''

कारमेन पुढे झुकली. तिनं आजोबांच्या गालाचा मुका घेतला आणि कुजबुजल्यासारखं म्हणाली, ''आजोबा, तुम्ही माझ्या मनात, हृदयात सतत असणार आहात.'' तिला त्यांनी क्षणभर छातीशी धरलं. मग ते टेबलाजवळ उभे राहिले, ''मुली, तू तुझी स्वत:ची काळजी घे, कसून अभ्यास कर आणि चांगलं यश मिळव आणि मी वाईट

आहे, असं डोक्यात ठेवू नकोस. देव तुझे भलं करो. मी ज्या काही कारणांमुळे इथे आहे, तो सर्व दोष माझा एकट्याचा आहे. दुसऱ्या कोणाचाही नाही. दुसऱ्या जगात माझ्यासाठी एक चांगलं आयुष्य वाट पाहत आहे. तिथे मी चांगल्या प्रकारे जगणार आहे.''

कारमेन उभी राहिली आणि पुन्हा एकदा तिनं आजोबांना मिठी मारली. ती जेव्हा त्या खोलीतून बाहेर पडत होती, त्या वेळी तिला अश्रू आवरत नव्हते.

४६

दुपारपर्यंत स्लॅटरींना प्रत्येक क्षणाचं महत्त्व कळलं होतं आणि ते लपवण्याचा प्रयत्न करत असताना त्या निर्णयासंबंधात ते केंद्रस्थानी होते आणि ते महत्त्वाचे होते, ही जाणीव त्यांना आनंद देत होती. त्यांच्यासमोर दिवाणी खटल्यासंबंधातले बरेच खटले होते. त्यासाठी जमलेल्या, निर्णय करणाऱ्या समितीचे सभासद, वकील या सर्वांना त्यांनी घरी जायला सांगितलं. न्यू ऑर्लिन्सच्या पाचव्या मंडल न्यायालयाच्या लिपिकाशी त्यांचं दोन वेळा बोलणं झालं होतं. न्यायमूर्ती मॅक्नीनींबरोबरही ते बोलले होते, पण जेव्हा वॉशिंग्टनहून सर्वोच्च न्यायालयातले न्यायमूर्ती एडवर्ड एफ अल्ब्राईट यांनी फोन करून 'स्थिती काय होती' याची चौकशी केली होती, तेव्हा मृत्युशिक्षा झालेला कैदी जेव्हा वेडा होतो किंवा तसं खोटंच भासवलं आहे असं वाटतं, तेव्हा त्या वेळी कायदा आणि त्यामागचे सिद्धान्त त्यावर त्यांनी चर्चा केली. दोघांचा मृत्युदंडाला विरोध नव्हता आणि ज्या संदर्भात प्रश्न निर्माण झाला होता, त्याबाबत कायद्यातली तरतूद कोणत्या प्रकारची होती, त्यावर दोघांचं एकमत होतं, पण मृत्युशिक्षा झालेला कैदी खरोखरच वेडा झालेला नसताना तो वेडा झाला आहे असं खोटंच भासवून न्यायालयाची दिशाभूल करत असल्याची शंका त्यांना वाटत होती. त्याचप्रमाणे एखादा बेईमान, खोटारडा डॉक्टर पैशांच्या लोभापोटी खोटा दाखलासुद्धा देण्याची शक्यता असते, असा त्यांचा अंदाज होता.

सॅम केहॉल यांच्या मृत्युशिक्षा-संबंधातल्या कुठल्यातरी अर्जाची सुनावणी स्लॅटरीसाहेबांच्या न्यायालयात होणार होती, अशी कुणकुण बातमीदारांना लागली होती. त्यामुळे त्यांच्या ऑफिसमध्ये सारखे फोन येऊ लागले आणि त्यांच्या अभ्यागतांच्या कक्षात त्यांनी ठाण मांडलं होतं. पोलीसखात्याकडून विशेष कुमक मागवून घेऊन त्यांना बाहेर काढावं लागलं.

न्यायमूर्तींचे सेक्रेटरी त्यांच्यासाठी दर मिनिटागणिक येणाऱ्या फोनची माहिती सांगत होते. ब्रेक जॅफरसन यांनी अनेक कायदेपुस्तकांतून जरूर ते संदर्भ काढून

टेबलावर ठेवले होते. त्याचबरोबर संशोधन करून निवाडासंग्रहातून साधर्म्य असलेल्या निर्णयांची टाचणं तयार ठेवली होती.

स्लॅटरींनी गव्हर्नरसाहेब, अटॅर्नी जनरल, गुडमन आणि इतर दहा-बारा तज्ज्ञांबरोबर चर्चा केली होती. त्यांनी त्यांच्या पायातले बूट टेबलाखाली काढून ठेवले होते आणि लांब वायर असलेल्या टेलिफोनचा रिसिव्हर हातात धरून टेबलाभोवती फेऱ्या मारल्या होत्या. जे काही चाललं होतं, त्यात वेडेपणाचाच भाग जास्त होता, असं त्यांना वाटत होतं, तरीपण त्याचा ते पूर्ण आनंद घेत होते.

स्लॅटरींच्या ऑफिसमध्ये गडबड उडाली होती, तर अटॅर्नी जनरल रॉक्सबर्ग यांच्या ऑफिसमध्ये स्थिती हाताबाहेर गेलेली होती. केहॉल यांनी अंधारात मारलेला तीर नेमका लक्ष्यावर लागला होता, त्यामुळे रॉक्सबर्ग यांचं पित्त खवळलं होतं. दीड-दमडीच्या गुन्हेगाराविरुद्धचा खटला दहा वर्षं या न्यायालयातून त्या न्यायालयात फिरत राहतो, गुन्हेगार हुशार वकिलांची नेमणूक करतात, त्यावर मात करून सरकार खटला जिंकतं, गुन्हा सिद्ध होतो. शिक्षा दिली जाते. मग होते अपिलांची शर्यत, एकामागून एक अशी असंख्य अपिलं केली जातात, त्या वेळी पुन्हा तळापासून ते अगदी सर्वोच्च न्यायालयातून चर्चा होतात. एखादं जंगल जाळता येईल, इतकी कागदपत्रं जमा होतात. आता अगदी शेवट दृष्टिपथात आलेला असतो आणि मग एखाद्या अगदी उच्च स्तरावरच्या हळव्या अधिकाऱ्यासमोर ही केस येते आणि सगळं बिघडून जातं.

रॉक्सबर्ग ताडताड करत त्यांच्या कायदाक्षेत्रातल्या तज्ज्ञ सहकाऱ्यांसह मॉरीस हेन्री या त्यांच्या मृत्युलिपिकाच्या ऑफिसमध्ये गेले. त्याला घेऊन ही सर्व मंडळी कायदाखात्याच्या ग्रंथालयात जमा झाली. अटॅर्नी जनरल यांच्या ऑफिसमध्ये केहॉल यांचा अर्ज मिळालेला होता. त्या अर्जातल्या मुद्यासंबंधातल्या कारणांबाबतची माहिती असलेली सर्व पुस्तकं त्यांनी पालथी घातली होती. त्यात मिळालेल्या माहितीवरून त्यांनी त्यांच्या युक्तिवादाची रचना तयार केली. त्यासाठी आदल्या महिन्यात केहॉल यांना ज्यांनी पाहिलं होतं, अशा साक्षीदारांची गरज होती. सरकारी डॉक्टरांना त्यांना तपासण्यासाठी वेळ नव्हता, पण त्यांचा डॉक्टर दरम्यान येऊन तपासून गेलेला होता, हाच तर अडचणीचा मुद्दा होता. एखाद्या दर्जेदार डॉक्टरांकडून कैद्याला तपासण्याची परवानगी द्या, असं जर शासनाला सांगितलं, तर ते करायला आता शासनाकडे वेळ नव्हता, अशी परिस्थिती होती. कारण वेळ द्यायचा म्हटलं की, स्थगिती देणं आलं. स्थगिती तर कोणत्याही परिस्थितीत द्यायची नव्हती.

रखवालदार, सुरक्षासैनिक त्यांना रोज पाहत होते. दुसरं कोण असणार? रॉक्सबर्ग यांनी लुकस मान याला फोन केला, त्यावर त्यानं 'याबाबत तुम्ही न्यूजंट यांच्याशी बोला' असं सांगितलं. न्यूजंट म्हणाले की, त्यांनी सॅम यांना काही

तासांपूर्वीच पाहिलेलं होतं आणि ते त्यांच्या शहाणपणाबद्दल साक्ष देऊ शकत होते. तो पक्का लबाड माणूस होता. वेडा-बिडा काही नव्हता आणि सार्जंट पॅकर तर त्यांना रोज पाहत होते. त्याखेरीज तुरुंगाच्या मानसोपचारतज्ज्ञ डॉ.एन स्टेगॉल सॅम यांना भेटल्या होत्या आणि त्याही साक्ष देऊ शकत होत्या. न्यूजंट मदत करायला उत्सुक होते. तुरुंगाच्या धर्मगुरूंनाहीसुद्धा साक्ष देण्याची विनंती करायला सांगितली आणि या सर्वांखेरीज साक्ष द्यायला आणखी कोणी योग्य असा माणूस लक्षात आला, तर ते कळवतील, असंही ते म्हणाले.

मॉरीस हेन्री यांचा चार वकिलांचा चमू डॉ. ॲन्सन स्विन याची माहिती गोळा करण्यात जुंपला होता. देशातल्या इतर वकिलांशी बोलूनही माहिती गोळा करा, इतर न्यायालयांतून त्यांनी दिलेल्या साक्षींच्या नकला मिळवा अशा सूचना त्यांना दिल्या होत्या. शेवटी व्यावसायिक साक्षीदार म्हणून तो गणला जाणारा होता. तो माणूस विकला जाणारा होता अशी धक्कादायक माहिती उजेडात आली. त्याचं भांडं फोडण्यासाठी पुरावे गोळा करण्याची त्यांनी आज्ञा केली.

रॉक्सबर्ग यांनी व्यूहरचना तयार केल्यानंतर ते लिफ्टने खालच्या मजल्यावरच्या अभ्यागतांसाठीच्या हॉलमध्ये प्रसारमाध्यमांच्या लोकांशी बोलण्यासाठी आले.

मिसिसिपी राज्याच्या विधानभवनाच्या कॅपिटॉल इमारतीच्या आवारातल्या मोटारी उभ्या करण्याच्या जागेवरच्या एका मोकळ्या जागेवर ॲडमने त्याची मोटार उभी केली. गुडमन एका झाडाच्या सावलीत वाट पाहत उभे होते. अंगावरचा कोट हातात होता. शर्टाच्या बाह्या वर केलेल्या होत्या. गळ्याशी रंगीबेरंगी वेल-बुट्ट्यांची नक्षी असलेला बो टाय होता. ॲडमने झटकन कारमेनशी त्यांची ओळख करून दिली.

''गव्हर्नरांना तुला भेटायचंय. त्यांना दोनची वेळ सांगितली आहे. मी आत्ताच त्यांच्या ऑफिसमधून आलोय. आज सकाळपासून मी त्यांना तिसऱ्यांदा भेटलोय. आपण आपल्या तात्पुरत्या ऑफिसमध्ये चालतच जाऊ.'' गावाच्या जुन्या भागाकडे जाणाऱ्या रस्त्याकडे त्यांनी हात केला. ''ते दोन-तीन गल्ल्यांच्या पलीकडे आहे.''

''सॅमना तू भेटलीस बेटा?'' गुडमनने कारमेनला विचारलं.

''हो, आजच सकाळी.''

''गव्हर्नरसाहेबांच्या मनात काय आहे?'' ॲडमने प्रश्न केला. गुडमनना सोयीचं जावं, म्हणून ते सावकाश चालत होते. 'ॲडम, तू जरा निवांतपणे घे.' ॲडमने स्वत:लाच बजावलं.

''ते कसं काय कळणार? तुला त्यांना खाजगीत भेटायचं आहे. आपल्या बाजार-निरीक्षणामुळे ते अडचणीत आले असावेत. प्रसारमाध्यमात झळकण्यासाठी

मनसुबे आखायचे असतील. कदाचित सच्चेपणाच्यापोटीसुद्धा त्यांना तुला काही सांगायचं असेल. मला त्यांच्याबाबत काही अंदाज बांधता येत नाहीत; पण ते खूप थकल्या, वैतागलेल्यासारखे दिसतायंत.

''फोन अजून चालूच आहेत का?''

''हो, ते काम अव्याहतपणे चालू आहे.''

''कोणाला काही शंका?''

''अजूनतरी नाही. खरं सांगायचं म्हटलं, तर आपला हा हल्ला इतका निकराचा, जलद वेगाने चालू आहे आणि तो अजूनही तितक्याच वेगाने चालू आहे. त्यामुळे हे फोन कुठून येत आहेत, हे पाहायलासुद्धा त्यांना वेळ मिळत नाहीये.''

कारमेनने त्याच्या भावाकडे पाहून हे कशाबद्दल बोलतायंत, याचा अंदाज येत नसल्यासारख्या भावनाशून्य नजरेनं पाहिलं, पण तो त्याच्याच नादात असल्यामुळे तिच्याकडे त्याचं लक्ष नव्हतं.

''स्लॅटरींच्या ऑफिसमधून काही नवीन बातमी?'' रस्ता क्रॉस करत असताना ॲडमने विचारणा केली. कॅपिटॉल इमारतीच्या दर्शनी भागातल्या पायऱ्या चढून वर गेल्यानंतर मुख्य दरवाजासमोर निदर्शनं चालली होती, ती पाहत ते क्षणभर थांबले.

''सकाळी दहानंतर तर काही नाही. त्यांच्या खात्यातल्या एका कर्मचाऱ्याने तुझ्या मेम्फिसच्या ऑफिसमध्ये फोन केला होता. तिथून तुझ्या सेक्रेटरीकडून इथल्या आपल्या तात्पुरत्या ऑफिसचा फोन घेतला. मग त्याने मला फोन केला. स्लॅटरी दुपारी तीन वाजता अर्ज चर्चेला घेणार आहेत आणि त्या वेळी सर्व वकिलांनी तिथे उपस्थित राहावं, असा निरोप त्याने मला दिला.''

''त्याचा अर्थ काय असेल?'' विजयाच्या ते अगदी जवळ आले होते, असं गुडमन म्हणतील, या आशेने ॲडम म्हणाला.

गुडमन यांना ॲडमच्या उत्सुकतेची कल्पना आली. ''मला खरोखरच काही माहिती नाही. बातमी चांगली आहे, पण कितपत काळ ती तशी राहील हे सांगणं कठीण आहे. या टप्प्यावर अशा चर्चा होणं प्रथेला अगदी धरून आहे.''

त्यांनी आणखी एक रस्ता ओलांडला आणि त्यांच्या ऑफिसच्या इमारतीत शिरले. वरच्या मजल्यावरच्या त्यांच्या ऑफिसमध्ये विधिमहाविद्यालयातले चार विद्यार्थी विनातारेचे, कॉर्डलेस फोन हातात घेऊन त्यांचे फोन करत होते. दोघे टेबलवर पाय टाकून बसले होते. एक जण कानाशी फोन धरून भिंतीलगत फेऱ्या मारत बोलत होता. एक जण खिडकीजवळ उभं राहून मोठ्या तन्मयतेने फोनवर बोलत होता. ॲडमने दरवाजात उभा राहूनच एकूण परिस्थिती न्याहाळली. कारमेन तर पूर्णपणे गोंधळून गेली होती.

गुडमन यांनी जवळ जवळ कुजबुजल्यासारखंच, पण अगदी थोड्या मोठ्याने

बोलून काय चाललं होतं, याची कल्पना दिली. ''आम्ही तासाला सरासरी साठ फोन करतोय. तसे नंबर आम्ही जास्तच फिरवतो, पण काही फोन लागत नाहीत. आम्ही अव्याहत फोन केल्याने फोनसंदेशांची वाहतूक करणारी व्यवस्था अपुरी पडतेय. त्यामुळे इतर लोकांच्या फोनचीसुद्धा जोडणी होऊ शकत नाही. आठवड्याच्या शेवटच्या दिवशी फोन लागण्याची संख्या खूप कमी झालेली होती. गव्हर्नरांच्या थेट टेलिफोनसेवेकडे त्यांनी त्या दिवशी एकच माणूस नेमला होता.'' एखाद्या कारखान्यात नव्याने स्वयंचलित यंत्रणा बसवलेली असावी आणि त्याची माहिती जशी त्या विभागाचा व्यवस्थापक अभिमानाने सांगेल, तशा आविर्भावात गुडमन बोलत होते.

''हे कोणाला फोन करतायंत?'' कारमेनने पुन्हा प्रश्न केला.

विधिमहाविद्यालयाचा एक विद्यार्थी पुढे झाला आणि त्याने त्याची ओळख ॲडम आणि कारमेनला करून दिली आणि त्याला त्या कामात मजा वाटत होती, असं त्याने सांगितलं.

''तुम्हाला काही खायला हवं आहे?'' गुडमननी विचारलं. ''आमच्याजवळ सँडविच आहेत.''

ॲडमने नम्रपणे नकार दिला.

''हे फोन कुणाला करतायंत?'' कारमेनने पुन्हा प्रश्न केला.

''ते गव्हर्नरांच्या थेट टेलिफोनसेवेला फोन करतायंत.'' फार खुलासा न करता ॲडमने उत्तर दिलं.

तेवढ्यात एकाने आवाजात बदल करून तो फोनवर बोलायला लागला. त्याच्याकडे दिलेल्या यादीकडे पाहत त्याने एक नाव उच्चारलं. तो आता मिसिसिपी राज्यातल्या हिकोरी फ्लॅट या गावचा बेनी चेस झाला होता. त्याने गव्हर्नरांना त्याचं मत दिलेलं होतं, असं सांगितलं आणि सॅम यांची मृत्युशिक्षा अमलात आणू नये, असं स्वतःचं मत सांगितलं आणि आता या टप्प्यावर गव्हर्नरांनी हस्तक्षेप करून परिस्थिति योग्य प्रकारे हाताळण्याची वेळ आलेली होती, असंही सुचवलं.

कारमेनने तिच्या भावाकडे विचित्र नजरेने पाहिलं, पण त्याने त्याकडे लक्ष दिलं नव्हतं.

हे चार जण मिसिसिपी विधी महाविद्यालयाचे विद्यार्थी होते, असं गुडमन यांनी सांगितलं आणि पुढे सांगू लागले, ''आम्ही शक्रवारपासून बारा वेगवेगळ्या वयोगटातले, कृष्णवर्णीय, श्वेतवर्णीय, विद्यार्थ्यांचा आणि विद्यार्थिनींचा उपयोग करतोय. हे विद्यार्थी मिळवून देण्यासाठी प्राध्यापक जॉन ग्लास यांची आम्हाला खूप मदत झाली. त्यांनी स्वतःसुद्धा काही फोन केलेले आहेत. त्याचप्रमाणे मृत्युशिक्षा-विरोधात काम करणारे समाजसेवक हेझ केरी आणि त्यांच्या सहकाऱ्यांनीसुद्धा

आम्हाला बरीच मदत केली. त्यामुळे वीस जण या फोन करण्याच्या कामात मदत करत होते.''

गुडमन आणि अॅडम यांनी टेबलाजवळ तीन खुर्च्या ओढल्या आणि त्यात ते तिघे बसले. गुडमन यांनी सरबताच्या तीन बाटल्या फ्रीजमधून काढून टेबलावर ठेवल्या आणि खालच्या आवाजात बोलायला सुरुवात केली, ''आपण इथे बोलत बसलोयंत आणि प्राध्यापक ग्लास संशोधन करतायंत. चारच्या दरम्यान ते एक मसुदा आणून देणार आहेत. हेझ केरीसुद्धा नजीकच्या काळात घडलेल्या अशा प्रकारच्या घटनांची यादी आपल्याला देणार आहेत.''

''केरी आफ्रिकन, काळ्या वंशाचे आहेत ना?'' अॅडमने विचारलं.

''दक्षिणेतल्या राज्यात मृत्युशिक्षा-विरोधात प्रचार करणाऱ्यांचा जो एक संघ आहे, त्यांचा हा मार्गदर्शक आहे. तो अतिहुशार आहे.''

''म्हणजे बघा, एक आफ्रिकी वंशाचा काळा माणूस सॅमना वाचवण्यासाठी प्रयत्न करतोय.''

''त्याच्या दृष्टीने हा काळे-गोरे या बाबतीतला वाद नाहीच. मृत्युदंडाची शिक्षा बंद झाली पाहिजे यासाठी तो आणि त्याचे मित्र झगडातायंत.''

''मला त्याला भेटलंच पाहिजे.''

''तुला तो भेटेल. ही सर्व मंडळी दुपारच्या चर्चेच्या वेळी हजर राहणार आहेत.''

''आणि ही मंडळी फुकट काम करतायंत?'' कारमेनने विचारलं.

''हो. एका विशिष्ट ध्येयासाठी ते हे काम करतायंत. याखेरीज त्यांच्या स्वत:च्या खर्चासाठी त्यांच्या इतर व्यवस्था आहेत. केरीला नोकरी आहे. त्या नोकरीत सर्व राज्यांतल्या सर्व मृत्युशिक्षांबाबत नोंद ठेवून त्या बरखास्त करण्यासाठी करावे लागणारे जरूर ते अर्ज, विनंत्या यासाठी मार्गदर्शन करणं, हा त्याच्या कामातलाच एक भाग आहे. सॅमकडे त्यांचा स्वत:चा एक वकील आहे. त्यामुळे त्यांच्या बाबतीतलं त्याचं हे काम वाचलं आहे, तर त्या बाबतीतला त्याचा वाचलेला वेळ तो या कामासाठी देतोय. प्राध्यापक ग्लास तर महाविद्यालयात पगारी नोकर आहेत आणि ते आपल्यासाठी काम करतायंत. हे मात्र त्यांच्या नोकरीबाहेरचं काम आहे. आणि हे विद्यार्थी आहेत, त्यांना आपण तासाला पाच डॉलर देत आहोत.''

''हे पैसे कोण देतंय?'' तिने विचारलं.

''आमची प्रिय कंपनी – सुप्रसिद्ध क्रॅव्हिट्झ आणि बेन.''

जवळच टेबलावर ठेवलेली वही अॅडमने उचलली. त्यात शोधून काढलेल्या टेलिफोन नंबरांची यादी होती. ''दुपारनंतर कारमेनला विमान पकडून जायचं आहे.''

वहीतली पानं उलटत असताना तो म्हणाला.

"मी तिची व्यवस्था करेन." ॲडमच्या हातातून वही घेत गुडमन सांगू लागले. "कुठे जायचंय तिला?"

"सॅनफ्रॅन्सिस्को."

"मी पाहतो कशी काय व्यवस्था करता येते ते. आणि इथे जवळच एक स्नॅक्स सेंटर आहे, तिथे बसूनही खाता येतं. तुम्ही तिथे जा आणि थोडं खाऊन घ्या. आम्ही गव्हर्नरांच्या ऑफिसशी दोन वाजता येतो."

"मला एखादं ग्रंथालय शोधून काढलं पाहिजे." त्याच्या घड्याळाकडे पाहत ॲडम म्हणाला. त्या वेळी एक वाजला होता.

"ॲडम, तू आता इथून खरोखरच जा. काहीतरी खा. थोडे निवांत व्हा. त्यानंतर आपल्याला आपल्या मेंदूचा भुगा होईतो पुढचे डावपेच आखायला वेळ आहे. आत्ता या क्षणाला तुला थोडा आराम आणि खाणं जरूर आहे."

"मलातर खूप भूक लागली आहे." कारमेन म्हणाली. तिला तिच्या भावाबरोबर जरा वेगळ्या ठिकाणी थांबून थोडा वेळ काढायचा होता. दोघे त्या खोलीतून बाहेर पडले. कारमेननं जिन्यापर्यंत जाण्यापूर्वी अर्ध्यावरच ॲडमच्या दंडाला धरून त्याला थांबवलं आणि म्हणाली, "हे काय चाललंय, ते मला सांगशील का?"

"काय चाललंय?"

"त्या छोट्या खोलीत जे काय चाललंय."

"तुला न समजण्याइतकं ते काही अवघड नाहीये."

"पण ते कायद्याला धरून नाहीये."

"पण ते बेकायदेशीरही नाही."

"बरं, ते नीतीला धरून आहे का?"

ॲडमने एक खोल श्वास घेतला आणि तो भिंतीकडे पाहत बोलायला लागला, "सॅम यांच्या बाबतीत ते काय करतायंत?"

"त्यांची मृत्युशिक्षा ते अमलात आणतायंत."

"ते मृत्युशिक्षा अमलात आणतायंत, विषारी पेटीत घालून ठार करतायंत, तुला काय म्हणायचं असेल ते तू म्हण. एखाद्याचा जीव घेणं जसं कायद्यात बसत नाही, त्याचप्रमाणे कायद्याने एखाद्याचा जीव घेणं बरोबर नाही, असं माझं म्हणणं आहे. तो खून होणं मी थांबवायचा प्रयत्न करतोय. शासन जे काही करतंय, ते वाईट आहे आणि ते थांबवण्यासाठी मला नीती-अनीतीबद्दलच्या नियमांना थोडा मोडता घालायला लागला, तरी तो मी घालणार आहे. कोण काय म्हणेल, याची मला पर्वा नाही."

"अरे, अशा गोष्टी चांगल्या नाहीत."

"हो. आणि विषारी वायूच्या पेटीत घालून मारणंही चांगलं नाही."

तिने डोकं हलवलं आणि ती काही बोलणार होती ते शब्द तिने थांबवले. चोवीस तासांपूर्वी ती सॅन फ्रॅन्सिसस्कोच्या एका रस्त्यावरच्या उपाहारगृहात तिच्या मित्राबरोबर किती हसतखेळत दुपारचं जेवण घेत होती आणि आत्ता वातावरण आणि परिसर एकदम निराळ्याच प्रकारचा होता.

"कारमेन, प्लीज, मी असा वागतोय म्हणून मला हीन लेखू नकोस. आताची वेळ निकराची आहे."

"ठीक आहे." ती म्हणाली आणि ते जिना उतरू लागले.

गव्हर्नरसाहेबांच्या भव्यदिव्य दिमाखदार ऑफिसमध्ये राजेशाही कोचांवर गव्हर्नर आणि ॲडम शेजारी शेजारी बसले होते. विमान पकडण्यासाठी गुडमन कारमेनला घेऊन विमानतळाकडे निघाले होते. मोना स्टार्क कुठे दिसत नव्हती.

"मला नवल वाटतं की, तू त्यांचा नातू आहे असं म्हणतोस आणि असं कसं की, तू त्यांना एक महिन्यापूर्वीच पहिल्यांदा पाहिलंस? आणि त्यापूर्वी तुला ते माहीतसुद्धा नव्हतं?" मॅकलिस्टर अत्यंत शांतपणे आणि मृदू आवाजात बोलत होते. ते थकलेले वाटत होते. "पण मी त्यांना खूप पूर्वीपासून ओळखत होतो. खरंतर त्यांचं आणि माझं आयुष्य तसं समांतरच चाललं होतं. आजचा दिवस कधी ना कधी येणारच होता. त्या दोन लहान मुलांच्या मृत्यूला ते जबाबदार असल्यामुळे त्यांना मृत्यूचीच शिक्षा होणं आवश्यक आहे असं मला वाटायचं." त्यांनी त्यांच्या गुडघ्यावर थोपटलं, डोळे चोळले. दोन जुने मित्र बरेच दिवसांनी भेटल्यानंतर जसे मनापासून आपुलकीने बोलतील, तसं त्यांचं बोलणं चालू होतं. "पण आता मला तसं वाटत नाही. कारण ॲडम, माझ्यावरचं दडपण आता वाढत चाललंय."

गव्हर्नर एकतर अतिशय प्रामाणिक असले पाहिजेत किंवा कसलेले अभिनेते तरी; पण नेमके ते कसे होते, हे ॲडमला ठरवता येत नव्हतं. "सॅमची शिक्षा अमलात आणून शासन नेमकं काय सिद्ध करणार आहे?" ॲडमने विचारलं. "बुधवारी सकाळी सॅम यांच्या मृत्यूनंतर हे जग जगण्यासाठी एकदम चांगलं होणार आहे का?"

"नाही. मृत्युशिक्षेची तरतूद कायद्यात असावी या मताचा तू नाहीस, पण मी आहे."

"मृत्युदंडाची शिक्षा असावी, असं तुम्ही का म्हणता?"

"खुनासारख्या गुन्ह्याला मृत्युशिक्षा हीच योग्य शिक्षा आहे. तू तुला स्वत:ला रूथ क्रमर यांच्या जागी आणून बघ. मग तू वेगळ्या प्रकारे विचार करू लागशील. तू किंवा तुझ्या मताचे लोक ज्या कोणाचा बळी गेलेला आहे, त्यांच्या नातेवाइकांच्या

बाजूने कधी विचारच करत नाहीत.''

''मृत्युशिक्षा असावी की नसावी, या मुद्यावर आपण तासन्तास चर्चा करत बसू शकू.''

''बरोबर आहे तुझं म्हणणं. ती चर्चा आपण जरा बाजूला ठेवून देऊ. बरं, बॉम्बस्फोटाबद्दल सॅमनी तुला काही माहिती दिली आहे का?''

''सॅमनी मला काय सांगितलं, हे मला इथे उघड करून सांगता येणार नाही, पण तुम्ही विचारलेल्या प्रश्नाचं उत्तर 'नाही' असं आहे.''

''त्यांनी तो स्फोट एकट्याने घडवून आणला असेल का? मला माहीत नाही.''

''पण ते कळल्यामुळे काय फरक पडतो? तेही मृत्युशिक्षा अमलात आणण्याआधी एक दिवस?''

''प्रामाणिकपणे बोलायचं झालं, तर मला खात्री नाही; पण बॉम्बस्फोट घडवून आणण्यात सॅमची भूमिका एक सहकारी म्हणून असेल, तर त्या दोन मुलांच्या मृत्युसाठी दुसऱ्या कोणाला जबाबदार धरता येतं. त्यामुळे त्यांची मृत्युशिक्षा अमलात आणणं आपण थोपवू शकतो, हे तू जाणतोस. राजकारण त्याच्या आड येईल, माझं राजकीय भवितव्य धोक्यात येईल; पण मी त्याची पर्वा करणार नाही. मला अशा राजकारणाचा कंटाळा आलेला आहे आणि एखाद्याचा जीव घेण्याला परवानगी देणं किंवा नाकारणं अशा कामांचा मला हल्ली त्रासच वाटायला लागला आहे. मी सॅम यांना माफ करू शकतो; पण सत्य काय आहे, ते मला कळलं तरच.''

''त्यांना कोणाचीतरी मदत होती, यावर तुमचा विश्वास आहे, हे पूर्वीही तुम्ही मला सांगितलं आहे आणि या संदर्भातली केस हाताळणाऱ्या एफ.बी.आय.च्या अधिकाऱ्यालासुद्धा तसंच वाटतं. मग त्या विश्वासाच्या आधारे तुम्ही त्यांना माफ का नाही करत?''

''कारण शंभर टक्के तसंच असेल, याची आम्हाला खात्री नाही.''

''म्हणजे सॅमनी एखादं नाव तुम्हाला सांगितलं की, तुम्ही एकदम तुमचं पेन घेऊन लगेच माफीनामा लिहून टाकणार आणि त्यांचा जीव वाचवणार.''

''नाही, पण थोडा काळ ती शिक्षा पुढे ढकलणार. दरम्यानच्या काळात त्यांनी सांगितलेल्या नावाचा शोध घेणार.''

''गव्हर्नरसाहेब, ते नाव कळणार नाही. मी खूप प्रयत्न केलाय. मी त्यांना बऱ्याच वेळा विचारलं आणि तितक्याच वेळा त्यांनी 'तसं कोणी नाही' असं सांगितलं आहे आणि पुन्हा तो विषय काढायचा नाही, अशी तंबी दिली आहे.''

''ते कोणाला पाठीशी घालतायंत?''

''पुन्हा तेच. मला कसं ते माहीत असणार?''

''कदाचित आपलेच अंदाज चुकत असतील. बॉम्बस्फोटासंबंधीची सर्व माहिती

त्यांनी तुला दिली का?''

''आमच्यात जे बोलणं झालं, त्याबद्दल मी तुम्हाला काही सांगू शकत नाही; पण हे धरून चाला की, स्फोटाची संपूर्ण जबाबदारी ते स्वत:वर घेतात.''

''तर मग माफी देण्याचा मी विचार तरी कशाला करू? गुन्हेगार स्वत:च गुन्हा केल्याचं कबूल करतोय, ते कृत्य एकट्यानं केलं असं म्हणतोय, तर मी त्याला मदत कशी काय करू शकतो?''

''ते म्हातारे आहेत. एवीतेवी थोड्याच दिवसांत ते मरणार आहेतच, म्हणून त्यांना माफ करा. त्यांना माफ करण्यानं तुम्ही एक भली गोष्ट करणार आहात, म्हणून माफ करा आणि तुमच्या हृदयात आत खोलवर त्यांना मदत करावी, असं प्रामाणिकपणे वाटतं म्हणून माफ करा. त्यासाठी मनाचा कणखरपणा मात्र लागेल.''

''सॅम माझा तिरस्कार करतात, हे तुला माहीत आहे ना?''

''हो, पण त्यांची ती वृत्ती बदलेल. त्यांना माफ करा आणि बघा ते तुमचा एक नंबरचा चाहता बनतात की नाही!''

मॅकलिस्टर जरा हसले आणि त्यांनी पेपरमिंटच्या गोळ्यांवरचा कागद काढला. ''त्यांना खरोखरच वेड लागलं आहे का?''

''आमच्या मानसशास्त्रज्ञांचं तसं मत आहे. न्यायमूर्ती स्लॅटरी यांना ते पटवून देण्याचा आम्ही आटोकाट प्रयत्न करू.''

''हो, तुम्ही तसं करू शकाल; पण ते खरंच वेडे झाले आहेत का? तू त्यांच्याबरोबर तासन्तास घालवलेले आहेस. जे काय घडतंय, त्याची त्यांना कल्पना आहे का?''

या ठिकाणी ॲडमनं त्याच्या सच्चेपणाला बाजूला ठेवायचं ठरवलं. मॅकलिस्टर आणि ॲडमचे काही संबंध मैत्रीचे नव्हते आणि त्यांच्यावर विश्वास ठेवावा अशातले तर नव्हतेच. ''ते अतिशय दु:खी आहेत.'' ॲडम सांगत होता. ''काही महिने मृत्युशिक्षा-तुरुंगात राहिल्यानंतर एखादा माणूस आपलं मन थाऱ्यावर ठेवूच शकणार नाही, असं माझं मत झालंय. सॅम तिथे गेले तेव्हाच ते वयस्कर होते आणि आतातर ते फारच म्हातारे झालेले आहेत आणि सावकाशपणे ते खंगत गेले; शारीरिक आणि मानसिक दोन्हीदृष्ट्या. त्यामुळेच कोणालाही मुलाखती द्यायच्या नाहीत, असा निर्णय त्यांनी घेतला आहे. त्यांची स्थिती फार दयनीय आहे.''

गव्हर्नरसाहेबांनी त्यावर विश्वास ठेवला की नाही, याबद्दल ॲडमला काही कळायला मार्ग नव्हता; पण त्यांनी ते नीटपणे ऐकलं, समजून घेतलं हे नक्की.

''उद्या तुझी कामं काय काय आहेत?'' मॅकलिस्टर यांनी विचारलं.

''स्लॅटरी यांच्या न्यायालयात काय घडतंय, त्यावर ते अवलंबून आहे. मी संपूर्ण दिवस सॅमबरोबर थांबून राहायचं ठरवलं होतं, पण शेवटच्या क्षणी सादर

करायची अपिलं, अर्ज यांसाठी मला धावाधाव करावी लागणार आहे.''

''मी माझा खाजगी टेलिफोन नंबर तुला देतो. उद्या आपण एकमेकांच्या संपर्कात राहू.''

सॅमनी घेवड्याच्या बियांच्या उसळीबरोबर मक्याच्या पिठापासून बनवलेल्या पावाचा एक घास खाल्ला आणि खाण्याचा ट्रे पलंगाच्या कडेला ठेवून दिला. त्यांच्यावर लक्ष ठेवण्यासाठी उभा ठेवलेला रखवालदार-सुरक्षाकर्मी त्यांच्याकडे मख्ख चेहऱ्याने पाहत होताच. दाटी-दाटीने बसवलेल्या कोठड्यांतलं जिणं तर जनावरांसारखंच होतं, पण चोवीस तास एखाद्याच्या नजरेखाली असणं असह्य होत होतं.

संध्याकाळचे सहा वाजले होते आणि बातम्यांची वेळ झालेली होती. सॅम त्यांच्याबद्दल जगात काय बोललं जात होतं, हे जाणून घ्यायला ते उत्सुक होते. न्यायमूर्ती स्लॅटरी यांच्यासमोर शेवटच्या क्षणी सादर केलेल्या अर्जासंबंधी जी चर्चा चालू होती, त्याची बातमी जॅक्सन केंद्रानं दिली होती. मध्यवर्ती सरकारच्या जॅक्सन इथल्या न्यायमूर्ती स्लॅटरी यांच्या न्यायालयात वकिलांच्यात हमरीतुमरी झाल्यामुळे निर्णय द्यायला उशीर होत होता, असं बातमी देणाऱ्या तरुणानं सांगितलं. स्लॅटरींच्या ऑफिसमध्ये परिस्थिती काय होती, हे त्यानं त्याच्या परीने सांगण्याचा प्रयत्न केला. प्रतिवादींच्या सांगण्यानुसार मि. केहॉल यांची मानसिक स्थिती चांगली नव्हती. त्यांना का मारण्यात येत होतं, हेच त्यांना कळत नव्हतं. वृद्धापकाळामुळे येणारा वेडेपणा आणि भ्रमिष्टपणा यानं ते गांजले होतं. एका प्रसिद्ध मानसशास्त्रज्ञाने त्यांना तपासलं. त्यांचा अहवाल आणि दाखला देऊन अगदी शेवटच्या क्षणी मृत्युशिक्षा अमलात येणं थांबवण्यासाठी हा त्यांचा शेवटचा प्रयत्न असल्याचं सांगण्यात येत होतं. चर्चेची सुरुवात कोणत्याही क्षणी होण्याची शक्यता असल्याचं त्याने सांगितलं. न्यायाधीश स्लॅटरींकडून केव्हा निर्णय मिळेल, याचा अंदाज कोणालाही नव्हता. त्यानंतर बातमीदाराने कार्यक्रम संचालिकेकडे सूत्रं दिली आणि तिनं पार्चमन इथल्या तुरुंगात मृत्युशिक्षा अमलात आणण्याची तयारी पूर्ण झाली असल्याचं सांगितलं. त्यानंतर एक तरुण पार्चमन तुरुंगाच्या मुख्य प्रवेशद्वारासमोर येऊन तिथल्या सुरक्षाव्यवस्था अधिक कडक केल्याचं सांगायला लागला. त्यानंतर त्याच्या उजव्या बाजूकडे कॅमेरा वळवण्यात आला. तिथे एखाद्या जत्रेसारखं वातावरण निर्माण झाल्याचं सांगून हमरस्त्यावरच्या वाहतूक नियंत्रण व्यवस्थेनं तिथे कुमक वाढवलेली असून कोणतीही अडचण निर्माण होणार नव्हती, अशी खबरदारी ते घेत होते. त्याचप्रमाणे क्लॅन समूहाचे सत्तर-ऐंशी सदस्य तिथे जमून घोषणा देत होते. बारीकसारीक कारणावरून ही मंडळी खवळत होती, हे लक्षात घेऊन त्यांच्यावर सुरक्षाव्यवस्था बारीक लक्ष ठेवून होती. या सर्वांखेरीज गोऱ्या लोकांचं वर्चस्व

असणं अत्यंत महत्त्वाचं होतं, असं मानणाऱ्यांचा एक समूह तिथे येऊन दाखल झाला होता. तो समूह ही मृत्युशिक्षा अमलात आणण्याच्या विरोधात निदर्शनं करत होता; इत्यादी गोष्टींचं वर्णन करून झालं.

कॅमेरा परत त्या तरुण वार्ताहरावर केंद्रित झाला. हंगामी तुरुंगाधिकारी कर्नल जॉर्ज न्यूजंट यांच्यावर मृत्युशिक्षा अमलात आणण्याची कारवाई पार पाडण्याची जबाबदारी सोपवण्यात आलेली होती, असं त्यानं सांगितलं. ते त्या तरुणाबरोबर होते. त्याने न्यूजंट यांना काही प्रश्न विचारले आणि त्यांनीही चेहऱ्यावर कठोरपणा आणून त्याला उत्तरं दिली होती. सर्व गोष्टी अगदी व्यवस्थितपणे पार पडणार होत्या, असंही त्यांनी सांगितलं. न्यायालयाने हिरवा कंदील दाखविल्यानंतर कायद्यानुसार मृत्युशिक्षा अमलात येणार होती.

सॅम यांनी टी.व्ही. बंद केला. दोन तासांपूर्वी अॅडमने त्यांना फोन करून चर्चासत्राबद्दल माहिती दिली होती; त्यामुळे ते वेडे होते, भ्रमिष्ट होते याबद्दल काही काही ऐकायची त्यांनी मनाची तयारी केलेली होती. हे सर्व त्यांच्या मनाविरुद्धच होतं. मृत्युशिक्षा अमलात आणण्याच्या क्षणाची वाट पाहत राहणं त्यांना आवडत नव्हतं. पण इतक्या वाईट प्रकारे त्यांच्या मानसिक निरोगीपणाची टिंगल करणं हा त्यांच्या वैयक्तिक अस्मितेवर केलेला निर्घृण हल्ला होता.

तुरुंगातल्या कोठडींच्या ओळींमध्ये शांतता होती. सर्वांनी टेलिव्हिजन, रेडिओ बंद केलेले होते. शेजारच्या कोठडीतल्या प्रवचनकार तरुणानं 'ओल्ड रगेड क्रॉस' हे पद्य म्हणायला सुरुवात केली आणि कोणालाही ते अप्रस्तुत वाटलं नव्हतं.

भिंतीलगत त्यांचे नवे कपडे एकावर एक असे नीट घडी घालून ठेवले होते. एक पांढरा सुती शर्ट, डिकी पँट, पांढरे मोजे, तपकिरी रंगाचे बूट. त्या दिवशी दुपारनंतर डोनीने त्यांच्याबरोबर एक तास घालवला होता.

त्यांनी दिवे बंद केले आणि ते पलंगावर निवांतपणे आडवे झाले. जगण्याचे तीन तास बाकी होते.

मध्यवर्ती सरकारच्या मुख्य न्यायालयाच्या इमारतीतल्या न्यायमूर्ती स्लॅटरी यांच्या खोलीत तीन वेळा चर्चा झाल्या. तिसऱ्या वेळी जेव्हा सर्व वकील मंडळी बाहेर आली, तोवर सात वाजले होते. तिन्ही चर्चा मोठ्या वादविवादासह झाल्या होत्या. संपूर्ण दुपार त्यात गेली होती. न्यायदानाच्या खोलीत ते एका रांगेत बसलेले होते. सर्वांच्या समोर टेबलं होती. गार्नर गुडमन यांच्याबरोबर अॅडम बसला होता. त्यांच्या खुर्च्यांच्या मागच्या ओळीत हेझ केरी, जॉन ग्लास आणि त्यांचे विद्यार्थी बसलेले होते. दुसऱ्या बाजूला सरकार पक्षाचं टेबल होतं.

त्या टेबलानजीक रॉक्सबर्ग, मॉरीस हेन्री आणि त्यांचे सहा साहाय्यक दाटीदाटीने

बसले होते. त्यांच्यामागच्या दोन ओळींमागे वकिलांसाठी असलेल्या भागामागे गव्हर्नरसाहेब, त्यांच्या एका बाजूला मोना स्टार्क आणि दुसऱ्या बाजूला लारा मोअर बसलेले होते.

गर्दीतले बहुतेक सर्व बातमीदार होते. कॅमेऱ्यांना बंदी होती. काही चौकस प्रेक्षक होते, काही विद्यार्थी होते आणि बाकी सर्व वकील होते. चर्चासत्र आम जनतेला पाहण्यासाठी खुलं होतं. शेवटच्या ओळीमध्ये खेळांच्या स्पर्धा पाहण्यासाठी जाताना आरामदायी कपडे घालतात, तसा पेहराव करून रोली वेज बसला होता.

न्यायमूर्ती स्लॅटरींनी न्यायदानाच्या खोलीत प्रवेश केला आणि सर्व जण उभे राहिले. त्यांनी मायक्रोफोनमध्ये 'सर्वांनी बसावं' असा आदेश दिला आणि न्यायालयाच्या लिपिकाकडे पाहून 'या पुढच्या कामकाजाची नोंद करायला घ्या.' असं सांगितलं. त्यांनी अर्ज कशा प्रकारचा होता, हे थोडक्यात सांगितलं आणि त्यासंबंधातल्या कायद्यातल्या तरतुदी आणि नियम कशा प्रकारचे होते, हे सांगितलं. त्यानुसार सदर अर्जाचा विचार होताना कोणत्या बाबी विचारात घ्याव्या लागतील, याचीही माहिती दिली. हे सर्व सांगताना त्यांना फार वेळ घ्यायचा नव्हता, म्हणून त्यांनी लगेचच वकिलांनी कामाला सुरुवात करावी, असा आदेश दिला.

ॲडमकडे दृष्टी टाकून त्यांनी विचारलं, "अर्जदार तयार आहे?" ॲडम मनातून घाबरला होता. धीर एकवटून तो उभा राहिला आणि म्हणाला, "होय साहेब. अर्जदार डॉक्टर स्विन यांची साक्ष घेऊ इच्छितात."

पहिल्या ओळीतले स्विन उभे राहून चालत चालत साक्षीदाराच्या मंचावर जाऊन त्यात बसले आणि शपथ घेतली. न्यायाधीशांसाठीच्या उंच व्यासपीठासारख्या जागेसमोरच त्यापेक्षा थोड्या कमी उंच मंचाची व्यवस्था वकील आणि त्यांचे सहकारी, न्यायालयाचे लिपिक कर्मचारी, साक्षीदाराची खुर्ची वगैरेंसाठी केली होती. टिपणांचे कागद हातात घेऊन त्या मंचावरच्या त्याच्या जागेवर ॲडम मोठ्या धैर्याने येऊन उभा राहिला. हेझ केरी आणि जॉन ग्लास यांनी खूप प्रयत्न घेऊन ॲडमसाठी सर्व नोंदी व्यवस्थित टाईप करून त्याच्या हातात दिल्या होत्या. त्या दोघांनी त्यांच्या सहकाऱ्यांसह चर्चेच्या तयारीसाठी आणि चर्चा चालू असताना थांबण्यासाठी अख्खा दिवस दिला होता आणि पुढची संपूर्ण रात्र आणि पुढचा पूर्ण दिवस द्यायची त्यांची तयारी होती.

डॉक्टर स्विन यांचं शिक्षण, त्यांच्या सध्याच्या व्यवसायासाठी लागणारं प्रशिक्षण त्यांनी कुठे घेतलं, याबद्दलचे मूलभूत प्रश्न विचारून ॲडमने सुरुवात केली. ओहाओ, डाकोटा भागातल्या लोकांसारखे त्यांचे उच्चार स्वच्छ आणि करकरीत होते आणि त्यामुळे ऐकणाऱ्यावर प्रभाव चांगला पडत होता. तज्ज्ञ मंडळींना त्यांचा प्रभाव पाडण्यासाठी आणि लोकांकडून आदर मिळवण्यासाठी

त्यांचं बोलणं आणि भाषा ही वेगळ्या प्रकारची वापरावी लागते. कामानिमित्ताने त्यांचा प्रवासही खूप झालेला असणं महत्त्वाचं असतं. त्यांच्या डोक्यावरचे आणि दाढीचे केस काळेभोर होते. डोळ्यावर त्यांनी काळा गॉगल चढवलेला होता. पेहराव काळ्या रंगाचा होता. या सर्वांचा एकत्रित परिणाम हा तज्ज्ञ त्याच्या क्षेत्रात स्वामित्व गाजविणारा अतिहुशार असामी असणार, असं दर्शवणारा होता. सुरुवातीला विचारलेले प्रश्न अगदी थोडक्यात आणि मुद्द्याला धरूनच होते. स्विन यांची योग्यता, त्यांचं शिक्षण, प्रशिक्षण, अनुभव याबद्दलची अर्जासोबत दिलेली माहिती स्लॅटरीसाहेबांनी वाचलेली होती. त्यामुळे त्यांनी ॲडमला त्यांची एक तज्ज्ञ म्हणून साक्ष नोंदवून थेट सुरुवात करायला सांगितलं. त्यानंतर सरकारी बाजू त्यांच्यावर हल्ले चढवून त्यांची लायकी, शिक्षण उघडं पाडायला टपली होती. तरीपण त्यापूर्वी त्यांची अर्जदारातर्फे साक्ष होणं आवश्यक होतं. ॲडमने त्यांना जरूर ते प्रश्न विचारून त्यांच्याकडून हवी तशी माहिती काढायला सुरुवात केली. सॅम केहॉल यांच्याबरोबर ते मागच्या मंगळवारी दोन तास होते, त्याबद्दल त्यांनी सांगितलं. सॅम यांची शारीरिक अवस्था कशी होती, हे त्यांनी इतक्या तपशिलात सांगितलं की, त्यावरून सॅम हे एखाद्या जिवंत प्रेतासारखेच बाकी होते, अशी ऐकणाऱ्यांची कल्पना व्हावी. त्यांना तर ते वेडेच वाटले होते. कारण ज्या अवस्थेत ते राहत होते, त्या परिस्थितीत माणसाच्या मनाची स्थिती सारासार बुद्धीने विचार करूच शकत नव्हती आणि विवेकभ्रष्टता ही कायद्यातली संज्ञा आहे; वैद्यकीय शास्त्रातली नाही. आजच्या सकाळच्या न्याहारीला काय पदार्थ होते, तुमच्या शेजारच्या कोठडीत कोण आहे, तुमची पत्नी कधी वारली, तुमच्या पहिल्या खटल्याचे वेळी तुमचा वकील कोण होता, अशांसारख्या साध्या साध्या प्रश्नांनासुद्धा त्यांना नीट उत्तरं देता येत नव्हती.

मि. केहॉल यांच्या बाबतचं निदान करण्यासाठी दोन तासांची वेळ खरोखरच अपुरी होती. जास्त वेळेची जरूर होती, असं सांगून स्विन यांनी स्वत:ची साक्ष आटोपली आणि अतिसावधानता बाळगली.

''माझ्या मतानुसार नजीकच्या काळातच त्यांचा मृत्यू होणार आहे, या गोष्टीचं गांभीर्य त्यांना कळत नाही. त्यांचा बळी का घेतला जातोय, या संबंधीचंसुद्धा आकलन त्यांना नाही. त्यांनी केलेल्या गुन्ह्याची शिक्षा म्हणून त्यांचा मृत्यू घडवून आणला जाणार आहे, याचंही भान त्यांना नाही.'' स्विन यांनी सांगितलं.

प्रश्न विचारताना, स्विन यांची उत्तरं ऐकताना ॲडमचं अंग थरथरत होतं, म्हणून मध्येमध्ये जमेल तेव्हा तो दातांवर दात दाबून ठेवायचा. स्विन यांचं बोलणंसुद्धा खरोखरच पटण्यासारखं होतं; गलबलून टाकणारं होतं. मि. केहॉल पूर्णपणे शांत होते, बिनधास्त होते, त्यांच्यापुढे काय वाढून ठेवलं होतं, याची

त्यांना शून्य कल्पना होती. सहा फूट लांब आणि नऊ फूट रुंद अशा कोठडीत ते दिवस कंठत होते. आत्तापर्यंत पाहिलेल्या उदाहरणांपैकी हे सर्वात वाईट होतं, असं स्विनचं मत होतं.

आता या बाबतीत परिस्थिती वेगळी होती आणि सर्व पर्याय हाताळणं गरजेचं होतं, म्हणून ॲडमला अशा लबाड माणसाच्या साक्षीचा उपयोग करावा लागत होता. इतर सर्वसामान्य खटल्यांत अशा माणसांना त्याने जवळही फिरकू दिलं नसतं; पण या खटल्याच्या बाबतीत इथे एका माणसाच्या जगण्या-मरण्याचा प्रश्न होता.

स्विन यांचं निवेदन आटोपशीर राहावं, याबद्दल स्लॅटरी आग्रही नव्हते. हा प्रश्न पाचव्या मंडल न्यायालयाला तातडीने निकालात काढायचा होता आणि कदाचित मध्यवर्ती सरकारच्या सर्वोच्च न्यायालयालाही तसंच करावं लागणार होतं. दोघांपैकी कोणालाच त्यावर पुन्हा विचार करण्याची गरज भासता कामा नये, यासाठी त्यांनी स्विन यांना निवेदनासाठी जितका जास्त वेळ लागेल तो द्या, अशा सूचना दिल्या होत्या. गुडमन यांच्या हे लक्षात आलेलं होतं. स्विन यांचं निवेदन पाल्हाळ लावून चाललं होतं, मध्येमध्ये कुठे भरकटत होतं आणि न्यायालयाने मुभा दिल्यामुळे त्यांनी सॅम यांच्यापुढे त्यांच्यापुढील आयुष्यात कोणत्या समस्या उद्‌भवू शकतात, याची यादी सांगायला सुरुवात केली. दिवसाचे तेवीस तास कोठडीत घालवायचे, हाकेच्या अंतरावर असलेली विषारी वायूची पेटी, कोणाही सहचराचा सहवास नाकारलेला, चांगलं जेवण, लैंगिक आनंद, भरपूर व्यायाम, स्वच्छ मोकळी हवा या सर्वांचा अभाव, त्यामुळे होणारे दुष्परिणाम माणसाच्या आयुष्यावर, त्याच्या प्रकृतीवर महाभयानक असतात; हे त्यांनी ठासून सांगितलं. त्यांनी देशातल्या बऱ्याच मृत्युशिक्षा-तुरुंगातल्या कैद्यांसाठी काम केलेलं असल्यामुळे त्यांच्या प्रश्नांची त्यांना चांगली जाण होती. या बाबतीत सॅम यांचा प्रश्न त्यांच्या वयामुळे वेगळा होता. मृत्युशिक्षा-तुरुंगातल्या कैद्यांचं सरासरी वय एकतीस होतं. त्याचा मृत्यू होईतो त्याला चार वर्षं थांबावं लागत असे. सॅम प्रथम पार्चमनच्या तुरुंगात आले, तेव्हाच त्यांचं वय साठ होतं. त्याच वेळी तुरुंगातल्या खडतर आयुष्याचा सामना करायला ते सक्षम नव्हते, त्यामुळे नंतर त्यांची प्रकृती उत्तरोत्तर वाईट होत गेली.

पंचेचाळीस मिनिटं ॲडम त्यांना प्रश्नावर प्रश्न विचारत होता आणि जेव्हा त्याच्याकडचे प्रश्न संपले, तेव्हा तो थांबला आणि बसला. स्टीव्ह रॉक्सबर्ग एकदम सरसावले आणि मंचावर आले. त्यांनी स्विन यांच्याकडे एक करडी नजर टाकली. आता त्यानंतर कोणत्या प्रश्नांना तोंड द्यावं लागणार होतं, याची स्विन यांना कल्पना होती; पण त्यांना त्याची पर्वा नव्हती. रॉक्सबर्ग यांनी त्यांना त्यांच्या या साक्षीसाठी कोण आणि किती पैसे देत होतं, असे प्रश्न विचारण्यापासून सुरुवात केली. क्रॅव्हिट्झ आणि बेन ही कंपनी दर तासाला तीनशे डॉलर दरानं पैसे देत असल्याचं

त्यांनी सांगितलं. पैसे खूप असले, तरी त्याबद्दलचा निवाडा देण्यासाठी सरकारने कोणतीही समिती नेमलेली नव्हती आणि कोणताही तज्ज्ञ पैसे घेतल्याविना असं काम करणार नव्हता, हे स्लॅटरी यांना चांगलं माहीत होतं. रॉक्सबर्ग यांनी स्विन यांच्या शैक्षणिक, व्यावसायिक क्षमतेवर शिंतोडे उडवायचा प्रयत्न केला, पण त्यांना ते जमलं नाही. कारण हा माणूस चांगलं शिक्षण घेतलेला होता. त्याच्या क्षेत्रातलं उच्च ज्ञान संपादन केलेला अनुभवी मानसोपचार-तज्ज्ञ होता आणि जर त्याच्या ज्ञानाचा उपयोग अशा प्रकारच्या साक्षी देऊन बक्कळ पैसा कमवूनच करायचा, असंच त्याने ठरवलं असेल, तर त्यावर कोण आक्षेप घेणार होतं? अशा साक्षी देऊन त्यांच्या ज्ञानात, लायकीमध्ये काही वजावट होणार नव्हती. रॉक्सबर्ग यांना औषधं, उपचारपद्धती यांबाबत हुज्जत घालायची नव्हती.

स्विन यांनी यापूर्वी अशा प्रकारच्या खटल्यांमध्ये साक्षी दिल्या होत्या. ते प्रश्न तर या प्रश्नांपेक्षा आणखीच वेगळे आणि अवघड होते. उदा. ओहिओ राज्यातल्या एका मोटार अपघातात मोटार पेटून त्यात एका लहान मुलाचा मृत्यू झाला होता. त्या वेळी स्विन यांनी तो मुलगा मानसिकदृष्ट्या अपंग होता, अशी साक्ष दिली होती. तसं मत त्या वेळी क्वचितच एखाद्या तज्ज्ञानं दिलं असतं.

स्लॅटरी यांनी मध्येच बोलून, "हे सर्व विचारून तुम्हाला नेमकं काय सिद्ध करायचं आहे?" असं रॉक्सबर्ग यांना विचारलं.

रॉक्सबर्ग फक्त त्यांच्या टिपणांच्या कागदाकडे पाहून, "हे साक्षीदार विश्वसनीय नाहीत, हे सिद्ध करायचंय." असं म्हणाले.

"पण रॉक्सबर्ग, तुम्हाला तसं सिद्ध करता येत नाहीये. या साक्षीदारांनी देशातल्या अनेक न्यायालयांतून यापूर्वी अशा अनेक साक्षी दिल्या आहेत, हे या न्यायालयाला माहीत आहे. मग त्याबद्दल या न्यायालयाला आणखी त्याच प्रकारची माहिती देण्यात काय मतलब आहे?"

"अशा प्रकारचे साक्षीदार त्यांना खूप पैसे दिले, तर पैसे देणाऱ्याच्या बाजूने हवी तशी साक्ष देतात, हे आम्हाला सांगायचं आहे."

"मग रॉक्सबर्ग वकील तर तसं दररोजच करत आहेत." त्यामुळे न्यायालयात उपस्थितांच्यात हास्याची एक लकेर पसरली, पण लगेचच शांतता प्रस्थापित झाली. "मला त्याबद्दल काही एक ऐकायचं नाही." स्लॅटरी यांनी फटकारलं, "हं, पुढे चालू करा."

रॉक्सबर्ग यांनी या ठिकाणी प्रश्न विचारायचा ओघ बदलला आणि ते एका स्फोटक मुद्द्याकडे वळले आणि सॅमची त्यांनी जी तपासणी केली, त्याबद्दल त्यांनी प्रश्न विचारणं सुरू केलं. त्यातही त्यांना काही साध्य करता आलं नाही. स्विन यांनी त्यांचे सर्व प्रश्न समर्पक उत्तरं देऊन टोलवून लावले. स्विन यांनी पूर्वीच्याच मुद्द्यांची

पुन्हा उगाळणी केली आणि सध्या सॅम ज्या परिस्थितीतले आयुष्य जगत होते, ते अत्यंत दयनीय होतं आणि तशी वेळ कोणावरही येऊ नये, असं ठासून सांगितलं.

रॉक्सबर्ग यांना स्विन यांच्या साक्षीतून काहीही मिळवता आलं नाही. हार मानल्यासारखे ते त्यांच्या जागेवर जाऊन बसले.

त्यानंतर आरोपीच्या बाजूने साक्ष द्यायला गुडमन यांना पाचारण करण्यात आलं. त्यांची साक्ष काढायला स्लॅटरींनी परवानगी दिली होती. ॲडमने गुडमन यांना साक्षीदारांच्या चौकटीत येऊन बसायला सांगितलं. गुडमन त्या चौकटीत येऊन बसले आणि शपथ घेतली.

ॲडमनं सॅम केहॉल यांच्या खटल्यासंदर्भात त्यांच्या कंपनीचा काय संबंध होता, त्याबद्दल विचारलं. गुडमननी त्यावर त्या संबंधातला इतिहास न्यायालयाच्या नोंदणीसाठी थोडक्यात कथन केला. स्लॅटरी यांना तो बराचसा माहीत होता. सॅम यांनी क्रॅव्हिट्झ आणि बेन या कंपनीला काढून टाकण्याच्या वेळचा तपशील सांगताना गुडमन यांच्या चेहऱ्यावर किंचितसं हसू आलेलं होतं.

"आत्ता या क्षणी क्रॅव्हिट्झ आणि बेन कंपनी सॅमसाठी त्यांचे वकील म्हणून काम करत आहे का?" ॲडमने विचारलं.

"हो, आम्ही आत्तासुद्धा या क्षणाला त्यांचे वकील म्हणूनच काम करत आहोत."

"आणि त्या खटल्याच्या संदर्भातच आज तुम्ही इथे जॅक्सनला आलेले आहात का?"

"हो."

"मि. गुडमन, तुम्हाला असं वाटतं का की, क्रॅमर बॉम्बस्फोटासंबंधात सर्व माहिती सॅम यांनी तुम्हाला दिली आहे?"

"नाही, मला तसं वाटत नाही."

रोली वेज त्या क्षणाला एकदम घाबरा झाला. ताठ देऊन संभाषण ऐकायला लागला.

"तुम्ही त्याचा जरा चांगल्या प्रकारे खुलासा कराल का?"

"नक्कीच! क्रॅमर बॉम्बस्फोट आणि त्यापूर्वीच्या बॉम्बस्फोटांसंबंधात उपलब्ध परिस्थितीजन्य पुराव्यावरून असं सिद्ध होतं की, सॅम यांच्याबरोबर या कामात आणखी एक जण होता आणि याबाबत मि. केहॉल यांनी त्यांच्या वकिलांना जरूर ती माहिती देण्यास कायमच नकार दिलेला आहे.

"आणि आजही ते त्यांच्या वकिलांना या संदर्भात सहकार्य द्यायला तयार नाहीत. खटल्याच्या या टप्प्यावर संबंधित अशिलाने एकूण एक गोष्टी त्याच्या वकिलाजवळ उघड केल्या पहिजेत, पण या ठिकाणी तसं घडत नाहीये. आम्हाला माहीत नसलेल्या काही गोष्टी आहेत, पण सॅम आम्हाला त्या सांगत नाहीत."

वेज एकदम दुःखी झाला आणि त्या वेळी त्याला सुटल्यासारखंही वाटलं. 'सॅम तोंड उघडायला तयार नाहीत आणि त्याचे वकील त्याला जाम पछाडतायंत!'

ॲडमने आणखी काही प्रश्न विचारले आणि नंतर तो बसला.

''तुम्ही सॅम यांच्याशी शेवटचं असं केव्हा बोलला होतात?'' हा एकच प्रश्न रॉक्सबर्ग यांनी विचारला.

गुडमन क्षणभर गोंधळले. ते सॅम यांच्याशी शेवटी कधी बोलले होते, ते त्यांना आठवत नव्हतं.

''मला नेमकं आठवत नाही, पण दोन-तीन वर्षं झाली असतील.''

''दोन किंवा तीन वर्षांपूर्वी? तुम्ही त्यांचे वकील आहात ना?''

''त्यांच्या अनेक वकिलांपैकी मी एक आहे, पण सॅम यांनी दुसऱ्या एका वकिलाबरोबर गेल्या महिन्यात असंख्य तास घालवलेले आहेत.''

रॉक्सबर्ग त्यांच्या खुर्चीत बसले आणि गुडमन त्यांच्या टेबलाजवळच्या जागी जाऊन बसले.

''न्यायमूर्तीसाहेब, आम्हाला आता आणखी कोणाची साक्ष काढायची नाही.'' न्यायालयाच्या नोंदीकरता ॲडम म्हणाला.

''मि. रॉक्सबर्ग, तुमच्या पहिल्या साक्षीदाराला बोलवा.'' स्लॅटरी म्हणाले.

''शासनाकडून कर्नल न्यूजंट यांना बोलवण्यात यावं.'' रॉक्सबर्ग म्हणाले. न्यायालयाच्या हॉलमध्ये न्यूजंट उपस्थित होतेच आणि त्यांना साक्षीदाराच्या चौकटीतल्या खुर्चीत नेऊन बसवण्यात आलं. त्यांनी ऑलिव्ह रंगाचा शर्ट आणि पॅन्ट घातली होती. कपड्यांना कडक इस्त्री केलेली होती, बूट चमकत होते. त्यांनी शपथ घेतली आणि न्यायालयाच्या नोंदीसाठी त्यांचं नाव, त्यांच्या व्यवसायाबद्दल सांगितलं. ''मी एक तासापूर्वी पार्चमनच्या तुरुंगात होतो.'' त्यांच्या घड्याळाकडे पाहत ते म्हणाले. ''आणि शासनाच्या हेलिकॉप्टरने मी इथे आलोय.''

''तुम्ही सॅम यांना नुकतंच कधी पाहिलंय?'' रॉक्सबर्ग यांनी विचारलं.

''आज सकाळी नऊ वाजता. त्यांना निरीक्षणासाठी ठेवण्यासाठीच्या खोलीमध्ये त्यांना हलवण्यात आलं, त्या वेळी मी त्यांच्याशी बोललोय.''

''ते मानसिकदृष्ट्या सतर्क आणि सावधान होते का? एखाद्या वेड्यासारखं, त्यांच्या तोंडातून लाळ गळतीय, असं काही दिसत होतं का?''

आक्षेप घेण्यासाठी ॲडम एकदम उठून उभा राहण्याच्या प्रयत्नात असतानाच गुडमन यांनी त्याच्या बाहीला धरून खाली बसवलं.

''ते अत्यंत सावध होते.'' न्यूजंट उत्साहाने सांगत होते. ''ते अगदी तल्लख होते. त्यांच्या कोठडीतून त्यांना का हलवलं जातंय, असं त्यांनी मला विचारलं. काय घडत होतं, ते सर्व त्यांना समजत होतं. हल्ली ते फार तक्रारी करायला

लागले आहेत. बऱ्याच गोष्टी अलीकडे त्यांना आवडेनाशा झाल्या आहेत.''

''तुम्ही त्यांना काल पाहिलं होतं का?''

''हो.''

''ते बोलण्याच्या स्थितीत होते का? का काही हालचाल न करता निपचित पडून होते?''

''अहो, ते खूप बोलत होते.''

''ते तुमच्याशी कशाबद्दल बोलले?''

''आमच्याकडे एक नियमावली आहे, त्यानुसार आम्हाला त्यांच्याकडून काही गोष्टींची माहिती हवी होती, त्याबद्दल त्यांच्याशी बोलणं आवश्यक होतं, म्हणून आम्ही त्यांच्याशी तसं बोलायला गेलो, पण ते नीट बोलायला तयार नव्हते. मुद्दाम विरोध करत होते. आम्हाला शारीरिक इजा पोचवण्याची धमकीही त्यांनी मला दिली. त्यांचं बोलणं फार तिखट असतं. नंतर ते थोडे शांत झाले. त्यांच्या शेवटच्या जेवणात त्यांना काय हवं आहे, शिक्षा अमलात आणते वेळी त्यांच्या बाजूचे कोण साक्षीदार असणार आहेत, त्यांच्या वैयक्तिक मालकीच्या वस्तूंचं काय करायचं, असे प्रश्न आम्ही त्यांना विचारले. शिक्षा अमलात आणण्याबद्दलही आमच्यात बोलणं झालं.''

''त्यांची मृत्युशिक्षा अमलात आणली जाणार आहे, याची त्यांना कल्पना आहे का?''

न्यूजंट एकदम हसू लागले आणि त्यांनी विचारलं, ''हा कसला प्रश्न मला तुम्ही विचारताय?''

''फक्त उत्तर द्या.'' चेहऱ्यावर हास्य आणू न देता स्लॅटरी यांनी खडसावलं.

''शंकाच नाही! काय चाललंय, याची त्यांना पूर्ण कल्पना आहे. ते वेडे-बिडे नाहीत की भ्रमिष्ट नाहीत. त्यांच्या वकिलांनी चांगला दारूगोळा जमा केलेला आहे आणि हे शिक्षा अमलात आणणं वगैरे काही घडणारच नाहीये, असे त्यांचे शब्द होते. त्यांनी जमवून आणलेला हा सगळा बनाव आहे.'' न्यायालयातल्या उपस्थितांकडे पाहत दोन्ही हात हलवत त्यांनी हे सांगितलं.

त्यापूर्वीच्या सॅम यांच्याबरोबरच्या भेटींबाबत माहिती द्यायला त्यांनी सांगितलं. त्यावर न्यूजंट यांनी हातचं काहीही न राखता सर्व माहिती दिली. गेल्या दोन आठवड्यांत सॅम यांच्याबरोबर झालेला शब्दन्‌शब्द, अगदी त्यातले वर्मी लागणारे उपहासात्मक बोचरे तिखट टोमणेसुद्धा त्यांच्या लक्षात होते.

हे सर्व खरं होतं, हे ॲडमलासुद्धा माहीत होतं. तो गुडमन यांच्या अधिकच जवळ सरकला, अगदी खालच्या आवाजात त्यांच्याबरोबर तो बोलला आणि न्यूजंट यांची उलटतपासणी घ्यायची नाही असं ठरलं. त्यातून फारकाही साध्य होणार

नव्हतं, असं त्या दोघांना वाटलं होतं.

न्यूजंट साक्षीदाराच्या मंचावरून खाली उतरले. संचलनासारखी पावलं टाकत न्यायालयाच्या हॉलमधून बाहेर पडले. त्या माणसाच्या खांद्यावर मृत्युशिक्षा अंमलबजावणीची जबाबदारी होती. त्यांचं पार्चमन इथे असणं आवश्यक होतं.

तुरुंगातल्या कैद्यांना सुधारण्यासाठी असलेल्या खात्याच्या मानसोपचार तज्ज्ञ डॉ. एन स्टेगॉल ह्या शासनाच्या बाजूच्या दुसऱ्या साक्षीदार होत्या. रॉक्सबर्ग आणि मॉरीस हेन्री आपापसात काही बातचीत करत असताना त्या साक्षीदाराच्या चौकटीकडे जात होत्या.

''न्यायालयाच्या नोंदीसाठी तुम्ही तुमचं नाव सांगा.'' न्यायाधीश स्लॅटरी यांनी सांगितलं.

''डॉ. एन. स्टेगॉल.''

''एन?'' न्यायाधीश महाशयांनी विचारले.

''नाही. ते माझ्या नावाचं आद्याक्षर आहे.''

स्लॅटरी यांनी आधी त्यांच्याकडे पाहिलं आणि नंतर रॉक्सबर्ग यांच्यावर नजर टाकली. त्या वेळी रॉक्सबर्ग यांना काय नेमकं बोलावं हे न सुचल्यामुळे त्यांनी फक्त खांदे उडवले.

न्यायाधीशसाहेब त्यांच्या खुर्चीतच थोडे पुढे झाले आणि त्यांनी टेबलावर त्यांची कोपरं टेकवली आणि साक्षीदाराच्या चौकटीकडे जरा डोळे ताणून पाहिलं. ''हे बघा डॉक्टर, मी तुमचं आद्याक्षर विचारलेलं नाही. मी तुमचं नाव विचारलेलं आहे, ते तुम्ही न्यायालयाच्या नोंदीसाठी वेळ न दवडता सांगा.''

डॉक्टरांनी त्यांच्यावरची नजर एकदम झटकल्यासारखी बाजूला केली, घसा खाकरून जरा साफ केला आणि नाखुशीनेच म्हणाल्या, ''नेलदीन.''

ॲडमला त्याचं आश्चर्य वाटलं नव्हतं. ते नावच मुळीच लोकप्रिय नव्हतं. त्यांनी ते वेळीच बदलून घ्यायला हवं होतं.

रॉक्सबर्ग यांनी लगेचच डॉक्टरांना त्यांच्या योग्यतेबाबत, त्यांच्या शिक्षण, प्रशिक्षण, पदव्यांबाबत एकामागून एक प्रश्न विचारले. त्या डॉक्टरबाई साक्षीकरता योग्य होत्या, असं स्लॅटरी यांचं यापूर्वीच मत झालेलं होतं.

''बरं, आता असं बघा डॉक्टर,'' रॉक्सबर्ग यांनी त्याच्या नेलदीन नावाचा उच्चार टाळण्याची काळजी घेऊन प्रश्न विचारायला सुरुवात केली. ''तुम्ही सॅम केहॉल यांना केव्हा भेटला होतात?''

त्यांनी हातात एक कागद धरला होता त्याकडे पाहत त्या बोलू लागल्या. ''गुरुवारी, २६ जुलै रोजी.''

''त्यांना भेटण्याचा उद्देश काय होता?''

''माझ्या कामाचा एक भाग म्हणून मी मृत्युशिक्षा-तुरुंगाला मधूनमधून भेट देत असते. त्यातल्या त्यात ज्यांची मृत्युशिक्षा अमलात आणण्याचा दिवस जवळ आलेला असतो, त्यांना मी भेटते. मी त्यांना समुपदेशन करते. त्यांनी कोणती औषधं घ्यावीत त्याचा सल्ला मी देते. अर्थात हे सर्व त्यांची तयारी असेल तरच.''

''मि. केहॉल यांच्या मानसिक स्थितीचं तुम्ही कसं वर्णन कराल?''

''अतिशय सतर्क, जागरूक, जीभ अतिशय तिखट आणि त्यांचा स्वभाव बराच रागीट आहे आणि एकदम भडकून जाऊन असंस्कृत माणसासारखी भाषा ते वापरू लागतात. माझ्याशी तर ते त्याच प्रकारे वागले आणि पुन्हा इथे येऊ नका, असं म्हणाले.''

''त्यांची मृत्युशिक्षा अमलात आणण्याबद्दल ते काही बोलले?''

''हो. त्यांचे जगण्याचे फक्त तेरा दिवसच बाकी राहिलेले आहेत, असं ते म्हणाले आणि मी त्यांना अशी औषधं द्यायला आलेली आहे की, ती घेतल्यानंतर त्यांना मरणाचा त्रास काहीही होणार नाही. त्यांनी त्यांच्या शेजारच्या कोठडीतल्या रॅन्डी डुप्री हा मानसिक रुग्ण बनला आहे, तर त्याला तपासून काहीतरी योग्य औषधं द्या, असंही ते म्हणाले. त्यांना डुप्रीबद्दल फार काळजी वाटत होती आणि त्याला मी तपासत नसल्यामुळे ते रागावले होते.''

''तुम्ही असं म्हणाल का की, त्यांचं मानसिक स्वास्थ्य बिघडलंय? ते भ्रमिष्ट झालेले आहेत?''

''नाही. त्यांचं मन चांगलंच तीक्ष्ण आहे.''

''मला आणखी काही प्रश्न विचारायचे नाहीत.'' असं म्हणून रॉक्सबर्ग त्यांच्या जागेवर जाऊन बसले.

ॲडम मुद्दामच वकिलांनी प्रश्न विचारायच्या मंचावर गेला. ''डॉक्टर स्टेगॉल, तुम्ही रॅन्डी डुप्री याची मानसिक प्रकृती कशी आहे, ते सांगाल का?'' त्याचा आवाज चांगलाच मोठा होता.

''नाही. त्याला तपासण्याची संधी मला अद्याप मला मिळालेली नाही.''

''सॅमनी अकरा दिवसांपूर्वी त्याच्या प्रकृतीची कल्पना तुम्हाला दिली होती, तरीसुद्धा तुम्हाला तपासावं असं वाटलं नाही?''

''मी माझ्या कामात व्यग्र होते.''

''तुम्ही शासनाच्या सध्याच्या जागी गेली किती वर्षं आहात?''

''चार वर्षं.''

''आणि या चार वर्षांत तुम्ही सॅमबरोबर किती वेळा बोलला होतात?''

''एकदा.''

''मृत्युशिक्षा झालेल्या कैद्यांबाबत तुम्हाला जरासुद्धा पर्वा नाही डॉ. स्टेगॉल?''

"नाही, मला पर्वा आहे."

"मृत्यशिक्षा तुरुंगात सध्या किती कैदी आहेत?"

"अं, मला आजमितीला नक्की किती कैदी आहेत, याचा आकडा सांगता येणार नाही, पण चाळीसच्या आसपास असावेत."

"त्यापैकी ज्यांच्याशी तुमचं बोलणं झालंय, त्यांचं नाव तुम्ही सांगाल का?"

त्या डॉक्टरबाई कोणाला घाबरत होत्या की त्यांचा कोणावर राग होता की त्यांचं त्याबाबत अज्ञान होतं, ते कोणालाच सांगता येण्यासारखं नव्हतं; पण एवढं मात्र नक्की की, त्या जागच्या जागी थिजून गेल्या होत्या. त्यांच्या चेहऱ्यावरच्या सुरकुत्या वाकड्यातिकड्या झाल्या. त्यांनी डोकं तिरकं केलं आणि चेहरा सर्वांपासून लपवायचा प्रयत्न केला. ॲडमने त्यांना त्या स्थितीत तिला काही वेळ राहू दिलं आणि नंतर म्हणाला, "मी तुमचा आभारी आहे डॉक्टर स्टेगॉल." आणि आपल्या जागेवर जाऊन बसला.

"तुमच्या पुढच्या साक्षीदाराला बोलवा." स्लॅटरींनी हुकूम केला.

"सार्जंट क्लॉईड पॅकर याला शासनातर्फे साक्ष देण्यासाठी बोलावलं जात आहे."

कर्मचाऱ्यांनी हॉलमधून पॅकर याला न्यायालयाच्या हॉलमध्ये आणून साक्षीदाराच्या चौकटीत बसवलं. त्याच्या अंगावर गणवेश होता, पण त्याच्याकडचं पिस्तूल काढून घेण्यात आलं होतं.

पॅकरच्या साक्षीमुळे होणाऱ्या परिणामांची ॲडमला जाणीव होती. तो एक प्रामाणिक आणि सच्चा माणूस होता. त्यानं काय पाहिलं, एवढंच त्याला सांगायला सांगितलं होतं. सॅमना तुरुंगात आणल्या दिवसापासून म्हणजे गेली साडेनऊ वर्षं तो त्यांना पाहत होता, ओळखत होता. पत्रं, अर्ज, कायदासंदर्भातले कागद टाईप करण्यात त्यांचा दिवस जायचा. त्यांचं वाचन खूप असायचं. मुख्यत: कायदा-संदर्भातली बरीच पुस्तकं त्यांनी वाचलेली होती. तुरुंगातल्या इतर कैद्यांचे अर्ज, विनंतिअर्ज, अपिलं यांचे मसुदे ते टाईप करून द्यायचे. काही कैद्यांना लिहिता-वाचता येत नव्हतं, त्यांच्या मित्र-मैत्रिणींना, बायकोला, नातेवाइकांना पाठवायची पत्रं ते लिहून द्यायचे. शासनाने त्यांची मृत्युशिक्षा अमलात आणायच्या आधी त्यांना त्यांचा स्वत:चा अंत व्हावा, असं वाटत असल्यामुळे ते एकामागून एक सिगारेटी ओढत असायचे. त्यांच्या मित्रांना ते पैसे उधार द्यायचे आणि पॅकरच्या स्वत:च्या नम्र मतानुसार सॅम हे आल्या दिवसापासून आजपर्यंत तल्लख बुद्धीचे होते आणि ते आजही होतं. त्यांचं मन शीघ्र आणि चलाख होतं.

पॅकरचं सॅम यांच्या हेन्शॉ आणि गलीट यांच्याबरोबरच्या बुद्धिबळाच्या खेळाबद्दल जेव्हा सांगून झालं, तेव्हा स्लॅटरी त्यांच्या खुर्चीत थोडे पुढे झाले. त्यांनी विचारलं, "ते कधी जिंकायचे का?"

"हो, खरंतर, बहुतेकदा तेच जिंकायचे."

जेव्हा सॅम यांनी त्यांच्या आयुष्यातला शेवटचा सूर्योदय पाहण्याची इच्छा व्यक्त केली, तेव्हा पॅकरच्या साक्षीतला महत्त्वाचा क्षण आला. ही विनंती सॅम यांनी आदल्या आठवड्यातल्या एका सकाळी कोठड्यांसमोरून निरीक्षण करत पॅकर जात असताना केली होती. त्यांचा मृत्यू समीप आला होता, हे त्यांना माहीत होतं आणि ते लक्षात घेऊन त्यांना त्यासाठी संमती दिली. एखाद्या पहाटे बुलपेन या बेसबॉल खेळाच्या मैदानावर थांबून त्यांना सूर्योदय पाहायचा होता. पॅकरने ती व्यवस्था केली आणि आदल्या शनिवारी सकाळी सॅम यांनी एक तास कॉफी पित सूर्य वर येण्याची वाट पाहत घालवला होता आणि त्याबद्दल सॅम यांनी त्याचे आभार मानले होते.

पॅकरला विचारायला ॲडमकडे काहीही प्रश्न नव्हते. त्यानं त्याला जाऊ दिलं आणि तोही वेळ न दवडता न्यायालयाबाहेर गेला.

"तुरुंगासंबंधातले धार्मिक अधिकारी राल्फ ग्रिफिन यांची साक्ष आम्हाला घ्यायची आहे." रॉक्सबर्ग यांनी जाहीर केलं. ग्रिफिन यांना साक्षीदाराच्या चौकटीतल्या खुर्चीत नेऊन बसवण्यात आलं. त्यांच्या चेहऱ्यावर अस्वस्थता होती. त्यांनी न्यायालयातल्या हॉलमध्ये असलेल्या सर्व उपस्थितांकडे एकवार पाहिलं. शपथ घेऊन त्यांनी त्याचा व्यवसाय सांगितला आणि सावधपणे रॉक्सबर्ग यांच्याकडे नजर टाकली.

"सॅम केहॉल तुम्हाला माहीत आहेत का?" रॉक्सबर्ग यांनी प्रश्न केला.

"हो."

"नुकताच त्यांना तुम्ही काही सल्ला दिला होता का?"

"हो."

"त्यांना तुम्ही नुकतंच असं कधी पाहिलं होतं?"

"काल. रविवारी."

"तुम्ही त्यांच्या मानसिक स्थितीचं वर्णन कराल?"

"नाही. मी करू शकत नाही."

"तुम्ही आत्ता जे काय बोललात, ते जरा परत बोला."

"मी म्हणालो की, मी त्यांच्या मानसिक स्थितीचं वर्णन करू शकत नाही."

"का नाही?"

"कारण आजमितीला मी त्यांच्या धर्मसंबंधातला उपदेशक आहे आणि माझ्या उपस्थितीत ते मला जे काही सांगतात, ते गुप्त ठेवण्याचं बंधन माझ्यावर धर्मानं घातलेलं आहे. त्यामुळे त्यांच्या विरोधात मी साक्ष देऊ शकत नाही."

एक क्षण रॉक्सबर्ग यांची मती गुंग झाली. पुढे काय करायचं हे त्यांना सुचत नव्हतं. त्यांना किंवा त्यांच्या हाताखालच्यांना अशी परिस्थिती उद्‌भवेल, अशी कल्पनाही नव्हती. त्यांचा ढोबळ अंदाज असा होता की, धर्मोपदेशक हे सरकारी

नोकर असल्यानं शासनाला उपयोगी अशी साक्ष देतील. रॉक्सबर्ग यांच्याकडून प्रतिपक्षावर आणखी एक जोरदार हल्ला होण्याची सर्वांना अपेक्षा होती.

स्लॅटरी यांनी परिस्थिती गांभीर्याने हाताळली आणि म्हणाले, "मि. रॉक्सबर्ग, त्यांचा मुद्दा बरोबर आहे. त्यांची साक्ष आपण काढायलाच नको होती. बरं, त्यांच्यानंतर कोण?"

"नाही. आणखी कोणी साक्षीदार नाहीत." अटॅर्नी जनरल म्हणाले आणि अधीरतेने त्या मंचावरून बाजूला होऊन त्यांच्या जागेवर जाऊन बसले.

न्यायाधीश महाशयांनी काही मुद्दे खूप तपशिलात नोंदवून घेतले आणि गर्दीने भरलेल्या न्यायालयाच्या हॉलमधल्या प्रेक्षकांकडे नजर टाकली आणि म्हणाले, "आजच्या कामकाजाच्या तपशिलावर विचार करून मला निर्णय घ्यावा लागेल. तर त्यासाठी मला उद्या सकाळपर्यंतचा वेळ लागेल. माझा निर्णय झाल्यावर मी संबंधित वकिलांना कळवेन. तुम्ही आता इथे थांबला नाहीत तरी चालेल." असं सर्व वकिलांकडे पाहत ते म्हणाले, "न्यायदानाची प्रक्रिया या क्षणी तरी थांबलेली आहे."

प्रत्येक जण उठून उभा राहिला आणि मागच्या दरवाजाने सर्व जण गेले. ॲडमने धर्मगुरू राल्फ ग्रिफिन यांच्याजवळ जाऊन त्यांचे आभार मानले आणि तो गुडमन, हेझ केरी, प्राध्यापक ग्लास आणि त्यांचे विद्यार्थी जिथे बसले होते, तिथे गेला. सर्व गर्दी ओसरेपर्यंत ते सर्व जण एक कोंडाळं करून बसले होते आणि नंतर बाहेर पडले. कोणीतरी पेय आणि खाण्याचा उल्लेख केला. रात्रीचे नऊ वाजले होते.

न्यायदानाच्या खोलीच्या बाहेर वार्ताहर टपून बसले होतेच. बाहेर आल्या आल्या ॲडमने त्याच्याजवळ काहीही सांगण्यासारखं नव्हतं, असं नम्रपणे सांगून टाकलं आणि तो चालत राहिला. बाहेरच्या हॉलसारख्या भागातून बाहेर पडण्यासाठी गुडमन आणि तो चालले असता त्यांच्यामागूनच रोली वेज चालत बाहेर गेला आणि पुढे इमारतीच्याबाहेर पडून लुप्त झाला.

कॅमेरे घेऊन बाहेर दोन समुदाय तयार होते. दर्शनी भागातल्या पायऱ्यांवर रॉक्सबर्ग एका समुदायाला माहिती देत होते आणि पुढे थोड्याच अंतरावर गव्हर्नरसाहेब दुसऱ्या समुदायाला संबोधित करत होते. ॲडम त्यांच्यासमोरून चालत जात होता त्या वेळी केहॉल यांच्या माफीसंबंधी अजूनही विचार चालू होता, असं गव्हर्नर त्यांना सांगत असलेलं त्याच्या कानावर आलं, त्यामुळे त्या रात्री उशिरापर्यंत कामं चालणार होती. त्यापुढचा दिवस तर खूपच त्रासाचा जाणार होता. मृत्युशिक्षा अमलात आणण्याच्या वेळी तुम्ही तिथे उपस्थित राहणार आहात का, असं कोणीतरी गव्हर्नरांना विचारलेलं त्याच्या कानावर आलं. पण त्यावर त्यांनी काय उत्तर दिलं, ते त्याला ऐकू आलं नव्हतं.

शहराच्या जुन्या भागातल्या 'हॅल आणि मॅल' या सुप्रसिद्ध उपाहारगृहामध्ये सर्व जण एकत्र जमले. तिथे खाण्या-पिण्याची सोय होती. दर्शनी भागातच, पण कडेच्या कोपऱ्यात हेजला एक मोठं टेबल मिळालं. त्याने सर्वांसाठी सुरुवातीला बियर मागवली. मागच्या भागात एक वाद्यवृंद संगीताचा आनंद सर्वांना देत होता. उपाहारगृहात आता जेवणाऱ्यांची आणि पिणाऱ्यांची गर्दी वाढली होती.

कोपऱ्यातल्या हेजजवळच्या खुर्चीत ॲडम बसला होता. गेल्या कित्येक तासांच्या धावपळीनंतर तो थोडासा निवांत होत होता. शरीरात बियर गेली आणि शरीर आणि मन दोन्हीही थोडं शांत झालं. त्यानंतर त्यांनी लाल चवळीची उसळ आणि भात मागवला. जेवताना त्या दिवशीच्या सुनावणीबाबत गप्पा झाल्या. ॲडमने कामगिरी खूपच चांगल्या प्रकारे बजावली, असं प्रशंसापत्रक हेज याने दिलं आणि त्यांच्या चमूतले सर्वच विद्यार्थी ॲडमचं कौतुक करत होते. वातावरण आशादायी बनलं होतं. त्यांनी केलेल्या मदतीबद्दल ॲडमनं सर्वांचे आभार मानले. टेबलाच्या दूरच्या कडेशी गुडमन आणि ग्लास बसून आणखी कोणत्यातरी खटल्याबद्दल बोलत होते. वेळ आरामात जात होता. ॲडमने तर जेवणातले पदार्थ टेबलावर आल्यानंतर त्यावर हल्लाच चढवला होता.

''ह्या वेळी ही गोष्ट इथे उपस्थित करणं खरंतर बरोबर नाहीये.'' हेजने कुजबुजल्यासारखं बोलायला सुरुवात केली होती. त्याचं बोलणं फक्त ॲडमनेच ऐकावं, असा त्याचा उद्देश होता. पार्श्वभागातलं संगीत मोठ्या आवाजातलं होतं.

''तू हे झाल्यावर परत शिकागोला जाणार असशील बहुतेक.'' गुडमन यांच्याकडे पाहत हेज बोलत होता. जॉन आणि ते त्यांच्या संभाषणात तसेच गुंतलेले राहावेत, अशी अपेक्षा तो करत होता.

''हो, मला तसंच वाटतंय.'' त्याच्या आवाजात निश्चितता नव्हती. उद्यानंतर तो काय करणार होता, याचा विचार करायलासुद्धा त्याला वेळ झालेला नव्हता.

''बरं, तुझ्या माहितीसाठी म्हणून तुला सांगतोय की, आमच्या ऑफिसमध्ये एक मोकळी जागा आहे. आमच्यापैकी एक जण स्वत:चा व्यवसाय सुरू करतोय आणि म्हणून आम्ही एका वकिलाच्या शोधात आहोत आणि आम्ही फक्त मृत्युशिक्षेसंबंधातलीच कामं करतो.''

''तू म्हणतोस ते बरोबर आहे.'' ॲडम सावकाश बोलत होता. ''पण ही वेळ ती चर्चा करायला योग्य नाही.''

''काम त्रासाचं आहे, पण समाधान देणारं आहे.'' हेजने खाद्यातला एक चटकदार मांसाचा तुकडा तोंडात टाकला आणि त्यावर एक मोठा घोट बियरचा घेतला. ''तू सध्या ज्या प्रमाणात पैसे मिळवतोस, तसे खूप पैसे आमच्याकडे मिळणार नाहीत. आमच्याकडे पैशाचा कायमच तुटवडा असतो, उशिरापर्यंत काम

करावं लागतं. पक्षकार खूप आहेत आणि काम एखादं व्रत केल्यासारखं करावं लागतं.''

''पण पगार कमी देणार म्हणजे किती देणार?''

''सुरुवातीला तुला आम्ही वर्षाला तीस हजार डॉलर्स देऊ.''

''सध्या मला वर्षाला बासष्ट मिळतात आणि दर वर्षी तो वाढत जातो.''

''मीसुद्धा तसा मोठ्या आकड्याचा पगार मिळवत होतो. वॉशिंग्टनमधल्या एका मोठ्या विधी कंपनीत मला सत्तर मिळायचे. थोड्याच काळात मला त्या कंपनीत भागीदारीसुद्धा मिळणार होती, पण अगदी सहजपणे मी ते काम सोडलं. अरे, पैसे म्हणजे सर्वकाही असतं, असं नाही.''

''तुला तुझ्या सध्याच्या कामात आनंद मिळतो का?''

''ते तुमच्यावर अवलंबून असतं. नैतिक बांधिलकीची जाणीव मनात जोपासली, तर या सद्य व्यवस्थेविरुद्ध तुम्हाला झगडता येतं. तू त्यावर मनापासून विचार कर.''

गुडमन यांनी ॲडमकडे पाहत मोठ्या आवाजात प्रश्न केला. ''आज रात्री तू पार्चमनला जाणार आहेस का?''

ॲडम त्याची दुसरी बियर संपवत होता. त्याला आणखी एक घ्यायची होती. त्याला दमणूक जाणवायला लागली होती. ''आजच्या सुनावणीचा निर्णय काय होतोय, ते पाहून जाईन म्हणतोय. म्हणजे उद्या सकाळपर्यंत थांबणार आहे.''

त्याचं खाणं-पिणं चालू असताना सर्व जण गुडमन आणि ग्लास हे सांगत असलेल्या मृत्युशिक्षा संदर्भात दिलेल्या झुंजींची वर्णनं ऐकत होते. प्रत्येकाची एकामागून एक बियर चाललीच होती आणि वातावरण आशादायक पातळीपासून आत्मविश्वासाच्या पातळीप्रत पोचलेलं होतं.

सॅम अंधारात पडून होते आणि मध्यरात्रीची वाट पाहत होते. त्यांनी बातम्या पाहिल्या आणि त्यांना सुनावणी संपलेली कळलं होतं. घड्याळाची टिकटिक चालूच होती. स्थगिती मिळालेली नव्हती. मध्यवर्ती सरकारच्या हातात त्यांच्या आयुष्याची दोरी होती.

मध्यरात्र उलटल्यानंतर एक मिनिटानी त्यांनी त्यांचे डोळे मिटले आणि देवाची प्रार्थना केली. 'लीला तिच्या त्रासापासून मुक्त होण्यासाठी मदत कर, कारमेन आणि ॲडम यांच्याबरोबर तिचे संबंध आनंदाचे आणि चांगले ठेव आणि जे काय घडणार आहे, ते सोसण्याची ताकद ॲडमला दे.' अशा विनंत्या त्यांनी देवाला केल्या.

त्यांच्याकडे जगण्याचे चोवीस तास बाकी राहिलेले होते. त्यांनी त्यांचे दोन्ही हात छातीवर धरले आणि ते झोपी गेले.

४७

न्यूजंट बरोबर साडेसातपर्यंत दरवाजा बंद करून चर्चा चालू करण्यासाठी थांबले होते. ते चालत दर्शनी भागातल्या खोलीशी गेले आणि त्यांनी त्यांच्या सैनिकांचं निरीक्षण केलं. ''मी आत्ताच अतिसुरक्षा विभागातून आलेलो आहे.'' ते गंभीरपणे बोलायला लागले. ''त्या खोलीतला कैदी जागा आहे आणि सावधही आहे आणि आजच्या वर्तमानपत्रात आलेल्या माहितीप्रमाणे तो वेडपटही नाही की त्याच्या कोणत्याही संवेदना नष्ट झालेल्या नाहीत.'' ते बोलण्याचं थोडंसं थांबले आणि थोडंसे हसले. त्यांना वाटत होतं की, त्यांनी विनोद केला होता आणि त्यावर समोरच्या उपस्थितांनी थोडेसं हसायला हवं होतं.

''त्यांची सकाळची न्याहारी आत्ताच झालेली आहे आणि मोकळ्या हवेवर फिरायला लगेचच जायचं, असा हट्ट ते धरून बसले आहेत आणि माझ्या मते ते मानसिकदृष्ट्या अगदी चांगले आहेत. जॅक्सनमधल्या मध्यवर्ती न्यायालयाकडून माझ्याकडे जोपर्यंत स्थगितीचे आदेश येत नाहीत, तोपर्यंत मृत्युशिक्षा अमलात आणण्याबाबतचं कामकाज आम्ही चालूच ठेवणार आहोत. मी सांगतोय ते बरोबर आहे ना मि. लुकस मान?''

न्यूजंट यांच्या टेबलासमोरच्या खुर्चीत लुकस बसला होता. वर्तमानपत्र वाचण्यात गर्क असल्यासारखं भासवत त्यांच्या बोलण्याकडे दुर्लक्ष करत होता.

''आता आपल्याला मुख्यत्वेकरून दोन गोष्टींची दखल घ्यावी लागणार आहे. एक म्हणजे प्रसारमाध्यमांचे लोक. ते अत्यंत बेशिस्तीने वागणारे असतात. त्यांना काबूत ठेवण्याची कामगिरी मी सार्जंट मोअर लँड यांच्यावर सोपवलेली आहे. सर्वच पत्रकारांना मृत्युशिक्षा अमलात जात असलेली पाहण्याची इच्छा असते आणि अशी इच्छा पाचशेच्यावर पत्रकारांनी व्यक्त केलेली आहे. त्यामुळे आपण मुख्य प्रवेशद्वातून आत आल्याआल्या समोरच असलेल्या इमारतीतल्या एका खोलीत सर्व पत्रकारांची व्यवस्था केलेली आहे. शेवटपर्यंत त्याच खोलीत ते थांबून राहणार आहेत. त्या खोलीतली कायदा-व्यवस्था नीट राहावी, म्हणून निराळ्या सुरक्षाकर्मींची

व्यवस्था केलेली आहे. मृत्युशिक्षा अमलात आणते वेळी पाच पत्रकारांना साक्षीदार म्हणून उपस्थित राहण्याची परवानगी देता येते, त्यामुळे पत्रकारांपैकी ज्या कोणाला तसं उपस्थित राहायचं असेल, अशांची नावं मी चिठ्ठ्या काढून ठरवणार आहे. चार वाजता त्या सर्वांच्या नावांच्या चिठ्ठ्या मी ताब्यात घेणार आहे, त्या एकत्र करून त्यातल्या पाच चिठ्ठ्या मी काढीन आणि त्या पाच जणांना शिक्षा अमलात आणते वेळी उपस्थित राहता येईल.

''दुसरा प्रश्न मुख्य फाटकाच्या बाहेर काय घडणार आहे, त्याबद्दलचा आहे. तिथल्या भागात शांतता राखण्यासाठी अतिरिक्त छत्तीस सुरक्षाकर्मींची व्यवस्था गव्हर्नर साहेबांनी केलेली आहे. ती जादा कुमक थोड्याच वेळात इथे येऊन दाखल होईल. डोक्याचा चमन केलेले, आर्य वंशाचा जरा जास्तच अभिमान बाळगणारे ख्रिश्चन धर्मातले श्वेतवर्णीय मूलतत्त्ववादी गडबड-गोंधळ घालण्यात कुप्रसिद्ध आहेत. तर या लोकांना आपल्याला कह्यात ठेवणं आवश्यक आहे. काल दोन वेळा चकमकी उडाल्या होत्या. त्या जमावांवर आपल्या सुरक्षाकर्मींचं बारीक लक्ष होतं, म्हणून आपल्याला वेळीच त्यांना नियंत्रणाखाली आणता आलं. अन्यथा परिस्थिती आवाक्याबाहेर जायला वेळ लागला नसता आणि आता जर शिक्षा अमलात आणली गेली, तर वातावरण फार तापणार आहे. त्यामुळे आपल्याला या बाबतच्या सर्वच गोष्टींचा विचार फार गांभीर्याने करायचा आहे. तर आता यासंबंधात कोणाला प्रश्न, शंका?''

कोणाला काहीही शंका नव्हत्या, प्रश्न नव्हते.

''तर मग ठीक आहे. आपण सर्वांनी आपल्या ताकदीचा, सक्षमतेचा, निपुणतेचा पूर्णपणे आणि योग्य प्रकारे वापर करू या. अगदी एखाद्या व्यावसायिक सराईतांसारखं काम करून आपल्यावर टाकलेली कामगिरी आपण एकत्रितपणे यशस्वीरित्या पार पाडणार आहोत.'' हे सांगून त्यांनी त्यांच्या सहकाऱ्यांना एक दिमाखदार सलाम ठोकला. त्यानंतर सर्व जण आपापल्या कामांसाठी निघून गेले.

बेसबॉल मैदानाच्या कोपऱ्यातल्या एका बाकावर दोन्ही बाजूला दोन पाय टाकून कपातली गारढोण कॉफी पीत, गलीटची वाट पाहत सॅम शांतपणे बसले होते. त्यांच्यासमोर बुद्धिबळाचा पट मांडलेला होता.

मैदानात प्रवेश करण्याच्या दरवाजात येऊन गलीट जरा थांबला. त्याच्या हातातल्या बेड्या सुरक्षाकर्मीने काढल्या. त्यानं त्याच्या मनगटावरचा बेड्या बसलेला भाग जरा चोळला, डोळ्यावर हात धरून सूर्यकिरणांच्या प्रखरतेशी जुळवून घेतलं आणि बाकावर एकट्याच बसलेल्या त्याच्या मित्राकडे पाहिलं. तो चालत बाकाशी गेला आणि सॅमच्या समोर त्यांच्यासारखाच बाकाच्या दोन्ही बाजूला दोन पाय

टाकून बसला.

सॅमनी वर बघितलंही नाही. ''सॅम, काही चांगली बातमी?'' गलीटला खूप दु:ख होत होतं. न राहवून त्याने हा प्रश्न केला होता. ''सॅम, तुमची शिक्षा अमलात आणली जाणार नाहीये, असं तुम्ही मला सांगा.''

बुद्धिबळाच्या पटावरच्या सोंगट्या मांडलेल्या होत्या, त्याकडे पाहत सॅम म्हणाले, ''तू तुझी पहिली चाल कर.''

''तसं काही होणार नाहीये ना सॅम?'' त्याने अजिजीने विचारलं.

''या वेळी पहिली चाल करून तू सुरुवात करायची आहेस गलीट.'' गलीटने अगदी सावकाशपणे आपले डोळे पटावर केंद्रित केले.

त्या दिवशी सकाळी सर्वांचा अंदाज असा होता की, निर्णय द्यायला स्लॅटरी जितका जास्त वेळ लावतील, तितकी स्थगिती मिळण्याची शक्यता जास्त होती; त्यातल्या त्यात तसा संकेत तरी होता, असं सगळ्यांचं मत होतं. सकाळी साडेनऊपर्यंत काहीच निर्णय आला नव्हता.

हेझ केरीच्या ऑफिसमध्ये ॲडम वाट पाहत थांबला होता आणि गेले चोवीस तास ते ऑफिस त्याच्या मोहिमेचं केंद्रस्थान बनलं होतं. गुडमन त्याच्या त्या तात्पुरत्या ऑफिसमध्ये थांबून राहिले होते. गव्हर्नर साहेबांची थेट दूरध्वनी सेवा वापरून टाकणाऱ्या त्यांच्या तथाकथित बाजार-निरीक्षणाच्या कारवाईचं मार्गदर्शन करण्यात त्यांना जास्त आनंद वाटत होता. स्लॅटरींच्या ऑफिसबाहेर गाडीत बसून प्राध्यापक जॉन ग्लास वाट पाहत होते.

स्लॅटरींनी जर स्थगिती मंजूर केली नसती, तर ताबडतोब ते पाचव्या मंडल न्यायालयाकडे अपिलाचा अर्ज सादर करणार होते. नऊ तासांपूर्वीच तो अर्ज तयार होता. पाचव्या मंडल न्यायालयानं तो अर्ज नामंजूर केला, तर त्यापुढचं म्हणजे युनायटेड स्टेट्सच्या मध्यवर्ती सरकारच्या उच्चतम न्यायालयात धाव घेण्याची केरी यांनी तयारी ठेवलेली होती. सर्व अर्ज थांबून होते. सर्वच जण वाट पाहत होते.

मन केवळ व्यग्र राहावं म्हणून ज्यांची नावं आठवत होती, त्यांना ॲडम फोन करत सुटला होता. बर्कलेला त्यानं कारमेनला फोन केला. ती झोपली होती. तिला त्यानं जागं केलं. लीसाठी त्यानं लीच्या फ्लॅटवर फोन केला. अपेक्षेनुसार तिथनं त्याला काही उत्तर मिळालं नाही. त्याने फेल्प्सच्या ऑफिसला फोन लावला. त्याच्या सेक्रेटरीने तो घेतला. तिच्याबरोबर तो बोलला. नंतर त्याने डार्लिनला फोन लावला आणि तो ऑफिसला केव्हा परतू शकेल, याची त्यालाच कल्पना नसल्याचं त्याने सांगितलं. त्यानंतर त्याने मॅकलिस्टर यांच्या खाजगी फोनवर फोन लावला, पण तो व्यग्र असल्याचे संकेत त्याला मिळाले. कदाचित गुडमनही त्याचं कारण

असणं शक्य होतं. त्याने सॅमना फोन करून आदल्या रात्रीच्या कामकाजाबद्दलची माहिती दिली. त्यातल्या त्यात धर्मगुरू राल्फ ग्रिफिन यांनी काय साक्ष दिली, त्याची माहिती दिली. पॅकरने त्याच्या साक्षीत जे काय खरं होतं, ते सांगितलं होतं. न्यूजंट सवयीप्रमाणे गाढवासारखा वागला, बोलला होता. दुपारनंतर तीनच्या आसपास तो तिथे पोचणार होता, असं त्याने सॅमना सांगितलं, त्यावर 'जरा लवकर येता आलं तर बघ.' असं सॅमनी त्याला सांगितलं होतं.

अकरा वाजता स्लॅटरींच्या नावाने सर्व जण शिव्या मोजत होते, त्यांची निर्भर्त्सना करत होते, ॲडमनेसुद्धा त्यात पुरेपूर भाग घेतला होता. त्यानंतर त्यानं गुडमन यांना फोन करून तो पार्चमन तुरुंगाकडे निघाला असल्याचं सांगितलं. हेज केरीचे आभार मानून त्यानं त्याचा निरोप घेतला.

भरधाव गतीनं तो जॅक्सनच्या बाहेर पडला होता. तो जरी वेगमर्यादा सांभाळून गाडी चालवत राहिला, तरी तो दोन तासांच्या आत पार्चमनला पोचू शकणार होता. त्याच्या मोटारीतला रेडिओ दर अर्ध्या तासाला ताज्या बातम्या देत होता. मिसिसिपी राज्यात कॅसिनोसारख्या जुगाऱ्यांच्या अड्ड्यात जो जुगार चालत असतो, त्यावर अव्याहत चाललेली चर्चा तो ऐकत होता. साडेअकराच्या बातम्यांत केहॉल शिक्षा अमलात आणण्याबाबत काहीही नवीन बातमी नव्हती.

ऐंशी ते नव्वद मैलांच्या वेगाने तो जात राहिला होता. तो पिवळ्या रेघांवरून जात होता. पुलांच्या अलीकडच्या वळणांवर पाळण्याच्या वेगांसंबंधीचे नियम तो धुडकावून लावत होता. लहान लहान गावं, वस्त्या, वाड्यांमधून जाणाऱ्या रस्त्यांवरही त्याचा वेग कमी होत नव्हता. एवढ्या भरधाव वेगाने त्याला खेचून नेणारी अशी कोणती घटना पार्चमन इथे घडली होती, कोण जाणे! तिथे पोचल्यानंतर तो तिथे विशेष काहीही करू शकणार नव्हता, हे त्याच्या लक्षात येणार होतं. कायद्याने करता येण्यासारख्या गोष्टी तो जॅक्सनला सोडून आला होता. पार्चमन इथे तो सॅम यांच्याबरोबर राहून केवळ तासांमागून तासच मोजत राहणार होता किंवा मध्यवर्ती सरकारकडून स्थगिती मिळाली, तर आनंद साजरा करू शकणार होता.

फ्लोरा नावाच्या गावाच्या भागात रस्त्याच्या कोकाकोला विकणाऱ्या दुकानाशी तो थांबला. तिथे त्याने फळांचा रस घेतला आणि मोटारीत पेट्रोल भरलं. पंपापासून दूर जात असताना त्याने रेडिओवरच्या बातम्या ऐकायला सुरुवात केली. आता चालू असलेल्या चर्चेतल्या आशयांचा रोख बदललेला दिसत होता. युनायटेड स्टेट्सच्या जिल्हा न्यायालयाचे न्यायमूर्ती एफ. फ्लीन स्लॅटरी यांनी काही क्षणांपूर्वीच केहॉल यांचा शेवटचा, मानसिकदृष्ट्या सक्षम नसल्याचा अर्ज फेटाळला होता. त्याबाबत तासाभरात पाचव्या मंडल न्यायालयाकडे अपील करण्यात येणार होतं, अशी माहिती मिळाली होती, तरीपण केहॉल मिसिसिपी राज्याच्या विषारी वायूच्या

पेटीनजीक आलेले होते, असं नाट्यपूर्ण आवाजात बातमी देणारा बोलत होता.

ॲक्सिलेटरवर पाय दाबून वेग वाढवण्याऐवजी त्याने वेग कमी केला आणि फळाच्या रसाचा एक घुटका शांतपणे घेतला. त्याने रेडिओ बंद केला. मोटारीतलं वायुवीजन चांगलं होण्यासाठी त्याने खिडकीची काच थोडी खाली केली. स्लॅटरींना शिव्या देत तो काही मैल गेला. त्या वेळी दुपारचे बारा वाजून काही मिनिटं झाली होता. स्लॅटरी हा निर्णय पाच तासांपूर्वी घेऊ शकले असते. त्यांनी मोठ्या हिमतीने आदल्या रात्रीच हा निर्णय द्यायला हवा होता, म्हणजे या क्षणाला पाचव्या मंडल न्यायालयातल्या न्यायाधीशांच्या पुढ्यात त्यांचा अर्ज विचारार्थ आला असता.

तो त्यासाठी ब्रेक जॅफरसन यांनासुद्धा दूषणं देत होता. मिसिसिपी शासनाला सॅम यांची मृत्युशिक्षा अमलात यायला हवी होती, असं त्याने ॲडमला सुरुवातीलाच सांगितलं होतं. लुझीयाना, टेक्सास, फ्लोरिडा, जॉर्जिया आणि व्हर्जिनिया ही राज्यं मोठ्या संख्येने मृत्युशिक्षा अमलात आणत होती, त्याचा मिसिसिपी राज्याला हेवा वाटत होता. त्यामुळेच काहीतरी करणं जरूर होतं. एकापुढे एक येणारी अपिलं असंख्य होती. गुन्हेगारांचे फार लाड केले जात होते. गुन्हे तर वाढतच होते. त्यामुळे वचक निर्माण होण्यासाठी, कायदा व सुव्यवस्था राखण्यासाठी शासनाला कडक पावलं उचलणं आवश्यक होतं. त्यांच्या दृष्टीने त्यांचे विचार ठीक होते. ॲडमला त्यांच्या बोलण्यात काही गैर वाटत नव्हतं.

शेवटी त्याने शिव्या देणं थांबवलं. त्याचं पेय शांतपणे त्यानं संपवलं. मिसिसिपी राज्याच्या रस्त्यांवर कचरा न करण्याच्या कायद्याच्या विरुद्ध जाऊन त्याने पेयाची बाटली खिडकीतून बाहेर भिरकावून दिली. मिसिसिपी शासन आणि त्यांनी लागू केलेले कायदे आणि त्याबाबतची त्याची मतं प्रदर्शित करणं फार अवघड होऊन बसलं होतं.

सॅम त्यांच्या खोलीत बसून टीव्ही पाहत होते, हे ॲडमच्या मन:चक्षूंना दिसत होतं. त्या वृद्ध माणसासाठी त्याचं आतडं तुटत होतं. त्यांचा वकील म्हणून तो अयशस्वी ठरत होता. त्याचा पक्षकार थोड्या वेळातच शासनाद्वारे मारला जाणार होता आणि ते थांबवण्यासाठी तो काहीही करू शकत नव्हता.

तुरुंगाच्या मुख्य फाटकाच्या थोडंसंच आत भेटायला येणाऱ्यांसाठी एक लहान इमारत होती. त्या इमारतीच्या सभोवतालून बातमीदार, वार्ताहर, कॅमेरामन यांच्या गर्दीमध्ये सॅम मानसिकदृष्ट्या सक्षम नसल्यामुळे त्यांची शिक्षा अमलात आणली जाऊ नये, हा अर्ज नाकारला गेल्याच्या बातमीमुळे एकदम निराळाच उत्साह संचारला होता. काही जणांनी तिथे टी.व्ही. ठेवले होते. त्यावर मेम्फिस इथे घडणाऱ्या घटनांचं चित्रीकरण दाखवत होते. जमा झालेला समुदाय ते पाहत होता.

मधूनमधून पार्चमन इथे घडणाऱ्या घटना थेट चित्रीकरणाद्वारे दाखवत होते आणि त्याबरोबर तुरुंगाच्या परिसरातल्या प्रदेशाची चित्रंही दाखवत होते. तिथले विविध विभाग, तिथे असलेली साधनं, उभे केलेले अडथळे, निदर्शनं करणाऱ्यांसाठी नेमून दिलेला वेगळा भाग, तोसुद्धा काटेरी तारांनी संरक्षित केलेला, हे सर्व दाखवत होते. न्यूजंट यांच्या सुरक्षाकर्मींच्या ताब्यात सर्व परिस्थितीचं नियंत्रण होतं, हेही त्यात स्पष्ट दिसत होतं.

बातमी जशी पसरली; तशी निदर्शनं, बातमीदारांच्या बातम्या मिळवणं, कॅमेरेवाल्यांचं छायाचित्रं घेणं यांचं लोण हमरस्त्याच्या कडेनं वाढतच गेलं. क्लॅन समूहातल्या निदर्शक सदस्यांची संख्या वाढतच गेली आणि ती आता शंभराच्या पुढे गेलेली दिसत होती. ते सर्व मोठमोठ्या आवाजात घोषणा देत होते आणि व्यवस्थापनाच्या इमारतीच्या जवळजवळ येत चालले होते. डोक्यावरचे सर्व केस काढलेले ख्रिस्तीमूलतत्त्ववादी, नाझीवादी आणि आर्यवंशाचा अभिमान बाळगणारे अतिरेकी या समूहातले निदर्शक त्यांच्या समोरून जाणाऱ्या-येणाऱ्याकडे पाहत अश्लाघ्य शब्द उच्चारत होते. त्याउलट धर्मकार्यासाठी वाहून घेतलेल्या नन्स त्यांना नेमून दिलेल्या जागेत राहूनच आरडा-ओरडा करणाऱ्यांकडे दुर्लक्ष करून छत्र्यांखाली बसून शांतपणे निदर्शनं करत होत्या.

सॅम यांनी त्यांच्या शेवटच्या जेवणापूर्वी एका मोठ्या वाटीमध्ये हिरव्या रंगाचं टर्निपचं सूप घेतलं होतं, असं त्यांनी बातम्यांमध्ये ऐकलं. त्यांनी टेलिव्हिजनकडे रोखून पाहिलं. कॅमेरा एकदम पार्चमनकडे वळवलेला आणि पुढे पुन्हा जॅक्सनकडे अशी चित्रं त्यांनी पाहिली. केहॉलच्या बाजूने लढणाऱ्या वकिलांचा ताफा आणि ही मंडळी नेमकं काय करणार आहेत, हे एका बातमीदाराला सांगणारा एक निग्रो वकील (या निग्रो वकिलाला सॅम यांनी कधीही पाहिलं नव्हतं) असं एक दृश्य सॅम यांना दिसलं.

सॅमचा मित्र बस्टर मोॲक तर तक्रारीच्या सुरात सांगत होता की, कोण सॅम यांच्या बाजूने काम करत होतं आणि कोण त्यांना मारण्यासाठी काम करत होतं, हे समजणं कठीण जात होतं; पण ॲडम या सर्वांवर नियंत्रण ठेवून असणार होता, याची सॅम यांना खात्री होती.

सॅमची टर्निपच्या हिरव्या पानांची कोशिंबीर खाऊन झाल्यानंतर त्यांनी मोठ्या वाटीसारखा बोल आणि ट्रे पलंगाखाली ठेवला. त्यानंतर ते आडव्या-उभ्या गजांच्या जाळीशी जाऊन बाहेर उभे राहिले. त्यांनी त्यांच्यावर लक्ष देऊन असणाऱ्या रखवालदाराकडे पाहिलं. समोरच्या हॉलसारख्या जागेत शांतता होती. प्रत्येक कोठडीतला टेलिव्हिजन चालू होता, पण आवाज लहान होते. प्रत्येक जण केहॉल-संबंधातल्या बातम्यांचाच कार्यक्रम, पण पूर्वग्रहदूषित मनाने पाहत होता. कोणत्याही

कैद्याचा आवाज ऐकू येत नव्हता आणि ही तशी क्वचितच घडणारी गोष्ट होती.

कैद्यांनी अंगावर घालायचा एकसंध कपडा सॅम यांनी एकदाचा उतरवला आणि तो कोपऱ्यात भिरकावून दिला. पायांवर चढवायच्या रबरी सपाता आता पुन्हा कधी पाहायच्या नाहीत, म्हणून पलंगाखाली सरकवून दिल्या. यापुढे अंगावर चढवायचे कपडे त्यांनी पलंगावर एका शेजारी एक असे नीट लावून ठेवले आणि त्यातल्या अर्ध्या बाहीच्या शर्टची बटनं त्यांनी सोडवली आणि तो अंगावर चढवला. तो त्यांच्या अंगावर अगदी मापात बसला होता. त्यानंतर चांगली इस्त्री असलेली पँट, विजार पायांवर चढवली. कमरेलगतची बटनं लावली. पँट लांबीला दोन इंच जास्त होती. ते पलंगावर बसले आणि खालच्या बाजूने पँट वर गुंडाळून घेऊन त्यांनी तिची लांबी बरोबर केली. सुती धाग्याचे मोजे जाड होते आणि पायावर चढवल्यावर त्यांना ते ठीक वाटले होते. बूट मात्र आकाराने जरा मोठे होते, पण पावलांवर चढवल्यानंतर ते त्यांना बरे वाटले होते.

व्यवस्थित पेहराव अंगावर चढवल्यानंतर मात्र स्वतंत्र जीवनात जगलेल्या दु:ख देणाऱ्या आठवणी एकाएकी त्यांच्या मनात उफाळून आल्या. त्यांना तुरुंगात अडकवण्यापूर्वीची चाळीस वर्षं ते या प्रकारच्या पँट वापरत होते. त्यांच्या कपाटातल्या तळातल्या कप्प्यात नेहमी चार पँट तयार ठेवलेल्या असायच्याच. त्यांची पत्नी त्यांच्या पँट्स चांगल्या धुवून इस्त्री करून ठेवायची. कामासाठी बाहेर जाताना, शहरात, गावात जाताना, कॉफी प्यायला जाताना ते चांगल्या पँट वापरायचे. जेव्हा ते एडीबरोबर मासे पकडायला जायचे तेव्हा, लीला घेऊन पोर्चवरच्या झोपाळ्यावर जेव्हा ते बसायचे तेव्हा, क्लॅन समूहाच्या बैठकींना जायचे तेव्हा ते अशाच पँट वापरायचे. त्यांच्या आयुष्याला कलाटणी देणाऱ्या ग्रीनव्हील इथल्या त्या सुधारणावादी ज्यूचं ऑफिस बॉम्बस्फोटाने उडवतानाही त्यांनी याच इथल्या प्रकारची पँट घातली होती.

ते पलंगावर बसलेले होते आणि बोटांच्या चिमट्यात त्यांनी गुडघ्याखालच्या पँटच्या इस्त्रीची घडी पकडून ठेवली होती. स्वतंत्र जीवनात वापरलेल्या तशा पँट्स त्यांनी गेली साडेनऊ वर्षं वापरल्याच नव्हत्या, तर तशी आवडती पँट चढवून ते विषारी वायुपेटीत प्रवेश करणार होते. तीच पँट त्यांच्या मृत शरीरापासून फाडून बाहेर काढून, एका खोक्यात ठेवून, ते खोकं ते जाळणार होते.

तो सर्वप्रथम लुकस मान याच्या ऑफिसशी थांबला. दर्शनी भागातल्या फाटकाशी लुईसनं त्याला एक चिठ्ठी दिली आणि त्यातला मजकूर महत्त्वाचा होता, असं सांगितलं. ॲडम आत आल्यानंतर मानने त्यांच्या खोलीचा दरवाजा बंद करून घेतला आणि ॲडमला त्यांच्या टेबलासमोरच्या खुर्चीत बसायला सांगितलं, पण

ॲडमला सॅमना भेटायची घाई होती, म्हणून ''मी उभ्यानंच ऐकतो. तुम्हाला मला जे काय सांगायचंय ते, जरा लवकरच सांगा.'' असं तो म्हणाला आणि उभा राहिला.

''पाचव्या मंडल न्यायालयाला अपिलाचा अर्ज अर्ध्या तासापूर्वी मिळाला आहे.'' मान सांगत होता. ''ॲडम, माझा फोन वापरून तू जॅक्सनला फोन करावास असं मला वाटतं.''

''धन्यवाद!'' ॲडमची शारीरिक अस्वस्थता जाणवण्याजोगी होती.

''सॅमना शेवटचं जेवण हवं आहे का?''

''मी त्यांना एक मिनिटात विचारतो.''

''ठीक आहे. काय असेल त्याप्रमाणे मला फोन कर किंवा पॅकरला तसं सांग. बरं, आणखी एक. साक्षीदारांबद्दल काय?''

''सॅमना साक्षीदार नकोयंत.''

''तुझ्याबद्दल काय?''

''मीसुद्धा त्या वेळी तिथे असू नये, असं त्यांचं सांगणं आहे आणि त्याबद्दल आमच्यात खूप पूर्वी समझोता झालेला आहे.''

''ठीक आहे. मला आणखी काही सुचत नाहीये. माझ्या ऑफिसमध्ये फोन, फॅक्सची सोय आहे आणि थोडी शांततापण आहे. माझ्या ऑफिसचा वापर तू नि:संकोचपणे कर.''

लुकस मानचे आभार मानून ॲडम त्याच्या ऑफिसमधून बाहेर पडला. सावकाश गाडी चालवत तो 'रो' तुरुंगाच्या कुंपणालगत असलेल्या फरसबंदी नसलेल्या मोटारी उभ्या करण्याच्या जागेवर आला. तिथे त्याने त्याची मोटार उभी केली आणि निरीक्षण मनोऱ्यालगतच्या फाटकाशी तो चालत गेला. मनोऱ्यावरून सोडलेल्या टोपलीमध्ये त्यानं त्याच्याजवळच्या सर्व किल्ल्या ठेवल्या. चार आठवड्यांपूर्वी त्याने इथे उभे राहून मनोऱ्यावरून सोडल्या जाणाऱ्या टोपलीकडे कुतूहलानं पाहिलं होतं आणि त्या वेळी त्याला ती पद्धत जुन्या पठडीतली, पण कार्यभाग साधणारी वाटली होती. फक्त चार आठवड्यांपूर्वी! पण तोच काळ आता वर्षासारखा वाटत होता.

पुढे जाऊन दोन झडपांच्या फाटकाशी थोडा तो थांबला. सुरक्षासैनिक टाईनी लगेचच तिथे आला.

दर्शनी भागातल्या ऑफिसच्या इमारतीतल्या खोलीत सॅम आधीच येऊन थांबले होते. टेबलावरच पण जरा कडेच्या भागावर बसून ते त्यांचे नवे बूट न्याहाळत होते. ''आज मी नवीन कपडे घातलेत.'' ॲडम खोलीत आल्या आल्या ते मोठ्या अभिमानाने म्हणाले.

ॲडम त्यांच्या अगदी जवळ येऊन उभा राहिला आणि त्यांच्या बुटांपासून शर्टापर्यंतच्या पेहरावाचं निरीक्षण केलं. सॅमच्या चेहऱ्यावर एक निराळंच तेज चमकत होतं. त्यांनी दाढीही केलेली होती. ''तुम्ही तर आज चांगलेच देखणे दिसताय!''

''आज मी अगदी एखाद्या सभ्य नागरिकासारखा दिसतोय की नाही?

''सॅम आजोबा, आज खरोखरच तुम्ही खूप स्मार्ट दिसताय. हे कपडे कोणी डोनींनीच आणले?''

''हो, त्यानं इथल्याच एका दुकानातून हे कपडे आणले आहेत. माझी खूप इच्छा होती की, न्यूयॉर्कमधल्या दुकानातून ते आणावेत. पण म्हटलं, समारंभ काय, तर मृत्युशिक्षा अमलात आणण्याचा! त्यासाठी कशाला हवेत इतके महाग कपडे? म्हणून नाही आणले. पण मी तुझ्याजवळ बोललो होतो की, तुरुंगाच्या कैद्याला अंगावर चढवायच्या कपड्यात मी त्यांना मारू देणार नाही. ते कपडे मी थोड्या वेळापूर्वीच काढून टाकले आणि पुन्हा कधीही ते मी घालणार नाही. मला या कपड्यात खूप बरं वाटतंय ॲडम.''

''आत्ता नुकतीच प्रसिद्ध झालेली बातमी तुम्ही ऐकली आहे का आजोबा?''

''हो. सर्व बातम्यांतून सारखं तेच तेच सांगतायंत. ते ऐकून मला खूप वाईट वाटतंय.''

''आता पाचव्या मंडल न्यायालयाकडून येणारी बातमी ऐकायची आहे. मला त्यांच्याकडून खूप आशा आहेत आजोबा. आपलं काम होईल.''

ज्या सांगण्यामुळे काही अपाय होणार नाही, अशी एखादी असत्य गोष्ट एखाद्या नातवानं त्याच्या आजोबांना सांगावी आणि हे सर्व कळत असलेल्या आजोबांनी त्यावर साधीसुधी प्रतिक्रिया द्यावी, तसा भाव सॅमच्या चेहऱ्यावर होता. ते किंचितसे हसत म्हणाले, ''टेलिव्हिजनवर माझ्यासाठी एक निग्रो वकील काम करतोय, असं दाखवलं होतं. ती काय भानगड आहे?''

''त्याचं नाव हेझ केरी असणार.'' त्याची ब्रीफकेस टेबलावर ठेवत बसताना ॲडम म्हणाला.

''म्हणजे त्याचे पैसे - फी, मी भरायची आहे?''

''हो. ज्या दराने तुम्ही माझे पैसे देणार आहात, त्याच दराने तुम्ही त्याचे पैसे देणार आहात.''

''एक कुतूहल म्हणून विचारतो. तो भंगड डॉक्टर, काय त्याचं नाव? स्विन, बरोबर ना? माझं वर्णन करताना तो एखाद्या विदूषकासारखाच न्यायालयात वावरला की काय?''

''हो, त्यानं वर्णन केलेली परिस्थिती इतकी भयानक होती की, तुरुंगाच्या

कोठडीतले उघडेबंब, दात विचकणारे, दोन्ही हातांनी अंग खाजवणारे, जमिनीवरच शारीरिक मल-मूत्र विसर्जित करणारे सॅम न्यायालयातल्या लोकांना दिसायला लागले.

"आता या दयनीय अवस्थेतून मी स्वत:ला बाहेर काढणार आहे." सॅम स्पष्ट शब्दांत, मोठ्या आवाजात, कोणाचीही तमा न बाळगता बोलत होते. त्यांच्या नजरेत भीतीचा लवलेशही नव्हता. "हे बघ ॲडम, मला तुझ्याकडून एक मेहरबानी हवी आहे." हे सांगत असताना त्यांनी टेबलावरचं आणखी एक पाकीट उचललं.

"या वेळेस कोण आहे?"

सॅमनी ते ॲडमच्या हातात दिलं. "प्रवेशद्वाराच्या पुढे हमरस्त्यालगत क्लक्स परिवारातले जे लोक निदर्शनं करत आहेत, त्यांना तू हे पत्र वाचून दाखव. टेलिव्हिजनच्या सर्व चित्रीकरण करणाऱ्यांना तू हे वाचून दाखवत असताना तुझ्यावर कॅमेरे रोखून ठेवायला लाव, कारण त्यामुळे या बाबतीतले माझे विचार साऱ्या जगाला कळतील."

ॲडमने ते हातात घेऊन त्याकडे संशयाने पाहिलं आणि म्हणाला, "यात काय लिहिलंय तुम्ही?"

"कमीतकमी शब्दांत पण मुद्देसूद लिहिलेलं आहे. मी त्यांना घरी जायला सांगितलंय. त्यामुळे मला मरताना कमीतकमी यातना होणार आहेत. त्यांच्याबरोबर माझा गेली कित्येक वर्षं संबंध नाही. माझ्या मृत्यूमुळे ते त्यांच्या समूहाची प्रतिमा उंचावू पाहत आहेत, ते मला नकोय."

"तुम्ही त्यांना घालवू शकत नाही."

"हो, ते मला माहीत आहे. माझ्या सांगण्याने ते जातील असंही नाही; पण टेलिव्हिजनमुळे ते माझे मित्र आहेत, हितचिंतक आहेत, अशी त्यांची प्रतिमा साऱ्या जगात होईल, ते मला व्हायला नकोय. त्यांच्यापैकी मी कोणालाही ओळखत नाही, हे जगाला कळू दे."

"आत्ता या क्षणाला असं काही करणं मला योग्य वाटत नाही." स्वत:शीच बोलत असल्यासारखा ॲडम म्हणाला.

"का नाही?"

"कारण सारासार विचार करण्याची क्षमता गमावलेल्या माणसासारखी तुमची अवस्था आहे, असं पाचव्या मंडल न्यायालयाला सांगून त्यांच्याकडून शिक्षेला स्थगिती मिळवण्याचा माझा प्रयत्न आहे म्हणून."

सॅम एकदम भडकले. "तुम्ही वकील म्हणजे...." ते एकदम तिरस्काराच्या भावनेने बोलायला लागले, "अरे, मला वाचवायचे प्रयत्न तुम्ही सोडून का देत नाही? सर्व संपलंय ॲडम! आता हे खेळ खेळणं थांबवा."

"नाही, काही संपलं नाहीये."

"माझ्यापुरतं पाहिलं, तर सर्वकाही संपलंय. त्यामुळे मी जे काही सांगतोय ते तू कर. हे पत्र घे."

"आत्ता लगेचच?" ॲडमने हातावरच्या घड्याळाकडे पाहत प्रश्न केला. दुपारचे दीड वाजले होते.

"हो आत्ताच. मी इथे थांबून राहतो. तू आत्ताच्या आत्ता बाहेर जाऊन माझं काम कर."

मुख्य प्रवेशद्वाराजवळच्या सुरक्षाकर्मींच्या खोलीजवळ ॲडम थांबला. तो काय करणार होता, ते त्यानं लुईला सांगितलं. लुईने ॲडमच्या हातातल्या पांढऱ्या लिफाफ्याकडे संशयित नजरेने पाहिलं आणि गणवेशातल्या दोन सुरक्षाकर्मींना ॲडमबरोबर दिलं आणि त्यांना बरोबर घेऊन तो मुख्यप्रवेशद्वारातून बाहेर गेला आणि निदर्शकांसाठी राखून ठेवलेल्या जागेशी पोचला. निदर्शकांच्या बातम्या जमा करण्यासाठी आलेल्या काही बातमीदारांनी ॲडमला ओळखलं आणि ते धावत त्याच्याजवळ आले. ॲडम आणि त्याच्याबरोबरचे दोन सुरक्षासैनिक त्यांच्याकडे लक्ष न देता तातडीने कुंपणाच्या दिशेने चालत गेले. ॲडम घाबरलेला होता; पण तो मनाशी ठाम होता आणि सुरक्षाकर्मी बरोबर असल्यानं घाबरायचं काही कारण नव्हतं. तो निळ्या आणि पांढऱ्या कनातीची छतं असलेल्या तंबूंच्या छावणीशी गेला. तो भाग क्लक्स समूहाच्या सदस्यांना निदर्शनं करण्यासाठी दिलेला होता. तिथे जाऊन तो थांबतो न थांबतो, तोच पांढरे अंगरखे घातलेले त्याच्यासाठी थांबून होतेच. ॲडम, सुरक्षाकर्मी आणि क्लक्स सदस्य यांच्या सभोवतालून प्रसारमाध्यमांच्या लोकांनी गर्दी केली.

"तुमच्यातला मुख्य कोण आहे?" ॲडमने प्रश्न केला. त्याने श्वास रोखून धरलेला होता.

"ही माहिती कोणाला हवी आहे?" काळी दाढी, चेहरा उन्हाने रापलेला अशा एका दांडगेल्या तरुणाने विचारलं होतं. तो जवळ आला, तेव्हा त्याच्या भुवयांतून घामाचे थेंब खाली निथळताना दिसत होते.

"केहॉल यांना तुम्हाला काही सांगायचं आहे, ते मी घेऊन आलोय." ॲडमनं हे मोठ्या आवाजात सांगितलं, तसं जमावाचं कोंडाळं ॲडमच्या दिशेने खेचलं गेलं. कॅमेऱ्यांची क्लिक क्लिक सुरू झाली. बातमीदारांनी त्यांचे मायक्रोफोन, बोलणं नोंद करणारे रेकॉर्डर्स त्याच्या दिशेने पुढे केले.

"गप्प बसा!" कोणीतरी ओरडलं.

"मागे व्हा." दोघांपैकी एका सुरक्षासैनिकानं फटकारलं होतं. क्लॅन समूहातले

सर्व जण एकसारख्या पांढऱ्या अंगरख्यातले होते; पण त्यांच्या डोक्यावर शंक्वाकृती, डोळ्याच्या ठिकाणी दोन भोकं असलेल्या बुरख्यासारख्या टोप्या नव्हत्या. सर्व जण दाटीदाटी करून ॲडमच्या नजीक उभे होते. सर्व जणांच्या चेहऱ्यावर तणाव होता. आधीच्या शुक्रवारी काही जणांबरोबर ॲडमची वादावादी झालेली होती, पण त्यांचे चेहरे तो ओळखू शकत नव्हता. क्लक्स सदस्यांच्या चेहऱ्यांवर मैत्रीचे भाव दिसत नव्हते.

ॲडमच्या सभोवतालून दाटीने जमलेला समुदाय थेट हिरवळीपर्यंत पोचला होता. सर्वांनाच सॅम काय सांगत होते, याची उत्सुकता होती.

ॲडमने पाकिटातून एक लिहिलेला कागद बाहेर काढला आणि दोन हातात जमावाच्या समोर धरून सर्वांना दाखवला आणि बोलायला लागला, "माझं नाव ॲडम हॉल आहे आणि मी केहॉल यांचा वकील आहे. माझ्या हातात सॅम यांनी लिहून दिलेला मजकूर आहे. त्यावर आजची तारीख आहे आणि मजकूर कु क्लक्स क्लॅनच्या सर्व सभासदांना आणि त्यांच्या बाजूनं निदर्शनं करणाऱ्या सर्व लोकांना उद्देशून लिहिलेला आहे. तर हा मजकूर मी आता वाचून दाखवतोय. 'कृपा करून तुम्ही इथून निघून जा. तुम्ही इथे असणं मला त्रासदायक होतंय. तुमच्या इथे असण्याचा मला काहीही आनंद होत नाही किंवा त्यामुळे कोणताही दिलासा मला मिळत नाही. तुमचा उद्देश साध्य करण्यासाठी तुम्ही माझ्या मृत्यूचा फायदा करून घेत आहात. तुमच्यापैकी एकालाही मी ओळखत नाही किंवा तुमच्यापैकी कोणाचीही भेट घ्यायची माझी इच्छा नाही. त्यामुळे ताबडतोब तुम्ही इथून निघून जा. तुमच्या नाटकी निदर्शनामुळे मला जर काही फायदा होणार असेल, तर त्याशिवाय मृत्यूला सामोरे जाणं मला परवडेल.' "

क्लॅन समूहातल्या सर्व सभासदांच्या रागीट चेहऱ्यांकडे ॲडमने पाहिलं. सर्व जण सूर्याच्या कडक उन्हाने तापलेले आणि घामाने डबडबलेले होते. "आता मी शेवटचा परिच्छेद वाचतो. तो असा – 'मी आता कु क्लक्स क्लॅन समूहाचा सदस्य नाही. तो समूह ज्या उद्देशांसाठी काम करतो, त्या उद्देशापासून आणि तो समूह या सर्वांपासून मी फारकत घेतलेली आहे, त्यामुळे कु क्लक्स क्लॅनबद्दल मी पूर्वी कधीही काहीही ऐकलं नव्हतं, त्यांच्याशी माझा संबंध नव्हता, अशा प्रकारच्या व्यक्तीच्या स्वरूपात मी आता आहे.' खाली सॅम केहॉल यांची सही आहे." ॲडमने त्या कागदावर टिचकी मारली आणि क्लॅन समूहापुढे तो धरला. सर्वच क्लॅन सदस्य अवाक होऊन धक्का बसल्यासारखे झाले होते.

काळी दाढी आणि रापलेल्या चेहऱ्याच्या तरुणाने तो कागद घेण्यासाठी त्याचा हात पुढे केला आणि म्हणाला, "तो कागद माझ्याकडे द्या." पण ॲडमने हात मागे घेतला. त्याच्या बाजूचा सुरक्षासैनिक त्या दाढीवाल्यापासून ॲडमचं संरक्षण करण्याचा

झटकन पुढे होऊन प्रयत्न करू लागला, तर त्यालासुद्धा तो बाजूला करू लागला, तेव्हा दुसऱ्या सुरक्षाकर्मीनं त्याला धरलं. त्यावरून क्लक्स सभासद आणि त्यांच्यात झोंबाझोंबी झाली. त्या क्षणीच शांतता राखणाऱ्यांपैकी आणखी काही सुरक्षासैनिक मदतीला धावून आले आणि त्यांनी परिस्थिती आटोक्यात आणली. गर्दी जरा मागे हटली.

ॲडम क्लक्स सभासदांकडे पाहून जरा आढ्यतेने हसला आणि म्हणाला, ''तर सॅम यांचं काय म्हणणं आहे, ते तुम्हाला कळलंय. तर आता तुम्ही इथून जा. त्यांना तुमची लाज वाटते.''

''अरे, तुम्हाला विचारतो कोण?'' त्यांचा प्रमुख ओरडला.

दोन सुरक्षाकर्मींनी ॲडमला धरून आणखी गडबड माजण्यापूर्वीच तिथून दूर नेलं. वाटेत येणारे बातमीदार, कॅमेरे घेऊन चित्रीकरण करणाऱ्यांना बाजूला सारत ते झपाट्याने मुख्य दरवाजाशी गेले. जवळजवळ पळत जाऊनच त्यांनी प्रवेशद्वार पार केलं. पुढे आणखी सुरक्षाकर्मींची एक फळी होती. ती पार करून ते ॲडमच्या मोटारीशी जाऊन पोचले.

''आता तुम्ही इथून मागे येऊ नका.'' अशी विनंती सुरक्षाकर्मींपैकी एकानं ॲडमला केली.

एखाद्या जुन्या मोरीला जशी खूप गळती असते, त्यापेक्षा जास्त गळती मॅकलिस्टर यांच्या ऑफिसमधल्या बातम्यांना होती. मंगळवारी दुपारी सर्वात जास्त सनसनाटी अफवा अशी होती की, सॅम केहॉल यांना गव्हर्नरसाहेब माफी देण्याच्या विचारात होते. ही अफवा त्यांच्या कॅपिटॉल इमारतीतल्या ऑफिसमधून बाहेर उभ्या असलेल्या बातमीदार, वार्ताहरांपर्यंत गेली. त्यांच्याकडून ती सर्व ठिकाणी पसरून ऐकीव झाली. एका तासाच्या आत त्या अफवेचं रूपांतर प्रत्यक्ष वस्तुस्थितीत झालं.

कॅपिटॉल इमारतीच्या वर घुमट आणि खाली मोठा हॉल असलेल्या भागात बातमीदार, वार्ताहरांना एक तासानंतर गव्हर्नरसाहेब एक निवेदन देणार होते, अशी बातमी मोना स्टार्क यांनी दिली. अद्याप न्यायालयानी या केसबाबत ती आता संपली होती, असा निर्णय घेतलेला नव्हता, असं सांगितलं. गव्हर्नरसाहेब प्रचंड दबावाखाली होते, असंही तिने स्पष्ट केलं.

४८

शेवटच्या घटकेत सादर केलेलं तकलादू अपील, अर्ज पाचव्या मंडल न्यायालयाने तीन तासांत फेटाळून लावून युनायटेड स्टेट्सच्या सर्वोच्च न्यायालयात जाण्याचा मार्ग मोकळा केला. तीन वाजता तातडीने टेलिफोनवर एक चर्चा झाली. हेरी केझ आणि गार्नर गुडमन घाईघाईने रॉक्सबर्ग यांच्या कॅपिटॉल इमारतीसमोरच्या इमारतीतल्या ऑफिसमध्ये गेले. अटर्नी जनरल यांच्या ऑफिसमध्ये गुडमन, केरी, ॲडम आणि पार्चमन इथे असलेले लुकस मान, लेक चार्ल्स इथे असलेले न्यायमूर्ती रॉबिन्शॉ, न्यू ऑर्लिन्सच्या न्यायाधीश ज्यूडी, टेक्सासमधले न्यायमूर्ती मॅकन्ली या सर्वांनी एकत्र मिळून चर्चा करण्यासारखी टेलिफोन व्यवस्था होती. तीन न्यायमूर्तींच्या समितीने ॲडम आणि रॉक्सबर्ग यांना त्यांचे मुद्दे मांडायला परवानगी दिली. त्यानंतर चर्चा थांबवण्यात आली. चार वाजता न्यायालयाच्या लिपिकाने सर्वांना बोलावून निर्णय नकारार्थी झाल्याचं सांगितलं आणि त्यानुसार सर्व संबंधितांना फॅक्स पाठवण्यात आले. केरी आणि गुडमन यांनी तातडीने अपिलासाठी युनायटेड स्टेट्सच्या सर्वोच्च न्यायालयात अर्ज सादर केला.

लिपिकाबरोबरचं बोलणं ॲडम संपवत होता, त्या वेळी सॅम यांची शेवटच्या टप्प्यातली शारीरिक तपासणी चालू झाली होती. त्याने सावकाश फोनचा रिसिव्हर जागेवर ठेवला. रक्तदाब तपासणाऱ्या घाबरलेल्या तरुण डॉक्टराकडे सॅम कपाळावर आठ्या घालून रागाने पाहत होते. पॅकर आणि टिनी जवळ थांबून होते. पाच जणांनीच त्या समोरच्या ऑफिसच्या खोलीमध्ये दाटी झाली होती.

''पाचव्या मंडल न्यायालयाने आपला अर्ज नाकारला आहे.'' ॲडमने गंभीरपणे बातमी दिली.

''आपण आता सर्वोच्च न्यायालयाकडे दाद मागत आहोत.''

''पण तिथलासुद्धा भरवसा देता येत नाही.'' डॉक्टरांकडे रोखून पाहत असतानाच सॅम म्हणाले होते.

''पण मी आशावादी आहे.'' ॲडम जरा निरुत्साहाने म्हणाला होता.

डॉक्टरांनी त्यांची उपकरणं त्यांच्या पिशवीत ठेवली आणि, ''ठीक आहे, माझं काम झालंय.'' असं म्हणून दरवाजाकडे निघाले.

''म्हणजे मी मरायला पुरेसा सुदृढ आहे ना?'' सॅमनी विचारलं. डॉक्टरांनी दरवाजा उघडला आणि ते बाहेर पडले आणि त्यांच्यामागून पॅकर आणि टीनी गेले. सॅम उभे राहिले आणि पाठीला बाक देऊन ती जरा ताणली आणि नंतर ते खोलीत येरझारा घालू लागले. नवीन बूट फरशीवर घसरत होते, त्यामुळे त्यांच्या नेहमीच्या चालण्याच्या पद्धतीत फरक पडत होता. ''तुला बरं वाटत नाहीये का?'' चेहऱ्यावर विचित्र हास्य आणत त्यांनी विचारलं.

''हो, मला बरं वाटत नाहीये आणि तुम्हालासुद्धा बरं वाटतंय, असं दिसत नाहीये.''

''इथे असं थांबून वाट पाहत राहण्यापेक्षा एकदाच आलेलं मरण मला आवडेल आणि बाकी सर्व गेलं उडत! मी मरायला तयार आहे.''

सर्वोच्च न्यायालयातून आपल्याला हवा तसा निर्णय मिळण्याच्या शक्यतेबद्दल तो थातुरमातुर असं काहीतरी बोलला; पण त्याबाबत कोणालाही दोष देण्याच्या मन:स्थितीत तो नव्हता. सॅम सिगारेट ओढत खोलीत येरझारा घालत होते. ते काहीही बोलण्याच्या मन:स्थितीत नव्हते. नेहमीप्रमाणे ॲडम फोनवर बोलण्यात गुंतला होता. त्याने गुडमन आणि केरी यांना फोन केले, पण त्यांच्याबरोबरची त्याची संभाषणं जुजबी, संक्षिप्त होती. बोलण्यासारखं फारकाही नव्हतं आणि आशावाद संपुष्टात येत चालला होता.

भेटायला येणाऱ्यांसाठीच्या इमारतीच्या पोर्चसारख्या भागात उभं राहून जमलेल्या लोकांकडे पाहून न्यूजंट त्यांना 'शांत राहा, शांत राहा' असं सांगत होते. त्यांच्या समोरच्या हिरवळीच्या प्रांगणात जमलेल्यांच्यात बातमीदार, वार्ताहर होते. शिक्षा अमलात आणण्याच्या वेळी उपस्थित राहणाऱ्यांची नावं चिठ्ठ्या टाकून काढण्यात येणार होती. ती नावं कोणाची असतील, ही उत्कंठा सर्वांच्या चेहऱ्यावर होती. न्यूजंटसमोर एक टेबल होतं. त्यावर एक बादली होती. जितके बातमीदार होते, तितक्या चिठ्ठ्या त्यांवर एक-एक नंबर लिहून त्या बादलीत ठवल्या होत्या. तुरुंग-व्यस्थापनाकडून प्रत्येक बातमीदाराला एक केशरी रंगाचा बिल्ला त्यावर एक नंबर लिहून दिलेला होता. जमावात अपेक्षित शांतता होती.

''तुरुंग-नियमावलीनुसार आठ प्रसिद्धीमाध्यमांच्या प्रतिनिधींना मृत्युशिक्षेच्या वेळी साक्षीदार म्हणून उपस्थित राहता येतं.'' न्यूजंट सावकाश पण मोठ्या आवाजात सांगत होते. त्यांचे शब्द थेट मुख्य प्रवेशद्वारापर्यंत पोचत होते. त्यांचं स्थान आकर्षणाचा केंद्रबिंदू बनला होता. त्याचा ते पूर्ण फायदा घेत होते. ''राष्ट्रीय वृत्तपत्रांची सहकारी संस्था आणि आंतरराष्ट्रीय वृत्तपत्र सहकारी संस्था आणि

मिसिसिपी राज्याचं माहिती संकलन करणारं खातं या तिघांसाठी एक-एक जागा राखलेली असते आणि उरलेल्या पाच जागा चिठ्ठ्यांद्वारे देण्यात येणार आहेत. या बादलीतून मी पाच चिठ्ठ्या काढणार आहे. त्या चिठ्ठ्यांवर असलेले नंबर ज्या बातमीदारांकडे असतील, त्यांना त्या जागा मिळतील. यावर कोणाला काही शंका?''

बहुतेक वार्ताहरांना यावर काहीही प्रश्न करायचे नव्हतेच. बऱ्याच जणांनी त्यांना दिलेले केशरी रंगाच्या बिल्ल्यांवरचे नंबर पुन्हा एकदा पाहिले. उत्कंठेची एक लाट समूहातून गेली. न्यूजंट यांनी नाट्यपूर्ण आविर्भावात बादलीमध्ये हात घालून एक चिठ्ठी काढली. उलगडून पाहिली. ''नंबर, चार- आठ- चार- तीन.'' व्यावसायिक जादूगारासारखा अभिनय करत त्यांनी तो नंबर जाहीर केला.

उल्हसित झालेला एक तरुण आपला बिल्ला दाखवत गर्दीतून नाचत, ''मला संधी मिळाली! मला संधी मिळाली!'' असं ओरडत पुढे आला.

''तुमचं नाव काय?'' न्यूजंट यांनी ओरडून विचारलं.

''मी एडवीन किंग. मी अर्कान्सस नियतकालिकाचा वार्ताहर आहे.''

न्यूजंटच्या शेजारी उभ्या असलेल्या त्यांच्या दुय्यम अधिकाऱ्यानं त्याचं नाव लिहून घेतलं. एडवीन किंगच्या व्यवसायातल्या इतरांनी त्याचं अभिनंदन केलं.

न्यूजंट यांनी उरलेल्या चिठ्ठ्या वेळ न घालवता काढल्या आणि उरलेल्या जागांसाठी वार्ताहर निश्चित केले. शेवटचा नंबर काढल्यानंतर उरलेल्यांच्यात एकदम निराशा पसरली. ज्यांना संधी मिळालेली नव्हती, ते एकदम नाउमेद झाले होते. ''बरोबर अकरा वाजता दोन व्हॅन इथे येतील.'' न्यूजंट यांनी समोरच्या डांबरी रस्त्याच्या भागाकडे बोट दाखवलं. ''त्या वेळी आठही साक्षीदारांनी तिथे थांबून राहावं. त्या सर्वांना अतिसुरक्षा विभागात नेऊन शिक्षा अमलात आणण्याच्या जागेवर नेण्यात येईल. तिथे अमलात येणारी कारवाई त्यांना पाहता येईल, पण त्यांना कॅमेरे आणि रेकॉर्ड करण्याची उपकरणं बरोबर नेता येणार नाहीत. तुम्ही तिथे पोचल्यावर तुमची तपासणी केली जाईल. साडेबारा वाजता व्हॅनमधून तुम्हाला परत इथे आणलं जाईल. व्यवस्थापनाच्या नव्या इमारतीमध्ये तुमच्या सोईसाठी नऊ वाजता पत्रकार परिषद घेतली जाणार आहे. आता यावर कोणाचे काही प्रश्न आहेत का?''

''मृत्युशिक्षा अमलात आणण्याची कारवाई किती जण पाहणार आहेत?'' एकाने प्रश्न विचारला.

''शिक्षा अमलात आणण्याची कारवाई पाहण्याच्या खोलीत त्या वेळी तेरा ते चौदा जण उपस्थित राहणार आहेत. प्रत्यक्ष विषारी वायुपेटी असलेल्या खोलीत मी स्वतः, एक धर्मगुरू, एक डॉक्टर, मृत्यू घडवून आणणारा शासनाचा कर्मचारी,

तुरुंगाचा वकील आणि दोन सुरक्षाकर्मी असणार आहेत.''

''बॉम्बस्फोटात बळी गेलेल्यांच्या नातेवाइकांपैकी कोणी ही शिक्षा अमलात आणली जात असलेली प्रत्यक्ष पाहणार आहेत का?''

''हो, बळी पडलेल्यांचे आजोबा मिस्टर इलियट क्रॅमर हे त्या वेळी उपस्थित राहणार आहेत.''

''गव्हर्नरसाहेबांबद्दल काय?''

''कायद्यानुसार साक्षीदारांच्यात गव्हर्नरसाहेब त्यांचे दोन प्रतिनिधी पाठवू शकतात. त्यातले एक क्रॅमर असतील आणि ते स्वत: उपस्थित राहणार आहेत की नाही, याबद्दल मला अद्याप काही कळलेलं नाही.''

''मिस्टर केहॉल यांच्या कुटुंबीयांपैकी कोणी उपस्थित राहणार आहे का?''

''नाही, त्यांचे कोणीही नातेवाईक शिक्षा पाहण्यासाठी येणार नाहीत.''

न्यूजंट यांनीच त्यांच्यापुढे अडचण निर्माण करून ठेवली होती. एकापुढे एक प्रश्न यायला लागले होते आणि त्यांना तर अजून खूप कामं करायची होती. ते म्हणाले, ''आता प्रश्न नकोत. धन्यवाद!''

असं म्हणून ते पोर्चवरून निघून गेले.

सहा वाजायला काही मिनिटं बाकी असताना सॅम यांची शेवटची भेट घेण्यासाठी डोनी केहॉल आले होते. त्यांना थेट दर्शनी भागात सॅम यांना ठेवलेल्या खोलीत नेण्यात आलं. तिथे त्यांना त्यांचा भाऊ नवीन आणलेले कपडे-बूट चढवून ॲडम बरोबर गप्पा-विनोद करत असलेला दिसला. सॅमनी दोघांची ओळख करून दिली.

ॲडमने आजपर्यंत सॅमच्या भावाबरोबर ओळख करून घेण्याचं सावधानतेने टाळलं होतं; पण डोनी तर खरोखरच साधे, सुसंस्कारित, चांगल्या स्वच्छ विचारांचे वाटले. त्यांचा पेहरावही चांगल्या अभिरुचीचा होता. सॅम आणि त्यांच्यात बरंच साम्यही होतं. सॅमनी दाढी केलेली होती, केस कापलेले होते आणि तुरुंगातल्या कैद्यांच्या अंगावर असणारा एकसंध लाल रंगाचा कपडा आज त्यांच्या अंगावर नव्हता. दोघांची उंचीही सारखीच होती आणि डोनी तसे लठ्ठ माणसांत मोडणारे नव्हते, पण सॅम त्या मानाने हडकुळे झालेले होते.

ॲडमची कल्पना होती, तसे ते खेडवळ नव्हते. ॲडमला भेटल्यामुळे त्यांना आनंद झालेला होता आणि ॲडम वकील होता, याचासुद्धा त्यांना अभिमान वाटत असल्याचं जाणवत होतं. डोनी कोणालाही आवडतील असेच होते. चेहरा हसरा होता, दात चांगले होते, पण त्या क्षणी तरी त्यांचे डोळे दु:खी वाटत होते. ''काय घडेल असं वाटतंय?'' काही मिनिटं इकडचं-तिकडचं बोलणं झाल्यावर त्यांनी अपिलांच्या संदर्भातला प्रश्न केला होता.

''आता ते सर्वोच्च न्यायालयात आहे.''

''म्हणजे अजून आशेला जागा आहे.''

या प्रश्नावर ॲडमने रुमालात त्याचं नाक शिंकरलं आणि म्हणाला, ''आहे, थोडीफार आहे.'' ॲडम म्हणाला.

तसा त्याने नशिबावरच हवाला सोडला होता.

अतिसंवेदनशील विषय बोलण्यात न येतील, याचा शोध दोघे घेत होते. त्यामुळे दोघांच्या संभाषणात थोडा खंड पडला. सॅम अगदी बिनधास्त होते. एका खुर्चीत पायावर पाय टाकून सिगारेटचे झुरके घेत शांतपणे बसले होते. त्या दोघांच्या कल्पनेतसुद्धा न येऊ शकणारे विचार त्यांच्या मनात होते.

''मी येताना अल्बर्टच्या घरी थांबलो होतो.'' डोनी म्हणाले.

जमिनीवरची नजर न हलवताच सॅम बोलायला लागले, ''त्याचा प्रोस्टेटचा त्रास कमी आहे की नाही?''

''नाही, मला काही माहीत नाही. तू एव्हाना परलोकवासी झाला असशील, अशी त्याची कल्पना होती.''

''हा बघ, हा असा माझा भाऊ आहे.''

''फेनीआत्यालासुद्धा मी भेटून आलो.''

''मला वाटलं होतं, ती यापूर्वीच वर गेली असणार.'' थोडंसं हास्य चेहऱ्यावर आणत सॅम म्हणाले.

''ती जवळजवळ त्याच मार्गावर आहे. तिचं वय आता एक्याण्णव आहे. तुझ्याबाबतीत जे घडतंय, त्याचं तिला खूप दुःख झालंय. तू तिचा लाडका भाचा आहेस, असं ती सांगत होती.''

''माझं वागणं तिला पटत नव्हतं आणि मला तिचं पटायचं नाही. इथे येण्यापूर्वी पाच वर्षं मी तिला पाहिलं नव्हतं.''

''ते काहीही असेल, पण सध्यातरी तिला खूप वाईट वाटतंय.''

''काही दिवसांनी ते ओसरून जाईल.''

एकाएकी सॅम यांचा चेहरा एकदम हसरा झाला आणि ते मोठ्या आवाजात हसायला लागले आणि हसता हसता म्हणाले, ''तुला आठवतंय? आपल्या घराच्या मागच्या बाजूला असलेल्या आजीच्या खोलीत ती गेली आणि धडाधड तिच्या डोक्यावरच्या पत्र्यावर दगडांचा वर्षाव झाला आणि ती जी घाबरून किंकाळ्या फोडत बाहेर आली आहे की, विचारू नकोस. आठवतंय?''

डोनींनासुद्धा ते एकदम आठवलं आणि तेसुद्धा सॅम यांचा हात पकडून खो खो हसायला लागले, ''हो, त्या खोलीवर पातळ पत्र्यांचं छप्पर होतं.'' श्वासोच्छ्वास घेता घेता मध्येमध्ये थांबून ते बोलत होते. ''आणि प्रत्येक दगड पडताना बॉम्बस्फोटासारखा

आवाज येत होता.''

''हो, त्या वेळी मी, तू आणि अल्बर्ट यांचं ते काम होतं. मला वाटतं की, तू त्या वेळी चार वर्षांचासुद्धा नव्हतास.''

''तरीपण मला सर्वकाही आठवतंय.''

त्या गोष्टीमध्ये आणखी भर पडत गेली आणि दोघं हसत राहिले. दोन वृद्ध माणसं लहान मुलांसारखी हसताना पाहून ॲडमलासुद्धा गंमत वाटून तोही किंचितसं हसत होता. आत्या फेनी, मागच्या बाजूची आजीची खोली त्यावरून संभाषण आत्याचा नवरा गारलॅन्ड याच्यावर गेलं. तो एक नंबरचा लुच्चा होता आणि त्याच्या पायात व्यंग होतं, तो चालताना लंगडायचा. त्याच्या चालण्याच्याही नकला होऊन हसणं झालं.

सॅम यांचं शेवटचं जेवणसुद्धा त्यांना अपमानित करण्यासाठी हाताची बोटं नसलेल्या आचाऱ्यानं केलं होतं. गेली साडेनऊ वर्षं ते निकृष्ट दर्जाचं धान्य, भाजीपाला वापरून केलेले पदार्थ सॅम यांना जेवणात देऊन त्यांचा शारीरिक आणि मानसिक छळ करत होते. त्यांनी हलकं जेवण सांगितलं होतं. एका पुठ्ठ्याच्या खोक्यातून त्यांना ते देता आलं असतं. त्यांच्या पूर्वीच्या कैद्यांनी जेवणात सात-सात कबाब, मटन, चिकन, केक वगैरे पदार्थ सांगितले होते. बस्टर मोॲकने चोवीस कालवं, ग्रीक पाल्याची कोशिंबीर, एक मोठा मटन कबाब आणि इतर काही मागवलं होतं. पुढे मृत्यू वाट पाहतोय आणि अशा वेळी हे लोक हे सर्व कसं काय खाऊ शकतात, याचं त्यांना नवल वाटत होतं.

साडेसात वाजता न्यूजंट यांनी जेव्हा त्यांच्या दरवाजावर टकटक केलं, तेव्हा त्यांना कणाचीही भूक नव्हती. न्यूजंट यांच्यामागे पॅकर होता. न्यूजंट यांचा अगदी विश्वासातला एक सुरक्षाकर्मी पॅकरच्या मागे हातात खाण्याच्या पदार्थांचा ट्रे घेऊन उभा होता. ट्रेच्या मध्यावर पातेल्यासारख्या मोठ्या वाटीमध्ये तीन एस्किमो पाय होत्या आणि त्याशेजारी पेय गरम राहू शकणाऱ्या एका थर्मासमध्ये सॅम यांची आवडती फ्रेंच कॉफी होती. सुरक्षाकर्मीने तो ट्रे टेबलावर ठेवला.

''सॅम, जेवणासाठी म्हणून फारकाही नाहीये.'' न्यूजंट म्हणाले.

''मी शांतपणे जेवू शकतो का? का तुम्ही तिघे इथे थांबून तुमच्या निरर्थक बडबडीने मला त्रास देणार आहात?''

न्यूजंट एकदम ताठ झाले आणि ॲडमकडे करड्या नजरेने पाहायला लागले. ''आम्ही एक तासानंतर येऊ. तोपर्यंत तुमचे सगळे पाहुणे गेलेले असले पाहिजेत आणि त्यानंतर आम्ही तुम्हा सर्वांना घेऊन निरीक्षणाच्या खोलीत जाणार आहोत. ठीक आहे?''

''तुम्ही आत्तातरी इथून जा.'' टेबलाशी बसत असताना सॅम म्हणाले होते.

ते गेल्यागेल्या डोनी म्हणाले, ''सॅम, तू चूक केलीस. तू असं काही मागवायचंस की, आपण तिघांनी मिळून त्यावर मस्तपैकी ताव मारला असता. हे कसलं जेवण?''

''अरे, हे माझं जेवण आहे. तुमची जेव्हा वेळ येईल, तेव्हा हवं ते मागवा.'' सॅम यांनी काटा उचलला आणि अलगदपणे आईस्क्रीमच्या काडीला लागलेलं व्हॅनिला आईस्क्रीम आणि चॉकलेट खरडून काढलं. त्यांनी आईस्क्रीमचा एक मोठा घास तोंडात घातला आणि थर्मासमधून कॉफी कपात ओतली. काळसर तपकिरी रंगाची कडक आणि उत्कृष्ट स्वादाची ती कॉफी होती.

डोनी आणि ॲडम भिंतीलगतच्या खुर्च्यांत बसले होते. सॅमची त्यांच्याकडे पाठ होती आणि सावकाशपणे सॅम त्यांचं शेवटचं जेवण घेत असताना हे दोघे पाहत होते.

पाच वाजल्यापासूनच 'ते येणार, ते येणार' असं सांगितलं जात होतं. राज्याच्या विविध भागांतून ते येणार होते. प्रत्येक जण वेगवेगळ्या मोटारीतून येणार होते. निरनिराळ्या रंगाच्या मोटारीतून आले होते. मोटारींच्या दारांवर विविध प्रकारच्या निशाण्या, चिन्हं होती. काही मोटारींवर आणीबाणीची परिस्थिती निर्माण झाल्यानंतर वाजणारे भोंगे होते, चमचम करणारे लाल-पिवळे दिवे होते. काही काही मोटारींमध्ये आणीबाणीची परिस्थिती निर्माण झाल्यावर वापराव्या लागणाऱ्या बंदुका घेऊन सैनिक पुढच्या सीटवर सज्ज होते. सर्व मोटारींच्या टपांवर संदेश ग्रहण करण्यासाठीच्या ॲन्टेनाच्या कांड्या होत्या.

हे सर्व लोक शेरीफ होते. त्यांच्या त्यांच्या परगण्यातून निवडून आलेले होते. त्या त्या परगण्यांचे ते सर्वोच्च पोलीस अधिकारी होते आणि त्यांच्या परगण्यातल्या नागरिकांचं गुन्हेगारांपासून संरक्षण करण्याची जबाबदारी त्यांच्यावर होती. त्यांच्यापैकी बऱ्याच जणांनी त्या जागांवर गेली अनेक वर्षं काम केलेलं होतं; करत होते. मृत्युशिक्षा अमलात आणते वेळी एक भोजनसमारंभ आयोजित केला जाण्याची इथे एक अलिखित प्रथा होती. अशा भोजनसमारंभातून बऱ्याच जणांनी यापूर्वीही हजेरी लावलेली होती.

मिस माझोला नावाच्या एक महिला या समारंभासाठी लागणारे भोजनातले पदार्थ बनवायच्या. पदार्थ नेहमी तेच असायचे. मुख्य व्यवस्थापन इमारतीच्या मागच्या बाजूला जे छोटं उपाहारगृह होतं, तिथे या बाई हे सर्व पदार्थ तयार करायच्या. किती शेरीफ येणार आहेत, याचा विचार न करता बरोबर संध्याकाळी सात वाजता त्या जेवण वाढायला सुरुवात करायच्या.

१९८२मध्ये डॉयले मीकच्या वेळी या समारंभाला उपस्थित राहणाऱ्या शेरीफांची संख्या हा एक उच्चांक होता. मिस माझोला यांना त्याची कल्पना होती, कारण त्या वर्तमानपत्र वाचायच्या आणि प्रत्येकाला सॅम केहॉल यांच्याबद्दल सर्व माहिती होती. किमान पन्नास तरी शेरीफ असावेत, असा त्यांचा अंदाज होता.

सुरक्षाकर्मींनी महत्त्वाच्या व्यक्तींसारख्या त्यांच्या मोटारी मोठ्या सन्मानाने मुख्य फाटकाच्या आत येऊ दिल्या आणि त्या सर्वांनी त्या व्यवस्थितपणे उपाहारगृहाच्या सभोवताली उभ्या केल्या होत्या. बहुतेक जण ढेरपोटे, आडदांड, खच्चून खाणारे होते. लांबलांबहून आलेले होते. बराच काळ काहीही खाल्लं नसल्याने खाण्यासाठी वखवखलेले होते.

जेवणाच्या दरम्यान गप्पागोष्टी, चेष्टा, विनोद यांना ऊत आला होता. सर्व जण बकासुरासारखे जेवले होते. त्यानंतर त्यांनी त्यांच्या मोटारींच्या आसपास पथाऱ्या पसरून अंधार पडू लागेपर्यंत आराम केला. दाताटल्या फटीतले कोंबड्याच्या मांसाचे कण गवताच्या कडक काड्या वापरून काढले आणि मिस माझोलांच्या पाककलेची तारीफ केली. रेडिओवर चाललेली बडबड ऐकत होते आणि कोणत्याही क्षणी रेडिओ केहॉलच्या मृत्यूची बातमी देईल, असं त्यांना वाटत होतं. त्यांच्या परगण्यातून होणाऱ्या हिंसक गुन्ह्यांबद्दल, मृत्युशिक्षा-तुरुंगात असलेल्या त्यांच्या भागातल्या गुन्हेगाराबद्दलची आणि अमलात आणल्या गेलेल्या मृत्युशिक्षांबद्दलच्या माहितींची देवाणघेवाण ते आपापसात करत होते. विषारी वायुपेटीचा वापर पुरेसा होत नसल्याबद्दल खंत आणि चिंता व्यक्त करत होते.

समोर हमरस्त्यालगतच्या हिरवळीच्या पट्ट्यांतून शेकडो निदर्शक निदर्शनं करताना त्यांना दिसत होते. निदर्शनांचं त्यांना आश्चर्य वाटत होतं. दातात अडकलेले अन्नाचे कण ते काही काळ काढत राहिले आणि त्यानंतर चॉकलेट केक खाण्यासाठी आत गेले.

४१

पार्चमन तुरुंगासमोरच्या हमरस्त्यावर अंधाराबरोबर विचित्र शांतता पसरली. सॅमच्या निवेदनानंतरही एकही क्लॅन सदस्य तिथून गेला नव्हता. ते हिरवळीवर ठेवलेल्या खुर्च्यांतून बसून होते. क्लॅन सदस्यांबरोबर डोक्याचा चमनगोटा केलेले आणि त्यांच्यासारख्याच विचारांचे आणखी काही जणांचे गट तिथे वेगवेगळे समूह करून बसले होते. सर्वांचे चेहरे उन्हामुळे रापले होते. ते मधूनमधून बर्फाचं गार पाणी पित होते. मृत्युशिक्षेपासून माफीची मागणी करणाऱ्या जागतिक संघटनेचे काही सभासद ख्रिस्ती धर्माचा प्रसार करणाऱ्या स्त्रियांबरोबर एक वेगळा गट करून बसले होते. त्या सर्वांनी मेणबत्त्या लावल्या होत्या आणि ते सर्व प्रार्थना, भजनं म्हणत होते. विरुद्ध विचारांचा तिरस्कार करणाऱ्यांपासून मुद्दामच ते दूर बसले होते. कुठेही मृत्युशिक्षा अमलात आणण्याची कारवाई होत असेल, तिथे तिरस्कार करायला शिकवणारे हजर असतातच आणि त्यांची मागणी रक्ताचीच असते.

मुख्य प्रवेशद्वाराजवळ एक बस येऊन थांबली, त्या वेळी शांततेत थोडी बाधा आली. त्या बसमध्ये विशीतल्या आतले तरुण-तरुणी होत्या. त्या सर्वांनी एकाच वेळी मोठ्या आवाजात 'विषारी वायुपेटी बंद करा' अशा घोषणा काही वेळ दिल्या आणि काही मिनिटांनंतर ती बस निघून गेली.

हमरस्त्यावरच्या सुरक्षापथकाने त्यांच्या सैनिकांच्या संख्येत जाणवण्याइतपत वाढ केलेली होती. त्यामुळे परिस्थितीवर नियंत्रण ठेवलं गेलं होतं. सैनिक आणि पोलीस प्रत्येक समूहावर लक्ष ठेवून होते. काही जण वाहतूक सुरळीत राखली जाईल, याची खबरदारी घेत होते. त्यातल्या त्यात क्लॅन सदस्य आणि चमनगोटा केलेल्यांवर त्यांची सक्त नजर होती. वर आकाशात एक हेलिकॉप्टर घिरट्या घालत लक्ष ठेवून होतं.

सरतेशेवटी गुडमन यांनी बाजार-निरीक्षणाचं काम थांबवण्याचे आदेश दिले. त्यांनी पाच दिवसांत दोन हजारांहून जास्त टेलिफोन केले होते. त्यांनी विद्यार्थ्यांना

त्यांचे पैसे दिले. त्यांना दिलेले मोबाइल फोन त्यांनी ताब्यात घेतले. मोहीम थांबवल्याचं दुःख सर्वांनाच होत होतं. विद्यार्थ्यांबरोबर गुडमन चालत कॅपिटॉल इमारतीशी गेले. तिथे मेणबत्त्यांसह काही जण प्रवेशद्वाराच्या पायऱ्यांशी निदर्शनं करतच होते. गव्हर्नरसाहेब दुसऱ्या मजल्यावरच्या त्यांच्या ऑफिसमध्ये अद्याप थांबून होते.

रस्त्यापलीकडेच असलेल्या मिसिसिपी न्यायालयात प्राध्यापक ग्लास थांबलेले होते. त्यांना एका विद्यार्थ्याने फोन लावला. त्यानंतर गुडमन यांनी केरीला फोन लावला. त्यानंतर वॉशिंग्टनमध्ये मृत्युलिपिकाच्या ऑफिसमध्ये थांबलेल्या त्यांच्या एका जुन्या मित्राला, ज्योशुआला फोन लावला. जरूर त्या प्रत्येक ठिकाणी गुडमन यांनी माणसं पेरून ठेवली होती. त्यांनी ॲडमला फोन केला. सॅम त्यांचं शेवटचं जेवण संपवत होते. गुडमनच्याबरोबर सॅमची बोलण्याची इच्छा नसल्याचं ॲडमने त्यांना सांगितलं. गुडमननी सॅम यांच्यासाठी जे काही केलं, त्याबद्दल सॅमना गुडमनचे आभार मानायचे नव्हतेच.

आईस्क्रीम आणि कॉफी संपल्यानंतर सॅम उठून उभे राहिले. त्यांनी सर्व अंग ताणलं. डोनी बराच वेळ काही बोलले नव्हते. त्यांनाही आता अस्वस्थ वाटायला लागलं होतं आणि लवकरच न्यूजंट खोलीत येण्याची शक्यता होती. तर ते येण्यापूर्वीच आपण बाहेर पडावं, असं त्यांना वाटायला लागलं होतं.

आइसक्रीम खाताखाता सॅमनी थोडं आइसक्रीम शर्टावर सांडलं. एक डाग पडला होता. तो डोनींनी त्यांच्या जवळच्या रुमालानं पुसण्याचा प्रयत्न केला. त्यावर ''अरे, ते महत्त्वाचं नाही.'' भावाकडे पाहत ते म्हणाले.

डोनी डाग पुसत असतानाच म्हणाले, ''हो, तुझं म्हणणं बरोबर आहे आणि मी आता तुझा निरोप घेतो. एखाददुसऱ्या मिनिटातच ते इथे येतील.''

एक दीर्घ क्षण दोघांनी एकमेकांना मिठी मारली. एकमेकांच्या पाठीवर दोघे जण थोपटत होते. ''सॅम, मला फार वाईट वाटतंय रे!'' डोनी कातरलेल्या आवाजात बोलत होते, ''फार वाईट वाटतंय!''

एकमेकांचे खांदे धरून ते वेगळे झाले. दोघांचे डोळे पाणावलेले होते, पण अश्रू ओघळत नव्हते.

''तू काळजी घे.'' सॅम म्हणाले.

''तूसुद्धा प्रार्थना कर.''

''हो, मी करणार आहे. तू माझ्यासाठी जे काही केलंस, त्याबद्दल धन्यवाद. खरोखर, तुला एकट्यालाच माझी काळजी होती डोनी.''

डोनींनी त्याचे ओठ दातात धरले; डोळे सॅमपासून लपवले. अबोलपणे त्यांनी

ॲडमबरोबर हस्तांदोलन केलं. ते सॅममागोमाग दरवाजापर्यंत गेले आणि नंतर त्यांना सोडून बाहेर पडले.

"सर्वोच्च न्यायालयाकडून अद्याप काहीही निर्णय नाही?" एकाएकी कुठून काहीतरी सुचल्यासारखं वाटून आणि अजूनही एखादा आशेचा किरण होता, असं वाटून सॅम यांनी विचारणा केली.

"नाही." ॲडम दु:खी अंत:करणाने म्हणाला.

सॅम टेबलावर बसले होते, त्यांनी पाय खाली सोडले होते. "मला हे सर्व लवकर संपून जायला हवं आहे." प्रत्येक शब्द तोलूनमापून ते बोलत होते. "हे फार क्रूर वाटतंय."

काय बोलावं याचा विचार करणंसुद्धा ॲडमला अवघड होऊन बसलं होतं. "चीनमध्ये ते तुमच्या नकळत तुमच्या मागे येऊन उभे राहतात आणि तुमच्या डोक्यात गोळी घालतात. शेवटचं जेवण, निरोप देणं वगैरे काही नाही. थांबायला लागत नाही. ती पद्धतसुद्धा वाईट नाहीये."

गेल्या तासाभरात ॲडमने त्याच्या घड्याळाकडे शेकडो वेळा पाहिलं असेल. दुपारपासून तासांमागून तास जात असताना मध्येमध्ये थोडा मोकळा वेळ असल्यासारखं वाटत होतं. मग एकाएकी वेळ पुढे सरकायचा थांबायचा. काही वेळ क्षणात उडत गेल्यासारखा जायचा, तर काही वेळ अगदी रांगत चालल्यासारखा सावकाश जात होता. मग कोणीतरी दरवाजावर टकटक केलं. "या, आत या." सॅम अस्पष्ट आवाजात म्हणाले.

धर्मगुरू रेव्हरंड राल्फ ग्रिफिन यांनी प्रवेश केला आणि आत आल्यावर दरवाजा बंद केला. दिवसभरात आज ते सॅमना दोनदा भेटले होते आणि सॅमबरोबर थांबण्याची कामगिरी जबाबदारीने पार पाडत होते. मृत्युशिक्षा झालेल्या कैद्याबरोबर त्यांच्या व्यवसायातचा एक भाग म्हणून त्याच्या अंतिम क्षणांच्या वेळी त्या कैद्याबरोबर थांबण्याची त्यांची ही पहिलीच वेळ होती आणि याच वेळी त्यांनी ठरवून टाकलं होतं की, हीच त्यांची शेवटची वेळ असणार होती. राज्याच्या विधिमंडळातल्या त्यांच्या चुलतभावाला त्यांच्यासाठी आता आणखी एक वेगळ्या प्रकारची नोकरी पाहावी लागणार होती. त्यांनी ॲडमकडे पाहून मान डोलावली आणि ते सॅमशेजारी टेबलावर बसले. जवळजवळ नऊ वाजले होते.

"सॅम, तुमच्यासाठी बाहेर कर्नल न्यूजंट थांबलेले आहेत, असं त्यांनी तुम्हाला सांगायला सांगितलंय."

"ठीक आहे. आपण इथेच थांबून राहू या. तुम्ही इथे बसून राहा."

"माझी काही हरकत नाही."

"फादर, माझं हृदय गेल्या काही दिवसांत इतकं संवेदनक्षम झालंय की, तसं

ते कधी होईल, असं मला कधी स्वप्नातही वाटलं नव्हतं; पण शासनाचे लोक माझ्या जिवावर उठले आहेत आणि त्यांच्याबद्दलचा तिरस्कार माझ्या मनातून अजिबात दूर होत नाही.''

"सॅम, तिरस्कार ही एक महाभयंकर गोष्ट आहे.''

"हो, मला त्याची कल्पना आहे, पण मी त्याबद्दल काहीही करू शकत नाही.''

"प्रामाणिकपणे बोलायचं, तर मलाही ही मंडळी आवडत नाहीत.''

सॅम धर्मगुरूंकडे पाहून हसले आणि हात त्यांच्या पाठीच्या बाजूने घेऊन त्यांचा दंड धरून ते बसले. बाहेर आवाजाची तीव्रता वाढली होती. न्यूजंट दार उघडून आत आले आणि म्हणाले, "सॅम, आता निरीक्षणाखाली ठेवण्याच्या खोलीत जायची वेळ आलेली आहे.''

ॲडम उठून उभा राहिला. भीतीनं त्याचे गुडघे दुबळे झाले, त्याच्या पोटात गोळा आला होता आणि हृदयाची स्पंदनं तुफान वाढली होती. सॅम मात्र अविचल होते. टेबलावरून खाली उडी मारल्यासारखे ते उतरले आणि म्हणाले, "चला, मी तयार आहे.''

ते सर्व न्यूजंटच्या मागे चालत दर्शनी भागातल्या ऑफिसच्या इमारतीतून बाहेर पडले. पुढे अरुंद अशा हॉलसारख्या भागातून चालत गेले. तिथे अतिसुरक्षा विभागात नियंत्रणासाठी जास्तीत जास्त सैनिक तैनात केले होते. ॲडमचा हात हातात धरून सॅम सावकाश चालत चालले होते. त्या दोघांमागून धर्मगुरू चालत होते.

ॲडमनं त्याच्या आजोबांचा हात जरासा दाबून धरला होता. दोन्ही बाजूने तुरुंगाच्या अ आणि ब कोठड्यांच्या रांगांमध्ये असलेल्या हॉलसारख्या भागातून ते चालत गेले. त्यांनी पुढे दोन दरवाजे पार केले आणि नंतर आडव्या-उभ्या गजांच्या जाळीच्या दरवाजातून पुढे गेले. ते गेल्यावर जाळीचा दरवाजा बंद झाला. न्यूजंट पुढे आणि हे तिघे मागे असे ते सर्व कोठड्यांसमोरून चालत गेले. कोठड्यांसमोरून जात असताना आतल्या परिचितांकडे सॅमनी नजर टाकली. हॅक हेन्शॉकडे पाहून त्यांनी डोळे मिचकावले, गलीटकडे पाहून मोठ्या रुबाबात मान हालवली. त्याच्या डोळ्यात अश्रू जमा झाले होते. स्टॉक टर्नरकडे पाहून त्यांनी स्मितहास्य केलं. समोरच्या जाळ्यांच्या अडसरांवर झुकून, माना खाली घालून सर्व जण उभे होते. सर्वांच्या चेहऱ्यांवर भीतीची छाया होती. या सर्वांकडे पाहत असताना सॅमच्या डोळ्यात मात्र जराशीही भीतीची झाक नव्हती.

न्यूजंट शेवटच्या कोठडीशी थांबले. बरोबरच्या सुरक्षाकर्मीनं दरवाजा उघडला. सॅम, ॲडम आणि राल्फ तिघेही आत शिरले. न्यूजंटनी दरवाजा बंद करण्याची खूण केली. दरवाजा बंद झाला.

कोठडीत अंधार होता. एक दिवा होता, तोही बंद होता; एक टेलिव्हिजन होता तोही बंद होता. एक पलंग होता, त्यावर सॅम आधी बसले. त्यांच्या एका बाजूला ॲडम आणि दुसऱ्या बाजूला राल्फ बसले. तिघे जण गुडघ्यांवर हात ठेवून आणि माना खाली घालून बसले होते. न्यूजंट या तिघांकडे काही क्षण पाहत राहिले होते. त्यांना जे काही सांगायचं होतं, त्या बोलण्याची सुरुवात कशी करावी, हे त्यांना सुचत नव्हतं. काही तासांनंतर म्हणजे अकरा वाजता ते सॅमना घेऊन जाण्यासाठी येणार होते, हे तिघांनाही माहीत होतं; पण त्या क्षणी ते जात असून अकरा वाजता ते परत येत आहेत, हे सांगणं त्यांना क्रूरपणाचं वाटत होतं आणि तसं न सांगता ते त्या खोलीतून बाहेर पडले. सॅमवर लक्ष ठेवण्यासाठी त्यांच्या कोठडीसमोर ठेवलेले सुरक्षासैनिक अर्धवट अंधारात पहारा देत उभे होते. न्यूजंट वेगळे ठेवण्याच्या खोलीत गेले. तिथे कैद्याला त्याच्या शेवटच्या काही तासात आडवं होण्यासाठी पलंग ठेवला होता. त्या खोलीतून पुढे ते विषारी वायुपेटी ठेवलेल्या खोलीत गेले. तिथे शेवटच्या तासात पार पाडावयाची कामं करणं चाललं होतं.

बिल मन्डे नावाचा शासनाचा मारेकरी त्याच्या कामात व्यग्र होता. घडवून आणण्याच्या गोष्टी त्याच्या आवाक्यातल्या होत्या. तो जरा बुटका, काटकुळा होता; पण काटक दिसत होता. त्याच्या डाव्या पंजाला चारच बोटं होती. शिक्षा अमलात आणली गेली, तर त्याला त्याच्या कामाचे पाचशे डॉलर मिळायचे. कायद्यानुसार त्याची नेमणूक गव्हर्नररांनी केलेली असायची. विषारी वायुपेटीपासून पाच फूट अंतरावर रसायनं ठेवण्याची खोली होती. त्या खोलीत तो होता.

त्याच्या हातातल्या पुठ्ठ्यावर एकापुढे एक करायच्या कामांची यादी होती आणि ती तो पाहत होता. त्याच्यासमोर एक टेबल होतं. त्यावर सोडियम सायनाईडच्या गोळ्यांचा एक अर्धा किलोचा डबा होता. पाच किलो तेजाब आम्लाची बरणी होती, अर्धा किलो कॉस्टिक म्हणजे धुण्याचा सोडा, तेवीस किलो अमोनियाचं पोतं आणि वीस लीटर अतिशुद्ध पाण्याची बरणी होती. त्या टेबलाशेजारी मध्ये थोडीशी जागा ठेवून आणखी एक टेबल होतं. त्यावर विषारी वायू नाकात जाऊ नये, म्हणून नाका-तोंडावर लावण्यासाठीच्या मुखवटावजा तीन टोप्या आणि रबरी हातमोज्यांच्या तीन जोड्या होत्या. एक नरसाळं, हात धुण्याचा साबण, हात पुसण्यासाठी टॉवेल, साफसफाई करण्यासाठी फडक्याचा एक तुकडा असं साहित्य होतं. दोन टेबलांच्या मध्ये आम्ल ओतण्यासाठी एक पातेल्यासारखं भांडं बसवलेलं होतं. त्या पातेल्याच्या तळातून एक नळी काढून ती खाली जमिनीत नेली होती. पुढे ती भिंतीतून शेजारच्या विषारी वायुपेटीच्या तळातून वर आणून खुर्चीच्या खाली आम्ल आणि सायनाईडच्या गोळ्यांचं मिश्रण ज्या पातेल्यात होतं, त्यात ती आली होती.

मारेकऱ्याकडे तीन याद्या असतात. एका यादीत रासायनिक मिश्रण कसं करायचं ते लिहिलेलं असतं. म्हणजे तेजाब आणि शुद्ध पाणी अशा प्रकारे एकत्र करायचं की, आम्लाची मात्रा ४१ टक्के झाली पाहिजे. अर्धा किलो धुण्याच्या सोड्यात दहा लीटर पाणी मिसळून एक द्राव तयार करायचा आणि मृत्युशिक्षा अमलात आणताना एकापुढे एक काय काय क्रिया करायच्या याचा तपशील लिहिलेला असतो.

मन्डे या मारेकऱ्याशी न्यूजंट बोलले आणि सर्व गोष्टी ठरल्यानुसार होत होत्या, अशी त्यांची खात्री झाली. मन्डेचा एक सहकारी विषारी वायुपेटीच्या खिडक्यांच्या सांध्यांवर आतून विषारी वायू बाहेर येऊ नये म्हणून ग्रीस लावत होता. पेटीतल्या खुर्चीचे पट्टे बरोबर होते की नाही, याची खात्री एक साध्या कपड्यातला कर्मचारी करत होता. डॉक्टर हृदयाचं कार्य दाखवणारं उपकरण बसवत होते. खोलीच्या बाहेर पडण्याचा दरवाजा उघडा होता आणि त्या दरवाजासमोर एक रुग्णवाहिका सज्ज उभी होती.

तपासणी यादीवर न्यूजंट यांनी पुन्हा एकदा नजर फिरवली. बऱ्याच दिवसांपूर्वीच त्यांनी ती पाठ केलेली होती. एवढंच नव्हे, तर त्यांना सुचलेल्या आणखी काही गोष्टी त्यात घालून त्यांनी एक नवीच यादी बनवली होती आणि त्यात मृत्युशिक्षा अमलात आणण्याच्या कारवाईतल्या घटनांचा तक्ता करण्याचंही एक कलम घातलं होतं. त्याचा उपयोग स्वत: न्यूजंट आणि त्यांच्या हाताखालचा सहकारी यांच्यासाठीच होता. त्या तक्त्यात अनुक्रमांक घालून एकापुढे एक घटना लिहायच्या होत्या. त्यापुढे वेळ घालायची होती. म्हणजे आम्ल आणि पाणी यांचं मिश्रण तयार करणं, त्यानंतर कैदी पेटीत शिरणं, पेटी कुलुपबंद करणं, सोडियम सायनाईड आम्लात मिसळणं, विषारी वायू कैद्याच्या नाकात शिरणं, कैदी बेशुद्ध होण्यास सुरुवात होणं, कैदी पूर्णपणे बेशुद्ध होणं, कैद्याच्या शरीराच्या हालचाली, शेवट घडलेली दृश्य हालचाल, हृदय थांबणं, पेटीतली हवा बाहेर जाण्यासाठीचा नळ उघडणं, पेटीचा दरवाजा उघडणं, कैद्याला पेटीतून बाहेर काढणं, कैदी मृत झाल्याचं घोषित करणं या सर्व गोष्टी एकाखाली एक लिहून प्रत्येकापुढे एक कोरी ओळ सोडली होती. त्यावर सदर गोष्ट घडल्याची वेळ लिहायची होती.

मृत्यू घडवून आणण्यासंबंधी या यादीखेरीज आणखी एक यादी होती. तीसुद्धा तक्तारूपातच करायची होती. कारवाई सुरू करण्यापासून ती पूर्ण होईपर्यंत त्यात नऊ टप्पे होते. या यादीला आणखी एक जोडयादी होती. त्यात पंधरा कलमं होती. त्यातलं शेवटचं कलम मृत कैद्याला रुग्णवाहिकेमध्ये नेऊन ठेवणं असं होतं.

प्रत्येक यादीतला प्रत्येक टप्पा न्यूजंट यांना पाठ होता. त्यांना रासायनिक द्रव्यं कशी करायची, नळ कसे उघडायचे, ते किती वेळ उघडे ठेवायचे आणि केव्हा बंद

करायचे या सर्व गोष्टी येत होत्या.

त्यानंतर रुग्णवाहिकेच्या वाहकाला त्यांना काहीतरी सांगायचं होतं. नंतर त्यांना स्वत:ला मोकळ्या हवेची जरूर भासली, म्हणून ते जरा बाहेर जाऊन आले. नंतर ते कैद्याला वेगळं ठेवण्याच्या कोठडीसमोरून चालत जाऊन कोठड्यांच्या 'अ' ओळीच्या भागात आले.

आम जनतेला किंवा न्यूजंट यांनाही सर्वोच्च न्यायालयानं या बाजूनं किंवा त्या बाजूनं, पण लवकरात लवकर काय तो निर्णय द्यावा, असं वाटत होतं. कोठड्यांच्या विभागातल्या बाहेरच्या बाजूच्या खिडक्या बंद करून घेण्यासाठी काही सुरक्षासैनिक पाठवले होते. इमारतीप्रमाणेच खिडक्यासुद्धा छत्तीस वर्षं जुन्या होत्या. त्यामुळे त्या आवाज न होता बंद करणं अशक्य होतं. त्या बंद होईपर्यंत सुरक्षासैनिक त्या बंद करण्याचं काम करत होते. प्रत्येक खिडकी बंद करताना आवाज होत होताच आणि त्याचा प्रतिध्वनी उमटायचा. एकूण पस्तीस खिडक्या होत्या, हे प्रत्येक कैद्याला माहीत होतं. प्रत्येक खिडकी बंद झाल्यानंतर अंधार आणि शांतता वाढत होती.

सुरक्षासैनिकांचं काम झाल्यावर ते गेले. 'रो' तुरुंग आता सर्व बाजूनं बंदिस्त झाला होता. सर्व कैदी त्यांच्या त्यांच्या कोठड्यातून बंद होते. सर्व दरवाजे कुलूपबंद होते. खिडक्या लावलेल्या होत्या.

खिडक्या बंद करणं जेव्हा सुरू झालं, तेव्हापासून सॅम यांचं अंग थरथरायला लागलं होतं. त्यांनी त्यांचं डोकं आणखी खाली केलं होतं. ॲडमने त्यांचे हात त्यांच्या कमकुवत खांद्यांच्या बाजूने धरलेले होते.

"मला त्या खिडक्या खूप आवडायच्या." सॅम म्हणाले. त्यांचा आवाज अगदी हळू येत होता आणि घोगरा झाला होता. प्राणिसंग्रहातल्या पिंजऱ्यातल्या प्राण्याकडे जशी मुलं निरखून पाहत असतात, तसे सुरक्षागटातले सैनिक त्यांच्याकडे निरखून पाहत होते. त्यांनी त्यांचं बोलणं ऐकू नये, असं त्यांना वाटत होतं. सॅमना खिडक्या आवडायच्या, असं ते म्हणाले, पण या परिसरातलं त्यांनी काही आवडत असेल, यावर विश्वास बसत नव्हता. "आवडत होत्या, असं आपण म्हणू. जेव्हा जोराचा पाऊस यायचा, तेव्हा पावसाचे थेंब सड सड आवाज करत या खिडक्यांच्या काचांवर आपटायचे आणि काही आतही यायचे, जमिनीवर पडायचे. मला नेहमीच पाऊस आवडायचा आणि चंद्रही. काही वेळा आकाश निरभ्र असायचं. माझ्या कोठडीत उभं राहून मी त्या खिडकीतून अनेक वेळा चंद्राकडे पाहत तासन्‌तास घालवलेले आहेत. त्यांनी आणखी खिडक्या बसवायला हव्या होत्या, असं मला वाटायचं. खरोखर गुरुजी, मला असं वाटतं की, त्यांनी जर तुम्हाला दिवसभर कोठडीत डांबून ठेवायचं असेल, तर आतल्या माणसाला बाहेरचा परिसर का दिसू द्यायचा नाही? मला उत्तरं न मिळालेल्या अशा बऱ्याच गोष्टी आहेत." त्यांचा

आवाज हळू हळू होत गेला आणि त्यानंतर ते बराच वेळ काही बोलले नाहीत.

अंधारातून प्रवचनकार मुलाच्या गोड आवाजातलं एक भजन ऐकू येऊ लागलं, "हे देवा, तू मला तुझ्यात सामावून घे. ही माझी विनवणी तू पुरी कर. तुझ्याप्रती येण्याची वाट मी दररोज थोडी थोडी चालतो आहे. तुझ्यातलं आणि माझ्यातलं अंतर मला कमी झाल्यासारखं वाटतं आहे. तरीपण आता माझा धीर सुटत चालला आहे. तरी कृपा करून तू थोडं अंतर माझ्या दिशेने ये आणि मला तुझ्या कुशीत घे." असा काहीसा अर्थ त्या भजनाचा होता.

"आवाज बंद! आम्हाला एकदम शांतता हवी आहे." एक सुरक्षाकर्मी ओरडला.

"ए, त्याला भजन गाऊ द्या. नका त्याला थांबवू." सॅम उंच आवाजात ओरडले होते आणि या ओरडण्याचं ॲडम आणि राल्फ या दोघांनाही आश्चर्य वाटलं होतं. "रँडी, तू गा रे." शेजारच्या कोठडीत ऐकू जाईल, इतपतच मोठ्या आवाजात ते सांगू शकत होते. भजन सुरू करायला रँडीने थोडा वेळ लावला होता. त्याच्या भावनांना थोडी ठेच लागली होती, तरीपण त्यानं भजन पुन्हा सुरू केलं होतं.

कुठेतरी धाडकन असा दरवाजाचा आवाज झाला होता आणि सॅम एकदम उडी मारून उभे राहिले. ॲडमने त्यांचे खांदे दाबून धरून त्यांना परत खाली बसवलं. जमिनीवरच्या अंधाराकडे पाहत असल्यासारखा त्यांचा चेहरा होता, पण प्रत्यक्षात त्यांची नजर कुठेतरी हरवल्यासारखी झाली होती.

"आता ली इथे येणार नाही, असं मी धरून चालतो." झपाटलेल्या माणसाने उच्चारावेत, असे हे शब्द होते.

ॲडमने क्षणभर विचार केला आणि त्यांना सत्य काय, हे सांगण्याचं ठरवलं. "मलासुद्धा ती कुठे आहे, हे माहीत नाही आजोबा. गेल्या कित्येक दिवसांत तिच्याबरोबर माझं बोलणंही झालेलं नाही."

"मला वाटतं की, ती व्यसनमुक्ती केंद्रात उपचार घेत असेल."

"मलाही तसंच वाटतंय, पण ती कोणत्या केंद्रात आहे, हे मला माहीत नाही. मला तुम्ही माफ करा. मी तिला शोधण्याचा खूप प्रयत्न केला."

"माझ्या शेवटच्या काही दिवसांत तिचा विचार माझ्या मनात सतत होता, असं तू तिला कृपा करून सांग."

"सांगेन आजोबा, सांगेन आणि तिला त्या व्यसनापासून वाचवण्याचा मी आटोकाट प्रयत्न करेन."

"आणि एडीबद्दलही माझ्या मनात सारखे विचार येत होते."

"सॅम आजोबा, हे बघा आपल्याकडे फार वेळ नाहीये. तर आपण जरा चांगल्या विषयाबद्दल बोलू या का?"

"एडीला माझ्यामुळे त्रास झाला, त्याचं मला खूप वाईट वाटतंय. ॲडम,

त्याबद्दल तू मला माफ कर.''

''आजोबा, मी तुम्हाला यापूर्वीच माफ केलंय. आता ते विचारसुद्धा तुम्ही मनात आणू नका. कारमेन आणि मी आम्ही दोघांनी तुम्हाला माफ केलंय.''

राल्फनी त्याचं डोकं खाली करून सॅमच्या डोक्याच्या पातळीला आणलं आणि म्हणाले, ''सॅम, आपल्याला इतर गोष्टींबद्दलही विचार करायला हवा.''

''मी करीन, पण नंतर.'' सॅम म्हणाले.

दोन कोठड्यांच्या ओळींच्या समोरचा, हॉलसारख्या जाण्या-येण्यासाठीच्या भागातल्या शेवटाच्या बाजूचा दरवाजा उघडला आणि काही पावलांचे आवाज त्यांच्या दिशेने येत असल्याचं जाणवलं. एका सुरक्षाकर्मीसमवेत लुकस मान त्यांच्या कोठडीसमोर येऊन थांबला. अंधारातल्या तीन आकृत्यांकडे त्यांनी पाहिलं आणि म्हणाले, ''ॲडम, तुला एक फोन आलाय.'' त्यांच्या बोलण्यात आनंद नव्हता. ''माझ्या ऑफिसमध्ये तो घ्यायला ये.''

अंधारातल्या तिन्ही आकृत्या एकदम ताठ झाल्या. ॲडम उठून उभा राहिला. कोठडीचा दरवाजा उघडल्यानंतर काहीही न बोलता तो बाहेर पडला. कोठड्यांसमोरून चालत जात असताना त्याच्या पोटात उठलेला गोळा त्याला आणखीनच अस्वस्थ करत होता. ''ॲडम, तू त्यांना चांगला धडा शिकव.'' गलीटच्या कोठडीसमोरून ॲडम जात असताना तो हे बोलला होता.

''कोणाचा फोन आहे?'' ॲडमने लुकस याला विचारलं. तो त्याच्याबरोबर त्याच्याच गतीनं चाललं होतं.

''गार्नर गुडमन.''

अतिसुरक्षा विभागाच्या मध्य भागातल्या आडव्या-उभ्या रस्त्यांवरून ते घाईघाईने दर्शनी भागातल्या लुकस मान याच्या ऑफिसमध्ये गेले. टेबलावर रिसिव्हर आडवा ठेवला होता. ॲडमने त्यावर एकदम झडपच घातली आणि तो हातात घेतला आणि टेबलावरच बसला. ''गार्नर, मी ॲडम बोलतोय.''

''मी इथे कॅपिटॉल इमारतीत आहे. गव्हर्नरांच्या ऑफिसच्या बाहेर. वर जिथे गोल घुमट असलेला हॉल आहे ना, तिथे मी आहे. सर्वोच्च न्यायालयानं आपले सर्व अर्ज नामंजूर केले आहेत. आता काहीही उरलेलं नाही.''

ॲडमने डोळे मिटून घेतले आणि काही क्षण तो तसाच थांबून राहिला. ''म्हणजे आता सर्व संपलं!'' हे बोलत असताना तो लुकस मान याच्याकडे पाहत होता. लुकस यानं चेहरा दुःखी करून डोकं खाली झुकवलं.

''तू तसाच तिथे बसून राहा. काही मिनिटांतच गव्हर्नरसाहेब त्यांचा निर्णय घोषित करणार आहेत. पाच मिनिटांनी मी तुला फोन करतो.'' गुडमन यांनी फोन बंद केला होता.

ॲडमने रिसिव्हर जागेवर ठेवला आणि तो त्याकडे रोखून पाहत राहिला. ''सर्वोच्च न्यायालयाने सर्व अपिलं, अर्ज फेटाळून लावले आहेत.'' हे त्यानं मानला सांगितलं. ''गव्हर्नरसाहेब एक निवेदन सादर करत आहेत. पाच मिनिटांत गुडमन मला परत फोन करणार आहेत.''

मान एका खुर्चीत बसला, ''ॲडम, मला फार वाईट वाटतंय रे! सॅम कसे आहेत?''

''ते माझ्यापेक्षा चांगल्या प्रकारे परिस्थितीचा सामना करतायंत, असं मला वाटतंय.''

''विचित्र आहे नाही? ही माझी पाचवी वेळ आहे आणि ते किती शांतपणे सामोरे जातायंत, याचं मला फार नवल वाटतंय. जेव्हा अंधार पडायला सुरुवात होते, तेव्हा ते सर्व लागेबांधे सोडून देतात. त्यांचं शेवटचं जेवण घेतात, त्यांच्या कुटुंबीयांचा निरोप घेतात आणि सर्व परिस्थितीबाबत एकदम तटस्थ होतात. माझ्या बाबतीत मी किंचाळत राहीन, हातपाय झाडत राहीन, रडून-भेकून गोंधळ घालीन असं वाटतं. निरीक्षणासाठी ठेवलेल्या खोलीतून मला खेचून बाहेर काढण्यासाठी वीस एक माणसं लागतील, असं मला वाटतं.''

ॲडमच्या चेहऱ्यावर जरा हसू आलं आणि त्याच वेळी लुकसच्या टेबलावर बुटांच्या जोडीचं एक उघडं खोकं त्याला दिसलं. त्या खोक्याच्या आतल्या बाजूनं चंदेरी कागदाचं अस्तर होतं. त्यात बिस्किटांचे काही तुकडे त्याला दिसले. एक तासापूर्वी तो इथून गेला होता, त्या वेळी हे खोकं त्याला टेबलावर दिसलं नव्हतं. ''ते काय आहे?'' ते काय होतं, हे जाणून घ्यायची फार उत्सुकता त्याला नव्हती. तरीपण त्याने हा प्रश्न केला होता.

''ही बिस्किटं ती शिक्षा अमलात आणली जात असल्याच्या निमित्ताने बनवलेली आहेत.''

''शिक्षा अमलात आणली जात आहे, म्हणून बनवलेली ही बिस्किटं आहेत?''

''हो, तुरुंगासमोरच्या हमरस्त्याने थोडे खाली गेलं की, तिथे एक लहानखोऱ्या पण छान दिसणाऱ्या बाई राहतात. त्या प्रत्येक शिक्षा अमलात आणताना बिस्किटं बनवून देतात.''

''का करून देतात?''

''माहीत नाही, त्या तसं का करतात.''

''कोण खातं ही बिस्किटं?''

''सुरक्षाकर्मी आणि कर्मचारी.''

ॲडमनं डोकं झटकल्यासारखं केलं. या बिस्किटांचा उद्देश काय असावा, याबद्दल चर्चा करण्यापेक्षा इतर खूप गोष्टी विचारांसाठी त्याच्या डोक्यावर ओझं

बनून राहिल्या होत्या.

आजच्या प्रसंगासाठी डेव्हिड मॅकलिस्टर यांनी गडद निळ्या रंगाचा सूट आणि कडक इस्त्रीचा पांढरा शर्ट आणि विटकरी रंगाचा टाय घातला होता. केसांना सुवासिक तेल लावून छान भांग पाडला होता. ते बाजूच्या दरवाजानं त्यांच्या ऑफिसमध्ये आले. मोना स्टार्क कोणालातरी टेलिफोन करत होती. ''एकदाचे फोन यायचे तरी थांबले आहेत.'' सुटका झाल्यासारखी ती हे म्हणाली होती.

''मला ते काही ऐकायचं नाही.'' आपला टाय सरळ करत गव्हर्नरसाहेब बोलत होते. ''चला, आपण निघू.''

त्यांनी दरवाजा उघडला आणि बाहेरच्या मोकळ्या जागेत पाऊल टाकलं. तिथे त्यांचे दोन शरीररक्षक त्यांना भेटले. वर उंचावर छताला भव्य गोल घुमट आणि खाली मोठा चौरस हॉल असलेल्या भागापर्यंत चालत जाताना ते त्यांच्या दोन्ही बाजूला होते. चौरस हॉल विजेच्या प्रखर दिव्यांनी प्रकाशित केला होता. बातमीदार, पत्रकारांची तिथे झुंबड उडाली होती. छायाचित्रण करणाऱ्यांची उपकरणांसह दाटी झालेली होती. गव्हर्नरसाहेबांनी हॉलमध्ये प्रवेश केल्या केल्या 'क्लिक क्लिक' असे कॅमेऱ्यांचे असंख्य आवाज झाले. ते निवेदन काय देतात, याकडे सर्वांचं लक्ष लागून राहिलं होतं. बारा-पंधरा मायक्रोफोनसह तात्पुरत्या उभ्या केलेल्या एका मंचावर ते उभे राहिले. प्रखर दिव्यांच्या उजेडाकडे पाहत त्यांनी कपाळावर आठ्या आणल्या. शांतता प्रस्थापित होईतो ते मूकपणे उभे होते आणि नंतर ते बोलायचे लागले. ''सॅम केहॉल यांचं शेवटचं अपील युनायटेड स्टेट्सच्या सर्वोच्च न्यायालयानं नुकतंच फेटाळून लावलं आहे.''

जशीकाही ही बातमी समोरच्यांनी यापूर्वी ऐकलेलीच नव्हती, अशा आविर्भावात नाट्याभिनय करत असल्यासारखे ते हे वाक्य बोलले होते. ''आणि न्यायनिवाडा करणाऱ्या त्रिसदस्यीय समितीनं त्यांचं न्यायदानाचं काम चोख रीतीने केल्यानंतर घटनेनुसार ज्या-ज्या न्यायालयात दाद मागण्याचे अर्ज करता येतात, ते करून झाल्यानंतर आणि आत्तापर्यंत सत्तेचाळीस न्यायमूर्तींच्या नजरेखालून हा दावा गेल्यानंतर सॅम केहॉल यांच्या बाबतीतला निर्णय घेण्याची वेळ माझ्यावर आलेली आहे. त्यांचा गुन्हा तेवीस वर्षांपूर्वी घडलेला आहे. न्याय मिळायला वेळ लागतो. पद्धत, रीत वेळकाढूपणाची आहे. त्यांना माफ करा, असं सांगणाऱ्यांचे मला असंख्य फोन आले, पण मी तसं करू शकत नाही. त्रिसदस्य न्यायनिवाडा समितीमध्ये न्याय, कायदा-क्षेत्रातले बुजुर्ग, ज्ञानी लोक होते. त्यांनी दिलेले निर्णय मी बदलू शकत नाही. या समितीनं केहॉल यांना दोषी मानलं आहे. त्याखेरीज महत्त्वाच्या न्यायालयांनीसुद्धा केहॉल यांना दोषी ठरवलं आहे. त्यांच्या निर्णयांवर माझ्या निर्णयशक्तीचं वजन मी वापरू इच्छित नाही. तसंच माझे मित्र असलेल्या

क्रॅमर परिवाराच्या इच्छेविरुद्ध मी जाऊ शकत नाही.'' इथे काही क्षण गव्हर्नर थांबले. उत्स्फूर्तपणे बोलण्यात ते दर्दी होते. तरीपण या भाषणासाठी त्यांनी घरी चांगली तयारी केलेली होती. ''राज्याच्या इतिहासातला काही काळ काही जमातींसाठी फार त्रासाचा गेलेला आहे. त्या स्मृती केहॉल यांची शिक्षा अमलात आणल्यामुळे थोड्याफार पुसल्या जातील, असं मला मनापासून वाटतं. मिसिसिपीच्या सर्व रहिवाशांना मला मनापासून विनंती करावीशी वाटते की, या दुःखद घटनेनंतर आपण सर्व जण एकत्र येऊन समानतेसाठी काम करू या. देव सॅम केहॉल यांच्या आत्म्याला शांती देवो!''

प्रश्नांची सरबत्ती व्हायला लागली आणि ते मागे झाले. शरीररक्षकांनी बाजूचा दरवाजा उघडला. ते पुढे जिन्याने उतरून उत्तर दिशेच्या दरवाजातून बाहेर पडले. तिथे एक मोटार उभी होती. एक मैलावर हेलिकॉप्टर वाट पाहत थांबून होतं.

गुडमन चालत बाहेर गेले. एक जुनी तोफ, का कुणास ठाऊक, समोरच्या इमारतीवर रोखून ठेवलेली होती. तिथे जाऊन ते उभे राहिले. त्यांच्या खाली, पायऱ्या जिथे संपतात, तिथे एक मोठा समूह मेणबत्त्या पेटवून निदर्शनं करत होता. गुडमननी ॲडमला फोन करून बातमी दिली आणि ते निदर्शनं करणाऱ्या लोकांमधून चालत गेले. पुढे ते कॅपिटॉल मैदानातून बाहेर आले. ते जेव्हा रस्त्यावरून जात होते, तेव्हा प्रार्थना सुरू झाल्या होत्या. थोडं अंतर गेल्यावर तोही आवाज ऐकू येईनासा झाला. काही क्षण ते गोंधळलेल्या अवस्थेत होते. त्यामुळे ते रस्ता चुकले, पण शेवटी ते एकदाचे हेज केरीच्या ऑफिसमध्ये पोचले.

५०

निरीक्षणाखाली ठेवण्याच्या कोठडीपर्यंत जाण्याचं अंतर या वेळी ॲडमला जास्त वाटलं होतं. हा मार्ग त्याच्या आता चांगला ओळखीचा झाला होता. 'रो' तुरुंगाच्या जंजाळात लुकस मान कुठेतरी अदृश्य झाला होता.

इमारतीच्या मध्यभागात असलेल्या जाडजूड लोखंडी दरवाजाशी जेव्हा ॲडम थांबला होता, तेव्हा त्याच्या दोन गोष्टी लक्षात आल्या होत्या. पहिली गोष्ट अशी की, परिसरात आता जास्त माणसांची वर्दळ त्याला दिसत होती. म्हणजे जास्त संख्येने रखवालदार, सुरक्षाकर्मी, करारी चेहऱ्यांची, अर्ध्या बाह्यांचं शर्ट घातलेली, हुद्दा आणि नाव दर्शवणारे प्लॅस्टिकचे बिल्ले शर्टावर लावून काम करणारी, कंबरेभोवतीच्या पट्ट्याला पिस्तुलं लटकावलेली अनेक अनोळखी माणसं त्याला त्या आवारात दिसत होती. कधीतरी घडणारी गोष्ट आज या तुरुंगात घडणार होती. अनेक जणांना त्याचं वेगळं महत्त्व वाटत होतं. त्याला आपण साक्ष आहोत, याचं समाधान त्यांच्या चेहऱ्यांवर होते. तुरुंगव्यवस्थेतला प्रत्येक कर्मचारी स्वतःचं वजन वापरून सॅम यांची शिक्षा अमलात आणली जात असताना कारवाईच्या ठिकाणी प्रत्यक्ष उपस्थित राहून ती पाहण्याचा नक्कीच प्रयत्न करणार, असा ॲडमचा अंदाज होता.

दुसरी गोष्ट अशी की, त्याचा शर्ट अंगाला चिकटला होता, कॉलर ओली झालेली होती. दरवाजा उघडण्याचा क्लिक असा आवाज झाला, त्याच वेळी त्याने त्याचा टाय ढिला केला होता. काँक्रिटच्या भिंतीत बसवलेल्या खिडक्या बंद करण्याच्या प्रयत्नात एक सुरक्षाकर्मी होता. ॲडमने आत प्रवेश केला, टाय आणखी ओढून ढिला केला. शर्टचं वरचं बटन काढलं. 'अ' ओळीच्या भागात येण्यापूर्वीच्या आडव्या-उभ्या लोखंडी अडसराच्या दिशेने तो चालत होता. त्याने रुमालानं कपाळ टिपलं, पण कपाळावर घाम नव्हता. त्यानं दीर्घ श्वास घेऊन उकाड्याची दमट हवा फुप्फुसात भरून घेतली.

सर्व खिडक्या आता बंद होत्या आणि तुरुंगातल्या कोठड्यांच्या ओळींमध्ये

घुसमट होत होती. आणखी एक क्लिकसारखा मोठा आवाज झाला आणि पुन्हा विजेच्या मोटारीचा गुं गुं असा आवाज यायला लागला. त्यानं चालण्याचा वेग वाढवला आणि साडेसात फूट रुंदीच्या, दोन्ही कोठड्यांच्या ओळीमधल्या पॅसेजवजा चालण्याच्या भागातून तो लवकर पुढे गेला. त्या भागात छताला तीन फ्लुरोसंट ट्यूब बसवलेल्या होत्या, त्यामुळे त्या भागात उजेड होता. त्याची जड झालेली पावलं टाकत तो कोठड्यांसमोरून चालत जात असताना कोठड्यातले काही अमानुष खुनी त्याच्याकडे पाहत होते, काही प्रार्थना म्हणत होते, काही जण रडत होते.

"ॲडम, काही चांगली बातमी आहे का?" अंधारातून जे. बी. गलीटनं काकुळतीच्या आवाजात विचारलं होतं.

ॲडमने काहीच उत्तर दिलं नव्हतं. तो चालत राहिला; बंद होणाऱ्या खिडक्यांकडे तो पाहत होता. कधी काळी त्या खिडक्या रंगवलेल्या असतीलही, पण आता त्यांच्या काचांचा पारदर्शीपणा कमी झाला होता. कोठड्यांसमोरून जाताना ॲडमच्या मनात असा विचार येत होता, 'या कोठड्यांसमोरून किती दुर्दैवी वकिलांना जावं लागलं असेल? माझ्यासारखं किती वकिलांना पक्षकाराला जाऊन सांगावं लागलं असेल की, बाबा मी माझ्याकडून प्रयत्नांची शर्थ केली. शिक्षा थोपवण्याच्या आशेचा शेवटचा एक धागा होता, पण तोही आता तुटलेला आहे. यापूर्वी या तुरुंगात अशा अनेक शिक्षा घडलेल्या आहेत. त्यामुळे अशी मार्गक्रमणा बऱ्याच दुर्दैवी वकिलांना करावी लागली असेल.' गार्नर गुडमनना मेरीनार्ड टोडला असं जाऊन सांगावं लागलं होतं, याची आठवण होऊन त्याच्या जिवात जीव आला.

कोठड्यांच्या शेवटी उभ्या असलेल्यांच्या कुतूहलपूर्ण नजरांकडे त्यानं दुर्लक्ष केलं आणि शेवटच्या कोठडीशी जाऊन तो थांबला. आज्ञाधारकपणे दरवाजा उघडला गेला.

सॅम आणि धर्मगुरू अजूनही पलंगावर बसलेले होते. त्यांची डोकी एकमेकांच्या डोक्यांना टेकलेली होती आणि खाली झुकलेली होती. खोलीत अंधार होता आणि ते एकमेकांशी कुजबुजल्यासारख्या आवाजात बोलत होते. ॲडम खोलीत आल्यावर त्याच्याकडे दोघांनी मान वर करून पाहिलं. तो सॅमशेजारी बसला आणि त्यानं त्याचा हात त्यांच्या खांद्यांवर ठेवला. आता हे खांदे त्याला आणखीनच जास्त दुर्बल वाटले.

"सर्वोच्च न्यायालयानं आत्ताच आपले सर्व अर्ज फेटाळले आहेत." त्याने मृदू स्वरात सांगितलं. त्याचा आवाज कातरल्यासारखा येत होता. धर्मगुरूंनी कण्हल्यासारखा एक उसासा टाकला. ते अपेक्षितच होतं, हे दर्शवण्यासाठी त्यांनी मान डोलावली होती. "आणि गव्हर्नरांनी माफी नाकारली आहे."

सॅम हा नकार धीराने घेत होते, असं दर्शवण्याकरता त्यांनी त्यांचे खांदे जरा उंचावले; पण ते तसेच राखण्यासाठी जरूर ती ताकद त्यांच्यात उरली नव्हती, त्यामुळे ते परत खाली झुकले.

"देवा, तुझ्याकडे आम्ही करुणेची याचना करतो." राल्फ ग्रिफिन बोलत होते.

"म्हणजे आता सर्व संपलं." सॅम म्हणाले.

"हो. करण्यासारखं बाकी काही उरलं नाही." ॲडम क्षीण आवाजात बोलला होता.

कोठड्यांच्या शेवटच्या भागात उभ्या असलेल्या कर्मचाऱ्यांच्यात काही कुजबुज सुरू झाल्यासारखी दिसत होती. म्हणजे शिक्षा अमलात आणणं आता पार पाडावं लागणार होतं तर! त्याच्यामागे विषारी वायुपेटीच्या खोलीच्या बाजूने दरवाजा धाडकन उघडल्याचा आवाज आला. सॅमचे दोन्ही गुडघे थरथरून एकमेकांवर आपटले.

काही क्षणांकरता ॲडम शांत राहिला होता. एक किंवा पंधरा मिनिटं; किती ते ॲडमला सांगता येणार नव्हतं. घड्याळ आचके देत पुढे पुढे जात होतं.

"फादर, आता आपण प्रार्थना म्हणायला हवी." सॅम म्हणाले.

"मलाही तसंच वाटतं. आपण खूप वेळ थांबलो होतो."

"ती कशी म्हणायची?"

"बरं सॅम. तुम्हाला प्रार्थना नेमकी कोणासाठी म्हणायची आहे?"

क्षणभर सॅम विचारात पडले आणि नंतर म्हणाले, "मला जेव्हा मरण येईल, त्या वेळी देव माझ्यावर रागावलेला नसावा, याची मला खात्री करून घ्यायची आहे."

"कल्पना छान आहे. देव तुमच्यावर रागावेल, असं तुम्हाला का वाटतं?"

"कारण उघड आहे.?"

राल्फ यांनी त्यांच्या हाताचे पंजे एकमेकांवर घासले आणि म्हणाले, "ही गोष्ट करण्यासाठी सर्वात चांगला मार्ग म्हणजे आपल्या सर्व पापांची कबुली देवाकडे द्यायची आणि देवाला ती सर्व माफ करायला सांगायचं."

"सर्वच्या सर्व?"

"तुम्हाला पापांची यादी द्यायला नको. देवाला फक्त अशी विनंती करायची की मी केलेल्या सर्व पापांसाठी मला क्षमा कर! बस एवढंच म्हणायचं."

"म्हणजे सर्वसमावेशक पश्चात्ताप व्यक्त करायचा."

"हो, तसंच म्हणा हवं तर! आणि त्यानं काम होतं. पण स्वत:शी तुम्ही पूर्णपणे प्रामाणिक असायला हवं."

"हो, या घटकेला मी सर्व प्रामाणिकपणेच बोलतोय."

"तुमचा नरकावर विश्वास आहे?"
"हो, आहे."
"तुमचा स्वर्गावर विश्वास आहे?"
"हो, आहे."
"तुमचा असाही विश्वास आहे का की, सर्व ख्रिस्तधर्मीय स्वर्गात जातात?"
यावर सॅम काही क्षण विचारात पडले. नंतर त्यांनी हळुवारपणे मान हलवली आणि विचारलं, "तुमचा आहे?"
"हो, सॅम माझा आहे."
"मग मी तुमचा शब्द प्रमाण मानतो."
"छान! मग या मुद्द्यावर तुम्ही माझ्यावर विश्वास टाका. ठीके?"
"हे तर फारच सोपं दिसतंय. मी एखादी झटपट प्रार्थना म्हटली की, तितक्याच त्वरेने सर्व पापं माफ!"
"का, तसं काही असलं, तर त्याचा तुम्हाला काही त्रास होणार आहे का?"
"कारण फादर, मी खूप वाईट गोष्टी केलेल्या आहेत."
"आपण सर्वांनीच वाईट गोष्टी केलेल्या असतात. देवाकडे आपल्यासाठी अमर्याद प्रेम आहे."
"मी जे काही केलेलं आहे, तसं तुम्ही काही केलेलं नाही."
"तुम्ही केलेल्या कृत्यांबद्दल आपण काही बोललो, तर तुम्हाला बरं वाटणार आहे का?"
"हो, सर्वांबद्दल बोलल्याशिवाय मला बरं वाटणार नाही."
"मी ऐकतो. तुम्ही बोला. सांगा सारं."
"एक मिनिट, मी इथून बाहेर जाऊ का?" ॲडमने विचारलं.
सॅमनी त्यांचे गुडघे घट्ट धरून ठेवले होते. ते म्हणाले, "नाही."
"सॅम, आपल्याकडे फार वेळ नाहीये." गजांतून बाहेर पाहत राल्फ म्हणाले.
सॅमनी एक खोल श्वास घेतला आणि ॲडम आणि राल्फ यांनाच ऐकू जाईल इतपत मोठ्या आवाजात बोलू लागले, "मी निर्दयपणे ज्यो लिन्कनला ठार केलं आहे, त्याबद्दल मी दिलगीर आहे, हे मी यापूर्वीच सांगितलं आहे आणि माझ्या वडलांच्या दोन खुन्यांना ठार करण्यासाठी मी माझ्या भावांना मदत केली. त्या कृत्याबद्दल मी प्रामाणिकपणे सांगतो की, मला आजपर्यंत कधी वाईट वाटलं नव्हतं. माणसाच्या आयुष्याची किंमत मौल्यवान आहे, याची जाणीव आज मला होत आहे. त्या वेळची माझी समजूत चुकीची होती. आणखी एकदा जमावाने एकाला मारण्यात मी भाग घेतला होता, त्या वेळी माझं वय पंधरा किंवा सोळा असेल. मी जमावातला केवळ एक भाग होतो आणि मी ते मारणं थांबवण्याचा

प्रयत्न जरी केला असता, तरी ते मला जमलं नसतं; पण मी तसा प्रयत्नही केला नव्हता. त्याबद्दल मला अपराधी वाटतंय.''

सॅम बोलायचे थांबले. ॲडमने श्वास रोखून धरला आणि आता ही कबुली इथेच संपली, असं त्याला वाटलं.

राल्फ थांबून होते. काही वेळानंतर त्यांनी विचारलं, ''सॅम, आता झालं?''

''नाही, आणखी एक आहे.''

ॲडमने त्याचे डोळे मिटून घेतले आणि पुढच्या कबुलीला सामोरं जाण्यासाठी मनाची तयारी केली. त्याला चक्कर आल्यासारखं वाटत होतं, पोटात मळमळत होतं.

''आणखी एका जमावानं एका माणसाला जीवे मारलं होतं. क्लेट्स नावाचा एक मुलगा होता. त्याचं आडनाव मला आता आठवत नाही. क्लॅन समूहाच्या लोकांनी त्याला मारलं होतं, त्या वेळी मी अठरा वर्षांचा होतो. या इतक्या गोष्टींबद्दल मी सांगू शकतो.''

हे भयंकर स्वप्न या टप्प्यावर संपणारं नव्हतं, असा विचार ॲडमच्या मनात आला.

सॅम यांनी एक खोल श्वास घेतला. बरीच मिनिटं ते काही बोलले नाहीत. राल्फ तन्मयतेने प्रार्थना करत होते. ॲडम फक्त थांबून होता.

''आणि क्रॅमर यांच्या मुलांना मी मारलेलं नाही.'' सॅम सांगायला लागले. त्यांचा आवाज कापत होता. ''मला तिथे जाण्याचं काहीही कारण नव्हतं. तिथे मी थांबल्यामुळे मला स्वत:ला मी त्यात विनाकारण गोवून घेतलं, हा माझा मूर्खपणा झाला होता. त्यात बळी पडलेल्या सर्वांबद्दल मला बरीच वर्षं दु:ख वाटतंय.

''क्लॅन परिवारात सामील होण्यात माझी चूकच झाली होती. प्रत्येकाचा तिरस्कार, दु:स्वास करायचा आणि त्यापोटी बॉम्बस्फोट घडवून आणायचे. या सर्वाबद्दल मला फार वाईट वाटतंय; पण मी पुन्हा सांगतो की, मी त्या मुलांना मारलेलं नाही आणि ते बॉम्बस्फोट घडवून आणण्यामागे कोणालाही शारीरिक इजा व्हावी, असा आमचा उद्देश कधीच नव्हता. बॉम्बस्फोट मध्यरात्री म्हणजेच ज्या वेळी त्या ऑफिसमध्ये कोणीही असण्याची शक्यता नव्हती अशा वेळी व्हावा असंच नियोजन होतं. आणि त्या प्रकारेच ते घडणार होतं, अशी माझी कल्पना होती; पण ते घडवून आणण्याची व्यवस्था आणखी कोणी तिसऱ्यानेच केलेली होती; मी नाही. मी एक सांगकाम्या होतो; मोटारगाडी चालवणारा एक वाहक! माझ्या डोक्यात जी वेळ होती, त्यापेक्षा वेगळ्या वेळी बॉम्ब उडवला गेला होता. बॉम्ब उडवण्याची व्यवस्था वेगळ्याच एका माणसाने केली होती. त्या माणसालासुद्धा कोणी मरावं, असं वाटत नव्हतं, अशी माझी धारणा होती; पण प्रत्यक्षात त्याला

काहींचा बळी घ्यायचा होताच.'' ॲडमने ते शब्द ऐकले, मनात साठवून ठेवले, शरीरात शोषून घेतले; पण हालचाल करणं त्याला अशक्य झालं होतं.

''पण मला ते थांबवता आलं नाही, त्याचं मला फार दुःख होतंय आणि त्यापोटी येणारी अपराधीपणाची भावना मला डाचत आहे. बॉम्ब ठेवल्यानंतर मी जर निराळ्या प्रकारे वागलो असतो, तर त्यात बळी गेलेली मुलं जिवंत असती. त्याचं दुःख पोटी घेऊन मी माझं जीवन गेली कित्येक वर्षं जगतोय.''

राल्फनी त्यांचा हात अगदी अलगदपणे सॅमच्या डोक्यावर ठेवला आणि म्हणाले, ''सॅम, माझ्याबरोबर तुम्ही प्रार्थना म्हणा.'' सॅमनी दोन्ही हात डोळ्यांवर धरून ते झाकून घेतले.''

''जीझस ख्राईस्ट हा देवाचा मुलगा होता हे तुम्ही मानता. एका कुमारी मातेचा पुत्र म्हणून तो या पृथ्वीवर अवतीर्ण झाला. तो पापरहित आयुष्य जगला. त्याच्यावरसुद्धा लोकांनी अनन्वित अत्याचार केले. एका क्रुसावर ठोकून तो क्रूस त्यांनी उभा केला. आपणा सर्वांना कायमची मुक्ती मिळावी, म्हणून त्याने स्वतःचा बळी दिला. हे सर्व तुम्ही मानता ना सॅम?''

''हो.'' अस्पष्ट आवाजात त्यांनी उत्तर दिलं.

''आणि त्यानंतर तो त्याच्या दफनस्थानातून बाहेर आला आणि थेट स्वर्गात गेला. बरोबर आहे ना?''

''हो.''

''आणि त्याच्या बलिदानातून तुमच्या सर्व पापांचं क्षालन होतं आणि तुम्हाला माफी मिळते. ज्या ज्या भयानक गोष्टींचं ओझं तुमच्या मनावर आहे, त्या सर्वांना माफ केलं गेलं आहे, यावर तुमचा विश्वास आहे ना सॅम?''

''हो, आहे.''

राल्फ यांनी डोक्यावर धरलेला हात सोडला. त्यांच्या डोळ्यातले अश्रू पुसले. सॅम जागेवरून हलले नव्हते, पण त्यांचे खांदे थरथरत होते. ॲडमने ते घट्ट धरून ठेवले होते. रँडी डुप्रीने 'देवा, तू मला तुझ्यात सामावून घे.' या भजनाचं दुसरं कडवं गायला सुरुवात केलेली होती. त्याचे स्वर स्वच्छ होते, नेमके होते आणि कोठडीतल्या परिसरात त्याचे प्रतिध्वनी घुमत होते.

''फादर,'' सॅम बोलू लागले. त्यांची पाठ ताठ होत होती, ''ती क्रॅमरची मुलं स्वर्गात असतील का?''

''होय.''

''पण ते तर ज्यू होते.''

''सॅम, सर्व मुलं स्वर्गातच जातात.''

''मला तिथे ती दिसतील?''

"ते मला माहीत नाही. स्वर्गाबद्दल बऱ्याच गोष्टी आपल्याला माहीत नसतात, पण आपला धर्मग्रंथ बायबल असं सांगतो की, स्वर्गात आपण गेल्यावर कोणालाही दु:ख होत नाही."

"छान! म्हणजे मी आशा करतो की, ती मुलं मला तिथे भेटतील."

कोठूनही ओळखता येईल, अशा कर्नल न्यूजंट यांच्या आवाजानं शांततेचा भंग झाला. कोठड्यांच्या रांगांच्या आवारात येण्यासाठीचा दरवाजा वाजला, खडखडला आणि उघडला गेला. निरीक्षणाखाली ठेवलेल्या कोठडीपासून पाच फूट अंतरावर न्यूजंट येऊन उभे राहिले. त्यांच्यामागे सहा सुरक्षासैनिक होते. "सॅम, तुम्हाला वेगळं ठेवण्याच्या खोलीत ठेवण्याची वेळ आलेली आहे." ते म्हणाले. "अकरा वाजले आहेत."

एकाशेजारी एक असे तिघे जण उभे राहिले. कोठडीचा दरवाजा उघडला आणि सॅम यांनी बाहेर पाऊल टाकलं. ते न्यूजंट यांच्याकडे पाहून हसले आणि नंतर वळून गुरुजींना आलिंगन दिलं. "धन्यवाद!" असं म्हणाले.

"सॅम, तुम्ही मला मोठ्या भावासारखे आहात. माझं तुमच्यावर नितांत प्रेम आहे." दहा फूटांपेक्षा कमी अंतरावरून डुप्री ओरडला होता.

सॅमनी न्यूजंटकडे पाहिलं आणि म्हणाले, "मी माझ्या मित्रांचा निरोप घेऊ का?"

नियमावलीपासून दूर जाणं आलं. नियमावलीमध्ये कैद्याला निरीक्षणाखाली ठेवलेल्या कोठडीपासून वेगळं ठेवण्याच्या खोलीत नेताना इतर कोठड्यांसमोरून जाणं, असा काही त्यात उल्लेख नव्हता. न्यूजंट यांची बोलती काही क्षण बंद झाली, पण काही सेकंदानंतर त्यांनी जमवून घ्यायचं ठरवलं आणि म्हणाले, "ठीक आहे, पण वेळ न दवडता ते करा."

सॅम काही पावलं टाकून गेले. रँडीचा हात गजांमधून हातात घेऊन जरासा दाबला. नंतर ते पुढे गेले. हॅरी रॉस स्कॉटबरोबर हस्तांदोलन केलं.

राल्फ ग्रिफिन सुरक्षाकर्मींच्या बाजूनं कोणालाही न सांगता पुढे गेले आणि रांगांच्या परिसरातून बाहेर पडले. ते एका अंधाऱ्या कोपऱ्याशी थांबले आणि एखाद्या लहान मुलासारखे रडले. त्यांना सॅम आता पुन्हा दिसणार नव्हते. निरीक्षणासाठीच्या कोठडीच्या दरवाजात न्यूजंटबरोबर अॅडम उभा होता. कोठड्यांसमोर जाऊन इतर कैद्यांचा निरोप घेत असणाऱ्या सॅमकडे ते दोघे पाहत होते. प्रत्येक कोठडीसमोर सॅम थांबायचे, आतल्या कैद्याशी काहीतरी बारीक आवाजात बोलायचे. जास्त वेळ त्यांनी गलीटच्या कोठडीसमोर घालवला होता. त्याचे हुंदके ऐकू येण्याइतपत मोठे होते.

त्यानंतर ते वळले आणि धीटपणे चालत अॅडम आणि न्यूजंटजवळ गेले.

चालताना ते पावलं मोजत होते, कैदी मित्रांकडे पाहून हसत होते. ॲडमच्या जवळ आल्यावर त्याचा हात त्यांनी हातात घेतला आणि "चला!" असं न्यूजंटना म्हणाले.

कोठड्यांच्या रांगांच्या परिसरातच्या शेवटाला सुरक्षासैनिकांची खूप गर्दी झालेली होती आणि त्यांना बाजूला करूनच त्यांना पलीकडे जावं लागत होतं. न्यूजंट पहिले गेले, त्यानंतर सॅम आणि नंतर ॲडम! अनेक व्यक्तींचा जमाव जमल्यामुळे त्या भागातलं तापमान वाढलं होतं; हवा कोंडल्यासारखी झालेली होती. शिक्षा अमलात आणण्याला विरोध करणाऱ्या कैद्याला नियमावलीत सांगितलेल्या गोष्टी पार पाडण्यासाठी तयार करण्यासाठी बळाचा वापर करणं गरजेचं असतं किंवा पूर्ण शरण आणण्यासाठी त्याला घाबरवून टाकणंसुद्धा जरुरीचं असतं, पण या लहानखुऱ्या वृद्ध माणसाबरोबर अशा प्रकारचं वागणं मूर्खपणाचं झालं असतं.

एका खोलीपासून दुसऱ्या खोलीपर्यंत चालत जाणं म्हणजे काही सेकंदाचा मामला! अंतर वीस फूट होतं; पण दुःखातिरेकाने प्रत्येक पाऊल टाकताना ॲडमचं शरीर थरथरत होते. सुरक्षासैनिकांच्या मानवी बोगद्यातून, बळकट लोखंडी दरवाजातून ते छोट्या खोलीत गेले. समोरच्या भिंतीतला दरवाजा बंद होता. तो दरवाजा विषारी वायुपेटी ठेवलेल्या खोलीत जाण्यासाठी होता.

त्या खोलीत बसण्यासाठी, आडवं होण्यासाठी एक तकलादू पलंग तिथे ठेवला होता. ॲडम आणि सॅम त्यावर बसले. न्यूजंटनी आत येऊन दरवाजा बंद केला आणि ते त्या दोघांसमोर जमिनीवर गुडघे टेकवून बसले. त्या वेळी त्या खोलीत फक्त ते तिघेच होते. ॲडमनं त्याचा हात सॅमच्या खांद्यावर ठेवला.

न्यूजंटनी त्यांच्या चेहऱ्यावर अतिदुःखाचे भाव आणले होते. त्यांनी त्यांचे हात सॅमच्या गुडघ्यांवर ठेवले आणि म्हणाले, "सॅम, आता यापुढे आपण फक्त दोघंच बरोबर असणार आहोत. तर आता...."

"न्यूजंट, हे तुम्ही काय चालवलंय? तुम्ही वेडेबिडे आहात का?" ॲडम त्यांच्याकडे पाहून जोराने खेकसला. नंतर स्वतःचे शब्द आठवून त्याचं त्याला आश्चर्य वाटलं होतं.

"अरे, तो मूर्ख आहे आणि त्याचा तरी नाईलाजच आहे की रे!" सॅम समजावणीच्या सुरात म्हणाले. "त्याची तशी कुवतच नाही. त्याला प्रसंगाचं गांभीर्य कळत नाही, माणसं ओळखता येत नाहीत."

न्यूजंटना त्यांची चूक कळली आणि यापुढे योग्य प्रकारे बोलण्याबाबत ते विचार करू लागले. "मला हे सर्व व्यवस्थितपणे पार पाडायचं आहे." असं ते ॲडमला म्हणाले.

"तुम्ही आत्तातरी इथून जा." ॲडम म्हणाला.

"न्यूजंट, तुम्हाला आणखी एक गोष्ट कळतीय का?" सॅम म्हणाले, "मी कायदासंबंधातली खूप पुस्तकं वाचली आहेत. मी तुरुंग-व्यवस्थापन, नियम यांची अनेक पारायणं केलेली आहेत. त्यात मी माझ्या आयुष्यातले शेवटचे क्षण तुमच्याबरोबर घालवावेत, असं कुठे लिहिलेलं नाही."

"न्यूजंट, तुम्ही आता इथून जा." ॲडम म्हणाला. याबाबतीत त्याची न्यूजंट यांच्याशी दोन हात करायची तयारी होती.

न्यूजंट एकदम उडी मारून उभे राहिले आणि म्हणाले, "अकरा वाजून चाळीस मिनिटांनी त्या दरवाजातून डॉक्टर इथे येतील." विषारी वायुपेटी ठेवलेल्या खोलीत जाण्याच्या दरवाजाकडे त्यांनी बोट दाखवलं होतं.

"हृदयाचे ठोके मोजणारं उपकरण सॅम यांच्या छातीवर अडकवतील आणि जातील. अकरा वाजून पंचावन्न मिनिटांनी मी इथे येईन आणि त्याच दरवाजातून आपण विषारी वायुपेटीच्या खोलीत जायचं आहे. यावर काही प्रश्न आहेत?"

"नाही, आता जा." दरवाजाकडे हात दाखवत ॲडम म्हणाला. त्या दरवाजातून न्यूजंट गेले.

एकाएकी दोघंच त्या खोलीत उरले होते. अजून एक तास जायचा होता.

भेटायला येणाऱ्यांसाठीच्या इमारतीसमोर दोन सारख्या दिसणाऱ्या मोटारी येऊन थांबल्या. त्यातून आठ सुदैवी वार्ताहर आणि शेरीफ उतरले. ज्या परगण्यात गुन्हा घडलेला असतो, त्या परगण्याचा लोकनिर्वाचित सर्वोच्च पोलीस अधिकारी शेरीफ, त्यानं गुन्ह्याची शिक्षा अमलात आणताना उपस्थित राहिलंच पाहिजे, अशी कायद्यात तरतूद नाही; पण तो उपस्थित राहिला, तर कायद्यानं त्याला मनाई करता येत नाही. १९६७मध्ये वॉशिंग्टन परगण्याचा जो शेरीफ होता, तो पंधरा वर्षांपूर्वीच वारला होता; पण सध्याच्या शेरीफला हा प्रसंग चुकवायचा नव्हता. त्याने सकाळी लुकस मान याला फोन करून सांगितलं होतं की, त्याला तिथे त्या वेळी उपस्थित राहून ग्रीनव्हील गावाच्या आणि वॉशिंग्टन परगण्याच्या नागरिकांप्रती त्याची जी वैधानिक जबाबदारी होती, ती पार पाडायची होती.

शिक्षा अमलात आणते वेळी उपस्थित राहण्याचा निर्धार मिस्टर ईलियट क्रॅमर यांनी बऱ्याच वर्षांपूर्वी केला होता, पण प्रकृती अस्वास्थ्यामुळे ते पार्चमनला येणार नव्हते. त्यांच्या डॉक्टरांनी अगदी शेवटच्या क्षणी त्यांना तिथे जाण्यास मनाई केलेली होती. त्यांचं हृदय कमकुवत झालेलं होतं आणि तिथे जाणं मोठ्या जोखमीचं होतं. रूथ क्रॅमर यांनी शिक्षा अमलात आणताना तिथे जाण्याचा गंभीरपणे विचार कधीच केला नव्हता. त्या त्यांच्या मैत्रिणींसमवेत घरी थांबून शिक्षा अमलात आणण्याची वाट पाहत होत्या.

बळी पडलेल्या कुटुंबातलं कोणीही सॅम यांची शिक्षा अमलात आणताना साक्षीदार म्हणून थांबणार नव्हतं.

दोन्ही व्हॅन तिथून जाताना त्यांचं चित्रीकरण केलं गेलं. त्या अतिसुरक्षाविभागाच्या मुख्य प्रवेशद्वाराशी थांबल्या. त्यातल्या प्रत्येकाला तिथे उतरायला सांगण्यात आलं. तिथे कॅमेरे, टेपरेकॉर्डर यासाठी त्यांची झडती झाली. त्यानंतर ते सर्व परत व्हॅनमध्ये बसले आणि फाटकातून पुढे गेले. अतिसुरक्षाविभागाच्या समोरच्या भागात या मोटारी हिरवळीवरून गेल्या. पुढे त्या पश्चिमेला असलेल्या बेसबॉल मैदानाच्या बाजूने जाऊन जिथे रुग्णवाहिका उभी होती, तिथे थांबल्या.

न्यूजंट तिथे उभे होतेच. बातमीदार तत्काळ मोटारीतून उतरले आणि अधाशासारखे परिसर न्याहाळायला लागले. स्मरणव्यवस्थेत जेवढं काही साठवून ठेवता येईल, तेवढं पाहून घेत होते. हे सर्व आठवून त्यांना त्यांचा अहवाल त्यांच्या वरिष्ठांना द्यायचा होता. अतिसुरक्षाविभागाला जोडूनच एक बुटकी, चौरस आकाराची, लाल रंगाच्या विटांची इमारत होती. त्या इमारतीबाहेर ही मंडळी उभी होती. त्या इमारतीत जाण्यासाठी दोन दरवाजे होते – एक बंद होता आणि दुसरा या सर्वांनी आत जाण्यासाठी उघडा होता.

न्यूजंट गलका करणाऱ्या वार्ताहरांच्या प्रश्नांना उत्तरं देण्याच्या मन:स्थितीत नव्हते. त्यांनी वार्ताहरांना उघड्या दरवाजातून आत नेलं. त्यांनी एका छोट्या खोलीत प्रवेश केलेला होता. तिथे दोन घडीच्या खुर्च्या होत्या आणि समोर भिंतीवर एक आडवा आयताकृती चौकोन काळ्या पडद्याने झाकला होता.

''तुम्ही एकेका खुर्चीत बसून घ्या.'' त्यांनी जरा उद्धटपणेच ही आज्ञा केली होती. त्यांनी माणसं मोजली – आठ वार्ताहर आणि एक शेरीफ. तीन खुर्च्या रिकाम्या होत्या ''आता अकरा वाजून दहा मिनिटं झाली आहेत.'' ते नाकात बोलल्यासारखं बोलत होते. ''कैदी आत्ता वेगळं ठेवण्याच्या खोलीत आहेत. तुमच्यासमोर पडदे लावलेले आहेत. त्यापलीकडे विषारी वायुपेटीची खोली आहे. बाराला पाच मिनिटं कमी असताना कैद्याला त्या खोलीत आणलं जाईल. त्याला पेटीतल्या खुर्चीत बसवून हातपाय पट्ट्याने बांधून ठेवतील, नंतर पेटीचा दरवाजा बंद करून त्याला कुलूप लावलं जाईल. बरोबर मध्यरात्री तुमच्यासमोरचे काळे पडदे काढले जातील. तुमच्या नजरेला जेव्हा पेटी पडेल, त्या वेळी कैदी त्या पेटीत बांधलेल्या स्थितीत बसलेला दिसेल. ही पेटी तुमच्यापासून दोन फूट अंतरावर आहे. तुम्हाला कैद्याच्या डोक्याच्या मागला भाग दिसणार आहे. ही सर्व रचना मी केलेली नाही. शिक्षा अमलात आणण्याच्या क्रियेला फक्त दहा मिनिटं लागणार आहेत. कैदी मृत झाला आहे, हे घोषित केल्यानंतर पडदे पूर्ववत सरकवले जातील आणि तुम्ही उठून पुन्हा तुमच्या व्हॅन मोटारीत जाऊन बसायचं आहे. तुम्हाला बराच

वेळ थांबावं लागणार आहे आणि या खोलीत वातानुकूलनाची व्यवस्था नाही, त्याबद्दल मी दिलगीर आहे. पडदे बाजूला झाल्यानंतर क्रिया झटपट होणार आहे. आता तुम्हाला काही प्रश्न विचारायचे आहेत का?''

"तुमचं कैद्याबरोबर बोलणं झालंय का?''

"हो.''

"कैदी आत्ता कोणत्या स्थितीत आहे?''

"आत्ता मी त्या तपशिलात शिरत नाही. एक वाजता पत्रकार परिषद आयोजित केली आहे. त्या वेळी मी तशा प्रश्नांची उत्तरं देणार आहे. आत्ता मी व्यग्र आहे.'' न्यूजंट यांनी साक्षीदारांकडून त्यांची सोडवणूक करून घेतली आणि ते त्या खोलीतून बाहेर पडले. जाताना दरवाजा धाडकन लावून घेतला. बाहेर गेल्यावर ते कोपऱ्याच्या दिशेने जाऊन विषारी वायुपेटीच्या खोलीत गेले.

"आपल्याकडे एक तासापेक्षा कमी वेळ आहे, तर तुला कोणत्या विषयाबद्दल बोलायला आवडेल?'' सॅम यांनी ॲडमला विचारलं.

"ओ, खूप गोष्टी! पण त्यातल्या त्यात बऱ्याच तुम्हाला न आवडणाऱ्या असणार आहेत.''

"अशा वेळी गमतीशीर संभाषण सुचणं फार अवघड असतं.''

"सॅम, तुम्ही आत्ता या क्षणाला नेमका कशाबद्दल विचार करत आहात?''

"सर्वच गोष्टींबद्दल.''

"तुम्हाला भीती कशाची वाटते?''

"विषारी वायूच्या वासाची, वेदना, यातनांची. सर्व झटपट आवरावं, अशी माझी इच्छा आहे. विषारी हवा वेगाने येईल, नाकात शिरेल आणि मला एकदम तरंगल्यासारखं वाटेल. मला मृत्यूचं भय वाटत नाही, पण ॲडम, आत्ता या क्षणाला मरण्याच्या क्रियेबद्दल फार भीती वाटतेय. ती लवकर पार पडावी, असं मला वाटतंय. हे वाट पाहणं फार त्रासाचं जातंय ॲडम; क्रूरपणाचं वाटतंय!''

"तुम्ही तयार आहात?''

"माझं हृदय मी आता घट्ट केलंय. मला आता शांत वाटतं आहे. बेटा, मी काही वाईट गोष्टी केल्या आहेत, पण देव माझ्यावर मेहरबानी करेल, असं मला वाटतंय. अर्थात माझी तशी योग्यता नाहीये.''

"तुमच्याबरोबर जो कोण होता, त्या माणसाबद्दल मला तुम्ही काही सांगितलं नाहीत?''

"अरे, ती एक मोठी गोष्ट आहे. आपल्याजवळ तेवढा आता वेळ नाहीये.''

"पण त्यामुळे तुमचा जीव वाचला असता.''

"नाही, त्यावर कोणी विश्वास ठेवला नसता. तू विचार कर. तेवीस वर्षांनंतर मी एकाएकी माझी जबानी बदलतो आणि एखाद्या गूढ माणसाला दोष देतो! ते हास्यास्पद ठरलं असतं.''

"तुम्ही माझ्याशी खोटं का बोललात?''

"त्याला माझी काही कारणं आहेत.''

"मला वाचवण्यासाठी?''

"हो, ते अनेक कारणांपैकी एक आहे.''

"तो माणूस अजूनही बाहेर मोकळा फिरतोय ना?''

"हो, तो इथेच जवळपास आहे. बाहेर जे काही वेडे लोक निदर्शनं करतायंत ना, त्यांच्यातसुद्धा तो आत्ता असेल आणि हे सर्व तो पाहत असेल; पण तू त्याला पाहू शकणार नाहीस.''

"त्यानंच डोगान आणि त्याच्या बायकोला मारलं ना?''

"हो.''

"आणि डोगानच्या मुलालासुद्धा?''

"हो.''

"आणि क्लोव्हिस ब्राझिल्टन?''

"शक्यता आहे. अरे, तो एक अनुभवी, हुशार मारेकरी आहे ॲडम. तो साक्षात मृत्यू आहे. पहिल्या खटल्याच्या वेळी त्यानं मला आणि डोगानला धमकावलं होतं.''

"त्याला काही नाव आहे की नाही?''

"नाही. तो सारखी नावं बदलून वावरतो. मला माहीत आहे, ते मी तुला सांगणार नाही. आपल्या बोलण्यातला एक शब्दही तू इतर कोणाबरोबर बोलू नकोस.''

"आजोबा, दुसऱ्या कोणाच्या गुन्ह्यासाठी तुम्ही तुमचा नाहक बळी देताय.''

"मी बळी जातोय कारण ती लहान मुलं मी वाचवू शकलो असतो, ती मी वाचवली नाही आणि देवाला माहीत आहे की, काही जणांच्या मृत्यूत माझाही काही भाग होता ॲडम. मी ही शिक्षा घेण्याच्याच लायकीचा आहे.''

"मृत्युशिक्षा कोणालाही देणं योग्यच नाहीये.''

"तुरुंगात अत्यंत वाईट अवस्थेत जगत राहण्यापेक्षा मरण केव्हाही चांगलं आहे. आत्ता, या क्षणी त्यांनी जर मला माझ्या जुन्या कोठडीत नेऊन डांबलं आणि म्हणाले की, तुम्ही मरेपर्यंत याच कोठडीत आयुष्य जगायचं आहे, तर मी काय करीन माहीत आहे?''

"काय?''

"मी आत्महत्या करीन."

शेवटचा एक तास असा घालवल्यानंतर त्यांच्या या भाष्यावर ॲडम काहीच बोलू शकत नव्हता. दिवसाचे तेवीस तास बंद कोठडीत काढण्याच्या महाभयानक शिक्षेचा दाह समजून घ्यायला तो सुरुवातही करू शकत नव्हता.

"माझ्या सिगारेट मी विसरलोय." सॅम खिशात हात घालताना म्हणाले, "पण सिगारेट सोडायला ही वेळ चांगली आहे."

"तुम्ही विनोद करण्याच्या मन:स्थितीत आहात?"

"हो."

"पण विनोदनिष्पत्ती होत नाहीये."

"लीने तुला ते पुस्तक दाखवलं का रे की, ज्यात आमच्या समूहाने एकाला ठार केलं होतं, त्या वेळचा एक फोटो त्यात आहे."

"तिनं मला ते दाखवलं नव्हतं, पण ते कुठे आहे हे सांगितलं होतं आणि मी ते नंतर पाहिलं."

"तू तो फोटो पाहिलास?"

"हो."

"एकत्र जमून मजा केल्यासारखा तो प्रसंग होता. बरोबर आहे ना?"

"ती अत्यंत वाईट घटना होती."

"एक पान पलीकडे आणखी एक फोटो होता. असाच. आम्ही सगळ्यांनी मिळून मारलं होतं. तो पाहिलास?"

"हो, दोन क्लक्स सदस्यांचा ना?"

"पांढरे पायघोळ अंगरखे घातलेले, वर शंक्वाकृती टोप्या आणि बुरखे घातलेले?"

"हो. पाहिले."

"त्यातला एक मी आहे आणि दुसरा अल्बर्ट. मी बुरख्यात दडलेलो होतो."

ॲडमच्या जाणिवा धक्का बसण्यापलीकडच्या स्थितीत गेल्या होत्या. तो भयानक फोटो त्याच्या मन:चक्षूंसमोरून गेला आणि तो ते विसरू पाहत होता. "सॅम, तुम्ही मला हे सर्व का सांगत आहात?"

"ॲडम, त्यानं बरं वाटतं. पूर्वी कधी मी हे कोणाजवळ कबूल केलेलं नव्हतं आणि सत्याला सामोरं जाण्यात एक समाधान असतं, ते मला आज मिळतंय."

"मला आता यापुढे काहीही ऐकायचं नाही."

"एडीलाही हे काही माहीत नव्हतं. त्याला ते पुस्तक माळ्यावर मिळालं, पण कसं काय कोण जाणे, पण मी एका फोटोत आहे, हे त्याला समजलं, पण दुसऱ्या फोटोतल्या दोन क्लक्सपैकी मी एक होतो, हे त्याला माहीत नव्हतं."

''एडींबद्दल आपण आत्ता काही बोलायला नको.''

''ठीक आहे, तुझी मर्जी. लीबद्दल बोललं तर चालेल?''

''लीचा मला खूप राग आलाय. तिनं आपल्या दोघांना चकवलंय.''

''अ‍ॅडम, मला तिला भेटता आलं असतं, तर फार बरं झालं असतं. ती आली नाही, त्याचं मला फार वाईट वाटून राहिलं आहे. पण कारमेन येऊन गेली, याचा मला आनंद झाला.''

शेवटी एकदाचा आनंदाचा विषय येत होता, याचा अ‍ॅडमला आनंद झाला. ''ती खरोखरच एक चांगली मुलगी आहे.'' तो म्हणाला.

''चांगली काय, छानच आहे! अ‍ॅडम, मला तुझा आणि कारमेनचा अभिमान वाटतो. तुम्हा दोघांना तुमच्या आईकडून फार चांगले गुण मिळालेले आहेत. तुमच्यासारखी गुणी नातवंडं मला मिळाल्यामुळे मी स्वत:ला खूप भाग्यवान समजतो.''

अ‍ॅडमने ते सर्व ऐकलं, पण त्यावर काहीही प्रतिक्रिया दिली नाही. शेजारच्या दरवाजावर पलीकडे काहीतरी वाजलं आणि ते दोघे एकदम उडी मारून उभे राहिले.

''न्यूजंट त्यांच्या उपकरणांचा काहीतरी आवाज करत असेल.'' खांदे थरथरत असतानाही सॅम म्हणाले.

''कशाच्या वेदना सर्वात जास्त होतात, हे तुला माहीत आहे?''

''कशाच्या?''

''याबद्दल गेले काही दिवस मी खूप विचार केला. खरोखरच गेले काही दिवस मी स्वत:ला झोडपत होतो. मी तुझ्याकडे पाहतो, कारमेनकडे पाहतो आणि मग तुम्ही हुशार, तल्लख बुद्धीची, खुल्या मनाची मुलं माझ्या डोळ्यांसमोर येतात. तुम्ही कोणाचाही कधी तिरस्कार केला नाहीत, द्वेष केला नाहीत. तुम्ही सहनशील वृत्तीचे, सहिष्णू, उदार मनाचे आहात; सुशिक्षित आहात, समजूतदार, महत्त्वाकांक्षी आहात. मी माझं आयुष्य पूर्वग्रह घेऊन जगलो, वावरलो. तुम्ही तसे नाही आहात. तुम्ही पूर्वग्रहविरहित असं सर्व ठिकाणी जात असता. मी तुझ्याकडे पाहतो. माझंच रक्त तुझ्या अंगात आहे. मग मी मला स्वत:ला विचारतो की, मी आज जसा आहे, यापेक्षा दुसरा कोणी का झालो नाही? तुझ्यासारखा किंवा कारमेनसारखा? आपलं काही नातं आहे, यावर विश्वास ठेवणंही कठीण जातंय.''

''सॅम आजोबा, तो विषय आता जाऊ दे.''

''अरे, पण विचार मनात येतात, त्याचं काय?''

''आजोबा, प्लीज.''

''ठीक आहे, दुसरं काहीतरी चांगलं बोलू.'' त्यांच्या आवाजाचा मोठेपणा ते जसजसे जमिनीकडे पाहत झुकू लागले, तसतसा कमी होत गेला. त्यांचं डोकं

इतकं खाली गेलं होत की, दोन पायांमधून ते खाली लोंबकळत असल्यासारखं दिसत होतं.

ॲडमला संपूर्ण तपशिलासह त्या गूढ सहकाऱ्याचं संभाषण अपेक्षित होतं. त्याला सर्वच्या सर्व जाणून घ्यायचं होतं. बॉम्बस्फोट कसा घडवून आणला, त्याचा संपूर्ण तपशील आणि त्यानंतर त्याचं गायब होणं आणि सॅम त्यात कसे अडकले गेले, हे सर्व त्याला माहीत व्हायला हवं होतं. हा गूढ माणूस आता मोकळा होता, सर्व पाहत थांबून होता, त्याचं काय होणार होतं, हे जाणण्याची ॲडमला इच्छा होती; पण या प्रश्नांची उत्तरं त्याला मिळणार नव्हती, म्हणून त्याने त्याबद्दल सॅमबरोबर त्यासंदर्भात बोलणं उकरून काढलं नाही. सॅम त्यांच्या कबरीत जाताना बरीच गुपितं बरोबर घेऊन जाणार होते.

गव्हर्नरांच्या हेलिकॉप्टरमुळे पार्चमन तुरुंगाच्या मुख्य प्रवेशद्वाराजवळच्या गर्दीमध्ये जराशी खळबळ उडाली. हमरस्त्याच्या पलीकडच्या भागात ते उतरले आणि तिथेच तुरुंगाची एक व्हॅन उभी होती. दोन्ही बाजूंना शरीररक्षक आणि मागे मोना स्टार्क यांसह ते मोटारीत चढले. 'गव्हर्नर आले, गव्हर्नर आले' असा एकदम ओरडा झाला. प्रार्थना आणि भजनं काही मिनिटं थांबली. मोटारीचं चित्रीकरण करण्यासाठी कॅमेरे सरसावले, पण ती मुख्य प्रवेशद्वारातून वेगाने आत निघून गेली; दिसेनाशी झाली.

अतिसुरक्षा विभागात रुग्णवाहिका जिथे उभी केलेली होती, तिथे ती काही मिनिटांनंतर जाऊन थांबली. शरीररक्षक आणि मोना स्टार्क व्हॅन मोटारीतच बसून राहिले. न्यूजंट गव्हर्नरांना भेटले आणि त्यांना घेऊन ते साक्षीदारांच्या खोलीत गेले आणि त्यांना पुढच्या ओळीतल्या मध्यावरच्या खुर्चीत बसवलं. इतर साक्षीदारांकडे पाहत त्यांनी मान हालवली. या वेळपर्यंत सर्व जणांना उष्म्यामुळे घाम फुटला होता. ती खोली एक प्रकारची भट्टीच झाली होती. त्यात भर तिथल्या काळ्या डासांची होती. त्यामुळेही मंडळी वैतागली होती. ''गव्हर्नरांना काही हवं असल्यास मी मागवू का?'' असं न्यूजंट यांनी विचारलं.

''पॉप कॉर्न'' मॅकलिस्टर कोटी केल्यासारखे बोलले होते, पण त्यावर कोणी हसलं नव्हतं. न्यूजंटच्या कपाळावर आठ्या आल्या आणि ते खोलीतून गेले.

''तुम्ही इथे का आलेले आहात?'' एका वार्ताहराने लगेचच गव्हर्नरांना प्रश्न केला.

''मला त्यावर काहीही भाष्य करायचं नाही.'' काहीही कारण नसताना खूश झाल्याच्या आवेशात ते बोलले.

समोरच्या पडद्याकडे तसंच हातावरच्या घड्याळ्यांकडे पाहत दहा जण बसलेले

होते. खोलीत शांतता होती. अस्वस्थ अवस्थेत कोणालाही गप्पा मारण्यात रस नव्हता. विचित्र अशा प्रसंगाचे साक्षीदार म्हणून इथे उपस्थित असलेल्यांना तिथे उपस्थित असण्याची शरम वाटत होती. त्यामुळे ते एकमेकांची नजरानजरही होऊ देत नव्हते.

वायुपेटीच्या खोलीच्या दरवाजाशी थांबून न्यूजंट हातातली यादी तपासून पाहत होते. अकरा चाळीस झाले होते. त्यांनी डॉक्टरांना वेगळं ठेवण्याच्या खोलीत जायला सांगितलं. त्यानंतर ते बाहेर पडले. त्यांनी सुरक्षासैनिकांना अतिसुरक्षा विभागाच्या चार कोपऱ्यातल्या मनोऱ्यातल्या पहारेकऱ्यांना खाली उतरायला सांगायला लावलं. विषारी वायूची क्वचित थोडीफार गळती होऊन, वायू वरच्या दिशेने जाऊन मनोऱ्यातल्या पहारेकऱ्यांच्या जिवाला धोका पोहोचू शकत होता, म्हणून ती खबरदारी होती. अर्थात तशा प्रकारची शक्यता फारच कमी होती, पण न्यूजंटना बारीकसारीक गोष्टींची दखल घेण्यात गंमत आणि आनंद वाटायचा.

दारावरचं टकटक अति हळू आवाजात झालं होतं; पण त्या क्षणी एखादा घण वाजतोय की काय, असं वाटलं होतं. नि:शब्द शांततेचा भंग फार मोठा आवाज करून झाला होता. त्यामुळे ॲडम आणि सॅम दोघेही दचकले होते. दरवाजा उघडला. तरुण डॉक्टर आत आला. त्यानं थोडंसं हासण्याचा प्रयत्न केला. नंतर तो गुडघ्यांवर बसला आणि सॅम यांना शर्टाची बटनं काढायला सांगितली. हृदयाचे ठोके ऐकण्यासाठी एक गोल तबकडीसारखा भाग त्यांच्या पांढुरक्या निस्तेज कातडीला चिकटवला आणि त्यापासून त्यांच्या पट्ट्यापर्यंत त्याने एक आखूडशी तार लोंबकळत ठेवली होती.

त्या तरुण डॉक्टराचे हात थरथरत होते आणि तो काहीही बोलत नव्हता.

५१

साडेअकरा वाजता हेझ केरी, गार्नर गुडमन, जॉन ग्लास आणि त्यांचे दोन विद्यार्थी केरीच्या ऑफिसमध्ये त्यांच्या टेबलाच्या सभोवतालून गप्पा मारत बसले होते. त्या गप्पा त्यांनी त्या क्षणी थांबवल्या आणि सर्व जण उभे राहिले. टेबलाभोवती उभ्याने हातात हात घेऊन सॅम केहॉल यांच्यासाठी त्यांनी मनातल्या मनात प्रार्थना आळवली. त्यानंतर हेझने त्यांच्या समूहातल्या सर्वांसाठी एका प्रार्थनेचं गायन केलं, त्यानंतर सर्व जण त्यांच्या खुर्च्यांत बसले आणि त्यांनी ॲडमसाठी एक छोटी प्रार्थना देवाकडे केली.

शेवट झटक्यात झाला. गेली चोवीस तास अडखळत पुढे जाणारं घड्याळ बारा वाजल्यानंतर धावत सुटलं.

डॉक्टर गेल्यानंतर काही मिनिटं दोघांच्यात हलकंफुलकं बोलणं चाललं होतं. त्या छोट्या खोलीतसुद्धा सॅमनी दोन-तीन येरझारा घातल्या, चालताना अंतरं मोजली. नंतर पलंगासमोरच्या भिंतीवर रेलून ते उभे राहिले.

त्यांच्या शिकागो शहराबद्दल, क्रॅव्हिट्झ आणि बेन कंपनीबद्दल गप्पा झाल्या. एकाच इमारतीमध्ये तीनशे वकील कसं काम करू शकतात, याबद्दल त्यांनी आश्चर्य व्यक्त केलं होतं. घाबरलेल्या अवस्थेतही दोघं जण एक-दोनदा हसले होते. काही क्षणांनंतर दरवाजावर पडणाऱ्या थापेची वाट पाहत असताना गप्पांच्या ओघात विनोद निर्माण करणाऱ्या प्रसंगावर एक-दोन वेळा त्या शांत आणि तणावाच्या स्थितीतही त्यांच्या चेहऱ्यावर स्मित दिसलं होतं.

दरवाजावरची थाप बरोबर अकरा पंचावन्नला पडली. दरवाजावर तीन वेळा धप धप असे आवाज झाले. त्यानंतर काही क्षण शांतता! आत शिरण्यापूर्वी न्यूजंट जरा थांबले होते.

ॲडम एकदम उडी मारून उभा झाला. सॅमनी एक खोल श्वास घेतला. तोंड उघडून ताणलं. ॲडमकडे एक बोट रोखून म्हणाले, "माझं एक ऐक." ते ठासून

बोलत होते, ''तू माझ्याबरोबर चालत आत चल, पण तिथे थांबू नकोस.''

''मी तिथे थांबू नये, अशी तुमची इच्छा आहे, हे मला माहीत आहे आणि मलाही तिथे थांबायची इच्छा नाही.''

''चांगली गोष्ट आहे.'' त्याच्यासमोर रोखलेलं बोट खाली झालं. चेहऱ्यावरचा ताण कमी झाला आणि तो जरा खाली झुकला. ते पुढे झाले. ॲडमचे खांदे पकडले आणि त्याचा आधार घ्यायचा प्रयत्न केला. ॲडमने त्यांना जवळ ओढून एक हलकीशी मिठी मारली.

''लीवर माझी माया आहे, होती, असं तू तिला सांग.'' सॅम सांगत होते. त्यांचा आवाज तुटक येत होता. ते थोडे दूर झाले आणि त्यांनी ॲडमच्या डोळ्यात पाहिलं, ''माझ्या शेवटच्या क्षणापर्यंत माझ्या मनात तिचे विचार होते, असं तू तिला सांग आणि ती आली नाही, म्हणून मी तिच्यावर रागावलेलो नव्हतो, हेही तू तिला सांग. माझ्या कुकर्मांमुळे मला इथे यावं लागलं. नाहीतर माझीही इथे येण्याची इच्छा झाली नसती.''

ॲडमने त्याचं डोकं हलवलं आणि न रडण्याचा कसोशीने प्रयत्न केला. ''आणखी काहीही सांगा आजोबा. काहीही.''

''तुझ्या आईला माझ्या शुभेच्छा सांग. माझं पहिल्यापासूनच तिच्याबद्दल चांगलं मत होतं आणि अजूनही आहे. कारमेनला माझे आशीर्वाद सांग. ती अजून लहान आहे. ॲडम जे काही घडलंय, त्याबद्दल मला फार वाईट वाटतंय. मी तुमच्यासाठी किती हीन प्रकारचा वारसा ठेवतोय, याची मला लाज वाटतेय.''

''सॅम, तुम्ही वाईट वाटून घेऊ नका.''

''ॲडम, तू हे सर्व नीट निभावून नेशील, याची मला खात्री आहे. तुझ्यामुळेच मी हे मरण अभिमानाने स्वीकारू शकतोय.''

''सॅम, तुमची उणीव आम्हाला भासणार आहे.'' ॲडमच्या डोळ्यातून अश्रूधारा वाहत असताना हे तो बोलला होता. दरवाजा उघडला आणि कर्नल न्यूजंट आत आले. ''सॅम, आता वेळ झाली.'' त्यांच्या चेहऱ्यावर दुःख दिसत होतं.

सॅमकडे पाहून ते धीराने हसले, ''चला सॅम, माझा नाइलाज आहे. माझं काम मला पार पाडलं पाहिजे.'' ते उसनं अवसान आणून बोलत होते. पहिल्यांदा न्यूजंट गेले आणि त्यानंतर सॅम आणि त्यांच्या मागे ॲडम. तिघांनी पेटीच्या खोलीत प्रवेश केला. ती खोली माणसांनी भरलेली होती. प्रत्येक जण प्रथम सॅमकडे रोखून पाहायचा आणि नंतर नजर दुसरीकडे फिरवायचा. सॅमचा मृत्यू होत असताना पाहणं शरमेची गोष्ट होती, असं त्यांना आत कुठेतरी वाटत होतं, असा ॲडमचा अंदाज होता. ही तिरस्करणीय कारवाई पार पडत असताना आपण उपस्थित राहून ती पाहत होतो, याची लाज त्यांना वाटत असणार. ॲडमकडेसुद्धा पाहायची त्यांची तयारी

नव्हती. रासायनिक द्रव्यं ठेवण्याच्या खोलीच्या भिंतीशी शासनाचा मारेकरी मन्डे आणि त्याचा सहकारी असे दोघे जण उभे होते. त्यांच्यापुढे गणवेशात असलेले सुरक्षाकर्मी गर्दी करून उभे होते. लुकस मान आणि दुय्यम तुरुंगाधिकारी दरवाजाजवळ उभे होते. एकदम उजव्या बाजूला डॉक्टर हृदयाची स्पंदनं मोजणारं उपकरण बसवत होता. तो अगदी शांत होता, असं भासवत होता.

खोलीच्या मध्यभागात अष्टकोनी आकाराची पेटी उभी होती. पेटीच्या सर्व बाजूने कारवाईत भाग घेणारे कर्मचारी होते. पेटीला नव्याने दिलेला रंग चकाकत होता. पेटीचा दरवाजा उघडा होता. मृत्युशिक्षेच्या अंमलबजावणीशी संबंधित असलेली निर्णायक खुर्ची वाट पाहत थांबून होती. पेटीच्या मागे असलेल्या भिंतीत काळ्या पडद्याने झाकलेल्या आडव्या खिडक्या होत्या. त्यातून साक्षीदारांना कारवाई पार पडत असताना दिसणार होती.

बाजूच्या खोलीत जाण्यासाठीचा दरवाजा उघडा होता, पण त्यातून हवा येत नव्हती. वाफेनं अंघोळ करण्याच्या पेटीसारखी या खोलीची अवस्था झालेली होती. प्रत्येक जण घामाने निथळत होता. दोन सुरक्षासैनिकांनी सॅमना दंडाला धरून पेटीतल्या खुर्चीत नेऊन बसवलं. दरवाजापासून पेटीपर्यंतचं अंतर फक्त पाच पावलं होतं. ते त्यांनी पेटीत जाताना मोजलं होतं. एकाएकी ते पेटीतल्या खुर्चीत येऊन बसले होते. आजूबाजूच्या लोकांच्यात कुठे ॲडम दिसत होता का, हे ते पाहत होते. त्यांना हाताळणाऱ्या लोकांचे हात वेगाने हालचाल करत होते.

बाहेर पडण्याच्या दरवाजाजवळच ॲडम थांबला होता. आधारासाठी तो भिंतीला टेकला होता. त्याला त्याचे गुडघे भुसभुशीत झाल्यासारखे वाटत होते. गुडघ्यातलं बळ नाहीसं होत होतं की काय, इतपत त्याची अवस्था दयनीय झाली होती. खोलीतल्या लोकांकडे, पेटीकडे, जमिनीकडे, हृदयाचं काम दाखवणाऱ्या उपकरणाकडे तो पाहत होता. सर्वच गोष्टी साफ, स्वच्छ होत्या. भिंतींना नुकताच रंग दिला होता. फरशी चकचकीत होती. डॉक्टरांची सर्व उपकरणं कोरी करकरीत होती. प्रत्येक गोष्ट नवीन होती. पेटीसुद्धा नव्यासारखी दिसत होती. रासायनिक द्रव्याच्या खोलीतून जंतुनाशक औषधांचा वास येत होता. सर्वच परिसर आरोग्याला उपकारक असा निर्मळ होता. जिथे लोकांच्या वेदना घालवल्या जातात, अशा एखाद्या इस्पितळासारखी ही जागा असायला हवी होती.

'मी या फरशीवर, या उत्तम डॉक्टरांच्या पायाशी ओकलो, तर या जंतुविरहित स्वच्छ केलेल्या फरशीचं काय होईल न्यूजंट? तुमच्या नियमावलीत त्यासाठी काही तरतूद आहे का? माझा या पेटीसमोर अकस्मात जर शेवट झाला तर?' ॲडमनं त्याचं पोट दोन्ही हातांनी घट्ट धरलं.

सॅमच्या हातावर, पायांभोवती पट्टे गुंडाळून बांधले होते. विषारी वायू नाकात

गेल्यानंतर शरीरावरचा ताबा जायला लागतो आणि डोकं थडथडायला लागतं. त्यामुळे डोक्याच्या कवटीला फ्रॅक्चर होऊ नये, म्हणून एक ओंगळ दिसणारा पट्टा कपाळावरून खुर्चीच्या मागच्या बाजूला बांधला होता. सर्व प्रकारे सॅमना खुर्चीला जखडून टाकून त्यांच्यावर विषारी वायूचा हल्ला करण्याची तयारी झाली होती. सर्वकाही स्वच्छ, नीटनेटक्या प्रकारे, जंतुनाशक औषधं शिंपडून जय्यत तयार होतं. रक्त सांडणार नव्हतं. कैद्याला नैतिक कारणास्तव मारण्यामुळे दूषित होणार नव्हतं. अरुंद दरवाजातून सुरक्षासैनिक बाजूला झाले, मागे हटले. त्याच्या कामाचा त्यांच्या चेहऱ्यावर अभिमान होता.

ॲडमने तो होता तिथूनच पेटीच्या आत नजर टाकली. क्षणभरच त्याची आणि सॅमची नजरानजर झाली. त्या क्षणीच सॅमनी त्यांचे डोळे मिटून घेतले.

तो तरुण डॉक्टर पेटीच्या जवळ उभा होता. न्यूजंटनी त्याच्या कानात काहीतरी सांगितलं. अर्थातच ॲडमला ते कळलं नाही. त्याने पेटीत प्रवेश केला आणि हृदयाचं काम दाखवणाऱ्या उपकरणाच्या तारेशी काहीतरी जुळवाजुळव केली. न्यूजंटनी सांगितलेलं हे काम त्यानं झपाट्याने केलं.

लुकस मान पेटीच्या समोर हातात एक कागद घेऊन पुढे झाला. पेटीच्या दरवाजात उभा राहिला आणि वाचायला लागला, "सॅम हा तुमच्या मृत्यूचा हुकूम आहे आणि कायद्यानुसार मी तुम्हाला तो वाचून दाखवणं गरजेचं आहे."

"आता वेळ घालवू नकोस." ओठ न उघडताच रेकल्यासारखा आवाज काढून सॅम म्हणाले.

लुकसने कागद समोर धरला आणि मजकूर वाचू लागला, "वॉशिंग्टन परगण्याच्या मंडल न्यायालयानं तुम्हाला गुन्हेगार ठरवून १४ फेब्रुवारी १९८१ रोजी मृत्यूची शिक्षा ठोठावली आहे. त्यानुसार मिसिसिपी राज्याच्या पार्चमन इथल्या कारागृहात तुम्हाला विषारी वायूच्या पेटीत घालून ती शिक्षा अमलात आणली जात आहे. देव तुमच्या आत्म्याला शांती देवो!" हे वाचून झाल्यावर लुकस मागे झाला आणि त्यानंतर त्याच खोलीतल्या एका भिंतीवर दोन फोन अडकवून ठेवले होते, त्यातल्या एका फोनला त्यांनी हात घातला आणि त्यांनी त्यांच्या ऑफिसमध्ये शेवटच्या मिनिटात काही चमत्कार होऊन एखाद्या तहकुबीचा निरोप आलेला होता का, याची चौकशी केली. तसा काही निरोप नव्हता. दुसरा फोन जॅक्सन इथल्या अटॅर्नी जनरल यांच्या ऑफिसशी थेट जोडलेला होता. तिथेसुद्धा 'पुढे जा' असाच अर्थ निघत होता. "आता बारा वाजून तीस सेकंद झालेले होते. बुधवार ऑगस्ट ८, स्थगिती नाही." लुकस यानं न्यूजंट यांना सांगितलं.

हे शब्द सर्वांच्या कानांवर सर्व बाजूने आदळले. ॲडमने त्याच्या आजोबांकडे शेवटचं पाहून घेतलं. त्यांनी त्यांच्या हाताच्या मुठी घट्ट वळून धरल्या होत्या.

ॲडमकडे पुन्हा पाहिलं जाऊ नये, म्हणून त्यांनी डोळे घट्ट मिटून घेतले होते. त्यांचे ओठ थरथरत होते. जणूकाही ते त्यांची शेवटची, एखादी राहिलेली प्रार्थना पुटपुटत होते.

"कार्यवाही चालू न करण्याला काही कारण आहे का?" एक प्रघात म्हणून न्यूजंट यांनी विचारणा केली. त्यांच्या आवाजात आता वैधानिक भारदस्तपणा आला होता.

"नाही." लुकस यांने प्रामाणिक दु:खाने शब्द उच्चारला होता.

पेटीच्या दरवाजात न्यूजंट उभे राहिले, "सॅम, तुम्हाला शेवटचं काही सांगायचं आहे?"

"तुम्हाला नाही, पण ॲडमला इथून जायला सांगा."

"ठीक आहे." न्यूजंट यांनी सावकाश दरवाजा बंद केला.

दरवाजाच्या कडांना रबरी पट्ट्या लावलेल्या होत्या, त्यामुळे आवाज, हवा आतून बाहेर, किंवा बाहेरून आत जाणं बंद झालं होतं. आवाज न करता सॅमना कुलूपबंद केलं होतं. त्यांना बाहेरून आणखी एक अडसर लावला. सॅमनी डोळे घट्ट मिटून घेतले. ते मनात म्हणत होते, 'कृपा करून आता घाई करा.'

ॲडम न्यूजंटच्या पाठीकडे पाहत होता. न्यूजंट अजूनही पेटीकडे तोंड करून उभे होते. खोलीच्या बाहेर पडण्याचा दरवाजा लुकस मानने उघडला आणि दोघे जण घाईघाईने बाहेर पडले. ॲडमनं परत एकदा मागे वळून पाहिलं. विषारी रसायन तयार करण्याची क्रिया सुरू करण्यासाठी जी तरफ वर करावी लागते, ती तरफ मारेकरी हातात धरत होता आणि त्याचा सहकारी पेटीतलं काही पाहायला मिळत होतं का, यासाठी एखादा इंच बाजूला झाला होता. म्हातारा मरत असताना पाहायला मिळावा, यासाठी दोन सुरक्षाकर्मी योग्य अशी जागा शोधण्याच्या प्रयत्नात होते. न्यूजंट आणि त्यांच्या हाताखालचा अधिकारी आणि डॉक्टर खोलीच्या उजव्या भिंतीलगत उभे होते. तिघेही सतर्क राहून कारवाईतला कोणताही भाग त्यांच्या नजरेतून सुटत नव्हता ना, हे पाहत होते.

खोलीच्या बाहेरचं तापमान ९० अंश फॅरनहाइट म्हणजे बरंच गार वाटत होतं. रुग्णवाहिकेच्या कडेशी जाऊन ॲडम मोटारीवर जरा रेलून उभा राहिला.

"तू ठीक आहेस ना?" लुकस माननं विचारलं.

"नाही."

"जरा धीराने घे. ॲडम, धीराने घे." त्यानं ॲडमला समजावलं.

"तुम्ही ती कारवाई पाहणार नाही?"

"नाही, मी आजपर्यंत चार कारवाया पाहिल्या आहेत. त्या माझ्या दृष्टीने खूप झाल्या. ही त्यांच्या तुलनेत फारच वेगळी होती; अवघड होती."

इमारतीच्या भिंतीच्या मध्यावर असलेल्या पांढऱ्या दरवाजाकडे ॲडमने नजर टाकली. दरवाजाजवळ तुरुंगखात्याच्या तीन व्हॅन उभ्या होत्या. त्या मोटारींच्या बाजूला उभे राहून तीन सुरक्षाकर्मी धूम्रपान करत होते; हळू आवाजात गप्पा मारत होते. ''मला आता इथून जायला हवंय.'' ॲडम म्हणाला. त्याला उलटी होत होती का काय, असं त्याला वाटत होतं.

''चल जाऊ.'' लुकस यांनी त्याच्या हाताचं कोपर पकडून त्याला पहिल्या मोटारीशी नेलं. एका सुरक्षाकर्मीला त्यानं काहीतरी सांगितलं आणि तो झटकन वाहकाच्या जागेवर बसला. ॲडम आणि मान मागच्या सीटवर मधोमध बसले. त्या नेमक्या क्षणी ॲडमला जाणवलं की, त्याचे आजोबा विषारी वायुपेटीत बंद असून श्वास घ्यायला ते धडपडत होते; तळमळत होते. त्यांची फुप्फुसं विषारी वायूमुळे चिरली जात होती. अगदी जवळच, त्या लाल विटांच्या इमारतीत, आत्ता या क्षणाला, ते विषारी वायू आत, त्यांच्या शरीरात घेत होते; जितका जास्त घेता येईल तितका जास्त! आता चांगल्या जगात जाण्यासाठी तरंगत वर जाण्याच्या प्रयत्नात होते.

ॲडमला रडू फुटलं. व्हॅन अद्याप तुरुंग परिसरातल्या कैद्यांच्या करमणुकीसाठी ज्या काही सोयी होत्या, त्या विभागातून जात होती. 'रो' तुरुंगाच्या समोरच्या भागात एक हिरवळीचा पट्टा होता, त्यामधून जात होती. त्यानं त्याचे डोळे झाकून घेतले आणि सॅमसाठी तो मनसोक्त रडला. त्या क्षणी त्यांना ज्या वेदना, व्यथा, यातना सोसायला लागत होत्या, त्यासाठी आणि ज्या तिरस्करणीय प्रकाराने त्यांना मृत्यूला कवटाळायला लावलं होतं, त्यासाठी तो रडला. नवे कपडे परिधान केलेले त्याचे आजोबा! त्यांना एखाद्या गुराप्रमाणे त्या खुर्चीला बांधून त्यात बसवलं होतं. त्या स्थितीत ते अत्यंत कीव करण्यासारखे वाटत होते. गेली साडेनऊ वर्षं सॅमनी गजाआड राहून काढली. त्या काळात चंद्राच्या कोरीचं दर्शन मिळू शकतं का, याचं ते प्रयत्न करत होते. बाहेरच्या जगातले त्यांची कधी कोण आठवण काढतं का, याचा विचार करत होते. संपूर्ण केहॉल कुटुंबाकरता, त्यांच्या अत्यंत दुःखद भूतकाळाबद्दल तो रडला. त्या क्षणी त्याची जिवलग व्यक्ती गमावली जात होती आणि ज्या वेड्या प्रकारानं त्या व्यक्तीचा प्राण घेतला जात होता, त्याबद्दल तो रडला.

लुकनं त्याच्या खांद्यावर हळुवारपणे थोपटलं आणि म्हणाले, ''मलाही वाईट वाटतंय.'' त्यानं पुन:पुन्हा सांगितलं. पुढे फाटकाच्या बाहेर जेव्हा मोटार थांबली, तेव्हा जवळच्या एका मोटारीकडे बोट दाखवत लुकसनं विचारलं, ''ती तुझी मोटार आहे ना?'' फरसबंदी नसलेल्या मोटारी उभ्या करण्यासाठीच्या जागेवर एका ठिकाणी ॲडमची मोटार त्याने उभी केली होती. आवार इतर उभ्या केलेल्या मोटारींनी पूर्ण भरलेलं होतं. ॲडमनं हॅन्डल फिरवून व्हॅनचं दार उघडलं आणि काहीही न

बोलता तो गाडीतून बाहेर पडला. लुकसचे आभार नंतर मानता येणार होते.

मुरमाच्या रस्त्यावरून दोन्ही बाजूने, कपाशीची झुडपं असलेल्या शेतांमधून गाडी चालवत तो मुख्य रस्त्यावर आला आणि काही मिनिटांतच तो तुरुंगातल्या आवाराच्या दर्शनी भागाच्या मुख्य प्रवेशद्वाराशी पोचला. दोन आडव्या अडथळ्यांच्या भागातून जात असताना मोटारीचा वेग कमी झाला होता. नंतर दर्शनी फाटकाशी तो थांबला. तिथे एका सुरक्षाकर्मीने त्याच्या मोटारीतली डिकी तपासली. त्याच्या डाव्या बाजूला पत्रकारांचा एक मोठा समूह जमलेला होता. ते सर्व तिथे थांबून वाट पाहत होते. आतून काही बातमी मिळत होती का, याची त्यांना उत्कंठा होती. छोटे छोटे चलत्‌चित्रण करणारे कॅमेरे सज्ज होते.

त्याच्या मोटारीच्या डिकीमध्ये काहीही नव्हतं. अडथळ्यांच्या भागातून जात असताना पुढे रस्त्याच्या मधल्या भागातून एक सुरक्षाकर्मी अगदी आळसटल्यासारखा रेंगाळत चालला होत. त्याला जवळजवळ घासूनच ॲडम गेला होता. मेणबत्त्या लावून निदर्शनं करणाऱ्या उजव्या बाजूच्या समुदायाकडे एक नजर टाकण्याच्या उद्देशाने हमरस्त्याशी आल्यावर तो क्षणभर थांबला. शेकड्यांनी मेणबत्त्या पेटवल्या होत्या. तो समूह देवाची स्तुती करणारी स्तोत्रं खालच्या आवाजात गात होता.

तो वेगाने पुढे चालला होता. शासनाने पाठवलेल्या जादा सुरक्षासैनिक दलातले लोक जरा अवसर मिळाल्यामुळे निवांत होऊन इकडेतिकडे फिरायला लागले होते. पार्चमन तुरुंगापासून दोन मैल अंतरापर्यंत रस्त्याच्या कडेने मोटारी उभ्या होत्या. त्या मागे टाकून तो पुढे गेला. थोड्याच वेळात पार्चमन तुरुंग बराच मागे पडला होता. त्याने ॲक्सिलरेटरवर पाय दाबला आणि आता वेग नव्वदला पोचला होता.

एका विशिष्ट उद्देशाने तो उत्तर दिशेने निघाला होता. त्याला मेम्फिसला जायचं नव्हतंच. टटुवायलर, लॅम्बर्ट, मार्क्स्‌ स्लेज आणि केन्शॉ यांसारखी गावं मागे पडली होती. त्याने खिडकीच्या काचा खाली केल्या आणि गरम हवा आतमध्ये फिरायला लागली. समोरच्या काचेवर बाहेरून कीटक, किडे सटसट आपटत होते. त्रिभुज प्रदेशातला तो सर्वात मोठा त्रासाचा भाग होता.

कुठलंही विशिष्ट ठिकाण डोळ्यासमोर न ठेवता तो फक्त पुढे पुढे चालला होता. सॅमच्या मृत्युनंतर कुठे जायचं, याबद्दल पूर्वी त्याने विचारही केला नव्हता. कारण तशी वेळ येईल, असं त्याला वाटलं नव्हतं. विषारी सापाला त्याच्या बिळातून त्याचं शेपूट धरून बाहेर काढण्यासारखं अवघड, जोखमीचं काम केल्यावर आणि आपल्याला हवा तसा निर्णय न्यायालयाकडून मिळवल्यानंतर झालेला आनंद साजरा करण्यासाठी गुडमन, हेझ आणि त्याचे विद्यार्थी त्यांच्याबरोबर जॅक्सनमधल्या एखाद्या उपाहारगृहात आपण खातपित मजा करत बसलेलो असतो, असं त्याला

वाटत होतं. कदाचित या वेळी अगदी शेवटच्या क्षणी मिळवलेल्या स्थगितीसंबंधातला तपशील फोन वरून मिळवण्याच्या प्रयत्नात तो पार्चमनच्या 'रो' तुरुंगात थांबला असता.

लीच्या घरी जाण्याचं त्याला धैर्य त्याच्याकडे नव्हतं. कारण ती त्या वेळी तिथे असण्याची शक्यता होता. त्या दोघांच्या दरम्यान संवाद होण्याऐवजी वादावादीच होण्याची शक्यता होती. त्यामुळे तिच्याबरोबरची भेट जितकी पुढे टाकता येईल, तेवढं बरं, असं त्याला वाटत होतं. त्यानं एखाद्या छोट्या गावात चांगल्या हॉटेलमध्ये रात्र काढण्याचं ठरवलं होतं. 'झोप घेण्याचा प्रयत्न करायचा. उद्या सकाळी सूर्य उगवल्यानंतर काय करायचं ते ठरवू.' असा त्याचा विचार होता. पुढे त्याने दहा-बारा गावं, वस्त्या पार केल्या, पण मनाजोगतं हॉटेल त्याला मिळालं नाही. आता त्याचा वेग बऱ्यापैकी कमी झाला होता. एका हमरस्त्यावरून तो दुसऱ्या हमरस्त्यावर गेला. तो नेमका कुठे जात होता, हे त्यालासुद्धा कळत नव्हतं. जवळजवळ तो चुकलाच होता. रस्त्यालगतच्या खुणांवरून गावं कोणती होती, ते कळत होतं; पण तो एकदा एका बाजूला वळायचा, नंतर दुसऱ्या बाजूला. मेम्फिसपासून जवळच असलेल्या हेर्नानांडो या छोट्या गावाच्या सीमेलगतच्या भागात चोवीस तास उघडं असणारं जरुरीच्या वस्तू विकणारं एक दुकान त्याला सापडलं. त्या दुकानांसमोर एकही मोटार उभी नव्हती. मध्यम वयाची, काळ्याभोर केसांची एक स्त्री पैसे घेण्याच्या टेबलाशी धूम्रपान करत, तोंडात चुईंगम चघळत, फोनवर बोलत बसलेली होती. बियर गार ठेवण्याच्या कपाटाशी ॲडम गेला. त्यानं सहा बाटल्यांचं एक खोकं घेतलं.

''माफ करा. रात्री बारानंतर बियर विकायला बंदी आहे.''

''काय?'' पाकीट काढायला खिशात हात घालत ॲडमने प्रश्न केला.

''मध्यरात्रीनंतर आम्ही बियर विकू शकत नाही. तसा कायदा आहे.''

''कायदा?''

''हो, कायदा.''

''मिसिसिपी राज्यातला हा कायदा आहे?''

''हो, बरोबर.'' तिनं चलाखपणे उत्तर दिलं.

''मी या राज्यातल्या कायद्याबद्दल या क्षणी काय विचार करतोय, हे तुम्हाला माहीत आहे?''

''नाही, आणि प्रामाणिकपणे सांगायचं, तर मला त्याच्याशी काहीही देणंघेणं नाही.''

ॲडमने दहा डॉलरची नोट तिच्या टेबलावर थापली आणि बियरचं खोकं घेऊन तो त्याच्या मोटारीशी गेला. तिने त्याला जाताना पाहिलं. ती नोट तिने तिच्या खिशात टाकली आणि पुन्हा फोन हातात घेऊन बोलायला लागली.

'सहा बियरच्या बाटल्यांसाठी पोलिसांना बोलावून कशाला कटकट करून घेऊ!' असा विचार तिनं केला.

तो तिथनं निघाला आणि एका दिशेने दोन लेन असणाऱ्या रस्त्याने, कडेच्या लेनमध्ये राहून, वेगावर नियंत्रण ठेवून त्यानं पहिली बियरची बाटली प्यायला सुरुवात केली. पुन्हा तो चांगलं हॉटेल शोधण्याचं काम करायला लागला. एक चांगली स्वच्छ खोली, सकाळचा नाष्टा, पोहायला तलाव, टेलिव्हिजनवर सिनेमे पाहण्याची सोय, अशा एका हॉटेलचा शोध त्यानं सुरू केला.

ॲडमच्या डोळ्यांसमोर सारखे सॅम येत होते. 'एका बाजूला डोकं पडलेलं. अजूनही मोठमोठ्या आकाराच्या कातडी पट्ट्यांनी त्यांना खुर्चीला करकचून बांधलेलं. आता त्यांच्या कातडीचा रंग कसा दिसत असेल? गेल्या साडे नऊ वर्षांत जसा फिकट पांढरा दिसायचा, तसा तर नक्कीच नसेल. विषारी वायूने त्यांचे ओठ जांभळे अणि कातडी गुलाबी झालेली असेल. पेटी आता स्वच्छ केली असेल आणि निर्धोक झाली असेल. न्यूजंटनी पेटीमध्ये प्रवेश करून त्यांच्या पट्ट्याची बकलं सोडवण्याचा हुकूम ते देत असतील – 'सुरी घेऊन कपडे कापून काढा.' आतड्यांवरचं नियंत्रण जाऊन त्यांना तिथेच शौचाला, लघवी झाली असेल का? 'तसं नेहमी होतं. काळजी घ्या. ही घ्या प्लॅस्टिकची पिशवी. त्यात कपडे टाका. नागडं केलेल्या शरीरावर फवारा मारा.' ' ॲडम तिथल्या संवादांची कल्पना करत होता.

ॲडमला नवे कपडे दिसत होते. कडक इस्त्रीची खाकी रंगाची पँट, वर पांढरा शर्ट, जरा मोठ्या आकाराचे बूट, एकही डाग नसलेले पांढरे मोजे! 'स्वतंत्र असताना ते जसे कपडे वापरायचे, तसे कपडे अंगावर चढवल्याचा त्यांना अभिमान वाटत होता. हिरव्या रंगाच्या, कचऱ्यासाठी वापरायच्या पिशवीत ते आता चिंध्या होऊन पडले असतील. विषारी वस्तूप्रमाणे अगदी लांबवर, दोन बोटांच्या चिमटीत पकडून लांबवर नेऊन साक्षीदारांसमोर ते जाळून टाकणार असतील.

' 'ते कपडे, निळ्या रंगाची तुरुंगानं दिलेली अर्धी चड्डी आणि पांढरा टी-शर्ट ते कुठे आहेत? ते घ्या आणि पेटीमध्ये शिरून ते त्यांच्या शरीरावर चढवा. बुटांची, मोज्यांची जरूरी नाही. आता काय ते अंतिम संस्कारासाठीच जाणार आहेत. त्या वेळी त्यांच्या अंगावर चांगले कपडे चढवायचे, ते त्यांच्या कुटुंबातल्या लोकांना चढवू देत. आता स्ट्रेचर आणा. त्यांना इथून बाहेर काढा, रुग्णवाहिकेत ठेवा.' ' सगळे संवाद ठरलेलेच होते.

ॲडम एका सरोवरानजीक एका पुलावर आला होता. एकाएकी थंड, पण दमट हवा खिडकीतून मोटारीत शिरली आणि तो पुन्हा हरवला गेला.

५२

क्लॅन्टन गावाजवळच्या टेकड्यांमधून एक भगव्या रंगाची प्रभावळ आकाशात दिसायला लागली होती. सूर्यकिरण झाडांच्या फांद्यांतून झिरपून येत होते. काही क्षणांतच रंग पिवळा झाला, त्यानंतर पुन्हा भगवा झाला. आकाशात ढग नव्हते. गडद रंगाच्या आकाशात सूर्यकिरणाचा, रंगाचा खेळ सुरू झाला होता.

जवळच्या गवतात न उघडलेले दोन बियरचे डबे, कॅन होते. जवळच्या एका दफनस्थानावर उभ्या केलेल्या स्मृतिशिलेशी तीन रिकामे डबे टाकलेले होते. पहिला रिकामा डबा गाडीतच होता.

पहाट होऊन गेलेली होती. कबरींवर उभ्या केलेल्या स्मृतिशिलांच्या सावल्या त्याच्या दिशेने पडल्या होत्या. झाडांमधून सूर्यकिरण डोकावत होते.

गेले काही तास तो इथे बसलेला होता. त्याला वेळेचं भान नव्हतं. जॅक्सन, न्यायाधीश स्लॅटरी आणि सोमवारची सुनावणी हे सर्व कित्येक वर्षं मागे गेलेलं होतं. काही मिनिटांपूर्वीच सॅम यांचा मृत्यू झाला होता का, ते खरंच मृत झालेले होते? त्यांनी त्याचं घाण काम पार पाडलं होतं. काळ अजूनही त्याला चकवत होता.

त्याला चांगलं हॉटेल, मोटेल सापडलं नव्हतं. त्याने ते शोधण्यासाठी फार खटपट किंवा प्रयत्न केले नव्हते. तो क्लॅन्टन गावाजवळ आल्याचं त्याला कळलं. मग तो ॲना गेट्स केहॉल यांचं जिथे दफन केलं होतं, त्या जागेशी खेचला गेल्यासारखा आला. आता तो त्यांच्या दफनस्थानावर त्यांच्या स्मृतिप्रित्यर्थ उभ्या केलेल्या शिलेचा आधार घेऊन बसला होता. त्यानं कोमट झालेली बियर प्यायली. त्याच्या आवाक्यात असलेल्या सर्वात मोठ्या स्मारकशिलेच्या दिशेने रिकामे डबे फेकून दिले होते. तो तसाच तिथे पडलेला पोलिसांना सापडून त्यांनी त्याला तुरुंगात टाकलं असतं, तरी त्याला त्याची पर्वा नव्हती. थोड्या वेळापूर्वीच तो पार्चमन तुरुंगात होता. आणि आत्ताच मी पार्चमन तुरुंगातून बाहेर आलोय, असं तो नव्या तुरुंगातल्या इतर कैद्यांना सांगू शकणार होता. मग ते त्याच्या मागे लागले नसते.

अर्थातच पोलीस दुसरीकडे गुंतलेले होते. स्मशान ही सर्वात जास्त सुरक्षित जागा होती. आजीच्या कबरीजवळ एका आयताकृती चौकोनाच्या चार कोपऱ्यांवर लाल कापडं लावलेल्या चार काठ्या उभ्या केलेल्या होत्या. पूर्वेला सूर्य वर आल्यानंतर ॲडमला त्या दिसल्या होत्या. त्या ठिकाणी दफनासाठी एक खड्डा खणायचा होता.

ॲडमच्या मागे कुठेतरी एक मोटार येऊन थांबली होती आणि त्या मोटारीचा दरवाजा उघडल्याचा आवाज झाला होता, पण ॲडमला कोणतेच आवाज ऐकू आले नव्हते. एक आकृती त्याच्या दिशेने चालत येत होती. ती आकृती अत्यंत सावकाश चालत होती. दफनभूमी परिसरात इकडेतिकडे पाहत काहीतरी शोधत होती.

एक फांदी मोडल्याच्या आवाजाने ॲडम दचकला. ली त्याच्या शेजारी उभी होती. तिचा हात तिच्या आईच्या दफनस्थानावर उभ्या केलेल्या स्मृतिशीलेवर होता. त्याने तिच्याकडे पाहिलं आणि नंतर दुसरीकडे नजर वळवली.

"तू इथे काय करतीयेस?" त्याने विचारलं. तिच्या येण्यामुळे आश्चर्य न वाटण्याइतका तो बधिर झाला होता.

सावकाश ती तिच्या गुडघ्यांवर टेकली आणि नंतर ती त्याच्या बरीच जवळ बसली. तिच्या आईचं नाव कोरलेल्या स्मृतिशिलेला ती टेकली होती. ॲडमच्या हाताच्या कोपराच्या बाजूने तिने तिचा हात धरला होता.

"अगं, तू होतीस कुठे?"

"मी उपचार घेत होते."

"अगं, पण तू साधा फोन तरी करायचास की नाही?"

"ॲडम, तू कृपा करून रागावू नकोस. मी फार दमल्येय. मला एखाद्या मित्राच्या सहानुभूतीची गरज आहे." तिनं तिचं डोकं ॲडमच्या खांद्यावर टेकवलं होतं.

"मला नाही वाटत की, मी तुझा मित्र आहे. तू जे काही केलंस, ते महाभयानक होतं."

"त्यांना मला भेटायचं होतं, बरोबर आहे ना?"

"हो, अर्थात भेटायचं होतंच. तू तुझ्या छोट्या विश्वात मग्न होतीस. नेहमीप्रमाणे आत्मकेंद्रित होतीस. दुसऱ्या कोणाचा विचारही तुझ्या मनात नव्हता."

"प्लीज ॲडम, मला समजून घेण्याचा प्रयत्न कर. मी खरोखरच उपचार घेत होते. मी किती अशक्त आहे, हे तुला माहीत आहे. मला खरोखरच कोणाच्यातरी मदतीची जरूर आहे."

"मग ही घे मदत." असं म्हणत त्याने दोन बियरचे डबे तिच्यापुढे केले.

"मी पिणार नाहीये." व्यथित अंतःकरणाने ती हे म्हणाली. मानसिक दृष्टीने खचल्यासारखी बोलत होती. तिचा सुंदर चेहरा थकल्यासारखा झाला होता आणि

त्यावर सुरकुत्या जमा झाल्या होत्या.

''मी त्यांना भेटण्याचा प्रयत्न केला.'' ती म्हणाली.

''केव्हा?''

''काल रात्री मी गाडी चालवत पार्चमनला गेले होते. त्यांनी मला आत सोडलं नाही. खूप उशीर झालाय, असं म्हणाले.''

ॲडमनं त्याचं डोकं आणखी खाली केलं. त्याचा राग थोडा ओसरला होता. तिला शिव्या देऊन त्याला काहीच मिळणार नव्हतं. तिला दारूचं व्यसन होतं. त्या राक्षसाशी तिचा कधीही सामना होऊ नये, अशी तो इच्छा करत होता आणि त्या राक्षसापासून ती स्वत:ला सोडवून घ्यायचा प्रयत्न करत होती. त्याच्यावर मनापासून माया करणारी ती त्याची आत्या होती. ''अगदी शेवटच्या क्षणी ते तुझी चौकशी करत होते. त्यांचं तुझ्यावर प्रेम होतं, असं मी तुला सांगावं आणि तू त्यांना भेटली नाहीस, त्याबद्दल ते तुझ्यावर रागावलेले नाहीत, असंही मी तुला सांगावं, असा त्यांनी तुझ्यासाठी निरोप दिलाय.''

आवाज होऊ न देता ती रडायला लागली. तिच्या हाताच्या पंजाच्या मागच्या बाजूनं गालावर ओघळत असलेले अश्रू तिने पुसले. नंतरसुद्धा ती बराच काळ रडत होती.

''मोठ्या धैर्याने आणि सन्मानाने ते मृत्यूला सामोरे गेले.'' ॲडम सांगत होता. ''ते खूप धैर्यवान होते. त्यांचं मन, हृदय आता देवाच्या जवळ आहे आणि मृत्यूला सामोरं जाताना त्यांच्या मनात कोणाहीविषयी तिरस्कार नव्हता. त्यांनी ज्या काही गोष्टी केल्या होत्या, त्याबद्दल त्यांना कमालीचा पश्चात्ताप वाटत होता. शेवटच्या क्षणापर्यंत ते धैर्य टिकवून होते. शत्रूसैन्यावर चढाई करायला उत्सुक असणाऱ्या एखाद्या शूर योद्ध्यासारखे!''

''मी कुठे होते, हे तुला माहीत आहे?'' मुसमुसत रडत असताना तिनं हा प्रश्न केला होता. ॲडम जे काही बोलत होता, ते तिनं जणूकाही ऐकलं नव्हतंच.

''नाही. कुठे होतीस?''

''मी आम्ही पूर्वी राहायचो, त्या जुन्या घरी गेले होते. तिथनं मी काल पार्चमन तुरुंगात गाडीने गेले होते.''

''का? कशासाठी?''

''कारण मला ते जाळून टाकायचं होतं आणि ते मी मस्तपणे जाळलं. घर आणि आजूबाजूची झाडंझुडपं, एक भलीमोठी आग आणि सारं काही भस्मसात!''

''काहीतरी सांगू नकोस.''

''अरे खरंच आहे. मला वाटलं मी पकडली जाईन. तिथून बाहेर पडताना एक मोटार माझ्यासमोरून गेली, पण मला त्याची पर्वा नाही. गेल्या आठवड्यात मी

ते घर, ती जागा विकत घेतली. बँकेला तेरा हजार डॉलर्स दिले. तुमच्या मालकीचं घर तुम्ही विकू शकता, बरोबर आहे ना? तू वकील आहेस.''

''तू ठीक आहेस ना? तू हे सर्व गंभीरपणे बोलतीयेस ना?''

''तू स्वत: जा आणि बघ. एक मैलावरच्या एका चर्चजवळ मी माझी गाडी उभी करून अग्निशामक दलाचे बंब तिथे जातायंत का, हे पाहत उभी होते; पण कोणीच आग पाहिलेली नव्हती. तू तिथे गाडीने जा आणि बघ. एक धुराडं आणि राखेच्या डोंगराखेरीज तिथे काहीही उरलेलं नाही.''

''आग कशी....''

''पेट्रोल! माझ्या हातांचा वास घे.'' असं म्हणत तिने ॲडमच्या नाकाजवळ धरलं. नाकात टोचणी करणारा पेट्रोलचाच उग्र वास तिच्या हाताला येत होता.

''पण का?''

''हे तर मी फार पूर्वीच करायला हवं होतं.''

''हे माझ्या प्रश्नाचं उत्तर नाहीये.''

''वाईट, दुर्दैवी, पापी गोष्टी तिथे घडलेल्या आहेत. ती जागा राक्षस, भुतं आणि हडळी यांनी झपाटलेली, पछाडलेली आहे. आता ते सारं नष्ट झालंय.''

''म्हणजे सॅम यांच्याबरोबर त्या सर्वांचा अंत झालेला आहे?''

''नाही. ती मरतात कुठली? ती आणखी दुसरीकडे कुठे दुसऱ्या कोणाला त्रास द्यायला गेलेली असणार.''

ही चर्चा चालू ठेवण्यात काही अर्थ नव्हता, हे ॲडमने लगेचच जाणलं. त्यांनी आता तिथनं निघणं आवश्यक होतं. कदाचित मेम्फिसला जाऊन परत उपचार सुरू करणं जरूर असेल! तिला योग्य मदत मिळेपर्यंत त्याला तिच्याबरोबर राहायला लागण्याची शक्यता होती.

दफनभूमीच्या जुन्या भागात तिथल्या लोखंडी फाटकातून सामान वाहून आणणारा एक ट्रक आत आला. आवारातल्या काँक्रिटच्या रस्त्यावरून ढक ढक असा आवाज करत परिसरातल्या कोपऱ्यातल्या एका दफनकार्यासाठी लागणाऱ्या वस्तू पुरवणाऱ्या सार्वजनिक संस्थेच्या ऑफिसपाशी थांबला. त्यातून काळ्या आफ्रिकी वंशाची तीन माणसं उतरली. पाठींना बाक देऊन त्यांनी शरीरं ताणली.

''त्यातला एक हर्मन आहे.'' ती म्हणाली.

''कोण?''

''हर्मन हे त्याचं नाव. आडनाव मला माहीत नाही. तो इथे गेली चाळीस वर्षं दफनासाठी खड्डे खोदायचं काम करतोय.''

कबरींवर लावलेल्या स्मृतिशिलांच्या अनेक ओळी हर्मन आणि या दोघांच्या दरम्यान होत्या. हर्मन आणि त्याचे दोन सहकारी या दोघांना दिसत होते, पण

त्यांच्यात ते काय बोलत होते, ते काही ऐकू येत नव्हतं.

ली आता मुसमुसायची आणि रडायची थांबली होती. सूर्य आता झाडांच्या मध्यभागापर्यंत आला होता. त्यांच्या चेहऱ्यावर पडणाऱ्या सूर्यकिरणांची उष्णता त्यांना जाणवू लागली होती. मुळातच हवेत उष्मा होता. "तू आलास, मला बरं वाटलं." ती म्हणाली, "म्हणजे तुझ्या इथे असण्यानं सॅमना खूप बरं वाटलं असणार."

"ली, मी हरलो आहे. मी माझ्या अशिलाला नाही वाचवू शकलो. त्याला मी फशी पाडलंय आणि आता ते या जगात नाहीत."

"तू तुझ्या परिश्रमांची शिकस्त केलीस. कोणीही त्यांना वाचवू शकणार नव्हतं."

"तसंही असेल कदाचित."

"त्यामुळे आता तू स्वतःला त्रास करून घेऊ नकोस. मेम्फिसमध्ये माझ्या घरी आल्यावर पहिल्या रात्रीच तू म्हणाला होतास की, तो खूप लांबचा पल्ला आहे. तसा तू तुझ्या ध्येयाच्या खूप जवळ पोचला होतास. तू झुंजसुद्धा निकराची दिली होतीस. आता शिकागोला परतायची वेळ आलेली आहे आणि तुला तुझ्या पुढच्या आयुष्यात करायच्या गोष्टींचाही पाठपुरावा तुला करायचा आहे."

"मी शिकागोला परत जाणार नाहीये."

"म्हणजे?"

"म्हणजे मी नोकरी सोडणार आहे."

"अरे, तुझ्याकडे फक्त एक वर्षाचाच अनुभव आहे."

"तरीपण मी वकील आहेच ना? जरा निराळ्या प्रकारचं, चाकोरीबाहेरचं काम मला करायचं आहे."

"म्हणजे तू करणार आहेस तरी काय?"

"मृत्युशिक्षा संबंधातले दावे."

"तू जे काही बोलतोयंस, तो फार अवघड प्रकार आहे आणि त्यात धोका आहे."

"हो, आहे खरा आणि माझं वय, कामातून मिळणारं उत्पन्न, त्यातून उद्भवणारे मानसिक ताणतणाव हे सर्व लक्षात घेता, हे फार जोखीम घेतल्यासारखं होणार आहे; पण मला खात्री आहे की, मी हे सर्व निभावून नेईन आणि त्यातच नाव मिळवीन. मोठ्या कंपन्यांत कामं करण्याचा माझा पिंड नाही."

"तुझा व्यवसाय तू कुठे करणार आहेस?"

"जॅक्सनमध्येच. बराचसा वेळ मी पार्चमनमध्येच घालवणार आहे."

लीने तिचा चेहरा दोन्ही हातांनी चोळला. केस हातांनीच मागे करून सारखे केले आणि म्हणाली, "तू काय करणार आहेस याची, त्याच्या परिणामांची तुला पूर्ण कल्पना आहे, असं मला वाटतं." चेहऱ्यावरचा संशय तिला झाकता येत नव्हता.

झोपडीजवळ एका झाडाच्या सावलीत खड्डा खणण्याचं काम एक मशिन

करत होतं. त्यावर हर्मन काम करत होता. दोघे जण उकरलेली माती मशिनच्या भल्या मोठ्या बादलीसारख्या भांड्यात फावड्याने भरत होते. मध्येमध्ये उभे राहून अंग ताणत होते, काही बोलून हसत होते, मशिनच्या टायरवर पाय मारत होते.

"मला एक कल्पना सुचली आहे." ती बोलू लागली, "गावाच्या उत्तरेच्या बाजूला राल्फ नावाच्या माणसाचं एक छोटं कॉफी हाउस आहे. सॅमनी मला तिथे एकदा नेलं होतं."

"राल्फचं?"

"हो."

"सॅमच्या धर्मगुरूंचं नाव राल्फ होतं. ते काल रात्री सॅमबरोबर होते."

"सॅमचे कोणी धर्मगुरू होते?"

"हो, होते आणि चांगले होते."

"बरं जाऊ दे ते. डॅडी मला आणि एडीला आमच्या वाढदिवसाच्या दिवशी तिथे घेऊन जायचे. गेली शंभर वर्षं ते दुकान तिथे आहे. आम्ही तिथे भलीमोठी बिस्किटं आणि गरम गरम कोको प्यायचो. चल, आपण तिथे जाऊ आणि पाहू अजून ते उपाहारगृह तिथे आहे की नाही."

"आत्ता?"

"हो." ती उल्हसित झालेली होती आणि उभी राहिली. "चल, मला भूकपण लागलीये."

स्मृतिशीलेचा आधार घेत ॲडम उठून उभा राहिला. सोमवार रात्रीपासून तो झोपलेला नव्हता. त्याचे पाय जड होऊन कडक झाले होते आणि बियर प्यायल्यामुळे चक्कर आल्यासारखं वाटत होतं.

कुठेतरी अंतरावर एक इंजीन चालू झालं होतं. त्याचा आवाज दफनस्थान परिसरात घुमला होता. ॲडम जागच्या जागी थिजला. आवाजाच्या दिशेनं त्यानं चेहरा वळवला. हर्मन खड्डे खोदायचं मशिन चालवत होता, त्याच्या मागच्या भागातल्या नळीतून निळा धूर उकळी फुटल्यासारखा बाहेर पडत होता. त्याचे दोन्ही सहकारी उकरलेली माती भरण्याच्या पुढच्या, बादलीसारख्या भागात पाय पुढे सोडून बसले होते. त्या मशिननं वेग घेणं सुरू केलं आणि कॉँक्रिटच्या रस्त्यावरून ते चालू लागले. दफनस्थानवरच्या ॲडम आणि लीच्या डाव्या बाजूला असलेल्या कबरींच्या दोन ओळीपलीकडे ते मशिन दक्षिणेच्या दिशेनं चाललं होतं. ते तसेच पुढे गेले आणि पुढे आडव्या कॉन्क्रिटच्या रस्त्याला उजवीकडे वळले. पुन्हा पुढे थोडं अंतर जाऊन त्यांच्या दिशेने ते वळलं.

ते आता त्या दोघांच्या दिशेने येत होतं.

www.ingramcontent.com/pod-product-compliance
Lightning Source LLC
LaVergne TN
LVHW020352240825
819405LV00024B/242
* 9 7 8 8 1 8 4 9 8 4 2 5 5 *